ஔரங்கசீப்

யதுநாத் சர்க்கார் (10 டிசம்பர் 1870 - 19 மே 1958)

வங்காளத்தில் பிறந்தவர். மாபெரும் வரலாற்றாய்வாளர். குறிப்பாக மொகலாயர் காலம் பற்றி அந்நாளைய ஆவணங்களின் அடிப்படையில் நடுநிலையோடு எழுதியவர். பனாரஸ் இந்து பல்கலைக்கழகத்தில் வரலாற்றுத்துறைப் பேராசிரியராகப் பணியாற்றியவர், கல்கத்தா பல்கலைக்கழகத்தின் துணைவேந்தராகவும் இருந்திருக்கிறார். சர் பட்டமும் பெற்றவர்.

B.R. **மகாதேவன்**

சுசீந்திரத்தையடுத்த ஆஸ்ரமம் கிராமத்தில் வளர்ந்தவர். இலக்கியப் பயணத்தை ஒரு கவிஞராக ஆரம்பித்தவர். மொழிபெயர்ப்பு, திரைப்பட விமர்சனம் என இயங்கிவருகிறார். 'அழகிய மரம்', 'தென்னாப்பிரிக்க சத்தியாக்கிரகம்', 'காஷ்மீர்: முதல் யுத்தம்', 'கத்தியின்றி ரத்தமின்றி', 'மறைக்கப்பட்ட பாரதம்' உட்படப் பல நூல்களை எழுதியும் மொழிபெயர்த்தும் வந்திருக்கிறார்.

ஔரங்கசீப்

மறைக்கப்பட்ட வரலாறு

யதுநாத் சர்க்கார்

தமிழில்: B.R. மகாதேவன்

கிழக்கு

ஔரங்கசீப்: மறைக்கப்பட்ட வரலாறு
Aurangzeb: Maraikkappatta Varalaru

Jadunath Sarkar ©

Tamil translation of *A Short History of Aurangzib 1618-1701 (Abridged from the larger work in five volumes)*, by Sir Jadunath Sarkar - published in 1930

Kizhakku First Edition: December 2024
624 Pages
Printed in India.

ISBN: 978-81-983563-3-8
Kizhakku - 1406

Kizhakku Pathippagam
177/103, Ambal's Building, Lloyds Road,
Royapettah, Chennai - 600 014.
Email : support@nhm.in Website : www.nhm.in
Ph: +91-44-4200-9603 I WhatsApp: +91-95000 45609

kizhakku.books kizhakku_nhm

All illustrations, photos and images are for informational purposes only and are copyrighted by their respective owners.

Kizhakku Pathippagam is an imprint of New Horizon Media Private Limited

The views and opinions expressed in this book are the author's own and the facts are as reported by the author, and the publishers are not in any way liable for the same.

All rights reserved. No part of this publication may be reproduced, stored in a retrieval system, or transmitted, in any form or by any means, electronic, mechanical, photocopying, recording or otherwise, without the prior permission of the publishers.

உள்ளே

1.	ஆரம்ப வாழ்க்கை : 1681-1652	09
2.	தக்காணத்தில் ஔரங்கசீபின் இரண்டாம் ஆட்சிப் பொறுப்பு - 1652-1658	39
3.	ஷாஜஹானின் உடல் நலக் குறைவும், மகன்களின் கலகங்களும்	62
4.	வாரிசு உரிமைப் போர்: ஔரங்கசீபின் வெற்றி	80
5.	வாரிசு உரிமைப் போர்: தாரா மற்றும் ஷுஜாவின் முடிவு	103
6.	ஔரங்கசீப் ஆட்சியின் முதல் பாதி : பொதுவான சித்திரம்	134
7.	அஸ்ஸாம், ஆஃப்கானிஸ்தான் எல்லைப் போர்கள்	160
8.	ஔரங்கசீப்பின் மதக் கொள்கைகளும் ஹிந்துக்களின் எதிர்வினைகளும்	192
9.	ராஜபுதனப் போர்; முஹம்மது அக்பரின் கலகம்	216

10.	மராட்டியர்களின் எழுச்சி	233
11.	சிவாஜியின் வெற்றிகள் (1670-1680)	273
12.	பீஜப்பூரின் வீழ்ச்சி	299
13.	குதுப் ஷா வம்சத்தின் வீழ்ச்சி	328
14.	சம்பாஜி மஹாராஜின் ஆட்சி காலம் (1680-1689)	349
15.	1700 வரை மராட்டியர்களுடனான மோதல்கள்	380
16.	ஔரங்கசீபின் இறுதிக் காலம்	426
17.	வட இந்திய விவகாரங்கள்	470
18.	ஔரங்கசீப் காலத்தில் சில பிராந்தியங்கள்	502
19.	ஔரங்கசீபின் குணங்களும் ஆட்சி மீதான அதன் தாக்கமும்	527
20.	ஔரங்கசீபின் பேரரசு அதன் வளங்கள், வணிகம், நிர்வாக அமைப்பு	592
	காலவரிசை	605

அத்தியாயம் - 1

ஆரம்ப வாழ்க்கை : 1681-1652

1. ஔரங்கசீப் ஆட்சியின் முக்கியத்துவம்

ஔரங்கசீபின் வாழ்க்கை வரலாறு என்பது அறுபது ஆண்டுகால இந்தியாவின் வரலாறும் கூட. 1658-ல் தொடங்கி 1707 வரை நீடித்த அவருடைய ஆட்சி, 17-ம் நூற்றாண்டின் இரண்டாம் பாதியின் வரலாறாகவும் நம் தேசத்தின் மிக மிக முக்கியமான சகாப்தமாகவும் திகழ்கிறது. அவருடைய ஆட்சிகாலத்தில் மொகலாயப் பேரரசு அதன் உச்சத்தை எட்டியது. இந்திய வரலாற்றின் அதி ஆரம்பகாலம் தொட்டு, பிரிட்டிஷ் ஆதிக்கம் நிலைபெற்ற காலம் வரையிலும் மிகப் பெரிய அரசாக இருந்தது ஔரங்கசீபின் அரசுதான். ஆஃப்கானிய கஜினி மாகாணம் தொடங்கி இந்திய சட்காவ் வரையிலும், காஷ்மீர் தொடங்கி கர்நாடகம் வரையிலும் இந்தியத் துணைக்கண்டம் அவருடைய உத்தரவுகளுக்குக் கட்டுப்பட்டு நடந்தது.

ஔரங்கசீபின் காலகட்டத்தில்தான் இஸ்லாம் இந்தியாவில் வேகமாகப் பரவியது. முன் எப்போதும் இருந்திராத அளவுக்கு மிகப் பிரமாண்டமாக இருந்த இந்த சாம்ராஜ்ஜியம் ஒற்றை அரசியல் தலைமை கொண்டதாக இருந்தது. குறு நில மன்னர்கள் மூலமாக ஆளப்படாமல் ஆலம்கீரினாலும் அவரால் நேரடியாக நியமிக்கப் பட்டவர்களாலும் ஆளப்பட்டது. அசோகர், சமுத்திர குப்தர், ஹர்ஷ

வர்தனர் என அனைவருடைய சாம்ராஜ்யங்களை விடவும் ஔரங்கசீபின் சாம்ராஜ்ஜியம் மிகவும் பரந்து விரிந்ததாக இருந்தது.

பிரிட்டிஷார் வருவதற்கு முன்பு மிகப் பெரிய இந்திய சாம்ராஜ்ஜியமாக உச்சத்தில் இருந்த இந்த மொகலாய சாம்ராஜ்ஜியத்தின் வீழ்ச்சியும், அவற்றின் குழப்பங்களின் தடயங்களும் ஔரங்கசீபின் காலத்திலேயே தெளிவாகத் தெரிய ஆரம்பித்திருந்தன. பாரசீக நாதிர்ஷா, ஆஃப்கானிஸ்தானின் அஹ்மது ஷா போன்றோர் ராஜ பரம்பரையின் மங்கிய நிழலாக இருந்த மொகலாய அரசர்களை வீழ்த்துவதற்கு முன்பே, தில்லியின் மாபெரும் ஆதிக்கம் வெறும் கடந்த கால நினைவாக மாறுவதற்கு முன்பே, மராட்டியப் படைகள் தேசத்தில் செல்வாக்கை நிலை நிறுத்தும் முன்பே, ஔரங்கசீப் கண்ணை மூடுவதற்கு முன்பே மொகலாய சாம்ராஜ்ஜியம் நிதியிலும் செல்வாக்கிலும் வீழ்ச்சி அடைந்திருந்தது. அதன் நிர்வாகம் சிதைந்துவிட்டிருந்தது. மாபெரும் சாம்ராஜ்ஜியத்தின் ஒழுங்கை நிலைநிறுத்தும் வலிமையை இழந்துவிட்டிருந்தது.

ஔரங்கசீபின் ஆட்சியின்போதுதான், வீழ்ச்சியுற்றிருந்த மராட்டியத் தேசிய உணர்வு வீறுகொண்டு எழுந்தது. மொகலாய ஆட்சிக்கு எதிராக சீக்கியப் பிரிவில் ஆயுதம் தாங்கிய போர் வீரர்கள் முளைத்து வந்தனர். இப்படியாக, 18, 19-ம் நூற்றாண்டின் ஆரம்ப கால கட்டத்தில் இந்திய வரலாற்றில் நடந்த விஷயங்களுக்கு ஔரங்கசீபின் ஆட்சியும் கொள்கைகளும் மிக முக்கிய காரணமாக அமைந்திருந்தன.

மொகலாயப் பிறை நிலா முழுவடிவை அடைந்த அதே ஆட்சியில்தான் அது விரைவாகத் தேயவும் ஆரம்பித்தது. நமது அரசியல் வானில் புதிய அரசியல் சக்திகளின் விடிவெள்ளி முளைக்க ஆரம்பித்ததை நன்கு பார்க்கவும் முடிந்தது. நமது தேசத்தின் தலையெழுத்தைத் தீர்மானிக்கவிருந்த வருங்கால ஆதிக்கச் சக்திகள் (பிரிட்டிஷ் சக்திகள்) நம் மண்ணில் அழுத்தமாக, ஆழமாகக் கால் ஊன்றின. மதராஸ் 1653லும், பம்பாய் 1687லும் கிழக்கிந்தியக் கம்பெனியின் மாகாணங்களாக ஆகின. 1690-ல் கல்கத்தா மாகாணம் நிறுவப்பட்டது. பிரிட்டிஷாரால் கைப்பற்றப்பட்ட பகுதிகள் இப்படியாக ராஜ்ஜியத்துக்குள் ராஜ்ஜியமாக மாறின.

பதினேழாம் நூற்றாண்டின் இறுதிவாக்கில், மொகலாயப் பேரரசு மையத்தில் வலுவிழந்துவிட்டிருந்தது. கஜானா காலியாகியிருந்தது. மொகலாயப் படைகள் தோற்கடிக்கப் பட்டிருந்தன. எதிரிகளின் பகுதிகளில் இருந்து பின்வாங்கி

இருந்தன. பிராந்திய அரசுகள் எல்லாம் வெற்றிகரமாகத் தமது ஆதிக்கத்தை மீட்டெடுத்திருந்தன. மொகலாய சாம்ராஜ்ஜியம் சிதைந்துபோகக் காத்திருந்தது.

பொருளாதார, நிர்வாகப் பலவீனங்களுக்கு எல்லாம் மேலாக மொகலாய சாம்ராஜ்ஜியமானது தார்மிக பலத்தை இழந்து விட்டிருந்தது. மக்களிடையே அந்த அரசுக்கு எந்தவொரு மதிப்பும் மரியாதையும் இருந்திருக்கவில்லை. அரசின் பணியாளர்கள் நேர்மையற்றும் திறனற்றும் போயிருந்தனர். அமைச்சர்கள், இளவரசர்கள் எல்லாம் ராஜாங்க நுணுக்கமும் திறமையும் அற்றுப் போயிருந்தனர். ஆதிக்கத்தை நிலைநாட்டும் வலிமையை ராணுவம் இழந்துவிட்டிருந்தது.

ஏன் இப்படி ஆனது?

மன்னரிடம் சோம்பல், மூடத்தனம், தீய ஒழுக்கம் போன்ற எதுவும் இருக்கவில்லை. அவர் அபாரமான அறிவுக் கூர்மை மிகுந்தவராக இருந்தார். ஆதிக்கத்தைத் துய்க்கும் பெரு விருப்பம் கொண்ட ஆண்களைப் போலவே ஆட்சி நிர்வாகத்தில் மிகுந்த ஈடுபாடு கொண்டிருந்தார். பொது மக்களின் நலன் சார்ந்த விஷயங்களில் அவர் அளவுக்கு அக்கறை கொண்ட நபர் யாரும் இருக்கமுடியாது. ஒழுக்கம், ஒழுங்கு ஆகியவற்றில் மிகுந்த நம்பிக்கை கொண்டவர். அதுபோலவே பொறுமைசாலி. விடாமுயற்சி கொண்டவர். அவருடைய சொந்த வாழ்க்கையை எடுத்துக்கொண்டால் போகங்களை மிதமாகத் துய்த்தார். ஒரு துறவியைப் போன்ற வாழ்க்கை வாழ்ந்தார்.

படையெடுப்புக் கால நெருக்கடிகள், பின்வாங்குதல் போன்ற வற்றையெல்லாம் எந்தவொரு புகாரும் இன்றி, தேர்ந்த படைத் தலைவரைப்போல் ஏற்றுக்கொண்டார். எந்தவொரு பயங்கரவாதச் செயலும் அவருடைய மனதை மாற்றமுடியாது. எந்தவொரு கருணை எண்ணமோ பரிவோ அவரைப் பாதித்ததில்லை. அவருடைய மதம் சார்ந்த பழங்கால மரபான ஞானங்கள், புனித நூலில் இடம்பெற்றவை ஆகியவற்றில் தேர்ந்த நிபுணராக இருந்தார். தனது தந்தையின் ஆட்சிக் காலத்தில் நீண்ட காலப் போர்ப்பயிற்சியும், ராஜ தந்திர பாடங்களும் பெற்றிருந்தார்.

இருந்தும் ஔரங்கசீபின் ஐம்பது ஆண்டுகால ஆட்சியின் விளைவாகத் தோல்வியும் குழப்பமே மிஞ்சியது. இந்த அரசியல் புதிரானது இந்திய வரலாற்றை ஆராய்பவருக்கு மட்டுமல்ல, பொதுவான அரசியல் வரலாறு பற்றி ஆய்வு செய்பவர்களுக்குமே

அவருடைய ஆட்சி காலத்தை மிகவும் ஆர்வத்துக்கு உரியதாக ஆக்கியிருக்கிறது.

2. ஔரங்கசீப் வாழ்க்கையின் துயர நாடகம் அரங்கேறிய விதம்

ஔரங்கசீபின் வாழ்க்கை நீண்ட நெடிய துயரக் கதை. கண்ணுக்குத் தெரியாத, அதே நேரம் தவிர்க்க முடியாத விதியை எதிர்த்துப் போராடித் தோற்றவரின் கதை; மிகவும் வலிமையான மனித முயற்சிகள் எல்லாம் காலத்தின் போக்கில் எப்படியெல்லாம் குழம்பிப்போயின என்பதன் எடுத்துக்காட்டாக அந்த வாழ்க்கை அமைந்தது. மிகுந்த ஆற்றலுடன் வெளிப்பட்ட ஐம்பது ஆண்டு கால ஆட்சியானது மிக மிக மோசமான தோல்வியில் சென்று முடிந்தது. இருந்தும் அறிவுக்கூர்மை, ஒழுக்கம், செயல் ஊக்கம் ஆகியவற்றில் அவர் ஆசியாவின் பேரரசர்களில் ஒருவர். வரலாற்றின் இந்தத் துயர நாடகம் உரிய வரிசைக்கிரமமான காட்சிகளுடன் மெள்ள மெள்ள உச்சத்தை எட்டியது.

ஔரங்கசீபின் முதல் நாற்பது ஆண்டுகள், மாபெரும் சாம்ராஜ்ஜியத்தின் அதி உயர் பதவிக்கான நிதானமான, கடினமான சுய முயிற்சியால் நிரம்பியதாக இருந்தது. இது முதல் காலகட்டம்.

இந்த ஆரம்பகட்டத்துக்குப் பின்னர் அரியணை ஏறுவது தொடர்பான ஒரு வருட கால மோதல் வந்தது. அது அவருடைய வலிமை முழுவதையும் தீவிரப் பரிசோதனைக்கு உட்படுத்தியது. அவருடைய வலிமைக்குப் பரிசு கிடைத்தது. தில்லியின் அரியணை அவருக்குக் கிடைத்தது. இது இரண்டாம் காலகட்டம்.

வட இந்தியாவின் மாபெரும் நகரங்களில் அமைதியும் வெற்றியும் நிறைந்த ஔரங்கசீபின் 23 ஆண்டுகால ஆட்சி அதன் பின் நடந்தது. அவருடைய வழியில் குறுக்கிட்ட எதிரிகள் அனைவரும் அப்புறப் படுத்தப்பட்டனர். ஒட்டு மொத்த இந்தியாவும் அவருடைய ஆணைக்குக் கீழ்ப்படிந்தது. அவருடைய கண்டிப்பும் கண்காணிப்பும் மிகுந்த ஆட்சியினால் அமைதியும் அதனால் நாட்டில் செல்வமும் கலாசாரமும் செழித்தன. மனித முயற்சிகளின் பெரு மகிழ்ச்சியை யும் பெருமிதங்களையும் ஔரங்கசீப் எட்டியதுபோன்ற தோற்றம் உருவானது. இது அவருடைய வாழ்வின் மூன்றாம் காலகட்டம்.

அதன் பின்னர் வீழ்ச்சி ஆரம்பித்தது. கிரேக்கக் காவியங்களைப் போன்ற இரக்கமற்ற செயல்களின் பின் விளைவுகள் அவரைச்

சூழ்ந்தன. குடும்பத்துக்குள்ளிருந்தே அவருடைய எதிரிகள் முளைத்திருந்தார்கள். ஷாஜஹானின் கலக மைந்தரான ஔரங்கசீபினால், தான் பெற்ற வெற்றியை நீண்ட காலம் அனுபவிக்க முடிந்திருக்கவில்லை. ஏனென்றால் அவருடைய மகன் முஹம்மது அக்பர் (1681) தந்தைக்கு எதிராகக் கலகம் செய்தார்.

விரட்டியடிக்கப்பட்ட மகன், மராட்டிய மன்னருடைய நட்பில் தென்னிந்தியாவில் அடைக்கலம் புகுந்ததால் ஔரங்கசீப் படையுடன் தென்னிந்தியாவுக்கு வர நேர்ந்தது. தன் வாழ்நாளின் கடைசி 26 வருடங்களைப் போர் முகாம்களில் கழிக்க நேர்ந்தது. முடிவற்ற, வெற்றி கிடைக்காத போரில் ஈடுபட்டு சாம்ராஜ்ஜியத்தின் படை, செல்வம், நிர்வாகம் அனைத்தையும் நலிவடையவிட்டார். அவருடைய உடல் நிலையும் மிகவும் மோசமானது. விதியானது இந்த வீழ்ச்சியை அவரால் புரிந்துகொள்ளமுடியாதபடி அவருடைய கண்களை மறைத்தது. அவருடைய சம காலத்தவரின் கண்களையும் மறைத்துவிட்டது.

அவர் வாழ்வின் இந்த நான்காம் பகுதியில், அவர் விரும்பியது போல் எல்லாம் நடந்ததாகத் தோற்றமளிக்கின்றன. பீஜாப்பூரும் கோல்கொண்டாவும் ஔரங்கசீபின் சாம்ராஜ்ஜியத்துடன் இணைக்கப்பட்டன. பேரார் சாகர் பகுதியின் தலைவரும் தோற்கடிக்கப்பட்டார். பிரச்னைக்குரிய மராட்டிய மன்னர் சிறைப் பிடிக்கப்பட்டார். அவருடைய தலைநகரும் குடும்பத்தினரும் கைப்பற்றப்பட்டனர் (1689). ஔரங்கசீபின் வெற்றி இப்படியாக முழுமை பெற்றதுபோலவே தோன்றியது. எனினும் இங்கும் அங்குமாக வீழ்ச்சியின் சிற்சில தடயங்கள் எழ ஆரம்பித்திருந்தன. கூர்ந்து கவனிக்கும் திறன் கொண்டவர்களுக்கு மட்டும் அது தெரியும் படியாக இருந்தது. எனினும், பலர் சாம்ராஜ்ஜியத்தின் மாபெரும் வெற்றிகளின் மிதப்பில் எதிர்காலத்தில் வரவிருந்த அழிவைக் காணமுடியாதவர்களாகவே இருந்தனர்.

ஔரங்கசீபின் வாழ்க்கையின் மூன்றாம் காலகட்டத்தில் விதைக்கப் பட்ட அதிருப்தியின் விதைகள் யாருக்கும் தெரியாமல் மெல்ல முளைவிட்டு நான்காம் காலகட்டத்துக்குள் கிளை விரிக்க ஆரம்பித்தன. அவருடைய வாழ்வின் ஐந்தாம் கட்டத்திலும் இறுதிக் கட்டத்திலும் அந்த மரங்களின் துயரம் நிறைந்த கனிகளை அவர் சுவைத்தாக வேண்டியிருந்தது.

அப்படியாக ஔரங்கசீபுடைய வாழ்வின் துயரம் என்பது கடைசி 18 வருடங்களில் (1689-1707) மிகுதியாக வெளிப்பட்டது. இந்தக் காலகட்டத்தில் வீழ்ச்சி மிகவும் தெளிவாகப் புலனாக ஆரம்பித்தது.

படைகள் எல்லாம் அவருக்கு எதிராகத் திரும்பியிருந்தது அவருக்குப் புரியவந்தது. யதார்த்த உண்மை என்ன என்பது தெரியவந்தது. எனினும் அவர் தன் போராட்டத்தைக் கைவிடவில்லை. நிராதரவான நிலையில் இருந்த பின்னரும் முயற்சியைக் கைவிடவில்லை. புதிய தீர்வுகளை முயன்று பார்த்தார். அரசியல் சூழ்நிலைகளில் ஏற்பட்ட மாற்றங்கள், எதிரிகளின் பரவல் ஆகியவற்றுக்கு ஏற்ப தனது வியூகங்களை மாற்றிப் பார்த்தார். முதலில் முழு பொறுப்பையும் வழிகாட்டுதலையும் தன் வசம் வைத்துக்கொண்டு தன் படைத்தளபதிகளைப் போருக்கு அனுப்பினார். தளபதிகளால் வெற்றி பெற முடியாமல் போனதும் 82 வயதான ஔரங்கசீபே கடைசி ஆறு ஆண்டுகாலப் போரைப் (1669-1705) போர்க்களத்துக்குச் சென்று தலைமை தாங்கி நடத்த வேண்டியிருந்தது.

முதல் மரண அழைப்பு வந்த பின்னரே அஹமது நகருக்குத் திரும்பினார். அந்த அந்திமத் தருணத்தில்தான், அஹமது நகரில்தான் அவருடைய பயணம் முடிவுக்கு வரப்போகிறது (கதம்-உஸ்-ஃபர்) என்பதை மிகுந்த வேதனையுடன் புரிந்துகொண்டார்.

3. ஔரங்கசீபின் வாழ்க்கை வரலாறுக்கான ஆதாரங்கள்

முகலாய இந்தியாவின் இலக்கிய மொழியாக இருந்த பாரசீக மொழியில் ஔரங்கசீபின் வாழ்க்கை பற்றி மிக அதிக தகவல்கள் இருக்கின்றன. முதலில் அதிகாரபூர்வ ஆவணங்களான 'பதிஷாநாமா' (மூன்று ஆசிரியர்கள் எழுதிய மூன்று தொகுப்புகள்), 'ஆலம்கீர்நாமா' ஆகியவை ஷாஜஹான் பதவி ஏற்றதிலிருந்து ஔரங்கசீபின் ஆட்சியின் 11-ம் ஆண்டு வரையிலான அதாவது 41 ஆண்டுகாலத் தரவுகளைக் கொண்டிருக்கின்றன.

இவையெல்லாம் அரசாங்க ஆவணக் காப்பகத்தில் பாதுகாத்து வைக்கப்பட்ட அரசாங்கக் கடிதங்கள், செய்தி அறிக்கைகள், நிலவியல் விவரணைகள், ஒப்பந்தங்கள், வருமானப் பதிவேடுகள் ஆகியவற்றின் அடிப்படையில் எழுதப்பட்டவை. ஔரங்கசீபின் பிந்தைய நாற்பது ஆண்டுகால ஆட்சி பற்றி 'மஸீர்-இ-ஆலம்கீரி' என்ற தொகுப்பும் கிடைத்திருக்கிறது. இதுவும் அரசு ஆவணங்களின் அடிப்படையில் உருவாக்கப்பட்டதுதான். ஆனால் அவருடைய இறப்புக்குப் பின் தொகுக்கப்பட்டது.

அடுத்ததாக, தனிப்பட்ட நூலாசிரியர்கள் எழுதியவை: மாசூம், அஹில்கான், வங்காள ரப்பானி படைவீரர், காஃபி கான்

போன்றவர்கள் எழுதியவை. இவையெல்லாம் அரசு அதிகாரிகளாக இருந்தவர்கள் எழுதியவையே. ஆனால் ஆலம்கீரின் பார்வைக்காக எழுதப்பட்டவை அல்ல. அரசாங்க ஆவணங்களில் மறைக்கப்பட்ட உண்மைகள் பலவும் இவற்றில் இடம்பெற்றிருக்கின்றன. இந்த நூல்களில் குறிப்பிடப்பட்டிருக்கும் நிகழ்வுகளின் தேதிகள், நபர்களின் பெயர்கள் எல்லாம் சில நேரங்களில் தவறாகவும் முழு விவரங்கள் இல்லாமலும் இருக்கின்றன.

பாரசீக மொழியில் ஔரங்கசீபின் வாழ்க்கை வரலாறாக இந்துக்கள் எழுதிய இரண்டு நூல்களும் இருக்கின்றன. ஔரங்கசீபின் தளபதியான தல்பத் ராவ் பந்தேலாவின் வணிகரான பீம்சென் பர்ஹான்புரி எழுதிய 'நுஸ்கா-இ-தில்கஷா' அவற்றில் ஒன்று. இவர் பெருமளவில் பயணங்கள் மேற்கொள்வதில் ஆர்வம் கொண்டவர். நிலவியல் தரவுகளில் நல்ல அக்கறை கொண்டவர். மதுராவில் இருந்து மலபார் வரையிலான பகுதிகளில், தான் பார்த்த அனைத்தையும் மிக நுட்பமாக ஆவணப்படுத்தியிருக்கிறார். தக்காணம் தொடர்பான விவகாரங்களில் இவருடைய நூல் மிகவும் முக்கியத்துவம் வாய்ந்தாக இருக்கிறது. ஏனென்றால் இவர் பிறந்து வளர்ந்ததோடு தன் வாழ்நாளின் பெரும்பகுதியையும் இங்குதான் கழிக்கவும் செய்திருந்தார்.

ஈஸ்வரதாஸ் நாகர் எழுதிய 'ஃபதுஹத்-இ-ஆலம்கீரி' இன்னொரு நூல். இவர், ஷேக் உல் இஸ்லாமிடம் நீண்டகாலம் பணிபுரிந்தார். குஜராத்தில் பாடண் பகுதியில் வாழ்ந்தார். ராஜபுத்திரர்கள் பற்றிய விவரங்களுக்கு இவருடைய நூல் மிகவும் பயனுள்ளதாக இருக்கிறது.

ஔரங்கசீபின் ஆட்சி தொடர்பான பொதுவான வரலாற்று நூல்கள் நீங்கலாக, ஏதேனும் ஒரு குறிப்பிட்ட நிகழ்வைப் பற்றி மட்டும் எழுதப்பட்ட நூல்களும் இருக்கின்றன. உதாரணமாக, கோல்கொண்டா முற்றுகை பற்றி நியமத் கான் அலி எழுதிய நூல், கூச் பிஹார், அஸாம், சட்காவ் ஆகியவற்றின் கைப்பற்றல் பற்றி ஷிஹாப் உத்தீன் எழுதிய நாட்குறிப்பு, இராதத் கான், முதலாம் பஹதுர் ஷாவின் பணியாட்கள் சிலர் எழுதிய நினைவுக் குறிப்புகள் இவையெல்லாம் இந்த வகையின் கீழ் வரும். இதில் இறுதிப் படைப்பு ஔரங்கசீபின் அந்திமக்கால நிகழ்வுகள் பற்றி விவரிக்கின்றது.

கோல்கொண்டா, பீஜாப்பூர் ஆகிய இரண்டு தக்காண ராஜ்ஜியங்கள் தொடர்பாகத் தனியான வரலாற்று நூல்கள் நம்மிடையே இருக்கின்றன. மொகலாய அரசுக்கும் இவற்றுக்கும் இடையிலான

பரிமாற்றங்கள் பற்றி இவை விவரிக்கின்றன. ‘புராஞ்சிஸ்’ எனப்படும் ஆவணங்கள் அஸ்ஸாம் பற்றி விவரிக்கும் மதிப்பு மிகுந்த உள்நாட்டு ஆவணமாக இருக்கின்றன.

அதிர்ஷ்டவசமாக, ஔரங்கசீபின் ஆட்சி தொடர்பாகச் சிலவற்றுக்கு மிகவும் மூலாதாரமான தரவுகள் கிடைக்கப் பெற்றிருக்கின்றன. அவை மேலே சொல்லப்பட்டிருக்கும் அரசு ஆவணங்கள், நூல்களையெல்லாம் விட மிகவும் மதிப்பு வாய்ந்தவை. அது ‘அக்பராத்-இ-தர்பார்-இ-முவாலா’ - அரசவை செய்தி மடல்களின் கையெழுத்துப் பிரதிகள். இவை ஜெய்ப்பூரிலும் லண்டன் ராயல் ஏசியாட்டிக் சொசைட்டி நூலகத்திலும் பாதுகாக்கப்பட்டிருக்கின்றன. மேலும் 17-ம் நூற்றாண்டில் அரசியல் களத்தில் நேரடியாக ஈடுபட்டவர்கள் எழுதிய கடிதங்கள். இவை சுமார் 6000க்கும் மேல் இருக்கும். இவற்றில் ஆயிரத்துக்கும் மேல் ஔரங்கசீப் எழுதியவை. இவையெல்லாம் என் கைவசம் இருக்கின்றன. இவற்றில் இடம்பெற்றிருக்கும் நிகழ்வுகள் எல்லாம் பின்னாளில் ஓர் ஆசிரியர், தன் நோக்கத்துக்கு ஏற்ப ஜோடித்து எழுதப்பட்டவையாக இல்லாமல், ஒவ்வொரு நாளும் நடந்தவையெல்லாம் நடந்தவிதமாகவே இந்தக் கடிதங்களில் பதிவாகியிருக்கின்றன. இந்திய வரலாற்றை வடிவமைத்த உண்மையான பயங்கள், எதிர்பார்ப்புகள், திட்டங்கள், கருத்துகள் ஆகியவை அவற்றில் அப்படியே பதிவாகியிருக்கின்றன.

ஔரங்கசீபின் ஆட்சிக் காலத்தில் இந்தியாவுக்கு வந்த ஐரோப்பியப் பயணிகளான டாவெர்னியர், பெர்னியர், கரேரி, மனூச்சி ஆகியோர் அன்றைய நம் தேசம் பற்றி மிக விரிவான தகவல்களைப் பதிவு செய்திருக்கிறார்கள். இந்தியாவில் அன்றைய மக்களின் நிலை, கிறிஸ்தவ சர்ச்களின் வரலாறு ஆகியவை குறித்துச் சந்தேகத்துக்கு இடமின்றி வெளிச்சம் பாய்ச்சிய மிக முக்கியமான ஆவணங்களாக அவை இருக்கின்றன. இந்தியப் பழக்க வழக்கங்கள், அமைப்புகள் பற்றிய அயல் நாட்டுப் பயணிகளின் விமர்சனங்கள் எல்லாம் அவற்றுக்கே உரிய புதுமையும் மதிப்பும் கொண்டவையாகத் திகழ்கின்றன. ஆனால், இந்தியாவின் அரசியல் வரலாறு தொடர்பாகப் பார்த்தால் அவர்கள் பங்குபெற்ற அல்லது நேரில் பார்த்தவை நீங்கலாக, அவர்கள் எழுதியிருப்பவையெல்லாம் சந்தைகளில் பரப்பப்படும் வதந்திகள், மக்கள் மத்தியில் உலவும் கதைகள் இவற்றை அப்படியே எழுதி வைத்ததாகவே இருக்கின்றன. இவற்றைப் பாரசீக மொழியில் எழுதப்பட்டிருக்கும் குறிப்புகளுடனும் பிற சமகால வரலாற்றுக் குறிப்புகளுடனும் ஒப்பிட்டுப் பார்க்கவே முடியாது.

4. ஔரங்கசீபின் குழந்தைப் பருவமும் கல்வியும்

முதலாம் ஆலம்கீராக தில்லியின் அரியணையில் ஏறிய முஹி-உத்-தீன் முஹம்மது ஔரங்கசீப், தோஹாதில் கி.பி.1618, அக்டோபர் 24 இரவில் ஷாஜஹான், மும்தாஜ் தம்பதியின் ஆறாவது மகனாகப் பிறந்தார். இஸ்லாமிய ஹிஜ்ரி வருடம் 1027, சிகுதா மாதம், 15-ம் நாள். இன்றைய பம்பாய் மாகாணத்தில் பஞ்ச மஹால் மாவட்டத்தில் இருக்கிறது தோஹாத். பம்பாய், பரோடா, மத்திய இந்திய ரயில்வேயின் (பி.பி.சி.ஐ. ரயில்வே) தொஹாத் ரயில்வே நிலையத்துக்குத் தெற்கில் இந்த ஊர் இருக்கிறது.

1622லிருந்து ஜஹாங்கீரின் ஆட்சிக் காலம் முடியும் வரையிலும் அவருடைய மகனான ஷாஜஹான், பேரரசரின் அதிருப்திக்கு ஆளாகியதோடு உயிரைக் காப்பாற்றிக்கொள்ள எதிர்த்துப் போராடவும் வேண்டியிருந்தது. இறுதியில் தன் எதிர்ப்பைக் கைவிட்டுத் தந்தையிடம் சரணடைந்தார் ஷாஜஹான். தனது சிறு வயது மகன்கள் தாராவையும் ஔரங்கசீபையும் பிணைக்கைதியாகவும் அவர் ஒப்படைக்க வேண்டியிருந்தது. 1626-ல் சிறுவர்கள் இருவரும் லாஹூரில் இருந்த ஜஹாங்கீரின் அரசபைக்கு வந்து சேர்ந்தனர்.

சிறிது காலத்தில் அவர் இறந்துவிடவே, ஷாஜஹான் அரியணை ஏறினார். அஸஃப் கான் (பிப்ரவரி 26, 1628 அன்று) சிறுவர்கள் இருவரையும் ஆக்ராவுக்குக் கொண்டுவந்தார். அப்படியாக ஔரங்கசீப் தன் பத்தாவது வயதில் நெருக்கடிகள் நீங்கிய வாழ்க்கையை ஆரம்பித்தார். அவருக்கு முறையான கல்வி கொடுக்கப்பட்டது. அவருடைய ஆசிரியராக இருந்தவர் கிலனைச் சேர்ந்த மீர் முஹம்மது ஹஷிம். முதியவரான முல்லா சாலிக் என்பவர்தான் ஔரங்கசீபின் ஆசிரியராக இருந்தார் என்று பெர்னியர் குறிப்பிட்டிருக்கிறார். ஆனால், பாரசீக நூல்கள் எதிலும் இந்தக் குறிப்பு இல்லை.

ஔரங்கசீப் இயல்பாகவே துடிப்பான மனநிலை கொண்டவராக வும் தான் படிப்பவற்றை உடனே புரிந்துகொண்டுவிடுபவராகவும் இருந்திருக்கிறார். அவருடைய கடிதங்களைப் பார்த்தால் குர்ரானிலும் ஹதீஸ்களிலும் (முஹம்மதுவின் போதனைகள்) மிகுந்த புலமை பெற்றவராக அவர் இருந்திருப்பது நன்கு புலனாகிறது. நினைத்த மாத்திரத்தில் அவற்றில் இருந்து அவரால் மேற்கோள் காட்டவும் முடிந்திருக்கிறது. அரபு, பாரசீக மொழிகளில் தேர்ந்த நிபுணரைப் போலவே பேசவும் எழுதவும் செய்திருக்கிறார்.

ஔரங்சீபின் தாய்மொழி ஹிந்துஸ்தானி. மொகலாய அரண்மனையில் அரசியல் சாராப் பரிமாற்றங்களில் இந்த மொழியையே பயன்படுத்தினார். ஹிந்தியும் அவருக்குக் கொஞ்சம் தெரிந்திருந்தது. ஹிந்தியில் பேசவும், புகழ் பெற்ற மேற்கோள்கள், பழமொழிகளைச் சொல்லவும் தெரிந்திருந்தது.

ஔரங்கசீப் 'நஸ்க்' எழுத்துவடிவில் அரபியை விரைவாகவும் திறம்படவும் எழுதுவார். இந்த எழுத்துவடிவில் அவர் குர்ரான் முழுவதையும் எழுதியிருக்கிறார். இப்படி அவர் எழுதிய இரண்டு குரான்களை நன்கு அட்டைபோட்டு, அழகுபடுத்தி, மெக்காவுக்கும் மதினாவுக்கும் அன்பளிப்பாகக் கொடுத்திருக்கிறார். அவருடைய 'நஸ்தாலீக்' மற்றும் 'ஷிகஸ்தா' எழுத்துவடிவங்களும் சிறப்பானதாக இருந்தன என்று சஹி மஸ்தத் மாலிக் குறிப்பிட்டிருக்கிறார். இதை நாம் முழுமையாக நம்பலாம். ஏனென்றால், ஔரங்கசீப் எழுதிய ஏராளமான கடிதங்கள் நமக்குக் கிடைத்திருக்கின்றன. அனைத்து உத்தரவுகளையும் அவர் தன் கைப்பட எழுதுவதில் மிகுந்த ஆர்வம் கொண்டவராக இருந்திருக்கிறார்.

பயனற்ற கவிதைகளைக் கேட்பதில் அவருக்கு விருப்பம் இல்லை. அதிலும் துதிபாடி எழுதப்படுபவற்றைக் கேட்கவே பிடிக்காது. அதேநேரம் நீதி போதனைகளை முன்வைக்கும் கவிதைகளைப் பெரிதும் விரும்பினார். குர்ரானின் விளக்க உரைகள், முஹம்மது பற்றிய கதைகள், புனித வசனங்கள், இமாம் முஹம்மது கஸாலியின் படைப்புகள், முனீரைச் சேர்ந்த ஷேக் சரஃப் யாஹியா, ஷேக் சைன்-உத்-தீன் குதுப் முஹி ஷிராஸி ஆகியோரின் கடிதங்கள் ஆகியவற்றை மிகவும் ஆர்வத்துடன் படித்தார்.

ஓவியத்தில் ஔரங்கசீபுக்கு ஆர்வம் இருந்திருக்கவில்லை. அவருடைய ஆட்சியின் பத்தாவது ஆண்டு நிறைவுற்றபோது மார்க்கப் பற்று மிகுந்து, அரசவையில் இசைக்குத் தடைவிதித்தார். அழகிய சீன பாண்டங்கள் அவருக்குப் பிடிக்கும். ஆனால் தந்தைக்கு இருந்த கட்டடக்கலை ஆர்வத்தில் துளிகூட இவருக்கு இருந்திருக்கவில்லை.

அவருடைய ஆட்சிக் காலத்தை நினைவுகூரும்விதமான ஓர் அற்புதக் கட்டுமானமோ, அருமையான மசூதியோ, அரங்கமோ, கல்லறையோ எதுவுமே இல்லை. (தில்லி அரண்மனையில் இருக்கும் முத்து மசூதி ஒரு விதிவிலக்கு. 10 டிசம்பர் 1659-ல் ஆரம்பிக்கப்பட்டு ஐந்து வருடங்களில் கட்டிமுடிக்கப்பட்டது. ஒரு லட்சத்து அறுபதாயிரம் ரூபாய் செலவு ஆனது (ஏ.என்.468).

லாகூரில் இவர் கட்டிய மசூதி அவ்வளவு சிறந்தது அல்ல. ஔரங்காபாத்தில் இருக்கும் அவருடைய மனைவி தில்ராஸ் பானுவின் கல்லறைதான் அவர் கட்டியதிலேயே மிகவும் பிரமாண்டமான கட்டுமானம்.)

ஔரங்கசீப் தன் ஆட்சிக் காலத்தில் அவருடைய போர் வெற்றிகளை நினைவுகூரும் மசூதிகள், மேற்குத் திசையிலும் தெற்குத் திசையிலும் நீண்டுசெல்லும் ராஜபாட்டை நெடுகிலும் எண்ணற்ற சராய்கள் (பயணியர் விடுதிகள்) போன்ற அவசியமானவற்றை மட்டுமே அதிகம் கட்டினார்.

5. யானையுடனான சண்டை

சிறு பிராயத்தில் ஔரங்கசீப் செய்த ஒரு விஷயம் இந்தியா முழுவதும் அவருடைய புகழைப் பரப்பியது. மே, 28 1633-ல் சுதாகர், சூரத்-சுந்தர் என்ற இரண்டு பெரிய யானைகளை ஆக்ராவில் யமுனை நதிக்கரையில் ஒன்றுக்கொன்று மோதவிட்டு வேடிக்கை பார்க்க ஷாஜஹான் முடிவுசெய்தார். இரண்டு யானைகளும் சிறிது தூரம் ஓடி, கோட்டை முகப்பின் முன்னால் வந்து மோத ஆரம்பித்தன. இந்தச் சண்டையை வேடிக்கை பார்த்துக் கொண்டிருந்த மன்னர், அவற்றை நன்கு பார்க்கும் நோக்கில் அவற்றுக்கு அருகே நெருங்கிச் சென்றார். மூன்று மூத்த மகன்களும் அவருக்குச் சில எட்டுகள் முன்பாகக் குதிரையை ஓட்டிக்கொண்டு அங்குச் சென்றனர். ஔரங்கசீப் சண்டையைப் பார்க்கும் ஆவலில் யானைகளுக்கு மிக அருகில் சென்றுவிட்டார்.

ஒன்றுக்கு ஒன்று தும்பிக்கையால் இறுக்கிப் பிடித்து மோதிக் கொண்டிருந்த யானைகள், பிடியைச் சற்றுத் தளர்த்திவிட்டு, சிறிது பின்னோக்கி நகர்ந்தன. சுதாகர் யானையின் கோபம் உச்சத்தை எட்டியிருந்தது. சண்டையில் இருந்த எதிரி யானையை விட்டுவிட்டு அருகில் நின்றிருந்த ஔரங்கசீபை நோக்கிப் பாய்ந்தது. 14 வயதே ஆகியிருந்த இளவரசன், சிறிதும் அஞ்சாமல் அங்கேயே நின்றான். குதிரையைத் திருப்பி ஓட்டாமல், தன் கையில் இருந்த ஈட்டியை யானையின் தலைக்குக் குறிவைத்து வீசினான். அனைவரிடமும் குழப்பமும் பீதியும் தொற்றிக்கொண்டது. பிரபுக்களும் பணியாளர்களும் கூச்சலிட்டபடி பட்டாசுகளை வெடித்து யானையை விரட்ட முயன்றனர். எதுவும் பலன் தரவில்லை.

சுதாகர் யானை, தன் தும்பிக்கையால் அடித்து ஔரங்கசீபின் குதிரையைக் கீழே விழவைத்தது. இளவரசன் லாகவமாகக் கீழே

குதித்துத் தப்பியதோடு தாக்கவரும் யானையைத் தன் வாளை உருவிக்கொண்டு எதிர்க்கத் தயாரானான். அந்த நேரம் பார்த்து, மூத்த சகோதரன் ஷுஜா கூட்டத்தையும், புகை மூட்டத்தையும் கிழித்தபடி முன்னால் வந்து, யானை மீது ஈட்டியைப் பாய்ச்சி அதைக் காயப்படுத்தினான். ராஜா ஜெய் சிங்கும் பாய்ந்து வந்து யானையைத் தாக்கினார். இப்போது இன்னொரு எதிர்பாராத உதவியும் இளவரசனுக்குக் கிடைத்தது. சூரத்-சுந்தர் யானையும் விட்ட இடத்திலிருந்து சண்டையைத் தொடர்வதற்காக, சுதாகர் யானையைத் தாக்க விரைந்தது. ஆனால் ஈட்டி எறிகள், பட்டாசுகள் ஆகியவற்றால் கலவரப்பட்டிருந்த சுதாகர், களத்தை விட்டு ஓடியது. சூரத்-சுந்தரும் அதைத் துரத்தியபடியே சென்றுவிட்டது. இளவரசர்கள் காப்பாற்றப்பட்டனர்.

ஔரங்கசீபைக் கட்டி அணைத்து ஷாஜஹான் அவருடைய வீரத்தைப் பாராட்டினார். பஹதுர் (மாவீரன்) என்ற பட்டப் பெயரையும் சூட்டினார். தந்தையைப் போலவே மகனும் கண்மூடித்தனமான துணிச்சலைப் பெற்றிருப்பதாக அரசவையினர் சொன்னார்கள். ஜஹாங்கீரின் கண் முன்னே ஒரு காட்டுப் புலியை இளவயது ஷாஜஹான் வாள் கொண்டு வீழ்த்தியதை நினைவுகூர்ந்தனர்.

ஔரங்கசீப் இந்த இடத்தில், தன்னுடைய தணியாத உத்வேகத்தை உலகுக்குக் காட்டியிருக்கிறார். அவருடைய கண்மூடித்தனமான துணிச்சலைக் குறித்து தந்தை செல்லமாகக் கடிந்துகொள்ளும் போதெல்லாம், 'மோதலில் நான் கொல்லப்பட்டிருந்தாலும் எனக்கு அவமானம் எதுவும் இல்லை; மாமன்னர்களின் மீதும் மரணம் தன் திரையைப் போர்த்தத்தான் செய்யும். அதில் அவமானப்பட எதுவும் இல்லை' என்று சொன்னார்.

டிசம்பர் 13, 1634-ல் மொகலாய சாம்ராஜ்ஜியத்தில் முதல் பதவியை ஔரங்கசீப் பெற்றார். பத்தாயிரம் குதிரைப்படை வீரர்கள்கொண்ட பிரிவுக்குத் தளபதியானார். அடுத்த செப்டம்பர் மாதத்தில், போர்ப்பயிற்சி பெறவும், படை வீரர்களை நிர்வகிக்கும் அனுபவம் பெறவும், பந்தேலா மீதான படையெடுப்பை முன்னெடுத்தார்.

6. பந்தேலா போர், 1635

ஜஹாங்கீரின் ஆதரவினால் ஓர்ச்சா ராஜ்ஜியத்தின் ராஜாவான வீர் சிங் தேவ், செல்வ வளத்திலும் படை வலிமையிலும் நல்ல நிலைக்கு வந்திருந்தார். பேரரசின் ஆதரவு இருந்ததால், அப்துல் ஃபசலையும்

வீர் சிங் தேவ் கொன்றிருந்தார். அவருடைய மகன் ஜுஜர் சிங், 1627-ல் அரியணை ஏறினார். ஷாஜஹானுடைய ஆதிக்கத்தை எதிர்த்து நின்றார். பழைய கோண்ட் தலைநகரமான செளராகர் பகுதியைக் கைப்பற்றி, அதன் அரசரான பிரேம் நாராயணனைக் கொன்றார். பத்து லட்ச ரூபாய் மதிப்பிலான சொத்துகளைக் கவர்ந்தார். பிரேம் நாராயணனின் மகன் ஷாஜஹானிடம் உதவி கேட்டார் (1635).

ஷாஜஹான் பந்தேல்கண்ட் ராஜ்ஜியத்தைக் கைப்பற்ற மூன்று படைகளை அனுப்பினார். பந்தேலா ராஜ வம்சத்தின் இன்னொரு கிளையைச் சேர்ந்த தேவி சிங்கும் ஷாஜஹானுடன் கை கோத்தார். கைப்பற்றப்பட்ட ராஜ்ஜியம் இவர் வசம் ஒப்படைக்கப்பட்டது. ஆனால், அங்கு அனுப்பப்பட்ட மூன்று படைகளில் சம அதிகாரமட்டத்தில் இருந்த மூன்று மொகலாயத் தளபதிகளிடையே ஒற்றுமையைக் கொண்டுவரவும், ஒழுங்கை நிலைநாட்டவும் வலிமையான ஒரு தலைவர் தேவைப்பட்டார். இந்தப் பொறுப்பு ஔரங்கசீப் வசம் தரப்பட்டது. அப்படியாக, ஔரங்கசீப் இந்தப் படையெடுப்பின் சம்பிரதாயத் தலைவராக நியமிக்கப்பட்டார். அவர் படைகளின் பின்னால் இருந்தால் போதும்; ஆனால், மூன்று மொகலாயத் தளபதிகளும் இவருடைய ஆலோசனை பெறாமல் எதையும் செய்யக்கூடாது என்று தீர்மானிக்கப்பட்டது.

அக்டோபர் 2, 1635-ல் ஓர்ச்சாவுக்கு அருகில் இருந்த மலைப்பகுதியை தேவி சிங்கின் படையினர் முற்றுகையிட்டனர். அக்டோபர் 4 அன்று ஓர்ச்சாவை மொகலாயர்கள் கைப்பற்றி விட்டனர். தோற்றுப் போன ஜுஜார் உயிர் பிழைக்கத் தமுனி பகுதிக்குத் தப்பி ஓடினார். அங்கிருந்து நர்மதை நதியைக் கடந்து செளராகருக்குச் சென்றார். தமுனிப் பகுதியை மொகலாயர்கள் அக்டோபர் 18 அன்று கைப்பற்றி ஜுஜாரைத் துரத்திச் சென்றனர்.

அவர் கோண்ட் பகுதிகளான தேவ்கட், சந்தா ஆகியவற்றினூடாகத் தன் படையினரை விட்டுவிட்டு, சொத்து, அதிகாரங்களை விட்டுவிட்டு, பட்டினியும் மயக்கமும் துரத்த ஓடினார். இறுதியில் அடர்ந்த காட்டுக்குள் அசந்து தூங்கிக் கொண்டிருந்தபோது, திடீரென்று சுற்றி வளைத்த கோண்டுகள், அவரைக் கொன்றும்விட்டனர் (டிசம்பர்). உடன்கட்டை (ஜௌஹர்) ஏறாத மனைவியரும் மகள்களும் மொகலாய அந்தப்புரத்துக்கு இழுத்துச் செல்லப்பட்டனர். ஜுஜாரின் இரண்டு மகன்களும் ஒரு பேரனும் இளவயதினராக இருந்ததால், முஸல்மான்களாக்கப்பட்டனர். கொல்லப்பட்ட மன்னரின் இன்னொரு மகனும் அமைச்சரும்

இஸ்ஸாமுக்கு மதம் மாற மறுத்ததால் துடி துடிக்கக் கொல்லப்பட்டனர். ஓர்ச்சாவில் வீர் சிங் கட்டிய அற்புதமான ஆலயம் இடிக்கப்பட்டு அதே இடத்தில் ஒரு மசூதி கட்டப்பட்டது. அக்டோபர் இறுதிவாக்கில் ஜான்சி கோட்டையும் கைப்பற்றப் பட்டது. வீர் சிங் வசமிருந்து கொள்ளையடிக்கப்பட்ட சொத்துகளின் மதிப்பு ஒரு கோடிக்கு மேல் இருக்கும் (அன்றைய மதிப்பில்).

7. ஔரங்கசீபின் முதல் தக்காண அரசாட்சி, 1636–1644

அக்பருடைய ஆட்சிக் காலத்தின் இறுதிவாக்கில், மொகலாயப் பேரரசு நர்மதை நதியைத் தாண்டி தென் திசையில் பரந்து விரிய ஆரம்பித்தது. 1599-ல் காந்தேஷ் பகுதி கைப்பற்றப்பட்டது. பின்னர் பேராரும், 1600-ல் அஹமத் நகரும் கைப்பற்றப்பட்டன. அதன் சுல்தானாக இருந்த நிஸாம் ஷா சிறு வயதினனாக இருந்ததால் அவனை அப்புறப்படுத்திவிட்டு மொகலாயப் பேரரசுடன் அந்த நகரம் இணைக்கப்பட்டது. ஆனால் இந்த இணைப்பு பெயரளவிலானதாக மட்டுமே இருந்தது. மொகலாயர்களால் அந்தப் புதிய பகுதியைத் திறம்பட ஆக்கிரமிக்க முடியவில்லை.

நிஸாம்-ஷாஹி வம்சமும் அதன் ஆட்சி அதிகாரமும் ஜஹாங்கீரின் வலுவிழந்த ஆட்சிக் காலத்தில், அறிவுக்கூர்மை கொண்ட மாலிக் அம்பரின் தீவிர மேற்பார்வையினால் மறுமலர்ச்சி பெற்றன. அபிசீனிய அடிமையான அவர் அசாதாரண மேதைமையும் திறமையும் கொண்டவர். அவருடைய புத்திசாதுரியமான வருவாய்-வரி வசூல் அமைப்பானது விவசாயிகளுக்கும் மகிழ்ச்சியைத் தந்தது. அரசின் கஜானாவையும் நிரப்பியது. பிறப்பிலேயே தலைமைப் பண்பு பெற்றிருந்த அவர் அனைத்துத் தரப்பினரையும் அரவணைத்துச் சென்றார். சட்ட ஒழுங்கை நிலைநாட்டினார். நீதி, வீரம், மக்கள் நலன் ஆகியவை சார்ந்து அவர் செய்தவையெல்லாம் இன்றுவரையிலும் மறக்கமுடியாதபடியாக விளங்குகின்றன. அவர், தக்காண அரசுகளுடனான மிகப் பெரிய கூட்டணியை அமைத்ததோடு மித ஆயுதங்கள் கொண்ட மராட்டியக் குதிரைப்படையை முழுமையாகப் பயன்படுத்தி, மொகலாயர் களைப் பின்வாங்கச் செய்தார்.

மாலிக் அம்பர் 1626-ல் மரணமடைந்திருந்ததைத் தொடர்ந்து, 1627-ல் அரியணை ஏறிய ஷாஜஹான் தக்காணத்தில் கால் பதிக்க தீவிர முயற்சிகள் மேற்கொண்டார். நிஸாம்-ஷாஹி வம்சத்தின் புதிய தலைநகரமான தௌலதபாத்தையும் அந்த வம்சத்தின் கடைசி

மன்னரான ஹுசைன் ஷாவையும் சேர்த்துக் கைப்பற்றப்பட்டது (1633). ஆனால், புதிதாக இன்னொரு பிரச்னை முளைத்தது. பீஜாப்பூர் சுல்தான் (ஆதில் ஷா), கோல்கொண்டா சுல்தான் (குதுப் ஷா) இருவரும் வீழ்ச்சியுற்றிருந்த அஹமத் நகர் அரசின் அருகில் இருந்த பகுதிகளைக் கைப்பற்ற முயற்சிகள் மேற்கொண்டனர். புகழ் பெற்ற மன்னர் சிவாஜியின் தந்தையான சாஹாஜி, பீஜாப்பூர் அரசின் உதவியுடன் ஒரு பொம்மை அரசராக நிஸாம் ஷாவை நியமித்து அந்தப் பகுதியை ஆண்டுவந்தார்.

ஷாஜஹான் தனது அதிகாரத்தையும் உரிமையையும் நிலைநாட்ட பல படையெடுப்புகளில் ஈடுபட்டார். நேர்த்தியான நிர்வாகத்துக்கு உதவும் வகையில் தௌலதாபாத்தும் அஹமத் நகரும் கந்தேஷ் பகுதியில் இருந்து பிடிக்கப்பட்டு வேறொரு ஆட்சியாளரின் கீழ் (நவ-1634) கொண்டுவரப்பட்டன. பிப்ரவரி 1636-ல் ஷாஜஹான் தானே நேரடியாகத் தக்காணத்துக்கு வந்து போருக்குத் தலைமை தாங்கினார். 50,000 வீரர்களைக் கொண்ட மூன்று மொகலாயப் படைகள், பீஜாப்பூர், கோல்கொண்டா படைகள் மீது தாக்குதல் நடத்தத் தயாராக நிறுத்தப்பட்டன. நான்காவது படை ஒன்று (8000 வீரர்கள்) மஹாராஷ்டிராவைத் தாக்கப் புறப்பட்டது. குதுப் ஷா பயந்து தோல்வியை ஒப்புக்கொண்டு ஆண்டுதோறும் எட்டு லட்சம் பணம் கப்பம் கட்ட ஒப்புக்கொண்டார். மொகலாயப் பேரரசரைத் தன் ஆட்சியாளராக ஏற்றுக்கொண்டார்.

பீஜாப்பூர் சுல்தான் எதிர்த்து நிற்க முயற்சிகள் மேற்கொண்டார். ஆனால் மூன்று மொகலாயத் தளபதிகளும் அவருடைய ராஜ்ஜியத்துக்குள் நுழைந்து, வயல்கள், கிராமங்கள் அனைத்தையும் அழித்து மக்களை அடிமைப்படுத்தினர். இறுதியாக மே 1636-ல் சமரசம் எட்டப்பட்டது. இந்த ஒப்பந்தத்தின் மூலம் நிஸாம் ஷாஹி ராஜ்ஜியமானது இரண்டு அதிகாரமையங்களுக்கும் பங்கிடப் பட்டது. ஷோலாப்பூர், வாங்கி (பீமா மற்றும் சினா நதிகளுக்கு இடைப்பட்ட பகுதிகள்), பால்கி, சித்கூபா (வட கிழக்கில் இருக்கிறது) வட கொங்கணி பகுதியில் இருக்கும் பூனா மாவட்டம் ஆகியவை எல்லாம் பீஜாப்பூர் சுல்தான் வசம் தரப்பட்டன. இவற்றில் இருந்து மொத்தம் 80 லட்ச ரூபாய் வருமானம் கிடைத்தது.

அஹமத் நகரின் பிற பகுதிகள் மொகலாயப் பேரரசுடன் இணைக்கப்பட்டன. மொகலாயப் பேரரசரின் ஆளுகையை ஏற்றுக்கொண்ட ஆதில் ஷா, சக கோல்கொண்டா சுல்தானுடன் நட்புறவுடன் இருக்கவும் ஒப்புக்கொண்டார். கோல்கொண்டா ராஜ்ஜியத்தின் எல்லை மஞ்சேரா நதியாகத் தீர்மானிக்கப்பட்டது.

அதோடு 20 லட்ச ரூபாய் கப்பமாகக் கட்டவும் ஆதில் ஷா ஒப்புக்கொண்டார். வருடாந்தரக் கப்பம் கட்டத் தேவையில்லை என்றும் தீர்மானமானது.

அப்படியாக, தக்காணப் பகுதியில் மொகலாய சாம்ராஜ்ஜியத்தின் எல்லைகள் நன்கு தெளிவாக வரையறுக்கப்பட்டன. உள்ளூர் அரசர்கள் அதை வெளிப்படையாக ஒப்புக்கொள்ளவும் செய்தனர். இதன்பின்னர் தக்காணத்தை ஔரங்கசீபின் பொறுப்பில் விட்டுவிட்டு (ஜூலை 14, 1636) ஷாஜஹான் வட இந்தியாவுக்குத் திரும்பினார். ஔரங்கசீப் ஔரங்காபாத் நகரில் இருந்துகொண்டு நிர்வாகம் செய்தார். கிட்கி கிராமப்பகுதியில் மாலிக் அம்பர் தோற்றுவித்த நகரத்தை தன் மூன்றாவது மகன் பெயரால் ஔரங்காபாத் என்று அழைக்க ஷாஜஹான் அனுமதி அளித்தார்.

உத்கிர் கோட்டை (செப், 28), ஔசா கோட்டை (அக், 19) ஆகியவை கைப்பற்றப்பட்டதுடனும், சாஹாஜி போஸ்லேயின் படுதோல்வியைத் தொடர்ந்தும் தக்காணத்தில் மொகலாயப் படையெடுப்புகள் முடிவுக்கு வந்தன. மொகலாயத் தளபதி கான்-இ-ஸமானும் அவருடைய பீஜாப்பூர் துணைத்தளபதியான ரந்துலா கானும் போஸ்லேயைத் துரத்திச் சென்றனர். அவர், வட கொங்கணி பகுதியில் இருந்த மஹூலி பகுதியில் அக்டோபர் இறுதியில் முழுமையாகச் சரணடைந்தார். தன் கட்டுப்பாட்டில் இருந்த நிஸாம் ஷா, அவருடைய அரசின் சொத்துகள், ஏழு கோட்டைகள், மஹாரஷ்டிராவில் தன் ஆளுகையின் கீழ் இருந்த பகுதிகள் அனைத்தையும் மொகலாய அரசிடம் ஒப்படைத்தார். இதில் புனே மாவட்டத்தில் இருந்த சிறிய ஜாகிர்களை மட்டும் பீஜாப்பூர் ஆளுகையின் கீழ் கொடுத்தார்.

இன்னொரு மொகலாயத் தளபதி, கான்-இ-தௌரன், தேவ்கட் பகுதியின் கோண்டு அரசரிடமும், பல குறுநில மன்னர்களிடமிருந்தும் மிக அதிக வரியை வசூலித்தார். 1638-ல் ஔரங்கசீப், பாக்லானா பகுதியைக் கைப்பற்ற ஒரு படையை அனுப்பினார். சந்தூர் மலைத் தொடரின் வடக்கே தக்காணத்துக்கும் குஜராத்துக்குமிடையிலான பிரதான பாதையில் இது அமைந்துள்ளது. இங்குதான் புகழ் பெற்ற சால்ஹிர், முல்ஹிர் மலைக்கோட்டைகள் அமைந்துள்ளன. முல்ஹிரும் பிப்லாவும் கைப்பற்றப்பட்டு முழு ராஜ்ஜியமும் ஜூன் கடைசி வாக்கில் இணைக்கப்பட்டன. அடுத்த ஆண்டில் (1639) ஔரங்கசீப், மராட்டியக் கடல் கொள்ளையரும் சாஹாஜியின் மாமாவின் மகனுமான கேலோஜி போஸ்லேயைச் சிறைப்பிடித்துக் கொன்றார்.

8. ஔரங்கசீபின் குடும்பம்

ஔரங்கசீபுக்கு நான்கு மனைவிகள்.

1. தில்ரஸ் பானு பேகம் - ஷா நவாஸ் கானின் மகள் (நவாஸ் கானின் கொள்ளுத் தாத்தா, பாரசீக மன்னர் முதலாம் ஷா இஸ்மாயில் சாஃபவியின் இளைய மகன்). மே 8, 1637-ல் ஆக்ராவில் மிக மிக விமர்சையாக ஔரங்கசீபுக்கும் இவருக்கும் திருமணம் நடந்தது. இந்தத் தம்பதிக்கு முஹம்மது அக்பர் மகனாகப் பிறந்தார். இதையடுத்து ஏற்பட்ட நோயினால் தில்ரஸ் பானு பேகம் அக் 8, 1657-ல் ஔரங்காபாதில் உயிர் துறந்தார். நகருக்கு வெளியே இவருடைய உடல் புதைக்கப்பட்டது. நவீன 'சூஃபி ரபியா' அல்லது 'ரபியா-உத்-தௌரனி என்ற பட்டம் இவருக்குச் சூட்டப்பட்டது. இவருடைய கல்லறை 'தக்காண தாஜ் மஹால்' என்று அழைக்கப்படுகிறது. ஔரங்கசீபின் உத்தரவின் பெயரில் இந்தக் கல்லறை அவருடைய மகன் ஆஸமினால் புனரமைக்கப்பட்டது. 'பாரசீக ராஜ வம்சத்தில் பிறந்தவர்' என்ற பெருமிதம் கொண்டவராக, ராஜ பரம்பரை மனோபாவம் மிகுதியானவராக இருந்திருப்பார் என்று தோன்றுகிறது. இவருடைய கணவர் இவரை வியந்து பார்த்திருக்கக்கூடும் ('அனெக்டோட்ஸ் ஆஃப் ஔரங்கசீப்', எண் 27).

2. ரஹ்மத்-உந்-நிசா அல்லது நவாப் பாய் - இவர் காஷ்மீரில் இருக்கும் ரஜௌரி பகுதியின் ராஜா ராஜுவின் மகள். மலையக ராஜபுத்திர வம்சத்தில் வந்தவர். இவருடைய மகன் பஹதுர் ஷா தில்லியின் அரியணையில் ஏறியபோது, பேரரசர் தன்னை ஒரு சைய்யது என்று அழைத்துக்கொள்ள ஏதுவாக ரஹ்மத்-உந்-நிசாவுக்கு ஒரு பொய்யான வம்சாவளிக் கதை உருவாக்கப் பட்டது. ஃபர்தாபூரில் கணவாய் ஒன்றின் அடிவாரத்தில் இவர் ஒரு பயணியர் மாளிகையை (சராய்) கட்டினார். ஔரங்காபாதின் புறநகரான பைஜிபுராவை நிர்மாணித்தார். கெடுமதியாளர்களின் ஆலோசனையின் பேரில் இவருடைய மகன்கள் முஹம்மது சுல்தானும் முஆஸமும் பேரரசருக்குக் கீழ்ப்படியாமல் நடந்துகொண்டனர். இவை ரஹ்மதின் பின்னாளைய வாழ்க்கையைக் கசப்பு மிகுந்ததாக்கியது. முஆஸமுக்கு இவர் பல ஆலோசனைகள் சொல்லியும் வேண்டுகோள் விடுத்தும் கேட்கவே இல்லை. இறுதியில் அவன் கைதுசெய்யப்பட்டான். நவாப் பாய், தன் கணவர் மீதான

வசியத்தை இழந்ததுபோன்ற நிலை உருவானது. இதைத் தொடர்ந்து வாழ்வின் முற்பகுதியிலேயே கணவரின் ஆதரவும் வற்றியது. கணவரிடமிருந்தும் மகன்களிடமிருந்தும் நீண்டகாலம் பிரிந்து வாழ்ந்தவர் தில்லியில் 1691 வாக்கில் வாழ்க்கையை முடித்துக்கொண்டார்.

3. ஔரங்காபாதி மஹல் - ஔரங்காபாதில் ஔரங்கசீப் இளவரசராக இருந்தபோது இவர் அந்தப்புரத்தில் இடம் பெற்றார் என்பதால் இந்தப் பெயர் சூட்டப்பட்டது. பிளேக் நோயில் சிக்கி அக்டோபர் அல்லது நவம்பர் 1688-ல் பீஜாப்பூரில் உயிர் துறந்தார்.

4. உதய்புரி மஹல் - முஹம்மது கம் பக்ஷின் அம்மா. இந்தக் காலகட்டத்தில் இந்தியா வந்த வெனிஸ் நகரப் பயணி மனூச்சி, இவரைத் தாரா ஷுகோவின் அந்தப்புரத்தில் இருந்த ஜார்ஜிய அடிமைப் பெண் என்று குறிப்பிட்டிருக்கிறார். முதல் எஜமானர் வீழ்த்தப்பட்டதைத் தொடர்ந்து வெற்றிபெற்ற எதிரியின் ஆசை நாயகியானார். அப்போது இவர் சிறு பெண்ணாகத்தான் இருந்திருப்பார் என்று தோன்றுகிறது. 1667-ல் முதல் குழந்தையைப் பெற்றெடுத்திருக்கிறார். இறப்பதுவரை பேரரசரின் மீது தன் வசியத்தையும் செல்வாக்கையும் தொடர்ந்து தக்கவைத்திருந்திருக்கிறார். முதுமையில் இவரே அவருடைய நேசத்துக்குரியவராக இருந்திருக்கிறார். உதய்புரி மஹல் மீது ஔரங்கசீபுக்கு இருந்த மையலினால் முஹம்மது கம் பக்ஷ் செய்த பல தவறுகளையும் இவரின் குடியாட்ட வெறித்தனங்களையும் கண்டும் காணாமல் இருந்துவிட்டார். மார்க்கப்பற்று மிகுந்த முஸ்லிமான ஔரங்கசீபுக்கு இது பெரிய அதிர்ச்சியையே தந்திருக்கும்.

மேலே குறிப்பிடப்பட்டிருக்கும் நான்கு மனைவிகள் அல்லாமல், ஹீரா பாய் என்று இன்னொருவரும் இருந்திருக்கிறார். அவருடைய நளினம், இசைத்திறமை, நைச்சியமாகப் பேசும் திறமை இவையெல்லாம் தூய்மைவாதப் பேரரசரின் வாழ்வில் இருந்த ஒரே காதல் நாயகியாக இவரை ஆக்கியிருந்தது. ஹீரா பாய் ஸைனாபதி ஓர் இளம் அடிமைப் பெண். ஔரங்கசீபின் அம்மாவின் சகோதரியை மணந்துகொண்டிருந்த மீர் கலீலின் அரவணைப்பில் இருந்த பெண். ஔரங்கசீப் தக்காணத்தின் ஆட்சிப் பொறுப்பில் இருந்தபோது பர்ஹான்பூரில் இருந்த தன் சித்தியின் வீட்டுக்கு ஒருமுறை சென்றிருக்கிறார். தப்தி நதியின் மறுகரையில் இருந்த ஸைந்தாபாத் பூங்காவில் உலவிக் கொண்டிருந்திருக்கிறார். சித்தியின் வீட்டில்

பர்தா அணியாத ஹீரா பாயைப் பார்த்திருக்கிறார். 'கனிகள் காய்த்துக் குலுங்கும் மாமரத்தைப் பார்த்த அந்த இளம் பெண், இளவரசர் அங்கு இருப்பது நினைவில் இல்லாததுபோல், மகிழ்ச்சியுடன் துள்ளிக் குதித்துக் கனிகளைப் பறித்தாள்'. அந்தக் கணமே அவளுடைய இணையற்ற வசீகரம் இளவரசனின் மனதில் புயலாக மையம் கொண்டது. 'துளியும் வெட்கமின்றி கெஞ்சிக் கூத்தாடி அந்த நிமிடமே அவளைச் சித்தியின் வீட்டில் இருந்து தூக்கிச் சென்றார்.'

அவள் மீது அதி தீவிரமாக மோகம் கொண்டார். அவள் மீதான மோகம் எந்த அளவுக்கு இருந்ததென்றால், ஒரு நாள் அவள் இளவரசருக்கு ஒரு கிண்ணத்தில் மது ஊற்றிக் கொடுத்துக் குடிக்கும்படிச் சொன்னாள். அவர் எவ்வளவோ கெஞ்சியும் மன்றாடியும் அவள் விட்டுக்கொடுக்கவே இல்லை. குடித்தே தீரவேண்டும் என்று வற்புறுத்தினாள். நிராதரவான பெருங்காதலன் வேறு வழியின்றி இறுதியில் மதுக் கிண்ணத்தை உதட்டின் அருகில் கொண்டு சென்றான். உதட்டில் கிண்ணம்படுவதுவரை வேடிக்கை பார்த்துக்கொண்டே இருந்தவள், அவன் உதட்டில் மது படும் நொடிக்கு முன்பாகக் கிண்ணத்தைத் தட்டிப் பறித்தாள். 'அன்பே... உங்களுக்கு என் மீது எவ்வளவு காதல் இருக்கிறது என்பதைப் பரிசோதிக்கத்தான் விரும்பினேன். உங்களை இந்தப் பாவத்தில் விழவைப்பது என் நோக்கம் அல்ல' என்றாள். இந்தக் காதல் கதையைச் சீக்கிரமே, அவள் இளமைத் துள்ளலுடன் இருந்த காலத்திலேயே மரணம் முடிவுக்குக் கொண்டுவந்துவிட்டது. ஔரங்கசீப் அவளுடைய இழப்பினால் மனம் கசந்து வருந்தினார். அவளது உடலை ஔரங்காபாதில் இருந்த குளம் ஒன்றின் அருகில் புதைத்தார்.

★

ஔரங்கசீபுக்கு எண்ணற்ற குழந்தைகள். பிரதான மனைவியான தில்ரஸ் பானு பேகம் மூலம் இவருக்கு ஐந்து குழந்தைகள் பிறந்தன.

1. ஸெப்-உந்-நிசா - தௌலதாபத்தில் பிப்ரவரி 15, 1638-ல் பிறந்த மகள். மே 22, 1702-ல் இறந்த இவரைக் காபூல் கேட்டுக்கு வெளியில் இருக்கும் 'முப்பதாயிரம் மரங்கள்' என்ற தோட்டத்தில் புதைத்தனர். பிரிட்டிஷ் இந்திய ரயில்வே வழித்தடத்துக்காக இவருடைய கல்லறை இடிக்கப்பட்டது. தந்தையைப் போலவே அறிவுக்கூர்மையும் இலக்கிய ஆர்வமும் கொண்டவர். அந்நாளில் இருந்ததிலேயே மிக அதிக நூல்கள் கொண்ட நூலகம் இவரிடம் இருந்தது. தனக்கு விருப்பமான விஷயங்கள் சார்ந்து படைப்புகள் எழுதித் தரவும்,

இலக்கியப் பிரதிகளை நகலெடுத்துக் கொடுக்கவும் தாராளச் சம்பளம் கொடுத்துப் பல அறிஞர்களைப் பணிக்கு வைத்திருந்தார். ஔரங்கசீப் கவிதைகளை விரும்பாததனால் அவற்றுக்கு அரச ஆதரவு இல்லாத குறையை இவருடைய தாராளச் சிந்தனை ஈடுகட்டியது. அந்நாளைய கவிஞர்கள் பலரும் இவரிடம் அடைக்கலம் தேடினர். மக்ஃபி அதாவது மறைக்கப்பட்ட ஒன்று என்ற புனைபெயரில் பாரசீக மொழியில் இவர் பாடல்கள் எழுதினார். ஆனால் நமக்குக் கிடைத்திருக்கும் திவான்-இ-மக்ஃபி நிச்சயம் இவருடைய படைப்பு அல்ல.

2. ஸீனத்-உந்-நிசா. பின்னாளில் பதிஷா பேகம் - அநேகமாக அக்டோபர் 5, 1643-ல் ஔரங்காபாதில் பிறந்திருக்கக்கூடும். முதுமையில் ஔரங்கசீப் தக்காணத்தில் இருந்தபோது, அவர் இறப்பது வரையிலும் அதாவது சுமார் 25 ஆண்டுகள், குடும்ப நிர்வாகத்தை இவரே கவனித்துக் கொண்டார். அதன் பின்னரும் பல ஆண்டுகள் உயிருடன் இருந்தார். ஔரங்கசீபின் காலத்துக்குப் பின்வந்தவர்கள், மாபெரும் சகாப்தத்தின் நடமாடும் சாட்சியாக இவரை மதித்து மரியாதை செலுத்தினர். இவருடைய கருணையையும், தாராளக் கொடை குணத்தையும் வரலாற்றாசிரியர்கள் விரிவாகக் குறிப்பிட்டிருக்கின்றனர். மே 7, 1721-ல் இவர் இறந்தார். ஸீனத்-அல்-மஸ்ஜித் என்ற பெயரில், இவரது செலவில் தில்லியில் 1700 வாக்கில் கட்டப்பட்ட அற்புதமான மசூதியில் இவருடைய கபர்ஸ்தான் உள்ளது.

3. ஸுபத்-உந்-நிசா - முல்தானில் செப்டம்பர் 2, 1651-ல் பிறந்தார். பெரியப்பாவின் மகன் ஸிஃபிர் ஷுகோவை (துரதிஷ்டசாலியான தாரா ஷுகோவின் இரண்டாம் மகன்) ஜனவரு 30, 1673-ல் திருமணம் செய்துகொண்டார். பிப்ரவரி 1707-ல் இறந்தார்.

4. முஹம்மது ஆஸம் - ஜுன் 28, 1653-ல் பர்ஹான்பூரில் பிறந்தார். தந்தையின் மரணத்தைத் தொடர்ந்து நடந்த அரியணை உரிமைப் போரில் ஜுன் 8, 1707-ல் ஜஜாவில் கொல்லப்பட்டார்.

5. முஹம்மது அக்பர் - ஔரங்காபாதில் செப்டம்பர் 11, 1657-ல் பிறந்தார். பாரசீகத்துக்கு நாடு கடத்தப்பட்டவர் நவம்பர் 1704-ல் இறந்தார். மாஷாத்தில் புதைக்கப்பட்டார்.

நவாப் பாய் மூலம் பேரரசருக்கு மூன்று குழந்தைகள் பிறந்தன.

6. முஹம்மது சுல்தான் - மதுராவுக்கு அருகில் டிசம்பர் 19, 1639-ல் பிறந்தார். சிறையில் அடைக்கப்பட்டவர் டிசம்பர் 3, 1676-ல்

இறந்தார். க்வாஜா குத்-உத்-தீனின் கல்லறை வளாகத்தில் புதைக்கப்பட்டார்.

7. முஹம்மது ஆஸம் அல்லது ஷா ஆலம் - முதலாம் பஹதுர் ஷா என்ற பெயருடன் தந்தைக்கு அடுத்ததாக அரியணை ஏறினார். பர்ஹான்பூரில் அக்டோபர் 4, 1643-ல் பிறந்தவர், லாஹூரில் பிப்ரவரி 18, 1712-ல் இறந்தார்.

8. பத்ர்-உந்-நிசா - நவம்பர் 17, 1647-ல் பிறந்தார். ஏப்ரல் 9, 1670-ல் இறந்தார்.

ஔரங்காபாதி மஹல் மூலம் ஔரங்கசீபுக்கு ஒரே ஒரு குழந்தைதான் பிறந்தது.

9. முய்ர்-உந்-நிசா - செப்டம்பர் 18, 1661-ல் பிறந்தார். உறவினர் மகன் இஸித் பக்ஸை (கொல்லப்பட்ட முரத் பக்ஷ்) நவம்பர் 27, 1672-ல் திருமணம் செய்துகொண்டார். ஜூன், 1706-ல் உயிர் துறந்தார்.

உதய்புரி மஹல் மூலம் ஔரங்கசீபுக்கு ஒரு குழந்தை.

10. முஹம்மது கம் பக்ஷ் - தில்லியில் பிப்ரவரி 24, 1667-ல் பிறந்தவர். அரியணை உரிமைப் போரில் ஹைதராபாத்துக்கு அருகில் ஜனவரி 3, 1709-ல் கொல்லப்பட்டார்.

9. ஔரங்கசீபின் அவமானம்

1694-ல் தக்காணத்தில் ஔரங்கசீப் ஏற்றிருந்த முதல் நிர்வாகப் பொறுப்பு, விசித்திரமான முறையில் அவமானத்திலும் பதவிப் பறிப்பிலும் முடிந்தது.

மார்ச் 26, 1644-ல் இளவரசி ஜஹானாரா தன் தந்தையின் அரண்மனையிலிருந்து கிளம்பி ஆக்ரா கோட்டையில் இருந்த தன் இருப்பிடத்துக்குத் திரும்பிக் கொண்டிருந்தார். அவருடைய உடை, தாழ்வாரத்தில் எரிந்துகொண்டிருந்த விளக்கின் மீது பட்டு எரிந்து கடும் தீக்காயம் ஏற்பட்டுவிட்டது. நான்கு மாதங்கள் போராடித்தான் உயிர் பிழைத்தார்.

தில்லி ராஜ வைத்தியர் காயங்களைக் குணப்படுத்தத் தீவிர முயற்சிகள் எடுத்தும் பலன் இல்லை. ஆனால், ஆரிஃப் என்ற ஓர் அடிமை கொடுத்த களிம்பு, காயங்களை உடனே ஆற்றிவிட்டது. நவம்பர் 25, அவர் உடல் நலம் குணமடைந்ததைப் பெரும்

உற்சாகத்துடன் அரண்மனையில் கொண்டாடினர். இந்தக் காலகட்டத்தில் பறிக்கப்பட்டிருந்த ஔரங்கசீபின் பதவியையும் அதிகாரத்தையும் திரும்பக் கொடுக்கும்படி ஜஹானாரா கேட்டுக்கொண்டதன் பேரில், அவர் தந்தையின் அன்புக்கு மீண்டும் பாத்திரமானார்.

மே 2, ஔரங்கசீப் ஆக்ரா கோட்டைக்குத் தன் சகோதரியைக் காண வந்திருந்தார். மூன்று வாரங்கள் கழித்து அவர் திடீரென்று பதவியிலிருந்து நீக்கப்பட்டார். அவருடைய மதிப்பு, மரியாதை, சம்பளம் எல்லாம் பறிக்கப்பட்டது. இதுகுறித்து ஔரங்கசீப் எழுதிய ஒரு கடிதத்திலிருந்து என்ன தெரிய வருகிறதென்றால், அண்ணன் தாரா ஷுகோவுடனான பகைமை, ஷாஜஹான் மூத்த மகன் மீது காட்டிய பாரபட்சம் ஆகியவற்றின் காரணமாக அவர் தன் பதவியை ராஜினாமா செய்திருக்கிறார். இதனால் பேரரசருடைய நம்பிக்கையையும் ஆதரவையும் இழந்திருக்கிறார். பொது மக்கள் முன்னிலையில் தனக்கு அவமானம் நிகழ்த்தப்பட்டுவிட்டதாகவும் தக்காணப் பகுதியைச் சுய கௌரவத்துடனோ திறமையுடனோ தன்னால் நிர்வகிக்க முடியாது என்றும் அவர் நினைத்திருக்கிறார்.

('மனஸாவி' என்று ஔரங்கசீபைப் பற்றி பாரசீகப் படைப்புகளில் சொல்லப்பட்டிருக்கும் ஒரு குறிப்பை வைத்துக்கொண்டு, அவர் இந்தக் காலகட்டத்தில் சூஃபி துறவியாக ஆகியிருந்தார் என்று ஆங்கிலேய வரலாற்று ஆசிரியர்கள் சொல்லியிருக்கிறார்கள். உண்மையில், பணியில் இருந்து விலகிய இந்தக் காலகட்டத்தில் அவருக்கு மதச் சிந்தனைகள் எதுவும் இருந்திருக்கவில்லை. அவருடைய நோக்கம் அரசியல் செல்வாக்கு சார்ந்ததுதான். ஆன்மிகம் சார்ந்தது அல்ல. அவர் பதவியை ராஜினாமா செய்தது உண்மைதான். ஆனால் சூஃபி துறவியாகிவிடவில்லை. 'அனெக்டோட்ஸ் ஆஃப் ஔரங்கசீப்', எண் 2இல், தன் மூத்த சகோதரர் தாரா ஷுகோ மீது ஔரங்கசீப் எப்படியான வெறுப்பை வெளிப்படுத்தினார், அதற்கு ஷாஜஹான் கொடுத்த தண்டனைகள் என்னென்ன என்பதெல்லாம் விரிவாக இடம்பெற்றுள்ளன.)

ஜஹன்னராவின் வேண்டுகோளின் பேரில் ஷாஜஹான், பிப்ரவரி 16, 1645-ல் ஔரங்கசீபிடம் கருணை காட்டி, குஜராத்தின் ஆட்சிப் பொறுப்பை ஒப்படைத்தார். ஜனவரி 1647 வரை அங்கு நிர்வாகம் செய்தவர், பல்க் பகுதிக்கு அதன் பின் அனுப்பப்பட்டார். குஜராத்தில் இருந்த இரண்டு வருடங்களுக்கும் குறைவான காலகட்டத்தில், அபாரமான நிர்வாகத் திறமையையும், உறுதியான அணுகுமுறையையும் அவர் வெளிப்படுத்தினார்.

குஜராத்தில் இருந்த கொள்ளையர்களையும் கலகக்காரர்களையும் ஔரங்கசீப் இரும்புக் கரம் கொண்டு அடக்கினார். மன்சப்தாராக (தளபதியாக) இருந்த அவருக்குக் கொடுக்கப்பட்டிருந்த படைவீரர்களுக்கும் அதிகமான ஆட்களைப் படையில் சேர்த்துக்கொண்டு அவர்களை ஒடுக்கினார். அப்படியாகத் தந்தையின் பார்வையில் தன் திறமையையும் வீரத்தையும் நிரூபித்தார். இதைத் தொடர்ந்து இந்தக் குணங்களுக்கு மிகவும் அவசியம் இருந்த பல்க் மற்றும் பதக்ஸான் பகுதிகளுக்குத் தளபதியாகவும் ஆட்சிப் பொறுப்பாளராகவும் விரைவிலேயே நியமிக்கப்பட்டார் (ஜனவரி 21, 1647).

10. ஔரங்கசீபின் பல்க் படையெடுப்பு - 1647

பல்க் மற்றும் பதக்ஸான் பிராந்தியமானது காபூலுக்கு வடக்கே ஹிந்து குஷ் மலைத் தொடர்களுக்கு அப்பால், புக்காரா ராஜ்ஜியத்தின் பகுதிகளாக இருந்தன. அதன் அரசர் நாஸர் முஹம்மது கான் பலவீனமான, திறமையற்ற அரசராக இருந்தார். அனைவருடைய அதிருப்தியையும் பெற்றிருந்தார். பதவிக்கு வந்த மூன்று வருடங்களில், மிகப் பெரிய அவருடைய சாம்ராஜ்ஜியத்தில் பல இடங்களில் கலகங்கள் வெடித்தன (1645). இதையடுத்து பல்க் மற்றும் பதக்ஸான் பகுதிகளைக் கைப்பற்ற இதுவே சரியான தருணம் என்பதைத் தெரிந்துகொண்ட ஷாஜஹான், தன் படையை அனுப்பத் தீர்மானித்தார். ஏனென்றால் அந்த இரண்டு பகுதிகளும் மொகலாய வம்சத்தை நிறுவிய பாபரின் பாரம்பரிய உரிமைப் பகுதிகளாக இருந்தவை. தைமூரின் தலைநகரான சமர்கண்ட்டில் அவை அமைந்திருந்தன.

1646-ல் இளவரசர் முராத் பக்ஷ் ஒரு பெரும்படையுடன் வந்து பதக்ஸான் மற்றும் பல்க் பகுதிகளை ஜூன் மாதத்தில் கைப்பற்றினார். மத்திய ஆசியாவின் வறண்ட, வாழத் தகுதியற்ற நிலப்பரப்பாக அறியப்பட்ட பகுதியைக் கைப்பற்றிய இளவரசரும், அரசு அதிகாரிகளும் அங்கிருந்த ஏழைகளின் நலனில் அக்கறை காட்டவே இல்லை. அதுமட்டுமில்லாமல் அந்தப் பகுதி மீது ஆக்ச்ஸ் (ஆமு தாரியா) நதிக்கு அப்பால் இருந்த உஸ்பெக்குகளிடமிருந்து மூர்க்கத்தனமான தாக்குதல் வரும் என்ற அச்சத்திலும் இருந்தனர்.

இதனால் இளவரசர் முராத், ஆகஸ்ட் மாதத்தில் மன்னரின் எதிர்ப்பையும் மீறி பல்க் பகுதியில் இருந்து திரும்பிச்

சென்றுவிட்டார். அங்கிருந்த படை, தலைவர் இல்லாமல் தவித்தது. இதையடுத்து நிலைமையைக் கட்டுக்குள் கொண்டுவர ஔரங்கசீப் அனுப்பி வைக்கப்பட்டார். தன் உற்ற துணையாக இருந்த அலி மர்தன் கானுடன் காபூலில் இருந்து கிளம்பிய அவர், வழியில் குறுக்கிட்ட உஸ்பெக் படைகளைப் படிப்படியாக வென்று மே 25 அன்று பல்க் நகரைச் சென்றடைந்தார்.

நாஸர் முஹம்மதுவின் மூத்த மகனான அப்துல் அஜீஸ் கான்தான் அப்போது புக்காரா ராஜ்ஜியத்தின் பாதுகாப்புப் பணியின் தலைமைப் பொறுப்பில் இருந்தார். அவருடைய உத்தரவுகளின் பேரில் உஸ்பெக் வீரர்கள் மொகலாயப் படைகளைத் தனித்துப் பிரியவைக்கவும், சுற்றி வளைத்துத் தாக்கவும் பல்க் நகரின் பல்வேறு பகுதிகளில் ஒன்று திரண்டனர்.

ஆக்சஸ் பகுதியில் (வட மேற்குக்கு 40 மைல் தொலைவில்) எதிரிப் படைகள் ஒன்று திரளுவதை அறிந்த ஔரங்கசீப், அவர்களின் திட்டத்தை முறியடிக்க தன் படையைப் பல்க் நகரில் இருந்து வெளியே கொண்டு செல்ல முயன்றார். அப்போது தினமும் உஸ்பெக்குகள் அவரை எதிர்த்துப் போரிட்டனர். அதேநேரம் புக்காராவில் இருந்து வந்த இன்னொரு படையினர் பல்க் பகுதியைத் தாக்கினர்.

இந்தச் செய்தி கிடைத்ததும் ஔரங்கசீப், பல்க் தலைநகரைக் கைப்பற்றுவதற்காகத் திரும்பிச் செல்ல முடிவு செய்தார். வழியெங்கும் கடும் எதிர்ப்பை அவர் சந்திக்க நேர்ந்தது. பத்து நாட்கள் எடுத்துக்கொண்ட இந்தப் பின்வாங்கலில் மொகலாயப் படைக்குச் சிறிது நேரம் கூட ஓய்வு கிட்டவில்லை. சோர்வே அடையாத, ஓரிடத்தில் நில்லாமல் நகர்ந்து கொண்டே இருந்த எதிரிப்படையை எதிர்த்து அவர்கள் தினமும் தீவிரமாகப் போரிட வேண்டியிருந்தது.

படையின் உயர் மட்டத்தினரைப் பசியும் பட்டினியும் வாட்டின. வீரர்கள் எப்போதும் ஓடிக்கொண்டே இருக்க வேண்டியிருந்தது. விரைந்து நடந்து சென்ற யானைகளின் முதுகின்மேல் அமர்ந்தபடிதான் சமைக்கவே முடிந்தது. ரொட்டிகள் ஒன்று ஒரு ரூபாய், இரண்டு ரூபாய் என்று கொள்ளை விலையில் விற்கப்பட்டன. குடிநீருக்கும் பணம் கொடுக்க வேண்டியிருந்தது. அதுவும் எல்லாருக்கும் கிடைக்கவும் இல்லை.

இந்த நெருக்கடிகள், அபாயங்களுக்கு மத்தியிலும் ஔரங்கசீபின் கறாரான தன்மையும் கட்டுப்பாடும் படை வீரர்களிடையே

அலட்சியமும் ஒழுங்கீனமும் வராமல் பார்த்துக் கொண்டன. அவருடைய விழிப்பான கண்காணிப்பும், துடிப்பான செயல்பாடுகளும் பலவீனமடையும் படைப் பிரிவுகளுக்கு விரைந்து உதவிகள் கிடைக்க வைத்தன. அவருடைய ராணுவ அறிவும் துணிச்சலும் படையை மீண்டும் பாதுகாப்பான நிலைக்குக் கொண்டு வந்தன.

ஔரங்கசீபின் தீவிர உறுதி எதிர்பார்த்த விளைவைக் கொடுத்தது. ஔரங்கசீபைத் தோற்கடிக்கும் அப்துல் அஜீஸின் முயற்சி தோற்றுப்போனது. இதைத் தொடர்ந்து, அவர் அமைதிப் பேச்சுவார்த்தைக்கு முன்வந்தார். துளியும் பயமற்ற இளவரசரின் துணிச்சலை அவர் நேரில் பார்த்துவிட்டிருந்தார். ஒரு நாள் மாலை, போர் உச்சத்தில் இருந்தபோது தொழுகைக்கான நேரம் வந்தது. ஔரங்கசீப் போர்க்களத்தின் நடுவில் பாயை விரித்து மண்டியிட்டு நிதானமாகத் தன் தொழுகையில் ஈடுபட ஆரம்பித்தார். எதிரிகள் சூழ்ந்திருந்தபோதிலும் அவர் துளியும் பயப்படவில்லை. தொழுகையின்போது மட்டுமல்ல, படையெடுப்பு முழுவதுமே அவர் பாதுகாப்புக் கவசமும் கேடயமும் இல்லாமலேதான் இருந்தார்.

புக்காரா படையினர் இந்தக் காட்சியை வியந்து பார்த்தனர். அப்துல் அஜீஸ் போரை நிறுத்திவிட்டு, 'இப்படியான ஒருவரைத் தாக்குவது அழிவையே கொண்டுவரும்' என்று பாராட்டும் தொனியில் உரத்த குரலில் நா தழுக்கச் சொன்னார்.

ஷாஜஹான், தான் வென்ற பகுதியை அப்துல் அஜீஸின் தந்தையின் வசம் ஒப்படைக்க முன் வந்திருந்தார். எனவே, அப்துல் அஜீஸ் அந்தப் பகுதியைத் தன் இளைய சகோதரன் சுபன் க்யுலியிடம் ஒப்படைக்கும்படிக் கேட்டுக்கொண்டார். ஏற்கெனவே, ஔரங்கசீப் இது தொடர்பாக ஷாஜஹானிடம் ஆலோசனை கேட்டிருந்தார். பேரரசரின் ஆதிக்கத்தை ஏற்றுக்கொண்டு மன்னிக்கும்படிக் கெஞ்சினால் நாஸர் முஹம்மதுவுக்கு ராஜ்ஜியத்தைத் திருப்பித் தர சம்மதம் என்று அவர் சொல்லியிருந்தார்.

அப்படியே நடந்தது. அக்டோபர் 1-ல் பல்க் கோட்டையானது நாஸர் முஹம்மதுவின் பிரதிநிதிகள் வசம் ஒப்படைக்கப்பட்டது. மொகலாயப் படை காபூலுக்குத் திரும்பியது. அந்தப் படை ஹிந்து குஷ் பகுதியைக் கடக்கும்போது உஸ்பெக்குகள் மற்றும் ஹஸாராக்களின் முன்னும் பின்னுமான தாக்குதல்களினால் உயிரிழப்பு, பட்டினி, சொத்து இழப்பு எனப் பல கஷ்டங்களை அனுபவித்தபின்தான் தில்லிக்குத் திரும்பியது. மொகலாய

சாம்ராஜ்ஜியத்தினர் இந்தப் பகுதியில் சுமார் 5000 பேரை இழக்க நேர்ந்தது. அதோடு இதே அளவுக்கு, போக்குவரத்துக்குக் கொண்டு சென்ற விலங்குகளையும் இழக்க வேண்டியிருந்தது.

மொகலாயப் படைகள் விட்டுச் செல்ல வேண்டியிருந்த உணவுப் பொருட்கள், ஆயுதங்கள், பிற ராணுவப் பொருட்கள் எல்லாம் சில லட்சம் ரூபாய்களுக்கு மேல் இருக்கும். மொகலாய இந்திய கஜானாவில் இருந்து சுமார் நான்கு கோடி ரூபாய் செலவானது. இந்தப் படையெடுப்பினால் ஒற்றை அங்குல நிலம் கூட கிடைத்திருக்கவில்லை.

பல்க் படையெடுப்புக்குப் பின்னர், ஔரங்கசீப் முல்தான் மற்றும் சிந்து பகுதிகளின் ஆட்சியாளராக மார்ச் 1648 தொடங்கி ஜூலை 1652 வரை இருந்தார். காந்தஹார் முற்றுகைக்கும் (1649 ஜனவரி முதல் டிசம்பர்), பாரசீகர்களிடமிருந்து அந்தக் கோட்டையைக் கைப்பற்றவும் (1652 ஜூலை மார்ச் முதல் ஜூலை வரை) என இரண்டு முறை அவருடைய பிராந்தியத்தில் இருந்து வெளியே வரச் சொல்லி அழைக்கப்பட்டிருந்தார்.

ஔரங்கசீபின் புதிய ஆட்சிப் பகுதியானது முரட்டுத்தனமும், எளிதில் சமாளிக்க முடியாதவர்களுமான ஆஃப்கனிய, பலூச் குலங்களைக் கொண்டதாக இருந்தது. தனக்குக் கிடைத்த குறுகிய காலகட்டத்தில் ஔரங்கசீப், கெடு புகழ் கொண்ட கொள்ளைக் கூட்டத்தலைவர்களை வீழ்த்தினார். எல்லையோரத்தில் வசித்து வந்த குலத்தினரைப் பேரரசருடனான, பெயரளவிலான கூட்டுறவுக்கும் சம்மதிக்க வைத்தார்.

கடல் வழிப் பயணங்களுக்கு வசதிகள் செய்து கொடுத்து அந்தப் பிராந்தியத்தின் வர்த்தகத்தை மறுமலர்ச்சியடையச் செய்தார். துறைமுகமாக முன்பு இருந்த டட்டா பகுதி, கழிமுகத் துவாரத்தில் மண் மூடியதால் செயல் இழந்து கிடந்தது. சிந்து நதியின் கீழ்ப்பகுதியில் புதிய துறைமுகத்தை உருவாக்கி, அங்கு ஒரு கோட்டையையும் பொருட்களை ஏற்றி இறக்கும் துறைமுகத் தளத்தையும் கட்டினார்.

11. ஔரங்கசீபின் காந்தஹார் முற்றுகை 1649-52

இந்தியாவுக்கு மேற்குப் பக்கத்து வழியையும், காபூலுக்குத் தெற்குப் பக்கத்து வழியையும் காந்தஹார் கோட்டை பாதுகாக்கிறது. இந்த இடத்தின் ராணுவ முக்கியத்துவம் என்னவென்றால், ஹேராத்தில் இருந்து 360 மைல் சம தள நிலப்பரப்பு மட்டுமே இதைப் பிரிக்கிறது.

அதற்கு அருகில் இருக்கும் ஹிந்து குஷ் மலைத் தொடர் அங்கிருந்து இறங்கிப் பள்ளத்தாக்காக அமைந்திருக்கிறது. மத்திய ஆசியாவில் இருந்தும், பாரசீகத்திலிருந்தும் ஆக்கிரமிக்க வரும் படைகள் இதன் வழியாக எளிதில் நுழைந்துவிட முடியும். இப்படியான படை காந்தஹார் வழியாகச் சென்றாக வேண்டியிருக்கும். அத்தகைய படைகளை இந்தியா பக்கம் வரவிடாமல் தடுக்க, அங்கேயே வைத்துத் திருப்பி அனுப்பவும் வேண்டியிருக்கும். காபூலும் தில்லியும் மொகலாயப் பேரரசின் ஓர் அங்கமாக இருந்த அன்றைய காலத்தில், காந்தஹார் மிக முக்கியமான, தவிர்க்க முடியாத முன்னணிப் பாதுகாப்பு அரணாகத் திகழ்ந்தது.

17-ம் நூற்றாண்டில் இந்தியப் பெருங்கடலில் போர்ச்சுகீசியர்களின் கடற்படை ஆதிக்கம் செலுத்தியது. இந்தியாவில் இருந்து பாரசீகத்துக்குச் செல்லும் பாரசீக வளைகுடா வழியிலான கடல் பாதை கிட்டத்தட்ட மூடப்பட்ட நிலையில், காந்தஹார் வர்த்தக முக்கியத்துவம் வாய்ந்த இடமாகவும் இருந்தது. இந்தியாவின் மேற்குலகத்துடனான வணிகம் அனைத்தும், ஸ்பைஸ் ஐலண்ட் (மொலுக்கஸ் தீவுகள்) வணிகம் உட்பட முல்தான், பிஷின், காந்தஹார் வழியாகத்தான் பாரசீகம் சென்று அங்கிருந்து ஐரோப்பாவுக்குச் சென்றாகவேண்டும். 1615 வாக்கில் இந்த வழித்தடம் மூலமாக மட்டும் சுமார் 14 ஆயிரம் ஒட்டகங்கள் பாரசீகத்துக்குச் சுமை ஏற்றிச் சென்றன. வர்த்தகப் பொருட்களைப் பரிமாறிக்கொள்ள உதவும் சந்தையாக காந்தஹார் செல்வ வளத்தில் செழிக்க ஆரம்பித்தது.

இந்திய அரசர்களும் பாரசீக அரசர்களும் காந்தஹார் மீதான ஆதிக்கத்துக்காகத் தொடர்ந்து மோதிவந்தனர். 1522-ல் ஆர்கன் ஆட்சியாளரிடமிருந்து பாபர் இதைக் கைப்பற்றினார். ஆனால் 1558-ல் பாரசீக அரசர் மொகலாய அரசிடமிருந்து அதனைக் கைப்பற்றிவிட்டார். 1594-ல் பாரசீக இளவரசர்-ஆட்சியாளரிட மிருந்து அக்பர் மீட்டார். ஜஹாங்கீரின் முதுமைக் காலத்தில் மாவீரர் ஷா அப்பாஸ், 45 நாட்கள் முற்றுகையிட்டு இதைக் கைப்பற்றினார் (1623).

ஷாஜஹான் மீதான அச்சத்தின் காரணமாக 1638-ல் பாரசீக ஆட்சியாளர் அலி மர்தன் கான், காந்தஹார் கோட்டையைப் பேரரசரிடம் ஒப்படைத்துவிட்டார். இந்த ஒப்பந்தத்தின் ஒரு பகுதியாகப் பாரசீகர்களுக்கு அனுமதி மறுக்கக்கூடாது என்றும் தீர்மானிக்கப்பட்டது. ஆனால், பிப்ரவரி 1649-ல் அந்தக் கோட்டையை மொகலாயர்களிடமிருந்து பாரசீகர்கள் மீண்டும்

கைப்பற்றினர். ஷாஜஹான் போதிய மாற்றுப் படைகளை அனுப்பத் தாமதம் செய்ததால் 57 நாட்கள் முற்றுகைக்குப் பின்னர் கோட்டை அவர்கள் வசம் சென்றது.

பாரசீகர்களிடமிருந்து காந்தஹாரை மீண்டும் வென்றாக வேண்டும் என்பது மொகலாய சாம்ராஜ்ஜியத்தின் கௌரவப் பிரச்னையாக ஆகியிருந்தது. ஷாஜஹானின் மகன்களின் மூலம் மூன்று முறை முற்றுகையிட்டபோதும், அதிகம் செலவானதே தவிர எந்தப் பலனும் கிடைக்கவில்லை. முதல் படையெடுப்பு ஔரங்கசீப், சதுல்லா கான் ஆகியோரின் தலைமையில் நடந்தது. 50,000 வலிமையான வீரர்கள் மே 14, 1649-ல் காந்தஹார் கோட்டையை முழுமையாகச் சுற்றி வளைத்தனர். ஆனால் அவர்களால் கோட்டையைக் கைப்பற்ற முடியவில்லை. இதற்குக் காரணம், மொகலாயர்களிடம் பெரிய பீரங்கிகள் இருக்கவில்லை. அதோடு மட்டுமில்லாமல் அந்தக் கோட்டையின் பாதுகாப்புப் படையினரின் திறமையும், எறிகணை வீச்செல்லையும் மொகலாயப் படையினரிடம் இருந்ததை மிக அதிகமாக இருந்தது.

தில்லி அரசவை வரலாற்று ஆசிரியர் வெளிப்படையாக ஒப்புக்கொண்டிருப்பதுபோல், 'துருக்கியர்களுடனான மிக நீண்ட போர்களின் மூலம் கோட்டைகளைக் கைப்பற்றுவதிலும் பாதுகாப்பதிலும் பாரசீகர்கள் மிகுந்த நிபுணத்துவம் பெற்று விட்டிருக்கிறார்கள். துப்பாக்கிகள், பீரங்கிகள் ஆகியவற்றைக் கையாள்வதில் நிபுணர்களாக இருக்கிறார்கள். காந்தஹார் கோட்டை மிகவும் வலிமையானது. அனைத்துத் தேவைகளையும் தன்னுள்ளே கொண்டிருந்தது. அவர்களிடம் மிகப் பெரிய துப்பாக்கிகள், திறமையான துப்பாக்கி வீரர்கள் இருந்தார்கள். எனவே மொகலாயப் பேரரசினர் எவ்வளவு முயன்றும் வெற்றி கிடைக்கவில்லை'.

அந்தக் கோட்டையை மூன்று மாதங்கள், 20 நாட்கள் வீணாக முற்றுகையிட்டிருந்த ஔரங்கசீப், வேறு வழியின்றி செப்டம்பர் 5 வாக்கில் காந்தஹாரில் இருந்து திரும்ப ஆரம்பித்தார். எனினும் காந்தஹாரின் 24 மைல் தென் மேற்கில், அர்காண்டாப் கரையோரம் நடைபெற்ற தீவிரமான போரில், க்வாலிச் கானும், நுஸ்தம் கான் தெக்கானியும் மிகப் பெரிய பாரசீகப் படையை முழுவதுமாகத் தோற்கடித்து, அவர்களை குஷ்க்-இ-நக்கத் பகுதி வரை விரட்டியடித்திருந்தனர்.

காந்தஹாரைக் கைப்பற்றும் இரண்டாவது படையெடுப்பில் மிகப் பெரிய முன்னேற்பாடுகள் மேற்கொள்ளப்பட்டன. மீண்டும்

ஔரங்கசீபும் சதுல்லா கானும் மே 2, 1652-ல் காந்தஹார் கோட்டையை முற்றுகையிட்டனர். கோட்டைச் சுவர்களை உடைக்க ஆயுதங்கள் தயார்நிலையில் வைக்கப்பட்டன. அகழியின் நீர் முழுவதையும் வற்றவைக்க கோட்டையை நோக்கிக் கால்வாய்கள் வெட்டத் தொடங்கினர். இரவு நேரத்தில், கோட்டையின் உச்சிப் பகுதி மீது நாற்பது படி கோபுரத்தின் (சிஹில் ஸினாவின்) பின்னால் இருந்து தாக்குதல் நடத்தினர். ஆனாலும் மொகலாயர்களின் இந்த முயற்சிகள் அனைத்தும் தோற்றுப் போயின.

அவர்களால் கோட்டைச் சுவர்களில் இருந்து பொழியும் துப்பாக்கிக் குண்டு மழையை மீறி அகழிவரை கால்வாய் தோண்ட முடிந்திருக்க வில்லை. மூன்று பக்கமாகப் பிரிந்த எதிரிப் படையினர், மாலை முதல் அதிகாலை வரை, கோட்டைச் சுவர்களில் இருந்த துவாரங்களில் துப்பாக்கிகளைப் பொருத்திக்கொண்டு இடைவிடாமல் சுட்டுக் கொண்டிருந்தனர். எனவே ஔரங்கசீபின் படையினரால் முன்னேறிச் செல்லவே முடியவில்லை. பாரசீகப் படையின் பீரங்கிகள் எந்த அளவுக்கு நேர்த்தியானவையோ அந்த அளவுக்கு மொகலாயர்களின் பீரங்கிகள் பலவீனமானவை. இந்தியத் துப்பாக்கி வீரர்கள் பொதுவாகவே, குறிபார்த்துச் சுடும் திறமை குறைந்தவர்கள். அவர்களுடைய குண்டுகள் கோட்டைச் சுவரை ஒன்றுமே செய்யவில்லை.

முற்றுகை ஆரம்பித்து ஒரு மாதத்திலேயே கால்வாய் தோண்டும் வேலையும், சுரங்கம் தோண்டும் பணியும் போதிய உபகரணங்கள் இல்லாமல் நிறுத்தப்பட்டன. பாரசீகப் படையினர் கோட்டைக்குள் இருந்து அவ்வப்போது வெளியே வந்து கால்வாய் வெட்டிக் கொண்டிருந்த மொகலாயப் படையினரைக் கொன்றும் காயப்படுத்தியும் திரும்பிச் சென்றனர். அவர்களுடைய பீரங்கி, துப்பாக்கிகளை உடைக்கவும் செய்தனர். இரண்டு மாதங்கள் தொடர்ந்து குண்டுகளால் வெடித்தும் கோட்டைச் சுவர்கள் துளியும் உடைபடாமல் நின்றன. இப்படியான கோட்டையை மேலும் முற்றுகையிடுவதென்பது பைத்தியக்காரத்தனமாகவே இருக்கும். இறுதியாக ஷாஜஹானின் உத்தரவின் பேரில் மொகலாயப்படைகள் முற்றுகையை விலக்கிக் கொண்டு, காந்தஹாரில் இருந்து ஜூலை 9-ல் திரும்பினர்.

ஔரங்கசீபின் இந்த மோசமான தோல்வியைக் கண்டு ஷாஜஹான் மிகவும் கோபத்தில் இருந்தார். எனவே இளவரசருக்குத் திறமை இல்லை என்று அதைத் தவறாகக் கருதிவிட்டார். ஆனால், காந்தஹார் கோட்டையைக் கைப்பற்ற முடியாமல் போனதற்கு

ஔரங்கசீபைக் குறைசொன்னதுதான் உண்மையில் தவறு. முற்றுகைக் காலம் முழுவதும் ஔரங்கசீப் படையின் இரண்டாம் தளபதியாகத்தான் இருந்தார். பேரரசர் காபூலில் இருந்து கொண்டு சதுல்லா கான் மூலம்தான் அனைத்தையும் முன்னெடுத்தார். அவர் சொன்னதைத்தான் ஒவ்வொரு முக்கியமான தருணங்களிலும் செய்ய வேண்டியதாக இருந்தது.

ஔரங்கசீபின் திறமையை நன்கு புரிந்துகொள்ளும் மறைமுக வாய்ப்பு அடுத்த வருடம் கிடைத்தது. இரண்டாம் படையெடுப்பை விட மிகப் பெரியதும், அதிகச் செலவு கோரியதுமான மூன்றாம் படையெடுப்பு தாரா ஷுகோவின் தலைமையில் முன்னெடுக்கப் பட்டது. அது இரண்டாவதைவிட படு தோல்வியில் முடிந்தது. இந்த மூன்று படையெடுப்புகளும் மொகலாய இந்தியக் கஜானாவின் பத்துக் கோடி ரூபாய்களை வீணடிக்கவைத்ததோடு, ஆசியா முழுவதிலும் மொகலாயப் பேரரசின் கௌரவத்தையும் பாழ்படுத்தியது.

தில்லி மொகலாய ஆட்சியாளர்களுக்கு தங்கத்தைக் காட்டி ஒரு கோட்டையைத் திருட்டுத்தனமாகத்தான் கைப்பற்றத் தெரியும், ஆயுதங்கள் கொண்டு போரிட்டு வெற்றிபெறத் தெரியாது என்று பாரசீக மன்னர் பெருமையடித்துக் கொண்டனர். இதனால் பாரசீகர்களின் ராணுவ வலிமையின் புகழ் உச்சத்தை எட்டியது. அந்த நூற்றாண்டு முழுவதிலும் பாரசீகர் படையெடுத்துவரப் போகிறார்கள் என்ற வதந்தியானது தில்லி அரசுச் சபையைப் பெரும் அச்சத்திலேயே உறைய வைத்திருந்தது. இந்தியாவின் மேற்கு எல்லைப் பகுதியில் பாரசீக அச்சுறுத்தலானது கருமேகமாக மிதந்துகொண்டே இருந்தது. பேரரசர் ஔரங்கசீபும் அவருடைய அமைச்சரும் எப்போதாவது பாரசீகத்தின் வீரம் நிறைந்த ஷா யாராவது இறந்துவிட்டார் என்ற செய்தி கேட்டால் சற்று நிம்மதிப் பெருமூச்சு விடவே செய்தனர்.

அத்தியாயம் - 2

தக்காணத்தில் ஔரங்கசீபின் இரண்டாம் ஆட்சிப் பொறுப்பு - 1652-1658

1. மொகலாயத் தக்காணப் பகுதியின் வீழ்ச்சியும் துயரங்களும்: பொருளாதார நெருக்கடிகள்

ஔரங்கசீப் காந்தஹாரில் இருந்து காபூலுக்குத் திரும்பியதும் தக்காணத்தின் சுபேதாராக இரண்டாம் முறை நியமிக்கப்பட்டார் (1652). இதைத் தொடர்ந்து தக்காணத்தின் தலைநகரான ஔரங்காபாத் நோக்கிப் புறப்பட்டவர், 9 மாதங்கள் பர்ஹான்பூரில் தங்கி இருந்து, நவம்பர் 1653-ல் அங்குச் சென்று சேர்ந்தார். நான்கு ஆண்டுகள் அங்கே நிர்வாகம் செய்தவர், கோல்கொண்டா, பீஜாப்பூர் பகுதிகளை ஆக்கிரமிக்க மட்டுமே வெளியே வந்தார். பின் இறுதியாக அரியணைப் போட்டியில் பங்கேற்கப் பிப்ரவரி 5, 1658-ல் தில்லி நோக்கிப் புறப்பட்டார்.

மே, 1644-ல் ஔரங்காபாத்தின் நிர்வாகப் பொறுப்பை அவர் ராஜினாமா செய்ததில் இருந்து மொகலாய ஆட்சி அங்குச் செழிப்புற நடைபெறவில்லை. முன்பு எப்போதும் இருந்திராத வகையில் அந்தப் பகுதி ஒருவித உறக்க நிலைக்குச் சென்றிருந்தது. விவசாய நிலங்கள் பலவும் புதர் மண்டிக் காடாகியிருந்தன. விவசாயிகளின் எண்ணிக்கை குறைந்தது. உற்பத்தியும் குறைந்தது. இதனால் அரசின்

வரி வருவாய் மிகப் பெரிய அளவில் வீழ்ச்சியடைந்தது. ஆட்சிப் பொறுப்பு அடிக்கடி மாற்றப்பட்டதாலும், நிர்வாகத்தில் இருந்தவர்களுடைய திறமையின்மையினாலும் இப்படியான வீழ்ச்சி தவிர்க்க முடியாததாகி இருந்தது.

மொகலாயச் சாம்ராஜ்ஜியத்தின் கஜானாவைக் காலி செய்வதில் தக்காணம் பெரும் பங்காற்றியிருக்கிறது. இந்தப் பிராந்தியம் மிகவும் பெரியது. இடையிடையே நிறையக் காடுகள் இருந்தன. அங்கே முறையான குடியேற்றங்கள், விவசாயம் எதுவும் நடைபெறவில்லை. அதோடு இதன் எல்லைக்கு அப்பால் வலிமை மிகுந்த இரண்டு ராஜ்ஜியங்கள் இருந்தன. இதனால் மிகப் பெரிய படையை அங்கு நிறுத்தவேண்டிய கட்டாயம் இருந்தது. மண்ணில் போதிய வளம் இல்லாததால், விளைச்சலும் குறைவு. பஞ்சங்கள் அடிக்கடி ஏற்படும். முறையாக வரி வசூல் செய்ய முடியாத நிலை.

மொகலாயத் தக்காண ராஜ்ஜியத்தின் நான்கு பிராந்தியங்களில் இருந்தும் ஆண்டுக்கு மூன்று கோடியே 62 லட்சம் ரூபாய் கிடைக்க வேண்டும். ஆனால் 1652-ல் மூன்றில் ஒரு பங்குக்கும் குறைவாக ஒரு கோடி மட்டுமே கிடைத்தது. தக்காணத்தில் இருந்து கிடைத்த வருவாய் அதன் செலவை ஈடுகட்டவில்லை. இதனால் தெற்கில் இருந்த இந்த ராஜ்ஜியங்களின் நிர்வாகத்துக்கு உதவுவதற்கு, பழைய, செல்வ வளம் மிகுந்த பிராந்தியங்களில் கிடைத்த வருமானத்தைப் பிரித்து அனுப்ப வேண்டியிருந்தது.

தக்காணத்துக்கு வந்ததுமே ஔரங்கசீபுக்குப் பெரும் பொருளாதார நெருக்கடிகளைச் சமாளிக்க வேண்டியிருந்தது. அவருடைய ஜாஹிர் பகுதியில் இருந்து கிடைத்த வருமானம் மிகவும் குறைவு. தக்காணத்தில் நியமிக்கப்பட்ட அரசு அதிகாரிகள் இந்த வருமானத்தை மட்டுமே நம்பி இருந்தால் பட்டினி கிடக்க வேண்டியதுதான். முந்தைய ஆட்சியாளர்களின் திறனின்மையினால் எங்குப் பார்த்தாலும் நிர்வாகச் சீர்கேடு மலிந்திருப்பதை ஔரங்கசீபால் பார்க்க முடிந்தது. மொத்த மதிப்பீட்டில் பத்தில் ஒரு பங்கு வரிதான் சில நேரங்களில் கிடைத்தது.

புதிய நிர்வாகிக்கு நிலைமையைச் சமாளிக்க முடியவில்லை. தக்காணத்தின் குடிமை மற்றும் ராணுவச் செலவுகள், அதிகாரிகளுக்கு அவர்களது ஜாஹிர் பகுதிகளில் இருந்து கிடைத்த சம்பளத்தைச் சேர்க்காமல், ஆண்டுக்கு ரூ.20,36,000 பற்றாக்குறையாக இருந்தது. தக்காணக் கஜானாவில் சேர்த்து வைக்கப்பட்டிருந்த தொகையைக் கொண்டு இந்தச் செலவுகள் செய்யப்பட்டன.

ஔரங்கசீப் தக்காணத்தில் இருந்த பிற ஜாஹிர்தார்களின் சிரமங்களையும் பகிர்ந்துகொள்ள வேண்டியிருந்தது. அப்போது தான் அவருடைய படையை அவரால் தக்கவைக்க முடியும் என்ற நிலை இருந்தது. தந்தைக்கும் மகனுக்கும் இடையிலான பொருளாதார மோதல் நீண்ட காலத்துக்கு நீடித்தது. தக்காணத்துக்காகத் தொடர்ந்து பணத்தைச் செலவழித்துக் கொண்டிருப்பதை ஷாஜஹான் நிறுத்த விரும்பினார். மாறாக ஔரங்கசீபோ, தக்காணத்தின் நிர்வாகத்துக்காகப் பிற பிராந்தியங்களில் இருந்து நிதியைக் கேட்டுக்கொண்டிருந்தார்.

தக்காணத்தின் நிர்வாகப் பொறுப்பில் ஔரங்கசீபை நியமித்தபோது விவசாயிகளின் நிலையை மேம்படுத்தும்படியும், விளை நிலங்களை அதிகரிக்கும்படியும் ஷாஜஹான் கேட்டுக்கொண்டார். ஔரங்கசீபும் இந்த விஷயங்களில் தன்னால் முடிந்த அனைத்தையும் செய்வதாக உறுதியளித்தார். ஆனால் போர்களினாலும் அதைத் தொடர்ந்து நடைபெற்ற பத்து ஆண்டுகால ஆட்சியின் நிர்வாக சீர்கேடுகளினாலும் மக்கள் தொகை வெகுவாகக் குறைந்திருந்தது. சொத்துக்களும் சூறையாடப்பட்டிருந்தன. இவற்றையெல்லாம் ஓரிரு வருடங்களில் சரி செய்ய முடியாத நிலை இருந்தது. இவற்றைச் சரி செய்வதற்காகத்தான் ஷாஜஹானிடம் ஆட்களையும் நிதியையும் ஔரங்கசீப் கோரி வந்தார். மேலும் தனது ஆட்சிப் பொறுப்பைச் சீக்கிரமே பறித்துவிடக்கூடாது என்றும் கேட்டுக்கொண்டார். இதைத் தொடர்ந்து வெகு விரைவிலேயே குடியேற்ற விஷயங்களில் நினைத்துப் போற்றத்தகுந்த சாதனைகள் அவர் ஆட்சியில் நடந்தேறியது.

2. முர்ஷித் குலி கான்: அவருடைய பண்பும் வருவாய் அமைப்பும்

முர்ஷித் கான், குராசான் பகுதியில் பிறந்தவர். காந்தஹாரின் பாரசீக நிர்வாகியான அலி மர்தன் கானுடன் அடைக்கலம் தேடி இந்தியாவுக்குப் புலம் பெயர்ந்து வந்தவர். அவரிடம் படைவீரரின் வீரமும், அரசுப் பணியாளரின் நிர்வாகத் திறமையும் இருந்தன. தக்காணத்தில் ஔரங்கசீபின் திவானாக இருந்த முர்ஷித் கான், வருவாய் சீர்திருத்தங்களை அமல்படுத்தி வெற்றிகண்டார்.

அதுவரையிலும் தக்காணப் பகுதியில் வரி வருவாய் வசூல் அமைப்பு என்ற ஒன்று இருந்திருக்கவில்லை. நிலங்களை அடையாளப் படுத்துதல், அளவிடுதல், ஒரு பிகா நிலத்துக்கு எவ்வளவு

விளைச்சல் என்று கணக்கிடுதல், விளைவிப்பவருக்கும் அரசுக்குமான பங்கீடு என்ன என்பதெல்லாம் கிடையாது. ஒரு விவசாயி கலப்பையையும், இரண்டு மாடுகளையும் வைத்துக் கொண்டு தன்னால் முடிந்த நிலம் முழுவதையும் உழுது பயிர் செய்வார். தனக்குப் பிடித்த பயிரை விளைவிப்பார். ஏருக்கு இவ்வளவு என்று ஒரு தொகையை அரசுக்குக் கொடுப்பார்.

இவ்வாறு பல்வேறு இடங்களில் பல்வேறுவிதமாக இருந்த வருவாயானது குத்துமதிப்பாகத் தீர்மானிக்கப்பட்டது. இதனால் விவசாயிகள் எல்லோரும் வரி வசூல் அதிகாரிகளின் சுரண்டலுக்கும் அடக்குமுறைக்கும் ஆளாகவேண்டியிருந்தது. நீண்ட காலம் நடந்த மொகலாயப் படையெடுப்புகள், மழை பொய்த்த வருடங்கள் எல்லாம் சேர்ந்து அழிவைத் துரிதப்படுத்தியிருந்தன.

ஒடுக்கப்பட்ட ரயத்கள் (விவசாயக் கூலிகள்) தமது வீடுகளை விட்டு, காட்டுக்குள் ஓடி மறைந்திருந்தனர். முன்பு செழிப்புடன் இருந்த கிராமங்கள் எல்லாம் கைவிடப்பட்டு ஆளரவமற்றுப் போயிருந்தன.

புதிய திவானின் சீர்திருத்தமானது தோடர் மாலின் வழிமுறையைத் தக்காணத்துக்கு அறிமுகப்படுத்தியது. முர்ஷித் கான், தன் முதல் வேலையாகச் சிதறி ஓடிய ரயத்களைத் திரும்ப வரவைத்து கிராமங்களில் இயல்பு வாழ்க்கைக்கு வழிவகுத்தார். பின்பு அங்குப் போதிய அதிகாரிகளை நியமித்த அவர், விஷயம் தெரிந்த அமின்கள், நேர்மையான நில அளவையாளர்களைக் கொண்டு யார் யாருக்கு எவ்வளவு நிலம் (ரக்பா) தரப்பட்டிருக்கிறது என்பதையெல்லாம் ஆவணப்படுத்தினார். அப்பகுதியில் உள்ள வறண்ட பாறை நிலங்கள் எவை, பயிர் செய்ய ஏற்ற நிலங்கள் எவை என்பதைக் கணக்கெடுத்தார். நீரோட்டங்களை அலசி ஆராய்ந்தார்.

எந்தெந்தக் கிராமங்களுக்கு எல்லாம் தலைவர் (மக்காதம்) இல்லையோ அங்கே எல்லாம் விவசாயத்தைப் பெருக்கவும், விவசாயிகளை அக்கறையுடன் கவனிக்கவும் தயாராக இருக்கும் நபர்களைப் புதிய தலைவராக நியமித்தார். ஏழை ரயத்களுக்கு மாடு, விதை மற்றும் விவசாயத்துக்குத் தேவையான பிற பொருட்களுக்கான கடனுதவியை (தக்வாவி) அரசு சார்பில் வழங்கினார். இந்தக் கடனுக்கான மதிப்பு விளைச்சலில் இருந்து தவணை முறையில் வசூலிக்கப்பட்டது.

முர்ஷித் கானுக்கு ஒவ்வொரு பகுதிக்கும் ஏற்ப வருவாய் அமைப்பை மாற்றி அமைக்கும் அறிவு இருந்தது. மிகவும் பின்தங்கிய

நிலையிலுள்ள விவசாயிகள், மக்கள் தொகை குறைவாக இருக்கும் இடங்கள், கடினமான மூலைகளில் அமைந்திருக்கும் கிராமங்கள் ஆகியவற்றில் முன்பு இருந்ததுபோல் கலப்பைக்கு இவ்வளவு என நிச்சயிக்கப்பட்ட ஒரு தொகையே வசூலிக்கப்பட்டது. மற்ற சில இடங்களில் விளைபொருளில் இவ்வளவு பங்கு என்ற வழிமுறையைப் பின்பற்றினார்.

மூன்றாவதாக, அவர் முன்னெடுத்த வழிமுறை வட இந்தியாவில் நடைமுறையில் இருந்த வசூல் அமைப்பின் விரிவான வழிமுறை. இதன்படி, தானியம், கனி, பருப்பு என எதுவாக இருந்தாலும் விளைச்சலில் நான்கில் ஒரு பங்கு அரசுக்கு வழங்கப்பட வேண்டும். ஒரு பிகா நிலத்துக்கு இத்தனை வரி என்று மதிப்பீடு செய்யப்பட்டு, விளைச்சல் அளவு, தரம், நாற்று நடும் காலத்தில் இருந்து அறுவடைக்கு ஆகும் காலம், சந்தை விலை, பயிரேற்றம் நடந்த பகுதியின் அளவு ஆகிய காரணிகளைக் கருத்தில் கொண்டு வரி வசூலிக்கப்பட்டது.

மொகலாயத் தக்காணப் பகுதியில் இந்த வழிமுறை நிரந்தரமாகியது. இது, பல நூற்றாண்டுகளாக 'முர்ஷித் குலி கானின் வரி' என்று அழைக்கப்பட்டது. இந்த வருவாய் திட்டம், தொடர் கண்காணிப்பு நடவடிக்கைகள், அவரே நேரில் மேற்பார்வையிடுதல் ஆகியவை பின்வந்த ஆண்டுகளில் விவசாய மேம்பாட்டுக்கும், வருவாய் பெருக்கத்துக்கும் வழிகோலியது.

3. தக்காணப் பகுதி நிர்வாகத்தில் ஔரங்கசீப் முன்னெடுத்த முன்னேற்றங்கள்

இரண்டாம் முறையாகத் தக்காணத்தின் நிர்வாகப் பொறுப்புக்கு நியமிக்கப்பட்ட உடனேயே, அதனை மேம்படுத்துவதற்குத் தன்னால் முடிந்த அத்தனையையும் ஔரங்கசீப் செய்தார். வயதான, திறமையற்ற நபர்கள் பதவியில் இருந்து நீக்கப்பட்டனர் அல்லது சிறிய பதவிகளுக்கு அனுப்பப்பட்டனர். திறமையை நிரூபித்த அதிகாரிகளைத் தாமே நேரடியாகத் தேர்ந்தெடுத்து, அவர்கள் மீது முழு நம்பிக்கை வைத்து உரிய முக்கியத்துவம் கொடுத்தார். ராணுவத்தின் திறமையை அதிகரிக்க விரும்பிய ஔரங்கசீப், முதல் வேலையாகப் படை வீரர்களுக்குப் பொருளாதார உத்தரவாதங்கள் கொடுத்தார். அது இல்லாவிட்டால் எந்தவொரு படையையும் சிறப்பாகச் செயல்படவைக்க முடியாது என்பது அவருக்குப் புரிந்திருந்தது.

படைத் தளவாடங்கள் குறித்த நிர்வாகத்தில் துடிப்பான தளபதியாக அறியப்பட்ட ஔரங்கசீப், தன் மீது சுமத்தப்பட்டிருந்த பழைய குற்றச்சாட்டுகள் அனைத்தையும் துடைத்தெறிந்தார். சிறியதோ, பெரியதோ ஒவ்வொரு கோட்டைக்கும் நேரில் சென்று மேற்பார்வையிட்டார். அனைத்துக் கோட்டைகளுக்கும் போதுமான ஆயுதங்கள், உணவுப் பொருட்கள் அத்தனையும் உடனே கிடைக்கச் செய்தார்.

படையில் இருந்த முதியவர்கள், திறமையற்றவர்கள் எல்லோரையும் புதிதாக ஒரு தேர்வுக்கு உட்படுத்தினார். குறிபார்த்துச் சுட முடியாதவர்களை எல்லாம், ஒருமுறை இலக்கு தவறினாலும்கூடப் பதவியில் இருந்து நீக்கினார். கடந்த காலச் சேவைகளைக் கருத்தில் கொண்டு, முதிய வீரர்களுக்கும், உடல் ஊனமுற்ற வீரர்களுக்கும் ஓய்வு ஊதியம் தர முன்வந்தார். இப்படியெல்லாம் செய்ததன் விளைவாக ஆண்டுக்கு ரூ 50,000 ரூபாய் சேமிக்கப்பட்டதோடு அவரது படையின் திறமையும் அதிகரித்தது.

4. பேரரசருடன் ஔரங்கசீபுக்கு இருந்த இடைவெளிக்கான காரணங்கள்

ஔரங்கசீபின் இரண்டாம் தக்காண ஆட்சியின்போது அவருடைய தந்தையுடன் பல மோதல்கள் ஏற்பட்டன. ஒன்று, ஔரங்கசீபின் எதிரிகள் சொல்வதை மட்டுமே பேரரசர் கேட்கும் நிலையில் இருந்தார். அடுத்ததாக அவர் தென் பகுதியில் இளவசருக்கு இருந்த நெருக்கடிகளைப் புரிந்துகொள்ளத் தவறினார்.

இதனால் ஔரங்கசீப் அவருடைய ஆட்சிக் காலத்தின் தொடக்கத்தில் இருந்தே தவறாகப் புரிந்துகொள்ளப்பட்டு, சந்தேகத்துடன், நியாயமற்ற முறையில் தண்டிக்கப்பட்டார். இவை எல்லாம் சேர்ந்து உருவாக்கிய கசப்பு உணர்வுகள்தான், துளியும் இரக்கமும், மனசாட்சியுமற்ற முறையில் வாரிசுரிமைப் போர் நிகழ்வதற்குக் காரணமாக அமைந்தன.

தக்காண ஆட்சிப் பொறுப்பு ஔரங்கசீபிடம் ஒப்படைக்கப் பட்டபோதே அதற்கு எதிர்ப்பு தெரிவித்த அவர், அங்கிருக்கும் ஜாஹிர்களில் இருந்து 17 லட்சம் ரூபாய்தான் கிடைக்கும். அது இப்போது, தான் இருக்கும் வளமான சிந்து பகுதியில் இருந்து கிடைக்கும் தொகையைவிட மிக மிகக் குறைவு என்று சுட்டிக்காட்டினார். தக்காணத்துக்குப் பதில் வேறு வளமான ஜாஹிர்களின் நிர்வாகப் பொறுப்பைத் தரும்படிக்

கேட்டுக்கொண்டார். அதுவே பேரரசருடன் அவருடைய நீடித்த, கடுமையான உறவுக்கு முக்கிய காரணமாக அமைந்தது.

சில நேரங்களில் ஔரங்கசீப் யாரையேனும் பதவியில் நியமிக்கவோ, தனக்குக் கீழே பணிபுரிபவர்களுக்குப் பதவி உயர்வு வழங்கவோ பரிந்துரை செய்தால் பேரரசர் அதனை ஏற்றுக்கொள்ள மாட்டார். இதனை, ஒருமுறை தன் தந்தைக்கு எழுதிய கடிதத்தில், 'நான் 18 வயதில் இருந்து சுபேதாராக இருந்து வருகிறேன். நான் இதுவரை பரிந்துரை செய்தவர்களில் ஒருவர்கூடத் தகுதியற்றவராக இருந்ததில்லை' என்று மனம் கசந்து குறிப்பிட்டிருக்கிறார். இதைத் தவிர பல அற்ப விஷயங்களில் தந்தைக்கும் மகனுக்கும் இடையில் கருத்து வேறுபாடுகள் ஏற்பட்டவண்ணம் இருந்தன.

பீஜாப்பூருக்கும் கோல்கொண்டாவுக்கும் இடையிலான ராஜாங்க விஷயங்கள் தொடர்பாகவும் இருவருக்கும் இடையில் விலகல் இருந்திருக்கிறது. அந்த இரண்டு ராஜ்ஜியங்களில் நியமிக்கப் பட்டிருக்கும் மொகலாயப் பிரதிநிதிகள் தக்காண ஆட்சிப் பொறுப்பில் இருப்பவரின் உத்தரவுக்கு ஏற்பவே நடந்துகொள்ள வேண்டும். பேரரசருக்கு என்ன தகவல் அனுப்புவதாக இருந்தாலும் அது தன் கைக்கு வந்த பின்னரே செல்லவேண்டும் என்ற நியாயமான கோரிக்கையை ஔரங்கசீப் முன்வைத்தார். ஆனால் இந்த அதிகாரமானது அவருடைய நிர்வாகப் பொறுப்பு முடிவுக்கு வரவிருந்த காலத்தில் மட்டுமே தரப்பட்டது. அதுவும் முழுமையாகத் தரப்படவில்லை.

பேரரசர் தன்னைத் தொடர்ந்து தவறாகப் புரிந்துகொண்டு, கட்டுப்படுத்தி, முடக்கி வந்ததால் ஔரங்கசீப் மிகவும் வெறுப்படைந்தார். இதனால் ஒரு முக்கியமான நேரத்தில் தானாகச் செய்யவேண்டிய ஓர் அவசியமான விஷயத்தைச் செய்ய மறுத்துவிட்டார். கசந்த மனதுடன் அதுபற்றி, 'அதைச் செய்யும் பொறுப்பை நான் ஏற்றுக் கொள்ளாமல் இருந்ததில் ஆச்சரியப்பட எதுவும் இல்லை. நான் செய்யாத விஷயங்களுக்காக எல்லாம் கடிந்துகொள்ளப்பட்டிருக்கிறேன். எனவே நான் இப்போது மிகவும் எச்சரிக்கை உணர்வுடன் இருக்கிறேன்' என்று குறிப்பிட்டிருக்கிறார்.

1637-ல் கான்-இ-துரன், தேவ்கட் பகுதியை ஆக்கிரமித்தவுடன் அதன் ராஜாவை, ஆண்டுக்கு ஒரு லட்சத்து முப்பத்து மூன்றாயிரம் ரூபாய் பேரரசருக்குக் கப்பம் கட்டவேண்டும் என்று சொன்னார். ஆனால், இந்தத் தொகை தரப்படவில்லை. பல முறை கேட்டுப் பார்த்தும் பணம் கிடைக்கவில்லை. எனவே 1655-ல் ஷாஜஹான் அவருடைய ராஜ்ஜியத்தைக் கைப்பற்றச் சொல்லி உத்தரவிட்டார். கோண்ட்

ராஜா கேசரி சிங் ஓடோடி வந்து அந்தப் பணத்தைக் கட்டிவிடுவதாகச் சொன்னார்.

ஜவ்ஹார் என்ற குறுநிலப்பகுதி கொங்கணி பகுதிக்கு வடக்கிலும் பக்லனாவுக்கு தென் மேற்கிலும் அமைந்திருக்கிறது. அதை ஒரு சிற்றரசர் ஆண்டு வந்தார். அவர் தில்லிப் பேரரசரின் மேலாதிக்கத்தை ஏற்றுக்கொள்ளவில்லை. ஔரங்கசீபின் ஆலோனையின் பேரில் ஷாஜஹான் ஒரு படையெடுப்புக்குச் சம்மதம் தெரிவித்தார். அதைக் கேள்விப்பட்டு பயந்த அந்த ராஜா, உடனே அடிபணிந்து, கப்பம் கட்டுவதற்குச் சம்மதித்தார் (1656).

5. சிறிய படையெடுப்புகள்

16, 17-ம் நூற்றாண்டுகளில் நவீன மத்தியப் பிராந்தியங்கள் எல்லாம் கோண்டு குறு நில மன்னர்களின் வசம் இருந்தன. இதனால் அந்தப் பகுதிகள் கோண்ட்வானா என்று அழைக்கப்பட்டன. இதில், கர்மண்டலா என்ற மிகப் பெரிய கோண்டு ராஜ்ஜியம் அக்பர் கால மொகலாயப் படையெடுப்பில் சிக்கியது. அதில் அதன் தலைநகரம் சூறையாடப்பட்டது. அதன் பின்னர் வடக்கில் இருந்து பந்தேலா அரசும் அந்த ராஜ்ஜியத்தை ஊடுருவியது. 17-ம் நூற்றாண்டின் நடுப்பகுதியில், தேவ்கட் பகுதியைத் தலைநகராகக் கொண்ட இன்னொரு கோண்டு ராஜ்ஜியம் புகழின் உச்சியை எட்டியது. அதன் ஆதிக்கம் பேதுல், சிந்த்வாரா, நாக்பூர் மற்றும் சியோனி, பாந்த்ரா, பாலகாட்டின் சில பகுதிகளுக்கும் பரவியது. கோண்ட்வானாவின் தென் பகுதியில் மூன்றாம் கோண்டு வம்சத்தின் ஆட்சிபீடமான சந்தா இருந்தது. அது தேவ்கட் ராஜாவின் பரம எதிரியாக இருந்தது.

6. கோல்கொண்டாவின் செல்வ வளமும் மொகலாயர்களுடனான மோதலுக்கான காரணங்களும்

கோல்கொண்டா ராஜ்ஜியம் மிகவும் வளமானது. நல்ல நீர்ப்பாசன வசதியைக் கொண்டது. அங்கிருந்த மக்கள் கடின உழைப்பாளிகள். அதன் தலைநகரான ஹைதராபாத் ஆசியாவில் மட்டுமல்ல, உலகிலேயே மிக முக்கியமான வைர வியாபார மையமாகத் திகழ்ந்தது. ஏராளமான அயல் நாட்டு வணிகர்கள் இங்கு வந்து வியாபாரம் செய்தனர். அந்தப் பகுதி பல்வேறு தொழில் துறைகளிலும் சிறந்து விளங்கியது. வங்காள விரிகுடாவில் மசூலிப்பட்டினம் என்ற துறைமுகமுமிருந்தது. இந்த ராஜ்ஜியத்தில் இருந்த காடுகளில் விலைமதிப்பே சொல்லமுடியாத மிகப் பெரிய

யானைக் கூட்டங்கள் வசித்து வந்தன. அவை மன்னருடைய வளத்தை மேலும் அதிகரித்தன. புகையிலை, பனை மரங்கள் ஆகியவையும் செழித்து வளர்ந்தன. புகையிலை, கள் ஆகியவற்றின் மீதான வரி மிகப் பெரிய வருவாயை ஈட்டிக் கொடுத்தது.

ஔரங்கசீபுக்குக் கோல்கொண்டா மன்னருடன் தொடர்ந்து மோதல் நீடித்து வந்தது. வருடாந்தரக் கப்பமான இரண்டு லட்சம் பணம் எப்போதும் நிலுவையிலேயே இருந்து வந்தது. மொகலாய நிர்வாகிகள் கேட்டபோதெல்லாம் அந்த அரசர் ஏதேனும் காரணங்கள், சாக்குபோக்குகள் சொன்னவண்ணம் இருந்தார்.

காலப்போக்கில் ரூபாயின் மதிப்பு உயரத் தொடங்கியது. 1636-ல் பணத்தின் மதிப்பு 4 ரூபாயில் இருந்து நான்கரை ரூபாயாக உயர்ந்தது. 1654-ல் அது மேலும் உயர்ந்து ஐந்து ரூபாயானது. குதுப் ஷா பழைய ரூபாய் மதிப்பில் ஆண்டுக்கு எட்டு லட்சம் ரூபாய் மட்டுமே கொடுத்து வந்தார். மொகலாயர்கள் வளர்ந்து வரும் ரூபாயின் மதிப்புக்கு ஏற்ப தொகையை அதிகப்படுத்திக் கேட்டனர். பழைய நிலுவைத் தொகை எல்லாவற்றையும் சேர்த்து மொத்தமாகத் தரவேண்டும் என்றும் முறையிட்டனர். இதனால் அவர் மேலும் 20 லட்சம் கூடுதலாகத் தரவேண்டியிருந்தது.

அதன் பின் கர்நாடகா மீதான படையெடுப்புக்குச் சம்மதம் பெறவில்லை என்று ஔரங்கசீப் கண்டிக்கப்பட்டார். கடைசியாக மீர் ஜூம்லா தொடர்பான சிக்கலும் போரில் சென்று முடிந்தது.

7. மீர் ஜூம்லா: வரலாறும் பதவியும்

1636-ஒப்பந்தங்கள் மொகலாயப் பேரரசுக்கும், இரண்டு தக்காண சாம்ராஜ்ஜியங்களுக்கும் இடையேயான எல்லைகளை மிகத் தெளிவாக வரையறுத்து இருந்தன. மொகலாயப் பேரரசின் படைபலத்தால் வடக்கில் பரந்து செல்ல முடியாமல் தடுக்கப்பட்டிருந்த இந்த இரண்டு சாம்ராஜ்ஜியங்களும் பிற திசைகளில் தமது படைகளுக்கு முழு சுதந்தரம் கொடுத்திருந்தன. கிருஷ்ணா நதி தொடங்கி, காவேரி தாண்டி, தஞ்சாவூர் வரையிலான கர்நாடகப் பகுதியில் விஜய நகரச் சாம்ராஜ்ஜியத்தின் எஞ்சிய துண்டுகளாக ஏராளமான ஹிந்து சமஸ்தானங்கள் இருந்தன. இவை இப்போது இஸ்லாமியப் படையெடுப்புகளுக்கு ஆளாகத் தொடங்கின. வங்காள விரிகுடா வரையிலும் முன்னேறிச் சென்ற கோல்கொண்டா படைகள் சில்கா ஏரி தொடங்கி பெண்ணாறு வரையிலான பகுதிகளைக் கைப்பற்றின.

பீஜாப்பூர் படைகள் தென்பக்கமாகப் படையெடுத்துச் சென்று, பின் கிழக்குப் பக்கமாகத் திரும்பி, செஞ்சிக்கும் தஞ்சாவூருக்கும் இடைப்பட்ட பகுதிகளை வென்றன. வடக்கிலும் தெற்கிலும் இரண்டு சுல்தான்களின் பிடியில் சிக்கி, ஒரு ராட்சஸ விலங்கின் இரண்டு தாடைகளுக்கு இடையில் சிக்கியதுபோல் விஜய நகரச் சாம்ராஜ்ஜியத்தின் கடைசி ராஜ்ஜியமான சந்திரகிரி ராஜ்ஜியம் இருந்தது. கிழக்கே நெல்லூரில் இருந்து பாண்டிச்சேரி வரையிலும், மேற்கே மைசூரை எல்லையாகக் கொண்டும் அந்த ராஜ்ஜியம் அமைந்திருந்தது. இந்த ராஜ்ஜியத்தைக் கைப்பற்றுவதில் பீஜாப்பூர், கோல்கொண்டா படைகளுக்கு இடையே போட்டி நிலவியது. சபிக்கப்பட்ட கர்நாடகத்தின் மீது வடக்கு, தெற்கில் இருந்த இரண்டு தாடைகளும் இறுகத் தொடங்கின. கோல்கொண்டாவின் வஸீர் என்று அறியப்பட்ட மீர் ஜும்லா இந்தப் படையெடுப்பில் முக்கிய பங்கு வகித்தார்.

இவரது இயற் பெயர் முஹம்மது சையது. வரலாற்றில் மீர் ஜும்லா என்று அறியப்படும் இவர், பாரசீகத்தின் இஸ்ஃபா(ஹ)ன் என்ற எண்ணெய் வியாபாரியின் மகன் ஆவார். சொந்த ஊரை விட்டு இள வயதிலேயே பிரிந்த இவர், பிற ஷியா சாகசப் பயணிகளைப் போலவே அதே இஸ்லாமியப் பிரிவைச் சேர்ந்த தக்காணச் சுல்தான்களின் அவையில் தன் வணிக வெற்றிக்கு வழிகளைத் தேடினார் *(1630)*.

வைர வியாபாரியாக மாறிய இவர், வணிகச் சாமர்த்தியத்தின் காரணமாகவும், சமயோஜிதப் புத்தியினாலும் விரைவிலேயே பெரும் செல்வத்தை ஈட்டினார். இவருடைய அற்புதமான திறமைகள் அப்துலா குதுப் ஷாவின் நன்மதிப்பைப் பெற்றுத் தந்தன. குதுப் ஷா இவரை முக்கிய அமைச்சராக நியமித்தார். மீர் ஜும்லாவின் கடின உழைப்பு, வணிக சாமர்த்தியம், நிர்வாகத் திறமை, ராணுவ மேதைமை, பிறவியிலேயே கிடைத்த தலைமைக் குணம் இவையெல்லாம் அவர் தொட்டதையெல்லாம் துலங்கச் செய்தன. குடிமை அரசு நிர்வாகத்திலும் போர்க்கலையிலும் சிறந்து விளங்கிய இவர், கோல்கொண்டாவின் மறைமுக ஆட்சியாளராக ஆனார். இவருடைய சம்மதம் இன்றி சுல்தானுக்கு எந்தச் செய்தியும் சென்று சேர முடியாது.

கர்நாடகாவுக்கு அனுப்பி வைக்கப்பட்ட இவர் அங்கு தலைகீழ் மாற்றங்களைக் கொண்டு வந்தார். பல ஐரோப்பியத் துப்பாக்கி வீரர்கள், பீரங்கி வீரர்களைத் தன் படையில் இணைத்துக் கொண்டு ராணுவத்தைச் செயல் திறனிலும் ஒழுங்கிலும் உயர்ந்ததாக

ஆக்கினார். விரைவில் கடப்பா மாவட்டத்தைக் கைப்பற்றினார். இதுவரையில் வெல்ல முடியாததாகக் கருதப்பட்ட கந்திகோட்டா மலைக் கோட்டையைக் கைப்பற்றியது இவருடைய வெற்றிகளின் மணி மகுடம்.

கடப்பாவுக்குக் கிழக்கில் இருக்கும் சித்தாவட்டையில் இருந்து சந்திரகிரி, வட ஆற்காடு மாவட்டத்தில் திருப்பதி வரை பலவற்றையும் கைப்பற்றினார். தென் பகுதியில் இருக்கும் செல்வ வளம் மிகுந்த பழங்காலக் கோவில்களைக் கொள்ளையடித்த இவர், புதையல்களையும் தேடி வேட்டையாடினார். தென் பகுதியிலேயே மிகப் பெரிய செல்வந்தர் என்று சொல்லப்படும் அளவுக்குச் செல்வ வளங்களைக் குவித்தார். இருபது மௌண்ட் வைரங்கள் இவரிடம் இருந்தன. இந்த வெற்றிகளின் மூலம் கர்நாடகாவில் இருந்த தனது ஜாஹிர் பகுதியை 500 மைல் நீலமும் 50 மைல் அகலமும் கொண்ட ராஜ்ஜியமாக மாற்றினார். அந்தப் பகுதிகளின் ஆண்டு வருமானம் 40 லட்சமாக இருந்தது. பல வைரச் சுரங்கங்களும் இவருக்குச் சொந்தமாகின. அப்படியாகக் கர்நாடகத்தின் சுதந்தரமான ராஜாவாகத் தன்னை நிலைநிறுத்திக் கொண்டார்.

கோல்கொண்டா சுல்தானிடம் அரச சபையினர், ‘வாஸிரின் படை பலம் சுல்தானுக்கு ஆபத்தானது; சுல்தானின் சேவையில் இருக்கும் தளபதியின் செல்வ வளம் சுல்தானுடையதையே மிஞ்சிவிட்டது’ என்பதையெல்லாம் சொல்ல விரும்பியிருக்கவில்லை. குதுப் ஷாவுமேகூட வாஸிரின் கர்நாடகச் செல்வ வளத்தில் ஒரு பங்கைப் பெற்றுக்கொள்ளவே விரும்பினார். ஆனால் சுல்தான் எவ்வளவு பலவீனமானவர், பயனற்றவர் என்பது தெரிந்த மீர் ஜூம்லா, இந்த வெற்றி முழுவதையும் தன்னுடையதாகவே கருதினார். சுல்தானின் கீழ் கை கட்டிப் பணிபுரிய அவர் விரும்பியிருக்கவில்லை. இதனால் கீழ்ப்படிதலற்ற அந்தத் தளபதியை ஒடுக்கி அழிக்க குதுப் ஷா தீர்மானித்தார்.

8. மொகலாயர்களுடன் குதுப் ஷாவின் மோதல், 1655.

மீர் ஜூம்லாவுக்கு தனக்கு அடைக்கலம் தரும் தலைவர் ஒருவரின் தேவை ஏற்பட்டது. பீஜாப்பூர் சுல்தானிடம் உதவி கேட்டவர் மொகலாயர்களுடனும் நெருக்கம் காட்ட ஆரம்பித்தார். கோல்கொண்டாவின் செல்வ வளம் மிகுந்த ராஜ்ஜியத்தைக் கைப்பற்றவேண்டும் என்ற ரகசிய ஆசையை மனதில் வளர்த்திருந்த ஔரங்கசீப், அதற்கு உதவக்கூடிய சரியான நபரும் ஆலோசகருமான

மீர் ஜும்லாவை ராஜ்ஜியத்தின் முக்கிய அமைச்சராக நியமிக்க விரும்பினார். கோல்கொண்டாவில் இருந்த மொகலாயப் பிரதிநிதி மூலமாக மீர் ஜும்லாவுடன் ரகசியக் கடிதப் பரிமாற்றம் செய்தார். மொகலாயர்களுக்கு உதவி செய்தால் பேரரசரிடமிருந்து ஏராளமான சலுகைகளைப் பெற்றுத் தருவதாக வாக்குறுதி கொடுத்தார். ஆனால், மீர் ஜும்லா இந்த வாய்ப்பை உடனே ஏற்றுக்கொள்ள வில்லை. முடிவெடுக்க ஒரு வருட அவகாசம் கேட்டார். இதனால் ஔரங்கசீப் வருத்தமடைந்தார்.

குதுப் ஷா தைரியமாகக் தனது படைகளின் மூலம் மீர் ஜும்லாவை வழிக்குக் கொண்டு வருவதற்கு முன்பாக, மீர் ஜும்லாவின் மகனான முஹம்மது அமீன் செய்த ஒரு காரியம், வேறொரு நெருக்கடியை உருவாக்கியது.

முஹம்மது அமீன், கோல்கொண்டா அரசவையில் மீர் ஜும்லாவின் துணை நிலை அதிகாரியாகப் பணிபுரிந்து வந்தார். பொறுப்பற்றவரும் ஆணவம் மிகுந்தவருமான அவர், எல்லோர் முன்னிலையிலும் சுல்தானை மரியாதைக் குறைவாக நடத்துவது வழக்கம். ஒருநாள் அவர், மிகுதியாக மது அருந்திவிட்டு அரசவைக்கு வந்தார். அப்போது மன்னரின் மெத்தையில் படுத்துத் தூங்கியதோடு மட்டுமில்லாமல் அதை அசிங்கப்படுத்தவும் செய்தார். ஏற்கெனவே அவர் மீது நீண்ட நாட்களாகக் கோபத்தில் இருந்த சுல்தான், முஹம்மது அமீனையும் அவருடைய குடும்பத்தினரையும் சிறையில் அடைத்ததோடு, சொத்துகளையும் பறிமுதல் செய்துவிட்டார் (நவம்பர் 21, 1655).

ஔரங்கசீப் இந்தத் தருணத்துக்குத்தான் நீண்ட காலமாகக் காத்திருந்தார்.

பேரரசர் ஷாஜஹான், மீர் ஜும்லாவையும் அவருடைய மகனையும் மொகலாய சாம்ராஜ்ஜியப் பணியில் நியமித்திருப்பதாக டிசம்பர் 18 அன்று ஔரங்கசீபுக்குக் கடிதம் ஒன்றை எழுதினார். அதில் அவர்கள் இருவரும் தில்லிக்கு வருவதைக் குதுப் ஷா தடுக்கக்கூடாது என்றும், அவர்களுடைய சொத்துகளைப் பறிக்கக்கூடாது என்றும் கேட்டுக்கொண்டிருந்தார். இந்தக் கடிதத்தைக் குதுப் ஷாவுக்கு அனுப்பிய ஔரங்கசீப், இந்தக் கோரிக்கைக்குச் செவிசாய்க்கா விட்டாலோ, தாமதம் செய்தாலோ படையெடுத்து வந்து தாக்குவேன் என்று எச்சரிக்கை விடுத்தார். அதோடு கோல்கொண்டா ராஜ்ஜியத்தின் எல்லையில் தன் படைகளைக் குவிக்கவும் செய்தார். குதுப் ஷா வரவிருந்த புயலைக் கணிக்கத் தவறிவிட்டார். மொகலாயப் பேரரசர் அனுப்பிய கடிதத்தைப் புறக்கணித்தார்.

முஹம்மது அமீன் சிறைப்பிடிக்கப்பட்ட செய்தி கேள்விப்பட்டதும் (டிசம்பர் 24), மீர் ஜும்லா குடும்பத்தினரை விடுவிக்கும்படி ஷாஜஹான் உடனே குதுப் ஷாவுக்கு ஒரு கடிதம் அனுப்பினார். இந்தக் கடிதமே எதிர்பார்க்கும் விளைவைத் தந்துவிடும் என்று உறுதியாக நம்பினார்.

இருந்தும் 'ஔரங்கசீபைத் திருப்திப்படுத்தும் நோக்கில்' ஒருவேளை குதுப் ஷா முஹம்மது அமீனை விடுவிக்காவிட்டால், கோல்கொண்டாவைக் கைப்பற்றிவிடு என்ற அனுமதியும் கொடுத்தார் (டிசம்பர் 29). ஜனவரி 7, 1656 அன்று இந்த இரண்டு கடிதங்களும் ஔரங்கசீபுக்குக் கிடைத்தன.

கோல்கொண்டாவை அழிக்க ஔரங்கசீப் ஒரு தந்திரம் செய்தார். டிசம்பர் 24-ல் ஷாஜஹான் அனுப்பிய கடிதத்தை குதுப் ஷா பெற்று, அதற்கு ஏற்ப நடவடிக்கை எடுப்பதற்கு முன்பாகவே அவருக்கு எதிராக ஔரங்கசீப் போருக்குத் தயாராகிவிட்டார். சிறை பிடித்தவர்களை விடுவிக்குமாறு பேரரசர் கேட்டுக்கொண்டதன்படி கோல்கொண்டா சுல்தான் நடந்துகொள்ளவில்லை என்று குற்றம்சாட்டிய அவர், இது மிகவும் தெளிவான கீழ்ப்படிதல் இன்மை, கோல்கொண்டாவைத் தாக்குவதுதான் ஒரே வழி என்று படையுடன் சென்றுவிட்டார்.

9. கோல்கொண்டா ராஜ்ஜியம் மீதான ஔரங்கசீபின் படையெடுப்பு, 1656

ஔரங்கசீபின் உத்தரவின் பேரில் அவருடைய மூத்த மகன் முஹம்மது சுல்தான் நந்தர் பகுதி எல்லையைக் கடந்து (ஜனவரி 10, 1656) ஹைதராபாத்துக்குள் குதிரைப் படையுடன் புகுந்தார். அதே மாதம் 20-ம் தேதியன்று ஔரங்காபாதில் இருந்து ஔரங்கசீபும் புறப்பட்டு, மகனுடன் சேர விரைந்தார்.

முஹம்மது சுல்தான் கோல்கொண்டா பகுதிக்குள் நுழைந்த அதே நேரத்தில் டிசம்பர் 24 அன்று ஷாஜஹான் அனுப்பிய கடிதம் குதுப் ஷாவுக்குக் கிடைத்திருந்தது. அவர் உடனேயே முஹம்மது அமீனையும், அவரது குடும்பத்தையும் விடுதலை செய்து அவர்களைப் பணியாளர்களுடன் இளவரசரைச் சந்திக்க அனுப்பிவைத்தார். கூடவே பேரரசருக்கு அடிபணிவதாகத் தாழ்மையுடன் ஒரு கடிதத்தையும் அனுப்பியும் வைத்தார். ஆனால், ஔரங்கசீப் ஒரு தந்திரம் செய்தார். அடிபணிவதாகக் குதுப் ஷா

அனுப்பிய கடிதம் தாமதமாகவே கைக்குக் கிடைத்ததாகக் காட்டிக்கொள்ளத் தீர்மானித்தார்.

முஹம்மது அமீன் ஹைதராபாத்தில் இருந்து 24 மைல் தொலைவில் வைத்தே ஔரங்கசீபைச் சந்தித்திருந்தார் (அநேகமாக ஜனவரி 21இல்). ஆனாலும் பறிமுதல் செய்த சொத்துகளை முஹம்மது அமீனுக்குக் குதுப் ஷா திருப்பித் தரவில்லை என்று சொல்லியபடி, ஔரங்கசீப் தன் படையெடுப்பை நிறுத்தாமல் முன்னேறிச் சென்றார்.

குதுப் ஷா மனம் சோர்ந்துபோனார். மொகலாயப் படை இவ்வளவு சீக்கிரம் வந்து முற்றுகையிடும் என்று அவர் எதிர்பார்த்திருக்க வில்லை. பேரழிவு ஏற்படும் என்று அஞ்சிய அவர், ஜனவரி 22 அன்று தலைநகர் ஹைதராபாத்தைக் கைவிட்டுவிட்டு கோல்கொண்டா கோட்டைக்குத் தப்பி ஓடினார்.

இப்படிச் செய்ததால் அவருடைய உயிர் தப்பியது. ஏனென்றால் முஹம்மது சுல்தானுக்கு ஔரங்கசீப் கொடுத்திருந்த ரகசிய உத்தரவு ரத்தத்தை உறைய வைப்பதாக இருந்தது: குதுப் அல் முல்க் ஒரு கோழை. எந்த எதிர்ப்பும் தெரிவிக்கமாட்டான். எனவே, நீ அவனைப் பார்த்து செய்தியைத் தெரிவித்ததும் சட்டென்று தாக்கிவிடு. அவனுடைய கழுத்தின்மீது அழுத்திக் கொண்டிருக்கும் தலையைத் துண்டித்து பாரத்தைக் குறைத்துவிடு. தந்திரம், தாமதமின்றிச் செயல்படுதல், உன் கைகளின் வேகம் இவையே இதைச் சாதிக்க மிகவும் அவசியம்.

ஜனவரி 23 அன்று, மொகலாயப் படை ஹைதராபாத்துக்கு இரண்டு மைல் தொலைவில் இருந்த ஹுசைன் சாகர் குளத்துக்கு அருகில் வந்து சேர்ந்தது. இதனால் கோல்கொண்டா அமைச்சர்கள் மத்தியில் பெரும் குழப்பம் நிலவியது. மறுநாள் இளவரசர் ஹைதராபாதுக்குள் நுழைந்தார். அங்கு அழிவைத் தவிர்க்கும் நோக்கில் முஹம்மது பெய்க் தலைமையில் ஒரு குழு அமைக்கப்பட்டது. ஹைதராபாத் இந்தியாவின் செல்வச் செழிப்புமிகுந்த மாநிலங்களில் ஒன்றாக இருந்தது. அன்று, மொகலாயப் படை ஹைதராபாத்தில் அடித்த கொள்ளை தேசம் முழுவதும் பேசு பொருளானது.

ஔரங்கசீபின் பணியாளராக இருந்த அஹில் கான் ராஸி இதுபற்றி இப்படி எழுதி இருக்கிறார்: 'குதுப் அல் முல்கின் விலைமதிப்பு மிகுந்த நூல்கள், பிற விலைமதிக்க முடியாத பொருட்கள் எல்லாம் முஹம்மது சுல்தான் மூலம் கொள்ளையடிக்கப்பட்டன. குதுப் அல்

முல்கின் சொத்துகள், அரிய பழங்காலப் பொக்கிஷங்கள் எல்லாம் ஔரங்கசீபினால் பறிமுதல் செய்யப்பட்டன’.

பிப்ரவரி 6 அன்று ஔரங்கசீபும் பெரும் படையுடன் வந்து சேர்ந்தார். துளியும் தாமதிக்காமல் துணிச்சலுடன் தாக்குதல் தொடுப்பதற்கு ஏதுவாக முதலில் கோல்கொண்டா கோட்டையையும், அதன் அக்கம் பக்கங்களையும் சுற்றி வந்து ஆய்வு செய்தார்.

மறுநாள் கோல்கொண்டா கோட்டை மீதான முற்றுகை ஆரம்பமானது. கோட்டையின் மேற்குப் பக்கம் காலியாக இருந்தது. எஞ்சிய மூன்று பக்கங்களை மொகலாயப் படையினர் ஆக்கிரமித்தனர். பிப்ரவரி 7 தொடங்கி மார்ச் 30 வரை முற்றுகை நீடித்தது. மொகலாயப் படையினர் மிகவும் நிதானமாகவே செயல்பட்டனர். சுல்தானுக்குத் தன்னிடம் இருந்த படை பலத்தைக் கொண்டு கோல்கொண்டா கோட்டையைக் காப்பாற்றுவது சிரமமாக இருந்தது.

அவ்வப்போது வெளியில் வந்த கோல்கொண்டா படையினர் போர் புரிந்தனர். இந்தச் சிறிய மோதல்களும் ஒரு கட்டத்தில் நின்றுபோனது. கோட்டைக்குள் இருந்து, முற்றுகையிட்டிருக்கும் ஆக்கிரமிப்பாளரின் முகாமுக்குத் தினமும் ஏராளமான பரிசுகள், அமைதித் தூதுகள் வந்தவண்ணம் இருந்தன. ஆனால், ஔரங்கசீப் அனைத்தையும் உறுதியாக மறுத்துவிட்டார். முழு ராஜ்ஜியத்தையும் கைப்பற்ற முடிவு செய்திருந்தார். அதற்குக் குறைவாக எதையும் ஏற்க அவர் தயாராக இல்லை.

மொகலாயப் பேரரசுடன் கோல்கொண்டாவை இணைத்துக் கொள்ள அனுமதிக்கும்படி ஔரங்கசீப் அனைத்து வாதங்களையும் பேரரசர் ஷாஜஹானிடம் எடுத்து வைத்தார். ஆனால், விசுவாசமற்ற வாஸிரை வழிக்குக் கொண்டுவருவதற்காகச் சகோதரச் சுல்தானை அழிக்க ஷாஜஹான் விரும்பவில்லை. இதனிடையில் தில்லியில் கோல்கொண்டா சுல்தானுடைய பிரதிநிதியாக இருந்த நபர் ஒருவர், தாரா ஷுகோவுக்குப் பணம் கொடுத்து அவருடைய ஆதரவைப் பெற்றிருந்தார். எனவே பிணைத்தொகை ஒன்றின் பேரில் குதுப் அல் முல்குடன் சமாதானமாகப் போகவேண்டும் என்று பேரரசரிடம் தாரா பேசினார். இதனால் ஔரங்கசீபுக்குப் பெரும் கோபமும் வெறுப்பும் வந்தது.

தாராவின் வேண்டுகோளை ஏற்றுக்கொண்டு பேரரசர் சமாதானத்துக்குத் தயாரான விவரம், ஒரு கடிதம் மூலமாக ஔரங்கசீபுக்குப் பிப்ரவரி 24 அன்று தெரிவிக்கப்பட்டது. ஆனால்,

குதுப் ஷாவை மன்னித்துவிட வேண்டும் என்ற பேரரசரின் தீர்மானத்தை ஔரங்கசீப் மறைத்துவிட்டார் (பிப்ரவரி 8). ஏனென்றால், இது தெரியவந்தால் குதுப் ஷாவுக்குத் தைரியம் வந்துவிடும். தனது கோரிக்கைகள் வலுவிழந்துவிடும் என ஔரங்கசீப் கருதினார்.

இதனிடையில், குதுப் ஷாவின் தில்லிப் பிரதிநிதி, தங்களுக்கு ஆதரவாகப் பேசும்படி தாரா ஷுகோவிடமும் இளவரசி ஜஹானாராவிடம் (குல்தஸ்தாவிடம்) கேட்டுக் கொண்டிருந்தார். அவர்கள் மூலமாக ஔரங்கசீபின் தந்திரம் பேரரசருக்குத் தெரிய வந்தது.

குதுப் ஷா எப்படியெல்லாம் ஏமாற்றப்பட்டார், பேரரசரின் உத்தரவுக்குக் கீழ்ப்படியத் தயாராக இருந்தும் எப்படி அவர் தரப்புக்கு எந்த நியாயமும் தரப்படவில்லை. பேரரசரின் அறிவிப்புகள் எதுவும் அவருக்குத் தெரியாமல் எப்படியெல்லாம் மறைக்கப்பட்டன, நல்லவரான சுல்தான் மீது ஷாஜஹானுக்கு இருக்கும் நல்லெண்ணமானது எப்படியெல்லாம் முறியடிக்கப் படுகிறது என்பதெல்லாம் பேரரசருக்கு விளக்கப்பட்டது. ஷாஜஹானுக்கு இதையெல்லாம் கேட்டதும் கோபம் தலைக்கேறியது. கோல்கொண்டா முற்றுகையை விலக்கிக் கொண்டு உடனே வெளியேறவேண்டும் என்று ஔரங்கசீபுக்குக் கடுமையான ஒரு கடிதத்தை அனுப்பினார்.

ஔரங்கசீப், மார்ச் 30 அன்று பேரரசரின் உத்தரவின் பேரில் முற்றுகையை விலக்கிக்கொண்டு கோல்கொண்டாவில் இருந்து வெளியேறினார். நான்கு நாட்கள் கழித்து அப்துல்லா குதுப் ஷாவின் இரண்டாவது மகளுக்கும், முஹம்மது சுல்தானுக்கும் நிக்காஹ் (மணமக்கள் இருவரும் வெவ்வேறு இடங்களில் இருந்த நிலையில்) நடைபெற்றது. கோல்கொண்டா மன்னர், போர் தவிர்ப்புக்கான பிணைத்தொகை, கப்பத்தில் இருந்த நிலுவைத் தொகை என ஒரு கோடி ரூபாயைக் கொடுத்ததோடு, ராம்கிர் (நவீனக் கால மணிக் துர்க் மற்றும் சின்னூர்) மாவட்டத்தையும் விட்டுக் கொடுத்தார். மொகலாயப் படை ஏப்ரல் 21-ல் அங்கிருந்து பின்வாங்கியது.

கோல்கொண்டாவில் முகாமிட்டிருந்த ஔரங்கசீபை, மீர் ஜும்லா, ஒரு ராஜப் பிரதானியைப்போல அல்லாமல் ஒரு இளவரசரைப் போலவே சந்திக்க வந்திருந்தார். ஆறாயிரம் குதிரைகள், 15,000 காலாட் படையினர், 150 யானைகள், ஏராளமான வலிமையான ஆயுதங்களுடன் அவர் வந்திருந்தார். தில்லிக்கு வரும்படி அவரிடம்

கேட்டுக்கொள்ளப்பட்டதற்கு ஏற்ப ஜூலை 7-ம் தேதி வந்து சேர்ந்தார். பேரரசருக்கு 15 லட்ச ரூபாய் மதிப்பு கொண்ட பொருட்களைப் பரிசாகக் கொடுத்தார். 216 ரத்தி எடை கொண்ட மிகப் பெரிய வைரமும் அவற்றுள் ஒன்று. உடனே அவர் ஆறாயிரம் வீரர்களைக் கொண்ட படைக்குத் தளபதியாக நியமிக்கப்பட்டார். சமீபத்தில் இறந்திருந்த சதுல்லா கானின் இடத்தில் முக்கிய அமைச்சராகவும் நியமிக்கப்பட்டார்.

10. கோல்கொண்டா சூறையாடல் தொடர்பாகப் பேரரசருடனான ஔரங்கசீபின் மோதல்கள்

கோல்கொண்டா மீதான ஔரங்கசீபின் படையெடுப்பு பேரரசருடனான மோதலை மீண்டும் தொடங்கி வைத்தது. ஹைதராபாத்தில் கொள்ளையடிக்கப்பட்ட தொகை பற்றிய மிகைப்படுத்தப்பட்ட செய்தி தில்லிக்கு வந்து சேர்ந்தது. குதுப் ஷாவிடமிருந்து ஔரங்கசீபும் அவருடைய மகனும் விலை உயர்ந்த பரிசுகளைப் பெற்றிருந்தனர். அதைப் பற்றியெல்லாம் ஔரங்கசீப் பேரரசருக்கு அனுப்பிய கடிதங்கள் எதிலும் குறிப்பிட்டிருக்க வில்லை. கப்பத் தொகையிலும் அதைக் கழித்துக் கொண்டிருக்க வில்லை என்று கோல்கொண்டாத் தூதுவர் சொல்லியிருந்தார்.

ஔரங்கசீபும் தன் தரப்பில், கோல்கொண்டா மன்னர் போர் தவிர்ப்புக்குக் கொடுத்த பிணைத்தொகையில் தனக்கு உரிய பங்கை ஷாஜஹான் தரவில்லை என்று புகார் தெரிவித்தார்: 'ஒட்டு மொத்த கோல்கொண்டாப் பிணைத் தொகையும் அப்படியே தௌலதாபாத் கஜானாவில் சேர்க்கப்பட்டுவிட்டது. போருக்காக நான் பெற்ற கடனையும் என் படைவீரர்களுக்கான ஊக்கத் தொகையையும் நான் எப்படிக் கொடுக்க முடியும்? அவையே 20 லட்சத்துக்கு மேலாக வரும்' என்றார். அதேபோல் கோல்கொண்டாவில் இருந்து கிடைத்த பரிசுகளும் அவற்றின் விலை மதிப்பும் வெகுவாக மிகைப்படுத்தப்பட்டு, 'கழுத்து முங்கும் அளவுக்கு நகைகள் தரப்பட்டதாக' தில்லியில் இருக்கும் தீய எண்ணம் கொண்ட பிரதிநிதிகளால் சொல்லப்பட்டுவிட்டது என்று அவர் சொன்னார்.

இறுதியாக, கோல்கொண்டாவுடன் அமைதி ஒப்பந்தம் செய்துகொள்ளப்பட்டது. ஆனால், ஒரு விஷயம் பற்றி முடிவெடுக்கப்படாமல் இருந்தது. குதுப் ஷா கர்நாடகாவைத் தன் ராஜ்ஜியத்திலேயே வைத்துக்கொள்ள விரும்பினார். அது நியாயமான விருப்பமும் கூட. ஏனென்றால், அதைப் போரிட்டு

வென்றது அவருடைய தளபதிதான். எனவே அதன் மீது அவருக்குத்தான் உரிமை உண்டு. ஆனால், ஔரங்கசீப் இதை ஏற்கவில்லை. மீர் ஜும்லாவின் தனிப்பட்ட வெற்றியில் கிடைத்த ஜாஹிர் பகுதி அது என்று சொன்னார்.

பிரச்னை பேரரசரிடம் எடுத்துச் செல்லப்பட்டது. அவரோ, மீர் ஜும்லாவின் ஜாஹிர் பகுதியாக அது தன் கட்டுப்பாட்டின் கீழ் இருக்கட்டும் என்று சொல்லிவிட்டார். எனவே கர்நாடகப் பகுதியில் இருந்து ஆட்களைத் திரும்ப அழைத்துக்கொள்ளும்படி குதுப் ஷாவுக்குத் தெரிவிக்கப்பட்டது. ஆனால் கோல்கொண்டா அதிகாரிகள் தமக்குக் கிடைத்த கொழுத்த வேட்டைக்களமான கர்நாடகப் பகுதியை விட்டுக்கொடுக்கத் தயங்கினர். எனவே அவர்கள் அங்கேயே இருந்து, மொகலாயர்கள் அந்தப் பகுதியை ஆக்கிரமிக்க இடம் கொடுக்காமல் தொடர்ந்து நெருக்கடிகள் தந்து வந்தனர்.

11. பீஜாப்பூர் மீதான ஔரங்கசீபின் படையெடுப்பு 1657

முஹம்மது ஆதில் ஷாவின் ஆட்சிக் காலத்தில் (1626-56) பீஜாப்பூர் சாம்ராஜ்ஜியம் அதன் உச்சபட்ச விரிவையும் வலிமையையும் கம்பீரத்தையும் அடைந்தது. அந்தச் சாம்ராஜ்யம் இந்தியத் தீபகற்பத்தில் அரபிக் கடல் தொடங்கி வங்காள விரிகுடா வரை பரந்து விரிந்திருந்தது. 1636லிருந்து முஹம்மது ஆதில் ஷா, தில்லிப் பேரரசருடன் நட்புறவுடனே இருந்து வந்தார். இரு அரசவைகளுக்கும் இடையிலான நட்பார்ந்த பரிமாற்றங்கள் நிறைய இருந்து வந்ததை நாம் பார்க்க முடிகிறது.

பீஜாப்பூர் சுல்தானின் கருணை, நீதி மேலான மோகம், மக்கள் மீதான அக்கறை, உலகம் பற்றிய எளிய புரிதல், உலக நடப்புகள் பற்றிய வெள்ளந்தியான மனோபாவம் இவையெல்லாம் ஷாஜஹானுக்கு மிகவும் பிடித்துப் போயிருந்தன.

தில்லி அரசவைக்கு மீர் ஜும்லா வந்து சேர்ந்ததைத் தொடர்ந்து (ஜூலை 7, 1656) பேரரசரின் அவையில் ஔரங்கசீபின் தீவிர நடவடிக்கைகளுக்கு முன்னுரிமை கிடைக்க ஆரம்பித்தது. பேரரசரின் அவையின் பிரதான அமைச்சராக மீர் ஜும்லா ஆதிக்கம் செலுத்தியதால், உயிர் பிரியும் தருவாயில் இருந்த பீஜாப்பூர் சுல்தான் இறந்ததும் அதன் மீது படையெடுப்பதற்கு ஔரங்கசீப் திட்டமிடத் தொடங்கினார்.

நவம்பர் 4, 1656-ல் பீஜாப்பூர் ராஜ வம்சத்தின் ஏழாவது அரசரான ஆதில் ஷா இறந்தார். அவருடைய முதன்மை அமைச்சரான கான் முஹம்மதுவும், ராணி பாரி சாஹிபாவும் இணைந்து இரண்டாம் அலி ஆதில் ஷாவுக்கு முடி சூட்டினர். மறைந்த அரசரின் ஒரே மகனான அவருக்கு அப்போது வயது 18. இது தெரிய வந்ததும் ஔரங்கசீப் பேரரசருக்கு ஒரு கடிதம் அனுப்பினார். அதில், அலி ஆதில்ஷா இறந்த மன்னரின் மகன் அல்ல. பெற்றோர் யார் என்றே தெரியாத அவனை மன்னர் எடுத்துவந்து வளர்த்திருக்கிறார். எனவே பீஜாப்பூர் மீது படையெடுத்து அதை மொகலாய சாம்ராஜ்ஜியத்துடன் இணைத்துக் கொள்ளவேண்டும் என்று சொன்னார்.

முஹம்மது ஆதில் ஷாவின் மரணத்தைத் தொடர்ந்து கர்நாடகப் பகுதியில் ஏற்கெனவே குழப்பங்கள் ஏற்பட ஆரம்பித்திருந்தன. ஜமீன்தார்கள் தம்முடைய நிலங்களையெல்லாம் மீட்டுவிட்டனர். தலைநகரில் நிலைமை மேலும் மோசமானது. அதிகாரப் பங்கீடு தொடர்பாகப் பீஜாப்பூர் நிலப்பிரபுக்கள் தமக்குள் சண்டையிட்டுக் கொள்ள ஆரம்பித்திருந்தனர். அதோடு பிரதான அமைச்சரான கான் முஹம்மதுவுடனும் மோதினர். நிலைமையை மேலும் மோசமாக்க ஔரங்கசீப் உள்ளே நுழைந்தார். தமது படைகளுடன் மொகலாய சாம்ராஜ்ஜியம் பக்கம் வரத் தயாராக இருந்த முக்கியஸ்தர்களை ஆசைகாட்டித் தன் பக்கம் இழுத்துக் கொண்டார். மீர் ஜும்லாவின் துணையுடன் பிறரையும் தன் பக்கம் இழுக்கத் தீர்மானித்தார்.

நவம்பர் 26இல், 'உனக்குச் சரி என்று படும்வகையில் பிரச்னையைத் தீர்த்துக் கொள்' என்று ஔரங்கசீபுக்கு முழு சுதந்தரம் கொடுத்து, பீஜாப்பூர் படையெடுப்புக்குப் பேரரசர் அனுமதி கொடுத்தார். மீர் ஜும்லா, தம் தலைமையில் தலைநகரில் இருந்தும் ஜாஹிர் பகுதிகளில் இருந்தும் 20 ஆயிரம் படை வீரர்கள், ஏராளமான அதிகாரிகள் எனப் பெரிய படையை அனுப்பி ஔரங்கசீபின் படைக்கு வலுவூட்டினார்.

இந்தப் போர் முற்றிலும் நியாயமற்றதாக இருந்தது. பீஜாப்பூர் ஒருபோதும் மொகலாய சாம்ராஜ்ஜியத்தின் ஆளுகைக்கு உட்பட்ட நிலமாக இருந்திருக்கவில்லை. சுதந்தரமான, மொகலாயப் பேரரசருக்கு இணையான ராஜ்ஜியமாகவே இருந்தது. பீஜாப்பூரின் அரசராக யார் வரவேண்டும் என்பதைத் தீர்மானிக்கும் உரிமை மொகலாயப் பேரரசுக்கு இருந்திருக்கவே இல்லை.

மீர் ஜும்லா ஔரங்காபாதுக்கு ஜனவரி 18-ல் வந்துசேர்ந்தார். அன்றே ஜோதிடர்கள் ஒரு நல்ல நேரம் குறித்துக் கொடுக்கவே, இளவரசர் பீஜாப்பூர் மீது தாக்குதலைத் தொடுக்க உடனே

புறப்பட்டுவிட்டார். பிப்ரவரி 28 அன்று பீதர் பகுதியை அடைந்த அவர், மார்ச் 2-ல் அங்கிருந்த கோட்டையை முற்றுகையிட்டார். இதற்குக் கோட்டையில் இருந்த சித்தி மர்ஜான் கடுமையான எதிர்ப்பை வெளிப்படுத்தினார். பலமுறை கோட்டையை விட்டு வெளியேவந்து தாக்கினார். ஆனால், மொகலாயப் படையின் மிக அதிகமான எண்ணிக்கையே வெற்றியைத் தீர்மானித்தது. மீர் ஜூம்லாவின் பீரங்கிப் படை கோட்டைச் சுவர்களை நன்கு பதம் பார்த்துவிட்டது. இரண்டு கொத்தளங்கள் வீழ்த்தப்பட்டன. கீழ்த்தளச் சுவர்களில் இருந்த தாக்குதல் அமைப்புகள், வெளிப்புறச் சுவர்கள் அனைத்தும் தரைமட்டமாக்கப்பட்டன.

தடையாக இருந்த குழிகள் நிரப்பப்பட்டு மார்ச் 29-ல் தாக்குதல் முன்னெடுக்கப்பட்டது. மொகலாயப் படை எறிந்த எரி அம்பு, பீஜாப்பூர் படையினரின் வெடி மருந்து, கை எறிகுண்டுகள் இருந்த இடத்தில் சென்று விழுந்தது. இதனால் ஏற்பட்ட தீ விபத்தில் மிக மோசமாக அனைத்தும் வெடித்துச் சிதறின. சித்தி மர்ஜான் அதில் படுகாயமடைந்தார். அவருடைய இரண்டு மகன்களும் வேறு பல வீரர்களும் உயிரிழந்தனர்.

பதுங்குகுழிகளில் இருந்து போரிட்ட மொகலாயப் படையினர் ஊருக்குள் வெறியுடன் பாய்ந்தனர். தடுக்க வந்தவர்களையெல்லாம் மிகக் கொடூரமாக வெட்டிக் கொன்றனர். மரணப் படுக்கையில் இருந்த சித்தி மர்ஜான், தன் ஏழு மகன்களை ஔரங்கசீபிடம் கோட்டைச் சாவிகளுடன் அனுப்பி வைத்தார். இப்படியாகப் பீதர் கோட்டை 27 நாட்களில் கைப்பற்றப்பட்டுவிட்டது. இந்த வெற்றியின் மூலமாக 12 லட்சம் ரூபாய்களும், எட்டு லட்சம் மதிப்பிலான வெடி மருந்துகளும், பிற பொருட்களும் கிடைத்தன. அதோடு 230 பீரங்கிக் குழாய்களும் கிடைத்தன.

மேற்கு எல்லையான கல்யாணி நகரம் தொடங்கி, தெற்கே குல்பர்கா வரை பீஜாப்பூர் படை அணி திரண்டு நின்றது. கூடியிருந்த இந்த எதிரிப் படையை அழிக்க நல்ல அனுபவம் மிகுந்த 15,000 வீரர்களை வலிமையான ஆயுதங்களுடன் மொஹபத் கான் தலைமையில் அனுப்பி வைத்தார் ஔரங்கசீப். ஏப்ரல் 12-ல் இந்த மொகலாயப் படை பீஜாப்பூர் படையுடன் மோதியது. கான் முஹமது, அஃப்சல்கான், ரந்துலா மற்றும் ரைஹனின் மகன்கள் ஆகியோர் தலைமையில் 20,000 பீஜாப்பூர் படையினர் தாக்கத் தொடங்கினர்.

தேர்ந்த தளபதியான மொஹபத் கான், மொகலாயப் படைகளை மிக லாகவமாக வழி நடத்தினார். கவனத்தைத் திருப்பும் வழியிலான

எதிரிகளின் வியூகங்கள் அனைத்தையும் முறியடித்தார். இறுதியாகப் பீஜாப்பூர் படை பின்வாங்கி ஓடியது.

பீதருக்கு 40 மைல் தொலைவில், துல்ஜாபூர் பவானி கோவிலில் இருந்து கோல்கொண்டாவுக்குச் செல்லும் பாதையில், சாளுக்கிய வம்ச அரசர்களின் பழங்காலத் தலைநகரும் கன்னட தேசத்தின் தலைநகராகவும் இருந்த கல்யாணி நகரம் அமைந்திருக்கிறது. ஏப்ரல் 27 அன்று போதிய எரிபொருள் உதவியுடன் புறப்பட்ட ஔரங்கசீப், கல்யாணி நகருக்கு ஒரு வாரத்துக்குள் சென்று சேர்ந்தார். உடனே அந்தப் பகுதியைக் கைப்பற்றுவதற்குச் சண்டையையும் தொடங்கினார். பகலிலும் இரவிலும் கோட்டை, கொத்தளங்களில் இருந்து எரி அம்புகள் மூலமும், துப்பாக்கிகள் மூலமும், மீர் ஜுூம்லாவின் படையினர் மீது தாக்குதல் நடைபெற்றது. இருப்பினும் எந்த வெற்றியும் பீஜாப்பூர் படையினருக்குக் கிடைக்கவில்லை.

கல்யாணி நகருக்கு வடகிழக்கே பத்து மைல் தொலைவில் இருந்தபோது மொஹபத் கான் எதிரிகளால் சுற்றி வளைக்கப் பட்டார். கடுமையான போர் நடந்தது. ராஜப் புத்திரர்களுக்கு இந்தப் போரினால் பெரும் இழப்பைச் சந்திக்க நேர்ந்தது. கான் முஹம்மதுவின் குதிரை வீரர்கள், ராவ் சாத்ர சால் மன்னரின் கருங்கல் கோட்டை மீதும், ஹாதா குலத்தினர் மீதும் மேற்கொண்ட தாக்குதலினால் பெரிய பலன் இருந்திருக்கவில்லை. பீஜாப்பூரின் பஹோல் கானின் மகன்களால் தாக்கப்பட்ட ராஜ ராய் சிங் சிசோடியா போரில் காயம் பட்டார். அவருடைய குதிரையும் வீழ்த்தப்பட்டது. அந்த நேரம் பார்த்து அவருக்கு உதவி கிடைத்தது. மொஹபத் கான் எதிரியின் படையை ஊடுருவிவந்து அவர்களை விரட்டியடித்தார்.

முற்றுகையை மேலும் தீவிரப்படுத்த ஔரங்கசீப் தீர்மானித்தார். அவர் முகாமிட்டிருந்த இடத்துக்கு நான்கே கிலோமீட்டர் தொலைவில் 30,000 பேர் கொண்ட வலிமையான பீஜாப்பூர் படை வந்து சேர்ந்தது. கோட்டையைச் சுற்றி வெறும் கூடாரங்களை மட்டும் விட்டுவிட்டு, மே 28 அன்று இளவரசர் தன் படையை அழைத்துக்கொண்டு எதிரிகள் இருந்த இடத்துக்கே சண்டைக்குச் சென்றார். இரு படைகளின் ஒவ்வொரு பிரிவினரும் தத்தமது எதிரிப் பிரிவுகளுடன் மோதினர். ஆறு மணி நேரம் போர் நீடித்தது. தக்காண வீரர்கள், விரட்டி விரட்டியடிக்கப்பட்டாலும் திரும்பத் திரும்ப வந்து தாக்கினர். நான்கு முறை அவர்களுடைய படை அணி வரிசை குலைக்கப்பட்டு, மீண்டும் ஒன்றுகூடித் தாக்க வந்தனர். இறுதியாக

வலிமையான ஆயுதங்கள் கொண்ட வட புலத்துக் குதிரை வீரர்களின் தாக்குதலுக்கு ஈடுகொடுக்க முடியாமல் தக்காண வீரர்கள் பின்வாங்கினர்.

மொகலாயப் படை இடமிருந்தும் வலமிருந்தும் சூழ்ந்து தாக்கவே சுல்தானின் படைகள் இறுதியில் சிதறி ஓடின. பேரரசின் படைகள் எதிரிகளை அவர்களுடைய முகாம் நோக்கி விரட்டியடித்தன. கைக்குக் கிடைத்தவர்களையெல்லாம் வெட்டியும் சிறைப் படுத்தியும் முன்னேறினர். பீஜாப்பூர் முகாமில் இருந்த ஆயுதங்கள், அடிமைப் பெண்கள், குதிரைகள், போக்குவரத்துக்கான விலங்குகள், பிற அனைத்துவிதமான பொருட்கள் எல்லாம் கொள்ளையடிக்கப் பட்டன. முற்றுகை மிகத் துணிச்சலுடன் தீவிரமாக இருந்தது. அபிசீனியத் திலாவரின் தற்காப்பும் சம அளவு வலிமையுடன் இருந்தது.

மொகலாயர்களை மீண்டும் எதிர்க்க, பீஜாப்பூர் படை ஒன்று கூடியது. எனவே 22 ஜூலையன்று ஔரங்கசீப் தன் மூத்த மகன் மற்றும் மீர் ஜும்லாவின் தலைமையில் மேலும் பெரிய படையை அனுப்பினார். அவர்கள் 48 மைல்கள் முன்னேறிச் சென்று பீஜாப்பூர் படையின் அணி வரிசையைத் தகர்த்தனர். நான்கு மைல் தொலைவுக்கு அவர்களை விரட்டியடித்தனர். பீஜாப்பூர் கிராமங்களைச் சின்னாபின்னமாக்கிவிட்டு குல்பர்கா நோக்கி ஔரங்கசீபின் படை முன்னேறியது.

ஜூலை 29 அன்று ஏகாதிபத்தியப் படை கல்யாணி நகரக் கோட்டையின் அகழிக்கு மறுபக்கத்தில் இருந்த கொத்தளத்தின் மீது ஏறியது. அங்கு கடுமையான போர் நடைபெற்றது. எனினும் கொத்தளம் மீது ஏறிய மொகலாயப் படையினர் கோட்டைக்குள் புகுந்து இந்தப் பகுதியைக் கைப்பற்றினர். ஆகஸ்ட் ஒன்றாம் தேதியன்று கோட்டையின் சாவிகள் திலாவரால் மொகலாயரிடம் ஒப்படைக்கப்பட்டன. பீஜாப்பூருக்கு அவர் உயிருடன் செல்ல அனுமதிக்கப்பட்டார்.

கல்யாணி நகரம் வீழ்ந்ததைத் தொடர்ந்து, பீஜாப்பூர் சுல்தான் அமைதிப் பேச்சு வார்த்தையை முன்னெடுத்தார். பேரரசிடம் தமக்கு ஆதரவாகப் பேசும்படி தாரா ஷுகோவிடம் கேட்டுக்கொண்டார். பீதர், கல்யாணி, பரேந்தா ஆகிய நகரங்களையும் கோட்டையையும் அவற்றின் ஆதரவில் இருக்கும் பகுதிகளையும் மொகலாயப் பேரரசரிடம் ஒப்படைத்துவிட வேண்டும் எனப் பேரரசர் சார்பில் கேட்டுக்கொள்ளப்பட்டது. அதோடு பிணைத் தொகையாக ஒரு கோடி ரூபாய் தரவேண்டும் என்றும் கேட்கப்பட்டது. இதன்

அடிப்படையில் ஷாஜஹான், ஔரங்கசீப்பைச் சமாதான ஒப்பந்தத்துக்கு ஒப்புக்கொள்ளும்படிக் கேட்டுக் கொண்டார். படையைப் பீதருக்குத் திருப்பி வரும்படி உத்தரவிட்டார். மால்வா மற்றும் வட இந்தியாவில் இருந்து தக்காணத்துக்கு அனுப்பப்பட்ட படைகள் திருப்பி அழைக்கப்பட்டன.

இப்படியாக, ஔரங்கசீபுக்கு முழு வெற்றி கிடைக்கவிருந்த நேரத்தில் அதற்குத் தடை வந்துவிட்டது. பரந்து விரிந்த பீஜாப்பூர் சாம்ராஜ்ஜியத்தின் வடகோடி முனை மட்டுமே அவருக்குக் கிடைத்திருந்த நிலையில் பேரரசர் முட்டுக்கட்டை போட்டு விட்டார். இந்த ஒப்பந்தத்தினால் பீஜாப்பூர் சுல்தானுக்கு நன்மை விளைந்தது. ஔரங்கசீபின் அதிகாரம் குறைக்கப்பட்டுவிட்டதால் பரேந்தாவை ஒப்படைக்கச் சுல்தான் மறுத்துவிட்டார்.

தக்காணத்தில் மொகலாயர்களின் துரதிஷ்ட நிலையை மேலும் அதிகரிக்கும் வகையில் செப்டம்பர் 6-ல் ஷாஜஹான் நோய் வாய்ப்பட்டார். அவருடைய இறப்பு தொடர்பான வதந்திகள் நாடு முழுவதும் பரவின. ஔரங்கசீப் பதறிப்போனார். அதோடு அவருடைய திட்டங்களும் மாற்றியமைக்கப்பட்டன. எனவே அக்டோபர் 1657-ல் கல்யாணி பகுதியில் இருந்து அவர் பின்வாங்கினார்.

அத்தியாயம் - 3

ஷாஜஹானின் உடல் நலக் குறைவும், மகன்களின் கலகங்களும்

1. ஷாஜஹானின் மூத்த மகன் தாரா ஷுகோ

மார்ச் 7, 1657 அன்று ஷாஜஹான் ஆட்சியின் மூன்று தசாப்தங்களை நிறைவு செய்து 31-ம் ஆண்டில் காலடி வைத்திருந்தார். அவருடைய ஆட்சிக் காலம் மிக நீண்டதாகவும் வெற்றிகரமானதாகவும் இருந்தது. மொகலாயர்களின் கட்டுப்பாட்டில் இருந்த இந்தியாவின் செல்வ வளம் பல அயல்நாட்டுப் பயணிகளின் கண்களை உறுத்தியது.

புகாரா, பாரசீகம், துருக்கி, அரேபியா போன்ற பகுதிகளிலிருந்து மட்டுமில்லாமல், ஃப்ரான்ஸ், இத்தாலி போன்ற மேற்குலக நாடுகளில் இருந்து இந்தியா வந்து சென்றவர்களுக்கும் இங்குள்ள மயிலாசனமும், கோஹினூர் வைரமும் பிற நகைகளும் வியப்பை ஏற்படுத்தி இருந்தன.

ஷாஜஹானுக்குப் பெரிதும் பிடித்திருந்த வெண் பளிங்குக் கட்டுமானங்கள் புதுமையாகவும் தூய கலை வடிவத்தின் அடையாளமாகவும் இருந்தன. இவருடைய அரசவையில் இருந்த மேட்டுக்குடியினர் பிற பகுதிகளைச் சேர்ந்த மன்னர்களைவிடச் செல்வ வளத்திலும் படோடோபத்திலும் உயர்ந்து விளங்கினர்.

முழுப் பாதுகாப்பு பெற்றிருந்த இவரது சாம்ராஜ்ஜியம், முன் எப்போதும் இருந்திராத அளவுக்கு மிகவும் பரந்து விரிந்ததாக இருந்தது.

சாம்ராஜ்யத்துக்கு உள்ளேயும் நல்ல அமைதி நிலவியது. விவசாயிகள் மிகுந்த அக்கறையுடன் போஷிக்கப்பட்டனர். மக்களின் புகார்களின் பேரில் கடுமையான, ஒடுக்குமுறைகளில் ஈடுபடும் அதிகாரிகள் பலர் பதவியிலிருந்து நீக்கப்பட்டனர். எல்லாருடைய செல்வமும் வளமும் செழித்தது.

அன்பும் சாமர்த்தியமும் மிகுந்த ஷாஜஹான், நிர்வாகப் பணிகளுக்காகத் திறமையான அதிகாரிகளை நியமித்திருந்தார். தேசத்தின் பல்வேறு கலைகளில் திறமை பெற்றவர்களுக்கும் அவருடைய அரசவையில் இடம் இருந்தது. ஆனால், சாம்ராஜ்ஜியத்தின் வளர்ச்சிக்குப் பெரும் பங்காற்றிய அமைச்சர்களையும் தளபதிகளையும் மரணம் தன் கருணையற்ற கரங்களினால் ஒவ்வொருவராக அப்புறப்படுத்தியது.

அனுபவம் மிக்க அந்தத் திறமைசாலிகள் போன பின்னர், அந்த இடங்களை நிரப்பும் புதியவர்களைப் பேரரசரால் கண்டடைய முடியவில்லை. அவருக்கு ஏற்கெனவே 67 சந்திர வருடம் நிறைவாகி இருந்தது (ஜனவரி 24, 1657). ஷாஜஹானுக்குப் பின் என்ன ஆகும்?

ஷாஜஹானுக்கு நான்கு மகன்கள் இருந்தனர். இளமைப் பருவத்தைக் கடந்த அந்த நால்வருக்குமே பல்வேறு பகுதிகளை நிர்வகித்த அனுபவமும், படைகளுக்குத் தளபதியாக இருந்த அனுபவமும் இருந்தது. ஆனால், சகோதரர்களிடையே எந்தப் பாசமும் இருக்கவில்லை. மகன்களில் மூத்தவரான தாரா ஹுகோவுக்கும், மூன்றாவது மகனான ஔரங்கசீபுக்கும் இடையே ஆரம்பித்த கசப்பு, காலப்போக்கில் பெருகியது. அனைவருக்கும் இது வெளிப்படையாகத் தெரியும்படியாகவும் மாறியது. எனவே, அமைதியை நிலைநாட்டும்பொருட்டு, அரச சபையில் இருந்தும், தாரா ஷுகோவிடமிருந்தும் வெகுதொலைவில் இருக்கும்படியாக ஔரங்கசீப் தூரப் பிரதேசங்களுக்கு அனுப்பிவைக்கப்பட்டார்.

தனக்குப் பின்னான ஆட்சிப் பொறுப்பை, தன்னுடைய மனைவிகளில் ஒருவர் மூலம் பிறந்த நான்கு மகன்களில் மூத்தவனான தாரா ஷுகோவிடமே ஒப்படைக்க வேண்டும் என்று ஷாஜஹான் விருப்பம் கொண்டிருந்தார். இதனைப் பலரும் அறியும்படி வெளிப்படுத்தியும் வந்தார். அரியணையைச் சுமுகமான

முறையில் மாற்றித் தர வேண்டும் என்ற எண்ணத்தில்தான் தாராவுக்கு அரச நிர்வாகப் பயிற்சியும் பொறுப்புகளும் கொடுத்துத் தன் அருகிலேயே நீண்ட காலம் வைத்திருந்தார்.

தாராவுக்குக் கீழ்ப்படியக்கூடியவர்களைக் கொண்டே ராஜ்ஜியத்தின் பல பகுதிகளை ஷாஜஹான் நிர்வகிக்கவும் செய்திருந்தார். தாராவுக்கு உயர் பதவிகளும் சலுகைகளும் கொடுத்து மிக உயரத்தில் வைத்திருந்தார். யாரும் பேரரசரைச் சந்தித்து எதுவும் சொல்ல வேண்டுமென்றால்கூட தாராவின் உதவியை வாங்கியோ கெஞ்சியோ பெற்றுத்தான் செய்ய முடியும்.

தாராவுக்கு 42 வயது முடிந்திருந்தது. அவர் தன் கொள்ளுத் தாத்தா அக்பரைப் போன்று பல இறைத் தத்துவங்களில் தேடல்களைக் கொண்டிருந்தார். தால்முத், புதிய ஏற்பாடு, இஸ்லாமியச் சூஃபிகள் எழுதியவை, ஹிந்து வேதாந்தம் என அனைத்தையும் ஆர்வத்துடன் படித்திருந்தார். உலகின் அனைத்து மதங்களுக்கும் ஆதாரமாக இருக்கும் உலகளாவிய உண்மைகளில், இஸ்லாம் மற்றும் ஹிந்துத் தர்மத்துக்கான இணைப்பைக் கண்டடைவதே அவருடைய நோக்கமாக இருந்தது. பொதுவாக மத வெறியர்கள் தங்களுடைய மதங்களின் மேலோட்டமான விஷயங்களில் மட்டும் ஆர்வம் காட்டுவதினால் இந்த இணைப்புப் புள்ளிகளைப் புறமொதுக்கி விடுவது வழக்கம்.

ஹிந்து யோகி லால் தாஸ், இஸ்லாமிய ஃபகிர் சர்மத் ஆகியோரின் ஆர்வமிகு சீடராக இருந்த தாரா ஷுகோ, அவர்களிடம் கற்றறிந்த விஷயங்களில் இருந்து தன் ஆன்மிகத் தத்துவத்தை உருவாக்கிக் கொண்டார். எனினும் அவர் இஸ்லாமில் இருந்து விலகிச் சென்று விடவில்லை. பல்வேறு இஸ்லாமியச் சூஃபிகளின் வாழ்க்கை வரலாற்றைத் தொகுத்திருக்கிறார். மியான் மீர் என்ற இஸ்லாமியச் சூஃபியின் சீடராக இருந்திருக்கிறார். இஸ்லாமில் நம்பிக்கை இல்லாதவராக இருந்திருந்தால் தாரா ஷுகோவை மியான் மீர் சீடராக ஏற்றுக் கொண்டிருக்கமாட்டார். ஆன்மிக நாட்டம் கொண்ட ஷாஜஹானின் மகளான ஜஹான் ஆராவும் தனது சகோதரர் தாராவை ஆன்மிக வழிகாட்டியாகவே புகழ்ந்து பேசியிருக்கிறார்.

இஸ்லாமின் அடிப்படைக் கோட்பாடுகளைத் தாரா புறமொதுக்க வில்லை என்பதையே அவருடைய ஆன்மிகப் படைப்புகளின் அறிமுக உரையில் எழுதப்பட்டிருப்பவை எடுத்துக்காட்டுகின்றன. இஸ்லாமிய மார்க்க விசுவாசிகள் ஏற்றுக்கொள்ளும் இஸ்லாமின் ஒரு பிரிவான சூஃபிகள் முன்வைத்தவற்றையே தாராவும்

முன்வைத்தார். இருந்தும், ஹிந்து தத்துவங்களுடனான அவருடைய நல்லுறவு அவருக்குப் பெரும் தடையாகவே இருந்தது.

ஒருவேளை அவர் தன்னை பழமைவாத, தூய்மைவாத இஸ்லாமின் பாதுகாவலராக முன்னிறுத்த விரும்பி இருந்தாலும், இஸ்லாமுக்கு வெளியில் இருக்கும் நபர்கள் மீது புனிதப் போருக்குச் செல்ல விரும்பி இருந்தாலும் அவரால் அனைத்து இஸ்லாமியர்களையும் தன் பின்னால் அணிதிரள வைக்க முடிந்திருக்காது.

தாராவின் மீதுள்ள அளவு கடந்த பாசத்தால் அவரை எப்போதும் அரசபையிலேயே இருக்கும்படி ஷாஜஹான் செய்தது பின்னாளில் கெடுதலையே கொண்டு வந்தது. காந்தஹாரின் மூன்றாவது முற்றுகையின்போது மட்டுமே படையை வழிநடத்திச் செல்லவும், பிராந்தியங்களை நிர்வகிக்கவும் தாராவுக்கு வாய்ப்புக் கொடுக்கப் பட்டது. இதனாலேயே அவருக்குப் போர்க்கள அனுபவமோ, நிர்வாகத் திறமையோ கைகூடியிருக்கவில்லை. ஆட்களைப் பார்த்த உடனேயே எடைபோடும் திறமையும் அவருக்கு இருந்திருக்க வில்லை. போரில் ஈடுபட்ட படைகளுடனும் அவருக்கு நேரடித் தொடர்பு இல்லை.

இதனால், வலிமையானவருக்கே அரசுரிமை என்ற மொகலாய அணுமுறையின்கீழ், தாரா ஷுகோ ஆட்சிக் கட்டில் ஏறத் தகுதியற்றவராகவே பார்க்கப்பட்டார். அவரிடம் இருந்த அளவு கடந்த செல்வமும் செல்வாக்கும், நிதானம், தன்னிலைப் புரிதல், சுயக் கட்டுப்பாடு, முன்னோக்குப் பார்வை ஆகியவற்றை அவருக்குத் இல்லாமல் செய்துவிட்டது.

தாரா ஷுகோவைச் சுற்றியிருந்த எல்லோரும் அவரை எப்போதும் போலியாகப் புகழ்ந்த வண்ணமே இருந்தனர். இது, தில்லி அரியணையின் முறையான வாரிசாக இருந்த அவரிடம் இயல்பான பெருமிதத்தையும் திமிரையும் உருவாக்கியிருந்தது. அவருக்குப் பண்புடன் நடந்துகொள்ளவும் தெரிந்திருக்கவில்லை. இத்தகைய பயனற்ற, அறிவுக்கூர்மையற்ற எஜமானரிடம் இருந்து திறமைசாலிகளும், சுய மரியாதை கொண்டவர்களும் விலகிச் செல்லவே நேர்ந்தது.

தாரா அன்பான கணவராக இருந்தார். பாசமான தந்தையாகவும், கீழ்ப்படிதல் மிகுந்த மகனாகவும் செயல்பட்டார். ஆனால், நெருக்கடிகள் நிறைந்த சூழலில் ஓர் ஆட்சியாளராக அவர் மிகவும் தோல்வியுற்றவராகவே இருந்திருப்பார். நீண்ட காலம் நீடித்த

ஷாஜஹானின் வளமும், வெற்றியும் கொண்ட ஆட்சி தாராவின் திறமைகளை மந்தமாக்கியிருந்தது.

ஷாஜஹானின் ஆட்சி, தாராவைப் புத்திசாதுரியமாகத் திட்டமிட முடியாதவராகவும் துணிந்து செயல்பட இயலாதவராகவும் ஆக்கிவிட்டது. தோல்வியின் பிடியில் இருந்து வெற்றியைப் பறித்தெடுக்கும் வகையில் திட சித்தத்துடனும் சாகச உணர்வுடனும் செயல்பட முடியாதவராய் முடக்கிவிட்டது. ராணுவத் திறமை, துல்லிய வியூகங்கள் எல்லாம் அவருடைய சக்திக்கு அப்பாற்பட்டவையாக இருந்தன. ஓர் உண்மையான, நிதானமான தளபதியாக இருந்து, எதிர்ப்பு அலைகளையெல்லாம் சமாளிக்கும் திறமை அவரிடம் இல்லை.

முடிவில், போர்க்கலையில் வெகுளியாக இருந்த அவர், அனுபவம் மிகுந்த திறமைசாலியை (ஔரங்கசீபை) அரியணைப் போரில் எதிர்கொள்ளவேண்டியிருந்தது.

2. 1657: ஷாஜஹானின் உடல் நலக்குறைவும், அதைத் தொடர்ந்து சாம்ராஜ்ஜியத்தில் எழுந்த குழப்பங்களும்

செப்டம்பர் 6 அன்று சிறுநீர் கடுப்பு, மலச்சிக்கல் காரணமாக ஷாஜஹான் நோய்வாய்ப்பட்டார். ஒரு வாரத்துக்கு அரண்மனை வைத்தியர்கள் தொடர்ந்து சிகிச்சைகள் அளித்தும் எந்தப் பலனும் இல்லை. வலி கூடிக் கொண்டே போனது. அன்றாடத் தர்பார் நடவடிக்கைகள் நின்றுபோயின. பேரரசர் பால்கனியில் வந்து மக்களைச் சந்திப்பதைக்கூட நிறுத்திவிட்டார். சில வாரங்கள் கழித்து, ஒருவழியாக மருத்துவர்களின் உதவியால் வலி கட்டுக்குள் கொண்டுவரப்பட்டது. ஆனால், நிலைமையில் லேசான மாற்றம் மட்டுமே தெரிந்தது. எனவே ஆக்ராவுக்குச் செல்ல விரும்பிய அவர், தான் மிகவும் நேசித்த மனைவியின் கல்லறை மஹாலைப் பார்த்தபடியே உயிர் துறக்க முடிவு செய்தார். அக்டோபர் 26-ல் ஆக்ரா நகருக்குச் சென்று சேர்ந்தார்.

ஷாஜஹானின் உடல் நிலை மோசமாகியிருந்த காலகட்டத்தில் அவரைத் தாரா ஷுகோ அருகில் இருந்தே கவனித்துக் கொண்டார். மணிமுடியை உடனே கைப்பற்ற வேண்டும் என்ற எந்த மலினமான அவசரமும் அவரிடம் இல்லை. தந்தையை அக்கறையுடனும் அன்புடனும் கவனித்துக் கொள்ள வேண்டும் என்ற எண்ணம் மட்டுமே அவரிடம் இருந்தது. நோய் ஆரம்பித்திருந்த நிலையிலேயே, தான் பிழைப்பது கடினம் என்று உணர்ந்த

ஷாஜஹான், மறு உலக வாழ்வுக்கான ஏற்பாடுகளில் இறங்கினார். மிகவும் நம்பிக்கைக்குரிய அரச சபையினரையும் பிரதான அதிகாரிகளையும் அழைத்த அவர், தனது இறுதி ஆசையாக 'இனிமேல் தாரா ஷுகோவே மன்னராக இருப்பார். அவருக்கே நீங்கள் கட்டுப்படவேண்டும்' என்று உத்தரவிட்டார்.

இருப்பினும் தாரா உடனே ஆட்சிக் கட்டிலில் ஏறிவிடவில்லை. தந்தையின் சார்பில், தந்தையின் பேரிலேயே அவர் உத்தரவுகளைக் கொடுக்க ஆரம்பித்தார். அதேசமயம் தனக்கான ஆதரவை மேலும் பெருக்கிக் கொள்ளும் நடவடிக்கைகளிலும் இறங்கினார்.

தாரா ஷுகோ, ஔரங்கசீபின் நம்பிக்கைக்குரிய ஆதரவாளரான மீர் ஜும்லாவை வாஸிர் பதவியில் இருந்து நீக்கினார் (செப்டம்பர் இறுதி வாக்கில்). மீர் ஜும்லா, மொஹபத் கான் ஆகியோரைத் தமது படையுடன் தக்காணத்தில் இருந்து தில்லிக்குத் திரும்பும்படி உத்தரவிட்டார்.

நவம்பர் நடுப்பகுதி வாக்கில், ஷாஜஹானுக்கு உடல் நிலையில் நல்ல முன்னேற்றம் ஏற்பட்டது. நோயின் காரணமாக அதுவரை அவரிடம் சொல்லப்படாமல் இருந்த அரசாங்கத்தின் முக்கிய விஷயங்கள் இப்போது சொல்லப்பட்டன. வங்காளத்தில் ஷுஜா தனக்குத் தானே முடி சூட்டிக்கொண்டு படையுடன் தில்லி நோக்கி வருவதாகக் கிடைத்த செய்தியும் ஷாஜஹானிடம் சொல்லப் பட்டது. அவருடைய அனுமதியைப் பெற்று சுலைமான் ஷுகோ (தாரா ஷுகோவின் மூத்த மகன்) மற்றும் மிஸா ராஜா ஜெய் சிங் ஆகியோரின் தலைமையில் 22,000 வலிமையான வீரர்களைக் கொண்ட படை ஷுஜாவை எதிர்ப்பதற்கு அனுப்பி வைக்கப்பட்டது.

விரைவிலேயே குஜராத்தில் இருந்தும் இதே போன்ற அபாயகரமான செய்தி ஒன்று வந்து சேர்ந்தது. அங்கிருந்த ஷாஜஹானின் மற்றொரு மகனான முராத், டிசம்பர் 5 அன்று தன்னைத் தானே முடிசூட்டிக் கொண்டதோடு ஔரங்கசீபுடன் கூட்டுச் சேர்ந்துகொள்வதாக அறிவித்தார். எனவே அதே மாத இறுதியில், ஆக்ராவிலிருந்தும் மால்வாவில் இருந்தும் இரண்டு படைகள் அனுப்பப்பட்டன. ஒன்று தெற்கில் இருந்து படையுடன் வரும் ஔரங்கசீபை எதிர்க்கவும், இன்னொன்று குஜராத் நோக்கிச் சென்று முராதைப் பதவியிலிருந்து நீக்கவும் அனுப்பப்பட்டன.

இந்தப் படைகளின் முதல் அணி மார்வாரின் மன்னர் ஜஸ்வந்த் சிங் தலைமையில் அமைக்கப்பட்டது. அவர் மால்வாவுக்கு ஆட்சியாளராக நியமிக்கப்பட்டார். அங்கு ஏற்கெனவே ஆட்சியாளராக இருந்த சிஷ்தா கான் திரும்ப அழைக்கப்பட்டார்.

ஔரங்கசீப் | 67

இரண்டாம் படைக்குத் தலைவராக க்வாசிம் கான் நியமிக்கப் பட்டார். அவரே குஜராத்தின் ஆட்சியாளராகவும் நியமிக்கப் பட்டார். ஷாஜஹான் இந்தத் தளபதிகளிடம் ஒரு விஷயம் கேட்டுக் கொண்டார்: 'என் இளைய மகன்களை உயிருடன் விட்டுவிடுங்கள். முதலில் அவர்களுக்கு நல்லவிதமான ஆலோசனைகளைச் சொல்லி தங்களுடைய பிராந்தியங்களுக்குத் திரும்பி அனுப்பப் பாருங்கள். முடியாவிட்டால் மிதமாக வலிமையைக் காட்டுங்கள். வேறு வழியே இல்லையென்றால் மட்டும் மூர்க்கமாகத் தாக்குங்கள்' என்று சொல்லி அனுப்பினார்.

பேரரசருக்கு உடல் நிலை மோசமானபோது ஓரிரு நம்பகமான அமைச்சர்கள் நீங்கலாக வேறு யாரையும் அவரைச் சந்திக்கத் தாரா அனுமதிக்கவில்லை. வங்காளம், குஜராத், தக்காணம் ஆகிய பகுதிகளில் இருந்த தனது சகோதரர்களுக்குச் செல்லும் கடிதங்கள், தூதுவர்கள் அனைவரையும் நிறுத்தினார். நதி வழிப் படகுப் போக்குவரத்தையும் தடுத்தார். அரச சபையில் இருந்த, தன் சகோதரர்களுடைய ஆதரவாளர்கள் மீது கண்காணிப்பை அதிகரித்தார். தனக்குத் தெரியாமல் எதையும் அனுப்பக்கூடா தென்று உத்தரவிட்டார். ஆனால் இவையெல்லாம் பெரும் சிக்கலையே கொண்டுவந்தன.

எந்தச் செய்தியும் வந்து சேராததால் தூரப் பகுதியில் இருந்த இளவரசர்களும் மக்களும் ஷாஜஹான் இறந்துவிட்டதாகத் தவறாக நினைத்துவிட்டனர். அடுத்த அரசர் யார் என்ற குழப்பமும் ஒழுங்கீனமும் உடனே ஆரம்பித்தன. சட்ட விரோதச் சக்திகள் எல்லாம் அராஜகங்களில் ஈடுபடத் தொடங்கினர். விவசாயிகள் வரி கட்ட மறுத்தனர். ஜமீந்தார்கள் தமது எதிரிகளை வீழ்த்த எல்லை தாண்டிப் புறப்பட்டனர். உள்ளூர் நிர்வாகம் முடங்கியது. எதிர்காலத்தில் என்ன நடக்கும் என்பதே தெரியாத அளவுக்குப் பதற்றம் உருவானது. பல இடங்களில் சட்ட ஒழுங்குச் சீர் கெட்டது.

ஷாஜஹானுடைய உடல் நிலை சீராகிவிட்டது என்ற செய்தி ஷாஜஹானின் கையெழுத்தில் ராஜ முத்திரையுடன் சிறிது நாட்களில் வந்து சேர்ந்தது. ஆனால், 'இதெல்லாம் ஹாஜஹானின் கையெழுத்தைப்போல நகல் எழுத்து எழுதுவதில் கை தேர்ந்த தாரா எழுதியவைதான். ஷாஜஹானின் முத்திரையையும் அவர் கைப்பற்றியிருப்பார்' என்றே இளவரசர்கள் நினைத்தனர். உடனேயே மூன்று இளைய சகோதரர்களும் பதில் கடிதம் ஒன்றை எழுதினர். அதில், தாம் கேள்விப்பட்ட வதந்திகள் தங்களுடைய மனதை வெகுவாகப் பாதித்துவிட்டதாகவும், உண்மை நிலை என்ன

என்பதை அறிந்துகொள்ள நேரில் வருவதாகவும் குறிப்பிட்டிருந்தனர்.

3. முராத் பக்ஷ் குஜராத்தில் முடிசூட்டிக்கொள்கிறார்

ஷாஜஹானின் மகன்களில் மிகவும் இளையவரான முஹம்மது முராத் பக்ஷ், அரசக் குடும்பத்தில் இருந்த கறுப்பு ஆடு. அவருக்கு பல்க், தக்காணம், குஜராத் எனப் பல இடங்களில் ஷாஜஹான் பதவி வழங்கி இருந்தார். ஆனால், அனைத்து இடங்களிலும் அவர் தோல்வியையே தழுவியிருக்கிறார். அறிவில்லாமல் சுகப் போகங்களில் திளைப்பவராகவும், மூர்க்கத்தனம் மிகுந்தவராகவும் இருந்த அவருக்கு வயதுக்கு ஏற்ற பக்குவம் வந்திருக்கவில்லை. தனது ஆசைகளை அடக்கிக் கொள்ளவோ, ராஜ்ய நிர்வாகத்தில் அக்கறையுடன் ஈடுபடவோ அவர் கற்றுக் கொண்டிருக்கவில்லை.

சரியான நபர்களைப் பதவிக்கு நியமிக்கும் திறமையும் அவரிடம் இல்லை. ஆனால், முராத் ஒரு துணிச்சல் மிகுந்த போர் வீரர். களத்தில் கொண்டு நிறுத்தினால் அவர் உடம்பில் ஓடும் தைமூர் ரத்தம் போர் குணம் கொண்டு சீறிப்பாயும். எதிரிகளின் தடைகள் அனைத்தையும் உடைத்தபடி நெருங்குவார். அவரைச் சுற்றிலும் நடக்கும் தாக்குதல்களைக் கண்டு சிறிதும் கலங்காமல் வெறியாட்டம் தரும் கிளர்ச்சியில் திளைப்பார். ஆனால் அவரிடம் ஒரு தளபதிக்கு உரிய குணம் இருக்கவில்லை. இந்தக் குறையானது அவருடைய வீரத்தால் ஈடுகட்ட முடியாத பலவீனமாகவே இருந்தது.

இவருடைய திறமைக் குறைவைப் பற்றித் தெரிந்திருந்த ஷாஜஹான், அலி நகி என்ற திறமையான, நேர்மையான அதிகாரியை வருவாய் அமைச்சராகவும் பிரதான ஆலோசகராகவும் அனுப்பி வைத்திருந்தார்.

அலி நகியின் கண்காணிப்பும் நேர்மையும் மிகுந்த நிர்வாகமானது, இளவரசரின் துதிபாடிகளையும், நெருங்கிய நண்பர்களில் பலரையும் அவருக்கு எதிரியாக்கிவிட்டது. அப்படி வெறுப்புக்கு உள்ளான ஒருவன் அமைச்சருக்கு எதிராகச் சதித் திட்டம் ஒன்றைத் தீட்டினான். அவன், அலி நகியின் கையெழுத்தில் அவருடைய முத்திரையைக் குத்தி ஒரு பொய்க் கடிதத்தை எழுதினான். அதில் அவர் தாரா ஷுகோவுடன் இணைய விரும்புவதாகக் குறிப்பிட்டான். பிறகு இந்தக் கடிதத்தை ஒற்றர் ஒருவரிடம் கொடுத்து தாரா ஷுகோவிடம் கொடுக்கச் சொன்னான்.

அந்த ஒற்றன் முராதின் ரோந்து காவல் படையினரிடம் எப்படியும் மாட்டிக்கொள்வான் என்றே சதித் திட்டம் தீட்டியவன் கணித்திருந்தான். அதேபோலவே அந்த ஒற்றனும் மாட்டிக் கொண்டான்.

இந்த நிகழ்ச்சிகள் அரங்கேறியபோது முராத் தனது அரண்மனைத் தோட்டத்தில் காமக் களியாட்டங்களில் ஈடுபட்டிருந்தார். பொழுது விடிவதற்கு முன்பாகவே இந்தக் கடிதம் அவரது கைகளுக்குக் கொண்டு செல்லப்பட்டது. இரவு முழுவதும் தூங்காமல் களித்திருந்த இளவரசர், கோபம் தலைக்கு ஏறிய நிலையில் அந்த நொடியே அமைச்சர் அலி நகியைத் தன் முன் இழுத்து வரச் சொல்லி உத்தரவிட்டார். அவர் வந்தவுடன், ‘உனக்கு எவ்வளவோ நன்மைகள் செய்தும் இப்படித் துரோகியாகிவிட்டாயே’ என்று சீறிப்பாய்ந்து ஈட்டியால் அவரைக் குத்திக் கொன்றார்.

ஏராளமான வீரர்களை முராத் தன் படையில் சேர்த்து வந்திருந்தார். அவர்களுக்கு உணவு கொடுக்கவே அதிகப்படியான பணம் தேவைப்பட்டது. எனவே ஷப்பாஸ் கான் என்ற பெயருடைய நபும்சகனின் தலைமையில் 6000 வீரர்களைப் போர் ஆயுதங்களுடன் அனுப்பிய அவர், செல்வ வளம் மிகுந்த சூரத் கோட்டையில் இருந்து பணத்தைப் பெற்று வரச் சொன்னார். காவல் மதில் இல்லாத அந்த நகரானது முராத்தின் வீரர்களால் எளிதில் கைப்பற்றப்பட்டுக் கொள்ளையடிக்கப்பட்டது.

சில டச்சுப் பீரங்கி வீரர்களின் உதவியுடன் சூரத் கோட்டையைச் சுற்றி ஷப்பாஸ் கான் சுரங்கங்கள் அமைத்தார். பின் கோட்டையின் ஒரு பக்கச் சுவரை, பீரங்கியின் துணை கொண்டு வெடித்துச் சிதற செய்தார். கோட்டையில் இருந்தவர்கள் இதைக் கண்டு அஞ்சி சரணடைந்தனர் (டிசம்பர் 20). இதையடுத்து அங்கிருந்த துப்பாக்கிகள், பொக்கிஷங்கள் என அனைத்தையும் முராத் படையினர் கைப்பற்றினர். அங்கிருந்த இரண்டு செல்வந்தர்களிடம் இருந்து வலுக்கட்டாயமாக ஐந்து லட்ச ரூபாயையும் கடனாகப் பெற்று வந்தனர்.

இதனிடையில், ஷாஜஹானின் உடல்நிலை மோசமான செய்தி கிடைத்ததுமே முராதும் ஔரங்கசீபும் நம்பகமான ஒற்றர்களின் மூலம் ரகசியக் கடிதப் பரிமாற்றங்களில் ஈடுபட்டனர். இன்னொரு இளவரசரான ஷுஜாவுக்கும் தாராவுக்கு எதிரான தங்களுடைய கூட்டணியில் சேரும்படிக் கடிதம் அனுப்பினர். எனினும் ஒவ்வொரு பிராந்தியத்துக்கும் இடையேயான தொலைவு நீண்டதாக இருந்ததால், மூவராலும் இசைவான கோரிக்கைகளுடன்

ஒரு வலுவான, தெளிவான ஒப்பந்தத்தை அமைக்க முடியவில்லை. ஆனால் முராதுக்கும் ஔரங்கசீபுக்கும் இடையில் உறுதியான ஒரு திட்டம் முடிவானது. ஆரம்பத்தில் இருந்தே முராத், ஔரங்கசீபின் வழிகாட்டுதலின்படி நடந்துகொள்ளத் தீர்மானித்திருந்தார். ஆனால், அவர் மிகவும் அவசரப்படுபவராக இருந்தார்.

சூரத்தில் கிடைத்த வெற்றிக்குப் பின்னர் தனக்குத் தானே முடிசூட்டிக் கொண்ட அவர், மருவாஜ் உத் தீன் என்ற பட்டப் பெயரையும் சூடிக்கொண்டார் (டிசம்பர் 5). ஆவணமாகக் கிடைத்திருக்கும் கடிதங்களைப் பார்த்தால், முராத் மிகவும் தீவிரமாக, காலில் நெருப்பு பற்றியவரைப்போல் அனைத்தையும் வேக வேகமாகச் செய்யக்கூடியவராக இருந்திருக்கிறார் என்பது புரிகிறது. ஔரங்கசீபோ இதற்கு மாறாக நிதானமானவராகவும் அனைத்தையும் தயங்கித் தயங்கிச் செய்பவராகவும் இருந்திருக்கிறார்.

இதனால் ஷாஜஹான் உடல்நிலை குன்றிய பிறகு இளவரசர்கள் உடனே தெற்கிலிருந்து புறப்பட்டுச் செல்ல வேண்டும் என்று முராத் அறிவுறுத்தினார். தாரா தன் பலத்தைக் கூட்டிக் கொள்வதற்கு முன்பாகவே, அருகிலும் தொலைவிலும் நிறுத்தி வைக்கப் பட்டிருந்த பேரரசப் படைகளின் தளபதிகளின் ஆதரவைப் பெறுவதற்கு முன்பாகவே அவரைத் தோற்கடித்துவிட வேண்டும் என்று வலியுறுத்தினார்.

ஔரங்கசீபோ, 'எந்தவொரு வில்லங்கமான செயலையும் செய்து விடாதே. கலக எண்ணத்தை வெளிப்படையாகக் காட்டிவிடாதே. பொறுமையாக இரு. ஷாஜஹான் உண்மையிலேயே இறந்து விட்டாரா என்பது தெரியும்வரையில் பொய்யான நட்புறவுக் கடிதங்களைத் தாராவுக்கு அனுப்பி வைக்கலாம்' என்று சொன்னார். பாரசீகர்களையும் உஸ்பெக்குகளையும் ஆஃப்கானிஸ்தானைத் தாக்கச் சொல்லி, தாராவின் கவனத்தை அந்தப் பக்கம் திருப்பிவிடுவோம் என்று அறிவுறுத்தினார்.

ஆஃப்கானிஸ்தான் அன்று மொகலாய சாம்ராஜ்ஜியத்தில்தான் இருந்தது. எனவே பாரசீக மன்னருக்கு முராத் ஒரு கடிதம் அனுப்பினர். அதில், ஷாஜஹானின் மரணம் பற்றிய வதந்தியைக் குறிப்பிட்டு, தனக்கு அவருடைய படை உதவி வேண்டும் என்றும் கேட்டுக் கொண்டார். பாரசீக மன்னர் அந்தச் செய்தி உண்மையா என்று பரிசோதித்துப் பார்க்க வேண்டி சிறிது காலம் காத்திருந்தார்.

இந்தச் சமயத்தில் மொகலாய சாம்ராஜ்ஜியத்தை எப்படிப் பங்கிட்டுக்கொள்வது என்ற ஓர் ஒப்பந்தத்தை ஔரங்கசீப்

எழுதினார். அதைக் குர்ரான் மீது ஆணையிட்டு முராதுக்கு அனுப்பி வைத்தார். அதில் சொல்லப்பட்டிருந்தவை:-

அ) பஞ்சாப், ஆஃப்கானிஸ்தான், காஷ்மீர், சிந்து ஆகிய பிராந்தியங்களைச் சுதந்தரமான அரசராக இருந்து முராத் ஆண்டு கொள்ளலாம். எஞ்சிய மொகலாய சாம்ராஜ்ஜியம் ஒளரங்கசீபுக்குச் சொந்தமாக வேண்டும்.

ஆ) போரில் கிடைப்பதில் மூன்றில் இரண்டு பங்கு ஒளரங்கசீபுக்கு. மூன்றில் ஒரு பங்கு முராதுக்கு.

இந்தக் கடிதத்துக்குப் பிறகு தயாரிப்பு வேலைகள் எல்லாவற்றையும் முடித்துக்கொண்ட முராத், பிப்ரவரி 25, 1658 அன்று அஹமதாபாத்தில் இருந்து புறப்பட்டார். ஏப்ரல் 14 அன்று மால்வாவின் திபல்பூரில் இருந்த ஒளரங்கசீபின் படையுடன் இணைந்துகொண்டார்.

இந்த ஒப்பந்தங்கள் ஒளரங்கசீப் எழுதிய கடிதத்தில் இடம்பெற்றுள்ளது (அதாப் ஐ ஆலம்கிரி: பக். 78). அவருடைய அதிகாரி அஹில் கான் ராஸி எழுதிய வரலாற்றிலும் (பக். 25), தாஸ்கிராத் அஸ் சக்ஃபிதலா ஆகியவற்றிலும் இடம்பெற்றுள்ளது. இவை, மார்க்கத்தில் இருந்து விலகிய தாராவை வீழ்த்தியபின் ஒட்டு மொத்த சாம்ராஜ்ஜியத்தையும் முராதுக்குக் கொடுக்க ஒளரங்கசீப் தயாராக இருந்தார் என்றும், மெக்காவுக்குத் தார்விஷாக (ஹஸரல்ஜி) போகத் தீர்மானித்திருந்தார் என்றும் பெர்னியர் எழுதியதைத் தவறு எனத் தெளிவாக எடுத்துக்காட்டுகின்றன.

4. வாரிசு உரிமைப் போரில் ஒளரங்கசீபின் பதற்றங்களும் கொள்கைகளும்

அக்டோபர் 4, 1657 அன்று பீஜாப்பூர் போரிலிருந்து விலகிய நாள் தொடங்கி, ஜனவரி 25, 1658-ல் ஹிந்துஸ்தானின் அரியணையைக் கைப்பற்ற தில்லியை நோக்கிப் புறப்பட்ட நாள் வரையில் ஒளரங்கசீப் மிகவும் பதற்றமும் நெருக்கடியும் நிறைந்த காலகட்டத்தைக் கடக்க வேண்டியிருந்தது. அவரால் கட்டுப்படுத்த முடியாத நிகழ்வுகள் எல்லாம் வேகமாக நடக்கத் தொடங்கியிருந்தன.

அவருடைய அன்றைய நிலை பெரிதும் சமாளிக்க முடியாததாகிக் கொண்டிருந்தது. எதிர்காலமோ மிகவும் அபாயகரமானதாகத் தெரிந்தது. இப்போது பார்க்கும்போது இத்தகைய பெரிய

பிரச்னைகளையும், சிக்கலான நெருக்கடிகளையும் அவர் அசாத்தியமாகத் தாண்டியதால்தான், அவருடைய நிதானத்தை, நிலைமையைக் கணிக்கும் திறமையை, மனிதர்களை நிர்வகிக்கும் திறமையை, ராஜ தந்திரத்தை நாம் போற்றிப் பாராட்டுகிறோம் என்பது புரிகிறது.

'பீஜாப்பூர் சுல்தானுடன் அமைதி ஒப்பந்தம் செய்துகொள்ள வேண்டும். தக்காணத்தில் இருந்து படைகளைத் திரும்ப அனுப்பி விடவேண்டும்' என்ற பேரரசர் அனுப்பிய உத்தரவு ஔரங்கசீபுக்குக் கிடைத்தது. இது, நீண்ட காலமாக நடந்து வந்த, அதிகச் செலவுகளை இழுத்துவிட்ட பீஜாப்பூர் போரின் வெற்றிக்கனிகளை அவர் சுவைக்கும் முன்பே, அவரிடம் இருந்து பறித்துக்கொள்ளும் அபாயத்தை உண்டாக்கியது.

எனவே ஒப்பந்தத்தின் தீர்மானங்களை முழுமையாக அடையும் வகையில் துணிந்து செயல்பட ஔரங்கசீப் ஒரு திட்டம் தீட்டினார். அதை, பீஜாப்பூர் படையினர் தமது சமீபத்திய தோல்விகளில் இருந்து எழுவதற்கு முன்பாகவே நிறைவேற்றத் தீர்மானித்தார். மொகலாயப் பேரரசின் பலவீனங்களும் திசைதிருப்பல்களும் வெளியே தெரியவருவதற்கு முன்பாகவே செய்து முடிக்கத் திட்டமிட்டார்.

ஆனால், பீஜாப்பூர் தொடர்பான இந்தத் தீர்மானத்தை நிறைவேற்றுவதிலும், தெற்கில் படையெடுப்பைத் தொடர்ந்து மேற்கொள்ளுவதிலும் ஔரங்கசீபுக்குச் சில பின்னடைவுகளும் இருந்தன. தில்லி அரியணையைக் கைப்பற்ற அவர் எவ்வளவு தாமதிக்கிறாரோ அந்த அளவுக்குத் தாராவுக்கு தக்காணத்திலிருந்து தன் தளபதிகளைத் திரும்ப அழைத்துக்கொள்வதற்கான கால அவகாசம் கிடைத்துவிடும். ஔரங்கசீப் ஹிந்துஸ்தானின் தலைமையகம் நோக்கிப் படையெடுக்க எந்த அளவுக்குக் காத்திருக்கிறாரோ, அந்த அளவுக்கு அருகிலும் தூரப் பகுதிகளிலும் இருக்கும் அதிகாரிகளின் ஆதரவையும் மக்களின் ஆதரவையும் தாரா பெற்று விட முடியும். தனது அதிகாரத்தையும் செல்வாக்கையும் அவரால் அதிகரித்துக்கொள்ள முடியும். அவ்வாறு நேர்ந்தால் தாராவால் ஔரங்கசீபின் திட்டங்களை எளிதில் சமாளித்துவிட முடியும்.

மாறாக, ஔரங்கசீப் தனது படைகளை ஒன்று திரட்டிக்கொண்டு வாரிசுரிமைப் பிரகடனத்தை வெளிப்படையாக அறிவித்தபடி வடக்கு நோக்கிப் படையெடுத்து வந்தால் தாரா ஷுகோவை நிச்சயம் தடுத்து நிறுத்திவிடலாம். பேரரசுடன் தன் உறவை

வெளிப்படையாக முறித்துக்கொண்டால் தாரா ஷுகோவை அரியனை ஏற விடாமல் செய்துவிடலாம். ஆனால், அவ்வாறு செய்யும்பட்சத்தில் பரேந்தாப் பகுதியைப் பெறும் வாய்ப்பை அவர் இழக்க நேரிடும். பீஜாப்பூரிடமிருந்து கிடைக்கும் பிணைத்தொகையும் அவருக்குக் கிடைக்காமல் போய்விடும். அதோடு தென் பகுதியில் இருக்கும் ஔரங்கசீபின் எதிரிகள் தலைதூக்குவதற்கு அவரே வாய்ப்பு அமைத்துக்கொடுத்ததுபோல் ஆகிவிடும். தக்காணத்தில் அவர் இரண்டு ஆண்டுப் போரில் பெற்றவை அனைத்தையும் இழக்க நேரிடும். இப்படிப் பல சிக்கல்கள் இருந்தன.

அதாப் ஐ ஆலம்கிரியில் இடம்பெற்றுள்ள ஔரங்கசீபின் கடிதங்களில் இருந்து நமக்குப் பல முக்கியமான விஷயங்கள் தெரிய வருகின்றன. அந்தக் கடிதங்களில், அவர் பீஜாப்பூருடன் ஒப்பந்தம் மேற்கொள்ளும்போது ஏற்பட்ட தாமதம், வாக்களிக்கப்பட்ட பிராந்தியங்களையும் பிணைத் தொகைகளையும் பெறுவதற்கு அவர் மேற்கொண்ட முயற்சிகள், முதலில் மேற்கொண்ட ஒப்பந்தத்தில் இருந்து ஒவ்வொன்றாக விட்டுக் கொடுக்க வேண்டிய நிலை அவருக்கு ஏற்பட்டது, எதுவுமே கிடைக்காது என்ற நிலையில் தென் பகுதியை அப்படியே மறந்துவிட்டு வட இந்துஸ்தானை நோக்கித் தன் கவனத்தைக் குவிப்பதற்கு அவர் முடிவு செய்தது ஆகியவை பற்றி விவரிக்கப்பட்டுள்ளன.

கல்யாணி பகுதியிலிருந்து அக்டோபர் 4, 1657 அன்று புறப்பட்ட ஔரங்கசீப், ஐந்து நாட்களில் பிதார் பகுதியைச் சென்று சேர்ந்தார். அங்குள்ள கோட்டை முறையாகப் பழுதுபார்க்கப்பட்டு, அதில் போதிய காவலும் கொத்தளங்களும் அமைக்கப்பட்டிருந்தன. அங்கிருந்தவர்களுக்குத் தேவையான உணவுப் பொருட்களும் வழங்கப்பட்டிருந்தன. பிறகு அதே மாதம் 18-ம் தேதி அங்கிருந்து புறப்பட்ட அவர், நவம்பர் 11 அன்று ஔரங்காபாத் சென்று சேர்ந்தார். பிதாரில் இருந்து அவர் புறப்பட்டதும் தக்காண ராஜ்ஜியங்களில் பெரும் கொண்டாட்டம் பிறந்தது. இங்குதான் அவரால் கைப்பற்றப்பட்டு கட்டுக்குள் வைத்துக்கொள்ள முடியாத ராஜ்ஜியங்கள் இருந்தன.

ஔரங்கசீப், பீஜாப்பூர் சுல்தானுடன் செய்து கொண்ட ஒப்பந்தத்தின்படி பரேந்தா கோட்டையைப் பெற மீர் ஜும்லாவை (செப்டம்பர் 28) அனுப்பிவைத்தார். ஆனால், அவர் எவ்வளவு முயற்சிகள் மேற்கொண்டும் பரேந்தாவையும் பிணைத் தொகையையும் பெற முடியவில்லை. அந்த வாய்ப்புகள்

மங்கிக்கொண்டே போயின. என்ன செய்வது என்று புரியாமல் குழம்பிப்போன மீர் ஜும்லா ஜனவரி 1, 1658-ல் ஔரங்காபாதுக்குச் சென்று சேர்ந்தார்.

தாரா ஷுகோவுக்குத் தக்காணத்து மொகலாய அதிகாரிகளிடமிருந்து எந்தக் கடிதமும் போகாமல் தடுக்கும் நோக்கில் நர்மதை நதியில் பயணம் செய்யும் அத்தனை பரிசல்களையும் கைப்பற்ற அக்டோபர் 28-ல் ஔரங்கசீப் உத்தரவிட்டிருந்தார். ஆனால், இப்போது என்ன செய்வது என்று தெரியவில்லை.

அவர் என்ன முடிவெடுக்கப்போகிறார் என்று ஆதரவாளர்கள் எதிர்பார்த்துக் காத்திருந்தனர். அவர் எந்த முடிவை எடுத்தாலும் அதில் நிறைய அபாயங்கள் இருந்தன. ஷாஜஹானின் உடல்நிலை பற்றிப் பேரரசின் சபையிலிருந்து கிடைத்த தகவல்கள் அனைத்தும் ஒன்றுக்கொன்று முரணாகவே இருந்தன. உண்மை நிலை என்ன என்பது தெரியவே இல்லை. பல வாரங்கள் ஔரங்கசீப் பெரும் குழப்பத்தில் இருந்தார். அவருடைய ஆதரவாளர்களின் நிலையும் அப்படியே இருந்தது.

ஷாஜஹான் இறந்துவிட்டது உறுதியாகத் தெரியாமல் கலகக் கொடியை உயர்த்தவேண்டாம் என்பதில் ஔரங்கசீப் ஆரம்பத்தில் இருந்தே உறுதியாக இருந்தார். ஆனால் தொடர்ந்து நடந்த சம்பவங்கள் அவர் விரைந்து ஒரு முடிவை எடுக்கும்படி நிர்பந்தித்தன. தாரா ஷுகோ தென் பகுதி தொடர்பாக என்ன தீர்மானம் வைத்திருந்தார் என்பது அப்போது நன்கு புலனாகி இருந்தது. பலவீனமாக இருந்த ஷாஜஹானைக் கொண்டு குஜராத்தின் நிர்வாகப் பொறுப்பில் இருந்த முராதை நீக்கிவிட்டு, அவரிடம் ஔரங்கசீபின் பேரார் பகுதியின் நிர்வாக அதிகாரத்தைத் தர ஏற்பாடு செய்திருந்தார். இதன்மூலம் இரு சகோதரர்களுக் கிடையே மோதலை உருவாக்கலாம் எனத் தாரா திட்டமிட்டிருந்தார்.

தெற்கில் இருந்த தன்னுடைய இரண்டு சகோதரர்களுக்கும் எதிராக இரண்டு படைகளையும் தாரா அனுப்பியிருந்தார். மால்வா பகுதியில் இருந்த ஷிஸ்தா கானை (ஔரங்கசீபைத் தீவிரமாக ஆதரிப்பவர்) தில்லிக்கு வரும்படி அவர் அழைத்திருந்தார் (டிசம்பர் வாக்கில்). இன்னொரு பக்கம் ஔரங்கசீபை விட்டுவிட்டு வரும்படி மீர் ஜும்லாவுக்கும் தில்லியில் இருந்து கடிதம் வந்திருந்தது. அதை மறுத்தால் நிச்சயம் கலகமாகவே பார்க்கப்படும் சூழ்நிலை உருவாகி இருந்தது. இதுபோன்று பல கடிதங்கள் ஔரங்கசீபின் ஆதரவாளர்களுக்கு வந்து சேர்ந்தன.

5. அரியணையைக் கைப்பற்ற ஔரங்கசீபின் முன் தயாரிப்புகள்

ஔரங்கசீப் மன்னராகப் போகிறாரா, இல்லை சுதந்தரமாக, சிறைக்குச் செல்லாமல் வாழப்போகிறாரா என்பது தொடர்பாக உறுதியாக ஒரு முடிவை எடுக்க வேண்டிய தருணம் வந்தது. என்ன செய்ய வேண்டும் என்பதை ஜனவரி 1658 வாக்கில் ஔரங்கசீப் தெளிவாகத் தீர்மானித்தார். உடனேயே அதிவேகமாக, உறுதியான நடவடிக்கைகளை எடுக்க ஆரம்பித்தார்.

முதலில் மீர் ஜும்லாவுடன் ரகசிய உடன்படிக்கை ஒன்றை ஏற்படுத்திக்கொண்டு அவரைப் போலியாகச் சிறைப்படுத்தினார். அவரை தௌலதாபாத் கோட்டையில் சிறை வைத்தார். அதன்பின் அவருடைய சொத்துகள், அற்புதமான பீரங்கிகள் அனைத்தையும் சாம்ராஜ்ஜியத்தின் பெயரில் கைப்பற்றுவதாக அறிவித்தார். மீர் ஜும்லா இரண்டு தக்காணச் சுல்தான்களுடன் ரகசியமாகக் கூட்டுச் சேர்ந்துகொண்டு பேரரசருக்கு எதிராகச் செயல்படுகிறார் என்ற பொய்யான ஒரு குற்றச்சாட்டை முன்வைத்துத் தனது நடவடிக்கைகளை நியாயப்படுத்தினார்.

அடுத்ததாக ஷாஜஹானுக்கும் புதிய வாஸிர் ஜாஃபர் கானுக்கும் ஒரு கடிதம் எழுதினார். அதில், 'ஷாஜஹானின் உடல்நிலை தொடர்பாகக் கேள்விப்பட்ட வதந்திகளால் என் மனம் மிகவும் வருத்தமுற்றுள்ளது. ஷாஜஹானின் கீழ்ப்படியும் மகனாக அவரைச் சந்திக்க ஆக்ராவுக்குப் புறப்பட்டுச் செல்கிறேன்' என்று குறிப்பிட்டார். அதோடு தாராவிடமிருந்து தந்தையை விடுவித்துச் சாம்ராஜ்ஜியத்துக்கு ஏற்பட்டிருக்கும் அபாயத்தையும் குழப்பத்தையும் நீக்க விரும்புவதாகவும் குறிப்பிட்டிருந்தார்.

போர் தவிர்ப்புப் பிணைத் தொகையில் இருக்கும் பாக்கியை உடனே தரும்படி குதுப் ஷாவுக்கு ஔரங்கசீப் பல கடிதங்கள் எழுதினார். கோல்கொண்டா கோட்டையில் நிறுத்தப்பட்ட மொகலாயப் படைகளிடம், 'சுல்தானை இதமாக நடத்துங்கள். நான் தக்காணத்திலிருந்து தில்லிக்குச் செல்லும் காலத்தில் மொகலாயப் பேரரசுக்குப் பாதகம் விளைவிக்கும் வகையில் சுல்தான் நடந்துவிடாதபடிப் பார்த்துக்கொள்ளுங்கள்' எனக் கேட்டுப் பல கடிதங்களை அனுப்பினார்.

இதன்பின் பீஜாப்பூர் பாரி ஷஹிபாவுக்கு (ராஜ மாதாவுக்கு) வாழ்த்துப் பாக்களையும், பரிசுகளையும் அனுப்பிய ஔரங்கசீப்,

பிணைத் தொகைப் பாக்கியை உடனே தர ஏற்பாடு செய்யும்படியும், தான் இல்லாதபோது பீஜாப்பூரில் அமைதி நிலவுவதை உறுதி செய்யும்படியும் கேட்டுக்கொண்டார்.

அதன் பின்னர், ஆதில் ஷாவுக்கு ஆர்வமூட்டும் சலுகை ஒன்றையும் ஔரங்கசீப் தந்தார்: விசுவாசமாக நடந்துகொள்ளுங்கள். கொடுத்த வாக்குறுதியைக் காப்பாற்றுங்கள். அவ்வாறு செய்யும்பட்சத்தில்,

(1) பரீந்தா கோட்டை, அதைச் சார்ந்து இருக்கும் பகுதியான கொங்கணி, மறைந்த ஆதில் ஷாவுக்குத் தரப்பட்ட கர்நாடகப் பகுதி, மொகலாயப் பேரரசுடன் சேர்க்கப்பட்ட வாங்கி மஹால் இவையெல்லாம் முன்பு போலவே உங்கள் வசம் தரப்படும்.

(2) நீங்கள் தருவதாக ஒப்புக்கொண்ட பிணைத்தொகையான ஒரு கோடி ரூபாயில் முப்பது லட்சம் தந்துவிட்டீர்கள். இந்த ராஜ்ஜியத்தைப் பத்திரமாகக் கவனித்துக்கொள்ளுங்கள். இதன் நிர்வாகத்தை மேம்படுத்துங்கள். இங்கிருக்கும் சில கோட்டை களைக் கைப்பற்றியிருக்கும் தளபதி சிவாவை வெளியேற்றுங்கள். 10,000 குதிரைப்படை வீரர்களை அனுப்பிவையுங்கள். பாணகங்கா வரையிலான ராஜ்ஜியம் முழுவதையும் உங்களுக்கே தந்து விடுகிறேன் என்று குறிப்பிட்டிருந்தார்.

இதையெல்லாம் செய்துவந்த அதே நேரம் தலைநகரில் இருந்த அரச சபையினரிடமும், மால்வா போன்ற பகுதிகளில் இருந்த முக்கிய அதிகாரிகளிடமும் ரகசியப் பேச்சு வார்த்தைகளிலும் ஔரங்கசீப் ஈடுபட்டார்.

ஷாஜஹானின் நான்கு மகன்களில் ஔரங்கசீபுக்கு மட்டுமே திறமையும் அனுபவமும் இருந்தது. சுய நலமியான நிலப்பிரபுக்கள், அதிகாரிகள் அனைவரும் அவரையே அடுத்த பாதுஷாவாகப் போகிறவராக மதித்தனர். எனவே அவருக்கு ஆதரவாகச் செயல் பட்டுத் தமது எதிர்காலத்தைக் காப்பாற்றிக்கொள்ள விரும்பினர். அவருக்கு ஆதரவாகச் செயல்படுவோம் என்று ரகசிய உத்தர வாதங்கள் தந்தனர்.

உடனே புதிய வீரர்களைப் படையில் சேர்க்கும் பணி வேகமாக நடைபெறத் தொடங்கியது. வெடிமருந்து, கந்தகம், ஈயம் ஆகியவை பெருமளவில் வாங்கப்பட்டன. தக்காணக் கோட்டை களில் இருந்த வெடி மருந்து, பீரங்கிகள் எல்லாம் முன்பே தில்லி நோக்கி அனுப்பி வைக்கப்பட்டிருந்தன. ஔரங்கசீபின் படை இப்போது 30,000 வீரர்களைக் கொண்டதாகப் பிரமாண்டமாகி

யிருந்தது. இங்கிலாந்து, ஃபிரெஞ்சு வீரர்களால் இயக்கப்பட்ட மீர் ஜும்லாவின் அபாரமான பீரங்கிப் படையும் அவர் வசம் வந்திருந்தது.

ஆட்களின் எண்ணிக்கை, போர்க்கருவிகளின் எண்ணிக்கையைவிட ஔரங்கசீபிடமிருந்த அதிகாரிகளின் திறமை மிக அதிகமாக இருந்தது. தக்காணத்தில் நிர்வாகப் பொறுப்பில் இருந்த காலகட்டத்தில், அவர் மிகவும் விசுவாசமான சேவகர்கள் கொண்ட குழுவை உருவாக்கி இருந்தார். அவர்கள் அனைவரும் அவருக்கு மிகவும் நன்றிக்கடன் பட்டிருந்தனர். பலர் அவர் மீது தனிப்பட்ட முறையில் அன்பு கொண்டவர்களாக இருந்தனர். வாரிசுரிமைப் போரில் அவர்கள் அவருக்கு முழு ஆதரவு கொடுத்தனர்.

திவான் முர்ஹித் குயில் கான், போர் வீரரும் நம்பகமான ஆலோசகருமான ஷேக் மீர், அந்தரங்க உதவியாளரான அஹில் கான் ராசி, சுயச் சிந்தனையற்றவரும் நம்பகமான செயலருமான க்பில் கான், உற்சாகம் மிகுந்த ராணுவப் படை ஆய்வாளரான கான் இ ஜமான், அனுபவம் மிகுந்த படை வீரரும் உயர் நிலை வஸிர் கான் எனப் பதவி உயர்வு பெற்றவருமான முஹம்மது தாஹிர், விசுவாசமான இஸா பெய்க், உயர் குடியில் பிறந்தவரும் அனுபவம் மிகுந்தவருமான ஷம்சுத்தீன் முக்தார் கான், எல்லாருக்கும் மேலாக போர்த்திறமையிலும் நிர்வாக ஆலோசனைகளிலும் தேர்ந்து விளங்கிய மீர் ஜும்லா என ஔரங்கசீபுக்கு ஒரு வலுவான திறமையான குழு இருந்தது. பைகானர் பகுதியின் ராவ் கரன், பந்தேலா ராஜ்ஜியத்தின் சுபா கரன், தாம்தேராவின் ராஜா இந்திரமணி என மிகவும் விசுவாசமான இந்து ஆதரவாளர்களும் அவருக்கு இருந்தனர்.

தக்காணத்தை விட்டுப் புறப்படுவதற்கு முன்பாக அந்தப் பகுதியின் மீதான தன்னுடைய கட்டுப்பாடு, தான் இல்லாத நேரத்திலும் நிலைத்திருக்க முயற்சிகள் எடுத்தார். ஔரங்காபாதில் இளவரசர் முஸாமை விட்டுச் சென்றார். அவருக்கு உதவியாக இரண்டு உயர் நிலை அதிகாரிகளையும் வலுவான படையையும் விட்டுச் சென்றார். தனது அந்தப்புரத்தை அருகில் இருந்த தௌலதாபாத் கோட்டைக்கு இடம் மாற்றினார்.

இறுதியாக, பிப்ரவரி 5, 1658-ல் ஔரங்காபாதில் இருந்து வாரிசு உரிமைப் போருக்கு ஔரங்கசீப் புறப்பட்டார். 18-ம் தேதியன்று பர்ஹான்பூருக்குச் சென்று சேர்ந்த அவர், தன் படைகளை ஒருங்கிணைக்கவும், பிற தயாரிப்புகளுக்காகவும் அங்கு ஒரு மாதக்

காலம் தங்கினார். மார்ச் 20-ல் பர்ஹான்பூரில் இருந்து புறப்பட்டவர், ஷாஜஹானுக்கு விசுவாசமாக நடந்துகொண்ட தன் மாமனார் ஷா நவாஸ் கானைக் கைது செய்து சிறையிலடைத்தார் (மார்ச் 26). அக்பர்பூர் கரையோரமாக நர்மதை நதியைக் கடந்து சென்றார். அங்கு அவருக்கு எதிர்ப்பு எதுவும் இருந்திருக்கவில்லை (ஏப்ரல் 3).

உஜ்ஜைனி நோக்கி முன்னேறிச் சென்றவர் அங்கிருந்து 26 மைல் தெற்கே இருந்த திபால்பூரைச் அடைந்தபோது மேற்குத் திசையில் சிறிது மைல் தொலைவில் முராத் முகாமிட்டிருப்பதாகத் தெரிந்துகொண்டார். அடுத்த நாளன்று, சகோதரர்கள் இருவரும் திபால்பூரில் சந்தித்துக் கொண்டனர். ஜஸ்வந்த் ஒரு நாள் பயணத் தொலைவில் இருந்தது. மாலையில் உஜ்ஜைனிக்கு 14 மைல் தென் மேற்கில் சம்பால் நதியின் கிளை நதியான கம்பீரா நதியின் மேற்குக் கரையில் இருந்த தர்மத் கிராமத்தில் இளவரசர்கள் முகாமிட்டனர்.

மறுநாள் மொகலாயப் பேரரசுக்கான வாரிசு உரிமைப் போர் ஆரம்பித்தது.

அத்தியாயம் - 4

வாரிசு உரிமைப் போர்: ஔரங்கசீபின் வெற்றி

1. ஜஸ்வந்த் சிங்கும் அவருடைய சிரமங்களும்

பிப்ரவரி, 1658-ல் ஔரங்கசீப் தன் படையுடன் கிளம்பி உஜ்ஜைனியை வந்தடைந்த வரையிலும் ஜஸ்வந்த் சிங்குக்கு ஔரங்கசீபின் நோக்கங்கள், நகர்வுகள் பற்றி எதுவுமே தெரிந்திருக்கவில்லை. இளவரசர் அந்த அளவுக்கு நர்மதை நதி வழிப் பயணம், சாலை மார்க்கப் பயணம் இரண்டையும் மிகுந்த கண்காணிப்பில் வைத்திருந்தார். ஔரங்கசீப் மால்வாவுக்கு வந்து உஜ்ஜைனி நோக்கி விரையத் தொடங்கிய பின்னரே அவரைப் பற்றிய செய்தி ஜஸ்வந்துக்குக் கிடைத்தது.

குழம்பிப் போன ஜஸ்வந்த், தென் திசையிலிருந்து எதிரிகள் வருவதைத் தடுக்க, உஜ்ஜைனிக்குத் தென் மேற்கில் 14 மைல் தொலைவுக்கு முன்னேறிச் சென்று தர்மத் பகுதியில் முகாமிட்டார். இப்போது வேறொரு திடுக்கிடும் செய்தியும் அவருக்குக் கிடைத்தது. அது, 'ஔரங்கசீபுடன் முராதும் இணைந்துவிட்டார் (ஏப்ரல் 14). இன்னும் ஒரு நாளில் இருவரும் அவர் இருக்கும் இடத்துக்கு வந்து சேர்ந்துவிடுவார்கள்' என்று.

பேரரசரின் கொடியைத் தாங்கியபடி வந்திருக்கும் தன்னைப் பார்த்துக் கலகக்காரர்கள் பயந்து விடுவார்கள், தத்தமது பிராந்தியத்துக்குத் திரும்பிவிடுவார்கள் என்ற நம்பிக்கையுடன்தான் ஜஸ்வந்த் மால்வாவுக்கு வந்திருந்தார். லேசாகப் படை பலத்தைக் காட்டினாலே நிலைமையைக் கட்டுக்குள் கொண்டு வந்துவிடலாம் என்றுதான் நினைத்திருந்தார். ஆனால், எதிரிகள் இப்போது மிக மோசமான முடிவை எட்டும் வரை கடுமையாகப் போராடத் தயாராகி வந்திருக்கிறார்கள் என்ற செய்தி காலம் கடந்துதான் அவருக்குத் தெரிய வந்தது.

'இரண்டு இளவரசர்களையும் பெரிதும் காயப்படுத்தி விடாமல் சொந்தப் பிராந்தியத்துக்குத் திருப்பி அனுப்ப வேண்டும். வேறு வழியே இல்லை என்றால்தான் கடுமையாகத் தாக்கவேண்டும்' என்று ஷாஜஹான் வேறு உத்தரவிட்டிருந்தார். அது ஏற்கெனவே ஜஸ்வந்தின் கைகளைக் கட்டிப் போட்டிருந்தது. ஔரங்கசீப் தன் மனம் சொல்வதைத் துணிந்து செயல்படுத்தும் நோக்கில் இருந்தார். ஜஸ்வந்தோ ஆக்ராவிலிருந்து பேரரசர் தந்த உத்தரவின்படி நடந்துகொள்வதா, மால்வாவின் கள நிலவரத்துக்கு ஏற்ப நடந்துகொள்வதா என்பது புரியாமல் மிகவும் குழம்பிப் போயிருந்தார். எதிரியின் நடவடிக்கைக்கு ஏற்பவே தன்னுடைய நடவடிக்கையை மேற்கொள்ள வேண்டிய நிலை அவருக்கு ஏற்பட்டது.

ஜஸ்வந்தின் படை போதிய ஒற்றுமை இல்லாமல் முரண்பாடுகளின் மூட்டையாக இருந்தது. அவருடைய படையில் இருந்த ராஜபுத்திரக் குலங்கள் எல்லாம் தமக்குள்ளேயே யார் பெரியவர், யாருக்கு முக்கியத்துவம் அதிகம் என்ற மோதல்களில் ஈடுபட்ட வண்ணம் இருந்தனர். ஹிந்துக்களுக்கும் முஹமதியர்களுக்கும் இடையே பெரிய இடைவெளி இயல்பாகவே இருந்தது. ஒரே தளபதியின் கீழ் ஒற்றை இலக்குடன் இவர்களையெல்லாம் ஒருங்கிணைத்துப் போரிடுவது சாத்தியமற்ற விஷயமாகவே இருந்தது. காசிம் கானுக்கான உத்தரவு, ஜஸ்வந்துடன் இணைந்து செயல்பட வேண்டும் என்பதுதானே ஒழிய அவருக்குக் கீழ்நிலையில் இருந்து செயல்பட வேண்டும் என்பது அல்ல. எனவே பேரரசரின் படையில் யார் தலைவர் என்ற குழப்பம் இருந்தது.

அதோடு சில முஸ்லிம் அதிகாரிகள் ரகசியமாக ஔரங்கசீபுடன் நட்புறவில் இருந்தனர். இந்தப் போரில் பேரரசரின் படையில் இருந்த 254 ராஜபுத்திரத் தலைவர்கள் கொல்லப்பட்டனர். ஆனால், ஒரே ஓர் இஸ்லாமியத் தளபதி மட்டுமே கொல்லப்பட்டார். காசிம்

கானும் அவருடைய ஆட்களும் மிகவும் பாதுகாப்பான நிலையில் இருந்தபடியே போரிட்டனர். ராஜபுத்திரர்களே முழுத் தாக்குதலை எதிர்கொள்ள வேண்டியிருந்தது.

இறுதியாக, ஔரங்கசீபின் போர் திறமைக்கு ஜஸ்வந்தால் துளிகூட ஈடுகொடுக்க முடியவில்லை. ஜஸ்வந்தின் பிழையான வியூகங்கள், நடவடிக்கைகள் எல்லாம் அவருடைய அனுபவமின்மையையும் பின் விளைவுகளை யூகித்துச் செயல்படத் தெரியாத தன்மையையுமே எடுத்துக்காட்டின. அவருக்குத் திறமையாகப் போரிடவும் தெரியவில்லை. படை வீரர்கள் அனைவரும் நெரிசலாக நிறுத்தி வைக்கப்பட்டிருந்ததால் அவரது குதிரைப் படையினரால் சுதந்தரமாகப் பாய்ந்து சென்று தாக்குதல் நடத்த இயலவில்லை. உதவி தேவைப்பட்ட படைப் பிரிவுகளுக்கும் அவரால் உரிய நேரத்தில் எதையும் செய்து கொடுக்க இயலவில்லை.

போர் ஆரம்பித்த நொடியிலேயே ஒட்டுமொத்தப் படைகளுடைய கட்டுப்பாடும் அவருடைய கையைவிட்டுப் போய்விட்டு இருந்தன. ஒட்டுமொத்த படைகளின் தளபதியாக இல்லாமல், அருகில் இருந்த ஓரிரு படைப்பிரிவுகளின் சாதாரணத் தலைவன் போலவே அவரால் செயல்பட முடிந்தது. எல்லாவற்றுக்கும் மேலாக அவர் துப்பாக்கி, பீரங்கிப் படைகளை வைத்து மேற்கொண்ட ஒரு திட்டம் மிகப் பெரிய பிழையாகிப் போனது.

அவர், துப்பாக்கிப் படைகளை வீழ்த்திவிட்டு எதிரியின் அடுத்தகட்டப் படையினருக்கு அருகில் சென்று மூர்க்கத்தனமாகத் தாக்கலாம் என்று திட்டமிட்டிருந்தார். முதல் தாக்குதலின்போதான சில நிமிடத் துப்பாக்கிச் சூடுகளைக்கூட பொருட்படுத்தாமல் பாய்ந்து சென்று தாக்குவதற்குத் தீர்மானித்திருந்தார். ஆனால் போர் ஆரம்பித்ததும் ஜஸ்வந்தின் படையினரால் தரையில் வெட்டியிருந்த பதுங்குகுழிகள், பள்ளங்களைத் தாண்டிச் சுதந்தரமாகக் கிளை பிரிந்து, பாய்ந்து செல்ல முடியவில்லை. இதனால் எதிரிகளின் துப்பாக்கி, பீரங்கிகளின் தாக்குதலில் அவர்கள் நிலைகுலைய ஆரம்பித்துவிட்டனர். அவர்களுக்குக் கிளை பிரிந்து சென்று சுற்றி வளைக்க நேரமே கிடைக்கவில்லை.

இரண்டாவதாக, பீரங்கிப் படையையும் துப்பாக்கிப் படையையும் சுற்றி வளைத்துத் தாக்க முயன்ற ராஜபுத்திர வீரர்களையும் ஔரங்கசீபின் ஃப்ரெஞ்சு மற்றும் ஆங்கிலேயப் பீரங்கிப் படை வீரர்கள் தமது பீரங்கிகளை எளிதில் திருப்பிவைத்துத் துவம்சம் செய்துவிட்டனர். உண்மையில் வாள், ஈட்டி போன்ற பழங்கால ஆயுதங்களுக்கும் பீரங்கி, துப்பாக்கி, வெடி மருந்து போன்ற நவீன

ஆயுதங்களுக்கும் இடையிலான போராக அது இருந்தது. பீரங்கிப் படை குதிரைப் படையை எளிதில் வீழ்த்திவிட்டது.

2. தர்மத் பகுதியில் நடைபெற்ற போர்

இரண்டு படைகளிலும் சுமார் 35,000 வீரர்கள் இருந்தனர். எனினும் ஔரங்கசீபின் படை வீரர்களிடையே நல்ல ஒருங்கிணைப்பு இருந்தது. கூடுதலாக அவர்களிடம் நவீன ஆயுதங்களும் இருந்தன.

ஏப்ரல் 15 அதிகாலையில் சூரிய உதயம் ஆனதைத் தொடர்ந்து இரு படைகளும் நேருக்கு நேர் சந்தித்துக் கொண்டன. ஔரங்கசீபின் படை மிகவும் நிதானமாக, மெதுவாக பேரரசரின் படைகளை எதிர்கொண்டது. போர் தொடங்கியதும் ராஜபுத்திர வீரர்களுக்குப் பாய்ந்து முன்னேறச் சிறிதும் வாய்ப்பு தராமல் துப்பாக்கி, பீரங்கிகளினால் தாக்க ஆரம்பித்தது. ஒவ்வொரு நிமிடமும் ராஜபுத்திரர் படையில் மரணத்தின் எண்ணிக்கை மளமளவென அதிகரித்தபடியே இருந்தது.

இருப்பினும் முகுந்த சிங் ஹதா, ரத்தன் சிங் ரதோர், தயாள் சிங் ஜாலா, அர்ஜுன் சிங் கௌர், சஜன் சிங் சிசோடியா போன்ற படைத்தளபதிகள் ‘ராம்... ராம்’ என்று வீர முழக்கம் எழுப்பிய படியே புலிகளைப்போல் பாய்ந்து தாக்கினர். ராஜபுத்திர வீரர்கள் பெரு வெள்ளமாகப் பாய்ந்து ஔரங்கசீபின் பீரங்கித் தாக்குதலை எதிர்கொண்டனர். நெற்றிப் பொட்டுக்கு நேராகச் சீறிப் பாய்ந்த குண்டுகள் ராஜபுத்திரப் படையில் பலரைக் கொன்று குவித்தது. எனினும் ராஜபுத்திரர்களின் எண்ணிக்கை மிக அதிகமாக இருந்ததால் அந்த எதிர்ப்பை ஒருவழியாகச் சமாளித்துவிட்டனர். பீரங்கிப் படையின் தலைவர் முர்ஷித் க்யுல்கான் கடுமையாகப் போராடிய பின் வீழ்த்தப்பட்டார். அவருடைய படைப் பிரிவு கலகலத்தது. ஆனால் ராஜபுத்திரப் படையினர் பீரங்கிகளைச் சேதப்படுத்தியிருக்கவில்லை. பெருவெள்ளம்போல பாய்ந்து வந்த இந்தத் தாக்குதலைப் பார்த்ததும் பீரங்கி, துப்பாக்கிப் படையினர் வேகமாக ஓடித் தப்பிவிட்டனர். ராஜபுத்திர வீரர்கள் போனபின் அவர்கள் மீண்டும் ஒன்று கூடினர்.

இதற்கிடையில், துப்பாக்கிப் படையை வென்ற ராஜபுத்திர வீரர்கள் ஔரங்கசீபின் முன்னணிப் படையை நோக்கிப் பாய்ந்தனர். இங்கு நேருக்கு நேர் மோதும் மரபான போர்முறை சிறிது நேரம் நீடித்தது. இதிலும் ராஜ புத்திரர்கள் வெற்றி பெற்று ஔரங்கசீபின் முன்னணிப் படையை ஊடுருவி முன்னேறினர். அன்றைய போரின் மிக

முக்கியமான தருணம் இது. ராஜபுத்திர வீரர்களின் முன்னேற்றத்தைத் தடுத்து நிறுத்தாவிட்டால் ஔரங்கசீபின் கதை முடிந்துவிடும் என்ற நிலை உருவானது.

ஆனால் மொகலாய இளவரசர், இந்த முன்னணி வரிசையில் பார்த்துப் பார்த்துத் தேர்ந்தெடுக்கப்பட்ட 8000 வீரர்களை முழுப் பாதுகாப்புக் கவசங்கள் அணிவித்து நிற்க வைத்திருந்தார். இந்த வீரர்களின் நம்பகத்தன்மை வாய்ந்த தளபதிகள் எல்லாம் யானை மேல் ஆயுதங்களுடன் மலைபோல், யாரும் தகர்க்க முடியாதபடி நின்றுகொண்டிருந்தனர். ராஜபுத்திரர் படையானது இந்த முன்னணி அடுக்கைச் சுற்றி வந்து தாக்க முயன்றது. இந்த இடத்தில்தான் போரின் முடிவு எழுதப்பட்டது: 'செம்மலர் படுகைபோல் நிலமெல்லாம் ரத்த வண்ணம் பூசப்பட்டது'. ஔரங்கசீபின் பிரதான படையுடன் மோதியபோது ராஜபுத்திரப் படையின் தாக்குதல் ஒருமுகப்பட்டதாக இல்லாமல் பலவீனமாக இருந்தது.

எதிரியின் முன்னணி வரிசைக்குச் சென்று சேர்ந்திருந்த வீரம் மிகு ராஜபுத்திரப் படைக்கும் அவர்களுடைய துணைப்படைக்கும் போதிய உதவிகள் கிடைத்திருக்கவில்லை. காசிம் கானின் தலைமையில் இருந்த மொகலாயப் பேரரசரின் படைகள் இவர்களுக்கு எந்த உதவியையும் செய்யவில்லை. இப்படியாக ஜஸ்வந்தின் படைவீரர்களின் பாய்ச்சலுக்குப் பின் துணையாக யாரும் வந்திருக்காத நிலையில், ஏற்கெனவே விலகிச் சென்றிருந்த ஔரங்கசீபின் படைகள் இப்போது மீண்டும் ஒருங்கிணைந்து இவர்களைச் சுற்றி வளைத்துவிட்டன. இதனால் ராஜபுத்திர வீரர்களுக்குப் பின்வாங்கித் தப்பிக்கவும் முடியவில்லை.

போர்க்கள நிலைமையை நன்கு புரிந்துகொண்டிருந்த ஔரங்கசீப், தேவைப்படும்போது பயன்படுத்தலாம் என்று நிறுத்தி வைத்திருந்த படையுடன் பாய்ந்து வந்து ஒரு பெரிய சுவர்போல் அரணை எழுப்பினார். ராஜபுத்திரப் படைகள் ஔரங்கசீபின் மைய முன்னணிப் படையுடன் மோதிக் கொண்டிருந்தபோது அதன் இட வலப் படைகளின் தளபதிகளாக இருந்த ஷேக் மீரும், சாஃப் ஷிகன் கானும் ராஜபுத்திரப் படைகளை இரு பக்கங்களில் இருந்தும் தாக்கத் தொடங்கினர். இதில் மாட்டிக்கொண்ட ஆறு ராஜபுத்திரத் தளபதிகளும் கொல்லப்பட்டனர். இப்போது முன்பக்கம், பக்கவாட்டுப் பகுதிகள் என மூன்று பக்கமும் எதிரிகளின் படை சூழ்ந்தது, பின் பக்கமிருந்தும் உதவிகள் வந்து சேரமுடியாமல் தடுக்கப்பட்டது. இப்படி நான்கு பக்கமும் மாட்டிக் கொண்ட ராஜபுத்திரப் படையானது அளவற்ற வீரத்துடன் போரிட்டும் இறுதியில் மூர்க்கத்தனமாகக் கொன்று குவிக்கப்பட்டது.

இதனிடையில் முகுந்த் சிங்கின் முதல் கட்டத் தாக்குதலால் நிலை குலைந்து பிரிந்து சென்றிருந்த ஔரங்கசீபின் பீரங்கி, துப்பாக்கி படையினர், எதிரிகள் வேறு முனை நோக்கிப்போனதும் மீண்டும் ஒன்று கூடினர். வெடி மருந்து திணிக்கப்பட்ட பீரங்கிகளுடன் இருந்த ஔரங்கசீபின் படை வீரர்கள், ஜஸ்வந்தின் தலைமையில் இருந்த மொகலாயப் பேரரசின் மையப் படை மீதே தமது கவனத்தைக் குவித்தனர்.

பதுங்குகுழிகள், பள்ளங்கள் ஆகியவற்றால் வேகமாகப் பாய்ந்து முன்னேற முடியாதபடி மாட்டிக்கொண்ட பேரரசின் படையினர், 'போரின் நெருப்பில் விழுந்து இறந்த ஈசல்கள்போல்' தமது உயிரைப் பறிகொடுத்தனர்.

வீரம் நிறைந்த தமது படையின் ஒரு பிரிவு மூர்க்கத்தனமாகக் கொல்லப்பட்டதையும் ஔரங்கசீபுடைய படையின் முன்நகர்வை யும் பார்த்த ராய் சிங் சிசோடியா, சஜன் சிங் பந்தேலா, அமர் சிங் சந்திராவத் ஆகிய தளபதிகள் போர்க்களத்திலிருந்து வெளியேறித் தமது படைகளுடன் தில்லி திரும்பினர்.

இதனிடையில் முராத் பக்ஷ் தன் படைகளுடன் ஜஸ்வந்த் சிங்கின் படையைத் தாக்கினர். தளபதி தேவி சிங் பந்தேலா சிறை பிடிக்கப்பட்டார். மற்றவர்கள் விரட்டியடிக்கப்பட்டனர். அதன் பின்னர் முராத், மொகலாயப் பேரரசரின் இடது கிளைப் படையின் மீது தாக்குதல் நடத்தினார். இதில் அதன் தளபதி இஃப்திகார் கான் கொல்லப்பட்டதைத் தொடர்ந்து அந்தப் படையும் தப்பி ஓடியது.

3. ஜஸ்வந்த் சிங் மற்றும் அவருடைய படையினரின் ஓட்டம்

ஜஸ்வந்த் சிங்கின் வலது பக்கப் படைத் தளபதி ராய் சிங் தப்பி ஓடியதால் அந்தப் பகுதி பலவீனப்பட்டிருந்தது. இஃப்திகார் கான் கொல்லப்பட்டதைத் தொடர்ந்து இடது பக்கப் படையும் பலவீனமடைந்து பெரும் இழப்பைச் சந்தித்துவிட்டிருந்தது. காசிம் கானின் தலைமையில் இருந்த முசல்மான்கள் போரிலிருந்து விலகியே இருந்தனர். ஔரங்கசீபின் படை முன்னேறி வருவதைப் பார்த்ததும் தப்பி ஓடிவிட்டனர்.

முன்பக்கம் ஔரங்கசீப், இடதுபக்கம் முராத், வலது பக்கம் சஃப் ஷேக் கான்கான் என மூன்று படைகளும் ஜஸ்வந்த் சிங்கின் மிகச் சிறிய படையை வெள்ளம்போல் சூழ்ந்துகொண்டன. இரண்டு

முறை தாக்கப்பட்ட ஜஸ்வந்த் சிங், வீரமரணம் அடைய முடிவு செய்து எதிரிப் படையைத் துணிந்து தாக்குவதற்காகத் தன் குதிரையுடன் பாய்ந்தார். ஆனால் ஜஸ்வந்த் சிங்கின் தளபதிகளும் அமைச்சர்களும் அவரைத் தடுத்து நிறுத்த எண்ணி, குதிரையின் கடிவாளத்தைப் பிடித்து இழுத்து அவரைப் போர்க்களத்திலிருந்து தள்ளிக் கொண்டு சென்றுவிட்டனர். அதன் பின் அங்கிருந்து ஜோத்பூர் நோக்கி நகர்ந்தனர்.

போரில் ஏற்கெனவே மொகலாயப் பேரரசரின் படை தோற்று விட்டிருந்தது. ரத்தோர்கள் போர்க்களத்திலிருந்து தப்பி ஓடியதைத் தொடர்ந்து பெரும் குழப்பமே நிலவியது. வென்றவர்களும் தோற்றவர்களும் மிகவும் களைத்துப் போயிருந்தனர். வென்றவர்களுக்குப் பெரும் பரிசு காத்திருந்தது.

பேரரசரின் தளபதிகள், அவர்களுடைய துப்பாக்கி, பீரங்கிகள், கூடாரங்கள், யானைகள், பிற பொருட்கள் என அனைத்தும் வெற்றி பெற்ற இளவரசருக்குச் சொந்தமாகின. அவருடைய படைவீரர்கள் அனைத்தையும் கொள்ளையடித்தனர்.

போரில் கிடைத்த பொருளாதார லாபங்கள் அல்லாமல் ஔரங்கசீபின் கௌரவமும் மீட்டெடுக்கப்பட்டது. அவருடைய எதிர்கால வெற்றிகளுக்கான சுப சகுனமாகத் தர்மத் பகுதியில் நடைபெற்ற போரில் கிடைத்த இந்த வெற்றி அமைந்தது. ஒரே அடியில் ஔரங்கசீப் தன்னைவிட வெகு உயரத்தில் இருந்த தாரா ஷுகோவைத் தனக்குச் சமமாக, சரியாகச் சொல்வதென்றால் தனக்குக் கீழ் நிலைக்குக் கொண்டு வந்துவிட்டார். மதில் மேல் பூனையாக இருந்தவர்கள் தமது தயக்கத்தைக் கைவிட்டனர். நான்கு மகன்களில் யார் அடுத்ததாக அரியணையில் ஏறுவார் என்பது எந்தவொரு சந்தேகத்துக்கும் இடமின்றி அனைவருக்கும் நன்கு புலப்பட்டுவிட்டது.

ஔரங்கசீபின் குழு வெற்றி முரசு கொட்டுவதற்கு முன்பாகவே ஜஸ்வந்த் சிங்கும் காசிம் கானும் புறமுதுகு காட்டிவிட்டிருந்தனர். போர்க்களத்தில் மண்டியிட்டு வாளைத் தாழ்த்தியபடி ஏக இறைவனுக்கு ஔரங்கசீப் நன்றி தெரிவித்தார்.

மொகலாயப் பேரரசரின் தரப்பில் இந்தப் போரில் ஆறாயிரம் பேர் உயிர் துறந்திருந்தனர். அதில் அதிகம் பேர் ராஜபுத்திர வீரர்கள். தமது எஜமானரைக் காக்கும் தர்மத்தின்படி (க்ஷத்ரியத் தர்மத்தின்படி) ராஜஸ்தானின் அனைத்துக் குலத்தினரும் தமது இன்னுயிரை ஈந்திருந்தனர். ரத்தன் சிங் ரத்தோருக்கு (ரத்தன், சைலனா, சீதாமா

ஆகிய குலங்களின் வாரிசு) ஒரு நினைவு மண்டபம் அவருடைய உடல் எரியூட்டப்பட்ட இடத்தில் அவருடைய வம்சாவளியினரால் எழுப்பப்பட்டது.

4. ஆக்ரா நோக்கி ஔரங்கசீபின் நகர்வுகள்

வெற்றி பெற்றபின் இரு இளவரசர்களும் ஆக்ரா நோக்கி முன்னேறிச் சென்று மே 21-ல் க்வாலியரை அடைந்தனர். தாரா ஷுகோ தோலாபூருக்குப் பெரிய படையுடன் வந்திருந்ததும், சம்பல் ஆறின் மீது எளிதில் கடக்க முடிந்த பகுதிகளையும், பெயர் பெற்ற படகுப் போக்குவரத்து மையங்கள் அனைத்தையும் கைப்பற்றியிருந்ததும் ஔரங்கசீபுக்குத் தெரிய வந்தது. கடக்க முடிந்த கரைகளில் பல குழிகள், பள்ளங்கள் வெட்டி வைக்கப்பட்டிருந்தன. எதிர்க்கரையில் தாரா ஷுகோவின் பீரங்கிப் படை அணி வகுத்துக் காத்திருந்தது. எதிரிகளை எதிர்கொள்ள அனைத்து இடங்களிலும் வலுவான படைகள் நிறுத்தி வைக்கப்பட்டிருந்தன.

மிகவும் வலிமையான படைகள் அணிவகுத்திருக்கும் நிலையில் கரடு முரடான கரைகளைக் கொண்ட ஆற்றைக் கடப்பது, செங்குத்தான பகுதிகளை ஏறிச் செல்வது இவையெல்லாம் பெரும் இழப்பையே கொண்டு வரும். எனவே ஔரங்கசீப் முதலில் உள்ளூர் ஜமீந்தாரின் உதவியைப் பெற்றுக் கொண்டார்.

அப்போது தோலாபூருக்கு நாற்பது மைல் தொலைவில் பதோலி என்ற ஊரில் முட்டளவு ஆழம் கொண்ட மறைவான ஆற்றுப் பகுதி ஒன்று இருப்பது அவருக்குத் தெரிய வந்தது. தாரா ஷுகோ, தன் படைகளை அங்கு நிறுத்தவில்லை என்பதும் ஔரங்கசீபுக்குப் புரிந்தது.

இனி தாமதிக்க நேரம் இல்லை. குவாலியருக்கு (மே 21) வந்து சேர்ந்த ஔரங்கசீப் தன் பிரதானப் படையை ஓய்வெடுக்கச் சொல்லிவிட்டு, அன்றிரவே மூன்று தளபதிகளின் தலைமையில் வேறு ஒரு வலிமையான படையைச் சில பீரங்கிகளுடன் பதோலி கரைக்கு அனுப்பி வைத்தார். மறுநாள் காலையில் அங்குச் சென்று சேர்ந்தவர்கள் எளிதில் கரையைக் கடந்துவிட்டனர். இதையடுத்து அன்றே குவாலியரில் இருந்து புறப்பட்ட ஔரங்கசீப் இரண்டு இடங்களில் மட்டும் சிறிது ஓய்வெடுத்துவிட்டு, அதே மறைவான கரையைத் தன் படையுடன் மே 23 அன்று கடக்கத் தொடங்கினார்.

அந்தப் பாதை மிகவும் கரடுமுரடாக இருந்தது. பதோலி கரையை அடைவதற்கு ஔரங்கசீபின் படையினர் மிகவும் சிரமப்பட்டனர்.

ஏற்கெனவே போரின் காரணமாகக் களைத்துப் போயிருந்த அவரது 5000 வீரர்கள், இந்தக் கடுமையான பயணத்தில் தாகத்தினால் இறந்துவிட்டனர். ஆனால் அவசர அவசரமாக மேற்கொண்ட இந்தப் பயணத்தினால் கிடைத்த ஆதாயம் அந்த இழப்பை ஈடுகட்டுவதாக இருந்தது.

ஔரங்கசீப் இந்த ஒற்றை அடியின் மூலம் (முன்னெடுப்பின் மூலம்) எதிரியின் சாதகமான நிலையைத் தலைகீழாக்கி விட்டார். அந்த ஆற்றின் பிற கரைகளில் எல்லாம் தாரா ஷுகோ வெட்டிய குழிகளையும், நிறுத்திய படைகளையும் செல்லாக் காசாக்கி விட்டார். இப்போது ஆக்ராவை நோக்கிய பாதை அவர் முன் முழுமையாகத் திறந்து கிடந்தது. தாரா ஷுகோ சம்பல் நதியில் நிறுத்திய படைகள் அனைத்தையும் திரும்ப அழைத்துக் கொண்டு தலைநகரைப் பாதுகாக்க ஓடவேண்டியிருந்தது. இந்த முயற்சியில் மிகப் பெரிய பீரங்கிகளை எல்லாம் சம்பல் ஆற்றுப் பகுதியிலேயே விட்டுச் செல்ல வேண்டியும் வந்தது. இதனால் அடுத்து நடந்த போரில் தாரா ஷுகோவின் பீரங்கிப் படையின் பலம் கணிசமாகக் குறைந்துவிட்டிருந்தது. சம்பல் பகுதியை வெற்றிகரமாகக் கடந்த ஔரங்கசீபின் படை, வடக்குத் திசையில் பயணம் செய்து, மூன்று நாட்கள் கழித்து ஆக்ராவுக்குப் பத்து மைல் கிழக்கில் சாம்கருக்கு அருகில் பேரரசரின் படையை எதிர்கொண்டது.

5. தர்மத் போருக்குப் பின்னான தாரா ஷுகோவின் நகர்வுகள்

தர்மத் பகுதியில் நடந்த போரில் பேரரசரின் படை தோற்ற விஷயம் பலூச்பூரில் இருந்த அரச சபையினருக்குப் பத்து நாட்கள் கழித்துத்தான் தெரிய வந்தது. இதனால் அதிர்ச்சியடைந்த தாரா ஷுகோ, அதி வேகமாகப் புதிய படைகளைத் தயார் படுத்தினார். 60,000 வீரர்கள் இருந்த அந்தப் படை பார்ப்பதற்கு வலிமையானது போல் தோற்றமளித்தாலும் உண்மையில் பலவீனமாகவே இருந்தது. அந்தப் படையில் போருக்கான அவசரத்தில் வேக வேகமாகப் பல்வேறு வகுப்பினரையும், பல்வேறு பிராந்தியங் களைச் சேர்ந்தவர்களையும் தாரா ஷுகோ சேர்த்திருந்தார். இதனால் அவர்களுக்கு இடையே முறையான ஒருங்கிணைப்பு இருக்க வில்லை. மேலும் அவர்கள் ஒற்றுமையாகப் போர் புரியத் தேவையான பயிற்சிகளையும் பெற்றிருக்கவில்லை. அதோடு அந்தப் படைகளின் தளபதிகள் பலரும் கௌரவப் பட்டம் பெற்றவர்களே தவிர, உண்மையான வீரம் மிகுந்தவர்கள் அல்ல. ஆனால்

ஔரங்கசீபின் தளபதிகளோ தக்காணத்தில் போர்க்களத்தில் அனுபவம் பெற்றவர்கள்.

ஏற்கெனவே ஷுஜாவுக்கு எதிரான சண்டையின்போதே தாரா தனது திறமையான தளபதிகளை எல்லாம் சுலைமான் ஷுகோவுடன் அனுப்பியிருந்தார். எனவே, இப்போது அப்படியான தளபதிகள் இல்லாமல் அவர் தடுமாறினார். அத்தோடு தாரா ஷுகோ தன் படையில் மிக அதிக அளவில் ராஜபுத்திரர்களுக்கு இடம் தந்திருந்ததால் கசப்புணர்வில் இருந்த பேரரசரின் அயல் நாட்டு முஸ்லிம் வீரர்கள் அவரை விதியின் கரங்களுக்கு விட்டுக்கொடுத்து விட்டனர்.

இதுமட்டுமில்லாமல் ஷாஜஹானும் தாராவின் கைகளைக் கட்டிப் போட்டிருந்தார். இந்தத் தருணத்தில்கூடப் போரைத் தவிர்க்கும்படியே தாராவுக்கு அவர் அறிவுறுத்தி வந்தார். ராஜதந்திர நடவடிக்கைகள் மூலமாகவே தமது மகன்களுக்கு இடையிலான மோதலைத் தீர்த்துவிடலாம். போர் தேவையே இல்லை என்ற எண்ணத்திலேயே அவர் இறுதிவரை இருந்தார்.

மே 18 அன்று ஆக்ரா கோட்டையின் திவான்-இ-ஆம் அரங்கிலிருந்த தாரா ஷுகோ, மிகுந்த வேதனையுடன் பிரியாவிடை பெற்றுச் சம்பல் நதிக்கரைக்குப் புறப்பட்டார். மே 22 அன்று தோல்பூருக்கு வந்து சேர்ந்த அவர், சம்பல் நதிக்கரையோரமாக இருந்த அனைத்துப் படகுத் துறைகளையும் தன் கட்டுப்பாட்டுக்குள் கொண்டு வந்தார். சுலைமான் ஷுகோவின் படை வந்து சேரும்வரை போரை ஆரம்பிக்க வேண்டாம் என்று தாரா நினைத்தார். அதுவரை முன்னேறி வரும் ஔரங்கசீப்பின் படைகளைத் தடுத்து நிறுத்தினால்போதும் என்பதுதான் அவரது முதல் நோக்கமாக இருந்தது. ஆனால் 23-ம் தேதி அன்றே தோல்பூருக்குக் கிழக்கே 40 மைல் தொலைவில் இருந்த ஆழம் குறைவான பகுதி வழியாக ஔரங்கசீப் சம்பல் நதியைக் கடந்து விட்டார் என்ற செய்தி அவருக்குத் தெரிய வந்தது. எனவே, ஆக்ராவுக்குத் திரும்பி வந்த அவர், நகரின் வெளியே சமுகர் பகுதிக்கு அருகில் முகாமிட்டார். ஔரங்கசீப் 28-ம் தேதியன்று அங்கு வந்து சேர்ந்தார்.

ஔரங்கசீபின் படைகள் வருவதைத் தெரிந்து கொண்ட தாரா, போரிடுவதுபோல் தன் படையுடன் அன்றே புறப்பட்டுச் சென்றார். ஆனால், எதிரிகளைக் கண்டவுடன் அவர்கள் என்ன செய்யப் போகிறார்கள் என்று பார்க்க விரும்பியவர், தன் படையைச் சற்றுத் தொலைவிலேயே நிறுத்திவிட்டார். மேலும் மாலையில் சூரியன் அஸ்தமித்த பிறகு தன் முகாமுக்குத் திரும்பியும் விட்டார்.

ஆனால் அவ்வாறு அவர் செய்தது மிக மிகப் பெரிய தவறாகிப்போனது.

அப்போது ஔரங்கசீபின் படை எண்ணிக்கையில் மிகவும் குறைவாக இருந்தது. அதோடு கொளுத்தும் வெய்யில் பத்து மைல் தொலைவுக்குத் தண்ணீரே இல்லாத பொட்டல் காட்டின் வழியே பயணம் செய்ததில் அவர்கள் களைத்தும் போயிருந்தனர். தாராவின் படையோ மிகவும் புத்துணர்ச்சியுடன் இருந்தது. அப்போது அவர்கள் தாக்குதலைத் தொடங்கி இருக்கலாம். ஆனால் தாரவின் படைகள் பல மணி நேரங்கள் எதுவும் செய்யாமல் அந்த வெய்யிலில் நிறுத்தி வைக்கப்பட்டிருந்தனர். இதனால் அவரது படைவீரர்கள், குதிரை, யானைகள் எல்லாம் சோர்ந்து போயின. ஔரங்கசீபோ தன் படையினருக்குத் தேவையான ஓய்வு கிடைப்பதற்காகச் சாமர்த்தியமாய் மறுநாள் காலை வரையில் போரை ஆரம்பிக்காமல் தாமதித்தார்.

6. சமுகர் பகுதியில் நடந்த போர் - மே 29, 1658

தாரா ஷுகோ, மறுநாள் காலை மே 29 அன்று தனது முகாமுக்கு இரண்டு மைல் தொலைவில் பரந்து விரிந்திருந்த சமவெளியில் தன் படையைக் கொண்டு வந்து நிறுத்தினார். அதில் சுமார் 50,000 வீரர்கள் இருந்தனர். இந்தப் படையின் முதுகெலும்பாக ராஜபுத்திரப் படைப் பிரிவும் தாராவின் மெய்க் காவல் படையும் இருந்தன. இவர்கள் அனைவரும் தாராவின் வெற்றியையே தமது இலக்காகக் கொண்டிருந்தனர். ஆனால் கிட்டத்தட்ட பாதி படை பேரரசருக்கு சொந்தமானது. அதனால் அவர்களைத் தாராவால் முழுமையாக நம்பமுடியவில்லை. ஏனென்றால் அந்தப் படையின் தளபதிகள் பலரை, குறிப்பாகக் கலீலுல்லா கான் போன்றவர்களை ஔரங்கசீப் தன் பக்கம் இழுத்திருந்தார்.

தாரா ஷுகோவின் படையில் இருந்த பீரங்கிகள் அனைத்தும் ஒரே வரிசையாக முன்னணியில் நிறுத்தப்பட்டிருந்தன. துப்பாக்கி வீரர்களின் அணிவரிசை அதன் பின்னால் இருந்தது. அதற்குப் பின் வரிசையில் யானைப் படை நின்றது. இறுதியாகக் குதிரைப் படை நிறுத்தப்பட்டிருந்தது. தாராவின் பீரங்கிப் படை வேகமாக நகர்ந்து செல்லும் திறன் இல்லாமல் இருந்தது. அதோடு அதன் தாக்குதல் திறமையும் ஔரங்கசீபின் படையுடன் ஒப்பிட்டால் குறைவுதான். தாராவின் குதிரைப் படையும், போக்குவரத்து விலங்குகளின் அணிவரிசையும்கூட சற்றுப் பலவீனமானவையாகவே இருந்தன.

எதிர்ப் பக்கம் நின்றிருந்த ஔரங்கசீபின் படை ஆக்ரோஷம் மிகுந்ததாக இருந்தது. அவரது நன்கு போர் அனுபவம் பெற்ற தளபதிகள், குதிரைகளின் மீது வீற்றிருந்தனர். இவர்களோடு, மீர் ஜும்லாவின் படையைச் சேர்ந்த ஐரோப்பியத் துப்பாக்கி, பீரங்கி வீரர்களும் ஔரங்கசீபின் பக்கம் இருந்தனர். அவர்களுக்குத் தேவையான ஆயுதத் தளவாடங்கள் எல்லாம் போதுமான அளவுக்கு இருந்தன. ஔரங்கசீபின் படையில் வலுவான ஒற்றுமையும் ஒருங்கிணைப்பும் நிலவியது. படை வீரர்கள், தளபதிகள், அதிகாரிகள் என அனைவரும் எந்தக் கேள்வியும் கேட்காமல், எந்தத் தயக்கமும் இல்லாமல் 'மாலிக்'கின் உத்தரவுக்குக் கீழ்ப்படியக் கற்றுக் கொடுக்கப்பட்டிருந்தனர்.

மதிய வாக்கில் போர் ஆரம்பித்தது. தாரா ஷுகோ எடுத்த எடுப்பிலேயே தாக்குதலை ஆரம்பித்தார். பீரங்கிப் படையினர் பெரும் சப்தத்துடன் குண்டுகளை வெடிக்கச் செய்தனர். ஆனால் அவ்வளவு தொலைவில் இருந்த எதிரிகளுக்கு அவை எந்தவொரு இழப்பையும் ஏற்படுத்தவில்லை. ஔரங்கசீபோ எடுத்த எடுப்பில் தாக்காமல் தனது படையின் வெடிமருந்தையும் குண்டுகளையும் சமயோஜிதமாகப் பாதுகாத்து வைத்துக்கொண்டார்.

ஒரு மணி நேரத்துக்கு இப்படியான வெற்று வேட்டுத் தாக்குதல் நடந்தது. அதன்பின் தாரா தன் படையை முன்னேறிச் சென்று தாக்க உத்தரவிட்டார். அவருடைய இடது பக்கப் படைக்கு ருஸ்தம் கான் தலைமை தாங்கியிருந்தார். பீரங்கி, துப்பாக்கிப் படைகளுக்கு இடையேயான வெளியில் வேகமாகப் பாய்ந்து சென்ற அவர், எதிரிகளின் பீரங்கிப் படையை மின்னும் வாள் கொண்டும் போர் முழக்கங்கள் கொண்டும் எதிர்கொண்டார்.

ஔரங்கசீபின் பீரங்கிப் படைத் தலைவர் சாஃப் ஷிகன் கானும், அவருடைய துப்பாக்கிப் படையினரும் பயங்கரமான குண்டு மழை, அம்பு மழை, ஈட்டி மழைகளைப் பொழிந்து ருஸ்தம் கானின் படையை எதிர்கொண்டனர். வாளும் வேலும் கொண்டு தாக்கிய ருஸ்தம் கானின் படையினரால் ஷிகன் கானின் துப்பாக்கிப் படையை எதிர்கொள்ள முடியவில்லை. அவர்களின் வேகம் மட்டுப்பட்டது. ஔரங்கசீபின் பீரங்கிகள் பல முக்கிய தலைவர்களைச் சிதறடித்துவிட்டன. எனவே ருஸ்தம் கான் தனது வலது பக்கம் பாய்ந்து சென்று எளிய எதிரிகளைத் தாக்க முற்பட்டார். அவரது வேகத்தில் புழுதி கிளம்பியது.

ஆனால், ஔரங்கசீபின் வலது பக்கப் படைத் தளபதியான பஹதுர் கான், முன் பக்கம் பாய்ந்து சென்று பீரங்கிப் படைக்கும்,

ஔரங்கசீபின் முன்னால் இருக்கும் படைக்கும் இடையிலான இடைவெளியை மறைத்து ருஸ்தம் கானின் முன்னோக்கிய நகர்வைத் தடுத்தார். இருவருக்கும் இடையில் நேருக்கு நேரான மோதல் நடந்தது. இந்த மோதலில் பஹதுர் கான் படுகாயமடைந்து கீழே விழுந்தார். அவருடைய படைப் பிரிவு சிதறி ஓடவிருந்த நேரத்தில் இஸ்லாம் கான் வலது பக்கப் படைப் பிரிவில் இருந்து வந்து உதவிக்கரம் நீட்டினார்.

இதேசமயத்தில் ஷேக் மீரும் தேவையான நேரத்தில் பயன்படுத்தலாம் என்று ஓரமாக நிறுத்தப்பட்டிருந்த படையுடன் வந்து சேர்ந்தார். இப்போது ருஸ்தம் கானின் படை இவர்களுக்கு இடையே மாட்டிக்கொண்டுவிட்டது. ருஸ்தம் கான் படுகாயமடைந்து வீழ்ந்தார். அவருடைய படையைச் சேர்ந்த வீரமும் திடசித்தமும் கொண்ட பத்துப் பன்னிரண்டு வீரர்கள் ஔரங்கசீபை நோக்கிப் பாய்ந்து முன்னேறினர். ஆனால், அங்கு அவர்கள் எதிரியின் படையினரால் கொல்லப்பட்டுப் பிணக் குவியலில் வீசப்பட்டனர். சிஃபிர் ஷுகோவின் தலைமையில் இருந்த தாரா ஷுகோவின் இடது பக்கப் படை பின்வாங்கி ஓடியது.

இதனிடையில் ஔரங்கசீபின் இடது பக்கமும் மிகத் தீவிரமான போர் நடந்து கொண்டிருந்தது. ராஜா சத்ரசால் ஹடா தலைமையில் மொகலாயப் பேரரசரின் படையானது, சுல்ஃபிகருடைய படைக்கும் முராதின் படைக்கும் இடையே ஊடுருவி இளவரசர் ஔரங்கசீப்பைத் தாக்கப் பாய்ந்தது. இதனால் முராதின் படைக்கும் ஔரங்கசீபின் படைக்கும் இடையே ஒரு பிளவு உண்டானது.

ஹோலியின் மஞ்சள் நிற உடையையும், விலை மதிப்பு மிக்க முத்துக்கள் கோர்க்கப்பட்டிருந்த தலைப்பாகையையும் அணிந்திருந்த ராஜா ராம் சிங் ரத்தோர், 'தாராவிடமிருந்து கிரீடத்தைப் பறிக்கப் பார்க்கிறாயா' என்று முழங்கியபடியே முராதின் யானை மீது பாய்ந்தார். பிறகு, யானைப் பாகருக்கு உயிர் பயம் காட்டி யானையை மண்டியிட்டு நிற்க வைக்கும்படி மிரட்டினார். யானை கால் மடக்கி அமர்ந்த நேரத்தில் சட்டென்று முராதின் மீது ஈட்டியைப் பாய்ச்சினார். ஆனால் குறி தப்பிவிட்டது. எதிர்த் தாக்குதலில் யானை மீது வீற்றிருந்த முராத், ஒரே அம்பினால் ராஜ புத்திரத் தலைவரின் உயிரைப் பறித்தார்.

மற்ற ராஜ புத்திர வீரர்களும் முராதின் யானையைச் சுற்றிக் கொத்துக் கொத்தாக வீழ்ந்திருந்தனர். அவர்களுடைய ஆடையின் நிறத்தால்,

‘சாமந்திப் பூக்களின் மலர் படுகை போல் நிலம் மஞ்சள் நிறமாக’ மாறியது. உயரமான யானை மேல் அமர்ந்திருந்த இளவரசரை ராஜபுத்திர வீரர்களால் ஏறிச் சென்று தாக்கி வீழ்த்த முடியவில்லை. ஆனால், முராதின் முகத்தில் மூன்று இடங்களில் ஆழமான காயத்தை ஏற்படுத்தி இருந்தனர். யானைப் பாகர் கொல்லப்பட்டார். யானையின் உடல் அம்புகளால் துளைக்கப்பட்டு முள்ளம்பன்றியின் உடல்போல் காட்சியளித்தது. இதனால் முராத் கொஞ்சம் பின்வாங்க வேண்டியிருந்தது.

வெற்றி பெற்ற ராஜபுத்திரர்கள், முராதுக்கு உதவுவதற்காக வந்த ஔரங்கசீபின் மீது கவனத்தைக் குவித்தனர். வலிமை மிகுந்த இந்த இரண்டு தரப்புகளுக்கிடையிலான போர் மிகவும் மூர்க்கமாக நடைபெற்றது. ராஜபுத்திர வீரர்கள் துணிந்து தாக்கியபடி முன்னேறினர். ஆனால், ஔரங்கசீபின் காவல் படையும் சம பலத்துடன் மோதியது. அந்தக் காவல் படையின் வீரர்கள் அப்போதுதான் தாக்குதலை ஆரம்பித்திருந்ததால் புத்துணர்ச்சியுடன் இருந்தனர். ஆனால் ராஜபுத்திர வீரர்களோ முராதின் படையினருடன் போராடிவிட்டு வந்திருந்ததால் களைத்துப் போயிருந்தனர். அதில் பலர் இறந்தும், காயமடைந்தும் விழுந்திருந்ததால் அவர்களின் எண்ணிக்கையும் குறைந்துவிட்டிருந்தது.

இருந்தும் அவர்கள் உயிரைத் துச்சமாக மதித்து வீரத்துடன் போரிட்டனர். ஆனால், ராஜபுத்திர தலைவர்களான சத்ரசால் ஹடா, ராம் சிங் ரத்தோர், பீம் சிங் கௌர், சிவராம் கௌர் ஆகியோர் ஒருவர் பின் ஒருவராக வீழ்ந்தனர். அதன் பின்னரும் எஞ்சியவர்கள் எல்லாம் ‘வேட்டை நாய்களைப்போல்’ இடைவிடாமல் தாக்கியதாக இந்தச் சண்டையை நேரில் பார்த்த ஐரோப்பியர் ஒருவர் குறிப்பிட்டிருக்கிறார்.

ராஜா ரூப் சிங் ரத்தோர் தன் குதிரையிலிருந்து குதித்து உருவிய வாளுடன் ஔரங்கசீபின் யானையை நோக்கிப் பாய்ந்தார். அவர், அம்பாரியைக் கட்டியிருக்கும் சேணத்தையும் கயிறுகளையும் அறுத்தெறிந்து ஔரங்கசீபைக் கீழே விழவைக்க முயன்று, யானையின் காலில் வாளைப் பாய்ச்சினார். ஆனால், ஔரங்கசீபின் மெய்க்காவலர்கள் அவரைக் கண்டந்துண்டமாக வெட்டி வீழ்த்தினர். எஞ்சிய ராஜபுத்திரர்களும் கொல்லப்பட்டனர். அப்படியாகத் தாரா ஷுகோவின் இடது மற்றும் வலது பக்கப் படைகள் இரண்டும் அழிக்கப்பட்டன.

7. சமுகர் பகுதியில் தாராவின் செயல்பாடுகள்; அவருடைய முடிவு

போரின் தொடக்கத்தில் ருஸ்தம் கானும், சத்ரசால் ஹடாவும் தமது படைப் பிரிவுடன் முன்னேறிச் சென்றபோது, மையப் பகுதியில் இருந்த தாரா ஷுகோ தனது பீரங்கிப் படையினூடாகச் சென்று, ஔரங்கசீபுடன் மோதச் சென்ற ருஸ்தம் கானுக்கு உதவுவதற்கு விரைந்தார். இதைப் போன்ற மடத்தனம் வேறு எதுவும் இருந்திருக்கவே முடியாது. இப்படி மையத்தைவிட்டு விலகிச் சென்றதால் அவர் ஒட்டுமொத்தப் படைகளின் நகர்வுகளையும் கண்காணித்து, அவற்றைத் தலைமை தாங்கி வழிநடத்தும் வாய்ப்பை இழந்துவிட்டார்.

இதைத் தொடர்ந்து அவருடைய படைகளுக்குள் பெரும் குழப்பம் உருவானது. தன்னுடைய பீரங்கிப் படைக்கு முன்பாக அவர் சென்றதால் அந்தப் படையால் தாக்குதலை நடத்தமுடியாமல் போனது. எதிர் முனையிலிருந்து பீரங்கியாலும் துப்பாக்கியாலும் இடைவிடாமல் தாக்குதல் நடத்திய ஔரங்கசீபின் படைக்கு எதிராகப் பதிலடி கொடுக்கமுடியாமல் போய்விட்டது. பிற எல்லாப் பிழைகளையும்விட இந்தத் தவறுதான் தாராவின் வீழ்ச்சிக்கு முக்கிய காரணமாக அமைந்துவிட்டது. தாரா ஷுகோ இப்போது எதிரில் இருந்து வந்த பீரங்கித் தாக்குதலிலிருந்து தப்பிக்க வலது பக்கம் திரும்பியபோது, ஷேக் மீரின் படையுடன் மோத வேண்டி வந்தது.

அப்போது ஔரங்கசீபின் அருகில் பாதுகாப்புப் படை எதுவும் இருந்திருக்கவில்லை. தாரா ஷுகோ அதைப் பயன்படுத்தி எதிரிகளின் படையை ஊடுருவி ஔரங்கசீபின் பக்கம் சென்றிருந்தால் அவருக்கு வெற்றி கிடைத்திருக்கும். ஆனால், அவர் சிறிது நேரம் தாமதித்தார். போர்க்களத்தில் அவர் முன்னால் இருந்த தடைகள், அவருடைய களைப்பு இவையெல்லாம் அவரைக் கொஞ்சம் முடக்கிப்போட்டன. கிடைத்த சாதகமான அம்சத்தை அவருடைய படை மெள்ள இழக்கத் தொடங்கியது. தாக்குதலின் வேகம் மட்டுப்பட ஆரம்பித்தது.

கிடைத்த பொன்னான வாய்ப்பு என்றென்றைக்குமாகக் கை நழுவிப் போனது. ஏனென்றால், ஔரங்கசீப் விரைவிலேயே தனது பாதுகாப்பைப் பலப்படுத்திக் கொண்டுவிட்டார். தனது படைகளை

உரிய இடங்களுக்கு நகர்த்திக் கொண்டுவிட்டார். இதனால், தாரா ஷுகோ தன் எதிரியான ஔரங்கசீபின் யானை மீது தாக்குதல் நடத்துவதை விட்டுவிட்டு, தனது வலது பக்கமாகத் திரும்பி சத்ரசால்லுக்கு உதவும் நோக்கில் அந்தப் பக்கம் சென்றார்.

அப்படியாக, தாரா ஷுகோ தனது படையின் இடக்கோடியிலிருந்து வலக்கோடிக்கு மிக நீண்ட தூரம் பயணம் செய்ய வேண்டி வந்தது. கொளுத்தும் வெய்யிலில் அவருடைய படையினரும் குதிரைகளும் முழுவதுமாகக் களைத்துவிட்டனர். எதிரிகளின் பீரங்கிகள்வேறு இடைவிடாமல் தாக்குதல் நடத்தி இடது பக்கப் படைகளை நிலைகுலைய வைத்தது. அவருடன் இருந்த படை வீரர்கள் கொதிக்கும் நுண் மணலிலும், மூச்சை அடைக்கும் புழுதியிலும் நீண்ட தூரம் பயணம் செய்ய வேண்டியிருந்தது. சூடேறிய கவசங்கள் அவர்களுடைய உடல்களில் கொப்பளங்களை ஏற்படுத்தத் தொடங்கியிருந்தன. தாகம் தணிக்க ஒரு சொட்டு தண்ணீர்கூடக் கிடைத்திருக்கவில்லை.

இதனிடையில் தலைமையின் மீது விசுவாசமும் ஒற்றுமையும் மிகுந்த ஔரங்கசீபின் படை அவருடைய வழிகாட்டுதலின்படி வலுவான நிலைக்கு நகர்ந்துவிட்டது. தாராவின் இடது, வலதுபக்கப் படைகளும், பிற பிரிவுகளும் தமது இடங்களிலிருந்து விலகிச் சென்றுவிட்டன. தாராவும் மையத்திலிருந்து விலகிவிட்ட நிலையில் அவருடைய படையில் பெரும் குழப்பமும் தடுமாற்றமும் உருவாகியிருந்தது. ஔரங்கசீபின் மகன் முஹம்மது சுல்தான் தன் படையுடன் தாராவைத் தாக்க விரைந்தான். இதே நேரத்தில் ஔரங்கசீபின் வெற்றிகரமான வலதுபக்கப் படைப் பிரிவு தாராவின் படையைச் சுற்றி வளைத்தது. இடது, வலதுபக்கப் படைகள் ஒரே நேரத்தில் மூர்க்கமாகத் தாக்கவும் ஆரம்பித்தன.

இதுவே உண்மையில் போரின் முடிவுத் தருணம்.

தனது திறமைசாலியான தளபதிகளின் மரணச் செய்தி தாராவை வந்தடைந்திருந்தது. 'கடல் அலைகளைப்போல் ஔரங்கசீபின் படைகள் எண்ணற்ற துப்பாக்கி, பீரங்கிகளுடன் தாராவின் முன்னால் வந்து நின்றன'. குறி தவறாமல், இடைவிடாமல் அவர்கள் மேற்கொண்ட தொடர் தாக்குதலினால் தாராவின் படைகள் நிர்மூலமாக்கப்பட்டன. அவரது யானையும் பீரங்கித் தாக்குதலுக்கு உள்ளானது. இதனால் பட்டத்து இளவரசர் யானையிலிருந்து இறங்கிக் குதிரையில் ஏறிக்கொண்டார்.

சட்டென்று அவருக்கு எல்லாமே முடிந்துவிட்டது. (தாரா ஷுகோ தோற்றுவிடுவோம் என்று மனம் சோர்ந்துபோய் யானையில் இருந்து இறங்கினார் என்பதை ஏ.என் (104), அஹில் கான் (48), மாசூம் (636) காம்பு (15 அ) ஆகியோரும் தமது நூலில் குறிப்பிட்டிருக்கின்றனர். ஆனால், மனூச்சி-பெர்னியர் தமது நூலில், தாரா ஷுகோ அந்தப் போரில் ஔரங்கசீபை வெற்றி பெற்றுவிட்டதைத் தொடர்ந்தே யானையில் இருந்து கீழே இறங்கினார்; துரோக எண்ணம் கொண்ட கலீலுல்லா கானின் குயுக்தியான ஆலோசனையின் பேரில், அவர் அப்படி இறங்கியது, அவருடைய படையினர் மத்தியில் ஏற்படுத்திய தவறான எண்ணமே தாரா ஷுகோ தோற்கக் காரணமாகிவிட்டது என்று குறிப்பிட்டிருக்கிறார்கள் (ஸ்டோரியா 231-232; பெர்னியர்-53-54; ஈஸ்வர்தாஸ் - 24 பி - 25 அ). உர் நாட்டில் பேசப்பட்ட வதந்தியை மனூச்சி-பெர்னியர் தமது நூலில் குறிப்பிட்டிருந்தது தவறு என்பதை சமகாலத்தினர் மற்றும் போரை நேரில் பார்த்தவர்கள் எழுதிய குறிப்புகள் நிரூபிக்கின்றன.)

போர்க்களத்தில் இருந்த அவருடைய வீரர்கள் அம்பாரியில் அவர் இல்லாததைப் பார்த்து அவர் வீழ்த்தப்பட்டுவிட்டதாக நினைத்துவிட்டனர். ஏற்கெனவே அவர்கள் தாகத்தாலும் மயக்கத்தாலும் தளர்ந்து போயிருந்தனர். இந்தத் தருணத்தில் வெப்பக்காற்று வேறு புயல்போல் படையினரை மூர்க்கமாகத் தாக்கியது. இதில் அவர்களால் ஆயுதங்களைத் தூக்கவே முடியாத நிலை ஏற்பட்டுவிட்டது. பலர் தாகத்தினாலேயே இறந்துவிட்டனர்.

மொகலாயப் பேரரசின் படை எப்போது நல்லதொரு வாய்ப்பு கிடைக்கும், எப்படி ஓடித் தப்பிக்கலாம் என்று காத்துக் கொண்டிருந்தது. அவர்களுக்கு யானையின் அம்பாரியில் தாரா ஷுகோ இல்லை என்ற விஷயம் நல்ல வாய்ப்பாக அமைந்தது. மொகலாயப் பேரரசுப்படை உடனேயே தாறுமாறாகக் கலைந்து தப்பி ஓடியது. தாரா ஷுகோ போர்க்களத்தில் தன்னந்தனியாக விடப்பட்டார். பரம்பரை பரம்பரையாக வந்திருந்த ஒரு சில விசுவாசிகள் நீங்கலாக மற்ற அனைவரும் இறந்தோ தப்பித்தோ விட்டிருந்தனர். அவர்கள் அவரைப் பாதுகாப்பாகப் போர்க்களத்தில் இருந்து காப்பாற்றி ஆக்ராவுக்கு அழைத்துச் சென்றனர்.

ஔரங்கசீபுக்கு இருந்த கடைசித் தடையும் அகற்றப்பட்டுவிட்டது. வேறு எந்த முயற்சியையும் அவர் எடுக்கவில்லை. எந்த முயற்சியும் தேவைப்பட்டிருக்கவும் இல்லை. இதைவிடப் பெரிய வெற்றி

கிடைக்க வாய்ப்பே இல்லை என்று சொல்லும் அளவுக்கு முழுமையான வெற்றி கிடைத்துவிட்டிருந்தது. தோற்றுப்போன படையின் சார்பில் சுமார் 10 ஆயிரம் பேர் கொல்லப்பட்டிருந்தனர். இறந்த குதிரைகள், யானைகள், போக்குவரத்து விலங்குகளின் எண்ணிக்கையோ கணக்கிடமுடியாததாக இருந்தது. மொகலாயப் பேரரசின் படையில் கொல்லப்பட்ட மிக முக்கியமானவர்களில் 9 ராஜபுத்திரத் தலைவர்களின் பெயரும், 19 முஸ்லிம்களின் பெயரும் பட்டியலிடப்பட்டுள்ளன.

சமுகர் போரில் ஈடுபட்டவர்களிலேயே மிக அதிக வீரம் நிறைந்தவர் ராவ் சத்ரசால் ஹடா. பூந்தி பகுதியின் அரசர். 52 போர்களில் வெற்றி பெற்றவர். அவருடைய ஹடா படை வீரர்கள் காவி மேலாடை பறக்கத் தாரா ஷுகோவின் பிரதானப் படையாக அணிவகுத்து நின்றனர். வெற்றி அல்லது வீரமரணம் என்பதே அவர்களுடைய கொடியின் முத்திரை வாசகமாக இருந்தது.

சத்ரசால் ஹடா தனது வீரர்களுக்கு உற்சாகமூட்டியபடியே தன் யானை மீது ஏறி அமர்ந்தார். அப்படி அவர் உற்சாகமூட்டியும், முன்னணியில் நின்றும் போரிட்டபோதும்கூட எதிரியின் பீரங்கிக் குண்டுகள் அவருடைய யானையைத் தாக்கின. அதைக் கண்டு பயந்த யானை புறமுதுகிட்டு ஓடத் தொடங்கியது.

சத்ரசால் உடனே யானை மீதிருந்து பாய்ந்து, குதிரை மீது ஏறிக்கொண்டார்: 'என் யானை புறமுதுகிட்டு ஓடலாம். நான் ஓடமாட்டேன்' என்று முழங்கியபடியே தன் படைவீரர்களை அழைத்துக்கொண்டு இளவரசர் முராதைத் தாக்க விரைந்தார். முராதைத் தனியாகச் சுற்றி வளைத்து ஈட்டியை எறியக் குறிபார்த்துக் கொண்டிருந்தபோது பீரங்கி குண்டு ஒன்று பாய்ந்து வந்து அவருடைய தலையைச் சிதறடித்தது. அதேபோல தர்மத் மற்றும் சமுகர் பகுதிகளில் நடைபெற்ற போர்களிலும் ஹடா குலத்தின் 12க்கும் குறையாத இளவரசர்கள் தமது இன்னுயிரை மொகலாயப் பேரரசருக்காக ஈந்தனர்.

அன்றைய இறுதிப் போரில் மிகவும் புகழ் பெற்றவர் ருஸ்தம் கான். ஃபிரோஸ் ஜங் என்ற துணைப்பெயர் கொண்ட அவர், உஸ்பெக் மற்றும் பாரசீகப் போர்களின் நாயகர்.

ஔரங்கசீபின் படையில் முதல் நிலை தளபதிகளில் அஸாம் கான் மட்டுமே உயிரிழந்தார். அவரும் எதிரிகளின் கைகளில் இல்லாமல் வெப்பம் தாங்காமல்தான் இறந்திருந்தார்.

8. ஆக்ராவில் நடந்தவையும், ஷாஜகானின் சிறை பிடிப்பும் - 1658

சமுகர் போரில் படுதோல்வி அடைந்த தாரா ஷுகோ ஒரு சில உதவியாளர்களுடன் இரவு 9 மணி வாக்கில் ஆக்ராவுக்கு வந்து சேர்ந்தார். தனது அறைக்குள் சென்று கதவைத் தாளிட்டுக் கொண்டார். மொகலாய அரசக் குடும்பத்தில் பெரும் வேதனை சூழ்ந்திருத்தது. நகரில் பெரும் அபாய உணர்வு பரவியிருந்தது.

கோட்டைக்கு வந்து தன்னைச் சந்திக்கும்படி தாராவுக்கு ஷாஜஹான் சொல்லி அனுப்பினார். உடலாலும் உள்ளத்தாலும் மிகவும் சோர்ந்துபோயிருந்த தாரா, 'இப்போதைய என் பரிதாபமான நிலையில் மாண்புமிகு பேரரசரை என்னால் வந்து சந்திக்க முடியாது. நான் மேற்கொள்ளவிருக்கும் நீண்ட நெடும் பயணத்துக்கு இன்முகத்துடன் ஆசி கொடுத்து அனுப்பிவையுங்கள்' என்று பதில் சொல்லி அனுப்பினார்.

தாரா ஷுகோ அதிகாலை மூன்று மணி வாக்கில் தன் மனைவி, குழந்தைகள், 12 பணியாளர்களுடன் ஆக்ராவிலிருந்து தில்லி நோக்கிப் புறப்பட்டார். அவருக்குப் பேரரசர் ஷாஜஹானின் உத்தரவின் பேரில், கஜானாவிலிருந்து தங்கக் காசுகள் நிறைந்த மூட்டைகள் கோவேறு கழுதைகளின்மீது ஏற்றிவந்து கொடுக்கப் பட்டது. அவசர அவசரமாகப் புறப்பட்ட அவர், தன்னால் முடிந்த அளவிலான நகைகள், பணம் ஆகியவற்றையும் எடுத்துக் கொண்டிருந்தார். அடுத்த இரண்டு நாட்கள் அவருடைய ஆதரவாளர்கள் வழி நெடுக அவருடன் வந்து சேர்ந்துகொண்டனர். தில்லியை அவர் அடையும்போது சுமார் 5000 பேர் வந்து சேர்ந்திருந்தனர்.

சமுகர் போர் முடிந்ததும் ஔரங்கசீப் தன் சகோதரர் முராதைச் சென்று சந்தித்து வாழ்த்துகள் தெரிவித்தார். இளைய சகோதரரின் வீரத்தினால்தான் அந்த வெற்றி சாத்தியமானது என்றும், அன்றிலிருந்தே முராதின் ஆட்சி அவருக்கு கொடுக்கப்பட்டிருந்த பகுதிகளில் ஆரம்பிக்கிறது என்றும் பாராட்டினார். காயம்பட்ட முராதுக்கு அக்கறையுடன் சிகிச்சையும் செய்தார்.

வெற்றி பெற்ற இரண்டு இளவரசர்களும் நெடும் பயணமாக ஆக்ரா கோட்டைக்கு வெளியில் இருந்த நூர் மன்ஸிலின் தோட்டத்துக்கு வந்து சேர்ந்தனர் (ஜூன் 1). அங்கு அவர்கள் பத்து நாட்கள் தங்கினர். அனுதினமும் ஏராளமான அரச சபையினரும், நிலப்பிரபுக்களும்,

அரசு அதிகாரிகளும் பேரரசரை விட்டுவிட்டு ஔரங்கசீபின் பக்கம் வந்து சேர்ந்த வண்ணம் இருந்தனர். அதில், தாராவின் அமைச்சர்களும் அதிகாரிகளும்கூட அடங்குவர்.

ஔரங்கசீப், சமுகர் போர் முடிந்த மறு நாளே, 'எதிரிகளால் தன் மீது திணிக்கப்பட்ட விஷயங்களுக்கான தன் எதிர்வினைகளுக்கு மன்னிப்புக் கேட்டு' ஷாஜஹானுக்குக் கடிதம் ஒன்றை எழுதினார்.

நூர் மன்ஸிலுக்கு அவர் வந்து சேர்ந்தபோது ஷாஜஹான் கைப்பட எழுதிய ஒரு கடிதம் அவருக்குக் கிடைத்தது. அதில் தன்னை வந்து சந்திக்கும்படி ஔரங்கசீபை ஷாஜஹான் கேட்டுக்கொண்டிருந்தார். ஆனால் ஔரங்கசீப் அந்தச் சந்திப்பை மறுத்துவிட்டார். ஆக்ரா கோட்டைக்குள் நுழைந்ததுமே தார்தாரியப் பெண் காவலர் ஒருவர் மூலம் ஔரங்கசீபைக் கொன்றுவிட ஷாஜஹான் சதித்திட்டம் தீட்டியிருப்பதாகச் சில நண்பர்கள் (குறிப்பாக ஷைஸ்தா கான் மற்றும் கலீலுல்லா கான்) சொன்னதன் பேரில் ஔரங்கசீப் அவ்வாறு செய்தார்.

நல்லெண்ண முகமூடி கழற்றி வீசப்பட்டது. ஜூன் 5 அன்று ஆக்ரா கோட்டையை ஔரங்கசீப் முற்றுகையிட்டார். ஜூன் 3 அன்று தன் மூத்த மகன் முஹம்மது சுல்தானை ஆக்ரா நகருக்கு அனுப்பி ஏற்கெனவே நிலைமையைக் கட்டுக்குள் கொண்டு வரச் செய்திருந்தார்.

ஷாஜஹான் ஆக்ரா கோட்டையை உள்ளுக்குள் மூடிக்கொண்டு ஔரங்கசீபின் முற்றுகையை எதிர்கொள்ளத் தயாரானார். ஆக்ரா கோட்டை அந்நாட்களில் மிகவும் வலிமையான கோட்டைகளில் ஒன்றாக இருந்தது. ஔரங்கசீபின் பீரங்கி, துப்பாக்கிகளால்கூட அந்தக் கோட்டையைத் தகர்க்க முடியாது. எனவே தாக்குதல் மேற்கொள்வது என்ற பேச்சுகே இடமில்லாமல் இருந்தது.

மேலும் ஆக்ரா கோட்டைக்குள் இருப்பவர்களால் முற்றுகை யிட்டிருக்கும் இளவரசரிடமிருந்து மாதக்கணக்கில் ஏன் வருடக் கணக்கில் கூட தாக்குப்பிடிக்க முடியும். இதனால் தாராவுக்குப் புதிய ராணுவத்தை உருவாக்கிக் கொள்ளவும் போதிய கால அவகாசமும் கிடைத்துவிடும் என ஔரங்கசீப் நினைத்தார். அதைத் தடுக்க உடனே முடிவு செய்தார்.

எனவே, ஜயமுனையில் திறக்கும் கோட்டையின் நீர் வாயிலின் (கிசிரி) வெளிப்புறத்தைக் கைப்பற்ற ஔரங்கசீப் தனது ஆட்களை அனுப்பினார். இதன்மூலம் கோட்டைக்குள் நல்ல தண்ணீர் செல்லும் வழி துண்டிக்கப்பட்டது. கோட்டைக்குள் இருந்தவர்கள்

கோடையில் குடிநீரின்றித் தாகத்தின் கொடுமையை அனுபவிக்கத் தொடங்கினர். கோட்டைக்குள் நீண்ட காலம் பராமரிப்பில் இருந்திராத பழைய கிணறுகளின் நீரும் குடிப்பதற்கு உகந்ததாக இல்லை. இதனால் பேரரசரின் அரச சபையில் சௌகரியமாக வாழ்ந்து வந்த சோம்பேறி அதிகாரிகள் பலர் கோட்டையிலிருந்து சத்தம் காட்டாமல் வெளியேறிவிட்டனர்.

மூன்று நாட்கள் ஷாஜஹான் இந்த நெருக்கடியைத் தாக்குப்பிடித்தார். பின், 'உன் தந்தையை தாகத்தில் தவிக்கவிட்டுக் கொன்றுவிடாதே' என்று பரிதாபகரமான கடிதம் ஒன்றையும் ஔரங்கசீபுக்கு எழுதி அனுப்பினார். ஆனால் ஔரங்கசீப் மசியவில்லை. 'உங்களுக்கு நேர்பவற்றுக்கு நீங்களே பொறுப்பு' என்று பதில் அனுப்பினார்.

தாகத்தைத் தாங்க முடியாமல், சுற்றிலும் இருந்தவர்களின் துயரத்தையும் நிராதரவையும் பார்த்த ஷாஜஹான் சரணடைய முடிவு செய்தார். ஜூன் எட்டாம் தேதியன்று ஔரங்கசீபின் அதிகாரிகளுக்குக் கோட்டைக் கதவைத் திறந்துவிட்டார். அவர்கள் அரண்மனையில் அரச சபைக்குப் பின்பக்கம் இருந்த அறையில் ஷாஜஹானைச் சிறைப்படுத்தினர். அவரிடமிருந்த அனைத்து அதிகாரங்களும் பறிக்கப்பட்டன. அவரை மீட்க யாரும் முயற்சி செய்ய முடியாதபடி கோட்டையைச் சுற்றிலும் கடும் காவல் போடப்பட்டது. அவருடைய அந்தரங்க நபும்சகர்கள் கடிதம் எதையும் கொண்டு செல்ல முடியாமல் தடுக்கும் நோக்கில் கண்காணிப்பு வளையத்துக்குள் கொண்டுவரப்பட்டனர். ஆக்ரா கோட்டையின் அளவுகடந்த சொத்துகள், அதாவது இந்தியாவை மூன்று தலைமுறைகளாக வெற்றிகரமாக ஆட்சி செய்தவர்கள் சேகரித்த சொத்துகள் முழுவதும் ஔரங்கசீபின் வசம் சென்று சேர்ந்தன.

ஜூன் 10 அன்று இளவரசி ஜஹானாரா, தனது தனிப்பட்ட செல்வாக்கின் காரணமாகவும், சகோதரி என்ற உரிமையிலும் ஔரங்கசீபிடம் பேசிப் பார்த்தார். மொகலாயப் பேரரசை நான்கு சகோதரர்களும் பங்கிட்டுக் கொள்ளும்படி ஷாஜஹானின் பெயரில் கேட்டுக்கொண்டார். ஔரங்கசீப் புன்முறுவல் பூத்தபடியே அந்த வேண்டுகோளை மறுத்துவிட்டார்.

9. முராத் பக்ஷின் சிறைப்பிடிப்பு மற்றும் மரணம்

ஜூன் 13 அன்று ஔரங்கசீப் தாராவைத் தேடி ஆக்ராவிலிருந்து தில்லிக்குப் புறப்பட்டார். ஆனால் அவர் மதுராவைச் சென்று

சேர்ந்திருந்த நிலையில், பொறாமையும் தீமையும் நிறைந்த முராத் பற்றி மோசமான அபாயகரமான ஒரு செய்தியைக் கேள்விப்பட நேர்ந்தது.

ஔரங்கசீபின் வலிமை நாளுக்கு நாள் அதிகரித்து வருவதாகவும், இதனால் முராதின் அதிகாரம் கொஞ்சம் கொஞ்சமாக நழுவிச் சென்றுவிடும் என்றும் அவருடைய ஆதரவாளர்கள் முராத்திடம் சொல்லத் தொடங்கினர். தில்லி சுல்தானாக முடிசூட்டிக் கொள்ளவேண்டும் என்ற உங்கள் ஆசையை வெகு தூரத்துக்கு ஔரங்கசீப் தள்ளிப்போட்டுவிட்டார் என்றும், நீங்கள் இப்போதே வலிமையைப் பெருக்கிக்கொள்ளத் தாமதித்தால் ஔரங்கசீப் உங்களை எப்போது வேண்டுமானாலும் பலிகடா ஆக்கிவிடக்கூடும் என்றும் ஆலோசனை வழங்கினர். இதையெல்லாம் கேட்டு மனம் மாறிய முராத், ஔரங்கசீபை வெளிப்படையாக எதிர்க்கத் தொடங்கினார்.

ஔரங்கசீபின் படையில் இருந்தவர்களுக்கு அதிகச் சம்பளம், சலுகைகள், உரிமைகள், பட்டங்கள் என எல்லாவற்றையும் தந்து தன் பக்கம் இழுக்க ஆரம்பித்தார். ஔரங்கசீபைச் சென்று சந்திப்பது தனது கௌரவத்துக்கு இழுக்கு என்று நினைக்க ஆரம்பித்தார். இப்படியாக ஔரங்கசீபின் நட்புக் கூட்டணிக்குள் வெளிப்படை யான எதிர்ப்பு கிளம்பியது.

நிலைமை மோசமானது. உடனே ஔரங்கசீப் தந்திரமாக யோசித்து ஒரு திட்டம் தீட்டினார். முராதுக்கு 20 லட்சம் பணமும் 233 குதிரைகளும் பரிசாகக் கொடுத்து அவருடைய சந்தேகத்தையும் எதிர்ப்பையும் மட்டுப்படுத்தினார். முராதின் உடல்நிலை குணமானதைக் கொண்டாடும் நோக்கில் ஒரு பெரிய விருந்துக்கு ஏற்பாடு செய்திருப்பதாகச் சொல்லி அழைப்பு விடுத்தார். தப்பி ஓடிய தாராவுக்கு எதிராக என்ன நடவடிக்கைகள் எடுக்கலாம் என்று பேசலாம் வா என்றும் கூப்பிட்டார்.

எல்லாவற்றுக்கும் மேலாக முராதின் நம்பகமான பணியாளரான நூர்-உத-தின் கவாஸுக்கு ஆசைகாட்டித் தன் பக்கம் இழுத்துக் கொண்டார். ஜூன் 25 அன்று ஒரு வேட்டையை முடித்துவிட்டுத் திரும்பிக் கொண்டிருந்த முராதிடம் அவருடைய பணியாளரை விட்டே தன்னுடைய அழைப்பை ஏற்றுக்கொள்ளும்படிச் சம்மதிக்க வைத்தார். முராதும் ஔரங்கசீபைச் சந்திக்கச் சென்றார்.

முராதை ஔரங்கசீப் அன்புடன் வரவேற்றார். நல்ல விருந்து கொடுத்தார். மதுவை மிகுதியாக அருந்த வைத்தார். முராத்

போதையில் மயங்கிக் கிடக்கும்போது அவருடைய ஆயுதங்கள், கவசங்கள் அனைத்தும் அகற்றப்பட்டு சிறைபிடிக்கப்பட்டார். பின், பெண்களுக்கான நன்கு மூடப்பட்ட பல்லக்கில், வலிமையான குதிரைப்படையின் பாதுகாப்புடன் சலிம்கர்க்கும் அதன்பின் அங்கிருந்து குவாலியர் சிறைக்கும் அனுப்பப்பட்டார். இந்த அற்புதமான சதித்திட்டம் முராதின் ஆதரவாளர்களுக்குத் தெரியவே இல்லை. தெரிய வந்தபோது எல்லாம் நடந்து முடிந்திருந்தது.

மறுநாள் காலையில் தலைவர் இல்லாத படை ஔரங்கசீபின் கட்டுப்பாட்டுக்குள் சென்று சேர்ந்தது. முராதின் விசுவாசமான அதிகாரிகள், அமைச்சர்களுக்குக்கூடப் புதிய எஜமானருக்குக் கீழ்ப்படிவதைத்தவிர வேறு வழியே இருந்திருக்கவில்லை. ஒட்டுமொத்த சாம்ராஜ்ஜியமும் சொத்துக்களும் இப்போது ஔரங்கசீப் வசம் குவிந்தன.

குவாலியர் சிறையில் முராத் மூன்று ஆண்டுகள் வாழ்ந்தார். அங்கிருந்து அவரைத் தப்புவிக்க நண்பர்கள் மேற்கொண்ட முயற்சியில் கவனக் குறைவினால் மாட்டிக்கொண்டார். அதைத் தொடர்ந்து ஔரங்கசீப் அவரை முழுவதுமாக அப்புறடுத்தத் தீர்மானித்தார். பேரரசரின் துண்டுதலின் பேரில் அலி நக்வியின் இரண்டாவது மகன், 1657-ல் தன் தந்தை கொல்லப்பட்டதற்குப் பழிவாங்கலாக முராதின் உயிரைக் கேட்டான். இஸ்லாமிய ஷரியத் சட்டத்தின்படி 'கண்ணுக்குக் கண்' - கிசாஸ் தீர்ப்பை நீதிபதிகள் நிறைவேற்றி வைக்கவேண்டும். எனவே டிசம்பர் 4, 1661 அன்று தில்லி அரியணையைக் கைப்பற்ற விரும்பிய துரதிஷ்டம் மிகுந்த இளவரசரின் தலை குவாலியரின் சிறை வளாகத்தில் இரண்டு அடிமைகளால் துண்டிக்கப்பட்டது. அவருடைய உடல் அந்தக் கோட்டைக்குள்ளேயே புதைக்கப்பட்டது.

அத்தியாயம் - 5

வாரிசு உரிமைப் போர்: தாரா மற்றும் ஷுஜாவின் முடிவு

1. சாமுகர் வெற்றிக்குப் பின் தாரா ஷுகோவைத் துரத்தியபடி...

ஜுன் 5, 1658-ல் தாரா ஷுகோ தில்லிக்குச் சென்று சேர்ந்தார். அங்கே அவர், தலைநகரில் இருந்த செல்வத்தை எல்லாம் கொண்டு புதிய படை ஒன்றை உருவாக்கி, ஆயுதத் தளவாடங்கள் சேகரிக்க முயற்சி மேற்கொண்டார். ஆனால், ஆக்ரா கோட்டையை ஔரங்கசீப் கைப்பற்றிவிட்டார் என்றும், அடுத்ததாகத் தன்னைத் தேடித்தான் வருவார் என்ற செய்தியும் கிடைத்ததால் ஒரு வாரம் கழிந்ததும் அங்கிருந்து லாகூருக்குக் கிளம்பி விட்டார். பஞ்சாப் பகுதி தாராவின் முழுக் கட்டுப்பாட்டில் இருந்தது. பல வருடங்கள் அவருடைய நிர்வாகப் பொறுப்பில் இருந்த அந்தப் பகுதி, இப்போது அவருடைய விசுவாசியான சைய்யத் கைரத் கானின் வசம் இருந்தது.

10000 பேருடன் தில்லியில் இருந்து புறப்பட்ட தாரா ஷுகோ, ஜுலை 3 அன்று லாகூர் சென்று சேர்ந்தார். ஒன்றரை மாதம் அங்கு இருந்தபடியே போருக்கான முன்னேற்பாடுகளைச் செய்து முடித்தார். அங்கிருந்த பேரரசின் செல்வங்களைக் கொண்டு 20,000

வீரர்களைக் கொண்ட படையை அணி வகுக்கச் செய்தார். தல்வான், ரூபார் பகுதிகளில் இருந்த சட்லெஜ் நதி மீதான படகுப் போக்குவரத்தை முழுமையாகக் கண்காணிக்கும் பொருட்டு வலுவான படை ஒன்றையும் அனுப்பியும் வைத்தார்.

இதனிடையில், தாராவின் ஆட்களிடமிருந்து அலஹாபாத்தைக் கைப்பற்றும் நோக்கில் கன் இ தௌரனை ஔரங்கசீப் அனுப்பி வைத்தார். மற்றொரு பக்கத்தில் தாராவைத் துரத்திச் செல்லப் பஹதுர் கானையும் அவர் அனுப்பினார். அதன்பின் ஜூலை 6 அன்று தில்லி வந்து சேர்ந்த ஔரங்கசீப், அங்கு மூன்று வாரங்கள் தங்கியிருந்து புதிய நிர்வாக ஏற்பாடுகளைச் செய்து முடித்தார். பின், ஜூலை 21 அன்று ஆலம்கிர் காஸி என்ற பட்டப் பெயருடன் மொகலாய சாம்ராஜியத்தின் பேரரசராக முடி சூட்டிக் கொண்டார். பஞ்சாபின் ஆட்சியாளராக கலியுல்லா கான் நியமிக்கப்பட்டார். தாராவைத் துரத்திச் செல்லும் படைகளுக்கு வலு சேர்க்க அவரையும் ஔரங்கசீப் அனுப்பினார்.

ஆகஸ்ட் 5 அன்று ரூபார் பகுதியில் யாரும் எதிர்பார்க்காத நேரத்தில் கலியுல்லா கான் சட்லெஜ்ஜைக் கடந்து சென்றார். உடனேயே அங்கு காவலுக்கு இருந்த தாராவின் தளபதிகள் அங்கிருந்து பயாஸ் நதிக்கரையில் கோவிந்தவால் பகுதிக்கு இடம் பெயர்ந்தனர். தில்லியில் இருந்து ஔரங்கசீப் சட்லெஜ் நதிக்கரைக்கு வந்து சேர்ந்ததும், தாரா லாகூரிலிருந்து முல்தானுக்குத் தன் குடும்பத்தினருடனும் செல்வங்களுடனும் படகில் ஏறித் தப்பிச் சென்றார் (ஆகஸ்ட் 18). ஔரங்கசீபைக் கண்டு பயந்து தாரா எடுத்த இந்த நடவடிக்கை மீண்டும் அவருடைய வெற்றியை வெகுவாகப் பாதித்தது. அந்தப் பயம் அவருடைய படையினரையும் தொற்றிக்கொண்டது.

ஔரங்கசீபின் படை ஆகஸ்ட் 30 அன்று லாகூரில் இருந்து புறப்பட்டுத் தாராவைத் துரத்திச் சென்றது. செப்டம்பர் 17-ல் பேரரசரும் படையுடன் இணைந்து கொண்டார். ஔரங்கசீப் வருவதை அறிந்த தாரா, முல்தானில் இருந்தும் தப்பித்துச் (செப்டம்பர் 13) சக்கார் பகுதிக்குச் சென்றார் (செப்டம்பர் 30). இந்தச் சமயத்தில் தில்லியைச் ஷுஜா முற்றுகையிடவே, அதை முறியடிக்க ஔரங்கசீப் முல்தானிலிருந்து மீண்டும் தில்லிக்குத் திரும்ப வேண்டிவந்தது (செப்டம்பர் 30). எனினும் சஃப் ஜிகான், ஷேக் மீர் தலைமையில் 15,000 வீரர்களைக் கொண்ட இரண்டு படைகள் தாராவை விடாமல் சிந்து நதியின் இரு கரைகளிலுமாகத் துரத்திச் சென்றன.

பேரரசரின் படை சக்கர் பகுதியை அடைந்தபோது தாரா பெருமளவிலான செல்வங்களை விட்டுச் சென்றிருக்கிறார் என்றும், அவரது நபும்சகத் தளபதி பசந்த் பொறுப்பில் ஏராளமான பீரங்கிகளைப் பக்கர் கோட்டையில் விட்டுச் சென்றிருக்கிறார் என்றும் தெரிய வந்தது. அதோடு நிக்கோலஸ் மனூச்சி என்ற ஐரோப்பியத் தளபதியின் பொறுப்பில் ஏராளமான ஐரோப்பிய வீரர்களையும் விட்டுச் சென்றிருக்கும் தாரா, வெறும் 3000 வீரர்களுடன் மட்டுமே ஷேவான் பகுதியை நோக்கித் தப்பி ஓடியிருக்கிறார் என்ற விவரங்களும் கிடைத்தன. மிகவும் விசுவாசமான தளபதியான தௌத் கான் கூடச் சந்தேகப் புத்தி கொண்ட எஜமானரால் விரட்டியடிக்கப்பட்டதையும் ஔரங்கசீப் தெரிந்துகொண்டனர்.

இப்படியாக அலைக்கழிக்கப்பட்ட பேரரசரின் படைகள், ஷேவான் பகுதியில் தாராவின் படைகளுடன் அக்டோபர் 31 அன்று மோதின. சிந்து நதியின் இரண்டு கரைகளையும் ஆக்கிரமித்திருந்த அவர்கள், தாராவின் நகர்வுகளை முடக்கிவிடலாம் என்று நினைத்தனர். ஆனால், படகுச் சண்டையில் அவர்கள் மிகவும் பலவீனமாக இருந்ததால், அதில் வலிமை மிகுந்திருந்த தாராவின் படையினர் அகன்ற நதியினூடாகப் பாய்ந்து பாதுகாப்பான தத்தா என்ற இடத்துக்குச் சென்றுவிட்டனர் (நவம்பர் 13).

பேரரசர் ஔரங்கசீபின் படைகள் அவர்களைப் பின் தொடர்ந்து தத்தாவுக்குள் நவம்பர் 18-ம் தேதி நுழைந்தது. ஆனால் தாராவோ மேலும் தெற்காக 'படின்' பகுதிக்குத் தப்பிச் சென்றுவிட்டதாகவும் குஜராத்தின் கட்ச் வளைகுடா நோக்கிச் செல்வதாகவும் தகவல் கிடைத்தது.

தாராவைத் துரத்திச் சென்றவர்களை தில்லிக்குத் திருப்பி அழைத்தார் ஔரங்கசீப். லாகூரில் இருந்து தாரா தப்பிச் சென்றதைத் தொடர்ந்து மூன்று மாதங்கள் அவரை இடைவிடாமலும் தளராமலும் துரத்திச் சென்ற படையினருக்கு வெற்றி கை நழுவிப் போயிருந்தது. கிட்டத்தட்ட வெற்றி கைக்குக் கிடைத்த தருணத்திலும் போதிய படகுகள் இல்லாததால் தாராவைச் சிறைபிடிக்க முடியாமல் போய்விட்டது.

2. ராஜ்புதனாவில் தாரா; டோரே போர்

தத்தா பகுதிக்கு 55 மைல் கிழக்கில் இருந்த படின் பகுதியில் இருந்து புறப்பட்ட தாரா, நவம்பர் இறுதியில் ரான் கடல் காயலைக் கடந்து

சென்றார். அப்போது அவருக்கும் உடன் இருந்தவர்களும் போதிய அளவு குடி நீர் இல்லாததால் பெரிய அளவில் சிரமம் ஏற்பட்டது. அவர்கள் கட்ச் வளைகுடாவின் தலை நகரான பூஜ் பகுதியைச் சென்றடைந்தார்கள். அங்கே அவர்களுக்கு அங்கிருந்த ராஜா நல்ல வரவேற்பு கொடுத்தார். கத்தியவாரில் இருந்த நவானகரின் மஹாராஜாவான ஜாம் சாஹிபும் அவர்களை அன்புடன் வரவேற்றார். அப்படியாகத் தாரா 3000 வீரர்களுடன் அஹமதாபாத் வந்து சேர்ந்தார். அங்கே அதிகாரத்தில் இருந்த ஷா நவாஸ் கான் அவருக்கு நட்புக் கரம் நீட்டியதோடு தன் அரசின் கஜானாவையும் திறந்து கொடுத்தார் (ஜனவரி 9, 1659).

அங்கே தாராவின் படை வீரர்களின் எண்ணிக்கை 22,000ஆக அதிகரித்தது. மேலும், சூரத்திலிருந்து பீரங்கிகளும் அவருக்குத் தரப்பட்டன. ஔரங்கசீபை எதிர்க்க ஷுஜா தன் படையுடன் அலஹாபாத்தைத் தாண்டிச் சென்ற செய்தியைத் தெரிந்து கொண்டதும் தாரா ஆக்ராவை நோக்கிப் படையெடுத்துச் சென்றார். வழியில் அவரைச் சந்தித்த ஜஸ்வந்த் சிங், தாராவை அஜ்மீருக்கு வரும்படிக் கேட்டுக்கொண்டார். அவர், ரத்தோர்களுடனும் பிற ராஜபுத்திரர்களுடனும் சேர்ந்து தாராவுக்கு ஆதரவாகப் போரிட முன்வந்தார்.

இதனிடையில் க்வாஜாவில் ஷுஜாவைத் தோற்கடித்த ஔரங்கசீப் (ஜனவரி 5), மிர்ஸா ராஜா ஜெய் சிங் மூலம் ஜஸ்வந்த் சிங்கை மிரட்டியும் சலுகைகள் தருவதாக ஆசை காட்டியும் அவரது ஆதரவைப் பெற்றுவிட்டார். இதனால் தாராவுக்குத் தன்னை நெருங்கிவிட்ட ஔரங்கசீபுடன் போரிடுவதைத் தவிர வேறு வழியில்லை என்ற நெருக்கடி நிலை ஏற்பட்டது. உடனே அவர் சமயோஜிதமாகத் தன் திட்டத்தை மாற்றிக் கொண்டார்.

தாராவுக்குத் திறந்த வெளியில் ஔரங்கசீபின் படையுடன் போரிட்டு வெல்வது சாத்தியமில்லை என்பது நன்றாகப் புரிந்தது. அதனால் அவர் அஜ்மீருக்குத் தெற்கே நான்கு மைல் தொலைவில் இருந்த டோரே கணவாயில் இருந்தபடி போரிட முடிவு செய்தார். அந்த இடம் குறுகலான நுழைவுப் பகுதியைக் கொண்டதால் அங்கிருந்தபடி மிகப் பெரிய எதிரியையும் சமாளிப்பது எளிதாக இருந்தது. தாராவின் படைகள் இரு பக்கங்களிலிருந்தும் பிதிலி, கோக்லா ஆகிய இரண்டு மலைப் பகுதிகளால் பாதுகாக்கப்பட்ட, அவர்களுக்குப் பின் பக்கத்தில் வளம் கொழிக்கும் அஜ்மீர் நகரம் இருந்தது. அங்கிருந்து தேவையான உணவு, தளவாடங்கள் ஆகியவற்றை அவர்கள் பெற்றுக்கொள்ளலாம். தாரா அங்கே தனது

படையின் தென் பகுதியில் சிறிய மதில் சுவரை எழுப்பி அரண் அமைத்துக் கொண்டார். மேலும் இரண்டு மலைகளுக்கு இடைப்பட்ட பள்ளத்தாக்கில் பல்வேறு பதுங்குகுழிகளையும் தற்காலிகக் காப்பரண்களையும் அமைத்தார்.

தென் திசை வழியாக அந்த இடத்துக்கு வந்து சேர்ந்த ஔரங்கசீப், முதலில் பீரங்கிக் குண்டுத் தாக்குதலை ஆரம்பித்தார். மார்ச் 12, 1659 அன்று மாலை சூரிய அஸ்தமனத்தில் இருந்து ஆரம்பித்து மறுநாள் 13, இரவு வரை அவர் தாக்குதல் நடத்தினார். தாராவின் பீரங்கிப் படையும், மலை உச்சியில் இருந்த துப்பாக்கிப் படைகளும் பாதுகாப்பான உயரத்தில் இருந்துகொண்டு ஔரங்கசீபின் படையைச் சுட்டு வீழ்த்தின.

போதிய பாதுகாப்பு இல்லாததால் ஔரங்கசீபின் பீரங்கிப் படையினரும், காலாட் படையினரும் பெரும்பான்மையாகக் கொல்லப்பட்டனர். ஔரங்கசீபின் பீரங்கிப் படையால் திறம்பட எதிர்த் தாக்குதல் நடத்தவும் முடியவில்லை. எதிரிகள் அமைத்திருந்த பள்ளங்கள், தடுப்பு அரண்கள், பதுங்கு குழிகள் எல்லாம் ஊடுருவ முடியாதபடி வலுவாக இருந்தன. எனவே, மார்ச் 14 அன்று ஔரங்கசீப் தன் தளபதிகளை அழைத்துப் போர் வியூகத்தில் செய்ய வேண்டிய மாற்றங்கள் குறித்துக் கலந்தாலோசித்தார்.

அந்த ஆலோசனைக் கூட்டத்தில், எதிரியின் இடப் பக்கப் படை மீது ஷா நவாஸ் கான் தலைமையில் மிக மூர்க்கமான தாக்குதலை முன்னெடுப்பது என்றும், வலப் பக்கப் படையைப் பேரரசரின் படையே நேரடியாகத் தாக்குவது என்றும் தீர்மானிக்கப்பட்டது. இந்த வியூகத்தின் வெற்றி ரகசியம் முன் பக்கத் தாக்குதலில் அல்லாமல், ரகசியமாக எதிரியின் இடது பக்கத்தில் பின்னால் இருக்கும் கோக்லா மலை மீது ஏறிச் சென்று தாக்குவதில்தான் இருந்தது. ஜம்மு மலைப் பகுதியைச் சேர்ந்த ராஜா ராஜ்ரூபின் படையினருக்கும் அவருடைய வம்சத்தினருக்கும் மலை ஏறுவதில் நல்ல பயிற்சி இருந்தது. அவர்கள்தான் மலை உச்சிக்குச் செல்லும் வழியைக் கண்டுபிடித்திருந்தனர்.

மார்ச் 14-ம் தேதி மாலை வாக்கில் எதிரியின் இடது பக்கப் படை மீது ஷா நவாஸ் கான் தலைமையில் பேரரசப் படையினர் தாக்குதல் நடத்தினர். அவர்களுடைய பீரங்கிப் படையானது, தாக்குதலுக்கு ஆளாகியிருக்கும் தாராவின் இடது பக்கப் படையினருக்கு, பிற படைவீரர்கள் தமது பதுங்கு குழியில் இருந்து வெளியேறிச் சென்று உதவ முடியாதபடி தீவிரமான தாக்குதலை முன்னெடுத்தது. மிகக் கடுமையான போர் இந்த முனையில் நடந்தது. தாராவின் வீரர்கள்

தீவிரமாகப் போராடித் தமது நிலைகளைத் தற்காத்து வந்தனர். பேரரசுப் படைகள் அலை அலையாக வந்து தாக்கிய வண்ணம் இருந்தன. ஒருவழியாகத் தாராவின் படையினரைப் பின்னோக்கித் தள்ளி, அவர்களைப் பதுங்குகுழிகள், தடுப்புகளுக்கு மிக அருகில் வரை கொண்டு வந்துவிட்டனர்.

இப்படித் தாராவின் படையினர் முன் பக்கத் தாக்குதலைச் சமாளித்துக் கொண்டிருந்த நேரத்தில் ராஜ்ரூபின் ஆட்கள் கோக்லா மலையின் பின்பக்கமாக ஏறிச் சென்றுவிட்டனர். மலை உச்சியில் ஏறியதும் தமது கொடியை அங்கு நட்டு உரத்த குரலில் கோஷமிட்டனர். தாராவின் படை தாங்கள் பின்பக்கமும் சுற்றி வளைக்கப்பட்டுவிட்டோம் என்பது தெரிந்ததும் உறைந்து நின்றது. எனினும் பல வீரர்கள் துணிந்து தாக்குதலை முன்னெடுத்தனர். இந்த இறுதி எதிர்ப்பை முறியடிக்க ஷேக் மீர் தனது யானையை முன்னுக்குக் கொண்டு வந்தார். ஆனால் ஒரு துப்பாக்கிக் குண்டு பாய்ந்ததில் அவர் கொல்லப்பட்டார்.

இறுதியாக எதிரிகளின் பதுங்குகுழிகள் கைப்பற்றப்பட்டன. ஷா நவாஸ் கான் வெற்றி பெற்றுவிட்டோம் என்று முழக்கமிட்டபடித் தன் வீரர்களை உற்சாகப்படுத்தினார். ஆனால் அப்போது பார்த்துப் பாய்ந்து வந்த ஒரு பீரங்கிக் குண்டு அவரது உடலைச் சிதறடித்தது. அதைக் கண்ட அவருடைய படையினரும் அலறி அடித்தபடி இருளுக்குள் தப்பி ஓடினர்.

நான்கு அரண்களில் ஒன்று மட்டுமே தகர்க்கப்பட்டிருந்தது. ஆனால் அதுவே போதுமானதாக இருந்தது. கோக்லா மலை வழியாக இறங்கிய படை வீரர்கள் தாராவின் படைக்குள் ஊடுருவி அவர்களைக் கொன்று குவித்தனர். உடனே தாரா ஷுகோ தனது மகன் சிஃபிர் ஷுகோவுடனும், கூடவே பத்துப் பன்னிரண்டு வீரர்களுடனும் அங்கிருந்து தப்பித்து குஜராத்தை நோக்கித் தலைதெறிக்க ஓடினார்.

அஜ்மீர் பிராந்தியம் முழுவதும் பேரரசுப் படைகளின் வேட்டைக் காடாகியது. ஜஸ்வந்தின் அறைகூவலின் பேரில் ஆயிரக்கணக்கான ராஜபுத்திரர்கள் வேட்டைக் கழுகுபோல் குழுமியிருந்தனர். தோற்றுப்போன படையினரின் காளைகள், ஒட்டகங்கள், குதிரைகள் விட்டுச் சென்ற பொருட்கள் அனைத்தையும் கொள்ளையடித்தனர்.

3. தாரா ஷுகோவின் தப்பி ஓட்டமும் சிறைப்பிடிப்பும்

டோரே போர் நடைபெற்றபோது, தாராவின் மனைவியர் முகாமும் கஜானாவும் அஜ்மீரில் அனாசாகர் ஏரிக் கரையில் இருந்தன. அவை, யானைகள், ஒட்டகங்கள், கோவேறு கழுதைகள் புடைசூழ விசுவாசமான நபும்சகனான க்வாஜா மக்கூலின் பொறுப்பில் உரிய பாதுகாப்புப் படைகளுடன் இருந்தன. இவர்கள் மார்ச் 14 இரவன்று தப்பி ஓடி, மார்ச் 15 மதியம் வாக்கில் தாராவுடன் மைர்தா பகுதியில் சென்று சேர்ந்துகொண்டனர். ஔரங்கசீப் இவர்களைத் துரத்திப் பிடிக்க ஜெய் சிங் மற்றும் பஹதுர் கான் தலைமையில் வலிமையான படையை அனுப்பி வைத்தார்.

தன்னை நோக்கிப் பெரும் படை ஒன்று வருவதை அறிந்துகொண்ட தாராவால் இடையில் எங்கேயும் ஓய்வெடுக்க முடியவில்லை. அவர், மைர்தா பகுதியிலிருந்து கிளம்பியபோது வெறும் 2000 வீரர்கள் மட்டுமே துணைக்கு வந்தனர். அவர்கள் குஜராத் நோக்கி நாளொன்றுக்குச் சுமார் 30 மைல் தூரம் பயணம் செய்த நிலையில் கடும் வெப்பம், புழுதியின் காரணமாகப் பெரும் அவதிக்கு உள்ளாகினர். அவர்கள் தங்குவதற்குப் போதிய கூடாரங்களோ, பயணிப்பதற்குப் போக்குவரத்து விலங்குகளோ இருக்கவில்லை. அவர்களிடம் இருந்த சொற்ப ஒட்டகங்களும் குதிரைகளும்கூட வெப்பத்தினாலும் அதிகப்படியான சுமையினாலும் சோர்ந்துபோய் இறந்தன.

தாரா பயணம் செய்யும் வழியெங்கிலும் அவருக்கு முன்னதாகவே ஔரங்கசீபின் கடிதங்கள் சென்று சேர்ந்திருந்தன. இதனால் உள்ளூர் தலைவர்கள் எல்லாரும் தாராவைச் சிறைப்பிடிக்கத் தயாராக இருந்தனர். அஹமதாபாத்தில் இருந்து திரும்பி வந்த தாராவின் தூதுவர், அந்த நகருக்குள் அவர் நுழைந்தால் தடுத்துச் சிறைப் படுத்தப்படுவார் என்று சொன்ன செய்தியைக் கேட்டுத் தாராவின் இறுதி நம்பிக்கையும் பொய்த்துப் போனது. இறுதி அடைக்கலமும் கை நழுவிப் போனதை உணர்ந்த தாரா, குழப்பமும் சோகமும் சூழத் தளர்ந்துபோனார். அதோடு உடன் வந்த அந்தப்புரப் பெண்களின் வேதனையும் வலியும் வேறு அனைவரையும் கண் கலங்க வைத்திருந்தன.

தாராவின் நோய்வாய்ப்பட்ட மனைவிக்குச் சிகிச்சையளித்த பெர்னியர் என்ற மருத்துவர், அவர்கள் அனுபவித்த துயரம் தொடர்பாக வேதனை ததும்பும் சித்திரம் ஒன்றைத் தீட்டியிருக்கிறார்:

'பரம ஏழையைப் போலவும் அழுக்கடைந்த உடையுடனும் இருந்த அந்தப்புர மகளிருக்கு ஐந்து ஒட்டகங்கள், ஒரே ஒரு குதிரை, ஒரே ஒரு காளை வண்டி என நிலைமை மிகவும் பரிதாபகரமான நிலையை எட்டியிருந்தது. பிற பொருட்களைச் சுமந்துவரச் சொற்ப ஒட்டகங்கள் மட்டுமே இருந்தன. அவருடைய படை, கை விட்டு எண்ணும் அளவுக்குக் குறைந்துவிட்டிருந்தது' என்று அதில் குறிப்பிட்டு இருக்கிறார்.

ஆசியாவிலேயே செல்வ வளம் மிகுந்த அரியணைக்குத் தேர்ந்தெடுக்கப்பட்டிருந்த வாரிசு, ரான் கடல் காயலை மீண்டும் ஒருமுறை கடந்து சிந்து நதியின் தென் கரைக்குச் சென்று சேர்ந்தார் (மே ஆரம்பவாக்கில்).

இங்கேயும் ஔரங்கசீப் முன் கூட்டியே சிந்தித்து, சிந்து நதியின் தென்பகுதிக் கரையைக் கண்காணிக்க லாகூரில் இருந்து கலியுல்லா கானை பக்கர் பகுதிக்கு அனுப்பி வைத்திருந்தார். ஔரங்கசீபின் உள்ளூர் அதிகாரிகளும், ஜெய் சிங்கின் படைகளும் வடக்கு, கிழக்கு, தென் கிழக்கு என அனைத்துப் பக்கங்களிலும் தாராவைச் சுற்றி வளைத்திருந்தனர். தப்பிச் செல்ல ஒரே ஒரு வழிதான் இருந்தது. தாரா வட மேற்குப் பகுதி வழியாக சிந்து நதியைக் கடந்துசென்று சிவிஸ்தானுக்குள் நுழைந்தார். அங்கிருந்து காந்தஹார் வழியாகப் பாரசீகத்துக்குத் தப்பிச் செல்ல முடிவெடுத்திருந்தார்.

இதனிடையில் அஜ்மீரில் இருந்து வந்த ஜெய் சிங், தாராவை நெருங்கிவிட்டிருந்தார். நாளொன்றுக்கு 16-20 மைல் பயணம் செய்து வந்திருந்தவர், குடிநீர்ப் பற்றாக்குறை, தீவனங்கள் இல்லாத நிலை, குதிரைகள், காளைகள் போதிய அளவு இல்லாத நிலை ஆகியவற்றையெல்லாம் மீறித் தாராவை நெருங்கி இருந்தார். தாராவைப் பின் தொடர்ந்து வந்த அவர், ரான் கடல் காயலைக் கடந்து கட்ச் வளைகுடாவையும் கடந்தார்.

அவர், வழி நெடுகப் பட்டினியில் வாடியபடியே வந்திருந்தார். 'சில இடங்களில் ஒரு சேர் தானியம் ஒரு ரூபாய்க்கு விற்றது. பிற இடங்களில் எதுவுமே கிடைத்திருக்கவில்லை'. ஆனாலும் துளியும் அசராமல் தாராவைத் துரத்தி வந்தவர், சிந்து நதிக் கரையில் அமைந்திருந்த சிவிஸ்தானை ஜுன் 11, 1659-ல் வந்தடைந்தார். வழியில் அவருடைய படையில் முக்கால்வாசிக் குதிரைகளை இழக்க நேர்ந்திருந்தது. பின், மொகலாய இந்தியப் பகுதியிலிருந்து தாரா ஷுகோ வெளியேறிவிட்டார் என்பதைத் தெரிந்துகொண்ட ஜெய் சிங், சிந்து நதிக்கரையோரமாகப் பயணம் செய்து மீண்டும் ஹிந்துஸ்தானுக்குத் திரும்பினார்.

தாராவின் குடும்பத்தினருக்குப் பாரசீகம் செல்வதில் துளியும் விருப்பம் இல்லை. அவருடைய அன்பான மனைவி நதீரா பானுவின் உடல் நிலை மிகவும் மோசமாகியிருந்தது. போதிய உணவு இன்றி போலன் கணவாய் வழியிலும், தங்குவதற்கு நிழல் கூட இல்லாத காந்தஹார் வழியிலுமான சிரமமான பயணமும் அவரை நிச்சயம் கொன்றுவிடும்போல தெரிந்தது. எனவே தாரா தன் முடிவை மாற்றிக்கொண்டு தனக்கு அடைக்கலம் தந்து உதவக்கூடிய அருகாமைத் தலைவரைத் தேடும் முயற்சியில் இறங்கினார். தாதர் பகுதியின் ஜமீந்தாரான மாலிக் ஜிவான் இந்த உதவியைச் செய்யக்கூடும் என்று அவர் நம்பினார். போலன் கணவாயின் இந்திய முனையில் இருந்து 9 மைல் கிழக்கில் தாதர் அமைந்திருந்தது.

சில வருடங்களுக்கு முன்பாக ஷாஜஹான் இந்த ஆஃப்கானியத் தலைவரை யானையை விட்டு மிதித்துக் கொல்ல வேண்டும் என்று தண்டனை வழங்கியிருந்தார். தாரா தன் தந்தையிடம் பேசி, இவருடைய உயிரைக் காப்பாற்றி விடுதலையும் பெற்றுத் தந்திருந்தார். இதனால் மாலிக் ஜிவான் நிச்சயம் தான் செய்த உதவிக்குக் கைமாறு செய்வார் என்ற நம்பிக்கையில் அவரிடம் அடைக்கலம் தேடிச் சென்றார். மாலிக்கும் மிகுந்த அன்புடன் தாராவை வரவேற்று அவருக்கு அனைத்து வசதிகளையும் செய்துகொடுத்தார் (ஜூன் 6).

தாதருக்கான வழியில் நதிரா பானுவின் உடல்நிலை மேலும் மோசமடைந்திருந்தது. அவருக்கு மருந்தும் ஓய்வும் உடனடித் தேவைப்பட்டன. ஆனால் இரண்டும் கிடைக்காததால் அவருடைய உயிர் பிரிந்தது. தன் மனைவியை இழந்த தாரா நிலை குலைந்துவிட்டார். ‘உலகம் அவருக்கு இருட்டிக் கொண்டு வந்தது. அவர் முழுவதுமாகத் தளர்ந்துவிட்டிருந்தார். சிந்திக்கும் திறனையும் சுயக் கட்டுப்பாட்டையும் அவர் முழுவதுமாக இழந்துவிட்டிருந்தார்’. இறுதியாக அவர், தனது ஆன்மிக வழிகாட்டியான சூஃபி மியான் மீரின் சமாதி இருந்த லாகூருக்குத் தன் மனைவியின் உடலை அடக்கம் செய்ய அனுப்பினார். தன்னிடம் எஞ்சியிருந்த 70 படை வீரர்களையும் விசுவாசமான அதிகாரி குல் முஹம்மதுவையும் உடன் அனுப்பிவைத்தார்.

’உங்கள் வீட்டுக்குச் செல்ல விரும்பினால் சென்று கொள்ளலாம்; பாரசீகத்துக்கு என்னுடன் வருவதானால் வரலாம். உங்கள் விருப்பப்படிச் செய்துகொள்ளுங்கள்’ என்று அவர்களிடம் சொல்லி அனுப்பினார். இப்படியாக அருகில் ஓர் ஆதரவாளர் கூட இல்லாத தனி மரமாக, தனக்கு இப்போது அடைக்கலம் தந்தவரின் முழுக்

கருணையை மட்டுமே நம்பி இருக்கும் நிராதரவான நிலையில் தாரா ஷுகோ இருந்தார். ஆனால், தாரா நாடிச் சென்ற ஆஃப்கானிய நண்பரின் நன்றி உணர்ச்சியையும் விசுவாசத்தையும் பணத்தாசை வென்றிருந்தது. அவர், தாராவையும் அவருடைய இளைய மகனையும், இரண்டு மகள்களையும் சிறைப்பிடித்துப் பஹதுர் கானிடம் ஒப்படைத்து விட்டார் (ஜூன் 9).

4. தாராவின் அவமானமும் படுகொலையும்

சிறைபிடிக்கப்பட்ட தாராவும் அவரது வாரிசுகளும் தில்லிக்கு அழைத்து வரப்பட்டு, தெருக்களில் இழுத்துச் செல்லப்பட்டு அவமானப்படுத்தப்பட்டனர் (ஆகஸ்ட் 29). புழுதி படிந்த சிறிய பெண் யானையின் மேல் மூடப்படாத அம்பாரியில் தாரா அமரவைக்கப் பட்டிருந்தார். பக்கத்தில் 14 வயதேயான இரண்டாவது மகன் சிஃபிர் சுகோ இருந்தார். அவர்களுக்குப் பின்னால் உருவிய வாளுடன் அடிமை நாஸர் பேக் அமர்ந்திருந்தார்.

உலகிலேயே அதிச் செல்வச் செழிப்பு மிகுந்த அரியணையின் வாரிசு, பயணத்தினால் அழுக்கடைந்து முரட்டுத்தனமாக இருந்த உடையுடன் ஏழைகள் அணிவது போன்ற நிறம் மங்கிய தலைப்பாகையுடன் கழுத்தில் ஆரங்கள், மாலைகள் எதுவுமின்றி அமர்ந்திருந்தார். அவருடைய கைகள் சுதந்தரமாக இருந்தன. ஆனால், கால்களில் விலங்குகள் பூட்டப்பட்டிருந்தன. ஆகஸ்ட் மாத வெய்யிலில் உடல் கருக, முன்னாளில் ராஜ மரியாதையுடன் சென்ற அதே வீதிகளின் வழியே இப்போது அடிமையைப்போல இழுத்துச் செல்லப்பட்டார். அவமானத்தில் குன்றியவர், எந்தப் பக்கமும் யாரையும் பார்க்காமல் தலை குனிந்தபடியே ‘உலர்ந்த சருகுபோல்’ வந்தார்.

மக்கள் அனைவரும் அவரைப் பரிதாபத்துடன் பார்த்தனர். ‘ஏராளமாகக் கூடியிருந்தவர்கள் எல்லாம் தாராவின் நிலையைப் பார்த்து அழுது புலம்பியபடியே’ இருந்ததாக மருத்துவர் பெர்னியர் குறிப்பிட்டிருக்கிறார்.

அன்று மாலையே அமைச்சர்களை அழைத்த ஔரங்கசீப், தாராவை என்ன செய்ய என்று தனியாக ஆலோசனை நடத்தினார். அதில் பங்கேற்ற தனிஷ்மந்த் கான் (பெர்னியரின் புரவலர்) தாராவை உயிருடன் விட்டுவிடும்படிக் கேட்டுக்கொண்டார். ஆனால் ஷையிஸ்தா கான், முஹம்மது அமின் கான், பஹதுர் கான் மற்றும் அந்தப்புரத்தில் இருந்த இளவரசி ரௌஸன்னாரா ஆகியோர்

நாட்டுக்கும் இஸ்லாமுக்கும் நன்மை கிடைக்கத் தாராவைக் கொன்றுவிடும்படிச் சொன்னார்கள். பேரரசரின் போஷிப்பில் இருந்த மதக் குருமார்கள் இஸ்லாமுக்கு விரோதமாக நடந்து கொண்ட குற்றத்துக்காகத் தாராவுக்கு மரணத் தண்டனை விதித்தனர்.

தாராவைக் காட்டிக்கொடுத்த துரோகி மாலிக் ஜிவானுக்கு எதிராக, அவர் தில்லிக்கு வந்த நாளன்று (ஆகஸ்ட் 30) மக்களால் ஒரு கலவரம் முன்னெடுக்கப்பட்டது. அவருக்கென்று ஒரு தனி ஹஜாரி உருவாக்கப்பட்டு பக்தியார் கான் என்ற பட்டமும் தரப்பட்டிருந்தது. இந்தக் கலவரம் தாராவின் கொலையில் சென்று முடிந்தது.

அன்று இரவே நாஸர் பெய்கும் வேறு சில அடிமைகளும் தாரா அடைக்கப்பட்டிருந்த சிறைக்குள் பாய்ந்து சென்றனர். தாரா ஷுகோ தன் மகனை அவர்களுடைய தாக்குதலில் இருந்து பாதுகாக்க மார்போடு அணைத்துக் கொண்டார். ஆனால் 14 வயதேயான சிஃபிர் ஷுகோ தந்தையின் அரவணைப்பில் இருந்து பறித்து இழுக்கப்பட்டார். பின், அவர்கள் மகன் கண் முன்பாகவே தந்தைத் தாரா ஷுகோவைக் கண்டந்துண்டமாக வெட்டிக் கொன்றனர். ஔரங்கசீபின் உத்தரவுக்கு ஏற்ப, வெட்டப்பட்ட தாராவின் உடல் யானை மேல் வைத்து தெருக்களின் வழியே இன்னொரு முறை ஊர்வலமாகக் கொண்டு செல்லப்பட்டது. இறுதியில் ஹுமாயூனின் கல்லறைக்குக் கீழே ஒரு ரகசிய அறையில் புதைக்கப்பட்டது.

5. சுலைமான் ஷுகோவின் மரணம்

தாராஷுகோவின் மூத்த மகன் சுலைமான் ஷுகோவுக்கு என்ன நடந்தது என்று பார்ப்போம். பனாரஸுக்கு அருகில் நடைபெற்ற போரில் ஷுஜாவை வென்ற சுலைமான், தோற்கடிக்கப்பட்ட தன் சித்தப்பாவைப் பிஹாரிலிருந்து முங்கிர் பகுதிவரை துரத்திச் சென்றார். இதற்கிடையில் மே 1658 வாக்கில் நடைபெற்ற தர்மத் போரில் ஔரங்கசீப் வென்றுவிடவே, தாரா சுலைமானைத் தன்னுடன் வந்து சேர்ந்துகொள்ளும்படித் செய்தி அனுப்பினார். இதையடுத்து சுலைமான் ஷுகோ, சித்தப்பாவுடனான போரை நிறுத்திவிட்டு உடனே திரும்ப முடிவு செய்தார்.

அவர், ஜுன் 2 அன்று அலஹாபாதுக்கு மேற்கே 105 மைல் தொலைவில் இருந்தபோது சாமுகர் போரில் தன் தந்தை படுதோல்வி அடைந்த விவரத்தைத் தெரிந்துகொண்டார். இதைக் கேட்டவுடன் அவருடைய வீரர்கள் சிதறி ஓடத் தொடங்கினர்.

சுலைமானின் முக்கிய தளபதிகளான ஜெய் சிங், திலிர் கான் போன்றோரும், பிற அதிகாரிகளும்கூட அவரை விட்டுவிட்டு ஔரங்கசீப் பக்கம் சென்றனர். இதனால் அவரது படையினரில் மூன்றில் ஒரு பங்கினர், அதாவது வெறும் 6000 பேர் மட்டுமே இப்போது எஞ்சியிருந்தனர்.

சுலைமான் இவர்களை அழைத்துக்கொண்டு ஜூன் 4 வாக்கில் அலஹாபாத் வந்து சேர்ந்தார். அரண்மனையில் இருந்த பெரும் செல்வம், விலை மதிப்பு மிகுந்த மரச்சாமான்கள், பிற பொருட்கள், அந்தப்புர மகளிர் இவற்றையெல்லாம் பார்த்த அவர், அங்கேயே ஒரு வாரத்தை வீணாகக் கழித்தார்.

பிறகு தனது ஆதரவாளர்களான பர்ஹா பகுதியின் சையதுகள் கொடுத்த ஆலோசனைகளைக் கேட்டு பஞ்சாபில் இருந்த தந்தையிடம் சென்று சேர முடிவெடுத்த அவர், எதிரிப் படைகளின் தாக்குதலில் இருந்து தப்பிப்பதற்காக தில்லிக்குச் சென்று, அங்கிருந்து கங்கையின் வடக்குக் கரையின் வழியாக, மலை அடிவாரப் பகுதியில் நதிகளைச் சுற்றிக்கொண்டு செல்லத் தீர்மானித்தார்.

இத்தகைய பயணங்களை மேற்கொண்ட சுலைமான், நகினாவிலிருந்து கங்கை நதி வழியாக ஹரித்துவாருக்கு எதிர் முனையில் இருந்த சாந்தி பகுதிக்கு வெகு விரைவாகச் சென்று சேர்ந்தார். வழியெங்கும் அவருடைய படையைச் சேர்ந்த வீரர்கள் பெரிய எண்ணிக்கையில் விலகிக்கொண்டிருந்தனர். இந்த நேரத்தில் தில்லியில் இருந்து கிளம்பி வந்த ஔரங்கசீபின் படைகள் தெற்கு, கிழக்கு, மேற்கு என அனைத்துத் திசைகளிலும் அவர்களைச் சுற்றி வளைத்தனர். இதனால் வேறு வழியில்லாத சுலைமான், அடைக்கலம் தேடி ஸ்ரீநகருக்குத் தப்பி ஓடினார். ஆனால் அங்கிருந்த பர்ஹா சையதுகள் இவருடன் இணைந்துகொள்ள மறுத்துவிட்டனர்.

இதற்கிடையில் ஸ்ரீநகரின் (கர்வால்) ராஜா பிருத்வி சிங் அவருக்கு அடைக்கலம் தர முன்வந்தார். ஆனால், ‘சுலைமானுக்கும், அவரது குடும்பத்தினருக்கும், அவர்களது சேவகர்கள் 17 பேருக்கு மட்டுமே அடைக்கலம் தருவேன். படைவீரர்கள் இங்கு வரக்கூடாது’ என்ற நிபந்தனையையும் அவர் விதித்தார். அந்த ராஜா, நெருக்கடியில் இருந்த இளவரசரை நல்ல முறையில் கவனித்துக்கொண்டார். இதனால் சுலைமான் ஷுகோ ஒரு வருட காலத்துக்கு அங்கு எந்தக் கவலையும் இல்லாமல் நிம்மதியாக இருந்தார்.

இந்த நேரத்தில் சகோதரர்கள் அனைவரையும் வென்று முடித்திருந்த ஔரங்கசீப், தன் கவனத்தைச் சுலைமான் ஷுகோ மீது திருப்பினார்.

ஜூலை 27, 1659-ல் ராஜா ராஜரூபரை ஸ்ரீநகர் நோக்கி அனுப்பிய ஔரங்கசீப், அங்கே ராஜாவின் அரவணைப்பில் இருந்த சுலைமானைச் சரணடையச் சொல்லுமாறு கேட்டுக்கொண்டார். ஆனால் ஒன்றரை ஆண்டுகள் பேசிப் பார்த்தும் எந்தப் பலனும் கிடைக்கவில்லை. இதன்பின் சுலைமானை சரணடையச் செய்யும் பொறுப்பை ஜெய் சிங்கிடம் ஔரங்கசீப் ஒப்படைத்தார். அவரோ, 'பேரரசரின் ஆணைக்குக் கட்டுப்படாமல் நடந்துகொண்டு ராஜ்ஜியத்தின் அழிவுக்குக் காரணமாகிவிட வேண்டாம்' என்று பிரித்வி சிங்குக்குக் கடிதம் அனுப்பினார்.

ஸ்ரீநகரின் முதிய அரசரோ, அடைக்கலம் தேடி வந்தவருக்குத் துரோகம் செய்த பழியைச் சுமக்கத் தயாராக இல்லாமல் பேரரசரின் ஆணைக்கு அடிபணிய மறுத்துவிட்டார். ஆனால் அவருடைய மகனும் அரச வாரிசுமான மேதினி சிங் உலகியல் நடைமுறை புரிந்தவராக இருந்தார். தில்லியிலிருந்து கிடைக்கவிருந்த பரிசுகளே அவரது மனம் முழுவதையும் ஆக்கிரமித்து இருந்தன. இதற்கிடையில் ஔரங்கசீப் வேறு ஏற்கெனவே அருகில் இருந்த மலையக ராஜாக்களை படையெடுத்துச் சென்று கர்வாலைத் தமது ராஜ்ஜியத்துடன் இணைத்துக்கொள்ளும்படி தூண்டியிருந்ததால் சாம்ராஜ்யத்தை இழந்துவிடுவோம் என்ற அச்சம் வேறு அவருக்கு இருந்தது. அதனால் அவர் சுலைமான் ஷுகோவைப் ஔரங்கசீபிடம் ஒப்படைக்க முடிவு செய்தார்.

தனக்கு அடைக்கலம் தந்தவர் எடுத்த முடிவைக் கேள்விப்பட்ட சுலைமான் ஷுகோ, அங்கிருந்து தப்பி லடாக்கின் பனிப் பிரதேசத்துக்குச் செல்ல முயன்றார். ஆனால் அவர்கள் சுலைமானைப் படுகாயங்களுடன் பிடித்து ஔரங்கசீபின் பிரதிநிதி வசம் ஒப்படைத்தனர். இதையடுத்து சுலைமான் ஷுகோ ஜனவரி 2, 1661 அன்று தில்லிக்குக் கொண்டு வரப்பட்டார்.

அங்கே அவர் தில்லி அரண்மனையின் பிரமாண்ட அரங்கில் தன் அதி பயங்கரச் சித்தப்பாவின் முன் நிறுத்தப்பட்டார். அவருடைய இளமை, பேரழகு, போர்த்திறமை, புகழ், இப்போதைய துரதிர்ஷ்ட நிலை எல்லாம் அங்கிருந்த அரச சபையினரிடையே கருணையை வரவழைத்தது. பேரரசரின் அந்தப்புர மகளிரும்கூடச் சுலைமானிடம் இரக்கம் காட்டினர்.

ஔரங்கசீபும்கூட அன்புடன் பேசினார், 'கவலைப்படாதே. உனக்கு எந்தவொரு கெடுதலும் வராது. நீ அன்புடனே நடத்தப்படுவாய்' என்று சொன்னார்.

சித்தப்பா சொன்னதைக் கேட்ட சுலைமான், முதலில் அவருக்கு நன்றி தெரிவிக்கும் வகையில் சலாம் வைத்தார். பின் தொடர்ந்து பேசிய அவர், 'நீங்கள் எனக்குப் பௌஸ்தா* கொடுக்கத் தீர்மானித்திருந்தால் அது மட்டும் வேண்டாம். தயவு செய்து என் உயிர் வெகு சீக்கிரம் போகும்படியே ஏதாவது செய்துவிடுங்கள்' என்று கெஞ்சினார்.

ஔரங்கசீபும் 'அப்படியே செய்கிறேன்' என்று உரத்தகுரலில் மிகுந்த அக்கறையுடன் வாக்குறுதி கொடுத்தார்.

ஆனால், அக்கறையோடு கொடுத்த வாக்குறுதியை ஔரங்கசீப் மீறினார். அவர்கள் சுலைமானைக் குவாலியர் சிறைக்கு அழைத்துச் சென்றார்கள். அங்கே போதைப் பொருட்களை அதிகமாகக் கொடுத்துச் சுலைமான் ஷுகோவைச் சிறுகச் சிறுகக் கொன்றார்கள் *(மே 1662)*.

6. ஆட்சியைப் பிடிக்க ஷுஜாவின் முதல் முயற்சி: பஹதுர்பூர் போர்

ஷாஜஹானின் இரண்டாவது மகன் முஹம்மது ஷுஜா. வங்காளத்தின் ஆளுநராக இருந்த அவர், அறிவுக் கூர்மை மிகுந்தவராகவும், நல்ல ரசனை மற்றும் இணக்கமான மனநிலை கொண்டவராகவும் இருந்தார். ஆனால், சுக போகங்களில் அவருக்கு இருந்த மிகுதியான ஈடுபாடும், இலகுவான வங்காள ஆட்சிப் பொறுப்பும், 17 ஆண்டுகள் உற்சாகமூட்டும் பகுதியில் வாழ்ந்த அமைதியான வாழ்க்கையும் அவரை மிகவும் பலவீனப் படுத்தியிருந்தன.

---

* பௌஸ்தா விஷம் என்பது ஓபியம் அல்லது கசகசா விதைகளை நீரில் ஓர் இரவு முழுவதும் ஊறவைத்துத் தயாரிக்கப்படும் பானம். எந்த இளவரசர்களின் தலையைப் பேரரசர் வெட்டத் தயங்குகிறாரோ அவர்களைக் குவாலியர் கோட்டைச் சிறையில் அடைத்துவைத்து, இந்தப் பானத்தைத் தினமும் காலையில் ஒரு கோப்பை நிறையக் கொடுத்துக் குடிக்கச் சொல்வார்கள். முழுவதையும் குடிக்கும் வரை வேறு உணவு எதையும் தரமாட்டார்கள். அதை அருந்துபவர்கள் தமது உடல் வலிமையை மெள்ள இழந்து, சிந்திக்கும் திறனையும் மெள்ள மெள்ள இழந்துவிடுவார்கள். நீண்ட நாட்கள் இதைக் குடித்தால் பித்துப் பிடித்து இறுதியில் கோரமான மரணத்தை அடைவார்கள்.

மந்தநிலை, அலட்சியம் அவரிடம் மிகுந்திருந்தன. அவரிடம் இருந்த கடும் போராட்டக் குணம், விடாமுயற்சி, விழிப்புணர்வு, ஆழமான சிந்தனை எல்லாம் காணாமல் போயிருந்தது. அவருடைய ஆட்சிப் பொறுப்பில் நிர்வாகச் சீர்கேடுகள் நடக்கத் தொடங்கி யிருந்தது. அவருடைய படைகள் போர்த் திறமை குறைந்ததாக மாறியிருந்தன. அனைத்துத் துறைகளும் தளர்ந்து, சோர்ந்து விட்டிருந்தன. அவருடைய சிந்தனை வலிமை முன்புபோலத்தான் இருந்தது. ஆனால், அவற்றுக்கு அதிகமான உந்துதல் தேவைப் பட்டது. அவ்வப்போது சிற்சில மின்னல் கீற்றுபோல் அது வந்துபோனது. அவரால் அப்போதும் தீவிரமான அதிரடியான முயற்சிகளை எடுக்க முடிந்தது. ஆனால், தொடர்ந்து செயல்பட முடியாதவராக, விட்டு விட்டுச் செயல்படுபவராக ஆகியிருந்தார்.

ஷாஜஹானின் உடல் நலம் குன்றியதும் அந்தச் செய்தி மிகைப்படுத்தப்பட்டு வங்காளத்தின் தலைநகரான ராஜ்மஹாலில் இருந்த ஷுஜாவுக்கு வந்து சேர்ந்தது. உடனேயே அவர், 'அப்துல் ஃபௌஸ் நசீருத்தீன் முஹம்மது, மூன்றாம் தைமூர், இரண்டாம் அலெக்சாண்டர், ஷா ஷுஜா காஸி' என்ற பட்டத்துடன் தன்னைத் தானே பேரரசராக முடிசூட்டிக் கொண்டார்.

மிகப் பெரிய ராணுவத்தை அழைத்துக்கொண்டு கிளம்பிய அவர், ஏராளமான அற்புத ரகப் பீரங்கிகள், மிகுந்த பயன் தரக்கூடிய வங்காளத்தின் போர் படகுகள் (நவ்வாரா) ஆகியவற்றுடன் ஜனவரி 24, 1658-ல் பனாரஸுக்கு வந்து சேர்ந்தார். இதனிடையில் தாரா ஷுகோ தன் மூத்த மகன் சுலைமான் தலைமையில் 22,000 பேர் கொண்ட மிகப் பெரிய படையை ஷுஜாவுக்கு எதிராக அனுப்பி இருந்தார். அவருக்குத் துணையாக மிர்ஸா ராஜா ஜெய் சிங்கையும், திலிர் கான் ருஹேலாவையும்கூட அனுப்பி வைத்தார்.

பிப்ரவரி 14 அதிகாலையில் பனாரஸுக்கு வடகிழக்கில் ஐந்து மைல் தொலைவில் இருந்த பஹதுர்பூரில் வந்த சுலைமான், அங்கிருந்த ஷுஜாவின் முகாமைத் திடீரென்று தாக்கினார். இந்தத் தாக்குதலை ஷுஜாவும் படையினரும் சற்றும் எதிர்பார்த்திருக்கவே இல்லை. தூங்கிக் கொண்டிருந்த அவர்களுக்கு ஆயுதங்களை எடுக்கவோ கவசங்களை அணியவோகூட அவகாசம் கிடைக்கவில்லை. அவர்கள், அனைத்தையும் போட்டுவிட்டு உயிரைக் கையில் பிடித்துக்கொண்டு ஓடிவிட்டனர். ஷுஜா சிரமப்பட்டு ஒரு யானை மீது ஏறிக் கொண்டு எதிரிகளின் வளையத்தை ஊடுறுவியபடித் தன்னுடைய போர்ப் படகுகளில் தஞ்சம் அடைந்தார். அந்தப் படகுகள் தொடர்ந்து துப்பாக்கியால் சுட்டு எதிரிகளைக் கரையை

நெருங்கவிடாமல் செய்தன. ஷுஜாவின் ஒட்டுமொத்தக் கூடாரமும், அதில் இருந்த ஐம்பது லட்சம் மதிப்பிலான பொருட்களும் வெற்றி பெற்ற படையினரால் கைப்பற்றப்பட்டன. மிகச் சாதாரணப் படைவீரர்கூட அவர்களிடம் இருந்த அனைத்தையும் இழக்க நேர்ந்திருந்தது.

பதறிப்போன ஷுஜாவின் படை, தரை மார்க்கமாகச் சசீராம் வழியாகப் பாட்னா வரை ஓடியது. போகும் வழியில் இடையில் இருந்த கிராமங்களையெல்லாம் கொள்ளையடித்தபடியே சென்றது. ஆனால் தாராவின் படைகள் விடாமல் அவர்களைத் துரத்தி வரவே, இதை அறிந்த ஷுஜா, முங்கிர் பகுதிக்குத் தப்பிச் சென்றார். அங்கு வழியெங்கும் குழிகள் தோண்டியும் தடைகள் போட்டும் எதிரிகளை வரவிடாமல் தடுத்தார். இது நன்றாக வேலை செய்தது.

சுலைமானின் படைகள் முங்கிருக்கு 15 மைல் தென் மேற்கில் சூரஜ்கர் பகுதியோடு நின்றுவிட்டது. அவர் முன்னேறிச் செல்ல எந்த முயற்சியும் எடுக்காமல் மதிப்பு மிகுந்த சில மாதக் காலத்தை அங்கேயே வீணடித்தார். பின் தர்மத் பகுதியில் நடந்த போரில் தன் தந்தை தோற்ற செய்தி கிடைத்ததும் ஷுஜாவுடன் அரைகுறையாகப் பேச்சுவார்த்தை நடத்திய சுலைமான், வங்காளம், கிழக்குப் பிஹார், ஒரிஸ்ஸா ஆகியவற்றை அவருக்கு விட்டுக் கொடுத்துவிட்டு ஆக்ரா திரும்ப முடிவெடுத்தார் (மே 7).

ஜூலை 21-ல் தன்னைப் பேரரசராக முடி சூட்டிக் கொண்ட ஔரங்கசீப், ஷுஜாவுக்கு நட்பார்ந்த முறையில் ஒரு கடிதம் அனுப்பினார். அதில் பிஹார் முழுவதையும் அவருக்குத் தருவதாகவும், வேறு பல சலுகைகளையும் அவருக்கு வழங்குவதாகவும் ஆசை காட்டினார்.

ஔரங்கசீப் தாராவைத் துரத்திக்கொண்டு தொலை தூரப் பஞ்சாப் பகுதிக்குப் போயிருக்கும் செய்தி கிடைத்ததும் ஷுஜாவின் பேரரசக் கனவுகள் மீண்டும் துளிர்விட்டன. ஆக்ரா வரையிலும் காவல் இல்லாத ராஜ்ஜியத்தைக் கைப்பற்றி ஷாஜஹானை விடுவிக்க இதுவே தருணம் என்று அவர் முடிவு செய்தார். இதையடுத்து 1658-ம் ஆண்டு அக்டோபர் இறுதிவாக்கில் பாட்னாவில் இருந்து 25,000 வீரர்களுடனும், பீரங்கி, படகுகளுடனும் புறப்பட்ட ஷுஜா, டிசம்பர் 30 அன்று அலஹாபாத்துக்கு மூன்று நாள் பயணத் தொலைவில் இருந்த காஜ்வா பகுதிக்குச் சென்று சேர்ந்தார். அங்கே அவர் ஔரங்கசீபின் மகன் சுல்தான் முஹம்மது தனக்குத் தடையாக நின்றுகொண்டிருப்பதைக் கண்டார்.

இதனிடையில் தாராவைத் துரத்திச் சென்றிருந்த ஔரங்கசீப், அதைப் பாதியிலேயே விட்டுவிட்டுத் தன் படைகளுடன் முல்தானில் இருந்து (செப்டம்பர் 30) தில்லிக்குப் புறப்பட்டார் (நவம்பர் 20). வழியில் அலஹாபாத் பகுதியை அடைந்த அவர், அங்குத் தன் படையின் வலிமையை எண்ணிக்கை அளவிலும், செல்வத்திலும் வெகுவாக அதிகரித்துக் கொண்டார். இதனால் ஷுஜாவின் ஆக்ரா நோக்கிய பயண வழி இப்போது தடுக்கப் பட்டிருந்தது. ஔரங்கசீப், ஜனவரி 2, 1659-ல் தன் மகன் சுல்தான் முஹம்மதுவுடன் கோராப் பகுதியில் சேர்ந்துகொண்டார். அது ஷுஜாவின் முகாமில் இருந்து எட்டு மைல் மேற்கில்தான் இருந்தது. அதே நாளில் தக்காணத்தில் இருந்து மீர் ஜும்லாவும் ஔரங்கசீபுடன் சேர்ந்துகொண்டார்.

7. ஜஸ்வந்தின் துரோகமும் ஔரங்கசீபின் உறுதியும்

ஜனவரி 4 அன்று, ஔரங்கசீப் தன் படையுடன் புறப்பட்டு எதிரியின் முகாமுக்கு ஒரு மைல் தொலைவில் வந்து சேர்ந்தார். அவருடைய படைவீரர்கள் அனைவரும் போருக்கான தத்தமது இடங்களுக்குச் சென்று, கவசங்கள் அணிந்தபடியே தமது சேணம் பூட்டிய குதிரைகளின் காலடியில் படுத்து உறங்கினர். பிறவியிலேயே போர் நுணுக்கங்கள் கைவரப்பெற்ற தளபதி மீர் ஜும்லா, இரு தரப்புப் படைகளுக்கு இடையே இருந்த சிறிய குன்றை இரவோடு இரவாக ஆக்கிரமித்து எதிரிகளின் முகாமைக் குறிவைக்கும் 40 பீரங்கிகளை அங்கு கொண்டுவந்து நிறுத்தினார். இரவு முழுவதும் அவருடைய படைத் தலைவர்கள் கண்விழித்துக் கண்காணித்து வந்தனர்.

போர் நடக்கத் தீர்மானிக்கப்பட்ட ஜனவரி 5 அன்று, அதிகாலைக்குச் சில மணி நேரங்களுக்கு முன்பாகவே ஔரங்கசீபின் படையில் பெரும் கூச்சலும் குழப்பமும் ஏற்பட்டது. அந்த எச்சரிக்கையும் அமளியும் சிறிது நேரத்தில் முழுப் படைக்கும் பரவியது. தாக்குதல் நடத்தியவர்களின் முழக்கங்களும் தாக்கப்பட்டவர்களின் அலறலும் விண்ணை முட்டின. குதிரைகளின் குளம்படிகள் பெரும் சப்தமெழுப்பிபடி இருந்தன. இருள் விலகியிருக்கவில்லை யென்பதால் குழப்பம் மேலும் அதிகரித்தது.

விஷயம் என்னவென்றால் பேரரசர் ஔரங்கசீப் படைகளின் வலது பக்கப் பிரிவின் தளபதி மஹாராஜா ஜஸ்வந்த் சிங், தான் ஓரங்கட்டப்பட்டதாக நினைத்துக்கொண்டு ஔரங்கசீபைப் பழிவாங்கத் தீர்மானித்திருந்தார். அவர் தன் திட்டம் பற்றி ஷுஜாவுக்கு ஒரு செய்தி அனுப்பியிருந்ததாகவும்

சொல்லப்படுகிறது. அவருடைய திட்டம் இதுதான்: ஜஸ்வந்த் சிங் இரவுப்பொழுதில் ஔரங்கசீபின் படையில் பின்புறமாக இருந்து குழப்பத்தை உண்டாக்குவார். அதை எதிர்பாராத படையினர் பதறிப்போய் சிதறி ஓடுவார்கள். உடனே ஔரங்கசீப் இந்த அமளியைச் சரிசெய்யப் பின்புறமாகச் செல்வார். ஷுஜா அப்போது பார்த்து முன்பக்கமாகப் பாய்ந்து வந்து இவர்களைத் தாக்கி வீழ்த்திவிட வேண்டும்.

இதன்படியே 14,000 ராஜபுத்திர வீரர்கள் நள்ளிரவில் இளவரசர் முஹம்மது சுல்தானின் முகாமை நோக்கிச் சென்றனர். அங்கே அவர்கள் கூடாரங்களில் தங்கள் கைக்கு அகப்பட்டதை எல்லாம் எடுத்துக்கொண்டனர். இதனால் ஔரங்கசீபின் படைகள் பெரும் பாதிப்புக்குள்ளாகின. அதன்பின் அங்கிருந்து தப்பித்த ராஜபுத்திரர்கள் ஆக்ரா நோக்கிய பாதையில் விரைந்து சென்றுவிட்டனர். ஆனால் இருளும் திடீர் அமளியும் ஔரங்கசீபின் படையில் பெரும் குழப்பத்தை உருவாக்கியிருந்தன.

ஔரங்கசீப் நிதானமாகவே இருந்தார். அவரது நிதானமும் ஷுஜாவின் தயக்கமும் ஔரங்கசீபின் படைகளுக்குச் சாதகமாக அமைந்துவிட்டன. ஜஸ்வந்த் அனுப்பிய செய்தி ஷுஜாவுக்குக் கிடைத்திருந்தது. இரவில் ஔரங்கசீபின் படையில் ஏற்பட்ட கூச்சலையும் குழப்பத்தையும் அவர் கேட்கவும் செய்தார். ஆனால், இந்தத் திட்டம் தன்னை இரவில் முகாமில் இருந்து வெளியே வரச் செய்து வீழ்த்துவதற்கு ஔரங்கசீபும் ஜஸ்வந்தும் சேர்ந்து செய்த சதியாக இருக்கும் என்று அவர் நினைத்து முகாமுக்குள்ளேயே இருந்துவிட்டார்.

ஔரங்கசீப் போர்க்களத்தில் அமைக்கப்பட்ட கூடாரத்தில் பின்னிரவுத் தொழுகையான தஹாஜுத் தொழுகையில் ஈடுபட்டிருந்தபோது, ஜஸ்வந்த் சிங் அவரை விட்டு விலகிச் சென்ற செய்தி கிடைத்தது. ஆனால் அவர் ஒரு வார்த்தையும் பேசாமல் 'ஓடிப் போய்விட்டால் விட்டுவிடுங்கள்' என்று சைகை காட்டியதுடன் நிறுத்திக்கொண்டார். தொழுகையை முடித்தபின், கூடாரத்தில் இருந்து வெளியே வந்த அவர், ஒரு நாற்காலியில் அமர்ந்துகொண்டு, 'அல்லா நமக்குச் செய்திருக்கும் நன்மை இது. அந்தக் காஃபிர் போர் நடக்கும்போது இப்படியான துரோகத்தைச் செய்திருந்தால் நமக்கு மிகப் பெரிய இழப்பு ஏற்பட்டிருக்கும். அதற்கு முன்பே ஓடிவிட்டது நல்லதுதான்' என்றார்.

இப்படியாக ஔரங்கசீப் தன்னுடைய படையில் ஏற்படவிருந்த மிகப்பெரிய குழப்பத்தை எளிதில் தணித்துவிட்டார். 'தளபதிகள்

அனைவரும், பிற வீரர்களும் தமது நிலையில் இருந்து மாற வேண்டாம்; யாரும் தப்பி ஓடியவர்களைத் துரத்திச் செல்ல வேண்டாம்' என்று சேவகர்கள் மூலம் செய்திகள் அனுப்பப்பட்டன. ஜஸ்வந்த் சிங் படையினர் ஏற்படுத்திய அமளியினால் சிதறி ஓடியிருந்த ஔரங்கசீபின் விசுவாசமான படைத் தலைவர்கள் பொழுது புலரும் நேரத்தில் திரும்பி வந்து சேர்ந்தனர். இப்போது அவர்களின் எண்ணிக்கை 50,000 ஆகியிருந்தது. ஷுஜாவின் படையினரின் எண்ணிக்கை வெறும் 23,000 மட்டுமே.

8. காஜ்வா போர்

வாளுக்கு வாள், ஈட்டிக்கு ஈட்டி, பீரங்கிக்குப் பீரங்கி என்ற வழக்கமான போர்முறைப்படிப் போரிட்டால் வெற்றி பெற முடியாது என்பது ஷுஜாவுக்குத் தெரிந்திருந்தது. ஏனென்றால் எதிரிகளின் எண்ணிக்கை கிட்டத்தட்ட இரண்டு மடங்குக்கும் மேல் அதிகம் இருந்தது. இதனால் யோசித்த அவர், தெளிவாகப் புது வியூகம் ஒன்றை அமைத்தார். பீரங்கிப் படை முன்னால் நிறுத்தப்பட்டது. அதன் பின்னால் அனைத்துப் படைப்பிரிவுகளும் மிகப் பெரிய வரிசையாக நிறுத்தப்பட்டன. ஷுஜா வீரத்துடன் அதிரடியான தாக்குதலில் ஈடுபட முடிவு செய்தார். எண்ணிக்கை அதிகமாக இருக்கும் படைக்கு இயல்பாகவே உருவாகியிருக்கும் மேலாதிக்க மனநிலையை முறியடிப்பதற்கு, துணிந்து தாக்கும் வியூகத்தை வகுத்திருந்தார்.

காலை எட்டு மணிக்குப் பீரங்கிகளும் துப்பாக்கிகளும் ஏவுகணைகளும் எரி அம்புகளும் மழைபோல் பொழிய ஆரம்பித்தன. அதன் பின் இரு தரப்புப் படைகளும் நெருங்கி வந்தன. அம்பு, வாள் கொண்டு தாக்குதல் ஆரம்பித்தது. ஷுஜாவின் படையின் வலது பிரிவின் தளபதியான சையது ஆலம், ஔரங்கசீபின் படையின் இடதுபக்கப் படையைத் தாக்க ஆரம்பித்தார். வெறி ஏற்றப்பட்டிருந்த மூன்று யானைகள், எண்பது கிலோ எடைகொண்ட இரும்புச் சங்கிலிகளைத் தும்பிக்கையில் ஏந்திச் சுழற்றியபடி எதிரிகளைத் தாக்கின. எதிரிகள் தரப்பில் எந்தவொரு விலங்கும் வீரரும் குறுக்கே நிற்கவே முடியவில்லை. ஔரங்கசீபின் இடது பக்கப் படை, வழிகாட்டத் தளபதியும் இளவரசரும் இல்லாமல் சிதறி ஓடியது.

படையின் மையப் பகுதியிலும் சீக்கிரமே இந்தப் பதற்றம் தொற்றிக் கொண்டது. வீரர்கள் குழம்பியபடி இங்குமங்கும் சிதறி ஓடினர். போதாத குறையாகப் பேரரசர் இறந்துவிட்டதாகவும் வதந்தி

பரவியது. இதனால் பல வீரர்கள் போர்க்களத்தைவிட்டுத் தப்பி ஓடிவிட்டனர். இடதுபக்கப் படையை வீழ்த்திய பின்னர் ஷுஜாவின் படையினர் மையப்பகுதியை நோக்கி நகர்ந்தனர். அங்கு ஔரங்கசீபுக்குக் காவலாக வெறும் 2000 வீரர்கள் மட்டுமே இருந்தனர். ஆனால் நெருக்கடி நேரத்தில் பயன்படுத்த என்று ஓரமாக நிறுத்திவைக்கப்பட்டிருந்த படையினர் முன்னோக்கிப் பாய்ந்து வந்து எதிரிகளின் முன்னேற்றத்தைத் தடுத்து நிறுத்தினர். ஔரங்கசீப் தனது யானையை இடதுபக்கப் படைக்கு உதவும் வகையில் அந்தப் பக்கம் திருப்பி ஓட்டினார். சையது ஆலம் இதே வழியாகத்தான் தப்பி ஓடிவந்திருந்தார்.

ஷுஜாவின் படையின் மூன்று யானைகள் அவற்றுக்கு ஏற்பட்டிருந்த காயங்களினால் முன்பைவிட ஆக்ரோஷத்துடன் தாக்கத் தொடங்கியிருந்தன. அவற்றில் ஒரு யானை ஔரங்கசீபின் யானைக்கு வெகு அருகில் வந்தது. போரின் மிக மிக முக்கியமான தருணம் இது. ஔரங்கசீப் மட்டும் எதிரி யானையால் வீழ்த்தப் பட்டிருந்தாலோ, அந்த யானையைக் கண்டு பின்வாங்கி யிருந்தாலோ அவருடைய ஒட்டு மொத்தப் படையும் தோற்று ஓடியிருக்கும். ஆனால் அவரோ மலைபோல் திடமாக நின்றார். தனது யானை பயந்து ஓடிவிடாமல் இருக்க அதன் கால்களை இரும்புச் சங்கிலியால் கட்டினார். ஔரங்கசீபின் உத்தரவுக்கிணங்கத் துப்பாக்கி வீரர் ஜலால் கான், தாக்கவரும் யானையின் பாகரைச் சுட்டு வீழ்த்தினார். வீரம் நிறைந்த ஔரங்கசீபின் யானைப் பாகர் ஒருவர், பாகரை இழந்த யானையின் மீது பாய்ந்து ஏறி அதைக் கட்டுக்குள் கொண்டுவந்தார்.

ஔரங்கசீபுக்கு இப்போது சற்று ஆசுவாசம் பிறந்தது. அவர், எதிரிகளின் முன்னணிப் படையாலும் இளவரசர் புலந்த் அக்தரின் தலைமையில் இருந்த இடதுபக்கப் படையாலும் நெருக்கடிக்கு உள்ளாக்கப்பட்டிருந்த தனது வலது பக்கப் படையை நோக்கித் திரும்பினார். ஷுஜாவின் படையினரின் எண்ணிக்கை குறைவாக இருந்தாலும் அவர்கள் மூர்க்கத்தனமாகத் தாக்கியபடி முன்னேறியதால் ஔரங்கசீபின் படையினர் பயந்து ஓடிவிட்டனர்.

இடது பக்கமிருந்து வந்த ஆபத்தில் இருந்து தப்பித்த ஔரங்கசீப், இப்போது வலது பக்கத்தில் ஏற்பட்டிருக்கும் குழப்பம், தப்பி ஓட்டம் ஆகியவற்றைச் சரிப்படுத்த விரைந்தார். இவ்வளவு நெருக்கடியான தருணத்திலும் அவர் நிதானம் இழக்காமல் இருந்தார். சமயோஜிதப் புத்தி அவருக்குக் கை கொடுத்தது. ஏற்கெனவே அவர் தன் படையுடன் இடதுபக்கம் விரைந்து சென்றிருந்தார். அங்கிருந்து திடீரென்று வலது பக்கம் திரும்பினால்

எஞ்சிய படையினர் ஔரங்கசீப் ஏதோ தப்பி ஓடுவதுபோல் நினைத்துவிடுவார்கள். எனவே தனது படைத் தலைவர்களையும் வீரர்களையும் முதலில் தைரியமாகத் துணிந்து போராடும்படி சேவகர்கள் மூலம் செய்தியையும் தன்னம்பிக்கையையும் அளித்தார்.

அதன் பின் அவர், தன் பாதையை மாற்றிக் கொண்டு வலது பக்கம் நோக்கி முன்னேறத் தொடங்கினார். சரியான நேரத்தில் கிடைத்த இந்த உதவி, வலது பக்கப் படைக்குப் பெரிதும் உபயோகமாக இருந்தது. அன்றைய போரின் மிக முக்கியமான நகர்வாக இது இருந்தது. ஷுஜாவின் படைக்குக் கிடைத்திருந்த சாதக நிலையை இது அப்படியே மாற்றிப் போட்டுவிட்டது. ஔரங்கசீபின் வலது பக்கப் படை போதிய பக்கத் துணைகள் கிடைத்ததும் துணிந்து முன்னேறி, எதிரிகளின் படை மீது ஆக்ரோஷத்துடன் பாய்ந்தது.

இதனிடையில் சுல்தான் முஹம்மது மற்றும் ஜுல்ஃபிகர் கானின் தலைமையில் இருந்த ஔரங்கசீபின் முன்னணிப் படை, தன் மீதான தாக்குதலை முறியடித்து எதிரிகளின் முன்னணிப் படையோடு மோத ஆரம்பித்திருந்தது. ஔரங்கசீபின் படையிலிருந்து பீரங்கி, துப்பாக்கி, ஏவுகணைகள் மழைபோல் இடைவிடாமல் பொழிந்தன. ஷுஜாவின் படையினரால் இதைச் சமாளிக்கமுடிய வில்லை.

ஔரங்கசீபின் படை வலது பக்கம், இடது பக்கம், நடுப் பகுதி என மூன்று முனைகளிலும் முன்னேறத் தொடங்கியிருந்தது. வானில் கரு மேகக்கூட்டம் சூழ்வதுபோல் ஷுஜாவின் படையை (மையப் படையை) அவர்கள் சுற்றி வளைத்தனர். அவர்களுடைய பக்கவாட்டுப் படைகள் ஏற்கெனவே சிதறி ஓடியிருந்தன. ஏராளமான பீரங்கி குண்டுகள் அவருடைய தலைக்கு மேலாகப் பாய்ந்து சென்று அவருடைய மெய்க்காவலர் பலரைக் கொன்றுவிட்டிருந்தன. இனியும் யானையின் மீது இருந்தால் எளிதில் தாக்கி வீழ்த்திவிடுவார்கள்* என்று நினைத்த ஷுஜா, குதிரை மீது ஏறிக் கொண்டார்.

---

*வெற்றி முகத்தில் இருந்த ஷுஜா குதிரைக்கு மாறிக் கொண்டதால் தோல்வியைத் தழுவ நேர்ந்தது என்று வெர்னியர் குறிப்பிட்டிருப்பது தவறானது. நான் ஆதாரமாகக் கொண்டிருக்கும் எந்தவொரு சமகால ஆவணமும் இப்படிச் சொல்லவில்லை. அது அப்படி நடந்திருக்க வாய்ப்பும் இல்லை. உண்மையில் ஷுஜா போரில் தோற்றுவிட்டிருந்தார். யானை மீது இருந்து போரிட்டிருந்தால் எளிதில் சிறைபிடிக்கப்பட்டிருப்பார். அதனால்தான் அவர் குதிரைக்கு மாறிக் கொண்டார்.

போர் அப்படியாக முடிவுக்கு வந்தது. யானையில் இருந்து ஷுஜா இறங்கியதும் அவர் இறந்துவிட்டதாகத் தொலைவில் இருந்த வீரர்கள் நினைத்துவிட்டனர். எஞ்சியிருந்த வங்காளப் படை உடனே சிதறி ஓடியது. தன் மகன்கள், தளபதி சையது ஆலம், மற்றும் சிறிய படைவீரர்கள் ஆகியோருடன் ஷுஜா போர்க்களத்தில் இருந்து குதிரையில் தப்பிச் சென்றார். அவருடைய கூடாரமும் படைக்கலன்களும் உடமைகளும் ஔரங்கசீபின் படையினரால் கொள்ளையடிக்கப்பட்டன. 114 பீரங்கிகள், வங்காளத்தின் புகழ் வாய்ந்த 11 யானைகள் எல்லாம் அவர்களுக்கு வெற்றிப் பரிசாகக் கிடைத்தன.

9. மிர்ஸா ஷா ஷுஜாவைத் துரத்திச் செல்லுதலும், பிஹார் போரும்

க்வாஜாவில் நடைபெற்ற போரில் வென்ற ஔரங்கசீப், அன்று மதியமே தன் மகன் முஹம்மது சுல்தானின் தலைமையில் ஷுஜாவைத் துரத்திப் பிடிக்க ஒரு படையை அனுப்பினார். அதன் பின் மீர் ஜும்லாவின் தலைமையில் புதிய படையும் அவர்களுக்கு உதவியாக அனுப்பப்பட்டது. அப்படியாக அந்தப் படை 30,000 வீரர்களைக் கொண்டதாகப் பெரிதானது. ஷுஜாவோ பனாரஸ், பாட்னா வழியாக முங்கேருக்குத் தப்பிச் சென்று அங்கு 15 நாட்கள் தங்கியிருந்தார் (பிப்ரவரி 19 - மார்ச் 6).

கங்கை நதிக்கும், காரக்பூர் மலைகளுக்கும் இடையில் இரண்டரை மைல் அகலம் கொண்ட சமதளத்தில் முங்கேர் அமைந்திருந்தது. இந்தச் சமவெளியினூடாகவே பாட்னாவில் இருந்து வங்காளத்துக்குச் செல்லும் மிகச் சௌகரியமான பாதை அமைந்துள்ளது. ஷா ஷுஜா முதல் வேளையாக நதிக்கரையில் இருந்து மலைவரைக்கும் செல்லும் இந்தப் பாதையைச் சுவர், பதுங்குகுழிகள், பள்ளங்கள் எழுப்பித் தடுத்தார். அதைத் தொடர்ந்து முப்பது அடி தொலைவுகளில் மேடான தாக்குதல் அரண்கள் அமைத்துக் கொண்டார். மேலும், படகுகளில் இருந்து இறக்கப்பட்ட பீரங்கிகள், படைவீரர்கள் கொண்டு இந்தப் பகுதியின் பாதுகாப்பைப் பலப்படுத்திக்கொண்டார்.

மார்ச் மாதத் தொடக்கத்தில் முங்கேருக்கு மீர் ஜும்லா வந்து சேர்ந்தார். அங்கே பாதை தடுக்கப்பட்டிருப்பதைப் பார்த்த அவர், காரக்பூர் ராஜா பரோஸுக்குப் பணம் கொடுத்து பேரரசுப் படையை முங்கேர் கோட்டைக்குத் தென் கிழக்கில் இருந்த மலைப்பாதை

மற்றும் கானகப் பகுதி வழியாகக் கொண்டு சென்று ஷுஜாவின் படையைப் பின்பக்கமாக நெருங்கினார்.

இதைப் பார்த்து அதிர்ந்த இளவரசர் ஷுஜா, முங்கேரில் இருந்து தப்பி (மார்ச் 6) ஷாஹிபஞ்சிப் பகுதிக்குச் சென்று சேர்ந்தார். பிறகு, அங்கு இருந்த குறுகிய சமவெளிப் பாதையையும் சுவர் எழுப்பித் தடுத்தார் (மார்ச் 10-24). ஆனால் ஔரங்கசீபின் படைகளோ பீர்பம் மற்றும் சாத்நகர் பகுதிகளின் ஜமீந்தாரான க்வாஜா கமல் ஆஃப்கனை வென்று அவருடைய உதவியையும் வழிகாட்டுதலையும் கொண்டு முங்கேரின் தென் கிழக்காகப் பயணம் செய்து சூரி பகுதியை 28 அன்று சென்று சேர்ந்தனர்.

அந்த நேரத்தில் அஜ்மீர் பகுதியில் தாரா வெற்றி பெற்று விட்டதாகவும் ராஜபுத்திரப் பகுதிகளில் பழிவாங்கும் வெறியுடன் தாக்குதல் நடத்துவதாகவும் ஒரு புரளி கிளம்பியது. இதனால் மீர் ஜும்லாவின் படையில் இருந்த ராஜபுத்திரர்கள், குறிப்பாக ஜெய் சிங்கின் மூத்த மகன் ராம் சிங்கின் படையினர் மீர் ஜும்லாவிடம் இருந்து விலகி, தொலை தூரத்தில் இருந்த தமது ராஜ்ஜியத்தைக் காப்பாற்ற விரைந்தனர். இதனால் ஷுஜாவைத் துரத்திச் சென்ற படை 4000 வீரர்களை மார்ச் 30 வாக்கில் இழந்தது. இருந்தும், அதுவே ஷுஜாவின் படையைவிட இருமடங்கு பலம் கொண்டதாக இருந்தது.

இதனிடையில் ஷாஹிபஞ்சிப் பகுதியில் இருந்து புறப்பட்ட ஷுஜா, ராஜ்மஹாலுக்குச் சென்று சேர்ந்தார் (மார்ச் 27). அந்த இடமும் பாதுகாப்பற்றதாக அவருக்குத் தெரிய வரவே மால்டா மாவட்டத்துக்குக் கிளம்பினார். அப்போது அவருடைய தலைமைத் தளபதி அல்வர்தி கான், பல அதிகாரிகளை அழைத்துக்கொண்டு மீர் ஜும்லாவின் பக்கம் சென்று சேரத் திட்டமிட்டார். இது ஷுஜாவுக்குத் தெரிந்துவிட்டது.

இதையடுத்து அவர், ஏப்ரல் 2 அன்று அல்வர்தி கானின் தலையை வெட்டிக் கொன்றார். ஏப்ரல் 13 அன்று பேரரசப் படைகள் ராஜ்மஹாலை ஆக்கிரமித்தன. இந்த நடவடிக்கையின் காரணமாகக் கங்கைக்கு மேற்கில் இருந்த பகுதிகள் முழுவதும் ஷுஜாவின் கைகளில் இருந்து நழுவிச் சென்றன.

இந்தச் சமயத்தில் இரு தரப்புக்கும் இடையிலான மோதல் புலிக்கும் முதலைக்கும் இடையிலான சண்டை போலானது. ஷுஜாவின் படை இப்போது ஐந்தாயிரம் வீரர்களைக் கொண்டதாகச் சுருங்கிவிட்டிருந்தது. மீர் ஜும்லாவின் படையோ அதைவிட ஐந்து

மடங்கு பெரியதாகவும், வீரனுக்கு வீரனுடனான (ஒருவருக்கு ஒருவருடனான) நேருக்கு நேர் மோதலில்கூட அதிக வலிமை கொண்டதாகவும் இருந்தது. அதனால் ஷுஜா தரையில் நடக்கும் போரில் வலிமை குன்றியவராகிவிட்டிருந்தார்.

ஆனால் மீர் ஜும்லாவின் படை முழுக்க முழுக்க தரை வழிப் போரில் மட்டுமே வலிமை மிகுந்ததாக இருந்தது. நீர் வழியில் என்றால் அவரிடம் பயணம் செய்வதற்குக்கூட படகுகள் கிடையாது. அவரிடம் இருந்த பீரங்கிகளும் துப்பாக்கிகளும் எதிரிகளைவிட எண்ணிக்கை குறைவானதாகவும் சிறியதாகவும் இருந்தன.

மாறாக ஷுஜாவின் படையில் மிகப் பெரிய பீரங்கிகள் இருந்தன. அவற்றைத் திறமையாகக் கையாளக்கூடிய ஐரோப்பியர்களும் கலப்பின வீரர்களும் அவருடைய படையில் இருந்தனர். வங்காளத்தின் படகுப் படையும் ஷுஜா வசமே இருந்தது. நீர் வழிகளைக் கடப்பது, படைகளை எளிதில் நகர்த்துவது, எதிரிகளின் போர்முனைகளைப் பீரங்கியால் தகர்ப்பது, நதிக் கரையில் முகாமிட்டுக்கொள்வது எனப் பல அம்சங்கள் அவருக்குச் சாதகமாக இருந்தன. இவையெல்லாம் ஷுஜாவின் சிறிய படையின் செயல்திறனை வெகுவாக அதிகரித்தன. அவர்களால் நினைத்த இடத்துக்கு எளிதில் நகர்ந்து செல்லவும் முடிந்தது. எனவே, நிலத்தில் வலிமை மிகுந்ததாக இருந்தபோதிலும் படகுகள் இல்லாத காரணத்தினால் மீர் ஜும்லாவின் முயற்சிகள் தோல்வியில் முடிவடைந்தன.

கௌர் கோட்டைக்கு மேற்கே நான்கு மைல் தொலைவில் இருந்த தண்டா பகுதியில் முகாமிட்ட ஷுஜா, கங்கையின் கிழக்குக் கரையில் பல பகுதிகளில் பள்ளங்கள் வெட்டி வைத்து மீர் ஜும்லாவை அதைத் தாண்டி வர விடாமல் தடுத்தார். ஆனால் அவருடைய முயற்சிகள் எல்லாம் சாதுரியமாகத் தூரப் பகுதிகளில் இருந்து படகுகளைப் பெற்றுக்கொண்ட மீர் ஜும்லாவால் முறியடிக்கப்பட்டன.

இந்தச் சமயத்தில் ஔரங்கசீபும் ஒருபக்கம் சமயோஜிதமாகச் சிந்தித்து இன்னொரு படையைப் பாட்னாவின் ஆட்சியாளரின் தலைமையில் அனுப்பி வைத்தார். இதன் மூலம் கங்கையின் இடது கரைப் பக்கம் கவனத்தைத் திருப்பவும், ஷுஜாவின் வலது பக்கப் படையைத் திருப்பிவிடவும் வழிசெய்தார்.

ராஜ்மஹாலுக்கு 13 மைல்கள் தெற்கே தோகாச்சியில் இருந்த தனது தலைமையகத்திலிருந்து சண்டையிட்ட மீர் ஜும்லா, ஷா

ஷுஜாவை இரண்டு முனைகளில் தாக்கி ஓடவைத்தார். இரவில் எதிர்பாராதவிதமாகத் தாக்குதல் நடத்திய அவர், தோகாச்சிக்கு எதிர்ப்பக்கம் இருந்த தீவுப்பகுதி ஒன்றைக் கைப்பற்றினார். அங்குதான் ஷுஜாப் படையின் ஒரு பிரிவினர் காவலுக்கு இருந்தனர்.

இழந்த பகுதியை மீட்பதற்காக ஷுஜாவின் படையினர் பல்வேறு தாக்குதல் முயற்சிகளை மேற்கொண்டனர். இருப்பினும் அதனையும் வெற்றிகரமாக மீர் ஜும்லா முறியடித்தார். சுதி பகுதியைப் பார்த்தபடி இருக்கும் கிழக்குக் கரையில் ஷுஜாவின் படையினர் எட்டுப் பீரங்கிகளை நிலை நிறுத்தியிருந்தனர். அவற்றை எதிர்பாராத நேரத்தில் மீர் ஜும்லா தாக்கி அழித்தார்.

இப்போது மேற்குக் கரை முழுவதிலும் பேரரசப் படைகள் பரவி நின்றன. வடகோடியில் ராஜ்மஹாலில் முஹம்மது முராத் பேக் தன் படையுடன் இருந்தார். இளவரசர் முஹம்மது சுல்தான், ஸுல்ஃபிகர் கான் மற்றும் இஸ்லாம் கானுடன் இணைந்து ஷுஜாவை எதிர்கொண்டபடிப் பெரும் படையுடன் தோகாச்சியில் இருந்தார். தெற்கே எட்டு மைல் தள்ளி தானாபூரில் அலிகான் தன் படையுடன் இருந்தார். மொகலாயப் பேரரசின் தென்கோடி முனையில் ராஜ்மஹாலுக்கு 28 மைல் தொலைவில் இருந்த சுதி பகுதியில் மீர் ஜும்லாவும் 6000-7000 வீரர்களைக் கொண்ட படையுடன் நின்றுகொண்டிருந்தார்.

ஆனால், மீர் ஜும்லா முன்னெடுத்த மூன்றாவது திடீர் தாக்குதல் மிகப் பெரிய இழப்புடன் தோல்வியில் முடிவடைந்தது. இந்த முறை ஷுஜா எச்சரிக்கையுடன் இருந்து தாக்குதலை முறியடித்தார். மே 3, 1659-ல் மொகலாயத் தளபதி அனுப்பிய படையின் ஒரு பகுதியினர் மட்டுமே வந்தடைந்தபோது இதை எதிர்பார்த்து மறைவில் காத்துக் கொண்டிருந்த ஷுஜாவின் படையினர் வீரத்துடன் அவர்களைத் தாக்கினர்.

இதைக் கொஞ்சமும் எதிர்பார்க்காத பேரரசுப் படைகள் நான்கு முக்கிய தளபதிகளைப் பலி கொடுத்தது. இத்துடன் அவர்களுடைய படை வீரர்களும் நூற்றுக்கணக்கில் கொல்லப்பட்டனர். இதைத்தவிர 500 பேர் சிறைபிடிக்கப்பட்டனர். மீர் ஜும்லாவுக்கு இதற்கு மேலும் வங்காளப் படகுப் படையை எதிர்கொள்ளும் தைரியம் இல்லை. அதனால் அவர் உதவிக்குக்கூட கூடுதல் படையை அனுப்பவில்லை.

ஜூன் 8 இரவில் இளவரசர் முஹம்மது சுல்தான் தோகாச்சியில் இருந்து தப்பித்துச் சென்றார். அவருக்கு மீர் ஜும்லாவின்

தலைமையின் கீழ் செயல்பட நேர்ந்தது தொடர்பாக நீண்ட காலமாக மனதுக்குள் குமுறல் இருந்தது. அவர் தனியாகவே படைக்குத் தலைமை தாங்க விரும்பினார். ஷுஜா தன் மகள் குல்ரக் பானுவை இளவரசருக்குத் திருமணம் செய்து கொடுக்க விரும்புவதாக சுல்தானிடம் தெரிவித்தார். அதுமட்டுமில்லாமல் தில்லி அரியணையைக் கைப்பற்ற அவருக்கு உதவுவதாகவும் தூது அனுப்பினார். ஔரங்கசீபின் மகன் எதையும் சரியாக யோசிக்காமல் அந்த அழைப்பை ஏற்றுக்கொண்டார்.

இதைக் கேட்டதும் சுதி பகுதியில் இருந்த மீர் ஜும்லா முதலில் தனது படையினரை அமைதியாக இருக்க உத்தரவிட்டார். பின் மறுநாள் காலையிலேயே கிளம்பி தோகாச்சி முகாமுக்குச் சென்ற அவர், தலைவர் இல்லாத படையினரின் முன்னால் நீண்ட சொற்பொழிவாற்றி அவர்களுக்குத் தெம்பூட்டினார். இவ்வாறு செய்ததன் மூலம் படையினரிடையே ஏற்படவிருந்த மிகப்பெரிய குழப்பத்தைத் திறம்படச் சமாளித்தார். இதன்பின் போர் தொடர்பான கலந்தாலோசனைக் கூட்டம் நடைபெற்றது. அதில் கலந்துகொண்ட மற்ற தளபதிகள் அனைவரும் மீர் ஜும்லாவைத் தமது ஒரே தலைவராக ஏற்றுக்கொள்ள முன்வந்தனர். இப்படியாக அந்தப் படைக்கு ஏற்பட்ட இழப்பு ஒரே ஒரு நபர் மட்டுமே: அது இளவரசர் மட்டும்தான்.

அதன் பின்னர், வங்காளத்தில் பெரு மழை பெய்தது. இதனால் போரும் நிறுத்தப்பட்டது. மீர் ஜும்லா 15,000 வீரர்களுடன் மௌஸ்மா பஸாரில் முகாமிட்டார். எஞ்சிய பேரரசப் படை ஸுல்ஃபிகர் கானின் தலைமையில் ராஜ்மஹாலில் தங்கியிருந்தன. இரு படைகளுக்கு இடையே 60 மைல் இடைவெளி இருந்தது. மழைக்காலத்தில் அதற்கு இடையே பயணம் செய்வதற்கான சாலை கடினமானதாக இருந்தது.

அப்போது பெய்த மழை ராஜ்மஹால் பகுதியின் சுற்றுப்புறங்கள் முழுவதையும் நீரால் மூழ்கடித்திருந்தது. அந்தப் பகுதிக்கு வட மேற்கில் மாஜ்வா மலைப்பகுதியில் இருந்து வரவேண்டிய உணவுப் பொருட்களை அதன் ராஜாவுக்குப் பணம் கொடுத்ததன் மூலம் ஷுஜா தடுத்து நிறுத்தினார். நீர் வழிப்பாதையையும் ஷுஜாவின் படகுப்படை தன் கட்டுப்பாட்டில் வைத்துக்கொண்டது. இதனால் ராஜ்மஹாலில் இருந்த மொகலாயப் படைகளின் உணவு இருப்பு வெகுவாகக் குறைந்தது. இந்த நிலையைப் பயன்படுத்தி திடீர் தாக்குதல் நடத்திய ஷுஜா, அந்த நகரை ஆகஸ்ட் 22-ல் கைப்பற்றி அதில் இருந்த மொகலாய உடைமைகளையும் தனதாக்கினார்.

10. வங்காளப் போர்

டிசம்பர் 1659 அன்று ஷுஜா தன்னுடைய 8000 படைவீரர்களுடன் ராஜ்மஹாலில் இருந்து புறப்பட்டு பேல்கட்டாவில் முகாமிட்டிருந்த மீர் ஜும்லாவை எதிர்க்கச் சென்றார். பேல்கட்டா தெற்கே 42 மைல் தொலைவில், முர்ஷிதாபாத் மாவட்டத்தில் ஜங்கிபூருக்கு எதிரில் இருந்தது. அங்கே சென்ற ஷுஜா, பேரரசப் படையை இரண்டு முறை தாக்கினார். அங்கேயும் அவர்களது பீரங்கிப் படையின் பலம் குறைவாக இருந்ததால். அவர்களுக்குப் பலத்த சேதாரம் ஏற்பட்டது. உடனே மீர் ஜும்லா முர்ஷிதாபாதுக்குப் பின்வாங்கினார். ஷுஜாவும் அவர்களை விடாமல் நாஷி வரை துரத்திச் சென்றார்.

ஆனால் இதனிடையில் தனது இரண்டாவது படையுடன் கிளம்பிய பிஹாரின் ஆட்சியாளர் தௌத் கான், குஷி நதியின் வழியாக முன்னேறிச் சென்று கங்கையின் வட கரைப் பகுதியில் இருந்த ஷுஜாவின் படையினரைத் தோற்கடித்தார். பின் அங்கிருந்து முழுப் படையுடன் தண்டா பகுதிவரை முன்னேறினார்.

இதைக் கேள்விப்பட்டவுடன் சற்றும் தாமதிக்காத ஷுஜா, உடனே நஷிபூரில் இருந்து கிளம்பி சுதி பகுதியினூடாகத் தண்டா பகுதிக்கு விரைந்தார் (டிசம்பர் 26). மீர் ஜும்லாவோ அவரை விடாமல் துரத்திச் சென்றார். அவரிடம் இருந்து தப்பித்து ஷுஜா ராஜ்மஹல் பகுதியில் கங்கையைக் கடந்து சென்ற நிலையில், பேரரசப் படையினர் ஜனவரி 11, 1660 அன்று அந்த நகரை மீண்டும் மீட்டனர். அப்படியாக கங்கைக்கு மேற்கே இருந்த பகுதிகள் அனைத்தையும் ஷுஜா இழந்தார். அதன்பின் அவரால் அதை மீட்கவே முடியவில்லை.

இந்த ஆண்டு மீர் ஜும்லா வகுத்த வியூகம் மிகவும் புதுமையானதாகவும் புத்திசாலித்தனமானதாகவும் இருந்தது. அவர் எதிரி நினைத்தே பார்க்காத வடகிழக்குப் பகுதியில் இருந்து தாக்கத் திட்டமிட்டார். ஷுஜாவின் படையானது வட மேற்கிலிருந்து தென் கிழக்காக, சம்தா தீவிலிருந்து (ராஜ்மஹாலுக்கு எதிரில் இருக்கிறது) தண்டா வரையிலுமாக அணிவகுத்து நின்றது. ஷுஜாவின் தலைமையகமானது இந்த அணிவகுப்பின் நடுவில் இருந்த சௌகி மிராத்பூரில் அமைந்திருந்தது.

மீர் ஜும்லாவின் திட்டமானது அவரது முகாமின் வடக்குத் திசையில் இந்த அணி வகுப்பு முழுவதையும் அரைவட்ட அளவுக்குச் சுற்றிவந்து, ராஜ்மஹால், அக்பர்பூர், மால்டா வழியாகச் சென்று,

தென் திசையில் சட்டென்று திரும்பி கீழ் நோக்கிப் பாய்ந்து, தண்டாவைக் கிழக்கில் இருந்து தாக்குவதாக இருந்தது. அதனால் அவர், தன் படைகளைப் பாட்னாவில் இருந்து கொண்டு வரப்பட்ட 160 படகுகளின் உதவியுடன் ராஜ்மஹாலுக்கு 10 மைல் வடக்கில் கங்கை நதிக்கு அழைத்துச் சென்று தௌத் கானுடன் இணைந்து கொண்டார்.

ஏற்கெனவே ஷுஜாவின் படையைவிடப் பேரரசப் படை மிக மிகப் பெரியதாக இருந்தது. இப்போது அவர் தேவைப்பட்டால் பின்வாங்கிக் கொள்ள வைத்திருந்த ஒரே வழியான தென் பகுதியிலும் சுற்றி வளைக்கப்பட்டார் (பிப்ரவரி 1660). ஷுஜா தோற்கப்போவது உறுதியானதும், இளவரசர் முஹம்மது சுல்தான் இவரைக் கைவிட்டுவிட்டுத் தோகச்சியில் இருந்த மொகலாயப் படையுடன் சென்று சேர்ந்துகொண்டுவிட்டார் (பிப்ரவரி 8). பாவம்... தந்தையுடன் சேர்ந்த பின்னரும் எஞ்சிய காலத்தைச் சிறையில்தான் கழிக்கவேண்டியிருக்கும் என்பது அப்போது அவருக்குத் தெரியாது.

மார்ச் 6 அன்று மால்டாவுக்குச் சென்று சேர்ந்த மீர் ஜும்லா, அங்கிருந்து ஷுஜாவை ஒரேயடியாக வீழ்த்தும் தனது இறுதி ராஜ வியூகத்தை நடைமுறைப்படுத்த ஒரு மாதக் காலத்தைச் செலவிட்டார். மால்டாவிலிருந்து சில மைல் தெற்கே இருந்த அவரது தலைமையகமான மஹ்மூதாபாத்தில் முகாமிட்டிருந்தவர், அங்கிருந்து ஏப்ரல் 5-ல் புறப்பட்டுப் பத்து மைல் பயணம் செய்து, மஹாநதா நதியில் ஆழம் குறைவான சிறிய மறைவான ஓடைப் பகுதியில் எதிரிகள் திடீர் தாக்குதல் நடத்தினர். பிறகு சற்றும் தாமதிக்காமல் அவர்கள் தப்புவதற்காக நீரில் குதித்தனர்.

ஆனால், குழப்பத்தில் அவர்கள் தவறுதலாக ஆழம் குறைவான இடத்தில் குதிப்பதற்குப் பதிலாக ஆழம் அதிகமான இடத்தில் குதித்துவிட்டனர். இதனால் ஆயிரக்கணக்கான வீரர்கள் நீரில் மூழ்கி இறக்க நேர்ந்துவிட்டது. அவர்களில் திலிர் கானின் மகனும் அடங்குவார்.

ஆனாலும் இந்தத் தாக்குதல் போரில் ஒரு முக்கியமான தருணமாக அமைந்தது. இதில் பெரும் படையினரை இழந்த ஷுஜா முழுவதுமாக தோற்கும் நிலைக்கு வந்துவிட்டார். பேரரசுப் படை முழுவதுமாகச் சுற்றி வளைப்பதற்குள் அவர் டாக்காவுக்குத் தப்பிச் சென்றாக வேண்டிய நிலை ஏற்பட்டது. ஏப்ரல் 6 அதிகாலையில் அவர் தண்டா பகுதிக்கு விரைந்தார்.

'உடைகளை மாற்றிக்கொள்ளக்கூட நேரம் இல்லை. உடனே புறப்படுங்கள்' என்று பேகம்களுக்கு உத்தரவிட்டபடியே அவர் வேகமாகப் புறப்பட்டார். நான்கு பெரிய படகுகளில் கஜானாக்கள் அடுக்கிவைக்கப்பட்டு நதியில் அனுப்பப்பட்டன. மதியம் வாக்கில் ஷுஜாவும் படகில் ஏறிக் கொண்டார்.

அவரது இரண்டு இளைய மகன்கள் (புலந்த் அக்தர், ஸின் உல் அபிதின்), அவரது தளபதிகளான மிர்ஸா ஜன் பேக், பார்ஹாவின் சையத் ஆலம், சையது க்யுலி உஸ்பெக், சில வீரர்கள், நபும்சகர்கள் என மொத்தம் 300 பேர் சுமார் 60 படகுகளில் ஷா ஷுஜாவுடன் புறப்பட்டனர். மூன்று சமஸ்தானங்களை ஆட்சி புரிந்தவரும் தில்லி அரியணைக்கு இரண்டு முறை மிகப் பெரிய படையுடன் போரிட்டவருமான மிர்ஸா ஷா ஷுஜாவுக்கு இறுதியில் எஞ்சியது இவை மட்டுமே.

தண்டா முகாமில் இப்போது மிகப் பெரிய குழப்பம் ஏற்பட்டது. அங்கே காவலுக்கு யாரும் இல்லாததால் அங்கிருந்த பொருட்கள் எல்லாம் கொள்ளையடிக்கப்பட்டன. மறுநாள் (ஏப்ரல் 7) மீர் ஜும்லா அந்த நகரைக் கைப்பற்றியவுடன் ஒழுங்கு நிலைநாட்டப் பட்டது. அவர், கொள்ளையடித்தவர்களிடமிருந்து முடிந்தவரை சொத்துகளை மீட்டார். ஷுஜா விட்டுச் சென்ற மகளிரும் பாதுகாப்புடன் நல்லமுறையில் கவனித்துக் கொள்ளப்பட்டனர்.

தார்திபூரில் ஷுஜாவின் ஆயுதம் தாங்கிய 400 படகுகள் கைப்பற்றப் பட்டன. அதேபோல கஜானாக்கள் ஏற்றிச் செல்லப்பட்ட இரண்டு படகுகளும் அகப்பட்டன. இப்படியாக ஷுஜாவின் படை முழுவதும் மீர் ஜும்லாவின் கட்டுப்பாட்டுக்குள் வந்தது (ஏப்ரல் 9). இறுதியாக ஷுஜாவைத் துரத்திப் பிடிப்பதற்காக ஏப்ரல் 19 அன்று தண்டாவிலிருந்து தக்காவுக்கு மீர் ஜும்லா புறப்பட்டார்.

11. வங்காளத்தில் இருந்து வெளியேறிய ஷுஜா. அவருடைய முடிவு.

ஏப்ரல் 12 அன்று வங்காளத்தின் இரண்டாம் தலைநகரான டாக்காவுக்குப் புகழும் செல்வ வளமும் குன்றிய நிலையில் ஷுஜா சென்று சேர்ந்தார். ஆனால், டாக்கா அவருக்கு அடைக்கலம் தரும் நிலையில் இருக்கவில்லை. அங்கிருந்த ஜமீந்தார்கள் எல்லாம் அவருக்கு எதிராக இருந்தனர். ஷுஜாவோ அவர்களைத் தன் பக்கம் இழுக்கவும் முடியாமல், தன்னைத் துரத்திவரும் மீர் ஜும்லாவை எதிர்க்கவும் முடியாத நிலையில் இருந்தார்.

இதனால் மே 6 அன்று டாக்காவிலிருந்து புறப்பட்ட அவர், கடல் நோக்கி நதியில் பயணத்தை ஆரம்பித்தார். போகும் வழியெங்கும் படகோட்டிகளும் படை வீரர்களும் கூட்டம் கூட்டமாக அவரைக் கைவிட்டுச் சென்றபடி இருந்தனர். அவர் ஏற்கெனவே அங்கிருந்த அரக்கான் மன்னரிடம் உதவி கேட்டுக் கெஞ்சியிருந்தார். இதையடுத்து அந்த மன்னரின் சார்பில் சாத்காவ் பகுதியை நிர்வகித்து வந்தவர் 51 படகுகளை இரண்டு நாட்களில் உதவிக்கு அனுப்பினார். இந்த நேரத்தில் வங்காளத்தை மீட்டெடுக்கும் நம்பிக்கையை முழுவதுமாக இழந்துவிட்ட ஷுஜா, அங்கிருந்த மூர்க்கத்தனமான மாக் (Magh) மக்களின் பகுதியில் ஒளிந்துகொள்ளத் தீர்மானித்தார்.

இதைக் கேட்ட அவருடைய குடும்பத்தினரும் ஆதரவாளர்களும் அதிர்ந்தனர். சாத்காவ் பகுதியில் இருந்த அரக்கானியர்களின் கடல் கொள்ளைகள் பற்றி அப்போது பலருக்கும் நன்கு தெரியும். நவகாளி மற்றும் பாகர்கஞ்சி மாவட்டங்களில் இருந்தவர்கள் இவர்களைக் கண்டு அஞ்சி ஊரையே காலி செய்துவிட்டுப் போயிருந்தனர். அந்தக் கடற்கொள்ளையர்களின் மூர்க்கத்தனமான தாக்குதல், கொடூரமான வன்முறை, முரட்டுத்தனமான தோற்றம், காட்டுமிராண்டித்தனமான நடவடிக்கைகள், ஜாதி, மதம் இல்லாத தன்மை, அசுத்தமான விலங்குகளை உண்ணும் பழக்கம் இவையெல்லாம் கிழக்கு வங்காளத்தில் இருந்த இந்துக்கள், முஸ்லிம்கள் என இரு பிரிவினரையும் அச்சத்திலும் பதற்றத்திலும் ஆழ்த்தியிருந்தன.

ஆனால் ஷுஜாவுக்குத் தாரா ஷுகோ, முராத் பக்ஷ் ஆகியோருக்கு ஏற்பட்டது போன்ற அவமானங்களையும் அழிவையும் தவிர்க்கவேண்டுமென்றால் அந்தக் காட்டுமிராண்டிகள் பக்கம் செல்வதைத் தவிர வேறு வழியே இல்லை. எனவே 20 ஆண்டுகள் ஆட்சி புரிந்த தன் மூதாதையரின் ராஜ்ஜியத்தை விட்டுவிட்டு மே 12, 1660-ல் அவர் தன் குடும்பத்தினருடனும் நாற்பதுக்கும் குறைவான ஆதரவாளர்களுடனும் அரக்கானியர்களின் பகுதியை நோக்கிப் பயணம் செய்தார். அந்த ஆதரவாளர்களில் இந்தியா முழுவதும் வீரத்திலும் விசுவாசத்திலும் புகழ் பெற்றிருந்த பர்ஹா பகுதியின் சையத்கள் பத்துப் பேரும் அடங்கி இருந்தனர்.

ஷுஜா புதிய அடைக்கலப் பூமியில் அமைதியாக, மகிழ்ச்சிகரமாக இருக்கவில்லை. அவருடைய பேராசை அவருக்குச் சோகமான அழிவைத் தேடித் தந்தது. அரக்கான் பகுதியில் வசித்து வந்த மொகலாயர்களும் பதான்களும் ஷுஜாவுக்கு ஆதரவு தருவதாகச் சொன்னார்கள். இதனால் அவர் அரக்கான் அரசனைக் கொன்று அந்த

ராஜ்ஜியத்தைக் கைப்பற்றி அந்தப் படையுடன் வங்காளத்தை மீட்கலாம் என்று திட்டமிட்டார். ஆனால் அரக்கான் மன்னருக்கோ இந்த விஷயம் தெரிந்துவிட்டது. உடனே அவர் ஷுஜாவைக் கொல்ல ஆட்களை அனுப்பினார். ஷுஜாவோ அங்கிருந்து காட்டுக்குள் தப்பியோடினார். துரத்திச் சென்ற மாக் குலத்தினர், பாவப்பட்ட இளவரசரைப் பிடித்துக் கண்டந்துண்டமாக வெட்டிக் கொன்றனர் *(டச்சு அறிக்கை, பிப்ரவரி 1661).*

அத்தியாயம் - 6

ஔரங்கசீப் ஆட்சியின் முதல் பாதி : பொதுவான சித்திரம்

1. ஔரங்கசீப் ஆட்சிக் காலத்தின் இரண்டு பாதிகளின் மாறுபட்ட செயல்பாடுகள் மற்றும் சொந்த வாழ்க்கை சம்பவங்கள்

ஐம்பது ஆண்டுகள் நீடித்த ஔரங்கசீபின் ஆட்சிக்காலத்தை 25 ஆண்டுகள் கொண்ட இரண்டு சம பகுதிகளாகப் பிரிக்கலாம். முதல் 25 ஆண்டுகள் அவர் வட இந்தியாவில் ஆட்சியில் இருந்தார். இரண்டாம் பாதியில் 25 ஆண்டுகள் தக்காணத்தில் இருந்தார். முதல் பாதியில் வட இந்தியாவே அவருடைய வாழ்வின் முக்கிய பகுதியாக இருந்தது. பேரரசர் அங்கிருந்தார் என்பதால் மட்டுமல்ல, உள்நாட்டு, ஆட்சி நிர்வாகம் மற்றும் போர் தொடர்பான பல முக்கியமான விஷயங்கள் எல்லாம் அந்தப் பகுதியிலேயே அதிகம் நடைபெற்றன. தென்பகுதி தக்காணம் என்பது வெகு தொலைவில், அதிகம் பொருட்படுத்த வேண்டிய அவசியம் இல்லாத பகுதியாகவே இருந்தது.

இரண்டாம் பாதியில் நிலைமை தலைகீழானது. பேரரசின் அத்தனை வளங்களும் தென் பகுதியில் குவிக்கப்பட்டன. பேரரசர், அவருடைய குடும்பம், அமைச்சரவை, படையின் பெரும்பகுதி, அவருடைய முக்கியமான அதிகாரிகள் அனைவருமே சுமார் 25

ஆண்டுகள் தக்காணத்தில்தான் வாழ்ந்தனர். இந்துஸ்தானின் வட பகுதி இரண்டாம் பட்சமாகிப்போனது.

படைத் தளபதிகளும் வீரர்களும் வட இந்தியாவில் தமது சொந்த ஊர்களில் இருந்து நிர்பந்தமாகப் பிரிக்கப்பட்டு, தென் இந்தியாவில் நீண்ட காலம் இருக்க நேர்ந்ததால் எப்போது வீடு திரும்புவோம் என்ற ஏக்கத்திலேயே இருந்தனர். 'ஒரு லட்சம் பணம் தருகிறேன். என்னை தில்லியில் என் குடும்பத்துடன் ஒரே ஒரு வருடம் கழித்துவிட்டு வர அனுமதியுங்கள்' என்று பேரரசரிடம் குடும்பத்தின் நினைவால் வாடிய ஒரு கனவான் கெஞ்சும் நிலைகூட ஏற்பட்டது. ஊரையும் குடும்பத்தையும் விட்டு வெகு காலம் பிரிந்து இருப்பதால் தமது வாழ்வும் பரம்பரையும் அழிந்துகொண்டிருப்பதாகப் பல ராஜபுத்திரர்கள் புகார் தெரிவித்தனர்.

கிட்டத்தட்ட ஒரு தலைமுறைக் காலத்துக்கு மேல் நீடித்த இந்த விலகலினால் வட இந்தியாவில் பேரரசரும் திறமையான அதிகாரிகளும் இல்லாமல் நிர்வாகமும் சமூக ஒழுங்கும் சிதைய ஆரம்பித்தன. மக்கள் ஏழ்மையில் வாடத் தொடங்கினர். மேல் வர்க்கத்தினர் ஒழுங்கு, ஆக்கபூர்வப் பணிகள், அறிவார்ந்த செயல் ஆகியவற்றில் இருந்து வழுவ ஆரம்பித்தனர். இறுதியாகப் பல இடங்களில் சட்டம் ஒழுங்கு சீர்கெட ஆரம்பித்தது.

ஔரங்கசீபின் ஆட்சியின் முதல் பாதியில் வட இந்தியாவில் அவருடைய ஆட்சி வெகு வேகமாகப் பரவியது. வட கோடியில் காபூலில் ஆரம்பித்து கிழக்குக் கோடியில் இருந்த நாம ரூப மலைகள் வரையிலும் அவரது ஆட்சி இருந்தது. மேலும், வட எல்லைகளைத் தாண்டி திபெத்தில் தொடங்கி தெற்கே பீஜாப்பூர் வரையிலும் பரந்து விரிந்திருந்தது. ஒன்றுக்கொன்று வெகு தொலைவில் இருக்கும் கிராமங்களில் விவசாயிகள் சட்ட விரோத நடவடிக்கைகளில் ஈடுபட்டபோது சிறிய படையெடுப்புகளும் மேற்கொள்ளப் பட்டன. இந்தக் காலகட்டத்தில் பேரரசரின் மதச் சகிப்பின்மை முழுவதுமாக வெளிப்பட்டது.

ஔரங்கசீபின் ஆட்சிக் காலத்தின் இரண்டாம் ஆண்டின் தொடக்க நாளில் (மே 13, 1659) மிகப் பிரமாண்டமாக நடைபெற்ற முடி சூட்டுவிழாவைத் தொடர்ந்து அவர் அதிகமும் தில்லியிலேயே வசித்தார். தலைநகரில் இருந்தபடியே ஆட்சி நிர்வாகத்தையும் வழி நடத்தினார். உலகின் பல்வேறு இஸ்லாமிய நாடுகளில் இருந்தும் அரசாங்கத் தூதுவர்கள் வாழ்த்துச் செய்திகளுடன் இவரை தில்லியில் வந்து சந்தித்த வண்ணம் இருந்தனர் (1661-1667). அப்படி வரும் அயல் நாட்டு விருந்தினர்களை மகிழ்விக்கத் தனது

ஆடம்பரத்தையும் அதிகாரத்தையும் பேரரசர் வெளிப்படுத்தினார். அது, 'வெர்சைலஸ் அரண்மனையின் படோடோபத்தைப் பார்த்தவர்களையும்கூட வியப்பில் ஆழ்த்தியது'.

ஔரங்கசீப் தனது ஆட்சிக் காலத்தின் ஐந்தாவது ஆண்டில், டிசம்பர் 8, 1662 அன்று தில்லியிலிருந்து புறப்பட்டு காஷ்மீருக்குச் சென்றார். பின், ஜனவரி 18, 1664இல்தான் மீண்டும் தில்லிக்குத் திரும்பினார். 1666-ல் தந்தை ஷாஜஹான் இறந்ததைத் தொடர்ந்து ஆக்ராவுக்குச் சென்றார். ஷாஜஹான் சிறைப்படுத்தப்பட்டு உயிருடன் இருந்தவரையில் ஔரங்கசீப் ஆக்ராவுக்குச் செல்வதைத் தவிர்த்தே வந்தார். தில்லியில் இருந்தபடிதான் அவரது அமைச்சரவை செயல்பட்டு வந்தது.

1674-ல் அஃப்ரிதிகளின் கிளர்ச்சி பெரிதானதைத் தொடர்ந்து, பெஷாவருக்கு அருகில் இருந்த ஹஸன் அப்தல் பகுதிக்கு ராணுவத்தை வழிநடத்தச் சென்றார் ஔரங்கசீப். ஜுன் 26 1674, தொடங்கி டிசம்பர் 1675 வரை அங்குத் தங்கியவர், மார்ச் 27, 1676-ல் தில்லி திரும்பினார். 1679 தொடக்கத்தில் மஹாராஜா ஜஸ்வந்த் சிங் மறைந்ததும், ஜோத்பூரைத் தன் சாம்ராஜ்ஜியத்துடன் இணைக்கும் வாய்ப்பு அவருக்குக் கிடைத்தது. இதைத் தொடர்ந்து அஜ்மீருக்குச் சென்ற அவர், ராஜபுதனத்தில் அடுத்த இரண்டு ஆண்டுகளைக் கழித்தார். இறுதியாக, தனது ஆட்சிக் காலத்தின் 25 ஆண்டுத் தொடக்கத்தில் தக்காணத்துக்கு நகர்ந்தார். அடுத்த 25 ஆண்டுகள் தீவிரமான, ஆனால் வெற்றி கிடைக்காத போர்களை முன்னெடுத்து இறுதியில் அங்கேயே இறந்தார்.

ஔரங்கசீப் ஹிஜிரா வருடம் 1068-ல் ஸிகதா (மே) முதல் நாளன்று முதன் முதலாக அரியணை ஏறினார். ஆனால் அவரது பிரமாண்டமான முடிசூட்டு விழாவானது (இரண்டாவது முறையாக) ரம்ஜான் 24, 1069-ல் (ஜுன் 5, 1659) வெகு விமர்சையாக நடைபெற்றது. அரசு ஆவணங்களில் ரம்ஜான் ஒன்றாம் தேதியில் இருந்து ஒவ்வொரு வருடமும் தொடங்குவதாகக் கணக்கிட வேண்டும் என்று ஆணை பிறப்பிக்கப்பட்டது.

ஆனால், மத நோன்பும் தொழுகைகளும் பிரதானமாக நடக்கும் இந்த மாதத்தில் கொண்டாட்டம், கேளிக்கைகளில் ஈடுபடுவது அசௌகரியமாக இருந்ததால் நான்காவது ஆண்டு தொடங்கி ரம்ஜான் மாத இறுதி வாக்கில் பதவி ஏற்பு நினைவு நாள் கொண்டாட்டங்கள் ஆரம்பிக்கப்பட்டன. அதாவது ஈத் உல் ஃபிதர் நாளில் (ஈகைத் திருநாளில்) அல்லது அதைத் தொடர்ந்து வரும் நாளில் இருந்து கொண்டாட்டங்கள் ஆரம்பித்து பத்து நாட்கள்

நடந்தன. ஆட்சி ஏற்ற பின்னான 21-ம் ஆண்டில் (1677இல்) இந்தக் கொண்டாட்டங்களையும் ஔரங்கசீப் நிறுத்திவிட்டார். செல்வந்தர்கள், நிலப்பிரபுக்கள், சிற்றரசர்கள் எல்லாரும் கொண்டுவந்து தரும் பரிசுகளையும், அரண்மனையில் அப்போது நடக்கும் கொண்டாட்டங்களையும் ஒரேயடியாக நிறுத்தினார்.

2. ஔரங்கசீபுக்கு ஏற்பட்ட நோய், 1662.

ஔரங்கசீப் தனது ஆட்சிக் காலத்தின் ஐந்தாம் ஆண்டில் கடுமையான நோயினால் பாதிக்கப்பட்டார். அவர் நிர்வாகப் பணிகளில் காட்டிய தீவிரமும் மத விஷயங்களில் காட்டிய அதீத அக்கறையும் நோயை மேலும் அதிகரித்தன. 1662 ரம்ஜான் மாதமானது (ஏப்ரல் 10 முதல் மே 9 வரை) மிக அதிக வெப்பம் மிகுந்ததாக இருந்தது. போதிய உறக்கம் இன்மை, கடுமையான ஆட்சிப் பணி இவை ஒருபக்கம், பகல் முழுவதுமான நோன்பு காலம் என்பதால் போதிய சத்து இல்லாதது மறுபக்கம், இவற்றோடு தில்லியின் கடுங்கோடையும் சேர்ந்துகொண்டு ஔரங்கசீபை மிகவும் பலவீனமாக்கின.

இறுதியில் மே 12-ம் தேதி அவருக்குக் காய்ச்சல் அதிகரித்தது. மருத்துவர்கள் ரத்த வெளியேற்ற சிகிச்சை செய்ததால் மேலும் சோர்ந்து போனார். நோய் முற்றி வலிப்பு வரத் தொடங்கியது. முகமெல்லாம் மிக மோசமாக வெளிறியிருந்தது. அரண்மனையிலும் தலைநகரிலும் மிகப் பெரிய குழப்பமும் பதற்றமும் நிலவியது. அவருடைய மகன்கள் வேறு அடுத்ததாக அரியணை ஏற எல்லாப் பகை நடவடிக்கைகளையும் எடுக்க ஆரம்பித்திருந்தனர்.

ஐந்து நாட்கள் காய்ச்சலும் சோர்வும் அதிகரித்துக்கொண்டே சென்றன. ஆனாலும் ஔரங்கசீப் சிறிதும் மனம் தளராமல் இருந்தார். அன்று மாலையும், மறு நாளும் மக்களைச் சந்திக்கும் மண்டபத்துக்கு வந்து ஆயுதத்தை ஊன்றியபடி நின்றார். கொடி மரியாதையை நிதானமாக ஏற்றுக்கொண்டார். ஒரு மாத காலத்துக்கு நோய் நீடித்தது. ஆனால், மக்களிடையே அவருடைய உடல் நிலை குறித்த அச்சமோ, வதந்தியோ, குழப்பமோ ஏற்படவில்லை.

ஔரங்கசீப் வெள்ளிக்கிழமையான மே 23 அன்றும், 30-ம் தேதியும் ஜாமா மசூதிக்குச் சென்று பொதுவெளியில் தொழுகையில் பங்கெடுத்தார். அவர் நோயில் இருந்து முழுமையாகக் குணமடைந்தது, ஜூன் 24 அன்று பெரும் உற்சாகத்துடன்

கொண்டாடப்பட்டது. இந்த நெருக்கடி மிகுந்த ஒன்றரை மாத காலமும் நாட்டில் அமைதி நிலைநாட்டப்பட்டது ஔரங்கசீபின் வலிமையையும், தன்னுடைய ஆட்சியில் அவர் உறுதிப்படுத்தியிருந்த நிலைத்தன்மையையும் எடுத்துக்காட்டுகிறது.

(★ 'என்னே ஒரு மன வலிமை... என்னே ஒரு வெல்ல முடியாத தைரியம்... யா அல்லா... ஔரங்கசீபை மேலும் மகத்தான சாதனைகளுக்குத் தயார்ப்படுத்துங்கள்... பேரரசரின் இறுதி நாள் இன்னும் நெருங்கவில்லை' என்று ஔரங்கசீப் நோய்வாய்ப்பட்டிருந்த காலத்தில் அவரது மன உறுதி பற்றிக் கேள்விப்பட்ட தானிஷ்மந்த் கான் சொன்னதாக பெர்னியர் குறிப்பிட்டிருக்கிறார்.)

'பூலோக சொர்க்கம்' என்று புகழப்பட்ட காஷ்மீருக்குச் சென்று உடம்பையும் மனதையும் புத்துணர்வூட்டிக்கொள்ளும்படி உடல்நலம் தேறிய ஔரங்கசீபுக்கு ஆலோசனை சொல்லப்பட்டது. இதையடுத்து மே, 1663 அன்று, அவர் லாஹூரில் இருந்து புறப்பட்டு பிம்பாரில் இருந்த பிர்பஞ்சல் கணவாய் வழியாக காஷ்மீருக்குச் சென்றார். அங்கே ஸ்ரீநகரில் இரண்டரை மாதங்கள் அரச சபை மகிழ்ச்சியாக நடத்தப்பட்டது. பின் செப்டம்பர் 29, 1663-ல் லாகூருக்குத் திரும்பிய அவர், அடுத்த வருட ஜனவரி 18 அன்று தில்லிக்கு வந்து சேர்ந்தார்.

தில்லியில் இப்படியாக ஆரம்பகட்ட ஆட்சிக் காலம் கழிந்தபோது எல்லையில் எந்தவொரு நெருக்கடியும் இருந்திருக்கவில்லை. அந்தக் காலங்களில் அவர் தலைநகர் தில்லியில் அல்லது தோப் பகுதியில் வேட்டையாடி மகிழ்ந்தார். இருப்பினும், முதுமைக் காலத்தில் வேட்டையை வேலையற்ற சோம்பேறிகளின் வேலை என்று விமர்சிக்கவும் செய்தார்.

3. பிராந்தியங்களில் எழுந்த கலகங்கள்

25 ஆண்டுகாலம் நீடித்த ஔரங்கசீபின் முதல் பாதி ஆட்சிக் காலத்தில் சிறிய அளவிலான போர்கள் நடைபெற்றன. பிஹாருக்குத் தெற்கே பலமூ, அஸ்ஸாம், கூச் பிஹார் (இரண்டும் கைவிடப்பட்டது), இதார், சாத்காவ், திபெத் ஆகிய பகுதிகளில் போர்கள் நடந்தன. (இதில் திபெத் போர் 1665-ல் நடைபெற்றது. அந்த நாட்டின் பௌத்த அரசர் ஔரங்கசீபின் மேலாதிக்கத்தை ஒப்புக்கொள்ளுதல் என்ற அளவில் மட்டுமே இருந்தார். இது அநேகமாக லடாக் அல்லது லிட்டில் திபெத் ஆக இருக்கவேண்டும்). ஔரங்கசீபின் காலத்தில்

நடைபெற்ற கலகங்கள் எல்லாம் மூன்று வகைப்பட்டவை. 1. பிராந்திய இளவரசர்களிடையே அடுத்த ஆட்சியாளர் யார் என்று ஏற்பட்ட மோதல்கள். நிர்வாகக் குழப்பம் எழுந்ததும் கொள்ளையர்களாலும், தண்டனை குறித்த பயமின்றிச் சட்ட விரோதச் செயல்கள் மூலம் செல்வ வளத்தைப் பெருக்கிக் கொள்ள விரும்பும் தலைவர்களாலும் ஏற்பட்ட குழப்பங்கள். 2. கோயில் இடிப்புகளுக்கு எதிராக ஔரங்கசீபின் ஆட்சிக் காலத்தின் 12வது ஆண்டு தொடங்கி உருவான ஹிந்து எழுச்சிகள். 3. ஔரங்கசீபின் கீழிருந்த ஆட்சியாளர்களின் கலகங்கள்.

கானகப் பகுதிகள் அல்லது தூர தேசத்துச் சிற்றரசர்கள் போன்றோர் பேரரசரை எதிர்த்து சின்னஞ்சிறிய கலகங்களில் ஈடுபட்டதும் உண்டு.

ஔரங்கசீபின் மதவெறிக்கு எதிராக உருவான ஹிந்து கிளர்ச்சிகள் மற்றும் சீக்கியர்களை அவர் நடத்தியவிதம் இவற்றையெல்லாம் வரும் அத்தியாயத்தில் விரிவாகப் பார்க்கலாம்.

ஔரங்கசீபின் இறந்த சகோதரர்கள் அல்லது சகோதரர்களின் மகன்கள் (சித்தப்பா, பெரியப்பா மகன்கள்) என்று சொல்லிக் கொண்டு சிலர் முன்னால் வந்தனர். இதனாலும் சில குழப்பங்கள் ஏற்பட்டன. குஜராத்தில் ஆகஸ்டு 1663-ல் 'நான்தான் தாரோ ஷுகோ' என்று சொல்லிக் கொண்டு ஒருவர் வந்தார். மே, 1669-ல் கூச் பிஹாரின் மேற்கில் மோராங் மலைப்பகுதியில், 'நான் தான் ஷா ஷுஜா' என்று சொல்லிக்கொண்டு ஒருவர் வந்தார். 1647-ல் யூஸுஃப்பாஸி பகுதியில் இன்னொருவரும் அதேபோல முன்வந்தார். 1707-ல் காஷ்மீர் கம்ராஜ் பகுதியில் மூன்றாவதாக ஒருவரும் அப்படியே சொல்லிக்கொண்டு வந்தார். ஜுலை 1669-ல் ஷுஜாவின் இரண்டாம் மகன் புலந்த அக்தர் என்று சொல்லிக்-கொண்டு ஒருவர் அலஹாபாத் பகுதிக்கு வந்தார். தக்காணத்தில் அதே ஆண்டு மார்ச் மாதத்தில் கலக இளவரசர் அக்பர் என்று சொல்லிக் கொண்டு ஒருவர் வந்தார்.

ஷாஜஹான் ஆட்சியின் கடைசி ஆண்டில், தக்காணத்தில் இருந்த மொகலாயப் படையில் பைக்கானர் தலைவரும் பர்தியா குலத்தைச் சேர்ந்தவருமான ராவ் கரன் என்பவர் இருந்தார். அவர், தாராவின் அழைப்பின் பேரில் ஔரங்கசீபிடம் சொல்லாமல் வட இந்தியாவுக்குத் திரும்பினார். ஔரங்கசீப் புதிய பேரரசராகப் பொறுப்பேற்ற பின்னும் அவரை மரியாதை நிமித்தமாகச் சென்று சந்திப்பதை ராவ் கரன் தவிர்த்து வந்தார். எனவே, அவரை வழிக்குக் கொண்டு வர எண்ணிய ஔரங்கசீப், ஆகஸ்டு 1660-ல் 9000

வலிமையான வீரர்கள் கொண்ட படையை அமீர்கானின் தலைமையின் அனுப்பினார். அந்தப் படையிடம் ராவ் கரன் வீழ்த்தப்பட்டு, நவம்பர் 27-ல் பேரரசரை வந்து சந்தித்து மன்னிப்பு பெற்றுக்கொண்டார்.

அடுத்ததாக, ஔரங்கசீபின் கவனம் கீழ்ப்படிதலற்ற பந்தேலா பகுதியின் அரசர் சம்பத் ராய் மீது திரும்பியது. 1635 போர் முடிந்ததும் பீர் சிங் தேவ்வை அர்ச்சா பகுதியின் ஆட்சி அதிகாரத்தில் இருந்து இறக்கிவிட்டு, அவருடைய அண்ணனின் வாரிசான தேவி சிங்கிடம் ஔரங்கசீப் ஆட்சிப் பொறுப்பை ஒப்படைத்தார். ஆனால் பீர் சிங்கின் அப்பாவின் இளைய சகோதரரின் வம்சத்தில் இருந்து புதியவர்கள் கிளம்பி, கிழக்கு பந்தேல்கண்டில் இருந்த மேஹ்வாவை ஆண்டு வந்தனர். அவர்களுடைய தலைவராக சம்பத் ராய் இருந்தார்.

ஜஸ்வந்தை வென்றதும் ஔரங்கசீப் உஜ்ஜயினிக்கு வந்தபோது சம்பத் ராய் அவருடன் இணைந்துகொண்டவர். ஆனால், க்வாஜா பகுதியைக் கைப்பற்ற ஷுஜா படையெடுத்து வந்ததையும், பேரரசில் அப்போது ஷாஜஹான் இறந்துவிட்டதாகப் பரவிய வதந்தியையும் நம்பிய ராய், ஔரங்கசீபை விட்டு விலகினார். தனது ஊருக்குத் திரும்பியவர், பழைய வழியில் கொள்ளையடிப்பில் ஈடுபடத் தொடங்கினார். சுபாகரன் பந்தேலா, மற்றும் பிற ராஜபுத்திரத் தளபதிகளின் தலைமையில் ராயை அடக்கச் சொல்லி ஔரங்கசீப் படை ஒன்றை அனுப்பினார் (பிப்ரவரி 10, 1659). ராஜ் தேவி சிங் பந்தேலா மற்றும் மால்வாவின் படைகளையும் அவர்களுக்கு உதவும்படி அனுப்பினார். அனைவரும் இப்போது சம்பத் ராயை எதிர்க்க வந்தனர். அவர் பேரரசப் படைக்குப் பயந்து உயிரைக் கையில் பிடித்தபடி ஒவ்வொரு ஊராகத் தப்பி ஓடினார்.

அக்டோபர் 1661 நடுப்பகுதிவாக்கில், நண்பர்கள்போல் நடித்த சிலரால் சம்பத் ராய் சிறைபிடிக்கப்பட்டார். மிகுந்த காய்ச்சலுடன் பலவீனமாகியிருந்த அவர், தன்னைத்தானே குத்திக்கொண்டு இறந்தார். அவருடைய வாழ்க்கை முழுவதும் துணையாக இருந்த ராணி காளி குமாரியும் அப்படியே தன் உயிரை மாய்த்துக் கொண்டார். ஆனால் அவரது மகன் சத்ரசால் நீண்ட காலம் உயிர் வாழ்ந்து மொகலாயர்களுக்கு, சிம்ம சொப்பனமாகத் திகழ்ந்தார். அவர், கிழக்கு பந்தேல்கண்டில் புதியதாக பன்னா ராஜ்ஜியத்தை நிறுவினார்.

4. பலமூ பகுதியைக் கைப்பற்றுதல் மற்றும் பிற நடவடிக்கைகள்

பிஹாரின் தென் எல்லைக்கு அப்பால் பலமூ மாவட்டம் அமைந்துள்ளது. அது, தென் மேற்கில் மத்தியப் பிராந்தியங்கள் மற்றும் தென் கிழக்கில் உள்ள சோட்டா நாக்பூர் பீடபூமிக்கு ஆகியவற்றுக்கு இட்டுச் செல்லும் கரடுமுரடான வழித்தடமாக இருந்தது. மலையும் கானகமும் நிறைந்த அப்பகுதி, சிகரங்களையும் சரிவான மலைப் பாதைகளையும் கொண்டது. அங்கு ஓடும் நதிகள் பல மழைக்காலங்களில் நிரம்பி வழியும் என்பதால், அவை பயணம் செய்வதற்கோ நிலையான நீர்ப்பாசனத்துக்கோ உகந்ததாக இருந்திருக்கவில்லை.

அந்த மாவட்டத்தின் தென் பகுதி, பாறைகளும் மரங்களும் நிறைந்த குன்றாக இருந்தது. வட பக்கம் இருக்கும் பள்ளத்தாக்குகள் சற்று அகலமாகவும் வளம் மிகுந்ததாகவும் இருந்தன. ஆனால் அந்த மாவட்டம் முழுவதுமே மலைப்பகுதியில் இருந்து ஆறே மைல் சுற்றளவுக்குள்தான் இருந்தது. அங்கு சமதளங்களே கிடையாது. அந்த மாவட்டத்தைப் பார்த்தால் அடர்ந்த கானகத்தைக் கொண்ட, தாறுமாறாக அமைந்திருக்கும் மலைக்குன்றுகளைப் போலவே இருக்கும்.

மலை அல்லது மலைத் தொடரின் உச்சியில் இருந்து பார்த்தால் அந்த மாவட்டம், பச்சை மரப் போர்வையால் போர்த்தப் பட்டதாகவும் மனிதக் குடியிருப்புகள் எல்லாம் அதனுள் மறைந்தும் காணப்படும். ஆங்காங்கே சிற்சில இடங்களில் சிவப்பு ஓடுகள் பதிக்கப்பட்ட கூரைகள், தோப்புகள் அல்லது வளர்ப்பு மிருகங்களின் மந்தைகள் தென்படக்கூடும். மக்கள் தொகையும் மிகவும் குறைவு. சிறியதான, ஆங்காங்கே சிதறலாக அமைந்திருக்கும் மலைக்கிராமங்களில் மக்கள் வசித்து வந்தனர்.

17-18-ம் நூற்றாண்டு வாக்கில் அந்தப் பகுதியில் செல்வாக்கு மிகுந்த குலமாக திராவிடர்களான சேரோ வனவாசியினர் இருந்தனர். இவர்கள் ராஜ்பந்தக் குலத்தைச் சேர்ந்தவர்கள். 1643-ல் இவர்களிடையே நிலவிய வாரிசுரிமைப் போட்டிகளைப் பயன்படுத்தி, ராஜா பிரதாப் சேரோவைத் தங்களது ஆதிக்கத்துக்கு உட்பட்ட மன்சப்தாராக மொகலாயர்கள் கீழிறக்கம் செய்தனர். அவருடைய முன்னோர்களின் ராஜ்ஜியத்தைப் பேரரசின் கீழ் இருக்கும் குறு நிலமாக மாற்றி ஆண்டுக்கு ஒரு லட்சம் பணம் கப்பம் கட்டவைத்தனர். இது மிக மிக அதிகமான தொகை என்பதால்

ராஜாவினால் ஆண்டுதோறும் கொடுக்க முடியவில்லை. பாக்கித்தொகை எப்போதும் நிலுவையிலேயே இருந்தது. இதைத்தவிர சேரோக்கள் பிஹார் எல்லை கடந்து ஒவ்வொரு வருடமும் ஆநிரை கவர்ந்துசெல்லும் வழக்கங்களிலும் ஈடுபட்டதால் பேரரசருக்கு மேலும் கோபம் வலுவடைந்தது.

பேரரசரின் உத்தரவின் பேரில் பிஹாரின் ஆட்சியாளராக இருந்த தெளத் கான், ஏப்ரல் 1661-ல் பலமூ பகுதியின் மீது படையெடுத்தார். அந்த ராஜ்ஜியத்தின் வட பகுதிக்குக் காவல் அரணாக இருந்த கட்தி, குண்டா, தேவகாவ் கோட்டைகளை அவர் வெகு எளிதில் கைப்பற்றிவிட்டார். அடுத்தாக, தலைநகரை நோக்கிக் கானகத்தை வெட்டி வழி அமைத்துக் கொண்டு முன்னேறினார். டிசம்பர் 7-ம் தேதி பலமூவுக்கு இரண்டு மைல்களுக்கு அருகில் சென்ற அவர், அங்கிருந்த எதிரிகளின் காப்பு அரண்கள், பதுங்கு குழிகளில் இருந்த வீரர்களைத் தாக்கினார். மூன்று நாட்கள் நடந்த கடுமையான போருக்குப் பின் சேரோ மன்னரின் ராணுவம் தப்பி ஓடியது.

அதன் பின் இரண்டு மைல் நீளமான காட்டுப் பாதையைச் சிரமப்பட்டு வெட்டி வீழ்த்திய அவர், தலைநகருக்கு முன்பாக இருந்த காவல் படைகளை 13-ம் தேதியன்று தாக்கினார். ஆறு மணி நேரம் நீடித்த இந்தத் தீவிரப் போருக்குப் பின், ராஜாவின் படையினர் தப்பி ஓடினர். வெற்றிக் கூச்சலுடன் மொகலாயப் படை புயல்போல் நகருக்குள் பாய்ந்தது. அன்று இரவு ராஜா கோட்டையில் இருந்து தப்பித்துச் சென்றார். மறுநாள் கோட்டை மொகலாயர் வசம் வந்தது. பிஹாரின் கீழ் இருக்கும் சுபா பகுதியாக பலமூ இணைத்துக் கொள்ளப்பட்டது (சுபேதார்கள் பேரரசருக்குக் கட்டுப்பட்டவர்கள். என்றாலும், அந்நாளில் போக்குவரத்து வசதிகள், படை நகர்வுகள் எளிதாக இருக்கவில்லை என்பதால் இந்த சுபேதார்கள் ஓரளவுக்குச் சுதந்தரமாகவும் ஆட்சி புரிய முடிந்தது).

1662-ல் வட மேற்கு கத்தியவாரில் இருக்கும் ஹலர் ராஜ்ஜியத்தின் நாவநகரிலும் வாரிசு உரிமைப் போர் எழுந்ததைத் தொடர்ந்து அங்கும் மொகலாயர்களின் குறுக்கீடு நிகழ்ந்தது. ஜூனாகட் பகுதியின் ஃபௌஜ்தார், பேரரசப் படை சார்பில் தீவிரமாகப் போரில் ஈடுபட்டார். இந்தப் போரில் பேரரசுப் படையைச் சேர்ந்த 611 வீரர்கள் காயம்பட்டோ இறந்தோ போயினர் (பிப்ரவரி 13, 1663). இறுதியில் பேரரசப் படையினர் அந்த ஆட்சியை முறைகேடாகப் பற்றியவரைக் கொன்றுவிட்டு, உரியவரிடம் ஒப்படைத்தனர். ஆனால், இந்தப் பகுதியில் மோதல்கள் தொடர்ந்து நீடித்தவண்ணம் இருந்தன.

1664-ல் தர்பங்கா, கோரக்பூரில் இருந்து இரண்டு படைகள் கூச் பிஹாரில் கலகம் செய்த மோரங் பகுதியைச் சேர்ந்த ராஜாவைத் தோற்கடிக்க அனுப்பப்பட்டன. கூச் பிஹாரின் மேற்கில், பர்னேய மாவட்டத்தின் வடக்கே இந்த மாவட்டம் அமைந்துள்ளது. 1676இன் ஆரம்ப மாதங்களில் இந்த மோரங் பகுதி முதல் முறையாக மொகலாயர்களின் கட்டுக்குள் வந்ததாகத் தெரிகிறது.

கு(ர்)மாயூன் மலைப் பகுதியில் ஆட்சியில் இருந்த ராஜா பஹதுர் சந்தாவையும் வீழ்த்துவதற்குப் பேரரசுப்படை 1665-ல் அனுப்பப்பட்டது. நீண்ட நெடிய போருக்குப் பின் வீழ்ந்த ராஜா, 1673-ல் கீழடங்கி நடக்க ஒப்புக்கொண்டார்.

5. தானிய வரிகளை விலக்கிக் கொள்ளுதல், இஸ்லாமிய சட்டங்கள்

ஔரங்கசீப் இரண்டாவது முறையாக முடிசூட்டிக்கொண்டதும் மிகவும் அவசியமாகிவிட்டிருந்த இரண்டு நடவடிக்கைகளை முன்னெடுத்தார். வாரிசுரிமைப் போர் நடைபெற்ற காலகட்டத்தில் வட இந்தியாவில் பல பகுதிகளில் பொருளாதாரம் மிக மோசமாகச் சீர்குலைந்திருந்தது. பஞ்ச காலத்தில் விற்பதுபோல் தானியங்களின் விலை விண்ணைத் தொட்டிருந்தது. உள் நாட்டு வர்த்தகம் தொடர்பாக விதிக்கப்பட்டிருந்த வரிகள் நிலைமையை மேலும் மோசமாக்கியிருந்தன.

ஒவ்வொரு துறைமுகம், மலைப் பாதை அல்லது பிராந்திய எல்லை ஆகியவற்றில் ராஹ்தாரி - சுங்க வரியானது கொண்டு செல்லும் பொருளின் மதிப்பில் 10% வசூலிக்கப்பட்டது. வணிகப் பாதைகளின் போக்குவரத்து வசதி மற்றும் பாதுகாப்புக்கான ஏற்பாடுகள் செய்ய இந்த அதிக அளவு வரி வசூலிக்கப்பட்டது. ஆக்ரா, தில்லி, லாஹூர், பர்ஹான்பூர் போன்ற பெரிய நகரங்களில், வெளி பகுதியில் இருந்து விற்பனைக்குக் கொண்டுவரப்படும் உணவு, பானங்கள் ஆகியவற்றின் மீது பான்தாரி என்று அழைக்கப்பட்ட வரி விதிக்கப்பட்டது.

ஔரங்கசீப் முதலில் ராஹ்தாரி மற்றும் பான்தாரி என்ற இந்த இரண்டு வரிகளையும் முக்கிய நகரங்களில் ரத்து செய்தார். ஜாஹிர்தார்கள் மற்றும் ஜமீந்தார்களிடமும் தமது பகுதிகளில் இந்த வரிகளை விலக்கிக் கொள்ளும்படிக் கேட்டுக்கொண்டார். இப்படிச் செய்ததால் உணவுப் பற்றாக்குறை இருந்த இடங்களுக்கு விளைச்சல் மிகுதியான இடங்களில் இருந்து சுலபமாகப்

பொருட்கள் சென்று சேர வழி பிறந்தது. தானியங்களின் விலை கணிசமாகக் குறைந்தது. பல்வேறு இரட்டை வரிகள், அவற்றில் பலவும் சொற்ப தொகையைக் கொண்டவையாகவே இருந்தன. எனவே தொந்தரவாக இருந்த அவற்றையெல்லாம் ஔரங்கசீப் 1673-ல் முழுமையாக விலக்கிக் கொண்டார். புகையிலை மீதான ஆக்ட்ரய் உள்ளூர் வரியை 1666-ல் ரத்து செய்தார்.

தாரா ஷுகோ முன்னெடுத்த மார்க்க விரோதச் செயல்பாடுகள் மற்றும் கோட்பாடுகளை மறுதலித்து தூய இஸ்லாமிய ஆட்சியை வழங்குவேன் என்று ஔரங்கசீப் அறிவித்தார். ஜூன் 1659-ல் இரண்டாவது முறையாக முடிசூட்டிக் கொண்டதும் பழமைவாத இஸ்லாமிய நம்பிக்கைகளை மீண்டும் கொண்டுவரும் நோக்கிலும் மக்களின் வாழ்க்கை குர்ரானின் போதனைகளுக்கு நெருக்கமானதாக இருக்கவேண்டும் என்ற நோக்கிலும் கீழ்க்கண்ட சட்ட விதிமுறைகளை விதித்தார்.

1. முந்தைய மொகலாய பேரரசர்கள் தமது காலத்து நாணயங்களில் மொகமதிய கலீமாக்களை அச்சிடுவது வழக்கம். ஔரங்கசீப் அதை மார்க்க விரோதம் என்று சொல்லி ரத்துசெய்தார்.

2. பாரசீகத்தின் பழங்கால அரசர்கள், அங்கு ஆட்சி புரிந்த முஸ்லிம் அரசர்கள், இந்தியாவை ஆண்ட மொகலாய அரசர்கள் எல்லாம் ஜொராஷ்டிரிய புத்தாண்டு நாளைக் கொண்டாடுவது வழக்கம். சூரியன் தெற்கிலிருந்து வடக்கு நோக்கிச் செல்லும் மாசி மாதத்தில் வரும் நாளை நவ வர்ஷ் (ஃபர்வாதின் முதல் நாள்) என்று அரண்மனையில் கொண்டாடுவது வழக்கம். ஔரங்கசீப் புத்தாண்டுக் கொண்டாட்டத்தை ரமலான் மாதத்தில் நடந்த அவருடைய முடிசூட்டுவிழா கொண்டாட்ட நாளுக்கு மாற்றினார்.

3. ஒழுக்க விதிகள் தொடர்பாக முஹ்தாஸிப் என்ற அதிகாரியை நியமித்து, இறைத்தூதர் செய்யக்கூடாதென்று தடுத்தவற்றை மீறி யாரேனும் நடக்கிறார்களா என்று கண்காணிக்கும் அதிகாரம் கொடுத்தார். வடிகட்டிய சாராயம், நொதிக்கப்பட்ட போதை பானம், பாங், பிற போதை பானங்கள், சூதாட்டம், பாலியல் தொழில் இவற்றையெல்லாம் மார்க்கவழியில் நின்று தடை செய்தார். ஆனால், ஓபியம், கஞ்சா ஆகியவை தடைசெய்யப்படவில்லை. மார்க்க விரோதக் கருத்துகள், முஸ்லிம்கள் தொழுகை செய்யாமல் இருப்பது, நோன்பு இருக்காமல் இருப்பது போன்ற குற்றங்களுக்கும் தண்டனைகள்

வழங்கப்பட்டன. இந்த உத்தரவுகளை முறையாக அமல்படுத்த மன்சப்தார்கள் குழு ஒன்று அமைக்கப்பட்டது.

4. 13, மே, 1659-ல் பாங் போதைப் பயிர் வளர்ப்பது தடைசெய்யப்பட்டு அரசாணை பிறப்பிக்கப்பட்டது.

5. சிதிலமடைந்த பழைய மசூதிகள், மடாலயங்கள் எல்லாம் பழுதுபார்க்கப்பட்டன. இமாம்கள், முவாஜின்கள், கதீப்கள் நியமிக்கப்பட்டு அவர்களுக்கான உதவியாளர்களும் நியமிக்கப்பட்டனர். அவர்களுக்கு முறையான சம்பளம் நிர்ணயிக்கப்பட்டன. வயதாகஆக ஔரங்கசீபின் மார்க்கப் பற்றும் அதிகரித்தது. அவர் மார்க்க விதிகளைத் தன் ஆட்சிக்குட்பட்ட பகுதிகளில் மிகவும் கறாராக அமல்படுத்த அதுவே காரணமாக அமைந்ததை இதிலிருந்து நாம் பார்க்க முடிகிறது.

6. ஔரங்கசீபின் 11வது ஆண்டு கால ஆரம்பத்தில், அரசவை இசைக் கலைஞர்கள் தன் முன்னே நிகழ்ச்சிகள் நடத்துவதைத் தடை செய்தார். 'மெள்ள இசை முழுமையாக அரசவையில் தடை செய்யப்பட்டது'

இசைக் கலைஞர்களின் வாரிசுகள் பேரரசரின் இந்தச் செயலுக்குப் பழிவாங்க விரும்பினர். மக்கள் மத்தியில் அவரை கேலிப் பொருளாக்க விரும்பினர். ஒரு வெள்ளிக் கிழமையன்று ஔரங்கசீப் மசூதிக்குச் செல்லும் வழியில் ஆயிரம் இசைக் கலைஞர்கள் ஒன்றுகூடினார்கள். 20 அழகிய, நன்கு அலங்காரங்கள் செய்யப்பட்ட சவப்பெட்டிகளைச் சுமந்துகொண்டு 'ஓ'வென்று உரத்த குரலில் அழுதவண்ணம் வந்தனர். சற்று தொலையில் இருந்த ஔரங்கசீபுக்கு இந்த அழுகையும் புலம்பலும் காதில் விழுந்ததும் எதனால் இப்படி அழுகிறார்கள் என்று ஆச்சரியத்துடன் கேட்டார். 'இசைக் கலைஞர்கள் அழுதபடியே, பேரரசரே... நீங்கள் இசை மகளைக் கொன்றுவிட்டீர்கள். அவளைத்தான் கபர்ஸ்தானில் புதைக்கக் கொண்டுசெல்கிறோம்' என்று சொன்னார்கள். ஔரங்கசீப் சற்றும் பதற்றமடையாமல் நிதானமாகச் சொன்னார்: 'நல்லது அவள் வெளியே வரமுடியாதபடி ஆழமாகப் புதைத்துவிடுங்கள்'.

7. சந்திர சூரிய ஆண்டுக்கணக்கின்படி பேரரசரின் இரண்டு பிறந்தநாட்களின் போது எடைக்கு எடை தங்கமும் வெள்ளியும் கொடுக்கும் கொண்டாட்டத்தை ஔரங்கசீப் நிறுத்தினார்.

8. ஆக்ரா கோட்டையில் ஹாத்திபுல் வாசலில் இரண்டு தூண்களில் ஜஹாங்கீர் காலத்தில் எழுப்பப்பட்ட இரண்டு கல் யானைகளை 1668-ல் ஔரங்கசீப் அப்புறப்படுத்தினார்.

9. அரச சபையினர் ஹிந்து வழக்கப்படி வாழ்த்துகள் சொல்லிக் கொள்வது தடை செய்யப்பட்டது. தலையில் கைவைத்து 'சலாம் அலைக்கும்' என்று சொல்லும்படி 1670-ல் கட்டளை பிறப்பித்தார்.

10. மார்ச் 1670-வாக்கில் தன் பிறந்த நாள் கொண்டாட்டங்களுக்குத் தடைவிதித்தார். நாள் முழுவதுமான ராஜ அணிவகுப்புகள், இசைக் கோவைகள் ஆகியவை மூன்று மணி நேரமாகக் குறைக்கப்பட்டன. தனது ஆட்சியின் 21-ம் ஆண்டிலிருந்து (நவ, 1677) தனது இரண்டாவது முடிசூட்டு விழா நினைவாக நடந்துவந்த வருடாந்தரக் கொண்டாட்டங்களை நிறுத்தினார்.

11. மஹாராஜாக்கள் மொகலாயப் பேரரசர்களை வந்து சந்திக்கும் போது அவர்களுக்கு நெற்றியில் பேரரசர்கள் திலகமிட்டு விடுவது வழக்கம். ஔரங்கசீப் அது இந்து வழக்கம் என்று சொல்லி, மே 1679-லிருந்து அதைப் பின்பற்ற மறுத்துவிட்டார்.

12. அரண்மனை உப்பரிகையில் வந்து நின்று கீழே காத்திருக்கும் மக்களைச் சந்திக்கும் நிகழ்ச்சி தின்னமும் நடப்பது வழக்கம். அக்பரால் ஆரம்பிக்கப்பட்ட இந்த வழக்கத்தைப் பிற மொகலாய மன்னர்களும் பின்பற்றிவந்தனர். ஔரங்கசீப் அதையும் நிறுத்தினார். அன்றாடப் பணிகளை ஆரம்பிக்கும் முன்பாக தெய்வத்தைக் கும்பிட்டுவிட்டுத் தொடங்கும் இந்து மரபுக்கு இணையானது என்று சொல்லி அதை நிறுத்தினார்.

13. கபர்ஸ்தான் உள்ள வளாகத்தின் மேலே கூரைகள் எழுப்புவது, சமாதிகளுக்கு சுண்ணம் அடிப்பது, சூஃபி துறவிகளின் கபர்ஸ்தான்களுக்குப் பெண்கள் புனித யாத்திரை மேற்கொள்வது ஆகியவை குர்ரான் விதிமுறைகளுக்கு எதிரானது என்பதால் தடைசெய்யப்பட்டன.

ஆனால், மனித குலத்தை ஒரே தாவலில் மேலெழும்பச் செய்யும் இவருடைய முயற்சிகள் தோல்வியைத் தழுவின. அரச நிர்வாகம் இந்த உயரிய சிந்தனைகளை மக்களுக்குப் புரியவைத்து அதன் பின் நடைமுறைப்படுத்த முயற்சி செய்யவில்லை. இதனால் இந்தக் கெடுபிடிகள் ஆரம்பத்தில் மிக மிகத் தீவிரமாக அமல்படுத்தப் பட்டன. மக்கள் ஆதரவு இல்லாதவற்றைப் பின்னர் தளர்த்திக் கொண்டது. அதன் பின் இறுதியில் நிறுத்தவேண்டி வந்தது. இந்த நடவடிக்கைகள் அரசு நிர்வாகத்தைக் கேலிக்குரியதாக ஆக்கியது.

மனுச்சி இது பற்றி என்ன சொல்லியிருக்கிறாரென்றால், ஔரங்கசீப் அரியணை ஏறியபோது இந்துஸ்தானில் மது அருந்துதல் மிகவும் சர்வ சாதாரணமாக இருந்தது. 'ஒட்டு மொத்த ஹிந்துஸ்தானிலும் குடிக்காத இரண்டே பேரைத்தான் பார்க்கமுடியும். ஒருவர் நான் (ஔரங்கசீப்); இன்னொருவர் தலைமை ஹாஜியார்' என்று ஔரங்கசீப் தன்னிடம் சொன்னதாக மனுச்சி குறிப்பிட்டிருக்கிறார். மது தடுப்பு தொடர்பான கெடுபிடிகள் முதலில் தீவிரமாக இருந்தது. ஆனால் நாளாக நாளாக விதிமுறைகள் தளர்த்தப்பட்டன. ரகசியமாகக் குடிக்காதவர்களே இல்லை என்ற நிலை ஏற்பட்டிருந்தது. அரசு அதிகாரிகள்கூட குடிப்பதையும் மற்றவர்கள் இவர்களுக்கு வாங்கிக் கொடுத்துக் குடிக்கவைப்பதையும் விரும்புபவர்களாக இருந்தனர். இசைகளுக்கு விதிக்கப்பட்ட தடையும் இப்படித்தான் இருந்தது.

பேரரசர் சூதாட்டத்துக்குக் கடும் தண்டனைகள் கொடுத்தார். விலை மகளிர் மற்றும் பிற கேளிக்கை நடனப் பெண்களை எல்லாம், 'ஒன்று திருமணம் செய்துகொள்ளுங்கள்; அல்லது இடத்தைக் காலி பண்ணுங்கள்' என்று உத்தரவிட்டார். ஆனால் இந்த விதியும் நடைமுறையில் அமலாகவில்லை என்று மனுச்சி குறிப்பிட்டிருக் கிறார். பொதுவெளிகளில் ஹோலிக் கொண்டாட்டங்களுக்கான தடை, ஆபாசப் பாடல்கள் இசைத்தல், சொக்கப்பனையில் இருந்து தீப்பந்தங்களை பறித்துக் கொண்டு செல்லுதல் போன்றவற்றுக்கான தடை என்பது பெரிதும் காவல், ஒழுங்கு தொடர்பான விஷயமாக மட்டுமே இருந்தன.

பர்ஹான்பூரில் 1669-ல் மொஹர்ரம் விழாவில் இரு பிரிவினருக் கிடையே பயங்கரமான மோதல் வெடித்ததைத் தொடர்ந்து அந்த ஊர்வலங்களுக்குத் தடை விதித்ததும் இப்படியானதுதான்.

ஹிந்து பெண்களை கணவர் இறந்ததும் சிதையில் ஏற்றும் வழக்கத்துக்கு 1664-ல் ஔரங்கசீப் தடைவிதித்தார். ஆனால் இந்த சட்டத்தை அமல்படுத்த அரசாங்கத்தினால் முடிந்திருக்கவில்லை. ஆண் குழந்தைகளுக்கு விரை நீக்கம் செய்து அடிமைகளாக விற்கும் கொடூர வழக்கத்துக்கு (1668 வாக்கில்) தடைவிதித்தார்.

6. தாராவின் மதிப்புக்குரிய சூஃபி துறவிகளையும் மார்க்க விரோதிகளையும் கொல்லுதல்

இஸ்லாமிய அடிப்படைவாத சிந்தனைகளை அமலாக்குவதற்கு ஔரங்கசீப் எடுத்த நடவடிக்கைகள் எல்லாம், தாரா ஷுகோவின்

மதிப்பையும் ஆதரவையும் பெற்ற தாராள சிந்தனைகள் கொண்ட இஸ்லாமிய ஸூஃபிகளையும் தண்டிப்பதாக மாறியது. அப்படியானவர்களில் ஒருவர் மியான் மீர் என்ற ஸூஃபியின் சீடரும் இறையியல் பாக்கள் இயற்றுவதில் வல்லவருமான முஹம்மது பதாக்ஷி. தாரா இந்த ஸூஃபியைப் பெரிதும் மதித்துப் போற்றினார். இவருக்கு நிறைய வசதிகளும் செய்துகொடுத்தார். எனவே ஔரங்கசீப் அரியணை ஏறியதும் தன்னை வந்து பார்க்கும்படி இவருக்கு ஆணை பிறப்பித்தார். வரும் வழியில் அந்த ஸூஃபி துறவி 1661-ல் லாஹூரில் இறந்துவிட்டார்.

இந்தியாவில் மிகவும் புகழ்பெற்றிருந்த ஸூஃபியான சர்மத், ஔரங்கசீபினால் பாதிக்கப்பட்டவர்களில் மிகவும் முக்கியமானவர். இவர் பாரசீகத்தில் காஷானி பகுதியில் யூத பெற்றோருக்குப் பிறந்தவர். ஹீப்ரு மொழியில் நல்ல தேர்ச்சி பெற்று ரப்பி - யூத இறையியல் குருவாக வளர்ந்திருந்தார். அதன் பின்னர் இஸ்லாமுக்கு மதம் மாறி, முஹம்மது சையது என்ற பெயர் சூட்டிக் கொண்டார். இந்தியாவுக்கு வியாபாரம் செய்ய வந்தவர், தட்டா பகுதியில் அபய் சந்த் என்ற ஹிந்து இளைஞரைச் சந்தித்தார். நிர்வாண ஃபக்கீராகி அபய் சந்தைத் தனது சீடராக ஆக்கிக் கொண்டார். தில்லியில் தாரா ஷூகோவைச் சந்தித்து அவருடைய நன் மதிப்பையும் பெற்றார். அவர் ஷாஜஹானுக்கும் இவரை அறிமுகப்படுத்திவைத்தார்.

சர்மத் பல்-இறைக் கோட்பாட்டாளர். அவருடைய இனிமையான கவிதைகள் புதிரான இறை அனுபவங்களை மட்டுமல்லாமல் அனைத்து மதப் பிரிவுகளிலும் இருக்கும் சத்தியத்தை மதித்துப் போற்றுவதாக இருந்தன. முஹம்மது நபி மீது மிகுந்த மதிப்பு கொண்டிருந்தார். அதே நேரம் பல்வேறு இஸ்லாமிய இறையியல் கோட்பாடுகள், நடைமுறைகள் ஆகியவற்றில் நவீன பார்வை கொண்டவராகவும் இருந்தார்: ‘கடவுள் என்பவர் கோட்பாடு சார்ந்தவர் அல்ல. பருப்பொருள் வடிவினர். மனித உருவமும் உடலும் கொண்டவர்; ஒருவர் செய்யும் நன்மை தீமைகளுக்கு இந்த வாழ்க்கையிலேயே பலன் கிடைக்கின்றன; ஒரு மனிதரின் ஆன்மா அவர் எத்தனை காலம் பூமியில் வாழ்கிறாரோ அத்தனை காலம் செயலற்ற நிலைக்குச் சென்று (தூக்க நிலைக்குச் சென்று) அதன் பின்னர் மீண்டும் பிறக்கிறது’.

சர்மத் எப்போதும் நிர்வாணமாகவே எல்லா இடங்களுக்கும் செல்வார். ஒற்றை மூலப்பொருளுக்கு எல்லா உயிர்களும் திரும்பிச் செல்லும்; பருப்பொருட்கள், உயிர்களுக்கு தனி இருப்பு இல்லை

என்று கூறினார். உடல் சார்ந்து எந்தவொரு அவமானமோ பெருமிதமோ அற்றவராக இருந்தார்.

இஸ்லாமிய இறையியலாளர்கள் குழு ஒன்று கூடி சர்மத் சொல்லும் கோட்பாடுகள் எல்லாம் மார்க்க விரோதமானவை; எனவே அவருக்கு மரண தண்டனை தரவேண்டும் என்று முடிவு செய்தனர். உண்மையில் அந்த முடிவை அவர்கள் எடுக்க, அவர் தாரா ஷுகோவை அடுத்த பேரரசராக ஆக்குவதாக வாக்குறுதி கொடுத்திருந்தார் என்ற அரசியல் விஷயமே காரணமாக இருந்தது.

1672-ல் முஹம்மது தாஹி என்ற ஷியா அதிகாரி (திவான்) முதல் மூன்று காலிஃப்கள் குறித்து தவறாகப் பேசியதற்காகத் தலை துண்டிக்கப்பட்டார். 1667-ல் இஸ்லாத்தைத் தழுவிய போர்ச்சுகீசிய பாதிரியார் மீண்டும் கிறிஸ்தவத்துக்கு மாறியதைத் தொடர்ந்து ஔரங்காபாதில் இஸ்லாமிய மத நிந்தனைக் குற்றம் சாற்றப்பட்டு கொல்லப்பட்டார். அஹமதாபாதைச் சேர்ந்தவரும் போரா முஸ்லிம்களின் ஆன்மிக வழிகாட்டியுமான சையது குத்புத்தீனையும் அவருடைய 700 சீடர்கள், ஆதரவாளர்களையும் ஔரங்கசீபின் ஆணையின் பேரில் கொன்றார்கள்.

7. இஸ்லாமிய நாடுகளுடன் ஔரங்கசீபின் தொடர்புகள்

அரியணையில் தன்னை வலுவாக நிலைநிறுத்திக் கொண்டதும் ஔரங்கசீபுக்கு இந்தியாவுடன் வர்த்தகத் தொடர்பில் இருந்த இஸ்லாமிய நாடுகளில் இருந்து வாழ்த்துச் செய்திகளுடன் தூதுவர்கள் வந்த வண்ணம் இருந்தனர்.

அன்புக்குரிய தந்தையின் அரியணையை முறை கேடாகக் கைப்பற்றியவரை நியாயமான வாரிசாக அங்கீகரிக்கவைக்க புனித நகரத்து மார்க்கத் தலைவர்கள் மற்றும் பல நாட்டு ஆட்சியாளர்களைத் தங்கத்தில் குளிப்பாட்டத் தீர்மானித்தார்.

நவம்பர் 1659-ல் பிரமாண்டமான முடிசூட்டு விழாவைத் தொடர்ந்து மெக்கா, மதீனாவில் இருக்கும் மசூதிகள், மதரசாக்கள், புனிதப் பயணிகள், சையதுகள், இஸ்லாமிய மதத் தலைவர்கள், ஹாஜியார்கள், சேவகர்கள் என அனைவருக்கும் அனைத்து அமைப்புகளுக்கும் உதவும் நோக்கில் சையது மீர் இப்ராஹிமிடம் ஆறு லட்சத்து அறுபதாயிரம் பணம் கொடுத்து அனுப்பினார். அதன் பின்னர் ஷரீஃபின் பிரதிநிதிகள் தில்லிக்கு ஆண்டுதோறும் வந்து நபிகளின் பெயரில் நன்கொடைகள் பெற்றுச் செல்வதுண்டு.

ஆனால், ஷரீஃபின் பேராசையின் காரணமாக ஔரங்கசீப் அவரை எதிர்க்க ஆரம்பித்தார். ஆட்சியின் இறுதிக் காலத்தில் தனது வாஸிருக்கு அவர் எழுதிய ஒரு கடிதத்தில், 'மெக்காவின் ஷரீஃப் இந்தியாவின் செல்வ வளத்தைக் கேள்விப்பட்டு ஆண்டுதோறும் பிரதிநிதிகளை அனுப்பி தனது கஜானாவை நிரப்பிக் கொண்டு வருகிறார். நான் அவருக்குக் கொடுத்து அனுப்புபவை எல்லாம் அங்கு வரும் ஏழை எளியோருக்கானது. ஷரீஃபுக்கானவை அல்ல' என்று குறிப்பிட்டிருக்கிறார்.

ஔரங்கசீபுடன் அரியணைக்கு வேறு யாரும் போட்டியிட இல்லை என்பது உறுதியானதும் இரண்டாம் ஷா, தனது தளபதியான அப்பாஸ் பதாக் பெய்க் தலைமையில் மிகப் பெரிய பிரதிநிதிகள் குழுவை அனுப்பி வாழ்த்துகளைத் தெரிவிக்கச் சொன்னார் *(1661)*.

ஆசியாவின் ஃப்ரெஞ்சுக்காரர்கள் என்று பாரசீகர்கள் அழைக்கப் பட்டது மிகவும் சரியானதுதான். ஒட்டுமொத்த இஸ்லாமிய உலகின் கலாசார, இலக்கிய மற்றும் நடை உடை பாவனைகளின் மூல ஊற்றாக பாரசீகம் திகழ்ந்தது. அனைத்து இஸ்லாமிய நாடுகளின் கவிதைகளில் பாரசீகம் மிக அதிகச் செல்வாக்கைச் செலுத்தி யிருக்கிறது. பாரசீக நடை உடை பாவனைகள், உனவுகள் எல்லாம் கோர்வோவா, கான்ஸ்டாண்டிநோபிள் தொடங்கி தில்லி, ஸ்ரீரங்கபட்டணம் வரையிலும் மிகக் கஷ்டப்பட்டு சில நேரங்களில் தாறுமாறாக நகலெடுக்கப்பட்டுவந்திருக்கின்றன. எதிரிகளின் வாள் முனைகளைவிட மொகலாய அரசர்கள் பாரசீக நையாண்டி எழுத்தாளர்களின் கிண்டலுக்குப் பெரிதும் பயந்தனர்.

பாரசீகப் பிரதிநிதிகள் குழு வருகிறதென்றால் மொகலாய அரசவையில் பதற்றம் உருவாக ஆரம்பித்துவிடும். பேரரசர் முதல் கடைநிலை சேவகர் வரை அனைவரும் தமக்கும் நாட்டுக்கும் ஏதோ சோதனை வரப்போகிறது என்று நடுங்கினர். அவர்களுடைய நடை உடை பாவனைகள், நடத்தைகள் எல்லாமே ஆசியா முழுவதும் சமூக தலைமையில் இருக்கும் குழுவினரின் கண்காணிப்புக்கு உள்ளாகப் போகிறது. யாரேனும் ஏதேனும் விஷயத்தில் கண்ணியக் குறைவாக, ஏதேனும் தவறாகச் செய்துவிட்டால் ஒட்டுமொத்த இஸ்லாமிய உலகிலும் கேலிப் பொருளாகிவிடுவார் என்று பயந்தனர்.

பாரசீக ஷாவிடமிருந்து கொண்டுவரப்பட்ட பரிசுப் பொருட்களின் மதிப்பு ரூ 4,22,000 இருந்தது. 27, ஜூலை, 1661-ல் பாரசீகக் குழு விடைபெற்றுச் சென்றது. ஷாவுக்கும் அவருடைய குழுவினருக்கு

மாக ஔரங்கசீப் கொடுத்த பரிசுப் பொருட்களின் மதிப்பு ரூ 5,35,000 ஆக இருந்தது.

ஷா மன்னர் அனுப்பிய கடிதத்துக்கான பதில் கடிதத்தைச் சுமந்துகொண்டு முல்தான் ஆட்சியாளரான தர்பியத் கான் தலைமையில் ஒரு குழு புறப்பட்டுச் சென்றது. அவர்கள் தனியாக பரிசாக ஏழு லட்ச ரூபாய் எடுத்துச் சென்றனர். அந்தக் கடிதத்தில், 'பாரசீக மன்னர் ஷாவின் நட்பார்ந்த ஆலோசனைகளுக்கு நன்றி தெரிவித்த ஔரங்கசீப், அல்லாவை மட்டுமே நம்புவதாகவும் மனிதர் யாருடைய ஆதரவும் தனக்குத் தேவையில்லை' என்றும் பெருமிதத்துடன் குறிப்பிட்டிருந்தார். தனது சகோதரர்களை வென்றது தொடர்பான கதைகளை மிக விரிவாக மிகுந்த மகிழ்ச்சியுடன் விவரித்திருந்தார்.

இஸ்ஃபஹன் பகுதியில் பாரசீக மன்னரை மொகலாயப் பிரதிநிதி சந்தித்தார். அவர் மிக மோசமாக நடத்தப்பட்டார். அவமானமும் வேதனையும் அடைய நேர்ந்தது. இந்தியாவின் மீது படையெடுக்கப் போவதாக அவர் முன்னால் பாரசீக மன்னர் மிரட்டினார். இதன் பின்னர் ஷியா இஸ்லாம் பிரிவை நியாயப்படுத்தி, பாரசீக அரச வம்சத்தைப் பெருமைப்படுத்தி மிர்ஸா தாஹிர் வாஹித் எழுதிய மிக நீண்ட கடிதம் ஒன்றை ஔரங்கசீபுக்கு ஷா அனுப்பினார். அதில் மொகலாயப் பேரரசரை ஏளனம் செய்தும் உண்மையான இஸ்லாமிய மார்க்கத்தை, தான் மட்டுமே காப்பதாகத் தற்பெருமையும் வெளிப்படுத்தியிருந்தார்.

பாரசீகத்தில் ஓர் ஆண்டுகாலம் தர்பியத் கான் தங்கியிருந்தார். 1666-ல் அவருக்கு விடைகொடுத்து அனுப்பிய ஷா, ஔரங்கசீபைக் கடிந்துகொண்டிருந்தார். ஷா அப்பாஸ் அந்தக் கடிதத்தில் எழுதியிருப்பது:

இந்தியாவின் பெரும்பாலான ஜமீந்தார்கள், கலகம் செய்து வருவதாகக் கேள்விப்பட்டேன். ஏனென்றால் அவர்களை ஆளும் அரசர் மிகவும் பலவீனமானவராக, செயல் திறமை அற்றவராக போதிய பலங்கள், வளங்கள் அற்றவராக இருக்கிறார். அந்தக் கலகக்காரர்களில் மிகவும் முக்கியமானவர் அல்லாவை மதிக்காத காஃபிரான சிவன். அவருடைய பெயரே வெளியே தெரியாத அளவுக்கு நீண்ட காலம் மறைந்து வசித்துவந்திருக்கிறார். இப்போது பலவீனமான ஆட்சியாளராக நீ (ஔரங்கசீப்) இருப்பதால், மலையின் சிகரத்தைப்போல் நன்கு தெரியும்படியாக வெளிப்பட ஆரம்பித்திருக்கிறார். பல கோட்டைகளைக்

கைப்பற்றியிருக்கிறார். உன்னுடைய ஏராளமான வீரர்களைக் கொன்றோ, சிறைப்பிடித்தோ வைத்திருக்கிறார். இந்தியாவின் பெரும்பகுதியை ஆக்கிரமித்திருக்கிறார். உன்னுடைய பல கோட்டைகள், நகரங்கள், கிராமங்கள் எல்லாம் கொள்ளையடிக்கப் பட்டிருக்கின்றன. அழிக்கப்பட்டிருக்கின்றன. இறுதியாக உன்னையும் வீழ்த்தவருகிறார்.

நீ உன்னை இந்த உலகின் மாலிக்காக (ஆலம்கீராக) நினைத்துக் கொள்கிறாய். உண்மையில் உன் தந்தையை வென்றிருக்கிறாய். உன் சகோதரர்களைக் கொன்று சாந்தியும் சமாதானமும் அடைந்திருக்கிறாய். ஆனால், கலகக்காரர்களை அடக்குவது உன்னால் முடியாது. உலக அரசர்கள் பலர் எம் முன்னோர்களிடம் அடைக்கலம் தேடி வந்திருக்கிறார்கள். ஹுமாயூனுக்கும் நாஸர் முஹம்மது கானுக்கும் அவர்கள் இழந்த ராஜ்ஜியத்தை நாங்கள் மீட்டுக் கொடுத்தது அதற்கான சிறந்த எடுத்துக்காட்டு. ஹுமயூனின் வம்சத்தில் வந்த நீயும் இப்போது நெருக்கடியில் இருக்கிறாய். பேரரசரான எனது மனம் இந்தியாவுக்கு மிகப் பெரிய படையுடன் வந்து உன்னைச் சந்திக்கவேண்டும் (அது என் வெகு நீண்ட நாள் ஆசையும் கூட). உன் நாட்டில் பரவிவரும் ஒழுங்கின்மையின் தீயை அணைக்க உனக்கு உதவவேண்டும் என்று விரும்புகிறது.

இந்த கடிதத்தை ஏந்திவந்த மொகலாயத் தூதரை ஔரங்கசீப் கடுமையாகக் கடிந்துகொண்டார். தனது பணியைச் சரிவரச் செய்யவில்லையென்று சொல்லி அவரை அதன் பின் சந்திக்கவே மறுத்தார். பதவியிறக்கமும் செய்தார்.

1667-ல் இந்த பாரசீக மன்னர் ஷா இறந்தார். இந்தியாவின் மீது படையெடுப்பேன் என்ற எச்சரிக்கை வெறும் வார்த்தையாகவே நின்றுவிட்டது. எனினும் ஔரங்கசீப் தனது ஆயுட் காலம் முழுவதும் பாரசீக எல்லையில் விழிப்புடன் கண்காணிப்பைப் பலப்படுத்திவந்தார். பால்க் மற்றும் புகாரா பகுதிகளில் இருந்து 1661 மற்றும் 1667லும் காஷ்கரில் இருந்து 1664லும் உர்கனி (கிவா), கான்ஸ்டாண்டிநோபிள் பகுதியில் இருந்து 1690லும் அபிசீனியாவில் இருந்து 1665 மற்றும் 1671லும் என பல்வேறு நாடுகளில் இருந்து தூதுவர்கள் வந்தனர். அரேபியா, மத்திய ஆசியா, துருக்கிய பஸ்ரா பகுதியின் ஆட்சியாளர்கள் என பலருடனும் தில்லி பேரரசு நட்புறவைக் கொண்டிருந்தது.

ஏழு ஆண்டுகளுக்குள் (1661-1667) ஔரங்கசீப் சுமார் 21 லட்ச ரூபாய்களை அயல் நாட்டுத் தூதுவர்களை வரவேற்கவும் பரிசாகவும் செலவிட்டார். இது தவிர 1668-ல் இந்துஸ்தானில்

அடைக்கலம் நாடி வந்த காஷ்கர் பகுதியின் முன்னாள் அரசர் அப்துல்லா கானுக்கு 11 லட்ச ரூபாய் கொடுக்கவும் செய்தார்.

8. ஆக்ரா கோட்டையில் ஷாஜஹானின் சிறைவாசம்; ஒளரங்கசீபுடனான சச்சரவுகள்

வெற்றி முகத்தில் இருந்த தன் மகன் ஒளரங்கசீபுக்கு ஆக்ரா கோட்டைக் கதவுகளைத் திறந்துவிட்டதைத் தொடர்ந்து ஷாஜஹான் எஞ்சிய தன் வாழ் நாள் முழுவதும் சிறையில் அடைபட வேண்டிவந்தது. அல் சுல்தானாக (மன்னருக்கெல்லாம் மன்னராக) இருந்தவருக்கு இந்த தலைகீழ் மாற்றமானது மிகவும் தாங்க முடியாததாக இருந்தது. மிகக் கடுமையான போராட்டங்களுக்குப் பின்னரே இந்தச் சூழ்நிலைக்கு அவர் தன்னைத் தகவமைத்துக் கொண்டார். தாராஷுகோவுக்கும் ஷா ஷுஜாவுக்கும் அவர் அனுப்பிய கடிதங்களை ஒளரங்கசீபின் ஆட்கள் கைப்பற்றினர். இந்தக் கடிதங்களை ஆக்ரா கோட்டைக்கு வெளியே கொண்டு செல்ல முயன்ற நபும்சகர்கள் மிகக் கடுமையான தண்டனைகளுக்கு உள்ளாகினர்.

எந்தப் பலனும் தராத இந்த முயற்சிகள் எல்லாம் ஷாஜஹானின் சிறைவாசத்தை மேலும் கடினமாக்கின. அவரைச் சுற்றிலும் இப்போது எதிரிகள் சூழ்ந்துவிட்டனர். வேறு யாரும் அவரை வந்து சந்திக்கவே முடியாது என்ற நிலை உருவானது. சிறையில் அவர் சொன்னவை, செய்தவை அனைத்தும் ஒற்றர்கள் மூலம் ஒளரங்கசீபுக்கு முழுமையாகத் தெரிவிக்கப்பட்டன. முன்னாள் பேரரசரிடமிருந்து எழுதுகோல், மை, ஓலைச்சுருள் போன்றவை கூடக் கைப்பற்றப்பட்டுவிட்டன.

ஒளரங்கசீப் எல்லையற்ற பேராசை கொண்டவராக இருந்தார். ஆக்ரா கோட்டையில் இருந்த மற்றும் ஷாஜஹான் அணிந்து கொண்டிருந்த கிரீடம், நகைகள் ஆகியவை தொடர்பாக ஷாஜஹானுக்கும் ஒளரங்கசீபுக்கும் இடையே கடுமையான வாக்குவாதங்கள் மூண்டன. 'அந்த சொத்துகள், நகைகள் அனைத்துக்கும் தான் தான் முறையான உரிமையாளர். ஆட்சியைக் குறுக்குவழியில் கைப்பற்றியிருக்கும் ஒளரங்கசீபுக்கு அவற்றைச் சொந்தமாக்கிக் கொள்ள எந்த தார்மிக உரிமையும் கிடையாது' என்று கைதியாக இருந்த முன்னாள் பேரரசர் கருதினார்.

இதற்குப் பதிலளிக்கும் வகையில் ஒளரங்கசீப், 'அரசு பணங்கள், சொத்துகள் எல்லாம் சமூகத்தின் நன்மைக்காகவே இருக்கின்றன.

சுல்தான்கள் எல்லாம் அல்லாவினால் தேர்ந்தெடுக்கப்பட்டிருக்கும் பொறுப்பாளர்கள் மட்டுமே. அவர்களுக்கு சொத்துக்களின் மீது எந்த உரிமையும் கிடையாது. அவர்கள் அல்லாவின் அந்தப் பணத்தை மக்கள் நலனுக்குச் செலவிடவேண்டிய பணியாளர்கள் மட்டுமே' என்று சொன்னார். அப்படியாக ஆக்ரா கோட்டையில் இருந்த மொகலாயப் பேரரசின் சொத்துகள் முழுவதும் ஆட்சியில் இருக்கும் அவருக்கே சொந்தம் என்றார்.

முஹம்மது சுல்தான் புறப்பட்டுப் போனபின்னர், ஷாஜஹானைக் கவனித்துக்கொள்ளும் முழுப் பொறுப்பும் நபும்சகர் முதாமத் வசம் வந்தது. அவர் 'ஷாஜஹானைச் சில நேரங்களில் மிகக் கடுமையாக அடிமையைப் போல்' நடத்தினார்.

சிறையில் அடைக்கப்பட்ட முதல் ஆண்டில், தந்தைக்கும் மகனுக்கும் இடையில் எரிச்சலும் கோபமும் மிகுந்த கடிதப் பரிமாற்றங்கள் நடைபெற்றன.

'நான் இஸ்லாமிய மார்க்கத்தின் காவலன். நல்ல நிர்வாகமே என் இலக்கு. அல்லாவின் மீது மிகுந்த பற்றும் பணிவும் கொண்டு மக்கள் நலனுக்கான ஆட்சியைக் கொடுக்கும் அப்த் அல்லா (அல்லாவின் சேவகன்) நான்' என்று அந்தக் கடிதங்களில் ஔரங்கசீப் குறிப்பிட்டிருக்கிறார். தந்தையின் ஆட்சியில் நடைபெற்ற அநீதிகளையும் செய் நேர்த்தி இன்மையையும் மகன் கடுமையாக விமர்சித்தார். சுய ஒழுக்கம், மார்க்க விதிகளை ஆர்வத்துடன் பின்பற்றுபவர் என்று தன்னை அடையாளப்படுத்திக் கொண்டு, தன் செயல்களை நியாயப்படுத்தினார்.

தந்தைக்குக் கீழ்ப்படியாத, கலகங்கள்செய்யும் மகன் என்ற குற்றச்சாட்டுக்குப் பதில் சொல்லும்விதமாக ஔரங்கசீப் கீழ்க்கண்டவாறு குறிப்பிட்டிருக்கிறார்:

'நீங்கள் ஆட்சி அதிகாரத்தில் இருந்தவரையிலும் நான் உங்கள் அனுமதி பெறாமல் எதையும் செய்யவில்லை. நீங்கள் எனக்குக் கொடுத்த பதவி, அதிகாரம் இவற்றைத்தாண்டி நான் எதுவும் செய்யவில்லை. நீங்கள் நோய்வாய்ப்பட்டதும் தாரா ஷுகோ அதிகாரம் முழுவதையும் கைப்பற்றிக்கொண்டுவிட்டார். ஹிந்து மதத்தை வளர்க்கவும், இஸ்லாமை அழிக்கவும் கச்சை கட்டிக் கொண்டு இறங்கிவிட்டார். உங்களை முழுமையாக ஓரங்கட்டி விட்டு அவரே சுல்தான் போல் செயல்பட்டார். அரச நிர்வாகம் குழப்பத்தில் ஆழ்ந்தது.

'நான் ஆக்ராவை நோக்கிப் புறப்பட்டுவந்ததற்குக் கலக எண்ணம் காரணமல்ல. தாராவின் ஆக்கிரமிப்பை முடிவுக்குக் கொண்டுவர வேண்டும் என்று மட்டுமே விரும்பியிருந்தேன். இஸ்லாமில் இருந்து வழுவிச் சென்ற அவர் நம் ராஜ்ஜியம் முழுவதும் உருவ வழிபாட்டு மரபுகளை உற்சாகத்துடன் முன்னெடுத்தார். மார்க்க போதனைகளின்படி மறு உலகம் தொடர்பான இலக்குகளைப் பூர்த்தி செய்யும் நோக்கிலேயே சுல்தான் பதவி எனும் ஆபத்தான சுமையைச் சுமக்க நேர்ந்துவிட்டது. இஸ்லாமிய மார்க்க விதிகளைக் காப்பாற்றவும் சாந்தியும் சமாதானத்தையும் கொண்டுவரவும் வேண்டியே இதைச் செய்தேன். என் தனிப்பட்ட விருப்பத்தினால் அல்ல'.

சுல்தானின் பதவி மற்றும் கடமை பற்றி அவர் மிக உயர்வாக மதித்தார். ஒருவகையான விருப்பு வெறுப்பு அற்ற செயல்பாடாக அதை மதித்தார். 'சுல்தான் பதவி என்பது மார்க்க ராஜ்ஜியத்தையும் மக்களையும் காப்பாற்றுவதுதானே ஒழிய சுக போகங்களில் திளைப்பதற்கானது அல்ல' என்று குறிப்பிட்டிருக்கிறார்.

'தன்னை எதிர்த்து நின்ற பலமான எதிரிகளையெல்லாம் வெல்ல முடிந்திருப்பதில் இருந்து அல்லாவின் அருளாசி தனக்கு இருப்பதாக' அவர் பெருமிதத்துடன் குறிப்பிட்டிருக்கிறார். தனது சுய ஒழுங்கும் நேர்மையுமே வெற்றியைப் பெற்றுத் தந்திருக்கிறது; புத்திசாலியான ஷாஜஹான் அல்லாவின் விருப்பத்தைப் புரிந்துகொண்டு அதற்கு ஒப்புக் கொடுக்கவேண்டும். தன் வெற்றி என்பது ஷாஜஹானின் வாழ்க்கையில் நடந்த மிக நல்ல விஷயம் என்பதை ஏற்றுக்கொள்ளவேண்டும்' என்று கடிதங்களில் ஔரங்கசீப் குறிப்பிட்டிருக்கிறார்.

இப்படியான ஔரங்கசீபின் போலியான வாதங்களைப் படித்த ஷாஜஹான் மிகுந்த கோபம் கொண்டார். மக்களின் உடமைகளை யும் உரிமைகளையும் கொள்ளையடித்துவிட்டு மார்க்கப்பற்றுள்ள முசல்மான் போல் வேடம் போடுவதாகத் திட்டினார்.

மிக உயர்ந்த லட்சியவாத வார்த்தைகளினால் ஔரங்கசீப் தன் நடத்தையை நியாயப்படுத்தினார்: 'மற்றவருடைய உடமையைப் பறிப்பது மார்க்கத்துக்கு விரோதமானது என்று சொல்கிறீர்கள். மக்களுடைய நலனுக்காகவே அரசாங்க சொத்துகள் இருக்கின்றன. அரச பதவி என்பது பரம்பரை உரிமையானதோ தனிப்பட்டவர் களின் சொத்தோ அல்ல. மக்களின் நன்மைக்காக அல்லாவினால் தேர்ந்தெடுக்கப்படும் நபரே ஒரு சுல்தான். அல்லாவின் சொத்துக்களை மக்களுடைய நலனுக்காகப் பயன்படுத்தும்

பணியைச் செய்வதற்கான பொறுப்பாளர் மற்றும் நிர்வாகிதான் சுல்தான்'.

அடுத்ததாக, ஒருவன் தன் தந்தையை எப்படி நடத்துகிறானோ அப்படித்தான் அவனுடைய மகனால் நடத்தப்படுவான் என்று தன்னைக் கொடூரமாக நடத்தும் மகனை ஷாஜஹான் எச்சரித்தார். இதற்கு ஔரங்கசீப் எழுதிய பதிலானது, மார்க்கப் பற்று கொண்ட ஒருவருக்குத் தன் நடத்தையில் இருக்கும் தன்னம்பிக்கையை எடுத்துக்காட்டுவதாக இருந்தது:

'அல்லாவின் விருப்பம் இல்லாமல் எதுவும் நடக்காது. நீங்கள் சொன்ன விஷயங்கள்தான் நம் முன்னோர்களுக்கும் நடந்தேறியிருக் கிறது. எல்லையற்ற அருளாளனின் விருப்பங்களை என்னால் எப்படி மீறமுடியும்? ஒருவருடைய சிந்தனை, செயல்பாடுகள் எப்படி இருக்கின்றனவோ அதற்கேற்பவே அல்லாவிடமிருந்து எல்லாம் கிடைக்கின்றன. என் சிந்தனையும் செயலும் நல்லவை. எனவே என் மகன்களிடமிருந்து எனக்கு நல்லவையே கிடைக்கும்'.

ஆனால் தற்பெருமை பேசிக்கொண்ட தனையனைவிட தந்தை சொன்னதே பின்னாளில் நடந்தேறியது. ஔரங்கசீபுக்கான தண்டனை அவருடைய நான்காவது மகன் முஹம்மது அக்பர் மூலம் கிடைத்தது.

1681-ல் இளவரசர் கலகக் குரல் எழுப்பினார். ஔரங்கசீப் தன் தந்தை ஷாஜஹானுக்கு எழுதிய கடிதங்களில் என்னவிதமான கடுமையும் கசப்பும் காட்டப்பட்டிருந்தனவோ அவை முஹம்மது அக்பர் தன் தந்தை ஔரங்கசீபுக்கு எழுதிய கடிதங்களிலும் அப்படியே வெளிப்பட்டன. நிர்வாகத் தோல்விக்காக ஔரங்கசீப் அவருடைய மகனால் கடிந்துகொள்ளப்பட்டார். 'தந்தையை (ஷாஜஹானை) ஆட்சிக் கட்டிலில் இருந்து இறக்கி, இரண்டு சகோதரர்களையும் கொன்ற பாவங்களுக்கு பரிகாரங்களைச் செய்து வயதான காலத்தில் மார்க்கத் தொழுகைச் சடங்குகளைச் செய்து கழிக்கும்படி' ஆலோசனை சொன்னார். நீங்களே உங்கள் தந்தைக்கு எதிராகக் கலகம் செய்து ஆட்சியைக் கைப்பற்றியிருக்கும் நிலையில் என்னைக் கீழ்ப்படிதலற்ற மகன் என்று குறை சொல்ல உங்களுக்கு என்ன அதிகாரம் இருக்கிறது என்றும் ஔரங்கசீபை முஹம்மது அக்பர் கண்டித்தார்.

ஷாஜஹானுக்கும் ஔரங்கசீபுக்கும் இடையிலான கடிதப் பரிமாற்றம் நாளாக நாளாக வேதனையும் கசப்பும் மிகுந்ததாக ஆனது. ஒரு குழந்தை அழுது அழுது தூங்கிப் போவதுபோல்,

பேரரசர் புகார் சொல்லிச் சொல்லிக் களைத்துப் போய் இறுதியில் ஔரங்கசீபுக்கு அடிபணிந்தார்.

இறுதிக்காலத்தில் ஷாஜஹானுக்கு அடி மேல் அடியாக விழுந்தது. முதலில் தாராஷுகோ, அதன் பின் முராத் பக்ஷ்; அதன் பின்னர் சுலைமான் ஷுகோ என ஒவ்வொருவராக ஔரங்கசீபினால் கொல்லப்பட்டனர். மாக் குலத்தினரின் வனப்பகுதியில் சொல்லொண்ணா துயரங்களுக்கு ஷா ஷுஜாவும் அவருடைய குடும்பத்தினரும் ஆளாக நேர்ந்தது. இப்படித் துன்பங்கள் தொடர்ந்து வந்தபோதிலும் ஷாஜஹான் பொறுமையை இழக்கவில்லை. அல்லா மீதான நன்றியை மறக்கவில்லை. உயிர் பிரியும் வரையில் மன உறுதியுடனும் நம்பிக்கையுடனும் அவர் வாழ்ந்தார்.

இஸ்லாமிய மார்க்கமே அவருக்கு ஆறுதலைத் தந்தது. கன்னோஜி பகுதியைச் சேர்ந்த சையது முஹம்மதுதான் அவருடைய கடைசிக் கால துணையாக இருந்தார். அந்த இஸ்லாமிய போதகரே சிறைச்சாலையில் ஷாஜஹானுக்கு புனித வசனங்கள் வாசித்துக் காட்டுபவராகவும் அவருடைய தேவைகளை நிறைவேற்றித் தருபவராகவும் இருந்தார். தினமும் இறை சிந்தனை, தொழுகை, குர்ரான் வாசிப்பு, கடந்த கால மார்க்க வழிகாட்டிகள், இஸ்லாமியத் தலைவர்கள் பற்றிய கதைகளைக் கேட்பது என முழுக்கவும் மார்க்க வழியிலானதாக ஷாஜஹானின் இறுதிக்காலம் இருந்தது.

மார்க்க விஷயங்களில் இருந்து சற்று விலகி பாசத்துடன் இதமளித்தவராக ஷாஜஹானின் மகள் ஜஹான் ஆரா இருந்தார். பிற வாரிசுகள் செய்த அத்தனை கெடுதல்களுக்கும் பிராயச்சித்தம் என்பதுபோல் மகளின் பாசம் மிகுந்த கவனிப்பு அவருக்கு ஆறுதல் அளித்தது. சூஃபி துறவியான மியான் மீரின் சிஷ்யரான ஜஹான் ஆரா ஆக்ரா கோட்டைக்குள் துறவு வாழ்க்கையை வாழ்ந்தார். துயரம் நிறைந்த தன் தந்தையின் கடைசிக் காலத்தில் மகளாகவும் தாயாகவும் அருகில் இருந்து அன்புடன் கவனித்துக் கொண்டார். கூடவே தாரா ஷுகோ, முராத் ஆகியோரின் அநாதைப் பெண் குழந்தைகளையும் தனது அரவணைப்பில் பாதுகாத்துவந்தார்.

இப்படியான இறை நாட்டமுள்ளவர்களின் நல்லுறவில் இருந்த காலத்தில், மறு உலகு நோக்கிய பயணத்துக்கு ஷாஜஹான் தன்னைத் தயார்படுத்திக்கொண்டார். மரண பயம் இன்றித் தன் இறுதிநாட்களைக் கழித்தவருக்கு, இறுதியில் அது வந்து சேர்ந்தபோது துன்பங்களில் இருந்து கிடைத்த விடுதலையாகவே இருந்தது.

9. ஷாஜஹானின் இறுதிக் கால நோயும் மரணமும்

மரணம் சீக்கிரமே வந்துவிடக்கூடாதா என்று ஷாஜஹான் மிகவும் விரும்பினார். ஆனால் மிக மெதுவாக ஜனவரி 1666-ல் தான் வந்து சேர்ந்தது. அந்த மாதம் ஏழாம் தேதியன்று ஷாஜஹானுக்குக் கடுமையான காய்ச்சல் ஏற்பட்டது. கூடவே பிற உபாதைகளும் ஏற்படத் தொடங்கின. இப்போது அவருக்கு 74 வயதாகிவிட்டது. அரியணை ஏறியதில் இருந்து மிகக் கடுமையான பல போராட்டங்களைச் சந்தித்துவிட்டார். பனிக்காலத்தின் நடுப்பகுதியின் குளிர் அவருடைய உயிராற்றலை உறையவைக்கத் தொடங்கியிருந்தது.

22, ஜன, திங்கள் முன்னிரவில் இனி பிழைப்பார் என்ற நம்பிக்கை முழுவதுமாகப் போய்விட்டது. மரணம் எப்போது வேண்டுமானாலும் சம்பவிக்கலாம் என்ற நிலை ஏற்பட்டது. அந்த இறுதி தருணத்தை உணர்ந்துகொண்ட ஷாஜஹான், அதுவரை தன் வாழ்க்கையில் நடந்த நன்மைகள் அனைத்துக்கும் அல்லாவுக்கு நன்றி தெரிவித்தார். அல்லாவின் விருப்பப்படியே நடக்கட்டும் என்று ஒப்புக்கொடுத்தார். தனது இறுதிச் சடங்குகள் எப்படி நடக்கவேண்டும் என்று விவரித்தார்.

அக்பராபாதி மஹல், ஃபதேபுரி மஹல் என தன்னுடன் இருந்த மனைவியருக்கும் தன் அன்பு மகள் ஜஹான் ஆராவுக்கும் அந்தப்புர மகளிர் அனைவருக்கும் ஆறுதல் சொன்னார். அவர்கள் அனைவரும் அவருடைய படுக்கையைச் சுற்றி அமர்ந்துகொண்டு அழுது கொண்டிருந்தனர். தனது மரணத்துக்குப் பின் நிர்கதியாகப் போகிற ஜஹன் ஆராவின் ஒன்று விட்ட சகோதரி பர்ஹானர் பானு மற்றும் பிற பெண்களை நன்கு கவனித்துக்கொள்ளும்படி மகளிடம் கேட்டுக்கொண்டார்.

குடும்பத்தினர், பணியாளர்களிடம் விடைபெற்றுக்கொண்டார். தமது இறுதிப் பரிசுகளையும் நினைவுப் பரிசுகளையும் அவர்களுக்குக் கொடுத்தார். குர்ரான் வாசிக்கும்படிக் கேட்டுக் கொண்டார். புனித வாசனங்கள் வாசிக்கப்பட்டுக் கொண்டிருக்கும் போது அன்புக்குரியவர்கள், பணியாளர்கள் சுற்றி நின்று அழுது கொண்டிருக்க, ஷாஜஹான், தனது பேரன்புக்குரியவரும் வெகு காலத்துக்கு முன்பே இறந்துவிட்டவருமான மும்தாஜ் மஹலின் நினைவிடத்தைப் பார்த்தபடியே முழு நினைவுடன் இறுதி பிரார்த்தனையை உச்சரித்தார்: 'யா அல்லா... இந்த உலகிலும் மறு உலகிலும் என் நிலைமையை நன்மை நிறைந்ததாக ஆக்குவாயாக. நரகத் தீயில் இருந்து என்னைக் காப்பாற்றுவாயாக.'

அதன் பின் மெள்ள நிரந்தர அமைதியில் ஆழ்ந்தார். அப்போது மணி 7.15.

எண் கோண மாடத்தில் (முசம்மன் புர்ஜ்- ஆக்ரா கோட்டை) தாஜ்மஹாலை நன்கு பார்க்கும்படியாக அமைந்திருக்கும் இடத்தில் அவர் உயிர் துறந்தார். தனது இறுதி மூச்சு தன் அன்புக்குரிய ராணியுடன் கலக்கவேண்டும் என்று விரும்பி உயிர் துறந்த இடம்.

அந்த மாட மாளிகையில் மாடிக்குச் செல்லும் வாசலில் கீழ்த்தளத்தில் ஷாஜஹான் உயிருடன் இருந்த காலத்தில் எழுப்பப் பட்டிருந்த சுவரை உடைத்து, ஷாஜஹானின் உடம்பை சவப்பெட்டியில் வைத்து எடுத்துவந்தனர். யமுனை நதியில் படகில் அந்த உடம்பைச் சுமந்து சென்று மும்தாஜ் மஹலைப் புதைத்த இடத்துக்கு அருகில் புதைத்தனர்.

ஷாஜஹானின் மரணம், பேரரசில் இருந்த அனைவரையும் சோகத்தில் ஆழ்த்தியது. அவர் மீது அவர்கள் உள்ளார்ந்த அன்பு கொண்டிருந்தனர். அவர் செய்த சிறிய தவறுகள் மன்னிக்கப்பட்டன. அவர் செய்த நன்மைகள், நல்ல விஷயங்கள் மீண்டும் மீண்டும் நினைவுபடுத்தப்பட்டன.

ஒரு மாதம் கழித்து ஔரங்கசீப் ஆக்ராவுக்கு வந்து ஜஹான் ஆராவை சந்தித்தார். தன் சகோதரிக்கு உரிய மரியாதையும் மதிப்பும் அளித்துவந்திருந்தார். ஷாஜஹானின் இறுதி நாட்களில் அவளுடைய வேண்டுகோள்கள் மகன் மீது அதிருப்தியில் இருந்த தந்தையை மெள்ள அமைதிப்படுத்தியிருந்தன. பல முறை மறுத்த ஷாஜஹான் இறுதியில் ஔரங்கசீப் செய்த கெடுதல்களையெல்லாம் மன்னித்து எழுதப்பட்ட ஒரு கடிதத்தில் கையெழுத்திட்டுக் கொடுத்தார்.

தன் தந்தையை ஔரங்கசீப் நடத்தியவிதமானது சம காலத்தவர்களின் தார்மிகக் கோபத்தை அதிகரித்தது. அந்நாளைய சமூக மரபுகளையும் மீறியதாகவும் இருந்தது.

அத்தியாயம் - 7

அஸ்ஸாம், ஆஃப்கானிஸ்தான் எல்லைப் போர்கள்

1. 1658க்கு முன்னால் கூச்-பிஹார் மற்றும் அஸ்ஸாமுடன் மொகலாயர்களின் தொடர்புகள்

16-ம் நூற்றாண்டின் தொடக்கத்தில், தன் விருப்பத்துடன் போரிடும் மங்கோலிய தளபதியான விஸ்வ சிங் என்பவர் கூச்-பிஹாரில் ஒரு ராஜ்ஜியத்தை நிறுவினார். அவருடைய ஆட்சி காலம் 1515-1540. எனினும் அவருடைய வம்சாவழியினர் மொகலாயர் காலம் வரையிலும் தொடர்ந்து ஆட்சியில் இருந்தனர். இந்து தர்மத்தையும் இந்து கலாசரத்தையும் ஏற்றுக்கொண்ட அவர் தனது படையையும் நிர்வாகக் கட்டமைப்பையும் திறம்பட வடிவமைத்தார்.

அவருடைய மூத்த மகன் நர நாராயணன் (1540-1584) துறவு வாழ்க்கையில் ஈடுபடவிரும்பினார். ஆனால் மன்னரின் இளைய சகோதரரின் மகனான ரகுதேவர், அவரை ஆட்சிப் பொறுப்பை ஏற்கும்படி வற்புறுத்தி அரசராக்கினார். அப்படியாக சங்கோஷ் மற்றும் பார் நதி ஆகியவற்றின் இடையில் இருக்கும் காமரூபம் அல்லது கிழக்கு கூச் பகுதிக்கு மன்னரானார். இந்தப் பகுதியை முஸ்லிம் வரலாற்றாசிரியர்கள் கூச்-ஹஜோ என்று அழைத்தனர். இன்றைய மேற்கு அஸாமின் கோபால்புரம் மற்றும் காம ரூப மாவட்டங்களாக இவை இருக்கின்றன.

ரகுதேவரின் மகன் பரீக்ஷித், நர நாராயணின் மகனான லக்ஷ்மி நாராயணன் மீது போர் தொடுத்தார்: இதற்கு வங்காளத்தில் இருந்த மொகலாய ஆட்சியாளரின் உதவியை நாடினார். முஸ்லிம் படை அந்த கூச்-ஹஜோ பகுதியை வென்று தன் ராஜ்ஜியத்துடன் இணைத்துக் கொண்டது (1612). அப்படியாக மொகலாய அரசு வட கிழக்கில் பார் நதிவரை பேரரசின் சாம்ராஜ்ஜியத்தை விரிவடையச் செய்ததும் மத்திய கிழக்கு அஸ்ஸாம் பகுதிகளை ஆண்டுவந்த அஹோம் அரசர்களுடன் நிலரீதியான தொடர்புக்கு வந்தது.

அஹோம்கள் ஷான் இனக்குழுவைச் சேர்ந்தவர்கள். (வடக்கு) மேல் பர்மாவின் வட கிழக்குப் பகுதியில் அமைந்திருக்கும் மலைப் பகுதியே இவர்களின் பூர்விக பூமி. பிரம்மபுத்ரா பள்ளத்தாக்கின் ஒரு முனையில் இவர்களுடைய பாங் வம்சத்து இளவரசர் ஒருவர் 13-ம் நூற்றாண்டுவாக்கில் தன் அரசை நிறுவினார். அதன் பின்னர் அந்தப் பகுதிகளில் இருந்த பழங்குடிகளை வென்றபடி மேற்குப் பக்கமாக தன் ராஜ்ஜியத்தை விரிவுபடுத்தினார்.

அஹோம் மக்கள் மாட்டுக்கறி, காட்டுக்கோழி ஆகியவற்றை உண்பவர்கள். மது அருந்துவார்கள். முன்னோர்களின் ஆன்மாக் களை வழிபடுபவர்கள். மூங்கில் வேலிகள், தடுப்பரண்கள், பாலங்கள் கட்டுவதில் பர்மியர்களைப் போலவே நிபுணத்துவம் வாய்ந்தவர்கள். படகுகள் ஓட்டுவதிலும் இரவு நேரத் தாக்குதல் களிலும் தேர்ந்தவர்கள். கோகைன், பருவா, ஃபுகான் போன்ற தலைவர்களின் கீழிருந்த நில உடமை சமூகமாக இருந்தது. இந்த கிராமத் தலைவர்களின் நிலங்களில் பண்ணையாட்களாக பிறர் இருந்தனர். சமூகத்தில் ஆண்கள் அனைவரும் ராணுவப் பணியில் ஈடுபட்டனர். இவர்களுடைய படையில் இருந்தவர்கள் பெரிதும் காலாட்படையினரே. உதவிக்கு யானைப் படையும் உண்டு.

அரசரே குல மூப்பராக இருந்தார். கிட்டத்தட்ட கடவுளைப் போல் மதிக்கப்பட்டார். பழங்குடிகளின் காவல் தெய்வமான சோம தேவரின் பிரதிநிதியாக இருந்து ஆட்சி செய்தார். சிறிய தவறு செய்தாலும் ஆண்களுக்கு சித்ரவதையோடு கூடிய மரண தண்டனை விதிக்கப்பட்டது.

ஆனால், அஸ்ஸாம் பகுதியில் வசித்த காலகட்டத்தில் இந்திய கலாசாரம் மற்றும் ஹிந்து தர்மத்தின் செல்வாக்கினால் அஹோம்கள் மெள்ள பழங்குடி நிலையில் இருந்து மாற்றம் அடைந்தனர். ஹிந்து புரோகிதர்களும் கைவினைக் கலைஞர்களும் அஸ்ஸாமில் குடியேறினர். வங்காளத்தின் பதான் சுல்தான்களுடனான போர்களில் பெற்ற வெற்றியினால் அஹோம் படையினருக்கு துப்பாக்கி,

பீரங்கிகளின் பயிற்சியும் கிடைத்தது. வங்காளப் பகுதியில் சிறைப்பிடிக்கப்பட்டவர்கள் (பெரும்பாலும் முஹமதியர்கள்) அஹோம்களின் ராஜ்ஜியத்தில் குடியமர்த்தப்பட்டனர். சங்கரதேவர் மற்றும் பல சன்னியாசிகளினால் வைஷ்ணவ தர்மம் இந்தப் பகுதியில் வெகு விரைவில் ஆழமாக வேரூன்றியது.

அஹோம் ராஜ்ஜியத்தில் பல தரப்பட்ட மக்கள் வசித்துவந்தனர். அஹோம்கள் பெரும்பான்மையாக இருந்தனர். அதற்கு அடுத்ததாக அஸ்ஸாமியர்கள் இருந்தனர். இவர்கள் பெருமளவுக்கு வங்காளத்தொடர்பு கொண்ட சமவெளிப் பகுதியினர். உடல் வலிமை, போர்த் திறமை, கடின முயற்சி ஆகியவற்றில் சற்று பின்தங்கியவர்கள். சமூகத்தின் கீழடுக்கில் கூலியாட்கள் இருந்தனர். மங்கோலிய வம்சத்தைச் சேர்ந்தவர்களும் இதில் இருந்தனர். எனினும் வங்காளத்தில் இருந்து சிறைப்பிடிக்கப்பட்டவர்களே கீழடுக்கில் மிகுதியாக இருந்தனர். இவர்கள் இந்த ராஜ்ஜியத்தில் வேண்டா வெறுப்புடன், நிர்பந்தத்தின் பேரில் வசிக்க நேர்ந்திருந்தது.

17-ம் நூற்றாண்டின் ஆரம்பத்தில் கூச்-ஹஜோ பகுதியைத் தமது ராஜ்ஜியத்துடன் இணைத்துக் கொண்டதைத் தொடர்ந்து (1612) மொகலாயர்கள், அஹோம்களுடன் நீண்டகாலம் நீடித்த போரில் ஈடுபட ஆரம்பித்தனர். 1638-ல் சமாதான உடன்படிக்கை ஏற்பட்டது. பிரம்மபுத்ரா பள்ளத்தாக்குக்கு வடக்கே பர்னாடி நதிக்கு மேற்கே இருந்த பகுதி, பிரம்மபுத்ராவின் தெற்கே அசூரர் அலி தடத்துக்கு மேற்கே இருக்கும் பகுதி ஆகியவற்றுக்கு முஹமதியர்கள் உரிமை கொண்டாட அனுமதிக்கப்பட்டனர். இந்த அமைதி உடன்படிக்கை 20 ஆண்டுகள் நீடித்தது.

2. காமரூபப் பகுதியை அஹோம் அரசு வென்ற விதம், 1658

மொகலாய பேரரசைக் கைப்பற்றும் நோக்கில் ஷா ஷுஜா 1657-ல் வங்காளத்தில் இருந்த படையின் பெரும்பகுதியைத் தன்னுடன் அழைத்துச் சென்றார். கூச்-பிஹாரின் மன்னராக இருந்த பிரான் நாராயணன் எதிர்ப்பு குறைந்திருக்கும் இந்தத் தருணத்தைப் பயன்படுத்திக்கொள்ள முடிவுசெய்தார். தனது கட்டுப்பாட்டுக்குள் இருந்த வாஸிரான பாபாநாத் என்பவரின் தலைமையில் ஒரு படையை, மொகலாய ஹஜோ பகுதிக்குள் அடைக்கம் தேடி ஓடியிருந்த ஒரு சிற்றரசரைச் சிறைப்பிடிக்க அனுப்பினார். அதே நேரத்தில், மேற்குப் பகுதியில் அஹோம் அரசுக்குக் கிடைத்த

வெற்றியைத் தொடர்ந்து மொகலாயர்களின் காமரூபப் பகுதிக்குள் நுழைய ஏற்பாடுகள் ஆரம்பித்தனர்.

கௌஹாத்தியின் ஃபவுஜ்தாரான (படைத்தளபதியான) மீர் ஃபதுல்லா ஷிராஸி இரு பக்கமிருந்தும் வரவிருக்கும் தாக்குதலைக் கண்டு அஞ்சினார். வங்காளத்தில் இருந்து உதவி கிடைக்க வாய்ப்பு இல்லை என்பதையும் தெரிந்துகொண்டவர், டாக்காவுக்குத் தப்பிச் சென்றார். காமரூபப் பகுதியின் தலைநகரான கௌஹாத்தியை அஸ்ஸாமியர் எந்தவொரு ஆயுதத்தையும் பிரயோகிக்காமல் ஆக்கிரமித்தனர். அங்கிருந்த அசையும் அசையா சொத்துகள் அனைத்தையும் கைப்பற்றினர்.

இது 1658 வாக்கில் நடந்தது. ஜூன் 1660-ல் அந்தப் பகுதியில் உள் நாட்டுப் போர்கள் முடிவுக்கு வந்தன. வங்காளத்தின் வைஸ்ராயாக மீர் ஜும்லா நியமிக்கப்பட்டார். 'அஸ்ஸாம் மற்றும் மாக் (அரக்கான்) பகுதிகளைச் சேர்ந்த சட்ட விரோத ஜமீந்தார்களைத் தண்டிக்கவேண்டும்' என்ற உத்தரவு அவருக்கு இடப்பட்டிருந்தது.

3. கூச்-பிஹார் மற்றும் அஸ்ஸாம் மீதான மீர் ஜும்லாவின் வெற்றி

1661, நவம்பர் ஒன்றாம் தேதியன்று டாக்காவிலிருந்து வைஸ்ராய் 12,000 குதிரைப்படை வீரர்கள், 30,000 காலாட்படை வீரர்களுடன் புறப்பட்டார். அந்தப் படையுடன் 329 பலதரப்பட்ட போர் படகுகளும் புறப்பட்டன. 14 பீரங்கிகள் மற்றும் 60 வீரர்களைக் கொண்டதும் நான்கு துடுப்புப் படகுகளால் இழுத்துச் செல்லப்படுவதுமான மிகவும் சக்திவாய்ந்த குராப் போர்ப் படகுகளும் அதில் இருந்தன.

பயன்பாட்டில் இல்லாததும் அதிகம் பேருக்குத் தெரியாததுமாக இருந்த பாதை வழியாக மீர் ஜும்லா, கூச்-பிஹாருக்குள் நுழைந்தார். ஆறே நாட்களில் மொகலாயப் படை 19 டிசம்பரில் தலைநகரைச் சென்றடைந்தது. அதன் அரசர் ஏற்கெனவே ஓடிப் போயிருந்தார். மக்கள் பெரும் அச்சத்தில் உறைந்திருந்தனர். அந்த நகரின் பெயர் ஆலம்கீர் நகர் என்று மாற்றப்பட்டது. அங்கிருந்த பிரதான கோவில் இடித்துத் தரைமட்டமாக்கப்பட்டு அங்கு ஒரு மசூதி கட்டப்பட்டது. ஒட்டுமொத்தப் பிராந்தியமும் மொகலாயப் பேரரசுடன் இணைக்கப்பட்டது.

16 நாட்கள் அங்கு தங்கியிருந்த தளபதி மீர் ஜூம்லா 4, ஜன, 1662-ல் கூச்-பிஹாரில் இருந்து புறப்பட்டார். வழி நெடுகிலும் காடும், நீரோடைகளும் இருந்ததால் நாளொன்றுக்கு நான்கு அல்லது ஐந்து மைல் மட்டுமே பயணம் செய்ய முடிந்தது. அவருடைய படையினர் சொல்ல முடியாத சிரமங்களுக்கு உள்ளாக நேர்ந்தது. காலரா நோயினால் வெகுவாகப் பாதிக்கப்பட்டிருந்த அஹோம் படையினரிடமிருந்து வந்த எதிர்ப்பு மிகவும் பலவீனமாகவே இருந்தது. ஆக்கிரமிப்புப் படைகளைக் கண்டு பின்வாங்கினர். அல்லது அவர்களால் மிக மூர்க்கமாக அழிக்கப்பட்டனர்.

வழி நெடுகிலும் இருந்த அரண்கள், தடுப்புகள், மூங்கில் ஈட்டிகள் பதிக்கப்பட்ட பள்ளங்கள் ஆகியவற்றை எளிதில் கடந்து பிரம்ம புத்ரா நதிக்கரையோரமாக மொகலாயப் படை வெற்றிகரமாக முன்னேறிச் சென்றது. மோனாஸ் நதி முகத்தில் இருந்த யோகிபா கோட்டை (20 ஜன), பர்னாடி நதி முகத்தில் இருந்த ஸ்ரீகாட், கௌஹாத்தி (5 பிப்), பாண்டு, பேல்தலா, கல்லாஜ் நதி முகத்தில் இருந்த காஜலி, பாரலி நதி முகத்தில் இருந்த சாம்தரா, பிரம்மபுத்ராவின் தென் கரையில் எதிர்ப்பக்கம் இருந்த சிம்லா கர் (25 பிப்) என ஒன்றன் பின் ஒன்றாக ஒவ்வொரு கோட்டையும் நகரமும் கைப்பற்றப்பட்டன.

மொகலாயப் படையை எதிர்த்து இறுதியாக அஹோம் படை மார்ச் 3 அன்று இறுதியாகப் போரிட்டுப் பார்த்தது. அவர்களுடைய படகுப் படையை மொகலாய படகுப் படை துவம்சம் செய்து விட்டது. 300 அஹோம் படகுகளைக் கைப்பற்றவும் செய்தது.

ஆக்கிரமிப்பாளர்கள் 17 மார்ச்சில் கூர்காவ் சென்று சேர்ந்தனர். அதன் அரசர் ஜெயத்வாஜர் தன் தலைநகரையும் சொத்துக்களையும் விட்டு விட்டு ஓடியிருந்தார். அஸாமில் இருந்து கொள்ளையடிக்கப் பட்டவை மிக மிக அதிகம். 82 யானைகள், மூன்று லட்சம் ரூபாய், 675 பீரங்கிகள், துப்பாக்கிகள், 1345 ஒட்டகங்கள், 1200 ராம்சங்கி துப்பாக்கிகள், 6750 திரி இயக்கி துப்பாக்கிகள், 340 மவுண்ட் வெடி மருந்து, சுமார் ஆயிரம் படகுகள், 175 நெல் குதிர்கள், ஒவ்வொன்றிலும் 1000 மவுண்ட் தானியங்கள் ஆகியவை கொள்ளையடிக்கப்பட்டன.

கைப்பற்றிய பகுதிகளை வரவிருந்த மழைக் காலத்தில் தக்கவைத்துக்கொள்ளத் தேவையான ஏற்பாடுகள் அனைத்தையும் மீர் ஜூம்லா செய்தார். தலைநகருக்கு அருகே ஓடிய நதி சற்று ஆழம் குறைவானது என்பதால் படகில் பயணம் செய்து அங்கு சென்று சேர முடிந்திருக்கவில்லை. இதனால் வட மேற்கில் 18 மைல்

தொலைவில் இருந்த லகாவு என்ற இடத்தில் முகாமிட வேண்டியிருந்தது.

பிரதான படைகளுடன் தளபதி கூர்காவ் பகுதிக்கு ஏழு மைல் தொலைவில் இருந்த, மதுராபூர் என்ற மேடான பகுதியில் அமைந்திருந்த கிராமத்துக்கு 31 மார்ச்சில் சென்று சேர்ந்தார். பீரங்கிகள், துப்பாக்கிகள், யானைகள், கிடங்குகள், பிற பொருட்கள் என மொகலாயப் படையின் அனைத்தும் அஹோம் தலைநகரில் ஒரு கோட்டையில் மீர் முர்தஸாவின் பொறுப்பில் விடப்பட்டிருந்தன. பல்வேறு புறக்காவல் அரண்கள் ஆங்காங்கே அமைக்கப் பட்டிருந்தன.

எதிரிகளின் படை இப்படியாக ஆங்காங்கே பிரிந்து நிலை கொண்டிருந்தன. கூர்காவ் பகுதிக்கு தெற்கே இருந்த மலைப் பகுதியில் பார் கோகைன் இருந்தார். பிற தலைவர்களும் அவர்களுடைய ஆதரவாளர்களும் பிரம்மபுத்ரா நதியின் மூலம் உருவான மஜூலி என்ற தீவுப் பகுதியிலும் திஹிங் பகுதியிலும் இருந்தனர். அஹோம் மன்னர் மட்டும் தனது ஆட்சிப் பகுதியில் கிழக்கு முனையில் இருந்த நாமரூபப் பகுதிக்குத் தப்பி ஓடியிருந்தார்.

4. அஹோம்களுடனான தொடர் மோதல்கள்; மழைக்காலத்தில் தனிமைப்படுத்தப்பட்ட மொகலாயப் படைகள்.

ஆரம்பத்திலிருந்தே மொகலாயப் புறக் காவல் அரண்களுக்கு ஓய்வு என்பதே இருந்திருக்கவில்லை. அஹோம்கள் இரவுகளில் திடீர் தாக்குதல்களை இடைவிடாமல் மேற்கொண்டனர். கூர்காவ் பகுதியும் தாக்குதலுக்கு உள்ளானது. ஆனால் அது வெற்றி பெறவில்லை. மே மாதத் தொடக்கத்தில் பெரு மழை ஆரம்பித்தது. நதிகளில் வெள்ளம் பெருக்கெடுத்து ஓடியது. படைகளை சாலைகள் வழியாகக் கொண்டு செல்வதும் தடைப்பட்டது. இதனால் மொகலாயப் படைகள் ஆங்காங்கே அமைத்த எல்லைக் காவல் அரண்கள், படைகள் எல்லாம் தனிமைப்படுத்தப்பட்டன.

மே மாதம் தொடங்கி அக்டோபர் இறுதிவரையான மழைக்காலம் முழுவதும் அஸ்ஸாமில் இருந்த மொகலாயப் படையானது முற்றுகையிடப்பட்டதுபோலவே இருந்தது. ஒவ்வொரு படைப் பிரிவும் தனிமைப்படுத்தப்பட்டு வெள்ள நீரால் சூழப்பட்டு உணவுப் பொருட்கள் எதுவும் லகாவு தலைமை முகாமில் இருந்து வந்து

போக வழியற்று இருந்தது. கூர்காவ் பகுதியில் பாய்ந்த நதி ஆழம் குறைவானதாக இருந்தது. இதனால் பெரிய படகுகள் அதில் செல்லமுடியவில்லை. அதேபோல் அஹோம் படையினர் எழுப்பிய தடைகளை அகற்றமுடியவில்லை என்பதால் பொருட்களை ஏற்றிச் செல்லும் சிறிய வணிகப் படகுகளும் செல்ல முடியவில்லை.

போதிய உணவு இல்லாததால் குதிரைப் படை மற்றும் பிற போக்குவரத்துக் கால்நடைகள் எல்லாம் இறந்துவிட்டன. வெளி இடங்களில் இருந்து உணவு மட்டுமல்ல; தூதுச் செய்திகள் கூட வந்து சேரமுடியவில்லை.

மே மாதம் 10-ம் தேதியன்று கஜபூரில் இருந்த மொகலாயப் புறக் காவல் படை தோற்கடிக்கப்பட்டது. அப்படியாக மொகலாயத் தரைப்படைக்கும் படகுப் படைக்கும் இடையிலான தகவல் பரிமாற்றத்தை அஹோம் படையினர் தடுத்துவிட்டனர். கூர்காவ் பகுதியிலும் எதிரிகள் பெருமளவில் ஒன்று கூடி அந்தக் கோட்டையை மிகுந்த எச்சரிக்கையுடன் காவல் காத்தனர். மீர் ஜும்லா தன் காவல் படைகள் அனைத்தையும் பின்வாங்கிக் கொண்டார். அஹோம் மன்னருக்கு லகாவுக்குக் கிழக்குப் பக்கம் இருந்த பகுதிகள் அனைத்தும் திரும்பக் கிடைத்துவிட்டது. கூர்காவ் மற்றும் மதுராபூர் ஆகிய இரண்டு மட்டுமே மொகலாயர் வசம் இருந்தன.

அஹோம் படையினரின் தாக்குதல் இருமடங்கானது. அனுதினம், மிக அதிக அளவில் சிறிய மோதல்கள் நடந்துவந்தன. தில்லியில் அருமையான போர்ப்பயிற்சியும் போஷாக்கும் பெற்ற போர் வீரர்கள் வெய்யிலில் வாடி கொப்பளங்கள் வந்தாலும் மழையில் நனைய நேர்ந்தாலும் சேற்றில் இறங்கிப் போராட வேண்டியிருந்தது. எனினும் துளியும் கவலையின்றி வீரத்துடன் எப்போதுவேண்டுமானாலும் எதிரிகளை வீழ்த்தும் திறமை கொண்டவர்களாக இருந்தனர்.

அன்றாட மோதல்கள், எச்சரிக்கைகள் எல்லாம் நடந்து முடிந்த பின்னர் 8 ஜுலை இரவில் கூர்காவ் நேரடியாகத் தாக்கப்பட்டது. அரண்மனைக்கு வட பகுதியில் இருந்த மூங்கில் தடுப்பரண்களைத் தகர்த்தபடி அஹோம் படையினர் அங்கு காவலுக்கு இருந்த பக்ஸாரி திரி துப்பாக்கிப் படைவீரர்களை அழித்தனர். கூர்காவ் பகுதியின் முக்கியமான அந்த கோட்டைப் பகுதியைக் கைப்பற்றினர். இறுதியாக, அங்கிருந்த அத்தனைபேரின் கடின முயற்சியினால் முழு

கோட்டையும் மீட்கப்பட்டது. அன்றைய இரவில் வந்த நெருக்கடி தவிர்க்கப்பட்டது.

12 ஜூலையன்று அஹோம் படையின் நான்கு பிரிவுகள் நான்கு பக்கங்களில் இருந்து ஒரே நேரத்தில் தாக்கின. ஆனால், அந்த முயற்சியும் தோல்வியில் முடிவடைந்தன. அதன் பின்னர் அந்தக் கோட்டையைக் கைப்பற்றும் முயற்சி வெற்றிபெறவே இல்லை.

மதுராபூரில் முகாமிட்டிருந்த மொகலாயப் படையினரிடையே ஆகஸ்ட் மாதத்தில் கடுமையான நோய்த் தொற்று பரவியது. காய்ச்சல், வயிற்றுப் போக்கு ஆகியவற்றினால் நூற்றுக்கணக் கானவர்கள் தினமும் இறந்தனர். 1500 பேர் இருந்த திலிர் கானின் படை 450 ஆகக் குறைந்தது. ஒட்டுமொத்த அஸ்ஸாமும் நோயால் பாதிக்கப்பட்டது. இரண்டு லட்சத்து முப்பதாயிரம் பேர் அந்த ஒரு வருடம் மட்டும் நோயினால் இறந்தனர்.

மொகலாய முகாமில் போதிய உணவோ நோய்க்கு மருந்தோ சிகிச்சைக்கான வசதிகளோ எதுவும் இருந்திருக்கவில்லை. விலங்குகளுக்கான தானியங்களையே உண்டு வாழவேண்டி யிருந்தது. கோதுமையோ வேறு எந்த தானியமோ நெய்யோ சர்க்கரையோ எதுவுமே கைவசம் இருந்திருக்கவில்லை. ஓபியமோ புகையிலையோ எதுவும் கிடைக்கவில்லை. சொற்பமாக இருந்தவற்றுக்கும் கொள்ளை விலை கொடுக்கவேண்டியிருந்தது. ஒரு குழாய் சுருட்டு புகையிலை ரூ 3க்கு விற்றது. ஒரு தோலா ஓபியத்தின் விலை பத்து கிராம் தங்கக் காசுக்கு உயர்ந்தது. ஒரு சேர் பாசிப் பருப்பு ரூ 10. உப்பும் இதே விலையில் விற்றது.

துருக்கி மற்றும் ஹிந்துஸ்தானி படைவீரர்கள் கோதுமை ரொட்டிக்காக ஏங்கினர். குதிரைகள் அரிசியைச் சாப்பிட வேண்டி வந்ததால் உயிர்விட்டன. மதுராபூரில் நிலைமை மோசமாகிக் கொண்டே சென்றது. 17 ஆகஸ்டில் படை கூர்காவ் பகுதிக்குத் திரும்பியது. போதிய போக்குவரத்து வசதிகள் இல்லை என்பதால் நோய்வாய்ப்பட்ட பலரை அங்கேயே விட்டுவிட்டு வர நேர்ந்தது.

வெற்றிக் களிப்பில் இருந்த அஹோம்படையினர் கூர் காவ் மீது புது வேகத்துடன் தினமும் இரவுகளில் தாக்குதலை மேற்கொண்டனர். நோய்த் தொற்று உச்சத்தை எட்டியது. மதுராபூரில் இருந்து உயிர் பிழைத்து வந்தவர்களிடமிருந்து கூர்காவ் கோட்டையில் இருந்தவர்களுக்கும் நோய் தொற்றியது. தளபதி மீர் ஜும்லா சாதாரண போர் வீரர்களைப் போல் சொற்ப உணவுடன் அடிமட்ட வாழ்க்கையை வாழவேண்டிவந்தது.

செப்டம்பர் மூன்றாம் வாரம் வாக்கில் இந்தக் கஷ்டங்கள் எல்லாம் ஒருவழியாக முடிவுக்கு வந்தன. மழை குறையத் தொடங்கியது. வெள்ளம் வடிய ஆரம்பித்து, மூழ்கிய சாலைகள் வெளியே தெரிய ஆரம்பித்தன.

5. மொகலாயப் படகுப் படையின் செயல்பாடுகள்; மீர் ஜூம்லா மீண்டும் ஆரம்பித்த தாக்குதல்

இந்தக் கஷ்டங்கள் நீடித்துவந்த நாட்களில் எல்லாம் லகாவு பகுதியில் கப்பல் படைத் தலைவர் இபின் ஹூசைனின் தலைமையின் கீழ் இருந்த மொகலாய படகுப் படை தன்னைத் தற்காத்துக் கொண்டு நின்றுவிட்டது. இதனால் ராணுவப் படையும் முழுமையாகக் காப்பாற்றப்பட்டது. அவருடைய படகுகள் எல்லாம் ஒன்று கூடின. கௌஹாத்தியுடனும் அங்கிருந்து டாக்கா மற்றும் தில்லியுடனும் தொடர்பில் இருந்துவந்தார். மஜூலி தீவில் அடைக்கலம் தேடியிருந்த அஹோம் தலைவர்களைத் தாக்க ஆரம்பித்தார்.

மழை முழுவதுமாகக் குறைந்ததும் கூர்காவ் பகுதியை நோக்கிச் செல்லும் சாலையை வடக்கில் இருந்த படைகளின் உதவியுடன் சீர்செய்தார். லகாவு பகுதியில் இருந்து பெருமளவிலான உணவும் பிற தேவையான பொருட்களும் இப்போது நில வழியாக 24 அக்டோபரிலும், நதி வழியாக 31 அக்டோபரிலும் போதிய பாதுகாப்புகளுடன் கூர் காவ் கோட்டைக்குச் சென்று சேர்ந்தன. பஞ்சம் போய் வளமை வந்தது.

சாலைகள் முழுமையாக உலர்ந்து சரியானதும் மொகலாயக் குதிரைப்படை தடையற்று முன்னேறியது. ஜெயத்வாஜரும் அவருடைய துணைத் தலைவர்களும் இரண்டாவது முறையாக நாம ரூபப் பகுதிக்குத் தப்பி ஓடினர். சோலாகுரி வழியாக திப்பெய்ன் பகுதிக்கு மீர் ஜூம்லா படையெடுத்துத் தாக்கியபடியே முன்னேறினார் (18, டிச). இந்த திசையில் அவர் செல்ல முடிந்த இறுதி முனை இதுவே. 20 நவம்பரில் அவருக்கு வலிப்பு ஏற்பட்டு மயங்கி விழுந்தார். விரைவிலேயே அவருடைய உயிரைக் குடித்த நோயின் தொடக்கம் அது. ஆனால் அவரோ தனது இலக்கில் இருந்து துளியும் விலகாமல் படையை தீவிரமாக முன்னெடுத்துச் சென்றார். 30 நவம்பரில் அஹோம் தலைவர்களில் ஒருவரான பதுலி புகான் மொகலாயர் பக்கம் வந்து சேர்ந்தார். கிழக்கு அஸ்ஸாம் பகுதியின் மொகலாயப் பேரரசின் வைஸ்ராயாக மிகப் பெரிய பதவி அவருக்குத் தரப்பட்டது. அந்த ஆதாயங்களைப் பார்த்து அவரைப்

பின் தொடர்ந்து பல அஹோம் தலைவர்கள் மொகலாயர் பக்கம் மாறினர். நோய்த் தொற்று முழுவதும் குறையாத நாமரூப மலைப்பகுதியில் ஜெயத்வாஜர் தனித்துவிடப்பட்டார்.

10 டிசம்பரில் மீர் ஜும்லாவுக்கு நோய் முற்றியது. காய்ச்சல் வெகுவாக அதிகரித்தது. அதனுடன் நுரையீரல் தொற்று அதிகரித்து சுவாசப் பிரச்னையும் சேர்ந்துகொண்டது. நாமரூபப் பகுதிக்குள் நுழைய மறுத்து ஒட்டு மொத்த மொகலாயப் படையும் தளபதியை அங்கேயே விட்டுவிட்டு ஊர் திரும்ப முடிவெடுத்தது.

6. அஸ்ஸாமுடனான அமைதி ஒப்பந்தம்

திலிர் கானின் மத்யஸ்தத்தின் மூலம் அஹோம் அரசருடன் ஓர் ஒப்பந்தம் கீழ்க்கண்ட நிபந்தனைகளுடன் கையெழுத்தானது.

1. ஜெயத்வாஜ் தனது மகளையும் திப்பன் ராஜாவின் மகன்களை யும் மொகலாய அரசபைக்கு அனுப்பிவைக்கவேண்டும்.

2. 20,000 தோலா தங்கம், 1,20,000 தோலா வெள்ளி, 20 யானைகள் (இவை நீங்கலாக மீர் ஜும்லாவுக்கு 15 யானைகள், திலிர் கானுக்கு 5 யானைகள்) ஆகியவற்றை அஹோம் மன்னர் உடனே மொகலாயப் பேரரசருக்கு, போர் தவிர்ப்புக் கப்பமாகத் தந்தாகவேண்டும்.

3. அடுத்த 12 மாதங்களில் மூன்று தவணைகளாக, 3 லட்சம் தோலா வெள்ளி, 90 யானைகள் ஆகியவற்றைத் தந்தாகவேண்டும்.

4. அதன்பின் ஆண்டுதோறும் 20 யானைகளை அனுப்பிவைக்க வேண்டும்.

5. முழுத்தொகையும் கொடுத்து முடிவதுவரை பர்ஹா கோகைன், பார் கோனைன், கர்கோனியா புகான், பர் பத்ர புகான் ஆகியோரின் மகன்கள் எல்லாம் நவாப் வசம் பிணைக்கைதி களாக இருக்கவேண்டும்.

6. பிரம்மபுத்ரா நதியின் வடக்குக் கரைப்பக்கம் இருக்கும் பாரதி நதியின் மேற்குப் பக்கம் இருக்கும் அஸ்ஸாம் ஊர்கள், தெற்குக் கரைப் பக்கம் இருக்கும் காலிங்க நதிக்கு மேற்குப் பக்கம் இருக்கும் அஸ்ஸாம் ஊர்கள் ஆகியவற்றை மொகலாயப் பேரசுடன் இணைக்கவேண்டும். அப்படியாக, மொகலாயர் களுக்கு யானைகள் மிகுதியாக இருக்கும் தாரங் நகரின் பாதிக்கு மேற்பட்ட பகுதி மொகலாயர்களுக்குக் கிடைத்தது.

7. மொகலாயப் பகுதிகளில், குறிப்பாக காமரூபப் பகுதியில் இருந்து சிறைப்பிடிக்கப்பட்டவர்களை உடனே விடுவிக்க வேண்டும். சிறையில் அடைக்கப்பட்டிருக்கும் பதுலி புக்கானின் மகன் மற்றும் மனைவியை உடனே விடுவிக்க வேண்டும்.

5, ஜன, 1663-ல் அஹோம் மன்னரின் மகள், பிணைக்கைதிகள், போர் தவிர்ப்பு கப்பமாக தங்கம், வெள்ளி, யானைகள் எல்லாம் மொகலாயர்களின் முகாமுக்கு வந்து சேர்ந்தன. ஐந்து நாட்கள் கழித்து மீர் ஜும்லா தன் பயணத்தை ஆரம்பித்தார். மருத்துவ ஆலோசனையின் பேரில் படகில் ஏறிக்கொண்டவர் டாக்கா நோக்கிப் பயணம் செய்யும்போது, வழியில் 31, மார்ச், 1663-ல் இறந்தார்.

7. மீர் ஜும்லாவின் பெருமைகள்

அஸ்ஸாம் மீதான மீர் ஜும்லாவின் ஆக்கிரமிப்பு வெற்றியில் முடிவடைந்தது. அஹோம் மன்னரை மிகவும் அவமானப் படுத்தும்படியான ஒப்பந்தத்தில் கையெழுத்திடவும் வைத்தார். ஏராளமான பணமும் அஸ்ஸாம் ராஜ்ஜியத்தின் இடங்களும் கிடைத்திருந்தன. அரசியல் ரீதியாக இந்த வெற்றி நீடிக்கவில்லை; அவர் இறந்த நான்கு ஆண்டுகள் கழித்து மொகலாயப் பிடியில் இருந்து கௌஹாத்தி உட்பட பல பகுதிகள் அஹோம்களால் மீட்கப்பட்டுவிட்டன. அதற்கு இவரை நிச்சயம் குறைசொல்லவே முடியாது.

மீர் ஜும்லாவின் படையெடுப்பில் பல வீரர்கள் உயிர் துறக்க நேர்ந்தது. அவருமே நோயில் சிக்கி இறந்தார். கூச் பிஹார் மற்றும் அஸ்ஸாமில் கைப்பற்றப்பட்ட பகுதிகளையும் சீக்கிரமே இழக்கவேண்டியிருந்தது. இருந்தும் அவருடைய இந்த வெற்றியைக் குறைத்து மதிப்பிடவே முடியாது. அவருடைய திறமை இதில் நன்கு மிளிர்ந்தது. அவருடைய காலகட்டத்தில் வேறு எந்தவொரு மொகலாயப் படைத்தளபதியும் இத்தனை மனிதாபிமானத்துடனும் நியாய உணர்வுடனும் போரை முன்னெடுத்திருக்கவில்லை.

படைவீரர்கள், கீழ் நிலைப் பணியாளர்கள், கேப்டன்கள் என அனைவரையும் ஒரே மாதிரியாக நடத்தினார். அந்தப் படையெடுப்பில் சந்திக்க நேர்ந்த அபாயங்கள், இழப்புகள் மிக மிக அதிகம். இவர் மீது படை வீரர்களுக்கு இருந்த மதிப்பும்

நம்பிக்கையும் வேறு எந்த தளபதி மீதும் இருந்திருக்கவில்லை. 20 மவுண்ட் அளவுக்கு வைரக் கற்களின் சொந்தக்காரர், வங்காளத்தின் செல்வ வளம் மிகுந்த பகுதியின் வைஸ்ராய் போன்ற அதிகாரம் மிகுந்தவராக இருந்தும் எளிய வீரர்களுக்குத் தரப்பட்ட உணவையே அவரும் உண்டார். அத்தனை சுக போகங்களையும் துறந்தார். மிக மிகக் கடுமையான போர்ச்சூழலில் உழன்றார்.

குடிமக்களைத் துன்புறுத்தவோ, அவர்களுடைய சொத்துக்களைக் கொள்ளையடிக்கவோ கூடாது. பெண்களுக்குப் பாலியல் தொந்தரவு தரக்கூடாது என்று உத்தரவிட்டார். அவருடைய உத்தரவுகளை ஒழுங்காகக் கடைப்பிடிக்கின்றனரா என்று விழிப்புடன் கண்காணிக்கவும் செய்தார். உத்தரவுகளை மீறி நடந்துகொண்டவர்களுக்குக் கொடுத்த கடுமையான தண்டனைகள் மீண்டும் அந்தத் தவறுகள் நடக்காமல் தடுத்தன.

பிற மொகலாயத் தளபதிகளில் இருந்து முற்றிலும் மாறுபட்ட முறையில் நடந்துகொண்ட மீர் ஜும்லாவின் பெருமைகளை இதில் இருந்து தெரிந்துகொள்ளமுடிகிறது. வரலாற்றாசிரியர் தாலிஷ் புகழ்ந்து கூறியிருப்பவையெல்லாம் மீர் ஜும்லாவைப் போன்ற கதாநாயகர் ஒருவருக்கு மிகவும் குறைவானவையே. அவரைப் போற்றிப் பாராட்டி அவர் எழுதியிருப்பவையெல்லாம் இந்த மக்கள் தளபதிக்கு கிடைத்திருக்கும் மிகச் சரியான புகழ் அஞ்சலியே.

8. மொகலாயர்கள் காமரூபம் பகுதியை இழப்பதும் அதை மீட்க நடத்திய போரும் - 1667 - 1681

மீர் ஜும்லா மூலம் கிடைத்த அஸ்ஸாம் பகுதிகளை 1667 வரை மொகலாயர்கள் தம் வசமே வைத்திருந்தனர். போர் தவிர்ப்புக்கான கப்பத் தொகையை அஹோம் மன்னர்கள் ஐந்தாண்டுகளில் முழுவதுமாகக் கொடுத்து முடித்தனர். அவர்களுடைய புதிய மன்னரான சக்ரத்வாஜ் (பதவி ஏற்பு நவம்பர் 1663) மொகலாயர்கள் மீது படையெடுக்கத் தீர்மானித்து அதற்கான ஏற்பாடுகளை ஆரம்பித்தார்.

பிரம்மபுத்ராவின் இரு கரைகள் வழியாகவும் தனது படைகளை அனுப்பினார். வழியில் மொகலாயர் வசம் இருந்த கோட்டைகளை எல்லாம் வெகு விரைவில் கைப்பற்றியது அந்தப் படைகள். நவம்பர் மாதத் தொடக்கத்திலேயே கௌஹாத்தியையும் கைப்பற்றிவிட்டனர். ஏராளமான ஆயுதங்கள், குதிரைகள், உணவுப் பொருட்கள், பிற எல்லாம் அஹோம் படையினர் வசம் வந்தன.

உயர் அதிகாரிகள் உட்பட ஏராளமான முஸ்லிம்கள் சிறைப்பிடிக்கப் பட்டுக் கொல்லப்பட்டனர். முதல் தாக்குதலிலேயே மொகலாயர்களின் எல்லை மோனாஸ் ஆறுக்கு இந்தப் பக்கம் நகர்த்தப்பட்டுவிட்டது. அஹோம் ஆட்சியாளரின் தலை நகரமாக கௌஹாத்தி ஆனது.

இழந்த பகுதிகளை வென்றெடுக்க மொகலாயப் படைகள் முற்பட்டன. ஆனால், மிக நீண்டதும் வெற்றி கிடைக்காததுமான போர்கள் தொடர்ந்து நடைபெற்றன. பிப் 1669-ல் மிர்ஸா ராஜா ஜெய் சிங்கின் மகன் ராம் சிங் தில்லியில் இருந்து ரங்கமாதி பகுதிக்கு படையுடன் வந்தார். ஆனால் ஆரம்பத்தில் இருந்தே அவருடைய முயற்சிகள் தோல்வியிலேயே முடிவடைந்தன. வெறும் எட்டாயிரம் படை வீரர்களுடன் வந்திருந்தார். போரில் இறந்தவர் களுக்குப் பதிலாக புதிய படையினர் யாரும் வந்திருக்கவில்லை. அஹோம் படையில் ஒரு லட்சம் வீரர்கள் இருந்தனர். மீர் ஜும்லாவின் காலத்தில் இருந்ததுபோல் நிலைமை இருக்கவில்லை. இப்போது அஹோம்களின் கை ஓங்கியிருந்தது. பிரம்மபுத்ரா நதியில் பயணம் செய்யும்வகையில் வெறும் 40 போர் படகுகள் மட்டுமே மொகலாயர்கள் வசம் இருந்தன.

ராம் சிங்குக்கு போரில் முழு ஈடுபாடும் இருந்திருக்கவில்லை. ஆக்ரா கோட்டையில் சிறைப்பட்டிருந்த சிவாஜியைத் தப்பிக்க விட்ட (1666) குற்றத்துக்கான தண்டனையாக, அஸ்ஸாமில் காய்ச்சல் வந்து இறக்கட்டும் என்று சொல்லித்தான் ஒரு படையைக் கொடுத்து அனுப்பியிருக்கிறார்கள் என்பது அவருக்குத் தெரியும். இங்கு வந்ததுமே கௌஹாத்தி கோட்டையைக் கைப்பற்றும் நோக்கில் முற்றுகை இட்டார். ஆனால் அது தோல்வியில் முடிவடைந்தது. 1671-ல் ரங்கமாதிக்கு பின் வாங்கியவர் சில வருடங்கள் எதுவும் செய்யாமல் அங்கு தங்கியிருந்தார். இறுதியாக 1676-ல் தில்லிக்குத் திரும்பும்படி உத்தரவு வந்து சேர்ந்தது.

மன்னர் சக்ரத்வாஜ் (1670) இறந்ததைத் தொடர்ந்து அஹோம் அரசு, வாரிசு மற்றும் உள் நாட்டுக் குழப்பங்களினால் பலவீனமடைந்தது. 1670-1681 வரையான 11 ஆண்டுகளில் சுமார் ஏழு அரசர்கள் ஆட்சிக்கட்டிலில் ஏறினர். அவர்களில் ஒருவர் கூட இயல்பான மரணத்தைத் தழுவவில்லை. அரசு அதிகாரிகள், தளபதிகள் எல்லாம் அதிகாரத்தைக் கைப்பற்ற சதிகளில் ஈடுபட்டனர். தமது சுய நலனைக் கருத்தில் கொண்டு புதிய மன்னர்களை நியமித்தும் கொன்றும் வந்தனர். பிப் 1679-ல் பர்ஹா கோகைன் மீதான பயத்தின் காரணமாக பர் புகான் துரோகம் செய்து, கௌஹாத்தி கோட்டை மொகலாயர் வசம் சென்று சேர வழிவகுத்தார்.

1681-ல் அஹோம் மன்னராக கதாதர் சிங் அரியணை ஏறினார். விரைவிலேயே இழந்த பெருமையை மீட்டெடுத்தார். கௌஹாத்தி கோட்டையைக் கைப்பற்றி மிகப் பெரும் செல்வத்தையும் எடுத்துக்கொண்டார். அப்படியாக வங்காள மொகலாய அரசிடமிருந்து காமரூபப் பகுதி என்றென்றைக்குமாகக் கைவிட்டுப் போனது.

கூர்காவ் பகுதியை 1662-ல் மீர் ஜும்லா முற்றுகையிட்டபோது கூச் பீஹார் மன்னர் அதை மீட்டெடுத்துவிட்டார். மொகலாயப் படை விரட்டியடிக்கப்பட்டது. வங்காளத்தின் புதிய ஆட்சியாளரான சைஸ்தா கான் 1664-ல் படையெடுத்து ராஜ்மஹல் பகுதிக்கு வந்தபோது கூச் பிஹாரின் மன்னர் மொகலாயப் படையைக் கண்டு பயந்து அடிபணிந்தார். 5, 50,000 லட்சம் கப்பத்தொகையைக் கொடுத்தார். அந்த மன்னர் பிராண நாராயணர் 1666-ல் இறந்ததைத் தொடர்ந்து அடுத்த ஐம்பது ஆண்டுகள் அந்தப் பகுதி உள் நாட்டுக் குழப்பங்கள், வாரிசு உரிமைப் போர், சட்ட ஒழுங்கு சீர்குலைவு என முடங்கிக் கிடந்தது. மொகலாயர்கள், நிலைமையைத் தமக்கு சாதகமாக்கிக் கொண்டு இன்றைய ரங்கபூர், மேற்கு காமரூபம் உள்ளிட்ட அந்த ராஜ்ஜியத்தின் தென், கிழக்குப் பகுதிகளைக் கைப்பற்றிக் கொண்டனர்.. அந்த மன்னரை 1711-ல் ஒரு ஒப்பந்தத்தில் கையெழுத்திடவும் வைத்தனர்.

9. சட்காவ் பகுதியின் கொள்ளையர்களும் வங்காளத்தில் அவர்களின் தாக்குதல்களும்.

மொகலாயப் பேரரசின் வங்காள முஸ்லிம் ஆட்சியாளர்களுக்கும் அரக்கான் பகுதியின் மங்கோலிய அரசர்களுக்கும் இடையில் சட் காவ் பகுதி தொடர்பாகப் பல நூற்றாண்டுகளாகவே மோதல் நீடித்து வந்திருக்கிறது. 17-ம் நூற்றாண்டில் இந்த இரண்டு தரப்புகளின் எல்லையாக ஃபெனி ஆறு வரையறுக்கப்பட்டிருந்தது. ஆனால் அடுத்த ஐம்பது ஆண்டுகளில் கிழக்கு வங்காளத்தின் ஆறுகள் மற்றும் பிற நீர் நிலைகள் மாக் ராஜ்ஜியத்தின் முழு ஆதிக்கத்தின் கீழ் வந்துவிட்டன. ஜஹாங்கீரின் பலவீனமான ஆட்சி, வாரிசு ஷாஜஹானின் கலகம், ஃபிரங்கி (ஐரோப்பியர்) மற்றும் போர்ச்சுகீசிய கடற் படை வீரர்கள் மற்றும் சட் காவ் பகுதியில் உள்ளூர் ராஜாவின் கீழ் வசித்து வந்த கலப்பு இன வீரர்கள் அரக்கானிய கப்பல் படையில் இணைந்த நிகழ்வு ஆகியவற்றின் காரணமாக இந்த ஆதிக்கம் மாக் குலத்தினருக்குக் கிடைத்தது.

மாக் மற்றும் ஐரோப்பியர்களைக் கொண்ட அரக்கானிய கடல் கொள்ளையர் குழு, நீர் வழியில் வந்து வங்காளத்தை அடிக்கடிக் கொள்ளையடித்துச் செல்வது வழக்கம். கைக்கு அகப்படும் ஹிந்து முஸ்லிம்களைச் சிறைப்பிடித்துக் கொண்டு சென்றுவிடுவார்கள். தமது ஊருக்குச் சென்றதும் இவர்களில் உடல் வலிமை கொண்டவர்களை விவசாயக் கூலிகளாகவும் பிற கடைநிலைப் பணிகளுக்கும் பயன்படுத்திக் கொண்டனர். எஞ்சியவர்களை தக்காணத் துறைமுகங்களுக்கு வரும் டச்சு, இங்கிலாந்து, ஃபிரெஞ்சு வணிகர்களுக்கு அடிமைகளாக விற்றுவிட்டனர்.

நீண்ட காலகட்டத்துக்கு இதுபோல் தொடர்ந்து கொள்ளையடிப்பில் ஈடுபட்டதால், வங்காளம் நாளுக்கு நாள் வளங்களை இழந்தது. எதிர்க்கும் வலுவையும் இழந்தது. டாக்காவின் அங்கமான பக்கார்கஞ்ஜ் - பாக்லா மாவட்டம் முன்பு வளம் கொழிக்கும் பகுதியாக இருந்தது. ஏராளமானவர்கள் வசித்து வந்தனர். வெற்றிலைப் பயிர் அங்கு மிகுதியாக நடப்பட்டது. அதன் விற்பனை மூலம் பெருமளவுக்கு வருவாய் கிடைத்துவந்தது. அவையெல்லாம் கடல் கொள்ளையர்களின் தொடர் தாக்குதலினால் முற்றாக அழிந்து போனது. நிலங்களில் உழுவதற்கோ வீடுகளில் ஒரு விளக்கை ஏற்றி வைக்கவோ கூட யாருமற்ற நிலை உருவானது.

வங்காளக்கடல் படை இந்தக் கடற் கொள்ளையர்களைக் கண்டு அஞ்சி நடுங்கியது. அவர்கள் நூறு படகுகளில் இருந்தாலும் கடற் கொள்ளையர்களின் நான்கு படகுகளைப் பார்த்தால் கூட உயிரைக் கையில் பிடித்தபடி படகுகளை ஓட்டிக்கொண்டு தப்பிவிடுவார்கள்.

ஐரோப்பிய கடற் கொள்ளையர்கள் தமக்குக் கிடைக்கும் செல்வத்தில் பாதியை அரக்கான் அரசருக்குக் கொடுத்தனர். பாதியைத் தாம் எடுத்துக் கொண்டனர். அவர்கள் 'ஹர்மத்' என்று அழைக்கப்பட்டனர். கப்பற் படை என்ற அர்த்தம் தரும் 'அர்மதா' என்ற போர்ச்சுகீசிய வார்த்தையின் திரிபு. நூற்றுக்கணக்கான ஆயுதங்கள் கொண்டதும் அதி வேகமாகப் பாய்ந்து செல்லக்கூடியதுமான நூற்றுக்கணக்கான படகுகள் அவர்களிடம் இருந்தன. 'சிறுவர்களைக் கூட துளியும் கருணையின்றிக் கொல்லும் அளவுக்கு முரட்டு இதயம் கொண்டவர்கள்' என்று மனுச்சி இந்த ஐரோப்பிய கடற் கொள்ளையர்கள் பற்றிக் குறிப்பிட்டிருக்கிறார்.

கிழக்கு வங்காளத்தின் ஆற்றோரப் பகுதிகளில் வசித்தவர்கள் அங்கிருந்து ஓடிப்போய்விட்டதால் மொகலாயப் பேரரசின் வருவாய் வெகுவாகக் குறைந்தது. மொகலாயர்களின் அரசியல்

பெருமையும் இதனால் வெகுவாகக் காயம்பட்டது. சட்காவ் பகுதியில் இருக்கும் இந்த கடற் கொள்ளையர்களை வீழ்த்தா விட்டால் இந்தப் பகுதியில் அமைதியும் பாதுகாப்பும் வர வாய்ப்பில்லை என்ற நிலை உருவானது.

மீர் ஜும்லா ஆரம்பித்து பாதியில் விட்டுப் போயிருந்த பணியை முடிக்க சைஸ்தா கான் அனுப்பபட்டார். தன்னால் வெற்றி பெறவே முடியாது என்றே அவருக்கு முதலில் தோன்றியது. மொகலாயப் படகுப் படை வங்காளத்தில் நிறுத்திவைக்கப்பட்டிருந்தது. அதன் பராமரிப்புக்கு ஆண்டுக்கு 14 லட்ச ரூபாய் மதிப்பில் நில மானியம் தரப்பட்டிருந்தது. இளவரசர் ஷா ஷுஜாவின் மெத்தனமான நிர்வாகத்தினாலும் வரி வசூல் அதிகாரிகளின் முறை கேடுகளினாலும் இந்த வருவாய் வெகுவாகக் குறைந்துவிட்டிருந்தது. அஸ்ஸாம் மீது மீர் ஜும்லா படையெடுத்த காலகட்டத்தில் எஞ்சியிருந்த வளங்களும் வருவாயும் முழுவதுமாக அழிந்தன. சுருக்கமாகச் சொல்வதென்றால் வங்காள படகுப் படை என்பது வெறுமனே பெயரளவில் மட்டுமே இருந்தது. சைஸ்தாகானின் முதல் வேலை அந்தப் படையை புதிதாக உருவாக்குவதுதான்.

அதை அவர் செய்து முடித்தார். ஒவ்வொரு தடையையும் அவருடைய உற்சாகமும் உத்வேகமும் முறியடித்தன. டாக்கா, ஹூக்ளி, ஜெஸ்ஸூர், பலேஷ்வர், கரிபாரி போன்ற துறைமுகங்களில் புதிய கப்பல்கள் உருவாக்கப்பட்டன. ஒரு வருட காலத்துக்குள் புதிதாக 300 படகுகள் தயாராகிவிட்டன. அனைத்துக்கும் ஆட்களும் ஆயுதங்களும் விரைவிலேயே தருவிக்கப்பட்டன.

டாக்கா நகரத்துக்கு ஆறு மைல் தென் கிழக்கில் இருந்த தாப்பா என்ற பகுதியில் 100 போர்ப்படகுகள் நிறுத்திவைக்கப்பட்டன. எஞ்சிய 200 படகுகள் தெற்கே 30 மைல் தொலைவில் சங்கராம்கர் பகுதியில் நிறுத்தப்பட்டன. வெள்ளம் வந்தால் சாலை மூழ்காத அளவுக்கு உயரமாக இந்த இரண்டு துறைமுகங்களுக்கு இடையே படைகளைக் கொண்டு செல்ல பாதை அமைக்கப்பட்டது. சட் காவ் மற்றும் சங்கராமகர் பகுதிக்கும் இடையில் நடுவழியில் சந்தீப் தீவு பாதுகாப்பான இடைத் தங்கல் மையமாக இருந்தது. சட் காவ் பகுதியில் இருந்து வெறும் ஆறு மணி நேரம் படகில் பயணம் செய்தாலே இதை எட்டிவிடமுடியும். அதன் அப்போதைய ஆட்சியாளராக தில்லாவர் இருந்தார். இவர் மொகலாயக் கடற்படையில் இருந்து தப்பி ஓடிய தளபதி (மாலுமி). ஆனால் மிகச் சிறந்த போர்வீரர். அருமையான ஆட்சியாளர்.

நவ 1665-ல் சந்தீப் தீவை கடற்படைத் தளபதி அப்துல் ஹசன் தாக்கிக் கைப்பற்றினார். எண்பது வயதாகியிருந்த போதிலும் மிகவும் வீரத்துடன் போராடிய தில்லாவர் கான் காயம்பட்டார். சிறைப்பிடிக்கப்பட்டு டாக்காவுக்குக் கொண்டுசெல்லப்பட்டார். இந்தத் தீவில் ஒரு மொகலாயப் படை நிறுத்திவைக்கப்பட்டது.

மொகலாயப் படையில் சேரும்படி ஐரோப்பிய கடற்படையினருக்கு ஆசை காட்டி சைஸ்தா கான் தன் பக்கம் இழுத்துக் கொண்டார். இவர்களுக்கும் இவர்களுடைய அரக்கானிய எஜமானர்களுக்கும் இடையே ஏற்பட்ட கொலைவெறி மோதல்களினால் கானின் நோக்கம் எளிதில் நிறைவேறியது. சட்காவ் பகுதியில் இருந்த ஐரோப்பிய கடற் படைக் குடியிருப்பினர் விரைவாக தமது உயிரைக் காப்பாற்றிக்கொள்ள மொகலாயப் பகுதிக்கு ஓடிச் சென்று அடைக்கலம் தேடினர் (டிச 1665). வங்காளத்தில் இருந்தவர்களுக்கு இந்த ஐரோப்பியர்களின் அணி மாற்றம் மிகப் பெரிய ஆறுதலையும் தெம்பையும் தந்தது.

10. சட்காவ் பகுதியின் மொகலாய வெற்றி

டிசம்பர் 24, 1665-ல் டாக்காவிலிருந்து சுமார் 6500 வீரர்களைக் கொண்ட படை சைஸ்தா கானின் மகன்களில் ஒருவரான பஸர்க் உம்மேத் கான் தலைமையில் புறப்பட்டது. இந்தப் படையில் பல தரப்பட்ட போர்ப் படகுகள் மொத்தம் 288 இருந்தன. ஐரோப்பிய கடற்படையினருடைய 40 போர்ப்படகுகள் துணைப்படையாக உடன் சென்றன.

இபின் ஹுசைன் தலைமையில் இருக்கும் கப்பல் படையானது கரையோரமாகப் பயணம் செய்யவேண்டும்; காலாட்படையானது அதற்கு இணையான கரையோரப் பாதையில் இருக்கும் காடுகளையெல்லாம் வெட்டியபடி இரு படைகளும் பரஸ்பரம் உதவிக் கொண்டு முன்னேறவேண்டும் என்று திட்டமிடப்பட்டது. ராணுவத்தை வழி நடத்திய ஃபர்ஹத் கான் ஃபெனி நதியை 14, ஜன, 1666-ல் கடந்து அர்க்கானிய பகுதிக்குள் நுழைந்தார்.

23-ல் மொகலாயத் தளபதி குமாரியா நீர் வழியில் முன்னேறிச் சென்று எதிரிகளின் படையுடன் மோதினார். அந்தப் படையில் கதாலியா பகுதியில் இருந்த வந்த 10 குராப் போர்ப்படகுகளும் 45 ஜாலியாஸ் படகுகளும் இருந்தன. மொகலாயக் கடற்படையில் ஐரோப்பியர் முன்னேறிச் சென்று தாக்கினர். மாக் படையினர் தமது குராப் போர்க்கப்பலில் இருந்து குதித்து ஓடினர். அந்தப் படகுகளை

மொகலாயப் படையினர் கைப்பற்றிக் கொண்டனர். ஜாலியாஸ் படகுகளில் இருந்தவர்கள் படகுகளுடன் உயிர் பிழைத்து ஓடிவிட்டனர்.

இது எதிரிகளின் மிகச் சிறிய படைப்பிரிவுதான். மிகுதியான துப்பாக்கிகள், பீரங்கிகளைக் கொண்டிருந்த பெரிய கப்பல்கள் ஹர்லா நீர்வழியாகத் திறந்த கடல் பகுதிக்குள் நுழைந்து தாக்க ஆரம்பித்தன.

மறு நாள் 24, ஜனவரியில் இரண்டாவதும் மிகப் பெரிய வெற்றியும் கிடைத்தது. எதிரிகளின் துப்பாக்கிச் சூடுகளினூடாக, தமது வெற்றிக் கொடிகளைப் பறக்கவிட்டபடி முஸ்லிம்கள் முன்னேறினர். அரக்கானிய கப்பல் படை மொகலாயர்கள் மீது தாக்குதல் நடத்தியபடியே, கர்ணாஃபுலி ஆறுக்குள் அடைக்கலம் தேடிப் பின்வாங்கியது.

அந்த நதிமுகத்தில் மதியம் மூன்று மணி வாக்கில் நுழைந்தவர்கள் சட்காவ் பகுதிக்கும் நடுவழியில் இருந்த தீவுக்கும் இடையில் தமது படகுகளை வரிசையாக அணிவகுக்கச் செய்தனர். எதிர்க்கரையில் ஃப்ரங்கி பந்தர் என்ற கிராமத்துக்கு அருகில் மூன்று பெரிய மூங்கில் தடுப்பு அரண்களை எழுப்பியிருந்தனர். ஆனால் இபின் ஹுசேன் மேல் வடக்குப் பக்கமாக பல படகுகளை அனுப்பியும் தரைவழியாகத் தாக்கியும் முன்னேறிச் சென்று இந்தத் தடுப்பு அரண்களைக் கைப்பற்றினார்.

வெற்றிக் களிப்பில் எதிரிகளின் படகுகள், கப்பல்கள் மீது தமது கப்பல்களைக் கொண்டு மோத ஆரம்பித்தனர். கடுமையான போர் நடந்தது. சட்காவ் கோட்டையில் இருந்தும் மொகலாயர்கள் மீது துப்பாக்கி, பீரங்கித் தாக்குதல்கள் ஆரம்பித்தன. இறுதியில் அஹாம் படையினர் தோற்றனர். அவர்களுடைய பல வீரர்கள் படகுகளில் இருந்து கடலுக்குள் குதித்து உயிர் தப்பினர். சிலர் நீரில் மூழ்கினர். உயிருடன் பிடிக்கப்பட்டவர்களில் சிலர் வெட்டிக் கொல்லப் பட்டனர். சிலர் சிறைப்பிடிக்கப்பட்டனர். 135 படகுகள் மொகலாயப் படைக்குப் போர்பரிசாகக் கிடைத்தன.

மறு நாள் 25 ஜனவரியன்று சட் காவ் கோட்டை முற்றுகையிடப் பட்டது. 26 அதிகாலையில் இபின் ஹுசேன் அதை முழுமையாகக் கைப்பற்றினார். ஆனால் ஜமீந்தார் முனாவர் கானின் தலைமையின் கீழ் இருந்த நெறியற்ற கும்பல், அந்த ஊருக்குள் நுழைந்ததும் கொள்ளையடிப்பில் ஈடுபட்டனர். வீடுகள் உட்பட ஊர் முழுவதும் தீவைத்தனர். ராஜாங்க யானைகள் இரண்டு தீயில் இறந்தன.

கர்ணாஃபுலி ஆற்றின் மறு கரை வழியாக அரக்கானியர்கள் உயிர் தப்பி ஓடினர். ஆனால் வங்காளத்தில் இருந்து சிறைப்பிடிக்கப்பட்டு விவசாயக் கூலிகளாக இங்கு தங்க வைக்கப்பட்டிருந்த இஸ்லாமிய அடிமைகள் இவர்களைத் தாக்கி, கொள்ளையடித்தனர்.

இதனிடையே 23-ம் தேதியிலிருந்தே மொகலாயப் படை பெற்றுவரும் வெற்றிச் செய்தியைக் கேள்விப்பட்ட ஃபராத் கான் அடர்ந்த கானகத்தின் வழியாக சட்காவ் நகருக்குள் ஊடுருவ தீவிர முயற்சிகளை முன்னெடுத்துவந்திருந்தார். இவருடைய படையைப் பார்த்ததும் மாக் படையினர் எல்லைக் காவல் மையங்களை விட்டுவிட்டுத் தப்பி ஓடினர். சட்காவ் பகுதிக்கு தளபதி 26 அன்று வந்து சேர்ந்தார். மறு நாள் கோட்டைக்குள் வெற்றிநடை போட்டு நுழைந்தார். அங்கு கிடைத்தவற்றின் பண மதிப்பு குறைவுதான். மூன்று யானைகளும் இரும்பாலும் வெண்கலத்தாலும் செய்யப்பட்ட 1026 பீரங்கி துணைப் பொருட்கள் (பெரிதும் மிகச் சிறிய 400 கிராம் எடைகொண்ட குண்டுகள்) தீ எரி துப்பாக்கிகள், ஒட்டக முதுகில் பொருத்தப்படும் துப்பாக்கிகள் (ஜம்பர்க்) மற்றும் வெடி மருந்துகள் இவையே கிடைத்தன. ஆனால் இந்தப் போரின் மிகப் பெரிய வெற்றி என்பது அரக்கானியக் கடற் கொள்ளையர்களால் வங்காளத்தில் இருந்து சிறைப்பிடிக்கப்பட்டு, அடிமைக் கூலியாட்களாகப்பட்டிருந்த முஸ்லிம்கள் மீட்கப்பட்டு விடுதலை செய்யப்பட்டதுதான். இதனால் வங்காளப் பகுதியில் மீண்டும் விவசாயம் செழித்தோங்கியது. மொகலாயப் பேரரசுக்கு வருமானம் பெருகியது. மொகலாய ஃபௌஜ்தாரின் தலைநகரமாக சட் காவ் ஆக்கப்பட்டு அதன் பெயர் இஸ்லாமாபாத் என்று மாற்றப்பட்டது.

11. ஆஃப்கானியர்களின் குணங்கள்; மொகலாயப் பேரரசுடனான தொடர்புகள்.

இந்தியாவிலிருந்து காஷ்மீருக்கும் ஆஃப்கானிஸ்தானுக்கும் இட்டுச் செல்லும் பள்ளத்தாக்குகள், சுற்றியிருக்கும் மலைப்பகுதிகள் ஆகிய இடங்களில் துருக்கிய-இரானிய குலத்தினர் வசித்து வந்தனர். வடக்குப் பக்கம் இருந்தவர்கள் பதான்கள் என்று அழைக்கப் பட்டனர். தெற்கில் இருந்தவர்கள் பலூச்கள் என்று அழைக்கப் பட்டனர். இஸ்லாமுக்கு மதம் மாற்றப்பட்ட பின்னரும் அவர்கள் தமது பழங்குடி மொழி, பழங்குடி அமைப்புகள், காலகாலமாக ஈடுபட்டு வந்த வழிப்பறிக் கொள்ளை ஆகியவற்றைக் கைவிடாமல் பின்பற்றிவந்தனர்.

துணிச்சலும் முரட்டுத்தனமும் மிகுந்த இவர்கள் சமவெளிப்பகுதியில் இருந்த குலங்களைவிட மேலான நிலையில் இருந்தனர். இவர்கள் பெரிதும் குலங்களுக்கும் குடும்பங்களுக்கும் இடையேயான மோதல்களில் ஈடுபட்டுவந்தனர். தமது வரலாற்றில் என்றுமே பெரிய கட்டுக்கோப்பான அரசு அல்லது நீண்ட காலம் நீடிக்கும்படியான பழங்குடிக் கூட்டமைப்பு என எதையும் உருவாக்கிக் கொண்டிருக்கவில்லை.

ஒரு தேசமாக என்றைக்கும் இருந்திருக்கவில்லை. எப்போதும் தனிக் குலங்களாகவே இருந்தனர். குலங்களுக்கு இடையேயும் ராஜபுத்திர குலங்கள் போல் ஒழுங்கும் கட்டுப்பாடும் கிடையாது. யூசுஃப்ஜய் அல்லது அஃப்ரிதிகள் எல்லாம் தமக்கு விருப்பம் இருந்தால் மட்டுமே தமது பழங்குடி தலைவர் சொல்லுக்குக் கட்டுப்பட்டு நடப்பார்கள்; மற்ற நேரங்களில் தமக்கு மகிழ்ச்சியைத் தரும் விஷயங்களில் தன்னிச்சையாக ஈடுபட்டனர். எப்போதும் நீடிக்கக்கூடியதும் எப்போதும் சிதையக்கூடியதுமான குடும்ப அமைப்புகளே தாக்குதல் அல்லது தற்காப்புக்கு உறுதுணையாக இருந்தன. பெயரளவிலான பழங்குடித் தலைவர் அந்தக் குலத்தினரின் வேண்டா வெறுப்புடனான ஆதரவுடனே தலைவராக நீடித்தார். உண்மையில் ஆஃப்கானிய சமூகத்தில் குலத்தைவிட குடும்பமே வலுவான அமைப்பு.

இந்த முரட்டுத்தனமான பழங்குடிகளின் குலத் தொழில் வழிப்பறிக் கொள்ளை. மிகவும் தந்திரமும் துணிச்சலும் மிகுந்தவர்கள். அவர்களுடைய மக்கள் தொகை அதிகமாகப் பெருகி வந்தது. அங்கிருந்த மலைக் காடுகளில் போதுமான பயிர் விளைச்சல் சாத்தியமில்லை. அதிலும் விவசாயத்தில் கிடைக்கும் லாபம் மிகவும் குறைவாகவும் நீண்ட கால உழைப்புக்குப் பின்பே கிடைப்பதாகவும் இருந்தது. அக்கம் பக்கம் வசிக்கும் உழைப்பாளர் குலங்களிட மிருந்தும் அந்த வழியில் போகும் செல்வந்தர்கள், வணிகர்கள் ஆகியோரிடமிருந்தும் கொள்ளையடிப்பதில் கிடைக்கும் லாபம் மிக அதிகமாகவும் உடனடியாக கிடைப்பதாகவும் இருந்தன.

இந்தியாவுக்கும் காபூலுக்கும் இடையிலான வழித்தடத்தில் செல்பவர்களிடம் அந்த மலைப்பகுதியில் வாழும் அஃப்ரிதிகள், ஷின்வாரிகள், யூசுஃப்ஜாயிகள், காதக்கள் போன்றோரிடம் சுங்க வரி வசூலித்துக் கொள்ளும் உரிமையை மொகலாயப் பேரரசினர் அங்கீகரித்து அனுமதித்திருந்தனர். அந்தப் பாதையில் பாதுகாப்புடன் சென்று வர வழி செய்ய, அந்தப் பகுதியில் இருப்பவர்களை அடக்க முற்படுவது நல்லதல்ல; அந்தப்

பழங்குடியினருக்கு அவ்வப்போது மலிவான கையூட்டுகள், உதவித் தொகைகள் கொடுத்துவிடுவதே நல்ல பலன் தரும் என்ற உண்மையை நீண்ட காலப் போர்களுக்குப் பின்னர் தெரிந்து கொண்டிருந்தனர்.

இருந்தும் இப்படியான அரசாங்க சலுகைத் தொகைகள் எல்லா நேரங்களிலும் பழங்குடிகளை அடங்கி இருக்கவைத்திருக்க வில்லை. அவர்களிடையே திடீரென்று புதிய தலைவர் ஒருவர் முளைப்பார். தான் தான் உண்மையான தலைவன்; தனக்குத்தான் வாரிசுரிமை இருக்கிறது என்று சொல்லிக்கொண்டு சில இளைஞர்களுக்குத் தன் செலவில் சில காலம் உணவு, உடைகள் எல்லாம் கொடுத்து ஒரு குழுவை உருவாக்கிக் கொள்வார். திடீரென்று அக்கம் பக்கத்துப் பழங்குடிகளை அல்லது பேரரசப் பகுதிக்குள் நுழைந்து கொள்ளையடிக்க ஆரம்பிப்பார். போதிய செல்வம் கிடைத்துக் கொண்டிருக்கும்வரை இந்தக் கும்பல் ஒற்றுமையாக இருந்து கொள்ளையடித்துவரும். அது கிடைக்காமல் போக ஆரம்பித்ததும் அல்லது கொள்ளையடித்த பணத்தை சமமாகப் பங்கிடவில்லையென்றால், இயல்பிலேயே போர்க்குணம் கொண்ட இந்த ஜனநாயகவாதிகள் உடனே ஒருவருக்கு ஒருவர் எதிராக ஆயுதம் தூக்கிவிடுவார்கள். கும்பல் சிதறிவிடும்.

'நீங்கள் எப்போதும் சுதந்தரமானவர்களாகவே இருக்கவேண்டும். அதே நேரம் உங்களிடையே ஒற்றுமை நிலவவே கூடாது' என்று யுசுஃப்ஜய்களில் உருவான ஃபகீர் அவர்களுக்கு ஒரு சாபம் போன்ற வரம் கொடுத்தாராம். அதனால்தான் அப்படி என்று ஒரு கதை அவர்கள் மத்தியில் உலவுகிறது.

வலிமையான முகலாயப் பேரரசர், தமது மக்களைப் பாதுகாக்கவும் தனது அதிகாரத்தை நிலைநாட்டவும் முடிவு செய்வார். பழங்குடிகள் வசிக்கும் பகுதிக்குப் பெரும் படைகள் அனுப்பிவைக்கப்படும். மிகக் கடுமையான போருக்குப் பின்னர் பழங்குடியினர் தோற்கடிக்கப்படுவார்கள். அவர்களுடைய வீடுகள் தரைமட்டமாக்கப்படும். ஏராளமான காப்பரண்கள் அங்கு அமைக்கப்பட்டுக் கட்டுக்குள் கொண்டுவரப்படும். விளைநிலங்கள் எல்லாம் சேதப்படுத்தப்படும். ஆஃப்கானியர்களின் எண்ணிக்கை வாளால் வெட்டிக் குறைக்கப்படும். ஆனால், ஒவ்வொரு முறையும் அவர்கள் பலம் குறைந்த காப்பரணை வீழ்த்தித் தம் கட்டுக்குள் கொண்டுசென்றுவிடுவர்கள்.

மொகலாய எல்லையோரப் படைகள் எல்லாம் குளிர் காலத்தில் பின்வாங்கிவிடுவார்கள். அதன் பின் வசந்த காலத்தில் மீண்டும்

புதிய சமரச முயற்சிகளை ஆரம்பிக்கவேண்டியிருக்கும். மொகலாயப் படைகளினால் கொல்லப்படுபவர்களைவிட அதிக எண்ணிக்கையிலானவர்கள் சில வருடங்களுக்குள்ளாகவே பிறந்து பெருகிவிடுவார்கள். பசித்த வேட்டைக் குழுக்கள் அக்கம் பக்க மாவட்டங்கள் அல்லது வணிக நெடுந்தொடர் வண்டிகளைக் கொள்ளையடிக்க ஆரம்பித்துவிடுவார்கள்.

மொகலாயப் படைகளுக்கு முதல் பெரிய தோல்வி பிப் 1586-ல் கிடைத்தது. ராஜா பீர்பல்லின் தலைமையில் அனுப்பப்பட்ட 8000 படை வீரர்கள் ஸ்வாத் பள்ளத்தாக்கில் நடைபெற்ற போரில் வீழ்த்தப்பட்டனர். பழங்குடித் தலைவர்களுக்கு சன்மானங்கள் கொடுத்து சமரச உடன்படிக்கை செய்துகொண்டார். அவர்கள் செய்த சட்ட மீறல்களைத் தண்டிக்காமல் விட்டுவிட்டார். ஜஹாங்கீர், ஷாஜஹான் ஆட்சி காலத்திலும் இவையே தொடர்ந்து நடந்தன.

12. 1667-ல் நடைபெற்ற யூசுஃப்ஜய் எழுச்சி

வடக்கு பெஷாவர் சமவெளிகளிலும் ஸ்வாத் மற்றும் பஜாவூர் பள்ளத்தாக்குகளிலும் வசித்து வந்த யூசுஃபாஜய்களிடையே 1667 தொடக்கத்தில் ஒரு பெரிய எழுச்சி ஏற்பட்டது. பாகு என்றழைக்கப்பட்ட வீரர் ஒருவர் பிற குடும்பங்களைச் சேர்ந்தவர்களைத் தன் பின்னால் அணி திரட்டினார். அவர்களுடைய குலத்தில் ராஜ பரம்பரையில் வந்ததாகச் சொல்லும் ஒருவரை மன்னராக முடிசூட்டினார். அவருக்கு முஹம்மது ஷா என்ற பெயரும் சூட்டப்பட்டது. அந்த மன்னருக்கு அந்த ஊரில் பெரும் செல்வாக்குடன் இருந்த முல்லா சாலாக் என்பவரின் மூலம் மத அங்கீகாரம் பெற்றுக் கொடுத்தார். இந்த மன்னருடைய வாஸிராக (குறு நில மன்னராக) தன்னை நியமித்துக்கொண்டு (உண்மையில் முழு அதிகாரமும் பாகுவிடமே இருந்தது) 5000 பழங்குடியினரைக் கொண்ட ஒரு படையை உருவாக்கிக் கொண்டார்.

ஹஸாரா மாவட்டத்தில் அட்டோக் பகுதிக்கு மேலே இருந்த சிந்து நதியைக் கடந்து அதன் கிழக்குக் கரைச் சமவெளியில் இருந்த பாகில் என்ற பகுதியின் மீது படையெடுத்தார். அதன் வழியாகத்தான் காஷ்மீருக்கான பாதை சென்றது. ஷத்மன் என்ற உள்ளூர் பழங்குடித் தலைவரின் கோட்டையைக் கைப்பற்றி அங்கிருந்த விவசாயிகளிடமிருந்து வரி, குத்தகைப் பணம் வசூலிக்க ஆரம்பித்தார். தினம் தினமும் யூசுஃப்ஜய் வீரர்கள் பலர் வந்த வண்ணம் இருந்தனர்.

மொகலாய எல்லைப் படைகள் தொடர் தாக்குதலுக்கு ஆளாகின. பிற யூசுஃப்ஜய் குழுக்களும் மொகலாயப் பேரரசின் மேற்கு பெஷாவர் மற்றும் அட்டோக் மாவட்டங்களில் கொள்ளையடிப்பு களில் ஈடுபட ஆரம்பித்தனர்.

பேரரசர் தற்காப்பு சார்ந்து கடுமையான முயற்சிகளை எடுத்தார். மூன்று படைகளை அனுப்பி ஊடுருவல்காரர்களின் நிலத்தைக் கட்டுக்குள் கொண்டுவர முயன்றார். சிந்து நதியின் ஹாருன் கிளை வழியாக தெற்கில் இருந்து மொகலாயப் படை வரும் என்பதை யூகித்து அங்கு அவர்களைத் தடுக்க எதிரிகள் கூடி நின்றனர். 1,ஏப், 1667-ல் அட்டோக் பகுதியின் தளபதி கமீல் கான் அவர்களை அந்த இடத்தில் தாக்கினார். தீவிரமான போருக்குப் பின்னர், யூசுஃப்ஜய் பழங்குடிகள் பின்வாங்கினர். சுமார் 2000 பேர் கொல்லப்பட்டனர். பலர் படுகாயம்பட்டனர். பல நதியில் மூழ்கினர். சிந்து நதியின் இந்தப் பக்கம் இருந்த மொகலாயப் பகுதி எதிரிகளிடமிருந்து மீட்கப்பட்டது.

மே மாதம் ஆஃப்கானிஸ்தானில் இருந்து ஒரு பெரிய படையை எடுத்துக்கொண்டு ஷம்ஷீர்கான் முழு அதிகாரத்தைக் கையில் எடுத்துக்கொண்டு சிந்து நதியைக் கடந்து யூசுஃப்ஜய் பகுதிக்குள் நுழைந்தார். அவர்களுடனான பல போர்களில் ஈடுபட்ட பல வெற்றிகளும் பெற்றார். ஒஹிந்து பகுதியில் முகாமிட்டிருந்தவர் யூசுஃப்ஜய்கள் பயிர் செய்யும் சமவெளிப்பகுதியான மந்தாவூர் பகுதியைக் கைப்பற்றினார். அங்கிருந்த விளைநிலங்கள், பண்ணைகள், பண்ணைவீடுகள் அனைத்தையும் அழித்தார்.

4, ஜூனில் ஒஹிந்து பகுதியில் இருந்து படையெடுத்துச் சென்று பாகுவை அவர் அப்போது இருந்த இடத்தில் தாக்க ஆரம்பித்தார். மிகவும் பாதகமான சூழலில் நடைபெற்ற தீவிர போருக்குப் பின் எதிரிகளின் பல கிராமங்கள் கைப்பற்றப்பட்டன. பல வீடுகள் தீவைக்கப்பட்டன. அங்கிருந்த பொருட்கள் கொள்ளையடிக்கப் பட்டன. எந்தவொரு விளை நிலமும் பயிரும் விட்டுவைக்கப்பட வில்லை.

பஞ்சஷீர் நதிக்கரையில் மான்சூர் பகுதியில் எதிரிகள் உருவாக்கியிருந்த பள்ளங்கள், தடுப்பு அரண்கள் எல்லாம் தகர்க்கப்பட்டன (28, ஜூன், 1667). அந்த பிராந்தியத்தின் மிகப் பெரிய தலைவரான முஹம்மது அமின் கான், ஆகஸ்ட் மாத இறுதியில் படையுடன் வந்து ஷம்ஷீர் கானிடமிருந்து அதிகாரத்தைத் தன்வசம் எடுத்துக்கொண்டார். ஷாபாஸ்கரிக்குப் பக்கத்தில் இருந்த கிராமங்கள் மற்றும் கராம்ஹர் பள்ளத்தாக்கு

ஆகியவை கொள்ளையடிக்கப்பட்டன. ஸ்வாத் பள்ளத்தாக்கில் இருந்த ஹிஜாஸ் கிராமம் அக்டோபர் மாதம் அழிக்கப்பட்டது. யுசுஃப்ஜய்கள் இந்த கடுமையான தாக்குதல்களினால் கொஞ்சம் அடக்கிவைக்கப்பட்டதுபோல் தோன்றியது. 1672 வரை அந்த எல்லையோரப் பழங்குடிகளிடமிருந்து பெரிய பிரச்னை எதுவும் அதன் பின் எழவில்லை.

13. 1672-ல் அஃப்ரிதி மற்றும் கதக் பழங்குடிகளின் கலகம்; மொகலாயத் தளபதிகளுக்கு நேர்ந்த இழப்புகள்.

1672-ல் ஜலாலாபாத்தின் ஃபௌஜ்தார் செய்த விவேகமற்ற செயல்களினால் கைபர் கணவாய் பகுதியில் இருந்த பழங்குடியினரிடையே அதிருப்தி உருவானது. அங்கிருந்த அஃப்ரிதி குலத்தினர், அக்மல் கான் தலைமையில் கிளர்ந்தெழுந்தனர். பிறவி வீரரான அவர் தன்னை சுல்தானாக நியமித்துக்கொண்டு தன் பெயரில் நாணயங்கள் அச்சடிக்கவும் ஆரம்பித்தார். மொகலாயர் களுடன் போர் அறிவித்தார். அனைத்து பதான்களும் இந்த தேசியப் போராட்டத்தில் பங்கெடுக்கவேண்டும் என்று அறைகூவல் விடுத்தார். கைபர் கணவாய் வழியைத் தன் கட்டுப்பாட்டுக்குள் கொண்டுவந்தார்.

1672 வசந்த காலத்தில், ஆஃப்கானிஸ்தானின் வாஸிராகியிருந்த முஹம்மது அமீன் கான் பெஷாவரிலிருந்து காபூலுக்குத் தன் படை, குடும்பத்தினர், சொத்துகள் ஆகியவற்றுடன் புறப்பட்டார். ஜம்ருத் பகுதிக்கு வந்த பின்னரே ஆஃப்கானியர்கள் கைபர் கணவாய் வழியைத் தடுத்துவிட்டிருப்பது அவருக்குத் தெரியவந்தது. பண மற்றும் அதிகாரபோதை தலைக்கு ஏறியிருந்த அவர் ஆஃப்கானியர்களின் வலிமையைக் குறைத்து எடைபோட்டார். கண்மூடித்தனமாகத் தாக்குதலில் ஈடுபட்டு அழிவைத் தேடிக் கொண்டார்.

21, ஏப்ரலில் அலி மஸ்ஜிதுக்குப் புறப்பட்டவர் தடுத்து நிறுத்தப்பட்டார். இரவில் அஃப்ரிதிகள் மலைப் பகுதியில் இருந்து இறங்கி வந்து நீரோடையில் இருந்து அவருடைய படை மற்றும் பரிவாரத்தைத் துண்டித்தனர். அவர்களுக்கு நீர் கிடைக்கும் வழி முடக்கப்பட்டதால், மறு நாள் படையினரும், யானை, குதிரை போன்ற விலங்குகளும் சூரிய வெப்பத்தினாலும் தாகத்தினாலும் தவிக்க ஆரம்பித்தன. ஆஃப்கானியர்கள் இடைவிடாமல் எரியம்புகள், துப்பாக்கிகள் கொண்டு மொகலாயப் படையைத்

தாக்கத் தொடங்கினர். 3400 அடியில் மிக உயர்ந்த தார்தாரா சிகரத்தில் இருந்துகொண்டு பெரிய பாறாங்கற்களை, கீழே குறுகிய கணவாய் பகுதியில் குழுமியிருந்த மொகலாயப் படையினர் மீது உருட்டிவிட்டனர்.

மொகலாயப் படைகளின் தலைவர்கள் விரைவிலேயே கொல்லப்பட்டுவிட்டனர். படையின் ஒழுங்கு சிதைந்தது. குதிரைகள், யானைகள், வீரர்கள் எல்லாம் குழப்பத்தில் அங்குமிங்கும் ஓட ஆரம்பித்தனர். மலை உச்சியில் இருந்து இப்போது ஆஃப்கனிய வீரர்கள் வேகமாக பாய்ந்து இறங்கிவந்து கண்ணில் பட்டவர்களையெல்லாம் வெட்டி வீழ்த்தினர். மொகலாயப் படை முழுவதுமாக அழிக்கப்பட்டது. அங்கிருந்த பொருட்கள் எல்லாம் கொள்ளையடிக்கப்பட்டன.

முகம்மது அமீன் கானும் சில உயர் அதிகாரிகளும் அங்கிருந்து எப்படியோ உயிரை மட்டும் காப்பாற்றியபடி பெஷாவருக்குச் சென்று சேர்ந்தனர். எஞ்சிய அனைத்தும் பறிபோயிருந்தன. போரில் பத்தாயிரம் வீரர்கள் எதிரிகளின் வாளுக்கு இரையாகியிருந்தனர். இரண்டு கோடிக்கு மேல் பணமும் பொருட்களும் பறிபோனது. 20 ஆயிரம் ஆண்கள், பெண்கள் சிறைப்பிடிக்கப்பட்டு மத்திய ஆசியாவில் அடிமைச்சந்தைக்கு அனுப்பப்பட்டனர். வைஸ்ராயின் அம்மா, மனைவி, மகள் அனைவரும் சிறைப்பிடிக்கப் பட்டிருந்தனர். மிக அதிக பிணைத்தொகை தரப்பட்ட பின்னரே அவர்களை விடுவிக்க முடிந்தது. இந்த ஒற்றை வெற்றி அஃப்ரிதி படைத் தலைவரின் புகழையும் வளங்களையும் வெகுவாக அதிகரித்துவிட்டது. இந்த வெற்றிகரமான கொள்ளயடிப்பு பற்றிய செய்திகள் மலைப்பகுதி எங்கும் எதிரொலித்து அவருடைய படையில் சேர ஏராளமானவர்கள் விரைந்து முன்வந்தனர்.

பெஷாவர் மாவட்டம், கோஹாத் மற்றும் பானு பகுதிகளில் வசிக்கும் காதக்குகள் பெரிதும் போர்க்குணம் கொண்ட பழங்குடிகள். யூசுஃப்ஜய் பழங்குடிகளின் பரம்பரை பரம விரோதிகள். இந்த இரண்டு பழங்குடிகளின் எல்லைக்கோடானது பெஷாவர் மாவட்டத்தின் மையப்பகுதியில் இருந்தது. காதக்குகளின் தலைவர் ஒரு மாபெரும் கவிஞர். பேரரச ஆதிக்கத்துக்கு எதிராகத் தனது மக்களிடையே மிகப் பெரிய எழுச்சியை உருவாக்கியிருந்தார். தந்திரமாகக் கைது செய்யப்பட்டு ஹிந்துஸ்தானில் மூன்று ஆண்டுகள் சிறையில் வைக்கப் பட்டிருந்தார். 1667-ல் யூசுஃப்ஜய் பகுதியின் மீது மொகலாயப் படை தாக்குதல் நடத்தியபோது இவர் அந்தப் படையில்

சேர்ந்துகொண்டார். ஆனால் இப்போது அக்மல் கானுடன் இணைந்துகொண்டு தேசிய உணர்வுடன் தன் பழங்குடி மக்களுக்கு வாளைவிடக் கூரான தன் கவிதைகளினால் உத்வேகமூட்டியபடி மொகலாயர்களுக்கு எதிரான போரில் பெரு வெற்றி பெற்றார்.

பேரரசுக்கு உண்மையிலேயே பெரும் ஆபத்து வந்திருந்தது. இந்த எழுச்சி மிகப் பெரிய தேசிய எழுச்சியாக இருந்தது. காந்தஹார் தொடங்கி அட்டோக் வரையான முழு பதான் பகுதியும் கிளர்ந்து எழுந்தது. அந்தப் பகுதியில் இருந்து பல பழங்குடி வீரர்கள் மொகலாயப் படையில் ஹிந்துஸ்தான், தக்காணம் எனப் பல படைகளில் போர்களில் ஈடுபட்டிருக்கிறார்கள். எனவே அவர்களுக்கு பேரரசப் படையினரின் போர்த் திறமை, வியூகங்கள் எல்லாம் நன்கு தெரியும். இரு தரப்புப் படையினரிடமும் ஒரேவிதமான ஆயுதங்களே இருந்தன. ஒரே ஒரு வித்தியாசம். ஆஃப்கானியர்களிடம் கன ரக பீரங்கிகள் இருந்திருக்கவில்லை. அவர்கள் பழங்குடிப் போர்வீரர்கள். அவர்களுக்கு சாதகமான மலைப்பகுதிகளில் இருந்து போரிட்டனர். இந்திய மொகலாயப் படைகளுக்கு மலைப்பகுதிப் போர்கள் என்றாலே பயம்தான். அங்கு நிலவும் பனி, உனவுத் தட்டுப்பாடு இவையெல்லாம் அவர்களுக்கு மிகுந்த சலிப்பைத் தந்திருந்தன.

இந்தத் தோல்வி பற்றிக் கேள்விப்பட்டதும் பேரரசர், ஆஃப்கானியப் படையெடுப்பிலிருந்து பெஷாவரைப் பாதுகாக்கத் தீவிர முயற்சிகள் எடுத்தார். முஹம்மது அமீன் கானைப் பதவியில் இருந்து இறக்கினார். ஆஃப்கான் பகுதியில் மூன்று முறை ஆட்சிப் பொறுப்பில் இருந்தவரும் ஆஃப்கானியர்களைக் கையாள்வதில் நல்ல வெற்றி பெற்றிருந்தவருமான முஹபத் கானை தக்காணத்தில் இருந்து வரச்சொல்லி காபூலின் வைஸ்ராயாக நான்காவது முறை நியமித்து அனுப்பிவைத்தார். ஆனால், முந்தைய வைஸ்ராய்க்கு நேர்ந்த கதியைப் பார்த்ததும் புதிய வைஸ்ராய், தன் நடவடிக்கைகளைச் சுருக்கிக்கொண்டார். வெற்றி மிதப்பில் இருந்த ஆஃகானியர்கள் மீது எந்தவொரு நேரடியான தாக்குதல் நடவடிக்கையையும் எடுக்கவில்லை. பரஸ்பரம் யாரும் மற்றவருக்கு எந்த கெடுதலும் செய்யக்கூடாது என்று அவர்களுடன் ரகசிய உடன்படிக்கை செய்துகொண்டார்.

அடுத்த புது வசந்த காலத்தில் கரப்பா கணவாய் வழியாக காபூலுக்குச் சென்றவர், ஆஃப்கனியர்களுக்கு கேட்ட பணம் கொடுத்து போர் தவிர்ப்பு முயற்சிகளை மேற்கொண்டார். ஆனால், கைபர் கணவாய் பாதையானது திறந்துவிடப்படவில்லை. இதனால் பெரிதும்

அதிருப்தியுற்ற பேரரசர் ஷுஜாயத் கான் தலைமையில் பெரிய படை ஒன்றைப் போதிய ஆயுதங்களுடன் அனுப்பிவைத்தார் (14, நவ, 1673). ஆஃப்கனியர்களை வழிக்குக் கொண்டுவர ஜஸ்வந்த் சிங் தலைமையிலும் ஒரு படையைத் துணைக்கு அனுப்பிவைத்தார்.

ஷுஜாயத் கான் காபூலுக்குள் படையுடன் நுழைய முற்பட்டார். கந்தாப் பகுதியைக் கடந்தபின் கரப்பா கணவாயின் கோலால் மலை ஏற்றப் பாதையில் ஏறினார் (21, பிப்). அன்றிரவு நல்ல மழையும் பனிப் பொழிவும் இருந்தது. மொகலாயப் படையில் இருந்தவர்கள் அனைவரும் குளிரினாலும் உடல் நனைந்ததனாலும் மரணத்தின் விளிம்புக்குச் சென்றுவிட்டனர். இரு மலை உச்சியில் நின்று கொண்டிருந்த ஆஃப்கானியர்கள் எதிரிகளுக்கு நெருக்கடி கொடுக்க ஆரம்பித்தனர். பேரரசப் படையினர் குளிரினால் உறைந்துபோயிருந்தனர்.

அதிகாலையில் ஆஃப்கானியர்கள் அனைத்துப் பக்கங்களில் இருந்தும் தாக்க ஆரம்பித்தனர். ஷுஜாயத் கான் தளபதிப் பொறுப்பை மறந்தவர்போல் களத்தில் காலாட்படை வீரரைப்போல் இறங்கிச் சென்று மோதினார். முன்னணி படை வீரராகச் சென்று உயிர் இழக்கவும் செய்தார். தலைவரை இழந்த படைகள் இப்போது சுற்றி வளைத்துத் தாக்கப்பட்டன. ஜஸ்வந்த் மூலம் சமயோஜிதமாக அனுப்பிவைக்கப்பட்ட 500 ரத்தோர் வீரர்கள் துப்பாக்கி, பீரங்கிகளுடன் வந்து எதிரிப் படையைச் சிதறடித்தனர். உயிருடன் இருந்த மொகலாயப் படையினரைப் பத்திரமாக முகாமுக்கு அழைத்து வந்தனர். 300 ராஜபுத்திர வீரர்கள் வீரமாகப் போராடி உயிர் துறந்திருந்தனர். இதற்கு முன் ஷுஜாயத்தின் படையைச் சேர்ந்த ஆயிரக்கணக்கானோர் இறந்திருந்தனர்.

பேரரசின் பெருமையை மீட்டெடுக்க ஔரங்கசீப் ராவல் பிண்டிக்கும் பெஷாவருக்கும் நடுவே இருந்த ஹஸன் அப்தல் பகுதிக்கு 26, ஜூன், 1674-ல் படையுடன் சென்றார். இரண்டரை வருடங்கள் அங்கு தங்கியிருந்த படைகளை வழிநடத்தினார். மிகப் பிரமாண்டமான படை ஏராளமான ஆயுதங்களுடன் அவருடன் சென்றிருந்தன. எதிரிகளை வீழ்த்த வலிமையான முழு ஆயுதங்கள் தாங்கிய பல படையணிகள் அனுப்பிவைக்கப்பட்டன. துருக்கிய தளபதி அகார் கான் ஆஃப்கானியர்களுடன் போரிடுவதில் புகழ் பெற்றவர். தக்காணத்தில் இருந்த அவரை உடனே போர்முனைக்கு வரும்படியும் கைபர் கணவாய் பாதையை மீட்டுத் தரும்படியும் ஜூலையில் ஆணை பிறப்பித்தார். ஷுஜாயத் கானின் வீழ்ச்சிக்கு

ரகசியமாக வழிவகுத்திருப்பார் என்ற சந்தேகத்தின் பேரில் முஹபத் கானை வைஸ்ராய் பதவியில் இருந்து கீழிறக்கினார்.

ஔரங்கசீப் இங்கு வந்து சேர்ந்ததையடுத்து போர் நடவடிக்கைகள் மட்டுமல்லாமல் ராஜ தந்திர நடவடிக்கைகளும் பலன் தரத் தொடங்கின. பரிசுப் பொருட்கள், ஊக்கத் தொகைகள், ஜாகிர் உரிமைகள், மொகலாயப் படைகளில் பழங்குடித் தலைவருக்கு உயரிய பொறுப்பு என பலவழிகளில் பல்வேறு பழங்குடி குலங்களின் ஆதரவை ஔரங்கசீப் விரைவில் பெற்றார். வழிக்கு வராதவர்களின் பகுதிகளுக்குள் பெஷாவரில் இருந்து படைகள் அனுப்பிவைக்கப்பட்டன. விரைவிலேயே கோரை, கில்ஜாய், ஷிரானி, யூசுஃப்ஜய் போன்ற குலங்கள் தோற்கடிக்கப்பட்டு அவர்களுடைய கிராமங்களில் இருந்து விரட்டப்பட்டனர். தரியா கான் அஃப்ரிதியின் ஆதரவாளர்கள் தமது தவறுகள் எல்லாம் மன்னிக்கப்படுமென்றால், தானே சுல்தான் என்று போலியாக முடிசூடிக் கொண்ட அக்மல் கானின் தலையை வெட்டிக் கொண்டுவர சம்மதித்தனர் (ஆகஸ்ட் முடிவில்).

இதனிடையில் அகார் கான் மூலம் பல அற்புதமான செயல்கள் பெஷாவருக்கு மேற்குப் பகுதியில் செய்யப்பட்டன. முதலாவதாக மொஹ்மண்ட்கள் மற்றும் அவர்களுடைய கூட்டாளிகள் சேர்ந்து நடத்திய இரவுத் தாக்குதலை முறியடித்தார். பதில் தாக்குதல் மேற்கொண்டு அவர்களில் 300 பேரைக் கொன்றார். அவர்களுடைய வீடுகளைச் சூறையாடினார். 2000 பேரைச் சிறைப்பிடித்ததோடு ஏராளமான சொத்தைக் கொள்ளையடித்துவந்தார். கைபர் கணவாய் வழியைத் திறந்துவிட முயற்சிகள் எடுத்தார். ஆனால் அலி மஸ்ஜித் பகுதிக்கு அருகில் நடந்த மிகக் கடுமையான போருக்குப் பின்னர், இரு தரப்பிலும் பெரும் உயிர்ச்சேதம் ஏற்பட்டதையடுத்து அந்த முயற்சிகைவிடப்பட்டது. இந்தப் போரில் அகார் கானுக்கும் பலத்த காயம்பட்டிருந்தது. அகார் கானின் படையில் இருந்த ஹிந்துஸ்தானிய தளபதிகள் உட்பட பல முஸ்லிம் தளபதிகளின் பொறாமை காரணமாக துருக்கியரான அவருக்கும் அவருடைய துருக்கியப் படைவீரர்களுக்கும் பல நெருக்கடிகள் உருவாகின.

அடுத்ததாக, 5000 ராஜபுத்திர வீரர்கள், ஆஃப்கானிய நட்பு சக்திகள் ஆகியோருடன் நங்க்ராஹர் பகுதியைக் கைப்பற்றி கணவாய் வழிப்பாதையை திறந்துவிட முயற்சி செய்தார். ஜகத் தல் கணவாயைக் கைப்பற்றியிருந்த கில்ஜாயிஸ்களைத் தோற்கடித்து அங்கிருந்து விரட்டியடித்தார். மொகலாயத் தளபதிகளிலேயே இவர் மட்டுமே ஆஃப்கன் எல்லைப் பழங்குடிகளிடையே

கணிசமான வெற்றியைப் பெற்றிருந்தார். ஆஃப்கானியத் தாய்மார்களிடமும் அவருடைய செல்வாக்கு பெருகியிருந்தது! படு பயங்கரமாகப் போரிடும் அகார் கானின் பெயரைச் சொல்லி மிரட்டித்தான் தமது குழந்தைகளைத் தூங்கவைப்பார்களாம்.

1675 வசந்த காலத்தில் ஃபிதாய் கான் காபூலில் இருந்து பெஷாவருக்குத் திரும்பி வந்தபோது ஆஃப்கானியர்கள் ஜகத் தல் கணவாய் பகுதியில் வைத்துத் தாக்கினர். அவருடைய படை தோற்கடிக்கப்பட்டது. அதன் அராபியத் தளபதி கொல்லப்பட்டார். ஏராளமான யானைகள், ஆயுதங்கள், விலை உயர்ந்த பொருட்கள், பெண்கள் அனைவரையும் எதிரிகள் கொள்ளையடித்துவிட்டனர். ஆனால் வைஸ்ராய் துணிச்சலாகத் தோல்வியை ஒப்புக் கொள்ளாமல் போராடினார். கந்தமாக் பகுதியில் இருந்த அகார் கானுக்கு இந்தத் தகவல் கிடைத்ததும் இவர்களைக் காப்பாற்ற படையுடன் விரைந்தார். மலை உச்சியில் இருந்து தாக்குதல் நடத்தி எதிரிகளை விரட்டி ஜகத் தல் கணவாயையும் கைப்பற்றினார்.

எனினும் ஜூன் ஆரம்பத்தில் பேரரசுப் படைக்கு மிகப் பெரிய தோல்வி ஏற்பட்டது. மொகரம் கான் ஆஃப்கானியர்களுக்கு எதிராக பஜாவூர் பகுதியில் காபுஷ் மலை ஏற்றப் பாதைக்கு அருகில் (கோடால்) திடீர் தாக்குதல் நடத்தி வெற்றி பெற்றுவிடலாம் என்று தவறாக நினைத்துவிட்டார். அது உண்மையில் எதிரிகள் விரித்த வலை. அது தெரியாமல் தாக்குதலில் இறங்கிய மொகரம் கான் மறைவிலிருந்து வந்த எதிரிகளினால் மூர்க்கமாகத் தாக்கி வீழ்த்தப்பட்டார். உடனே ஆஃப்கானிய எல்லையில் இருந்த மொகலாய ப்படைகள் அனைத்தும் விரைந்து பலப்படுத்தப் பட்டன.

ஆகஸ்ட் மாத இறுதியில் இரண்டு பின்னடைவுச் செய்திகள் கிடைத்தன. சிறிய அளவிலானவைதான். ஜகத் தல் பகுதியின் தானாதாரான ஹிஸ்பர் கான், அவருடைய மகன், பிற மொகலாயப் படைவீரர்கள் சிலர் கொல்லப்பட்டனர். பரங்கப் மற்றும் சுர்கப் பகுதிகளின் தானாதாரான அப்துல்லா எதிரிகளால் தோற்கடிக்கப் பட்டு அங்கிருந்து விரட்டியடிக்கப்பட்டார். ஆனால், ஒட்டுமொத்த மாகப் பார்த்தால் பதான் பகுதியில் பல இடங்களில் ராணுவ முக்கியத்துவம் வாய்ந்த இடங்களில் மொகலாயப் படை வலுவாகவே நிலைகொண்டிருந்தது. 1675 முடிவு வாக்கில் நிலைமை நன்கு மேம்பட்டது. அதைத் தொடர்ந்து ஔரங்கசீப் ஹஸன் அப்தல் பகுதியில் இருந்து புறப்பட்டு தில்லி திரும்பினார்.

14. அமீர் கானின் திறமையான நிர்வாகத்தின் கீழ் ஆஃப்கானிஸ்தான் 1678-98

காலியூலுல்லாவின் மகனான மீர் கான் ஏற்கெனவே ஷாபாஸ்கரி பகுதியைச் சேர்ந்த யூசுஃப்ஜய்களையும் பீஹாரில் கிளர்ந்தெழுந்த இரண்டு ஆஃப்கன் தலைவர்களையும் திறம்பட ஒடுக்கியதன் மூலம் தன் திறமையை நிரூபித்திருந்தார். 1675-ல் அவருக்கு அமீர் கான் என்ற பட்டம் தரப்பட்டது. 19, மார்ச் 1677-ல் காபூலின் வைஸ்ராயாக நியமிக்கப்பட்டார். 8, ஜூன், 1678-ல் தனது அரண்மனைக்குச் சென்று சேர்ந்தவர் ஆஃப்கானிஸ்தானை, இருபது ஆண்டுகள் கழித்து அவருடைய மரணம் வரையில் திறம்பட நிர்வகித்தார். ஆஃப்கானியர்களின் மனங்களை வென்றெடுக்க ஆர்வம் காட்டினார். அவர்களுடன் சமூக உறவுகளை மேற்கொண்டார். பழங்குடித் தலைவர்கள் தமது கூச்சம், பண்பற்ற நடைமுறைகள் ஆகியவற்றைக் கைவிட்டனர். எந்தவித சந்தேகமும் இன்றி இவருடன் நன்கு பழக ஆரம்பித்தனர். இவரைத் தமது நண்பராக மதித்ததோடு பழங்குடி விவகாரங்களில்கூட இவரிடம் ஆலோசனைகள் கேட்கும் அளவுக்கு நெருங்கிவந்தனர்.

அமீர் கானின் திறமையான நிர்வாகத்தின் கீழ் பழங்குடிகள் மொகலாயப் பேரரசுக்கு எந்தவொரு நெருக்கடியையும் தரவில்லை. தமக்குள்ளான மோதல்களில் மட்டுமே அவர்கள் கவனம் திரும்பியது. ஒருமுறை அக்மல் கானின் ஆதரவாளர்களிடையே அவர்கள் வென்ற பகுதிகளைப் பகிர்ந்துகொடுக்கச் சொல்லி ரகசியமாகத் தூண்டிவிட்டு அக்மல் கான் தலைமையிலான பழங்குடிக் கூட்டமைப்பை உடைத்தார்.

மிகச் சிறிய பகுதியை இத்தனை பேருக்கு எப்படிப் பிரித்துக் கொடுக்க என்று அக்மல் கான் கேட்டார். இது பழங்குடியினரை அதிருப்தியடையச் செய்தது. இதனால் அவர்கள் அக்மல் கானின் தலைமையை விட்டு விலகித் தமது சொந்த மலைக் கிராமங்களுக்குத் திரும்ப முடிவெடுத்தனர். வேறு வழியின்றி அக்மல் கான் சொற்பப் பகுதியைப் பிரித்துக் கொடுக்க வேண்டிவந்தது. ஆனால், இயல்பாகவே அவர் தனது குலத்தினர் மீது கூடுதல் அக்கறையை வெளிப்படுத்தியதால் அவருடைய பிற ஆதரவாளர்கள் பிரிந்துசென்றுவிட்டனர். அமீர் கானின் நிர்வாக வெற்றிக்குப் பெரும்பாலும் புத்திசாலித்தனமும் சமயோசிதமும் மிகுந்த மனைவி ஸாஹிப்ஜியே (அலி மர்தன் கானின் மகள்) காரணமாக இருந்தார்.

பழங்குடியினருக்கு சன்மானங்கள் தருதல், ஒரு குலத்தை இன்னொன்றுடன் மோதவிடுதல், ஔரங்கசீப் பயன்படுத்திய உருவகத்தின்படிச் சொல்வதென்றால் ‘இரண்டு எலும்புகளை ஒரே நேரத்தில் தாக்கி உடைத்தல்’ என்ற வழியைப் பின்பற்றினார். பேரரசப் பகுதிகளை அதன் பின் எல்லைக்கு அப்பால் இருந்து யாரும் ஆக்கிரமிக்கவில்லை. மலைப் பழங்குடித் தலைவர்களுக்கு முறையாக பணம் கொடுத்ததன் மூலம் கைபர் கணவாய் பாதையில் எந்தப் பிரச்னையும் இல்லாமல் ஆனது. அக்மல் கானுடைய ஆதரவை அமீர் கானின் ராஜ தந்திரம் வலுவிழக்கச் செய்துவிட்டது. தன்னைத் தானே அரசராக நியமித்துக் கொண்ட அவர் இறந்ததும் அஃப்ரிதிகள் பேரரசுடன் சமரச ஒப்பந்தத்துக்கு வந்துவிட்டனர்.

இறந்த அமீர் கானின் நிர்வாக வழிமுறைகள், அவர் எப்படி ஒரு நியாயமான ஆட்சியாளராக இருந்திருக்கிறார்; நடைமுறை அறிவு அவருக்கு எவ்வளவு இருந்தது; அனைவரையும் எப்படி சமயோஜிதமாகக் கையாண்டார்; அந்தப் பிராந்தியத்துக்குக் கொடுத்த அரசுப் பணத்தை அவர் எப்படியெல்லாம் சேமித்தார்; கணவாய் பாதைகளில் பாதுகாப்புடன் பயணம் நடக்க அவர் என்னவெல்லாம் செய்தார்; மலை வாழ் பழங்குடிகளை மொகலாயப் படையில் சேர்த்து அவர்களை எப்படியெல்லாம் நல்லமுறையில் பயன்படுத்திக்கொண்டார்; பேரரசின் கஜானா, சொந்தக் காசு, முறைகேடாகச் சேகரித்த பணம் இவற்றில் இருந்து பல்வேறு குலத் தலைவர்களுக்கு கையூட்டுகள் கொடுத்தவிதம் இவை பற்றியெல்லாம் ஔரங்கசீப் விரிவாகக் குறிப்பிட்டிருக்கிறார். 25, அக், 1681-ல் அமீர் கானிடமிருந்து ஒரு கடிதம் வந்திருக்கிறது. அதில், ‘வணிகப் பாதைகளைப் பாதுகாக்கும் நோக்கில் ஆஃப்கானியர்களுக்கு மொகலாயப் பேரரசு ஆறு லட்சம் ரூபாய் நிதி ஒதுக்கியிருக்கிறது. அதில் ஒன்றரை லட்சம் மட்டுமே செலவழித்து அந்தப் பணியை முடித்துவிட்டேன். மிச்சத்தை அரசுக்கு சேமித்துக் கொடுத்திருக்கிறேன்’ என்று குறிப்பிட்டிருக்கிறார்.

இருந்தும் பல ஆண்டுகள் அந்தப் பகுதியில் எதற்கும் வளைந்து கொடுக்காத குஷ் ஹால் கான் கதாக் மூலமாக நெருக்கடி நீடித்துவந்தது. அவருடைய மகன் அஷ்ரஃப், பங்காஷ் பழங்குடிகள், யூசுஃப்ஜய் பழங்குடிகள் ஆகியோர் மொகலாயப் படையில் சேர்ந்துகொண்டு அவரை எதிர்த்தனர். எனினும் முதுமையினாலோ தனது செல்வாக்கு குறைந்துவருவதனாலோ மொகலாயப் பேரரசு மீது அவர் கொண்டிருந்த கசப்புணர்வும் விடாப்பிடியும் துளியும் குறையவே இல்லை. பதான் பழங்குடிகளின் விடுதலைப் போரை இறுதிவரை தீவிரமாக

முன்னெடுத்துவந்தார். இறுதியில் அவருடைய மகன் செய்த துரோகத்தின் மூலமே எதிரிகளிடம் பிடித்துக்கொடுக்கப்பட்டார். சொந்த நிலத்தில் இருந்து வெளியேற்றப்பட்ட அவர் பகைவர்களின் கோட்டையில் சிறை வைக்கப்பட்டார். அங்கு இருந்த போதிலும், 'ஔரங்கசீபின் இதயத்தில் ஆழமான புண்ணை உருவாக்கியவன்; கைபர் கணவாய் பாதைக்கு மொகலாயர்கள் மிகப் பெரிய விலையைக் கொடுக்கவைத்தேன்' என்று இறுமாப்புடன் சொன்னார்.

ஆஃப்கானியர்களுடனான போர் இப்படி தொடர்ந்து நீடித்துவந்ததால், ராஜபுத்திரர்களுடனான போரில் அவர்களில் இருந்து யாரையும் சேர்த்துக்கொள்ளவில்லை. வட மேற்கு எல்லைப் பகுதியில் மொகலாயப் படைகளுக்காக தக்காணத்தில் இருந்த படைகள், வளங்களை எல்லாம் செலவிட வேண்டியிருந்ததால் இது சிவாஜிக்கு மிகவும் வசதியாகப் போய்விட்டது.

எதிரியின் படை பலத்தை இப்படி திருப்பிவிட வேண்டியிருந்த நிலையை மராட்டிய தலைவர் தனக்கு சாதகமாகப் பயன்படுத்திக் கொண்டார். டிசம்பர் 1676க்குப் பின் வந்த 15 மாதங்களுக்குள் கோல்கொண்டா தொடங்கி கர்நாடகம் வரையிலும் மைசூர், பிஜப்பூர் தொடங்கி ராஜ்கர் வரையிலும் தொடர் வெற்றிகளைக் குவித்தார். அதுவே அவருடைய வாழ்வின் மாபெரும் வெற்றியாக அமைந்தது. அப்ஃரிதிகள் மற்றும் கதாக்களினால்தான் இந்த வெற்றி அவருக்கு சாத்தியமானது.

அத்தியாயம் - 8

ஔரங்கசீப்பின் மதக் கொள்கைகளும் ஹிந்துக்களின் எதிர்வினைகளும்

1. இஸ்லாமிய அரசு - கொள்கையும் குணமும்

இஸ்லாமிய அரசு என்பது தோற்றம் முதலே மத அடிப்படை கொண்டதுதான். அதன் உண்மையான அரசர் அல்லாவே. மண்ணுலக சுல்தான்கள் எல்லாம் அல்லாவின் எண்ணங்களை நடைமுறைப்படுத்தவேண்டிய பிரதிநிதிகளே. அரசாங்க அதிகாரிகள், அமைப்புகள் எல்லாம் அல்லாவின் மார்க்கத்தைப் பரப்புவதற்காக உருவானவையே. இப்படியான ஓர் அரசில் கடவுள் நம்பிக்கை இன்மை என்பது மார்க்க விரோதமானதுதான். ஏனென்றால் அவர்கள் ஏக இறைவனை மறுதலிக்கிறார்கள். போலிக் கடவுள்களுக்கும் பெண் தெய்வங்களுக்கும் விசுவாசமாக நடந்துகொள்கிறார்கள். எனவே பழமைவாத - அடிப்படை மார்க்கம் அல்லாத வேறொரு சமயப் பிரிவை சகித்துக்கொள்வதென்பது மிகப் பெரிய குற்றம். பல தெய்வங்களை வழிபடுவதும் உண்மைக் கடவுளுக்கு பெண் துணைகள் உண்டு என்று நம்புவதும் இவ்வகைக் குற்றங்களிலேயே மிகவும் மோசமானது.

இஸ்லாமிய மார்க்கவியல் அடிப்படையில் ஓர் உண்மையான முஸ்லிமின் மிகப் பெரிய கடமை, மார்க்க வழியில் ஜிஹாத் போரில் ஈடுபடுவதுதான். காஃபிர்களின் நாடுகளுக்கு (தார்-உல்-ஹராப்)

எதிராகப் போர் தொடுத்து அவற்றை இஸ்லாமிய அகிலத்தின் அங்கமாக (தார்-உல்-இஸ்லாம்) மாற்றி அங்கிருப்பவர்களை உண்மையான இஸ்லாம் மார்க்கத்தினராக ஆக்கவேண்டும். காஃபிர்களின் நாடுகளை வென்றபின் அங்கிருப்பவர்கள் எல்லாம் வென்றெடுத்தவர்களின் அடிமைகளாக ஆகிவிடுகிறார்கள்.

அனைவரையும் இஸ்லாமுக்கு மதம் மாற்றுதல், இணைவைப்புகள், மார்க்கவிரோதங்கள் எல்லாவற்றையும் அழித்தொழித்தல் இவையே இஸ்லாமிய அரசின் லட்சியங்கள். சமூகத்தில் யாரேனும் மார்க்க நம்பிக்கையற்று இருப்பதால் துயரங்கள் பட நேர்ந்தால் அது தவிர்க்க முடியாத தீமையே. நல் மார்க்கம் நோக்கி நகர்ந்துவந்து விடும்வரையில் மட்டுமே அந்தத் தற்காலிக துயரங்கள் இருக்கும். காஃபிர்கள் மீது அரசியல், சமூக நெருக்கடிகளைத் திணித்தோ, அரசாங்கப் பணத்தை எடுத்துக் கையூட்டுகள் கொடுத்தோ அவர்களுடைய ஆன்மிக விழிப்பு உணர்வை அதிகரிக்கவேண்டும். அவர்களை உண்மையாக மார்க்க விசுவாசிகளாக ஆக்கவேண்டும்.

2. இஸ்லாமியர் அல்லாதவர் மீதான அரசியல் ஒடுக்குமுறைகள்

அப்படியாக, இஸ்லாமியரல்லாத ஒருவர் இஸ்லாமிய தேசத்தின் குடிமகனாக இருக்கமுடியாது. அவர் ஒடுக்கப்பட்ட சமூகத்தைச் சேர்ந்தவர் மட்டுமே. அவருடைய வாழ்க்கை நிலை என்பது அடிமை முறையின் மாறுபட்ட வடிவமே. இஸ்லாமிய அரசில் அவர்கள் (ஜிம்மி - Zimmi) ஒருவித ஒப்பந்தத்தின் பேரில் வசிப்பவர் மட்டுமே. ஏக இறைவனின் பிரதிநிதியான சுல்தான், வேண்டா வெறுப்புடன் அவர்களை உயிருடனும் உடமைகளுடன் வாழ அனுமதித்திருக்கிறார். ஜிம்மிகள் அரசியல், சமூக ஒடுக்கு முறைகளுக்கு உள்ளாக்கப்படவேண்டியவரே. ஜிஸியா வரியை மார்க்க நம்பிக்கை இல்லாத காஃபிர்கள், இஸ்லாமிய அரசுக்குக் கொடுக்கவேண்டும்.

காஃபிர்கள் தாம் வைத்திருக்கும் நிலங்களுக்கு கராஜ் வரி கொடுக்கவேண்டும். இஸ்லாமியர்கள் இந்த வரி கொடுக்க வேண்டிய அவசியமில்லை. இஸ்லாமியப் படைகளை நிர்வகிக்கத் தேவைப்படும் பிற வரிகளையும் காஃபிர்கள் கொடுக்கவேண்டும்; ஆனால் அந்தப் படையில் அவர் சேரமுடியாது. ஜிஸியா வரி கொடுப்பதற்கு பதிலாகப் படையில் சேர்ந்து போரிடுகிறேன் என்று சொன்னாலும் அதற்கு அனுமதி கிடையாது. பணிவான உடைகள்,

நடத்தை ஆகியவற்றின் மூலம் ஒடுக்கப்பட்ட பிரிவைச் சேர்ந்தவர் என்பதைத் தெளிவாக வெளிப்படுத்தவேண்டும். ஜிம்மிகள் (இஸ்லாமியர் அல்லாதவர்கள்) ஆடம்பரமான, நல்ல உடைகள் அணியக்கூடாது. குதிரையில் ஏறிப் பயணம் செய்யக்கூடாது. ஆயுதங்கள் வைத்துக் கொள்ளக்கூடாது. ஆதிக்கவாதிகளான இஸ்லாமியரைக் கண்டு மரியாதையுடனும் அடிபணிந்தும் நடந்துகொள்ளவேண்டும்.[1]

ஜிம்மிகள் அல்லது அடைக்கலம் தேடிய இஸ்லாமியர் அல்லாதவர்களில் ஒவ்வொரு சுய உணர்வுள்ள பெரியவரும் (ஆண்கள்) ஜிஸியா வரி கொடுக்கவேண்டும். அவருடைய நிலங்கள், தோப்புகள் எல்லாம் ஒன்று, முஸ்லிம்களின் வகஃப் உடமைகளாகிவிடும்; ஜிம்மிகள் அந்த சொத்துகளை ஆண்டு அனுபவிக்க உரிமை உண்டு. அல்லது நிலத்தில் விளைபவற்றுக்கு வரியை அதன் உரிமையாளரான இஸ்லாமியருக்குக் கொடுக்க வேண்டும். இஸ்லாமிய படைகளை நிர்வகிக்கு ஆகும் செலவையும் ஜிம்மிகள் ஏற்றுக்கொள்ளவேண்டும். ஜிம்மிகளின் சாட்சிகள், வாக்குமூலங்களுக்கு இஸ்லாமிய நீதிமன்றத்தில் முக்கியத்துவம் கிடையாது. குற்றவியல், திருமணம் போன்ற இஸ்லாமிய சட்டங்களின் பாதுகாப்பு அவர்களுக்குக் கிடையாது. ஜிம்மிகள் தமது வழிபாடு சார்ந்து விளம்பரப்படுத்தும்படியான, மனதைப் புண்படுத்தும் எதையும் செய்யக்கூடாது. அவர்கள் இஸ்லாமிய அரசின் குடிமகன்கள் அல்ல.

ஜிம்மிகளுக்கு இஸ்லாமிய நீதிமன்றங்களில் வாக்குமூலம், சாட்சிகள் சொல்வதில் பல கட்டுப்பாடுகள் விதிக்கப்பட்டுள்ளது. குற்றவியல் சட்டம், நிக்காஹ் போன்ற விஷயங்களில் பல கட்டுப்பாடுகள் உண்டு. ஜிம்மி ஒப்பந்தத்தின் இன்னொரு தரப்பான இஸ்லாமிய அரசு காஃபிர் ஹிந்துக்களுக்கு உயிர், உடமை பாதுகாப்பும் தனது மதத்தைப் பின்பற்றிக் கொள்ள திருத்தப்பட்ட பாதுகாப்பு வழிமுறையையும் வகுத்திருக்கிறது. புதிய கோவில்களைக் கட்டக்கூடாது. தனது மதத்தை வெளிப்படையாக இஸ்லாமிய மார்க்கத்தினரின் மனம் புண்படும் வகையில் வெளிப்படுத்தக்கூடாது.

ஆரம்பகால அரேபிய வெற்றியாளர்கள் இந்தியாவில், குறிப்பாக சிந்து பகுதியில், இருந்த வழிபாட்டு மையங்கள், மத பழக்க வழக்கங்கள் ஆகியவற்றுக்கு எந்தவொரு கெடுதலும் செய்வதில்லை என்ற சமயோஜிதமானதும் ஆதாயம் தரக்கூடியது மான கொள்கையைக் கடைப்பிடித்தனர். உருவ வழிபாட்டுக்கு

எதிரான மனநிலை, அழிக்கும் தன்மை முதலில் இருந்திருக்க வில்லை. முஸ்லிம்களின் எண்ணிக்கை இந்துஸ்தானில் அதிகரிக்க ஆரம்பித்தது. வெகு நீண்ட காலத்துக்கு அவர்களுடைய ஆதிக்கத்துக்கு எந்தவொரு அச்சுறுத்தலும் இருந்திருக்கவில்லை.2 எனவே மத சகிப்பின்மையும் வன்முறைச் செயல்பாடுகள் மீது ஈடுபாடும் அதிகரித்தன. உருவ வழிபாட்டாளர்களை மதம் மாற்றும் நோக்கில் படுகொலைக்கு சற்று குறைவாக ரத்தக்களறி ஏற்படுத்த ஆரம்பித்தனர். ஜிஸியா வரி அல்லாமல் உடைகளில், நடத்தையில் பணிவு வெளிப்படவேண்டும் என்று வெளிப்படையான அவமானப் படுத்தல்கள் சேர்த்துக் கொள்ளப்பட்டன. பல்வேறுவிதமான பயங்கள், நம்பிக்கைகள் ஊட்டப்பட்டன. பணம், அரசு பதவி போன்றவை ஹிந்து மதத்து போதகர்களுக்குத் தரப்பட்டன. ஆன்மிக போதனைகள், வழிகாட்டுதல்கள் எல்லாம் கிடைக்காமல் போகச் செய்யும் நோக்கில் ஹிந்து மதத் தலைவர்கள், ஹிந்து சமூகத்தினர் எல்லாம் திட்டமிட்டு ஒடுக்கப்பட்டனர். அவர்களிடையே ஒற்றுமை ஏற்பட்டுவிடக்கூடாதென்பதற்காக மத விழாக்கள், ஊர்வலங்கள் எல்லாம் தடை செய்யப்பட்டன. புதிதாக எந்தவொரு ஆலயமும் கட்டவிடவில்லை. பழுதடைந்தவற்றைச் சரி செய்யவும் விடவில்லை. இதனால் இந்து வழிபாட்டு மையங்கள் அனைத்துமே காலப்போக்கில் சிதைந்துபோயிருக்கும். ஆனால் தீவிர இஸ்லாமிய உணர்வு கொண்டவர்கள் காலம் அழித்து முடிப்பதுவரை காத்திருக்க விரும்பாமல் பல கோவில்களை இடித்துத் தரைமட்டமாக்கினர்.

பின்னாட்களில் துருக்கியர்கள் படையெடுத்துவந்தபோது ஆரம்ப காலத்தில் அராபியர்கள் காட்டிய பிற மதங்கள் மீதான சகிப்புத் தன்மை மார்க்க விரோதமாகப் பார்க்கப்பட்டது. அவர்களுடைய தேசத்துக்கு வெளியேஆலயங்களை இடித்தல், இந்துக்களைப் படு கொலை செய்தல் எல்லாம் ஒவ்வொரு ஆக்கிரமிப்புப் போரின் தவிர்க்க முடியாத அங்கமாகின. அப்படியாக ஏற்கெனவே ஜிஹாத் போரில் கொள்ளை, படுகொலை ஆகியவற்றையெல்லாம் மார்க்கத்தின் தூய, அடிப்படையான செயல்பாடுகளாக ஏற்றுக் கொண்டிருந்த முஸ்லிம் சமுதாயத்துக்கு இந்தப் போர்கள் ஒரு தெளிவான மன வார்ப்பை உருவாக்கித் தந்தன.

காஃபிர்களைக் கொல்லுதல் என்பது ஒரு முஸ்லிமிடம் இருக்கும் நற்குணங்களில் ஒன்றாகப் பார்க்கப்பட்டது. தனது உள்ளார்ந்த வன்மத்தை அடக்கிக்கொள்ளவோ குற்ற உணர்ச்சி கொள்ளவோ அவசியமில்லை. அதிகமான ஆன்மிக உணர்வை வளர்த்துக் கொள்வதால் எந்தப் பலனும் இல்லை. மனித உயிர்களில் சில

குறிப்பிட்ட பிரிவினரைக் கொல்லவேண்டும்; அல்லது கொள்ளையடிக்கவேண்டும். இதுவே ஒரு முஸ்லிமை சொர்க்கத்துக்கு இட்டுச் செல்லும்.

கொலையையும் கொள்ளையையும் மதக்கடமையாகப் பார்க்கும்படியாக தனது ஆதரவாளர்களுக்கு போதிக்கும் மதம், மனித குல மேம்பாட்டுக்கோ உலகின் அமைதிக்கோ துளியும் ஏதுவானதே அல்ல.

3. குர்ரானின் அரசியல் கருத்துகள் இஸ்லாமியர்கள் மற்றும் குடிமக்களின் மீது ஏற்படுத்தும் தாக்கம்

குர்ரானின் இப்படியான போதனைகள் அதன் உண்மையான ஆதரவாளர்களுக்கும் நன்மை தருவதாக இருக்கவில்லை. இஸ்லாமிய அரசியல் என்பது மார்க்க விசுவாசிகளை போர் தவிர வேறு எந்தத் தொழிலும் செய்யத் தேவையில்லை என்ற ஒரு அமைப்பை உருவாக்கியிருக்கிறது. இந்த உலகில் வெல்லப்படாத புதிய பகுதிகளும் கொள்ளையடிப்பதற்கு செல்வ வளம் மிகுந்த காஃபிர்களும் இருக்கும்வரை இஸ்லாமிய அரசுக்கு எந்தவொரு பிரச்னையும் இருக்காது. செயல் ஊக்கம் மிகுந்த அமைப்பு, அதி வேகமாகப் பல்கிப் பெருகியது. கலைகள், தொழில்கள், இலக்கியம், ஒருவகையான ஓவியம் இவற்றுக்கெல்லாம் ஆதரவுகள் தரப்பட்டன. ஆனால் (மொகலாய) இஸ்லாமிய விரிவாக்கம் அஸ்ஸாம் மற்றும் சாட்காவ் பகுதியில் தன் தொலைதூர இலக்கு மற்றும் வளம் குறைந்த மலைப்பகுதியை முட்டியபின்னர் அல்லது மஹாராஷ்டிராவின் வறண்ட நிலங்களை சென்றடைந்த பின்னர் அதன் வீழ்ச்சியைத் தடுக்க யாராலும் முடிந்திருக்கவில்லை. இஸ்லாமிய அரசுக்கு போர் வருமானம் அல்லாமல் வேறு எந்தவொரு பொருளாதார அடித்தளமும் இல்லை. அதோடு அமைதிக் காலத்தை அவர்களால் எதிர்கொள்ளமுடியவில்லை.

மொகலாய அரசாங்கத்தின் கொடூரம் கலந்த அன்பானது போர்க்குணம் மிகுந்த இஸ்லாமியர்களுக்கு உவப்பாக இருந்திருக்கவில்லை. போர் இல்லாத காலத்துத் தொழில்களும் அமைதியான சூழலும் அவர்களுக்கு மிகுந்த நெருக்கடியைத் தரத் தொடங்கின. போர்த்தொழிலில் மட்டுமே அவர்களால் இயல்பாக, உத்வேகத்துடன் ஈடுபடமுடியும். அமைதிக்காலம் என்றால் அவர்களைப் பொறுத்தவரையில் வேலையில்லா காலம் போன்றது.

தீய ஒழுக்கங்களைத் தூண்டும். வீழ்ச்சியைக் கொண்டுவரும் என்று கருதினர்.

வென்றெடுத்த பகுதிகளில் இருந்த உபரிகளைக் கொண்டே அராபியர்கள் வாழ்ந்துவந்தனர். வெல்லப்பட்ட மனிதர்கள் இவர்களுக்கு சேவகம் புரிந்தனர். ஒரு போரில் கிடைக்கும் கொள்ளைப் பணத்தில் ஐந்தில் நான்கு பங்கு போர்க்களத்திலேயே படைவீரர்களுக்குப் பிரித்துத் தரப்பட்டன. மொகலாய அரசில் நில வருவாய், ஜிஸியா போன்று புதிதாகப் பணம் வரத்தொடங்கின. குடிமைப் பணிகள், ராணுவம் ஆகியவற்றுக்கு ஒதுக்கிய பின்னர் எஞ்சிய உபரியானது போர் மூலம் கிடைக்கும் பணத்துக்கு இணையாக கூடுதல் வருமானமாக வந்து குவிந்தது (முய்ர் எழுதிய காலிஃபேட், 158).

இஸ்லாமியர்களிடையே நீண்ட காலம் நிலைநிறுத்தப்பட்டிருந்த போர் வாழ்க்கையானது அவர்கள் ஆதிக்க சக்திகளாக சலுகைகள் அனுபவிக்கும் உயர் பிரிவினராக ஆனதைத் தொடர்ந்து முடிவுக்கு வரத் தொடங்கியது. அமைதிக் காலகட்டத்தில் சுக போகங்களில் திளைக்கும் அதிகாரவர்க்கமாக ஆனார்கள். வாழ்க்கையின் பிற தளங்களில் சொந்தக் காலில் நிற்கும் பலத்தை இழந்தனர். அரசு வேலைகள் எல்லாம் இஸ்லாமிய மார்க்கத்தினருக்குப் பிறப்புரிமை யாகக் கிடைத்தன. திறமைகளை வெளிப்படுத்துவதற்கான வாய்ப்புகள், கடுமையான முயற்சி இவையெல்லாம் தேவையில்லை என்ற நிலை உருவாகிவிட்டது.

ரமலான் போன்ற புனித நாட்களில் தரப்பட்ட தானங்கள், நலிவடைந்த அமைப்புகளுக்குச் செலவிட்ட தொகை, கேளிக்கைகள் இவையெல்லாம் சோம்பலையே அவர்களிடையே உருவாக்கியது. இப்படியாக சோம்பலும் போஷிப்பும் மிகுந்த மேட்டுக்குடிவர்க்கம் மொகலாய சாம்ராஜ்ஜியத்தில் உருவாகினர். அவர்கள் அரசின் சக்தியை முழுவதுமாக உறிஞ்சினர். அதேநேரம் அரசின் வளர்ச்சி முடங்கியபோது முதலில் இவர்களே பாதிக்கவும்பட்டனர்.

செல்வச் செழிப்பு மிகுந்ததால் சோம்பலும் உழைக்காமல் எதையும் செய்யும் மனநிலையும் வந்துவிட்டன. இவையெல்லாம் தீயொழுக் கங்களில் அவர்களை இட்டுச் சென்றது. தொடர்ந்து அவை வறுமையையும் அழிவையும் கொண்டுவந்தன. அதேநேரம், குடிமக்களை இவர்கள் நடத்தியவிதம் தேச வளங்களின் பெருக்கத்தை முடக்கின. சட்டத்தினாலும் பேராசை மிகுந்த அதிகாரவர்க்கத்தினாலும் குடி மக்களில் ஒரு பிரிவினர் (ஹிந்துக்கள்)

வெளிப்படையாக ஒடுக்கப்பட்டு அவமானப்படுத்தப்பட்டனர். இதனால் அவர்கள் அனைத்துவகையிலும் தளர்ந்துபோய் விலங்குகளைப்போல் நடைபிணமாகிவிட்டிருந்தனர். அவர்களிடம் இருந்து எதிர்பார்க்கப்பட்ட உச்ச பட்ச உற்பத்தியை செய்ய முடியாத நிலை உருவானது. மரம் வெட்டுதல், தண்ணீர் சுமந்துவருதல், துரும்பையும் வீணாக்காமல் பயன்படுத்திக்கொள்ளுதல், தமது உழைப்பின் பயனை கெஞ்சிக் கூத்தாடி மீட்டுக்கொள்ளுதல் என அவர்களுடைய செயல்பாடுகள் இருந்தன. இப்படியான சமூகச் சூழலில் மனிதர்களின் உடம்பும் மனமும் உத்வேகத்துடன் செயல்படவே முடியாது.

ஹிந்து அறிவுப்புலத்தின் வறட்சி, மேட்டுக்குடியினரின் உற்சாகக் குறைவு இவையே மொகலாய ஆட்சி இந்தியாவில் ஏற்படுத்திய மிகப் பெரிய வீழ்ச்சி. இஸ்லாமிய அரசியல் மரத்தை அதன் கனிகளை வைத்து எடைபோடுவதென்றால் அது முழுத் தோல்வி என்றே சொல்லவேண்டும்.

தேசம் முழுவதும் பயணங்கள் மேற்கொண்டவரும் நவீன தத்துவஞானியுமானவர் எழுதுகிறார்: இஸ்லாம் அல்லாவிடம் முழு சரணடைதலையும் முழுமையான கீழ்ப்படிதலையும் வலியுறுத்தும் ஒரு மதம். அதன் கடவுள் போர்ப் படைத் தளபதி. இந்த எண்ணமே கீழ்ப்படிதலைக் கொண்டுவருகிறது. இஸ்லாமின் இந்த ராணுவக் கட்டுப்பாடுதான் ஓர் இஸ்லாமியரின் அனைத்துச் செயல்பாடு களையும் விளக்குவதாக இருக்கின்றது. இஸ்லாமியரின் பிற்போக்குத்தனம், சூழ் நிலைக்கு ஏற்ப தகவமைத்துக் கொள்ளும் திறன் இன்மை, ஊக்கமும் புதுமை காண் தேடலும் இல்லாமை இவை எல்லாவற்றுக்கும் இந்தக் கேள்வி இல்லா கீழ்ப்படிதலே காரணமாக இருக்கிறது. ஒரு படைவீரனுடைய ஒரே வேலை உத்தரவுகளுக்குக் கட்டுப்படுவதுமட்டுமே. பிறவற்றையெல்லாம் அல்லாவே பார்த்துக்கொள்வார் (ஹெச்.கேசர்லிங்).

திறமைக்கு மதிப்பு இல்லாமல் போய், அரசுப் பதவிகள் எல்லாம் இனம், மதம் போன்றவற்றின் அடிப்படையில் தீர்மானமானது. இதனால் முஸ்லிம் அல்லாதவர்கள் இப்படியான ஓர் ராஜ்ஜியத்தில் தமக்கு எந்த இடமும் இல்லை; தமது பங்களிப்பு இல்லை என்று முடிவுகட்டினர். தீயொழுக்கங்கள், அந்நிய ஆட்சி ஆகியவற்றின் மிக மோசமான தீமைகள் அனைத்தும் இஸ்லாமிய மதத்தின் அடிப்படையில் ஒரு பேரரசை நிறுவப்படும்போது மக்கள் அனுபவிக்க நேரும்.

மொகலாய இந்தியாவில் மிகக் குறைவான எண்ணிக்கை கொண்ட சிறுபான்மையினரின் ஆதிக்கம் என்ற தீமையும் சேர்ந்திருந்தது. ஆதிக்கம் செலுத்திய இந்தச் சிறுபான்மையினர் அடக்கி ஆளப் பட்டிருந்த ஹிந்து பெரும்பான்மையிலிருந்து இனரீதியாகவோ உடல் அல்லது மன ரீதியாகவோ அல்லாமல் மதத்தின் அடிப்படையில் மட்டும் வேறுபட்டிருந்தனர். ஆதிக்க மதத்தினருக்கு வெளியே இருந்த அனைவரும் இந்த அடக்குமுறையை அனுபவிக்க வேண்டியிருந்தது. மக்கள் நலனுக்கென்று ஒப்படைக்கப் பட்டிருந்த அதிகாரமும் வளங்களும் முறைகேடாகப் பயன் படுத்தப்பட்டன. ஆட்சியாளர்களின் மதத்தைப் பரப்பவும் ஆளப்பட்டவர்களின் மதத்தை அழிக்கவும் பயன்படுத்தப்பட்டன. இப்படியான ஓர் அரசை தேசிய அரசு என்று அழைக்கவே முடியாது. அது மக்களின் ஆதரவையும் அர்ப்பணிப்பையும் பெற்றிருக்கவே இல்லை.

4. இஸ்லாமிய ஆட்சியில் மத சகிப்புத்தன்மை விதி விலக்கானது மற்றும் குர்ரானுக்கு முரணானது.

இஸ்லாமிய ஆட்சியில் மத சகிப்புத்தன்மை என்பது விதிவிலக்கானது; மற்றும் குர்ரானுக்கு முரணானது. இஸ்லாமிய மத ஆட்சியின் லட்சியம் இதுவே. அடிப்படை அறிவு சில நேரங்களில் இந்த நோக்கத்தை வென்றதுண்டு; ராஜ கண்ணியம் சில நேரங்களில் மதக் கோட்பாடுகளை வென்றதுண்டு; ஒவ்வொரு சுல்தானும் ஒவ்வொரு அதிகாரியும் சகிப்புத் தன்மையற்ற ஆட்சி முறையை எல்லா இடங்களிலும் அல்லது முழு வீச்சில் அமல்படுத்தவிடாதபடி மனிதர்களின் பலவீனம் தடுத்துவிட்டிருக்கலாம். அப்படியாக, இஸ்லாமிய ஆட்சியின் கீழ் ஹிந்துக்கள்மீதான சகிப்புத்தன்மை மற்றும் உடமை உயிர்களின் பாதுகாப்பு சில நேரங்களில் கிடைத்திருக்கின்றன. தாராள சிந்தனையும் விழிப்பு உணர்வும் கொண்ட ஏதேனும் ஒரு சுல்தான், ஹிந்துக்களை இலக்கியம், கலை, செல்வம், அரசு வேலை ஆகியவற்றில் முன்னேற்றம் காண அனுமதித்த காலகட்டங்களும் இருந்திருக்கின்றன. ஹிந்துக்களின் அரசுகள் வலிமையிலும் பொருளாதார பலங்களையும் பெற்றுமிருக்கின்றன. ஆனால், இப்படியான மார்க்க விரோதமான விஷயங்களை முன்னெடுப்பதென்பது இஸ்லாமிய அரசுகளில் மிக மிக அரிதாகவும் விதி விலக்காகவுமே இருந்திருக்கின்றன.

இஸ்லாமிய அகிலம் இதையெல்லாம் பழமைவாத தூய லட்சியங்களில் இருந்து விலகிய, வேதனைக்குரிய வீழ்ச்சியாகவும்

மார்க்க அரசின் கடமையை தீய வழியில்சென்று புறக்கணித்த தாகவுமே பார்த்தது. இஸ்லாமியப் போராளிகளின் வாளின் பலத்தில்தான் சுல்தானின் ஆட்சி அதிகாரம் நிலை கொண்டிருக்கிறது. அவர்கள் இப்படியான தாராள சிந்தை கொண்ட இஸ்லாமிய சுல்தான்களை மத விரோதியாகவும் தம்மை ஆட்சி செய்யத் தகுதியற்றவராகவுமே பார்ப்பார்கள்.

எனவே, இஸ்லாமியரல்லாதவர்களின் வளர்ச்சி முன்னேற்றங்கள் மட்டுமல்ல; காஃபிர்களின் உயிர் வாழ்தலே கூட இஸ்லாமிய அரசின் அடிப்படைக் கோட்பாடுகளுக்கு முற்றிலும் முரணானவையே. ஒன்று காஃபிர்கள் முற்றாக ஒழிக்கப்பட்டாக வேண்டும்; அல்லது ஆட்சி அதிகாரம் முஸ்லிம்களின் கைகளில் இருந்து பறிபோயாகவேண்டும். இந்த இரண்டில் ஒன்று நடக்காததுவரையிலும் அரசியல் சமூகத்தில் ஒருவித நிலையற்ற சமநிலையே நீடித்துவரும்.

இப்படியாக ஆட்சியாளர்களுக்கும் ஆளப்படுபவர்களுக்கும் இடையே நீடித்த பகைமை நிலைநிறுத்தப்பட்டிருக்கும். பிற சமய மக்கள் கணிசமாக வாழும் தேசங்களில் உருவாகும் இஸ்லாமிய அரசுகள் எல்லாமே முடிவில் உடைந்து நொறுங்கும். ஔரங்கசீபின் ஆட்சி இந்த உண்மையின் மிகச் சிறந்த எடுத்துக்காட்டாகத் திகழ்கிறது.

5. ஔரங்கசீபின் சகிப்பின்மை மற்றும் கோவில் இடிப்புகள்

ஔரங்கசீப் ஹிந்து தர்மம் மீதான தனது தாக்குதலைப் படிப் படியாக அதிகரிக்க ஆரம்பித்தார். தனது ஆட்சிக் காலத்தின் முதல் ஆண்டில் பனாரஸ் அர்ச்சகருக்கு வழங்கிய அரசாணையில், தனது மதம் புதிய மதங்கள் கட்ட அனுமதிக்காது; அதே நேரம் பழைய கோவில்களை அழிக்கவும் சொல்லவில்லை என்று ஔரங்கசீப் குறிப்பிட்டிருக்கிறார்.

ஆனால், இளவரசராக ஆட்சிப் பொறுப்பில் இருந்த காலகட்டத்தில் 1644-ல் அஹமதாபாதில் சிந்தாமன் பகுதியில் கட்டப்பட்ட புதிய கோவிலில் வைத்து பசுவை வெட்டிக் கொன்றதோடு அந்தக் கோவிலை மசூதியாகவும் ஆக்கினார். அந்த பிராந்தியத்தில் இருந்த பல இந்து கோவில்களை இடித்துத் தரைமட்டமாக்கவும் செய்தார்.

ஒரிஸாவில் கத்தக் தொடங்கி மேதினிபூர் வரையிலான அனைத்து நகரங்கள், கிராமங்களில் இருந்தும் இஸ்லாமிய அதிகாரிகளை வரச்

சொல்லி அந்தப் பகுதியில் இருந்த கோவில்கள் அனைத்தையும் இடித்துத் தரைமட்டமாக்க உத்தரவு பிறப்பித்தார். பத்து பன்னிரண்டு ஆண்டுகளுக்கு முன்பாகக் கட்டப்பட்ட சிறிய களிமண் வழிபாட்டு மையங்கள், குடிசைகளைக்கூட விட்டுவைக்கவில்லை. பழுதடைந்த பழைய கோவில்கள் எதையும் புனரமைக்கவும் அனுமதிக்கவில்லை.

அடுத்ததாக, 9, ஏப், 1669-ல் காஃபிர்களின் கோவில்கள், பள்ளிக்கூடங்கள் அனைத்தையும் இடிக்கும்படியும் அவர்களுடைய மத நடவடிக்கைகள், மத போதனைகள் அனைத்தையும் தடுத்து நிறுத்தும்படியாகவும் ஆணை பிறப்பித்தார். சோமநாதர் ஆலயம், பனாரஸில் இருக்கும் விஸ்வநாதர் ஆலயம், மதுராவில் இருக்கும் கேசவ் ராய் ஆலயம் போன்ற தேசம் முழுவதும் வாழும் இந்துக்கள் பெரிதாக மதித்துப் போற்றும் பிரமாண்ட ஆலயங்களின் மீது அவருடைய அழிவின் கரங்கள் நீண்டன.

புண்ணிய நகரமான மதுராவின் மீது இஸ்லாமியர் ஆட்சியாளர்களின் பகைமை எப்போதுமே மிகவும் அதிகமாக இருந்தது. ஆக்ராவிலிருந்து தில்லிக்குச் செல்லும் வழியில் சுல்தானின் ராஜபாட்டையில் அது இருந்தது. மார்க்கப்பற்று மிகுந்த நபி என்பவரை ஹிந்துக்களை ஒடுக்குவதற்காக மதுராவின் ஃபௌஜ்தாராக (தளபதியாக) ஔரங்கசீப் நியமித்தார்.

14, அக், 1666-ல் கேசவ் ராயின் ஆலயத்துக்கு தாரா ஷ¬கோ அலங்கார வேலைப்பாடு மிகுந்த கல் தூண் (அலங்கார வளைவு) ஒன்றைச் செய்து கொடுத்திருந்தார். முதலில் ஔரங்கசீப் அதை அகற்றும்படி உத்தரவிட்டார். 1670-ல் இறுதியாக அந்தக் கோவில் முழுவதையும் இடித்துத் தரைமட்டமாக்கும்படி உத்தரவிட்டார். அந்த நகரின் பெயரை இஸ்லாமாபாத் என்று மாற்றினார்.

ஔரங்கசீபின் பேரரசப் பகுதி முழுவதும் இருந்த துணை ஆட்சிப் பகுதிகள், நகரங்கள் அனைத்திலும் நியமிக்கப்பட்ட முத்தாசிப்கள் அல்லது மார்க்க விதிக் காவலர்களின் மிக முக்கியமான வேலை என்பது ஹிந்து வழிபாட்டு மையங்களை அழிப்பதுதான். ஜ¬ன் 1680-ல் ஜெய்ப்பூரின் தலைநகரான அம்பரில் இருந்த கோவில்கள் எல்லாம் இடித்துத் தரைமட்டமாக்கப்பட்டன.

1674-ல் குஜராத்தில் ஹிந்துக்களிடம் இருந்த நிலங்கள் அனைத்தையும் இஸ்லாமிய வாஸிஃபாவின் பேரில் அவர்களிடமிருந்து பறித்தார்.

6. ஜெஸியா அல்லது இஸ்லாமியர் அல்லாதவர் மீதான தலை வரி

இஸ்லாமிய ஆட்சிக்குட்பட்ட பகுதியில் இஸ்லாமியரல்லாதவர் களை வாழ அனுமதிக்கவேண்டுமென்றால் அவர்கள் ஜெஸியா என்ற வரியைத் தந்தாகவேண்டும். இதை முதலில் அமல்படுத்தியது முஹம்மது நபி.

எவர்கள் அல்லாஹ்வின் மீதும், இறுதி நாளின் மீதும் ஈமான் கொள்ளாமலும், அல்லாஹ்வும், அவனுடைய தூதரும் ஹராம் ஆக்கியவற்றை ஹராம் எனக் கருதாமலும், உண்மை மார்க்கத்தை ஒப்புக்கொள்ளாமலும் இருக்கிறார்களோ, அவர்கள் (தம்) கையால் அவமானப்பட்டுக் கீழ்ப்படிதலுடன் ஜெஸியா (என்னும் கப்பம்) கட்டும் வரையில் அவர்களுடன் போர் புரியுங்கள் (குர்ரான் 9:29).

அவமானப்பட்டுக் கீழ்ப்படிதலுடன் என்ற இரண்டு வார்த்தைகளை அடிப்படையாகக் கொண்டு இஸ்லாமிய புனித வசன உரையாளர்கள், ஜெஸியா வரியை காஃபிர்களுக்கு அவமானம் ஏற்படுத்தும்வகையில் அமல்படுத்தவேண்டும் என்று விளக்கம் தந்திருக்கிறார்கள். வரி விதிக்கப்பட்ட நபர் நடந்துவந்து கைகட்டி நின்றபடி இந்த வரியைக் கொடுக்கவேண்டும். அதை வாங்கிக் கொள்பவர் அமர்ந்துகொண்டு அதைப் பெற்றுக் கொள்ள வேண்டும். பெண்கள், 14 வயதுக்குக் கீழிருக்கும் சிறுவர்கள், அடிமைகள் எல்லாம் இந்த வரியைத் தரவேண்டாம். குருடர்கள், முடவர்கள் எல்லாம் செல்வந்தராக இருந்தால் மட்டுமே கொடுத்தால் போதும். துறவிகள் ஏழ்மையில் இருந்தால் விதிவிலக்கு உண்டு. ஆனால் அவர்கள் செல்வச் செழிப்பு மிகுந்த மடாலயங்களில் இருந்தால் அவற்றின் மடாதிபதிகள் அந்தப் பணத்தைத் தரவேண்டும்.

ஒருவருடைய வருமானம் எவ்வளவு என்பதன் அடிப்படையில் இந்த ஜெஸியா வரி விதிக்கப்படவில்லை. காஃபிர்கள் மூன்று பிரிவுகளாகப் பிரிக்கப்படுவார்கள். 200 திர்ஹாமுக்கு மேல் சொத்து இல்லாதவர்கள் (ஏழைகள்); 200-10,000 திர்ஹாம் சொத்து மதிப்பு கொண்டவர்கள் (மத்தியவர்க்கம்); 10,000 திர்ஹாமுக்கு மேல் சொத்து கொண்டவர்கள் (பணக்காரர்கள்) என பிரிக்கப் பட்டிருந்தனர். வட்டி கொடுப்பவர்கள், துணி வியாபாரிகள், நில உடமையாளர்கள், வணிகர்கள், மருத்துவர்கள் இவர்கள் எல்லாம் உயர் குடிகளாகக் கருதப்பட்டனர். தையல்காரர்கள், சாயம்

ஏற்றுபவர்கள், தோல்-செருப்பு பணியாளர்கள் போன்றவர்கள் எல்லாம் ஏழைகளாகக் கணக்கிடப்பட்டனர். ஏழைகளாக வரையறுக்கப்பட்டிருப்பவர்கள் தம்மையும் தமது குடும்பத்தையும் கவனித்துக் கொள்ளத் தேவையானதையும்விட அதிகமாக சம்பாதித்தால் மட்டுமே இந்த வரியைத் தந்தால் போதும். யாசகர்கள், தொழில் நொடிந்துபோனவர்கள் இந்த வரியில் இருந்து இயல்பாகவே விலக்கு பெற்றிருந்தனர்.

ஜெஸியா வரியானது இந்த மூன்று வர்க்கத்தினருக்கும் ஆண்டுக்கு முறையே 12, 24, 48 திர்ஹாம்கள் அல்லது ரூ 3-1/3, 6-2/3, 13-1/3 கொடுக்கவேண்டும். ஏழைகளைப் பொறுத்தவரையில் அவர்களுக்குக் கிடைக்கும் வருமானத்தில் குறைந்தபட்சம் ஆறு சதவிகிதம் வரி கொடுக்கவேண்டும். மத்தியவர்க்கம் 6-25% வரி கொடுக்கவேண்டும். பணக்காரர்களுக்கு மிகவும் லகுவாக தமது சொத்து மதிப்பில் ஆயிரத்துக்கு 2.5 என்ற விகிதத்தில் தரவேண்டும். இன்றைய வரி விதிப்புகளுக்கு முற்றிலும் எதிரான முறையில் ஜெஸியா வரி மக்கள் தொகையில் மிகவும் வறிய நிலையில் இருந்தவர்களையே மிகக் கடுமையாகப் பாதித்தது. பிற மதத்தைப் பின்பற்றக் கொடுக்கும் வரியாக ஓராண்டு உணவுக்கு ஆகும் தொகையை ஏழைகள் வரியாகக் கொடுக்கவேண்டியிருந்தது. அக்பர், தமது குடிமக்கள் மீதான அவமான முத்திரையாக இருந்த இந்த வரியை ரத்துசெய்தார். ஔரங்கசீப் இதை மீண்டும் விதித்தார்.

2, ஏப், 1679லிருந்து மொகலாயப் பேரரசு முழுவதிலும் வாழும் காஃபிர்கள் (மார்க்க அவிசுவாசிகள்) மீது இந்த ஜெஸியா வரி, 'இஸ்லாமைப் பரப்பும் நோக்கிலும் மார்க்க விரோதத்தை வீழ்த்தவும்' ஔரங்கசீபினால் விதிக்கப்பட்டது. தில்லி மற்றும் அதன் சுற்றுப்புறங்களில் வசித்துவந்த ஹிந்துக்கள், ஒன்றுகூடி இந்த வரியை ரத்துசெய்யும்படிக் கெஞ்சினர். ஆனால் பேரரசர் செவிமடுக்கவில்லை. அடுத்த வெள்ளிக்கிழமை கோட்டையிலிருந்து ஜாமா மசூதிவரையிலான சாலையில் ஹிந்துக்கள் கூடி நின்று போராடினர். எவ்வளவு எச்சரித்த பின்னரும் அவர்கள் அங்கிருந்து கலையவில்லை. தொழுகைக்குச் செல்லமுடியாமல் ஒருமணிநேரம் காத்திருக்க நேர்ந்த ஔரங்கசீப் யானைப்படையை அந்தக் கூட்டத்தினூடாக நுழையவிட்டு அவர்களை மிதித்தபடி முன்னேறிச் சென்றார். 'புதிதாக விதிக்கப்பட்டிருக்கும் வரியை விலக்கிக்கொள்ளும்படியும் இறைவன் அனைத்து மத நம்பிக்கைகளையும் சமமாகப் பார்க்கும்படிச் சொல்லியிருப்பதையும் ஒட்டு மொத்த உலகத்தினரும் ஒரு தாய் மக்களே என்பதையும்

நிதானமும் நியாயமும் மிகுந்த முறையில் எடுத்துச் சொல்லி, சிவாஜி எழுதிய கடிதத்துக்கு எந்தப் பலனும் இருக்கவில்லை.

ஜெஸியா வரி மூலமாக மிகப் பெரிய தொகை பேரரசுக்குக் கிடைத்தது. உதாரணமாக குஜராத் பகுதியில் இருந்து ஆண்டுக்கு ஐந்து லட்ச ரூபாய் கிடைத்தது. ஹிந்துக்களைப் பொறுத்தவரையில் மூன்றில் ஒரு பங்கு தொகையை அரசுக்குக் கூடுதல் வரியாக கொடுத்தாகவேண்டியிருந்தது. ஒரு முஸ்லிமுக்கு இந்தக் கூடுதல் வரி கிடையாது.

ஹிந்துக்கள் மீது நெருக்கடிகளை அதிகரித்து அவர்களை மதம் மாற வைத்து முஸ்லிம்களின் எண்ணிக்கையை அதிகரிப்பதுதான் ஜெஸியா வரி விதிக்கப்பட்டதன் நோக்கம்.1 சமகாலத்தில் வாழ்ந்த மனுச்சி, 'ஜெஸியா வரியைக் கொடுக்கமுடியாத பல ஹிந்துக்கள் வரி வசூலிக்க வருபவர்கள் தரும் தொந்தரவுகளில் இருந்து தப்பிக்க முஹமதியர்களாக முடிவெடுத்தனர். ஔரங்கசீப் இதைக்கண்டு குதூகலித்தார்' என்று குறிப்பிட்டிருக்கிறார்.

7. இந்துக்களுக்கு எதிரான அடக்குமுறைகள்

10, ஏப், 1665-ல் பிறப்பித்த ஆணையின்படி, விற்பனைக்குக் கொண்டுவரப்பட்ட பொருள்கள் அனைத்தின் மீதும் முஸ்லிம் வியாபாரிகளுக்கு 2.5 சதவிகித சுங்கவரியும் ஹிந்து வியாபாரிகளுக்கு 5% வரியும் விதிக்கப்பட்டது.

9, மே, 1667-ல் பேரரசர், முஸ்லிம் வியாபாரிகள் தரவேண்டியிருந்த சுங்கவரி முழுவதையும் தள்ளுபடி செய்தார். ஹிந்துகள் பழைய வரியையே தரவேண்டிவந்தது. ஹிந்து வியாபாரிகள் தமது பொருட்களை முஸ்லிம் வியாபாரிகளின் பொருட்கள் என்ற போர்வையில் அவர்களுடன் கூட்டுச் சேர்ந்து வரியின்றிக் கொண்டுவரும்படித் தூண்டப்பட்டனர். இதனால் அரசுக்கு மேலும் பெரிய இழப்பே ஏற்பட்டது.

மார்க்க விசுவாசம் அற்றவர்கள் மீது விதிக்கப்பட்ட பொருளாதார நெருக்கடிகளில் மூன்றாவது விஷயம் என்னவென்றால் மதம் மாறுபவர்களுக்கு அரசுப் பணிகள் தரப்பட்டன. சிறையில் இருந்து விடுதலை கிடைத்தது. வாரிசுரிமைச் சிக்கல் இருந்தால் மதம் மாற சம்மதிப்பவர்களுக்குச் சொத்து கொடுக்கப்பட்டது.

'பேரரசப் பகுதிகளில் வரி வசூல் செய்பவர்கள் எல்லாம் முஸ்லிம்களாகவே இருக்கவேண்டும்; குறுநில ஆட்சியாளர்கள்,

தாலூக்தார்கள் எல்லாம் ஹிந்து பேஷ்கர்கள் (தலைமைக் கணக்காளர்கள்) திவானியன் (கணக்குப்பிள்ளைகள்) அனைவரையும் பதவியில் இருந்து நீக்கிவிட்டு முஸ்லிம்களை அந்தப் பதவிகளில் நியமிக்கவேண்டும்' என்று என்று 1671-ல் அரசாணை பிறப்பிக்கப்பட்டது. குறு நிலப் பகுதிகளில் ஹிந்து பேஷ்கர்களைப் பதவியில் இருந்து நீக்கியதைத் தொடர்ந்து அங்கு நிர்வாகப் பணிகள் முடங்கின. ஆனால் சில பகுதிகளில் ஹிந்து வரி வசூலிப்பாளர்களை நீக்கிவிட்டு முஸ்லிம்களை நியமித்தனர். பின்னாளில் வருவாய் மற்றும் செலவுத் துறைகளில் பாதிப் பதவிகளை ஹிந்துக்களுக்கும் பாதியை முஸ்லிம்களுக்குமாகக் கொடுக்கவேண்டிய நிலை வந்தது. மதம் மாற சம்மதித்தால் கானூன்கோ (சட்டத்தை அமலபடுத்தும் பதவி) கிடைக்கும் என்பது ஔரங்கசீபின் ஆட்சி காலத்தில் பெருவழக்காக ஆனது. பஞ்சாபில் இருக்கும் சில குடும்பத்தினரிடம் இப்போதும் அரசுப் பதவி பெறுவதற்கான நிபந்தனையாக மதம் மாற வேண்டும் என்று எந்தவித வெட்கமும் தயக்கமும் இன்றி ஔரங்கசீப் வெளிப்படை யாகக் குறிப்பிடப்பட்ட கடிதங்கள் கைவசம் இருக்கின்றன.

மதம் மாற சம்மதித்த சிலரை, ஔரங்கசீபின் ஆணையின் பேரில், யானை மேல் அமரவைத்து மேள தாளங்கள் முழங்க கொடி பறக்க அழைத்துச் சென்றிருக்கிறார்கள். பிறருக்குக் குறைந்தபட்சமாக தினமும் நான்கு அணா ஊக்கத் தொகை தரப்பட்டது.

மார்ச் 1695-ல் ராஜபுத்திரர்கள் நீங்கலாக பிற ஹிந்துக்கள் அனைவரும் பல்லக்கில் ஏறுதல், யானை சவாரி, உயர் ஜாதிக் குதிரை சவாரி, ஆயுதங்கள் தரித்தல் ஆகியவற்றில் இருந்து முழுவதுமாகத் தடைசெய்யப்பட்டனர்.

புனிதக்ஷேத்ரங்களில் ஹிந்துக்கள் ஆண்டுதோறும் குறிப்பிட்ட நாட்களில் திருவிழாக்கள், சந்தைகள் நடத்துவது வழக்கம். ஏராளமான ஆண்கள், பெண்கள், குழந்தைகள் எல்லாம் அங்கு வந்துகூடுவார்கள். பல வியாபாரிகள் வந்து கடைகள் போடுவார்கள். கலை நிகழ்ச்சிகள் நடக்கும். கிராமப் பெண்கள் தமது தூரத்து உறவினர், அதிக பழக்கம் இல்லாத நண்பர்கள் ஆகியோரைச் சந்தித்துப் பேசியும் கலை நிகழ்ச்சிகளைக் கண்டும் மகிழ்வார்கள். ஔரங்கசீப் தனது ஆட்சிக்குட்பட்ட பகுதிகளில் இந்த விழாக்கள், சந்தைகள் அனைத்தையும் தடைசெய்தார்.

ஹிந்துக்களின் தீபாவளி பண்டிகை, ஹோலி எல்லாம் சந்தைப்பகுதிக்கு வெளியே, மிகுந்த கட்டுப்பாடுகளுடனே நடக்க அனுமதிக்கப்பட்டன.

8. மதுராவில் இருந்து ஹிந்துக்கள் மீதான ஒடுக்குமுறை; விவசாயிகள் கிளர்ச்சி

ஹிந்துக்கள் மீதான அரச ஒடுக்குமுறைகளின் விளைவாக ஹிந்துக்களிடையே பெரும் அதிருப்தி ஏற்பட்டது. பேரரசரைக் கொல்ல சில ஆவேசமான முயற்சிகள் மேற்கொள்ளப்பட்டன. ஆனால் அவையெல்லாம் குழந்தைத்தனமாகவே இருந்தன; தோல்வியிலேயே முடிந்தன.

1669 வாக்கில், மதுரா மாவட்டத்தில் பொதுமக்களிடையே கிளர்ச்சி தோன்றியது. ஆகஸ்ட் 1660 - மே 1669 மதுராவின் ஃபௌஜ்தாராக இருந்த அப்துன் நபி கான் உருவ வழிபாட்டு மரபை ஒழித்துக் கட்டும் பேரரசரின் கொள்கையைப் பெரு விருப்பத்துடன் தனதாக்கிக் கொண்டார்.

மதுரா நகரின் மையப் பகுதியில் ஹிந்து கோவில் ஒன்றை இடித்து அதன் மீது ஜாமா மசூதியைக் கட்டினார் (1661-1662). கேசவ் ராய் கோவிலுக்கு 1666-ல் தாரா ஷுகோ கொடுத்த கல் தூணை அகற்றினார். 1669-ல் ஜாட் விவசாயிகள் தில்பத் பகுதியின் ஜமீந்தாரான கோக்லாவின் தலைமையில் அணிதிரண்டனர். அப்துன் நபி பெரும் படையுடன் வந்து அவரை பஸாரா கிராமப் பகுதியில் தாக்கினார். ஆனால், மே, 10-ல் நடந்த போரில் அவர் கொல்லப்பட்டார். கோக்லா வெற்றிப் பெருமிதத்தில் சதாபாத் பகுதியைத் தன் கட்டுக்குள் கொண்டுவந்தார். அதைத் தொடர்ந்து கலகம் அருகில் இருந்த ஆக்ராவுக்கும் பரவியது.

இந்தக் கலகத்தை அடக்க ஔரங்கசீப் பெரும்படையை உயர் அதிகாரிகள் தலைமையில் அனுப்பிவைத்தார். 1669-ல் மதுரா முழுவதும் கலகம் நீடித்தது. 4, டிசம்பர் அன்று கிளர்ச்சி பரவியிருந்த கிராமங்கள் சிலவற்றை ஹஸன் அலி கான் தாக்கினார். மதியம் வரை கடுமையாகப் போரிட்ட கலகக்காரர்கள் மேலும் தாக்குப்பிடிக்க முடியாமல், விரக்தியில் தமது பெண்களைத் தாமே பலி கொடுத்து விட்டு மொகலாயர்களின் வாளுக்குத் தாமும் பலியாகினர்.

அடுத்த மாதம் ஹஸன் அலி கான், கோக்லாவைத் தோற்கடித்தார். 20,000 பேர் இருந்த கலகப் படையில் பெரும்பான்மையாக இருந்தவர்கள் ஜாட் விவசாயிகளே. தில்பத் பகுதியில் இருந்து 20 மைல் தொலைவில் பேரரசப் படையுடன் மோதினார்கள். நீண்ட, ரத்தக் களறியான போருக்குப் பின் மொகலாயர்களின் மேலான போர் முறைக்கும், துப்பாக்கி பீரங்கிகளுக்கும் ஈடுகொடுக்கமுடியாமல்

தில்பத் பகுதிக்குத் திரும்பினர். அந்த கிராமம் மூன்று நாள்கள் முற்றுகையிடப்பட்டது. இறுதியில் மொகலாயப்படை வாள் ஏந்திக்கொண்டு பாய்ந்து தாக்கியது. மிக மோசமான போர் நிகழ்ந்தது. மொகலாயப் படையில் 4000 பேர் உயிர் துறந்தனர். கலகப் படையில் 5000 பேர் இறந்தனர். கோக்லாவும் அவருடைய குடும்பத்தினரும் உட்பட 7000 பேர் சிறைப்பிடிக்கப்பட்டனர். ஜாட் மக்களின் தலைவரை ஆக்ரா காவல் நிலையத்தில் ஒரு மேடையில் கிடத்திவைத்து கை, கால்களை ஒவ்வொன்றாக துண்டித்தனர். அவருடைய குடும்பத்தினரை வலுக்கட்டாயமாக இஸ்லாமுக்கு மாற்றினர்.

ஹசன் அலியின் தீவிர வன்முறைகளுக்கு எதிர்பார்த்த பலன் கிடைத்தது. அந்தப் பகுதியில் கலகம் அடக்கப்பட்டது. ஆனால் அது தற்காலிக அமைதியாகவே இருந்தது. 1686-ல் இரண்டாவது ஜாட் கிளர்ச்சி ராஜாராம் தலைமையில் ஆரம்பித்தது.

9. சத்நாமி பிரிவினரின் எழுச்சி, 1672

ஔரங்கசீபுக்கு எதிராகக் கிளர்ந்தெழுந்த சத்நாமிகள் உண்மையில் சாது பிரிவினர். சத்நாமிகள் என்று என்று தம்மை அழைத்துக் கொண்டனர். ஒற்றைப் பரம்பொருளை நம்பும் இந்த அமைப்பு பிஜேஸ்வரின் துறவி பீர்பன் மூலம் நார்நௌல் பகுதியில் ஆரம்பிக்கப்பட்டது. துறவி ராய் தாஸ் மூலம் தொடங்கப்பட்ட அமைப்பின் கிளை அமைப்பு என்றும் சொல்லலாம். இவர்கள் புருவங்கள் உட்பட, தலைமுடியை மழித்துக் கொண்டிருந்தால் மக்கள் இவர்களை 'முண்டியா' என்று அழைத்தனர். தில்லிக்கு தென் மேற்கில் 75 மைல் தொலைவில் இருந்த நார்நௌல் பகுதியே இவர்களின் கோட்டையாக இருந்தது.

'சத்நாமிகள் துறவிகளைப்போல் உடை அணிந்தபோதிலும் பலரும் விவசாயம் அல்லது சிறிய முதலீட்டில் ஏதேனும் வியாபாரத்தில் ஈடுபட்டுவந்தனர். நேர்மையும் கூட்டுறவும் கொண்டவர்கள்' என்று இந்தக் குழுவினரைப் பற்றி கஃபி கான் குறிப்பிட்டிருக்கிறார். தமக்கான தனி மத நம்பிக்கையைப் பின்பற்றிய இவர்கள் நற்பெயருடன் வாழ்ந்து வருவதையே பெரிதும் விரும்பினர். முறையற்ற நேர்மையற்ற வழியில் பணம் சம்பாதிக்க விரும்பவே இல்லை.

லௌகிக விஷயம் சார்ந்துதான் முதலில் ஔரங்கசீபின் படைகளுடன் இவர்களுக்கு மோதல் ஏற்பட்டது. 'நார்நௌல்

பகுதியில் ஒரு நாள் சத்நாமி விவசாயிக்கும் பேரரசப் படையின் காலாட்படை வீரனுக்கும் இடையில் மோதல் ஏற்பட்டது. படைவீரன் ஒரு கட்டையை எடுத்து சத்நாமி விவசாயியின் மண்டையை உடைத்துவிட்டார். இதைக் கண்டு கோபப்பட்ட பிற சத்நாமிகள் அந்தப் படை வீரனை குற்றுயிரும் குலையுயிருமாக ஆகும்வரை அடித்தனர். ஷிக்தார் (வரி வசூலிப்பவர்) இதைக் கேள்விப்பட்டதும் அவர்களைக் கைது செய்ய ஒரு படைக்குழுவை அனுப்பினார். சத்நாமிகள் ஒன்றுகூடி இந்தப் படையினரையும் அடித்துச் சிலரைக் காயப்படுத்தினர். அவர்கள் கையில் இருந்த ஆயுதங்களையும் கைப்பற்றிக் கொண்டனர். நேரம் ஆக ஆக சத்நாமிகளின் எண்ணிக்கை அதிகரித்தது. கூச்சலும் குழப்பமும் அதிகரித்தது'.

மெள்ள இந்த மோதல் மதச் சாயம் பூசிக்கொள்ளத் தொடங்கியது. ஔரங்கசீப் மீது ஹிந்துக்கள் நடத்தும் விடுதலைப் போராக நாளடைவில் மாறியது. ஒரு பழைய குறி சொல்லி அவர்கள் மத்தில் தோன்றி, தேவியின் சக்தி அவர்களுக்குக் கிடைத்திருக்கிறது என்றும் ஒருவர் வீழ்ந்தால் எண்பதுபேர் முளைத்து எழுவார்கள்; எதிரியின் எந்தவொரு ஆயுதமும் அவர்களை வீழ்த்தமுடியாது என்றும் அருள் வாக்கு சொன்னார். இந்த இயக்கம் காட்டுத்தீ போல் பரவி மொகலாயப் பேரரசை அதிர்ச்சியில் ஆழ்த்தியது.

வெகு விரைவிலேயே சுமார் 500 சத்நாமிகள் ஆயுதங்களுடன் களம் இறங்கிவிட்டனர். அந்தப் பகுதியில் நிர்வாகப் பொறுப்பில் இருந்த மொகலாயத் தளபதிகள் சிறிய படைகளைத் தொடர்ந்து அனுப்பினர். அவை எல்லாம் தோற்கடிக்கப்பட்டுவிட்டன. இந்த ஆரம்பகட்ட வெற்றிகள் சத்நாமிகளின் தன்னம்பிக்கையை அதிகரித்தன. தமக்குச் சொல்லப்பட்ட அருள்வாக்கு நிரூபணமாவதாக மகிழ்ந்தனர். நார்நௌல் பகுதியைச் சேர்ந்த ஃபௌஜ்தார் பெரும் தோல்வியைச் சந்திக்க நேர்ந்தது.

வெற்றி பெற்ற சத்நாமிகள் மொகலாயக் கட்டுப்பாட்டில் இருந்த நார்நௌல் பகுதியைச் சூறையாடினர். மசூதிகளைத் தரைமட்ட மாக்கினர். அந்த மாவட்டத்தில் தமது ஆட்சியை நிலைநாட்டினர். மாவட்ட எல்லையில் காவல் படைகளை நிறுத்தினர். விவசாயிகளிடமிருந்து வரி வசூலிக்கத் தொடங்கினர். அவர் களுடைய கிளர்ச்சி தில்லியை எட்டியது. அங்கு சென்று சேரவேண்டிய தானியங்களின் அளவு குறைந்ததும் அவர்கள் அபாயத்தைப் புரிந்துகொண்டு கலக்கமடைந்தனர். சத்நாமிகளுக்கு

இருப்பதாக நம்பப்பட்ட மந்திர சக்திகளைக் கண்டு பேரரசுப் படை அச்சமுற்றது.

ஔரங்கசீபுக்கு இது மிகுந்த ஆத்திரத்தை மூட்டியது. 15, மார்ச்சில் 10,000 வலிமையான வீரர்களை ரடாண்டாஸ் கான் மற்றும் பல பீரங்கி, துப்பாக்கி இயக்கும் உயர்நிலை வீரர்களின் துணையுடன் அனுப்பிவைத்தார். பேரரசரின் மெய்க்காப்புப் படையிலிருந்து ஒரு பிரிவும் அனுப்பிவைக்கப்பட்டது. வாழும் ஃபகீராகப் புகழப்படும் ஔரங்கசீப் (ஆலம்கீர் ஜிந்தா பிர்) தன் கைப்பட இஸ்லாமிய பிரார்த்தனைகள், மந்திர உருவங்கள் எல்லாம் எழுதி அந்தத் தகடுகளைத் தனது படையின் கொடியில் வைத்துத் தைத்து அனுப்பினார். அப்படியாக அந்த மந்திரத் தகடுகளை எதிரிகளின் பார்வையில் படும்படிச் செய்தார். அந்த மோதல் மிகக் கடுமையாக இருந்தது. சுமார் 2000 சத்நாமிகள் கொல்லப்பட்டனர். அதைவிட அதிகமானவர்கள் தேடிச் சென்று வெட்டி வீழ்த்தப்பட்டனர். சொற்பமானவர்களே உயிர் தப்ப முடிந்தது. 'அந்தப் பகுதி காஃபிர்கள் இல்லாமல் துடைத்து அழிக்கப்பட்டது'.

10. சீக்கிய மதத்தின் வளர்ச்சி; சீக்கிய குருமார்களின் நடத்தை மற்றும் இலக்குகளில் ஏற்பட்ட மாற்றம்

15-ம் நூற்றாண்டின் இறுதிவாக்கில் பஞ்சாபில் ஹிந்து சீர்திருத்தவாதி பாபா நானக் தோன்றினார். புற வடிவங்களைவிட மதத்தின் சாரத்துக்கு முக்கியத்துவம் தரச் சொன்னார். உயிர்த்துடிப்பற்ற சடங்கு சம்பிரதங்களைவிட மதத்தின் ஆன்மாவுக்கு முக்கியத்துவம் தரச் சொன்னார். புனித நூல்களில் சொல்லப்பட்டிருக்கும் வார்த்தைகளைவிட அதன் பின்னால் இருக்கும் நல்லுணர்வுகளுக்கு முக்கியத்துவம் தரச்சொன்னார்.

மக்கள் மத்தியில் இருந்த பல தெய்வக் கோட்பாடுகளுக்கு அடிப்படையாக ஒற்றைப் பரம்பொருளே இருப்பதாகச் சொன்னார். ஜாதி, வர்க்கம் சார்ந்த வேறுபாடுகளைப் பொருட்படுத்தாமல் அனைவரையும் ஒரே குடையின் கீழ் கொண்டுவந்தார். சகோதரத்துவ உணர்வு மிகுந்த குழுவை உருவாக்கினார். ஆனால், பின்னர் வந்த சீக்கிய மதத் தலைவர்கள் லௌகிக விஷயங்களிலேயே அதிகக் கவனம் செலுத்தினர். தார்மிக ஒழுங்கும், சுய சீர்திருத்தத்தையும் ஆன்ம முன்னேற்றத்தையும் விட்டுவிட்டு போர்க்குணத்தை வளர்த்துக்கொண்டனர். 'இன்று சீக்கியர்கள் மத்தியில் முன்னேறும் உத்வேகம் இல்லை. அவர்கள்

குறுங்குழுவாகச் சுருங்கிவிட்டனர். அவர்கள் மத்தியிலிருந்து புதிய குருமார்களை உருவாக்கும் சக்தியை இழந்துவிட்டனர்' (ரவீந்திரநாத் தாகூர்)

வணிக அல்லது கால்ரி ஜாதியில், லாகூருக்கு தென் மேற்கில் 35 மைல் தொலைவில் இருந்த தால்வாண்டியில் (இப்போது நானாகானாவில்) 1469-ல் குரு நானக் பிறந்தார். ஒற்றைப் பரம்பொருளின் மீது பக்தி கொள்ளவேண்டும்; இறையருளைப் பெறும் வகையில் ஒவ்வொருவரும் தமது நடத்தையை வடிவமைத்துக்கொள்ளவேண்டும் என்பவையே அவருடைய மதக் கோட்பாடு.

'பணிவு, பிரார்த்தனை, புலனடக்கம், இதயத்தின் தேடல் இறைவன் மீதே ஊன்றியிருத்தல் இவையே இறைவனை அடைய வழி' என்று கபீர் தாஸர் சொன்னவற்றையே இவரும் சொன்னார். 1538 வரையில் வாழ்ந்த இவர் மிகப் பெரிய ஆதரவாளர்களின் கூட்டத்தை ஒருங்கிணைத்தார். அது காலப்போக்கில் தனி மதப் பிரிவாக பரிணமித்தது.

குரு நானக்கில் தொடங்கி ஐந்தாவது குருவான அர்ஜுன் வரையில், 16-ம் நூற்றாண்டு முழுவதும் வாழ்ந்து வந்த சீக்கிய குரு மரபினரை மொகலாயப் பேரரசர்களும் போற்றிவந்தனர். அவர்களுடைய துறவு வாழ்க்கை மீது மிகுந்த மதிப்பும் மரியாதையும் கொண்டிருந்தனர். சீக்கிய குருமார்களுக்கும் இஸ்லாமிய மதத்துடனோ அரசுடனோ எந்தவொரு மோதலும் அப்போது இருந்திருக்கவில்லை.

ஔரங்கசீபின் ஆட்சிக்கு முன்புவரை சீக்கிய குருமார் யாரும் மத அடிப்படையில் படுகொலை செய்யப்பட்டிருக்கவில்லை. மொகலாய அரசுடன் அவர்களுக்கு ஜஹாங்கீரின் காலத்தில் ஆரம்பித்த மோதல் முழுக்கவும் மதம் சாராததாகவே இருந்தது. சீக்கிய குருமார்களின் நடத்தைகளில் ஏற்பட்ட மாற்றமே அதற்குக் காரணமாக இருந்தது.

ஐந்தாவது சீக்கிய குருவான அர்ஜுன் சிங்கின் காலவாக்கில் சீக்கிய மதத்துக்கு மாறியவர்களின் எண்ணிக்கை வெகுவாக அதிகரித்திருந்தது. அதன் மூலம் செல்வ வளமும் பெருகியிருந்தது. நிரந்தரமான வருமானம் வருவதற்கு ஒரு ஏற்பாடு செய்ய குரு அர்ஜுன் தீர்மானித்தார். சீக்கியர்கள் வாழும் இடங்களில் மதக் காணிக்கை மற்றும் மத வரி வசூலிக்க காபூல் தொடங்கி டாக்காவரையில் சீக்கியப் பிரதிநிதிகளை நியமித்தார். இந்த ஆன்மிக

தானங்கள், வசூல்கள் பிரதிநிதிகள் எடுத்துக்கொண்டதுபோக மீதி அமிர்தசரஸ் கஜானாவைச் சென்று சேர்ந்தன.

சீக்கிய குரு பூவுலக சக்ரவர்த்தியாக மதிக்கப்படலானார். மசந்த என்ற பெயரிலான ஆலோசகர்கள் குழு, அமைச்சர்கள் குழு போன்றவை உருவாக்கப்பட்டன. தில்லி பதான் சுல்தான்களின் ஆட்சியில் மேட்டுக்குடியினர் வகித்த மசந்த்-இ-ஆலா என்ற பதவியின் ஹிந்தி திரிபு. மொஹலாயப் பேரரசின் அரியணையைக் கைப்பற்ற ஜஹாங்கீருடன் மோதிய குஸ்ருவின் கலகத்துக்கு, குரு அர்ஜுன் விதிவசப்பட்ட பலவீன தருணத்தில் ஆசி வழங்கினார். இளவரசர் குஸ்ருவுக்கு பண உதவியும் செய்தார்.

குஸ்ரு தன் கலகத்தில் தோல்வியடைந்ததைத் தொடர்ந்து ஜஹாங்கீர் கீழ்ப்படிதலற்ற சீக்கிய குருவுக்கு இரண்டு லட்ச ரூபாய் அபராதம் விதித்தார். குரு அர்ஜுன் அதைக் கொடுக்க மறுத்தார். அதைத் தொடர்ந்து சிறைப்படுத்தப்பட்டு சித்ரவதைக்குள்ளாக்கப்பட்டார். அந்நாட்களில் வரி, அபராதங்களைச் செலுத்தாதவர்களுக்கு இப்படியான தண்டனைகள் தரப்படுவது வழக்கம். லாஹூரில் கொளுத்தும் வெய்யிலில் தரப்பட்ட தண்டனைகளைத் தாங்க முடியாமல் ஜூன் 1606-ல் குரு அர்ஜுன் உயிர் துறக்க நேர்ந்தது.

அவரையடுத்து குரு ஹர் கோவிந்தின் காலம் (1606-1645) ஆரம்பித்தது. தனது தந்தையைப் போலல்லாமல் குரு ஹர் கோவிந்த் போர்க் கலையில் தேர்ச்சி பெற்றார். மெள்ள போர்க்குணத்தில் தன் கவனத்தைத் திருப்பினார். தனது மெய் காவல் படையாக 52 வீரர்கள் கொண்ட குழுவை உருவாக்கிக் கொண்டார். அது மெள்ள ஒரு ராணுவப் படையைப் போல் பெரிதானது. ‘குருவின் இல்லத்தில் ஆன்மிக சாதனைகளும் லௌகிக அம்சங்களும் ஒருங்கிணையத் தொடங்கின’ என்று ஒரு சீக்கிய சீடர் குறிப்பிட்டிருக்கிறார்.

ஷாஜஹான் ஆட்சிக் கட்டிலில் ஏறியதைத் தொடர்ந்து அவர் அமிர்தசரஸுக்கு வந்திருந்த தருணத்தில் குரு ஹர் கோவிந்தும் அந்தப் பகுதியில் வேட்டை தேடி நுழைந்தார். பேரரசப் படையினர் வேட்டையாடி வீழ்த்திய பறவை தொடர்பாக சீக்கியர்களுடன் மோதல் ஏற்பட்டது. அந்த மோதலின் இறுதியில் பேரரசப்படை அடித்து விரட்டப்பட்டது. கலகக்காரர்களை எதிர்க்கப் படை அனுப்பப்பட்டது. அமிர்தசரஸ் பகுதியில் சங்க்ரானாவில் 1628-ல் நடைபெற்ற மோதலில் மொகலாயப் படை பெரும் இழப்பை சந்திக்க நேர்ந்தது. சீக்கியர்களின் புகழ் எங்கும் பரவியது. ‘பேரரசரை எதிர்க்கும் பலம் வேறு யாரிடமும் இல்லை என்று சொல்லியபடி’

ஏராளமானவர்கள், சீக்கிய படையில் தம்மை இணைத்துக்கொள்ள ஆர்வத்துடன் முன்வந்தனர்.

பேரரசுக்கு எதிரான இப்படியான வெளிப்படையான கலகத்தை லாகூரில் இருந்தவர்களால் பொறுத்துக் கொள்ளமுடியவில்லை. சீக்கிய குருவை வீழ்த்த, பெரிய பெரிய படைகள் அனுப்பப்பட்டன. ஆரம்பத்தில் குருவுக்கு வெற்றிகள் கிடைத்தபோதிலும் அமிர்தசரஸில் இருந்த அவருடைய வீடு, சொத்துகள் எல்லாம் கைப்பற்றப்பட்டன. மொகலாயர்களின் எல்லைக்கு அப்பால் இருந்த காஷ்மீர மலைப்பகுதியில் கைராபூரில் சென்று குரு ஹரி கோவிந்த் அடைக்கலம் தேடவேண்டி வந்தது. அங்கு அவர் 1645-ல் உயிர் துறந்தார்.

1664-ல் குரு ஹர் கிஷன் இறந்ததைத் தொடர்ந்து சீக்கியர்கள் மத்தியில் குழப்பமும் முறைகேடுகளும் மலிந்தன. பகலா பிரிவைச் சேர்ந்த 22 நபர்கள் அடுத்த குருவாக நியமனம் பெறப் போட்டியிட்டனர். தாமாகவே தம்மை குருவாக நியமித்துக் கொண்ட இவர்கள் சீக்கியர்களிடம் இருந்து காணிக்கைகளைக் கட்டாயப்படுத்திப் பெற்றுக்கொள்ள ஆரம்பித்தனர். குரு ஹர் கிஷனின் கடைசி மகனான தேஜ் பஹதுர் பெரும்பாலான சீக்கியர்களின் ஆதரவினால் அடுத்த குருவானார்.

சீக்கியர்கள் கடுமையாகத் தாக்கப்படுவதையும் சீக்கிய புனிதஸ்தலங்கள் இடித்துத் தரைமட்டமாக்கப்படுவதையும் கண்டு அனந்தபூரில் இருந்த தேஜ் பஹதுர் வெகுண்டு எழுந்தார். காஷ்மீர ஹிந்துகள் வலுக்கட்டாயமாக இஸ்லாமுக்கு மாற்றப்படுவதை எதிர்த்து ஹிந்துகள் முன்னெடுத்த செயல்பாடுகளுக்கு அவர் ஆதரவு கொடுத்தார். மொகலாயப் பேரரசரை வெளிப்படையாக எதிர்க்கவும் செய்தார். தில்லிக்கு இழுத்துச் செல்லப்பட்டவர் அங்கு சிறையில் அடைத்துவைக்கப்பட்டார். இஸ்லாமுக்கு மாறும்படி அவரை மிரட்டினார்கள். மாற மறுத்தவரை ஐந்து நாட்கள் சித்ரவதை செய்தனர். கடைசியில் 1676-ல் ஔரங்கசீபின் உத்தரவின் பேரில் குரு தேஜ் பஹதூரின் தலையை வெட்டிக் கொன்றனர்.

இதைத் தொடர்ந்து இஸ்லாமியர்களுக்கும் சீக்கியர்களுக்கும் இடையில் நேரடி மோதல் வெடித்தது. சீக்கியர்கள் மத்தியில் ஒரு மகான் தோன்றி அவர்களை மிக அற்புதமாக ஒருங்கிணைத்தார். மொகலாயப் பேரரசுக்கும் இஸ்லாமிய மார்க்கத்துக்கும் எதிரான வலுவான, வெல்ல முடியாத சக்தியாக சீக்கிய மதத்தைப் பலப்படுத்தினார். அவரே பத்தாவது மற்றும் இறுதி சீக்கிய குருவான குரு கோவிந்த ராய் (1676-1708).

'குள்ளநரிகளையெல்லாம் புலிகளாக்குவார்; குருவிகளையெல்லாம் கழுகுகளாக்குவார்' என்று அவர் பிறந்தபோது ஜோதிடம் சொல்லப்பட்டது.

குரு கோவிந்த சிங் வெற்றி பெற்றதற்கு என்ன காரணங்கள் என்று கொஞ்சம் பார்ப்போம். முதலாவதாக, அவர் மெள்ள மெள்ள ஒரு கதாநாயகனாகப் பரிணமித்தார். எந்தவொரு கேள்வியும் கேட்காமல் ஆதரவாளர்கள் எல்லாம் குருவின் சொல் கேட்டு அடிபணியவேண்டும் என்று பயிற்றுவிக்கப்பட்டனர். ஒற்றைப் பரம்பொருள் மீதான தீவிர பக்தியே சீக்கியர்கள் அனைவரையும் அவர் தலைமையின் கீழ் ராணுவ ஒழுங்குடன் ஒருங்கிணைத்தது. 17-ம் நூற்றாண்டு வாக்கில் சீக்கியர்கள் தமது சகோதரத்துவம், பரஸ்பர அன்பு ஆகியவற்றுக்காகப் புகழ் பெற்றவர்களாகத் திகழ்ந்தனர். கடவுள் தம்மை மகத்தான செயலுக்காகத் தேர்ந்தெடுத்திருப்பதாகப் பெருமிதம் கொண்டிருந்தனர்.

பால குருதாஸ் சொன்னவை: எங்கெல்லாம் இரண்டு சீக்கியர்கள் இருக்கிறார்களோ அங்கெல்லாம் சீக்கிய குருமார்களின் பெருங்குழு இருக்கிறது. எங்கெல்லாம் ஐந்து சீக்கியர்கள் இருக்கிறார்களோ அங்கெல்லாம் அந்த இறைவனே இருக்கிறார்.

ஒரே மதத்தைச் சேர்ந்தவர்கள் என்ற ஒற்றுமை உணர்வானது, குரு கோவிந்த சிங்கின் போதனைகளின் அடிப்படையில் ஜாதி வேறுபாடுகளை ஓரங்கட்டியதைத் தொடர்ந்து மேலும் வலுப்பட்டது. ஹிந்து சமூகத்தில் உணவு, பானங்கள் ஆகியவை தொடர்பான கெடுபிடிகள் எல்லாம் ஏற்கெனவே மறைந்து விட்டிருந்தன. ஓலிவர் க்ராம்வெல்லின் படையினரான ஐயர்ன்சைட்கள் தமது ஜேசூயிட் நம்பிக்கையினால் எந்தவிதக் கேள்வியும் கேட்காமல் தமது தலைவருக்குக் கட்டுப்பட்டுச் செயல்பட்டு வெற்றி பெற்றனர். குரு கோவிந்தரின் சீக்கியப் படைகளுமே அதுபோலவே சீக்கிய நம்பிக்கையினால் உந்தப்பட்டு ஒற்றுமையாகக் கீழ்ப்படிந்து நடந்து வெற்றியை ஈட்டின.

11.குரு கோவிந்த் சிங்: லட்சியமும் வாழ்க்கையும்

குரு கோவிந்த் சிங் தன் ஆதரவாளர்களை நிதானமாக வார்த்தெடுத்தார். அவர்களுக்கென்று தனியான சீருடை, உறுதிமொழி இவற்றைப் பரிந்துரைத்தார். இஸ்லாம் மீதான பகைமையை வெளிப்படையாக முன்வைத்தார். இஸ்லாமிய

ஒடுக்குமுறைக்கு எதிராகக் கிளர்ந்தெழும்படி ஹிந்துக்களையும் உத்வேகமூட்டினார். யாரேனும் சீக்கியர், ஏதேனும் முஹமதிய துறவியின் சமாதிக்கு வணக்கம் வைத்தால் ரூ 125 அபராதம் என்று உத்தரவிட்டார். அவருடைய இலக்குகள் இந்த உலக வாழ்க்கை குறித்ததாகவே பெரிதும் இருந்தது. கால்ஸா விதிகளின்படி ராஜ்ஜியம் அமைப்பதே என் லட்சியம் அன்னையே... என்று சூளுரைத்தார். அவர் தன்னாட்சி மிகுந்த ராஜ்ஜியத்தில் வாழ்ந்தார்.

வடக்கு பஞ்சாபின் மலைப்பகுதிகளில் குரு கோவிந்த சிங் தன் வாழ்நாளில் பெரும்பகுதியைக் கழித்தார். ஜம்மு, ஸ்ரீநகர் பகுதிகளின் மலை அரசர்கள் எல்லாம் இவருடைய ஆதரவாளர் களின் போர் நடவடிக்கைகளினால் அதிருப்தியுற்றிருந்தனர். மற்றும் இஸ்லாமை எதிர்க்கவேண்டும் என்ற இவருடைய இலக்கைக் கண்டு அச்சமுற்றிருந்தனர். இதனால் இந்த மலை அரசர்களுடனும் குரு கோவிந்த் சிங்குக்கு மோதலில் ஈடுபட வேண்டியிருந்தது. குரு கோவிந்த் சிங்கைத் தோற்கடிப்பதற்காக சர்ஹிந்த் பகுதியிலிருந்து ஏராளமான மொகலாயப் படை இந்த காஷ்மீர மலை அரசர்களுக்கு அனுப்பிவைக்கப்பட்டன. ஆனால் அந்தப் படைகள் எல்லாம் தோல்வியைத் தழுவின.

பஞ்சாபிலிருந்து தோப்கள் சாரை சாரையாகப் புறப்பட்டுச் சென்று சீக்கிய மதம் தழுவி, குரு கோவிந்த் சிங்கின் படையில் சேர்ந்துகொண்டனர். சில முஸ்லிம்களும் கூட அவருடைய படையில் சேர்ந்துகொண்டனர். அனந்தபூர் கோட்டை ஐந்து முறை முற்றுகையிடப்பட்டது. இறுதித் தாக்குதலுக்குப் பின்னர் குரு கோவிந்த் சிங் அந்தக் கோட்டையில் இருந்து வெளியேறினார். மொகலாயப் படை பின்தொடர்ந்து வந்தது. பல்வேறு சாகசங்கள் செய்து மயிரிழையில் உயிர் தப்பி, வேட்டையாடப்படும் விலங்கு தன் இருப்பிடத்தை மாற்றிக் கொண்டே இருப்பதுபோல் தப்பிச் சென்றார். இஸ்லாமியப் படையால் அவருடைய நான்கு மகன்கள் கொல்லப்பட்டனர். தனது விசுவாசமான சொற்ப மெய்க் காவலர்களுடன் தென்னிந்தியாவுக்கு குரு கோவிந்த் சிங் பயணம் மேற்கொண்டார். 1707-ல் புதிய பேரரசர் பஹதுர் ஷா, ராஜபுதனா மற்றும் தக்காணம் நோக்கிய தன் பயணத்தில் துணைக்கு வரும்படி குருவைக் கேட்டுக்கொண்டார். ஹைதராபாதுக்கு 150 மைல் வடமேற்கில் கோதாவரிக் கரையில் இருந்த நந்தர் பகுதிக்கு ஆகஸ்ட் 1707-ல் அவர்கள் வந்து சேர்ந்தனர். அவர்களுடன் சிறிய காலாட்படையும் 200-300 குதிரைப்படையும் இருந்தன. ஒரு வருட காலம் அங்கு தங்கியிருந்த குரு கோவிந்த் சிங்கை ஓர் ஆஃப்கனியர் கத்தியால் குத்திக் கொன்றார் (1708).

குரு கோவிந்த சிங்குடன் சீக்கிய குரு பரம்பரை முடிவுக்கு வந்தது.

ஔரங்கசீபின் தலைமையிலான மொகலாயப் பேரரசு அப்படியாக குருவின் வலிமையைக் குலைப்பதில் வெற்றி கண்டது. அவர்களுக்கு ஒரு வலிமையான தலைவர் வரமுடியாமலும் ஒரு குடையின் கீழ் திரள வழியின்றியும் செய்தது. அதன் பின் எழுந்த சீக்கியக் கிளர்ச்சிகள் எல்லாம் மிகச் சிறிய அளவில் தனிக் குழுக்களாகவே செயல்படமுடிந்தது. ஒரு தலைவரின் கீழ், தெளிவான அரசியல் இலக்குடன் அணிவகுத்துப் போரிடும் நிலை அதன்பின் உருவாகவில்லை. வீரமும் உற்சாகமும் வலிமையும் மிகுந்த குழுக்களாக அதே நேரம் எந்தவொரு தனி ராஜ்ஜியம் அமைக்கும் இலக்குகள் எதுவும் இல்லாமல் கொள்ளைகளில் ஈடுபடுபவையாகச் சுருங்கிவிட்டன. ரஞ்சித் சிங் மட்டும் எழுச்சி பெற்றிருக்காவிட்டால் சீக்கியர்களின் கீழே எந்தவொரு பெரிய ஒற்றுமையான ராஜ்ஜியமும் உருவாகியே இருக்காது. ஆனால், பஞ்சாபில் சீக்கிய தளபதிகளின் கீழ் இருந்த இருந்த பல சமஸ்தானங்கள் தமது வீரர்களை அனுப்பி வெறுமனே சூறையாடல்களில் மட்டுமே ஈடுபட்டுவந்தனர். ராஜ்ஜிய உருவாக்கத்தில் கவனம் செலுத்தவே இல்லை.

ஔரங்கசீபின் மத வெறியின் விளைவாக இரண்டு ராஜபுத்திர வம்சங்கள் கிளர்ந்தெழுந்தன. அவற்றுடன் போர் மூண்டது.

அத்தியாயம் - 9

ராஜபுதனப் போர்; முஹம்மது அக்பரின் கலகம்

1. ஔரங்கசீப் மார்வாரைக் கைப்பற்றுதல், 1679

மார்வார் ஒரு பாலை நிலம். ஆனால் மொகலாயர்களின் காலகட்டத்தில் அது ராணுவ முக்கியத்துவம் வாய்ந்த பகுதியாக இருந்தது. உற்பத்தி வளம் கொழிக்கும் அஹமதாபாத் நகருக்கு மொகலாயத் தலைநகரில் இருந்து செல்வதற்கு உகந்த எளிய, விரைவில் செல்ல முடிந்த பாதை மார்வார் வழியாக அமைந்திருந்தது. வணிகப் போக்குவரத்து மிகுந்த, பரபரப்பான காம்பே துறைமுகத்துக்குச் செல்லும் வழியும் அதனூடாகவே இருந்தது. ஆக்ராவிலிருந்து பேரரசரின் ஆளுகைக்கு உட்பட்ட ஆஜ்மீர் நகரம் வரையிலான மேற்குப் பகுதி சாலை விசுவாசமான ஜெய்ப்பூர் ராஜ்ஜியம் வழியாகச் சென்றது. அதன் பின்னர் ஆரவல்லி மலைத்தொடரினூடாகச் செல்லும் கணவாய் பாதை வழியாக மார்வார் நகரங்களான பாலி மற்றும் ஜாலோர் வழியாகச் சென்று அஹமதாபாத்தைச் சென்று சேர்ந்தது.

இப்படியான முக்கியமான ஒரு பகுதி பேரரசுடன் இணைக்கப் பட்டுவிட்டால் உதய்பூர் ராஜ்ஜியத்தைச் சுற்றி வளைத்துவிட முடியும். முஸ்லிம் ராஜ்ஜியம் ராஜபுதனத்தினூடாக ஊடுருவிச்

செல்லமுடியும். அதை இரு துண்டுகளாக்கி எளிதில் வீழ்த்திவிடவும் முடியும். வட இந்தியாவில் அந்நாட்களில் வலிமையுடன் இருந்த ஹிந்து ராஜ்ஜியம் மார்வார்தான். அதன் மன்னர் ஜஸ்வந்த் சிங்.

மொகலாய அரசுடன் நட்புறவில் இருந்த ஜெய்சிங் 13 ஆண்டுகளுக்கு முன் இறந்ததையடுத்து மிக முக்கிய இணையற்ற ஹிந்து மன்னராக ஜஸ்வந்த் சிங் ஆகியிருந்தார். ஔரங்கசீப் ஹிந்துக்களைக் கட்டாய மதம் மாற்றம் செய்யும் தன் முயற்சியில் வெற்றிபெறவேண்டுமென்றால் ஜஸ்வந்த் சிங்கின் ராஜ்ஜியம் மொகலாயப் பேரரசைச் சார்ந்து, கீழடங்கி நடக்கும் ராஜ்ஜியமாக ஆக்கப்பட்டாகவேண்டும். அல்லது பேரரசின் அங்கமாக ஆக்கப்பட்டாகவேண்டும். இஸ்லாமிய மத வெறிச் செயல்பாடுகளுக்கு எதிராக ஹிந்து எழுச்சி ஏற்பட வாய்ப்பு இல்லாதவகையில் அதை முடக்கியாகவேண்டும்.

1678, டிசம்பர் 10-ல் கைபர் கணவாய் பகுதியில் இருந்த ஜம்ரூதில் மொகலாயப் படைகளுக்குத் தலைமை தாங்கிக் கொண்டிருந்த போது மஹாராஜா ஜஸ்வந்த் சிங் உயிர் துறந்தார். அவர் ஆஃப்கானிஸ்தானின் வைஸ்ராயாகவோ காபூல் நகரத்தின் ஆட்சியாளராகவோ இருந்திருக்கவில்லை. ஜம்ரூதின் தானேதாராக மட்டுமே இருந்தார். அவருடைய மரணச் செய்தியைக் கேள்விப்பட்ட உடனே ஔரங்கசீப் அவருடைய ராஜ்ஜியத்தைக் கைப்பற்றி மொகலாய ஆட்சியின் நேரடிக் கட்டுப்பாட்டுக்குள் கொண்டுவர விரும்பினார். 9, ஜன, 1679-ல் பேரரசர் ஜோத்பூருக்கு அருகில் இருந்தபடி அதைக் கட்டுக்குள் கொண்டுவரவேண்டுமென்று முடிவு செய்து அஜ்மீருக்கு தானே புறப்பட்டுச் சென்றார்.

ஜஸ்வந்தின் மரணம் ரத்தோர்களை குழப்பத்திலும் கலக்கத்திலும் ஆழ்த்தியது. ராஜ்ஜியத்துக்கு தலைவர் இல்லாமல் ஆகியிருந்தது. ஜஸ்வந்தின் உயர் நிலை அதிகாரிகளும் மிகச் சிறந்த படைவீரர்களும் ஆஃப்கானிஸ்தானில் இருந்தனர். முதலில் மிகப் பெரியதும் நன்கு வழிகாட்டப்பட்டதுமான மொகலாயப் படை மளமளவென வந்து குவிந்தபோது எந்த எதிர்ப்பையும் காட்டவே முடிந்திருக்கவில்லை.

லாகூரில் இருந்த ஜஸ்வந்த் சிங்கின் இரண்டு மனைவியருக்கு அப்போதுதான் இரண்டு குழந்தைகள் பிறந்திருந்த செய்தி (26 பிப்ரவரியன்று) ஔரங்கசீபுக்குத் தெரிய வந்திருந்தது. ஆனால் வாரிசுரிமை சார்ந்து எந்த சட்ட விதி தடையாக இருந்தாலும் மார்வார் பகுதியைத் தனது பேரரசுடன் இணைத்துக்கொள்ளும் முடிவில் இருந்து ஔரங்கசீப் பின்வாங்க விரும்பியிருக்கவில்லை. அஜ்மீரில்

இருந்து தில்லிக்கு 2 ஏப்ரலில் திரும்பினார். ஒரு நூற்றாண்டு காலம் நிறுத்திவைக்கப்பட்டிருந்த ஜெஸியா வரியை அன்றே ஔரங்கசீப் இந்துக்கள் மீது விதித்தார்.

நாகோர் பகுதியின் தளபதியும் ஜஸ்வந்தின் மருமகனுமான இந்திர சிங் ரத்தோரை ஜோத்பூரின் மன்னராக நியமித்தார். வாரிசு உரிமைக் கட்டணமாக 36 லட்சம் பணம் கொடுக்கவேண்டும் என்று சொல்லி மார்வாருக்கு அனுப்பினார் (26 மே). ஆனால் அந்தப் பகுதியில் ஏற்கெனவே இருந்த மொகலாய நிர்வாகிகள், தளபதிகள் ஆகியோரை புதிய ராஜா ஆட்சிப் பொறுப்பை ஏற்க உதவும் நோக்கில் அங்கேயே இருக்கும்படி ஔரங்கசீப் உத்தர விட்டிருந்தார்.

2. அஜீத் சிங்கை துர்காதாஸ் காப்பாற்றிய விதம்

இறந்த ஜஸ்வந்தின் மனைவிகள் லாஹூர் வந்து சேர்ந்ததும் அவர்களுக்கு இரண்டு குழந்தைகள் (பிப் 1679-ல்) பிறந்தன. ஒரு குழந்தை சில வாரங்களில் இறந்துவிடவே இன்னொரு குழந்தையான அஜித் சிங் பின்னாளில் ஜோத்பூர் அரியணையில் ஏறினார். அவருடைய வாழ்க்கை சாகசங்கள் நிறைந்ததாக இருந்தது. ஜூன் மாத இறுதியில் தில்லிக்கு மஹாராஜாவின் குடும்பம் வந்து சேர்ந்தது. அஜீத் சிங்கின் வாரிசுரிமையை ஔரங்கசீப் முன்பாக எடுத்துச் சொன்னார்கள். ஆனால் அவரோ அந்தக் குழந்தையைத் தனது அந்தப்புரத்தில் விட்டுச் செல்லவேண்டும் என்றும் உரிய வயது வந்ததும் அவரை ராஜாவாக மொகலாய அரசவையில் இடம்பெறுபவராக ஆக்குவேன் என்றும் வாக்குக் கொடுத்தார். முஸ்லிமாக மாறினால் ஜோத்பூர் மன்னராக்குவதாகச் சொல்லப் பட்டதாக சமகால வரலாற்றாசிரியர் ஒருவர் குறிப்பிட்டிருக்கிறார்.

ஔரங்கசீபின் வார்த்தைகளைக் கேட்டு விசுவாசமான ரத்தோர்கள் அதிர்ச்சி அடைந்தனர். தமது மன்னரின் வாரிசைக் காப்பாற்று வதற்காக உயிரையும் விடத் தயார் என்று சூளுரைத்தனர். ஜஸ்வந்த் சிங்கின் அமைச்சர்களில் ஒருவரான அஸ்கரனின் மகனும் துருனேரா பகுதியின் ஆட்சியாளரும் ரத்தோர் படையின் தளபதியுமான துர்காதாஸின் அற்புதமான தலைமையின் கீழ் அணிதிரண்டனர். அவருடைய கடுமையான விடாமுயற்சியும் புத்திசாலித்தனமான நடவடிக்கைகளும் இருந்திருக்காவிட்டால் அஜித் சிங்கினால் தனது தந்தையின் அரியணையைக் கைப்பற்ற முடிந்திருக்காது.

துர்கா தாஸ் தன் மன்னரின் மகனுடைய வெற்றிக்காகச் சுற்றிலும் இருந்த மிகக் கடுமையான எதிரிகள், தமது மக்களிடையே இருந்த அவநம்பிக்கை, மனக்கவலைகள் இவை எல்லாவற்றையும் தாண்டி வென்று காட்டினார். மொகலாயர்கள் கொடுத்த தங்கக்காசுகள் அவரை மயக்கவில்லை. மொகலாயர்களின் படைகளால் அவரை வீழ்த்தமுடியவில்லை. ரத்தோர் குலத்தில் ஒற்றை ஆளாக ராஜபுத்திர வீரர்களின் துணிச்சலையும் மொகலாயர்களின் ராஜ தந்திரம், ஒருங்கிணைக்கும் திறமை ஆகியவற்றையும் அரிய வகையில் ஒருங்கிணைத்து வெளிப்படுத்துபவராக இருந்தார்.

15 ஜூலையன்று, ஜஸ்வந்த் சிங்கின் ராணிகளையும் குழந்தையையும் பிடித்துவந்து நூர்கர் கோட்டையில் சிறைப்படுத்த, தில்லி நகரத் தளபதியின் தலைமையில் வலிமையான படை ஒன்றை ஔரங்கசீப் அனுப்பினார். ரத்தோர் வீரர்கள் சிலர் பேரரசப் படையைத் தீவிரமாக, உயிர் தியாகம் செய்து எதிர்ப்பது என்றும் மற்றவர்கள் இதனிடையில் குழந்தை அஜீத் சிங்கை பத்திரமாகக் காப்பாற்றிக் கொண்டு சென்றுவிடவேண்டும் என்றும் தீர்மானித்தனர்.

ஜோத்பூரின் பால்தி குல வீரனான ரகுநாதர் 100க்கும் மேற்பட்ட வீரர்களுடன் பேரரசுப் படையைத் தாக்கினார். அவர்களுடைய ஆவேசமான தாக்குதலை பேரரசுப் படையினர் முறியடிப்பதற்குள் அஜித் சிங் மற்றும் ஆண் வேடமணிந்த ராணிகளைப் பாதுகாப்பாக அழைத்துகொண்டு துர்கா தாஸ் மார்வாருக்குத் தப்பிச் சென்று விட்டார். தில்லி தெருவில் ஒன்றரை மணி நேரம் வீரப் போர் புரிந்த ரகுநாத், ரத்த வெள்ளத்தைப் பெருக்கெடுத்து ஓடச் செய்தார். இறுதியில் வீரமரணம் அடைந்தார். மொகலாயப் படையினர் துர்காதாஸைத் துரத்திச் சென்றனர். 9 மைல் தொலைவுக்குத் தப்பிச் சென்றவரை இறுதியில் நெருங்கினர்.

இப்போது ரஞ்சோர்தாஸ் ஜோதா சிறிய படையுடன் முன்னால் வந்து எதிரிகளைத் தாமதப்படுத்தினார். இது போல் மூன்று முறை எதிரிகளைத் தடுத்து நிறுத்தினர். மூன்று ஆவேசமான தாக்குதலுக்குப் பின்னர் மாலை வாக்கில் மொகலாயப் படை களைத்துப்போய் துரத்துவதைக் கைவிட்டது. மார்வாருக்கு அஜித் சிங் நல்லமுறையில் 23 ஜூலை வாக்கில் கொண்டுசெல்லப் பட்டார். ரத்தோர் படையினருக்கு அவரைக் காப்பாற்றுவதே முக்கிய இலக்காக இருந்தது. மார்வார் பகுதியைக் கைப்பற்ற நினைத்த ஔரங்கசீபின் திட்டம் அப்படியாக முறியடிக்கப்பட்டது. ஆனால் துர்கா தாஸின் திட்டங்களை முறியடிக்க ஔரங்கசீப்

ராஜதந்திரமாக ஒரு காரியம் செய்தார். இடையர் குலத்தைச் சேர்ந்த ஒருவருடைய குழந்தையைத் தன் அரண்மனைக்குக் கொண்டுவந்தவர், இந்தக் குழந்தைதான் ஜஸ்வந்த் சிங்கின் உண்மையான வாரிசு. துர்காதாஸ் அழைத்துச் சென்றிருப்பது போலி வாரிசு என்று சொன்னார். அதோடு மார்வாரின் ஆட்சிப்பதவியில் இரண்டு மாதங்கள் இருந்த இந்திர சிங்கை ஆட்சித் திறமை இல்லை என்று சொல்லிப் பதவி நீக்கம் செய்தார்.

மார்வாரை மீண்டும் கைப்பற்ற ஒரு பெரிய படையை அனுப்பினார். படுகொலைகளும் சூறையாடலும் அந்த சபிக்கப்பட்ட பிராந்தியத்தில் மொகலாயப் படைகளால் கட்டவிழ்க்கப்பட்டன.

பேரரசர் 25 செப்டம்பரில் அஜ்மீரில் முகாமிட்டார். அவருடைய மகன் முஹம்மது அக்பரின் தலைமையில் படைகள் முன்னேறிச் சென்று தாக்கின. அஜ்மீரின் ஃபௌஜ்தார் தஹாவர் கான் தளபதியாக இருந்து போரிட்டார். ராஜ் சிங் தலைமையின் கீழ் ரத்தோர்கள் புனித புஷ்கர் ஏரிக்கு அருகில் இருந்த வராஹ க்ஷேத்ரத்தின் முன்பாக மொகலாயப் படையைத் தடுத்து நிறுத்தினார்கள். தொடர்ந்து மூன்று நாட்கள் தீவிரமாகப் போர் நடந்தது. இறுதியில் வீர மிகுந்த ரத்தோர் படை வீழ்ந்தது. அதன் பின்னர் பாலைவனப் பகுதிகள், மலைகள் ஆகிய இடங்களில் ஒளிந்துகொண்டு கெரில்லா தாக்குதல் முறையையே பின்பற்றினர்.

மார்வாரைப் பல மாவட்டங்களாகப் பிரித்த ஔரங்கசீப் ஒவ்வொன்றிலும் ஒரு மொகலாய அதிகாரியை ஃபௌஜ்தாராக நியமனம் செய்தார் (அக்டோபர் இறுதிவாக்கில்). இந்த வலிமையான பேரரசப் படையை எதிர்த்து யாராலும் நிற்க முடியவில்லை. அந்தப் பிராந்தியம் முழுவதும் எதிரிகளின் கைகளில் சென்று சேர்ந்தது. சமவெளியில் இருந்த ஜோத்பூரும் பிற நகரங்களும் சூறையாடப்பட்டன. கோவில்கள் இடிக்கப்பட்டு மசூதிகள் அந்த இடங்களில் கட்டி எழுப்பப்பட்டன.

3. உதய்பூரில் மஹாராணாவுடனான மொகலாயப் போர்

மேவாரை எளிதில் கைப்பற்றுவதற்கான முன்னோட்டமாகவே மார்வார் மீதான வெற்றி அமைந்தது. ஜெஸியா வரி விதிக்கப் பட்டதும் மஹாராணாவிடமும் இதைத் தன் பகுதி முழுவதிலும் அமல் செய்யும்படி உத்தரவிடப்பட்டது. ரத்தோர்களுக்குத் துணையாக சிசோடியாக்கள் இம்முறை வந்திருக்காவிட்டால் பேரரசப் படை இந்த இரண்டு குலங்களையும் ஒரேயடியாக

அழித்திருக்கும். ஒட்டுமொத்த ராஜஸ்தானும் சர்வாதிகாரியின் காலில் போட்டு நசுக்கப்பட்டிருக்கும். மஹாராணா ராஜ் சிங்கும் அவருடைய குலத்தினருக்கும் இந்த உண்மை புரிந்திருந்தது. அஜீத் சிங்கின் தாய் மேவார் ராணி. எனவே தன் குலத்தைச் சேர்ந்தவர் என்றவகையிலும் உதவி கேட்டவருக்கு உதவியாகவேண்டிய க்ஷத்ரிய தர்மத்தின்படியும் அஜித் சிங்கின் வாரிசுரிமை தொடர்பாக ராணியின் கோரிக்கையை அவரால் நிராகரிக்கமுடியவில்லை.

ராஜ் சிங் போருக்குத் தயாரானார். ஔரங்கசீப் தனது பாணியில் முதல் தாக்குதலை ஆரம்பித்தார். ஏழாயிரம் வீரர்கள் ஹசன் அலிகான் தலைமையின் கீழ், பூர் பகுதியில் இருந்து புறப்பட்டு ராணாவின் பிராந்தியத்துக்குள் முதலில் சூறையாடியபடி, பிரதான மொகலாயப் படைக்கு வழியமைத்தபடி, முன்னேறிச் சென்றனர். ஐரோப்பிய துப்பாக்கி மற்றும் பீரங்கி வீரர்களைக் கொண்ட வலிமையான மொகலாயப் படையை எதிர்க்க ராஜபுத்திரர்களுக்கு முடிந்திருக்கவில்லை. எனவே ராணா, சம வெளிப்பகுதியில் இருந்த மக்களையும் அழைத்துக்கொண்டு மலைப்பகுதியில் தஞ்சம் அடைந்தார். தலைநகர் உதய்பூர் கூட கைவிடப்பட்டது. மொகலாயர்கள் அதைக் கைப்பற்றியதும் அங்கிருந்த பிரமாண்ட ஆலயத்தை இடித்துத் தரைமட்டமாக்கினர். உதய் சாகர் ஏரியில் இருந்த மூன்று ஆலயங்களையும் இடித்தனர்.

ஹஸன் அலி கான் உதய்பூரின் வட மேற்குப் பக்கம் இருக்கும் பகுதி வழியாக மலைப்பகுதியில் ஏறி ராஜபுத்திர படையை தேடிச் சென்றார். புதிதாக வந்த படைகளின் துணை மற்றும் மிகுதியாகக் கிடைத்திருந்த ஆயுதங்கள், உணவுப் பொருட்கள் ஆகியவை தந்த உற்சாகத்தினால் மஹாராணாவின் படையை 22 ஜனவரியன்று ஹசன் அலி கான் தோற்கடித்தார். மலையில் இருந்த அவருடைய முகாமைக் கைப்பற்றி அங்கிருந்த உடமைகள் தானியங்கள் அனைத்தையும் பிடித்தார். உதய்பூர் பகுதியில் இருந்த 173 கோவில்களைத் தரைமட்டமாக்கினார்.

ஏற்கெனவே பிப்ரவரி இறுதிவாக்கில் சித்தூருக்கு வந்திருந்த ஔரங்கசீப் அதைக் கைப்பற்றியதோடு அங்கிருந்த 63 கோவில்களைத் தரைமட்டமாக்கியிருந்தார். உதய்பூரில் இருந்து புறப்பட்டு அஜ்மீருக்கு 22 மார்ச்சில் சென்று சேர்ந்தார். முஹம்மது அக்பர் தலைமையில் ஒரு வலிமையான படை வந்து சித்தூர் பகுதியில் முகாமிட்டது. ஆனால், பேரரசின் காவல் படைகள் ராஜபுதன பகுதிகள் முழுவதிலும் பரவி இருந்தது. இதனால் திறம்பட அந்தப் பகுதியைத் தக்கவைக்க முடியவில்லை. அதோடு

ராஜபுதனப் பகுதிகளில் மொகலாயருக்கு எதிரான பகைமை மெள்ள பெருகத் தொடங்கியிருந்தது.

மேவார் மற்றும் மார்வார் பகுதிகளில் இருந்த மொகலாயப் படைகள் இடையில் இருந்த ஆரவல்லி மலைத் தொடரினால் பிரிக்கப்பட்டிருந்தன. அந்த மலை உச்சியை ராணா தன் வசம் வைத்திருந்தார். மேலிருந்து திடீரென்று கீழே பாய்ந்து வந்து கிழக்குப் பக்கம் அல்லது மேற்குப் பக்கம் இருந்த மொகலாயப் படைகளின் மீது நினைத்த மாத்திரம் தாக்குதல் நடத்திவந்தார். தெற்கு மார்வார் பகுதியிலிருந்து சித்தூருக்கு வேத்நார், பேவார், சோஜத் மாவட்டங்களினூடாக நீண்ட தூரம் மொகலாயப் படைகளைச் சிரமப்பட்டு நகர்த்தவேண்டியிருந்தது.

உதய்பூரின் மேற்குப் பக்கத்தில் கமல்மீர் வரையிலும் ராஜசமுத்திர ஏரியின் தென் வசமாக சாலம்ப்ரா வரையிலும் இருந்த மேவார் மலைப்பகுதியானது உள் நுழையமுடியாத, வலிமையான வட்ட வடிவக் கோட்டைபோல் அமைந்திருந்தது. கிழக்கில் தேவபாரி, வடக்கில் ராஜசமுத்திரம் மேற்கில் தேவசூரி ஆகிய மூன்று பகுதிகளில் வாசல்கள் கொண்ட கோட்டைபோல் இருந்தது. இவற்றின் வழியாக ராணாவின் படைகள் முழு வலிமையுடன் பாய்ந்து வந்து, தனித்துப் பிரிந்து இருக்கும் மொகலாயப் படைகளை எளிதில் தாக்க முடிந்தது. இதற்கு நேர்மாறாக மலைக்குக் கீழே இருந்த மொகலாயப் படை, மிகப் பெரிய பகுதியைக் காவல் காத்து நிற்க வேண்டியிருந்தது.

ஆரவல்லி மலைகளுக்குக் கிழக்கிலும் அஜ்மீருக்குத் தெற்கிலும் இருந்த மொகலாய எல்லைப்படைகளின் தலைமைப் பொறுப்பில் இளவரசர் அக்பர் நியமிக்கப்பட்டு சித்தூரில் முகாமிட்டிருந்தார். ஆனால் இந்தப் பரந்து விரிந்த பகுதியைக் காவல் காக்க அந்தப் படையால் முடிந்திருக்கவில்லை. ராஜபுத்திரர்கள் தமது பூர்விக பூமியில் இருந்தனர். எனவே அதன் மூலை முடுக்குகள் எல்லாம் அவர்களுக்கு நன்கு தெரியும். அங்கிருந்த விவசாயிகள் அனைவரும் அவர்களுக்கு உதவியாக இருந்தனர். மொகலாயர்கள் அந்தப் பகுதிக்கு அந்நியர்கள். அந்த மலைப் பகுதியில் பகைமை உணர்வு கொண்ட மக்களிடையே தமது படைகளை நகர்த்த வேண்டியிருந்தது.

மார்ச் மாதம் ஔரங்கசீப் அஜ்மீருக்குத் திரும்பியதைத் தொடர்ந்து ராஜபுத்திரர்களின் தாக்குதல்கள் அதிகரிக்கத் தொடங்கின. பலமுறை

கீழிறங்கி வந்து வந்து தாக்கினர். மொகலாயப் படையின் உணவுப் பொருட்கள் ஏற்றிச் செல்லும் வண்டிகளை மறித்துத் தடுத்தனர். இதனால் மொகலாயப் படைகள் பாதுகாப்பற்றவையாகவும் மஹாராராணாவின் படைகளைக்கண்டு அஞ்சுபவையாகவும் ஆகிவிட்டிருந்தன. மொகலாய எல்லைப்படைகளின் தலைமை வலுவிழந்தது. புதிதாக யாரும் அந்தப் பொறுப்பை ஏற்க முன்வரவில்லை. மொகலாயப் படை எந்தவொரு மலைப் பாதையிலும் ஏறிச் சென்று சென்று போரிடத் தயாராக இல்லை. அடிவாரத்தில் முகாமுக்கு சற்று தொலைவுக்கு மட்டுமே சென்றவர்கள் அதைத்தாண்டி மேலேறிச் செல்ல மறுத்துவிட்டனர்.

அடுத்த மே மாத வாக்கில் இளவரசர் அக்பரின் படைகள், நள்ளிரவில் பாய்ந்து வந்து தாக்கிய ராஜபுத்திரர்களினால் பெரும் இழப்பைச் சந்திக்க நேர்ந்தது. மஹாராராணா மலைப் பகுதியில் இருந்து இறங்கிவந்து வேதநார் பகுதியில் சுற்றியபடி அஜ்மீருடனான அக்பரின் தகவல் பரிமாற்றங்களைத் தடுத்து நிறுத்தினார். மே மாத முடிவில் மொகலாயப் படைகளுக்குப் பெரிய இடி விழுந்தது. இளவரசர் அக்பரின் படையை ராணா திடீரென்று தாக்கி பெரும் சேதத்தை ஏற்படுத்தினார். சில நாட்கள் கழித்து மால்வாவில் இருந்து இளவரசரின் படைக்கு பன்ஜாராவினரால் கொண்டுவரப்பட்ட 10,000 காளை வண்டிகளை மறித்து அதில் இருந்த உணவுப் பொருள் முழுவதையும் கைப்பற்றினார். ராணாவின் படையின் ஒரு பிரிவினர் அவருடைய மகன் பீம் சிங் தலைமையில் விரைந்து வந்து மொகலாயப் படையின் பலவீனமான பகுதிகளைத் திடீரென்று தாக்கி வீழ்த்தினர். ‘எங்கள் படைவீரர்கள் அச்சத்தில் உறைந்து போயிருந்தனர்’ என்று அக்பர் இதுபற்றிக் குறிப்பிட்டிருக்கிறார்.

இளவரசர் அக்பரின் தோல்விகளைக்கண்டு ஆத்திரமடைந்த ஔரங்கசீப் அவரை மார்வார் பகுதிக்கு அனுப்பிவிட்டு சித்துர் பகுதியை இன்னொரு மகனான இளவரசர் ஆஸம் வசம் ஒப்படைத்தார் (26, ஜுன்).

மேவார் மலைப்பகுதியை மூன்று திசையில் இருந்து தாக்குவது என்று மொகலாயர்கள் தீர்மானித்தனர். சித்துர் பக்கமாக அல்லது கிழக்கு பக்கமாக தேவபரி கணவாய் மற்றும் உதய்பூர் வழியாக இளவரசர் ஆஸம் தாக்கவேண்டும். வடக்குப் பக்கமாக ராஜ சமுத்திர ஏரி வழியில் இளவரசர் முஸாம் தாக்கவேண்டும். மேற்குப் பக்கம் தேவசூரி கணவாய் வழியாக இளவரசர் அக்பர் தாக்கவேண்டும் என்று தீர்மானிக்கப்பட்டது. இதில் முதல் இரண்டு தாக்குதல்கள் தோல்வியில் முடிவடைந்தன.

4. இளவரசர் அக்பரின் மார்வார் படையெடுப்பு

இளவரசர் அக்பர் சித்தூரில் இருந்து புறப்பட்டு மார்வாரில் இருந்த சோஜாத் பகுதிக்கு *18*, ஜூலை, *1680*-ல் வந்து சேர்ந்தார். ஆனால் மேவார் போலவே அவருக்கு இங்கும் பெரிய வெற்றி கிடைக்கவில்லை. ரத்தோர் படைகள் அந்தப் பிராந்தியம் முழுவதும் பரவி, வணிகப்பாதைகளை முடக்கியிருந்தது. இதனால் அங்கு மொகலாயப் படைகளுக்குள் பெரும் குழப்பமே நிலவியது.

சோஜத் பகுதியில் இருக்கும் பிரதான முகாமைப் பாதுகாத்துக் கொண்டபடியே கோத்வார் மாவட்டத்தின் பிரதான நகரான நாதோலை ஆக்கிரமிக்கவேண்டும்; அந்தப் புதிய படைமுகாமில் இருந்து தஹவூர் கான் தலைமையில் கிழக்கு நோக்கி படையை முன்னெடுத்து நார்லை நகரத்தின் வழியாக மேவாருக்குள் நுழையவேண்டும். தேவசூரி கணவாய் வழியாக ஊடறுத்துச் என்று மஹாராணா மற்றும் பிற ரத்தோர்கள் அடைக்கலம் தேடியிருக்கும் கமால்மீர் பகுதியைத் தாக்கவேண்டும் என்று அக்பர் திட்டம் வகுத்தார். ஆனால் மரணத்தைத் துச்சமென மதித்த ராஜபுத்திரர்கள் ஏற்படுத்தியிருந்த அச்சத்தினால் தஹ்வூர் கானின் படைகள் செயலற்று முடங்கிக் கிடந்தன.

21 செப்டம்பரில் அக்பர் சோஜத்திலிருந்து புறப்பட்டு அந்த மாத இறுதிவாக்கில் நாதோல் பகுதிக்குச் சென்று சேர்ந்தார். ஆனால் தஹாவூர் கான் மலைப்பகுதிக்குப் படையெடுத்துச் செல்ல மறுத்துவிட்டார். அக்பர் அவரை மிரட்டிப் பணிய வைக்க வேண்டியிருந்தது. *27* செப்டம்பரில் கணவாயின் முகத்துவாரத்துக்கு பயந்து நடுங்கியபடியே படையுடன் சென்றார். ராஜபுத்திரர்களின் வீரம் கண்டு அஞ்சி நடுங்கியவர் எப்போது ராஜ புத்திரர் பக்கம் சேர்ந்தார் என்பது தெரியவில்லை. ஆனால் *1680* செப்டம்பர் வாக்கிலிருந்து அவருடைய நடவடிக்கைகள் சந்தேகத்துக்குரியதாக ஆகிவிட்டிருந்தன.

பேரரசர் பொறுமை இழந்தார். 'படையை முன்னெடுத்துச் செல்லுங்கள்; இனியும் தாமதித்தால் மன்னிக்கமாட்டேன்' என்று இளவரசர் அக்பருக்கு பேரரசப் படைகளின் நிதி நிர்வாகியிடம் செய்தி சொல்லி அனுப்பினார். எனவே நாதோல் பகுதியிலிருந்து தேவசூரி கணவாய் நோக்கி அக்பர் *19* நவம்பரில் படையுடன் முன்னேறினார். அங்கிருந்தபடியே ஜில்வாரா கணவாய் வழியாக படையுடன் முன்னேறும்படி தஹாவூர் கானுக்குச் செய்தி அனுப்பினார். வழியில் இருந்த தடுப்பரண்களையெல்லாம்

தகர்த்தபடி மொகலாயப் படை முன்னேறியது. தஹாவூர் கான் ஜில்வாரா பகுதியில் முகாமிட்டு அக்கம் பக்கத்தில் இருந்த கிராமங்களைச் சூறையாடிக் கொண்டிருந்தார்.

22 நவம்பரில் ஜில்வாராவுக்குச் சென்ற படை அடுத்ததாக, எட்டு மைல் தெற்கில் மஹாராணாவின் இறுதிப் புகலிடமாக இருந்த கமால்மீர் பகுதிக்கு முன்னேறிச் செல்லவேண்டிய நிலையில் இருந்தது. ஆனால் தவ்ஹீர் கான் அடுத்த ஐந்து வாரங்கள் சந்தேகத்துக்குரிய மூறையில் நடந்துகொண்டார். உண்மையில் இந்தக் காலகட்டத்தில்தான் இளவரசர் அக்பரின் கலகத் திட்டங்கள் முழுவடிவம் பெற்றன. 1, ஜன, 1681-ல் அவர் ராஜபுத்திரக் கலகக்காரர்களுடன் இணைந்துகொண்டு தன் தந்தை ஔரங்கசீபைப் பதவியில் இருந்து நீக்கிவிட்டுத் தன்னைப் பேரரசராக முடிசூட்டிக் கொள்ளவிரும்பினார். மறு நாளே மொகலாய அரியணையைக் கைப்பற்றும் நோக்கில் அஜ்மீர் நோக்கிப் படையுடன் புறப்பட்டார்.

5. இளவரசர் அக்பர் தன்னைப் பேரரசராக அறிவித்தல், 1681

ஔரங்கசீபின் நான்காவது மகன் சுல்தான் முஹம்மது அக்பருக்கு அப்போது வயது 23 மட்டுமே ஆகியிருந்தது. மேவாரில் படையெடுத்துச் சென்றபோது அவருடைய திறமையின்மையும் மெத்தனமும் வெளிப்பட்டிருந்தன. இதனால் ஔரங்கசீப் அவரைக் கடுமையாகக் கடிந்துகொண்டிருந்தார். அடுத்ததாக மார்வாருக்கு அனுப்பப்பட்ட அக்பர், தந்தை எதிர்பார்த்ததுபோல் ரத்தோர் குழுக்களை வெல்லவும் முடிந்திருக்கவில்லை; தேவசூரி கணவாய் வழியாக மேவாருக்குள் நுழையவும் முடிந்திருக்கவில்லை. இந்தத் தொடர் தோல்விகளினால் அவமானப்பட்ட அக்பர், ராஜபுத்திரர்கள் சொல் பேச்சு கேட்டு தந்தையை அரியணையில் இருந்து இறக்க முன்வந்தார்.

தஹ்வூர் கான் தான் இந்த சதி நடவடிக்கைகளுக்கு உறுதுணையாக இருந்தார். மஹாராணா ராஜ் சிங், ரதோர் தலைவர் துர்காதாஸ் ஆகியோர் ராஜபுத்திரர்கள் மீது ஔரங்கசீப் காட்டும் வன்மமானது மொகலாயப் பேரரசின் வீழ்ச்சிக்கு எப்படியெல்லாம் வழிவகுத்துவருகிறது என்பதை எடுத்துச் சொன்னார்கள். மொகலாய சாம்ராஜ்ஜியம் அழிவதைத் தடுக்கவேண்டுமென்றால் ஔரங்கசீபை அரியணையில் இருந்து கீழிறக்கவேண்டும்; மொகலாய முன்னோர்களின் சமயோஜிதமான கொள்கைளை இளவரசர் அக்பரே முன்னெடுக்கவேண்டும் என்று ஆலோசனை சொன்னார்கள். சிசோடிகள், ரத்தோர்கள் என இரண்டு மகத்தான

ராஜபுத்திர குலங்கள் இளவரசர் அக்பருக்குத் துணை நிற்கும் என்றும் வாக்குறுதி கொடுத்தார்கள்.

அஜ்மீரில் இருந்த ஔரங்கசீபை வீழ்த்த எல்லா படை ஏற்பாடுகளும் செய்துமுடிக்கப்பட்டன. இந்த நேரம் பார்த்து மஹாராணா உயிர் துறந்தார் (22, அக், 1680). எனவே அவருடைய மகன் ஜெய் சிங் ஒரு மாத காலம் துக்கம் அனுஷ்டித்தபடி போர் நடவடிக்கைகளில் இருந்து விலகி நின்றார். அதன்பின் தவ்ஹீர் கான் ஜில்வாரா கணவாய்க்கு வந்தார். ராஜபுத்திரர்களின் கமால்மீர் தலைமைப் பகுதிக்கு அருகில்தான் அது இருந்தது. எனவே நிறுத்தப்பட்ட பேச்சுவார்த்தைகள் உடனே ஆரம்பித்து இறுதி முடிவுகள் எடுக்கப்பட்டன. ஜெய் சிங் காலாட்படை, குதிரைப்படை என தன் படையில் பாதியை அனுப்புவதென்றும் மொகலாய இளவரசருக்கான போரை தன் மகன் அல்லது சகோதரனின் தலைமையில் முன்னெடுப்பதென்று புதிய ராணா சம்மதித்தார். 2, ஜன 1681-ல் அக்பர் அஜ்மீர் நோக்கிப் படையெடுத்துச் சென்று மொகலாய அரியணையைக் கைப்பற்றுவது என்று முடிவுசெய்யப் பட்டது.

அதற்கு முன்பாக தந்தைக்கு எந்த சந்தேகமும் வந்துவிடக்கூடா தென்று பொய்யாக ஒரு கடிதத்தை 22, அக், 1680-ல் அனுப்பி வைத்தார்: 'புதிய ராணாவின் சகோதரரும் மகனும் தவ்ஹீர்கானின் வழிகாட்டுதலின் பேரில் மலையில் இருந்து இறங்கிவந்து என்னை சந்தித்தார்கள். ரத்தோர் வீரர்களும் கான் முன்னெடுத்த பேச்சுவார்த்தைகளின் பலனாக நம்முடன் சேர விரும்புகிறார்கள். நானே அவர்களைத் தலைமை தாங்கி அழைத்து வருகிறேன்; உங்களிடம் நேரடியாக மன்னிப்புக் கேட்க விரும்புகிறார்கள். .அது கிடைத்தபின்னரே நம் பக்கம் வந்து நிற்க அவர்களால் முடியும் என்று சொல்கிறார்கள். எனவே நான் அவர்களையும் அழைத்துக் கொண்டு உங்களைச் சந்திக்க வருகிறேன்' என்று கடிதம் அனுப்பினார்.

அஜ்மீருக்கு வந்து சேர்ந்ததும் அக்பர் முகமூடியைக் கழற்றி எறிந்து சுயரூபத்தைக் காட்டினார். ஔரங்கசீபை ஓரங்கட்டினார். நான்கு இஸ்லாமிய மௌல்விகள் இஸ்லாமிய மார்க்க விரோதமாக நடந்துகொண்ட ஔரங்கசீப் தன் அரியணையைத் துறந்ததாக மத முத்திரை பதித்த ஆணை வெளியிட்டனர். 1, ஜனவரியன்று அக்பர் பேரரசராக முடிசூட்டிக் கொண்டார். தஹ்வூர் கானை தனது பிரதான அமைச்சராக-தளபதியாக நியமித்தார். பேரரசில் இருந்த பெரும்பாலான அதிகாரிகள் இதை எதிர்க்கவோ தப்பிக்கவோ

முடியாத நிலையில் இருந்தனர். அக்பரின் ஆதிக்கத்தை ஏற்றுக் கொண்டனர்.

அஜ்மீரில் இருந்த ஔரங்கசீபின் நிலைமை மோசமானது. இந்தக் கலகத்தில் பங்கு பெறாத அவருடைய படைகளின் இரண்டு முக்கிய பிரிவுகள் வெகு தொலைவில் இருந்தன. அவருக்கு அருகில் இருந்தவர்களெல்லாம் போரிட முடியாத மெய்க்காவல் படையினர், உதவியாளர்கள், கணக்கர்கள், நபும்சகர்கள் போன்றவர்களே. அதோடு எதிரிகளின் படையில் 70,000 படை வீரர்கள் இருப்பதாகவும் ராஜபுதனத்து மகத்தான வாள் வீரர்கள் அங்கு இருப்பதாகவும் செய்திகள் பரவின.

ஔரங்கசீபின் சிறிய குழுவை அக்பரின் படைகள் விரைந்து சென்று எளிதில் அழித்துவிடும்; ஆட்சி மாற்றம் உடனே நிகழ்ந்துவிடும் என்று பலரும் நினைத்தனர். ஆனால், இளவரசர் அக்பர் கேளிக்கைகளில் ஈடுபட்டு நேரத்தைக் கழித்தார். தனக்கும் தந்தைக்கும் இடையில் இருந்த 120 மைல் தொலைவைக் கடக்க ஜன 2-15 வரையில் 15 நாட்கள் எடுத்துக்கொண்டார். அவர் தாமதித்த ஒவ்வொரு நிமிடமும் ஔரங்கசீபுக்கு சாதகமாக அமைந்தது.

இதனிடையில் ஆங்காங்கே பிரிந்து கிடந்த மொகலாயப் படைகள் அனைத்தையும் அஜ்மீருக்கு வரச் சொல்லி தூதுகள் பறந்தன. ஔரங்கசீப் மீது விசுவாசம் கொண்ட தளபதிகள் அனைவரும் புயல் வேகத்தில் பேரரசருக்கு உதவ தம் படையுடன் விரைந்து வந்தனர். முதல் நிஜாமின் தந்தை ஷாஹிப்-உத்-தீன் கான் 9 ஜனவரியன்று தன் படையுடன் வந்து சேர்ந்தார். 120 மைல் தொலைவில் இருந்த சிரோஹி பகுதியில் இருந்து இரண்டே நாட்களில் எங்கும் நிற்காமல் பயணம் செய்து வந்து சேர்ந்திருந்தார். வேறு பல தளபதிகளும் இதுபோலவே விரைந்து வந்து சேர்ந்தனர். அப்படியாக ஔரங்கசீபுக்கு ஏற்பட்ட மிகப் பெரிய அபாயம் மிக எளிதில் அகன்றது. அஜ்மீர் கோட்டை முழு பலத்துடன் எழுந்து நின்றது. அகழிகள், தடுப்பரண்கள், எல்லைப் படைகள் எல்லாம் பலப்படுத்தப்பட்டன. நகரை நோக்கிய கணவாய் பகுதிகளில் காவல் பலப்படுத்தப்பட்டது.

14 ஜனவரியன்று அஜ்மீருக்கு தெற்கே ஆறு மைல் தொலைவில் இருந்த சரித்திர முக்கியத்துவம் வாய்ந்த தேவராய் பகுதியில் படையுடன் வெளியேறி வந்து முகாமிட்டார். அக்பரின் படையில் அவநம்பிக்கை பெருகியிருந்தது. பலர் அவரை விட்டுச் சென்றுவிட்டனர். அஜ்மீரை நெருங்க நெருங்கப் பல அதிகாரிகள் அவரைவிட்டு விலகி ஔரங்கசீப் பக்கம் சேர்ந்துகொண்டனர்.

எனினும் 30,000 ராஜபுத்திரர்கள் அவர் பக்கமே விசுவாசத்துடன் நின்றனர்.

15 ஜனவரியன்று நிலைமை மேலும் சிக்கலானது. ஔரங்கசீப் தன் படையுடன் தென்பக்கம் மேலும் முன்னேறிவந்து தோ ராஹ் பகுதியில் முகாமிட்டார்.

மாலையில் இளவரசர் முஜாம், பனிக்காலத்தின் நடுவில் மழையும் புயல்காற்றும் குளிரும் நிறைந்த பாதையினூடாக சிரமப்பட்டு முன்னேறி பேரரசருடன் வந்து சேர்ந்து அவருடைய படை பலத்தை இரட்டிப்பாக்கினார். மறுபக்கம், தந்தையின் முகாமுக்கு மூன்று மைல் தொலையில் அக்பர் தன் படையுடன் வந்து சேர்ந்து முகாமிட்டார். இரவு அங்கு தங்கிவிட்டு மறு நாள் போரை ஆரம்பிப்பது என்று முடிவுசெய்தார். அது அவர் செய்த மிகப் பெரிய தவறாகிப் போனது.

6. தஹ்வூர் கானின் படுகொலை, அக்பரின் தோல்வி

அன்றிரவே ஔரங்கசீபின் நரித்தனமான ராஜ தந்திரம் எந்தவொரு ஆயுதத்தையுமே தூக்காமல் முழு வெற்றியை அவருக்குப் பெற்றுத் தந்தது. அக்பரின் வலதுகரமான தஹ்வூர்கான் பேரரச முகாமின் உயர் நிலை அதிகாரியான இனாயத் கானின் ஒரு மகளைத் திருமணம் செய்துகொண்டிருந்தார். ‘தஹ்வூர் கான் செய்த தவறுகளுக்கு மன்னிப்புக் கேட்டபடி ஔரங்கசீப் பக்கம் வந்துவிடவேண்டும். இல்லையென்றால் அவனுடைய மனைவி பொதுவெளியில் பலர் முன்னிலையில் மானபங்கப்படுத்தப்படுவார். குழந்தைகள் எல்லாம் நாயின் விலையில் அடிமைச் சந்தையில் விற்கப்படுவார்கள்’ என்று இனாயத் கானைவிட்டு ஒரு கடிதம் எழுதி அனுப்பும்படி சொன்னார் ஔரங்கசீப்.

அந்தக் கடிதத்தைப் பார்த்த தஹ்வூர் கான் நடுங்கிவிட்டார். அக்பரிடமோ துர்கா தாஸிடமோ எதுவும் சொல்லாமல் தப்பி ஓட முடிவு செய்தார். கண்டுபிடித்துவிட்டால் அம்பு, ஈட்டி எய்துவிடக்கூடும் என்று முன்னெச்சரிக்கையாகக் கவச உடையை உள்ளுக்குள் அணிந்துகொண்டு மேலே சாதா உடையால் போர்த்திக்கொண்டு பேரரசர் முகாமிட்டிருந்த இடத்துக்கு அந்த இரவே தப்பி ஓடிவிட்டார். சிறைப்பிடிக்கப்பட்டவரைப் போல் அல்லாமல், ஆயுதங்களுடனே பேரரசரைச் சந்திக்க விரும்புவதாகச் சொன்னார். ஔரங்கசீபின் ஆட்கள் இதற்கு சம்மதிக்கவில்லை. விவாதம் முற்றியது. பேரரசரின் மெய்க்காவலர்களுக்கு இந்த

கூச்சல் கேட்டதும் ஈட்டிகளை சரமாரியாக எறிந்தனர். உள்ளுக்குள் போட்டிருந்த கவசம் சிறிது நேரத்துக்கு தஹ்வூர் கானின் உயிரைக் காப்பாற்றியது. ஆனால் யாரோ ஒரு வீரர் அவருடைய கழுத்தை அறுத்து 'கூச்சலை முடிவுக்குக் கொண்டுவந்தார்'.

இதனிடையில், அக்பருக்கு ஔரங்கசீப் ஒரு ஏமாற்றுக் கடிதம் எழுதினார்: 'ராஜபுத்திரர்களை, நான் சொன்னதுபோல் ஏமாற்றிக் கைக்கு எட்டும் தொலைவுக்குக் கொண்டுவந்து நிறுத்தியிருப்பதற்கு உன்னைப் பாராட்டுகிறேன். அவர்களைப் போர்முனையில் முன்னால் நிறுத்து; முன்பக்கம் இருந்து என் படையும் பின் பக்கமிருந்து உன்னுடைய படையும் சேர்ந்து அவர்களை அழித்துவிடுவோம்' என்று கடிதம் எழுதினார். ஔரங்கசீப் திட்டமிட்டபடியே அந்தக் கடிதம் துர்காதாஸ் கைகளைச் சென்று சேர்ந்தது. அவர் அதை எடுத்துக்கொண்டு அக்பரிடம் விளக்கம் கேட்கச் சென்றார். இளவரசர் அக்பரோ தூங்கிக் கொண்டிருந்தார். யாரும் வந்து தன்னை எழுப்பக்கூடாது என்று நபும்சகர்களுக்கு உத்தரவு பிறப்பித்திருந்தார்.

தஹ்வூர் கானை அழைத்துவரும்படி துர்காதாஸ் ஆளனுப்பினார். சில மணி நேரங்களுக்கு முன்பாக இந்தப் படையெடுப்பின் பிரதான தளபதியாக இருந்தவர் எதிர்முகாமுக்குத் தப்பி ஓடிவிட்ட விஷயம் தெரியவந்தது. அவர்கள் கைக்குக் கிடைத்த கடிதம் சொல்வது உண்மையாகத்தான் இருக்கும் என்று நம்பிவிட்டனர். அதிர்ஷ்டவச மாகத் தெரியவந்த இந்த சதியில் இருந்து ராஜபுத்திரர்கள் தப்பிக்கவேண்டுமென்றால் ஒரு நொடி கூடத் தாமதிக்கக்கூடாது என்று முடிவெடுத்தனர். பொழுதுவிடிவதற்கு மூன்று மணி நேரத்துக்கு முன்பாகவே அக்பரிடமிருந்து முடிந்தவற்றை யெல்லாம் பறித்துக்கொண்டு மார்வாருக்குத் தப்பி ஓடினர்.

இதுவரை அக்பர் தனது உத்தரவுக்குக் கீழ்ப்படிந்து நடக்கும்படி நிர்பந்தித்திருந்த பேரரசப் படையினரும் உத்தரவுக்குக் கீழ்ப்படியாததால் சிறைப்படுத்தப்பட்டிருந்த தளபதிகளும் இந்த வாய்ப்பைப் பயன்படுத்திக்கொண்டு ஔரங்கசீப் பக்கம் விரைந்து சென்று சேர்ந்துகொண்டனர். ராஜபுத்திரர்களுக்கும் அக்பருக்கும் இடையில் மத்யஸ்தராக இணைப்புக் கண்ணியாக தஹ்வூர் கான்தான் இருந்தார். அவர்தான் புதிய பேரரசர் அக்பரின் தலைமைத் தளபதியாகவும் முதன்மை அமைச்சராகவும் இருந்தார். அவர் தப்பி ஓடிச் சென்றுவிட்டதால் இந்தக் கூட்டணி அந்த நிமிடமே கலைந்துவிட்டது.

காலையில் அக்பர் எழுந்து பார்த்தபோது அனைவரும் அவரைக் கைவிட்டுப் போயிருந்தனர். ஒரே இரவில் அவருடைய மாபெரும் படை மந்திரம் போட்டதுபோல் மாயமாக மறைந்துவிட்டது. மிகவும் விசுவாசமான 350 குதிரைப் படையினர் மட்டுமே அவருடன் இருந்தனர். தன் அரவணைப்பில் இருந்த பெண்களைக் குதிரையில் ஏற்றிக் கொண்டு முடிந்த பொருட்களையெல்லாம் ஒட்டகங்களில் ஏற்றிக் கொண்டு, இளவரசர் அக்பரும் ராஜபுத்திரர்கள் போன பாதையிலேயே உயிர் பிழைத்து ஓடினார்.

அக்பர் விட்டுச் சென்றவற்றில் சூறையாடப்பட்டவை போக எஞ்சியவை கைப்பற்றப்பட்டன. விட்டுவிட்டுச் சென்றிருந்த அக்பரின் ஒரு மனைவி, இரண்டு மகன்கள், மூன்று மகள்கள் அனைவரும் பேரரசரின் முகாமுக்கு அழைத்துச் செல்லப்பட்டனர். அக்பரின் ஆதரவாளர்களுக்கு மிகக் கடுமையான தண்டனைகள் தரப்பட்டன. அக்பருடன் இளவரசி ஜெப்-உன் -நிஸா ரகசியமாகக் கடிதப் பரிமாற்றம் வைத்துக் கொண்டிருந்தது தெரியவந்ததும் சாலிம்கர் கோட்டையில் சிறைவைக்கப்பட்டார். அவருக்குத் தரப்பட்டிருந்த உதவித்தொகையான ரூ நான்கு லட்சம் நிறுத்தப்பட்டது. அவருக்குத் தரப்பட்டிருந்த நிலங்களும் பறிமுதல் செய்யப்பட்டன.

அக்பரைச் சிறைப்பிடிக்க மார்வாருக்குள் இளவரசர் முஜாம் தலைமையில் ஒரு படை அனுப்பப்பட்டது. அக்பர் தப்பி ஓடியதற்குப் பிந்தைய இரண்டாவது நாள் இரவில் துர்கதாஸுக்கு ஔரங்கசீப் செய்த தந்திரம் புரிந்தது. அக்பர் அவரிடம் மீண்டும் உதவி கேட்டார். தம்மிடம் அடைக்கலம் பெற்றிருப்பவரை உயிரைக் கொடுத்தாவது காப்பாற்றவேண்டும் என்பது ராஜபுத்திரர்களின் தர்மம். அக்பர் மார்வாரில் தன் பாதுகாவலருடன் ஓரிடத்தில் ஒரு நாளுக்கு மேல் தங்காமல் சுற்றிக் கொண்டே இருந்தார். ஆனால் குஜராத் பகுதியில் இருந்த மொகலாயத் தளபதிகள் அக்பரைச் சிறைப்பிடிக்க தீவிரமாக முனைந்தனர்.

மராட்டிய சாம்ராஜ்ஜியத்துக்கு அக்பரைக் கொண்டு செல்வதில் துர்கா தாஸ் மிகுந்த முனைப்புடன் இருந்தார். மொகலாய சாம்ராஜ்ஜியத்தைத் துணிந்து வெற்றிகரமாக எதிர்த்து நின்ற ஒரே சாம்ராஜ்ஜியம் அதுவாகவே இருந்தது. கணவாய் பகுதிகள், நதி வழியில் செல்லும் படகுகள் எல்லாமே பேரரசப் படைகளினால் தீவிர கண்காணிப்புக்கு உட்படுத்தப்பட்டன. ரத்தோர் தலைவர் துர்கா தாஸ் அவர்கள் கண்ணில் மண்ணைத் தூவிவிட்டு நர்மதை நதியை (9 மே) அக்பர்பூர் அருகே கடந்துசென்று தப்தி நதியில்

பர்ஹான்பூருக்கு அருகில் சென்று சேர்ந்தனர் (15 மே). மொகலாயப் படையினர் அவர்களை முற்றுகையிட்டனர். எனினும் அங்கிருந்து தப்பி மேற்கு திசையில் கந்தேஷ், பக்லானா வழியாக இறுதியில் கொங்கணி பகுதியில் இருந்த சம்பாஜியிடம் தஞ்சம் அடைந்தனர் (1 ஜூன்).

7. மஹுராணா உடனான சமாதான உடன்படிக்கை

இளவரசர் அக்பருடைய கலகம் மொகலாயர்களின் போர் நடவடிக்கைகளை நிறுத்திவைத்திருந்தது. மார்வாரில் இருந்த அக்பரைச் சிறைப்பிடிக்க வலையை நெருக்கியவண்ணம் இருந்தனர். இது நாட்டில் இயல்பாகவே பலருக்கும் ஆறுதலைத் தந்தது. இந்தத் தருணத்தைப் பயன்படுத்திக் கொண்டு சிசோடிகள் அபாரமான இளவரசர் பீம் சிங் மற்றும் மஹாராணாவின் நிதி அமைச்சர் தயாள்தாஸ் ஆகியவர்கள் தலைமையில் குஜராத் மற்றும் மால்வா பகுதிகளில் இருந்த மொகலாய அரண்களைத் தகர்த்தனர்.

ராஜபுத்திர மொகலாயப் போர் ஒருவகையில் வெற்றி தோல்வியின்றி நடுநிலையில் இருந்தது. ஆனால் அதனால் ஏற்பட்ட பொருளாதாரப் பின்விளைவுகள் மஹாராணாவின் படையினரைப் பெருமளவுக்கு பாதித்தது. அவருடைய பிராந்தியத்தில் இருந்த வயல்வெளிகள் எல்லாம் மொகலாயப் படைகளால் சூறையாடப் பட்டன. மஹாராணாவின் படையினரால் தோல்வியைத் தவிர்க்க முடிந்தது. ஆனால் பசியை வெல்ல முடியவில்லை. எனவே இரண்டு தரப்பினரும் அமைதி உடன்படிக்கைக்குத் தயாராக இருந்தனர். இளவரசர் முஹம்மது ஆஸமை (14, ஜூன், 1681) சென்று நேரில் சந்தித்த மஹாராண ஜெய் சிங், கீழ்க்கண்ட நிபந்தனைகளின் அடிப்படையில் ஓர் உடன்படிக்கை செய்துகொண்டார்.

1. ஜெஸியா வரிக்கு பதிலாக மண்டல், பூர், பெண்டார் ஆகிய பகுதிகளை பேரரசுக்கு விட்டுக் கொடுத்தார்.

2. மேவாரிலிருந்து மொகலாயப் படைகள் பின்வாங்கிக் கொள்ளப்பட்டன. மேவார் பகுதி ஜெய் சிங்கிடம் தரப்பட்டது. ராணா பட்டமும் ஐந்தாயிரம் படைவீரர்கள் கொண்ட படையும் அனுமதிக்கப்பட்டது.

அப்படியாக ஒருவழியாக மேவார் பகுதியில் அமைதி திரும்பியது. சுதந்தரமும் கிடைத்தது. மார்வார் இன்னும் மீண்டிருக்கவில்லை. ஜோத்பூர் பகுதியில் எந்த உடன்படிக்கையும்

எட்டப்பட்டிருக்காததால் போர் சூழலில், அமைதியற்று, விவசாய வளம் குறைந்துபோய் அடுத்த முப்பது ஆண்டுகள் மிக மோசமாகிப் போனது. அக்பரும் சம்பாஜியும் இணைந்ததென்பது ஔரங்கசீபுக்கும் மொகலாயப் பேரரசுக்கும் மிகப் பெரிய அச்சுறுத்தலாகவே இருந்தது. அதனால் தக்காணப் பகுதியில் தன் கவனத்தைக் குவிக்கவேண்டியிருந்தது. அவரே நேரடியாக அந்த நடவடிக்கைகளை முன்னெடுக்கவும் வேண்டிவந்தது. இது ரத்தோர்களுக்கு ஆசுவாசத்தைத் தந்தது. மார்வார் மீதான மொகலாயப் பிடி மெள்ள இளகியது. அடுத்த தலைமுறை முழுவதும் தக்காணத்தில் மொகலாயப் போர் நடவடிக்கைகளுக்கு ஏற்ப மார்வாரின் மீதான மொகலாயப் பிடி ஏறி இறங்குவதாக இருந்தது.

துர்காதாஸின் தலைமையின் கீழ் ரதோர்களின் போர் வியூகங்கள் பேரரசப் படைகளை கிலியூட்டியும் சோர்ந்துபோகவும் வைத்தன. மொகலாய வீரர்கள் ரதோர்களுடன் ரகசிய அமைதி உடன்படிக்கை கூடச் செய்துகொண்டனர். அப்படியாக இந்தப் பிராந்தியத்தில் போர் இரு தரப்புக்கும் இறுதி வெற்றி தோல்வி இன்றி அடுத்த முப்பது ஆண்டுகள் (ஆகஸ்ட் 1709) நீடித்தன. இறுதியாக, அஜித் சிங் ஜோத்பூருக்குள் வெற்றி பெற்று நுழைந்தார். தில்லி பேரரசர் அவருடைய ஆதிக்கத்தை இறுதியில் ஒருவழியாக அங்கீகரித்தார்.

வட மேற்கு எல்லையில் ஆஃப்கானியர்களின் மோதல் போக்கை முழுவதுமாக அடக்க முடிந்திருக்கவில்லை. அப்படியான நிலையில் ஔரங்கசீப் ராஜபுதனாவில் திட்டமிட்டு கலகம் தலைதூக்க வழிவகுத்ததென்பது அரசியல்ரீதியாக மிகப் பெரிய அறிவீனமாகிவிட்டது. இரண்டு ராஜபுதன குலங்களும் அவரை எதிர்த்தன. அவருடைய படைக்கு வீரமும் விசுவாசமும் மிகுந்த வீரர்கள் கிடைக்காமல் போய்விட்டது. மார்வார், மேவார் பகுதிகளோடு பிரச்னை முடிந்துவிடவும் இல்லை. ஹடா, கௌர் குலங்களும் மொகலாயர்களுக்கு எதிர் நிலையை எடுத்தனர். அப்படியாக மொகலாயப் பேரரசுக்கு எதிரான மனநிலை மால்வா பகுதிக்கும் பரவியது. மொகலாயப் படைகள் தக்காணத்துக்குச் செல்லும் பாதையானது இந்த மால்வாவினூடாகவே சென்றது.

அத்தியாயம் - 10

மராட்டியர்களின் எழுச்சி

1. 17-ம் நூற்றாண்டில் தக்காண வரலாற்றின் முக்கிய அம்சங்கள்

தென்னிந்தியாவில் 14-ம் நூற்றாண்டின் மத்தியில் பாமினி சாம்ராஜ்ஜியம் ஒரு முக்கியமான, சுதந்தரமான இஸ்லாமிய அரசாக உருவானது. வட இந்தியாவில் தில்லி சுல்தானகம் எப்படி இந்து சாம்ராஜ்ஜியங்களையெல்லாம் அழித்து ஆதிக்கத்துக்கு வந்ததோ அது போலவே தக்காணப் பகுதியில் இருந்த மகத்தான ஹிந்து சாம்ராஜ்ஜியங்களை அழித்து இந்தியாவில் இஸ்லாம் அடுத்தகட்ட விஸ்தரிப்பை ஆரம்பித்தது. தக்காணத்தில் இருந்த இந்து சாம்ராஜ்ஜியங்கள் அதுவரை சுதந்தரமான ராஜ்ஜியங்களாக இருந்துவந்திருந்தன. 15-ம் நூற்றாண்டு முழுவதும் இந்த அழித்தொழிப்பு நீடித்தது.

அடுத்த நூற்றாண்டின் முதல் கால்பகுதியில் பாமினி சுல்தான் ஆட்சி வீழ்ச்சியடைந்ததைத் தொடர்ந்து அந்த ராஜ்ஜியங்கள் நிஜாம் ஷா மற்றும் ஆதில் ஷா ஆகியோரின் கைகளுக்குத்தான் சென்று சேர்ந்தது. குல்பர்காவின் சுல்தான்களால் நிலைநிறுத்தப்பட்ட இஸ்லாமிய ஆதிக்கமும் இஸ்லாமிய கலாசாரமும் அஹமது நகர் மற்றும் பீஜாப்பூர் அரசுகளினால் தொடர்ந்து பலப்படுத்தப்பட்டன. 17-ம் நூற்றாண்டின் முதல் கால்பகுதியில் நிஜாம் ஷாக்களின் ஆட்சி

முழுமையாக வீழ்ச்சியுற்றது. அஹமது நகர் அரசில் ஏற்பட்ட வெற்றிடத்தை நிரப்ப பீஜாப்பூர் ஆட்சியாளர்கள் விரைந்தனர்.

ஆனால் தென்னிந்தியாவில் 17-ம் நூற்றாண்டுவாக்கில் புதிதாக ஓர் அரச சக்தி எழுந்தது. மொகலாயப் பேரரசர் இப்போது தக்காணத்தை ஆக்கிரமிக்க வழிபிறந்திருந்தது. 17-ம் நூற்றாண்டு முழுவதுமே இந்த ஆதிக்கமே மேலோங்கியது. பீஜாப்பூரின் ஆட்சியாளரான ஆதில் ஷா பாமினிகள் மற்றும் நிஜாம் ஷாக்களின் வாரிசு என்ற வகையில் தென்னிந்தியா முழுவதையும் வென்று கீழடக்கும் கனவை விட்டுக்கொடுக்கவேண்டிவந்தது. வடக்குப் பகுதிகளின் பயங்கரமான ஆட்சியாளர்களான மொகலாயர்களுடன் மோதுவதை விடுத்து தமது ஆதிக்கத்துக்கு வடிகாலாக மேலும் தெற்குப் பக்கமாக நகரவேண்டிவந்தது.

1636-ல் செய்துகொண்ட பிரிவினை ஒப்பந்தத்தின்படி மொகலாய தக்காணப் பகுதியின் தென் எல்லை மிகத் தெளிவாக வரையறுக்கப்பட்டிருந்தது. அடுத்த 20 ஆண்டுகள் பீஜாப்பூர் சுல்தான் அரசு, இந்திய தீபகற்பத்தில் ஒரு கடலோரத்தில் ஆரம்பித்து இன்னொரு கடல் ஓரம் வரையிலான பகுதியைத் தன் கட்டுப்பாட்டில் வைத்திருந்தது. பீஜாப்பூர் சுல்தானகத்தின் உச்சகட்ட வலிமை நிலவிய காலம் அது. அவர்களுடைய தலைநகரமே கலைகளுக்கும் இலக்கியங்களுக்கும் மதவியலுக்கும் பல்வேறு அறிவுத்துறைகளுக்கும் தாயகமாகத் திகழ்ந்தது. முந்தைய போர் வெறி மிகுந்த அரசர்களைப் போல் போர்க்களக் கூடாரங்களில் தங்குவதிலும் குதிரையேறிப் போர் புரிவதிலும் கவனம் செலுத்துபவர்களாக அல்லாமல் அந்தப்புரங்களிலும் அரச தர்பார் நடவடிக்கைகளிலும் அதிகக் கவனம் செலுத்துபவர்களாக ஆனார்கள். ஆதில் ஷாவின் ராஜ்ஜியத்தின் உச்சமே அதன் வேகமான வீழ்ச்சியின் தொடக்கமாகவும் ஆகிப்போனது.

நில உடைமைக்கால சாம்ராஜ்ஜிய விஸ்தரிப்பு அரசை மிதமான அரசராலோ அல்லது அரசியல் சாசன பிரதம மந்திரியாலோ நிர்வகிக்க முடியாது. மன்னர் போர் வெற்றிகளைக் குவிக்கும் நாயகராக இல்லாவிட்டால் பிராந்தியங்களை ஆளும் அவருடைய தளபதிகள் அவருக்கு அடிபணிந்து நடக்கமாட்டார்கள். எனவே மாபெரும் வெற்றிவீரரான ஆதில் ஷா நவம்பர் 1656-ல் இறந்ததைத் தொடர்ந்து தக்காணத்தில் இருந்த பிற இஸ்லாமிய அரசுகள் எல்லாம் சிதைய ஆரம்பித்தன. வலிமை மிகுந்த மொகலாய சாம்ராஜ்ஜியத்தினால் அந்தப் பகுதிகள் எல்லாம் வெகு எளிதில் சீக்கிரமே கைப்பற்றப்பட்டிருக்கும். இது மிகவும் இயல்பாக

நடந்தேறியிருக்கக்கூடிய விஷயமே. ஆனால், தக்காண அரசில் புதியதாக ஒரு சக்தி முளைத்து வந்தது.

அவர்கள்தான் மராட்டியர்கள்.

அந்த நூற்றாண்டின் தென்னிந்திய வரலாறு மற்றும் ஔரங்கசீப் ஆட்சிக் கட்டிலில் ஏறியதைத் தொடர்ந்து 18-ம் நூற்றாண்டின் கடைசி ஐம்பது ஆண்டுகள் வரையிலுமான வட இந்திய வரலாறு ஆகியவற்றை இந்த மராட்டியர்களே ஆதிக்கம் செலுத்தினர். என்றிலிருந்து என்று கணக்கிடமுடியாத காலம் தொடங்கி மராட்டியர்கள் ஆட்சியில் இருந்துதான் வந்திருக்கின்றனர். ஆனால் 13-ம் நூற்றாண்டு தொடங்கி ஆட்சி அதிகாரம் இழந்து சொந்த மண்ணிலேயே அந்நிய ஆட்சியின் கீழ் அடங்கி வாழ நேர்ந்திருந்தது. எந்தவொரு அரசியல் அதிகாரமும் மதிப்பும் மரியாதையும் இன்றி சில நூற்றாண்டுகள் வாழ நேர்ந்திருந்தது. சிதறிக் கிடந்த மராட்டிய சக்திகள் மற்றும் வளங்களையெல்லாம் ஒன்று திரட்டி ஒரு தேசமாக ஆக்குவதற்கு ஒரு மாபெரும் தலைவரின் தேவை இருந்தது. மொகலாய சாம்ராஜ்ஜியத்தை கூரான வாள் போல் ஊடுருவிக் கிழிக்க ஒரு மாவீரனின் வருகை அவசியமாக இருந்தது. அந்த மாவீரனாக வந்தார் ஔரங்கஜேபின் சமகாலத்தவரும் அவருடைய பரம விரோதியுமாக இருந்த சத்ரபதி சிவாஜி.

விந்திய மலைக்குத் தெற்குப் பக்கம் இருக்கும் பகுதிகளை வென்றாகவேண்டும் என்று பேரரசர் அக்பர் முடிவு செய்த நாளில் ஆரம்பித்து அதற்கு 94 வருடங்கள் கழித்து ஔரங்கஜேபின் படைகள் குதுல் சுல்தான்களின் தலைநகரை வென்றது வரையிலும் பீஜாப்பூர், கோல்கொண்டா ராஜ்ஜியங்களின் சுல்தான்கள் ஒரு நாள்கூட நிம்மதியாக இருந்ததில்லை. பீஜாப்பூர்-கோல்கொண்டா அரசுகளை முற்றாக அழித்து அந்தப் பகுதிகளைத் தன்னுடன் இணைத்துக் கொள்வதையே மொகலாயப் பேரரசு தன் இலக்காகக் கொண்டிருக்கிறது என்பது பீஜாப்பூர்-கோல்கொண்டா சுல்தான் களுக்கு நன்கு தெரிந்திருந்தது. அந்தப் பேரபாயத்தை எதிர்கொள்ள மாவீரர்கள் சிவாஜி மற்றும் சம்பாஜியின் தளராத போர்க்குணமே தமக்கு ஒரே பாதுகாப்பு என்று அவர்கள் புரிந்துகொண்டிருந்தனர். பீஜாப்பூர் அல்லது கோல்கொண்டா சுல்தான்களும் ஔரங்கஜேபும் ஒன்று சேர்ந்து மராட்டியர்களை வீழ்த்துவதென்பது நடைமுறை சாத்தியமில்லாத கூட்டணியாகவே இருந்தது.

பீஜாப்பூர் மற்றும் கோல்கொண்டாவை சுதந்தரமாக இயங்கவும் பலம் பெற்றுவந்த மராட்டிய சக்தியைத் தடுக்கும் வகையிலும்

ஔரங்கசீப் அந்த சுல்தானகங்களை அனுமதித்திருந்தால் அதுவே அறிவார்ந்த செயலாக இருந்திருக்கும் என்று ஐரோப்பிய வரலாற்றாசிரியர்கள் குறிப்பிட்டிருக்கிறார்கள். அதைச் செய்யாமல் தவறியதால் மராட்டிய சக்தி மொகலாயர்களால் வீழ்த்தமுடியாத அளவுக்கு பலம் பெற்றுவிட்டது என்றும் குறிப்பிட்டிருக்கிறார்கள். இது உண்மையில் தக்காண அரசியல் சூழலைச் சரியாகப் புரிந்துகொள்ளாமல் சொல்லப்பட்ட கூற்று.

இஸ்லாமியப் படைகளில் இருந்த மராட்டிய தளபதிகள் எல்லாம் சிவாஜி மஹராஜின் தலைமையின் கீழ் அணி திரண்டு வலிமையான அரசு ஒன்றை உருவாக்கிய காலகட்டத்துக்கு முன்பாகவே பீஜாப்பூர்-கோல்கொண்டா சுல்தானகங்கள் தம் இறுதிக்கட்டத்தை எட்டிவிட்டிருந்தன. அதன் மன்னர்கள் எல்லாம் வெறும் சுக போகங்களில் திளைப்பவர்களாக ஆகிவிட்டிருந்தனர். வாஸிர் நில வரி உரிமை தொடர்பாக நடைபெற்றுவந்த உள் மோதல்களினால் எப்போதும் தலைநகர் ரத்தக் களறியாகவே இருந்தது. ஆட்சி நிர்வாகம் முற்றாக நிலைகுலைந்திருந்தது. சட்ட ஒழுங்கு கெட்டுவிட்டிருந்தது. பிராந்திய ஆட்சிப் பிரதிநிதிகள் எல்லாம் தனியாகப் பிரிந்து ஆட்சி செய்யத் தொடங்கியிருந்தனர். படைத்தளபதிகள் எல்லாம் அதிக பணம் கொடுப்பவர் பக்கம் சாயத்தொடங்கியிருந்தனர். இப்படியான சுல்தானகத்தினால் ஔரங்கசீப் செய்தற்கு மேலாக சம்பாஜியை கட்டுக்குள் வைக்கவோ சாந்தா கோர்படேயை அடக்கிவைக்கவோ நிச்சயம் முடிந்திருக்காது.

தக்காணத்தில் அரசியல் களம் இவ்விதமாகவே இருந்தது: மொகலாயர்களின் அராஜக நடவடிக்கைகள் கோல்கொண்டா சுல்தானை முழுமனதுடனும் பீஜாப்பூர் சுல்தானைத் தயக்கத்துடனும் இடையிடையேயுமாக சிவாஜி மஹராஜ் பக்கம் அடைக்கலம் தேடவைத்தன. மொகலாயப் படைகள் பீஜாப்பூரை முற்றுகையிட நெருங்கியகாலங்கள் மற்றும் ஆதில் ஷாவுக்கு நெருக்கடி முற்றிய காலங்களில் மட்டுமே சிவாஜியின் படைகளுடன் பீஜாப்பூர் சுல்தான் கூட்டணி அமைத்துக்கொண்டார். அதேநேரம் சிவாஜி மஹராஜ் பீஜாப்பூர் பகுதிகளையும் கோட்டைகளையும் கைப்பற்றி தன்வசமாக்கிக் கொண்டுவிடக் கூடும் என்ற அச்சத்தில் இந்தக் கூட்டணியை வெகு சீக்கிரமே கலைத்துக்கொள்ளவும் செய்துவந்தார். தக்காணத்திலிருந்த மூன்று இஸ்லாமிய அரசுகளில் குதுப் சுல்தானின் அரசை நாம் தனியே வைத்துவிடலாம். ஏனென்றால் இந்தக் காலகட்டத்தில் அவர்கள் மொகலாய அரசுடன் மோதலில் இருந்திருக்கவில்லை. 1646-ல்

முஹம்மது ஆதில் ஷா நோய்வாய்ப்பட்டு படுத்த படுக்கையானதிலிருந்தே பீஜாப்பூர் அரசு வீழ்ச்சியடைய ஆரம்பித்திருந்தது. எனினும் 1666 வாக்கில் இரண்டாம் ஆதில் ஷா முழுவதும் சுகபோகங்களில் திளைக்க ஆரம்பித்த காலத்தில் வாஸிர் உரிமைக்காகவும் தலைநகரைக் கைப்பற்றவும் அவருடைய பிரதிநிதிகளே சண்டையிடத் தொடங்கியிருந்தனர். எனவே பீஜாப்பூர் அரசின் வீழ்ச்சி அதிவேகமாகிவிட்டிருந்தது. 1672-ல் சிறிய வயதினரான சிக்கந்தர் ஆட்சிக் கட்டில் ஏறவேண்டிய நிலை ஏற்பட்டபோது பீஜாப்பூர் சுல்தானின் ஆட்சி என்பது அதன் பிராந்தியப் பிரதிநிதிகளின் ஆட்சியாகிவிட்டிருந்தது. நிர்வாகம் முழுமையாக நிலைகுலைந்திருந்தது. இது சிவாஜி தனியொரு அரசராக பலம் பெற வழிவகுத்தது.

தில்லி அரசின் நட்புறவு, ஒப்பந்த வாக்குறுதிகளை முறையாக நிறைவேற்றும் குணம் இவற்றையெல்லாம் சிவாஜி ஒருபோதும் நம்பியிருக்கவே இல்லை. எனவே அவர் தக்காணத்தில் இருந்த மொகலாயப் பகுதிகளைக் கிடைத்த சந்தர்ப்பங்களில் எல்லாம் தன்வசமாக்கிக் கொண்டார். பீஜாப்பூருடன் அவருடைய நட்புறவு சற்று வித்தியாசமானதாக இருந்தது. பீஜாப்பூர் பகுதிகளைக் கைப்பற்றியே அவரால் தலைதூக்கவும் ராஜ்ஜிய விஸ்தரிப்பைச் செய்யவும் முடிந்தது. ஆனால் ஆதில் ஷாவின் அமைச்சர்களுடன் செய்துகொண்ட ஓர் உடன்படிக்கையின் பேரில் பீஜாப்பூர் சாம்ராஜ்ஜியத்தின் தலைநகர் பகுதியைக் கைப்பற்றுவதைக் கைவிட்டார். பீஜாப்பூர் பிரதிநிதிகளின் ஆளுகைக்கு உட்பட்டிருந்த பகுதிகளே (கோலாபூர், கனரா, கோபால் போன்றவை) மராட்டிய சாம்ராஜ்ஜிய விஸ்தரிப்பு உகந்ததாக அதன் எல்லையை ஒட்டி அமைந்திருந்தன. இதனால், பீஜாப்பூர் அரசுடன் மோதலை விரும்பியிருக்காத நிலையிலும் அவரால் அமைதியாகத் தொடர்ந்து இருக்கவும் முடிந்திருக்கவில்லை.

2. தக்காணத்தில் மொகலாயர்களின் பலவீனங்கள்

1658 ஜனவரியில் தந்தையிடமிருந்து சாம்ராஜ்ஜியத்தைப் பறிக்க ஔரங்கசீப் தக்காணத்தில் இருந்து புறப்பட்டதிலிருந்து தொடங்கி 1682 மார்ச்சில் அவர் தக்காணத்துக்குத் திரும்பியதுவரையிலான இடைப்பட்ட 24 ஆண்டுகளில் மொகலாய பிரதிநிதிகளாக ஐந்து வைஸ்ராய்கள் நியமிக்கப்பட்டிருந்தனர். இளவரசர் ஷா ஆலம் 11 ஆண்டுகள் ஆட்சிப் பொறுப்பில் இருந்தார். பஹதுர் கான் ஆறு வருடங்கள், சைஸ்தா கான் நான்கு வருடங்கள், ஜெய் சிங் இரண்டு

வருடங்கள், திலிர் கான் ஒருவருடம் தக்காணத்தின் ஆட்சிப் பொறுப்பில் இருந்தனர். இந்த 24 ஆண்டுகளில் ஜெய் சிங் (1666), பஹதுர் கான் (1676-77), திலிர் கான் (1679-80) ஆகிய காலங்களில் மட்டுமே மொகலாயர்கள் பீஜாப்பூர் பகுதிகளுக்குள் ஊடுருவி ஆக்கிரமிக்க முயன்றனர். மராட்டியர்களுக்கு எதிரான படையெடுப்புகள் சைஸ்தா கான் (1660-62), ஜெய் சிங் (1665), மொஹ்பத் கான் (1671-72), பஹதுர் கான் (1673-75) திலிர் கான் (1678079) காலகட்டத்தில் மொகலாயர்களால் முன்னெடுக்கப் பட்டன. சிவாஜிக்கும் மொகலாயர்களுக்கும் இடையில் போர் இதைவிட அதிகக் காலம் நீடித்தது. ஆனால் பேரரசின் தளபதிகள் தொலைதூர எஜமானரை ஏமாற்றிவிட்டு சிவாஜியுடன் (பின்னாளில் சம்பாஜியுடன்) ரகசிய ஒப்பந்தங்கள் செய்துகொண்டும் லஞ்சப் பணம் கொடுத்துக்கொண்டும் இருந்துவந்தனர்.

இந்த 24 ஆண்டுகளில் தக்காணத்தில் மொகலாயர்களுக்கு ஒரு சில வெற்றிகளே கிடைத்தன. மற்றபடி எந்தவொரு இறுதி வெற்றியும் கிடைத்திருக்கவில்லை. இந்தத் தோல்விக்கு ஒரு காரணம் அரசியல் சார்ந்தது. இன்னொன்று அந்த நபர்களின் தனிப்பட்ட விஷயங்கள், ஆளுமை சார்ந்தது. இளவரசர் ஷா ஆலம் அடிப்படையிலேயே போர்க் குணம் அற்றவர். அண்டை பகுதிகளுடன் அமைதியையே விரும்பினார். அந்தப்புர சுகங்களே உவப்பானதாகவும் இருந்தன. அதோடு அவருடைய தலைமைத் தளபதி திலிர் கான் எப்போதும் இளவரசரின் மேலாதிக்கத்தை வெளிப்படையாக எதிர்த்தே வந்தார். இதனால் தக்காணத்தில் இருந்த மொகலாய வைஸ்ராய் நிர்வாகம் எப்போதும் உட் குழு மோதலினால் சிதைந்தே கிடந்தது. இவர்கள் இருவரும் எதிரும் புதிருமாகச் செயல்பட்டதால் தக்காணத்தில் மொகலாய ஆதிக்கம் மிகவும் பலவீனமாகவே இருந்தது.

இரண்டாவதாக, மொகலாயப் படைத் தளபதிகள் சிவாஜியின் படையுடனான முடிவற்ற போர்களினால் மிகவும் தளர்ந்து போயிருந்தனர். மொகலாயப் படைகளில் இருந்த ஹிந்து தளபதிகள் பலர் ஹிந்துத்துவக் காவலரான சிவாஜி மஹராஜிடம் ரகசிய நட்புறவு பாராட்டினர். முஸ்லிம் தளபதிகளோ போர் தொல்லையில் இருந்துவிடுபட சிவாஜிக்கு லஞ்சப் பணம் (கப்பம்) கொடுக்கத் தயாராக இருந்தனர். பீஜாப்பூர் படைகளையும் மராட்டியர்களையும் தோற்கடிப்பதற்குத் தேவையான பணம் மற்றும் ஆட்பலத்தில் பாதிகூட தக்காணத்தில் இருந்த மொகலாய ஆட்சிப்பொறுப்பாளருக்குத் தரப்பட்டிருக்கவே இல்லை.

இளவரசர் அக்பரின் கலகம், சம்பாஜியுடன் அவர் சென்று சேர்ந்தது இவையெல்லாம் தில்லி அரியணைக்குப் பெரும் அச்சுறுத்தலை

ஏற்படுத்தின. தென் பகுதிக்கு ஔரங்கசீப் நேரில் சென்றாலே நிலைமையைக் கட்டுக்குள் கொண்டுவரமுடியும் என்ற நிலை உருவானது.

இப்படியாக, மொகலாயப் பேரரசு தக்காணம் தொடர்பான தன் நிலைப்பாட்டை முழுவதுமாக மாற்றியமைக்கும் நிர்பந்தம் உருவானது. சம்பாஜியை உடனடியாக அடக்கி ஒடுக்கவேண்டும். கலகம் செய்த அக்பரை முடக்கியாகவேண்டும். இதுவே ஔரங்கஜேபின் முதல் இலக்காக ஆனது.

3. மஹாராஷ்டிரம் மக்களும் பிராந்தியமும்

மராட்டியர்களின் ராஜ்ஜியம் மூன்று தெளிவான பகுதிகளை உள்ளடக்கியது. மேற்குத் தொடர்ச்சி மலைகளுக்கும் இந்தியக் கடலுக்கும் (சிந்து கடலுக்கும்) இடைப்பட்ட நீண்ட , பல்வேறு அகலங்களில் இருக்கும் கொங்கணி பகுதி (மும்பைக்கும் கோவாவுக்கும் இடைப்பட்ட பகுதி) கனரா (கோவாவின் தெற்கே). இந்தப் பிராந்தியத்தில் ஆண்டுக்கு 100-120 அங்குலம் கன மழை கட்டாயம் பொழியும். நெல்தான் பிரதான பயிர். அடர்த்தியான மாந்தோப்புகள், வாழைப்பழத் தோட்டங்கள், தென்னந்தோப்புகள் நிறைந்த நிலம்.

இந்த மலைத் தொடரைத் தாண்டினால் சுமார் 20 மைல் அகலம் கொண்ட நிலப்பரப்பு இருக்கிறது. இது மாவெல் என்று அழைக்கப் படுகிறது. இருபுறமும் சுழன்று சுழன்று செல்லும் பள்ளத்தாக்கு களைக் கொண்ட நிலப்படுகை.

கிழக்குப் பக்கம் செல்லச் செல்ல மேற்குத் தொடர்ச்சி மலைத்தொடர் மெள்ள மெள்ளக் குறுகிச் சென்று ஆற்றுப்படுகை விரிந்துகொண்டே சென்று மத்திய தக்காணத்தின் கரிசல் மண் படுகையாக விரியும்.

மலைகளால் சூழப்பட்ட இந்தப் படுகைக்கு கிழக்குப் பக்கம் மட்டுமே நுழைவாயில் பகுதி உண்டு. மராட்டிய சாம்ராஜ்ஜியத்தின் தொட்டில். மலைத்தொடர்களுக்குக் கிழக்கே மழைப்பொழிவு வெகுவாகக் குறைந்து காணப்படும். எப்போது மழை வரும் என்பதும் உறுதியில்லை. எனவே விவசாயத்துக்குப் போதுமான நீர் கிடைக்காது. இந்த மண் இயல்பிலேயே வளமற்றது. இடையிடையே பாறைப்பாங்கான குன்றுகள் நீண்டு செல்லும். இந்த தக்காணப் பகுதி கடின உழைப்பைக் கோரும் பகுதி. போதிய வாழ்வாதாரம் கிடைக்கவும் செய்யாது.

இப்படியான இயற்கை நிலவியல் எளிமையான வாழ்க்கையை நிர்பந்தப்படுத்தியிருப்பதால் இங்கு சுகபோகங்கள், ஆடம்பரங்களுக்கோ ஓய்வு நிறைந்த வாழ்க்கைக்கோ (புரோகித வர்க்கத்தினர் நீங்கலாக) இடமில்லை. எந்தவொரு கலை ரசனைகளின் வளர்ச்சிக்கோ இதமான நடைமுறைகளுக்கோ இடமில்லை. தற்சார்பு, வீரம், விடாமுயற்சி, அதீத எளிமை, நேர்வழியில் செல்லும் குணம், சமூக சமத்துவம், ஆண்மை மீதான பெருமிதம் கொண்டவர்களாக இருந்தனர். ஏழாம் நூற்றாண்டில் இங்குவந்த சீன பயணி யுவான் சுவாங், 'மராட்டியர்கள் பெருமிதம் மிகுந்த உத்வேகம் மிகுந்த போர்க்குணம் மிகுந்தவர்கள். நன்மை செய்தவர்களிடம் நன்றி உணர்வும் தவறு செய்தவர்கள் மீது பழிவாங்கும் போர்க்குணமும் மிகுந்தவர்கள்' என்று குறிப்பிட்டிருக்கிறார். அடுத்த பத்து நூற்றாண்டுகள் தந்திரம் மிகுந்தவர்களாகவும் நற்பண்பு குறைந்தவர்களாகவும் ஆனார்கள். ஆனால் துடிப்பு, சுய சார்பு, சுய கௌரவம், சமத்துவம் ஆகிய குணங்கள் நிறைந்தவர்களாகவே நீடித்தனர்.

பிற வளமான நாகரிகமடைந்த சமூகங்களைவிட 16-ம் நூற்றாண்டு மராட்டியர்களிடையே சமூக வேறுபாடுகள் மிகவும் குறைவுதான். இந்த சமத்துவ உணர்வானது மதத்தினால் வளர்த்தெடுக்கப் பட்டிருந்தது. மராட்டியர்களின் 15 மற்றும் 16-ம் நூற்றாண்டு துறவிகள் எல்லாம் ஒருவருடைய நன்னடத்தைக்கே முக்கியத்துவம் தந்தனர்; பிறப்புக்கு அல்ல. கடவுளுக்கு முன்பாக அனைவரும் ஒன்றே என்று போதித்தனர்.

ஆரம்பகால மராட்டிய சமூகத்தின் எளிமையும் ஒன்றுபட்ட தன்மையும் அவர்களுடைய இலக்கியம், மொழி ஆகியவற்றில் நன்கு வெளிப்பட்டது. அது ஏழ்மையுடனும் போதிய வளமற்றும் ஆனால், மிகுந்த செல்வாக்குடனும் திகழ்ந்தது. இயற்கை அந்த சமூகத்துக்கு வலிமையான யாராலும் எளிதில் கைப்பற்ற முடியாத கோட்டைகளை, அரண்களை வழங்கியிருந்தது. எதிரிகள் முற்றுகையிடும்போது அந்தப் பகுதிகளுக்கு தப்பிச் சென்று அடைக்கலம் தேடிக் கொண்டுவிடுவார்கள். எல்லா மலைத் தொடர்களும் சமதளமான பாறைச் சுவரில் சென்று முடிவடைகின்றன. தனித்தனியான மலைகளாகவும் இருக்கின்றன. இவை இயற்கையான கோட்டைபோலவே இருக்கின்றன. உச்சியில் சமதளமான பகுதிகொண்டதாகவும் அவற்றில் நன்னீர் ஊற்றுகள் மிகுதியாகவும் இருக்கும்.

அப்படியாக, மொழி, குலம், வாழ்க்கை சார்ந்து ஓர் அற்புதமான சமூகமாக மஹாராஷ்டிர பிரதேசம் 17-ம் நூற்றாண்டுவாக்கில்

முன்னேறிய நிலையில் இருந்தது. சிவாஜியால் அரசியல் ஒற்றுமை அதன்பின் கொண்டுவரப்பட்டது.

சிவாஜியின் படையானது மராத்தா மற்றும் கன்பி ஜாதியைச் சேர்ந்த எளிய விவசாயத்தில் ஈடுபட்டுவந்தவர்களைக் கொண்டதாக இருந்தது. அவர்கள் எளிமை, வெளிப்படைத்தன்மை, சுதந்தர குணம் கொண்டவர்களாக இருந்தனர். குறிப்பாகக் கடினமான சூழல்களிலும் உறுதியுடன் தாக்குப்பிடிப்பவர்களாக இருந்தனர்.

தக்காணத்தை இஸ்லாமியர்கள் கைப்பற்றியதைத் தொடர்ந்து கடைசி இந்து ராஜ்ஜியம் 14-ம் நூற்றாண்டுவாக்கில் முடிவுக்கு வந்திருந்தது. உள் நாட்டுப் போர்க்குடிகள் எல்லாம் தத்தமது குலத் தலைவர்களின் கீழ் சிறிய அணிகளாகத் திரண்டிருந்தனர். அந்தப் பிராந்தியத்தில் ஆதிக்கம் செலுத்துபவர்களுக்குப் படைகளை அனுப்பி உதவிவந்தனர். பல மராட்டிய குடும்பங்கள் செல்வத்திலும் அதிகாரத்திலும் மேல்நிலைக்குச் சென்றன. அக்கம்பக்கத்தில் இருந்த இஸ்லாமிய அரசுகளில் படைத்தளபதிகளாக, கூலிப் படைகளாக சிலர் இருந்தனர்.

4. ஷாஜி போ(ன்)ஸ்லே

போஸ்லே குலம் புனே மாவட்டத்தில் படாஸ் பகுதியில் இருந்த இரண்டு கிராமங்களின் தலையாரி குடும்பமாக இருந்தது. விவசாயத்தில் ஈடுபட்டுவந்த அவர்கள் தமது நேர்மையான குணம் மற்றும் தான தர்மங்கள் செய்ததன் மூலம் செல்வாக்கு பெற்றிருந்தனர். ஒருமுறை அவர்களுடைய நிலத்தில் இருந்து கிடைத்த புதையல் பணத்தைக் கொண்டு ஆயுதங்கள், குதிரைகள் வாங்கி 16-ம் நூற்றாண்டின் இறுதிவாக்கில் நிஜாம் ஷாஹி வம்ச ஆட்சியில் படை வீரர்களாக, தளபதிகளாக ஆனார்கள். மாலோஜி போஸ்லேயின் மூத்த மகன் ஷா(ஹ்)ஜி போஸ்லே.

1594-ல் பிறந்த இவருக்கு, அஹமது நகரின் புகழ் பெற்ற ஹிந்து நிலப்பிரபுக்களில் ஒருவரும் சிந்தகேத் பகுதியின் ஆட்சியாளரும் உயர் குடியில் பிறந்தவருமான லாக்ஜி யாதவ் ராவின் மகள் ஜீஜா பாயுடன் திருமணம் நடந்தது. நிஜாம் ஷாவின் பிரதிநிதியாக இருந்து ஆட்சி செய்த மாலிக் அம்பரின் நிர்வாகத்தில் ஷாஜி போஸ்லே முதலில் படைத்தலைவராக இருந்தார். 1626-ல் மாலிக் அம்பர் இறந்ததும் அந்தப் பகுதியில் குழப்பம் உருவானது. ஆட்சியைக் கைப்பற்ற பலர் முயற்சி செய்தனர். அந்தக் கலவரமான காலகட்டத்தில் ஷாஜி முதலில் நிஜாம் ஷாஹியின் பக்கமே

இருந்தார். அதன் பின்னர் மொகலாயர் பக்கம் சேர்ந்தார். அவர்களிடமிருந்து விலகிச் சென்று பீஜாப்பூர் சுல்தான்களை எதிர்த்துப் போரிட்டார். அதன் பின் அவர்களுடன் நட்புறவு பாராட்டினார். கடைசியாக சஹ்யாத்ரி மலைப் பகுதியில் நிஜாம் ஷாஹி ஆட்சிப் பொறுப்பில் ஒரு பொம்மை அரசரை நியமித்து தன் கட்டுக்குள் வைத்துக்கொண்டார் (1633).

புனே தொடங்கி சாக்கான் வரையும் பாலகாட் வரையும் ஜுன்னார், அஹமது நகர், சங்கமனேர், திரியம்பக், நாசிக் என நிஜாம் ஷாஹியின் பிராந்தியம் முழுவதையும் கைப்பற்றினார். சுல்தானின் பெயரில் மூன்று ஆண்டுகாலம் (1633-36) இவரே ஆட்சி நிர்வாகம் செய்தார். தனது தலைநகராக ஜுன்னார் பகுதியை ஆக்கிக் கொண்டார். ஆனால், மொகலாயப் பேரரசினர் 1636 வாக்கில் மிகப் பெரிய படையுடன் இவரைத் தாக்கி படு தோல்வி அடையச் செய்தனர். இவருடைய எட்டு கோட்டைகளை அவர்கள் கைப்பற்றிக் கொண்டனர். இதைத் தொடர்ந்து ஷாஜி போஸ்லே மஹாராஷ்டிராவிலிருந்து புறப்பட்டுச் சென்று பீஜாப்பூர் சுல்தானின் படைத்தளபதியாக ஆனார்.

5. சிவாஜியின் குழந்தைப் பருவம், கல்வி, குண நலன்கள்

10, ஏப்ரல், 1627-ல் ஜுன்னார் பிராந்தியத்துக்கு மேலே இருந்த சிவனேர் மலைக்கோட்டையில் ஷாஜி போஸ்லேவுக்கும் ஜீஜாபாய்க்கும் இரண்டாவது மகனாக சிவாஜி பிறந்தார். பீஜாப்பூர் சுல்தானிடம் படைத்தளபதியாக ஷாஜி போஸ்லே 1636 இறுதிவாக்கில் சேர்ந்தார். மைசூர் பீடபூமி மற்றும் துங்கபத்ரா நதிப்படுகைப் பகுதிகளைக் காக்கும் பொறுப்பு அவருக்குத் தரப்பட்டது. அதன் பின்னர் புதிய எஜமானருக்காக புதிய நிலப்பகுதி களைக் கைப்பற்றவும் தனக்கான ஆளுகைப் பகுதிகளை (ஜாஹிர் வரி வசூலித்துக்கொள்ளும் பகுதிகளை) வென்றெடுக்கவும் மதராஸ் கடற்கரைகளுக்கு அனுப்பப்பட்டார். ஆனால், அவருடைய ப்ரியத்துக்குரிய மனைவி துக்கா பாயையும் மகன் வ்யான்காஜியும் மட்டும் உடன் அழைத்துச் சென்றார். ஜீஜாபாயும் சிவாஜியும் தாதாஜி கொண்ட தேவின் பராமரிப்பில் புனேவில் பாதுகாப்பாக வாழ அனுப்பிவைக்கப்பட்டனர்.

கணவர் தன்னை உடன் அழைத்துச் செல்லாததால் மனம் உடைந்த ஜீஜாபாய் யாருடனும் அதிகம் பேசாதவராகவும் இறை வழிபாட்டில் திளைப்பவராகவும் ஆனார். அந்த இறை பக்தி மகனுக்கும் வந்து சேர்ந்தது. சிவாஜிக்கு சிறு வயதில் நண்பர்கள்,

சகோதரர்கள், சகோதரிகள், தந்தை என யாரும் அருகில் இல்லாமல் பெரிதும் தனிமையிலேயே வாழ நேர்ந்தது. தனிமையில் வாழ்ந்த தாய்க்கும் மகனுக்கும் இடையே பாசப் பிணைப்பு பலப்பட்டது. தன் தாயை தெய்வமாக மதித்துப் போற்றும் அளவுக்கு அந்த பாசம் வளர்ந்தது.

சிறு வயதிலிருந்தே சிவாஜிக்கு சுய காலில் நின்றாகவேண்டிய நிர்பந்தம் இருந்தது. யாருடைய வழிகாட்டுதலும் இல்லாமல் சுயமாகவே அனைத்தையும் முடிவெடுக்க வேண்டியிருந்தது. எந்தவொரு எஜமானரும் இல்லாமல் தன்னிச்சையாக இயங்க வேண்டியிருந்தது. அனைத்தையும் செய்து பார்த்துக் கற்றுக்கொள்ள வேண்டியிருந்தது. வாள் சண்டை, குதிரையேற்றம் போன்ற பலவற்றில் நன்கு தேர்ச்சி பெற்றார். இந்து காவியங்கள், புராணங்கள் அனைத்தையும் கதைகளாகவும் கதா காலக்ஷேபங் களாகவும் கேட்டு வளர்ந்தார். அவை சொல்லும் நீதி நெறிகள், அரசியல் நுட்பங்கள் எல்லாவற்றையும் புரிந்துகொண்டார். கீர்த்தனைகள், மத நூல் வாசிப்பு ஆகியவற்றில் அதிக ஈடுபாடு காட்டினார். எங்கு சென்றாலும் ஹிந்து துறவிகள், முஸ்லிம் சூஃபிகளைச் சந்திப்பது அவர் வழக்கம்.

புனே மாவட்டத்தின் மேற்குப் பகுதி அல்லது மாவல் என்ற பகுதி நீண்டதொரு காடாக இருந்தது. சஹ்யாத்ரி மலைத் தொடரில் அமைந்த அந்தப் பகுதியில் வீரமும் திடகாத்திரமும் மிகுந்த மாவல் விவசாயக் குலம் வசித்து வந்தது. சிவாஜியின் படையின் ஆரம்பகட்ட வீரர்கள் அந்தக் குலத்திலிருந்தே வந்தனர். அவர் மீது அவர்கள் உயிரையே வைத்திருந்தனர். மாவல் குலத் தலைவர்களின் துணையுடன் இளம் சிவாஜி சஹ்யாத்ரி மலைத் தொடர், கோட்டைப் பகுதிகள், ஆற்றுப் பள்ளத்தாக்குகள், அடர்ந்த காடுகள் என தொடர்ந்து அலைந்து திரிந்து நெருக்கடியான சூழலுக்குத் தன்னை வலுவாகத் தகவமைத்துக்கொண்டார். இன்ப துன்பங்களினால் மனம் அலைபாயாத தன்மையும் மத, ஆன்மிகப் பற்றும் இளம்வயதிலேயே சிவாஜிக்கு இயல்பாகவே கைவந்தது. இஸ்லாமிய மன்னருக்குத் தன் தந்தை படைத்தளபதியாக இருப்பதை வெறுக்க ஆரம்பித்தார். சுதந்தர வேட்கை மிகுந்தவராக வளர்ந்தார்.

தாதாஜி கொண்ட தேவ் 1647 நடுப்பகுதியில் இறந்தார். அப்படியாக 20 வயதில் சிவாஜி முழுவதும் சுதந்தரமான தனி நபரானார். போர்ப்பயிற்சி, ஆட்சி நிர்வாகம் ஆகியவற்றில் ஏற்கெனவே நல்ல பயிற்சி பெற்றிருந்தார். தனது தந்தையின் பொறுப்பில் இருந்த

மேற்குப் பகுதி ஜாஹிர் படைகளுடன் ஏற்கெனவே நல்ல பரிச்சயம் பெற்றிருந்தார். பின்னாளில் அவர்கள் அவருடைய படையினராக ஆனார்கள். தலைமைக்குணம், சாகசத் துடிப்பு எல்லாம் இயல்பாகவே அவரிடம் வளர்ந்துவந்தன.

6. சிவாஜியின் ஆரம்ப கால வெற்றிகள்

பீஜாப்பூரின் வரலாற்றில் 1646-ம் வருடம் மிகவும் முக்கியமானது. மன்னர் முஹம்மது ஆதில் ஷா தீவிர நோயில் விழுந்தார். அடுத்த பத்து ஆண்டுகளுக்கு அவரால் எந்தவொரு ஆக்கபூர்வமான அரசாங்கப் பணியும் செய்ய முடியாமல் போனது. சிவாஜிக்கு இது நல்ல வாய்ப்பாக அமைந்தது. தோர்னா கோட்டையின் நிர்வாகத்தில் இருந்த பீஜாப்பூர் தளபதியை வீழ்த்தி அதைக் கைப்பற்றினார். அங்கிருந்த இரண்டு லட்ச பணம் அவர் கைக்கு வந்தது. அந்தக் கோட்டைக்கு ஐந்து மைல் தொலைவில் மலை உச்சியில் ராஜ்கர் என்ற புதிய கோட்டையைக் கட்டினார். பின்னர் கோண்டனா பகுதியையும் பீஜாப்பூர் தளபதியிடமிருந்து கைப்பற்றினார். தாதாஜியின் மறைவுக்குப் பின்னர், ஷாஜியின் மேற்குப் பக்க வாஸிர் பகுதிகள் அனைத்தையும் சிவாஜி தன் கட்டுப்பாட்டுக்குள் கொண்டுவந்தார். அப்படியாக தனது ஆளுகையின் கீழ் ஒரு வலுவான, ஒருங்கிணைந்த நிலப்பகுதியைக் கொண்டுவந்தார்.

25, ஜூலை, 1648-ல் ஷாஜி போஸ்லே கைது செய்யப்பட்டு அவரிடம் இருந்த படையும் தென் ஆற்காடு பகுதியில் செஞ்சி கோட்டைத் தளபதியாக இருந்த முஸ்தஃபா கான் மூலம் பறிக்கப்பட்டது.

பீஜாப்பூருக்கு ஷாஜி போஸ்லேயை சங்கிலி மாட்டிக் கொண்டுவந்து சுல்தானிடம் ஒப்படைத்தனர்.

சிவாஜிக்கு என்ன செய்வதென்றே தெரியவில்லை. தக்காணத்தில் இருந்த மொகலாயப் பிரதிநிதி முராத் பக்ஷிடம் உதவி கேட்டார். ஷாஜி போஸ்லே கடந்தகாலத்தில் செய்த தவறுகளை மன்னித்து விடும்படியும் அவருக்கும் அவருடைய குழந்தைகளுக்கும் பாதுகாப்பு தரும்படியும் இதன் கைமாறாக மொகலாயப் படையில் வந்து சேரத் தயாராக இருப்பதாகவும் பேரரசரிடம் தெரிவிக்கச் சொன்னார். ஷாஜி போஸ்லேயை விடுவிக்கும்படி ஆதில் ஷாவுக்கு ஷாஜஹான் எந்த அழுத்தமும் தரவில்லை. பங்களூரு, கொண்டானா, கந்தர்பி ஆகிய மூன்று கோட்டைகளை சிவாஜி

பீஜாப்பூர் சுல்தானுக்கு விட்டுக் கொடுத்தால் ஷாஜி போஸ்லேயை விடுவிக்கத் தயார் என்று பீஜாப்பூர் செல்வந்தர் அஹமது கான் மூலம் மத்யஸ்தம் பேசப்பட்டது. இப்படி ஒரு நிபந்தனை மூலம் ஷாஜி போஸ்லே விடுவிக்கப்பட்டதால், 1649 தொடங்கி 1655 வரை சிவாஜி பீஜாப்பூர் சுல்தானைக் கோபமடையச் செய்யும் எதையும் செய்யாமல் அமைதியாக இருந்தார். இந்தக் காலகட்டத்தில் மராட்டிய பேஷ்வா பிராமணர்களிடமிருந்த புரந்தர் கோட்டையைத் தந்திரமாகக் கைப்பற்றினார்.

சத்ர மாவட்டத்தின் வட மேற்குக் கோடியில் ஜாவ்லி என்ற கிராமம் இருக்கிறது. மிகப் பெரிய சமஸ்தானத்தின் தலைமையகமாக அது இருந்தது. மோர் என்ற மராட்டிய குலம் அங்கு ஆதிக்கத்தில் இருந்தது. அதன் தலைவர்களுக்கு வம்சாவளியாக சந்திர ராவ் என்ற பட்டப் பெயர் இருந்துவந்தது. மாவல் குலத்தினரைப் போலவே கட்டான உடல்வாகு கொண்ட மலைவாழ் வீரர்கள் சுமார் 12,000 பேர் இந்தத் தலைவரின் கீழ் இருந்தனர்.

ஜாவ்லி பகுதி தெற்கு மற்றும் தென் மேற்கில் சிவாஜி முன்னேறிச் செல்ல தடையாக இருந்தது. எனவே சந்திர ராவின் மகளுக்கும் தனக்கும் திருமண நிச்சயதார்த்தம் என்ற போர்வையில் சந்திர ராவை அழைத்து, ரகசியமாகக் கொன்றுவிடும்படி சிவாஜி தன் பிராமண உதவியாளரான ரகுநாத பலால் கரோடை அனுப்பிவைத்தார். சந்திர ராவ் கொல்லப்பட்ட செய்தி கேட்டு ஜாவ்லி பகுதி மீது படையெடுத்துச் சென்று தாக்கினார் (15, ஜன, 1656). தலைவர் இல்லாத கோட்டை வீரர்கள் ஆறு மணி நேரம் போராடி இறுதியில் தோற்றனர். ஒட்டு மொத்த ஜாவ்லி அரசும் சிவாஜியின் வசம் வந்து சேர்ந்தது. அதற்கு இரண்டு மைல் மேற்கே பிரதாப்கர் என்ற புதிய கோட்டையை எழுப்பினார். தேவிபவானியின் திரு உருவச் சிலையை அங்கு ஸ்தாபித்தார். மோர் குலத்திடமிருந்து ஏப்ரல் வாக்கில் ராய்கர் கோட்டையைக் கைப்பற்றினார். அதுவே பின்னர் அவருடைய தலைநகரமானது.

7. மொகலாயர்களுடன் சிவாஜியின் முதல் போர், 1657.

முஹம்மது ஆதில் ஷா நவம்பர் 4, 1656-ல் இறந்ததும் பீஜாப்பூரை ஆக்கிரமிக்க ஔரங்கசீப் வேகமாகத் தயாரானார். ஆதில் ஷா அரசில் இருந்து தன் பக்கம் எத்தனை அமைச்சர்கள், அதிகாரிகள், படைத்தளபதிகள் ஆகியோரை இழுக்க முடியும் என்று வேகம் காட்டினார். சிவாஜியின் தூதர் சோனாஜி பிதாருக்கு முன்

போடப்பட்ட இளவரசரின் முற்றுகை முகாமை அடைந்தார் (மார்ச் 1657). மேலும், சிவாஜியின் வசம் இருக்கும் பீஜாப்பூர் கோட்டைகள், கிராமங்கள் அனைத்தையும் மொகலாயப் பேரரசு அங்கீகரித்து அனுமதிக்கவேண்டும் என்றும் தபோல் கோட்டை மற்றும் அதையொட்டிய பகுதிகளையும் தன்னுடன் இணைத்துக்கொள்ள மொகலாயப் பேரரசு அனுமதிக்கவேண்டும் என்றும் சிவாஜி தரப்பில் வேண்டுகோள் வைக்கப்பட்டது. மராட்டியத் தலைவர் கேட்டுக்கொண்டவற்றை நிறைவேற்றித் தரும் என்று இளவரசரின் படை, வாக்குக் கொடுத்தது.

ஔரங்கசீப் இதற்கு பதிலளித்து 23, ஏப், 1657-ல் இவற்றை ஒப்புக்கொண்டு ஒரு கடிதம் அனுப்பினார். ஆனால், சிவாஜி தனது ராஜ்ஜியத்தை நிலை நிறுத்திக்கொள்ள வேறு வழி ஒன்றை ஏற்கெனவே திட்டமிட்டுவைத்திருந்தார். மொகலாய இளவரசர் ஔரங்கசீப் தரும் வாக்குறுதிகளையெல்லாம் பெரிதாக நம்ப முடியாது. மொகலாயர்களின் ஆளுகையில் இருந்த தக்காணத்தின் தென் மேற்கு பிராந்தியத்தை ஊடுருவிக் கைப்பற்ற பீஜாப்பூர் படையெடுப்பை ஒரு திசை திருப்பலாகப் பயன்படுத்திக்கொள்ள விரும்பினார்.

3000 குதிரைப் படையினரைக் கொண்ட மினாஜி போஸ்லே மற்று காசி என்ற இரண்டு மராட்டிய தளபதிகள் பீமா நதியைக் கடந்து சென்று முறையே சாமர்கந்தா மற்றும் ரஸின் பகுதி ஆகிய மொகலாய கிராமங்களைத் தாக்கிக் கைப்பற்றினர். மொகலாய தக்காணத்தின் பிரதான நகரமான அஹமது நகர் வரையிலும் முன்னேறிச் சென்று ஆக்கிரமித்தனர் (ஏப்ரல், 1657). அஹமது நகர் கோட்டையின் காவல் எல்லைக்குள் இருந்த பேத் நகருக்குள் மராட்டிய படை ஊடுருவ முயன்றது. அந்த முயற்சிகள் கோட்டைக் காவல் வீரர்களின் சரியான நடவடிக்கைகளினால் முறியடிக்கப் பட்டன.

அதே நேரம் சிவாஜி வடக்கில் இருந்த ஜுன்னார் பகுதியைக் கைப்பற்றும் முயற்சியில் ஈடுபட்டிருந்தார். ஏப்ரல் 30 அன்று நள்ளிரவில் ஜுன்னார் கோட்டைச் சுவர் வழியாக ரகசியமாக நூலேணிகள் மூலம் ஏறிச் சென்று கொத்தளங்களில் இருந்த காவல் வீரர்களை வீழ்த்தினார். அந்தக் கோட்டையைக் கைப்பற்றி அங்கிருந்த 3 லட்சம் பணம், 200 குதிரைகள், விலை உயர்ந்த பொருட்கள், நகைகள் ஆகியவற்றைக் கைப்பற்றினார். இவற்றை யெல்லாம் கேள்விப்பட்ட ஔரங்கசீப் அஹமது நகர் பகுதிக்கு, நஸ்ரி கான், இராஜ் கான் மற்றும் பல அதிகாரிகளின் தலைமையில்

சுமார் 3000 குதிரை வீரர் படையை அனுப்பிவைத்தார். இதனிடையில் அஹமது நகர் கோட்டையில் இருந்து புறப்பட்டுச் சென்ற முல்தாஃபத் கான், சமர்கந்தா காவல் அரணை முற்றுகை யிட்டிருந்த மினாஜி போஸ்லேயின் படையைத் தோற்கடித்து அந்தப் பகுதியை மீட்டார் (28, ஏப்ரல்).

வடக்கு பூனா பகுதியில் மொகலாயர்களின் நெருக்குதல் அதிகரித்ததும் சிவாஜி தன் படையுடன் அஹமது நகருக்குச் சென்று அதைத் தாக்க ஆரம்பித்தார். இதனிடையில் (மே இறுதிவாக்கில்) நஸிரி கான் களத்துக்கு வந்து சேர்ந்திருந்தார். எதிர்பாராத வகையில் நீண்ட நெடிய பயணத்தை விரைவாக முடித்து சிவாஜியின் படையை கிட்டத்தட்ட சுற்றி வளைத்துவிட்டார். அந்தப் போரில் ஏராளமான மராட்டிய வீரர்கள் படுகொலை செய்யப்பட்டனர். பலர் படுகாயமடைந்தனர். எஞ்சியவர்கள் தப்பி ஓடினர் (4 ஜூன்).

சிவாஜியின் ராஜ்ஜியத்துக்குள் அனைத்துப் பக்கங்களிலிருந்தும் தாக்குதல் நடத்தும்படி ஔரங்கசீப் உத்தரவிட்டார். 'கிராமங்கள் எல்லாம் சூறையாடப்பட்டன. மக்கள் கருணையின்றிக் கொல்லப் பட்டனர். கொள்ளையடிப்பு உச்சத்தை எட்டியது'. தென் வடக்கு முனையைப் பாதுகாக்க அவர் முன்னெடுத்த முயற்சிகள் அவருடைய போர்த்திறமைக்கும் வியூகத் திறமைக்கும் சான்றாக விளங்கின. இந்தக் காலகட்டத்தில் பருவ மழை தீவிரமாகப் பொழிய ஆரம்பித்தது. இதனா ஜூன், ஜூலை, ஆகஸ்ட் மாதங்களில் போர் நடவடிக்கைகள் நிறுத்திவைக்கப்பட்டன.

செப்டம்பர் வாக்கில் பீஜாப்பூர் மன்னர் அமைதிக்கான நேசக்கரம் நீட்டியதும் மொகலாயர்களுடனான போரைத் தனியாக முன்னெடுப்பது பயனற்றது மட்டுமல்ல; பெரும் அழிவையே கொண்டுவரும் என்பதை சிவாஜி புரிந்துகொண்டார். தன் ராஜாங்க அதிகாரி ரகுநாத பந்த் மூலம் ஔரங்கசீபுக்குத் தூது அனுப்பினார். வட இந்தியாவுக்கு தன் படையுடன் புறப்பட்டுக் கொண்டிருந்த இளவரசர் ஔரங்கசீப், சிவாஜிக்கு ஒருகடிதம் அனுப்பினார் (25, ஜன, 1658): நீங்கள் செய்த குற்றங்கள் மன்னிக்கத் தகுந்தவை அல்ல. எனினும் குற்றத்தை ஒப்புக்கொண்டதால் மன்னிக்கிறேன்'.

ஆனால், ஔரங்கசீபின் மனம் அமைதியடையவில்லை. இளம் வீரரான சிவாஜியின் திறமை மற்றும் துணிச்சலை தனது தந்திரங்களின் மூலம் மட்டுமே வெல்லமுடியும். அவரைப் போன்ற சாகசக்காரர்கள் எல்லாம் விசுவாசத்தை விட சுய உரிமை, சுய நலன் ஆகியவற்றுக்கே முன்னுரிமை கொடுப்பார்கள் என்பது அவருக்குத் தெரியும்.

1657-ன் முதல் கால்பகுதியில், தில்லி அரியணையைக் கைப்பற்ற இளவரசர் ஔரங்கசீப் வடக்கு நோக்கி பயணத்தை ஆரம்பித்தார். மொகலாயர்களுடன் சமீபத்தில் நடந்து முடிந்திருந்த போரில் ஏற்பட்ட பின்னடைவுகளுக்கு யார் காரணம் என்று பீஜாப்பூர் சுல்தானின் அமைச்சர்கள், அதிகாரிகளிடையே மோதல் ஏற்பட்டது. வாஸிராக இருந்த கான் முஹம்மதுவின் கொலையில் இந்த மோதல் முடிந்தன. இந்த நிகழ்வுகள் எல்லாம் சிவாஜியின் முயற்சிகளுக்கு இருந்த தடைகளை விலக்கிவிட்டன. மேற்குத் தொடர்ச்சி மலை வழியாக கொங்கணி பகுதிக்குள் புயலெனப் பாய்ந்தார். கடலோரப் பகுதியின் வட முனையில் காலியன் (இன்றைய தானே பகுதி) மாவட்டம் இருந்தது. பீஜாப்பூரின் மேட்டுக்குடிகளில் ஒன்றான (புலம் பெயர்ந்து வந்திருந்த) நவையாத் குலத்தைச் சேர்ந்த முல்லா அஹமது என்ற அரபியரால் ஆளப்பட்டுவந்தது.

கோட்டைச் சுவர்/ காவல் பாதுகாப்புகள் இல்லாத காலியான் மற்றும் பிவந்தி ஊர்களை சிவாஜி எளிதில் கைப்பற்றினார் (24, அக், 1657). அங்கிருந்த செல்வம், விலை மதிப்பு மிகுந்த பொருட்களை சிவாஜி கைப்பற்றினார். ஷாஜி போஸ்லேயின் இறுதி அடைக்கலப் பகுதியாக இருந்த மஹுலி கோட்டையையும் (8, ஜன, 1658) சிவாஜி கைப்பற்றினார். தென் திசையில் கொலாபா மாவட்டம் வரையில் இருந்த சிறிய போர்க்குலங்கள் எல்லாம் இஸ்லாமிய ஆதிக்கத்தை வீழ்த்தத் தயாராக இருந்தன. எனவே அவை சிவாஜியை கடிதம் எழுதி வரவழைத்தன. விரைவிலேயே காலியன் பகுதியும் பிவந்தியும் சிவாஜியின் ராஜ்ஜியத்தின் கடலோர காவல் அரண்களாகவும் தளவாடப் பகுதிகளாகவும் மாற்றப்பட்டன.

1659 வாக்கில் சத்ர மாவட்டத்தின் தென் எல்லைவரையிலும் வட கொங்கணி பகுதியில் மஹுலி தொடங்கி மஹத் வரை தன் ராஜ்ஜியத்தை விரிவுபடுத்தினார்.

8. அஃப்சல்கானை பீஜாப்பூரில் சிவாஜி வீழ்த்துதல், 1659

எல்லைப் பகுதியில் மொகலாயர்களின் தொடர்ச்சியான நெருக்குதலிலிருந்து 1659 வாக்கில் பீஜாப்பூர் அரசுக்கு விடுதலை கிடைத்தது. உடனே தனது ஆளுகைக்குட்பட்ட குறுநில ஆட்சியாளர்களை வழிக்குக் கொண்டுவர நடவடிக்கைகள் எடுக்க ஆரம்பித்தது. அப்துல்லா பதாரி அஃப்சல்கானிடம் சிவாஜியை அடக்கும் பொறுப்பு கொடுக்கப்பட்டது. சமீபத்திய மொகலாயர் களுடனான போர்களிலும் கர்நாடகப் படையெடுப்புகளிலும்

வீரத்துடன் முன்னணியில் இருந்து போரிட்ட தளபதி. ஆனால், அஃப்சல்கானுடன் 10000 குதிரைப்படை வீரர்களை மட்டுமே அனுப்ப முடிந்தது. மாவ்லே காலாட்படையினரின் எண்ணிக்கையோ அறுபதாயிரத்துக்கும் மேலிருக்கும் என்று சொல்லப்பட்டது. இதனால் அஃப்சல்கான் நட்பை விரும்புவது போல் நடித்து சிவாஜியைச் சிறைப்பிடிக்கவோ கொல்லவோ செய்யும்படி ஷாவின் விதவை பேகம் ஆலோசனை கூறினார். அதன்படியே அஃப்சல்கானும் சிவாஜிக்கு தனது பிரதிநிதி கிருஷ்ணாஜி பாஸ்கர் மூலம் தூது அனுப்பினார்:

'நண்பரே... உங்கள் தந்தை ஷாஜி போன்ஸ்லே என்னுடைய நெருங்கிய நண்பர். எனவே நீங்கள் எனக்கு அந்நியரல்ல. என்னை வந்து சந்தியுங்கள். கொங்கணி மற்றும் உங்கள் வசம் இருக்கும் கோட்டைகளையெல்லாம் உங்களுக்கே தந்துவிடும்படி ஆதில் ஷாவிடம் நான் பேசி சம்மதம் வாங்கித் தருகிறேன்' என்று செய்தி அனுப்பினார்.

அஃப்சல் கான் அனுப்பிய தூதுவர் கிருஷ்ணஜி பாஸ்கரரை சிவாஜி மரியாதையுடன் நடத்தினார். ரகசியமாக இரவில் அவரை சந்தித்து, அஃப்சல்கானின் உண்மையான நோக்கம் என்ன என்பதை ஒரு இந்து என்ற வகையிலும் புரோகிதர் என்ற வகையிலும் கிருஷ்ணஜி பாஸ்கரர் தனக்குச் சொல்லவேண்டும் என்று சத்தியம் செய்யச் சொல்லிக் கேட்டார். இதற்கு முன்னர் சேரா கோட்டையை முற்றுகையிட்டபோது அதன் அரசர் கஸ்தூரி ரங்கா இதுபோல் பேச்சுவார்த்தைக்கு வந்தபோது அவரை நயவஞ்சகமாக அஃப்சல்கான் கொன்றிருந்தான். கிருஷ்ணாஜி பாஸ்கரர் அதைச் சூசகமாகச் சொல்லி அஃப்சல்கானின் தந்திரத்தை சிவாஜிக்குக் கோடிகாட்டினார். சிவாஜி உடனே தனது உதவியாளர் பந்தஜி கோபிநாத்தை கிருஷ்ண ஜியுடன் அனுப்பிவைத்தார். அவர் அங்கு சென்று அஃப்சல்கானின் அதிகாரிகள் சிலருக்குக் கையூட்டு கொடுத்தார். சிவாஜியைப் போரில் வெல்ல முடியாதென்பதால் தந்திரமாகக் கைது செய்ய அஃப்சல்கான் திட்டமிட்டிருப்பதாக அவர்களும் சொன்னார்கள்.

சந்திப்புக்கான இடமாக பிரதாப்கர் கோட்டையின் கீழ்ப்பகுதியில் கோய்னா பள்ளத்தாக்கைப் பார்த்தபடி இருக்கும் சமதளத்தில் அலங்கார வேலைப்பாடுகள் மிகுந்த கூடாரம் அமைக்கப்பட்டது. கூடாரத்தின் இரு பக்கத்திலும் தளபதி, இரண்டு ஆயுதம் தாங்கிய வீரர்கள், ஒரு ராஜாங்க அதிகாரி என நான்குபேர் இருந்தனர். சிவாஜி ஆயுதம் எதுவும் இல்லாமல் சரணடைய வந்தவர்போல் வந்தார்.

அஃப்சல்கான் வசம் ஆயுதம் இருந்தது. ஆனால் சிவாஜியின் இடதுகையில் புலி நகங்கள் கைவிரல்களுடன் வளையங்களால் கட்டப்பட்டிருந்தன. முழுக்கை சட்டைக்குள் பிச்சுவா கத்தியும் மறைத்துவைக்கப்பட்டிருந்தது.

உதவியாளர்கள் கீழே சற்று தொலையில் நின்றுகொண்டிருந்தனர். சிவாஜி உயரமான இடத்தில் அமர்ந்திருந்த அஃப்சல்கானைப் பார்த்து வணக்கம் தெரிவித்தபடியே மேலேறிச் சென்றார். கான் தனது ஆசனத்தில் இருந்து எழுந்து, சிவாஜியை ஆரத் தழுவுவதுபோல் கைகளை விரித்தபடி நெருங்கினான். அஃப்சல் கானின் தோளுயரமே சிவாஜி இருந்தார். மெலிந்த உடல் வாகுவேறு. கட்டி அணைத்த அஃப்சல்கான் திடீரென்று சிவாஜியின் கழுத்தை இடதுகையால் நெரித்தான். வலது கையால் பெரிய குத்துவாளை எடுத்து சிவாஜியின் விலாப்பக்கத்தில் ஓங்கிக் குத்தினான். ஆனால் சிவாஜி, ஆடைக்குள் கவசம் அணிந்திருந்ததால் கத்தியால் துளைக்கமுடியவில்லை. கழுத்து நெரிபட்டதால் மூச்சுவிட முடியாமல் திணறினார். ஆனால் சட்டென்று சுதாரித்துக்கொண்டு தன் புலி நகக் கையை அப்சல்கானின் இடுப்புப் பக்கம் பாய்ச்சி குடலை உருவி வெளியே எடுத்தார். வலது கையால் பிச்சுவாவை உருவி அப்ஃசல்கான் மீது பாய்ச்சினார். காயம்பட்ட அஃப்சல்கான் தளர்ந்து பின்வாங்க சிவாஜி அவனுடைய பிடியில் இருந்து தன்னை விடுவித்துக்கொண்டு மேடையில் இருந்து கீழிறங்கி தன் வீரர்களை நோக்கிச் சென்றார்.

துரோகி... கொலைகாரன்... காப்பாற்றுங்கள் காப்பாற்றுங்கள் என்று அஃப்சல்கான் கத்தினான். அவனுடைய ஆட்கள் விரைந்து உதவிக்கு ஓடிவந்தனர். அஃப்சல்கானுக்கு வலக்கரமாக இருந்த மற்றும் வாள் வீச்சில் கை தேர்ந்த சையது பந்தா சிவாஜியை நேருக்கு நேர் எதிர்கொண்டு அவருடைய தலையில் வாளைப் பாய்ச்சினான். சிவாஜியின் தலைப்பாகை கிழிந்து, உள்ளே அணிந்திருந்த இரும்புக் கவசத்திலும் ஓட்டை விழுந்தது. ஆனால் சிவாஜியின் தளபதி சிவ் மஹாலா பாய்ந்து வந்து சையதின் கையை வெட்டி எறிந்ததோடு அவன் மார்பில் கத்தியைப் பாய்ச்சிக் கொல்லவும் செய்தார். இதனிடையில் சம்பூஜி காவ்ஜி, அஃப்சல் கானின் தலையைக் கொய்து சிவாஜியிடம் கொண்டுவந்து பெருமிதத்துடன் சமர்ப்பித்தார்.

எதிரிகளை வீழ்த்திய சிவாஜியும் வீரர்களும் பிரதாப் கர் கோட்டைக்குள் சென்று பீரங்கியை வெடித்தனர். கீழே பள்ளத்தாக்கில் பதுங்கியிருந்த அவருடைய வீரர்களுக்கான வெற்றி

சமிக்ஞை அது. மோரோ திம்பக், நேதாஜி பால்கர் ஆகியோரின் தலைமையிலான மால்வா படையினர் பீஜாப்பூர் படைகளை நான்குபக்கமிருந்தும் சுற்றி வளைத்தனர். அஃப்சல்கானின் படையினர் தலைவரின் உயிர் போன செய்தியைக் கேள்விப் பட்டதும் அதிர்ச்சியில் உறைந்தனர். இந்த திடீர் தாக்குதலை எதிர்பார்த்திராத அவர்கள் அவர்களுக்குப் பரிச்சயம் இல்லாத அந்த இடத்தில் பெரும் அச்சத்தில் ஆழ்ந்தனர். அங்கிருந்த ஒவ்வொரு புதருக்குப் பின்னாலும் எதிரிகள் ஒளிந்திருப்பதாக அஞ்சி நடுங்கினர்.

பீஜாப்பூர் படை துவம்சம் செய்யப்பட்டது. அவர்களுடைய போர்த்தளவாடங்கள், வெடி மருந்துகள், செல்வம், கூடாரம், பிற கருவிகள், போக்குவரத்துக்கான கால்நடைகள், வண்டிகள், ஒட்டு மொத்த படையின் உணவுப் பொருட்கள், பிற பொருட்கள் அனைத்தையும் சிவாஜி படையினர் கைப்பற்றினர். 65 யானைகள், 4000 குதிரைகள், 1200 ஒட்டகங்கள், 2000 பொதி துணிகள், பத்து லட்சம் பணம், நகைகள் எனக் கிடைத்தன.

அஃப்சல்கானைக் கொன்று அவனுடைய படையுடனான போரில் வெற்றி பெற்ற மராட்டியர்கள் (10, நவ, 1659), தென் கொங்கணி மற்றும் கோலாபூர் பகுதிகளுக்குள் நுழைந்து பீஜாப்பூர் சுல்தானின் இன்னொரு படையையும் தோற்கடித்து பனாலா கோட்டையையும் கைப்பற்றினர் (டிச, 1659 - பிப் 1660).

9. பனாலா கோட்டையில் சிவாஜி சிறைவைப்பு

1660-ல் இரண்டாம் ஆதில் ஷா தனது அபிசீனிய அடிமை சித்தி ஜாஹுர் (சலாபத் கான்) தலைமையில் ஒரு படையை அனுப்பி சிவாஜியை அடக்கத் தீர்மானித்தார். பனாலா கோட்டைக்குள் சிவாஜியை ஜாஹுர் துரத்தினார் (2, மார்ச், 1660). அங்கு அவருடைய 15,000 வீரர்கள் இருந்தனர். சிவாஜி தந்திரமாக சலாபத் கானை தன் வழிக்குக் கொண்டுவந்தார். அந்த முற்றுகை வெறும் கண் துடைப்பாக முன்னெடுக்கப்பட்டது. கொல்லப்பட்ட அஃப்சல் கானின் மகன் ஃப்சல் கான் மராட்டியப் படையை ஆக்ரோஷத்துடன் தாக்கினான். பனாலா கோட்டைக்கு அருகில் இருந்த மலை உச்சியைக் கைப்பற்றி அந்தக் கோட்டையின் பாதுகாப்புக்கு அச்சுறுத்தலை உருவாக்கினான்.

13 ஜுலை நள்ளிரவில் சிவாஜி அங்கிருந்து தன் படைவீரர்களில் பாதி பேருடன் தப்பிச் சென்றார் (13, ஜுலை). பீஜாப்பூர் படை

அவர்களைத் துரத்தியபோதிலும் மேற்கில் 27 மைல் தொலைவில் இருந்த விஷால்கர் பகுதிக்குத் தப்பிச் சென்றனர். பின்வரிசையில் இருந்த பாஜி பிரபு தலைமையிலான படை பீஜாப்பூர் படைகளை கஜபூர் கணவாய் பகுதியில் தடுத்து நிறுத்தியதால் சிவாஜியின் படையினரால் எளிதில் தப்பிக்க முடிந்தது. சிவாஜி பனாலா கோட்டையில் விட்டுச் சென்ற பாதி வீரர்கள் அந்தக் கோட்டையை 22 செப்டம்பரில் பீஜாப்பூர் சுல்தான் வசம் விட்டுக் கொடுத்தனர்.

10. ஷாயிஸ்தா கான் புனே மற்றும் சக்கான் பகுதியை ஆக்கிரமித்தல்.

1660-ன் தொடக்கத்தில் தக்காணப் பகுதியின் மொகலாய பிரதிநிதியான ஷாயிஸ்தா கான் வடக்குப் பக்கமாக சிவாஜிக்கு எதிராகப் படையெடுத்தார். அதேநேரத்தில் பீஜாப்பூர் சுல்தானின் படைகள் தெற்குப் பக்கமாக இருந்து தாக்கும்படியும் ஏற்பாடு செய்திருந்தார். 25 பிப்ரவரியில் மிகப் பெரிய படையுடன் அஹமத் நகலிருந்து புனே மாவட்டத்தின் கிழக்குப் பக்கமாக படையுடன் முன்னேறினார். கிழக்கு மற்றும் தெற்குப் பக்கங்களில் புனேக்கு செல்லும் வழியில் இருந்த அனைத்து கோட்டைகள், காவல் அரண்களை வரிசையாகக் கைப்பற்றினார். மராட்டியப் படையினர் முதலில் எந்த எதிர்ப்பும் காட்டாமல் புரந்தர் பகுதிவரை பின்வாங்கினர். மே, 9 வாக்கில் புனேக்குள் மொகலாயப் படை வெற்றிகரமாக உள்ளே நுழைந்தது.

19, ஜூனில் புனேயில் இருந்து புறப்பட்டு அருகில் (வடக்கே 18 மைல் தொலைவில்) இருந்த சக்கான் பகுதிக்கு 21-ம் தேதியன்று சென்று சேர்ந்தார். அங்கிருந்த கோட்டையை வேவு பார்த்து அதை நோக்கிப் படையெடுக்கத் தேவையான பதுங்குகுழிகள், படை அரண்கள் அமைக்க ஆரம்பித்தார். 54 நாட்கள் கடுமையாக சுரங்கம் அமைத்து கோட்டையின் வட கிழக்கு முனையில் 14, ஆக, 1660 மதியம் மூன்று மணி வாக்கில் ஒரு வெடி குண்டை வெடிக்கச் செய்தார். கோட்டைச் சுவரும் காவல் வீரர்களும் வெடித்துச் சிதறினர். மொகலாயப் படை கோட்டைக்குள் நுழைந்து தாக்கியது. அடுத்த நாளில் அந்தக் கோட்டை கைப்பற்றப்பட்டது. ஆனால் இந்தப் போரில் மொகலாயப் படையில் 268 பேர் கொல்லப் பட்டனர். 600 பேர் காயமடைந்தனர்.

சக்கான் கோட்டையைக் கைப்பற்றியபின் (1660, ஆகஸ்ட் முடிவில்) ஷாயிஸ்தா கான் புனேக்குத் திரும்பிவந்தார். மழைக்காலம்

ஆரம்பித்திருந்ததால் அது முடியும்வரை அங்கு முடங்கிக் கிடக்க நேர்ந்தது. அந்த ஓய்வு நேரத்தைப் பயனுள்ளவகையில் பயன்படுத்திக்கொண்டார். பரிந்தா பகுதியின் பீஜாப்பூர் தளபதி காலிபிடம் அந்தப் பகுதியை பெரும் தொகையை வாங்கிக்கொண்டு ஔரங்கசீபுக்குக் கொடுத்துவிடும்படி நைச்சியமாகப் பேசி சம்மதிக்கவைத்தார்.

அடுத்த ஆண்டின் தொடக்கத்தில் (1661) ஷாயிஸ்தா கான் வடக்கு கொங்கணி அல்லது காலியன் மாவட்டத்தின் மீது தன் கவனத்தைக் குவித்தார். இங்கு இஸ்லாமயில் கானின் தலைமையில் வெறும் 3000 வீரர்கள் மட்டுமே கொண்ட படை, கடந்த ஏப்ரல் முதல் இந்தப் பிரதேசத்தையும் காலியன் கோட்டை மற்றும் நகரம் போன்ற சிலவற்றையும் பாதுகாத்துவந்தது.

ஜனவரி, 1661-ல் புனேயிலிருந்து கர் தல்ப் கான் தலைமையில் வலிமையான மொகலாயப் படை கொங்கணி பகுதிக்குள் ஊடுருவியது. உம்பர்கிண்ட் (பெணே நகருக்கு 15 மைல் கிழக்கில்) பகுதியில் சிவாஜியின் படையினர் இவர்கள் முன்னேறிச் செல்லவும் பின்வாங்கித் தப்பிக்கவும் முடியாதபடி ரகசியமாகச் சுற்றி வளைத்தனர். கர் தல்ப் கானின் படை தாகத்துக்கு நீர் கிடைக்காமல் தவித்து அடுத்த அடி எடுத்துவைக்க முடியாமல் துவண்டது. தனது படையினரிடம் இருந்த அனைத்தையும் சிவாஜிக்குக் கப்பமாகக் கொடுத்துவிட்டு தன் படையுடன் உயிர் தப்பி ஓடினார் (3, பிப், 1661).

காலியன் மாவட்டம் இப்படியாக எதிரிகளின் பிடியில் இருந்து விடுவிக்கப்பட்டதும் அதை அப்படியேவிட்டுவிட்டு சிவாஜி தென் திசையில் இருந்த நகரங்கள் ஒவ்வொன்றையாகக் கைப்பற்றிய படியே தண்ட-ராஜ்புரி தொடங்கி கரேபதன் வரையான கடலோரப் பகுதி முழுவதையும் தன் கட்டுப்பாட்டுக்குள் கொண்டுவந்தார். ஆனால் அடுத்ததாக வந்த பெரிய தோல்வி ஒன்று இந்த வெற்றிப் பயணத்தைத் தடுத்து நிறுத்தியது.

மே, 1661-ல் மராட்டியர்களிடமிருந்து காலியன் நகரை மொகலாயர்கள் கைப்பற்றினர். அடுத்த ஒன்பது ஆண்டுகள் அது அவர்கள் வசமே இருந்தது. கொங்கணி பகுதியின் வட முனையில் மொகலாயர்கள் அடுத்த இரண்டு ஆண்டுகள் வலுவாகக் காலூன்றி நின்றனர். தென் பகுதி சிவாஜியின் ஆதிக்கத்தின் கீழ் இருந்தது. மார்ச் 1663-ல் சிவாஜியின் படையில் குதிரைப் படைத் தளபதியாக இருந்த நேதாஜியின் படையை நீண்ட தூரம் தீவிரமாகத் துரத்திச் சென்றனர். நேதாஜி பிடிபடாமல் தப்பிச் சென்றார். ஆனால், 300 குதிரைகளுக்கும் அவருக்கும் காயம்பட்டது.

11. ஷாயிஸ்தா கான் மீதான சிவாஜியின் நள்ளிரவுத் தாக்குதல்

இந்தப் பின்னடைவுகளுக்கு ஒரு மாதம் கழித்து சிவாஜி மொகலாயர்களுக்கு மரண அடி கொடுத்தார். தக்காணத்தின் மொகலாய பிரதிநிதியை அவர் எதிர்பாராதவிதமாக அவருடைய கூடாரத்துக்குள் சென்று தாக்கினார். அவருடைய மெய்க்காவல் படை, அடிமை வீரர்கள் அனைவரையும் தாண்டிச் சென்று ஷாயிஸ்தா கானை படுக்கை அறையிலேயே சென்று தாக்கினார்.

புனேயில் சிவாஜி தன் இளமைப் பருவத்தைக் கழித்த லால் மஹாலில் ஷாயிஸ்தா கான் தங்கியிருந்தார். அவருடைய அந்தப்புர மகளிரும் உடன் இருந்தனர். அவருடைய மாளிகையைச் சுற்றிலும் பாதுகாவலர்களும் பணியாளர்களும் நிரம்பியிருந்தனர். போர் முரசுகள், டிரெம்பட்கள் கொண்ட அறையும் அங்கு இருந்தது. அதற்கு அப்பால் சாலையில் தென் திசையில் சிங்க கர் போகும்வழியில் அவருடைய தளபதி மஹாராஜா ஜஸ்வந்த் சிங்கின் கூடாரம் இருந்தது. அங்கு அவருடன் சுமார் 10,000 வீரர்களும் இருந்தனர். அவர்களைத் தாண்டி உள்ளே சென்று தாக்குவதென்றால் மிக அதிக சாமர்த்தியமும் அதி வேகப் பாய்ச்சலும் இருந்தாலே சாத்தியம்.

சிவாஜி, தன்னுடைய தளபதிகளான நேதாஜி பால்கர் மற்றும் பேஷ்வா மார பந்து ஆகிய இருவரின் கீழ் தலா ஆயிரம் வீரர்களைக் கொண்ட படைகளை, மொகலாயர்களின் முகாமை வெளிப்புறமாக ஒரு மைல் தொலைவில் நின்று தாக்கும்படி அனுப்பினார். இரவானதும் (ஞாயிறு, 5, ஏப், 1663) திறமைசாலியான 400 வீரர்களுடன் புனே மாவட்டத்துக்குள் நுழைந்தார். மொகலாயப் படையில் இருந்த தக்காணப் படைவீரர்கள் காவலுக்காகத் தத்தமது இடங்களுக்குச் சென்று சேரும்வரை சில மணி நேரம் பிரதான முகாமுக்கு அருகில் பதுங்கியிருந்தார். அவருடைய பால்ய காலத்தைக் கழித்தது அந்த ஊரில்தானே. எனவே அந்த ஊரின் அத்தனை குறுக்குச் சாலைகளும், தெருக்களும் சிவாஜிக்கு நன்கு தெரியும்.

இஸ்லாமியர்களின் விரத காலமான ரமலான் மாதத்தின் ஆறாம் நாள். நவாபின் வீட்டுப் பணியாளர்கள் எல்லாம் பகல் முழுவதுமான விரதம், இரவில் சேர்த்துவைத்துச் சாப்பிட்ட உணவு என களைத்துப்போய் தூங்க ஆரம்பித்திருந்தனர். ரமலான் மாதத்தில் அதிகாலை உணவுக்காக சில சமையல்காரர்கள் தூங்கி எழுந்து

சமையலறையில் வேலைகளில் இருந்தனர். அவர்களை மராட்டியப் படையினர் சத்தம் எழாமல் முடித்துக்கட்டினர். இந்த வெளிப்புற சமையலறையையும் அந்தப்புரத்துக்குள் இருந்த மெய்க்காவலர் அறையையும் ஒரு திரைப் படுதா பிரித்திருந்தது. முன்பு அந்த மெய்க்காவலர் அறையில் ஒரு கதவு இருந்தது. அந்தப்புரத்துக்குத் தனிமை வேண்டும் என்பதால் அந்தக் கதவை எடுத்துவிட்டு சுவர் எழுப்பிவிட்டிருந்தார்கள்.

மராட்டிய வீரர்கள் அந்த புதிய சுவரை மெள்ள உடைத்து வழி ஏற்படுத்திக்கொண்டனர். சிவாஜி தன்னுடைய நம்பகமான தளபதி சிம்னாஜி பாபுஜியுடன் முதலில் உள்ளே நுழைந்தார். பின்னால் அவருடைய 200 வீரர்களும் நுழைந்தனர். ஷாயிஸ்தா கானின் படுக்கை அறையை அடைந்ததும் அங்கிருந்த பெண்கள் பயந்து அலறிக்கொண்டு ஓடினர். நவாப் எழுந்து ஆயுதத்தை எடுக்கும் முன் சிவாஜி அவர் மீது பாய்ந்து கட்டைவிரலை வாளால் வெட்டி வீழ்த்தினார். அங்கிருந்த பெண்களில் சிலர் சமயோசிதமாக விளக்குகளை ஏற்றினர். இருளில் ஏற்கெனவே இரண்டு மராட்டிய வீரர்கள் தடுமாறி தண்ணீர் தொட்டிக்குள் விழுந்திருந்தனர். இந்தக் களேபரங்களுக்கு நடுவே சில அடிமைப் பெண்கள் ஷாயிஸ்தா கானை பத்திரமான இடத்துக்குத் தூக்கிச் சென்றனர். மராட்டிய வீரர்கள் இருளுக்குள் எதிர்பட்டவர்களையெல்லாம் வெட்டினர்.

இதனிடையில் வெளியில் நிறுத்தப்பட்ட சிவாஜியின் வீரர்களில் மீதி பேர் (200) பிரதான வாசல் வழியாகப் பாய்ந்து வந்து தூங்கி கொண்டிருப்பவர்களையும் முழித்துக் கொண்டிருப்பவர்களையும் இதுதான் நீங்கள் காவல் காக்கும் லட்சணமா என்றபடியே வெட்டி வீழ்த்தினர். அதன் பின் போர்ப்படைக் கருவிகள் இருக்கும் மண்டபத்தினுள் நுழைந்து ஷாயிஸ்தா கான் உத்தரவிட்டதாகச் சொல்லி இசைக்கருவிகளை இசைக்கச் சொன்னார்கள். அந்த முரசுகளின் உரத்த சப்தம் மற்ற அனைத்துக் சப்தங்களையும் மூழ்கடித்தன. எதிரிகளின் கூச்சலும் குழப்பமும் அதிகரித்தன.

ஷாயிஸ்தா கானின் மகன் அதுல் ஃபதே, தந்தையைக் காப்பாற்ற முதலில் ஓடி வந்தான். ஆனால் அந்த இளைஞன் இரண்டு மூன்று மராட்டியர்களைக் கொன்ற பின்னர் அவர்களால் கொல்லப் பட்டான்.

எதிரிகள் முழுவதும் எழுந்து ஆயுதம் தரித்ததைப் பார்த்ததும் சிவாஜியும் வீரர்களும் அங்கிருந்து வெளியேறி எந்தப் பிரச்னையும் தடைகளும் இன்றி தாம் திட்டமிட்ட பாதையில் தப்பிச் சென்றனர். இந்த கெரில்லா தாக்குதலில் மராட்டியர்களில் ஆறு பேர் மட்டுமே

இறந்தனர். 40 பேர்மட்டுமே காயமடைந்தனர். ஷாயிஸ்தா கானின் மகன், தளபதி, 40 பணியாளர்கள், அடிமைகள் ஆகியோர் கொல்லப் பட்டனர். எட்டு பெண்களும் இரண்டு மகன்களும் ஷாயிஸ்தா கானும் காயம்பட்டனர். சிவாஜியின் இந்தத் தாக்குதலுக்கு ஜஸ்வந்த் சிங்கின் துரோகமே காரணம் என்று சொல்லப்பட்டது.

மராட்டிய நாயகனின் வீரமும் தந்திரமும் இஸ்லாமியர்களால் வெகுவாகப் பாராட்டப்பட்டது. சாத்தானின் மறு வடிவமாகப் பார்க்கப்பட்டார். அவருடைய நுழைவை யாராலும் தடுக்க முடியாது. அவரால் செய்ய முடியாதது எதுவுமே இல்லை என்று அஞ்சினர். பேரரசருக்கு இந்தத் தகவல் போய்ச் சேர்ந்தது. ஷாயிஸ்தா கானின் அலட்சியம் மற்றும் திறமையின்மையே இதற்குக் காரணம் என்று கண்டித்தார். தனது அதிருப்தியை வெளிக்காட்டும்வகையில் ஷாயிஸ்தா கானைப் பதவியில் இருந்து மாற்றி வங்காளத்துக்கு அனுப்பிவைத்தார் (1, டிச, 1663). அது ஒருவகையான தண்டனையாகவே பார்க்கப்பட்டது. ஷாயிஸ்தா கான் ஜனவரி, 1664 நடுப்பகுதி வாக்கில் அங்கிருந்து புறப்பட்டுச் சென்றார். இளவரசர் முவாஸாம் தக்காணத்தின் நிர்வாகப் பொறுப்பை ஏற்றுக்கொண்டார்.

12. சிவாஜியின் சூரத் தாக்குதல்

ஷாயிஸ்தா கான் நீக்கப்பட்டு ஜன 1664-ல் இளவரசர் முவாஸம் தக்காணத்தின் நிர்வாகப் பொறுப்பில் நியமிக்கப்பட்டார். ஔரங்காபாதில் இப்படியாக ஆட்சியாளர் மாற்றப்பட்டுக் கொண்டிருந்த நிலையில் சிவாஜி முன்னெப்போதும் செய்திராத அதிரடி சாகசம் ஒன்றைச் செய்தார். ஜன 6-10 நாட்களில் மொகலாய சாம்ராஜ்ஜியத்தின் மிக அதிகச் செல்வ வளம் கொழிக்கும் பகுதியான சூரத் நகரில் நுழைந்து அந்தக் கோட்டையைக் கைப்பற்றினார். அப்போது அந்த நகரில் இருந்த கோட்டைக்கு மதில் சுவர் எதுவுமே இருந்திருக்கவில்லை. அங்கு இருந்த செல்வமோ மிக மிக அதிகம். மொகலாய சாம்ராஜ்ஜியம் விதித்த வரிகளே ஓர் ஆண்டுக்கு 12 லட்ச ரூபாய் வருவாயை ஈட்டிக்கொடுத்தது (இன்றைய மதிப்பில் பல நூறு கோடிகளாக இருக்கும்).

சூரத் நகரம் தோட்டம், திறந்த வெளிகள் அனைத்தையும் சேர்த்து வெறும் நான்கு சதுர மைல் சுற்றளவு கொண்டது மட்டுமே. மக்கள் தொகை இரண்டு லட்சம். தெருக்கள் மிக மிகக் குறுகலானவை. குறுக்கும் மறுக்குமாக இருக்கும். ஊரில் ஏழைகளின் வீடுகள் மரத்தூண்கள், மூங்கில் தட்டியாலான சுவர்கள் கொண்டதாகவும்

தரையெல்லாம் களிமண் பூச்சு கொண்டதாகவுமே இருந்தன. ஊரின் பெரும்பகுதியில் ஒரு தெருவில் செங்கலால் கட்டப்பட்ட வீடுகள் ஒன்றிரண்டு இருந்தாலே அதிகம். சில பகுதிகளில் எந்தத் தெருவிலும் செங்கல் கட்டடமே இருக்காது. ஆனால் செல்வந்த வணிகர்களின் வீடுகள் அரண்மனை போன்றவை.

5, ஜன, 1664 செவ்வாய் கிழமையன்று அதிகாலையில் சிவாஜி பெரும் படையுடன் தெற்கே 28 மைல் தொலைவில் இருக்கும் கந்தவி பகுதிக்கு வந்துவிட்டார். விரைவிலேயே சூரத்துக்குள் நுழைய விருக்கிறார் என்ற செய்தி வந்து சேர்ந்தது. அங்கிருந்த மக்கள் குழந்தைகள், பெண்கள் அனைவரும் நதிகளைக் கடந்து அக்கரைக்குச் சென்று சேர்ந்துவிட்டனர். செல்வந்தர்கள் எல்லாம் கோட்டைக்குள் அதன் தளபதிக்கு கையூட்டு கொடுத்து தஞ்சம் தேடிக் கொண்டனர்.

சூரத்தின் நிர்வாகப் பொறுப்பில் இருந்த இனாயத் கான் தளபதிப் பொறுப்பில் இல்லாமல் வேறு முக்கிய பதவியில் இருந்தார். அவரும் ஊர் எப்படியானாலும் ஆகட்டும் என்று கோட்டைக்குள் தஞ்சம் தேடிக் கொண்டார். மொகலாய கஜானாவிலிருந்து 500 படைவீரர்களுக்கான பராமரிப்புப் பணத்தைப் பெற்றுக்கொள்வது வழக்கம். ஆனால் முறையான படை ஒன்றை உருவாக்காமலே அந்தப் பணத்தைக் கையாடிவந்தார். மிகவும் கோழையாகவும் இருந்ததால் எதிர்த்துப் போரிடவோ போரில் உயிர் துறக்கவோ எல்லாம் அவர் தயாராக இருந்திருக்கவில்லை. சூரத்திலிருந்த ஃபிரெஞ்சு மற்றும் டச் வணிகர்கள் தமது வணிக மையங்கள், தொழில் மையங்களை எப்பாடுபட்டாவது காப்பாற்றிக்கொள்வது என்று முடிவெடுத்தனர்.

6, ஜன, 1664, புதன் கிழமை காலையில் 11 மணி வாக்கில் சூரத்துக்குள் நுழைந்து சிவாஜி கிழக்கு வாசல் அல்லது பர்ஹான்பூருக்குக் கால் மைல் தொலைவில் ஒரு தோட்டத்தில் முகாமிட்டார். மராட்டியக் குதிரைப்படையினர் எதிர்ப்பே இருந்திராத கிட்டத்தட்ட கைவிடப்பட்ட நகருக்குள் நுழைந்தனர். வீடுகளில் இருந்தவற்றையெல்லாம் எடுத்துக்கொண்டனர். பல இடங்களுக்குத் தீ வைத்தனர். புதன், வியாழன், வெள்ளி, சனி ஆகிய நான்கு நாட்களும் இதுபோல் நகர் முழுவதையும் கட்டுக்குள் கொண்டுவந்தனர். நகரில் மூன்றில் இரண்டு பங்கு எரிக்கப்பட்டது.

டச்சு வணிகக் கிடங்குக்கு அருகில் உலகிலேயே மிகவும் செல்வந்த வணிகரான பஹார்ஜி போராவின் அரண்மனை மாளிகை இருந்தது. அவருடைய சொத்து மதிப்பு 80 லட்ச ரூபாயாக (இன்றைய மதிப்பில்

பல நூறு கோடிகளாக) இருந்தது. மராட்டியப் படை அந்த வீட்டில் இருந்த அனைத்தையும் கைப்பற்றியது. தரைத்தளம், சுவர்கள் என எங்கெல்லாம் செல்வம் மறைத்துவைக்கப்பட்டிருந்ததோ அனைத்தையும் எடுத்தனர். பின்னர் மாளிகைக்குத் தீவைத்தனர்.

ஆங்கிலேயர்களின் வணிகக் கிடங்குக்கு அருகில் இன்னொரு செல்வந்த வணிகரான ஹாஜி சையது பெய்க் என்பவரின் அரண்மனையும் அவருடைய வணிகப் பொருள்களின் கிடங்கும் இருந்தது. அவரும் அவை அனைத்தையும் விட்டுவிட்டு கோட்டைக்குள் தஞ்சமடைந்திருந்தார். அன்று மதியம், புதன் இரவு, வியாழன் மதியம் வரையில் அங்கிருந்த பெட்டிகள், அலமாரிகள் அனைத்தையும் உடைத்து அங்கிருந்த செல்வம் முழுவதையும் மராட்டியப்படை கைப்பற்றியது.

பிரிட்டிஷ் படையினர் தமது மறைவிடங்களில் இருந்து வெளியே வந்து ஒருமுறை தாக்குதல் நடத்தினர். அதையடுத்து வியாழன் மாலையில் மராட்டியப்படை அங்கிருந்து வேகவேகமாக விலகிச் சென்றது. சையது பெய்கின் வீட்டுக்கு மறு நாள் ஆங்கிலேயர்கள் காவலுக்கு வந்தனர். அதனால் அதிக இழப்பு தவிர்க்கப்பட்டது. மராட்டியப் படைக்கு இந்த தாக்குதலில் ஒரு கோடி ரூபாய்க்கு மேல் கிடைத்தது.

செவ்வாய்க் கிழமை இரவில் கோட்டைக்குள் தஞ்சம் புகுந்த கோழை நிர்வாகியான இனாயத் கான் அந்த இடத்தில் ஒளிர்ந்துகொண்டு ஒரு மோசமான தந்திரமும் செய்தார். தனக்குக் கீழ் பணிபுரிந்த ஓர் இளைஞரை வியாழனன்று அனுப்பி சிவாஜியை அமைதிப் பேச்சுவார்த்தைக்கு வரும்படி அழைப்பு விடுத்தார். அமைதிப் பேச்சுவார்த்தைக்கு வரும் சிவாஜியைக் கொன்று விடலாம் என்பது அவருடைய திட்டம். அதன்படி பேச வந்திருந்த போது கொலைகாரன் பாய்ந்து சிவாஜியைத் தாக்க முற்பட்டபோது சிவாஜியின் மெய்க்காவலராக இருந்த மராட்டியவீரர் அவனுடைய கையை சட்டென்று வாளால் வெட்டி எறிந்தார். ஆனால் அந்த கொலை முயற்சியில் ஈடுபட்டவன் அதையும் பொருட்படுத்தாமல் சிவாஜியின் மீது பாய்ந்தான். இருவரும் கட்டிப் புரண்டு சண்டையிட்டனர். அதில் சிவாஜி வென்றார்.

பத்தாம் தேதி ஞாயிறு அதிகாலையில் மொகலாயப் படை சூரத்தை நோக்கி வரும் செய்தி கிடைத்ததும் சிவாஜி தன் படையுடன் சூரத்திலிருந்து விரைந்து வெளியேறினார்.

மொகலாயப் பேரரசர் சூரத்தில் இருந்த வணிகர்களுக்குக் கருணை காட்டி, ஓராண்டு சுங்கவரியில் விலக்கு கொடுத்தார். வீரத்துடன் போரிட்ட ஆங்கிலேய, டச்சு வணிகர்களுக்கும் படையினருக்கும் இறக்குமதி வரியில் ஒரு சதவிகிதம் தள்ளுபடி கொடுத்தார்.

ஷாயிஸ்தா கான் பதவி விலக்கப்பட்டு ஜெய் சிங் வந்து சேரும் வரையான காலகட்டத்துக்கு இடைப்பட்ட 1664 ஆண்டில் மொகலாயர்களுக்குப் பெரிய வெற்றி எதுவும் கிடைக்கவில்லை. புதிய ஆட்சியாளராக நியமிக்கப்பட்ட இளவரசர் முவாஸாம் ஔரங்காபாத் அரண்மனையில் சுக போகங்களிலும் வேட்டை விளையாட்டுகளிலுமே நேரத்தைக் கழித்தார்.

13. சிவாஜிக்கு எதிராக ஜெய் சிங் - புரந்தர் கோட்டையைக் கைப்பற்றுதல்

ஷாயிஸ்தா கானின் தோல்வியும் சூரத் மீது நடத்தப்பட்ட மராட்டியத் தாக்குதலும் ஔரங்கசீப் மற்றும் அவருடைய அரசின்மீது அவமானச் சின்னமாகப் பதிந்தன. தனது மிகவும் நம்பகமான மற்றும் திறமை மிகுந்த தளபதிகளான ஜெய் சிங் மற்றும் திலிர் கான் ஆகிய இருவரையும் அனுப்பி சிவாஜியை வீழ்த்தத் திட்டமிட்டார்.

மத்திய ஆசியாவில் பால்க் பகுதி தொடங்கி தக்காணத்தில் பீஜாப்பூர் வரையிலும் மேற்கே காந்தஹார் தொடங்கி கிழக்கே முங்கீர் வரையும் நடைபெற்ற பல்வேறு போர்களில் ஜெய் சிங் மொகலாயப் படைகளுக்குத் தலைமை தாங்கிச் சென்றிருக்கிறார். ஷாஜஹானின் நீண்ட நெடிய ஆட்சியின் கீழ் பணிபுரிந்தபோது இந்த ராஜபுத்திரத் தலைவர், போரில் ஈடுபடாத மற்றும் போர் வெற்றிகளினால் பரிசும் பதவி உயர்வுகளும் பெறாத வருடமே இல்லை என்று சொல்லலாம். அவருடைய ராஜ தந்திர நடவடிக்கைகளில் பெற்ற வெற்றிகள் போர்க்களத்தில் பெற்ற வெற்றிகளையும்விட மிக அதிகம்.

மொகலாயப் பேரரசருக்கு எப்போதெல்லாம் நெருக்கடி வருகிறதோ... எப்போதெல்லாம் சிக்கலான விஷயத்தைச் சமாளிக்க வேண்டிவருகிறதோ அப்போதெல்லாம் அவர் நாடிய ஒரே நபர் ஜெய் சிங் மட்டுமே. எல்லையற்ற திறமைகளும் பொறுமையும் கொண்ட ஜெய்சிங் இஸ்லாமியர் மீது மிகுந்த மரியாதை கொண்டவர். ராஜ் புதனா மொழி, துருக்கி, பாரசீகம், உருது என பல மொழிகளில் தேர்ந்தவர். எனவே ஆஃப்கானியர்கள், துருக்கியர்,

ராஜபுத்திரர்கள், ஹிந்துஸ்தானிகள் என தில்லி சுல்தானின் பிறைக்கொடியின் கீழான படையில் இருந்த வீரர்கள் அனைவரையும் வழிநடத்துவதில் ஜெய் சிங் சிறந்து விளங்க முடிந்தது. ஜெய்சிங்கின் தொலைநோக்குப் பார்வையும் அரசியல் சாணக்கியத்தனமும் இதமான மொழிகளும் நிதானமான வியூக வகுப்புகளும் முரட்டுத்தனமான, உயிர் பயமற்ற, விவேகமற்ற அதிரடியான தாக்குதல் முறைகளுக்கு முற்றிலும் மாறானது.

பீஜாப்பூர் சுல்தானுடைய பயங்கள், எதிர்பார்ப்புகள் ஆகியவற்றை ஜெய் சிங் சாதுரியமாகப் பயன்படுத்திக்கொண்டார். மொகலாயர் களுக்கு ஆதில் ஷா நேச சக்தியாகத் திகழ்ந்தால் பேரரசருக்குக் கட்டும் கப்பப் பணத்தைக் குறைக்கச் சொல்கிறேன்; அவருடைய கோபத்தையும் அதிருப்தியையும் தணிக்கிறேன் என்று அமைதிப் பேச்சுவார்த்தைகளில் ஈடுபட்டார். அதன் மூலம் சிவாஜியிடமிருந்து அவரை விலகி நிற்கவும் செய்தார். சிவாஜியின் எதிரிகள் அனைவரையும் ஓரணியில் கொண்டுவரவும் ஒரே நேரத்தில் பல திசைகளில் இருந்து அவரைத் தாக்கவும் பல வியூகங்கள் வகுத்தார்.

சிவாஜியின் அரசிலும் படையிலும் இருந்த உயர் அதிகாரிகள், அமைச்சர்கள் ஆகியோருக்கு மொகலாய அரச சபையில் பெரும் பதவிகளும் செல்வமும் தருவதாக ஆசை காட்டினார். இதில் மிகச் சொற்ப வெற்றியும் இவருக்குக் கிடைத்தது. எல்லாவற்றுக்கும் மேலாக அதிகாரம் முழுவதையும் தன் கையில் குவித்து வைத்திருந்தார். போரில் வெற்றி பெறவேண்டுமென்றால் மொகலாயர்கள் இவரை நம்பியே ஆகவேண்டும் என்ற ஒரு நிலையை உருவாக்கியிருந்தார்.

போர் என்றால் ஒரே ஒரு தலைவர்/தளபதிதான் இருக்கவேண்டும். களத்தில் நின்று போராடும் அந்தத் தலைவருக்கு முழு அதிகாரமும் தரவேண்டும். இல்லையென்றால் வெற்றி கிடைக்காது என்று அழுத்தம் திருத்தமாகச் சொன்னார். மொகலாயப் பேரரசரும் இவர் சொல்வதை முழுமையாக ஏற்று இவருக்கு ஆட்சி நிர்வாகத்திலும் இராணுவ-படையெடுப்பு விஷயங்களிலும் முழு சுதந்தரம் கொடுத்தார்.

ஜெய் சிங் தனது தலைமையகமாக சாஸ்வத் பகுதியை அமைத்துக் கொண்டார். பூனா பகுதிக்கு வலுவான காவல் ஏற்பாடுகள் செய்தார். லோகர் பகுதிக்கு எதிரில் ஒரு காவல் அரண் அமைத்து, ஜுனாருக்கு அருகில் இருந்த மொகலாய எல்லையின் வடக்கில் இருக்கும் பாதையைக் கண்காணிக்க ஏற்பாடு செய்தார். சாஸ்வத் பகுதிக்கு மேற்கிலும் தென் மேற்கிலும் உள்ள மலைகளுக்கு இடையே

இருக்கும் மராட்டிய கிராமங்களைச் சூறையாட அதிவேகமாகத் தாக்கும் படையணியை உருவாக்கினார்.

31, மார்ச்சில் ஜெய் சிங் சாஸ்வதுக்கும் புரந்தருக்கும் இடையில் நான்கு மைல் தொலைவில் ஒரு நிலையான படைத்தளம் அமைக்கத் தீர்மானித்தார். அதன் பின்னர் புரந்தர் கோட்டையை முற்றுகையிட்டார்.

சாஸ்வத் பகுதிக்கு தெற்கே ஆறு மைல் தொலைவில் புரந்தர் பகுதியின் மலை உயர்ந்து எழுகிறது. அதன் உச்சி, கடல் மட்டத்திலிருந்து 4564 அடி உயரத்தில் இருக்கிறது. சமதளத்தி லிருந்து 2500 அடி உயரம் கொண்டது. அது உண்மையில் இரட்டைக் கோட்டை போன்றது. வஜ்ரகர் என்ற பெயரிலான வலுவான இன்னொரு மலைத் தொடர் தனியாகத் தென் கிழக்கில் நீள்கிறது.

மேல் பகுதியில் இருக்கும் மலைக் கோட்டை நான்கு திசைகளிலும் செங்குத்தாக இருக்கும். கீழ்ப் பகுதிக் கோட்டை அல்லது மாச்சி கோட்டை அதிலிருந்து 300 அடி கீழே இருக்கிறது. மலை முழுவதும் நான்கு மைல் அளவுக்குச் சுற்றிச் சுற்றிச் செல்லும் பாறை முகடுகளைக் கொண்டதாக இருக்கிறது. வடக்குப் பக்கத்தில் இந்த பாறை முகடு மிகப் பெரிய கூரைத் தளம் போல் விரிகிறது. கோட்டைத் தடுப்புச்சுவர்கள், காவல் அரண்கள், கொத்தளங்கள் கொண்டதாக அது இருக்கிறது. இந்தக் கூரை போன்ற பகுதிக்குக் கிழக்கில் பைரவ் குண்ட் என்ற குன்று இருக்கிறது.

மேல் கோட்டையின் செங்குத்தான வட மேற்குப் பகுதி கோபுரத்திலிருந்து (காத் காலா என்று அழைக்கப்படுகிறது) ஆரம்பித்து கிழக்குப் பக்கம் ஒரு மைல் தொலைவுக்கு குறுகலான மலைத் தொடராக நீண்டு சென்று சிறிய சம தள பீடபூமிப்பகுதியில் சென்று முடிகிறது. அது கடல் மட்டத்திலிருந்து 3618 அடி உயரத்தில் இருக்கிறது. அங்கு உச்சியில் ருத்ரமால் கோட்டை (இப்போது வஜ்ரகர் என்று அழைக்கப்படுகிறது) அமைந்திருக்கிறது. இந்த வஜ்ரகர், மாச்சி அல்லது புரந்தரின் கீழ் கோட்டையின் வட மற்றும் முக்கியமான பகுதியைக் கண்காணிக்க உதவுவதாக இருக்கிறது. ஜெய் சிங் இந்த வஜ்ரகர் பகுதியை முதலில் கைப்பற்றத் தீர்மானித்தார்.

மொகலாயப் படையின் வெடி குண்டுகள் வஜ்ரகர் கோட்டையின் அடித்தளங்களை முதலில் சிதைத்தன. 13, ஏப்ரல் நள்ளிரவில் திலிர் கானின் படை புயல் போல் நுழைந்து அங்கிருந்த மராட்டியப் படைகளைப் பின்னால் இருந்த மறைவிடத்துக்கு விரட்டியது. மறு

நாள் வெற்றி முகத்தில் இருந்த மொகலாயர்கள், கோட்டை உள் பகுதி, மற்றும் கொத்தளங்களைக் கைப்பற்றி துப்பாக்கிகளால் தாக்குதல் நடத்தி மாலை (14, ஏப்ரல்) வாக்கில் அவர்களைச் சரணடைய வைத்தனர்.

வஜ்ரகர் கோட்டையைக் கைப்பற்றியதென்பது புரந்தர் கோட்டையைக் கைப்பற்றுவதற்கு வழிவகுத்துக் கொடுத்தது. திலிர் கான் இப்போது புரந்தர் கோட்டைநோக்கி முன்னேறிச் சென்றார். ஜெய் சிங் இதே நேரத்தில் மராட்டிய கிராமங்களில் புகுந்து தாக்கத் தொடங்கினார். மொகலாயப் படை இங்கு முற்றுகையிட்டிருப்ப தோடு மட்டுமல்லாமல் மராட்டிய பகுதிகள் முழுவதிலும் புகுந்து தாக்குதல் செய்யும் அளவுக்கு மிகப் பெரியது என்று சிவாஜிக்கும் பீஜாப்பூர் சுல்தானுக்கும் கடிதம் எழுதி எச்சரிக்கும்படி பேரரசருக்குக் கடிதம் அனுப்பினார்.

முற்றுகையிட்டிருந்த படைகளில் சிலரைத் திருப்பி அனுப்பவும் செய்தார். அங்கிருந்த சில அதிகாரிகள், படைவீரர்கள் அவருக்குக் கீழ்ப்படிந்து நடக்கவில்லை. அவர்கள் அங்கு இருப்பதால் எந்தவொரு பலனும் இல்லை. பெரும் பிரச்னைதான் என்று திருப்பி அனுப்பினார். தாவுத் கான் குரேஷியை பிரதான வாசல் அல்லாத கோட்டையின் ரகசிய வாசல் பகுதியில் காவலுக்கு நியமித்தார். ஆனால் அந்த ரகசிய வாசல் வழியாக சில மராட்டியர்கள் அவரால் எதிர்க்கப்படாமல் ஊடுருவிவிட்டதாகச் சில நாட்கள் கழித்துத் தெரியவந்தது. ஔரங்கசீபின் படையில் இருந்த சுபாகரன் பந்தேலாவும் தன் காவல் பணியைச் சரியாகச் செய்யவில்லை. சிவாஜிக்கு உதவுவதையே மிகப் பெரிய கடமையாகக் கருதினார்.

முற்றுகையிலிருந்து விடுபட மராட்டியர்கள் கடும் முயற்சி மேற்கொண்டனர். ஆனால் ஜெய் சிங்கை அவர்களால் வீழ்த்தமுடிய வில்லை.

வஜ்ரகர் கோட்டையைக் கைப்பற்றியபின்னர் திலிர் கான் இணைப்பு மலைத் தொடர்வழியாகச் சென்று புரந்தரின் மாச்சி கீழ் கோட்டையை முற்றுகையிட்டார். கோட்டையின் வடகிழக்குப் பகுதியில் இருந்த கத்கலா கொத்தளப் பகுதியை நோக்கிப் பல பதுங்கு குழிகள் அமைத்தார்.

மே மாதவாக்கில், கோட்டை கோபுரத்தின் காலடி வரை மொகலாயர் பதுங்குகுழிகள் அமைத்துமுடித்தனர். அங்கிருந்து கோட்டை கோபுரத்தை வெடி வைத்துத் தகர்த்தனர். கொத்தளங்களில் இருந்த மராட்டியர்கள் எண்ணெயும் எரி

அம்புகளுமாக வீசித் தாக்கினர். வெடி மருந்துப் பொருட்களின் பொதிகளை அந்த நெருப்பில் வீசி எறிந்தனர். வெடி குண்டுகளையும் வீசித்தாக்கினர். பெரிய பெரிய கற்களை உருட்டி விட்டனர். அது மொகலாயப் படை முன்னேறிச் செல்வதைத் தடுத்து நிறுத்தியது.

ஜெய் சிங் மிகப் பெரிய மரத்தடிகள், பலகைகளைக் கொண்டு உயரமான மேடைகளை அமைத்து அதில் பீரங்கிகளைப் பொருத்தினார். பீரங்கிகளை இயக்குபவர்களும் துப்பாக்கி வீரர்களும் அதில் நிறுத்தப்பட்டனர். மே, 30-ல் சூரியன் அஸ்தமிக்க ஓரிரு மணி நேரம் முன்பாக சில ருஹேலா படை வீரர்கள் திலிர் கானிடம் எதுவும் சொல்லாமல் கோட்டையைத் தாக்கினர். மராட்டிய வீரர்கள் மிக அருகில் நெருங்கிவந்து கடுமையாகப் போரிட்டனர். கடைசியில் தோற்று கறுப்பு நிறக் கோட்டை கோபுரத்தின் பின்னால் ஒளிந்துகொண்டனர். இரண்டு நாட்களில் அங்கிருந்தும் அவர்கள் விரட்டியடிக்கப்பட்டனர்.

அப்படியாக ஐந்து கோட்டைக் கோபுரங்களும் கீழ் கோட்டையின் ஒரு காவல் தடுப்பரணும் மொகலாயர் வசம் சிக்கின. புரந்தர் பகுதி முழுவதுமாக அழிந்ததுபோலானது.

இந்த முற்றுகையின் ஆரம்ப கட்டத்தில், வீரம் நிறைந்த கிலாதர் முரார் பாஜி பிரபு 700 தேர்ந்த படைவீரர்களுடன் திலிர் கானின் படை மீது தாக்குதல் நடத்தினார். ஐயாயிரம் ஆஃப்கனியர்களும் பிற குலங்களைச் சேர்ந்த இன்னும் பல வீரர்களுமாக திலிர் கானின் படையினர் அந்தக் கோட்டை மேல் ஏற முயற்சி செய்திருந்தனர். முரார் பாஜியும் அவருடைய மாவெல் வீரர்களும் 500 பதான்களையும் ஏராளமான பாலியா காலாட்படையினரையும் வெட்டி வீழ்த்தினர். அறுபது விசுவாசமான வீரர்கள் முரார் பாஜியின் தலைமையில் முன்னேறிச் சென்று திலிர் கானை தாக்க முயன்றனர். அவருடைய துணிச்சலைப் பார்த்து வியந்த திலிர் கான் அவரைச் சந்தித்து அவருக்கு தன் படையில் மிக முக்கியமான பதவி தருவதாக ஆசைகாட்டினார். முரார் அதை மறுத்து அவர் மீது தாக்க முற்பட்டார். திலிர் கான் உடனே துப்பாக்கியால் சுட்டு அவரை வீழ்த்தினார். 300 மாவெல் குல வீரர்களும் அந்தத் தாக்குதலில் கொல்லப்பட்டனர். எஞ்சியவர்கள் கோட்டைக்குப் பின்வாங்கினர்.

ஜூன் 2-ல் மொகலாயப் படை வெற்றி பெற்றது. கீழ்க் கோட்டை வீழ்ந்ததென்பது சிவாஜிக்கு பெரிய இடியாக அமைந்தது. புரந்தர் பகுதியில் பல மராட்டிய அதிகாரிகள், தளபதிகளின் குடும்பங்கள் அடைக்கலம் புகுந்திருந்தன. அந்தக் கோட்டை பிடிக்கப்பட்டால்

அவர்கள் அனைவரும் சிறைப்பிடிக்கப்பட்டு மிகப் பெரிய அவமானத்தையும் அழிவையும் சந்திக்க நேரும். எனவே மொகலாயப் பேரரசுடன் அமைதி ஒப்பந்தம் மேற்கொள்வது தொடர்பாக ஜெய் சிங்கை வந்து சந்திக்க சிவாஜி சம்மதித்தார்.

14. புரந்தர் உடன்படிக்கை - 1665

14, ஜுன், காலை 9 மணி அளவில் ஜெய் சிங் புரந்தர் கோட்டையின் அடிவாரத்தில் அமைக்கப்பட்ட தன் அவைக் கூடாரத்தில் இருந்தபோது சிவாஜி அவரைச் சந்திக்க வந்தார். அவரை முழு மரியாதை கொடுத்து ஜெய் சிங் வரவேற்றார்.

நீடித்த நிரந்த அமைதிக்கான பேச்சுவார்த்தையில் இரு தரப்பும் நள்ளிரவு வரை முடிவற்ற பேரங்களில் ஈடுபட்டன.

'இறுதியாக நீண்ட நெடிய விவாதங்களுக்குப் பின் இந்த தீர்மானத்துக்கு வந்தோம்: (1) சிவாஜியின் 25 கோட்டைகளும், ஆண்டுக்கு நான்கு லட்சம் வருமானம் தந்த அவற்றின் நிலங்களும் எல்லாம் மொகலாயப் பேரரசுடன் இணைக்கப்படவேண்டும். (2) ராஜ்கர் உட்பட ஆண்டுக்கு ஒரு லட்சம் வருமானம் வரும் 12 கோட்டைகள் , மொகலாயப் பேரரசுக்கு விசுவாசமாக நடந்துகொள் வேண்டும் என்ற நிபந்தனையின் பேரில் சிவாஜியிடமே விடப்படும்'.

மொகலாயப் பேரரசரை தில்லியில் வந்து சந்திக்க வேண்டியதிலிருந்து விலக்கு கொடுக்கும்படி சிவாஜி கேட்டுக் கொண்டார். தன் பிரதிநிதியாக மகனையும் 5000 குதிரைப் படை வீரர்களையும் (ஜாஹிர் - கப்பம் என்ற வகையில்) மொகலாயப் பேரரசர் அல்லது தக்காண மொகலாய நிர்வாகியின் சேவைக்கு நியமிப்பதாக ஒப்புக்கொண்டார்.

புரந்தர் ஒப்பந்தத்தின்படி மொகலாயப் பேரரசரிடம் ஒப்படைக்கப் பட்ட கோட்டைகளின் விவரம்:

தக்காணத்தில்: 1. ருத்ரமாலா அல்லது வஜ்ரகர், 2. புரந்தர். 3. கோண்டானா 4. ரோஹிரா, 5. லோஹர், 6. ஈஸாகர், 7.தன்கி, 8. திகோணா, 9. காத்-கலா, கோண்டாவுக்கு அருகில், கொங்கணி பகுதியில் : 10. மஹுலி, 11.முரஞ்சன், 12. கீர் துர்க், 13. பந்தர் துர்க், 14. துல்ஸிகுல், 15. காய்கர் அல்லது அங்கோலா 16. நார் துர்க், 17. மர்க் கர் அல்லது அத்ரா, 18. கோஹஜ், 19. பசந்த், 20. நாங், 21. கர்னாலா, 22.சோனாகர், 23. மன்கர்.

மேலே குறிப்பிடப்பட்டிருக்கும் நிபந்தனைகள் நீங்கலாக மொகலாயர்களுடன் வேறொன்றும் முன்வைக்கப்பட்டது: கொங்கணி பகுதியில் ஆண்டுக்கு நான்கு லட்சம் வருமானம் தரும் தெற்குப் பகுதி நிலங்கள் மற்றும் ஐந்து லட்சம் வருமானம் தரும் வடக்கு பகுதி நிலங்கள் (பாலாகாட், பீஜாபுரி) ஆகியவை பேரரசரால் எனக்குத் தரப்படும் என்று சொல்லப்பட்டிருக்கிறது. பீஜாப்பூர் சுல்தானகத்தை மொகலாயப் பேரரசு வென்றதும் இந்தப் பகுதிகள் எனக்குத் தரப்படும் என்று பேரரசின் ஃபர்மான் ஒன்று உறுதியளித்திருக்கிறது. அது அமல்படுத்தப்படும்பட்சத்தில் நான் பேரரசருக்கு 13 ஆண்டு தவணைகளில் 40 லட்சம் பணம் கட்ட சம்மதிக்கிறேன்.

இந்தப் பகுதிகளை பீஜாப்பூர் தளபதிகளின் பிடியில் இருந்து சிவாஜி தன் படையைப் பயன்படுத்தி மீட்டெடுக்கவேண்டும் என்று எதிர்பார்க்கப்பட்டது. சிவாஜிக்கும் பீஜாப்பூர் சுல்தானுக்கும் இடையில் மோதலை ஏற்படுத்தும்வகையில் ஒரு தந்திரத்தை ஜெய் சிங் செய்திருப்பதிலிருந்து அவருடைய சாதுரியத்தை நாம் புரிந்துகொள்ளலாம்.

மறுநாள், இந்த ஒப்பந்தத்தின் பேரில் (12 ஜூன்) ஏழாயிரம் ஆண்கள், பெண்கள் (4000 பேர் படைவீரர்கள்) புரந்தரில் இருந்து வெளியேறினர். மொகலாயர்கள் அந்தக் கோட்டைக்குள் புகுந்தனர். உணவுப் பொருட்கள், ஆயுதங்கள், பிற உடமைகள் அனைத்தும் மொகலாயப் பேரரசுக்கு சொந்தமாகின. மராட்டியர்கள் ஒப்படைத்த கோட்டைகளை நிர்வகிக்க சிவாஜியின் ஆட்களுடன் மொகலாய அதிகாரிகளும் அனுப்பப்பட்டனர்.

15. ஆக்ராவில் ஔரங்கசீபை சிவாஜி சென்று சந்தித்தல், 1666

பீஜாப்பூர் படையெடுப்பின் இறுதியில் ஜெய் சிங், மொகலாயப் பேரரசரின் முன்பாக சிவாஜியை அழைத்துச்செல்ல முடிவுசெய்திருந்தார். அங்கு சென்றால் ஏராளமான சலுகைகள் கிடைக்கும் என்று ஆயிரம் ஆசை வார்த்தைகள் சொல்லி ஆக்ராவுக்கு அழைத்துச் செல்ல விரும்பினார். ஆனால் சிவாஜி வெகுவாகத் தயங்கினார். அஃப்சல் கானுடனான சந்திப்பு எதில் சென்று முடிந்தது என்பது தெரிந்திருந்ததால் சிவாஜியும் அவருடைய நண்பர்களும் மிகவும் எச்சரிக்கையுடனே இருந்தனர். ஆனால், ஒரு ஹிந்துவாக என்னவெல்லாம் சத்தியங்கள் செய்ய முடியுமோ

அதையெல்லாம் செய்து சிவாஜிக்கு எந்தவொரு ஆபத்தும் வராது என்று உறுதிமொழி கொடுத்தார் ஜெய் சிங்.

வட இந்தியாவில் தான் இல்லாத நேரத்திலும் தன் அரசபையில் நிர்வாகம் முறைப்படி நடக்க சிவாஜி தொலைநோக்குப் பார்வையுடன் முன்னெடுத்திருந்த நிர்வாக விஷயங்கள் அவருடைய அபார திறமைக்குச் சான்றாகத் திகழ்கின்றன. தான் இல்லாத நேரங்களில் தன்னிடமிருந்து எந்தவொரு உத்தரவு அல்லது வழிகாட்டுதலுக்கும் காத்திருக்கவேண்டாம் என்று உள்ளூர் பிரதிநிதிகளுக்கு முழு சுதந்தரம் தந்திருந்தார். அவருடைய தாய் ஜீஜா பாய் சிவாஜியின் சார்பாக இருந்து விஷயங்களைக் கவனித்துக் கொண்டார்.

5, மார்ச், 1666-ல் சிவாஜி தன் மூத்த மகன் சம்பாஜி, ஏழு அதி நம்பகமான அதிகாரிகள், 4000 படை வீரர்களுடன் வட இந்திய பயணத்தை ஆரம்பித்தார். மே, 9-ல் ஆக்ராவின் புறநகர் பகுதிக்கு சென்று சேர்ந்தார். அங்குதான் ஔரங்கசீப் அப்போது முகாமிட்டிருந்தார்.

மே 12-ல் சந்திப்புக்கான நாள் குறிக்கப்பட்டது. பேரரசரின் ஐம்பதாவது பிறந்தநாள் (சந்திர நாள்காட்டி). இந்த மிக முக்கியமான நிகழ்வுக்காக ஆக்ரா கோட்டை வெகுவாக அலங்கரிக்கப்பட்டது. இந்த திவான் - இ - அம் பகுதிக்குள் சிவாஜியையும் சம்பாஜியையும் குமார் ராம் சிங் அழைத்துச் சென்றார். சிவாஜியின் சார்பில் 1500 தங்கக் கட்டிகள் பேரரசருக்கு நஸர் ஆக (பரிசாக) தரப்பட்டது. ரூ 6000 நிஸாராகவும் (காணிக்கையாகவும்) தரப்பட்டது.

'வாருங்கள் ராஜா சிவாஜியே' என்று உரத்த குரலில் கோஷமிட்டு வரவேற்றார். சிவாஜியை அரியணைக்கு வெகு அருகில் வரை அழைத்துச் சென்றனர். மூன்று முறை சலாம் வைத்தார். பேரரசரின் கண்ணசைப்பின் பேரில் மூன்றாம் நிலை அதிகாரிகள் வரிசையில் அவருக்கு ஒதுக்கப்பட்டிருந்த ஆசனத்துக்கு அழைத்துச் சென்றனர். சிவாஜி அங்கிருப்பதையே மறந்ததுபோல் அரசபை தொடர்ந்து நடக்க ஆரம்பித்தது.

இதை சிவாஜி எதிர்பார்த்திருக்கவே இல்லை. ஜெய் சிங்குடன் நடைபெற்ற எண்ணற்ற உரையாடல்களில் இருந்து இப்படி நடக்கும் என்று நினைத்திருக்கவும் இல்லை. ஐயாயிரம் உதவிநிலைப் படைத் தலைவர்களில் அவர் ஒருவர் என்பதை ராம் சிங்கிடமிருந்து தெரிந்துகொண்டார். என்ன... என் ஏழு வயது மகன்

பேரரசரை வந்து பார்க்கவெல்லாம் செய்யாமல் ஐந்து ஆயிரம் வீரர்கள் கொண்ட படையில் ஒருவராக நியமிக்கப்பட்டிருக்கிறான். எனக்குக் கீழ் பணிபுரியும் தளபதி ஐந்தாயிரம் பேருக்குத் தலைவன். நானோ அனைத்து நிபந்தனைகளுக்கும் சேவைகளுக்கும் சம்மதித்து இவ்வளவு தூரம் பயணம் செய்து அதே கடைநிலைப் பதவியைப் பெறுவதற்கா வந்திருக்கிறேன்.

எனக்கு முன்பாக இருப்பது யார் என்று ராம் சிங்கிடம் சிவாஜி மெள்ளக் கேட்டார். மஹாராஜா ஜஸ்வந்த் சிங் என்று பதில் சொன்னார். அதைக் கேட்டதும் சிவாஜி ஆத்திரத்தில் கத்தினார். 'என்ன... என் வீரர்களிடம் புறமுதுகிட்டு ஓடியவன். அவனுக்குப் பின்னால் நான் நிற்பதா? இதற்கு என்ன அர்த்தம்'.

மிகப் பெரிய அளவில் அவமானப்படுத்தப்பட்டதைப் புரிந்து கொண்ட சிவாஜி உரத்த குரலில் ராம் சிங்குடன் வாக்குவாதத்தில் ஈடுபட்டார். இப்படியான அவமானத்துடன் உயிர் வாழ்வதைவிட இறந்தேவிடலாம் என்று வருந்தினார். ராம் சிங் எவ்வளவோ அமைதிப்படுத்தப் பார்த்தார். முடியவில்லை. அவமானமும் ஆத்திரமும் கசப்பும் ஒன்று சேர சிவாஜி மயங்கி விழுந்தார். அரச சபையில் சலசலப்பு ஏற்பட்டது. பேரரசர், 'அங்கே என்ன சத்தம்' என்று கேட்டார்.

'புலி ஒரு காட்டு விலங்கு. இதுபோன்ற அரச சபையின் சூடு அதற்கு ஒப்புக்கொள்ளவில்லை. காய்ச்சல் வந்துவிட்டது' என்று ராம் சிங் நாசூக்காகச் சொன்னார். 'அவர் தக்காணப் பகுதியைச் சேர்ந்தவர். அரச சபையின் நடைமுறைகளும் நாகரிகங்களும் தெரியாது' என்றும் சொன்னார்.

உடல் நிலை மோசமடைந்த சிவாஜியை அங்கிருந்து அழைத்துச் செல்லும்படி பெரியமனதுடன் பேரரசர் உத்தரவிட்டார். அருகில் இருந்த அறைக்கு அழைத்துச் சென்று முகத்தில் பன்னீர் தெளித்து நினைவு திரும்பச் செய்தனர். அரச சபைநிகழ்ச்சிகள் முடியும்வரை அவர் அங்கு காத்திருக்கவேண்டாம். தன்னுடைய அறைக்குப் போய்க்கொள்ளலாம் என்று அனுமதி கொடுத்தார் ஔரங்கசீப்.

அங்கிருந்து திரும்பி வந்த சிவாஜி கொடுத்த வாக்குறுதியை ஔரங்கசீப் காப்பாற்றவில்லை; இதற்குப் போரிலேயே கொல்லப் பட்டிருக்கலாம் என்று வெளிப்படையாகக் கடிந்துகொண்டார். அது பேரரசருக்குத் தெரியவந்தது. மராட்டியத் தலைவர் மீதான அவ நம்பிக்கை அதிகரித்தது. நகரத்துக்கு வெளியே ஜெய்ப்பூர் மாளிகையில் சிவாஜியைத் தங்கவைத்து அவரைக்

கண்காணிக்கும்படி ராம் சிங்குக்கு உத்தரவிட்டார். சிவாஜிக்கு அரச சபைக்குச் செல்லும் அனுமதியும் மறுக்கப்பட்டது. சிவாஜிக்கு அங்கு தான் சிறை வைக்கப்பட்டிருப்பது புரிந்தது. தன்னை விடுவிக்கும்படி அமைச்சர்களுக்கும் பேரரசருக்கும் விடுத்த கோரிக்கைகளுக்கெல்லாம், 'கொஞ்சம் பொறுங்கள்... நீங்கள் கேட்பதுபோலவே சீக்கிரமே செய்துவிடுகிறோம்' என்றே பதில்கள் வந்தன. ஆனால் நிலைமை மோசமாகிக் கொண்டே சென்றது.

ஆக்ராவின் காவல் படைத் தலைவன் ஃபுலாத் கான் சிவாஜி தங்க வைக்கப்பட்ட மாளிகையைச் சுற்றி பீரங்கி, துப்பாக்கிகள் கொண்ட பெரிய படை ஒன்றைக் காவலுக்கு நிறுத்தினார். இப்போது சிவாஜி நிஜமாகவே சிறைவைக்கப்பட்டார்.

ஔரங்கசீப்- சிவாஜி சந்திப்பு இப்படியானதை ஜெய் சிங் உண்மையில் எதிர்பார்த்திருக்கவில்லை. சிவாஜியின் உயிருக்கு எந்த ஆபத்தும் வந்துவிடக்கூடாது. ராஜபுத்திரத் தலைவரான அவர் செய்துகொடுத்த சத்தியம் பொய்யாகிவிடக்கூடாதென்று ராம் சிங்கிடம் தொடர்ந்து கோரிக்கைகள் விடுத்தார்.

16. ஆக்ரா கோட்டையிலிருந்து சிவாஜி தப்பித்தல்

சிறையில் இருந்து சிவாஜி தன்னுடைய பலத்தைப் பயன்படுத்தித் தப்பிக்கத் தீர்மானித்தார். தன்னுடன் வந்த மராட்டியப் படை தக்காணத்துக்குத் திரும்பிச் செல்ல அனுமதி பெற்றார். தனது ஆதரவாளர்களுக்கு எந்தக் கெடுதலும் வராது என்பதை உறுதி செய்துகொண்டபின்னர், தப்பிச் செல்வது எப்படி என்று திட்டமிட ஆரம்பித்தார். நோய்வாய்ப்பட்டவர் போல் நடித்தார். ஆலயங்களில் தன் பெயரில் பிரார்த்தனை செய்யச் சொல்லி பிராமணர்கள், துறவிகள், அரச சபையினர் சிலர் ஆகியோருக்கு இனிப்புகள், பழங்கள் என அவர் வீட்டில் இருந்து அனுப்பும்படிக் கேட்டுக்கொண்டார். இவையெல்லாம் மிக மிகப் பெரிய கூடைகளில் தோளில் காவடி போல் மாட்டி, கொண்டுசெல்லப் பட்டன. காவலர்கள் ஆரம்பத்தில் சில நாட்கள் இந்தக் கூடைகளை நன்கு பரிசோதனை செய்து அனுப்பினர். பிறகு சோதனை செய்யாமலே அனுப்ப ஆரம்பித்தனர். இந்தத் தருணத்துக்குத்தான் சிவாஜி காத்திருந்தார்.

19, ஆகஸ்ட் மதியம் மிகவும் காய்ச்சலாக இருப்பதாகவும் படுக்கையிலேயே முடங்கிக் கிடக்கும் அவரை யாரும் தொந்தரவு செய்யவேண்டாம் என்றும் காவலர்களுக்குச் செய்தி அனுப்பினார்.

அவருடைய ஒன்றுவிட்ட சகோதரர் ஹிராஜி பர்சந்த் உருவத்தில் கிட்டத்தட்ட அவரைப் போலவே இருப்பார். அவரைத் தனக்குப் பதிலாக மெத்தையில் போர்வையைப் போர்த்திக்கொண்டு படுக்கவைத்தார். போர்வைக்கு வெளியே வலது கை மட்டுமே தெரியும்படியாக வைத்துக்கொள்ளச் சொல்லிவிட்டு சிவாஜி தன் தங்கக் கங்கணத்தை அதில் மாட்டிவிட்டார். சிவாஜியும் அவருடைய மகன் சம்பாஜியும் இரண்டு கூடைகளுக்குள் ஒளிந்து கொண்டனர். மாலையில் அந்தக் கூடைகள் வழக்கம்போல் அனுப்பப்பட்டன. காவலர்கள் அன்றும் சோதித்துப் பார்க்க வில்லை. இனிப்புகள், பூக்கள், பழங்கள் முதலான கூடைகளுக்கு இடையே இவர்கள் இருவர் ஒளிந்திருந்த கூடையும் காவல் கண்களில் இருந்து தப்பி வெளியே சென்றன.

ஊருக்கு வெளியே இந்தக் கூடைகள் வைக்கப்பட்டன. சுமந்துவந்தவர்கள் அங்கிருந்து சென்றதும் சிவாஜியும் அவருடைய மகனும் இருளில் வெளியேறி ஆக்ராவில் இருந்து ஆறு மைல் தொலைவில் இருந்த கிராமத்துக்குச் சென்றனர். அங்கு நீராஜி ராவ்ஜி (சிவாஜியின் பிரதான நீதிபதி) குதிரைகளுடனும் வேறு சிலருடனும் காத்திருந்தார். என்ன செய்யவேண்டும் என்று விரைவாகப் பேசி முடிந்த பின்னர் அவர்கள் பிரிந்து சென்றனர். சிவாஜி, சம்பாஜி, நீராஜி ராவ்ஜி, தத்தா த்ரையம்க், ரகுமித்ரா என்ற கடைநிலை ஜாதி மராட்டியர் என அனைவரும் விபூதி பட்டை பூசிக்கொண்டு துறவிகள் போல் மதுரா நோக்கிச் சென்றனர். மற்றவர்கள் தத்தமது வீடுகளுக்குத் திரும்பினர்.

இதனிடையில் ஆக்ராவில் படுக்கையில் சிவாஜிபோல் படுத்திருந்த ஹிராஜி மறு நாள் மதியம் வரையிலும் படுக்கையில் இருந்து எழுந்திருக்கவே இல்லை. காலையில் அவருடைய அறைக்கு வந்து வெளியில் இருந்து எட்டிப் பார்த்த காவலர்கள் சிவாஜியின் கங்கணம் தூங்குபவரின் கையில் இருப்பதையும் அருகில் ஒரு பணியாளர் அமர்ந்து நோயாளியின் காலைப் பிடித்துவிட்டுக் கொண்டிருப்பதையும் பார்த்துவிட்டு எல்லாம் சரியாக இருப்பதாக திருப்தியுடன் போய்விட்டார்கள். மாலை மூன்று மணிவாக்கில் தன் பணியாளருடன் அறையைவிட்டு வெளியே வந்த ஹிராஜி, காவலர்களைப் பார்த்து, 'சிவாஜி கடும் நோயினால் பாதிக்கப் பட்டிருக்கிறார். சிகிச்சை கொடுக்கப்பட்டுவருகிறது. யாரும் தொந்தரவு செய்யவேண்டாம்' என்று சொல்லிவிட்டுச் சென்றார்கள்.

மெள்ள மெள்ள காவலர்களின் சந்தேகம் அதிகரித்தது. மாளிகை திடீரென்று கைவிடப்பட்டதுபோலானது. வழக்கம்போல்

ஒளரங்கசீப் | 269

சிவாஜியைச் சந்திக்கவரும் ஒருவருமே வரவில்லை. மாளிகையில் இருமலோ, தும்மலோ என எந்தவொரு சப்தமும் கேட்கவில்லை. அறைக்குள் நுழைந்து பார்த்தனர். 'புலி தப்பிவிட்டது'. தலைமைக் காவலர் ஃபுலாத் கானிடம் ஓடோடிச் சென்று விஷயத்தைச் சொன்னார்கள். அவர் அதை பேரரசரிடம் சென்று சொல்லும்போது சிவாஜி ஏதோ மந்திர வித்தை செய்து தப்பிவிட்டார் என்று சொல்லித் தங்களைக் காப்பாற்றிக்கொண்டார். அவரைத் தேடிப் பிடிக்கத் தொடங்கியவர்களிடமிருந்து கிட்டத்தட்ட 24 மணி நேர தொலைவுக்கு சிவாஜி தப்பிச் சென்றுவிட்டிருந்தார்.

ராம் சிங்கின் உதவியினால்தான் சிவாஜி தப்பியிருக்கிறார் என்று ஔரங்கசீப் சந்தேகப்பட்டார். முதலில் அவரை அரச சபைக்கு வருவதைத் தடுத்தார். அதன் பின் அவருடைய பதவியையும் சம்பளத்தையும் பறித்தார்.

பிறவியிலேயே சாணக்கியத்தனம் மிகுந்திருந்த சிவாஜி மஹாராஷ்டிராவுக்குச் செல்லும் பாதைக்கு நேர் எதிரான பாதையில் தப்பிச் சென்றதன் மூலம் அவரைத் தேடிவந்தவர்களுக்குக் கிடைக்காமல் ஊர் திரும்பினார். ஆக்ராவுக்கு தென் மேற்கில் மால்வா, கந்தேஷ் அல்லது குஜராத் வழியாகச் சென்று அங்கிருந்து கிழக்குப் பக்கமாக மதுரா, அலஹாபாத், பனாரஸ், கயா வழியாகச் சென்று பின் தென்மேற்காக கோண்ட்வானா, கோல்கொண்டா வழியாகச் சென்றார். இந்த சாகசப் பயணத்தில் சில நேரங்களில் மயிரிழையில் தப்பியும் சிவாஜி 20, நவ, 1666-ல் ராஜ்கர் வந்து சேர்ந்தார்.

ஆக்ராவில் இருந்து திரும்பியபின் தக்காணத்தில் அரசியல் களம் முற்றிலுமாக மாறியிருப்பதைப் பார்த்தார். மொகலாயப் பிரதிநிதி ஜெய் சிங்கினால் மராட்டியர்களை முன்புபோல் வெற்றிகொள்ள முடிந்திருக்கவில்லை. முதுமையினாலும், உள் நாட்டுக் குழப்பங்களினாலும் மனச்சோர்வுகளினாலும் தளர்ந்திருந்தார். அதோடு பீஜாப்பூர் மீதான படையெடுப்பில் தோற்றதால் ஔரங்கசீபின் அதிருப்திக்கும் உள்ளான மீர்ஸா ராஜா ஜெய் சிங் 2, ஜூலை, 1667-ல் பர்ஹான்பூரில் உயிர் துறந்தார். மே மாத வாக்கிலேயே இவரிடமிருந்த நிர்வாகப் பொறுப்பு இளவரசர் முவாஸ்மிடம் தரப்பட்டிருந்தது.

சுகபோகங்களில் அதிக அக்கறை காட்டிய இளவரசர் தக்காணத்தின் பொறுப்பில் வந்ததென்பதும் சிவாஜியின் நண்பர் போன்ற ஜஸ்வந்த் சிங் அதிகாரத்துக்கு (மே 1667) வந்ததும் சிவாஜிக்கு மொகலாயர்

மீதான பயங்களில் இருந்து பெரிய விடுதலையைத் தந்தது. 1667 அக்டோபர் வாக்கில் இளவரசர் முவாஸமுக்கு உதவியாக திலிர் கான் வந்தார். எனினும் அதனால் பேரரசப் படையின் வலிமைக்குச் சாதகமாக எதுவும் இருந்திருக்கவில்லை. தன் அப்பா ஔரங்கசீபின் அவையில் திலிர் கானுக்கு இருந்த மதிப்பும் மரியாதையும் செல்வாக்கும் இளவரசர் முவாஸமுக்குப் பொறாமையையே தந்தது. திலிர் கான் இவருக்கு அடங்கி நடக்காமல் செயல்பட்டதை தன் தந்தை தன்னை உளவு பார்க்கத்தான் அவரை அனுப்பியிருப்பதாக சந்தேகமும்பட்டார்.

ருஹேலா தளபதியான திலிர் கான் இளவரசரின் வலதுகரமும் நம்பிக்கைக்குரிய தளபதியுமான மஹாராஜா ஜஸ்வந்த் சிங்கை பொதுவெளியில் வைத்தே அவமதிக்கவும் செய்தார். இதனால் பின்னாளில் சிவாஜி படையெடுத்துவந்தபோது தக்காண மொகலாயப் படையினால் அதை சரியாக எதிர்கொள்ளமுடியாமல் போகவும் செய்தது. தேவையான ஆட்பலமும் பணமும் கிடைக்காததால் பல வருடங்களுக்கு திலிர் கானினால் சிவாஜியை வெல்லவே முடிந்திருக்கவில்லை.பேரரசின் கவனமும் பணமும் வேறு இடத்தில் குவிக்கப்படவேண்டிவந்தது: மார்ச், 1667-ல் பெஷாவரில் உருவான யுசுஃப்ஸாய் எழுச்சி ஒரு வருட காலத்துக்கு மேல் பேரரசை பலவீனப்படுத்தியது.

மராட்டியத் தலைவர் சிவாஜியும் மொகலாயப் பேரரசுடன் தொடர்ந்து மோதலில் ஈடுபட ஆர்வம் காட்டியிருக்கவில்லை. ஆக்ராவிலிருந்து திரும்பி வந்த பின்னர் மூன்று வருடங்களுக்கு அமைதியாகவே இருந்தார். மொகலாயர்களுடன் எந்தவகையிலும் புதிதாக தாக்குதலை முன்னெடுக்கவில்லை. தனது அரசாங்கத்தை நிலைநிறுத்தவும் கோட்டைகளைப் புதுப்பிக்கவும் மேற்குக் கடற்கரைப் பகுதியில் பீஜாப்பூர் மற்றும் ஜன்ஜீராவின் சித்திகளை ஓரங்கட்டித் தன் அதிகாரத்தைப் பலப்படுத்தவும் அதிக அக்கறை காட்டினார்.

பேரரசுடன் நட்புறவை நாடி ஜஸ்வந்த் சிங்கையே அமைதித் தூதுவராகப் பயன்படுத்தினார். 'மிர்ஸா ராஜா ஜஸ்வந்த் சிங் அவர்களே... உங்கள் மத்யஸ்தத்தின் மூலம் பேரரசுடன் நல்லுறவு ஏற்பட்டால் சம்புவை அனுப்பிவைக்கிறேன். இளவரசரைச் சந்தித்து அவருக்கு மன்சப்தாராக என் படையினருடன் எங்கு சொல்கிறார்களோ அங்கு சேவை புரியத் தயாராக இருக்கிறார்கள்' என்று எழுதினார்.

ஜஸ்வந்த் சிங்கும் இளவரசர் முவாஸமும் இந்த தீர்மானத்தை உடனே ஏற்றுக்கொண்டு ஔரங்கசீபுக்குத் தகவல் தெரிவித்தனர். அவரும் அதை ஏற்றுக்கொண்டார். சிவாஜியின் ராஜா என்ற பட்டத்தை அங்கீகரித்தார் (1668 ஆரம்பத்தில்). ஆனால் சஹான் கோட்டையைத் தவிர வேறு எதையும் திருப்பித் தரவில்லை. இந்த அமைதி உடன்படிக்கை இரண்டு ஆண்டுகள் நீடித்தது.

அத்தியாயம் - 11

சிவாஜியின் வெற்றிகள் (1670-1680)

1.மொகலாயர்களுடனான சிவாஜியின் மோதலும் கோட்டைகளை மீட்டெடுத்தலும்

மொகலாயர்களுடனான புதிய ஒப்பந்தங்களின்படி, ஔரங்காபாதுக்கு பிரதாப் ராவ் மற்றும் நீரஜ் ராவ்ஜி தலைமையில் சிவாஜி ஒரு மராட்டிய படையை அனுப்பிவைத்தார் (ஆக 1668). ஐயாயிரம் வீரர்கள் படைக்கு சம்பாஜி மீண்டும் தளபதியாக்கப் பட்டார். அவருக்கு ஒரு யானையும் நவ ரத்னங்கள் பதித்த வாளும் தரப்பட்டன. பேரார் பகுதியிலிருந்த ஜாஹிர் - வருமானம் இவருக்குக் கிடைக்க வழிசெய்யப்பட்டது. 1667, 1668, 1669 ஆண்டுகளில் மொகலாயர்களின் கீழ் இருந்த குறு நில மன்னராக சிவாஜி அமைதியாக இருந்தார். பீஜாப்பூர் சுல்தானுடனும் அவருடைய நட்புறவு இதமாகவே இருந்தது. உண்மையில் இந்த மூன்று ஆண்டுகளில் சில சாமர்த்தியமான நடவடிக்கைகளை எடுத்துவந்தார். அவையே அவருடைய பின்னாளைய அரசுக்கு வலுவான விரிவான அஸ்திவாரத்தை அமைத்துத் தந்தன.

அமைதி ஒப்பந்தம் இரு தரப்பிலும் ஒப்புக்குச் செய்துகொண்ட வெற்று உடன்படிக்கையாகவே இருந்தது. தன் மகன்கள் மீது முடிவற்ற சந்தேகம் கொண்டிருந்த ஔரங்கசீப் தன் மகன் ஷா ஆலம் முவாஸமுக்கும் சிவாஜிக்கும் இடையிலான நல்லுறவைத் தனது

அரியணைக்கு மிகப் பெரிய அச்சுறுத்தலாகவே பார்த்தார். இரண்டாவது முறை சிவாஜியைச் சிறைப்பிடிக்கத் திட்டமிட்டார். அதுமுடியாவிட்டால் அவருடைய மகன் அல்லது தளபதியையாவது பிணைக்கைதியாகப் பிடிக்கத் திட்டமிட்டார். 1666-ல் சிவாஜி தில்லிக்குத் தன் படையுடன் வந்ததற்கான முன்பணமாகத் தரப்பட்ட ஒரு லட்ச ரூபாய்க்கு ஈடாக, இப்போது சிவாஜிக்குத் தரப்பட்டிருக்கும் பேரார் பகுதியின் ஜாஹிர் உரிமையைப் பறிக்கவேண்டும் என்று ஔரங்கசீப் மிகவும் பிழையான திட்டம் ஒன்றைத்தீட்டினார். சிவாஜிக்கு இது தெரியவந்ததும் மொகலாயர்களுடன் செய்துகொண்ட அமைதி ஒப்பந்தத்தை 1669-ல் சிவாஜி முறித்துக்கொண்டார்.

சிவாஜி தன்னுடைய தாக்குதலை அதி தீவிரமாக முன்னெடுத்து உடனடி வெற்றிகளை ஈட்டினார். மொகலாயப் பகுதிகளைக் கைப்பற்றிய மராட்டியப்படை அவர்களிடமிருந்த செல்வத்தை யெல்லாம் கவர்ந்துகொண்டது. புரந்தர் ஒப்பந்தத்தின் மூலம் ஔரங்கசீபுக்குக் கொடுத்திருந்த கோட்டைகள் பலவற்றையும் மீட்டெடுத்தது. மொகலாயர்களின் ராஜபுத்திர கிலாதாரான உதய் பானிடமிருந்து கோண்டானா கோட்டையை மீட்டது சிவாஜியின் மிகப் பெரிய மற்றும் முக்கியமான வெற்றியாக அமைந்தது (4, பிப், 1670).

அந்தக் கோட்டைப் பகுதிகளைப்பற்றி நன்கு தெரிந்தவர்களான கோலி வழிகாட்டிகளின் துணையுடன் , தேர்ந்தெடுத்த 300 மாவ்லே காலாட்படையினருடன் காலியன் வாசல் வழியாக தானாஜி மாலுசரே மலைப்பகுதியில் நள்ளிரவில் கயிறு மற்றும் ஏணிகள் உதவியுடன் கோட்டைக்குள் நுழைந்தார். கோட்டைக் காவலர்கள் கடுமையாகப் போரிட்டனர். எனினும் மாவ்லே வீரர்களின் 'ஹர ஹர மஹாதேவ்' என்ற போர்க்கோஷம் எதிர் தரப்பினரிடையே குழப்பத்தையும் கலக்கத்தையும் உருவாக்கியது. இரு தளபதிகளும் நேருக்கு நேர் மோதியதில் இருவரும் தாக்கப்பட்டு இறந்தனர். 1200 ராஜபுத்திரர்கள் வீழ்த்தப்பட்டனர். மலைப்பகுதியில் தப்பி ஓட முயன்றவர்களும் இறந்தனர். சிங்கம் போல் போரிட்டு வென்றதால் அந்தப் பகுதிக்கு சிங்க கர் என்று சிவாஜி பெயரிட்டார்.

கொங்கணி பகுதியின் ஃபௌஜ்தாரான லூதி கான் மராட்டியப் படையுடனான ஒரு போரில் காயம்பட்டார். இரண்டாவது தாக்குதலில் தோற்கடிக்கப்பட்டு மாவட்டத்தை விட்டே விரட்டப்பட்டார். நந்தேர் பகுதியின் மொகலாய ஃபௌஜ்தார் தன் கோட்டையை விட்டுவிட்டுத் தப்பி ஓடினார். தக்காணப் பகுதியில் மொகலாயப் பேரரசின் பெருமையைத் தக்கவைக்கப் போராடிய

ஒரே நபர் தாவூத் கான் குரேஷி மட்டுமே. அவர் மட்டுமே பர்ணீர் மற்றும் ஜுன்னார் பகுதிகளை வெற்றிகரமாகத் தக்கவைத்துக்கொண்டார்.

ஏப் 1670 வாக்கில் சிவாஜி அஹமத் நகர், ஜுன்னார், பரேந்தா பகுதிகளில் 51 கிராமங்கள் மீது படையெடுத்திருந்தார்.

2. முவாஸம் மற்றும் திலிர் கானுக்கு இடையிலான மோதல்

1670-ன் பாதிப் பகுதியில் தக்காணத்தில் மொகலாய நிர்வாகம் தளபதி திலிர் கான் மற்றும் வைஸ்ராய் ஷா ஆலம் ஆகிய இருவருக்கு இடையிலான உள் பகையை எதிர்கொள்ளவேண்டிவந்தது. திலிர் கான் மொகலாய இளவரசரைச் சென்று சந்திக்க மறுத்தார். அப்படிச் சென்றால் தன்னைக் கொன்றுவிடுவார் அல்லது கைது செய்து விடுவார் என்று தளபதி அஞ்சினார். இந்தக் கீழ்ப்படிதலின்மையின் காரணமாக இளவரசரும் அவருடைய நம்பிக்கைக்குரிய தளபதியுமான ஜஸ்வந்தும் திலிர் கான் கலகம் செய்வதாக பேரரசருக்குக் கடிதம் அனுப்பினர். இளவரசர் சிவாஜியுடன் நட்பில் இருக்கிறார் என்று ஏற்கெனவே திலிர் கான் பேரரசருக்குப் புகார் கடிதம் அனுப்பியிருந்தார்.

இளவரசர் முவாஸம் சுகபோகங்களில் திளைத்தும், பேரரச ஆட்சியை முறையாகக் கவனிக்காமலும், உத்தரவுகளை முறையாக நடைமுறைப்படுத்தாமலும் இருந்துவந்ததால் ஔரங்கசீப் அவர் மீது மிகுந்த கோபத்தில் இருந்தார். சிவாஜியின் வெற்றி, மொகலாயப் படைகளின் செயலற்ற தன்மை இவையெல்லாம் இளவரசர் முவாஸம், சிவாஜியுடன் கூட்டு சேர்ந்து ஔரங்கசீபை வீழ்த்தத் திட்டமிட்டிருக்கிறார் என்றே தக்காணத்தில் இருந்தவர்களை இளவரசருக்கு எதிராகக் குரல் எழுப்பவைத்தன.

எனவே மார்ச் 1670-ன் இறுதிவாக்கில், பேரரசர் தன் அரசவையின் முக்கிய அதிகாரியான இஃப்திகார் கானை ஔரங்காபாத்துக்கு அனுப்பி உண்மையிலேயே அங்கு என்ன நடக்கிறது. இளவரசர் ஷா ஆலம் முவாஸம் துரோகம் செய்ய நினைக்கிறாரா... சிவாஜியுடனான அவருடைய தொடர்புகள் என்னவாக இருக்கின்றன என்பதைத் தெரிந்துகொண்டுவரச் சொல்லி அனுப்பினார். திலிர் கான் மீது இளவரசர் சுமத்தியிருக்கும் குற்றச்சாட்டுகளையும் அவர் விசாரிக்கவிருந்தார்.

ஏற்கெனவே தக்காணத்தில் இருக்கப் பிடிக்காத திலிர் கான் தில்லிக்குச் சென்று பேரரசரின் கீழ் பணிபுரியத் தீர்மானித்திருந்தார்.

ஷா ஆலம் முவாஸாமின் அனுமதிக்குக் காத்திருக்கவும் விரும்பியிருக்கவில்லை. ஆனால் அவருடைய இந்தத் தீர்மானத்தை வட இந்தியாவில் பெரும் குழப்பத்தை உருவாக்க திலிர் கான் திட்டமிட்டிருப்பதாக இளவரசர் கருதினார். திலிர் கானை இளவரசர் முவாசம் தனக்குக் கீழ்ப்படிந்து நடக்கவைக்கவேண்டும் என்று பேரரசரிடமிருந்து உத்தரவு வந்தது. அது மழைக்காலம் உச்சத்தில் இருந்த தருணம் (ஆகஸ்ட்). நதிகள் பெருக்கெடுத்து ஓடிக் கொண்டிருந்தன. சாலை வழி மிகவும் மோசமாக இருந்தது. திலிர் கான் தனது படை முகாமைக் கொளுத்திவிட்டு வடக்கே உஜ்ஜெய்னி நோக்கித் தன் படையுடன் தப்பிச் சென்றார்.

தக்காணத்திலிருந்து அவர் தப்ப முயன்றதுமே இளவரசரும் ஜஸ்வந்தும் கைவசம் இருந்த படையினரைக் கொண்டு துரத்தினர். ஆனால் அவர்கள் கந்தேஷ் எல்லையை அடைந்திருந்தபோது ஔரங்காபாத்துக்கு திரும்பும்படி இளவரசர் முவாஸமுக்கு பேரரசரிடமிருந்து கடிதம் வந்து சேர்ந்தது (செப்டம்பர்). இதனிடையில் திலிர் கானுக்கு அடைக்கலம் தந்த குஜராத் ஆட்சியாளர் பஹதுர் கான், பேரரசருக்கு திலிர் கானின் விசுவாசத்தைப் புகழ்ந்தும் அவருடைய முந்தைய சேவைகளைப் பாராட்டியும் கடிதம் அனுப்பினார். திலிர் கான் தனக்குக் கீழே கத்தியவாரின் ஃபௌஜ்தாராகப் பணியாற்ற அனுமதிக்கும்படியும் கேட்டுக்கொண்டார். பேரரசர் ஔரங்கசீப் இதற்கு சம்மதித்தார். முவாஸமும் தன் தந்தையின் உத்தரவுக்கு ஏற்ப செப், 1670 இறுதிவாக்கில் ஔரங்காபாதுக்குத் திரும்பினார்.

இந்த உட்பகைகள் மொகலாயப் படைகளை பலவீனமாக்கின. சிவாஜி இந்த நல்ல வாய்ப்பை முழுமையாகப் பயன்படுத்திக் கொண்டார். சூரத்தில் இருந்த ஆங்கிலேய வணிகர்கள் மார்ச் மாதத்தில், இப்போது சிவாஜி எதிரிகளைத் தாக்கிச் செல்வத்தை அள்ளிச் செல்பவராக அல்லாமல், 30,000 வீரர்களைக் கொண்ட படையுடன் முன்னேறிச் செல்கிறார். இளவரசர் முவாஸம் இங்கு இருப்பதைக் கண்டு அவர் சிறிதும் அஞ்சவே இல்லை' என்று பேரரசருக்குக் கடிதம் அனுப்பினர். 3, அக்டோபர் வாக்கில் சூரத் மீது சிவாஜி இரண்டாவது தாக்குதலை நடத்தினார்.

3. சூரத் மீதான சிவாஜியின் இரண்டாம் தாக்குதல்

2, அக்டோபரில் சிவாஜி 15,000 குதிரை மற்றும் காலாட் படையினருடன் சூரத்துக்கு 20 மைல் தொலைவில் வந்து

சேர்ந்திருந்தார். அந்த மாகாணத்தில் இருந்த வணிகர்கள், அரசு அதிகாரிகள் எல்லாரும் அந்தச் செய்தி கிடைத்த உடனேயே முந்தின இரவிலேயே தப்பி ஓடிவிட்டனர். 3-ம் தேதியன்று சிவாஜி சூரத்தைத் தாக்கினார். ஔரங்கசீப் அப்போதுதான் அந்த நகருக்கு மதில் சுவர் எழுப்பியிருந்தார். சிறிய அளவில் கோட்டை வீரர்கள் எதிர்த் தாக்குதல் நடத்தினர். அதன்பின் தப்பிஓடிவிட்டனர். ஆங்கிலேயர், ஃபிரெஞ்சு, டச்சு ஆகியோரின் வணிகக் கிடங்குகள், பாரசீக துருக்கிய வணிகர்களின் புதிய சராய் (மாளிகைகள்), மெக்கா பயணம் முடித்துவிட்டு வந்திருந்த காஷ்கர் பகுதியின் முன்னாள் மன்னரான அப்துல்லா கானின் சராய் மாளிகை (ஆங்கிலேய ஃபிரெஞ்சுக்காரர்களின் மாளிகைகளுக்கு நடுவே இருந்தது) ஆகியவை நீங்கலாக முழு நகரமும் மராட்டியப் படையின் வசம் போனது.

ஃப்ரெஞ்சுக்காரர்கள் மராட்டியப் படையினருக்கு ‘விலை மதிப்பு மிகுந்த பரிசுகள்’ கொடுத்து தங்களைப் பாதுகாத்துக் கொண்டனர். திறந்தவெளியில் இருந்த ஆங்கிலேய வணிக மையங்களை ஸ்ட்ரென்ஸாம் மாஸ்டர் ஐம்பது கடலோடிகளின் துணையுடன் காப்பாற்றிக்கொண்டார்.

தார்த்தாரியர்கள் தொடர்ந்து மராட்டியப் படைகளை எதிர்த்தனர். ஆனால் ஒரு கட்டத்துக்கு மேல் முடியாமல் போய்விடவே தமது மன்னருடன் சேர்ந்துகொண்டு அந்த மாளிகையை அதன் அத்தனை செல்வங்களுடன் விட்டுவிட்டுத் தப்பி ஓடினர். புதிய சராயில் இருந்த துருக்கியர்கள் தமது மாளிகையை வெற்றிகரமாகப் பாதுகாத்துக்கொண்டுவிட்டனர். மராட்டியப் படைக்கு சொற்ப இழப்பையும் ஏற்படுத்தினர். மராட்டியப் படை நகருக்குள் மிக நிதானமாகச் சென்று செல்வந்த மாளிகைகளை எல்லாம் சூறையாடியது. நகரில் பாதிக்கு மேற்பட்ட கட்டடங்களைத் தீவைத்துக் கொளுத்தியது. ஐந்தாம் தேதியன்று ஊர் திரும்பியது.

சூரத்திலிருந்து சிவாஜிக்கு இந்தத் தாக்குதலின் மூலம் 66 லட்சம் பணம் கிடைத்ததாக ஓர் அரசு அறிக்கை தெரிவிக்கிறது. ஆனால், மராட்டியப் படை எடுத்துச் சென்றதை வைத்து சூரத்தின் இழப்பை எடைபோடமுடியாது. இந்தியாவின் செல்வ வளம் மிகுந்த அந்த நகரின் வணிகம் முழுமையாக முடக்கப்பட்டுவிட்டது. சிவாஜி அங்கிருந்து போன சில வருடங்களுக்கு மராட்டியப் படை அந்த நகருக்கு சற்று தொலைவில் வந்தாலோ வருவதாகப் புரளி கிளம்பினாலோ வணிக நகரம் பதற்றத்தில் மூழ்க ஆரம்பித்தது. அப்படியான செய்தி வந்ததும் வணிகர்கள் எல்லாம் அலறி

அடித்துக்கொண்டு தமது பொருட்களையெல்லாம் கப்பல்களில் மளமளவென ஏற்றிக்கொண்டு ஓடுவார்கள். மக்கள் எல்லாரும் ஊரைவிட்டு ஓடிவிடுவார்கள். ஐரோப்பியர்கள் ஸ்வாலி பகுதிக்கு ஓடிவிடுவார்கள். அப்படியாக சூரத்தின் வணிகம் பெருமளவுக்குப் பாதிக்கப்பட்டது.

4. தின்தோரி பகுதியில் தாவூத்கானை சிவாஜி தோற்கடித்தல் (17, அக், 1670) மற்றும் பேரார் மீதான தாக்குதல்.

இரண்டாவது முறை சூரத்தைத் தாக்கியபின்னர் சிவாஜி பக்லனா பகுதிக்குள் நுழைந்து முல்ஹிர் கோட்டையின் அடிவாரத்தில் இருந்த கிராமங்களைக் கைப்பற்றினார். மராட்டியப் படைகளை அடக்க பர்ஹான் பூரிலிருந்து புறப்பட்டுச் செல்லுமாறு உத்தரவிடப்பட்ட தாவூத் கான் பக்லானாவிலிருந்து நாசிக்குக்குச் செல்லும் பாதை மலைத் தொடருடன் குறுக்கிடும் பகுதியில் இருக்கும் சந்தோர் ஊருக்குச் சென்று சேர்ந்தார். 16 அக்டோபர் நள்ளிரவில் சிவாஜி வேகமாக நாசிக் செல்லும் பாதையில் பாதி படையினருடன் விரைந்து சென்றுகொண்டிருக்கிறார் என்ற செய்தி ஒற்றர்கள் மூலம் கிடைத்தது. மீதி படையினர் அந்தக் கணவாய் வழியாக வரும் எதிரிப் படையை எதிர்கொள்ள அங்கு நிறுத்தப்பட்டிருக்கும் செய்தியும் கிடைத்தது. தாவூத் கான் உடனே படையை முன்னகர்த்தினார். அதிகாலை வாக்கில் படையை நடத்திச் சென்ற தளபதி இக்லாஸ் கான் மியானா மராட்டியப் படையை தூரத்தில் சந்தித்தார். தனது முழு படையும் வந்து சேரும்வரை காத்திருக்காமல் உடனே தாக்குதலை ஆரம்பித்தார். மராட்டியர்களின் பின்வரிசைப் படையில் 10,000 வலிமையான வீரர்கள் இருந்தனர். குதிரையேற்றத்தில் கைதேர்ந்த பிரதாப் ராவ் குஜ்ஜார், வியான்காஜி தத்தோ, மகாஜி ஆனந்த் ராவ் (ஷாஜி போன்ஸ்லேயின் திருமண உறவு கடந்த மகன்) முதலான தளபதிகள் அந்தப் படையில் இருந்தனர். இக்லாஸ் கான் விரைவிலேயே காயம் பட்டு குதிரையில் இருந்து வீழ்த்தப்பட்டார். சிறிது நேரத்திலேயே தாவூத் கான் அங்கு தன் படையுடன் வந்து சேர்ந்தார். சில மணிநேரங்கள் மிக மிகக் கடுமையான ரத்தக் களறியான போர் நடந்தது. தக்காணத்தைச் சேர்ந்த பார்கி குதிரைப்படையினரைப் போலவே மராட்டியப் படை மிகவும் தீவிரமாக மொகலாயப் படையைச் சுற்றி வளைத்துத் தாக்கியது. ஆனால் மொகலாயப் படையில் பந்தேலா காலாட்படை தன்னிடமிருந்து பீரங்கி, துப்பாக்கி, எரி ஆயுதங்கள் கொண்டு தாக்கி மராட்டியப்படையைப் பின்வாங்க வைத்தது.

மதிய வாக்கில் போர் கொஞ்சம் தணிந்தது. மாலையில் மீண்டும் மராட்டியப் படை வேகமாகத் தாக்கியது. ஆனால் பீரங்கி குண்டுகளினால் விரட்டப்பட்டனர். இலையுதிர்கால இரவு வானத்தின் கீழ் மொகலாயர்கள் சிறிது நேரம் ஓய்வெடுத்துக் கொண்டனர். அவர்களுடைய படை முகாம் அங்கு வலுவாகக் கால் ஊன்றிக் கொண்டது. இறந்தவர்களைப் புதைத்தும் காயம்பட்டவர் களுக்கு மருந்திட்டும் இரவைக் கழித்தனர். மராட்டியப் படை கொங்கணி பகுதிவரை திரும்பிச் சென்றது. வழியில் எந்த எதிர்ப்பும் இருந்திருக்கவில்லை.

ஒரு வாரம் கழித்து பேஷ்வாக்கள் நாசிக் மாவட்டத்திலிருந்த திரியம்பகக் கோட்டையைக் கைப்பற்றினர். இந்தத் தாக்குதல் ஒரு மாத காலத்துக்கு மொகலாயப் படையைத் தடுத்து நிறுத்தியது. தாவூத் கான் போர் முடிந்ததும் தன் எஞ்சிய படையை நாசிக்கு வழிநடத்திச் சென்று அங்கு ஒரு மாத காலம் தங்கிப் புத்துணர்வு ஊட்டிக்கொண்டார். நவம்பர் பிற்பகுதியில் அஹமது நகருக்குச் சென்றார். டிசம்பர் தொடக்கத்தில் கந்தேஷ் பகுதியில் பிரதாப் ராவ் தாக்குதல் மேற்கொண்டார். வழியில் அஹிவந்த் உட்பட பக்லானாவில் இருந்த மூன்று கோட்டைகளையும் கைப்பற்றியிருந்தார். பர்ஹான்பூருக்கு இரண்டு மைல் தொலைவில் இருந்த பஹதுர்புரா கிராமத்தையும் கைப்பற்றினார்.

பேராருக்குள் நுழைந்தவர் கரிஞ்சா பகுதியில் இருந்த செல்வந்தர்கள் மற்றும் அதன் செழுமையை முழுவதுமாகத் தன் வசமாக்கிக் கொண்டார். 4000 காளைகள், குதிரைகள், கோவேறு கழுதைகள் அனைத்தும் கைப்பற்றப்பட்டன. அருமையான துணிமணிகள், வெள்ளி, தங்கம், ஒரு கோடி ரூபாய் அனைத்தும் கப்பமாகப் பெறப்பட்டன. பிற நகரங்களும் பெரும் செல்வத்தைக் கொடுத்தன. அரை நூற்றாண்டு காலம் நிலவிய அமைதியினால் சேர்த்திருந்த செல்வம் முழுவதையும் வளமான மண்ணையும் அந்த நகரங்கள் முதல் தாக்குதல் மேற்கொண்டவர்களுக்குக் கொடுத்தது.

பேராரில் கரிஞ்சா பகுதியை பிரதாப் ராவ் தன்வசமாக்கிக் கொண்டிருந்தபோது மோரோ திரியம்பக் பிங்க்ளே தலைமையில் இன்னொரு மராட்டியப் படை மேற்கு கந்தேஷையும் பக்லானாவையும் கைப்பற்றியது. இந்த இரண்டு படைகளும் சலீர் பகுதியில் ஒன்று கூடி அங்கிருந்த கோட்டையை முற்றுகையிட்டன. முலீருக்கு அருகில் தாவூத் கான் இரவு எட்டு மணி வாக்கில் வந்து சேர்ந்தார். அவருடைய படையில் பலர் பின்தங்கியிருந்ததால் அவரால் அதற்கு மேல் முன்னேறிச் செல்லமுடியவில்லை.

இதனால் சலீர் கோட்டையினருக்கு உரிய நேரத்தில் அவரால் உதவமுடியாமல் போய்விட்டது.

சலீர் கோட்டையை முற்றுகையிட சிவாஜி 20000 குதிரை மற்றும் காலாட்படையினரை அனுப்பியிருந்தார். ஒரு நாள் அந்தக் கோட்டையின் காவல் பலவீனமடைந்திருந்ததைக் கண்டு கயிறு, ஏணிகள் மூலம் கோட்டைக்குள் ஏறிச் சென்றனர். கிலாதார் ஃபதுல்லாகான் போரிட்டு மடிந்தார். அவருடைய மனைவியின் சகோதரரிடமிருந்து கோட்டையை மராட்டியர் கைப்பற்றினர் (5, ஜன, 1671). மராட்டியர்களின் வெற்றி தொடர்ந்தது. பக்லானாவின் ஃபௌஜ்தாரான நெக்மம் கானுக்கும் அவருடைய படையினருக்குமான உணவு தானிய வண்டிகளைப் பிடித்தனர்.

5. மொகலாயத் தளபதிகளின் படையெடுப்புகள் (1671-72)

இப்படியாக மராட்டியர்களுக்குக் கிடைத்த வெற்றிகள் ஔரங்கசீபை விழித்துக்கொள்ளவைத்தன. தக்காணத்தின் தலைமைத் தளபதியாக முஹபத் கானை நியமித்தார். பக்லானா பகுதிக்கு ஏராளமான படைவீரர்கள், பண உதவிகள், உணவுப் பொருட்கள், தளவாடங்கள் அனுப்பிவைத்தார் (ஜன 1671).

1671 ஜனவரி இறுதிவாக்கில் சந்தூர் பகுதிக்கு அருகே தாவுத் கானுடன் மஹ்பத் கான் சேர்ந்துகொண்டு இருவரும் சமீபத்தில் சிவாஜி கைப்பற்றிய அஹிவந்த் கோட்டையை முற்றுகையிட்டனர். ஒரு மாத முற்றுகைக்குப் பின்னர் அந்தக் கோட்டை மொகலாயர் வசம் வந்தது. அந்தக் கோட்டையைத் தொடர்ந்து தக்கவைக்க ஒரு படையை அங்கு நிறுத்தினார் மொஹகத் கான். நாசிக்கிலேயே மூன்று மாத காலம் தங்கியும் இருந்தார். அஹமத் நகருக்கு 20 மைல் மேற்கிலிருந்த பர்னீர் பகுதிக்குச் சென்று ஜூன் முதல் செப்டம்பர் வரையான மழைக்காலத்தைக் கழித்தார்.

ஔரங்கசீபுக்கு மஹ்பத் கானின் மெதுவான நகர்வுகள் பிடிக்கவில்லை. சொற்ப வெற்றி பெற்றுவிட்டு நீண்ட காலம் ஓய்வில் இருக்கும் அவர் மீது, சிவாஜியுடன் ரகசியக் கூட்டு வைத்துக்கொண்டுவிட்டதாக சந்தேகமும் எழுந்தது. எனவே அடுத்த குளிர்காலத்தில் திலிர்கானையும் பஹதுர் கானையும் தக்காணத்துக்கு அனுப்பினார். குஜராத்திலிருந்து பக்லானாவுக்கு அவர்கள் படையெடுத்துச் சென்று மராட்டியர்களின் கைகளில் இருந்த சலீர் பகுதியை முற்றுகையிட்டனர். இக்லாஸ் கான் மியானா, ராவ் அமர் சிங் சந்தவத் மற்றும் சில முக்கியமான

அதிகாரிகளை அங்கே இருந்து முற்றுகையைத் தொடரும்படிச் சொல்லிவிட்டு அவர்கள் அஹமது நகர் நோக்கிச் சென்றனர். அதிரடிப் படையுடன் சென்ற திலிர்கான் புனேவைக் கைப்பற்றினார். 9 வயதுக்கு மேலாக இருந்தவர்கள் அனைவரையும் கொன்று குவித்தார் (டிசம்பர், 1671 இறுதிவாக்கில்).

இதனிடையில், சலீர் பகுதியை முற்றுகையிட்டிருந்த மொகலாயப் படையை பிரதாப் ராவ் மற்றும் ஆனந்த ராவ் தலைமையிலான மராட்டியப் படையும் பேஷ்வா படைகளும் சேர்ந்து தாக்கின. மிகக் கடுமையான போருக்குப் பின்னர் இக்லாஸ் கானும் ராவ் அமர் சிங் சந்த்வத்தின் மகன் முகம் சிங்கும் காயம்பட்டுச் சிறைப்பிடிக்கப் பட்டனர். பிரதான அதிகாரிகள் பலரும் சிறைப்பிடிக்கப்பட்டனர். ராவ் அமர் சிங்கும் பிற பல தளபதிகளும் சில ஆயிரம் காலாட்படையினரும் கொல்லப்பட்டனர். ஒட்டு மொத்த மொகலாய முகாமும் மராட்டியர்களால் கைப்பற்றப்பட்டது. அதன் பின் மோரோ பந்த் முலீர் பகுதியையும் கைப்பற்றினார். இது 1672 ஜனவரி இறுதி மற்றும் பிப்ரவரி முதல் வாரத்தில் நடந்தது. இந்த வெற்றிகளினால் சிவாஜியின் தன்னம்பிக்கையும் பெருமையும் வெகுவாக அதிகரித்தது.

1672 நடுப்பகுதிவாக்கில் மஹ்பத் கானும் ஷா ஆலமும் தில்லிக்கு அழைக்கப்பட்டனர். இவர்களுடைய இடத்தில் தக்காணத்தின் தலைமைத் தளபதியாகவும் ஆட்சியாளராகவும் பஹதுர் கான் நியமிக்கப்பட்டார். ஜனவரி 1673-ல் சுபேதாராகவும் ஆனவர் 1677 ஆகஸ்ட் வரையிலும் அந்தப் பதவியில் நீடித்தார்.

6. கோலி ராஜ்ஜியத்தை மராட்டியர் வென்றெடுத்தல் மற்றும் சூரத்திலிருந்து நான்கில் ஒரு பங்கு வரி கோரிப் பெற்றது (1672)

ஐந்து ஜூனில் மோரோ திரியம்பக் பிங்களேயின் தலைமையில் மராட்டியப் படை ஒன்று புறப்பட்டுச் சென்று கோலி தேசத்தின் ராஜா விக்ரம் ஷாவிடமிருந்து ஜவஹர் பகுதியைக் கைப்பற்றியது. 17 லட்சம் அளவிலான பணத்தையும் எடுத்துச் சென்றது. மேலும் வடக்குப் பக்கமாக முன்னேறிச் சென்று ஜூலை முதல் வாரத்தில் கோலி ராஜ்ஜியத்தின் ராம் நகரையும் கைப்பற்றியது.

இந்த இரண்டு பகுதிகளையும் வென்றெடுத்ததன் மூலம் காலியன் பகுதியிலிருந்து வட கொங்கணி வழியாக சூரத்துக்குச் செல்லும்

குறுகிய, பாதுகாப்பான பாதையும் கைவசமானது. தெற்கிலிருந்து சூரத் கோட்டையைத் தாக்குவது எளிதானது. இதனால் மராட்டியப் படை குறித்த நிரந்தர அச்சத்தில் அந்த நகரம் மூழ்கியது.

ராம் நகருக்கு அருகில் இருந்தபடி மோரோ திரியம்பக் பிங்களே தன் அரசர் சிவாஜியின் சார்பில் சூரத் ஆட்சியாளருக்கு மூன்று கடிதங்கள் தொடர்ந்து அனுப்பினார். சூரத்தில் இருக்கும் வணிகர்கள் நான்கு லட்சம் பணம் கப்பம் கட்டவேண்டும்; மறுத்தால் படையெடுத்துவருவேன் என்று எச்சரித்தார்.

கோலி ராஜ்ஜியத்தில் அவர்கள் அமைத்திருந்த முகாமிலிருந்து மோரோ திரியம்பக் தலைமையில் ஒரு படை மேற்குத் தொடர்ச்சி மலை வழியாக நாசிக் மாவட்டத்துக்குள் 1672 ஜூலை நடுப்பகுதி வாக்கில் நுழைந்து தாக்கியது. அந்த மாகாணத்தில் மொகலாயர் சார்பில் தெற்கு மற்றும் வடக்கு தானாதார்களான யாதவ் ராவ் மற்றும் சித்தி ஹலால் தலைமையில் இருந்த படைகளைத் தோற்கடித்தது. இந்தத் தோல்வியைத் தொடர்ந்து அவர்கள் இருவரையும் பஹதுர் கான் கடுமையாகக் கடிந்துகொள்ளவே இருவரும் பெரும் கோபத்துடன் மராட்டியர் பக்கம் சேர்ந்துவிட்டனர்!

7. 1673-ல் மராட்டியர்களின் படையெடுப்புகள்

சிவாஜி நவம்பர் மாத வாக்கில் ஒரு பெரிய குதிரைப் படையை பேரார் மற்றும் தெலங்கானா மீது மின்னல் தாக்குதல் நடத்த அனுப்பினார். மொகலாயத் தளபதியால் அவர்களுடைய சாமர்த்தியத்துக்கு ஈடுகொடுக்கமுடியவில்லை. தாக்குதல் மேற்கொண்ட ராம்கிர் பகுதியிலிருந்த மராட்டியப்படை இரண்டாகப் பிரிந்தது. ஒரு படை தெற்கே கோல்கொண்டாவுக்குள் ஓடியது. இன்னொரு படை வடக்குப் பக்கம் சந்தா பகுதிக்குச் சென்று அங்கிருந்து மேற்கு திசையில் பேரார் பகுதிக்குள் சென்றுவிட்டது. முதல் படையை பீஜாப்பூருக்குள் துரத்திச் சென்ற திலிர் கான் அவர்களிடமிருந்த பொருட்களில் பெரும்பகுதியைக் கைப்பற்றினார். இரண்டாவது படையை அந்தூர் பகுதிக்கு அருகில் (ஔரங்காபாதுக்கு 38 மைல் வடக்கில்) பஹதுர் கான் எதிர்த்து நின்று அவர்களிடமிருந்தும் பெரும் தொகையைக் கைப்பற்றி உரியவர்களிடம் ஒப்படைத்தார். ஔரங்காபாதுக்கு ஆறு மைல் தொலைவில் நடந்த இன்னொரு சிறிய போரில் மராட்டியர்கள் தோற்று ஓட நேர்ந்தது. சபாகரன் தலைமையிலான பந்தேல் வீரர்கள் 400 பேர் இறந்தனர் (டிசம்பர்).

முன்பு டிச 1670-ல் நடைபெற்ற தாக்குதலைப் போலல்லாமல் கந்தேஷ் மற்றும் பேராருக்குள்ளான இந்த மராட்டியப் படையெடுப்பு மொகலாயர்களால் முழுமையாகத் தோற்கடிக்கப்பட்டுவிட்டது.

சாமர்குண்டாவுக்கு எட்டு மைல் தெற்கே பீமா நதியின் வட கரையில் பேட்காவ் பகுதியில் பஹதுர் கான் 1673-ல் முகாமிட்டிருந்தார். அதன் பின் பல வருடங்கள் அவருடைய படை அங்கேயே முகாமிட்டிருந்தது. அதனால் அங்கு ஒரு கோட்டையும் நகரமும் உருவாகி வளர்ச்சியடைந்தது. அந்தப் பகுதிக்கு பஹதுர் கர் என்று பெயர் சூட்டிக்கொள்ள ஔரங்கசீப் அனுமதி தந்தார்.

பேட்காவ் ராணுவ முக்கியத்துவம் வாய்ந்த இடத்தில் அமைந்திருந்தது. புனேயிலிருந்து கிழக்குப் பக்கமாக இருக்கும் மலைத் தொடரிலிருந்து சற்று கீழே சமதளத்தில் அமைந்திருந்தது. மொகலாயத் தளபதிகள் இங்கிருந்து வட திசையில் மலைத் தொடரின் மேற்குப் பக்கப் பள்ளத்தாக்குகள் வழியாகச் சென்று முலா மற்றும் பீமா (வட பூனே மாவட்டம்) அல்லது தெற்கே நிரா மற்றும் பாராமதி (புனேயின் தென் பகுதி) ஆகியவற்றைப் பாதுகாக்க எளிதில் முன்னேறிச் செல்லமுடியும். அஹமது நகரில் இருக்கும் தமது மிகப் பெரிய ஆயுதக் கிடங்குடன் வடக்குப் பக்கத்தில் எளிதில் தொடர்புகொள்ளவும்முடியும். அந்தக் கோட்டைக்கு அடிவாரத்தில் இருக்கும் நதி நீங்கலாக வேறு எந்தவொரு நதியையும் கடக்க வேண்டிய அவசியம் இதில் இருக்காது. தென் திசையில் ஷோலாப்பூர் மாவட்டத்தினூடாகச் சென்று பீஜாப்பூரை எளிதில் தாக்க முடியும்.

சிவானீர் (ஜுன்னார் கோட்டை) பகுதியைப் பணத்தாசை காட்டிப் பெற்றுவிட சிவாஜி மேற்கொண்ட முயற்சி தோல்வியில் முடிந்தது. அந்தப் பகுதியின் ஆட்சியாளராக இருந்த அப்துல் அஜிஸ் கான் (இஸ்லாமுக்கு மாறிய பிராமணர்) ஔரங்கசீப் மீது மிகுந்த மரியாதை கொண்டவராக இருந்தார். சிவாஜி கொடுத்த கையூட்டைப் பெற்றுக்கொண்டவர் ரகசியமாக பஹதுர் கானிடம் இந்த தந்திரத்தைச் சொல்லியும்விட்டார். இதனால் அந்தக் கோட்டையை எளிதில் கைப்பற்றிவிடலாம் என்று நம்பி வந்த மராட்டியப்படை மறைந்திருந்த மொகலாயப் படையால் சுற்றி வளைத்துத் தாக்கப்பட்டனர். இறுதியில் பெரும் இழப்புடன் தப்பி ஓடினர்.

இரண்டாம் அலி ஆதில் ஷா 24, நவம்பர், 1672-ல் இறந்தார். அவருடைய மகனான நான்கு வயது குழந்தையே அரியணையில் இருந்ததால் சில மாதங்களில் பீஜாப்பூர் ராஜ்ஜியத்தில் பெரும்

குழப்பமும் கூச்சலும் ஏற்பட்டது. சிவாஜி இந்த சந்தர்ப்பத்தை நன்கு பயன்படுத்திக்கொண்டார். 6, மார்ச், 1673-ல் பணாலா பகுதியைப் பணத்தாசை காட்டி இரண்டாம் முறையாகக் கைப்பற்றினார். 27 ஜூலையில் சத்ர மலைக்கோட்டையை இதே முறையில் கைப்பற்றினார். மே மாதத்தில் பிரதாப் ராவ் குஜ்ஜார் தலைமையில் ஒரு மராட்டியப் படை பீஜாப்பூரி கனரா உள் நாட்டுப் பகுதிக்குள் படையெடுத்துச் சென்று, ஹூப்ளி மற்றும் பல செல்வந்த நகரங்களைக் கைப்பற்றினர். ஆனால் பீஜாப்பூரி தளபதி பாலோல் கான் இவர்களைத் தீவிரமாகப் போரிட்டுத் தடுத்து நிறுத்தினார்.

தசரா நாளில் (10, அக், 1673) 25,000 வலிமையான வீரர்கள் சிவாஜியின் தலைமையின் கீழ் பீஜாப்பூரி பகுதிக்குள் புயலெனப் பாய்ந்து தாக்கினர். செல்வந்த நகரங்கள் முழுவதையும் கைப்பற்றியபின் கனரா பகுதிக்குள் நுழைந்தனர். டிசம்பர் நடுப்பகுதிவரையிலும் அங்கேயே முகாமிட்டிருந்தனர்.

1674 ஜனவரி கடைசி வாக்கில் கொங்கணி பகுதிக்குள் மொகலாயப் படை வர முயன்றது. அதே நேரத்தில் பீஜாப்பூரின் பணாலா பகுதியிலும் தாக்குதலை மேற்கொள்ளத் திட்டமிட்டிருந்தது. ஆனால் சிவாஜி, மலைக் கணவாய்ப் பகுதிகளில் பல இடங்களில் காவலைப் பலப்படுத்தி இந்தப் படைகள் முன்னேறிவரும் வழிகளைத் தடுத்துவிட்டார். இதனால் மொகலாயப் படை எதிர்பார்த்தபடி முன்னேற முடியாமல் திரும்பிச் சென்றது.

அதன் பின்னர், தக்காணத்தில் மொகலாயர்களின் ஆதிக்கம் பலவீனமடையத் தொடங்கியது. கைபர் கணவாய் பகுதியில் ஆஃப்கானியர்கள் கிளர்ச்சி செய்ய ஆரம்பித்தனர். எனவே 7 ஏப்ரலில் ஔரங்கசீப் மொகலாயப் படையை ஹஸன் அப்தல் பகுதியிலிருந்து வழிநடத்த தில்லியிலிருந்து புறப்பட்டுச் சென்றார். அடுத்த மாதம் திலிர் கான் வட மேற்கு எல்லைப் பகுதிக்கு படையுடன் அழைக்கப்பட்டார். தக்காணத்தில் பஹதுர் கான் மட்டும் தனியே பலம் குன்றிய நிலையில் இருந்தார். இந்தச் சூழ்நிலையைச் சாதகமாகப் பயன்படுத்திக்கொண்ட சிவாஜி 1674, ஜூன், ஆறாம் தேதியன்று ராய்கர் கோட்டையில் மிக விமர்சையான முறையில் சத்ரபதி சிவாஜியாக முடிசூட்டிக் கொண்டார்.

8. பஹதுர் கானின் படை முகாம் மீதான தாக்குதல் மற்றும் மொகலாயர்களுடனான சிவாஜியின் போர்கள், 1674.

சிவாஜியின் முடி சூட்டு விழாவுக்குப் பெருமளவிலான பணம் செலவிடப்பட்டது. படையினருக்குத் தொடர்ந்து உணவளிக்க

மேலும் அதிகப் பணம் தேவைப்பட்டது. எனவே ஜுலை நடுப்பகுதிவாக்கில் 2000 மராட்டியப் படையுடன் பஹதுர் கான் முகாமிட்டிருந்த பேட்காவ் பகுதிக்கு 50 மைல் தொலைவில் ஒரு சிறிய படையை நகர்த்தினார். அப்படியாக பஹதுர்கானின் கவனத்தை அந்தப் பக்கம் திருப்பிய சிவாஜி தன் தலைமையில் சுமார் 7000 வீரர்களுடன் இன்னொரு பக்கத்திலிருந்து போதிய பாதுகாவல் இல்லாத அவனுடைய முகாமைத் தாக்கி ஒரு கோடிக்கும் மேலான பணத்தைக் கைப்பற்றினார். 200 உயர் ரகக் குதிரைகளையும் கைப்பற்றினார்.

அக்டோபர் இறுதிவாக்கில் சிவாஜி தலைமையில் ஒரு மிகப் பெரிய படை தக்காணப் பீடபூமிக்குள் நுழைந்தது. கலவரமடைந்திருந்த பஹதுர் கானின் முகாமுக்கு ஓரமாகச் சென்று ஔரங்காபாத் பகுதியிலிருந்த பல கிராமங்களில் தாக்குதல் மேற்கொண்டது. பக்லானா, கந்தேஷ் பகுதிகளுக்கும் முன்னேறிச் சென்று தாக்கியது. அந்தப் பகுதியில் ஒரு மாத காலம் தங்கித் தாக்குதலில் ஈடுபட்டது (நவம்பர் இறுதி தொடங்கி டிசம்பர் இறுதிவரை). எரந்தோலுக்கு பத்து மைல் வடக்கில் இருந்த தரன்காவ் பகுதியையும் அங்கிருந்த ஆங்கிலேயரின் வணிகக் கிடங்கையும் தாக்கினர்.

சிவாஜி இதன் பின்னர் பஹதுர் கானுடன் தந்திரமான அமைதிப் பேச்சுவார்த்தையை ஆரம்பித்தார். அடுத்த மூன்று மாத காலத்துக்கு (மார்ச்-மே 1675) மொகலாயர்களைப் போலியான வாக்குறுதிகளைத் தந்து அமைதி உருவாகும் என்று நம்பவைத்தார். ஜுலை 1675 வாக்கில் போந்தா பகுதியைக் கைப்பற்றியதும் வேடத்தைக் கலைத்துவிட்டு சிவாஜி மொகலாயத் தூதுவர்களை விரட்டியடித்தார்.

ஜனவரி 1676-ல் சிவாஜிக்குக் கடும் ஜுரம் ஏற்பட்டது. சத்ரவில் அடுத்த மூன்று மாத காலம் படுத்த படுக்கையாக இருந்தார். பீஜாப்பூரில் பஹ்லோல் கான் ஆட்சியைக் கைப்பற்றியதைத் தொடர்ந்து (1675 இறுதியில்) அங்கிருந்த ஆஃப்கானியப் படையினருக்கும் தக்காணப் படையினருக்கும் இடையில் உள் மோதல் வெடித்தது. சிவாஜி இந்த வாய்ப்பையும் நன்கு பயன்படுத்திக்கொண்டார். சிவாஜி பெரும் படையுடன் பாய்ந்து சென்று பெரிய எதிர்ப்பும் அபாயமும் இல்லாத அந்தப் பகுதியை எளிதில் கைப்பற்றிவிட்டார். மே 31 வாக்கில் பஹதுர்கான் பீஜாப்பூர் மீதான மிகப் பெரிய தீவிரமான படையெடுப்பை ஆரம்பித்தார். இதனால் புதிதாக ஆட்சியைக் கைப்பற்றியிருக்கும் பஹ்லோல் கான் சிவாஜியின் உதவியை நாடும் நிலை உருவானது.

9. கர்நாடகப் படையெடுப்புக்கான சிவாஜியின் ராஜ தந்திர நடவடிக்கைகள்

ஜனவரி 1677 வாக்கில் தன் வாழ்நாளிலேயே மிக மிகப் பெரியதான கர்நாடகப் படையெடுப்புக்கு மராட்டிய மன்னர் சிவாஜி தயாரானார். அண்டை ராஜ்ஜியங்களில் இருந்த நிலைமைகள் எல்லாம் சிவாஜிக்கு சாதகமாகவே இருந்தன. ஔரங்கசீபின் மிகச் சிறந்த படைகள் எல்லாம் ஆஃப்கான் எல்லையில் அந்த மலைப்பகுதி மக்களை அடக்குவதிலேயே ஈடுபட்டிருந்தன. பீஜாப்பூரில் இருந்த மொகலாயப் பிரதிநிதி 31 மே வாக்கில் பீஜாப்பூர் மீது தாக்குதலை ஆரம்பித்தார். அது ஒரு வருட காலம் நீண்டது. சிவாஜியின் ராஜ தந்திர நடவடிக்கைகள் பஹதுர் கானை வீழ்த்தியது. ஏற்கெனவே மராட்டிய மன்னருடன் நட்பு முயற்சிகளுக்கு செவி சாய்த்திருந்தார். பீஜாப்பூர் மீதான மொகலாயப் படையெடுப்பு ஆரம்பித்த நிலையில் (மே, 1676) மராட்டியர்களுடன் நட்புறவில் இருந்துகொள்வது பஹதுர் கானுக்கு அவசியமாக இருந்தது. அதுபோலவே கர்நாடகப் பகுதியில் தாக்குதல் மேற்கொள்ள விருந்த சிவாஜிக்கும் மொகலாயர்களுடன் நட்புறவில் இருப்பது அவசியமாக இருந்தது. விலை மதிப்பு மிகுந்த பரிசுப் பொருட்களுடன் பஹதுர் கானைச் சென்று சந்திக்கும்படி தன் தலைமை அமைச்சர் நீராஜி ராவ்ஜியை சிவாஜி அனுப்பிவைத்தார். கர்நாடகப் படையெடுப்பு ஒரு ஆண்டுகாலம் நீடிக்கும் என்பதால் சிவாஜி இல்லாதபோது மராட்டியப் பகுதிகளில் மொகலாயப் படை தாக்குதல் நடத்தாமல் இருக்கவேண்டும் என்று ஒப்பந்தம் செய்துகொள்ளப்பட்டது.

கோல்கொண்டா மன்னருடைய நட்பும் உதவியும்கூட சிவாஜி கேட்டுப் பெற்றுக்கொண்டார். அப்துல் ஹசன் குதுப் ஷாவின் வலிமை மிகுந்த வாஸிராக இருந்த மாதண்ண பண்டிட் ஏற்கெனவே சிவாஜியுடன் கூட்டணி அமைத்திருந்தார். அந்தப் பகுதியின் பாதுகாப்புக்காக ஆண்டு கப்பமாக ஒரு லட்ச பணம் தர சம்மதித்திருந்தார். பிரஹலாத நீராஜி மிகவும் சாமர்த்தியசாலி. மராட்டிய தூதுவராக ஹைதராபாதில் இருந்தார். கோல்கொண்டா வின் குதுப் ஷாவிடமிருந்து படையெடுப்புக்கான செலவு மற்றும் துணைப்படை ஒன்றையும் பெற்றுக்கொள்ளலாம்; பதிலுக்குப் போரில் கிடைக்கும் வெற்றியில் பங்கு தரலாம் என்று சிவாஜி முடிவெடுத்தார்.

10. சிவாஜி உருவாக்கிய கோல்கொண்டா சுல்தானுடனான கூட்டணி மற்றும் கர்நாடகப் போரில் வெற்றி

ஜனவரி 1677 வாக்கில் சிவாஜி ராய்கர் பகுதியிலிருந்து கிழக்கு திசையில் 50,000 வீரர்களுடன் புறப்பட்டு பிப்ரவரி ஆரம்ப நாட்களில் ஹைதராபாதுக்கு வந்து சேர்ந்தார். குதுப் ஷாகி பகுதிக்குள் நுழைந்தவர் அங்கு எந்தவிதக் கொள்ளையடிப்பிலோ அங்கிருப்பவர்களுக்கு எந்தவொரு தீங்கோ விளைவிக்கக்கூடாது என்று உறுதியான உத்தரவைப் பிறப்பித்தார். மீற முயன்றவர் களுக்குக் கடுமையான தண்டனையும் விதித்தார்.

தமது மன்னருடைய நண்பருக்காக ஹைதராபாத் நகரம் மிகப் பிரமாண்டமான ராஜ வரவேற்பைத் தந்தது. மராட்டியப் படை கம்பீரமாக வீர நடைபோட்டுச் சென்று தாத் மஹால் அரண்மனையில் தங்கியது. சிவாஜி தன்னுடைய ஐந்து அமைச்சர்களை அழைத்துக்கொண்டு அரண்மனைக்குள் சென்று சுல்தானுடன் மூன்று மணி நேரம் உரையாடினார். சிவாஜியின் வசீகர ஆளுமை, நன்னடத்தை, திறமை ஆகியவற்றையும் அவருடைய படையின் வலிமை, ஒழுங்கு ஆகியவற்றையும் கண்டு வியந்த அப்துல் ஹஸன் தனது வஸிர் உரிமையை அவருக்குத் தரவும் அவர் கேட்பதையெல்லாம் கொடுக்கவும் சம்மதித்தார். வரவிருந்த படையெடுப்பு தொடர்பாக ஒரு ரகசிய ஒப்பந்தம் செய்துகொள்ளப் பட்டது.

சிவாஜிக்கு ஹைதராபாத் சுல்தான் நாளொன்றுக்கு 3000 ஃபனம் (அல்லது) மாதம் நான்கரை லட்சம் பணம் கப்பம் கட்டவேண்டும். அவருடைய தளபதி மிர்ஷா முஹம்மது அமீன் தலைமையில் 5000 வீரர்களைக் கொண்ட படையை கர்நாடகப் படையெடுப்பு அனுப்பி உதவவும் வேண்டும். இதற்கு பிரதியுபகாரமாக சிவாஜி தான் வெற்றி பெறவிருக்கும் கர்நாடகப் பகுதிகளில் தனது தந்தை ஷாஜி போன்ஸ்லேவுக்கு சொந்தமாக இருந்திராத பகுதிகளை ஹைதராபாத் சுல்தானுக்குத் தந்துவிடுவதாக ஒப்பந்தம் செய்துகொண்டார். மொகலாயர்களுடனான நல்லிணக்க உறவுகள் மீண்டும் புதிய ஒப்பந்தங்களுடன் உறுதி செய்துகொள்ளப்பட்டன.

மொகலாயர்களுடைய படையெடுப்பிலிருந்து தம்மைப் பாதுகாப்பதற்கு பிரதியுபகாரமாக சிவாஜிக்கு ஹைதராபாத் நிஜாம் ஆண்டுக்கு ஒரு லட்சம் பணம் தனியாகத் தரவும் ஒரு மராட்டியப் பிரதிநிதியைத் தனது அரசவையில் நல்லெண்ணத் தூதுவராகத் தங்க வைக்கவும் சம்மதித்தார்.

விஜய நகரப் பேரரசின் கீழிருந்த குறு நிலங்கள் எல்லாம் ஆதில் ஷா மற்றும் குதுப் ஷா ஆகியோரால் ஏற்கெனவே கைப்பற்றப் பட்டிருந்தன. வடக்கு மற்றும் கிழக்கு மைசூரானது பீஜாப்பூர் சுல்தான் வசம் இருந்தது. பாலாறு தொடங்கி காவிரியின் கிளை நதியான கொள்ளிடம் வரையான அதாவது வேலூர் தொடங்கி தஞ்சாவூர் வரையான மதராஸ் பகுதியும் பீஜாப்பூர் சுல்தான் வசம் இருந்தது. பாலாறுக்கு வடக்கே இருந்த ஸ்ரீகாகுளம் தொடங்கி சத்ரஸ் வரையான பகுதிகள் கோல்கொண்டா சுல்தான் வசம் இருந்தன.

கர்நாடகப் பகுதியில் பீஜாப்பூர் சுல்தானின் பிரதிநிதியாக நாஸிர் முஹம்மது கான் (முன்னாள் வாஸிரான கான் முஹம்மதுவின் மகன்) செஞ்சி கோட்டையைத் தன் முகாமாகக் கொண்டு இருந்தார். தெற்கே ஷேர் கான் லோதி (ஆஃப்கானிய பஹோல் கானின் வாரிசு) திருச்சிக்கு வடக்கே இருந்த வாலிகண்டபுரம் பகுதியைத் தலைமையிடமாகக் கொண்டு ஆண்டுவந்தார். மேலும் தெற்கே தஞ்சை இந்து சாம்ராஜ்ஜியங்களும் (சிவாஜியின் ஒன்றுவிட்ட சகோதரர் வியான்கோஜி 1675-ல் இதைக் கைப்பற்றினார்) மதுரை ராஜ்ஜியமும் இருந்தன. இந்த ராஜ்ஜியங்கள் எல்லாம் தமக்குள் போரிட்டபடியும் ஒருவர் மற்றவருடைய பகுதியைத் தம் ராஜ்ஜியத்துடன் இணைத்தபடியும் இருந்தனர். இந்த உள் மோதல்களைப் பயன்படுத்திக்கொண்டு குதுப் ஷாஹியின் அமைச்சர் மாதண்ண பண்டிட் பீஜாப்பூர் சுல்தான் வசமிருந்த கர்நாடகப் பகுதிகளை சிவாஜியின் துணையுடன் மீட்டு அங்கு ஹிந்து ராஜ்ஜியத்தை மீண்டும் கொண்டுவர விரும்பினார்.

ஹைதராபாதிலிருந்து ஒரு மாதம் கழித்து தென் திசையில் கர்னூல், ஸ்ரீ சைலம், அனந்தபூர், திருப்பதி, காளஹஸ்தி, பெடபாலம் (மதராஸுக்கு ஏழு மைல் தொலைவில்) வழியாக முன்னேறிச் சென்றார். செஞ்சி கோட்டையை அதன் தளபதியுடன் ஒப்பந்தம் செய்து கைப்பற்றினார். வேலூர் கோட்டையை முற்றுகையிட்டார். அதன் தளபதி 14 மாதங்கள் கடுமையாகப் போரிட்டு 21, ஆக, 1678 இறுதியில் தோற்றார்.

கர்நாடக சமவெளிப் பகுதிகளை மராட்டியப் படை விரைவில் கைப்பற்றியது. கோட்டை பாதுகாப்பு பெற்றிருந்த ஒரு சில பகுதிகள் மட்டுமே லேசாக எதிர்த்து நின்றன. செல்வந்தர்கள் எல்லாம் காடுகளுக்குத் தப்பி ஓடினர். அல்லது ஐரோப்பிய கோட்டைகளில் தஞ்சம் புகுந்தனர். ஷேர் கான் லோதி கடலூருக்கு 13 மைல் மேற்கில் இருந்த திருவடி பகுதியில் தோற்கடிக்கப்பட்டார்.

26 ஜூன் வாக்கில் தன் வசம் இருந்த பகுதிகள் அனைத்தையும் மராட்டியர் வசம் ஒப்படைத்தார். கொள்ளிடம் ஆற்றின் வட கரையில் இருந்த திருமலவாடி வரை சென்ற சிவாஜி வியான்கோஜியைத் தன்னை வந்து சந்திக்கும்படி கேட்டுக் கொண்டார். தனது தந்தை இறப்பதற்கு முன்பாக அவரிடம் விட்டுச் சென்றிருந்த பகுதிகளில் நான்கில் மூன்று பகுதியை மீட்டெடுக்க முயன்றார். ஆனால், வியான்கோஜி சமயோஜிதமாக அங்கிருந்து தப்பி (23, ஜூலை) தஞ்சாவூருக்குச் சென்றுவிட்டார். சிவாஜி திரும்பிவரும் வழியில் பல்வேறு புனித ஸ்தலங்களுக்குச் சென்று வழிபட்டார். சிவாஜியின் படையெடுப்பினால் கர்நாடகப் பகுதிகள் பெரும் சேதத்தைச் சந்தித்தன.

1677 -1678 காலப் படையெடுப்பினால் சிவாஜியின் சாம்ராஜ்ஜியத்துடன் 60க்கு 40 லீக் அளவிலான கர்நாடகப் பகுதிகள் சேர்க்கப்பட்டன. அவற்றிலிருந்து ஆண்டுக்கு 20 லட்சம் பணம் வருமானமாகக் கிடைத்தது. சுமார் 100 கோட்டைகளும் மராட்டிய சாம்ராஜ்ஜியத்தில் இணைக்கப்பட்டன.

நவம்பர் 1677-ல் சிவாஜி மதராஸ் பகுதியிலிருந்து கிளம்பிச் சென்று மைசூரின் கிழக்கு மத்திய பகுதிகளைக் கைப்பற்றியபடி திரும்பினார். மைசூர் ராஜ்ஜியத்தின் மையப்பகுதியிலிருந்த சேரா பகுதியிலிருந்து கோபல், குடகு, பன்காபூர், பேல்வாடி (இன்றைய பேல்காவ் மாவட்டம்) துர்கல் வழியாக தனது கோட்டையாகத் திகழ்ந்த பணாலா பகுதிக்கு ஏப், 1678 முதல் வாரத்தில் சென்று சேர்ந்தார்.

11. மொகலாயர்கள், பீஜாப்பூர் சுல்தானகம், சிவாஜி (1678-79)

1678-ல் சிவானீர் கோட்டையைக் கைப்பற்ற மராட்டியர்கள் இரண்டாவது முயற்சியை மேற்கொண்டனர். ஜுனார் கிராமத்து மலை அடிவாரத்தில் முகாமிட்டு இரவில் அந்தக் கோட்டை மீது ஏற முயற்சி செய்தனர். கயிறு ஏணி மாட்டியும் சுருக்குக் கயிறு வீசியும் சுமார் 300 மராட்டிய வீரர்கள் ஏறினர். ஆனால் அப்துல் அஜீஸ் கான் திறமையான கோட்டைக் காவலர். கோட்டைக்குள் நுழைந்த அத்தனை மராட்டிய வீரர்களையும் கொன்று குவித்தார். 'நான் இந்தக் கோட்டையின் தளபதியாக இருக்கும்வரை உங்களால் இதைக் கைப்பற்ற முடியாது' என்ற செய்தியை சிவாஜிக்குச் சென்று சேரவைத்தார்.

சிவாஜிக்கும் குதுப் ஷாவுக்கும் இடையில் சிறிய விலகல் ஏற்பட்டது. மாதண்ண பண்டிட் இதுவரையிலும் நிதானமாக முன்னெடுத்திருந்த ராஜ தந்திர முயற்சிகள் தோல்வியடைந்தன. சிவாஜியின் கர்நாடகப் படையெடுப்பில் குதுப் ஷா வெறும் ஒரு பகடைக்காயாகப் பயன்படுத்தப்பட்டிருப்பது தொடர்பாகக் கோபமடைந்தார். படையெடுப்பின் முழுச் செலவையும் அவரே பார்த்துக் கொண்டிருக்கிறார். ஆயுதங்கள், துணைப்படைகள் என அனுப்பியிருக்கிறார். இருந்தும் சிவாஜி வென்ற கோட்டைகளில் எந்தவொன்றும் குதுப் ஷாவுக்குத் தரப்படவில்லை. தங்கச் சுரங்கமான கர்நாடகப் பகுதிகளில் இருந்து கிடைத்த செல்வத்தில் ஒரு அணா பைசா கூட குதுப் ஷாவுக்குத் தரப்படவும் இல்லை.

இதனால் ஆத்திரமடைந்தவர் பீஜாப்பூர் சுல்தானின் பிரதிநிதியான சித்தி மசூத், ஷார்ஸா கான் போன்ற சிவாஜியின் எதிரிகளிடம் பேச்சுவார்த்தையில் ஈடுபட்டார். அவர்களுக்கு பணம் கொடுத்து சிவாஜியை ‘கொங்கணி பகுதிக்குள்ளாகவே முடக்கும்படிக்’ கேட்டுக்கொண்டார். ஆனால் திலிர் கான் திடீரென்று பீஜாப்பூர் மீது படையெடுத்து வந்து இந்தத் திட்டம் முழுவதையும் குலைத்துவிட்டார்.

மூத்த மகன் சம்பாஜி, முதுமையடைந்திருந்த சிவாஜிக்கு ஒரு சாபம் போலிருந்தார். இளமைத் துடிப்புடன் இருந்த சம்பாஜி சுக போகங்களில் திளைப்பவராகவும் ஒழுக்கம் அற்றவராகவும் வன்முறையில் நாட்டம் கொண்டவராகவும் நிதானமற்றவராகவும் இருந்தார். திருமணமான பிராமணப் பெண்ணிடம் தவறாக நடந்துகொண்டதற்காக சிறைப்படுத்தப்பட்டிருந்தவர் தன் மனைவி யசோபாயியுடன் தப்பிச் சென்று திலிர் கானிடம் அடைக்கலம் புகுந்தார் (13, டிச, 1678). தன்னிடம் வந்து சேர்ந்திருக்கும் முக்கிய நபரைப் பயன்படுத்திக்கொண்டு பஹதுர்கர் பகுதிக்கு 10 மைல் தெற்கில் அகுல்ஜி பகுதியில் முகாமிட்டு பீஜாப்பூர் மீதான தாக்குதலுக்கு திலிர்கான் தயாரானார்.

சித்தி மசூத் இந்த அபாயத்தைத் தெரிந்துகொண்டு சிவாஜியிடம் உதவி கேட்டார். அவரும் சம்மதித்தார். பீஜாப்பூரைப் பாதுகாக்க ஆறிலிருந்து ஏழாயிரம் திறமையான குதிரைப்படையை மன்னர் அனுப்பிவைத்தார். மசூதுக்கு சிவாஜியின் மீது முழு நம்பிக்கை வந்திருக்கவில்லை. சிவாஜியும் தனக்குக் கிடைத்த சந்தர்ப்பத்தைப் பயன்படுத்திக்கொண்டு ஆதில் ஷாகி பிராந்தியத்தைத் தாக்கித் தன்வசப்படுத்த முயற்சி செய்தார். இதனால் மசூத் உடனே திலிர் கானுடன் நட்புபாராட்டினார். பீஜாப்பூருக்கு மொகலாயப் படையை வரச் சொல்லி ராஜ வரவேற்பு தரப்பட்டது.

திலிர் கான் அதன் பின் பூபால்கர் கோட்டையை நோக்கி படையெடுத்துச் சென்றார். அது ஜாத் பகுதிக்கு வட மேற்கில் 20 மைல் தொலைவிலும் புரந்தர்பூருக்கு தென் மேற்கில் 45 மைல் தொலைவிலும் இருந்தது. மொகலாயர்களுடனான போரில் பாதிக்கப்பட்டவர்களுக்கு அடைக்கல முகாம் ஒன்றையும் தனது செல்வம், ஆயுதங்கள் ஆகியவற்றின் பாதுகாப்புக் கிடங்கு ஒன்றையும் சிவாஜி அங்கு அமைத்திருந்தார்.

2, ஏப், 1679 காலை 9 மணி அளவில் போர் மூண்டது. மொகலாயப் படைகள் மதியம் வரை தீவிரமாகப் போரிட்டன. இரு தரப்பிலும் மிகப் பெரிய உயிரிழப்புகளுக்குப் பின் அந்தக் கோட்டை மொகலாயர் வசம் விழுந்தது. ஏராளமான தானிய மூட்டைகள், பிற சொத்துகள், ஏராளமான மக்கள் எல்லாம் திலிர் கானின் படையால் கைப்பற்றப் பட்டன. கோட்டையில் உயிருடன் இருந்தவர்களில் 700 பேரின் ஒரு கையை மட்டும் வெட்டிவிட்டு தப்பிச் செல்ல அனுமதித்தனர். எஞ்சியவர்கள் அனைவரையும் அடிமைச் சந்தையில் விற்றனர்.

பூபால்கர் பகுதி மொகலாயர் வசம் போனதைத் தொடர்ந்து பீஜாப்பூர் மேட்டுக்குடியினருக்கும் மொகலாய பிரதிநிதிக்கும் இடையில் சின்னஞ்சிறிய பூசல்கள் எழுந்தன. மசூதுக்கும் ஷேர்ஷா கானுக்கும் இடையிலும் மசூதுக்கும் திலிர் கானுக்கும் இடையிலும் மசூதுக்கும் அவருடைய நம்பிக்கைக்குரிய வெங்கடாத்ரி முராரிக்கும் இடையிலுமாக சண்டை மூண்டன. அந்த ஆண்டின் நடுப்பகுதி வாக்கில் ஜெஸியா வரி விதிப்பை எதிர்த்து ஔரங்கசீபுக்கு சிவாஜி ஓர் அற்புதமான கடிதம் எழுதினார். நீலா பிரபுவினால் பாரசீக மொழியில் அது மிகுந்த சொல்வன்மையுடன் எழுதப்பட்டிருந்தது.

12. சிவாஜியின் இறுதி யுத்தம்

18, ஆகஸ்ட் வாக்கில் திலிர் கான் பீஜாப்பூருக்கு 40 மைல் வடக்கில் இருந்த தல்கேத் பகுதி வழியாக பீமா நதியைக் கடந்து சென்று மசூதுக்கு எதிராக புதிய தாக்குதலை மேற்கொண்டார். கையறு நிலையில் இருந்த அந்த பிரதிநிதி சிவாஜியிடம் உதவி கேட்டார். சிவாஜியும் பீஜாப்பூரைக் காப்பாற்றும் பொறுப்பை உற்சாகத்துடன் ஏற்றுக்கொண்டார். இதனிடையில் திலிர் கானிடமிருந்து விலகிவிட்டிருந்த சம்பாஜி 4 டிசம்பர் வாக்கில் பனாலாவுக்கு வந்து சேர்ந்திருந்தார்.

4, நவம்பர், 1679-ல் சிவாஜி பீஜாப்பூருக்கு வடக்கில் 55 மைல் தொலைவில் இருந்த சேல்குர் பகுதிக்குப் படையுடன் சென்றார்.

18,000 வலிமை மிகுந்த குதிரைப்படை சிவாஜி மற்றும் ஆனந்த ராவ் என இருவர் தலைமையில் இரண்டு இணையான வரிசையில் வெள்ளம் போல் மொகலாய தக்காணப் பகுதிக்குள் வெற்றி பெற்றபடி முன்னேறிச் சென்றன. பெரும் செல்வத்தைக் கவர்ந்து கொண்டனர். அந்த மாத நடுப்பகுதிவாக்கில் ஔரங்காபாதுக்கு கிழக்கே 40 மைல் தொலைவில் இருந்த ஜல்னா என்ற வணிக நகரத்தைக் கைப்பற்றினார்கள்.

ஜல்னா நகரின் புற நகர் பகுதியில் புகழ் பெற்ற சூஃபி துறவியான சையது ஜன் முஹம்மதுவின் வசிப்பிடம் இருந்தது. ஜல்னா பகுதியில் இருந்த செல்வந்தர் பலரும் தமது நகைகள், செல்வங்களுடன் இந்த இடத்தில் தஞ்சமடைந்தனர். மராட்டிய படையினருக்கு ஊரில் செல்வம் இல்லை என்பதும் இந்த சூஃபி துறவியின் நந்தவனத்தில் அவை மறைத்துவைக்கப்பட்டிருப்பதும் தெரியவந்ததும் அங்கு நுழைந்து அவர்களைத் தாக்கி அவற்றைக் கைப்பற்றினர். சூஃபி துறவி, அடைக்கலம் தேடி வந்தவர்களை விட்டுவிடும்படி அவர்களிடம் கேட்டுக்கொண்டார். படையினர் கேட்கவில்லை. இதனால் கோபம் கொண்ட சூஃபி துறவி 'தனது பிரார்த்தனையின் வலிமையினால்' சிவாஜியை சபித்தார். அடுத்த ஐந்து மாதங்களில் சிவாஜி இறந்தபோது மக்கள் இந்த சூஃபி துறவியின் சாபமே அதற்குக் காரணம் என்று சொன்னார்கள்.

ஜல்னா பகுதியை நான்கு நாட்கள் தாக்கி முடித்தபின்னர் மராட்டியப் படை தங்கம், வெள்ளி, நகைகள், விலை உயர்ந்த ஆடைகள், குதிரைகள், யானைகள், ஒட்டகங்கள் என அனைத்தையும் எடுத்துக்கொண்டு புறப்பட்டது. மொகலாயத் தளபதி ரன்மஸ்த் கான் அவர்களில் பின்வரிசைப் படையினரைத் தாக்கினார். சித்தோஜி நிம்பல்கர் சுமார் 5000 வீரர்களுடன் இவர்களை மூன்று நாட்கள் தடுத்து நிறுத்திப் போரிட்டார். இறுதியில் அவருடைய வீரர்கள் பலருடன் அவரும் கொல்லப்பட்டார்.

ஔரங்காபாதிலிருந்து சர்தார் கான் மற்றும் கேசரி சிங் தலைமையில் மிகப் பெரிய மொகலாயப் படை விரைந்து வந்து சேர்ந்தது. இந்தப் புதிய படை சிவாஜியின் படையினருக்கு ஆறு மைல் தொலைவில் முகாமிட்டிருந்தபோது சக இந்துவான கேசரி சிங், சிவாஜிக்கு ஒற்றர் மூலம் தூது அனுப்பி தப்பிச் சென்றுவிடும்படிக் கேட்டுக் கொண்டார். சிவாஜி தனது தலைமை ஒற்றர் பாஹிர்ஜி மீது மிகுந்த நம்பிக்கை வைத்திருந்தார். மொகலாயப் படை சுற்றி வளைப்பதற்கு முன்பாக அவர் காட்டிய ரகசிய வழியில் மராட்டியப்படை தப்பி ஓடியது. மூன்று பகல், மூன்று இரவுகள் எங்கும் நிற்காமல் விரைந்து

சென்றனர். போரில் கைப்பற்றிய செல்வத்தில் பெரும் பகுதியை இழக்க நேர்ந்தது. அதோடு 4000 குதிரைப்படையினர் கொல்லப்பட்டனர். ஹம்பீர் ராவும் காயமடைந்தார்.

இப்படித் தோல்வியில் முடிவடைந்த படையெடுப்புக்குப் பின் சிவாஜி பட்டாகர் பகுதிக்கு 22, நவம்பரில் திரும்பினார். சோர்வடைந்திருந்த தனது படையினருக்குச் சில நாட்கள் ஓய்வு கொடுத்தார். டிசம்பர் தொடக்கத்தில் ராய்கர் திரும்பினார். நவம்பர் கடைசி வாரத்தில் கந்தேஷ் பகுதியை மராட்டியப் படையின் ஒரு பிரிவு தாக்கியது. தரன்காவ், சோப்ரா மற்றும் அவற்றின் அருகில் இருந்த பல ஊர்களைத் தாக்கியபடி ஊர் திரும்பினர்.

தனது மூத்த மகனுடைய நடவடிக்கைகள் சிவாஜிக்கு எதிர்காலம் குறித்த மிகப் பெரிய வேதனையைத் தந்தது. ஒழுக்கமில்லாத, க்ரூர குணம் கொண்ட, துளியும் மதிக்கத் தகுதியில்லாத, தேச பக்தியோ தெய்வ நம்பிக்கையோ இல்லாத மகனிடம் மராட்டிய சாம்ராஜ்ஜியத்தை ஒப்படைக்கவே முடியாது. சம்பாஜியை நல்வழிப்படுத்த சிவாஜி எவ்வளவோ முயற்சிகள் எடுத்தார். ஆனால் பிறவியிலேயே நல்லொழுக்கங்களில் சிறந்து விளங்கிய சிவாஜிக்கு தான் சொல்பவையெல்லாம் தரிசு நிலத்தில் தூவும் விதைபோல் வீணாகிக் கொண்டிருப்பது புரிந்தது. அப்படியாக அவருடைய இறுதிக் காலம் பெரும் வேதனை மிகுந்ததாக ஆகியிருந்தது. 23, மார்ச், 1680-ல் காய்ச்சலும் ரத்த பேதியும் ஏற்பட்டு படுத்த படுக்கையாக விழுந்தார். 12 நாட்கள் இந்த வலிகள் தொடர்ந்தன. இறுதியில் மராட்டிய சாம்ராஜ்ஜியத்தை ஸ்தாபித்த சிவாஜி 4, ஏப்ரல், 1680-ல் சித்திரா பௌர்ணமி நன்னாளில் உயிர் துறந்தார். அப்போது அவருக்கு வயது 53கூட முடிந்திருக்கவில்லை.

13. சிவாஜியின் சாம்ராஜ்ஜியம், படை, வருவாய்

வடக்கில் ராம் நகரில் ஆரம்பித்து (சூரத்திலிருக்கும் இன்றைய தரம்பூர் பகுதி) தெற்கே கர்வார் அல்லது கனரா பகுதியில் பம்பாய் மாவட்டத்தில் கங்காவதி ஆறு வரையிலும் சிவாஜியின் சாம்ராஜ்ஜியம் பரந்து விரிந்திருந்தது. வட கிழக்கில் பல்கானா வரையிலும் இருந்த ராஜ்ஜியம் தென்திசையில் நாசி, புனே மாவட்டங்கள் வழியாகச் சென்று சத்ர, கோலாபூரின் பெரும்பகுதி ஆகியவற்றை உள்ளடக்கியதாக இருந்தது. அப்போதுதான் கைப்பற்றியிருந்த மேற்கு கர்நாடகா அல்லது பேல் காவிலிருந்து துங்கபத்ரா நதிவரையிலுமான கன்னட மொழி பேசப்படும்

பகுதிகள், மதராஸ் பிரஸிடென்ஸியில் பெல்லாரி வரையிலும் விரிந்திருந்தது.

துங்கபத்ரா நதிக்கரையில் கோபால் பகுதியிலிருந்து வேலூர், செஞ்சிவரையிலும் அதாவது மைசூர் ராஜ்ஜியத்தின் வட, மத்திய, கிழக்குப் பகுதிகள், மதரஸின் பெல்லாரி, சித்தூர், ஆற்காடு ஆகிய மாவட்டங்கள் எல்லாம் சிவாஜியால் மிக சமீபத்தில் கைப்பற்றப் பட்டிருந்தன. இங்கு நிறுத்தப்பட்டிருந்த படையால்தான் இந்தப் பகுதிகள் கட்டுப்படுத்தப்பட்டிருந்தன. 1680 வாக்கில் முழு கட்டுப்பாட்டுக்குள் வந்ததாகச் சொல்லவும் முடியாது.

இப்படியாக முழு கட்டுப்பாட்டில் இருந்த மற்றும் பகுதி கட்டுப்பாட்டில் இருந்த பகுதிகளுக்கு அப்பால் பல பிராந்தியங்கள் சிவாஜியின் வலிமைக்குக் கட்டுப்பட்டிருந்தன. ஆனால் அவருடைய ஆளுகைக்கு உட்பட்டிருக்கவில்லை. மராட்டியப் படைகளினால் ஆண்டு தோறும் இந்தப் பிராந்தியங்களில் இருந்து கந்தானி (கப்பம்) வசூலிக்கப்பட்டன. அந்தப் பிராந்தியங்களின் மொத்த வருவாயில் நான்கில் ஒருபங்கு வசூலிக்கப்பட்டதால் செளத் (சம்ஸ்கிருதத்தில் சதுர்த் - நான்கு என்பதன் மராட்டிய பதம்) என்று அழைக்கப்பட்டது. இப்படிக் கப்பம் செலுத்தும் பகுதிகளில் மராட்டியப் படையெடுப்பு நடக்காது. ஆனால் அந்நிய படையெடுப்புகளில் இருந்து அல்லது உள் நாட்டுக்குழப்பங்களில் இருந்து இந்தப் பகுதிகளுக்கு மராட்டியப் பாதுகாப்பு கிடைக்காது. இந்தப் பகுதிகளில் இருந்து சிவாஜியின் வருமானம் ஒரு கோடி பணம் என்று அவருடைய அரசவை தீர்மானித்திருந்தது. இதுபோல் செளத் கப்பம் என்ற வகையில் 80 லட்சம் பணம் கிடைத்தது.

ஒவ்வொரு ஆண்டும் தன் படைகளை அனுப்பி தன் ஆளுகைக்குள் இல்லாத பகுதிகளில் இருந்து தமக்குத் தேவையான உணவுப் பொருட்கள் பிறவற்றைப் பெற்றுக்கொள்வது வழக்கம். ஜுன்-செப்டம்பர் வாக்கில் மழைக்காலத்தில் மராட்டியப் படை தற்காலிக முகாமில் தங்கும். அக்டோபர் ஆரம்பத்தில் தசரா காலத்தில் சிவாஜி சொல்லும் பகுதிக்கு இந்தப் படை புறப்பட்டுச் செல்லும். செல்லும் ஊர்களில் இருந்தே தமக்கான உணவுத் தேவைகளைப் பூர்த்தி செய்துகொள்ளவேண்டும். அங்கு வரி விதித்து தொகையைச் சேகரித்துக்கொள்ளவும் வேண்டும். எட்டு மாத காலம் இந்தப் படையெடுப்பு நீடிக்கும்.

பெண்கள், தாசிகள், நடன மகளிர் என யாரும் படையினருடன் செல்லக்கூடாது. யாரேனும் படைவீரருடன் இப்படியானவர்

இருப்பது தெரியவந்தால் அவருக்கு மரண தண்டனை விதிக்கப்படும். எந்த ஊரிலும் பெண்களையோ குழந்தைகளையோ சிறைப்பிடிக்கவோ தாக்கவோ கூடாது. ஆண்களுடன் மட்டுமே போரிடவேண்டும். பிராமணர்களுக்குத் துன்பம் இழைக்கக்கூடாது. அவர்களைச் சிறைப்பிடித்து பிணைத்தொகை கேட்கக்கூடாது. படையெடுத்த பகுதிகளில் கிடைக்கும் செல்வத்தை ஒவ்வொரு வீரரும் அரசின் கஜானாவில் சேர்த்துவிடவேண்டும்.

14. சிவாஜியின் ஆட்சி

அஷ்ட பிரதான் (எண்பேராயம்) என்ற எட்டு அமைச்சர்கள் அடங்கிய குழு சிவாஜிக்கு ஆட்சி செய்வதில் ஆலோசனை வழங்கியது. (1) பேஷ்வா - முக்கிய பிரதான் - பிரதம அமைச்சர்; (2) மஜ்முவாதர் - கணக்கர் - மேலாளர் (சமஸ்கிருதத்தில் அமாத்யர்) (3) வஹ்யா நவிஸ் (மந்திரி) அரசரின் அன்றாட செயல்பாடுகள், அரசபை நிகழ்ச்சிகள் பற்றி ஆவணப்படுத்துபவர், (4) சுர்ணிஸ் (சசிவ்) கடிதம் மற்றும் பிற தகவல் தொடர்பு அதிகாரி (5) தபீர் (சுமந்த்) வெளியுறவுச் செயலர், ஒற்றர்படைத் தலைவர் (6) சேர் - இ - நௌபத் (சேனாபதி) தளபதி, (7) பண்டிட் ராவ் (பாரசீக அவையின் சதர் மற்றும் முஹ்தசீப் இருவரின் பணியைச் செய்பவர்) ஆன்மிக, மத விஷயங்கள், ஜாதி சிக்கல்கள் ஆகியவற்றில் ஆலோசனை வழங்குபவர், விசுவாசமின்மை, ஒழுக்கமின்மைக்கு தண்டனை வழங்குபவர்; வேத சாஸ்திரங்கள் கற்ற பிராமணர் களுக்கு தானங்கள் வழங்கும் பணியையும் கவனித்துக்கொள்வார் (8)நியாயஅத்யஷ் - தலைமை நீதிபதி.

சேனாபதி நீங்கலாகப் பிற அதிகாரிகள் அனைவரும் பிராமணர்கள். தேவைப்படும் நேரத்தில் முதல் ஆறு அதிகாரிகள் படையை வழிநடத்தும் பொறுப்பையும் ஏற்றுக்கொள்வார்கள். அரசாங்கத் தகவல், கடிதப் பரிமாற்றங்கள் எல்லாம் காய்ஸ்த ஜாதியைச் சேர்ந்தவர்களால் மேற்கொள்ளப்பட்டன. அவர்களுக்கு பாரசீகம் நன்கு தெரியும். ராணுவத்தின் கணக்கு வழக்குகள் எல்லாம் பக்ஷி என்று பாரசீக மொழியில் அழைக்கப்பட்ட சப்னிசஸ் அதிகாரிகளால் நிர்வகிக்கப்பட்டன.

இந்த எட்டு அமைச்சர்கள் குழுவை ஓர் அமைச்சரவை என்று சொல்லமுடியாது. உண்மையில் இவர்கள் மன்னரின் செயலர்கள் போலவே செயல்பட்டனர். மன்னர் சொல்வதை மீறியோ வேறு கொள்கையை வலியுறுத்தியோ பதவியை ராஜினாமா

செய்துவிடுவேன் என்று சொல்லியோ தமது விருப்பத்தை ஏற்கவைக்கமுடியாது. மன்னர் ஆலோசனைகள் கேட்கும்போது அதைச் சொல்வது மட்டுமே இவர்களுடைய பணி. பிற தருணங்களில் மன்னர் உத்தரவிடுவதை நடைமுறைப்படுத்தினர். தத்தமது துறைகளின் பணிகளை மேற்பார்வையிட்டனர். பிரிட்டிஷாரின் அமைச்சரவை போன்ற வலிமையும் ஒற்றுமையும் மராட்டிய அவையில் இருந்திருக்கவில்லை. 14-ம் லூயி அல்லது மாமன்னர் ஃப்ரெடரிக் போல் சிவாஜியும் முழு அதிகாரத்தையும் தன் கைகளிலேயே வைத்திருந்தார்.

15. சிவாஜியின் குண நலன்கள் மற்றும் வரலாற்றில் அவருக்கான இடம்

சிவாஜி முன்னெடுத்த வழிமுறைகள் எப்படியானதாக இருந்தாலும் அவருடைய வெற்றிகள் மகத்தானவை. ஜாகிர்தாரின் மகனான இவர் மொகலாய சாம்ராஜ்ஜியம் தன் அத்தனை வளங்கள், பலங்களைக் கொண்டும் அடக்க முடியாத மாமன்னராகத் திகழ்ந்தார். தக்காணப் பகுதிக்கு ஔரங்கசீப் அனுப்பிய அத்தனை மொகலாயத் தளபதிகளும் தோற்றுவிட்டநிலையில் எப்படியாவது சிவாஜியை அடக்க வேண்டும் என்று தவியாகத் தவித்தார்.

புதிதாக மீண்டும் ஆரம்பித்திருந்த மத ஒடுக்குமுறைக்கு ஆளான ஹிந்துக்களுக்கு சிவாஜி மாபெரும் விடிவெள்ளியாகவும். இந்து மதத்தின் நம்பிக்கை நட்சத்திரமாகவும் திகழ்ந்தார்.

சிவாஜியின் தனிப்பட்ட வாழ்க்கையில் அவர் ஒழுக்கங்களில் அப்பழுக்கற்ற நபராக இருந்தார். பணிவு மிகுந்த மகன், அன்பான தந்தை, அக்கறை மிகுந்த கணவராக இருந்தார். பால்ய காலத்திலிருந்தே மத, ஆன்மிக விஷயங்களில் தீவிர ஆர்வம் கொண்டிருந்தார். தன்னியல்பாகவும் பயிற்சியின் மூலமாகவும் வாழ் நாள் முழுவதும் யோகி போல மிதமாகவே அனைத்தையும் துய்த்தார். ஒழுக்கக்கேடுகளில் இருந்து முற்றிலும் விலகி வாழ்ந்தார். துறவிகள் மீது மிகுந்த மரியாதை கொண்டிருந்தார்.

ஹிந்து, முஸ்லிம் என அனைத்து மதத் துறவிகள் மீதும் அவர் கொண்டிருந்த மரியாதை, அனைத்து மதங்களையும் நட்புணர்வுடன் பார்த்த குணம் ஆகியவையெல்லாம் அவருடைய நல்லிணக்க சிந்தனைகளுக்கும் செயல்களுக்கும் எடுத்துக்காட்டாகத் திகழ்கின்றன.

பெண்கள் மீதான மரியாதை, அவருடைய படையினரிடையே அவர் அது தொடர்பாக நிலைநிறுத்தியிருந்த ஒழுக்கம், கட்டுப்பாடு இவையெல்லாம் அவருடைய காலகட்டத்தில் மாபெரும் அதிசயமாகவும் அற்புதமாகவும் இருந்தன. காஃபி கான் போன்று அவரை மிகக் கடுமையாக எதிர்த்தவர்களின் பாராட்டையும் இந்த ஒழுக்க நடவடிக்கைகள் பெற்றுத்தந்திருந்தன.

பிறவித் தலைவர்களின் வசீகரம் அவருக்கு இருந்தது. அவரைப் பற்றித் தெரிந்தவர்கள் அனைவரையும் மயக்கும் குணம் பெற்றிருந்தார். ராஜ்ஜியத்தின் உன்னதமான விஷயங்கள் அனைத்தையும் தன் பக்கம் இழுக்கும் சாமர்த்தியம் பெற்றிருந்தார். அவருடைய அதிகாரிகள், அமைச்சர்களிடமிருந்து அர்ப்பண உணர்வுடன்கூடிய மரியாதையை வென்றிருந்தார். அவர் பெற்ற அபாரமான வெற்றிகளும் முகத்தில் எப்போதும் மாறாமல் இருக்கும் புன்முறுவலும் அவரை அவருடைய படைவீரர்கள் மத்தியில் ஒரு தெய்வத்துக்கு நிகராக பூஜிக்கும் இடத்தில் வைத்திருந்தது.

ஒருவரைப் பார்த்த மாத்திரத்திலேயே அவரைப் பற்றி மிகவும் சரியாக எடைபோட்டுவிடும் வரம் பெற்றிருந்தார். தளபதிகள், ஆட்சிப் பிரதிநிதிகள், ராஜ தந்திர அதிகாரிகள், தூதுவர்கள், செயலர்கள் என அவர் தேர்ந்தெடுத்த நபர்களில் ஒருவர்கூட சோடை போனதில்லை. அவருடைய படை நிர்வாகமும் போர் வியூகங்களும் செய் நேர்த்தியின் முன்னுதாரணங்கள். படையினருக்குத் தேவையானவையெல்லாம் அவர்கள் கேட்கும் முன்பாகவே அவர்களுக்குக் கிடைத்துவிடும். அனைத்துத் தளவாடங்களும் பிற பொருட்களும் பத்திரமாக திறமையான நபரின் மேற்பார்வையின் கீழ் வைக்கப்பட்டிருக்கும்.

சிவாஜியின் ஒற்றர்படை அபாரமானது. ஒவ்வொரு படையெடுப்புக்கு முன்பாகவும் தேவையான அத்தனை நுட்பமான தகவல்களையும் வாரிவழங்கிவிடுவார்கள். படைகள் நினைத்த நேரத்தில் கூடியும் நினைத்த இடத்தில் பிரிந்தும் சென்று துல்லியமாகத் தாக்குதல்களை ஒருங்கிணைக்கும் திறமை பெற்றிருந்தன. எதிரிகளைத் துரத்திச் செல்வதாகட்டும், தப்பிப்பதாகட்டும் எதிரிகளின் தடைகளை முறியடிப்பதாகட்டும் சிவாஜியின் படைக்கு நிகர் அவர்கள் மட்டுமே. எந்தநிலையிலும் போரில் கைப்பற்றப்பட்ட செல்வங்கள், வளங்கள் எல்லாம் பெரும்பாலான நேரங்களில் எந்தவித இழப்பும் இன்றி கஜானாவுக்குக் கொண்டுவந்து சேர்க்கப்பட்டுவிடும்.

படைவீரர்களுக்கு உகந்தவகையிலும் போரிடும் பகுதிக்கு ஏற்றவகையிலும் வியூகங்களை வகுக்கும் மேதைமை

நிறைந்தவராக இருந்தார். அன்றைய காலகட்டத்தின் நவீன ஆயுதங்கள், எதிரிகளின் பலம் பலவீனங்கள், உள் முரண்கள் பற்றிய துல்லிய புரிதல் இவையெல்லாம் அவர் கருவிலேயே உரு கொண்ட மாவீரர் என்பதை நிரூபிக்கின்றன. அவருடைய மின்னல் வேகக் குதிரைப்படையும், அதற்கு ஈடு கொடுக்கும் காலாட்படையும் ஔரங்கசீப் ஆட்சி செய்த காலகட்டத்தில் தோற்கடிக்கவோ தடுத்து நிறுத்தவோ முடியாத வலிமையுடன் திகழ்ந்தன.

சிவாஜியின் மகத்துவம் அவருடைய நல்லொழுக்கத்திலும் நடைமுறை சார்ந்த அறிவிலும்தான் இருந்தன; அவருடைய அரசியல் சாதுரியத்தையும் சுயமான சிந்தனைப்போக்கையும்விட அவையே அவருடைய வெற்றிக்குக் காரணமாக இருந்தன. பிறரை மிகத் துல்லியமாக எடைபோடும் திறமை, நிர்வாக ஏற்பாடுகளை நேர்த்தியுடன் செய்து முடித்தல், நெருக்கடியான நேரத்தில் எது சாத்தியம்; எது அதிக நன்மையைத் தரும் என்பதை விரைந்து முடிவெடுக்கும் திறன் இவையெல்லாம் அவருடைய வாழ்க்கையில் வெற்றி மேல் வெற்றி வந்து குவியக் காரணமாக அமைந்தன.

சிதறிக் கிடந்த மராட்டியர்களை ஒன்று சேர்த்து ஒரு ராஜ்ஜியத்தை உருவாக்கியதும் மக்கள் மத்தியில் தன்னிகரற்ற உத்வேகத்தையும் உற்சாகத்தையும் ஊட்டியதுமே சிவாஜியின் மகத்தான சாதனைகள். மொகலாயப் பேரரசு, பீஜாப்பூர் சுல்தான், போர்ச்சுகீசியர்கள், ஜஞ்சீராவின் அபிசீனியர்கள் என நான்கு ராட்சஸ சக்திகளுக்கு மத்தியில் அவர் இந்த சாதனைகளைச் செய்துகாட்டியிருக்கிறார். அது சிவாஜியின் புகழை மேலும் உச்சத்துக்குக் கொண்டுசெல்கிறது.

நவீன காலகட்டத்தில் சிவாஜியின் அளவுக்கு மேதைமையையும் வீரத்தையும் வெளிப்படுத்திய ஹிந்து மன்னர் வேறு யாரும் இல்லை. ஹிந்துக்களால் ஒரு ராஜ்ஜியத்தை நிர்மாணிக்க முடியும்; ஓர் அரசை நிர்வகிக்க முடியும்; எதிரிகளை துவம்சம் செய்ய முடியும் என்று அவர் செய்துகாட்டியிருக்கிறார். இந்துக்களால் தம்மைத் தாமே தற்காத்துக்கொள்ளமுடியும். தமது கலை, இலக்கியம், வர்த்தகம், தொழில் வளர்ச்சி ஆகியவற்றைத் தாங்களே பாதுகாக்கவும் வளர்க்கவும் முடியும்; கடற்படைகளை நிர்வகிக்க முடியும்; நீண்ட தூரம் செல்லும் கப்பல்களை கட்டிப் பயன்படுத்தமுடியும். அந்நிய நாட்டினருக்கு சளைக்காமல் கடற் போர்களிலும் தீவிரமாக வீரத்துடன் ஈடுபடமுடியும் என்றெல்லாம் செய்துகாட்டினார். நவீன கால இந்துக்களுக்கு தமது முழு சக்தியைப் பயன்படுத்தி உச்சங்களைத் தொடமுடியும் என்று வாழ்ந்து வழிகாட்டியுமிருக்கிறார்.

அத்தியாயம் - 12

பீஜாப்பூரின் வீழ்ச்சி

1. பீஜாப்பூர் மீதான ஜெய் சிங்கின் படையெடுப்பு (1665-1666)

பீஜாப்பூர் சுல்தான் மீது ஔரங்கசீப் அதிருப்தி கொள்வதற்குப் போதுமான காரணம் இருந்தது. மொகலாய அரியணை யாருக்கு என்பது தொடர்பாக வாரிசுகளிடையே ஏற்பட்ட போரை சாதகமாகப் பயன்படுத்திக்கொண்டு பீஜாப்பூர் சுல்தான் ஆதில் ஷா, ஆகஸ்ட் 1657-ல் மொகலாயர்களுடன் செய்துகொண்ட உடன்படிக்கையை மீறத் தொடங்கினார். சிவாஜிக்கு எதிராக ஔரங்கசீப் ஜெய் சிங் தலைமையில் படையை அனுப்பியபோது சிவாஜிக்கு நிலம், பணம், படைகள் தந்து பீஜாப்பூர் சுல்தான் ரகசியமாக உதவி செய்ததை ஔரங்கசீப் தெரிந்துகொண்டுவிட்டார்.

மேலும் 1665-ஜூன் வாக்கிலேயே மொகலாயர்களுக்கும் சிவாஜிக்கும் இடையிலான மோதல் ஒருவகையாக முடிவுக்கு வந்ததையடுத்து ஜெய் சிங் தலைமையிலான மிகப் பெரிய படை தக்காணத்தில் வேலை எதுவும் இன்று வெறுமனே இருந்தது. அவர்களுக்கு ஒரு 'வேலையை' உருவாக்கித் தரவேண்டிய அவசியம் ஔரங்கசீபுக்கு இருந்தது. பீஜாப்பூர் மீதான படையெடுப்பு நல்லதொரு வாய்ப்பாக அவர் முன்னால் இருந்தது.

புரந்தர் உடன்படிக்கையின் மூலம் சமயோஜிதம் நிறைந்த ஜெய்சிங், வெகு அழகாக சிவாஜியை பீஜாப்பூருடனான நட்புறவில் இருந்து விலக்கியிருந்தார். இருவருக்கும் இடையில் மோதல்ஏற்படும் வகையிலான வியூகத்தையும் வகுத்திருந்தார். மொகலாயப் படை பீஜாப்பூர் மீது படையெடுப்பதற்கு சிவாஜி தன் தலைமையில் வீரம் நிறைந்த 7000 காலாட்படையினரையும் மகன் சம்பாஜி தலைமையில் 2000 குதிரைப்படையினரையும் தந்து உதவவேண்டும் என்று ஓர் ஒப்பந்தம் செய்திருந்தார்.

அதேநேரம் பீஜாப்பூரி சுல்தானின் கட்டுப்பாட்டில் இருந்த நிர்வாகிகளுக்கு தில்லி மொகலாயப் பேரரசில் உயர் பதவிகள் தருவதாக ஆசை காட்டிக் கடிதங்கள் எழுதியுமிருந்தார். எதிர் தரப்பு அமைச்சர்கள், அதிகாரிகளுக்கு ஆசை காட்டித் தன் பக்கம் இழுக்கும் மொகலாயக் கொள்கையை மிகவும் தீவிரமாக, செலவைப் பற்றிக் கவலையேபடாமல் ஜெய் சிங் முன்னெடுத்தார். கொங்கணி பகுதியில் குடியேறியிருந்தவர்களும் அராபிய நவியத் குலத்தைச் சேர்ந்தவர்களில் ஒருவருமான முல்லா அஹமது பீஜாப்பூர் மேட்டுக்குடிகளில் இரண்டாம் இடத்தில் இருந்தார். அவர் 29, செப், 1665 அன்று ஜெய் சிங்குடன் சேர்ந்துகொண்டார். மொகலாய அரசவையில் 6-ஹஸாரி என்ற பொறுப்பு அவருக்கு உருவாக்கித் தரப்பட்டது. ஆனால் தில்லிக்குச் செல்லும் வழியில் 18, டிசம்பரில் நோய்வாய்ப்பட்டு இறந்துவிட்டார்.

பீஜாப்பூர் மீது படையெடுப்பதற்கு முன்பாக ஜெய் சிங் தந்திரமாக நல்லெண்ணத் தூது ஒன்றை அனுப்பத் தீர்மானித்தார். அந்த தந்திரத்தில் ஜெய் சிங் மிகவும் தேர்ந்தவர். பீஜாப்பூர் மீது தாக்குதல் எதுவும் இருக்காது என்ற போலியான நிம்மதியை ஆதில் ஷாவுக்கு முதலில் தந்தார். அதேநேரம் பீஜாப்பூருடனான போரில் விலகி நிற்கும்படி குதுப் ஷாவிடம் நைச்சியமாகப் பேசி சம்மதிக்கவும் வைத்திருந்தார்.

இப்படியாக எல்லா ராஜ தந்திர முன்னேற்பாடுகளையும் செய்துவிட்டு ஜெய்சிங் 19, நவம்பர், 1665-ல் புரந்தர் கோட்டையின் அடிவாரத்திலிருந்து 40000 மொகலாயப் படை, நேதாஜி பால்கர் தலைமையில் 2000 மராட்டியக் குதிரைப்படை மற்றும் 7000 காலாட்படையுடன் புறப்பட்டார். படையெடுப்பின் முதல் மாதத்தில் ஜெய் சிங்குக்கு எதிர்ப்பே இன்றித் தொடர் வெற்றிகள் கிடைத்தன. பல்தான், தத்வடா, காத்தவ் மற்றும் பீஜாப்பூருக்கு வெறு 52 மைல் வடக்கில் இருந்த மங்கள்விதே கோட்டைகள் எல்லாம் ஒன்று கைவிடப்பட்டிருந்தன அல்லது சரணடைந்தன.

முதல் உண்மையான போர் டிசம்பர் 25 அன்று நடந்தது. அன்று திலிர் கான் மற்றும் சிவாஜி தலைமையில் மொகலாயப் படை முகாமுக்கு 10 மைல் தொலைவில் ஷார்ஷா கான், கவாஸ் கான் மற்றும் கலியானி ராவ், சிவாஜியின் ஒன்றுவிட்ட சகோதரரான வியன்காஜி ஆகியோர் தலைமையிலான 12,000 வீரர்களைக் கொண்ட பீஜாப்பூர் படையை எதிர்கொண்டது. வீரம் நிறைந்த தில்லி குதிரைப் படையின் தாக்குதலை தக்காணப் படைகள் பிரிந்து போரிட்டு சமாளித்து விட்டனர். நான்கு பிரிவுகளாகப் பிரிந்தும் போக்குக் காட்டும் முறையில் போரிட்டும் மொகலாயப் படையினரை எரிச்சலடையச் செய்தனர்.

மொகலாயப் படையினர் தாக்குவதற்கு முன்னேறினால் இவர்கள் சிறிது நேரம் போரிட்டுவிட்டு ஓடிச் சென்றுவிடுவார்கள். இப்படியாக நீண்ட நேரம் அலைக்கழிக்கப்பட்டபின், பல முறை முன்னேறிச் சென்று தாக்கியபின் திலிர் கான் ஒருவழியாக எதிரிப் படையைத் தளர்ந்துபோகவைத்தார். மாலையில் முகாமுக்குத் திரும்பினார். ஆனால் அவர்கள் அப்படித் திரும்பிவரும்போது தப்பி ஒளிந்திருந்த பீஜாப்பூர் சுல்தானின் படைகள் இருபக்கமிருந்தும் பின்பக்கமாக இருந்தும் சுற்றி வளைத்துத் தாக்க ஆரம்பித்தனர்.

24 டிசம்பர் அதிகாலையில் ஷார்ஷா கான் 6000 குதிரைப்படையினருடன் மங்கள்விதே கோட்டையை வந்தடைந்தனர். ஜெய்சிங்கின் எச்சரிக்கையைப் பொருட்படுத்தாமல் மொகலாய தளபதி சர்ஃப்ராஸ் கான் தாக்கச் சென்று கொல்லப்பட்டார். அவருடைய படை கோட்டையிலிருந்து பின்வாங்கியது.

இரண்டுநாட்கள் கழித்து ஜெய்சிங் 28 டிசம்பரில் படையை முன்னெடுத்துச் சென்று இன்னொரு போரில் ஈடுபட்டார். வழக்கம்போல் தக்காணப்படை பல அணிகளாகப் பிரிந்து சென்று மொகலாயப் படையின் பலவீனமான அல்லது குழம்பி நின்ற பகுதிகளை நேரம் பார்த்துத் தாக்கிவந்தனர். இறுதியாக மொகலாயப்படை ஆவேசத்துடன் முன்னேறிச் செல்லவே தக்காணப் படை பின்வாங்கியது. ஆறு மைல்கள் தொலைவுக்கு அவர்களை மொகலாயப்படை விரட்டியடித்தது.

மறுநாள் 29, டிசம்பரில் பீஜாப்பூருக்கு 12 மைல் பக்கத்தில் ஜெய் சிங் சென்றுவிட்டார். அவரால் முன்னேறிச் செல்ல முடிந்த அதிகபட்சம் தூரம் அதுவே. ஏனென்றால் இதனிடையில் ஆதில் ஷா தனது தற்காப்பு ஏற்பாடுகளைப் பலப்படுத்திவிட்டார். அவருடைய தலைநகரம் மற்றும் சுற்றுப்புறங்களில் பெரும் படையைக் கொண்டுவந்து நிறுத்திவிட்டார். கோட்டைகளை 30,000 வீரம்

நிறைந்த கர்நாடகக் காலாட்படையைக் கொண்டு காத்து நின்றார். அதோடு சுற்றுவட்டாரத்தில் ஆறு மைல் சுற்றளவில் முழுவதுமாக அனைவரும் வெளியேறிவிட்டிருந்தனர். நரசபூர் மற்றும் ஷாபூர் பகுதிகளில் இருந்த பெரிய குளங்கள் முழுவதுமாக வற்றவைக்கப் பட்டிருந்தன. சுற்றுவட்டாரத்தில் இருந்த கிணறுகள் அனைத்தையும் மண்ணிட்டு மூடிவிட்டிருந்தனர். உயரமான கட்டடங்கள், மரங்கள், தோப்புகள் என ஆக்கிரமிப்புப் படைகளுக்கு அடைக்கலமும் நிழலும் தரக்கூடிய அனைத்தும் தரைமட்டமாக்கப்பட்டிருந்தன. இதனிடையில் ஜெய் சிங்கின் படையினரை அங்கிருந்து பிரிந்து செல்லவைக்கும் நோக்கில் ஷார்ஷா கான் மற்றும் சித்தி மசூத் தலைமையில் மொகலாயப் பகுதிகளுக்குள் படையெடுத்துச் சென்று தாக்க ஆரம்பித்திருந்தனர். அதே நேரம் பீஜாப்பூர் சுல்தானின் பிரதான படைகள் தலைநகரை மையமிட்டுக் காத்திருந்தன.

பீஜாப்பூரைத் தாக்குவதற்குக் கிடைத்த நல்ல வாய்ப்பை நழுவவிடக்கூடாதென்று எந்தப் பெரிய எதிர்ப்பும் இல்லாமலும் உள் முரண்கள் மிகுந்தும் இருந்த பீஜாப்பூர் பகுதிகளுக்குள் சர சரவென முன்னேறிச் சென்ற ஜெய்சிங் பெரிய பீரங்கியோ துப்பாக்கிகளோ இல்லாமல் மங்கள்வதே கோட்டையை சற்று மெத்தனத்துடன் நெருங்கியிருந்தார். அது இப்போது பெரிய நெருக்கடியைத் தந்துவிட்டது. ஆதில் ஷாவுக்கு மிகப் பெரிய படை ஒன்று கோல்கொண்டாவிலிருந்து வந்து சேர்ந்தது. அதோடு மொகலாயப் படையினருக்கான உணவும் தீர்ந்துவிட்டிருந்தது.

2. ஜெய்சிங் பீஜாப்பூரிலிருந்து பின்வாங்குதல், 1666

மொகலாயத் தளபதி 1666, 5 ஜனவரியன்று பின்வாங்கத் தொடங்கினார். பின்னாலிருந்து பீஜாப்பூர் படை துரத்திவந்தது. பரிந்தா கோட்டைக்குத் தெற்கே 16 மைல் தொலைவில் இருந்த சுல்தான்பூருக்கு 27-ம் தேதி சென்று சேர்ந்து அங்கு 24 நாட்கள் தங்கினார்.

ஜனவரி மாதத்தில் மொகலாயர்களுக்கு நான்கு பேரிடிகள் விழுந்தன. முதலில் வீரம் நிறைந்த ஆஃப்கானியத் தளபதி சிக்கந்தர் (ஃபதே ஜங் கானின் சகோதரர்) ஜெய்சிங்கின் படையினருக்கான உணவுப் பொருட்கள், தளவாடங்கள் இவற்றை மேற்பார்வை யிட்டுக் கொண்டிருந்தபோது, திடீரென்று பீஜாப்பூர் படை பரிந்தாவின் தெற்கே எட்டு மைல் தொலைவில் ஷார்ஷா கான் தலைமையில் வந்த படையினால் தாக்கப்பட்டார். அதில் தளபதி

சிக்கந்தர் வெட்டிக் கொல்லப்பட்டார். அந்த முகாமில் இருந்த அனைத்தும் பீஜாப்பூர் படைகளால் கொள்ளையடிக்கப்பட்டன.

இரண்டாவதாக, எதிரிப் படையின் கவனத்தைத் திசை திருப்ப, பனாலா கோட்டையைத் தாக்குவதற்கு, தானாக விரும்பிக் கேட்டுச் சென்ற சிவாஜியின் படை பெரும் தோல்வியைச் சந்தித்தது. சுமார் ஆயிரம் பேர் அந்தப் போரில் இறந்தனர்.

மூன்றாவதாக சிவாஜியின் பிரதான தளபதிகளில் ஒருவரான நேதாஜி, தான் செய்த சேவைகளுக்கும் தியாகங்களுக்கும் வீரத்துக்கும் உரிய மதிப்பு கிடைக்கவில்லை என்று சொல்லி பீஜாப்பூர் சுல்தான் பக்கம் சேர்ந்துவிட்டார். நான்கு லட்சம் பணம் பெற்றுக்கொண்டு மொகலாயப் பகுதிகளுக்குள் தாக்குதலை மேற்கொள்ள ஆரம்பித்தார். ஜெய் சிங் அவரைத் திரும்பி மொகலாயப் படை பக்கம் வந்துவிடச் சொல்லி ஆசை வார்த்தைகள் நிரம்பிய கடிதங்கள் பல அனுப்பினார். நேதாஜியின் விருப்பங்கள் அனைத்தையும் பூர்த்தி செய்வதாகவும் வாக்களித்தார் (20 மார்ச்).

நான்காவது இடியாக ஆதில் ஷாவுக்கு உதவ கோல்கொண்டா சுல்தான் 12,000 குதிரைப்படை மற்றும் 40,000 காலாட்படையை அனுப்பிவைத்தார்.

பீஜாப்பூரில் இருந்து பின்வாங்கி வந்தபோது ஜெய் சிங்குக்கு இரண்டு கடுமையான தாக்குதல்களை எதிர்கொள்ளவேண்டியிருந்தது (ஜன 11, 22 நாட்களில்). அதோடு அவரைத் துரத்தி வந்த படைகளின் சிறிய தாக்குதல்களைத் தினமும் எதிர்கொள்ளவும் வேண்டியிருந்தது. கடைசியாக இணைக்கப்பட்ட பிதார்-கல்யாணி பகுதிகளில் பலோல் கான், நேதாஜி ஆகியோரின் தலைமையில் நடந்த தாக்குதல்களும் கணிசமான நெருக்கடியைத் தந்தன.எனவே 20, பிப் ஜெய்சிங் சுல்தான்பூரில் இருந்து புறப்பட்டு போர் நடக்கும் கிழக்குப் பகுதிக்குச் சென்று சேர்ந்தார்.

மூன்றாவது கட்டப் போர் ஆரம்பித்தது.ஜெய் சிங் பரிந்தாவுக்கு வட கிழக்கில் 18 மைல் தொலைவில் இருந்த பூம் பகுதிக்கு ஜூன்வாக்கில் பின்வாங்கினார். இந்த மூன்றரை மாதங்களில் மேற்கில் இருந்த பீமா, கிழக்கில் இருந்த மஞ்சிரா, வடக்கில் இருந்த தரூர், தெற்கில் இருந்த துலியாபூர் ஆகிய நான்கு பகுதிகள் வழியாகச் சென்றார். இந்த வழியில் ரத்தக் களறி மிகுந்த நான்கு போர்களில் ஈடுபட நேர்ந்தது. முன்பு சொன்னதுபோல் அந்தப் போர்களினாலும் மொகலாயத் தரப்புக்கு எந்த வெற்றியும் கிடைத்திருக்கவில்லை. பீஜாப்பூரிகளைப் போர்க்களத்தில் இருந்து ஒவ்வொரு முறை

விரட்டியடித்தாலும் சிறிது தூரம் துரத்திச் சென்றாலும் அவர்களை முற்றாக அழிக்கமுடியவில்லை. சிறிது நேரம் அல்லது நாட்கள் கழித்து மொகலாய முகாம்களைத் தாக்குவார்கள். பலவீன பகுதிகளை வீழ்த்துவார்கள். உணவுப் பொருட்கள், தளவாடங்கள் வரும் வழிகளை முடக்குவார்கள். இப்படியாகவே அந்தப் போர்கள் நடந்தன.

மங்கள்விதே பகுதி மொகலாய எல்லையில் இருந்து வெகு தொலையில் இருந்தது. மிகவும் தனிமைப்படுத்தப்பட்டுக் கிடந்த அதைத் தக்கவைப்பதும் எளிதான விஷயம் அல்ல. எனவே ஜெய்சிங், அந்தக் கோட்டையில் நிறுத்தி வைத்த காவல் படைகளை அழைத்துக்கொண்டு செல்லும்படி திலிர் கானிடம் கேட்டுக் கொண்டார். தானியங்கள், பிற பொருட்களைப் பகிர்ந்துகொள்ளும் படியும் எடுத்துச் செல்லமுடியாதவற்றையெல்லாம் தீவைத்துக் கொளுத்தும்படியும் சொன்னார். கோட்டையின் பாதுகாப்பு ஏற்பாடுகளையெல்லாம் அப்புறப்படுத்தச் சொன்னார். இவை முடிந்ததும் பல்தான் பகுதியில் தொடர்ந்து இருக்கமுடியாது என்பது தெரிந்தது. எனவே அங்கு கோட்டைக் காவலுக்கு நிறுத்தப் பட்டிருந்த மொகலாயப் படை பிப்ரவரி வாக்கில் விலக்கிக் கொள்ளப்பட்டது. இப்படியாக இந்த முதல் படையெடுப்பில் மொகலாயர்களுக்கு ஒரு இடம் கூடக் கிடைத்திருக்கவில்லை.

வடக்கு நோக்கிய ஜெய்சிங்கின் பின்னோக்கிய நகர்வு 31 மே வாக்கில் ஆரம்பித்தது. பூம் பகுதிக்கு 10 ஜூன் வாக்கில் வந்தவர் அங்கு மூன்றரை மாதங்கள் தங்கினார். 28 செப்டம்பர் வாக்கில் அங்கிருந்து புறப்பட்டு பீர் (பூம் பகுதிக்கு 37 மைல் வடக்கில்) பகுதிக்குச் சென்றவர் அங்கு 17 நவம்பர்வரை தங்கினார். இறுதியாக அந்த மாத 26 வாக்கில் ஔரங்கபாத் சென்று சேர்ந்தார். இரு தரப்பினரும் போரினால் வெகுவாகக் களைத்துப் போயிருந்தனர். அமைதி தேவை என்று ஏங்கினர். பேச்சுவார்த்தைகள் மீண்டும் ஆரம்பிக்கப்பட்டன. பீஜாப்பூர் தரப்பு தனது எல்லைக்குள் சுருங்கிக் கொண்டது. மொகலாயர்களும் அவ்விதமே செய்தனர்.

3. ஜெய்சிங்கின் தோல்வியும் மரணமும்

பீஜாப்பூர் மீதான ஜெய் சிங்கின் படையெடுப்பு முழுவதும் தோல்வியில் முடிவடைந்தது. ஓர் அங்குல நிலமோ கோட்டையின் ஒற்றைக் கருங்கல்லோ ஒரு அணா கப்பமோ எதுவுமே கிடைத்திருக்கவில்லை. பொருளாதாரரீதியில் அது மேலும் பெரும்

இழப்பையையே கொண்டுவந்திருந்தது. மொகலாய கஜானாவில் இருந்து 30 லட்சம் பணம், ஜெய் சிங் தன் பங்காகக் கையில் இருந்து செலவிட்ட பணம் ஒரு கோடி என அனைத்துமே வீணாகிப்போனது. இவைபோதாதென்று ஜெய் சிங் முன்னெடுத்த ஆசை காட்டல்கள் மேலும் பெரும் இழப்பைக் கொண்டுவந்தன. ஒவ்வொரு துக்கடா முஸ்லிம் தளபதி அல்லது மராட்டிய தளபதி ஆகியோருக்கு பீஜாப்பூர் சுல்தானிடமிருந்து விலகி வருவதற்கு மொகலாய அரசவையில் மன்சாப் பதவியும் மிகப் பெருமளவிலான தொகையும் வாரி இறைத்திருந்தார். அவையும் வீணாகிப் போயின.

ஔரங்கசீபுக்கு ஜெய் சிங் மீது பீஜாப்பூர் படையெடுப்பின் தோல்வி மற்றும் நிதி இழப்பு தொடர்பாக மிகப் பெரிய அதிருப்தி ஏற்பட்டது. ஔரங்காபாதுக்குத் திரும்பும்படி (அக், 1666) உத்தரவு பிறப்பிக்கப்பட்டது. 23 மார்ச், 1667-ல் தில்லி அரசவைக்கு அழைக்கப்பட்டு தக்காண நிர்வாகப் பொறுப்பு இளவரசர் முவாஸமிடம் ஒப்படைக்கப்பட்டது. அவருக்கு உதவியாக இருக்கும்படியும் ஜெய் சிங் கேட்டுக்கொள்ளப்பட்டார். நூறு போர்களுக்கு மேல் வீரமாகப் போரிட்ட ராஜபுத்திர தளபதி மே 1667-ல் வட இந்தியாவுக்கு அவமானமும் சோர்வும் அடைந்தவராகத் திரும்பினார். இந்தப் படையெடுப்பில் அவர் செலவழித்த கோடி பணத்தில் ஒரு அணா கூட மொகலாயப் பேரரசர் திருப்பித் தரப்போவதில்லை. தோல்வியாலும் அவமானத்தாலும் மனமுடைந்தவர் முதுமையாலும் நோயாலும் பீடிக்கப்பட்டு 2, ஜுலை 1667-ல் பர்ஹான்பூரை அடைந்தபோது உயிர் துறந்தார்.

இந்தப் போரில் அவருக்கு வெற்றிக்கான வாய்ப்பு இருந்திருக்கவே இல்லை. பீஜாப்பூர் போன்ற மிகப் பெரிய ராஜ்ஜியத்தைக் கைப்பற்றுவதற்குப் போதுமான படை ஜெய் சிங் வசம் இருந்திருக்கவில்லை. அவர் வசம் இருந்த உணவுப் பொருட்கள் எல்லாம் ஓரிரு மாத காலத்துக்கு மட்டுமே போதுமானதாக இருந்தன. அவரிடம் முற்றுகைத் தாக்குதலை முன்னெடுக்கப் போதுமான பீரங்கிகள், துப்பாக்கிகள் இருந்திருக்கவில்லை. அதேநேரம் பீஜாப்பூர் சுல்தானகத்தின் வலிமையும் வளமும் மிக மிக அதிகமாக இருந்தது. 20 வருடங்கள் கழித்து ஔரங்கசீப் பீஜாப்பூரைக் கைப்பற்றியபோது அது வறுமையில் வாடி வீழ்ச்சியில் இருந்ததுபோல் எல்லாம் இருக்கவில்லை.

ஜெய் சிங்கின் படை மிகவும் சிறியதாக இருந்ததோடு அவருடைய படையினர் அவர் சொல்வதைக் கேட்கவே இல்லை. அவருடைய தளபதிகள், அதிகாரிகள் பலர் நம்பகமாக இருந்திருக்கவில்லை.

அவருடைய உத்தரவுகளை அமல்படுத்தவில்லை. அல்லது தாமதமாகவே செய்தனர். படையின் நிர்வாகப் பொறுப்பில் இருந்து மொகலாய அதிகாரிகள், படையினருக்கு உணவு தானியங்களை உரிய நேரத்தில் வழங்கவே இல்லை. இப்படியான சூழலில் மனித எத்தனத்தால் வெல்வதென்பது சாத்தியமே இல்லை.

4. பீஜாப்பூரின் இராணுவ அமைப்பு, அதன் பிற அம்சங்கள்

பீஜாப்பூர் சுல்தானகத்தின் பெரிய சாபக்கேடு அதன் ராணுவத்தினரின் கலகமே. அந்த சுல்தானகத்தின் வீழ்ச்சி, பல்வேறு தளபதிகளின் கலக அரசுகளாக சிதறிப்போனதில் முடிந்தது. அரச நிர்வாகம் முழுக்கவும் ராணுவ ஆக்கிரமிப்பாகவே இருந்தது. அதிகாரமும் விசுவாசமும் ராணுவ தளபதிகள் பக்கமே இருந்தன. கூலிக்குப் போரிட்ட தளபதிகள் வசமே முழு அதிகாரமும் இருந்தன. இவர்களில் ஆஃப்கனியர்கள் பிரதான தளபதிகளாக இருந்தனர் (மேற்குப் பகுதிகளில் கோபால் தொடங்கி பன்காபூர்வரை இவர்களுடைய ஆட்களே நிர்வாகப் பொறுப்பில் இருந்தனர். அடுத்ததாக அபிசீனியர்கள் (கர்நூல் மாவட்டம், ராய்ச்சூர் தாபின் ஒரு பகுதி முதலான கிழக்குப் பகுதிகள்), மஹ்தாவி பிரிவைச் சேர்ந்த சையதுகள், கொங்கணி பகுதியின் நவியத் பிரிவைச் சேர்ந்த அராபிய முல்லாக்கள் ஆகியோர் மிகுந்த செல்வாக்குடன் இருந்தனர்.

குடிமக்களாகவும் குறு நில மன்னர்களாகவும் இருந்த ஹிந்துக்கள் ஒடுக்கப்பட்ட நிலையிலேயே இருந்தனர். அந்தப் பகுதியை ஆட்சி செய்த அரசு, அதிகார வர்க்கம் அந்நிய நாட்டைச் சேர்ந்ததாகவே இருந்தது. ஆனால் சொந்த நாட்டுக்குத் திரும்பும் எண்ணம் அவர்களுக்கு இருந்திருக்கவில்லை. ஆளும் பகுதியில் நில உடமையாளர்களாக, மேட்டுக்குடிகளாக தமது பிரிவுக்குள் மட்டுமே மண உறவுகள் வைத்துக்கொண்டு வாழ்ந்தனர். இதனால் ஆளப்படும் பகுதியினருடன் எந்தவித ஒட்டுறவும் இன்றியே இருந்தனர். இப்படி அதிகாரவர்க்கம் விலகி நின்றதென்பது மக்களின் ஆதரவை ஒருபோதும் பெறவில்லை.

அதிகாரவர்க்கத்தின் ஒரே நோக்கம் சுய ஆதாயம் மட்டுமே. தமக்கான செல்வங்கள், வளங்கள் கிடைக்கும்வரையில் யார் ஆட்சியில் இருக்கிறார்கள் என்பதுபற்றி எந்தக் கவலையும் இன்றி இருந்தனர். எந்த ஆட்சியில் அவர்கள் அதிகாரிகளாக இருந்தார்களோ அந்த அரசைப் பற்றியே அவர்களுக்கு எந்த அக்கறையும் இருந்திருக்கவில்லை. அவர்களுக்கு எந்தவித தேசப்

பற்றும் இருந்திருக்கவில்லை. ஏனென்றால் தேசம் என்ற ஒன்றே அங்கு உருவாகியிருக்கவில்லை. இந்தியாவில் வசித்தனர். ஆனால் இந்தியாவால் வாழ்ந்திருக்கவில்லை. உண்மையில் மனதளவில் ஒருவித அநாதைகள் போல், வேரற்றவர்களாக இருந்தனர்.

இப்படியான அதிகாரவர்க்கம், நிலப்பிரபுக்களைக் கொண்ட அரசென்பது மணலில் கட்டிய கோட்டை போன்றதுதான். ஒவ்வொரு புதிய வெற்றிகளின் போதும் இவர்கள் தமது ஒவ்வொரு வெற்றியாளருக்கு விசுவாசமாக மாறிக் கொண்டனர். ஆட்சி, அரசியல் மாற்றங்களினால் இவர்களுடைய நிலை எந்தவகையிலும் மாறாமல் இருந்தது. எனவே தேவைப்படும் நேரங்களில் எந்தவொரு அரசுக்கும் இவர்களுடைய உதவி கிடைத்திருக்க வில்லை. ஒரு தேசிய அரசென்றால் நெருக்கடிகள் ஏற்படும்போது அதன் குடிமகன்கள் உதவிக்கு வந்தாகவேண்டும். அப்படியான ஒன்று நடக்காவிட்டால் அந்த அரசு நிலைக்கமுடியாது. ஆதில் ஷா சுல்தானகம் இந்தக் கோட்பாட்டுக்கு மிகப் பொருத்தமான எடுத்துக்காட்டாகத் திகழ்ந்தது.

5.ஆதில்ஷாஹி சுல்தான்களின் நெருக்கடிகளும் வீழ்ச்சியும்

முஹம்மது ஆதில்ஷாவின் தலைமையின் கீழ் பீஜாப்பூர் சுல்தானகம் உச்ச நிலையை எட்டியது. அரபிக்கடல் தொடங்கி வங்காள விரிகுடாவரை இந்திய தீபகற்பத்தினூடாகப் பரந்து விரிந்ததாக இருந்தது. ஆண்டு வருமானமாக ஏழு கோடியே 84 லட்சம் ரூபாயும் குறுநில மன்னர்கள், ஜமீந்தார்களிடமிருந்து ஐந்தே கால் கோடி ரூபாய் கப்பமாகவும் கிடைத்தது. 80,000 குதிரைப்படையினர், 2,50,000 காலாட்படையினர் இருந்தனர். 530 போர் யானைகள் இருந்தன.

மொகலாயப் படையெடுப்புப் புயல் ஒருவழியாக ஓய்ந்ததையடுத்து (1657) சிறிது காலத்துக்கு பீஜாப்பூர் அரசு தன் செல்வாக்கை மீட்டெடுத்துக்கொண்டது. 1661-1666 வரையில் இரண்டாம் அலி ஆதில் ஷா திறமையாக ஆட்சி புரிந்தார். களத்தில் நேரடியாக இறங்கிச் செயல்பட்டார். சிவாஜியின் வலிமையைக் கட்டுப்படுத்தினார். வட கிழக்கு பிராந்தியத்தில் (கர்நூல் பகுதியில்) கிளர்ச்சி செய்த அபிசீனிய அதிகாரிகள், தளபதிகளை வழிக்குக் கொண்டுவந்தார். பேட்னூர் பகுதியின் ராஜாவையும் கீழடக்கினார். ஜெய் சிங் தலைமையில் மொகலாயப் படையெடுப்பில் இழந்த பகுதிகளை மீட்டெடுக்கவும் செய்தார்.

அதன்பின்னர் எஞ்சிய வாழ் நாள் முழுவதும், சுல்தான் மது, மாது என அந்தப்புர சுகபோகங்களில் திளைக்க ஆரம்பித்தார். ஆனால் அவருடைய திறமைசாலியான வாஸிர் அப்துல் முஹம்மது நிர்வாகத்தைத் திறமையாகக் கையாண்டார். இரண்டாம் அலி ஆதில் ஷா 1672, 24, நவம்பரில் இறந்ததையடுத்து பீஜாப்பூர் சுல்தானகம் தன் பெருமையை இழக்க ஆரம்பித்தது. அவருடைய நான்கு வயதான மகன் சிக்கந்தர் ஷா அரியணையில் அமர்த்தப்பட்டார். சுய நலம் மிகுந்த தளபதிகள், அமைச்சர்களின் ஆட்சி ஆரம்பித்தது. இறுதியில் அந்த சுல்தானகம் வீழ்ந்தது.

1672 தொடங்கி 1686-ல் பீஜாப்பூர் சுல்தான் வம்சம் அழிவைச் சந்தித்தது வரையான காலகட்டம் என்பது வாஸிர்களின் ஆட்சிக் காலமே. இஸ்லாமிய மேட்டுக்குடியினரிடையே உட் குழு மோதல் தொடர்ந்து நடைபெற்றுவந்தது. பிராந்திய ஆட்சியாளர்கள் எல்லாம் சுதந்தரமாகச் செல்ல ஆரம்பித்தனர். மைய அதிகாரம் தலைநகரிலேயே ஸ்தம்பித்துப் போனது. அவ்வப்போது நடைபெற்ற மொகலாய ஆக்கிரமிப்புகள், மராட்டியர்களுடன் வெளிப்பார்வைக்குத் தெரியும்படியான பகைமை, உள்ளுக்குள் இருந்த ரகசிய உடன்படிக்கை என பல வகைகளில் அந்த சுல்தானகம் வீழ்ச்சியை அடைந்தது.

அலி ஆதில் ஷா 24, நவ, 1672 இறந்ததைத் தொடர்ந்து தக்காணத்தில் இருந்த இஸ்லாமியப் படையின் அபிசீனியத் தலைவர் காவாஸ் கான் ஆட்சி அதிகாரத்தைக் கைப்பற்றி பாலகன் சிக்கந்தரை ஆட்சிக் கட்டிலில் அமர்த்தினார். பீஜாப்பூர் ஆதில் ஷாஹி சுல்தான் வம்சத்தின் கடைசி மன்னர் சிக்கந்தர் ஷா தான். அதிகாரத்தைக் கையில் வைத்திருந்த காவாஸ் கான் பிற தளபதிகள், ஆட்சியாளர்களுக்குச் செய்து கொடுத்த வாக்குறுதிக்கு ஏற்ப கோட்டைகளை ஒப்படைக்கவில்லை. இதனால் முன்பு வாஸிராக இருந்தவரும் திறமைசாலியும் அனுபவஸ்தருமான அப்துல் முஹம்மது மனமுடைந்து சுல்தானகத்திலிருந்து வெளியேறினார். சுல்தான் பாலகராக இருந்ததும் பிரதம அமைச்சருடைய திறமையின்மையும் பீஜாப்பூர் சுல்தானகத்தை வீழ்ச்சிக்குத் தள்ளியது. அனைத்து தரப்புகளில் இருந்தும் கலகங்கள், குழப்பங்கள் எழுந்தன.

பீஜாப்பூர் மீது தாக்குதல் நடத்திக் கைப்பற்று என்று மொகலாயப் பேரரசர் பஹதுர் கானுக்குப் பல முறை உத்தரவு பிறப்பித்தார். ஆனால், மிகச் சிறிய படையைத் தன்வசம் வைத்திருந்த சிறிய பிராந்திய தலைவரான பஹதுர் கான் மூலம் பீஜாப்பூரைக்

கைப்பற்றுவது சாத்தியமே இல்லை. பின்னாளில் பஹதுர் கர் என்று பெயரிடப்பட்ட பேட் காவ் பகுதியில் இருந்து புறப்பட்டு, புனேக்கு 55 மைல் கிழக்கில் பீமா நதிக்கரையோரம் ராணுவ முக்கியத்துவம் வாய்ந்த பகுதிக்குச் சென்று முகாமிட்டார். அது ஔரங்காபாதுக்கும் பீஜாப்பூருக்கும் நடுவில் இருந்தது. சிவாஜிக்கு எதிராகப் போர் தொடுக்கவேண்டும்; பீஜாப்பூர் சுல்தானகத்தில் இருக்கும் அமைச்சர்கள், தளபதிகளை ஆசை வலையில் வீழ்த்தி பீஜாப்பூர் பகுதிகளை வெல்லவேண்டும். இங்கு நேரடிப் போர் அவசியமில்லை என்று முடிவுசெய்திருந்தார்.

பீஜாப்பூர் படையில் பாதிக்கு மேற்பட்டவர்கள் ஆஃப்கானியர்களே. அவர்களுடைய தலைவரின் பெயர் அப்துல் கரீம். பின்னொட்டுப் பெயர் இரண்டாம் பஹோல் கான். அவர் பன்காபூரை நிர்வகித்துவந்தார். ஆஃப்கானியர்கள் தமக்குத் தரவேண்டிய நிலுவைத் தொகையை கறாராகக் கேட்க ஆரம்பித்தனர். அதோடு காவாஸ் கானின் நிர்வாகத்துக்கு எதிராகக் குரல் எழுப்பவும் ஆரம்பித்தனர். எனவே அவர் ஆஃப்கானியர்களை அமைதிப்படுத்தவோ அடக்கவோ செய்யும்படி மொகலாய நிர்வாகியிடம் ரகசியமாக உதவி கேட்டார். இதனால் பீமா நதிக்கரை வரையிலும் புறப்பட்டு வந்த மொகலாய நிர்வாகி 19 அக்டோபரில் காவாஸ் கானைச் சந்தித்துப் பேசினார். ஆஃப்கானியர்களை அடக்கி, சிவாஜி மீது படையெடுக்க இரு தரப்பினரும் முடிவெடுத்தனர்.

6. பஹோல் கானின் ஆட்சி (1675-1677)

மொகலாயர்களின் உதவி கிடைப்பது உறுதியானதும் ‘கவாஸ் கானுக்கு கீழ்ப்படியாமல் நடந்துகொண்ட’ பஹோல்கானை விரட்டியடிக்கத் திட்டமிட்டார். இந்த விஷயம் அந்த ஆஃப்கானியத் தளபதிக்குத் தெரியவந்ததும் ஒரு தந்திரம் செய்தார். காவாஸ் கானை ஒரு விருந்துக்கு அழைத்து அதிகமாக மது அருந்தி மயங்கவைத்து பன்காபூரில் சிறையில் அடைத்தார் (11, நவ). அதன் பின்னர் பீஜாப்பூருக்குள் நுழைந்து தன்னை வாஸிராக நியமித்துக் கொண்டார். அப்படியாக போரே புரியாமல் அதிகாரத்தைக் கைப்பற்றிய பஹோல் கானுடைய ஆட்சி காவாஸ் கானின் ஆட்சியையும் விட மோசமாகவே இருந்தது. காவஸ் கான் மூன்றாண்டுகள் பிரதம அமைச்சராகவும் கிட்டத்தட்ட சுல்தானாகவும் இருந்திருந்தார். திறமையின்மை, மது என அவருடைய நிர்வாகம் மோசமாகவே இருந்தது. ஆஃப்கனிய

தளபதி பஹோல்கானின் ஆட்சி நிர்வாகமோ அதைவிட மோசமாக இருந்தது.

அதிகாரம் கைக்கு வந்ததும் தக்காணத் தளபதிகள், அதிகாரிகளை ஒவ்வொருவராக விலக்கி அந்தப் பதவிகளில் தன் உறவினர்களும் ஆதரவாளர்களுமான ஆஃப்கானியர்களை நியமித்தார். சில தக்காண அதிகாரிகளை நாடுகடத்தவும் செய்தார். பஹோல் கானின் ஆட்சியில் இதனால் பெரும் குழப்பமும் கூச்சலும் ஏற்பட்டன. தக்காணத்தில் இருந்த இஸ்லாமிய வீரர்கள் இதற்கு எதிராக ஆயுதம் ஏந்திப் போருக்குத் தயாரானார்கள்.

பஹோல் கானின் ஆட்சி முழுவதும் தலைமை ஆலோசகரான கீஸர் கான் பாணி என்பவருடைய வீரத்தையும் சாமர்த்தியத்தையுமே சார்ந்திருந்தது. 12 ஜனவரி 1676 வாக்கில் இவரை ஒரு தக்காண வீரர் குத்திக் கொன்றுவிட்டார். உடனே நிராதரவாக இருந்த காவாஸ் கானை பஹோல் கான் கொன்றதோடு (18, ஜன) பீஜாப்பூருக்குச் சென்று தக்காணப் படையினரைத் தண்டிக்கப் படையுடன் புறப்பட்டார். 21, மார்ச்சில் மோகா பகுதிக்கு அருகில் ஷேர்ஷா கானுக்கும் இவருடைய படைக்கும் இடையே கடுமையான போர் மூண்டது. இந்தப் போரில் ஆஃபனியர்களுக்கே வெற்றி கிடைத்தது. ஷேர்ஷா கான் தப்பி ஓடி ஷோலாபூரில் இருந்த பஹதுர் கானிடம் தஞ்சமடைந்தார். அவர் இப்போது தக்காண இஸ்லாமியப் படையினருடன் சேர்ந்து கொண்டு பீஜாப்பூர் அதிகாரத்தைக் கைப்பற்றியிருக்கும் ஆஃப்கானியர்களை வீழ்த்த முடிவு செய்தார்.

ஷோலாபூரில் இருந்து தென் திசையில் பீமா நதியைக் கடந்து ஹல்சங்கி பகுதிக்கு 31, மார்ச்சில் வந்து சேர்ந்தார். பீஜாப்பூரின் புற நகர்ப் பகுதியை அவருடைய குதிரைப்படை சூறையாட ஆரம்பித்தது. 13 ஜூனில் அலியாபாத் மற்றும் இண்டி பகுதிக்கு இடைப்பட்ட சமவெளியில் (பீஜாப்பூரில் இருந்து 30 மைல் வட கிழக்கில்) பஹோல் கான் இந்தப் படையை எதிர்த்தார். இந்த தக்காணப் படையின் தாக்குதலில் பெரும் இழப்பை மால்வாவின் ஆட்சிப் பொறுப்பில் இருந்த மொகலாயத் தளபதி இஸ்லாம் கானின் படையும் துருக்கியப் படையுமே சந்திக்க வேண்டியிருந்தது. இரண்டு தாக்குதல்களை அவர்கள் முறியடித்தனர். ஆனால் போர்க்களத்தில் ஏற்பட்ட வெடி விபத்தில் அவருடைய யானை எதிர்ப் படைக்குள் சென்று மாட்டிக் கொண்டுவிடவே இஸ்லாம் கானும் அவருடைய மகனும் கொல்லப்பட்டனர். பீமா நதிக்கு இந்தப் பக்கம் இருந்த மொகலாயப் படையையும் ஆஃப்கானியர்கள் தாக்கி அங்கிருந்தவர்களைக் கொன்றனர்.

இதனிடையில் நதியில் வெள்ளப் பெருக்கு ஏற்படவே பஹதுர் கானினால் படையை உதவிக்கு அனுப்ப முடியாமல் போய்விட்டது.

கோல்கொண்டாவிலிருந்து ஒரு பெரிய படை மாதண்ண பண்டிட் தலைமையில் பீஜாப்பூர் படைகளுக்கு ஆதரவாக வந்து சேர்ந்ததும் பஹதுர் கானின் நிலைமை மேலும் மோசமாகவிருந்தது. ஆனால், புதிதாக வந்த படையை மொகலாயத் தளபதி கையூட்டு கொடுத்து சமாளித்துவிட்டார். ஏற்கெனவே பஹோல் கானுடன் அவர்களுக்குக் கருத்து வேறுபாடு இருந்தது. எனவே கோல்கொண்டா படை மெள்ளத் திரும்பிச் சென்றுவிட்டது.

பஹதுர் கான் ஹல்சிங்கிக்குள் படையுடன் முன்னேறிச் சென்றார். அங்கு தன் முழு படையையும் அணிவகுக்கச் செய்தார். இந்தப் பெரிய படையைப் பார்த்ததும் பஹோல் கான் பயந்து பின்வாங்கிவிட்டார். பீஜாப்பூரின் சில மாவட்டங்களை எதிர்ப்பின்றி விட்டுக் கொடுத்தார். அப்படியாக, பஹதுர் கான் நளதுர்கா (14, மே, 1677), குல்பர்கா (7 ஜூலை) ஆகிய பகுதிகளை எளிதில் கைப்பற்றினார். ஆனால் அவருக்கும் இரண்டாம் நிலை தளபதியாக இருந்த திலிர் கானுக்கும் (இங்கு ஜூன் 1676-ல் வந்து சேர்ந்திருந்தார்) இடையில் மோதல் ஏற்பட்டது. ஆஃப்கனியரான அவர் பஹோல் கானின் நண்பராகி பீஜாப்பூரில் அதிகாரத்தில் இருக்கும் ஆஃப்கனியப் படைக்கு ஆதரவாளராகிவிட்டார். திலிர் கானும் பஹோல் கானும் இருவருமாகச் சேர்ந்து பஹதுர் கானைக் கண்டித்து மொகலாயப் பேரரசருக்குக் கடிதம் அனுப்பினர். அதில் பஹதுர் கான் தக்காண இந்து ராஜ்ஜியங்களுடன் ரகசிய உடன்படிக்கை செய்துகொண்டிருப்பதாகவும் மொகலாயப் பேரரசின் நடவடிக்கைகளுக்கு அவர் கேடு விளைவிப்பதாகவும் குற்றம் சுமத்தியிருந்தனர்.

7. திலிர் கானும் பஹோல் கானும் கோல்கொண்டாவை ஆக்கிரமித்தல் (1677)

பஹதுர் கானைத் திரும்பிவரும்படி ஔரங்கசீப் உத்தரவிட்டார். செப்டம்பர் 1677-ல் அவர் அங்கிருந்து சென்ற பின்னர் திலிர் கான் அக்டோபர் 1678 வரை தக்காணத்தின் நிர்வாகப் பொறுப்பில் இருந்தார். ஔரங்கசீபின் ஆட்சிக் காலத்தின் முதல் 20 ஆண்டுகளில் தக்காணத்தில் அவருக்குக் கிடைத்த வெற்றிகளைக் கணக்கிட்டுப் பார்த்தால், 1657 வாக்கில் பீஜாப்பூரின் வட கிழக்கு மூலையில்

இருந்த கலியாணி மற்றும் பிடார் ஆகிய பிராந்தியங்களைத் தன் பேரரசுடன் இணைத்திருந்தார். 1660 வாக்கில் வட கோடியில் இருந்த பரிந்தா மாவட்டத்தையும் கோட்டையையும் கையூட்டு மூலம் கைப்பற்றியிருந்தார். இப்போது நளதுர்கா, குல்பர்கா ஆகியவையும் பேரரசுடன் இணைக்கப்பட்டுவிட்டன.

பீமா நதியால் சூழப்பட்ட மிகப் பெரிய நிலப்பகுதி, குல்பர்காவை பிதாருடன் இணைக்கும் மஞ்சிரா (கிழக்குப் பகுதியில்) ஆகியவை எல்லாம் மொகலாயர் பிடிக்குள் வந்துவிட்டன. தெற்கில் மொகலாயப் பேரரசின் எல்லையானது பீமா நதியின் வட கரை வரையில் பீஜாப்பூர் மீது தாக்குதல் நடத்த உகந்த தூரத்தில் இருந்த ஹில்சிங்கி வரையிலும் நீண்டிருந்தது. மேலும் தென் பகுதியில் கோல்கொண்டா ராஜ்ஜியத்தின் மேற்கு எல்லையில் இருந்த மல்கேத் கோட்டை வரையிலும் பரவியிருந்தது.

பீஜாப்பூரில் இந்த வெற்றிகளைப் பெற்ற பின்னர் கொல்கொண்டா ராஜ்ஜியத்துடனான கணக்குகளைத் தீர்க்க மொகலாயர்கள் முடிவுசெய்தனர். சிவாஜியையும் ஷேக் மினாஜையும் ஒப்படைக்கா விட்டால் உங்கள் சுல்தானகத்தின் மீது படையெடுக்கப் போகிறோம் என்று ஆகஸ்ட் நடுப்பகுதி வாக்கில் குதுப் ஷாவை மிரட்டினர். ஷேக் மினாஜ் ஏற்கெனவே மொகலாயர்களுடன் சேர்வதாகச் சொல்லி ஏராளமான பணம் கையூட்டாகப் பெற்றிருந்தார். ஆனால், அதை வாங்கிக் கொண்டபின்னர் கோல்கொண்டா சுல்தான் பக்கம் சேர்ந்துவிட்டிருந்தார்.

செப்டம்பர் வாக்கில் திலிர் கானும் பஹோல் கானும் சேர்ந்து படையெடுத்து கோல்கொண்டாவைத் தாக்கினர். மொகலாயப் பேரரசின் கடைசிப் படையரணான குல்பர்காவிலிருந்து கிழக்கு திசையில் 24 மைல் தொலைவில் இருந்த மல்கேத் கோட்டையை நோக்கிப் படையெடுத்தனர். கோல்கொண்டா சுல்தானகத்தின் எல்லையில் இருக்கும் முதல் கோட்டை அது. அதை அவர்கள் ஒரே நாளில் கைப்பற்றிவிட்டனர். ஆனால், குதுப் ஷாஹியின் தலைநகரிலிருந்து 80 மைல் தொலைவில் இருந்த மல்கேத் கோட்டையில் இந்தப் படையானது எதிர் தரப்புப் படையால் முழுவதுமாகத் தடுக்கப்பட்டது. மல்கேதுக்கு ஏழு மைல் வடக்கே மங்கால்கி பகுதியில் முகாமிட்டிருந்தார் குதுப் ஷாஹி சுல்தான் (அக்டோபர்).

இரண்டு மாதங்கள் யாருக்கு வெற்றி தோல்வி என்பது தீர்மானமாகாமல் போர் நடந்தது. குதுப் ஷாஹி படைகள்

பீஜாப்பூருக்குள்ளும் மொகலாயப் பகுதிகளுக்குள்ளும் வெகுவாக ஊடுருவியிருந்தன. மொகலாயப் படைகளுக்கு வந்துகொண்டிருந்த தானிய வண்டிகளைத் தடுத்து நிறுத்தினர். நேசப் படைகளில் இருந்த ஆஃப்கானியர்களும் ராஜபுத்திர வீரர்களும் அதிக மழை மற்றும் உணவுப் பற்றாக்குறையினால் பெரிதும் பாதிக்கப்பட்டனர். பஹோல் கான் தீவிர நோய் ஏற்பட்டு, படுத்த படுக்கையாகி இறுதியில் இறந்தார். அவருடைய படையினர் பட்டினி தாங்க முடியாமல் தப்பி ஓடினர். திலிர் கான் குல்பர்காவுக்குப் பின்வாங்கினார். எதிரிப் படையினர் அவர்களைத் துரத்தித் துரத்தித் தாக்கினர். அவருடைய பொருட்கள் எல்லாம் களவாடப்பட்டன. பட்டினியாக்கப்பட்ட மொகலாயப் படைகளுக்கு பனங்காய்கள், பேரிச்சை ஆகியவற்றைத் தின்று உயிர்தப்ப வேண்டியிருந்தது.

குல்பர்காவில் திலிர் கானை மசூத் சந்தித்து மொகலாயர்களுடன் அமைதி உடன்படிக்கை செய்துகொண்டார். பீஜாப்பூரின் வாஸிராக அவர் இருப்பார். ஆனால் ஔரங்கசீபுக்குக் கீழ்ப்படிந்து நடக்க வேண்டும். சிவாஜியுடன் கூட்டணி கூடாது. மராட்டிய மன்னருடனான போர்களில் மொகலாயர்களுக்கு உதவியாக நிற்கவேண்டும். மொகலாயப் பேரரசருடைய ஒரு மகனை மணந்துகொள்ள ஆதில் ஷாவின் சகோதரி ஷஹர் பானு பேகம் (பதிஷா பீவி என்று அறியப்பட்டவர்) மொகலாய அவைக்கு அனுப்பிவைக்கப்படவேண்டும் என்ற உடன்படிக்கைகள் செய்துகொள்ளப்பட்டன. கடைசியாக திலிர் கான் வடக்கு நோக்கிப் புறப்பட்டார்.

8. மசூத் ஆட்சிப் பொறுப்பில் நியமிக்கப்படுதல்; ஆஃப்கானியக் கலகம்; பீஜாப்பூர் பகுதிகளில் ஏற்பட்ட கலகங்கள்

23, டிச, 1677-ல் பஹோல் கான் இறந்தார். அடுத்த வருடம் பிப்ரவரியில் கோல்கொண்டா படையின் துணையுடன் மசூத் ஆட்சிப் பொறுப்பில் நியமிக்கப்பட்டார். ஆனால் கஜானா முழுவதும் காலியாக இருந்தது. ஆஃப்கானியக் கூலிப் படையினருக்கான நிலுவைத் தொகையைத் தரமுடியவில்லை. இதனால், ஆஃப்கானியர்கள் கலவரங்களில் ஈடுபட்டனர். இறந்த பஹோல் ஹானின் விதவைகள், உறவினர்கள் அனைவருடைய வீடுகளைக் கைப்பற்றி அனைவருக்கு முன்பாக அவமானப்படுத்தி நிலுவைத் தொகையைத் தரும்படி மிரட்டினர். செல்வந்தர்கள் என்று

நம்பப்பட்ட அனைவரையும் பிடித்துத் துன்புறுத்தினர். ஆஃப்கானியர்கள் இப்படி அனைவரையும் துன்புறுத்திவந்தபோது மசூத் எதுவும் செய்யமுடியாதவராக தன் வீட்டுக் கதவுகளை மூடிக் கொண்டு ஒதுங்கிவிட்டார். மக்கள் பலரும் பயத்தில் கர்நாடகப் பகுதிகளுக்குத் தப்பிச் சென்றனர்.

புதிதாக நியமிக்கப்பட்ட நிர்வாகிக்கு மரியாதை எதுவும் இருந்திருக்கவில்லை. எல்லாவற்றுக்கும் மேலாக அவர் சிவாஜியுடன் ரகசியக் கூட்டணி அமைத்துக்கொண்டு மொகலாயர் களுக்கு எதிராகத் தன்னை பலப்படுத்திக்கொள்ள முயற்சிகள் எடுத்தார். அது மொகலாயர்களை ஆத்திரமடையவைத்தது. மசூத் இப்படி நடந்துகொண்டதால் திலிர் கான் குல்பர்கா உடன்படிக்கையை மீறத் திட்டமிட்டார். அதுவே அவர் இதுவரை பீஜாப்பூருக்குள் ஆக்கிரமிக்காமல் இருக்க வைத்திருந்தது. மழைக்கால முடிவில் (அக், 1678) திலிர் கான் பேட் காவ் பகுதியிலிருந்து புறப்பட்டு அக்லுஜ் பகுதிக்குச் சென்று சேர்ந்தார்.

இதனிடையில் ஒப்பந்தப்படி சிவாஜி ஆறாயிரம் இரும்புக் கவசம் தரித்த வீரர்களை பீஜாப்பூரைப் பாதுகாக்கவும் மசூதின் படைக்கு வலுவூட்டவும் அனுப்பிவைத்தார். ஆனால் அவர்களுக்கு இடையே மனப்பூர்வமான நட்புறவு மலர வாய்ப்பே இருந்திருக்கவில்லை. சிவாஜி பீஜாப்பூரை தந்திரமாகக் கைப்பற்ற நினைத்தார். இரு தரப்பினருக்கிடையேயான அவ நம்பிக்கை மெள்ள மெள்ள அதிகரித்து மோதலில் சென்று முடிந்தது. பீஜாப்பூர் பகுதிக்குள் நுழைந்து சிவாஜி தாக்குதல் நடத்த ஆரம்பித்தார். தௌலத்பூர், குஸ்ரபூர், ஜுஹ்ராபூர் முதலான புறநகர் பகுதிகளில் தாக்குதலில் ஈடுபட்டபடியே நகருக்குள் புகுந்தனர். தனது எதிரியைவிட நண்பர் போல் இருப்பவரைக் கண்டு அதிக அளவு பயந்த மசூத், திலிர் கானிடம் அடைக்கலம் புகுந்தார். பீஜாப்பூருக்கு மொகலாயப் படையை வரச் சொல்லி அழைப்புவிடுத்தார்.

சிவாஜியின் வலிமையான பாபுல் கர் கோட்டையை (2, ஏப், 1679) கைப்பற்றி திலிர் கான் அழித்தார். 16,000 வீரர்களைக் கொண்ட மராட்டிய படைக்குப் பெரும் சேதத்தை விளைவித்தார். அவருடைய வருகைக்காகக் காத்திருந்த மசூத் பொறுமையிழந்து பீமா நதியை தல்கேத் பகுதிவழியாகக் கடந்து சென்று பீஜாப்பூருக்கு 35 மைல் வடக்கே இருந்த ஹல்சிங்கி பகுதிக்கு சென்றார். ஆதில் ஷாஹி அரசு முற்றிலும் நிலைகுலைந்து பெரும் குழப்பமே அங்கு நிலவியது. மசூதுக்கும் ஷேர்ஷா கானுக்கும் இடையிலான மோதலினால் தலைநகரில் பெரும் குழப்பம் நிலவியது.

தக்காணத்தின் மொகலாயப் பிரதிநிதி பீஜாப்பூரில் மோதலில் ஈடுபட்டதரப்பினரிடையே சமாதான முயற்சிகளில் ஈடுபட்டார். தக்காண முஸ்லிம்கள், ஆஃப்கானியர்கள், மராட்டியர்கள் ஆகியோரைக் கொண்ட ஆதில் ஷாவின் 10,000 வீரர்கள் மொகலாயப் படையில் திலிர் கான் தலைமையில் சேர்ந்துகொண்டனர். மூன்று அல்லது நான்கு ஆயிரம் பட்டினியில் வாடும் வீரர்கள் மட்டுமே பீஜாப்பூரில் மசூதுடன் தங்கிவிட்டனர். அவர்களுமேகூட மொகலாயப் படைகளைப்போல் சம்பளம் கிடைக்கவேண்டும் என்று விரும்பினர்.

சுல்தானின் தங்கை ஷஹர் பானுவை மொகலாய அந்தப்புரத்துக்கு அனுப்பிவைக்கவேண்டும் என்று ஔரங்கசீப் உத்தரவிட்டார். இந்த படிஷா பீவியை பீஜாப்பூர் அரச குடும்பத்தினரும் மக்களும் பெரிதும் உயர்வாக மதித்துப் போற்றிவந்திருந்தனர். தான் பிறந்த நகரை விட்டு 1, ஜூலை 1679-ல் புறப்பட்ட அவரை மக்களும் அரசவையினரும் கண்ணீர் மல்க மத வெறி மிகுந்த சுன்னி இஸ்லாமிய வீட்டில் இனி வாழ்நாளை கழிக்க அனுப்பி வைத்தனர்.

9. பிஜப்பூர் மீது திலிர்கானின் படையெடுப்பு; ஆதில் ஷாவுக்கு சிவாஜியின் உதவி, 1679.

பீஜாப்பூர் சுல்தானே தன் மகள் ஷஹர் பேகத்தை முகலாய அந்தப்புரத்துக்கு அனுப்பி வைத்த பின்னரும் பிஜப்பூர் சுல்தானகத்தின் வீழ்ச்சியை எந்த வகையிலும் தடுக்க முடிந்திருக்க வில்லை. முகலாயப் பேராசை பூர்த்தி செய்யப்பட முடியாததாகவே இருந்தது.

சித்தி மசூத் தனது ஆட்சி பொறுப்பை விட்டு விட்டு விலகிச் செல்ல வேண்டும். முகலாயர்களின் பிரதிநிதி ஒருவரால் இனிமேல் பீஜாப்பூர் நிர்வகிக்கப்படும் என்று திலிர் கான் நிர்பந்தம் கொடுத்தார். மசூத் அதை சாமர்த்தியமாக நிராகரித்தார். முகலாயத் தளபதிக்கு நேரடியாக தெரிவித்த எதிர்ப்பு போல் அது ஆனது. எனவே பீஜாப்பூர் மீது படையெடுக்க திலிர் கான் முடிவு செய்தார். ஆனால் அவருடைய நிலைமை மிகவும் பலவீனமாகத்தான் இருந்தது. அவருடைய கஜானா காலியாக இருந்தது. படைவீரர்களுக்கு கொடுக்க வேண்டிய நிறைய தொகை நிலுவையில் இருந்தது.

இரண்டாவதாக, தக்காணத்தின் புதிய வைஸ்ராயாக நியமிக்கப்பட்ட இளவரசர் ஷா ஆலம், திலிர் கானின் எதிரியாகவே

இருந்தார். அவருடைய முயற்சிகள் அனைத்தையும் வீழ்த்தவும் அவரை அவமதித்து விரட்டவும் எல்லா முயற்சிகளையும் ஈடுபட்டார். அப்படியாகப் படை எடுப்பை ஆரம்பிப்பதற்கு முன்பாகவே திலிர் கான் தடுத்து நிறுத்தப்பட்டார். இளவரசரிடம் நிதி உதவி கேட்டார். இந்த வாய்ப்பை பயன்படுத்திக் கொண்டு மசூத் பீஜாப்பூரின் பாதுகாப்பை பலப்படுத்திக் கொண்டார். ஆதில் ஷாவுக்கு மிகவும் நெருக்கடி ஏற்பட்டிருக்கும் இந்தத் தருணத்தில் உதவும்படியாக சிவாஜிக்கு தூது அனுப்பினார். சிவாஜி உடனே பத்தாயிரம் மராட்டிய வீரர்களைக் கொண்ட குதிரைப்படையை அனுப்பி வைத்தார். மேலும் பீஜாப்பூருக்கு 2000 காளை வண்டிகளில் உணவுப்பொருட்கள் மற்றும் தேவையான பிறவற்றையும் அனுப்பி வைத்தார்.

பீஜாப்பூருக்கு 52 மைல் வடக்கில் இருந்த மங்கள்விதே பகுதியையும் அதன் கோட்டைக்கும் பீமா நதிக்கும் இடைப்பட்ட பகுதியையும் செப் 1679-ல் மொகலாயர்கள் கைப்பற்றினர். சலோகி, காசி காவ், அல்மலா பகுதிகளைச் சூறையாடியபின் அக்லுஜ் கோட்டையை முற்றுகையிட்டனர். இதில் வெற்றி கிடைக்கவில்லை. தலைநகருக்கு ஆறு மேல் வடகிழக்கில் இருந்த பரால்கி பகுதிக்கு 7, அக்டோபர் வாக்கில் வந்து சேர்ந்தார். ஷா ஆலம் கொடுத்த நெருக்கடிகள், படையெடுப்பைச் சீக்கிரம் ஆரம்பிக்காததால் பேரரசர் கடிந்து கொண்டது, தனது ஆலோசகர்கள், வீரர்கள், நட்பு சக்திகள் உடன் ஏற்பட்ட மோதல்கள் இவை எல்லாம் திலிர் கானை நெருக்கடிக்குள் தள்ளின. இதனிடையில் பத்தாயிரம் வலிமையான வீரர்களுடன் சிவாஜி பனாலாவுக்கும் பீஜாப்பூருக்கும் இடையில் இருந்த சேல்குர் பகுதிக்கு வந்து சேர்ந்திருந்தார். இந்தப் படையுடன் ஆனந்த ராவ் தலைமையில் இதே அளவு வலிமை கொண்ட படை முன்னதாகவே வந்து சேர்ந்திருந்தது. (31, அக், 1679).

சிவாஜி 4 நவம்பரில் தன் படையை இரண்டு பிரிவுகளாகப் பிரித்தார். தன் தலைமையின் கீழ் 8500 வீரர்கள் கொண்ட படையை முஸ்லா மற்றும் அல்மலா வழியாக வட கிழக்கில் முன்னெடுத்துச் சென்றார். 10,000 வீரர்கள் கொண்ட இரண்டாவது படை ஆனந்த ராவ் தலைமையில் வட மேற்கில் இருந்த சங்குலா வழியாக மொகலாயப் பிராந்தியத்துக்குள் நுழைந்தது.

30000 குதிரைப்படை வீரர்களைக் கொண்டதாகப் பெருகியிருந்த இந்தப் படை பீமா நதி தொடங்கி வடக்கே நர்மதை வரை பரவியிருந்த மொகலாயப் பகுதிக்குள் புகுந்து சூறையாடத் தொடங்கியது.

10. திலிர் கான் பீஜாப்பூரைத் தாக்கி அழித்தல்; தலைநகர் மீது தாக்குதல் நடத்துதல்

பேரரசர் கடிந்துகொண்டதால் திலிர் கான் பீஜாப்பூர் மீதான படையெடுப்பை விரைந்து முன்னெடுத்தார். பீஜாப்பூரை எப்படியாவது முற்றுகையிட்டுக் கைப்பற்றியே ஆகவேண்டும் என்று துடித்தார். அதே நேரம் பின்பக்கமிருந்து சிவாஜியின்படையால் தாக்கப்படக்கூடும் என்று அஞ்சவும் செய்தார். எனவே 14 நவம்பரில் மேற்குப் பக்கமாக படையை நகர்த்திக்கொண்டு மிராஜ் பனாலா பகுதியை ஆக்கிரமிக்கப் புறப்பட்டார். பீஜாப்பூர் பகுதியைக் கண்மூடித்தனமாக வெறிகொண்டு தாக்கி அழிக்கத் தொடங்கினார். அவர் கடந்து சென்ற வழிகளில் இருந்த கிராமங்கள் எல்லாம் நிர்மூலமாக்கப் பட்டன. அங்கு இருந்த இந்துக்கள், பீஜாப்பூர் சுல்தானகத்தின் முஸ்லிம்கள் எல்லாரும் சிறைப்படுத்தப்பட்டு அடிமைச் சந்தையில் விற்கப்பட்டனர். இந்துப் பெண்கள் எல்லாம் குழந்தைகளுடன் கிணற்றுக்குள் குதித்து தற்கொலை செய்துகொண்டனர். 20 நவம்பரில் திலிர் கானின் முகாமில் இருந்து தப்பித்து சம்பாஜி பீஜாப்பூருக்குச் சென்று சேர்ந்தார். அதன் பின் டிசம்பர் நான்காம் தேதியன்று பனாலா பகுதிக்கு வந்து சேர்ந்தார்.

பீஜாப்பூர் நகரின் தென் பகுதியில் இருந்த கிருஷ்ணா மற்றும் டான் நதிப் பள்ளத்தாக்கின் பசுமையான, வளமான கிராமங்களைச் சூறையாடினார். பீஜாப்பூரின் தானியக் களஞ்சியம் என கிருஷ்ணா நதி பள்ளத்தாக்குப் பகுதிகள் அழைக்கப்பட்டன. அங்கிருந்த வயல்கள், தோப்புகள், கிராமங்கள் அனைத்தையும் சூறையாடினார். அங்கிருந்தவர்கள் அனைவரையும் சிறைப் பிடித்துக்கொண்டு அலியாபாத் பகுதிக்கு 4 டிசம்பரில் (நகருக்கு ஆறு மைல் வட கிழக்கில்) வந்து சேர்ந்தார். அங்கிருந்துகொண்டு தினமும் துப்பாக்கி, பீரங்கிகளுடன் புறப்பட்டுச் சென்று துளைக்க முடியாத கோட்டைச் சுவர்கள்மீது ஒவ்வொரு நாளும் ஒவ்வொரு இடத்தில் இருந்தபடித் தொடர்ந்து தாக்கினார்.

திலிர்கானுக்கும் ஷா ஆலமுக்கும் இடையிலான மோதல் நாளுக்கு நாள் அதிகரித்தது. திலிர் கானை வன்மையாகக் கண்டித்து இளவரசர் ஒரு கடிதம் எழுதினார். பீஜாப்பூரில் இருந்த திலிர் கானுக்குத் தாக்குதலைத் தொடர்ந்து முன்னெடுக்கவும் முடியாமல் போனது. அவருடைய படையினர் அவருக்குக் கீழ்ப்படிய மறுத்தனர். 29, ஜன, 1680 வாக்கில் பேகம் ஹௌஸ் பகுதியில் இருந்த முகாமைக் கலைத்துக்கொண்டு பின்வாங்கினார். பீஜாப்பூர் கோட்டை

முன்பாகத் தாக்குதலில் ஈடுபட்டு சுமார் 56 நாட்களை வீணடித்திருந்தார். வெறி பிடித்த நாய் போல் அலைந்தவர் வரும் வழியில் கண்ணில் பட்டவர்களையெல்லாம் கொடூரமாகக் கொன்று குவித்தார். அப்பாவி விவசாயிகளுக்கு அவர் இழைத்த கொடுமைகள் வார்த்தைகளில் விவரிக்கமுடியாதவையாக இருந்தன.

பீஜாப்பூர் நகரம் தொடங்கி தெற்கே கிருஷ்ணா நதிவரையிலும் கிருஷ்ணா நதிக்கும் பீமா நதிக்கும் இடைப்பட்ட கிழக்குப் பகுதி முழுவதும் இருந்த கிராமங்களைச் சுடுகாடாக்கினார். அடுத்ததாக திலிர் கான் பேராத் பகுதியை ஆக்கிரமித்தார். அதன் தலைநகர் சாகர். பாம் நாயக் ஆண்டுவந்த அந்தப் பகுதிக்கு திலிர் கான் 20, பிப், 1680-ல் வந்து சேர்ந்தார். அங்கு கோகி பகுதிக்கு 8 மைல் தொலைவில் நடந்த சண்டையில் பாம் நாயகப் படையால் திலிர்கானின் படை மிக மோசமாகத் தோற்கடிக்கப்பட்டது. கோட்டை கொத்தளங்கள், மலை உச்சி, குன்றுகள் என பல இடங்களில் மறைந்திருந்த பேராத் படையினர் கிராமப் பகுதிகளில் குழுமி இருந்த மொகலாயப் படைகளின் மீது மிகக் கடுமையான தாக்குதலை மேற்கொண்டு விரட்டினர்.

மொகலாயக் குதிரைப்படை அஞ்சி நடுங்கி புறமுதுகிட்டு ஓடியது. வெகு வேகமாக ஓடியபடியே துரத்தி வந்த பேராத் படையினரிடம் கருணை கேட்டுக் கெஞ்சி ஓடினர். அன்று மட்டும் 1700 மொகலாயப் படையினர் கொல்லப்பட்டனர். படைவீரர்கள் அனைவரும் துவண்டுவிட்டனர். ஐயாயிரம் ரூபாய் தருவதாக ஆசை காட்டியும் எதிரியுடன் போரிட மறுத்துவிட்டனர்.

11. தோற்று அவமானப்பட்டு திரும்பி அழைக்கப்பட்ட திலிர் கான், 1680

தோல்வியினால் அவமானப்பட்டவர் 23, பிப்ரவரியில் பீஜாப்பூருக்குக் கிழக்குப் பக்கமாக வடக்கு நோக்கிப் பின்வாங்கினார். ஆத்திரத்தில் வழியில் தென்பட்ட கிராமங்கள் அனைத்தையும் தீக்கிரையாக்கினார். அங்கிருந்தவர்களைப் பிணைக்கைதிகளாக்கினார். தக்காணப் பகுதியின் வைஸ்ராயாக இருந்த அவருடைய பதவிக் காலம் அக்டோபர் 1678-ல் ஷா ஆலம் நான்காவது முறையாக அந்தப் பதவிக்கு ஔரங்கசீபினால் நியமிக்கப்பட்டதைத் தொடர்ந்து முடிவுக்கு வந்தது. மே 1680 வரை இளவரசர் ஷா ஆலமே வைஸ்ராயாக இருந்தார். அவருடைய

நிர்வாகமும் தோல்விகரமானதாகவே இருந்தது. அதிருப்தியுற்ற ஔரங்கசீப் தன் மகன் ஷா ஆலமையும் தளபதி திலிர் கானையும் தில்லிக்குத் திரும்பி வரும்படி உத்தரவிட்டார். பஹதுர் கானை தக்காணத்தின் சுபேதாராக இரண்டாம் முறை நியமித்தார். மே, 1680லிருந்து ஷா ஆலமிடமிருந்து நிர்வாகப் பொறுப்பை பஹதுர் கான் ஏற்றுக்கொண்டார்.

12. பீஜாப்பூர் தொடர்பாக ஔரங்கசீபின் கொள்கை 1680-1684

திலிர்கானின் தோல்வி மற்றும் தில்லிக்குத் திரும்பியதற்கு பிந்தைய நான்கு வருடங்களில் பீஜாப்பூருக்கு எதிராக மொகலாயர்களால் எந்தப் பெரிய படையெடுப்பும் மேற்கொள்ளப்படவில்லை. சம்பாஜி தொடர்பான விவகாரங்கள் அவர்களை அந்தப் பக்கமே திரும்பவைத்திருந்தன. ஷேர்ஷா கானுக்கு ஔரங்கசீப் நட்பார்ந்த முறையில் ஒரு கடிதம் அனுப்பி, சம்பாஜியை அடக்குவதில் மொகலாயத் தளபதிகளுக்கு உதவும்படியும் அவரிடமிருந்து பீஜாப்பூர் பகுதியை மீட்க உதவும்படியும் கேட்டுக்கொண்டார். பீஜாப்பூர் சுல்தானின் மகன் ஷஹர் பானுவை தன் மகன் ஆஸம் கானுக்குக் கட்டாயத் திருமணம் முடித்துவைத்திருந்தார். ஷஹர் பானுவும் ஷேர்ஷா கானுக்குத் தனிப்பட்ட முறையில் இது தொடர்பாக ஒரு கடிதம் அனுப்பியிருந்தார். ஆனால் மொகலாயப் பேரரசருடன் கை கோர்ப்பது தொடர்பாக ஆதில் ஷாவின் அவையிலிருந்து எந்தவொரு பதிலும் வந்திருக்கவில்லை. மராட்டியப் படைகளுக்கு பீஜாப்பூர் சுல்தான்களிடமிருந்து உதவிகள் தொடர்ந்து கிடைத்து வருவது தொடர்பான, உறுதியான செய்திகள் பேரரசருக்கு வந்தவண்ணம் இருந்தன.

சம்பாஜி மீது நெருக்கடிகளை அதிகரிப்பதன் மூலம் பீஜாப்பூர் அரசு தம்மைத் தாமே தற்காத்துக்கொள்ளும்படியாகச் செய்ய திட்டமிட்டார். ஏப், 1682-ல் இளவரசர் ஆஸம் கான் தலைமையில் மிகப் பெரிய படையை பீஜாப்பூர் மீது படையெடுக்கச் செய்தார். அவர் எல்லைப் பகுதிகளை சூறையாடி பீஜாப்பூருக்கு 140 மைல் வடக்கில் இருந்த தாரூர் கோட்டையைக் கைப்பற்றினார். இந்தப் படையெடுப்பு சில மாதங்கள் நீடித்தது. நிரா நதிக்கு தெற்கே மேலும் முன்னேறிச் செல்லவிருந்த நேரத்தில் அவரைத் திரும்பவும் தில்லிக்கு வரும்படி ஜுன் 1683-ல் ஔரங்கசீப் உத்தரவிட்டார்.

அதன் பிறகு சில மாதங்கள் பீஜாப்பூர் மீது எந்தத் தாக்குதலும் மேற்கொள்ளப்படவில்லை.

பீஜாப்பூரின் நிலைமை மிகவும் மோசமாகிவிட்டிருந்தது. ஆதில் ஷாவின் ஐந்தாண்டு கால சுகபோக வாழ்க்கையின்போது வாஸிராக இருந்த சித்தி மசூதுக்கு மிகுந்த அதிருப்தியை உருவாக்கியது. தன்னாலான அத்தனை முயற்சிகளை மேற்கொண்டபோதிலும் ஆட்சி நிர்வாகத்தில் எந்தவொரு ஒழுங்கையும் அவரால் கொண்டுவரவே முடியாமல் போனது. 'அந்த நாட்களில் அப்பாவி விவசாயி தொடங்கி அதிகாரம் மிக்க நபர்வரை ஒரே ஒரு குடிமகன் கூட ஒரே நேரம் கூட நிம்மதியாக ஒரு வாய் உணவு உண்ண முடிந்திருக்கவில்லை. சுல்தான் தொடங்கி ஏழை வரையில் ஒரு நாள் கூட நிம்மதியாகத் தூங்க முடிந்திருக்கவில்லை'. நிர்வாகத்தைச் சீர்திருத்த முடியாமல் மனம் வருந்தியபடி 21, நவம்பர், 1683-ல் ஆதில் ஷாவின் அவையைவிட்டு மசூதி வெளியேறினார். தனது அதோனி கோட்டையை அடைந்ததும் பதவியை ராஜினாமா செய்துவிட்டார்.

19, மார்க் 1684-ல் ஆகா குஸ்ருவிடம் வாஸிர் பொறுப்பு ஒப்படைக்கப்பட்டது. ஆனால் அவர் ஆறு மாதங்களில் (11 அக்) இறந்துவிட்டார். பல்வேறு சீரமைப்பு நடவடிக்கைகள் எடுக்கப் பட்டன. சிக்கந்தர் ஷா (3 மார்ச், 1684-ல்) சைய்யது முகதம் ஷேர்ஷா கான்வசம் பீஜாப்பூரின் பாதுகாப்புப் பொறுப்பை ஒப்படைத்தார். பீஜப்பீர் சுல்தானின் கீழ் இருந்த குறு நில மன்னரான பாம் நாயக்கரை (வாகின்கேராவின் அரசர்) முக்கிய தலையாரிகளை அழைத்துக் கொண்டு தலைநகருக்கு வரும்படி அழைப்புவிடுத்தார்.

30, மார்ச் வாக்கில் பீஜாப்பூர் சுல்தானை மொகலாயப் பேரரசுக்கு அடிபணிந்து நடக்கும்படிச் சொல்லி ஒரு கடித்தை ஔரங்கசீப் அனுப்பினார். மொகலாயப் படைக்குத் தேவையான உணவுப் பொருட்களைத் தரவேண்டும்; பீஜாப்பூர் வழியாக மொகலாயப் படை எளிதில் வந்து போக அனுமதி தரவேண்டும்; மராட்டியர்களுடனான மொகலாயப் போருக்கு ஐந்தாயிரம் அல்லது ஆறாயிரம் வீரர்களைக் கொண்ட குதிரைப் படையை அனுப்பித் தரவேண்டும். சம்பாஜிக்கு உதவுவதை நிறுத்திக்கொள்ள வேண்டும். அதோடு ஷேர்ஷா கானை நாட்டை விட்டே துரத்த வேண்டும் என்றெல்லாம் அந்தக் கடிதத்தில் உத்தரவிட்டிருந்தார். இதனிடையில் ஆதில் ஷாவின் சுல்தானகத்தின் சிறு பிராந்தியத்தை மொகலாயர்கள் கைப்பற்றித் தமது காவல் அரண்களை அமைக்க ஆரம்பித்தனர். மே இறுதிவாக்கில் ஷேர்ஷா கான் மங்கலாவிதே

மற்றும் சங்கோலா கோட்டைகளைக் கைப்பற்றி அங்கிருந்த கோல்கொண்டா படைகளையும் தன் படையில் இணைத்து கொண்டார். 10 டிசம்பர் வாக்கில் ஹம்பீர் ராவ் தலைமையில் சம்பாஜி அனுப்பிய படையும் வந்து சேர்ந்தது.

29 ஜூன் 1685 வாக்கில் இளவரசர் ஆஸம் கான் பீஜாப்பூருக்கு மிக அருகில் படையுடன் வந்து சேர்ந்தார். ஒரு மாதத்துக்குள் மிகக் கடுமையான மூன்று போர்களை அவருக்கு எதிர்கொள்ள வேண்டிவந்தது. 1, ஜூலை வாக்கில் மொகலாயர்களின் பதுங்கு குழிகள், பாதுகாப்பு அரண்கள் எல்லாம் ஷேர்ஷா கான் மற்றும் அப்துர் ராஃப் மூலம் தகர்க்கப்பட்டன. மொகலாயத் தளபதிகள், வீரர்கள் சிலர் கொல்லப்பட்டனர். பலர் படுகாயமடைந்தனர். மறுநாள் மொகலாய தக்காணப் பிரிவினர், கோட்டைக்குள் முற்றுகைக்குள் இருந்த பீஜாப்பூர் படைகளுக்கு வந்த உணவுப் பொருட்களைத் தடுத்து நிறுத்தினர்.

13. அபாயத்தில் இருந்த இளவரசர் முஹம்மது ஆஸம், விடுவிக்கவந்த ஃபிர்ஸ் ஜங்

உணவு தானிய வண்டிகளைத் தக்காண வீரர்கள் தடுத்து நிறுத்தியதால் இளவரசர் முஹம்மது ஆஸாமின் முற்றுகை முகாமில் உணவுப் பற்றாக்குறை ஏற்பட்டது. ஏற்கெனவே சூறையாடப் பட்டிருந்த பீஜாப்பூர் பகுதிகளில் இருந்து எந்த உணவும் கிடைக்க வழியிருந்திருக்கவில்லை. மராட்டியர்களாலும் அப்போது ஆரம்பித்திருந்த மழையினால் பெருகிய வெள்ளத்தினாலும் வடக்குப் பக்கம் இருந்த சாலைகளும் துண்டிக்கப்பட்டிருந்தன. 'ஒரு சேர் தானியம் 15 ரூபாய் என்ற கொள்ளை விலையில் விற்றது. அதுவும் மிகக் குறைவாகவே கிடைத்தது.'

பீஜாப்பூருக்கும் ஷோலாபூருக்கும் இடையில் இருந்த இண்டி பகுதியில் போதிய வீரர்கள் இல்லாததால் மொகலாயக் காவல் அரண் விலக்கப்பட்டது. இதனால் பேரரசர் இருந்த இடத்திலிருந்து முற்றுகை முகாமுக்கு வருவதற்கான பாதையும் மூடப்பட்டது. தனது படையுடன் பீஜாப்பூரில் இருந்து திரும்பிவந்துவிடும்படித் தன் மகன் முஹம்மது ஆஸமுக்கு உத்தரவிடுவதைத் தவிர ஔரங்கசீபுக்கு வேறு வழியிருந்திருக்கவில்லை. இளவரசர் ஆலோசனைக்கூட்டம் ஒன்றைக் கூட்டினார். அனைவரும் திரும்பிச் செல்ல முடிவெடுத்தனர். ஆனால், இளவரசருக்கு அதில் துளியும் விருப்பம் இருக்கவில்லை. இதுபோன்ற தோல்வியுடன்

அப்போதுதான் திரும்பியிருந்த இன்னொரு இளவரசரான ஷா ஆலம் போல் தானும் வெறுங்கையுடன் திரும்ப அவருக்கு மனம் இருந்திருக்கவில்லை.

தன் படை வீரர்களையும் தளபதிகளையும் பார்த்துச் சொன்னார்: ‘உங்கள் நலனைக் குறித்துமட்டுமே நீங்கள் சிந்தித்திருக்கிறீர்கள். இப்போது நான் சொல்வதைக் கேளுங்கள். முஹம்மது ஆஸமாகிய நான் என் இரண்டு குழந்தைகள் மற்றும் பேகமுடன் உடம்பில் உயிர் இருக்கும்வரையில் முற்றுகையைக் கைவிட்டுவிட்டுத் திரும்பமாட்டேன். நான் இறந்த பின்னர் என் பிணத்தை வேண்டு மானால் தில்லிக்கு புதைக்க எடுத்துச் செல்லும்படி பேரரசர் உத்தரவிட்டுக்கொள்ளட்டும். உங்களுக்கு விருப்பம் இருந்தால் என்னுடன் சேர்ந்து போரிடுங்கள். இல்லையென்றால் திரும்பிச் செல்லுங்கள்’.

‘உங்கள் விருப்பமே எங்களுக்கான உத்தரவு ஆலம்பனா’ என்று உரத்த குரலில் படையினர் கோஷமிட்டனர்.

இளவரசரின் இந்தத் தீர்மானம் ஔரங்கசீபை எட்டியதும் ஐயாயிரம் காளை வண்டிகளில் உணவுப் பொருட்கள், ஆயுதத் தளவாடங்கள் என இளவரசருக்கு உதவிக்கு அனுப்பினார். காஜி உத் தீன் கான் பஹதுர் ஃபிர்ஸ் ஜங் தலைமையில் மிகப் பெரிய படை 4, அக், 1685-ல் புறப்பட்டு, நெருக்கடியில் இருந்த முஹம்மது ஆஸமின் படை முகாமை அடைந்து, ஷேர்ஷா கானை இண்டி பகுதியில் இருந்து விரட்டியடித்தது. ‘அந்தப் படை வந்து சேர்ந்ததும் பற்றாக்குறையெல்லாம் தீர்ந்துபோய் மொகலாயப் படையினரின் கவலைகள் எல்லாம் பறந்தன.’

அடுத்ததாக பாம நாயக்கர் தலைமையிலான பேராத் காலாட் படையினர் தலையில் பொதி சுமந்துகொண்டு முற்றுகையிடப் பட்டிருக்கும் கோட்டைக்குள் இரவில் செல்லமுயன்றபோது தடுத்து நிறுத்தப்பட்டனர். அக்டோபர் ஆரம்பவாக்கில் குதுப் ஷாவின் தலைநகராக இருந்த ஹைதராபாத்துக்குள் முஹம்மது ஆஸம் எந்த எதிர்ப்பும் இன்றித் தன் படையுடன் நுழைந்தார். குதுப் ஷா கோல்கொண்டாவில் முடங்கியிருந்தார். அவருடைய படையில் இருந்த பலரும் ஷா ஆலம் பக்கம் வந்துவிட்டனர். மார்ச், 1686-ல் மாதண்ண பண்டிட் கொல்லப்பட்டார். பீஜாப்பூர் சுல்தானகத்துடனும் மராட்டியர்களுடன் கூட்டணி முயற்சிகளை முன்னெடுத்துவந்திருந்த அவர் இறந்ததைத் தொடர்ந்து குதுப் ஷாஹி சுல்தானகம் மீதான முழு கட்டுப்பாடும் மொகலாயர் வசம் வந்து சேர்ந்தது.

14. பீஜாப்பூர் முற்றுகையின்போது மொகலாயப் படையினருக்கு ஏற்பட்ட நெருக்கடிகள், கஷ்டங்கள்.

ஜூன் 1686 வாக்கில் பீஜாப்பூர் மீதான மொகலாய முற்றுகை 15 மாதங்களாகியும் எந்த வெற்றியும் இன்றி இழுபறியாகவே இருந்தது. மொகலாயப் படைத் தளபதிகளிடையே கருத்து வேறுபாடுகளும் பொறாமையும் அதிருப்தியும் தலைதூக்க ஆரம்பித்தன. தானே நேரில் வந்து தலைமைப் பொறுப்பை ஏற்காவிட்டால் கோட்டை கைவிட்டுப் போய்விடும் என்பது ஔரங்கசீபுக்குப் புரிந்தது. 14, ஜூன், 1686-ல் ஷோலாபூரில் இருந்து புறப்பட்டு 3 ஜூலை வாக்கில் பீஜாப்பூர் கோட்டைக்கு மேற்கில் இருந்த ரசூல்பூருக்கு வந்து சேர்ந்தார். முற்றுகையைக் கடுமையாக்கும்படி உடனே உத்தரவிட்டார். நகரம் முழுவதுமாக நிலைகுலைந்தது.

உயிருடன் இருந்தவர்களில் ஔரங்கசீபின் மூத்த வாரிசான இளவரசர் ஷா ஆலம் வட மேற்கு அல்லது ஷாபூர் கோட்டை வாசலில் இருந்த படையை முன்னகர்த்தி அந்தக் கோட்டையை முற்றுகையிட்டிருந்த தன் சகோதரர் முஹம்மது ஆஸமைப் பின்னுக்குத் தள்ளத் தீர்மானித்தார். அமைதியாகச் சரணடைந்து விடும்படி சிக்கந்தர் ஆதில் ஷாவுக்குக் கடிதம் அனுப்பி பீஜாப்பூர் கோட்டையைக் கைப்பற்றிய பெருமையைத் தாமே பெற்றுக் கொள்ளத் தீர்மானித்தார். அவருடைய பிரதான படைத் தளபதிகளில் ஒருவரான ஷா குலி ரகசியமாகக் கோட்டைக்குள் சென்று இது தொடர்பான பேச்சுவார்த்தைகளில் ஈடுபட்டுவந்தார்.

இந்த விஷயம் முகாமில் பரவி முஹம்மது ஆஸம் ஷா மற்றும் பேரரசரின் காதில் வந்துவிழுந்தது. ஷா ஆலம் கடுமையாகக் கண்டிக்கப்பட்டார். அவருடைய அதிகாரிகள், படை வீரர்கள் சிலர் குற்றம் சாற்றப்பட்டு சிறைப்பிடிக்கப்பட்டனர் மற்றவர்கள் முற்றுகையில் இருந்து விலக்கப்பட்டனர்.

அந்த ஆண்டு மழை மிகவும் குறைவு என்பதால் முற்றுகையிட்ட மொகலாயப் படையினருக்கு உணவுத் தட்டுப்பாடு ஏற்பட்டது. ஆனால் முற்றுகையிடப்பட்ட பீஜாப்பூர் சுல்தானகத்தின் கஷ்டங்களோ அதைவிடப் பத்து மடங்கு அதிகமாக இருந்தது. கோட்டைக்குள் பட்டினியால் ஏராளமானவர்களும் குதிரைகளும் இறக்க நேர்ந்தது. இதனால் முற்றுகையிடும் படையினரின் உணவு தானிய மற்றும் ஆயுதத் தளவாடப் பாதையைத் துண்டித்தல்,

எதிரிகளைச் சுற்றி வளைத்துத் தாக்குதல் போன்ற வழக்கமான வழிமுறைகளில் ஈடுபடமுடியாமல் போனது.

முற்றுகை தீவிரமாக இருந்தபோது, பீஜாப்பூர் சார்பில் இஸ்லாமிய மதத் தலைவர்கள் அடங்கிய குழுவொன்று ஔரங்கசீபைச் சந்தித்து, 'நீங்கள் தீவிர மார்க்கப் பற்று கொண்டவர். குர்ரானை முழுவதும் ஓதி அறிந்தவர். மார்க்க வழிகாட்டிகளும் புனித நூலும் சொல்லாத எதையும் நீங்கள் செய்யமாட்டீர்கள். சகோதர முஸ்லிம்களான எங்கள் மீதான போரை உங்களால் எப்படி நியாயப்படுத்த முடிகிறது' என்று மன்றாடினர்.

'நீங்கள் சொன்னவை எல்லாம் உண்மைதான். உங்கள் சுல்தானகத்தை நான் விரும்பவில்லை. ஆனால் மார்க்க விரோதியும் காஃபிரின் மகனுமான ஒருவன் (சம்பாஜி சிவாஜி) உங்களிடம் அடைக்கலம் தேடிவந்திருக்கிறான். இந்த இடம் தொடங்கி தில்லி வரையிலும் இருக்கும் இஸ்லாமியர்களுக்கு அவர்கள் தொந்தரவு தந்துவருகிறார்கள். அது தொடர்பான புகார்கள் அல்லும் பகலும் என்னை வந்தடைந்தவண்ணம் இருக்கின்றன. சம்பாஜியை எங்களிடம் ஒப்படையுங்கள். முற்றுகையை அந்த நொடியே விலக்கிக் கொள்கிறேன்.'

பீஜாப்பூர் இஸ்லாமிய தலைவர்கள் எதுவும் பதில் சொல்ல முடியாமல் தலை குனிந்தபடி திரும்பினர்.

ஔரங்கசீப் பீஜாப்பூர் கோட்டைக்கு அருகில் வந்ததைத் தொடர்ந்து படையைக் கோட்டை அகழிக்கு வெகு அருகில்வரை கொண்டுசென்றார். ஆனால் அகழியைத் தாண்டிச் செல்ல முடியவில்லை. 'அகழிக்கு அருகே வந்த மொகலாயப் படையினரை கோட்டை கொத்தளங்களில் இருந்து பீஜாப்பூர் வீரர்கள் துப்பாக்கிகளால் சுட்டு வீழ்த்தினர். இதனால் யாரும் தலையைக் காட்டத் துணியவில்லை. மூன்று மாத காலம் வெறுமனே அகழிக்கு முன்னால் காத்துக் கிடந்தனர்.'

செப்டம்பர் நான்கு வாக்கில் கோட்டைக்குப் பின்பக்கம் இருந்த பதுங்குகுழிகளுக்கு வெகு அண்மை வரை தன் படையை ஔரங்கசீப் நகர்த்தினார். முழு கவசங்களும் அணிந்துகொண்டு படைவீரர்கள் சுற்றி நின்று பாதுகாக்க, அணிவகுத்தவருக்கு அங்கிருந்த தளபதிகள் சலாம் வைத்தனர். அகழிக்கு வெகு அருகில் மெள்ளக் குதிரையில் சென்று முற்றுகை வெற்றி ஏன் இப்படித் தாமதமாகிக் கொண்டிருக்கிறது என்று நேரில் ஆய்வு செய்தார்.

15. பீஜாப்பூரின் கடைசி அரசரும் வீழ்ந்தார்

ஔரங்கசீப் ஆய்வு செய்த ஒரு வாரத்தில் பீஜாப்பூர் கோட்டை வீழ்ந்தது. தாக்குதலினால் அல்ல; பீஜாப்பூர் சுல்தானகம் மனம் சோர்ந்துவிட்டிருந்தது. சுய நலம் மிகுந்த மேட்டுக்குடி முஸ்லிம்களின் கைப்பாவையாக இருந்தார் பீஜாப்பூர் சுல்தான். வெளியில் இருந்து எதிர்பார்த்த உதவிகள் எல்லாம் கை நழுவிவிட்டிருந்தன. எதிர்காலம் முழுவதும் இருண்டுகிடந்தது. கோட்டைப் பாதுகாப்புப் படை 2000 வீரர்களை மட்டுமே கொண்டதாகச் சுருங்கிவிட்டிருந்தது.

9 செப்டம்பர் வாக்கில் பீஜாப்பூர் தரப்பின் முக்கிய பிரமுகர்களில் இருவரான நவாப் அப்துர் ராஃப் மற்றும் ஷேர்ஷா கான் ஆகியோரின் செயலர்கள் ஃபிர்ஸ் ஜங்கைச் சென்று சந்தித்து சரணடைவது தொடர்பாகப் பேசினர். ஔரங்கசீப் அவர்களை இன் முகத்துடன் வரவேற்றார்.

19, செப், 1686 ஞாயிறன்று பீஜாப்பூர் சுல்தானகம் முழுமையாக வீழ்ச்சியடைந்தது. வீதியெங்கும் கண்ணீரும் கம்மலையுமாக இருந்த மக்கள் மத்தியில் ஆதில் ஷாஹி சுல்தான் வம்சத்தின் கடைசி மன்னரான சிக்கந்தர் முன்னோர்களின் அரியணையை இழக்க நேர்ந்தது. மதியம் ஒருமணி வாக்கில் ராவ் தள்பத் பந்தேலா அவரை ரசூல்பூரில் முகாமிட்டிருந்த ஔரங்கசீபிடம் இட்டுச்சென்றார்.

ஔரங்கசீப் தங்கியிருந்த தற்காலிக முகாம் இந்த சரித்திர முக்கியத்துவம் வாய்ந்த நிகழ்வுக்காக வெகு விமர்சையாக அலங்கரிக்கப்பட்டது. சிக்கந்தர் வந்ததும் உயர் மட்ட மொகலாய அதிகாரிகள், அமைச்சர்கள் அவரை வரவேற்றனர். வீழ்ந்த சுல்தான் வெற்றி பெற்ற மொகலாயப் பேரரசரின் அரியணை முன்பாக வந்து தலை தாழ்த்தி வணங்கினார். பேரழகும் இளமையின் வசீகரமும் சுல்தான் வம்சப்பொலிவும் கொண்டவர் அங்கிருந்த அனைவருடைய நன்மதிப்பையும் பெற்றார். அவருடைய நிலை குறித்த பரிதாபமும் அனைவர் மனதிலும் உருவானது. ஔரங்கசீப் கூட உணர்ச்சிவசப்பட்டுவிட்டார். சிக்கந்தரிடம் இதமாகப் பேசினார். தோற்ற சுல்தானுக்கு மொகலாய அவையில் கௌரவப் பதவியும் கான் என்ற பட்டமும் தரப்பட்டன. ஆண்டுக்கு ஒரு லட்சம் ரூபாய் அவருக்கு ஓய்வூதியமாகத் தர முடிவுசெய்யப்பட்டது. பீஜாப்பூர் சுல்தானத்தின் அமைச்சர்கள், அதிகாரிகள், படைத் தளபதிகள் அனைவரும் மொகலாய சேவைக்கு எடுத்துக்கொள்ளப் பட்டனர்.

19, செப்டம்பரில் செல்லுமிடமெல்லாம் சுமந்து செல்லப்படும் அரியணையில் வெற்றிப் பெருமித்ததில் அமர்ந்தபடி ஔரங்கசீப் பீஜாப்பூர் கோட்டைக்குள் நுழைந்தார். தாக்குதல் நடத்தத் தீர்மானித்திருந்த அதே சாஃப் ஷிகன் கான் மற்றும் தெற்கு அல்லது மங்கலி வாசல் அகழியைக் கடந்து உள்ளே சென்றார். அவர் வெற்றிநடை போட்ட தெருக்களில் இடமும் வலமுமாக தங்க, வெள்ளி நாணயங்களை அள்ளி வீசியபடி ஊர்வலம் வந்தார். கோட்டை கொத்தளங்கள், அரண்மனைகள், அந்தப்புரங்கள் அனைத்தையும் பார்வையிட்டார். அல்லா காட்டிய கருணைக்கு நன்றி தெரிவிக்கும் முகமாகவும் அவருடைய கருணைக்கு என்றும் பாத்திரமாக இருக்கவேண்டும் என்று வேண்டிக்கொண்டும் ஜமா மசூதிக்குச் சென்று தொழுதார்.

சிக்கந்தரின் அரண்மனையில் சிறிது நேரம் தங்கியிருந்து அவையினரின் மரியாதையையும் அன்புக் காணிக்கைகளையும் ஏற்றுக்கொண்டார். குர்ரானுக்கு விரோதமாக அல்லாவுக்கு இணைவைத்தல் கூடாதென்ற அடிப்படையில் அரண்மனைச் சுவரில் வரையப்பட்டிருந்த ஓவியங்கள் அனைத்தையும் அழிக்கச் சொன்னார். புகழ்பெற்ற பீரங்கி மைதானமான மாலிக் ஏ மைதானில் ஔரங்கசீபின் வெற்றிக் கல்வெட்டு பொறிக்கப்பட்டது.

சுதந்தர சுல்தானகம் வீழ்ந்ததைத் தொடர்ந்து பீஜாப்பூர் முழுமையாக அழிந்தது. இந்த வீழ்ச்சிக்கு இரண்டு வருடங்கள் கழித்து பிளேக் தொற்று நோய் தீவிரமாகத் தாக்கி மக்கள் தொகையில் பாதியை அழித்தது. சில வருடங்கள் கழித்து இங்கு வந்த பீம்சென், அந்த சுல்தானகமும் அருகில் இருந்த நௌராஸ்பூரும் எப்படி கைவிடப் பட்டு சிதிலமடைந்திருந்தன என்பது பற்றி விவரித்திருக்கிறார்: ‘மக்கள் தொகை குறைந்திருந்தது. அந்தப் பகுதியில் அதுவரை இருந்த வற்றாத கிணறுகள்கூட திடீரென்று வற்றிப் போய் விட்டிருந்தன. சிதிலமடைந்த அரண்மனை, இடிந்துவிழுந்து கொண்டிருந்த பிரமாண்ட வீடுகள், எங்கும் மண்டிக் கிடந்த புதர் காடுகள்... என வாழ்ந்து கெட்ட ராஜ்ஜியத்தின் சோகமான உதாரணமாக ஆனது’.

ஆதில் ஷாஹி சுல்தானகத்தின் இறுதி சுல்தான் தௌலதாபாத் சிறையில் சிலகாலம் அடைத்துவைக்கப்பட்டிருந்தார். அதன்பின் ஔரங்கசீப் செல்லும் இடங்களுக்கெல்லாம் கைதியாக இழுத்துச் செல்லப்பட்டார். இப்படியான வேதனையான நிலையிலேயே 3, ஏப், 1700 வாக்கில் சத்ர கோட்டைக்கு வெளியில் அவருடைய உயிர்

பிரிந்தது. அப்போது அவருக்கு 32 வயது கூட முடியவில்லை. அவருடைய இறுதி ஆசைக்கு ஏற்ப அவருடைய உடல் பீஜாப்பூருக்குக் கொண்டுசெல்லப்பட்டு அவருடைய மார்க்க வழிகாட்டி ஷேக் ஃபஹிமுல்லாவின் கல்லறைக்கு அருகில் கூரையில்லாத கல்லறை மாடத்தில் புதைக்கப்பட்டது.

அத்தியாயம் - 13

குதுப் ஷா வம்சத்தின் வீழ்ச்சி

1. அபுல் ஹசன் குதுப் ஷாவின் ஆட்சி

அப்துல்லா குதுப் ஷா கோல்கொண்டாவின் ஆறாவது அரசர். அவரது தந்தை 1626 வாக்கில் இறந்ததைத் தொடர்ந்து தன் 12வது வயதில் ஆட்சிக்கட்டில் ஏறினார். 46 ஆண்டுகள் ஆட்சி புரிந்தார். எனினும் பெரும்பாலான காலம் ஒரு பொம்மை சுல்தானாகவே இருந்தார். திட சித்தம் கொண்ட அவருடைய தாய் ஹயாத் பக்ஷ் பேகம் தான் 40 ஆண்டுகளுக்கு மேல் ஆட்சி நிர்வாகத்தைப் பார்த்துக் கொண்டார். அவர் இறந்த பின்னர் அப்துல்லாவின் மூத்த மருமகன் சையது அஹமது ஆட்சி நிர்வாகத்தைக் கவனித்துக்கொண்டார். அப்துல்லா குதுப் ஷா தன் ஆயுள் முழுவதும் சுக போகங்களில் திளைப்பவராகவும் சோம்பேறியாகவும் முழு மூடனாகவும் இருந்தார். மக்கள் முன்பாகவோ அரசவைக்கு வந்தோ ஒருபோதும் எதையும் செய்ததே இல்லை. கோல்கொண்டா கோட்டைக்கு வெளியே சென்றும் எதுவும் செய்ததுமில்லை. நிலைமை இப்படி இருந்ததால் ஆட்சி நிர்வாகம் தவிர்க்க முடியாமல் குழப்பமும் கூச்சலும் நிறைந்ததாகவே இருந்தது.

அப்துல்லாவுக்கு ஆண் வாரிசுகள் இல்லை. மூன்று பெண் குழந்தைகள். இரண்டாவது மகளை ஔரங்கசீபின் மகன் முஹம்மது சுல்தானுக்கு மணமுடித்திருந்தார். முதல் மகளை சைய்யது

அஹமதுவுக்கு மணமுடித்திருந்தார். சையது முஹம்மது மெக்காவில் வசித்த மேட்டுக்குடிக் குடும்பம் ஒன்றில் பிறந்தவர். தனது திறமையின் மூலம் படிப்படியாக முன்னேறி குதுப் ஷா வம்ச ஆட்சியில் பிரதம அமைச்சர் மற்றும் மறைமுக ஆட்சியாளர் என்ற அளவுக்கு உயர்ந்திருந்தார். சையது சுல்தானுக்கு மூன்றாவது மகளைத் திருமணம் முடிக்க நிச்சயிக்கப்பட்டது. ஆனால் அவருக்கு மணமுடித்துக் கொடுத்தால் அந்த நிமிடமே நாட்டை விட்டு வெளியேறிவிடுவேன் என்று சைய்யது அஹமது சொன்னார்.

குதுப் ஷாகி வம்சத்தினரின் ஆண் வழி குடும்ப வாரிசான இளைஞர் அப்துல் ஹசனுக்குத்தான் திருமணம் முடிக்கவேண்டும் என்று அரச சபை பிரதிநிதிகள் தீர்மானித்திருந்தனர். சைய்யது ராஜி கத்தால் என்ற சூஃபியின் சீடராக துறவு வாழ்க்கையை அவர் 16 ஆண்டுகள் வாழ்ந்திருந்தார். அவரை அங்கிருந்து இழுத்து வந்து மூன்றாவது இளவரசியுடன் திருமணம் செய்துவைத்தனர்.

21, ஏப், 1672-ல் அப்துல்லா இறந்ததைத் தொடர்ந்து ஆட்சிக்கட்டிலில் யார் ஏறுவது என்ற போட்டி ஆரம்பித்தது. சில மாதக் குழப்பங்களுக்குப் பின்னர் பாரசீக வம்சாவளித் தளபதி சைய்யது முஸாஃபர் என்பவர் மூஸா கான் மஹல்தார் மற்றும் பல அரசு அதிகாரிகளின் ஆதரவுடன், சைய்யது அஹமதுவை ஒரங்கட்டிச் சிறையில் அடைத்தார். அதன் பின் அப்துல் ஹசனை சுல்தான் ஆக்கிவிட்டு முஸாஃபர் பிரதம அமைச்சர் ஆனார். ஆனால் சில மாதங்களிலேயே முஸாஃபரின் பணியாளர்களில் ஒருவரான மாதண்ண பண்டிட்டின் ஆதரவைக் கையூட்டுகளின் மூலம் பெற்று அவரைக்கொண்டு அரசவை அதிகாரிகள் பலரைத் தன் பக்கம் ஹசன் இழுத்துக்கொண்டார். சிறிது காலத்தில் முஸாஃபரை அவருடைய வாஸிர் நில உரிமைகளில் இருந்து நீக்கி மாதண்ண பண்டிட்டிடம் அதைக் கொடுத்ததோடு அவருக்கு சூர்ய பிரகாச ராவ் என்ற பட்டம் தந்து கெளரவித்தார். 1673 வாக்கில் இந்த பதவி மாற்றங்கள் நடந்தன.

1686-ல் மாதண்ண பண்டிட் கொல்லப்படும்வரை அவரே ஆட்சி நிர்வாகத்தைக் கவனித்துவந்தார். அவருடைய மரணத்தைத் தொடர்ந்து குதுப் ஷாஹி கோல்கொண்டா சுல்தான் ஆட்சி வீழ்ச்சியடையத் தொடங்கியது. மாதண்ண பண்டிட்டின் சகோதரர் அக்கண்ணா நிர்வாகத் தலைவர் ஆனார். அவருடைய மருமகனும் வீரமும் விவேகமும் நிறைந்த எங்கன்ணா ருஸ்தம் ராவ்க்கு உயர் பதவி தரப்பட்டது. மாதண்ண பண்டிட்டின் மூலம் பயிற்றுவிக்கப் பட்ட முஹம்மது இப்ராஹிம் இணை பதவியில் நியமிக்கப்பட்டார்.

மாதண்ண பண்டிட்டின் 12 ஆண்டு கால ஆட்சியில் அப்துல்லாவின் ஆட்சிக்காலம் போலவே குழப்பமும் கலகமும் நிலவிவந்தன. நிலைமை மேலும் மேலும் மோசமாகிக்கொண்டே சென்றது. மக்களைக் கசக்கி பிழிவது மட்டுமே ஒரே செயல்பாடாக இருந்தது. முன்பு இருந்த அதே அயலுறவுக் கொள்கைகளையே சற்றே தேவையான மாறுதல்களுடம் மாதண்ண பண்டிட்டும் பின்பற்றினார். ஆதில் ஷாஹி சுல்தான் வம்சத்துடன் எந்த மோதலும் இருந்திருக்கவில்லை. எனினும் குதுப் ஷாஹி சுல்தானகம் இப்போது குழப்பமும் அரியணைப் போட்டியும் மலிந்ததாகி விட்டிருந்தது. எனவே தொடர் வெற்றி பெற்றுவந்த மராட்டிய அரசருடன் நட்புறவு பாராட்டி மாதண்ண பண்டிட் அவருக்கு கோல்கொண்டா சுல்தானகத்தைக் காக்கும் பொறுப்பைத் தந்து ஆண்டுக்கு ஒரு லட்சம் பணம் கப்பம் கட்டவும் சம்மதித்தார்.

2. கோல்கொண்டா சுல்தானகம் தொடர்பான மொகலாய அணுகுமுறை

பிஜப்பூர் சுல்தானகம் வலிமையாக இருக்கும்வரை கோல்கொண்டா சுல்தானகமும் பாதுகாப்புடன் இருக்கமுடியும். இது ஔரங்கசீபுக்கும் தெரிந்திருந்தது. எனவே கோல்கொண்டா சுல்தானத்தை மொகலாயப் பேரரசுடன் இணைப்பதில் அவர் அதிக ஆர்வம் காட்டவில்லை. அதற்கான அவசியமும் அவருக்கு இருந்திருக்கவில்லை. குதுப் ஷா வம்சத்தை அழிப்பதைவிடவும அதை அச்சுறுத்தி அடக்கிவைப்பதிலேயே அதிக ஆதாயம் இருந்தது. ஹைதராபாத்தில் நியமிக்கப்பட்ட மொகலாயப் 'பிரதிநிதி' கோல்கொண்டா சுல்தான் மற்றும் மக்கள் மீது ஆதிக்கம் செலுத்துபவராக இருந்தார்; எந்தவித படையெடுப்பும் இன்றி அவரை அவமானப்படுத்தி நினைத்த வரியை விதித்து வசூலித்தும் வந்தார்.

வாஸிர் மதன்ன பண்டிட்டிடம் நிர்வாகப் பொறுப்பை ஒப்படைத்த அபுல் ஹஸன் அந்தப்புரத்துக்குள் தன்னை அடைத்துக்கொண்டு சுக போகங்களில் திளைத்துவந்தார். அவருக்கு முன் ஆட்சியில் இருந்தவருடைய காலத்தில் ஹைதராபாத் இந்தியாவின் பாபிலோனாக ஆகியிருந்தது. ஒவ்வொரு வெள்ளிக்கிழமையும் பொது அரங்கில் 20 ஆயிரத்துக்கு மேற்பட்ட பொது மகளிர் ஆடிப்பாடி அவரை மகிழ்வித்துவந்தனர். அந்தப்புரத்துக்கு அருகில் இருந்த மதுபான விடுதியில் தினமும் 1200 மொந்தை கள் காலியானது. எனினும் அவர் சில நுண்கலைகளுக்கு ஆதரவும் தந்தார். பல்வேறு கலை மற்றும் கைவினைக் கலைஞர்களைத் தனது

தலைநகரில் தங்கவைத்து கலை வளர உதவினார். அவர்கள் உற்பத்தி செய்தவை தேசம் முழுவதிலும் பெரும் வரவேற்பைப்பெற்றன. சுல்தானும் மிகச் சிறந்த இசைக் கலைஞராக இருந்தார். தானா ஷா அல்லது ‘கலை அரசர்’ என்று புகழப்பட்டார்.

கோல்கொண்டா சுல்தானகத்தின் செல்வச் செழிப்புக்கு அதன் நீர்ப்பாசனம் நிறைந்த வளமான நிலங்களே முக்கிய காரணம். எங்கும் பச்சைப் பசுமை பூத்துக் குலுங்கும். ஏராளமான கனிவகைகள் அணிவகுக்கும். பீஜாப்பூரின் வறண்ட தரிசு நிலப் பகுதியைக் கடந்து இந்த சுல்தானகத்துக்குள் நுழைபவருக்கு இந்தக் காட்சிகள் பெரும் மன நிம்மதியையும் உற்சாகத்தையும் தரும். வைரச் சுரங்கங்கள், இரும்புப் படுகைகள், கிழக்குக் கடற்கரையில் ஸ்ரீகாகுளம் தொடங்கி தெற்கே செயிண்ட் தாமஸ் கோட்டை வரையிலுமான பரபரப்பான துறைமுகங்கள் என இந்த சுல்தானகம் வளம் கொழிப்பதாகத் திகழ்ந்தது. சுல்தானுக்கு ஆண்டு வருமானமாக இரண்டே முக்கால் கோடி பணம் எளிதில் கிடைத்தது.

ஔரங்கசீப் ஆட்சிக்கட்டில் ஏறி 30 வருடங்கள்வரையிலும் கோல்கொண்டா மொகலாயத் தாக்குதலுக்கு ஆளாகாமல் தப்பியிருந்தது. சிவாஜி மற்றும் கோல்கொண்டா ராஜ்ஜியத்தின் பாதுகாவலரான பீஜாப்பூர் சுல்தானகம் மீதே மொகலாயர்களின் கவனம் குவிந்திருந்தது. அதோடு பீஜாப்பூர் சுல்தானைவிட மிகத் துல்லியமாக நேரம் தவறாமல் மொகலாயப் பேரரசுக்கு கோல்கொண்டா சுல்தான் உரிய கப்பம் கட்டியும்வந்தார். எனவே கோல்கொண்டா பக்கம் அவர்கள் வரவே இல்லை.

ஜெய் சிங்கின் தலைமையில் 1665-67 வாக்கிலும் 1679-ல் திலிர் கான் மூலமும் 1685 வாக்கில் இளவரசர் முஹம்மது ஆஸம் மூலமும் பீஜாப்பூர் மீது மொகலாயப் படையெடுப்பு நடந்தபோது கோல்கொண்டா சுல்தான் தனது சகோதரருக்கு உதவியாகப் படைகளை வெளிப்படையாகவே அனுப்பிவந்திருந்தார். மொகலாயப் பேரரசுக்கு உரிய கப்பத்தையும் இவர் கட்டி வந்ததால் முதல் இரண்டு படையெடுப்புகளின் போது இவர் இப்படி உதவி செய்ததை பேரரசர் மன்னித்துவிட்டார். அல்லது அந்த கப்பமே அதற்கான பிராயச்சித்தமாகவும் பார்க்கப்பட்டுவிட்டது. கடைசி போரில் உதவியது அவருக்கு அழிவைக் கொண்டுவந்துவிட்டது. ஔரங்கசீபின் பார்வையில் இந்தப் படைகளை பீஜாப்பூர் சுல்தானுக்கு அனுப்பி உதவி செய்ததைவிட காஃபிர்களுடனான அவருடைய நட்பையே சகித்துக்கொள்ளமுடியவில்லை.

1666-ல் ஆக்ரா கோட்டையில் இருந்து தப்பிய சிவாஜிக்கு இஸ்லாமியப் போர் தந்திரங்களைக் கற்றுத் தந்து மொகலாயர்

களிடம் இழந்த கோட்டைகளையெல்லாம் மீட்டுக்கொள்ள வழிவகுத்துவிட்டிருந்தார். 1677-ல் சிவாஜி ஹைதராபாதுக்கு படையுடன் வந்தபோது அவரை வெகு விமர்சையாக வரவேற்றார். அவருடைய குதிரைக்கு நவரத்தினங்கள் பதித்த மாலையை அணிவித்து மராட்டிய மன்னரின் கீழிருக்கும் குறுநில மன்னர்போல் நடந்துகொண்டிருந்தார். தனது கோல்கொண்டா பகுதியைப் பாதுகாக்கவென்று சிவாஜிக்கு ஆண்டு கப்பமாக ஒரு லட்சம் பணம் தரவும் செய்தார்.

எல்லாவற்றுக்கும் மேலாக கோல்கொண்டா சுல்தான் தனது பிரதான அமைச்சர்களாக பிராமணர்களான மாதண்ண பண்டிட் மற்றும் அக்கண்ணாவை நியமித்திருந்தார். இதன் மூலம் அந்த சுல்தானகத்தில் ஹிந்து செல்வாக்கு அதிகரிக்க வழிவகுத்திருந்தார். இவை ஔரங்கசீபுக்குத் துளியும் பிடித்திருக்கவில்லை.

கோல்கொண்டா சுல்தானவையில் இருந்த மொகலாயப் பிரதிநிதிக்கு ஔரங்கசீப் எழுதிய கடிதத்தில் குறிப்பிடப்பட்டிருந்தவை:

இந்த கேடுகெட்டவன் (அப்துல் ஹஸன் குதுப் ஷா) தன் அவையில் காஃபிர்களுக்கு அதிகாரத்தைக் கொடுத்துவைத்திருக்கிறான். சையதுகள், ஷேக்கள் மற்றும் மார்க்க அறிஞர்கள் எல்லாம் அந்த காஃபிருக்குக் கட்டுப்பட்டு நடக்கவேண்டியிருக்கிறது. அதோடு தனது அந்தப்புரத்தில் அனைத்து மார்க்க விரோதச் செயல்களையும் (மது அருந்துதல், விபச்சாரம், சூதாட்ட விடுதிகள்) செய்து வருகிறான். இரவும் பகலும் இந்தப் பாவங்களையே செய்து வருகிறான். இஸ்லாமுக்கும் உருவ வழிபாட்டு வழிமுறைக்குமான வித்தியாசம் இவனுக்குத் தெரியவில்லை. நீதி, ஒடுக்குமுறை, பாவம், பரிதாபம் இவற்றுக்கிடையிலான வித்தியாசம் எதுவும் தெரியவில்லை. அல்லாவின் போதனைகளையும் நபுகளாரின் ஹதீஸ்களையும் ஹலால்களையும் ஹராம்களையும் புரிந்து கொள்ளாமல் காஃபிர்களுக்கு படை அனுப்பி உதவி செய்கிறான். காஃபிர் சம்பாஜிக்கு மிக சமீபத்தில் ஒரு லட்சம் ரூபாய் கொடுத்திருக்கிறான். இவற்றால் அல்லாவின் முன் மன்னிக்க முடியாத தவறைச் செய்தவனாகிவிட்டான்.

3. மொகலாயர்களுடனான போர் மற்றும் ஹைதராபாத்தைக் கைப்பற்றுதல், 1685.

சிக்கந்தர் ஆதில் ஷாவுக்கு அபுல் ஹஸன் எந்த உதவியும் செய்துதரக்கூடாது என்று எச்சரித்துவிட்டு ஔரங்கசீப் பீஜாப்பூர் மீது

மார்ச் 1685-ல் தாக்குதலை ஆரம்பித்தார். ஆனால், ஜூன் இறுதிவாக்கில், அபுல் ஹசன் தன் பிரதிநிதிகளுக்கு அனுப்பிய கடிதம் ஒன்றை ஔரங்கசீப் கைப்பற்றியிருந்தார். அதில், 'பேரரசர் மிகவும் மாட்சிமை பொருந்தியவர். இதுவரையிலும் நம்மிடம் பெருந்தன்மையுடனே நடந்துகொண்டிருக்கிறார். ஆனால் இப்போது சிக்கந்தர் நிராதரவான நிலையில் மாட்டிக் கொண்டிருக்கிறார். பீஜாப்பூரை பேரரசர் முற்றுகையிட்டுவிட்டார். எனவே பீஜாப்பூர் படைகளும் சம்பாஜியின் எண்ணற்ற வீரர்களும் ஒருபக்கமிருந்து மொகலாயர்களை எதிர்க்கும் நிலையில் காலியுல்லாகானின் தலைமையில் 40000 வீரர்களை அனுப்ப வேண்டியது நம் கடமையாகிறது. எந்தப் பக்கத்து எதிரிகளைப் பேரரசர் விரட்டுகிறார் என்று பார்ப்போம்' என்று அபுல் ஹஸன் எழுதியிருந்தார்.

இது தெரியவந்ததும் ஔரங்கசீப் உடனே இளவரசர் ஷா ஆலம் தலைமையில் மிகப் பெரிய படையொன்றை ஹைதராபாத்துக்கு அனுப்பிவைத்தார். ஆனால் பேரரசரின் படை மல்கேத் பகுதிக்கு எட்டு மைல் கிழக்கே இருந்தபோது கோல்கொண்டா படை அதைத் தடுத்தது. இதனால் அவர்கள் முன்னேறிச் செல்வது தடுக்கப்படவே அங்கு மல்கேத் மீது தாக்குதலை மேற்கொண்டனர். தினம் தினம் சிறு சிறு சண்டைகள் நடந்தன. கான் இ ஜான் மல்கேத் பகுதியில் இருந்த முகாமைச் சுற்றிலும் சுவர் போல் படைகளை நிறுத்தினார். அது ஒரு முற்றுகை போலிருந்தது.

சில நாட்களில் பெரும் படையுடன் வந்து சேர்ந்த இளவரசர், மல்கேதில் முகாமிட்டார். ஹைதராபாத் வரையிலும் முன்னேறிச் செல்ல கான் இ ஜஹான் தலைமையில் ஒரு படையை அனுப்பினார். தக்காண முஸ்லிம் படை இவர்களைவிட மூன்றுக்கு ஒன்று என்ற விகிதத்தில் பெரியதாக இருந்தது. தொடர்ந்து சிறு சிறு சண்டைகள் நடந்தன. ஒரு மோதல் வெடிக்கும். அதன்பின் மூன்று நான்கு நாட்கள் மொகலாயர் தரப்பில் அமைதி நிலவும். ஏற்கெனவே மழைக்காலம் ஆரம்பித்துவிட்டிருந்தது. எனவே மொகலாயப் படையினால் நினைத்த வேகத்தில் முன்னேறமுடியவில்லை. அடிக்கடி நடந்த மோதல்களில் இறந்த வீரர்களின் எண்ணிக்கையைப் பார்த்து மொகலாயப் படைவீரர்கள் மனம் சோர்வடைந்தனர். எனவே மல்கேத் பகுதியில் எந்தப் போரிலும் ஈடுபடாமல் சுமார் இரண்டு மாதங்கள் அமைதியாக இருந்து நேரத்தை வீணடித்தனர்.

இது தெரியவந்ததும் பேரரசர் கடிந்துகொண்டார். அதோடு இளவரசரின் முகாமில் இருந்தவர்கள் மீது மறைந்திருந்து

துப்பாக்கிச் சூடு நடந்தது. இவற்றால் வீறுகொண்டு எழுந்த படையினர் மீண்டும் போரை ஆரம்பித்தனர். ரத்தக் களறியான போர் நடந்துமுடிந்த பின்னர் ஒருவழியாக தக்காண முஸ்லிம் படை தன் முகாமுக்குத் துரத்தப்பட்டது. மறுநாள் காலையில்தான் அவர்கள் ஹைதராபாத் பக்கம் தப்பி ஓடியது தெரியவந்தது. தக்காணப் படையின் தளபதி மீர் முஹம்மது இப்ராஹிமுக்கும் அவருடைய அடுத்த கட்ட தளபதியான ஷேக் மினாஜுக்கும் இடையில் ஏற்பட்ட கருத்து மோதலினால் இந்தப் பின்னடைவு அவர்களுக்கு ஏற்பட்டது. மொகலாயப் படை மீர் முஹம்மது இப்ராஹிமை ஆசைகாட்டித் தன் பக்கம் இழுத்துக்கொண்டது. எந்த எதிர்ப்பும் இல்லாத நிலையில் இளவரசர் ஷா ஆலம் ஹைதராபாத் நோக்கி விரைந்து முன்னேறினார்.

படைத்தளபதி தப்பி ஓடியதைத் தொடர்ந்து ஹைதராபாத்தின் பாதுகாப்பு பலவீனப்பட்டது. குதுப் ஷாவுக்கு யாரை நம்புவது என்று தெரியவில்லை. அவர் கோல்கொண்டா கோட்டைக்குத் தப்பிச் சென்றார். வேகவேகமாகத் தப்பிச் சென்றதால் அவருடைய உடைமைகள், சொத்துகள் எல்லாம் அரண்மனையிலேயே விடப்பட்டிருந்தன. சுல்தான் தப்பிச் சென்றுவிட்டார்; மொகலாயப் படை விரைவில் தாக்கப்போகிறது என்ற விவரங்கள் ஹைதராபாத் மக்களுக்குத் தெரியவந்ததும் அனைவரும் அலறி அடித்துக்கொண்டு கோட்டைக்குள் பதுங்க முயற்சி செய்தனர். இந்தக் குழப்பத்தோடு குழப்பமாக ஊருக்குள் கொள்ளையடிப்பும் ஆரம்பித்தது. எதிரிப் படை வந்து தாக்கி அழித்தது போன்ற ஒரு கோர தாண்டவம் அங்கு நடந்தேறியது.

ஒவ்வொரு வீதியிலும் சந்தையிலும் லட்சக்கணக்கில் பணம், பொருட்கள், மேட்டுக்குடியினரின் விலை உயர்ந்த சீன பொருட்கள், சுல்தான் மற்றும் அமீர்களின் கம்பளங்கள், உடைமைகள் இவை நீங்கலாக யானைகள், குதிரைகள் எனக் குவிந்து கிடந்தன. இவை அனைத்தும், உயிரைக் கையில் பிடித்தபடி ஓடும் களேபரத்தின் இடையில் கொள்ளையடிக்கவும்பட்டன. ஏராளமான ஹிந்து, முஸ்லிம் பெண்கள் குழந்தைகள் கடத்தப்பட்டனர். பலர் பாலியல் வன்கொடுமைக்கு ஆளாக்கப்பட்டனர்.

மறுநாள் ஷா ஆலம் அந்த நகரின் மக்களைப் பாதுகாக்கத் தன் படை வீரர்களை அனுப்பினார். ஆனால் அவர்களும் சூறையாடலில் கலந்துகொண்டனர். இரண்டு நாட்கள் கழித்து கான் இ ஜஹானை அனுப்பி ஊருக்குள் அமைதியைக் கொண்டுவரவைத்தார். ஓரளவுக்கு நிலைமைகட்டுக்குள் வந்தது. 8, அக், 1685 வாக்கில்

மொகலாயப் படை இரண்டாம் முறையாக ஹைதராபாத்துக்குள் நுழைந்தது. இளவரசர் ஷா ஆலமிடம் அமைதிப் பேச்சுவார்த்தைக்கு குதுப் ஷா தன் பிரதிநிதிகள் பலரை அனுப்பினார். 18 அக்டோபரில் பேரரசரின் சம்மதத்தைக் கேட்டு இளவரசர் அனுப்பிய பரிந்துரை வந்து சேர்ந்தது. சில நிபந்தனைகளின் பேரில் அபுல் ஹஸனை மன்னிக்கப் பேரரசர் சம்மதித்தார்:

(1) பழைய கப்பத் தொகை பாக்கியாக இருந்த ஒரு கோடியே 20 லட்சம் முழுவதையும் கொடுக்கவேண்டும். அதோடு ஒவ்வொரு ஆண்டும் இரண்டு லட்சம் பணம் கூடுதலாகத் தரவும் வேண்டும். (2) மாதண்ண பண்டிட் மற்றும் அக்கண்ணாவைப் பதவியில் இருந்து நீக்கவேண்டும். (3) மொகலாயப் படை கைப்பற்றியிருக்கும் மல்கேத் பகுதி மற்றும் சீரம் பகுதி ஆகிய இரண்டின் மீதான உரிமைகளை விட்டுக்கொடுத்துவிடவேண்டும்.

4. மாதண்ணா பண்டிட்டின் மரணம், 1686

ஷா ஆலம் சில மாதங்கள் கோல்கொண்டாவுக்கு அருகில் முகாம் அமைத்துத் தங்கியிருந்தார். அதன் பின் குதுப் ஷாவின் வேண்டுகோளின் பேரில் அதற்கு 48 மைல் வட மேற்கில் இருந்த குஹிர் பகுதிக்குப் பின்வாங்கி, போர்க் கப்பம் கிடைப்பதற்காகக் காத்திருந்தார். மாதண்ணா பண்டிட்டை அபுல் ஹஸன் முடிந்தவரை பதவியில் இருந்து விலக்காமல் வைத்திருந்தார். ஆனால் இஸ்லாமிய மேட்டுக்குடியினர், அமைச்சர்கள் எல்லாம் மாதண்ணாவின் மீது மிகுந்த அதிருப்தியுடன் இருந்தனர். மொகலாயர் மூலம் வரும் நெருக்கடிகள் எல்லாவற்றுக்கும் இந்துவான அவரை உயர் பதவியில் வைத்திருப்பதுதான் காரணம் என்று சொன்னார்கள்.

அதிருப்தியடைந்த இஸ்லாமியப் பிரமுகர்கள் ஒன்று சேர்ந்து மாதண்ணா பண்டிட்டுக்கு எதிராக ஒரு சதித்திட்டம் தீட்டினர். அந்தக் குழுவின் தலைவராக ஷேக் மினாஜ் இருந்தார். இறந்துவிட்ட அப்துல்லா குதுப் ஷாவின் அந்தப்புரம் மீதான கட்டுப்பாடும் அவரிடமே இருந்தது. அப்துல்லாவின் விதவைகளான சருமா மற்றும் ஜனி ஸாஹிபா ஆகியோரும் அந்த சதியில் ஈடுபட்டனர்.

மார்ச், 1686 முன்னிரவில் மாதண்ணா பண்டிட், சுல்தான் அபுல் ஹஸனுடைய அவையில் இருந்து புறப்பட்டுச் சென்ற பின்னர், கோல்கொண்டா தெருவொன்றில் ஒளிந்திருந்த ஜம்ஷீத் மற்றும் சில அடிமைகளால் தாக்கிக் கொல்லப்பட்டார். உடன் வந்த

அவருடைய சகோதரர் அக்கண்ணா பண்டிட்டும் அந்த இடத்திலேயே கொல்லப்பட்டார். வீரம் நிறைந்த அவர்களுடைய மருமகன் ருஸ்தம் ராவை வீட்டுக்குக் கொண்டு சென்று அங்கு உறவினர்கள் முன்னால் வைத்துக் கொன்றனர். அவர்களுடைய வீடு சூறையாடப்பட்டது. கோட்டைக்குள் இந்துக்கள் வசித்து வந்த பகுதியின் மீது தாக்குதல் நடத்தப்பட்டது. அந்த துரதிஷ்டமான இரவில் பல பிராமணர்கள் உயிரையும் உடமையையும் இழந்தனர்.

விதவை சுல்தானா பேகம், ஔரங்கசீபிடம் அமைதிப் பேச்சுவார்த்தைக்கு பொருத்தமான நபர்களை அனுப்பிவைத்தார். ஷா ஆலமை முற்றுகையை விலக்கிக் கொண்டு வந்துவிடும்படி ஔரங்கசீப் கேட்டுக்கொண்டார். *1686* ஜூன் 7 வாக்கில் ஷோலாபூருக்கு வந்து சேர்ந்தார். கோல்கொண்டா பகுதியில் இருந்து மொகலாயப்படை அப்படியாக முழுவதுமாக வெளியேறியது. அதே ஆண்டு 12, செப்டம்பரில் பீஜாப்பூரும் வீழ்ச்சியடைந்தது. மொகலாயப் பேரரசு, குதுப் ஷா சுல்தானகத்துடன் இறுதி தீர்மானங்கள் எடுக்க அது வழிவகுத்தது.

5. கோல்கொண்டா மீதான ஔரங்கசீபின் முற்றுகை, 1687.

1687, பிப் 28-ல் பேரரசர் கோல்கொண்டாவுக்கு இரண்டு மைல் தொலைவு வரை வந்துவிட்டார். இதனிடையில் தலைநகர் ஹைதராபாதில் இருந்து தப்பி ஓடி சுல்தான் அபுல் ஹசன் இந்தக் கோல் கொண்டா கோட்டைக்குள் அடைக்கலம் தேடியிருந்தார். அப்படியாக ஹைதராபாத் மூன்றாவது முறையாக மொகலாயர் களின் பிடிக்கு வந்தது.

முசுகுந்த நதி (முசி நதி) மீதான கல் பாலத்துக்கு இரண்டு மைல் மேற்கே கோல்கொண்டா கோட்டை அமைந்திருக்கிறது. அந்த நதி ஹைதராபாத்தை இரு பாகங்களாகப் பிரிக்கிறது. அந்தக் கோட்டை ஒழுங்கற்ற சாய் சதுரம் போலிருக்கும். வட கிழக்குப் பகுதியில் ஐந்துமுனை கொண்ட புதிய கோட்டை ஒன்றும் கட்டப் பட்டிருந்தது. நான்கு மைல் நீளமும் மிகுந்த தடிமனும் கொண்ட கருங்கல் சுவர் சுற்றிலும் அமைந்திருந்தது. சுமார் ஐம்பதிலிருந்து அறுபது அடி உயரம் கொண்ட 87 அரைவட்டக் கொத்தளங்கள் இன்னொரு அடுக்கு பாதுகாப்பு அரணாக இருந்தன. வ்லுவான கருங்கல் பாளங்கள் (அவற்றில் சில ஒரு டன் எடை கொண்டவை) கொண்டு அவை கட்டப்பட்டிருந்தன.

17ம் நூற்றாண்டில் இருந்த பீரங்கிகளால் துளைக்கமுடியாத அளவுக்கு வலிமையான எட்டு கோட்டை வாசல்கள் / கதவுகள் இருந்தன. இதற்கு வெளியே ஐம்பது அடி அகலம் கொண்ட ஆழமான அகழி இருந்தது. அவற்றுக்கும் கருங்கல் சுவர்களே இருந்தன. உண்மையில் கோல்கொண்டா கோட்டை, நான்கு தனித்தனி கோட்டைகள் ஒன்றுக்கொன்று இணைப்பு பெற்றவையாக ஒரே வட்டப் பாதையில் அமைந்திருந்தது. வெளி விளிம்பில் இருக்கும் கோட்டைதான் உயரம் குறைவானது. ஃபதே தர்வாஜா (ஃபதே வாசல்) வழியாக இதனுள் நுழையமுடியும். இது தென் கிழக்கு மூலையில் இருக்கிறது. இஸ்லாமிய, இந்து மேட்டுக்குடியினர், சந்தைப் பகுதி, கோவில்கள், மசூதிகள், படைவீரர்களின் தடுப்பரண்கள், வெடிமருந்துக் கிடங்குகள், லாயங்கள், சில இடங்களில் வயல்களும் இந்தக் கோட்டைக்குள் இருந்தன. நெருக்கடி ஏற்படும் நேரங்களில் ஹைதராபாத்வாசிகள் அனைவருமே இங்கு அடைக்கலம் தேடி வந்துவிடுவார்கள்.

ஃபதே தர்வாஜாவிலிருந்து 1250 அடி நீண்டு செல்லும் பிரதான அகலமான சாலை வழியே வலப்பக்கம் இருக்கும் அரண்மனைகள், அந்தப்புரங்கள், அரசவைகள் இவற்றைக் கடந்து சென்றால் பாலா ஹிஸார் கோட்டை வாசலுக்குச் சென்று சேரும். அங்கிருந்து படி ஏறிச் சென்றால் மூன்று அடுக்கு ஆயுதத் தளவாட மையம், துப்பாக்கிகள், பீரங்கிகள், லாயங்கள், மசூதிகள், அனுமன் கோவில், மக்களைச் சந்திக்கும் அரங்கங்கள், கலை அரங்கங்கள், அந்தப்புரங்கள், தோட்டங்கள், படிகள் கொண்ட பெரிய கிணறுகள், இரண்டு சிறைச்சாலைகள் எல்லாம் அமைந்திருந்தன.

மேற்குப் பக்கமாகக் கடினமான பாறையில் 200 படிகள் செதுக்கப்பட்டு கோட்டையின் உச்சிப் பகுதியான பாலா ஹிசூர் வரை செல்லமுடியும். அங்கிருக்கும் கருங்கல் சமதளத்திலிருந்து இங்குமங்குமாக கொத்தள பாதைகள் நீண்டு செல்கின்றன. இந்தப் பகுதி கோட்டைக்குள் ஒரு கோட்டைபோலிருக்கும். ஒட்டு மொத்தக் கோட்டையின் மையப்பகுதி இது. கோட்டையின் வட கிழக்கு மூலையில் ஒரு பெரிய குன்று காணப்படுகிறது. ஆனால் அதைச் சுற்றிலும் சுவர் எழுப்பப்பட்டிருக்கிறது. ஔரங்கசீப் 1656-ல் முதல் முற்றுகையிட்டதைத் தொடர்ந்து அங்கு தற்காப்புக்காக ஒரு புதிய கோட்டையும் கட்டியெழுப்பப்பட்டிருக்கிறது.

இந்த இறுதிப் பகுதிக்கு வடக்கு, தெற்கு மற்றும் மேற்கில் பெரிய குளங்கள் அமைந்திருக்கின்றன. இதனால் கோட்டைக்குள் இருப்பவர்களுக்குத் தண்ணீர் பிரச்னையே வர வாய்ப்பு இல்லை.

கோட்டைக்கு வடக்கே ஒன்றே கால் மைல் தொலைவில் ஒரு மலைத் தொடர் அமைந்துள்ளது. ஷோலாப்பூர் மற்றும் மேற்குப் பக்கம் இருந்து வரும் பழைய பிரதான சாலை ஒன்று இதன் வழியாகச் செல்கிறது. இறுதி முற்றுகையின்போது ஔரங்கசீப் இங்கு தனக்கென ஒரு வசிப்பிடம் உருவாக்கிக் கொண்டார்.

மொகலாயர்களின் தாக்குதல் முதலில் கோட்டையின் தென்கிழக்கு மற்றும் தெற்கு பகுதிகளில் நடைபெற்றது.முசுகுந்த நதியின் வட தென் கரைகளினூடாக படை முன்னேறிச் சென்றது. வட மேற்கு கோட்டை வாசலானது பீரங்கியால் தாக்கப்பட்டது. ஆனால், எதிரிகளைத் திசைதிருப்பச் செய்த தந்திரம் மட்டுமே.

கோல்கொண்டாவுக்கு மிக அருகில் வந்து சேர்ந்ததும் கோட்டையைச் சுற்றிலும் அமைந்திருக்கும் நீர் வற்றிய அகழிக்கு அருகில் இருந்த எதிரிப் படைகளை விரட்டியடிக்கும்படி உத்தரவிட்டார். காற்று வேகமாக வீசியதும் குப்பைகள் பறப்பது போல் மொகலாயப் படை ஒருமுறை முன்னேறிச் சென்று தாக்கியதுமே எதிரிப் படை சிட்டாகப் பறந்துவிட்டது. எதிரிகளின் உடமைகள், பெண்கள், சிறுவர்கள் அனைவரும் கைப்பற்றப் பட்டனர். முதல் நிஜாமின் தாத்தா க்வாலிச் கான் புகலிடம் தேடி ஓடுபவர்களுடன் சேர்ந்து தட்டுத் தடுமாறி முன்னேறிச் சென்று கோட்டையை ஒரே தாக்குதலில் கைப்பற்ற முயற்சி செய்தார். கோட்டை மேலிருந்து பாய்ந்து வந்த ஜம்பூரக் துப்பாக்கி குண்டு துளைத்து கீழே விழுந்தார். மருத்துவர்கள் தீவிர சிகிச்சைகள் தந்தும் மூன்று நாள் கழித்து இறந்துவிட்டார். 7 பிப்ரவரி வாக்கில் முறையான முற்றுகை ஆரம்பமானது.

6. ஷா ஆலம் கைதுசெய்யப்படுதல்

எடுத்த எடுப்பில் பேரரசரின் படைகள் தமக்குள் இருந்த போட்டி பொறாமைகளினால் முடக்கப்பட்டது. இளவரசர் ஷா ஆலம் சுக போகங்களில் அதிக ஈடுபாடுகொண்டவர். கடினமான வேலைகள், போர் சாகசன்கள் இவற்றில் அவருக்கு ஆர்வம் கிடையாது. அபுல் ஹசன் போன்ற சக சுல்தான் வீழ்ச்சியடைவதை அவர் விரும்பவும் இல்லை. இந்தப் பரந்த மனதுடன் வேறொரு எண்ணமும் கலந்துகொண்டது: அமைதிப் பேச்சுவார்த்தைகள் மூலம் அபுல் ஹஸனை வழிக்குக் கொண்டுவர முடிந்தால் கோல்கொண்டா கோட்டையைக் கைப்பற்றிய வீரன் என்ற பெருமை தனக்குக் கிடைக்குமே என்று ஷா ஆலம் திட்டம் தீட்டினார்.

அபுல் ஹஸனின் பிரதிநிதிகள் ஏராளமான பரிசுப் பொருட்களுடன் ஷா ஆலமை ரகசியமாகச் சந்தித்தனர். பேரரசரிடம் பேசி கோல்கொண்டா சுல்தானகத்தின் வீழ்ச்சியையும் குதுப் ஷா வம்சத்தின் வீழ்ச்சியையும் தடுக்கும்படி மன்றாடினார்கள். இளவரசர் ஷா ஆலமும் அவர்களுக்கு நிறைய நம்பிக்கை வார்த்தைகள் சொல்லி அனுப்பினார். பேரரசர் எந்த நிலையிலும் மன்னிக்கத் தயாராக இல்லாத எதிரியுடன் அவருக்குத் தெரியாமல் இப்படியான அமைதிப் பேச்சுவார்த்தைகளில் ஈடுபடுவது மிகவும் அபாயகரமான விஷயமே. இளவரசர் ஷா ஆலமை வீழ்த்துவதற்கு அவருடைய முகாமிலேயே பலர் காத்துக் கொண்டிருந்தனர். அவருடைய சகோதரரும் போட்டியாளருமான முஹம்மது ஆஸம் ஷாவின் ஆதரவாளர்கள், ஷா ஆலமுக்கும் அபுல் ஹசனுக்கும் இடையிலான இந்த ரகசியப் பேச்சுவார்த்தைகளை பேரரசரின் காதுக்குக் கொண்டுசென்றுவிட்டனர்.

இதனிடையில் எதிரிகள் தாக்குதல் நடத்தக்கூடும் என்ற போர்வையில் ஷா ஆலம் தனது மனைவியர் மற்றும் அந்தப்புரத்தை தனது முகாமுக்கு அருகில் கொண்டுவந்தார். ஷா ஆலம் தன் குடும்பத்துடன் அபுல் ஹஸன் பக்கம் தப்பி ஓடத் திட்ட மிட்டிருக்கிறார் போலிருக்கிறது என்று இது ஔரங்கசீபுக்கு மேலும் பலத்த சந்தேகத்தைத் தந்தது. இளவரசர் ஷா ஆலம் கோட்டைக்குள் இருந்த அபுல் ஹஸனுக்கு அனுப்பிய சில கடிதங்களை ஒரு இரவில் ஃபிரோஸ் ஜங் கைப்பற்றி பேரரசரிடம் கொடுத்ததைத் தொடர்ந்து அனைத்து சநதேகங்களுக்கும் தெளிவான விடை கிடைத்துவிட்டது.

ஔரங்கசீப் விரைந்து செயல்பட்டார். இளவரசரின் முகாமைச் சுற்றிலும் படைவீரர்கள் நிறுத்தப்பட்டனர். மறுநாள் காலையில் (21, பிப்) இளவரசரை தன் நான்கு மகன்களுடன் ஆலோசனைக்கு வரும்படி ஔரங்கசீப் அழைத்தார். சிறிது நேரம் இளவரசருடன் பேசிய நிலையில், அவர்களை அருகில் இருந்த அறைக்குச் செல்லும்படி வாஸிர் ஒருவர் வந்து சொன்னார். அங்கு அமைதியாக அவருக்கு அருகில் சென்று, 'நீங்கள் கைது செய்யப் பட்டிருக்கிறீர்கள்; ஆயுதங்களை ஒப்படைத்துவிடுங்கள்' என்று பணிவுடன் சொன்னார்.

இளவரசரின் ஒட்டுமொத்தக் குடும்பமும் இப்படியாகச் சிறை வைக்கப்பட்டது. அவருடைய உடமைகள் கைப்பற்றப்பட்டன. அவருக்குக் கீழ் இருந்த படைகளைப் பிரித்து வெவ்வேறு தளபதிகளிடம் ஒப்படைத்தனர். இளவரசரின் ரகசிய திட்டங்களைப் பற்றிச் சொல்லும்படி அவருடைய அந்தரங்கப் பணியாளர்களான

அலிகள் சித்ரவதை செய்யப்பட்டனர். இளவரசர் எந்த அளவுக்கு அப்பாவி வேடம் போட்டாரோ அந்த அளவுக்கு பேரரசரின் கோபம் அதிகரித்தது.

இளவரசர் முடிவெட்டவோ, நகம் வெட்டவோ அனுமதி மறுத்தார். நல்ல உணவு, குளிர்விக்கும் பானங்கள் அல்லது அவருடைய ராஜ உடை என எதுவுமே தராமல் தண்டித்தார். சுமார் ஏழு ஆண்டுகள் இந்த தண்டனையை இளவரசர் அனுபவிக்க நேர்ந்தது. 'யா அல்லா... நாற்பது ஆண்டுகளில் நான் எந்த சாம்ராஜ்ஜியத்தைக் கட்டி எழுப்பினேனோ அதை நானே தரைமட்டமாக்கிவிட்டேனே' என்று இளவரசரை சிறையிலடைக்கும் உத்தரவு பிறப்பித்ததும் வேகமாக அங்கிருந்து புறப்பட்டுச் சென்று தன் மனைவி ஔரங்கபாதி மஹால் முன்னால் சென்று தன்னைத்தானே அடித்துக்கொண்டு அரற்றினார்.

7. கோல்கொண்டா முற்றுகையில் ஔரங்கசீபுக்கு ஏற்பட்ட சிக்கல்கள்

முற்றுகை முகாமில் இளவரசர் ஷா ஆலம் மட்டுமே மாறுபட்ட கருத்தைக் கொண்டவராக இருந்திருக்கவில்லை. இந்தியாவி லிருந்த கடைசி ஷியா சுல்தானகமான குதுப் ஷா சுல்தானகத்தை அழிவுக்குத் தள்ளுவதை மொகலாயப் படையில் இருந்த ஷியாக்கள் மனப்பூர்வமாக வெறுத்தனர். அதோடு பல பழமைவாத சன்னி முஸ்லிம்களுமே 'இஸ்லாமியர்களுக்கு இடையிலான இந்தப் போரையும்' அபுல் ஹஸன் ஆட்சியை அழிக்கும் நடவடிக்கையை யும் துளியும் விரும்பியிருக்கவில்லை. இதை மார்க்க விரோதமான செயலாகவே பார்த்தனர். நேர்மையும் மார்க்கப் பற்றும் மிகுந்த தலைமை நீதிபதி ஷேக் உல் இஸ்லாம், ஔரங்கசீபை நேரில் சந்தித்து தக்காண சுல்தானகங்கள் மீது படையெடுக்கவேண்டாம் என்று கேட்டுக்கொண்டார். அவருடைய கோரிக்கை நிறைவேறாமல் போகவே தனது உயர் பதவியை ராஜினாமா செய்துவிட்டு மெக்காவுக்குச் சென்றுவிட்டார். அவரை அடுத்து அந்தப் பதவிக்கு வந்த க்வாஸி அப்துல்லாவும் இதுபோலவே ஆலோசனை சொல்லவே அவரையும் அங்கிருந்து மூட்டை கட்டி அனுப்பிவிட்டார் பேரரசர்.

ஷியாக்களின் அதிருப்தி பேரரசரின் நடவடிக்கைகளுக்கு முட்டுக்கட்டையாக இருந்தன. ஆரம்பத்தில் ஃபிரோஸ் ஜங் மட்டுமே உயர் பதவியில் இருந்தவர்களில் இந்த முற்றுகை

தொடர்பான அதிருப்தியில் இருந்தார். பீரங்கிப் படைத் தளபதி சாஃப் ஷிகான் கான் ஒரு பாரசீக இஸ்லாமியர். துருக்கியரான ஃபிரோஸ் ஜங்குக்கு உயர் பதவியும் கூடுதல் சலுகைகளும் தரப்படுவது தொடர்பான அதிருப்தியில் இருந்தார். சிறிது காலம் தீவிரமாகப் போரில் ஈடுபட்டவர் ஃபிரோஸ் ஜங்கைப் பலவீனப்படுத்தும் நோக்கில் பதவி விலகிவிட்டார். அவரையடுத்து சலாபத் கான் தளபதியானார். ஆனால், அவரால் திறம்படப் படையை நிர்வகிக்க முடியவில்லை. எனவே அவரும் சீக்கிரமே பதவி விலகினார்.

அடுத்ததாக பீரங்கிப் படைக்குத் தளபதியாக கைராத் கான் நியமிக்கப்பட்டார். அவர் மிகவும் மெத்தனமாக இருந்த நேரத்தில் எதிரிகள் முன்னேறி வந்து தாக்குதல் நடத்தியதோடு அவரையும் சிறைப்பிடித்துவிட்டனர். சிறிது காலம் அந்தப் பதவிக்கு வேறு யாரும் நியமிக்கப்படாமல் போகவே முற்றுகை நடவடிக்கைகள் முடங்கின. இறுதியாக சிறையில் இருந்த தளபதி மீட்கப்பட்டார். சாஃப் ஷிகான் 22, ஜூன் 1687-ல் மீண்டும் பீரங்கிப் படையின் பொறுப்பில் நியமிக்கப்பட்டார்.

ஆனால் ஐந்து மாத காலம் கஷ்டப்பட்டு அமைக்கப்பட்ட பதுங்குகுழிகள் மற்றும் தாக்குதல் அரண்கள் எல்லாம் எதிரிகளால் தகர்க்கப்பட்டன. மீண்டும் புதிதாக அனைத்தையும் செய்ய வேண்டியிருந்தது. 7, பிப்ரவரியில் முற்றுகை ஆரம்பித்திருந்தது. கோட்டைக்குள் வெடி மருந்துகள் ஏராளம் கைவசம் இருந்தன. மொகலாய பீரங்கிகளால் அதன் கோட்டைச் சுவர்களை எளிதில் தகர்க்கமுடியவில்லை. கோட்டையை நெருங்கும் மொகலாயப் படையினரை கொத்தளங்களில் இருந்த கோட்டைக் காவல் படையினர் இடைவிடாமல் சுட்டு வீழ்த்தினர். தினமும் சிலர் மொகலாயப் படையில் கொல்லப்பட்டனர். அல்லது படுகாயம் அடைந்தனர். ஆனால் மொகலாயப் படைகளின் விடா முயற்சி, எந்த நிலையிலும் தளராமல் போரிடும் வீரம் இவற்றினால் சாஃப் ஷிகான் தன் படையை கோட்டை அகழிக்கு வெகு அருகில் ஆறு வாரங்களில் முன்னேற்றிக் கொண்டு சென்றார். அகழியை நிரப்பி படையை முன்னேற்றிக் கொண்டுசெல்லவேண்டியதுதான் அடுத்த நடவடிக்கை.

கோட்டையைத் தகர்க்கவும் ஊடுருவவும் இப்படியான நடவடிக்கைகள் மெதுவாக நடந்துகொண்டிருந்த நிலையில் தலைமைத் தளபதி ஃபிரோஸ் ஜங் 16 மே வாக்கில் கோட்டை மேலேறிச் சென்று தாக்குதல் நடத்தத் திட்டமிட்டார். இரவு 9 மணி

வாக்கில் தன் முகாமிலிருந்து புறப்பட்டவர் எதிரிகள் அசந்து தூங்கிக் கொண்டிருந்த பகுதி வழியாக கோட்டை மேல் ஏணியை வைத்து தன் வீரர்கள் இருவரை மேலேறச் செய்தார். அவர் எடுத்துச் சென்றிருந்த வேறு இரண்டு ஏணிகள் உயரம் குறைவாக இருந்தன. எனவே கயிறு ஏணியை வீசினார். கோட்டை மதில் மேல் அப்போது ஒரு தெரு நாய் அகழியில் கிடக்கும் பிணங்களைத் தின்ன வழி தேடி அலைந்துகொண்டிருந்தது. அந்நியர்களின் வருகையைக் கண்டதும் உரத்த குரலில் குரைக்க ஆரம்பித்துவிட்டது. அது கோல்கொண்டா கோட்டைக் காவலர்களை எழுப்பிவிடவே மொகலாயர்களை விரட்டியடித்தனர்.

மொகலாயர்களைப் பொறுத்தவரையில் நாய்கள் மிகவும் அருவருப்பானவை. ஆனால் இந்த நாய் குதுப் ஷா வம்சத்தின் தலைநகரைக் காப்பாற்றியிருக்கிறது. எனவே அபுல் ஹசன் நவரத்னங்கள் பதித்த தங்கச் சங்கிலியை அணிவித்து தங்க மேலாடையும் அந்த ஹிஜாதி நாய்க்கு அணிவித்து கௌரவித்தார்! அதோடு நில்லாமல் சேஹ்தபா - மூன்று தங்கப்பதக்கங்கள் - என்ற பட்டமும் கொடுத்தார். அது உண்மையில் மொகலாயத் தளபதி ஃபிரோஸ் ஜங்குக்கு தரப்பட்டிருந்த கான், பஹதுர், ஜங் ஆகிய மூன்று பட்டங்களைக் கிண்டலடிக்கும் வகையில் செய்தார். இந்த நாய் (ஃபிரோஸ் ஜங் செய்ததைக் காட்டிலும்) மிகப் பெரிய சாதனை செய்திருக்கிறது என்று கிண்டலாகக் குத்திக்காட்டவும் செய்தார்.

இந்த திடீர் தாக்குதலினால் சுதாரித்த கோட்டைக் காவல் படையினர் மொகலாயப் படையினரை கடுமையாகத் தாக்கி பீரங்கிப் படையினரைக் கொன்று குவித்தனர். பீரங்கிப் படையில் ஏற்பட்ட இப்படியான பின்னடைவுகளினால் முற்றுகை சிறிது காலம் முடக்கப்பட்டது. கோட்டைச் சுவரை இதுவரையிலும் தகர்க்க முடிந்திருக்கவில்லை. அகழியை மூடிக்கடக்கவும் முடிந்திருக்க வில்லை. இதோடு உணவுப் பற்றாக்குறையும் மொகலாயப் படையைத் தாக்கத் தொடங்கியது. மொகலாயப்படையினருக்கு வந்துகொண்டிருந்த உணவு மற்றும் பிற பொருட்களை மராட்டிய மற்றும் தக்காணப் படையினர் வழியிலேயே தடுத்துவிட்டனர்.

ஜுன் மாத வாக்கில் பெரு மழை பெய்து வெள்ளம் பெருக்கெடுத்து ஓடத் தொடங்கியது. நதிகளைக் கடப்பது கடினமானது. சாலைகள் சேறும் சகதியுமாக படைகளை நகர்த்த முடியாததாக ஆனது. உணவு தானியங்கள் எதுவுமே மொகலாய முகாமுக்கு வந்துசேரமுடிய வில்லை. ஜுன் நடுப்பகுதி வாக்கில் ஆரம்பித்த மழையினால் முற்றுகை ஏற்பாடுகள், நடவடிக்கைகள் அனைத்தும் அனைத்தும்

வீணாகின. பீரங்கிகளுக்கு அமைத்த உயரமான மண் மேடுகள் எல்லாம் மழையில் கரைந்து சேற்றுக் குவியலாகின. பதுங்குகுழிகள் நீரால் நிரம்பின. தாக்குதல் அரண்கள் நொறுங்கி விழுந்து பாதையை மறித்தன. கோட்டையைச் சுற்றிலும் எங்கும் மழைநீர் நிரம்பியிருக்க முற்றுகைப் படையின் முகாம்கள் எல்லாம் நீரில் மிதக்கும் குமிழிகள் போல் காட்சியளித்தன.

8. மொகலாயர்களின் பெரும் இழப்புகள்

கோல்கொண்டா படையினர் கிடைத்த வாய்ப்பைப் பயன்படுத்திக் கொண்டனர். 15 ஜூன் இரவில் நல்ல மழைபெய்துகொண்டிருந்த போது, புயல்போல் மொகலாயப் படை மீது தாக்குதல் நடத்தினர். அகழிகள், பதுங்குகுழிகளைத் தாண்டிச் சென்று அலட்சியமாக இருந்த பீரங்கிப் படையினரை வெட்டி வீழ்த்தினர். பீரங்கி, துப்பாக்கிகளின் துவாரங்களில் இரும்பு ஆணிகளை அடித்து மூடினர். வெடி மருந்து, ஆயுதக் கிடங்குகளை அழித்தனர். படைத்தளபதிகள் மீது தாக்குதல் நடத்தி கைராத் கான் (பீரங்கி படைத் தளபதி), சர்பரா கான் (ஔரங்கசீபின் வயதான, விசுவாசமான சேவகர்) மற்றும் 12 உயர் நிலை வீரர்களைக் கைது செய்தனர். புதிய படைகள் வந்து உதவிய பின்னர் மூன்று நாள் தீவிரப் போருக்குப் பின்னரே எதிரிப் படைகளை விரட்டியடிக்க முடிந்தது. முடக்கப்பட்ட பீரங்கிகளைக் கைப்பற்றிக்கொள்ள மொகலாயர் களால் முடிந்தது.

கைது செய்யப்பட்ட மொகலாய வீரர்களை அபுல் ஹஸன் அன்பாக நடத்தினார். ஏராளமான பரிசுகள் கொடுத்து ஔரங்கசீபிடம் அவர்களை நல்லபடியாகத் திருப்பி அனுப்பினார். இந்தப் பின்னடைவை மாற்றியமைக்கவும் முற்றுகையை வெற்றிபெறச் செய்யவும் கடினமான முயற்சிகளை மொகலாயப் படை எடுத்தது.

மூன்று பெரிய வெடிகுண்டுகள் பதுங்குகுழிகளில் இருந்து கோல்கொண்டா கோட்டையின் கொத்தளத்தின் கீழ்ப்பகுதிக்கு எடுத்துச் செல்லப்பட்டுப் பொருத்தப்பட்டன. 19 ஜூன் வாக்கில் ஒவ்வொரு இடத்திலும் 500 மவுண்ட் வெடி மருந்துகளும் திரியும் தயார் நிலையில் வைக்கப்பட்டன.

மறு நாள் வெடிக்க வைத்துத் தாக்குதலை ஆரம்பிக்கத் திட்டமிடப் பட்டது. ஃபிரோஸ் ஜங்கின் பதுங்குகுழி ஏற்பாடுகளை பேரரசர் தாமே நேரில் சென்று பார்வையிட்டார். உத்தரவு கிடைத்ததும் மொகலாயப் படையினர் கூக்குரலிட்டபடியே கொத்தளத்துக்குக்

கீழே பாய்ந்து முன்னேறவேண்டும். எதிரிப் படையினர் அவர்களைத் தடுக்கக் கொத்தளத்துக்கு விரைந்து வருவார்கள். கீழே பொருத்தப்பட்டிருக்கும் வெடி குண்டுகளை வெடிக்கச் செய்வதன் மூலம் எதிரிகளை எளிதில் கொன்றுவிடலாம் என்பதுதான் திட்டம். ஆனால், மறு நாள் காலையில் மொகலாயப்படை பாய்ந்து சென்றது. எதிரிகள் எதிர்பார்த்தபடியே கொத்தளத்தில் குவிந்தனர். முதல் வெடி குண்டு வெடிக்கவைக்கப்பட்டது. ஆனால் அந்த வெடி குண்டு கொத்தளத்தைத் தகர்ப்பதற்கு பதிலாக மொகலாயப் படையையே தாக்கிவிட்டது. கண் மூடிக் கண் திறக்கும் நேரத்துக்குள் பாறையும் மண்ணும் வெடித்துச் சிதறி 1100 மொகலாயப் படையினர் உடல் சிதறி துடி துடிக்க கொல்லப் பட்டனர். கோட்டை எந்த சேதாரமும் இன்றி கம்பீரமாக அப்படியே நின்று கொண்டிருந்தது.

இந்த சந்தர்ப்பத்தைப் பயன்படுத்திக்கொண்டு கோல்கொண்டா படையினர் பாய்ந்து வந்து தாக்கி மொகலாயர்களை விரட்டி அவர்கள் அமைத்திருந்த பதுங்குகுழிகள், தாக்குதல் அரண்கள் இவவற்றைக் கைப்பற்றினர். நான்கு மாத காலம் கஷ்டப்பட்டு மொகலாயர்கள் உருவாக்கியவை அவை. பேரரசர் அனுப்பிய புதிய படை மிக நீண்ட நேரம் போரிட்டு மிகப் பெரிய இழப்புக்குப் பின்னரே இவற்றை மீட்டெடுத்தன.

இரண்டாவது வெடி குண்டு வெடிக்க வைக்கப்பட்டபோதும் இதே இழப்பே ஏற்பட்டது. வெடி குண்டுச் சிதறல்கள் எல்லாம் மொகலாயப் படையையே தாக்கி அழித்தன. இங்கும் சுமார் ஆயிரத்துக்கு மேற்பட்டவர்கள் கொல்லப்பட்டனர். இம்முறையும் கோல்கொண்டா படையினர் முன்னேறி வந்து தாக்கி மொகலாயப் படை அமைத்திருந்த தற்காப்பு, தாக்குதல் ஏற்பாடுகள் அனைத்தையும் கைப்பற்றினர். இங்கும் மிகத் தீவிரமான போர் மூண்டது. தளபதிகள் ருஸ்தம் கான், தல்பத் ராவ் பந்தேலா ஆகியோரும் ஃப்ரூஸ் ஜங்கும் காயமடைந்தனர். பெருமளவிலான மொகலாயப் படையினர் கொல்லப்பட்டனர்.

இந்த சோக செய்தியைக் கேள்விப்பட்ட ஔரங்கசீப் உடனே புறப்பட்டு ஃபிரோஸ் ஜங் மற்றும் அவருடைய படையினருக்கு உதவ விரைந்தார். அவருடைய நகரும் சிம்மாசனத்துக்கு அருகில் பீரங்கி குண்டுகள் வந்து விழுந்தன. அவற்றில் ஒன்று ஔரங்கசீபின் மெய்க்காவலர் ஒருவரின் கையைத் துண்டாக்கிவிட்டது. ஆனால், அவரோ துளியும் கலங்காமல் போர்க்களத்தில் நின்றுகொண்டு வீரர்களுக்கு உத்வேகமூட்டினார்.

போர் இப்படி மும்மரமாக நடந்துகொண்டிருந்த நேரத்தில் புயலும் மழையும் இடியும் சேர்ந்துகொண்டன. சூறைக்காற்றும் பேய் மழையும் தொடர்ந்து பெய்தன. காய்ந்து கிடந்த நீர் வழிகளிலெல்லாம் வெள்ளம் பெருக்கெடுத்து ஓடியது. எதிரிகளாலும் அல்லாவினாலும் தண்டிக்கப்பட்ட மொகலாயப் படைகள் ஒதுங்கி நின்றன. எதிரிப் படையினர் மூன்றாவது முறையாக முன்னேறி வந்து தாக்கினர். பீரங்கிகள், ஆயுதங்கள் என கைக்குக் கிடைத்தவற்றையெல்லாம் கைப்பற்றிச் சென்றனர். எஞ்சியவற்றை உடைத்துப் போட்டனர். பதுங்கு குழி, பாதுகாப்பு அரண், தாக்குதல் அரண் ஆகியவற்றுக்கு பெரிய மரத்தடிகள், மரப் பலகைகள், மண்மூட்டைகள் என மொகலாயப்படை கொண்டுவந்து கொட்டியிருந்த அனைத்தையும் கண் இமைக்கும் நேரத்தில் கைப்பற்றிச் சென்று கோட்டையில் வெடி குண்டு வெடித்ததால் ஏற்பட்ட ஓட்டைகளையும் பள்ளங்களையும் அடைத்துக்கொண்டுவிட்டனர். இதனிடையில் மழையினால் போர்க்களமே சேற்றுக்குட்டையாகிவிட்டது. மொகலாயர்கள் அஸ்தமன நேரத்தில் தமது முகாமுக்கு தோல்வியுற்றுத் திரும்பினர். ஃபிரோஸ் ஜங்கின் முகாமில் பேரரசர் அன்று இரவு தங்கினார்.

9. தொடரும் மொகலாயத் தோல்விகள் : பஞ்சமும் நோயும்

மறு நாள் 21, ஜூன் காலையில் மூன்றாவது கொத்தளத்தின் கீழ் வைக்கப்பட்ட வெடி குண்டை வெடிக்கவைக்கும்படி உத்தர விட்டார். என்ன நடக்கிறது என்பதை இம்முறை அவர் நேரில் பார்க்க விரும்பியிருந்தார். அந்த வெடி குண்டு வெடிக்காமலே போய்விட்டது. அங்கு வெடி குண்டு பொருத்தப்பட்டிருப்பதைத் தெரிந்துகொண்ட கோல்கொண்டா படையினர், தண்ணீரைத் திருப்பிவிட்டு அதை மூழ்கடித்துச் செயலிழக்கவைத்து விட்டிருந்தனர். பேரரசர் ஆச்சரியத்துடன் சோர்ந்துபோய், களை இழந்து முகாமுக்குத் திரும்பினார். பல்வேறு திட்டங்கள் முயற்சி செய்துபார்க்கப்பட்டன. கணக்கற்ற செல்வம் செலவிடப்பட்டது. ஆனால் முற்றுகை நீடித்துக்கொண்டே போனது.

மொகலாயப் படையினரின் தன்னம்பிக்கை முற்றாக வடிந்து விட்டிருந்தது. உணவுப் பற்றாக்குறை, பஞ்சம் தலைவிரித்து ஆடத்தொடங்கியது. கூடவே கொள்ளை நோயும் சேர்ந்து கொண்டது. ஹைதராபாத் நகரம் முற்றாக நசிந்திருந்தது. வீடுகள், ஆறுகள், சமவெளிகள் என எங்கு பார்த்தாலும் பிணக் குவியல். மொகலாயப் படையிலும் இதே நிலையே நிலவியது. பிணக்

குவியல்கள் பெருகிக் கொண்டே சென்றன. சில மாதங்கள் கழித்து மழை நின்ற பின்னர் எங்கு பார்த்தாலும் எலும்புக்கூடுகள். தொலைவில் இருந்து பார்த்தால் பனிக் குன்றுகள் போல் அவை தென்பட்டன.

கோட்டைக்குள் இருப்பவர்களை பட்டினி போட்டு சரணடைய வைக்க ஔரங்கசீப் முடிவு செய்தார். களிமண் மற்றும் மரத்தடிகள்கொண்டு கோல்கொண்டா கோட்டையைச் சுற்றி ஒரு சுவர் எழுப்பினார். அதன் வழியெங்கும் காவலர்களை நிறுத்தினார். அனுமதிச் சீட்டு இன்றி எதுவும் உள்ளே போகவோ வெளியே வரவோ முடியாதபடித் தடுத்தார். அதே நேரம் கோட்டைக்குள் எந்த உணவுப் பொருளும் கொண்டுசெல்லப்படாமல் தடுக்க ஹைதராபாத்தையும் தன் பேரரசுக்குள் இணைத்துக் கொண்டதாக உத்தரவு பிறப்பித்தார். நீதிபதிகள், வருவாய் சேகரிப்பாளர்கள், பிற பதவிகளுக்கு தன் ஆட்களை நியமித்தார். மசூதிகளில் ஔரங்கசீபின் பெயரில் குத்பா வாசிக்க ஏற்பாடுசெய்யப்பட்டது. பொது இடங்களில் ஷரியத் விதிகளுக்கு ஏற்ப விஷயங்கள் நடக்கின்றனவா என்பதை கண்காணிக்க முஹ்தசிப் அதிகாரி நியமிக்கப்பட்டார்.

10. துரோகத்தால் வீழ்ந்த கோல்கொண்டா

21 செப்டம்பர் வாக்கில் முற்றுகை எட்டு மாதங்களைக் கடந்துவிட்டிருந்த நிலையில், துரோகத்தினால் கோல்கொண்டா கோட்டை வீழ்ந்தது. ஆஃப்கனிய படைவீரர் அப்துல்லா பனி சர்தார் கான் என்பவர் பீஜாப்பூர் படையில் இருந்து மொகலாயப் படைக்கு மாறியிருந்தார். பின் அங்கிருந்து கோல்கொண்டா படையில் அபுல் ஹஸனிடம் சேர்ந்திருந்தார். இப்போது அவர் கையூட்டு பெற்றுக் கொண்டு தன் இப்போதைய மாலிக்கைக் காட்டிக்கொடுத்தார். கோட்டையின் பின் வாசல் கதவை ரகசியமாகத் திறந்துவைத்தார். மொகலாயப் படை ருஸ்தம் கான் தலைமையில் எந்தவித எதிர்ப்பும் இன்றி 21, செப், 1687 அதிகாலை மூன்று மணி வாக்கில் கோட்டைக்குள் நுழைந்தது. சில வீரர்களை உள்ளே முக்கிய இடங்களில் நிறுத்திவிட்டு பிரதான கோட்டை வாசலைத் திறந்து விட்டனர். மொகலாயப் படை வெள்ளம்போல் கோல்கொண்டா கோட்டைக்குள் நுழைந்தது. நதி வழியாக இளவரசர் ஆஸமின் படை கோட்டைச் சுவரின் அருகே வந்து உள்ளே சென்றது.

இந்த நேரத்தில் அது தீவிரமான சாகசம் ஒன்று நிகழ்த்தப்பட்டது. கோல்கொண்டா படைகளுக்கு மிகப் பெரிய பெருமையை அது

தேடியும் தந்தது. வெற்றிக் கூக்குரலிட்டபடி மொகலாயப் படை கோட்டைக்குள் நுழைந்து அரண்மனையை நோக்கிப் பாய்ந்து முன்னேறியபோது கோல்கொண்டா தரப்பில் ஒற்றை வீரர் குதிரையின் மேல் சேணம் மாட்டவோ போதிய ஆயுதங்கள் எடுத்துக்கொள்ளவோ நேரமின்றி எதிரிப் படைக்குள் புயல் போல் புகுந்து தாக்கினார். அவர் பெயர் அப்துல் ரஸாக் லாரி முஸ்தஃபா கான். கோல்கொண்டா படைகளில் இருந்த அதி விசுவாசமான வீரர்.

ஔரங்கசீப் பல்வேறு வழிகளில் கையூட்டு கொடுத்து இவரைத் தன் பக்கம் இழுக்க முயற்சி செய்திருந்தார். மொகலாயப் படையில் ஆறாயிரம் குதிரைப் படையினருக்குத் தளபதியாக ஆக்குவதாக ஆசைகாட்டப்பட்டபோதும் அவர் மசிந்துகொடுத்திருக்கவில்லை. இமான் ஹுசேனுடன் கர்பலாவில் விசுவாசத்துடன் போரிட்டு இறந்த 72 வீரர்களில் ஒருவராக இருப்பேனே அல்லாமல் வெற்றி பெற்ற 22,000 துரோகிகளின் பக்கம் ஒருபோதும் சேரமாட்டேன் என்று சூளுரைத்திருந்தார். தன்னந்தனியாக மொகலாயப் படைக்குள் ஊடுருவி கைக்குக் கிடைத்தவர்களையெல்லாம் வெட்டி வீழ்த்தியபடி முன்னேறினார். ‘உலகமே கைவிட்டுச் சென்றாலும் அபுல் ஹசனுக்காக விசுவாசமாகப் போரிட்டு மடிய நான் ஒருவன் இருக்கிறேன்’ என்று முழங்கியபடியே தாக்கினார்.

அந்தத் தாக்குதலில் உடம்பில் சுமார் 70 இடங்களில் வெட்டுப் பட்டார். ஒரு கண் மோசமாகக் காயமடைந்தார். அவருடைய குதிரையும் படு காயம்பட்டு ரத்தம் ஒழுக துடித்தது. அதன் கடிவாளத்தை இவர் விட்டுவிடவே ஒருவழியாக குதிரை போர்க்களத்தில் இருந்து தப்பித்து, ஒரு தென்னை மரத்தினடியில் இவரை இறங்கிவிட்டு ஓடியது. பேரரசரின் உத்தரவின் பேரில் அங்கிருந்து அவரை மொகலாயப் படையினர் தூக்கிச் சென்று சிகிச்சை கொடுத்துக் காப்பாற்றினர்.

11. பிடிபட்ட அபுல் ஹஸன்

இதனிடையில் மொகலாயப்படை கோட்டைக்குள் வெறிக்கூச் சலிட்டபடி நுழையும் சத்தம் கேட்டதும் அபுல் ஹஸன் அரசவைக்கு விரைந்துவந்து அரியணையில் பெரும் சோகத்துடன் அழையா விருந்தாளிகளை எதிர்நோக்கிக் காத்திருந்தார். ருஸ்தம் கானும் படைவீரர்களும் நுழைந்ததும் அவர்களை அன்புடன் வரவேற்றார். அந்தத் துயரம் நிறைந்த தருணத்திலும் ராஜ கம்பீரத்துடன் நடந்துகொண்டார். தன்னைச் சிறைப்பிடிக்க வந்தவர்களுடன்

காலை உணவை முடித்துக்கொண்டு அவர்களுடன் அரண்மனையில் இருந்து புறப்பட்டார். மாலையில் இளவரசர் ஆஸம் அவரை பேரரசரின் முன்னால் கொண்டுசென்று நிறுத்தினார். அதன் பின் அபுல் ஹஸன் தௌலதாபாதுக்கு அனுப்பி சிறைவைக்கப்பட்டார். ஆண்டுக்கு ஓய்வூதியமாக ரூ 50,000 தரப்பட்டது.

அரியணை விட்டு இறங்கியது, பரம விரோதியால் சிறைப்பிடிக்கப் பட்டது போன்ற தருணங்களில் அபுல் ஹஸன் காட்டிய சுய கட்டுப்பாடும் கண்ணியமும் சிறைப்பிடித்தவர்களைப் பெரிதும் ஆச்சரியத்தில் ஆழ்த்தியது. அதை அவர்கள் அவர் முன்பாகப் புகழ்ந்துரைத்தபோது 'நான் சுல்தான் வம்சத்தில் பிறந்தவன் என்றாலும் மார்க்க வழியில் எளிய வாழ்க்கைக்குப் பழக்கப் பட்டிருந்தேன். இன்பம், துன்பம் இரண்டையும் அல்லா தரும் பரிசாக ஒரே மாதிரியாக எடுத்துக்கொள்ளக் கற்றுக்கொண்டிருக் கிறேன். அவரே என்னை ஏழ்மைக்குப் பழக்கினார்; சுல்தானாக்கி அழகுபார்த்தார். இப்போது ஏழ்மையில் தள்ளியிருக்கிறார். அல்லா தன் அடிமைகள் மீதான கருணையை ஒருபோதும் விலக்கிக் கொள்வதில்லை. ஒவ்வொருவருக்கும் அவரவருக்குக் கிடைக்க வேண்டியவற்றை எப்போதும் தந்துவிடுவார் என்ற நம்பிக்கை எனக்கு உண்டு' என்றார்.

கோல்கொண்டா கோட்டையில் இருந்து சுமார் ஏழு கோடி ரூபாய் மொகலாயப் பேரரசுக்குக் கிடைத்தது. அதோடு, தங்கம், வெள்ளித் தட்டு, நகைகள் என பெருமளவுக்குக் கிடைத்தன. கோல்கொண்டா சுல்தானகத்தின் ஆண்டு வருமானமாக இரண்டு கோடியே 87 லட்சம் ரூபாய் கிடைத்துக்கொண்டிருந்தது.

அத்தியாயம் - 14

சம்பாஜி மஹாராஜின் ஆட்சி காலம் (1680-1689)

1. வாரிசு உரிமை குழப்பம்; சம்பாஜி தானே முடிசூட்டிக் கொள்ளுதல்

சிவாஜியின் மரணம் புதிதாக உருவான மராட்டிய சாம்ராஜ்ஜியத்தில் வாரிசுப் போட்டியையும் குழப்பங்களையும் உருவாக்கியிருந்தது. எதிர்காலம் நிச்சயமற்றதாகியிருந்தது. மூத்த மகன் சம்பாஜியின் தீயொழுக்க மனநிலை மக்களுக்கு நெருக்கடிகளையே தந்தது. தர்மம் மற்றும் தந்தை நாட்டின் பரம விரோதியான மொகலாயர்கள் பக்கம் அவர் சேர்ந்துகொண்டது நேர்மையாளர்கள் மத்தியில் அவர் மீதான மதிப்பு மரியாதையைக் குறைத்தன. அரசியல் ஞானம் மிகுந்த சிவாஜி தன் கடைசிக் காலத்தில் மகனை நல்வழிப்படுத்த எடுத்த முயற்சிகள் எல்லாம் வீணானதைத் தொடர்ந்து பனாலா கோட்டையில் கண்காணிப்பின் கீழ் அவரை வைத்திருக்க முடிவுசெய்திருந்தார். எனவே சிவாஜியின் மரணத்துக்குப் பின் ராய்கர் கோட்டையில் இருந்த அமைச்சர்கள் அன்னாஜி தத்தோவின் தலைமையில் ஒன்று கூடி சிவாஜியின் பத்து வயதான இளைய மகன் ராஜா ராமை மன்னராக்கிவிட்டனர்.

மூத்த மகனே அரசாளவேண்டும் என்ற நியதிக்கு மாறான இந்த நடவடிக்கை தலைநகரில் செல்வாக்குடன் இருந்த ஒரு குழுவினால் முன்னெடுக்கப்பட்ட நடவடிக்கையாக மட்டுமே இருந்தது.

மக்களையும் தலைநகருக்கு வெளியில் இருந்த படையினரையும் கலந்தாலோசித்திருக்கவே இல்லை. எனவே அவர்கள் மத்தியில் இதனால் அதிருப்தி எழுந்தது.

பாலகன் ராஜாராமை ஆட்சிக் கட்டிலில் அமர்த்தியதால் மராட்டியர்களிடையே பிளவு ஏற்பட்டது. சம்பாஜிக்கு ஆதரவாக ஒரு பிரிவு விரைவிலேயே உருவானது. சிவாஜியின் காலத்தில் உருவாக்கப்பட்டிருந்த படையினருக்கு இந்தப் புதிய மன்னரின் நியமனத்தால், சிவாஜியின் காலத்தில் கிடைத்த செல்வம் எதுவும் கிடைக்காமல் போகவே அவர்கள் சம்பாஜி மகாராஜ் வசம் அதிகாரம் வந்துசேர விரும்பினர். சம்பாஜியும் தனக்கு ஆதரவாளர்கள் தேவை என்ற நிலையில் இருந்ததால் இவர்களுக்கு அதிக வாக்குறுதிகள் கொடுத்தார். ராய்கர் தலைநகரில் நிறுவப்பட்ட ஆட்சி, பிராமண ஆட்சியாக இருந்தது. படைத்தளபதியாக இருந்தவர் (மராத்தா ஜாதியைச் சேர்ந்தவர்) அரண்மனை ராஜகுருவிடமிருந்து உத்தரவுகளைப் பெற்றுச் செயல்பட தயாராக இருக்கவில்லை.

இதனால் சிவாஜி இறந்த ஒரு மாதத்திலேயே பனாலா கோட்டையில் இருந்த சம்பாஜி பக்கம் சேர்வதற்காக வீரர்கள் எல்லாம் சாரை சாரையாகச் செல்ல தொடங்கினர். ராய்கிரில் இருந்த அரசை அவர்கள் ஏற்றுக்கொள்ளவில்லை. சம்பாஜி கேளிக்கை மனநிலை கொண்டவர் என்றாலும் ஆரம்பத்தில் யாரும் எதிர்பாராதவகையில் அவர் சமயோஜிதமாகவும் உத்வேகத்துடனும் செயல்பட்டார். முதலில் அவர் தன்னை பனாலா கோட்டையின் தலைவராக நியமித்துக் கொண்டார். அதன் பின்னர் வடக்கில் தலைநகரில் இருக்கும் அதிகார சக்திகளுடன் மோதுவதற்கு முன்பாக, மராட்டிய சாம்ராஜ்யத்தின் தென் பகுதியையும் தெற்கு கொங்கணி பகுதியையும் தன் கட்டுப்பாட்டுக்குள் கொண்டு வந்தார்.

இதனிடையில் ராஜாராமை ஆட்சி பீடத்தில் 21 ஏப்ரல் வாக்கில் அன்னாஜி தத்தோ நியமித்தார். அதன் பிறகு சம்பாஜி வசம் இருக்கும் கோட்டையை மீட்டு அவரை சிறையில் அடைக்கும் நோக்கத்துடன் பனாலா கோட்டையை நோக்கி பேஷ்வாவை அழைத்துக்கொண்டு படையுடன் புறப்பட்டார்.

சம்பாஜி முன்னெச்சரிக்கையுடன் செய்த விஷயங்கள் அவர்களை மனம் தளரச் செய்தது. அவரைத் தாக்குவது தொடர்பாகத் தயங்கினர். விரைவிலேயே இரு தரப்புடனும் ரகசியப் பேச்சுகளில் ஈடுபட்ட அமைச்சர்கள் ராணுவத்தால் நெருக்குதலுக்கு ஆளானார்கள். மே மாத இறுதி வாக்கில், அன்னாஜி மற்றும்

மோரோ பந்த் இருவரையும் படைத்தளபதி ஹம்பீர் ராவ் மோஹிதே, கைது செய்து பனாலா கோட்டையில் இருந்த சம்பாஜியிடம் கொண்டு சென்றார். அங்கு படைத் தளபதிகள் அனைவரும் ஒன்று கூடினர். சம்பாஜியே தமது அரசர் என்று அறிவித்தனர்.

அன்னாஜி தத்தோ சிறையில் அடைக்கப்பட்டுச் சங்கிலியால் கட்டிப் போடப்பட்டார். பேஷ்வா சரியான நேரத்தில் தன் நிலையை மாற்றிக்கொண்டதால் சம்பாஜி அவரை விட்டு விட்டார். ஆனால் பேஷ்வா மீது முழு நம்பிக்கை வந்திருக்கவில்லை. புதிய மன்னர் தன்னுடைய 20000 வீரர்கள் கொண்ட படையுடன் ராய்கர் நோக்கிப் புறப்பட்டார். 18 ஜூன் வாக்கில் தலைநகரக் கோட்டை கதவுகள் அவருக்காக திறக்கப்பட்டன. சிறுவன் ராஜாராம் பதவியில் இருந்து இறக்கப்பட்டான். இருந்தும் 'அன்புடன்' நடத்தப்பட்டான். ஏனென்றால் பின்னால் இருந்து ஆட்டி வைத்தவர்களின் கைப்பாவையாக மட்டுமே அவன் இருந்திருந்தான்.

20 ஜூலை அன்று முதன்முதலாக மராட்டிய அரியணையில் சம்பாஜி அமர்ந்தார். முறையான முடிசூட்டு விழா 16, ஜனவரி, 1681-ல் வெகு விமர்சையாக நடந்தது.

மே மாதம் 18, 1682-ல் அவருக்கு ஒரு குழந்தை பிறந்தது. மராட்டிய சாம்ராஜ்யத்தின் ஆட்சிப் பொறுப்பை 30 ஆண்டுகள் கழித்து அந்த குழந்தையே ஏற்றுக்கொண்டு இரண்டாம் சிவாஜி எனவும் சாஹு மகராஜ் என்றும் புகழ்பெற்றது.

2. மொகலாயர்களுடன் சம்பாஜி தொடங்கிய போர்கள்

புதிதாகப் பதவியேற்ற மன்னருக்கு அந்நிய படையெடுப்புகளில் இருந்து நீண்ட காலம் விடுதலை கிடைத்திருந்தது. மொகலாயப் படைகள் பெரிதும் பேரரசரின் நேரடி மேற்பார்வையில் ராஜபுத்திரர்களுடன் போரில் ஈடுபட்டிருந்தன.

அக்டோபர் மாத இறுதி வாக்கில் வழக்கம் போல் தசரா கொண்டாட்டங்கள் முடிந்த பின்னர் மராட்டிய படைகள் புறப்பட்டிருந்தன. ஒரு குதிரை படை மற்றும் காலாட்படை சூரத் நோக்கி புறப்பட்டது. இரண்டாவது படை பர்கான்பூர் நோக்கி புறப்பட்டது. மூன்றாவது படை ஔரங்காபாதில் முகாமிட்டிருந்த பகதுர் கானின் (கான் இ ஜஹானின்) படையைத் தடுக்கும் நோக்கில் அதைச் சுற்றிலும் வேலி போல் நிறுத்தி வைக்கப்பட்டது.

மராட்டிய படைகள் புறப்பட்டுச் சென்ற செய்தி கிடைத்ததும் இந்த மொகலாயத் தளபதி 25 நவம்பரில் கந்தேஷ் பகுதியை நோக்கி முன்னேறினார். மராட்டிய படை அங்கிருந்து பின்வாங்கியது. ஆனால் இது ஒரு தற்காலிகப் பின்வாங்கல் மட்டுமே.

1681 ஜனவரி வாக்கில் வெளியே சென்ற மராட்டியப் படைகள் ஊர் திரும்பின. இளவரசர் இரண்டாம் அக்பர், ஔரங்கசீப்புக்கு எதிராகக் குரல் எழுப்பிய செய்தி கிடைத்ததும் மொகலாயரை எதிர்க்கத் தயாரானார்கள். ஹம்பீர் ராவ் தலைமையில் ஒரு படை தரன்காவ் நோக்கிப் புறப்பட்டது. அங்கிருந்து செல்வங்களைக் கவர்ந்த பின் வட கந்தேஷ் பகுதியில் இருந்த நகரங்களைக் கடந்து மேலும் கிழக்கு நோக்கி முன்னேறியது. பர்ஹான்பூரின் புற நகர் பகுதியான பஹதுர்பூர் மீது தாக்குதல் நடத்தியது (30, ஜன்). இவர்கள் படையெடுத்து வந்த விஷயம் மொகலாயர்களுக்குத் தெரியும் முன்பாகப் பெரும் செல்வத்தைக் கவர்ந்துவிட்டனர்.

கோட்டைக்கு வெளியில் இருந்த 17 புரங்களில் இருந்து இதுபோல் செல்வம் கைப்பற்றப்பட்டன. யாரும் தமது சொத்துகள், பொருட்களை பாதுகாப்பான இடங்களுக்குக் கொண்டு செல்லவோ தப்பிக்கவோ துளியும் அவகாசம் இன்றி இந்தத் தாக்குதல் மிகவும் எதிர்பாராத வகையில் திறமையாக நடத்தப்பட்டது. தீ வைக்கப்பட்டு எரிந்த புகை மூலமாகவே தாக்குதல் நடந்திருப்பது கோட்டையில் இருந்தவர்களுக்குத் தெரியவந்தது. ஆனால், அந்தக் கோட்டையின் நிர்வாகப் பொறுப்பில் இருந்தவர் மிகவும் பலவீனமானவர். எனவே கோட்டைக்குள் ஓரிடத்தில் பதுங்கிக் கொண்டுவிட்டார். ஒவ்வொரு புறநகர் பகுதியில் இருந்தும் லட்சக்கணக்கில் செல்வம் கவரப்பட்டன.

மூன்று நாட்கள் மராட்டியப் படை இந்தப் பகுதிகளில் மனம் போன போக்கில் தாக்குதல் நடத்தின. எந்தவொரு எதிர்ப்பும் இருந்திருக்க வில்லை. ஒவ்வொரு வீட்டில் இருந்தும் பூமிக்குள் புதைத்து வைத்திருந்த செல்வங்களையெல்லாம்கூடக் கைப்பற்றினர். கான் இ ஜஹான் தன் படையுடன் மிக மெதுவாகவே இங்குவந்து சேர்ந்தார். மராட்டியப் படையின் பாதையைத் தவறாகக் கணித்துவந்தார். எனவே பஹதுர் கானின் படைகள் வந்து சேர்வதற்குள் மராட்டியப் படை கிடைத்த செல்வத்துடன் தப்பிவிட்டது.

அந்தக் கோட்டையின் நிர்வாகப் பொறுப்பில் இருந்த மொகலாயப் பிரதிநிதி சம்பாஜியிடம் கையூட்டுப் பெற்றுக்கொண்டு அவரது வியூகத்துக்கு ஏற்ப நடந்துகொண்டதாக தக்காணப் பகுதியில் இருந்த முஸ்லிம்கள் குற்றம் சாட்டினர். பர்ஹான்பூர்வாசிகளும்

இதுபோலவே ஔரங்கசீபிடம் முறையிட்டனர். அங்கிருந்த இஸ்லாமியர்கள் தமது உயிருக்கும் உடமைக்கும் பாதுகாப்பு கிடைக்காவிட்டால் வெள்ளிக் கிழமை தொழுகைகளை நிறுத்திவிடுவோம் என்று கூட எச்சரித்தனர்.

ஔரங்காபாதைத் தாக்குவதற்கு இன்னொரு மராட்டியப்படை அஹமது நகர் மற்றும் முங்கி பதான் வழியாக தென் திசையில் வருவதாக கான் இ ஜஹானுக்கு தகவல் கிடைத்தது. அப்போது அவர் நகரிலிருந்து 26 மைல் மேற்கில் பாபுல்காவ் பகுதியில் முகாமிட்டிருந்தார். அதிகாலை மூன்று மணிக்கே தனது குதிரைப்படையுடன் புறப்பட்டு ஔரங்காபாதுக்கு மதியம் வாக்கில் வந்து சேர்ந்தார். நகரம் பெரும் பீதியில் மூழ்கியிருந்தது. அனைத்து வீடுகளும் தாழிடப்பட்டிருந்தன. ஆண்கள் ஆயுதங்களுடன் நடுங்கியபடி அமர்ந்திருந்தனர். பெண்கள் மூடிய கதவுகளுக்குப் பின்னால் அழுதவண்ணம் இருந்தனர். பஹதுர் கான் படையுடன் சரியான நேரத்தில் வந்து சேர்ந்ததால் மராட்டியப் படை போரிடாமல் திரும்பிவிட்டது.

வழக்கம்போல் தசரா கொண்டாட்டங்கள் முடிந்த பின்னர் அக், 1681 வாக்கில் மீண்டும் மராட்டியப் படைகள் பல திசைகளிலும் புறப்பட்டன. திலிர் கான் சம்பாஜியின் மனைவி மற்றும் சகோதரி இருவரையும் அஹமது நகர் கோட்டைக்குள் சிறைப்பிடித்து வைத்திருந்ததால், அவர்களை மீட்கும் நோக்கில் அதன் மீதான தாக்குதலுக்கு முயற்சி மேற்கொள்ளப்பட்டது. கோட்டைக்குள் மாறு வேடமிட்டுப் புகுந்த மராட்டியப் படை வீரர்களைக் கோட்டைத் தலைமைக் காவலர் கண்டுபிடித்துக் கொன்றுவிட்டார். மற்றவர்களைப் போரிட்டுத் துரத்தியும் விட்டனர் (அக்டோபர் இறுதி வாக்கில்).

3. சம்பாஜியிடம் இளவரசர் இரண்டாம் அக்பர் அடைக்கலம் தேடுதல்

ஔரங்கசீபுக்கு எதிராகக் கலகம் செய்த அவருடைய மகன் இளவரசர் அக்பர், 9 மே அன்று அவருடையநம்பிக்கைக்குரிய துர்காதாஸ் ரத்தோர் வழிகாட்டுதலின் பேரில் அக்பர்பூர் கரையோரமாக நர்மதை நதியைக் கடந்து மஹாராஷ்டிரத்துக்குள் நுழைந்தார். மொகலாய எல்லையைக் கடந்து வந்த அவரை சம்பாஜியின் அவையின் உயர் அதிகாரிகள் பலரும் வரவேற்று 1, ஜுன் வாக்கில் அவரை மரியாதையுடன் பாலி பகுதிக்கு அழைத்துச் சென்றனர்.

இளவரசர் அக்பருடன் 400 குதிரைப் படையினரும் சிறிய அளவில் காலாட்படையினரும் வந்திருந்தனர். பெரும்பாலும் அவர்கள் ராஜபுத்திர வீரர்கள். முஸ்லிம்கள் சொற்பமாகவே இருந்தனர். 50 ஒட்டகங்கள் போக்குவரத்துக்கு உதவியாகக் கொண்டுவரப் பட்டிருந்தன.

முன்னூறு மராட்டிய வீரர்கள் அவருக்கு மெய்க்காவல் படையாக நியமிக்கப்பட்டனர். சம்பாஜியின் சுபேதார்கள் அனைவரும் இளவரசர் அக்பருக்கு மரியாதை செலுத்த வழியில் காத்து நின்றனர். சம்பாஜியின் சார்பில் நேதாஜி பால்கர் இளவரசர் அக்பருடைய தேவைகளைப் பூர்த்தி செய்யத் தனிப்பட்ட முறையில் நியமிக்கப்பட்டிருந்தார்.

4. சம்பாஜிக்கு எதிராக சதி; கவி கலஸுடனான நட்பு

ராய்கர் தலைமையைக் கைப்பற்றியதைத் தொடர்ந்து (18, ஜூன், 1680) சம்பாஜி தன்னை எதிர்த்த அன்னாஜி தத்தோ, நீல்காந்த் மோரேஷ்வர் பிங்களே (பேஷ்வா மோரேஷ்வர் திரயம்பக்கின் மகன்) உள்ளிட்ட எதிரணித் தலைவர்கள் பலரைக் கைதுசெய்து சிறையில் அடைத்தார். அக்டோபர் ஆரம்பத்தில் மோரேஷ்வர் இறந்தார். அவருடைய மகன் நீல்காந்த் மேரேஷ்வரை சம்பாஜி விடுதலை செய்து காலியாக இருந்த முதன்மை அமைச்சர் பதவியை அவருக்குத் தந்தார். பிரதான எதிரி அன்னாஜி தத்தாவையும் விடுதலை செய்து அவருக்கு திவான் பதவியும் தந்தார்.

ஆகஸ்ட் 1681 வாக்கில் சிவாஜியின் இரண்டாம் மனைவி ஸோயரா பாய், ஹீராஜி ஃபர்சாந்த் மற்றும் சில முக்கிய பிரமுகர்களுடன் சேர்ந்துகொண்டு அன்னாஜி தத்தா மீண்டும் சம்பாஜிக்கு எதிராக சதி செய்தார். சம்பாஜியைக் கொன்றுவிட்டு ஆட்சியை இளவரசர் அக்பரின் அரவணைப்பில் ராஜாராமுக்குத் தரத் திட்டமிடப் பட்டிருந்தது. சம்பாஜியின் உணவில் விஷம் வைத்துக் கொல்லத் திட்டமிட்டனர்.

ஆனால், இந்த சதி முறியடிக்கப்பட்டது. சம்பாஜி உடனே துரோகிகளைக் கைது செய்து சிறையிலடைத்து சித்ரவதை செய்ய உத்தரவிட்டார். அன்னாஜி தத்தோ, அவருடைய சகோதரர் சோமாஜி தத்தோ, ஹிராஜி ஃப்ர்சந்த், பாலாஜி அவிஜி பிரபு, மஹாதேவ் அனந்த் மற்றும் மூன்று பேர் என அனைவரும் சங்கிலியால் கட்டப்பட்டு யானையை விட்டு மிதித்துக் கொல்லப்பட்டனர். பின்னர் மேலும் 20 பேருக்கும் மரண தண்டனை

விதிக்கப்பட்டது. ராஜாராமின் தாய் ஸோயரா பாய் போஸ்லே தன் கணவருக்கு (சத்ரபதி சிவாஜிக்கு (ஒன்றரை வருடங்களுக்கு முன்) விஷம் கொடுத்துக் கொன்றதாகக் குற்றம் சாட்டப்பட்டு சம்பாஜியால் விஷம் வைத்தோ பட்டினி போடப்பட்டோ கொல்லப்பட்டார். 1681 அக்டோபரில் இது நடந்தது. ஸோயரா பாயின் தந்தையின் குடும்பமும் சம்பாஜியினால் தண்டிக்கப்பட்டது. அந்தக் குடும்பத்தில் பலர் கொல்லப்பட்டனர். எஞ்சியவர்கள் அடைக்கலம் தேடி மொகலாயர் பக்கம் சென்றனர்.

சிவாஜி தனது அவையினரிடம் எந்த அளவுக்கு விசுவாசத்தையும் மரியாதையையும் பெற்றிருந்தாரோ சம்பாஜிக்கு அவருடைய குணங்கள் மற்றும் நடத்தையினால் ஒருபோதும் அது கிடைத்திருக்கவே இல்லை. தன்னை அடுத்த மன்னராக ஆக்க விடாமல் அத்தனை அமைச்சர்களும் அதிகாரிகளும் எதிராகவே நின்றிருந்தனர் என்பதை அவரால் இறுதிவரை ஏற்றுக்கொள்ளவே முடியவில்லை. சொந்த ராஜ்ஜியத்திலேயே நிராதரவாக தனிமைப் படுத்தப்பட்ட நிலையில் இருந்ததாக உணர்ந்தார். அவருடைய ஆட்சி காலம் முழுவதுமே பல சதிகள், பலர் விலகிச் செல்வது, சுபேதார்கள் கலகம் செய்வது என எப்போதும் குழப்பமும் கூச்சலும் நிரம்பியதாகவே இருந்தது.

இப்படி நெருக்கடி மிகுந்த சூழலில் அவருக்கு ஒரு ஆத்மார்த்தமான சேவகர் கிடைத்தார். அலஹாபாதில் இருந்த போஸ்லே குடும்பத்தின் குல புரோகிதரான கன்னௌஜி பிராமணர் கவி கலஸ். சம்பாஜியின் மாபெரும் முடி சூட்டுவிழாவுக்கு ராய்கருக்கு அழைக்கப்பட்டிருந்தார். மெள்ள சம்பாஜியின் மனதில் இடம்பிடித்து அவருடைய அன்புக்குப் பாத்திரமானார். ஆட்சி நிர்வாகத்தில் முழு அதிகாரத்தையும் தன் வசம் கொண்டுவந்தார். கவி கலஸ் (கவிகளிலேயே கலசம் போன்று சிறந்தவர்) என்ற பட்டமும் அவருக்குத் தரப்பட்டது. விரைவிலேயே சம்பாஜி இவர் சொல்வதைக் கண்மூடித்தனமாக நம்பிச் செயல்படத் தொடங்கினார். மது, மாது என அந்தப்புரத்திலேயே அதிக நேரத்தைச் செலவிட ஆரம்பித்தார். எப்போதாவது போருக்குச் செல்வது போக ஆட்சி நிர்வாகத்தில் இருந்து ஒதுங்கியே இருந்தார்.

மறைந்து வாழ்ந்த இளவரசர் அக்பர் தன்னிடம் இருந்த செல்வத்துக்கு ஏற்ப ஒரு பாதுஷா வாழ்க்கையை வாழ்ந்துவந்தார். கூலிப் படையினர் அவர் பக்கம் வந்த வண்ணம் இருந்தனர். சுமார் 2000 குதிரைப் படையினர் ஆகஸ்ட் வாக்கில் அவர் பக்கம்

வந்திருந்தனர். 13, நவம்பர், 1681-ல் இளவரசர் அக்பரை பதிஷாபூர் (பாலி) வந்து சம்பாஜி தனது முழு படையுடன் சந்தித்தார். அப்போது துர்கா தாஸ் இரண்டாம் அக்பருடன் இருந்தார். மொகலாயப் பேரரசைத் தாக்கிக் கைப்பற்றும் வாய்ப்பு இரண்டாம் அக்பர் இப்போது இழந்துவிட்டிருந்தார். ஜூன்வாக்கில் மொகலாயர்களுக்கும் ராஜபுத்திரர்களுக்குமிடையிலான போர் முடிவுக்கு வந்திருந்தது. இப்போது மொகலாயப் படை இரண்டாம் அக்பரைத் தேடி வந்து வீழ்த்தத் தயாராக இருந்தது.

13 நவம்பரில் ஔரங்கசீப் தன் படையுடன் பர்ஹான்பூர் வந்து சேர்ந்தார். அப்படியாக நவம்பர் நடுப்பகுதி வாக்கில் முழு மொகலாயப் படையும் பேரரசர் தலைமையில் தக்காணத்தில் குழுமிவிட்டிருந்தது. அவருடைய மூன்று மகன்களும் அனைத்து படைத்தளபதிகளும் இப்போது தயார் நிலையில் இருந்தனர். முதலில் ஔரங்கசீப் தாக்குதலை ஆரம்பிக்காமல் நிதானமாக, என்ன நடக்கிறது என்று பொறுமையுடன் காத்திருக்க முடிவுசெய்தார்.

5. ஔரங்கசீபின் வியூகங்கள், 1682.

1682 ஜனவரி முழுவதும் ஜஞ்சீரா மீதான தீவிர தாக்குதலை தன் நேரடிக் கண்காணிப்பில் சம்பாஜி முன்னெடுத்தார். ஔரங்கசீபுக்கு இது சாதகமாக அமைந்தது. சையது ஜசன் அலி கான் 14,000 வீரர்களுடன் ஜூனாரில் இருந்து வழி நெடுக இருந்த மராட்டிய கிராமங்களைச் சூறையாடி எரித்தபடியே வட கொங்கணி பகுதிக்குள் புகுந்து காலியன் பகுதியைக் கைப்பற்றினார் (ஜன, 1682). மேற்குக் கடலோரப் பகுதியில் பெய்யும் அதிக மழையில் இருந்து தன் குதிரைப்படையைக் காப்பாற்றிக்கொள்ள அங்கிருந்து மே வாக்கில் பின்வாங்கிக் கொண்டார்.

22, மார், 1682-ல் ஔரங்காபாதுக்கு பேரரசர் வந்து சேர்ந்தார். தெற்கில் இருந்த அஹமது நகருக்கு ஆஸம் ஷாவையும் திலிர் கானையும் படையுடன் அனுப்பினார். மேற்கு எல்லையில் இருந்த நாஸிக்குக்கு ஸஹாப் உத்தீன் கான் மற்றும் தல்பத் ராவ் ஆகியோரை படையுடன் அனுப்பினார். தல்பத் ராவ் அங்கு இருந்த சிறிய கோட்டைகளைக் கைப்பற்றினார். அதன் பின் நாஸிக்குக்கு ஏழு மைல் வடக்கில் இருந்த ராம்சேஜ் கோட்டையை முற்றுகையிட்டார் (ஏப்ரல்). ஆனால் அந்தக் கோட்டையை போர் வீரம் மிகுந்த ஒரு கிலாதார் தலைமையிலான தீரமான மராட்டிய காவல் படை பாதுகாத்து நின்றது. மொகலாயப் படையினால் அவர்களை ஒன்றும்

செய்யமுடியவில்லை. கான் இ ஜஹான் தலைமையில் மேலும் பெரிய படையை அனுப்பி முற்றுகையை பேரரசர் தீவிரப் படுத்தினார். இரண்டுமுறை மேற்கொண்ட தாக்குதல்களில் மிகப் பெரிய இழப்பு மொகலாயப்படைக்கு நேர்ந்தது.

ஔரங்கசீப்புக்கு இந்த சவால் மேலும் உத்வேகத்தைக் கூட்டியது. சம்பாஜிக்கு எதிரான போர் நடவடிக்கைகளை மேலும் தீவிரப்படுத்தினார். 'ஔரங்கசீப் தன் கிரீடத்தைக் (தகைப்பாகையைக்) கழற்றி கீழே எறிந்தவர் சம்பாஜி கொல்லப்பட வேண்டும். அல்லது அவருடைய ராஜ்ஜியத்தில் இருந்து விரட்டியடிக்கப்படவேண்டும். அப்படி நடக்காதவரையில் இதை அணியமாட்டேன் என்று சபதம் செய்தார்' என்று கார்வாரில் இருந்த ஆங்கிலேய பிரதிநிதி குறிப்பிட்டிருக்கிறார் (30, ஜுலை, 1682). ரஹுல்லா கானை 23 மே வாக்கிலும் முயிஸ் உத் தீனை 28 செப்டம்பரிலும் அஹமது நகரைப் பாதுகாக்கப் பெரும் படையுடன் அனுப்பினார். இளவரசர் ஆசம் ஷாவை (14 ஜுன்) மராட்டிய படைகளுக்கு உதவியும் ஆதரவும் தராமல் தடுக்க பீஜாப்பூருக்கு அனுப்பிவைத்தார். நாஸிக்கிலிருந்து ஸஹாப் உத் தீன் கான் ஜுனாருக்கு (ஜுன்) அனுப்பிவைக்கப்பட்டார். கான் இ ஜஹானின் முக்கிய வீரரான ரன்மஸ்த் கானுக்குப் பதவி உயர்வு கொடுத்து தனியாக ஒரு படையையும் அவருக்குக் கொடுத்து கொங்கணி பகுதியைத் தாக்கச் சொல்லி அனுப்பினார் (செப்).

ராம்சேஜ் பகுதியின் முற்றுகையை மேலும் சில மாதங்கள் கான் இ ஜஹான் முன்னெடுத்தார். மீண்டும் ஒருமுறை தாக்குதல் மேற்கொண்டார். அதன் பின் அக் 1682 வாக்கில் முற்றுகையை விலக்கிக் கொண்டு பின்வாங்கினார்.

கொங்கணி பகுதிக்குள் நுழைந்த ரன்மஸ்த் கான் காலியன் பகுதியை ஆக்கிரமித்தார் (நவ, 1682). பல போர்களில் தீவிரமாகப் போராடிய ரூபாஜி போன்ஸ்லேயும் பேஷ்வாவும் எதிர்த்து நின்றும் அவரைத் தடுத்து நிறுத்த முடியவில்லை.

ஔரங்காபாதுக்கு 25 மைல் தெற்கே கோதாவரிக் கரையில் அமைந்திருக்கும் ராம்தூ பகுதியில் இளவரசரின் படையுடன் இணைந்துகொண்ட கான் இ ஜஹான் கிழக்கு நோக்கி நந்தர் பகுதியை நோக்கி முன்னேறினார். அதன் பின் தெற்கே 86 மைல் தொலைவில் இருந்த பிதாருக்கு அவர்கள் சென்று சேர்ந்தனர். அங்கிருந்த படையுடன் நீண்ட நேரம் போரிட்டுத் துரத்தியபடி சந்தா மற்றும் கோல்கொண்டா சுல்தானகத்தின் எல்லைக்கு சென்று

சேர்ந்தனர். அது உண்மையிலேயே மிகப் பெரிய வெற்றிதான். இந்தப் போரில் அவருடைய படை மிகப் பெரிய அளவில் சிரமங்களை எதிர்கொள்ளவேண்டியும் இருந்தது.

1682 ஜூனில் இளவரசர் ஆசம் ஷா, அஹமது நகரில் இருந்து புறப்பட்டு ஆதில் ஷாவின் ஆட்சிக்கு உட்பட்ட பகுதியை ஆக்கிரமிக்கப் புறப்பட்டார். வழியில் தாரூர் பகுதியைக் கைப்பற்றினார். அதன் பின் சம்பாஜியின் ஆளுகைக்கு உட்பட்ட பகுதிக்கு நுழைந்தார். தனது மனைவி ஜஹான்ஜேப் பானுவை (ஜானி பேகமை) ராவ் அனுராத சிங் ஹடா மற்றும் பிற ராஜபுத்திர வீரர்களின் பாதுகாவலில் விட்டுவிட்டு எதிரியின் பகுதிக்குள் நுழைந்திருந்தார். மராட்டியர்கள் ஒரு படைப்பிரிவை அனுப்பி ஆசமின் படையை அங்கேயே போரிடவைத்துவிட்டு அவருடைய மனைவி பேகம் இருக்கும் முகாமுக்குப் பெரும் படையுடன் விரைந்தது. தாரா ஷுகோவின் மகளான பேகம் யானை மேல் ஏறி மராட்டியப் படையை எதிர்க்க இரண்டு மைல் முன்னேறிச் சென்றார்.

அருகில் பாதுகாப்பாக வந்த அனுராத் சிங்கிடம், 'ராஜபுத்திரர் களுக்கு வீரமும் கற்பும் எவ்வளவு முக்கியமோ அதுபோலவேதான் சகதாயிகளுக்கும் (மொகலாயர்களுக்கும்) அது முக்கியம். உங்களை என் மகனாகவே மதிக்கிறேன். நமது இந்தச் சிறிய படைக்கு அல்லா வெற்றியைத் தந்தால் நல்லது. இல்லையென்றால், நான் செய்யவேண்டியதைச் செய்துமுடித்துக்கொள்வேன் (மானத்தைக் காப்பாற்றிக்கொள்ள தற்கொலை செய்துகொள்வேன்)' என்றார்.

அதன் பின் வீரத்துடன் போரிட்டார். அனுராத் சிங்கின் படையில் இருந்த 900 ராஜபுத்திரர்கள் வீர மரணம் அடைந்தனர். இறுதியாக அவருடைய படை வெற்றி பெற்றது. அவருக்குக் காயம் பட்டது.

நீரா நதிப்பகுதியில் சிறிது காலம் இருந்தபின்னர் ஆசம் ஷா ஜூன் 1683 வாக்கில் திரும்பி அழைத்துக்கொள்ளப்பட்டார்.

6. மொகலாயர்களின் முயற்சிகளின் தோல்வி; பேரரசரின் கவனச் சிதறல்களும் சந்தேகங்களும்

இளவரசர் இரண்டாம் அக்பருக்கு எதிராக இருந்த மொகலாயப் படைகள் எல்லாவற்றையும் மார்ச், 1683-ல் பேரரசர் தன் பக்கம் அணிவகுக்கும்படி அழைத்தார். 23, மார்ச்சில் ரஹுல்லா மற்றும் ரன்மஸ்த் கான் இருவரும் காலியன் பகுதியில் அந்த நகரைச் சுற்றி

அவர்கள் கட்டி எழுப்பியிருந்த கோட்டைகளை இடித்துத் தரைமட்டமாக்கிவிட்டுப் புறப்பட்டனர். அவர்களை ரூபாஜி போன்ஸ்லே தலைமையிலான மராட்டியப் படை காலியன் பகுதிக்கு வட கிழக்கில் ஏழு மைல் தொலைவில் இருந்த தித்வலா பகுதியில் தாக்கியது. பலரைக் கொன்றதோடு ஏராளமான குதிரைகளைக் கவர்ந்து சென்றது.

இப்படியாக தக்காணத்துக்கு நவம்பர் 1681-ல் பேரரசரின் தலைமையில் வந்த மொகலாயப் படை முழு பலத்துடன் இருந்த பின்னரும் ஏப் 1683 வரையிலும் எந்தவொரு குறிப்பிடத்தகுந்த வெற்றியையும் பெற முடியவில்லை. உண்மையில் இந்தக் காலகட்டத்தில் குடும்பக் குழப்பங்கள் மற்றும் தனிப்பட்ட அளவில் உளவியல் நெருக்கடிகளுக்கு ஔரங்கசீப் ஆளாகியிருந்தார். தன் குடும்பம் மீதான அவருடைய பாசமும் நம்பிக்கையும் முழுவதுமாகச் சிதைந்திருந்தது. யாரை நம்ப... எங்கு பாதுகாப்பாக இருக்க முடியும் என்பதெல்லாம் அவருக்குத் தெரியவே இல்லை. சிறிது காலத்துக்குப் பின் சந்தேகம், கண்காணிப்பு, சுய முரண்கள் கொண்டதாக அவருடைய நடவடிக்கைகள் ஆகின. 'ஔரங்கசீபின் மனம் எப்போது எப்படி மாறும் என்று சொல்லவே முடியாது. அடிக்கடி சுல்தான் அக்பரினால் மிகவும் மன உளைச்சலுக்கும் எரிச்சலுக்கும் ஆளானார். அக்பருடன் பாசமாக இருக்கிறார்கள் என்ற சந்தேகத்தின் பேரில், எந்தவித ஆதாரமும் இல்லாமல், சுல்தான் ஆஸம், பேகம் (ஜஹன்ஜேப் பேகம்), திலிர் கான் ஆகியோரின் அதிகாரங்களும் வெகுவாகக் குறைக்கப்பட்டன' என்று 2, அக், 1683-ல் சூரத்தில் இருந்த ஆங்கிலேயர் குறிப்பிட்டிருக்கிறார்.

7. மராட்டிய கடற்படையும் சித்திகளுடனான போர்களும், 1680-82.

சம்பாஜிக்கும் ஆங்கிலேயர்களுக்கும் இடையே நட்புக்கான வாய்ப்பு எதுவும் இருந்திருக்கவில்லை. ஆனால், மொகலாயப் படைப்பிரிவுகள் சூரத்திலிருந்து புயல் மழை அதிகம் பெய்யும் மே தொடங்கி அக்டோபர் மாதங்களில் பயணம் செய்யும்போது, பம்பாய் துறைமுகத்தில் ஆண்டுதோறும் அடைக்கலம் தேடுவதுண்டு. சித்தி மக்களின் கப்பல்களும் அந்தப் பக்கமாகப் போகும்போது அடைக்கலம் தேடுவதுண்டு. அதே நேரம் மாஸாகாவ் தீவில் குடியேறியிருந்த சித்திகள் குர்லா பகுதிகளையும்

பம்பாய்க்கு கிழக்குப் பக்கம் இருக்கும் செல்வ வளம் மிகுந்த மராட்டியப் பகுதிகளையும் அடிக்கடித் தாக்குவதுண்டு. ஆங்கிலேயர்களுக்கு அச்சுறுத்தல் விடுத்த சம்பாஜி, சித்திகளை பம்பாய் துறைமுகப் பகுதியில் இருந்து விரட்டியடிக்க ஆங்கிலேயர்கள் உதவினால் அவர்களுடன் நட்புறவு பாராட்டத் தயார் என்று சொன்னார். ஆனால், சூரத்தில் இருந்த கிழக்கிந்திய கம்பெனியின் தலைவரும் ஆலோசனைக் குழுவும் பம்பாய் பிரிவுக்கு, 'சம்பாஜி ராஜாவுடன் நாம் மோதல் போக்கைக் கடைப்பிடிக்க விரும்பவில்லை. அதேநேரம் சித்திக்களுடன் பகைமைபாராட்டுவதிலும் எந்த விவேகமும் இல்லை. இது அதற்கான நேரமே அல்ல' என்று அறிவுரை வழங்கியது.

மராட்டியக் கலங்கள் அளவிலும் ஆயுதங்களிலும் சித்தி கலங்களைவிட சிறியவையாகவே இருந்தன. மழைக்காலங்களில் நகோத்னா கடலோடைப் பகுதியிலும் கந்தேரி துறைமுகத்திலும் வெறுமனே நிறுத்திவைக்கப்பட்டிருக்கும். எப்போதாவது மராட்டிய கலிவத் பாய் மரக்கலங்களுடன் மோதல் ஏற்படும்போது சித்தி கலங்களே வெற்றி பெறும். மராட்டிய கலங்கள் இந்தப் பகுதி வழியாகப் போக முடியாத நிலையே இருந்தது.

7, டிசம்பர், 1681-ல் பன்வேல் பகுதிக்கு பத்து மைல் தெற்கில் இருந்த பதல்கங்காவின் அப்தா ஊரை சித்தி படை தாக்கியது (1673-ல் ஒருமுறை ஏற்கெனவே தாக்கியிருந்தனர்). இதனால் ஆத்திரமடைந்த சம்பாஜி, இளவரசர் அக்பருடன் சேர்ந்துகொண்டு ராய்கர் பகுதியிலிருந்து சுமார் 20,000 வீரர்கள், ஏராளமான பீரங்கிகளுடன் தண்டா பகுதிக்கு வந்தார் (18 டிச). ஜஞ்சீரா கோட்டைக்கு எதிரில் இருந்த மலை உச்சியில் இருந்து 30 நாட்கள் இடைவிடாமல் குண்டு வீசித் தாக்கினார். ஆனால் வட கொங்கணி பகுதியை மொகலாயப் படை ஊடுருவி காலியன் பகுதியைக் கைப்பற்றியதும் (30 ஜன) இங்கிருந்து பின்வாங்கி ராய்கருக்கு விரைந்து திரும்பினார்.

1682 ஜூலையில் மராட்டியப் படையினர் சில படகுகளில் வந்து ஜஞ்சீரா மீது தாக்குதல் நடத்தினர். ஆனால் பாறைகள் நிறைந்த கடற்கரைப் பகுதியில் கால் ஊன்ற முடியாமல் போனதால் பெரும் இழப்புடன் திரும்பவேண்டிவந்தது. அக், 4 வாக்கில் மராட்டியப் படையில் இருந்த சித்தி மிஸ்ரி என்பவர் 30 கலிவத் பாய்மரக் கலங்களுடன் சித்தி க்வாஸிமின் படையுடன் (16 பெரிய மரக்கலங்கள் கொண்ட படையுடன்) கொலாபா முனைக்கு எட்டு மைல் தெற்கில் கால்காவுக்கு அருகில் மோதினார். ஆனால்

விரைவிலேயே தோற்கடிக்கப்பட்டார். அவருடைய படகுப் படையினர் தப்பி ஓடிவிட்டனர். படு காயமடைந்திருந்த சித்தி மிஸ்ரி சிறைப்பிடிக்கப்பட்டார். அவருடைய ஏழு படகுகளுடன் பம்பாய் அழைத்துவரப்பட்டார்.

8. போர்ச்சுகீசியர்களுடனான சம்பாஜியின் போர், 1683.

போர்ச்சுகீசியர்கள் மீது சம்பாஜியின் கோபம் திரும்பியது. கார்வாருக்கு தெற்கே இருக்கும் அஞ்சேடிவாவைக் கைப்பற்றி அங்கு ஒரு கோட்டையை போர்ச்சுகீசியர் கட்டினர். சித்திகளின் கோட்டையான ஜஞ்சீரா பகுதியின் மீது தாக்குதல் நடத்த இந்த இடத்தில் ஒரு வலுவான கடற்தளம் அமைக்க மராட்டிய மன்னர் விரும்பியிருந்தார்.

டிசம்பர் 1682-ல் கோவாவின் வைஸ்ராய் போர்ச்சுகீசியர்களின் தானே கோட்டை இருந்த வழியில் மொகலாயக் கப்பல்களை பயணம் செய்ய அனுமதித்திருந்தார். அந்த பகுதியைத் தாக்கிக் கொண்டிருந்த ரன்மஸ்த் கான் தலைமையிலான மொகலாயப் படைக்குத் தேவையான வசதிகள் செய்துகொடுத்துமிருந்தார். மராட்டிய வட கொங்கணி பகுதிக்கு போர்ச்சுகீசிய தாமன் வழியாக மொகலாயப்படை செல்ல அனுமதியும் அளித்திருந்தார்.

இப்படியாக, மராட்டியர்களுக்குப் பாரபட்சமாக நடந்து கொண்டதற்காக போர்ச்சுகீசியர் மீது சம்பாஜி கோபம் கொண்டு அவர்களைப் பழிவாங்கத் துடித்தார். 5, ஏப், 1683 வாக்கில் அவர்கள் மீது தாக்குதல் நடத்தினார். தாராபூர் நகரையும் தாமன் தொடங்கி பேஸின் வரையான பிற ஊர்களையும் 1000 குதிரைப்படையினர், 2000 காலாட்படையினர் கொண்ட படையின் மூலம் தாக்கி எரித்தார். 31, ஜூலையில் அவருடைய பேஷ்வா, 6000 காலாட்படை மற்றும் 2000 குதிரைப்படையினருடன் சென்று சாவுல் பகுதியை முற்றுகையிட்டார். 8, ஆகஸ்ட் அதிகாலையில் மராட்டியப் படை தாக்குதல் நடத்தியது. ஆனால் பெரும் இழப்புடன் பின்வாங்க வேண்டிவந்தது. 29 ஆகஸ்ட் நடு இரவில் போர்ச்சுகீசிய வைஸ்ராய் கோவாவைச் சேர்ந்த இந்தியர்கள் பலரை நீர்நிலையைக் கடந்து ஸவந்த்வாதி பகுதிக்குச் சென்று சம்பாஜியின் ஆளுகைக்கு உட்பட்ட கிராமங்களைத் தாக்கிக் கொள்ளையடிக்கவும் எரிக்கவும் அனுப்பினார். இந்த முயற்சி தோற்கடிக்கப்பட்டது . ஆனால், சாவுல் பகுதியை மராட்டியர்களால் பல மாத முற்றுகைக்குப் பின்னும் கைப்பற்றமுடியவில்லை.

கோவாவின் வைஸ்ராய், போண்டா பகுதியை முற்றுகையிட்டு சம்பாஜியின் கவனத்தைத் திருப்பத் திட்டமிட்டார். 800 வெள்ளையர்கள், 8000 கன்னடியப் படையினர் மற்றும் ஐந்து கனரக பீரங்கிகளுடன் போண்டா பகுதிக்கு 22, அக்டோபரில் சென்று சேர்ந்தவர், உடனேயே பீரங்கித் தாக்குதலை ஆரம்பித்தார்.

30, அக்டோபரில் கோட்டைக்குள் நுழையத் திட்டமிட்டிருந்தார். ஆனால் அன்று சம்பாஜியின் இன்னொரு படை வந்து போர்ச்சுகீசியப் படையைச் சுற்றிவளைத்துத் தாக்கியது. அதைத் தாங்க முடியாமல் முற்றுகையை விலக்கிக் கொண்டு திரும்ப முடிவெடுத்தார். மறுநாள் புறப்பட்டு 1, நவம்பரில் தர்பதா பகுதிக்குச் சென்று சேர்ந்தனர். அங்கிருந்து கோவாவுக்குத் திரும்புவதாகத் திட்டமிட்டிருந்தனர்.

தர்பதாவுக்குத் திரும்பிவந்த வழியில் போர்ச்சுகீசியப் படை பெரும் இழப்பைச் சந்திக்க நேர்ந்தது. மராட்டியக் குதிரைப்படை துரத்தி வந்து தாக்கினர். 'கோவாவின் உள்ளூர்வாசிகளைக் கொண்ட படை துப்பாகிகளைக் கீழே போட்டுவிட்டுத் தப்பி ஓடியது. இறுதியாக எல்லா போர்ச்சுகீசியர்களும் (வெள்ளைப் படையினரும்) தப்பி ஓடினர். ஆனால், கறுப்பர்களின் (உள் நாட்டு வீரர்களின்) காலில் மிதிபட்டு நம் வீரர்கள் மாட்டிக்கொண்டனர். நம் வீரர்கள் அனைவரும் சிதறி ஓடினர். ஒவ்வொரும் தம்மை மட்டும் பாதுகாத்துக்கொண்டபடி ஓடினர். போர்ச்சுகீசிய கடலோடிகளான காலாட்படை முழுவதும் கொல்லப்பட்டது. இறந்தவர்கள், காயம்பட்டவர்களின் எண்ணிக்கை இருநூறுக்கு மேல் இருந்தது' என்று போர்ச்சுக்கீசியக் குறிப்பு தெரிவிக்கிறது.

9. சம்பாஜி கோவாமீது படையெடுத்தல்

போண்டா கோட்டையிலிருந்து சம்பாஜி 7000 குதிரைப்படை வீரர்கள், 15000 காலாட்படை வீரர்களுடன் கோவா நகரை நோக்கிப் புறப்பட்டார். 14 நவம்பர் இரவு பத்துமணி வாக்கில் நாற்பது மராட்டிய வீரர்கள் கோவாவுக்கு வட கிழக்கில் இரண்டு மைல் தொலைவில் இருந்த சாண்டோ எஸ்டெவா தீவுக்குள் அந்தக் கடல் பகுதி கடந்து செல்ல எளிதாக இருக்கும் தாழ் அலைக் காலத்தில் நுழைந்தனர். அதன் பின் மலை உச்சியில் இருந்த கோட்டைக்குள் ஏறிச் சென்றனர். ஆற்றுப் பகுதியின் மறு பக்கம் வழியாக மேலும் நான்காயிரம் வீரர்கள் வந்ததையடுத்து படை மேலும் பலப்படுத்தப் பட்டது.

மறு நாள் காலை ஏழு மணி அளவில் போர்ச்சுகீசிய வைஸ்ராய் 400 வீரர்களுடன் சாண்டோ எஸ்டெவா தீவுக்குள் நுழைந்து மராட்டியப் படைகளைத் தாக்க ஆரம்பித்தார். ஆனால், அந்தப் போர்பற்றிய போர்ச்சுகீசியக் குறிப்பு கீழ்வருமாறு தெரிவிக்கிறது:

'அவர்கள் எங்கள் மீது மூர்க்கத்தனமாகத் தாக்கினர். மேலும் முந்நூறு மராட்டியக் குதிரைப்படை களத்தில் புகுந்தது. நமது வீரர்கள் உயிர் பயத்தில் மலைக்குக் கீழே இறங்கித் தப்பி ஓடிவிட்டனர். இறந்தவர்களின் எண்ணிக்கை 150க்கு மேல் இருக்கும். பீரங்கி, வாள், கவண் கல் என எந்தவொன்றாலும் காயம்படாதவர் என்று ஒருவருமே இல்லை. வைஸ்ராயின் கையையும் ஒரு குண்டு துளைத்துவிட்டிருந்தது. மதியம் இரண்டு மணி வாக்கில் அவர் அங்கிருந்து கப்பலேறித் தப்பினார். எஞ்சியவர்கள் சுமார் 120 பேர் ஆற்றுப்பக்கம் ஓடித் தப்ப முயன்றனர். சிலர் சேற்றில் சிக்கிக் கொண்டனர். சிலர் நீந்தித் தப்பினர். சேற்றில் சிக்கியவர்கள் எல்லாம் இறந்துவிட்டனர். மறுநாள் (16 நவ) ஏனோ மராட்டியர்கள் அந்தத் தீவை விட்டுவிட்டு வேகமாக வெளியேறிவிட்டனர்'.

1 டிசம்பர் வாக்கில் ஆயிரம் மராட்டிய குதிரைப்படைவீரர்களும் 3000 காலாட்படையினரும் கோவாவுக்கு முறையே தெற்கிலும் வடக்கில் இருக்கும் சால்செட்டி மற்று பர்டேஸ் மாவட்டங்களுக்குள் நுழைந்தனர். கைக்குக் கிடைத்தவற்றையெல்லாம் கவர்ந்தனர். போர்ச்சுகீசியர்களைக் கைதிகளாகச் சிறைப்பிடித்தனர். அந்த பகுதிகளில் ஒரு மாத காலம் தங்கிச் சூறையாடினர். அதன் பின் அபாயத்தில் சிக்கியிருந்த கோவாவின் ரட்சகராக ஷா ஆலம் வந்து சேர்ந்தார். அவர் சம்பாஜியின் முக்கியமான நகரமான பிசோலிம் பகுதியைக் கைப்பற்றியிருந்தார். 5, ஜன, 1684-ல் அவர் வந்ததைத் தொடர்ந்து மூன்று நாள்கள் கழித்து மிகப் பெரிய மொகலாயப் படை கோவா துறைமுகத்துக்கு வந்து சேர்ந்தது. மொகலாய இளவரசர் படையுடன் வந்த செய்தி கிடைத்ததும் இரண்டாம் அக்பர், கவி கலஸ் இருவரையும் போர்ச்சுகீசியருடன் அமைதிப் பேச்சு வார்த்தையில் ஈடுபடச் சொல்லிவிட்டு சம்பாஜி அங்கிருந்து ராய்கருக்குத் தப்பி ஓடிவிட்டார் (23, டிசம்பர்).

இந்தப் போர்க்களத்தின் வடக்குப் பகுதியில் அதாவது டாமன் மாவட்டத்தில் போர்ச்சுகீசியர்கள் மிகக் கடுமையாகத் தாக்கப்பட்டனர். மராட்டியர்கள் அவர்களுடைய பல ஊர்களைக் கைப்பற்றித் தீவைத்தனர். 22 டிசம்பரில் சம்பாஜி கரிஞ்சா தீவைக் கைக்கபற்றினார். அது பம்பாய்க்கு 10 மைல் தென் கிழக்கில்

இருந்தது. அதன்பின்னர் சம்பாஜி வேக வேகமாக வடக்கு திசையில் தன் தலைநகர் நோக்கிச் சென்றுவிட்டார். கவி கலஸ் போர்ச்சுகீசியர்களுடன் இரண்டாம் அக்பரின் மத்யஸ்தத்தில் அமைதிப் பேச்சுவார்த்தையில் ஈடுபட்டார். முதலில் அவர்கள் மொகலாயப் படையிடமிருந்து தப்பித்து பீம் கர் வனப்பகுதியில் அடைக்கலம் தேடியிருந்தனர் (கோவாவுக்கு 27 மைல் கிழக்கில் இருந்தது). அதன் பின் போண்டா பகுதியில் அடைக்கலம் புகுந்தனர். இறுதியாக மானுவேல் எஸ் தெ அல்பக்யெர்க்யூவுடன் (20, ஜன) அமைதிப் பேச்சுவார்த்தையில் ஈடுபட்டு இரு தரப்பும் பரஸ்பரம் பரிசுகள் பரிமாறிக் கொண்டனர். வருங்காலங்களில் போரை நிறுத்திவிட்டு நட்பாக இருக்கவேண்டும் என்று முடிவு செய்துகொண்டனர்.

ஆனால் இந்த ஒப்பந்தம் வெறும் ஒப்புக்குச் செய்யப்பட்டதுதான். மராட்டிய மன்னர் போர்ச்சுகீசியருடன் இரண்டாம் போருக்குத் தயாராகவேண்டிவந்தது. 19, செப்டம்பரில் போர்ச்சுக்கீசியர்கள் தாம் இழந்த கரிஞ்சா தீவைப் படையுடன் வந்து கைப்பற்றினர். சம்பாஜியின் ஆட்சி காலம் முடியும்வரையில் போர்ச்சுகீசியர் களுடனான பகைமை நீடித்தவண்ணம் இருந்தது.

10. இளவரசர் அக்பரின் வியூகங்கள், மராட்டிய மன்னரால் ஏற்பட்ட மனவருத்தங்கள்

சம்பாஜி சின்னச் சின்ன படையெடுப்புகள் மூலம் தன் படை பலத்தை வீணடித்துவந்தார். அல்லது போர்ச்சுகீசியர் மற்றும் சித்திகளுடன் வீணாகப் போரிட்டுக் கொண்டிருந்தார். டிசம்பர் 1683-ல் சூரத்தில் இருந்த ஆங்கிலேயர்கள் சொன்னதுபோல் ‘ஒரே நேரத்தில் பல போர்களில், செயல்பாடுகளில்’ ஈடுபட்டவண்ணம் இருந்தார். எதுவும் உருப்படியாக இருக்கவில்லை.

தில்லி அரியணையைக் கைப்பற்றுவதுதான் இரண்டாம் அக்பரின் ஒரே குறிக்கோளாக இருந்தது. அதை நடத்திக் கொடுக்க உதவும் கருவியாக மட்டுமே சம்பாஜியையும் அவருடைய நட்பையும் பார்த்தார். மராட்டிய ராஜ்ஜியத்தில் அவர் எத்தனை காலம் தங்கியிருந்தாரோ அவ்வளவுக்கு அவருக்கு நம்பிக்கை குறைய ஆரம்பித்தது. தேவையற்ற சுமையாகவே அந்த நட்பு தோன்ற ஆரம்பித்தது. மராட்டியப் பகுதியில் இருந்து வெளியேறினால்தான் அவரால் எதையேனும் உருப்படியாகச் செய்ய முடியும் என்ற நிலை உருவானது.

ஆனால் சம்பாஜியின் எதிர்பார்ப்புகள் அக்பருடைய எதிர்பார்ப்பு களுடன் ஒத்துப்போயிருக்கவில்லை. பாதுகாப்பான, சாதகமான தக்காண மலைப்பகுதி மற்றும் வனப்பகுதியில் இருந்து புறப்பட்டு வட இந்தியாவின் பாதகமான திறந்தவெளிப் பகுதியில் போய் சண்டையிட வேண்டிய அவசியம் அவருக்கு இருந்திருக்கவில்லை. ஹிந்துஸ்தானைக் கைப்பற்றும் அக்பரின் பேராசைக்குத் துணைபோவதன் மூலம் ஔரங்கசீபுக்கு மகாராஷ்டிராவைத் தாக்கிக் கைப்பற்றும் வாய்ப்பைத் தானாக ஏன் உருவாக்கித் தரவேண்டும் என்று அவர் சிந்தித்தார்.

18 மாத காலம் நீண்ட, மனதைச் சோர்வடையவைக்கும் காத்திருப்புக்குப் பின்னர், பல்வேறு வாக்குறுதிகளை நிறை வேற்றாமல் போனதன் பின்னரே இளவரசர் அக்பர் சம்பாஜியின் எண்ணவோட்டம் மற்றும் கொள்கைகளைப் புரிந்துகொண்டார். தனக்கு உதவ அவர் என்றுமே தயாராக இருந்திருக்கவில்லை என்பதையும் புரிந்துகொண்டவர் மஹாராஷ்டிராவில் இருந்து வெளியேற முடிவெடுத்தார். பாலி பகுதியில் இருந்து ரத்தோருடன் படையைக் கிளப்பிக்கொண்டு சாவந்த்வாடியில் பண்டா பகுதிக்குப் புறப்பட்டுச் சென்றார் (டிசம்பர் 1682). அதுவும் மகாராஷ்டிர ராஜ்ஜியத்துக்குள்தான் இருந்தது. என்றாலும் அது கோவாவுக்கு வடக்கே 25 மைல் பக்கத்தில் இருந்தது. அங்கிருந்துகொண்டு ஜனவரி 1683-ல் இளவரசர் அக்பர் கோவாவின் வைஸ்ராய்க்குத் தூது அனுப்பினார். ரத்தினங்கள் பதித்த குறுவாளைப் பரிசளித்து கோவாவில் சில நகைகளை விற்க அனுமதி கேட்டார். அதோடு மங்களூரில் இருக்கும் போர்ச்சுகீசிய பிரதிநிதியிடம் பேசி தன்னை அரேபியாவுக்குக் கப்பலில் அழைத்துச் செல்ல உதவும்படியும் கேட்டுக்கொண்டார். பேரரசர் ஔரங்கசீப்பின் உத்தரவின் பேரில் மார்ச்-ஏப்ரல் மாதங்களில் சித்தி படையொன்று அக்பர் கோவாவுக்கு ராஜபூர் நீரோடை வழியாகச் செல்கிறாரா என்று கண்காணித்து வந்தனர்.

செப்டம்பர் வாக்கில் அக்பர் பாண்டாவிலிருந்து சம்பாஜியின் ஆளுகைக்குள் இருந்த பிச்சோலிம் பகுதிக்குச் சென்றார். அது கோவாவுக்கு பத்து மைல் வடக்கில் இருந்தது. சம்பாஜியின் மீது முழு நம்பிக்கையை இழந்த பரிதாபத்துக்குரிய மொகலாய இளவரசர் அக்பர் இறுதியாக 8 நவம்பரில் ஒரு கப்பல் ஒன்றை வாங்கி வின்குர்லா பகுதியில் ஏறி பாரசீகம் செல்லத் தீர்மானித்தார். ஆனால் ராஜபூரில் இருந்து கவி கலஸ், துர்காதாஸுடன் விரைந்து வந்து அக்பரைக் கப்பலில் சந்தித்தார். இந்தியாவிலேயே

அக்பருக்கு உரிய படைகளைத் தந்து சம்பாஜி உதவத் தயாராக இருப்பதாகச் சொன்னார். அதன்பின்னரே மராட்டியருக்கும் போர்ச்சுகீசியருக்கும் இடையே போர் மூண்டது. அதில் அக்பர் மராட்டியத் தரப்பு தூதுவராகச் செயல்பட்டார்.

1684 பிப்ரவரி தொடங்கி ஒரு வருட காலம் ரத்னகிரி மாவட்டத்தில் (ஷகர்பென் மற்றும் மல்காபூர் பகுதியில்) இருந்த அவரை கவி கலஸ் அடிக்கடி வந்து சந்தித்து எதிர்காலத் திட்டங்கள் பற்றிக் கலந்தாலோசித்தார்.

11. சம்பாஜிக்கு எதிரான கலகங்கள்; ஜூலை 1683 தொடங்கி மொகலாய நடவடிக்கைகள்

ஜூலை 1683 தொடங்கி தக்காணத்தில் மொகலாயப் பேரரசின் வாய்ப்புகள் பிரகாசமாகத் தொடங்கின. சம்பாஜிக்கும் இளவரசர் அக்பருக்குமான நட்பு முறியத் தொடங்கியிருந்தது. அதோடு இந்தியாவில் இருந்து தப்பிச் செல்லவும் அக்பர் முடிவெடுத்திருந்தார். மராட்டியர்கள், போர்ச்சுகீசியர்களுடன் நீண்ட போரில் ஈடுபட்டனர். இந்தச் சூழ்நிலைகள் மொகலாயர் களுக்குச் சாதகமாக அமைந்தன. பேரரசர் பொறுமையாக, எதுவும் செய்யாமல் காத்துக் கொண்டிருந்ததை முடிவுக்குக் கொண்டுவந்து அதிரடியாக பல முனைகளில் தாக்குதல்களை ஆரம்பித்தார்.

சம்பாஜியின் சீர்கெட்ட நடத்தைகள், நிலையற்ற மனம், வன்முறை இவையெல்லாம் அவருடைய அமைச்சர்கள், அவருக்குக் கீழான குறுநில மன்னர்கள் ஆகியோரிடையே அதிருப்தியை உருவாக்கின. ஔரங்கசீப் கொடுத்த கையூட்டுகள் நிலைமையை மேலும் மோசமாக்கின. இதனால் மராட்டியப் படைகளில் இருந்து பலர் அடிக்கடிக் கட்சி மாறத் தொடங்கினர். 26, ஜூலை 1683 வாக்கில் சிவாஜியின் முன்ஷியான க்வாஸி ஹைதர், ஔரங்கசீப் பக்கம் சென்றுவிட்டார். இரண்டாயிரம் வீரர்களைக் கொண்ட ஒரு படையுடன் கான் பட்டமும் தரப்பட்டது. பின்னர் (1706) பேரரசின் தலைமை க்வாஸியானார்.

சம்பாஜியின் கீழ் இருந்த குறுநிலமன்னரும் கூடல் பகுதியின் ஆட்சியாளருமான கெம் சாவந்த் அவருக்கு எதிராகக் கலகம் செய்தார். போர்ச்சுகீசியர்களின் உதவி பெற்று சாவந்தவாடி பகுதிக்குள் ஊடுருவி மராட்டிய ராஜ்ஜியத்தில் கோவாவுக்கு வடக்கே இருக்கும் பகுதிகள் வரை கொள்ளையடித்தும் தீவைத்துக் கொளுத்தியும் தன் படையுடன் திரிந்தார் (பிப் 1685). போண்டா

பகுதியின் துல்வ நாயக், ராம் தல்வி ஆகிய இரண்டு கலகக்காரர்களுடன் இணைந்து, போர்ச்சுகீசியர்களிடம் தஞ்சம் புகுந்துகொண்டு கனரா மற்றும் தென் கொங்கணி பகுதிகளில் பெரும் குழப்பங்களை உருவாக்கி வந்தார். இதுபோன்ற கலகங்கள் பெருகத் தொடங்கின. விரைவிலேயே கடலோரப் பகுதிகள் முழுவதும் சம்பாஜிக்கு எதிராகப் போர்க்கொடி உயர்த்தின.

1683 செப்டம்பர் நடுப்பகுதிவாக்கில் மழைக்காலம் முடிந்த பின்னர் மொகலாயர்களின் தாக்குதல் ஆரம்பித்தன. செப் 15க்குச் சில நாட்கள் கழித்து ஷா ஆலம் ஔரங்காபாதிலிருந்து படையுடன் புறப்பட்டு சாவந்தவாடி மற்றும் தெற்கு கொங்கணி பகுதிக்குள் ராம்காட் கணவாய் வழியாக நுழைந்தார். ஷாஹிப் உத் தீன், புனாவுக்கு படையுடன் அனுப்பப்பட்டார் (அக்டோபர்). அங்கிருந்து அவர் கொலாபா மாவட்டத்தில் மலைப்பகுதிக்கு அப்பால் இருந்த நிஜாம்பூரில் தாக்குதல் நடத்தினார். பீஜாப்பூருக்கு எதிராகப் படையுடன் 20 ஆகஸ்டில் அனுப்பப்பட்ட இளவரசர் ஆஸம் அக்டோபரில் திரும்பிவந்தார். அதன்பின் அவர் நவம்பரில் பக்லானா மற்றும் கந்தேஷ் பகுதிக்கு வடக்கே இருக்கும் பாதையைக் காவல் காக்க நாஸிக்குக்கு அனுப்பிவைக்கப்பட்டார். பேரரசர் அஹமது நகருக்குத் தெற்கே தானே படையுடன் புறப்பட்டார் (நவம்பர்). கான் இ ஜஹான் தலைமையில் இன்னொரு படை பிடாரில் இருந்து அகல்கோட்டுக்குச் சென்றது. பீஜாப்பூர் மற்றும் கோல்கொண்டா எல்லைப் பகுதிகளைக் கண்காணிக்கவும் அந்த சுல்தான்கங்கள் மராட்டியர்களுக்கு எந்தவொரு உதவியையும் செய்துவிடாமல் தடுக்கவும் அந்தப் படை அனுப்பப்பட்டது.

12. ஷா ஆலம் தெற்கு கொங்கணி பகுதியை ஆக்கிரமித்தல்

ஔரங்காபாதிலிருந்து இளவரசர் ஷா ஆலம் பீஜாப்பூர் பகுதியின் தெற்குப் பக்கமாக படையெடுத்துச் சென்று பேல்காவ் மாவட்டத்துக்குள் நுழைந்தார் (செப், 1683). ஷாபூர், சாம்ப்காவ் கோட்டைகளையும் (பேல்காவுக்கு தென் கிழக்கில் 18 மைல் தொலைவில் இருந்தது) மற்றும் பெரிய நகரங்களையும் மேலும் சில கோட்டைகளையும் கைப்பற்றினார். அங்கிருந்து பெரும் செல்வத்தையும் கவர்ந்தார். அதன்பின் மேற்குப் பக்கம் திரும்பி ராம்காட் கணவாயைக் கடந்து சாவந்தவாடி சமவெளிக்குள் சென்றார். அது பேல்காவுக்கு 26 மைல் மேற்கேயும் கோவாவுக்கு வட கிழக்கில் 30 மைல் தொலைவிலும் இருந்தது.

ஷா ஆலம் 5 ஜன 1684-ல் பிசோலிம் பகுதிக்குச் சென்றார். அங்கு இருந்த சம்பாஜி மற்றும் இரண்டாம் அக்பரின் பெரிய வீடுகளையும் தோட்டங்களையும் அழித்தார். மூன்று நாட்கள் கழித்து இளவரசருடைய படைக்குத் தேவையான அனைத்தையும் ஏற்றிக்கொண்டு ஒரு மிகப் பெரிய மொகலாயக் கப்பல் கோவா துறைமுகம் வந்து சேர்ந்தது.

கோவாவுக்கு அருகில் வந்ததும் சம்பாஜியின் தாக்குதலில் இருந்து போர்ச்சுகீசியர்களைக் காப்பாற்றியதற்காக அவர்களிடம் மிகப் பெரிய தொகையைக் கப்பமாகக் கேட்டார். கோவாவைத் தந்திரத்தால் கைப்பற்றவும் திட்டமிட்டார். இளவரசர் செய்த பெரிய பிழை போர்ச்சுகீசியர்களுடன் அவர் மோதல் போக்கைக் கடைப் பிடித்ததுதான். இதனால் அவருடைய படைக்குத் தேவையான உணவு கிடைக்காமல் பெரும் அழிவைச் சந்திக்கவும் நேர்ந்தது.

கோவாவுக்கு அருகில் இருந்த பகுதிவழியாக ஷா ஆலம் வடக்கே இருந்த மால்வா பகுதிக்குள் நுழைந்தார். மராட்டிய மன்னர் கட்டிஎழுப்பியிருந்த வெண் பளிங்கு கோவில் மற்றும் பல மாளிகைகளை வெடிவைத்துத் தகர்த்தார். கூடல் மற்றும் சாவந்தவாடியில் இருக்கும் பாண்டா நகரங்கள் இரண்டும் தீவைக்கப்பட்டன. வின்குர்லா பகுதியும் இந்தப் படையெடுப்பின் போது சூறையாடப்பட்டது. தென்பக்கமாகத் திரும்பி கோவாவுக்கு வடக்கே இருக்கும் சாபோரா நதிக்கரை வழியாக போர்ச்சுகீசிய தலைநகரைத் தாக்கிக் கைப்பற்ற அல்லது தனது சரக்குக் கப்பல்களுடன் சேர்ந்துகொள்ள முன்னேறிச் சென்றார்.

பிப்ரவரி மாதவாக்கில் மொகலாயப் படை பஞ்சத்தால் பாதிக்கப் பட்டது. கோவா கடல் வழியாக இளவரசரின் முகாமுக்குச் சென்ற உணவுப் பொருள் கப்பலை போர்ச்சுக்கீசியர்கள் தடுத்து நிறுத்தினர். கோவாவில் பஞ்சம் தலைவிரித்தாடத் தொடங்கி யிருந்ததால் முகாம் இருந்த பகுதியிலிருந்து எந்த உணவையும் சேகரிக்கவும் முடியவில்லை. 'எந்தவொரு தடையும் இன்றி இங்குமங்குமாக இளவரசர் விரும்பிய திசையில் சென்று கொண்டிருந்தார். எந்த இடத்திலும் தன் பிடியைப் பலப்படுத்திக் கொள்ளவில்லை. அந்தப் பிராந்தியம் முழுவதையுமே அழித்தபடிச் சென்றார். கண்ணில் பட்ட ஊர்களையெல்லாம் தீக்கிரையாக்கிய படி சென்றார்'.

இளவரசரின் படையில் ஏற்பட்ட உணவுப் பற்றாக்குறை உச்சத்தை எட்டியது. வீரர்கள் பட்டினி கிடந்து உயிரைக் காப்பாற்றிக்

கொள்ளும் நிலைக்குத் தள்ளப்பட்டன. 20 பிப்ரவரி வாக்கில் இளவரசர் பின்வாங்கினார்.

இளவரசர் அக்பரின் நெருக்கடிகள் முற்றின. ராம்காட் மலைப்பாதையில் போகும்போது நோய்த்தொற்றும் பரவியது. அவருடைய படையின் மூன்றிலொரு பங்கினர் இறந்தனர். நோய் தாக்கியவர்களில் ஒருவர்கூட உயிர் பிழைக்கவில்லை. குதிரைகள், யானைகள், ஒட்டகங்கள் எல்லாம் பெரும் எண்ணிக்கையில் இறந்தன. ஆங்காங்கே செத்துக் கிடந்தவற்றின் பிணவாடை காற்றை நஞ்சாக்கியது. போக்குவரத்து வசதிகள் இல்லாததால் உணவுப் பொருட்கள் எதுவும் கிடைக்காமல் இரண்டாவது பஞ்சம் தாக்கியது. பலரும் வெப்பத்தைத் தாங்க முடியாமல் தாகத்தைத் தாங்க முடியாமல் இறந்தனர்.

ஷா ஆலம், மலைப்பாதையைக் கடந்து கனரா சமவெளிக்குச் சென்றார். எதிரிகள் சுற்றிவளைத்தனர். தனியாக மாட்டிக் கொண்டவர்களைத் தாக்கி உடமைகள் அனைத்தையும் 'அனைத்து திசைகளிலும்' கொள்ளையடித்தனர். எஞ்சிய படை ஒருவழியாக 18 மே வாக்கில் அஹமது நகர் வந்து சேர்ந்தது. இந்தப் படையெடுப்பில் இளவரசருடைய படை ஒரு சில கிராமங்களை எரித்தது சிலவற்றைக் கொள்ளையடித்தது. வேறொன்றும் செய்திருக்கவில்லை.

13. சம்பாஜியின் செயல்பாடுகள் - 1683க்குப் பின்

1683-85-ல் நடைபெற்ற சிறிய சம்பவங்கள் பற்றி இங்கு விளக்கப் போவதில்லை. 1684 முதல் பாதியில் நடைபெற்ற மொகலாயப் படையெடுப்புகள் பெரிதும் வெற்றிகரமான அமைந்தன. பல மராட்டியக் கோட்டைகள் கைப்பற்றப்பட்டன. அவர்களுடைய படைகள் மீண்டும் மீண்டும் தோற்கடிக்கப்பட்டன. பெரும்பாலான பகுதிகள் மொகலாய சாம்ராஜ்ஜியத்துடன் இணைக்கப்பட்டன. ஜூலை மாதம் சம்பாஜியின் இரு மனைவிகள், ஒரு மகள், மூன்று தாசிகள் ஆகியோரைச் சிறைப்பிடித்தது அவற்றில் முக்கியமான சம்பவம். அவர்கள் பஹதுர்கர் கோட்டையில் இருந்தபோது சிறைப்பிடிக்கப்பட்டனர். திலிர் கான் மராட்டிய மன்னரின் ஒரு மனைவி மற்றும் சகோதரியை அஹமது நகர் கோட்டையில் சிறைவைத்தார்.

சம்பாஜி இந்தக் காலகட்டத்தில் எங்கு இருந்தார்?

1683 வாக்கில் கோவா மீதான அவருடைய படையெடுப்பு தோல்வியில் முடிவடைந்ததும் மனம் தளர்ந்து முழுவதும் மது, மாது

என கேளிக்கைகளில் ஆழ்ந்துவிட்டார். அவருடைய வீரம் நிறைந்த தந்தைபோல் களத்தில் இறங்கி போராடாமல் ஓதுங்கிவிட்டார்.

1685 ஜனவரி 15 வாக்கில் ஷிஹாப் உத் தீன் கான் கொங்கணி பகுதிக்குள் போர்காட் வழியாக நுழைந்து ராய்கர் கோட்டைக்கு அடிவாரத்தில் இருந்த பச்சாத் கிராமத்துக்குத் தீ வைத்தார். உருவ வழிபாட்டில் நம்பிக்கை கொண்ட காஃபிர் தலைவர்கள் பலரைக் கொன்று குவித்தார். அவர்களின் செல்வங்கள், சொத்துகளைச் சூறையாடினார். பலரைச் சிறைப்பிடித்தார். அது மிகப் பெரிய வெற்றியாக அமைந்தது. இதனால் அவருக்கு கான் பஹதுர் ஃபெரோஸ் ஜங் என்ற சிறப்புப் பட்டம் தரப்பட்டது.

பல மராட்டிய தளபதிகளை பணத்தாசை காட்டி ஃபெரோஸ் ஜங் மொகலாயர் பக்கம் இழுத்துக் கொண்டார். டிசம்பர் ஆரம்பத்தில் கோண்டானா பகுதியை அப்துல் காதிர் கைப்பற்றினார். ராஜ்ஜியத்தின் தலைநகரைக் காப்பாற்ற அனைத்து மராட்டிய வீரர்களின் உதவியும் தேவையாக இருந்த நேரத்தில் கந்தேஷ் பகுதியைத் தாக்கப் பலர் அங்குசென்றுவிட்டனர். அது மிகப் பெரிய தவறாகிப் போனது. 1685 மார்ச் இறுதியில் பீஜாப்பூர் சுல்தானகம் மீதான முற்றுகை ஆரம்பமானது. மொகலாயப் படைகள் அங்கு குவிந்துவிட்டதால் மராட்டியர்கள் மீதான நெருக்கடிகள் சிறிது காலத்துக்குக் குறைந்தது.

கிழக்கிந்திய கம்பெனி கவர்னரிடமிருந்து பம்பாய் கோட்டையைக் கைப்பற்றிய கேப்டன் ரிச்சர்ட் கெய்க்வின் தீவிர நடவடிக்கைகள் எடுத்தார். ஏப்ரல் 1684-ல் மொகலாயத் தளபதி சித்தி க்வாஸிமை, பம்பாய் தீவைப் பயன்படுத்திக் கொண்டு மராட்டிய கிராமங்களைத் தாக்குவதை நிறுத்தும்படிக் கேட்டுக்கொண்டார்.

ஏப்ரல் இறுதிவாக்கில் கேப்டன் ஹென்றி கேரி மற்றும் லெப்டினண்ட் கர்னல் வில்கின்ஸ் ஆகிய இருவரையும் சம்பாஜியிடம் தூது அனுப்பினார். மார்ச் 1661 வாக்கில் சிவாஜியின் படையினர் ராஜபூரில் இருந்த ஆங்கிலேய வணிகக் கிடங்கைத் தாக்கியதற்கான நஷ்டஈட்டில் நீண்டகாலமாக இருக்கும் நிலுவைத் தொகையைத் தரும்படிக் கேட்டார். மராட்டிய மன்னருடன் நட்புக்கரம் நீட்டவும் தயார் என்பதையும் சொன்னார். இந்த முயற்சிக்கு வெற்றி கிடைத்தது.

ஆங்கிலேயர் கேட்ட அனைத்து கோரிக்கைகளையும் சம்பாஜி ஏற்றுக்கொண்டார். முப்பது மற்றும் பதினோரு கோரிக்கைகள் கொண்ட இரண்டு ஒப்பந்தங்களில் கையெழுத்தும் இட்டார்.

14. பீஜாப்பூர் பகுதிகளை மொகலாயர் கைப்பற்றுதல்

12 செப், 1686-ல் பீஜாப்பூர் சுல்தான் சரணடைந்ததும் ஒளரங்கசீப் தன் தளபதிகளை புதிதாக இணைக்கப்பட்டிருக்கும் பீஜாப்பூரின் பல பகுதிகளுக்கும் அனுப்பி வருவாய் ஒப்பந்தங்கள், அமைதிய நிலை நாட்டுதல், கோட்டைகளைக் கைப்பற்றுதல் ஆகிய பணிகளை முடுக்கிவிட்டார். அடுத்த வருட பிப்ரவரி தொடங்கி செப்டம்பர் வரையிலும் மொகலாயப்படைகள் கோல்கொண்டா சுல்தானகத்தைக் கைப்பற்றும் முயற்சியில் தீவிரமாக ஈடுபட்டது. அந்த சுல்தானகம் 21 செப், 1687-ல் வீழ்ந்தது. அதன் பின்னரே ஆதில் ஷாவின் பீஜாப்பூர் பகுதியில் தமது நடவடிக்கைகளை முன்னெடுக்க முடிந்தது.

முதலில் பேரட் குலத்தின் மீது அவர்களின் கவனம் குவிந்தது. கிருஷ்ணா நதிக்கும் பீமா நதிக்கும் இடைப்பட்ட பகுதியை சாகர் நகரைத் தலைநகராகக் கொண்டு ஆண்டுவந்தனர். பீஜாப்பூர் மற்றும் கோல்கொண்டா இரண்டுமே ஒரு வருட இடைவெளியில் மொகலாயப் படையெடுப்பைத் தாங்க முடியாமல் வீழ்ந்ததை யொட்டி பேரட் மன்னரும் தனது தோல்வியை ஒப்புக்கொண்டார். பேரட்டின் தலைவரான பாம் நாயக்கர் தனது கோட்டையை 28 நவம்பரில் மொகலாயர் வசம் ஒப்படைத்தார். 27 டிசம்பர், 1687-ல் ஒளரங்கசீபைச் சென்று சந்தித்தார். திடீரென்று ஐந்து நாட்களில் அவர் இறந்தும் போனார். அவருடைய ராஜ்ஜியமும் மொகலாயப் பேரரசுடன் இணைக்கப்பட்டது.

புதிதாகக் கைப்பற்றிய தக்காண சுல்தானகங்களின் தெற்கு மற்றும் கிழக்கு பக்கம் இருந்த ஊர்களைக் கைப்பற்ற மொகலாயப் படை புறப்பட்டது. கர்னூல் மற்றும் துங்கபத்ராவுக்கு தெற்கே இருந்த அதோனி கோட்டை ஆகியவை சுதந்தரமாகப் பிரிந்து சென்றிருந்த சித்தி மசூதின் ஆளுகையின் கீழ் இருந்தது. ஃபெரோஸ் ஜங் அந்தப் பகுதிகள் மீது படையெடுத்துச் சென்றார். 6, ஆகஸ்ட், 1688 வாக்கில் சித்தி மசூத் தன் தோல்வியை ஒப்புக்கொள்ளவைக்கப்பட்டார். அவருடைய கோட்டை கைப்பற்றப்பட்டு இம்தியாஸ் கர் என்று பெயர் சூட்டப்பட்டது. ஏழாயிரம் வீரர்களைக் கொண்ட மொகலாயப் படைக்கு சித்தி மசூத் தளபதியாக்கப்பட்டார்.

மார்ச் வாக்கில் பேல்காவ் கோட்டையை இளவரசர் ஷா ஆலம் முற்றுகையிட்டுக் கைப்பற்றினார். மொகலாயப் படை மேலும் பல்வேறு கோட்டைகளையும் எளிதில் கைப்பற்றியது.

ஹைதராபாதிலிருந்து ஒளரங்கசீப் 25, ஜன, 1688-ல்புறப்பட்டு பீஜாப்பூருக்கு 15 மார்ச்சில் வந்து சேர்ந்தார். அந்த நகரமும்

சுற்றுவட்டாரங்களும் போரினால் பெரும் பாதிப்புக்கு உள்ளாகியிருந்ததால் அவர்களுக்குத் தேவையான நிவாரணப் பணிகளை முதலில் முடுக்கிவிட்டார். அவர்களுக்குக் குடிக்கப் போதிய தண்ணீர் இல்லாமலிருந்தது. முற்றுகையின் போது கால்வாய் பாலங்கள் எல்லாம் சேதப்படுத்தப்பட்டிருந்தன. நீர் இருப்பும் நீர்வரத்தும் முற்றிலுமாக நின்றுவிட்டிருந்தது. முக்லிஸ் கான், மீர் அதிஷ் இருவரிடமும் கிருஷ்ணா நதி நீரை நகருக்குள் கொண்டுவர ஒரு கால்வாய் வெட்டும்படி பேரரசர் உத்தரவிட்டார்.

பீஜாப்பூரிலும் மொகலாய முகாமிலும் மிகப் பெரிய நோய் நவம்பர் 1688-ல் பரவியது. அந்த நோயில் ஒருவருக்கு முதலில் கை இடுக்கிலும் அதன் பின் தொடை ஓரத்திலும் நிண நீர்க்கட்டி தோன்றின. காய்ச்சலும் மயக்கமும் அதைத் தொடர்ந்து வந்தன. எந்த மருந்து கொடுத்தும் நோய் தீரவில்லை. நோய் தாக்கியவர்களில் இரண்டு நாளுக்கு மேல் ஒரு சிலரே உயிர் பிழைத்தனர். ஔரங்கசீபின் மூத்த மனைவி ஔரங்கபாதி மஹல், மஹாராஜா ஜஸ்வந்த் சிங்கின் மகன் என்று சொல்லப்பட்ட முஹம்மது ராஜ் (வயது 13), சதார் ஃபாஸில் கான் போன்ற முக்கியமான பலரும் இறந்தனர். மத்திய தர மற்றும் ஏழைய எளிய இஸ்லாமியர், இந்துக்களில் இறந்தவர்களின் எண்ணிக்கையைக் கணக்கிடவே முடியாது. கிட்டத்தட்ட ஒரு லட்சத்துக்கும் மேல் இறந்திருப்பார்கள் என்று சொல்லப்படுகிறது. ஃபெரோஸ் ஜங்குக்குக் கண்பார்வை பறிபோனது.

நோய்த்தொற்று பரவிய நிலையிலும் ஔரங்கசீப் தன்னுடைய படையெடுப்பை நிறுத்தவில்லை. 14 டிசம்பர், 1688-ல் எஞ்சியவர்களுடன் புறப்பட்டு பீஜாப்பூருக்கு 85 மைல் வடக்கில் இருந்த அக்லஜ் பகுதிக்குச் சென்று முகாமிட்டார்.

15. இந்தியாவில் இரண்டாம் அக்பரின் இறுதி நடவடிக்கைகள்

1686-ல் பீஜாப்பூரை முற்றுகையிட்டிருந்த படைகளுடன் சேர்ந்துகொள்ள ஔரங்கசீப் ஷோலாபூருக்குச் சென்றார். மொகலாய தக்காணப் பகுதிகளின் பாதுகாப்பு கணிசமாகக் குறைந்திருந்த இந்த நேரத்தில் அங்கு இரண்டாம் அக்பர் தன் படையுடன் நுழைந்தார். ஆனால் இப்படி ஏதாவது நடக்கும் என்பது தெரிந்து ஔரங்கசீப் ஏற்கெனவே அஹமது நகரில் தனது தளபதி மர்ஹமத் கானை ஒரு படையுடன் விட்டுவிட்டுத்தான்

சென்றிருந்தார். எனவே இரண்டாம் அக்பரால் தன் முயற்சியில் வெற்றி பெற முடியாமல் போனது. சக்கான் பகுதியில் மர்ஹமத் கான் வீரத்துடன் போரிட்டு இரண்டாம் அக்பரை விரட்டியடித்தார். சம்பாஜியின் ஆளுகையில் இருந்த பகுதிக்கு இரண்டாம் அக்பர் திரும்பிச் சென்றார். மஹ¬லி மற்றும் ஜவ்ஹர் பகுதிகளினூடாக சூரத்தின் மீது தாக்குதல் நடத்த முயற்சிகள் செய்தார். அதிலும் தோற்றார்.

இறுதியாக தன்னுடன் எஞ்சியிருந்த 45 பேர் மற்றும் ஷ¬ஜாவின் முன்னாள் ஆதரவாளரான ஜியா உத் தீன் முஹம்மதுவுடன் ராஜ்பூர் பகுதியில் ஒரு கப்பலை வாடகைக்கு அமர்த்திக்கொண்டு (பெண்டல் என்ற ஆங்கிலேயர் அதன் கேப்டனாக இருந்தார்) பாரசீகத்துக்கு பிப் 1687-ல் பயணம் செய்தார். ஆனால் வழியில் கடல் சீற்றம் காரணமாக மஸ்கட் துறைமுகம் நோக்கிச் சென்று சேர்ந்தார். சிறிது காலம் அங்கு தங்கியவர் 24 ஜன, 1688-ல் பாரசீக மன்னரை இஸ்ஃபஹானில் சென்று சந்தித்தார். இப்படியாக இரண்டாம் அக்பரை பத்திரமாக இந்தியாவில் இருந்து வெளியேற உதவியபின்னர் துர்கா தாஸ் தன் சொந்த ஊரான மார்வாருக்குத் திரும்பினார்.

16. மராட்டிய சாம்ராஜ்ஜியத்தின் உள் விவகாரங்கள் மற்றும் சம்பாஜியின் நடவடிக்கைகள், 1685-1687.

பீஜாப்பூரையும் கோல்கொண்டாவையும் கைப்பற்ற ஔரங்கசீப் தன் முழு பலத்தையும் பயன்படுத்திக் கொண்டிருந்தபோது, சம்பாஜி தக்காண அரசுகள் அனைத்துக்குமே ஏற்படவிருந்த அபாயம் குறித்து எந்தப் புரிதலும் அதற்கான எந்த்த் தற்காப்பு முயற்சியும் எடுக்காமல் இருந்தார். மொகலாயப் பகுதிகளுக்குள் அவருடைய படையினர் அடிக்கடிச் சென்று சூறையாடிவிட்டு வந்தனர். ஆனால் இந்த தாக்குதல்கள் ஒரு முறையான படையெடுப்பாக இருந்திருக்க வில்லை. ஔரங்கசீப் இப்படியான சில்லறைத் தாக்குதல்களைப் பொருட்படுத்தவில்லை. பீஜாப்பூர் மற்றும் கோல்கொண்டா பகுதியில் இருந்து மொகலாயப் படையைத் திசை திருப்பி, தனது வீழ்ச்சியைத் தவிர்த்துக்கொள்ளும் அளவுக்கு சம்பாஜிக்கு எந்தவொரு பெரிய வியூகம் வகுக்கும் அரசியல் முதிர்ச்சி இருந்திருக்கவில்லை. இது போதாதென்று சம்பாஜியின் ஆளுகைக்குட்பட்ட பாளையக்காரர்கள் கலகங்களில் ஈடுபட்டனர். சம்பாஜியின் அரச சபையில் இருந்த அமைச்சர்களும் பல சதிகளில் ஈடுபட்டனர்.

சம்பாஜி பதவியேற்ற சில வருடங்களுக்குள்ளாகவே அவருடைய மகத்தான தந்தையின் வெற்றிக்கும் புகழுக்கும் காரணமாக இருந்த பல தளபதிகளும் அமைச்சர்களும் விலகிச் சென்றுவிட்டிருந்தனர். அவருடைய ஆளுகைப் பகுதியின் எல்லையோரங்களில் இருந்த காவல் அரண்களில் திறமையான தளபதிகளை நியமித்திருக்க வில்லை. புதிது புதிதாக மன்னருக்கு எதிராக சதிவேலைகள் நடந்தவண்ணம் இருந்தன. இதனால் முன்னணி தளபதிகள், அமைச்சர்கள் எல்லாம் ஒன்று மரண தண்டனை விதிக்கப்பட்டுக் கொல்லப்பட்டனர்; அல்லது சிறைப்படுத்தப்பட்டனர். மதராஸ்-கர்நாடகப் பகுதி சம்பாஜியின் மைத்துனர் ஹரிஜி மஹாடிக்கின் நிர்வாகத்தின் கீழ் இருந்தது. அவர் தானே மஹாராஜாவாக பட்டம் சூட்டிக்கொண்டு தனி ராஜ்ஜியம் போலவே ஆள ஆரம்பித்திருந்தார்.

சம்பாஜியின் ஆட்சி காலத்தில் மராட்டிய சாம்ராஜ்ஜியத்தின் பொருளாதார நிலை பலவீனமடைந்தது. அரசு அதிகாரிகளின் ஊழல், கலகக்காரர்களால் விளைவிக்கப்பட்ட குழப்பங்கள் இவை பற்றியெல்லாம் ஆங்கிலேய வணிக நிறுவனங்களின் ஆவணங்களில் மிகத் தெளிவாக விவரிக்கப்பட்டுள்ளன: 'முன்பெல்லாம் சிவாஜியின் ஆளுகையின் கீழ் இருந்தபோது ராஜபூர் மற்றும் சுற்றுவட்டாரங்களில் 1500 கண்டி மிளகு (ஒரு கண்டி = 227 கிலோகிராம்) உற்பத்தியாகின. இன்று அதில் பத்தில் ஒரு பங்கு கூட இப்போது விளைவிக்கப்படுவதில்லை. இன்று அந்த நகரம் மிகவும் வறிய நிலையில் இருக்கிறது'.

வணிகம் தொழில்துறை, விவசாய உற்பத்தி இவற்றில் ஏற்பட்ட வீழ்ச்சிக்கு சம்பாஜியின் நிர்வாகச் சீர்கேடும் மராட்டிய அரச அதிகாரிகளிடையே இருந்த லஞ்ச ஊழல் பேராசையும்தான் முக்கிய காரணங்கள். 'அரசரில் தொடங்கி கடைநிலை உழவர் வரையிலும் பேஷ்கஷ் (சன்மானம்) பித்துப்பிடித்து அலைகிறார்கள். அது இல்லாமல் எந்தவொரு வேலையும் நடக்காது என்ற நிலை நிலவுகிறது'.

தானா, சாவுல் பகுதிகளில் இருந்து பம்பாய்க்கு 600 நெசவாளர் குடும்பங்கள் வந்திருந்தன. ஆனால் சாவுல் பகுதியை மராட்டியப் படை முற்றுகையிட்ட ஒரு வருடத்துக்குள் (1683) 400 குடும்பங்கள் போதிய அரச உதவியின்றி பம்பாயிலிருந்து திரும்பிப் போய்விட்டன. எஞ்சியவர்களில் 150 குடும்பத்தினர் இறந்து விட்டனர். 1685 வாக்கில் வெறும் 50 நெசவாளர் குடும்பங்கள் மட்டுமே பம்பாயில் இருந்தன.

கார்வாருக்கு அருகில் செல்லும் பாதைகளில் சம்பாஜியின் ஆளுகையின் கீழ் இருந்த குறுநில மன்னர்கள் கலகங்களில் ஈடுபட்டனர். 'சம்பாஜியின் பகுதிகளில் எந்தவொரு பாதுகாப்பும் இருந்திருக்கவில்லை. பொதுவாகவே வணிக நடவடிக்கைகள் பெருமளவுக்கு முடங்கிவிட்டன'.

17. சம்பாஜி சிறைப்பிடிக்கப்பட்டுப் படுகொலை செய்யப்படுதல்

சம்பாஜிக்கு எதிராக ஜூன் 1680 மற்றும் அக் 1681களில் முன்னெடுக்கப்பட்ட சதிகள் முறியடிக்கப்பட்ட பின்னர் புதிதாக அக்டோபர் 1684-ல் வேறொரு சதித்திட்டம் தீட்டப்பட்டது. அதில் ஈடுபட்ட சில முக்கிய தலைவர்களை சாகும்வரை சிறையில டைத்தார். அடுத்த நான்கு ஆண்டுகள் அவருடைய அரசவை அமைதியான முறையில் நடந்தது. ஆனால் 1688 அக்டோபரில் ஷிர்கே குடும்பம் அவருக்கு எதிராகக் கிளர்ந்தெழுந்தது. முதலில் மன்னரின் நண்பர் கவி கலஸைத் தாக்கவே அவர் கேல்னா பகுதிக்குள் தஞ்சம் தேடி ஓடினார்.

தனது அன்புக்கும் மதிப்புக்கும் உரிய கவியை மீட்க சம்பாஜி ராய்கட்டில் இருந்து படையுடன் சென்று சங்கமேஸ்வரில் கலகக் காரர்களைத் தோற்கடித்து கேல்னா பகுதியை நோக்கி முன்னேறினார். பிரகலாத் நீரஜ் ஜி உட்பட பல அமைச்சர்களையும் இந்த சதியில் தொடர்புடையதாக சந்தேகிக்கப்பட்ட முக்கிய பிரமுகர்களையும் கைது செய்தார். கேல்னா கோட்டைக்குத் தேவையான உணவு உட்பட பல பொருட்களைக் கொடுத்தபின்னர் கவி கலஸை அழைத்துக்கொண்டு தலைநகருக்குத் திரும்பினார். வழியில் ராய்கட்டுக்கு 22 மைல் வட கிழக்கில் இருந்த சங்கமேஸ்வருக்கு திரும்பிவந்தார். அலக் நந்தா மற்றும் வருணா நதி ஆகிய இரண்டும் சங்கமிக்கும் இடத்தில் கவி கலஸ் தனது நண்பரும் மன்னருமான சம்பாஜிக்கு அழகிய தோட்டமும் அற்புதமான மாளிகையும் கட்டியிருந்த பகுதிக்குச் சென்றார். உடன் வந்த படைகளை ராய்கட்டுக்குத் திருப்பி அனுப்பிவிட்டு சொற்ப காவலர் களுடன் அங்கேயே தங்கி கேளிக்கைகளில் காலத்தைக் கழித்தார். மொகலாயப் படைகளால் இங்கு வரமுடியாது என்ற மெத்தனத்தில் காவல் கண்காணிப்பு எதுவும் இல்லாமல் அலட்சியமாக இருந்தார்.

குதுப் ஷாவின் பிரதான தளபதிகளில் ஒருவரான ஷேக் நிஸாமை கோல்கொண்டா கோட்டை முற்றுகையின்போது (28, மே, 1687)

ஆசை காட்டி மொகலாயப் படை பக்கம் இழுத்திருந்தனர். அவருக்கு மஹ்ரப் கான் என்ற பட்டம் தந்து ஆறாயிரம் வீரர்களைக் கொண்ட படைக்குத் தளபதியாகவும் ஆக்கியிருந்தனர். பனாலா கோட்டையை முற்றுகையிடும்படி இந்த வீரமும் நிர்வாகத் திறமையும் மிகுந்த தளபதியை அனுப்பிவைத்தார் பேரரசர் (1688).

சங்கமேஸ்வர் பகுதியில் சம்பாஜி காவல் கண்காணிப்பு ஏதுமின்றி இருக்கும் விவரம் ஒற்றர்கள் மூலம் தெரியவந்ததும் மஹ்ரப் கான் விரைந்து செயல்பட்டார். மிகச் சிறந்த 2000 குதிரைப்படை யினரையும் ஆயிரம் காலாட்படையினரையும் அழைத்துக்கொண்டு கோலாபூரில் இருந்த சம்பாஜியின் அரண்மனையை நோக்கி விரைந்தார். வழியில் இருந்த காடுகளையும் மேற்குத் தொடர்ச்சி மலைப் பாதையையும் சிதிலமடைந்திருந்த சாலைகளையும் விரைவாகக் கடந்து செல்ல மிகவும் சிரமப்பட்டனர். மின்னல் வேகத்தில், புயல் வேகத்தில் 300 வீரர்கள் 90 மைல் தொலைவை இரண்டு மூன்று நாட்களுக்குள் கடந்து சங்கமேஸ்வரை அடைந்தனர்.

கவி கலஸ் நகருக்குள் ஊடுருவிய அவர்களை எதிர்த்துப் போரிட்டார். வலது கையில் ஒரு அம்பு துளைத்தது. மேலும் போரிட முடியாமல் குதிரையில் இருந்து இறங்கினார். ஆயுதங்கள், கவசங்களுடன் தயாராகி வந்த மராட்டியப் படை தற்போது தலைவர் இல்லாமல் போகவே சிதறி ஓடியது. சம்பாஜியும் அமைச்சரும் பிந்தையவரின் வீட்டில் இருந்த சுரங்கம் ஒன்றில் பதுங்கியிருந்தனர். அங்கிருந்து அவர்கள் பிடிக்கப்பட்டு வெளியில் யானை மேல் காத்திருந்த தளபதி இருக்கும் இடத்துக்கு, அவர்களுடைய நீண்ட முடியைப் பற்றியபடி இழுத்துச் செல்லப் பட்டனர். அங்கிருந்த சம்பாஜியும் அவருடைய பிரதான ஆதரவாளர்களும் மனைவியரும் குழந்தைகளும் சிறைப்பிடிக்கப் பட்டனர் (1, பிப், 1689).

அக்லஜ் பகுதியில் முகாமிட்டிருந்த மொகலாயப் பேரரசருக்கு இந்தத் தகவல் உடனே சென்று சேர்ந்தது. பேரரசரின் ஆளுகைக்கு உட்பட்ட பகுதிகளில் கொண்டாட்டம் களைகட்டத் தொடங்கியது.

15, பிப்ரவரி வாக்கில் பேரரசர் தன் படையுடன் பஹதுர்கட் வந்து சேர்ந்தார். சிறைப்பிடிக்கப்பட்டவர்கள் அங்கு கொண்டுவரப் பட்டனர். தக்காணத்தின் ஆட்சியாளர் மொகலாயப் பேரரசரின் உத்தரவின் பேரில் பொது மக்கள் முன்னிலையில் அவமதிக்கப் பட்டார். கோமாளி உடை, தொப்பிகள் அணிவிக்கப்பட்டு சம்பாஜியும் கவி கலஸும் ஒட்டகத்தில் ஏற்றி முரசுகள் ஒலிக்க பஹதுர்கட்டுக்கு ஊர்வலமாக அழைத்துவரப்பட்டனர்.

மொகலாயக் குடிமக்கள் நூற்றுக்கணக்கானவர்கள் வழியில் நின்று வேடிக்கை பார்த்தனர். சம்பாஜியை ஒரு காட்டு விலங்குபோலவும் சாத்தான் போலவும் பழித்தனர். அதன் பின்னர் பேரரசரின் முகாம் முழுவதும் இவர்கள் மிக மெதுவாக இழுத்துச் செல்லப்பட்டு பேரரசர் முன்னால் கொண்டுவந்து நிறுத்தினர். அங்கு அவர் தன் அரசவையைக் கூட்டியபடி தற்காலிக தர்பாரில் அமர்ந்திருந்தார். சம்பாஜி சிறைப்பிடிக்கப்பட்டு இழுத்துவரப்பட்டதைப் பார்த்ததும் தன் அரியணையில் இருந்து இறங்கி, தரையில் விரிக்கப்பட்டிருந்த கம்பளத்தில் மண்டியிட்டு அல்லாவுக்கு நன்றி தெரிவித்தார்.

இதைப் பார்த்த கவி கலஸ் 'மன்னா... ஆனானப்பட்ட ஔரங்கசீப் கூட உங்கள் முன்னால் அரியணையில் அமர பயந்து மண்டியிட்டுப் பணிகிறார் பாருங்கள்' என்று ஹிந்தியில் சொன்னார். சம்பாஜியை மண்டியிடும்படி ஔரங்கசீப் கட்டளையிட்டபோது அவர் மறுத்துவிட்டார்.

பேரரசரின் அவையினர் சம்பாஜியை மன்னித்துவிடவேண்டும்; அமைதியான முறையில் தன் படையினர், அதிகாரிகள், அமைச்சர்களுடன் சரணடைய அனுமதிக்கவேண்டும் என்று சொன்னார்கள். சம்பாஜி தன் செல்வங்கள் அனைத்தையும் எங்கே மறைத்து வைத்திருக்கிறார் என்றும் அவருடன் மொகலாயத் தரப்பில் இருந்து யார் யாரெல்லாம் தொடர்பில் இருந்தார்கள் என்றும் தெரிந்துகொள்ள ரஹ்துல்லா கானை ஔரங்கசீப் அனுப்பினார். அனைவர் முன்னிலையும் அவமதிக்கப்பட்டதால் மிகவும் தளர்ந்துபோயிருந்த சம்பாஜி உயிர் பிச்சை கொடுத்ததைக் கண்டு ஆத்திரமடைந்து பேரரசரையும் இறைத்தூதரையும் வசைபாடினார். என் நட்புக்குப் பரிசாக உன் மகளைத் திருமணம் செய்துகொடு என்று ஆவேசத்தில் திட்டினார்.

மன்னிக்க முடியாத குற்றங்களைத் தொடர்ந்து செய்துகொண்டே யிருந்தார் மராட்டிய மன்னர். அன்றிரவு அவர்டைய கண்களைத் தோண்டி எடுத்தனர். கவி கலஸின் நாக்கைத் துண்டித்தனர். 'இஸ்லாமியப் பெண்களை அவமதித்ததற்காகவும் இஸ்லாமிய நகரங்களைச் சூறையாடியதற்காகவும்' இஸ்லாமிய மதத் தலைவர்கள் சம்பாஜிக்கு மரண தண்டனை விதித்தனர். மொகலாயப் பேரரசர் அதற்கு சம்மதம் தெரிவித்தார். சிறைப்பிடிக்கப்பட்டவர்கள் சுமார் 10-15 நாட்கள் கடும் சித்ரவதைக்கு உள்ளாக்கப்பட்டனர். கோரேகாவுக்கு பேரரசர் தன் படையுடன் புறப்பட்டுச் சென்றபோது இவர்களையும் இழுத்துச் சென்றனர். புனேக்கு 12 மைல் வட கிழக்கில் பீமா நதிக்கரையில் (3, மார்ச்) முகாமிட்டனர். அங்கும்

கடும் சித்ரவதைக்கு உள்ளாக்கப்பட்டபின் 11, மார்ச்சில் கால்கள், கைகள் ஒவ்வொன்றாக வெட்டி நாய்களுக்கு வீசப்பட்டன. துண்டிக்கப்பட்ட தலையை வைக்கோல் திணித்து முரசுகள் முழவுகள் முழங்க தக்காணத்தின் அனைத்து முக்கிய நகரங்களுக்கும் கொண்டு சென்று காட்சிப்படுத்தினர்.

18. 1689 போர். ராய்கட் கோட்டை மற்றும் சம்பாஜியின் ஒட்டு மொத்த குடும்பமும் கைப்பற்றப்படுதல்

சம்பாஜியின் வீழ்ச்சிக்குப் பின்னர் அவருடைய தம்பி ராஜாராம் சிறையில் இருந்து மீட்கப்பட்டு ராய்கட்டில் இருந்த அமைச்சர்களால் மன்னராக்கப்பட்டார். சம்பாஜியின் மகன் ஸாஹு (மஹராஜ்) அப்போது சிறுவராக இருந்தார். பயங்கர எதிரியான மொகலாயருக்கு எதிராக ஆட்சி செய்யும் வலிமை அவருக்கு இருந்திருக்கவில்லை. இதைத் தொடர்ந்து இதிஹாத் கான் மராட்டிய தலைநகரை முற்றுகையிட்டார். யோகி போல் வேடமணிந்து ராஜா ராம் அங்கிருந்து தப்பினார் (5 ஏப்ரல்). பீஜாப்பூரின் புதிய சுபேதாரான பர்ஹாவின் சையது அப்துல்லா கான் தப்பி ஓடியவர்களைப் பிடிக்கச் சென்றார். துங்கபத்ரா நதிக்கரையில் அமைந்திருக்கும் ஜரா மற்றும் சுபான்கட் பகுதியில் அவர்களை மூன்று நாளில் சிறைப்பிடித்தார். அந்தத் தீவில் அடைக்கலம் புகுந்திருந்த மராட்டியப் படையை இரவில் தாக்கி அங்கிருந்த முக்கிய பிரமுகர்கள் 100 பேரைக் கைது செய்தார். ராஜா ராம் இங்கிருந்தும் தப்பி ஓடிவிட்டார்.

பேந்துர் ராணியின் ஆளுகைக்குட்பட்ட பகுதியில் (இன்றைய மைசூரில் ஷிமோகா மாவட்டமாக இருக்கிறது) அடைக்கலம் தேடினார். அங்கிருந்து செஞ்சிக் கோட்டைக்கு தப்பிச் சென்றவர் (1, நவம்பர்) மொகலாயப் பேரரசருக்கு சிறிய கப்பம் கட்டி சமாதானத்துக்கு வந்தார். தீவுப் பகுதியில் கைப்பற்றப்பட்ட மராட்டியத் தலைவர்கள் பீஜாப்பூர் கோட்டையில் சிறைவைக்கப் பட்டனர். ஆனால் இந்துராவ், பஹர் ஜி மற்றும் சுமார் 20 அமைச்சர்கள் அங்கிருந்து தப்பிச் சென்றனர். காவலுக்கு இருந்தவர்களின் துணையின்றி இது நடந்திருக்க வாய்ப்பில்லை. இதனால் ஆத்திரமடைந்த ஔரங்கசீப் எஞ்சிய 80 பேருக்கு மரண தண்டனை விதித்தார்.

இதிஹாத் கான் (ஆஸாத் கானின் அமைச்சரின் மகன்) நீண்ட முயற்சிக்குப் பின் ராய்கட் கோட்டையை 19, ஆகஸ்ட், 1689-ல் கைப்பற்றினார். மறைந்த சிவாஜி, சம்பாஜியின் விதவை

மனைவிகளையும் ராஜாராமின் மனைவிகளையும் அவர்களுடைய குழந்தைகளையும் சிறைப்பிடித்தார். அவர்களில் ஏழு வயதே ஆகியிருந்த சாஹு மஹராஜும் இருந்தார். பெண்கள் தனி முகாமில் தங்கவைக்கப்பட்டனர். சாஹுவுக்கு ஏழாயிரம் வீரர்களைக் கொண்ட படையும் ராஜா பட்டமும் தரப்பட்டது. எனினும் மொகலாய முகாமுக்கு அருகில் சிறைவைக்கப்பட்டே இருந்தார்.

அப்படியாக ஒருவழியாக ஔரங்கசீப் 1689 வாக்கில் வட இந்தியா மற்றும் தக்காணத்தின் வெல்ல முடியாத பாதுஷாவாக ஆனார். ஆதில் ஷா, குதுப் ஷா, ராஜா சம்பாஜி அனைவரும் வீழ்த்தப்பட்டு அவர்களுடைய ஆட்சிப் பகுதிகள் மொகலாய சாம்ராஜ்ஜியத்துடன் இணைக்கப்பட்டுவிட்டன.

அனைத்தையும் கைப்பற்றிவிட்டதுபோல் தோன்றியது. ஆனால் உண்மையில் அனைத்தும் கைவிட்டுப் போயிருந்தது. அவருடைய வீழ்ச்சியின் தொடக்கம் அது. ஒரே ஒரு நபரால் அல்லது ஒரே ஒரு தலைநகரில் இருந்துகொண்டு ஆளமுடியாத அளவுக்கு சாம்ராஜ்ஜியம் பெரிதாகிவிட்டிருந்தது. எல்லா பக்கங்களில் இருந்தும் எதிர்ப்புகள் முளைத்தெழுந்தன. அவர்களை அவரால் தோற்கடிக்க முடிந்தது. ஆனால் முற்றாக அழிக்கமுடியவில்லை. வட மற்றும் மத்திய இந்தியாவில் சட்டம் ஒழுங்குகள் சீர்கெடத்தொடங்கின. மொகலாய ஆட்சி நிர்வாகம் ஊழலும் மந்தத்தன்மையும் நிறைந்ததாக ஆனது. தக்காணப் பகுதியில் தொடர்ந்து பல வருடங்களாக நடைபெற்ற போரினால் கஜானா காலியாகிவிட்டிருந்தது. 'ஸ்பானிய வயிற்றுப் புண் (போர்கள்) என்னை வீழ்த்தியது' என்று முதலாம் நெப்போலியன் சொன்னதுபோல் தக்காண வயிற்றுப் புண் (போர்கள்) ஔரங்கசீபை வீழ்த்தியது.

அத்தியாயம் - 15

1700 வரை மராட்டியர்களுடனான மோதல்கள்

1. ஔரங்கசீபின் ஆட்சியின் இரண்டாம் பாதியில் அவருடைய படை நகர்வுகள்

8 செப் 1681-ல் ராஜபுதனப் பகுதிகளில் இருந்து புறப்பட்டுச் சென்ற ஔரங்கசீப் 22 மார்ச் வாக்கில் ஔரங்கபாதுக்கு வந்து சேர்ந்தார். 13 நவம்பர் 1683 வரை அங்கிருந்தபடியே அனைத்துத் திசைகளிலான போர் நடவடிக்கைகளை முன்னின்று வழிநடத்தி வந்தார். அதன் பின்னர் அங்கிருந்து அஹமது நகருக்கு அப்பால் தெற்கே முன்னேறிச் சென்றார். 24 மே 1685-ல் பீஜாப்பூருக்கு மிக அருகில் இருந்த ஷோலாபூருக்குச் சென்றுசேர்ந்தார். ஏற்கெனவே மொகலாயப் படைகள் பீஜாப்பூர் கோட்டையை முற்றுகை யிட்டிருந்தன. முற்றுகையை வெற்றிகரமாக முடித்தாகவேண்டும் என்று 3, ஜூலை 1686 வாக்கில் பீஜாப்பூரின் புறநகர்ப் பகுதியில் இருந்த ரஸல்பூருக்குச் சென்றார்.

புதிதாகக் கைப்பற்றிய பீஜாப்பூர் ஆதில் ஷாஹி சுல்தானின் தலைநகரைவிட்டு 30 அக்டோபரில் புறப்பட்டு குல்பர்கா மற்றும் பிதார் பகுதிக்குச் சென்றார். 28 ஜனவரி 1687 வாக்கில் கோல்கொண்டாவை முற்றுகையிட்டார். ஒருவருட காலம் அந்த முகாமில் இருந்தார். அதன் பின் பீஜாப்பூருக்கு இரண்டாம் முறையாக 15 மார்ச், 1688-ல் திரும்பி அங்கு சுமார் 9 மாதங்கள்

முகாமிட்டார். 14 டிசம்பரில் அங்கு பெருகிய பிளேக் தொற்றுநோயின் காரணமாக வெளியேறிச் சென்றார். பீமா நதிக்கரையில் இருந்த பஹதுர்கட் மற்றும் அகுல்ஜ் வழியாக புனேயில் இருந்த கோரேகாவுக்கு சென்று 3 மார்ச்சிலிருந்து 18 டிசம்பர் 1689 வரை முகாமிட்டார். 11, ஜன, 1690-ல் பீஜாப்பூர் திரும்பினார் . ஆனால் அங்கு அதிகக் காலம் தங்காமல் அந்த நகரின் தெற்கே கிருஷ்ணா நதிக்கரையில் இருந்த பல்வேறு ஊர்களில் பிப்ரவரி, மார்ச், ஏப்ரல் மாதங்களைக் கழித்தார்.

இறுதியாக அந்த நதியின் தென் பகுதியில் பீஜாப்பூருக்கு 34 மைல் தென் மேற்கே இருந்த ஜல்கங்கா பகுதியில் 21, மே 1690-ல் முகாமிட்டார். அந்த ஆண்டின் எஞ்சிய மாதங்களையும் அடுத்த வருடத்தின் முதல் இரண்டு மாதங்களையும் அங்கேயே கழித்தார். அதன்பின் மீண்டும் பீஜாப்பூருக்குச் சென்று மார்ச் 1691-மே 1692 வரை 14 மாதங்களைக் கழித்தார். அதன் பின் மூன்று வருடங்களுக்கு (மே 1692-மார்ச் 1695) ஜல்கங்காவில் முகாமிட்டார்.

இறுதியில் ஐந்தாம் முறையாக பீஜாப்பூருக்குச் சென்றார் (ஏப்ரல்-மே 1695). பீமா நதியின் பிரம்மபுரி பகுதியில் முகாமிட்டவர் அந்தப் பகுதிக்கு இஸ்லாம்புரி என்று பெயர் மாற்றினார். அங்கு நான்கரை ஆண்டுகள் தங்கினார் (21 மே 1695-19 அக் 1699). அங்கு அவருடைய முகாமைச் சுற்றிலும் சுவர் எழுப்பப்பட்டது. அங்கிருந்த ஆட்சிப் பிரதிநிதியிடம் தன் குடும்பத்தினரை விட்டு விட்டு 19, அக், 1699-ல் மராட்டியக் கோட்டைகளைக் கைப்பற்றப் புறப்பட்டார். அவருடைய இறுதிக் காலம் முழுவதையும் இந்த மோதல்களே முழுமையாக எடுத்துக்கொண்டன. அஹமது நகருக்கு 20 ஜன 1706-ல் திரும்பியவர் 20 பிப் 1707-ல் உயிர் துறந்தார்.

2. மராட்டிய மீட்சி 1690-95

1688-1689 ஆண்டுகளில் மொகலாயப் பேரரசருக்குத் தொடர் வெற்றிகள் கிடைத்தன. பீஜாப்பூர், கோல்கொண்டா சுல்தானகங்களை முழுமையாகக் கைப்பற்றி தன் பேரரசுடன் இணைத்துக்கொண்டார். உதாரணமாக பேராதின் தலைநகரான சாகர், கிழக்கில் இருந்த ராய்ச்சுர், அதோனி, மைசூரில் இருந்த செரா, பெங்களூர், வந்தவாசி, காஞ்சீபுரம் (மதராஸ் கர்நாடகம்), பங்காபூர், பேல்வாவ் (தென் மேற்கில்) ராய்கட் உட்படப் பல மராட்டியக் கோட்டைகள் ஆகியவற்றைக் கைப்பற்றியிருந்தார். வட இந்தியாவிலும் கணிசமான வெற்றிகள் கிடைத்திருந்தன.

ஜாட் பிரிவினரின் கலகத்தை அடக்கி அதன் தலைவரைக் கொன்றார் (4, ஜூலை, 1688).

1689 வாக்கில் புதிய மராட்டிய மன்னர் ராஜா ராம் கிழக்குக் கடற்கரைப் பகுதியில் இருந்த மராட்டிய செஞ்சி கோட்டைக்கு வந்திருந்தார். ராய்கட் பகுதியில் இருந்த எஞ்சிய அமைச்சர்கள், தளபதிகள் எல்லாம் மேற்குப் பக்கமாக இருந்து வந்த மொகலாயப் படைகளை எதிர்த்தனர். மராட்டியர்களிடையே ஒற்றைத் தலைவரும் ஒரே மைய அதிகார ஆட்சியும் இல்லாமல் போனதால் ஔரங்கசீபின் நெருக்கடிகள் அதிகரித்தன. ஒவ்வொரு மராட்டிய தளபதியும் பல்வேறு திசைகளில் இருந்து தமது இலக்குகளுடன் தமது படைகளைக் கொண்டு தாக்கத் தொடங்கினர். அது ஒருவகையில் மக்கள் புரட்சிபோல் ஆகிவிட்டது. ஔரங்கசீபினால் அதைத் தடுத்து நிறுத்தமுடியவில்லை. ஏனென்றால் மராட்டிய அரசு என்றோ மராட்டிய அரசுப் படை, ராணுவம் என்றோ எதுவும் தனியாக அவர் தாக்கி அழிக்கும்படியாக இருந்திருக்கவில்லை.

மொகலாயப் படைகளால் எல்லா இடங்களிலும் முழு வலிமையுடன் இருந்து போரிட முடியவில்லை. எனவே பல இடங்களில் அவர்கள் தோற்று ஓட வேண்டிவந்தது. சம்பாஜியின் வீழ்ச்சியைத் தொடர்ந்து ஏற்பட்ட பதற்றத்தினால் மொகலாயர்கள் கைப்பற்றிய மராட்டியக் கோட்டைகள் எல்லாம் இப்போது மராட்டியர்களால் மீட்கப்பட்டுவிட்டன. மே 1690 தொடங்கி ஔரங்கசீபுக்கு எதிராக அலையடிக்க ஆரம்பித்தது. அப்போதுதான் ஔரங்கசீபின் பிரதான தளபதி ருஸ்தம் கான் மராட்டியப் படையால் சிறைப்பிடிக்கப்பட்டார். அவருடைய முகாம் முழுவதும் மராட்டியர்களால் சூறையாடப்பட்டது.

1690 மற்றும் 1691 முழுவதும் தெற்கிலும் கிழக்கிலும் வளமாக இருந்த பரந்துவிரிந்த பகுதிகள் முழுவதும் தன் ஆளுகையை அமலாக்குவதே ஔரங்கசீபின் முக்கிய நோக்கமாக இருந்தது. ஆதில் ஷா மற்றும் குதூப் ஷா ராஜ்ஜியங்களை வென்றதன் மூலம் இந்தப் பகுதிகள் மொகலாயர் வசம் வந்து சேர்ந்திருந்தன. இந்தக் காலகட்டத்தில் அவர் மராட்டியப் படைகளைக் குறைத்து மதிப்பிட்டுவிட்டுமிருந்தார். பெரிய அரசர்கள் யாரும் இல்லை என்பதால் மராட்டிய ராஜ்ஜியம் முற்றாக வீழ்த்தப்பட்டதாகவே கருதினார். மராட்டிய மக்களை அவர் சரியாகப் புரிந்துகொள்ள வில்லை என்றுதான் சொல்லவேண்டும்.

1691 இலையுதிர் காலத்தில் செஞ்சி கோட்டையின் முற்றுகைக்கு மிகப் பெரிய படையை அனுப்பிவைத்தாக வேண்டிய நெருக்கடி

பேரரசருக்கு நேர்ந்தது. 1692-ல் மொகலாயப் படைகளுக்கு மேற்குப் பக்கத்தில் பெரிய வெற்றி எதுவும் கிடைக்காமல் போனது. கிழக்குக் கடற்கரைப் பக்கத்திலும் அவர்களுக்குப் பெரும் தோல்வியே கிடைத்தது. இரண்டு உயர் நிலை மொகலாயத் தளபதிகள் மராட்டியப் படைகளால் சிறைப்பிடிக்கப்பட்டனர். செஞ்சி கோட்டைக்கு முன்னால் நிறுத்தப்பட்டிருந்த மொகலாயப் படைகளைப் பின்வாங்கிக் கொள்ளவேண்டிவந்தது. இளவரசர் காம் பக்ஷ் அவருடன் இருந்தவர்களே சிறைப்பிடித்துவிட்டனர் (டிச 1692 - ஜன 1693). எனவே முதல் வேலையாக கிழக்கு கர்நாடகப் பகுதிக்கு மிகப் பெரிய படையையும் ஆயுதங்களையும் உணவுப் பொருட்களையும் அனுப்புவதே முக்கியமானதாக இருந்தது. மேற்குப் பக்கம் அக் 1692-ல் பனாலா கோட்டையை முற்றுகையிட்டிருந்த இளவரசர் முயிஸ் உத் தீன் அடுத்த வருடம் முழுவதும் வெற்றி கிடைக்காமல் அலைக்கழிக்கப்பட்டார். 1694-ல் மராட்டியப் படை அவருடைய படையை முழுவதுமாக விரட்டியும் அடித்தது. அதோடு சந்தாஜி கோர்படே, தன யாதவ், நிமா சிந்தியா, ஹனுமந்த ராவ் மற்றும் பல மராட்டியத் தலைவர்கள் தொடர்ந்து படையெடுத்து மொகலாய ஆளுகைக்கு உட்பட்ட பகுதிகளைத் தாக்கிவந்தனர்.

இதனிடையில் ராணுவ முக்கியத்துவம் வாய்ந்த பிதாரிலிருந்து பீஜாப்பூர் வரையிலும் ராய்ச்சூரில் இருந்து மல்கேத் வரையிலுமான பகுதிகளில் பிதியா நாயக்கர் தலைமையில் பேராத் பழங்குடிகள் கிளர்ச்சியில் ஈடுபட்டனர். இதனால் மொகலாயத் தளபதி பெரிய படையுடன் சாகர் பகுதியில் ஜுன் 1691 தொடங்கி டிசம்பர் 1692 வரை முகாமிட்டுக் கண்காணிக்கவேண்டியிருந்தது. பேராத் பழங்குடித் தலைவரை ஒருவழியாகத் தோற்கடித்தனர். ஆனால் மூன்று ஆண்டுகள் கழித்து மீண்டும் அவர் தலைமையில் அடுத்த கலகம் எழுந்தது. அதை அடக்க 1696-ல் மிகப் பெரிய படையை மீண்டும் அனுப்பவேண்டியிருந்தது. மேற்கு தக்காணப் பகுதியில் 1694-ல் நடைபெற்ற போரிலும் இதுபோலவே உறுதியான இறுதி வெற்றி கிடைக்காமல் போனது. மதராஸ்-கர்நாடகப் பகுதியில் மட்டும் புதிய படைகள் அனுப்பப்பட்டதைத் தொடர்ந்து மொகலாயத் தளபதி, கணிசமான வெற்றிகளைப் பெற்றார். தஞ்சாவூர் பகுதிகளின் மீது வரிகள், கப்பம் விதித்தார். ஆனால் செஞ்சி இறுதிவரை கைப்பற்றப்படாமலே இருந்தது.

இறுதியில் ஏப் 1695-ல் ஆதில் ஷா மற்றும் குதுப் ஷாஹி ஆகியோரின் சுல்தானகங்களைப் போராடிப் பெற்றதன் மூலம் மொகலாயப் பேரரசுக்குப் பெரிய ஆதாயம் எதுவும் கிடைக்கவில்லை என்பதை

ஒருவழியாகப் புரிந்துகொண்டார். சிவாஜி காலத்திலோ சம்பாஜி காலத்திலோ இருந்ததுபோல் இப்போதைய மராட்டிய எதிர்ப்புகள் இல்லை; அவை வேறு வகையாக உருவாகிவிட்டிருக்கின்றன என்பதையும் புரிந்துகொண்டார். அவர்கள் வெறும் பழங்குடிப் போராளிகளோ உள்ளூர் கலகக்காரர்களோ அல்ல; இந்தியத் துணைக்கண்டத்தில் பம்பாய் தொடங்கி மதராஸ் வரையிலும் காற்றைப் போல் கையில் பிடிக்க முடியாத எங்கும் நிறைந்திருக்கும் எதிரியாகவும் தக்காணப் பகுதியில் மொகலாயப் பேரரசால் வீழ்த்தப்பட முடியாத ஒரே அரசியல் சக்தியாகவும் எழுந்து நிற்பதைப் புரிந்துகொண்டார்.

ஏதோ ஒரு தலைவர் அல்லது அரசரைக் கொண்டதாக இருந்தால் அந்த ஒரு நபரை வீழ்த்துவதன் மூலம் அந்த சக்தியை வீழ்த்த முடிவதுபோல் இப்போதைய மராட்டிய சக்திகள் இல்லை என்பதைப் புரிந்துகொண்டார். மொகலாயப் பேரரசின் எதிரிகள் அனைவருடனும் நட்பு பாராட்டுபவர்களாகவும் எதிரிகள் அனைவரும் இணையும் ஒற்றை மையமாகவும் ஆகிவிட்டிருந்தனர். தக்காணத்தில் மொகலாய ஆட்சி நிர்வாகத்தை எதிர்ப்பவர்களாக வும் மொகலாயப் பகுதிகளில் அமைதியைக் குலைப்பவர்களாகவும் ஆகிவிட்டிருந்தனர். ஏன் மால்வா, மத்திய இந்தியா மற்றும் பந்தேல்கண்ட் பகுதிகளிலும் அவர்களின் ஆதிக்கம் அதிகரிக்கத் தொடங்கியிருந்தது.

தக்காணத்தில் முழு வெற்றி பெறாமல் ஔரங்கசீபுக்கு தில்லிக்குத் திரும்பிச் செல்லவும் விருப்பம் இருந்திருக்கவில்லை. தக்காணத்தில் அவர் வெறுமனே கால் ஊன்ற மட்டுமே முடிந்திருந்தது. வேறெதுவும் செய்ய ஆரம்பித்திருக்கவே இல்லை.

3. இஸ்லாம்புரியில் ஔரங்கசீப் (1695-1699)

ஔரங்கசீப் மே 1695-ல் உயிருடன் இருந்தவர்களில் மூத்த மகனான ஷா ஆலமை வட மேற்கு பிராந்திய (பஞ்சாப், சிந்து, ஆஃப்கனிஸ்தான்) அரசை நிர்வகிக்கவும் இந்தியாவின் மேற்கு நுழைவாயிலைப் பாதுகாக்கவும் அனுப்பிவைத்தார். அதன்பின் இஸ்லாம்புரியில் நான்கரை ஆண்டுகள் கழித்தார். அந்த முகாமையே தனது பிற படையெடுப்புகளுக்கு மையமாக வைத்துக் கொண்டார். 1695-1699 வரையில் இஸ்லாம்புரியில் இருதபோது மராட்டியப் படைகள் வலிமை பெற்று மிக அருகில் வந்தன. மராட்டிய கர்நாடகப் பகுதிகளில் (பம்பாய் பிரஸிடென்ஸி பகுதிகளில்) மொகலாயப் படை கொஞ்சம் தற்காத்துக்கொள்ள

வேண்டிய நிலை ஏற்பட்டது. மராட்டியப் படையினர் கண் மூடிக் கண் திறப்பதற்குள் புயல் வேகத்தில் வந்து தாக்கிவிட்டு தப்பிச் சென்றவண்ணம் இருந்தனர். மொகலாயர்களால் எல்லா பகுதிகளையும் பாதுகாக்க முடியாமல் போனது. தாக்கிவிட்டுச் செல்லும் படைகளைத் துரத்திச் செல்வதால் எந்தப் பலனும் கிடைக்க வாய்ப்பும் இல்லை. தாக்க வந்த படைகளுமே தாக்கிவிட்டுச் செல்வதைத் தவிர வேறு எதையும் செய்யவும் இல்லை.

ஆங்காங்கே இருந்த மொகலாயப் படையினர் அங்கிருக்கும் உள்ளூர் மராட்டியத் தலைவர்களுடன் அதிகாரபூர்வமற்ற முறையில் பேசினர். அங்கு கிடைக்கும் வருவாயில் நான்கில் ஒரு பங்கை மராட்டியர்களுக்குத் தந்துவிடுவதாகவும் தங்களைத் தாக்க வேண்டாம் என்றும் பேசி ஓர் உடன்படிக்கைக்கு வந்தனர். இதைவிடக் கொடுமை என்னவென்றால், பல மொகலாய அதிகாரிகள், தளபதிகள் எல்லாம் மொகலாயக் குடிமக்கள், வணிகர்களை மிரட்டிக் கொள்ளையடிக்க ஆரம்பித்தனர். அந்தப் பகுதியின் வாஸிர் நிர்வாகிகளிடமிருந்து மொகலாய அரசுக்குக் கிடைக்கவேண்டிய எந்தக் கப்பப் பணமும் அவர்களுக்குக் கிடைக்காமல் இருந்தது. உண்மையில் மொகலாய ஆட்சி நிர்வாகம் இந்தப் பகுதிகளில் முழுவதும் குலைந்துபோயிருந்தது. பேரரசரும் அவருடைய படைகளும் இங்கு இருந்ததால் மட்டுமே இவை மொகலாய ஆட்சிப் பகுதி என்றவகையில் இருந்தன. மற்றபடி இந்தப் பகுதியில் இருந்த ஔரங்கசீபின் ஆட்சி என்பது ஒரு மாயத் தோற்றம் மட்டுமே.

இஸ்லாம்புரியில் ஔரங்கசீப் இருந்தபோது நடந்த முக்கிய சம்பவங்கள் என்று பார்த்தால் சந்தாஜி கோர்படே நவம்பர் 1895-ல் காசிம் கானையும் ஜன 1696-ல் ஹிம்மத் கானையும் வீழ்த்தினார். உள்ளூரில் நடந்த மோதலில் ஜூன் 1697-ல் சந்தாஜி கோர்படே கொல்லப்பட்டார். செஞ்சி கோட்டை ஜன 1698-ல் மொகலாயர் களால் கைப்பற்றப்பட்டது. ராஜா ராம் மஹாராஷ்டிராவுக்கு திரும்பினார்.

4. ஔரங்கசீபின் இறுதிப் போர்கள் (1699-1705)

இறுதியாக நடந்த சம்பவம் ஔரங்கசீபைத் தன் நிலைப்பாட்டைமாற்றிக்கொள்ளவைத்தது. கிழக்குக் கடற்கரைப் பகுதியை எந்த எதிர்ப்பும் இன்றித் தன் கைவசம் வைத்திருந்தவர்

இதனால் மேற்குப் பகுதியில் தன் முழுப் படையையும் குவித்தார். அதனால் ஔரங்கசீபின் இறுதிக்கட்டம் ஆரம்பித்தது. மராட்டியக் கோட்டைகளின் முற்றுகைகளைப் பேரரசர் தொடர்ந்து தன் நேரடி மேற்பார்வையில் முன்னெடுத்தார். எஞ்சிய காலம் முழுவதும் (1699-1707) ஏற்கெனவே நடந்ததுபோன்ற தோல்விகளே தொடர்ந்தன. மொகலாயப் பேரரசர் மிகப் பெருமளவுக்கான பொருள் செலவுடன் மிக அதிகப் போர்வீரர்களுடன் மிக அதிகக் கால முற்றுகைக்குப் பின் ஒரு கோட்டையைக் கைப்பற்றுவார். அங்கிருந்து வேறொரு கோட்டையைக் கைப்பற்றத் தன் படையுடன் புறப்பட்டுச் செல்வார்; போதிய காவல் இல்லாத முந்தைய கோட்டையை மராட்டியப் படைகள் ஒரு சில மாதங்களிலேயே கைப்பற்றிவிடும். மீண்டும் மொகலாயப் படை அந்தக் கோட்டையைக் கைப்பற்ற ஓரிரு வருடங்களுக்கு நீண்ட முற்றுகையை ஆரம்பிக்கவேண்டிவரும்.

வெள்ளம் பெருக்கெடுத்து ஓடும் ஆறுகள், சேறும் சகதியுமான சாலைகள், சிதிலமடைந்த மலைப்பாதைகள் இவற்றினூடாக மொகலாயப் படையினர் மிக அதிகக் கஷ்டப்பட்டுத்தான் ஓரிடத்தில் இருந்து இன்னொரு இடத்துக்குச் செல்லவேண்டியிருந்தது. இந்தப் படைகள் அனுபவித்த துயரங்கள் சொல்லிமாளாது. சுமை தூக்கிகள் திடீரென ஓடிப் போய்விடுவார்கள். காளைகள், ஒட்டகங்கள் எல்லாம் பசியாலும் அதிக வேலைப் பளுவாலும் இறந்துபோய்விடும். படை முகாமில் எப்போதும் உணவுப் பற்றாக்குறை இருந்த வண்ணம் இருக்கும். திரும்பத் திரும்ப உருண்டு விழும் பாறையை மேலேற்றிச் செல்லும் சிஸிபஸ் போன்ற இந்த வீண் படையெடுப்புகளினால் மொகலாயத் தளபதிகள், அதிகாரிகள் எல்லாம் மிகவும் சலிப்பும் களைப்பும் அடைந்தனர். வட இந்தியாவுக்குத் திரும்பிச் சென்றுவிடுவோம் என்று யாரேனும் சொன்னால் ஔரங்கசீப் அவர்கள் மேல் கடும் கோபத்துடன் திட்டுவார். கோழையென்றும் உடல் வணங்காமல் உல்லாசமாக இருக்க விரும்புகிறார் என்றும் கடிந்துகொள்வார்.

பெனின்சுலார் போரில் ஃப்ரெஞ்சு தளபதிகளின் போட்டி பொறாமைகள் நெப்போலியனுக்கு வீழ்ச்சியை உருவாக்கியது போல் ஔரங்கசீபுக்கும் நடந்தது. இதனால் அத்தனை முற்றுகையையும் போர்களையும் பேரரசரே முன்னின்று நடத்த வேண்டியிருந்தது. இல்லையென்றால் எதுவுமே எதுவுமே நடக்காது என்ற நிலையே இருந்தது. சத்ர, பர்லி, பனாலா, கேல்னா, கோண்டானா, ராய்கட், தோர்னா, வாகின்கேரா முதலான எட்டு

மராட்டியக் கோட்டைகளின் முற்றுகைகள் 1699-1705 வரை ஐந்தரை ஆண்டுகள் நீண்டன.

வாகின்கேரா முற்றுகை (8 பிப், 1704 - 27 , ஏப், 1705) தான் 88 வயதான ஔரங்கசீபின் இறுதிப் போர் முற்றுகை. இந்தக் கோட்டையைக் கைப்பற்றிய பின் தேவாபூரில் 1705 மே முதல் அக்டோபர்வரை தங்கினார். அங்கு கடுமையாக நோய்வாய்ப்பட்டார். ஒட்டு மொத்த மொகலாயப் படையும் குழப்பத்திலும் சோர்விலும் ஆழ்ந்தது. இறுதியில் படையினரின் வேண்டுகோளை ஏற்றுக்கொண்டு, தன் மரணம் விடுத்த எச்சரிக்கையைப் புரிந்துகொண்டு அஹமது நகருக்கு 20, ஜன, 1706-ல் திரும்பினார். ஒரு வருடம் கழித்து உயிர் துறந்தார்.

5. ஔரங்கசீபின் துயரம் நிறைந்த கடைசி ஆண்டுகள்

ஔரங்கசீபின் இறுதி ஆண்டுகள் உண்மையிலேயே மிகவும் துயம் நிறைந்ததாகவே இருந்தன. நிர்வாகம் மற்றும் மக்கள் சார்ந்த பார்வையில் ஐம்பதாண்டுகால அவருடைய ஆட்சி மிகப் பெரிய தோல்வி என்ற நிலை உருவாகிவிட்டிருந்தது. தக்காணத்தில் முன்னெடுக்கப்பட்ட முடிவற்ற போர்கள் கஜானாவை முழுவது மாகத் துடைத்தழித்தன. அரசாங்கம் திவாலாகிவிட்டது. படை வீரர்களுக்கு மூன்று ஆண்டுகளாக முறையான சம்பளம் தரப்பட வில்லை. நிலுவைத் தொகை மிக அதிகமாக இருந்தது. அவர்கள் கலகத்தில் ஈடுபட்டனர். கடைசிக்காலத்தில் வங்காளத்தில் இருந்து விசுவாசமான நாணயமான திவான் முர்ஷித் குலி கான் அனுப்பிவந்த தொகை மட்டுமே ஔரங்கசீபின் குடும்பத்துக்கும் படைக்கும் ஒரே நிதி ஆதாரமாக இருந்தது. எனவே அந்தத் தொகையை மிகுந்த ஆர்வத்துடன் எதிர்பார்த்துக் காத்திருக்கும் நிலை உருவாகிவிட்டிருந்தது.

தக்காணப் பகுதியில் மராட்டியர்கள் எழுச்சிபெற்றுவிட்டிருந்தனர். வட மற்றும் மத்திய இந்தியப் பகுதிகளில் சட்ட ஒழுங்குச் சீர்கேடுகள் பெருகிவந்தன. ஹிந்துஸ்தானின் இந்தப் பகுதிகளின் அதிகாரிகள், அமைச்சர்கள் மீது தெற்கே தொலைவில் இருந்த முதிய பேரரசர் முழு கட்டுப்பாட்டையும் இழந்துவிட்டார். இவர்கள் ஊழலிலும் நிர்வாக முறைகேடுகளிலும் மூழ்கினர். உள்ளூர் தலைவர்களும் ஜமீன்தார்களும் பேரரசின் நிர்வாக அதிகாரிகளுக்குக் கட்டுப்படாமல், தமது அதிகாரத்தை மீட்டெடுத்தனர். எங்கும் ஒரே கலகக் குரல். ஔரங்கசீப் இறப்பதற்கு முன்பே மொகலாயப் பேரரசில் பெரும் குழப்பம் ஏற்படத் தொடங்கியிருந்தது.

தக்காணப் பகுதியில் மராட்டியக் குறு நில மன்னர்கள் ஒவ்வொருவரும் மொகலாயப் பகுதிகளுக்குள் தமது கெரில்லா தாக்குதல் மூலம் அடிக்கடித் தாக்குதல் நடத்தி பேரரசுக்கு மிகப் பெரிய இழப்பை உருவாக்கிவந்தனர். காற்றைப் போல் கண் மூடிக் கண் திறப்பதற்குள் வந்து தாக்கிவிட்டு தப்பிச் சென்றுவந்தனர். பேரரசின் தலைமைப் பகுதிகளில் இருந்து, 'கொள்ளையர்களை விரட்ட' அனுப்பப்படும் பெரிய படைகள் என்னதான் துரத்திச் சென்றாலும் எதிரிகளைப் பிடித்து அழிக்கவே முடியவில்லை. மொகலாயப் படை திரும்பியதும் சிதறி ஓடியிருந்த மராட்டியப் படையினர் துடுப்பால் விலக்கப்பட்ட நீர் மீண்டும் ஒன்று சேர்வதுபோல் ஒன்று கூடி முன்பு போலவே மொகலாயப் பகுதியில் தாக்குதலை நடத்திவந்தனர். மொகலாயப் படை நகர்ந்து செல்லும் போதும் முகாமிட்டுத் தங்கும்போதும் அதற்கு மூன்று நான்கு மைல் தொலைவில் அபாயகரமான, வெற்றிகரமான மராட்டியப்படை எப்போதும் இடைவிடாது துரத்திவந்தவண்ணம் இருந்தது.

மொகலாயப் பேரரசினால் சுமார் 20 ஆண்டுகளுக்கு மேல் முன்னெடுக்கப்பட்ட தக்காணப் போரினால் பெரும் இழப்பு ஏற்பட்டது. மொகலாயத் தரப்பில் ஆண்டு தோறும் சுமார் ஒரு லட்சம் வீரர்களுக்கு மேல் மரணமடைந்தனர்; மூன்று லட்சத்துக்கு மேல் குதிரைகள், யானைகள், ஒட்டகங்கள், எருதுகள் என இழந்தனர். மொகலாயப் படை முகாமில் நோய்த்தொற்று எப்போதும் இருந்துவந்தது. தினமும் அதிலேயே நூற்றுக்கணக்கில் இறந்தும்வந்தனர். தக்காணப் பகுதிகளின் பொருளாதார நிலைமை முற்றாக அழிந்துபோயிருந்தது. விளை நிலங்கள் தரிசாகிவிட்டன. மரங்கள் எல்லாம் வெட்டப்பட்டுவிட்டன. எங்கு பார்த்தாலும் மனிதர்கள் மற்றும் விலங்குகளின் எலும்புக் குவியலே நிறைந்து கிடந்தன. மூன்று நான்கு நாட்கள் பயணம் செய்தால்தான் சிறு நெருப்பையோ புகையையோ பார்க்க முடியும் எனும் அளவுக்கு மக்கள் நடமாட்டமும் வாழ்வாதாரமும் முழுவதுமாக அற்றுப் போயிருந்தது.

6. ராஜா ராம் பதவி ஏற்க உதவிய மராட்டிய அமைச்சர்களும் தளபதிகளும்

சம்பாஜியின் மகன்கள் சிறைப்பிடிக்கப்பட்டு அடுத்த வாரிசான ராஜா ராம் விரட்டியடிக்கப்பட்ட நிலையில் மராட்டியர்களின் சாமர்த்தியமே அவர்களைக் காப்பாற்றி விடுதலை பெற உதவியது. மன்னர் என்று யாரும் இல்லாத அந்தக் காலகட்டத்தில் இந்த

சாதனையைச் செய்தவர்கள் பற்றி கொஞ்சம் நாம் பார்க்க வேண்டியது அவசியமே. 1689 இறுதி வாக்கில் மராட்டிய ராஜ்ஜியத்தில் பேஷ்வா நீலகண்ட மோரேஷ்வர் பிங்களே, அமாத்யரான ராமசந்திர நீலகண்ட பவடேக்கர், சசீவ் (தலைமைச் செயலர்) பொறுப்பில் இருந்த சங்கராஜி மல்ஹர், மறைந்த நீதிமான் நீராஜி ராவ்ஜியின் மகன் ப்ரஹலாத் ஆகிய நால்வர் மராட்டிய ராஜ்ஜியத்தை மீட்டெடுக்க உதவினர். கோல்கொண்டாவில் மராட்டிய ராஜ்ஜியத்தின் பிரதிநிதியாக ப்ரஹலாத் இருந்தார். மராட்டிய வரலாற்றில் மன்னர் யாரும் இல்லாத இந்தக் காலகட்டத்தில், அதுவரை இரண்டாம் நிலைப் பதவியில் இருந்துவந்த தன சிங் யாதவ், சந்தாஜி கோர்படே (சேனாபதிகள்), பரசுராம் திரியபக் மூவரும் தமது புத்திகூர்மை மற்றும் திறமைகளின் மூலம் முன்னிலைக்கு வந்தனர். பரசுராம் த்ரியம்பக் 1701-ல் ராஜ்ய பிரதிநிதி அந்தஸ்துக்கு உயர்ந்தார்.

1689-ல் பிப்ரவரியில் மராட்டியத் தலைநகரான ராய்கட்டை ஸுல்ஃபிகர் கான் முற்றுகையிட்டார். (19, அக்டோபரில்) அந்தக் கோட்டை மொகலாயர் வசம் வீழ்வதற்கு முன்பாக ராஜாராம் ஒரு துறவி போல் வேடமணிந்துகொண்டு 5, ஏப்ரலில் பனாலா கோட்டைக்குத் தப்பிச் சென்றுவிட்டார். மொகலாயப் படையினரை இரண்டாகப் பிரித்து வைக்கவேண்டும் என்று ராமச்சந்திரர் ஆலோசனை சொன்னார். 'மராட்டியர்களின் ஒரு படை கிழக்கு கர்நாடகாவில் தாக்குதல் நடத்தி மொகலாயப் படைகளை அந்தப் பக்கம் இழுக்கவேண்டும். பிற அதிகாரிகள் மற்றும் தளபதிகளைக் கொண்டு மேற்குப் பக்கம் அவர் தாக்குதல் நடத்துவார்' என்று வியூகம் வகுத்தார்.

வருங்காலத்தில் என்ன செய்யவேண்டும் என்று மராட்டியர்கள் தெளிவாகத் திட்டமிட்டுக் கொண்டனர். செஞ்சி கோட்டைக்கு ராஜா ராமைப் பத்திரமாகக் கொண்டு சென்று கிழக்குப் பிராந்தியத்தில் ஒரு படையை காவலுக்கு நிறுத்தவேண்டும் என்று தீர்மானிக்கப்பட்டது. மைய ராஜ்ஜியத்தின் நிர்வாகப் பொறுப்புகள் ராமச்சந்திர நீலகண்ட பவடேக்கரிடம் ஒப்படைக்கப்பட்டன. அமாத்யரான அவருக்கு ஹுகுமத் பனா என்ற சர்வ அதிகாரி பட்டம் தரப்பட்டது. விசால்கட் பகுதியில் அவருடைய அரண்மனை இருந்தது. அதன் பின் பர்லி பகுதிக்கு இடம் பெயர்ந்தார். அவருக்கு உதவியாக சசீவான சங்கரா ஜி மல்ஹர் மற்றும் வேறு சில அதிகாரிகளும் அமைச்சர்களும் இருந்தனர். மைய ராஜ்ஜியத்தில் இருக்கும் எல்லா அதிகாரிகளும் தளபதிகளும் ராமசந்திரரையே

மன்னராக மதித்து அவருடைய உத்தரவுகளுக்குக் கீழ்ப்படிந்து நடக்கவேண்டும் என்று தீர்மானிக்கப்பட்டது.

ராமச்சந்திரருக்கு பிறவியிலேயே ஆதிக்க குணங்களும் ஒருங்கிணைக்கும் நிர்வாகத் திறமைகளும் இருந்தன. திறமையான தளபதிகளையெல்லாம் தன் பக்கம் கொண்டுவந்தார். பொதுவாக உள்ளுக்குள் போட்டி பொறாமைகளுடன் இருக்கும் மராட்டிய கெரில்லா படைத் தலைவர்களை ஒத்திசைவுடன் ஒற்றுமையாக இயங்கும்படிச் செய்தார்.

செஞ்சி கோட்டைக்கு 1, நவ, 1689-ல் வந்தவர் இறந்த ஹரிஜி மஹாதிக்கின் விதவை மனைவி மற்றும் மகனிடமிருந்து ஆட்சி அதிகாரத்தைப் பெற்றுக்கொண்டார். ராஜ்ஜியம் மிகவும் வறுமை நிலையில் இருந்தபோதிலும் முழு அரசவையுடன் திறமையான ராஜாவைப் போல் ஆட்சி நிர்வாகத்தை ஆரம்பித்தார். பேஷ்வா நீலகண்ட பிங்களேயும் தன் எஜமானருடன் செஞ்சி கோட்டைக்கு வந்திருந்தார். ஆனால் அங்கு இரண்டாம் கட்டத் தலைவராகவே இருக்கவேண்டிவந்தது. மன்னரின் பிரதான அமைச்சராகவும் நிர்வாகத்தில் முழு அதிகாரமும் பிரஹலாத் நீரஜியிடம் தரப்பட்டிருந்தது. அவருக்கு ராஜ்ய பிரதிநிதி என்ற பட்டமும் தரப்பட்டது. அஷ்ட பிரதான் (எண்பேராயம்) என்ற அமைச்சரவைக்கு அப்பாற்பட்டவராக அனைவருக்கும் மேலான பதவியில் அவர் நியமிக்கப்பட்டிருந்தார்.

7. 1689 காலகட்டத்தில் ஔரங்கசீபின் வெற்றிகள் மற்றும் கொள்கைகள்

மஹாராஷ்டிராவிலிருந்து ராஜாராம் தப்பி ஓடுவதற்கு முன்பாகவே ஔரங்கசீப் பல மராட்டியக் கோட்டைகளை முற்றுகையிட்டுக் கைப்பற்றியிருந்தார். வேறு பலவற்றை பணம் கொடுத்தும் பதவி ஆசை காட்டியும் கைப்பற்றியிருந்தார். வட கோடியில் சால்ஹேர் (21, பிப், 1687), திரியம்பக் (8, ஜன, 1689) வாக்கில் கைப்பற்றப்பட்டன. மத்திய பகுதியில் சிங்ககட் (நவம்பர் 1684), ராய்கட் (மே, 1689) ஆகியவையும் முற்றுகையிடப்பட்டன. ராய்கட், பனாலா கோட்டைகள் எல்லாம் அந்த ஆண்டு இறுதிக்குள் கைப்பற்றப்பட்டன. வட கொங்கணி பகுதியில் அவருடைய முக்கிய தளபதி மத்பர் கான் மேலும் பல பகுதிகளைக் கைப்பற்றினார். மத்திய மற்றும் தென் கொங்கணி உள் பகுதிகளில் மராட்டியரின் ஆதிக்கமே நிலவியது. ஆனால் கடலோரப்

பகுதிகளில் மொகலாயர்கள் வெற்றி பெற்றனர். சாவல் துறைமுகத்தை மராட்டியர் இழக்க நேர்ந்தது. அந்தேரியின் தீவுக் கிடங்குப் பகுதியை விட்டு வெளியேற நேர்ந்தது. தமது கடற்படைத் தலைமையகத்தை தெற்கே கேரியா அல்லது விஜய்துர்க் பகுதிக்கு மாற்றிக்கொள்ளவேண்டிவந்தது.

1689 வாக்கில் பல மராட்டியக் கோட்டைகள் ஔரங்கசீப் வசம் எளிதில் வீழ்ந்தன. அவருடைய அப்போதைய ஒரே லட்சியம், சமீபத்தில் வெல்லப்பட்டிருந்த ஆதில் ஷா, குதுப்ஷா ஆகியோரின் வளமான எல்லையற்ற பகுதிகளில் மொகலாய ஆட்சியை நிலைநாட்டுவதுதான். எனவே 1689, 1690, 1691 காலகட்டத்தில் தென்னிந்தியாவின் சமவெளிகளிலும் கிழக்குப் பகுதிகளிலும் அது தொடர்பான மிகவும் தீவிரமான நடவடிக்கைகளை எடுத்துவந்தார். இதனால் மேற்குப் பக்கம் இருந்த வறண்ட மலைக் கோட்டைகள் பக்கம் தன் படைகளையும் கவனத்தையும் குவிக்கவில்லை.

8. மராட்டியர் மறுமலர்ச்சி; 1690-ல் ருஸ்தம் கானைச் சிறைப்பிடித்தல்; பனாலா கோட்டையை முற்றுகையிடுதல்

மராட்டியர்கள் தமது மன்னர் சம்பாஜி மூர்க்கத்தனமாகக் கொல்லப்பட்டதால் ஏற்பட்ட பின்னடைவில் இருந்து 1690 வாக்கில் மீண்டெழ ஆரம்பித்திருந்தனர். 25, மே, 1690 வாக்கில் முதல் முக்கியமான வெற்றியை ஈட்டினர். சத்ர பகுதியில் தன் குடும்பத்தினர், படைகளுடன் ருஸ்தம் கான் முற்றுகையிட்டு அந்தக் கோட்டையைத் தன் பாதுஷாவுக்குப் பெற்றுத் தரத் திட்டமிட்டுக் கொண்டிருந்தார். ராமச்சந்திரர், சங்கராஜி, சந்தா, தனா யாதவ் அனைவரும் ஒன்று சேர்ந்து அவரைத் தாக்கினர். போர்க்களத்தில் படுகாயமடைந்து யானை மேலிருந்து கீழே விழுந்த ருஸ்தம் கானைச் சிறைப்பிடித்தனர். அந்தப் போரில் சுமார் 1500 மொகலாயர்கள் கொல்லப்பட்டனர். சத்ர கோட்டையில் இருந்த மராட்டியத் தளபதி ருஸ்தம் கானின் குடும்பத்தினரையும் சிறைப்பிடித்து கோட்டைக்குக் கொண்டு சென்றார். மொகலாயப் படையில் இருந்த 4000 குதிரைகள், எட்டு யானைகள், மற்றும் படையினரின் பிற அனைத்துப் பொருட்களையும் கைப்பற்றினர். ருஸ்தம் கான் ஒரு லட்சம் கப்பப் பணம் தர சம்மதித்தார்.

அதன்பின் ராமச்சந்திரரும் சங்கரா ஜியும் ப்ரதாப்கட், ரோஹிரா, ராய்கட், தோர்னா என பல கோட்டைகளை 1690லேயே மீட்டுவிட்டனர். முன்பு ராய்கட் கோட்டையை மொகலாயர்கள்

கைப்பற்றியதைத் தொடர்ந்து பனாலா கோட்டையினர் மனம் தளர்ந்துபோய் அந்தக் கோட்டையை மொகலாயர்களுக்குப் போன டிசம்பரில் விற்றுவிட்டுச் சென்றிருந்தனர். ஆனால் மொகலாயர்கள் இந்தக் கோட்டையின் பாதுகாப்பு விஷயத்தில் மிகவும் மெத்தனமாகவே இருந்தனர். மராட்டியத் தளபதி பரசுராம் இந்தக் கோட்டையை எதிர்பாரதவிதமாகத் தாக்கி எளிதில் மீட்டுவிட்டார் (1692 நடுப்பகுதி வாக்கில்).

இளவரசர் முவாஸ் உத்தீன் அக்டோபர் 1692-ல் பனாலா கோட்டையை முற்றுகையிட்டார். 1694 வரை அங்கிருந்தும் அவரால் அந்தக் கோட்டையைக் கைப்பற்ற முடியவில்லை. அக் 1693-ல் தன யாதவ் அங்கு படையுடன் வந்து பனாலா கோட்டைக்கு வெளியே இளவரசர் முவாஸ் உத்தீன் செய்திருந்த போர் அரண்கள், பதுங்குகுழிகள் அனைத்தையும் அழித்தார். கோட்டைக்குத் தேவையான ஆயுதங்கள், உணவுப் பொருட்கள் அனைத்தையும் கொடுத்தார். அதன் பின் அந்த முற்றுகை பெருமளவுக்குக் கைவிடப்பட்ட நிலைக்குப் போனது. பேரரசரை ஏமாற்றும் நோக்கில் இளவரசர் அங்கு வெறுமனே முற்றுகையைப் பெயரளவுக்குத் தொடர்ந்துவந்தார்.

மார்ச், 1694-ல் பனாலா கோட்டைப் பகுதியில் இருந்து வெளியேறிச் செல்ல இளவரசர் தன் தந்தையிடம் இருந்து அனுமதி பெற்றுக்கொண்டபோது லுத்ஃபுல்லா கான் உள்ளிட்ட பல அதிகாரிகளும் அவருடன் திரும்பிச் செல்ல முடிவெடுத்தனர். உண்மையில் அவர்கள் அங்கேயே முற்றுகையைத் தொடர வேண்டும் என்றுதான் பேரரசர் உத்தரவு பிறப்பித்திருந்தார். இளவரசர் முவாஸ் உத்தீன் தன் மகன் பதார் பக்த் தலைமையில் கோட்டை முற்றுகைப் பொறுப்பை விட்டுவிட்டு 5 ஏப்ரலில் ஜல்கங்கா பகுதியில் இருந்து புறப்பட்டார்.

1696 ஜனவரி வரை பொய்யான முற்றுகை நீடித்தது. தெற்கில் க்வாசிம் கான், ஹிம்மத் கான் இருவரும் வீழ்த்தப்பட்ட செய்தி கிடைத்ததும் பேரரசர் இளவரசர் முவாஸ் உத்தீனை பசவப் பட்டணத்துக்கு அனுப்பவேண்டிவந்தது. பனாலா கோட்டையை முற்றுகையிட்டுக் கைப்பற்றும் பொறுப்பை ஃபிரோஸ் ஜங்கிடம் ஒப்படைத்தார். அவராலும் எதுவும் செய்யமுடியாமல் போனது. உண்மையில் பனாலா கோட்டையை எந்த மொகலாயக் கிளைப் படையினாலும் கைப்பற்றுவது சாத்தியமற்ற விஷயமே.

ருஸ்தம் கான் சிறைப்படுத்தப்பட்டதைத் தொடர்ந்து பேரரசர் வட சத்ர பகுதியை உடனே கைப்பற்றியாக வேண்டும் என்று

தீர்மானித்தார். சத்ரவுக்கு 25 மைல் கிழக்கில் இருந்த கடாவு பகுதியின் தானாதாராக இருந்த லுத்ஃபுல்லா கானை அந்தப் பொறுப்பில் இருந்து விடுவித்தார். 6, ஜூலையன்று இரவில் சந்தா கோர்படே சுமார் பத்தாயிரம் குதிரைப் படை மற்றும் ஏராளமான காலாட்படை வீரர்களுடன் திடீர் தாக்குதலில் ஈடுபட்டார். கோட்டைக்குள் இருந்து துப்பாக்கியால் சுட்டு மராட்டியப் படையை விரட்டினர். எனினும் மராட்டியப்படையை முழுவதுமாகத் தோற்கடிக்க முடியவில்லை. கிழக்கு சத்ர பகுதியில் மேலும் பெரிய படையைத் திரட்டிக் கொண்டு மீண்டும் தாக்கினர். லுத்ஃபுல்லா கான் தாக்கப்பட்டார். எனினும் மராட்டியப்படையைப் பெரும் இழப்புடன் விரட்டியடித்தார்.

1690-ல் அதன் பின் குறிப்பிடும்படி பெரிதாக எதுவும் நடக்கவில்லை. மொகலாயர்களுக்குக் கப்பம் கட்டிவந்த நீமா சிந்தியா, மன்கோஜி பந்தரே, நகோஜி மனே ஆகியோர் தமது படையுடன் செஞ்சியில் இருந்த ராஜா ராம் பக்கம் சென்று சேர்ந்தனர்.

1692-ல் மராட்டிய படை மேலும் பலம் பெற்று மொகலாயர்களின் பிடியில் இருந்து பனாலா போன்ற பல கோட்டைகளை மீட்டெடுத்தது. சத்ரவின் வட கிழக்கில் இருந்த மஹாதேவ் மலைப்பகுதியில் சந்தாஜி கோர்படே முகாமிட்டு மறைந்திருந்து கிழக்கே பீஜாப்பூர் சமவெளிகள் வரையிலும் படையெடுத்துச்சென்று தாக்கிவிட்டு திரும்பிவருவார். இதே நேரத்தில் மேற்கு கர்நாடகாவில் பேல் காவ், தார்வார் மாவட்டங்களை வேறு மராட்டியப் படைகள் தாக்கின. 8 அக்டோபரில் தன யாதவும் சந்தாஜி கோர்படேவும் 7000 படைவீரர்களுடன் பேல் காவ் பகுதிக்கு அருகில் இருந்த சில கோட்டைகளைக் கைப்பற்றினர். பேல் காவையும் முற்றுகையிட்டனர். தமது குதிரைகளுக்கு அங்கிருந்த நிலங்களில் வளர்ந்திருந்த பயிர்களை உணவாகக் கொடுத்தனர். பேரரசர் பேல்காவுக்கு ஹிம்மத் கான், தார்வாருக்கு மத்லப் கான் ஆகியோரை அனுப்பி கர்நாடகா பகுதியின் பாதுகாப்பைப் பலப்படுத்தினார். பீஜாப்பூர்-கர்நாடகப் பகுதி அல்லது மைசூரின் வட மேற்குப் பகுதியின் ஃபௌஜ்தாரான க்வாஸிம் கானுக்கும் பெரிய படையைத் துணைக்கு அனுப்பி பங்காபூர் மற்றும் அதன் சுற்றுவட்டாரங்களைப் பாதுகாக்கும்படி உத்தரவிட்டார். டிசம்பர் வாக்கில் சந்தாஜி கோர்படே தன யாதவ் இருவரும் செஞ்சி கோட்டையை விடுவிக்க மதராஸ் வரை படையெடுத்துச் சென்றனர். இதனால்

மஹாராஷ்டிராவில் சிறிது காலம் பெரிய அரசரோ படைகளோ எதுவும் இல்லாமல் இருந்தது. மேற்குப் பக்கம் இருந்த மொகலாயர்கள் பெரிய போர்கள் எதுவும் இன்றி அந்தக் காலங்களில் அமைதி வாழ்க்கை வாழ்ந்துவந்தனர்.

9. சந்தாஜி கோர்படே, தன யாதவ் ஆகியோருடனான மொகலாயர்களின் மோதல்கள் - 1693-94

1693-ல் மேற்குப் பக்கத்தில் மராட்டியர் பக்கம் பலம் பெருக ஆரம்பித்தது. அமித் ராவ் நிம்பல்கர் பீமா நதியைக் கடந்து சென்று மொகலாயப் பகுதிகளில் தாக்குதல் நடத்தினார். ஹிம்மத் கான் படையுடன் சென்று அவரைப் பிடிக்க முயற்சி மேற்கொண்டார். ஆனால் கைக்கு அகப்படாமல் அந்த மராட்டிய குதிரைப் படையினர் தப்பி ஓடிவிட்டனர். இதே நேரத்தில் தன யாதவ், சங்கராஜி போன்ற பிற மராட்டியத் தலைவர்கள் பனாலா கோட்டைக்கு முன்னால் இருந்த மொஹலாயப் படையைகளைத் தாக்கினர். செஞ்சி பகுதியில் இருந்து திரும்பி வந்திருந்த சந்தா கோர்படே அக் 1693-ல் தன் தாக்குதல் முயற்சிகளை முன்னெடுத்தார். ஹிம்மத் கான் இவர்களைத் துரத்திச் சென்று விக்ரம்சாலி கிராமத்தில் சந்தாஜி மற்றும் பேராத் படைகளை ஒரு முறை வென்றார் (14 நவ).

அதன் பின்னர் மொகலாயத் தளபதிகளிடையே மோதல் ஏற்பட்டது. ஹமித் உத் தீனும் க்வாஜா கானும் தொடர்ந்து துரத்திச் செல்ல மறுத்து குல்பர்காவுக்குத் திரும்பினர். இதனால் ஹிம்மத் கான் தனியாகத் தன் படையுடன் எதிரிப் படையினரைத் துரத்திச் செல்லவேண்டியிருந்தது. சந்தா ஜி இப்போது தன் படையினரை இரண்டு பிரிவுகளாகப் பிரித்துக்கொண்டு தாக்க வழி பிறந்தது. அமித் ராவ் தலைமையில் நான்காயிரம் வீரர்களை பேராருக்குள் தாக்குதல் நடத்த அனுப்பினார். தன்னுடன் 6000 குதிரைப்படையினரை அழைத்துக்கொண்டு மல்கேத் பகுதிக்குள் நுழைந்தார். வென்ற பகுதிகளில் இருந்து 25% கப்பம் வசூலித்தார். பல மாதங்கள் எந்த வெற்றியும் இல்லாமல் துரத்திச் சென்று களைத்துப்போன மொகலாயப் படையால் குறிப்பிட்டுச் சொல்லும்படி எதையும் வென்றெடுக்க முடிந்திருக்கவில்லை.

1694-1695 காலத்தில் மராட்டியப் படைகள் துடிப்புடன் செயல்பட்டன. வட தக்காணப் பகுதியில் பேராத்கள் பெரும் தாக்குதல்களில் ஈடுபட்டனர். எனினும் இந்த இரண்டு தரப்பினரால் பெரிய வெற்றி எதையும் பெற முடிந்திருக்கவில்லை. இறுதியாக

1695 இறுதி வாக்கில் முதல் நிலை மொகலாயத் தளபதிகளான க்வாஸிம் கான், ஹிம்மத் கான் ஆகிய இருவரையும் சந்தாஜி போரில் கொன்றதன் மூலம் பெரிய வெற்றியை ஈட்டினார்.

இந்தியாவின் மேற்குப் பகுதிகளில் 1695 முடிவு வரை இப்படியான மோதல்களில் மொகலாயர்கள் ஈடுபடவேண்டியிருந்தது. இது வெறும் படையெடுப்பு சார்ந்த பிரச்னையாக இருக்கவில்லை. மொகலாயப் பேரரசுக்கும் தக்காணப் பூர்வகுடி மக்களுக்கும் இடையில் யாரால் விடா முயற்சியுடன், தொடர்ந்து தாக்குப் பிடிக்க முடிகிறது என்ற போராட்டமாக ஆகிவிட்டிருந்தது.

10. கிழக்கு கர்நாடகா, அதன் பாகங்கள் மற்றும் வரலாறு

கிழக்கு கர்நாடகா அல்லது மதராஸ் கர்நாடகா பகுதி, மேற்கு கர்நாடகா அல்லது பம்பாய் பிரஸிடென்ஸியின் கர்நாடகப் பகுதியில் இருந்து பெரிதும் வேறுபட்டது. தெற்கில் பாயும் காவேரி நதியின் வட அட்ச ரேகையில் 15 டிகிரியில் அமைந்திருக்கிறது. 17-ம் நூற்றாண்டின் பின் பகுதியில் பாலாறு நதியால் அல்லது வேலூரிலிருந்து சத்ரஸ் வரையான கற்பனைக் கோட்டினால் இரண்டாகப் பிரிக்கப்பட்டது. இந்த இரண்டு பகுதிகளும் ஹைதராபாதி கர்நாடகா, பீஜாப்பூர் கர்நாடகா என்று அழைக்கப் பட்டன. அவை மேலும் பாலாகட் (மேட்டுப் பகுதி), பைங்கட் (சமதளப் பகுதி) என இரண்டாக பிரிக்கப்பட்டன. மேடான ஹைதராபாதி கர்நாடகாவில் சித்தவடம், கண்டிகோட்டா, கரம்கொண்டா, கடப்பா ஆகிய பகுதிகள் இருந்தன. பீஜாப்பூரி கர்நாடகாவில் மைசூரின் சேரா, பங்களூரு மாவட்டங்கள் மற்றும் அவற்றைச் சார்ந்திருந்த ஜமீந்தாரிபகுதிகள் அனைத்தும் அடங்கும். தாழ் நிலங்களில் ஹைதராபாதி கர்நாடகாவில் குண்டூரில் இருந்து சத்ரஸ் வரையான கடலோரப் பகுதியும் இருந்தது. பீஜாப்பூரிய கர்நாடகா சத்ரஸுக்கு தெற்கில் (12'30 டிகிரி வட அட்ச ரேகையில்) தஞ்சாவூர் வரை நீண்டு சென்றது.

இந்தப் பகுதிகளை ஆதில் ஷா வென்றாலும் தன்னுடைய ஆட்சியை நிலைநிறுத்தியிருக்கவில்லை. பல பகுதிகளில் தோற்கடிக்கப்படாத பாளையக்காரர்களே ஆதிக்கத்தில் இருந்தனர். ஆதில் ஷாவிடம் சில கோட்டைகளும் அதைச் சுற்றிய பகுதிகளும் மட்டுமே கட்டுப்பாட்டில் இருந்தன.. இந்தப் பகுதிகளில் கூட அவருடைய நிலப்பிரபுக்கள் வசமே ஆட்சி அதிகாரம் இருந்தது. சிவாஜி இந்தப் பகுதிகளை வென்றதைத் தொடர்ந்து நிலைமை மேலும் சிக்கலானது

(1677-78). இதன் காரணமாக தென் ஆற்காட்டில் (செஞ்சியைத் தலைநகராகக் கொண்டு) புதிய மராட்டிய அரசு ஒன்று நிலைநிறுத்தப்பட்டது. ரகுநாத நாராயண் ஹனுமந்தாவை சிவாஜி தன் சார்பில் ஆட்சி செய்ய நியமித்திருந்தார்.

சம்பாஜி ஆட்சிப் பொறுப்பேற்றதும் ரகுநாதரைச் சிறையில் அடைத்தார் (ஜன 1681). தன் சகோதரியின் கணவர் ஹரிஜி மஹாதிக்கை இந்தப் பகுதியை நிர்வகிக்க நியமித்தார். ஆனால் சம்பாஜி அரசு நடவடிக்கைகளில் இருந்து விலகி கேளிக்கைகளில் கவனம் செலுத்தியதாலும் ஔரங்கசீப் நேரடியாக மஹாராஷ்டிராவில் படையெடுத்துச் சென்றதாலும் செஞ்சி போன்ற தெற்கில் தொலைதூரத்தில் இருந்த பகுதியில் சம்பாஜியின் ஆதிக்கம் குறைந்தது. அங்கிருந்த மராட்டியப் பிரதிநிதி தானே தன் விருப்பப்படி ஆட்சி செய்ய ஆரம்பித்தார். ஹரிஜி மஹாதிக் தானே மஹாராஜா பட்டம் சூடிக்கொண்டு இந்தப் பகுதியில் கிடைத்த உபரி தொகையை ராய்கட்டுக்கு அனுப்புவதை நிறுத்தினார்.

1, அக், 1686-ல் சம்பாஜி மஹராஜ், கர்நாடகக் கோட்டைப் பகுதிகளை பலப்படுத்த என்று 12000 குதிரைப் படையினரை கேசவ் திரியம்பக் பிங்களே தலைமையில் அனுப்பினார். உண்மையில் ரகசியமாக ஹரிஜி மஹாதிக்கை சிறையில் அடைத்துவிட்டு சம்பாஜியின் ஆட்சியை அங்கு மீட்டெடுக்கும் நோக்கிலேயே அனுப்பியிருந்தார். கேசவ் திரியம்பக் 11, பிப், 1687-ல் செஞ்சி கோட்டைக்கு அருகில் வந்து சேர்ந்தார். ஆனால் அவருடைய திட்டம் நிறைவேறவில்லை. ஹரிஜி மஹாதிக் அந்தக் கோட்டையைத் தன்வசம் எடுத்துக்கொண்டு அங்கிருந்த படை முழுவதையும் தனக்கு விசுவாசமாக ஆக்கிக்கொண்டிருந்தார். சம்பாஜி மற்றும் தன்னுடைய திட்டம் நிறைவேறவில்லை என்பது தெரிந்ததும் கேசவ் திரியம்பக், 18000 படைவீரர்களுடன் மைசூருக்குள் நுழைந்தார். அங்கும் அவரால் எதுவும் பெரிதாகச் செய்யமுடியவில்லை. எனவே மீண்டும் செஞ்சி பகுதிக்கே திரும்பினார்.

11. கிழக்கு கர்நாடகாவில் மொகலாய ஊடுருவல், 1687

கோல்கொண்டாவை வென்ற பின்னர் ஔரங்கசீப் புத்திசாலித்தனமாக குதுப் ஷாவின் அமைச்சர்கள், அதிகாரிகளை அந்தந்தப் பதவிகளில் சிறிது காலத்துக்கு நீடிக்கவிட்டார். முஹம்மது இப்ராஹிம் (மஹ்பத் கான் என்ற புதிய பெயர்

சூட்டப்பட்டது) குதுப் ஷாவை விட்டு விலகி வந்த முதல் கனவான். எனவே அவரை ஹைதராபாதின் சுபேதாராக நியமித்தார். கானின் மெய்க்காவலரான முஹம்மது அலி பெய்க் (புதிய பெயர் அலி அஸ்கர் கான்) குதுப் ஷாஹி கர்நாடகாவின் ஃபௌஜ்தாராக நியமிக்கப்பட்டார். இவருக்குக் கீழே செங்கல்பட்டு, காஞ்சீபுரம், பூந்தமல்லி பகுதிகளில் கிலாதார்கள், மாஜிஸ்டிரேட்டுகள் நியமிக்கப்பட்டனர். இந்த அதிகாரிகள் அனைவரும் ஔரங்கசீபைத் தமது பேரரசராக ஏற்றுக்கொண்டனர் (அக், 1687). பூந்த மல்லியின் நிர்வாகி, 'என் எஜமானரை (குதுப் ஷாவை) ஆலம்கீர் வென்ற போது அவருக்காக முரசறைந்தேன்... துப்பாக்கிகள் முழங்கினேன்' என்று பெருமிதத்துடன் குறிப்பிட்டார்.

ஆனால், பேரரசர் என்ன காரணத்தினாலோ தன் மனதை மாற்றிக்கொண்டுவிட்டார். மஹபத் கானுக்கு பதிலாக ரஹுல்லா கானை ஹைதராபாதின் சுபேதாராக நியமித்தார். அலி அஸ்கருக்குப் பதிலாக க்வாஸிம் கான் நியமிக்கப்பட்டார். மராட்டியப் படைகளுக்கு எதிராக கர்நாடகப் பகுதியில் புகுந்து போரில் ஈடுபடும்படி பேரரசர் இவருக்கு உத்தரவு பிறப்பித்தார் (ஜன, 1688).

பாலாறுக்கு வடக்குப் பக்கத்தில் இருந்த கோல்கொண்டா ராஜ்ஜியப் பகுதிகள் மொகலாயர் வசம் வீழ்ந்திருந்தன. ஆனால் போதிய மொகலாயப் படைகள் அந்தக் கோட்டைகளுக்குப் பாதுகாப்புக்கு வந்து சேர்ந்திருக்கவில்லை. எனவே ஹரிஜி ஒரு படையை இந்தக் கோட்டைகளைத் தாக்க அனுப்பினார். 2000 குதிரைப்படையினர், 5000 காலாட்படையினர், மேலும் கோட்டை மீது ஏறிச் செல்ல ஏணிகளைத் தூக்கியபடி பலர் எனப் பெரும்படையுடன் சென்றவர்கள் இந்தப் பகுதியில் இருந்த சில கோட்டைகளையும் பல கிராமங்களையும் எளிதில் கைப்பற்றிவிட்டனர். 24 டிசம்பர் வாக்கில் ஆற்காடு மீது தாக்குதல் நடத்திக் கைப்பற்றினர். மராட்டியர்கள் இந்தப் பகுதியில் கண்மூடித்தனமான தாக்குதலில் ஈடுபட்டனர். பலரும் உயிரையும் உடமையையும் காப்பாற்றிக்கொள்ள மதராஸில் தஞ்சம் புகுந்தனர் (27, டிச, 1687-10 ஜன 1688).

11 ஜனவரி வாக்கில் மராட்டியர்கள் காஞ்சீபுரத்தில் நடத்திய தாக்குதலில் 500க்கு மேற்பட்டவர் கொல்லப்பட்டனர். பல வீடுகள் சேதப்படுத்தப்பட்டன. அங்கிருந்தவர்கள் எல்லாம் உயிரைக் கையில் பிடித்தபடி தப்பி ஓடினர். கேசவ் திரியம்பக்கும் தனது படையுடன் இதே போல் தாக்குதலில் ஈடுபட்டார். சேத்துப்பட்டு, காவேரிப்பாக்கம் ஆகிய பகுதிகளைக் கைப்பற்றியபின் காஞ்சீபுரத்தில் முகாமிட்டார் (ஜன 1688).

ஆனால் மராட்டிய வெற்றி சிறிது காலம் மட்டுமே நீடித்தது. முன்னாள் கோல்கொண்டா சுல்தானகத்தின் இஸ்மாயில்கான், யச்சப்ப நாயக்கர், ருஸ்தம் கான், முஹம்மது சாதிக் ஆகிய நான்கு தளபதிகளையும் கர்நாடகப் பகுதிக்குள் படையெடுத்துச் சென்று இந்தப் பகுதிகளைக் கைப்பற்ற பேரரசர் உத்தரவிட்டார். இவர்கள் 25, பிப், 1688-ல் காஞ்சீபுரம் வந்து சேர்ந்தனர். மராட்டியர்கள் இந்தப் படையைப் பார்த்ததும் வெளியேறிவிட்டனர். இவர்களைத் துரத்திச் சென்று வந்தவாசியைக் கைப்பற்றி மொகலாயர்கள் அங்கு முகாமிட்டனர். மராட்டியப் படை அப்போது தெற்கில் ஒரு நாள் பயணத் தொலைவில் இருந்த சேத்துபட்டில் முகாமிட்டிருந்தது. சுமார் ஒரு வருட காலம் இரண்டு படைகளும் தத்தமது இடங்களிலேயே ஒருவரை ஒருவர் வெறுமனே கண்காணித்தபடி காத்திருந்தனர். இவர்களுக்குள் போரிடவில்லையே தவிர ஊருக்குள் சென்று அவ்வப்போது தாக்கிக் கொள்ளையடித்து வந்தனர். 1686-ல் ஏற்பட்ட பஞ்சத்தில் இருந்து மீண்டிருக்காத இந்தப் பகுதி மக்கள் இரண்டு படைகளின் கொள்ளையடிப்புகளையும் தாங்கிக் கொள்ளவேண்டிவந்தது. இந்த பகுதியின் வணிகம் முற்றாக முடங்கிவிட்டது. தொழில்கள் தேங்கிவிட்டன. தானியங்கள், எண்ணெய்வித்துகள் போன்றவற்றின் பற்றாக்குறை ஏற்பட்டன. கடலோரம் இருந்த ஐரோப்பிய குடியிருப்புகளில் அடைக்கலம் தேடி அனைவரும் சாரை சாரையாகப் புறப்பட்டனர்.

வருடம் 1689-ம் முந்தைய ஆண்டைப் போலவே கர்நாடகப் பகுதிக்குப் பெரும் வேதனை நிறைந்ததாகவே இருந்தது. சாலைகள் பாதுகாப்பற்ற நிலையில் இருந்தன. மராட்டிய, மொகலாயப் படைகள் அடிக்கடித் தாக்கிவந்தன. இங்கு நடந்துவந்த தொடர் போர்கள், கொள்ளையடிப்பு இவற்றால் நாட்டுப்பருத்தி துணிகள் மற்றும் பிற பொருட்களை ஏற்றுமதி செய்ய கூனிமேடு பகுதியில் இருந்த ஆங்கிலேயர்களின் வணிகக் கிடங்குகளுக்குக் கொண்டு செல்ல முடிந்திருக்கவில்லை. 19 செப்டம்பரில் ஹரிஜி உயிர் துறந்தார். அவருடைய இரண்டு மகன்கள் சிறு வயதினராக இருந்ததால் குழந்தைகளின் தாயும் விதவை மனைவியுமான அம்பிகாபாய் (சிவாஜியின் மகள்) கோட்டையின் பாதுகாப்பு மற்றும் நிர்வாகப் பணிகளைத் தானே முன்னின்று செய்தார்.

12. செஞ்சி கோட்டையில் ராஜா ராம்

1, நவ, 1689-ல் ராஜா ராம் செஞ்சி கோட்டைக்கு வந்த பின்னர் எளிய முறையில் ஆட்சி மாற்றம் நடந்தேறியது. ஹரிஜியின் விதவை

மனைவியும் அவர்களுடைய பிராமண அமைச்சர்களும் கடந்த எட்டு ஆண்டுகளாக மறைந்த ஹரிஜிக்கும் அவர்களுக்கும் கிடைத்திருந்த அதிகாரம், செல்வ வளம் இவற்றை விட்டுக் கொடுக்கத் தயங்கினர். ஆனால் அந்த அரசுக்கு உரிமை ராஜாராமுக்குத்தான் என்பதை யாரும் மறுக்கவும் முடியவில்லை. எனவே அவர் கைகளுக்கு செஞ்சி கோட்டை கைமாறியது. ஹரிஜியின் மகனைச் சிறையில் அடைத்தார். அந்தப் பிராந்தியத்தில் இத்தனை ஆண்டு காலம் வரி மற்றும் வருவாயை அனுபவித்து வந்ததால் மைய மராட்டிய அரசுக்குத் தரவேண்டிய தொகை என்று சொல்லி ஹரிஜியின் விதவை மனைவியிடம் இருந்த சொத்துகள் முழுவதும் பறிக்கப்பட்டன. மூன்று லட்சம் பணம் தந்து அமைதி உடன்படிக்கை செய்துகொள்ளவேண்டியிருந்தது.

சந்தாஜி போன்ஸ்லே ஒரு லட்சம் பணம் கப்பம் கட்டவேண்டி யிருந்தது. மராட்டிய அரசின் பிரதிநிதி என்று ஒரு பதவி உருவாக்கப்பட்டு பிரஹலாத் நீராஜிக்குத் தரப்பட்டது. பேஷ்வா பொறுப்பில் நீல மோரேஷ்வர் பிங்களேயே தொடர்ந்து நீடித்தார். பிரஹலத் நீராஜி மன்னர் ராஜா ராமுக்கு, கஞ்சா மற்றும் ஓபியம் கொடுத்து கேளிக்கைகளிலேயே மூழ்கிக் கிடக்கும்படிச் செய்தார். அதன்பின் முழு அதிகாரத்தைக் கைப்பற்றியவர் ஹரிஜி காலத்தில் பிராமணர்கள் சேர்த்து வைத்திருந்த அசையும் அசையா சொத்துக்கள் முழுவதையும் கைப்பற்றினார்.

ஆனால் இவற்றையெல்லாம் செய்த பின்னரும் மராட்டிய அரசின் நிதி நெருக்கடிகள் துளியும் குறையவில்லை. கிழக்குக் கடற் கரையோரம் இருந்த ஐரோப்பியக் குடியிருப்புகளில் இருந்து நிதி சேகரிக்க செஞ்சி கோட்டையில் இருந்த அமைச்சர்கள் முடிவெடுத்தனர். ஐரோப்பிய செல்வந்தர்கள் எல்லாம் 5000 அல்லது குறைந்தபட்சம் 1000 பணம் கடனாகத் தரும்படிக் கேட்டுக்கொள்ளப் பட்டனர்.

ராஜா ராம் இங்கு வந்த பின்னர் டச்சு மற்றும் ஃபிரெஞ்சு பிரதிநிதிகள் பரஸ்பரம் ஒருவரை ஒருவர் எதிர்த்தபடி மராட்டியர்களிடம் நட்புரிமை பாராட்ட முன்வந்தனர். பாண்டிச்சேரியில் புதிதாக அமைக்கப்பட்ட ஃப்ரெஞ்சு வணிகக் கிடங்கை அப்புறப்படுத்தி உதவும்படி மராட்டிய அமைச்சர்களுக்கு டச்சுக்காரர்கள் பெருமளவிலான பணம் கொடுத்தனர். செஞ்சியில் இருந்த அமைச்சர்கள் ஐரோப்பியர்களிடம் இருந்த இந்தப் பகைமையை நன்கு பயன்படுத்திக்கொள்ள முயன்றனர். யாரிடமிருந்து அதிக பணம் பெற முடியும் என்று யோசித்தனர்.

ஒளரங்கசீப்

முந்தைய கோல்கொண்டா ஹைதராபாதி அரசில் இருந்தவர்களும் மிகவும் தாமதமாகவே ஔரங்கசீபின் அரசில் பதவிகள் பெற்றவர்களுமான முஹம்மது சாதிக், யச்சப்பா நாயக்கர், இஸ்மாயில் மக்கா ஆகியோர் ஜன 1690-ல் மொகலாயர்களுக்கு எதிராகக் கலகக்குரல் எழுப்பினர். இவர்களுடைய பதவியைப் பறித்து பேரரசர் தன்னுடைய ஆட்களையே மீண்டும் நியமிக்கப்போகிறார்; இவர்களுக்கு எந்தப் பதவியும் தரப்படாது; அல்லது தாழ்நிலைப் பதவியே தரப்படும் என்பது தெரியவந்ததும் பேரரசரை விட்டு விலகினர். ராஜாராமுடன் கூட்டணி சேர்ந்து கொண்டு தனியாக தாமே வரிகளை வசூலித்துக்கொள்ள ஆரம்பித்தனர்.

மதராஸ் தொடங்கி கூனிமேடு வரையிலும் இருந்த மொகலாயப் பிரதிநிதிகள் மிகவும் குறைவான எண்ணிக்கையில் இருந்தனர். எனவே எளிதில் தோற்கடிக்கப்பட்டுவிட்டனர். அவர்கள் நேராகக் கடலோரப் பகுதிகளில் இருந்த ஐரோப்பியர்களிடம் அடைக்கலம் தேடிச் சென்றனர் (ஏப்ரல்). மொகலாயத் தளபதி ஜுல்ஃபிகர் கான் ஆகஸ்டில் காஞ்சீபுரம் வந்து சேர்ந்தார். செஞ்சி கோட்டைப் பகுதிக்கு செப்டம்பரில் வந்து சேர்ந்தார். அதன் பின்னரே மொகலாயருக்கு எதிரான இந்தக் கலகம் முடிவுக்கு வந்தது.

மொகலாயப் படைகள் மராட்டியப் படைகளை விரட்டியடித்தன. ராஜாராமின் ஆளுகைக்கு உட்பட்ட பகுதிகளும் ஆக்கிரமிக்கப்படும் என்ற நிலை உருவானது. இதனால் செஞ்சி கோட்டையில் இருந்து புறப்பட்டு தெற்கே பாதுகாப்பான பகுதியான தஞ்சாவூருக்கு ராஜாராம் இடம்பெயர்ந்தார். செஞ்சி தொடங்கி கடலோரம் வரையிலான நிலப் பகுதி இரு பக்கமிருந்த படைகளாலும் பெரும் நெருக்கடிக்கு உள்ளாகியது. அந்தப் பகுதியில் இருந்த மக்கள் தஞ்சாவூர் பக்கம் அல்லது கடலோர ஐரோப்பியக் குடியிருப்புகள் பக்கம் பாதுகாப்பு தேடித் தப்பி ஓடினர்.

13. செஞ்சிக் கோட்டை முற்றுகை ஆரம்பம்

செஞ்சிக் கோட்டை உண்மையில் கருங்கற்களாலான மதில் சுவர் எழுப்பப்பட்ட ராஜ கிரி, கிருஷ்ணகிரி, சந்திராயன் துர்க் ஆகிய மூன்று குன்றுகளைக் கொண்டது. கிட்டத்தட்ட முக்கோண வடிவில் மூன்று மைல் சுற்றளவில் மூன்று குன்றுகளையும் இணைக்கும் வலிமையான வெளி மதில் சுவர் தொடரையும் கொண்டது. இந்த மலைப்பகுதி மிகவும் செங்குத்தானது. பெரிய பெரிய பாறைகள் நிறைந்தது. எனவே இதில் படைகள் ஏறுவது

கிட்டத்தட்ட அசாத்தியமானது. மூன்று குன்றுகளுக்கும் அனைத்துப் பக்கங்களிலும் வலுவான கற் சுவர் மதிலாகக் கட்டப்பட்டிருக்கிறது. ஆங்காங்கே காவல் பரண்கள், கொத்தளங்கள், பீரங்கித் தாக்குதல், துப்பாக்கித் தாக்குதல் நடத்தத் தோதான கட்டமைப்புகள் என முழு பாதுகாப்பு மற்றும் தாக்குதல் வசதிகள் கொண்டது. மிக மிகக் குறுகலான மற்றும் வலுவான கோட்டை வாசல்களும் உண்டு. ஒவ்வொரு கோட்டையும் கற்கள் பாவிய 60 அடி கனம் கொண்ட கோட்டை இணைப்புப் பாதையையும் அவற்றுக்கு வெளியே 30 அடி அகலம் கொண்ட அகழியையும் கொண்டது. மூன்று குன்றுகளின் உச்சியில் கோட்டைகள் அமைந்திருக்கும்.

மூன்று வாசல்களில் வடக்குவாசல் வேலூர் அல்லது ஆற்காடு வாசல் என்று இப்போது அழைக்கப்படுகிறது. திருவண்ணாமலை (நோக்கிய) வாசல் என்று 17-ம் நூற்றாண்டில் அழைக்கப்பட்டது. இரண்டாவது கிழக்கு வாசல் இன்று பாண்டிச்சேரி வாசல் எனப்படுகிறது. 17-ம் நூற்றாண்டில் இதுவே பிரதான கோட்டை வாசலாக இருந்தது. மூன்றாவது மேற்கு வாசல் சைத்தான் தாரி (ஃப்ரெஞ்சில் போர்ட் தெ டயபிள்) என்று அழைக்கப்பட்டது.

செப் 1690-ல் ஜுல்ஃபிகர் கான் செஞ்சிக் கோட்டைக்கு வந்துசேர்ந்தார். கோட்டைக்கு முன்பாக முகாம் அமைத்து அங்கேயே உட்கார்ந்துவிட்டார். அவரிடம் இருந்த படைகளைக் கொண்டு இந்த வலிமையான மிகப் பெரிய கோட்டைத் தொடரை வெல்வதென்பது சாத்தியமே இல்லை. கோட்டைச் சுவர்களைத் தகர்க்கும் அளவுக்கு பீரங்கிகளும் வெடிமருந்துகளும் அவரிடம் இல்லை. கோட்டை முழுவதையும் முற்றுகையிட்டு முடக்குவ தென்பதும் அவரால் முடியாது. இந்த திடீர் முற்றுகையைக் கண்டு அதிர்ச்சியடைந்த மராட்டியர்கள் மெள்ள மெள்ள சுதாரித்துக் கொண்டு மொகலாயப் படைகளை தொடர்ந்து நெருக்கடிக்கு உள்ளாக்கினர். அடுத்த ஆண்டு பிப்ரவரியில் ராஜா ராம் செஞ்சிக் கோட்டைக்குத் திரும்பினார்.

ஜுல்ஃபிகர் கானின் படைகளுக்குத் தேவையான உணவுப் பொருட்கள் வரும் வழிகளை மராட்டியப் படைகள் தடுத்ததைத் தொடர்ந்து மொகலாயப் படைகளின் ராணுவ மேலாதிக்கம் ஏப்ரலுக்குப் பின்னர் வெகுவாகக் குறைந்துவிட்டது. கூடுதல் படைகளும் உணவும் தேவை என்று பேரரசரிடம் மன்றாடினார். ஜுல்ஃபிகர் கானின் தந்தையும் வாஸிர்தாருமான ஆசாத் கான், வாகின்கேராவில் இருந்த இளவரசர் காம் பக்ஷ் ஆகிய இருவரின் தலைமையில் மிகப் பெரிய படையை டிசம்பர் 1691-ல் பேரரசர் அனுப்பிவைத்தார்.

இதனிடையில் செஞ்சிக் கோட்டை மீதான பயனற்ற தன் முற்றுகைத் தாக்குதல்களை நிறுத்திவிட்டு தென் கர்நாடகா, தஞ்சாவூர், திருச்சினாப்பள்ளி போன்ற பகுதிகளில் இருந்த ஜமீந்தார்களிடமிருந்து வரி, கப்பம் வசூலிக்கும் வேலைகளில் ஜுல்ஃபிகர் கான் தீவிரமாக இறங்கினார். அப்படியாக 1691-ல் மொகலாயப் படைகளுக்கு எந்தப் பெரிய வெற்றியும் கிடைக்காமலே போனது.

அடுத்த ஆண்டில் வாஸிர்தாரும் இளவரசரும் பெரும் படையுடன் வந்து சேர்ந்த பின்னரும் எந்த வெற்றியும் கிடைக்கவில்லை. ஜுல்ஃபிகரின் படையில் இஸ்மாயில் கான் மக்கா மீண்டும் தன் படையுடன் சேர்க்கப்பட்டார். இப்படிக் கிடைத்த படைபலங்களைக் கொண்டு மீண்டும் 1692-ல் செஞ்சி கோட்டை மீதான முற்றுகையை முன்னெடுத்தனர். முதலில் சந்திராயன் துர்க் கோட்டையைக் கைப்பற்றத் தீர்மானித்து அந்தப் பாதையில் பதுங்குகுழிகள், போர் நடவடிக்கைகள் ஆகியவற்றை அமைக்க ஆரம்பித்தனர். அதன்பின்னர் மலைக்கோட்டையையும் பாண்டிச்சேரி வாசலையும் ஜுல்ஃபிகர் கான் பீரங்கியால் தாக்கத் தொடங்கினார். ஆனால் இவையெல்லாமே வெறும் கண் துடைப்பு நாடகமே என்பது அங்கிருந்த அனைவருக்கும் நன்கு தெரிந்திருந்தது.

1692-ல் மழைக்காலத்தில் மொகலாய முகாம் எப்படி இருந்தது என்பதை நேரில் பார்த்த ஒருவர் விவரித்திருப்பவை: 'மழை அதி தீவிரமாக, இடைவிடாது பொழிந்தது. உணவு தானியங்கள் பெருமளவுக்கு பற்றாக்குறையாகியிருந்தன. பதுங்கு குழிகளில் இரவு பகலாக இருந்தாக வேண்டியிருந்த மொகலாயப் படையினர் மிகுந்த கஷ்டங்களைச் சந்திக்க நேர்ந்தது. அந்தப் பிராந்தியம் முழுவதுமே பெரியதொரு ஏரிபோல் வெள்ளக்காடாகக் காட்சியளித்தது'.

14. சந்தாஜி கோர்படேயும் தன யாதவும் அலி மர்தன் கான் மற்றும் இஸ்மாயில் கானைச் சிறைப்பிடித்தல் (1692)

குளிர்காலத்தில் மொகலாயரின் நிலை மிகவும் மோசமாகி விட்டிருந்தது. டிசம்பர் தொடக்கத்தில் இந்தியாவின் மேற்குப் பகுதியில் ராஜாராமின் பிரதான அமைச்சரான ராமச்சந்திரரால் வளர்த்தெடுக்கப்பட்ட 30,000 குதிரைகள் கொண்ட படை புகழ் பெற்ற தன சிங் யாதவ் மற்றும் சந்தாஜி கோர்படேயின் தலைமையில் வந்து சேர்ந்தன. முதலில் காஞ்சீபுரம் பகுதியைத் தாக்கினர். இவர்களைக் கண்டு பயந்து அங்கிருந்தவர்கள் எல்லாம்

தப்பி ஓடி மதரஸில் அடைக்கலம் தேடினர். காவிர்ப்பாக்கம் பகுதிக்கு சந்தா கோர்படே படையுடன் வந்தபோது காஞ்சீபுரத்தின் மொகலாயத் தளபதியாக இருந்த அலி மர்தன் கான் மராட்டியப் படையின் எண்ணிக்கை, வலிமை பற்றி எதுவும் தெரியாமல் தாக்கச் சென்றார். ஆனால் சிறிய அளவே இருந்த மொகலாயப் படை எளிதில் மராட்டியப் படையால் தோற்கடிக்கப்பட்டுவிட்டது. 1500 குதிரைகளையும் ஆறு யானைகளையும் அவர்கள் கைப்பற்றினர். மொகலாயப் படையின் அனைத்து தானியங்களும் ஆயுதங்களும் பிற உடமைகளும் மராட்டியப் படையால் கைப்பற்றப்பட்டன (டிசம்பர் 13). செஞ்சி கோட்டையில் சிறைவைக்கப்பட்ட அலி மர்தன் கான் ஒரு லட்சம் பணம் பிணைத்தொகையாகக் கொடுத்து விடுதலை பெற்றுச் சென்றார்.

தன யாதவ் தலைமையிலான இன்னொரு மராட்டியப் படை செஞ்சி கோட்டையை முற்றுகையிட்டிருந்த மற்ற மொகலாயப் படைகளைத் தாக்கியது. மராட்டியப் படை மிகப் பெரியது என்பதைத் தெரிந்துகொண்ட ஜுல்ஃபிகர் கான் ஆங்காங்கே எல்லைக் காவல் பணியில் இருந்த படைகளையெல்லாம் கோட்டைக்கு முன்பான பிரதான படையுடன் வந்து சேர்ந்து கொள்ளும்படித் தகவல் கொடுத்தார். ஆனால் மேற்குக் கோட்டைப் பக்கம் இருந்த இஸ்மாயில்கான் நீண்ட தொலைவு பயணம் செய்து வரவேண்டியிருந்தது. கோட்டையில் இருந்த மராட்டியப் படைகளின் துணையுடன் தன யாதவின் படையினர் இந்த மொகலாயப் படையை வழியில் தடுத்துத் தாக்கினர். தன் படையைவிடப் பத்து மடங்கு பெரிய படையுடன் மோத வேண்டிய சூழ்நிலையிலும் இஸ்மாயில் கான் வீரத்துடன் போரிட்டார். இறுதியில் காயம் பட்டு சிறைப்பிடிக்கப்பட்டார். 500 குதிரைகளையும் இரண்டு யானைகளையும் இழந்தார். செஞ்சி கோட்டையில் சிறைவைக்கப்பட்டார். இந்த வெற்றிகளின் மூலம் ஹைதராபாதி கர்நாடகா மீதான தமது ஆதிக்கத்தை மராட்டியர்கள் உடனடியாக நிலைநிறுத்த ஆரம்பித்தனர்.

15. மராட்டியர்களுடன் இளவரசர் காம் பக்ஷ் முன்னெடுத்த போர் மற்றும் அவர் கைது செய்யப்படுதல்

மராட்டியப் படைகளின் தீவிர நடவடிக்கைகள் மீண்டும் தொடங்கியதாலும் செஞ்சி கோட்டைச் சுற்றுவட்டாரத்தில் அவர்களுடைய கை ஓங்கியதாலும் மொகலாயப் படைகளுக்கான தானிய வண்டிகள் தடுத்துநிறுத்தப்பட்டுவிட்டன. பேரரசரிட

மிருந்து வரும் கடிதங்களையும் வழி மறித்துத் தடுத்துவிட்டனர். உண்மையில் செஞ்சிக் கோட்டை முன்னால் முகாமிட்டிருந்த மொகலாய முகாம்தான் முற்றுகைக்கு உள்ளாகியிருந்தது. அதோடு உள் முரண்களும் மிக மோசமான எல்லையை எட்டத் தொடங்கியிருந்தன. இளவரசர் காம் பக்ஷ் முதிரா இளைஞர். முதிய பேரரசரின் செல்லப் பிள்ளை. சுக போகங்களில் திளைத்தார். இளமையும் வனப்பும் மிகுந்த நபர்களின் கைப்பாவையாக இருந்தார். முதியவரும் செல்வாக்கு மிகுந்தவருமான வாஸிர் ஆசாத் கான் சொல்வதைக் கேட்காமல் அவரை அவமானப்படுத்தினார். 'அறிவும் தெளிந்த சிந்தனையும் இல்லாத' சிலர் மூலமாக மராட்டிய மன்னர் ராஜாராமுடன் ரகசிய பேச்சுவார்த்தையை ஆரம்பித்தார். இளவரசரின் மதியீனத்தைப் புரிந்துகொண்ட மராட்டியர்கள் பல புதிய தவறான ஆலோசனைகள் சொல்லி அவரைத் தூண்டி விட்டனர்.

ஜுல்ஃபிகர் கானுக்கு இந்த விஷயங்கள் தெரியவந்ததும் பேரரசரிடம் சொல்லி இளவரசரைக் கடுமையான கண்காணிப்புக்குள் கொண்டுவந்தார். சந்தா கோர்படே, தன யாதவ் ஆகியோர் பெரும் படையுடன் டிசம்பர் 1692-ல் வந்ததும் பேரரசருக்கும் செஞ்சி முற்றுகைப் படைகளுக்கும் இடையிலான தகவல் பரிமாற்றம் முழுவதுமாக முடங்கிவிட்டது.

அபாயகரமான வதந்திகள் உடனே எழுந்தன. ஔரங்கசீப் இறந்துவிட்டார்; ஷா ஆலம் தில்லி அரியணை ஏறிவிட்டார் என்று செய்திகள் பரவின. காம் பக்ஷின் நிலைமை மிகவும் சிக்கலானது. ஆசாத் கானும் ஜுல்ஃபிகர் கானும் அவருடைய எதிரிகளாகி யிருந்தனர். எனவே தன்னைச் சிறைப்பிடித்து புதிய பேரரசரிடம் கொண்டு சென்று நல்ல பெயர் வாங்க முயற்சி செய்வார்கள் என்று பயந்தார். இந்த நெருக்கடியில் இருந்து தப்பிக்க ஒரே வழி மராட்டிய ராஜாராமுடன் நட்புக்கரம் நீட்டுவது மட்டுமே என்று அவருடைய உதவியாளர்கள் ஆலோசனை சொன்னார்கள். குடும்பத்துடன் இரவோடு இரவாக இங்கிருந்து தப்பி மராட்டியர்களுடன் சேர்ந்துகொண்டு தில்லி அரியணையை மீட்கவேண்டும் என்று திட்டமிட்டார்கள்.

இந்தத் திட்டமும் ஆசாத் கானுக்கு அவருடைய ஒற்றர்கள் மூலம் தெரியவந்தது. அவரும் அவருடைய மகனும் பேரரசரின் படையில் இருந்த முக்கிய தளபதிகளுடன் கலந்தாலோசித்தனர். இளவரசர் காம் பக்ஷ் உடனே தடுத்து நிறுத்தியாகவேண்டும் என்று ஒரே குரலில் முடிவெடுத்தனர். எனவே கோட்டைக்கு முன்பாக இருந்த பதுங்குகுழிகளை அப்படியே விட்டுவிட்டு இளவரசர் தப்பிச் செல்ல

முடியாதபடி முழு மொகலாயப் படையும் பின்வரிசையில் குவிக்கப்பட்டது.

முற்றுகைக்கு முன் வரிசையில் இருந்த படைகள் இறுதி முயற்சியாகக் கோட்டையைத் தாக்கின. ஜுல்ஃபிகர் கான் பெருமளவு வெடி மருந்துகளைப் பயன்படுத்தி கோட்டைச் சுவர்களைத் தகர்க்கப் பார்த்தார். முடியாமல் போகவே பீரங்கிகளை அங்கேயே விட்டுவிட்டு படைகளைப் பின்வரிசைக்குக் கொண்டுசென்றார். மைய மொகலாய முகாம் அவருக்குப் பின்னால் நான்கு மைல் தொலைவில் இருந்தது.

மராட்டியக் கோட்டைக் காவல் படையினர் தன யாதவின் படையுடன் சேர்ந்துகொண்டு மொகலாயப் படையைச் சுற்றிவளைத்துத் தாக்கினர். 400 காலாட்படையினர், 400 குதிரைகள், எட்டு யானைகள் ஆகியவற்றை மொகலாயப் படை இழக்க நேர்ந்தது. அன்று மாலைவாக்கில் ஆசாத் கான் முகாமிட்டிருந்த இடத்துக்கும் வந்துவிட்டனர்.

தனது முட்டாள் ஆலோசகர்கள் சொன்னதன் பேரில் இளவரசர் இந்த இரண்டு மொகலாயத் தளபதிகளும் அவரைச் சந்திக்க வரும்போது கைது செய்து தன் ஆதிக்கத்தை நிலைநிறுத்திக் கொள்ளத் திட்டமிட்டிருந்தார். இந்தத் திட்டமும் பிறவற்றைப் போலவே ஒற்றர்கள் மூலம் வெளியே கசிந்துவிட்டது. பகல் முழுவதும் நீடித்த போரினால் களைத்துப் போயிருந்த ஜுல்ஃபிகர் கான் இரவில் தன் தந்தை இருந்த முகாமுக்குச் சென்று சேர்ந்தபோது இந்த விஷயம் தெரியவந்ததும் இனியும் பொறுத்திருக்கக்கூடாது. இளவரசர் செய்யத் திட்டமிட்டிருக்கும் தீய நடவடிக்கைகளை முடிவுக்குக் கொண்டுவரவேண்டுமென்றால் அவரைக் கைது செய்து அடைத்தாக வேண்டும் என்று இருவரும் முடிவு செய்தனர். உடனே அதற்கான படையுடன் கான் பக்ஷ் இருந்த முகாமுக்குச் சென்றனர்.

வாஸிர் ஏற்கெனவே பயங்கர கோபத்தில் இருந்தார். 'தாசிப் பெண்ணின் மகனே' என்று இளவரசரைக் கடுமையாக வசைபாடினார். 'உனக்கு நாடாளும் திறமையோ போரை வழி நடத்தும் திறமையோ ஒன்றுமே கிடையாது. உன்னை என்ன நிலைமையில் வைத்திருக்கிறாய் என்று யோசித்துப் பார். உன்னை நீயே கேவலப்படுத்திக் கொண்டிருக்கிறாய்' என்றெல்லாம் திட்டிவிட்டு ஆசாத் கானின் முகாமில் மொகலாய இளவரசரைச் சிறையில் அடைத்தார். ஆனால் அங்கு அவரை நல்லவிதமாகவே நடத்தினார். இதன் மூலம் மொகலாயப் படையில் ஒருவித ஒழுங்கும் ஒற்றுமையும் கட்டுப்பாடும் நிலைநிறுத்தப்பட்டது.

அலி மர்தன் கானின் படைகளை வென்ற சந்தாஜி கோர்படே அதன் பின்னர் காஞ்சீபுரம் பகுதியைத் தாக்கினார். அங்கிருந்து செஞ்சி கோட்டைக்கு வந்து ஜுல்ஃபிகர் கானை எதிர்த்துத் தன் திறமை முழுவதையும் காட்டிப் போரிட்டார். தினசரி போர் நடந்தது. மராட்டியப் படையில் 20,000 வீரர்கள் இருந்தனர். மொகலாயப் படையில் குறைவானவர்களே இருந்தனர். அதிலும் பாதிபேர் இளவரசரைக் கண்காணிக்கவும் முகாமைப் பாதுகாக்கவும் நிறுத்தப்பட்டிருந்தனர். காம் பக்ஷின் படை இந்தப் போரில் இறங்கவே இல்லை. ஜுல்ஃபிகர் கானும் 2000 குதிரை வீரர்களைக் கொண்ட ஒரு சில மான்சப்தார்களும் மட்டுமே மராட்டியப் படையை எதிர்கொள்ளவேண்டியிருந்தது.

16. ஜுல்ஃபிகர் கானின் படை முகாமில் பஞ்சம்; செஞ்சி கோட்டை முற்றுகையை விலக்கிக் கொண்டு வந்தவாசிக்குத் திரும்புதல்

முற்றுகையிட வந்த மொகலாயப்படை, தானே முற்றுகைக்கு ஆளானதுபோன்ற நிலையில் இருந்தபோது உணவுப் பஞ்சமும் சேர்ந்துகொண்டது. ஒரு சில நாட்களிலேயே முகாமின் உணவு முழுவதும் தீர்ந்து முழு பட்டினி நிலைக்கு வந்துவிட்டனர். இதனால் செஞ்சி கோட்டைக்கு வட கிழக்கில் 24 மைல் தொலைவில் இருந்த வந்தவாசிக்குச் சென்று தானியங்களைக் கவர்ந்து வர ஜுஃல்பிகர் கான் படையுடன் புறப்பட்டார். தானியங்களுடன் திரும்புகையில் சந்தா கோர்படே 20,000 வீரர்களுடன் தேசூரில் மொகலாயப் படையைச் சுற்றிவளைத்தார் (5 ஜன, 1693). மொகலாயர்கள் கடுமையாகப் போரிட்ட பின்னர் இரவில் தேசூர் கோட்டைக்கு அருகே வந்து சேர்ந்தனர். மறுநாள் அவர்கள் செஞ்சிக் கோட்டை நோக்கிப் புறப்பட்டபோது மராட்டியர்கள் மிகப் பெரிய படையுடன் வந்து தீவிரமான தாக்குதலில் ஈடுபட்டனர். தல்பத் ராவ் கடுமையாகப் போரிட்டு மராட்டியப் படையை பின்வாங்க வைத்தார். அப்படியாக பந்தேல்கண்டினர் ஜுல்ஃபிகர் கானின் படையினரைக் காப்பாற்றியதோடு செஞ்சியில் முற்றுகையிட்டிருக்கும் படைகளையும் காப்பாற்றினர்.

மிகப் பெரிய இழப்புக்குப் பின்னர் ஜுல்ஃபிகர் கான் கொண்டுவந்து சேர்த்த தானியங்கள் மிகப் பெரிய மொகலாயப்படைக்கும் முகாம்வாசிகளுக்கும் போதுமானதாக இருக்கவில்லை. பேரரசப் படையின் பட்டினி மிக மோசமானவண்ணம் இருந்தது. 'தினமும்

காலை தொடங்கி மாலைவரை மராட்டியப் படைகள் அவர்களைச் சுற்றி வளைத்து போர் முழக்கங்கள் செய்வார்கள். மொகலாயப் படையில் உயர் நிலை, தாழ் நிலை வீரர்கள் என அனைவரும் திகைத்தும் சோர்ந்தும் முடங்கிக் கிடக்கவேண்டியிருந்தது'.

ஆசாத் கான் வேறு வழியின்றி ராஜாராமுடன் அமைதிப் பேச்சுவார்த்தையை முன்னெடுத்தார். வந்தவாசிக்குத் தன்னையும் தன் படைகளையும் எந்த பிரச்னையும் இன்றிப் பின்வாங்கிச் செல்ல அனுமதித்தால் பெரும் பணம் தருகிறேன் என்று பேசினார். ராஜா ராமும் அதற்கு சம்மதித்தார். ஆனால் தல்பத் ராவோ இப்படிப் பின்வாங்கிச் சென்றால் பின்னர் பெரும் நெருக்கடியே வரும் என்று எச்சரித்தார். ஜுல்ஃபிகர் கான் என்ன செய்ய என்று யோசித்துக் கொண்டிருந்தபோது பட்டினியால் வாடிய மொகலாயப் படையினர் மூட்டை முடிச்சுகளை எடுத்துக்கொண்டு வந்தவாசியை நோக்கிப் புறப்படுவதைப் பார்த்ததும் வேறு வழியின்றி இளவரசருடன் அவரும் புறப்பட்டார்.

பல நாட்கள் எதுவும் சாப்பிடாததால் குதிரைகளும் ஒட்டகங்களும் காளைகளும் இறந்தன. படைவீரர்கள் பலரும் தமது உடமைகள் பலவற்றைச் சுமந்து செல்ல முடியாமல் தீவைத்துக் கொளுத்தி விட்டனர். பேரரசர் மற்றும் தனவான்களின் அரண்மனைகள், சொத்துகள் எல்லாம் கைவிடப்பட்டன. இப்படியாக மொகலாயப் படை பின்வாங்கியபோது அவர்களுக்குப் பின்பக்கத்தில் பாதுகாப்புப் படை போல் வந்த மராட்டியப்படை அவர்களிடம் எஞ்சியிருந்த வற்றையெல்லாம் அபகரித்தது. ஔரங்கசீபின் படையினர் 22 அல்லது 23 ஜனவரி, 1693 வாக்கில் வந்தவாசி வந்து சேர்ந்தனர்.

பத்து நாட்கள் கழித்து காஞ்சீபுரத்தின் புதிய தளபதியான க்வாஸிம் கான் பெரிய படையுடனும் மிகப் பெருமளவிலான உணவுப் பொருட்களுடனும் வருவதாகத் தகவல் வந்தது. சந்தாஜி கோர்படே அந்தப் படையைத் தடுத்துத் தாக்கினார். முடிந்தவரை போரிட்ட க்வாஸிம் கான் இறுதியில் வேறு வழியின்றி காஞ்சீபுரத்தின் புகழ் பெற்ற ஆலய வளாகத்துக்குள் அடைக்கலம் தேடி ஒளிய நேர்ந்தது. மறுநாள் ஜுல்ஃபிகர் கான் தன்னுடைய படையுடன் உதவிக்கு வந்து மராட்டியப் படைகளை விரட்டி, க்வாசிம் கானை வந்தவாசிக்கு அழைத்துச் சென்றார் (7 பிப்).

மொகலாயப் படைக்குப் போதிய உணவு கிடைத்தது. ஔரங்கசீப் உயிருடன், நலமாக இருக்கிறார் என்ற செய்தியும் கிடைத்ததால் புத்துணர்வு பெற்றனர். 1693 பிப் - மே என நான்கு மாதங்கள் வந்தவாசியில் ஜுல்ஃபிகர் கான் முகாமிட்டார். செஞ்சிக் கோட்டை

ஔரங்கசீப் | 407

மீதான தாக்குதலை தற்காலிகமாக நிறுத்திக் கொண்டார். காம் பக்ஷ் தொடர்பாக என்ன நடவடிக்கை எடுக்கவேண்டும் என்று ஔரங்கசீபிடமிருந்து உத்தரவு வருவதற்காகக் காத்திருந்தார். 11 ஜூன் வாக்கில் இளவரசரை அவருடைய சகோதரி ஜீனத் உன்னிஸாவின் பரிந்துரையின் பேரில் ஆசாத் கான், கல்கலாவில் முகாமிட்டிருந்த பேரரசர் முன்னால் கொண்டு சென்று நிறுத்தினார்.

17. 1693-94 வாக்கில் கர்நாடகாவில் நடந்தவை

மதராஸ் தொடங்கி போர்ட்டோ நோவா வரையிலான கிழக்கு கர்நாடகப் பகுதியில் மூன்று அதிகாரசக்திகள் இருந்தன. முதலாவதாக, பழம் பெரும் விஜய நகர அரசின் பிரதிநிதிகள்; இவர்களை பீஜாப்பூர் மற்றும் கோல்கொண்டா சுல்தான்கள் அரைகுறையாகக் கட்டுப்படுத்திவைத்திருந்தனர். அடுத்ததாக, மிக சமீபத்தில் வீழ்த்தப்பட்ட பீஜாப்பூர் மற்றும் கோல்கொண்டா சுல்தானகத்தின் அதிகாரிகள்; இவர்கள் புதிய மொகலாய எஜமானர்களின் மேலாதிக்கத்தை மிகுந்த தயக்கத்துடனே ஏற்றுக் கொண்டிருந்தனர். மூன்றாவதாக சிவாஜி மற்றும் வியன்காஜி வம்சாவளிகளான மராட்டிய ஆட்சியாளர்கள்.

யச்சப்ப நாயக்கரின் முன்னோர்கள் வேலூருக்கு 16 மைல் வடக்கில் இருந்த சாத்கட் கோட்டையை வாராங்கலின் ராஜா ருத்ர பிரதாபின் அமைச்சர்களிடமிருந்து பெற்றிருந்தனர். இவர்கள் ஒரு காலத்தில் கோல்கொண்டாவில் வரி வசூலிக்கும் அதிகாரம் பெற்றிருந்தனர். ராஜாராம் செஞ்சிக் கோட்டைக்கு வந்தபோது யச்சப்ப நாயக்கர் அவருடன் கூட்டு சேர்ந்துகொண்டார். 1693 மார்ச்சில் அவரிடமிருந்து பிரிந்துசென்று சாத்கட் பகுதியை மீட்டுக்கொண்டு கிழக்குப் பக்கமாகத் தன் ராஜ்ஜியத்தை விஸ்தரித்தபடி சென்றார். அந்த ஆண்டு இறுதிவாக்கில் ஜுல்ஃபிகர் கான் அவரை வீழ்த்தினார். இதற்கான பரிசாக ஆறாயிரம் வீரர்களைக் கொண்ட படைக்கு தளபதியாக நியமிகப்பட்டார்.

கோல்கொண்டாவின் முன்னாள் தளபதியான இஸ்லாயில் கான் மெக்காவும் உள்ளூர் ஜமீன்தார் ஒருவரும் மொகலாயப் படையில் முழுமனதுடன் சேர்ந்துகொண்டனர். மார்ச் வாக்கில் சந்தாஜி கோர்படே திருச்சினாபள்ளியை முற்றுகையிட்டார். ராஜாராமும் அங்கு வந்து சேர்ந்தார். பின்னர், தன்ஒன்றுவிட்ட சகோதரரான இரண்டாம் சாஹாஜியை தஞ்சாவூரில் மே 1963 வாக்கில் சென்று சந்தித்தார். ஆனால் மராட்டியர்களுக்கிடையே இப்போது ஒரு

மோதல் ஏற்பட்டது. சந்தாஜி கோர்படே சினம் கொண்டு மஹராஷ்டிராவுக்குத் திரும்பிச் சென்றுவிட்டார். தன யாதவ் ஜி சேனாபதியாக நியமிக்கப்பட்டார்.

1694 பிப்ரவரியில் தென் ஆற்காடு பகுதியைக் கைப்பற்ற ஜுல்ஃபிகர் கான் படையுடன் புறப்பட்டார். பாண்டிச்சேரிக்கு 18 மைல் வடக்கில் இருந்த பெருமுக்கல் கோட்டையை தல்பத் ராவின் தலைமையிலான பந்தேல்கண்ட் படையினர் கானுக்காகத் தாக்கினர். கிழக்குக் கடற்கரையோரமாக தஞ்சாவூர் நோக்கி பாண்டிச்சேரி மற்றும் ஐரோப்பிய வணிக மையங்கள் வழியாக படையுடன் முன்னேறினர். தென் ஆற்காடில் இருந்த பல கோட்டைகளைக் கைப்பற்றினர். பிப்ரவரி இறுதிவாக்கில் கடலூரைத் தாக்கினர். திருச்சினாப்பள்ளியை ஆண்டுவந்த நாயக்க பிரதிநிதி, மஹாராஜா இரண்டாம் சாஹாஜியைத் தொடர்ந்து எதிர்த்து வந்திருந்தார். அவர் மொகலாயர்களுடன் கைகோர்த்தார். எனவே இரண்டாம் சாஹாஜி, ஜுல்ஃபிகர் கானின் படையை எதிர்க்கமுடியாமல் தோற்றார்.

மராட்டிய மன்னர் ராஜாராமுக்கு எந்தவகையிலும் உதவமாட்டேன்; மொகலாயப் பேரரசருக்கு விசுவாசமாக நடந்துகொள்வேன்; ஆண்டுதோறும் 30 லட்சம் பணம் கப்பமாகக் கட்டுவேன்; பாளையங்கோட்டை, சித்தானூர், துங்கனூர் கோட்டைகள் அவற்றால் பாதுகாக்கப்படும் மாவட்டங்கள் மற்றும் வேறுபல பகுதிகளையும் ஒப்படைத்துவிடுவேன் என்று ஒரு ஒப்பந்தத்தில் கையெழுத்திட்டுக் கொடுத்தார்.

ஆனால் வியன்காஜியிடம் ஒப்படைத்திருந்த பாளையங் கோட்டையை ராஜாராம் திரும்பக் கைப்பற்றிக் கொண்டுவிட்டார். எனவே ஜுல்ஃபிகர் கான் அதைக் கைப்பற்ற முற்றுகையிட்டார். ஆறு நாள் முற்றுகைக்குப் பின் கோட்டை வீழ்ந்தது. அதன்பின் மொகலாயப்படை வந்தவாசிக்குத் திரும்பி செஞ்சி கோட்டை மீது செப்டம்பர் வாக்கில் இன்னொரு தாக்குதலை மேற்கொண்டது.

துரோகக் குற்றசாட்டு சுமத்தி திடீரென்று யச்சப்ப நாயக்கரை அவருடைய தர்பாரில் ஜுல்ஃபிகர் கான் கைது செய்து தலையை வெட்டிக் கொன்றுவிட்டார். யச்சப்ப நாயக்கரின் மனைவிகளும் குழந்தைகளும் தற்கொலை செய்துகொண்டனர்.

நாயக்கர் மொகலாயப் பேரரசருக்கு ஒரு கடிதம் அனுப்பி யிருக்கிறார். அதில் ஜுஃல்பிகர் கான் மராட்டியர்களுடன் ரகசிய ஒப்பந்தம் செய்துகொண்டிருப்பதாகவும் செஞ்சி கோட்டை

முற்றுகையை வேண்டுமென்றே இழுத்தடிப்பதாகவும் குறிப்பிட்டிருந்தார். தன்னுடைய படையுடன் சென்று எட்டே நாட்களில் அந்தக் கோட்டையைக் கைப்பற்றிவிடுவேன் என்றும் ஔரங்கசீபுக்குக் கடிதம் எழுதியிருந்தார். அந்தக் கடிதத்தை ஆஸாத் கான் பாதிவழியிலேயே கைப்பற்றிவிட்டார் என்று மனூச்சி குறிப்பிட்டிருக்கிறார்.

18. ஜுல்ஃபிகர் கானுடைய படை நகர்வுகள், 1695.

1694 இறுதி வாக்கில் செஞ்சி கோட்டை மீதான முற்றுகையை ஜுல்ஃபிகர் கான் மீண்டும் தொடங்கினார். ஆனால் பேரரசரை ஏமாற்றும் நோக்கில் வெறும் கண்துடைப்பு முற்றுகையாகவே இருந்தது. மராட்டியர்களுடனான அவருடைய ரகசிய உடன்படிக்கைகள் பொதுவெளியில் பரவலாகப் பலருக்கும் தெரியவந்திருந்தது. செஞ்சி கோட்டை முற்றுகையின்போது ராஜாராமுடன் ஓர் உடன்படிக்கை செய்துகொண்டார். ஔரங்கசீப் விரைவில் இறந்துவிடுவார். அவருடைய மகன்களுக்கு இடையில் வாரிசு உரிமைப் போர் எப்படியும் ஏற்படும் என்ற நம்பிக்கையில் அந்தச் சூழலைத் தனக்கு சாதகமாகிக்கொள்ளும் நோக்கில் முற்றுகையை முடிந்தவரை நீடிக்கவும் தாமதப்படுத்தவும் ஜுல்ஃபிகர் கான் தீர்மானித்திருந்தார்.

1695 வாக்கில் மொகலாயர்களுக்கு எந்தப் பெரிய வெற்றியும் கிடைத்திருக்கவில்லை. அந்த ஆண்டு முழுவதும் தானியத் தட்டுப்பாடு அதிகரித்துக்கொண்டே சென்றதால் நெருக்கடிகள் மேலும் அதிகரிக்கவே செய்தன. அக்டோபர் வாக்கில் வேலூர் கோட்டை முற்றுகையிடப்பட்டது. இந்த முற்றுகை நீண்ட காலம் நீடித்தது. ஒருவழியாக *1702* ஆகஸ்ட் *14* வாக்கில்தான் இந்தக் கோட்டை கைப்பற்றப்பட்டது.

19. ஜுஃல்பிகரின் போர் நடவடிக்கைகள், 1696.

டிசம்பர் இறுதிவாக்கில் தன யாதவ் படையுடன் வேலூர் பகுதிக்கு அருகில் வந்துசேர்ந்தார். தனது முகாமில் இருந்த உடமைகளையும் குடும்பத்தினரையும் ஆற்காடுக்கு அனுப்பிவைத்துவிட்டு ஜுல்ஃபிகர் கான் போருக்குத் தயாரானார். மார்ச் *1696*-ல் சந்தா கோர்படே மீண்டும் இங்குவந்தார். பல்வேறு பகுதிகளுக்குப் பரந்து விரிந்துசென்றன மராட்டியப் படைகள். ஏற்கெனவே மிகவும் குறைவாக இருந்த மொகலாயப் படைகளால் அத்தனை

பகுதிகளிலும் தாக்குதலை சமாளிக்க முடியவில்லை. ஜுல்ஃபிகர் கான் தன் படைகளை சமயோஜிதமாக முன்னகர்த்தினார். எனினும் 1696-ல் படைகளுக்குத் தேவையான நிதி அவருக்குக் கிடைக்கவே இல்லை. போதிய படை பலம் இல்லாததால் ஆற்காடு கோட்டைப் பகுதியிலேயே முகாமிட்டு முடங்கிவிட்டார். மராட்டியர்கள் வழக்கம் போல் மொகலாயப் படைகளைச் சுற்றி வளைத்தனர். ஆனால் இரு தரப்புக்கும் இடையே ரகசிய ஒப்பந்தம் இருந்ததால் பெரிய தாக்குதல்கள் எதுவும் நடக்கவில்லை.

நவம்பர், டிசம்பர் வாக்கில் மத்திய மைசூர் பகுதிக்குள் சந்தா கோர்படே படையுடன் சென்றார். பேரரசரின் உத்தரவின் பேரில் ஜுல்ஃபிகர் கான் அவரைத் துரத்திச் சென்றார். வட மேற்கு பக்கம் வழியாக வந்த இளவரசர் பிதார் பக்ஷுடன் இணைந்துகொண்டு அந்தப் பகுதிக்குச் சென்று மராட்டியர்களை துங்கபத்திரா நதியைத் தாண்டி விரட்டினார் (பெங்களூருக்கு 75 மைல் வடக்கே பேணுகொண்டா பகுதியில் இந்த இரண்டு மொகலாயப் படைகளும் சந்தித்துக் கொண்டன). மராட்டியப் படை இவர்களை எதிர்க்காமல் தப்பிச் சென்றுவிட்டது. பிப் 1697-ல் ஜுல்ஃபிகர் கான் ஆற்காடு திரும்பினார்.

20. செஞ்சி கோட்டை முற்றுகை மீண்டும் ஆரம்பமானது. கோட்டை ஒருவழியாகக் கைப்பற்றப்பட்டது.

தஞ்சாவூர் மற்றும் தென்பகுதியில் இருக்கும் மாவட்டங்களில் இருந்து வரி வசூலிக்க ஆற்காட்டிலிருந்து ஜுல்ஃபிகர் கான் புறப்பட்டார். 1697-ல் மழைக்காலம் ஆரம்பித்ததும் வந்தவாசிக்குத் திரும்பினார். தன யாதவ் மற்றும் சந்தா கோர்படே இருவருக்கும் இடையில் கசப்புணர்வு அதிகரித்ததால் மராட்டியப் படை பலவீனமடைந்தது. அது ஜுஃல்பிகர் கானுக்கு கொஞ்சம் மகிழ்ச்சியைத் தந்தது. ராஜாராம் தன், தளபதி தன யாதவுக்கு ஆதரவாக நின்றார். ஆனால் சந்தா கோர்படேயை எதிர்த்து வெல்ல முடியாமல் தன யாதவ் படையுடன் மஹராஷ்டிராவுக்கு விரட்டியடிக்கப்பட்டார் (மே 1696). ஜுல்ஃபிகர் கான் செஞ்சி கோட்டை மீதான முற்றுகையை 1697 நவம்பர் வாக்கில் பெரும் உற்சாகத்துடன் மீண்டும் ஆரம்பித்தார்.

வடக்கு வாசலுக்கு எதிரே அவர் முகாமிட்டார். சைத்தான் தாரி பகுதியில் ராம் சிங் ஹடா முற்றுகையிட்டார். செஞ்சிக்கு தெற்கே அரை மைல் தொலைவில் தௌத் கான் முற்றுகையிட்டார். அவர்

ஒரே நாளில் கண்மூடித்தனமான தாக்குதல் நடத்தி அந்தக் கோட்டையைக் கைப்பற்றிவிட்டார். செஞ்சிக்கு படையுடன் வந்து சேர்ந்தவர் தெற்கே எதிரில் இருந்த சந்திராயன் துர்க் கோட்டையை முற்றுகையிட்டார். ஜுல்ஃபிகர் கான் நினைத்திருந்தால் மறு நாளே அந்தக் கோட்டையை கைப்பற்றியிருக்கமுடியும். ஆனால் படைகளுக்குக் கிடைக்கும் தொகையையைக் கொண்டு சந்தோஷமாக வாழ விரும்பியவர் முற்றுகையை மேலும் நீட்டிக்கவே விரும்பினார். புதிய பகுதியைக் கைப்பற்ற வேறு இடத்துக்கு படையெடுத்துச் செல்வதில் இருக்கும் சிரமங்களையும் தவிர்க்க விரும்பினார். தனது தாக்குதல்கள் எல்லாம் மேலோட்டமானவையே என்பதை மராட்டியர்களுக்குப் புரியவைத்தார். இதனால் இந்த முற்றுகை மேலும் இரண்டு மாதங்கள் நீடித்தது.

முறையான போரை முன்னெடுக்கவில்லை என்பது தெரியாமல் இருப்பதற்காக ஜுல்ஃபிகர் கான் அடிக்கடி தாக்குதல்கள் மற்றும் பின்வாங்கல்கள் பற்றிய செய்திகளை பேரரசருக்கு அனுப்பியவண்ணம் இருந்தார். தௌத் கான் ஐரோப்பிய மதுவை அருந்தி போதையில் ஆழ்ந்தவண்ணம் இருந்தார். அல்லா எப்படியும் காஃபிர்களை வீழ்த்திவிடுவார் என்று சொல்லிவந்தார். ஜுஃல்பிகர் கான் பல முறை தாக்குதலை முன்னெடுக்கத்தான் செய்தார். ஆனால் எங்கு எப்போது தாக்குதல் நடக்கும் என்ற தகவல்களை ரகசியமாக மராட்டியர்களுக்கு தந்தும்வந்தார். எனவே தௌத் கானின் படை எப்போதும் விரட்டியடிக்கவே பட்டது.

இனியும் தாமதித்தால் ஔரங்கசீபின் கடும் கோபத்துக்கு ஆளாக நேரும் என்ற நிலை வந்தது. ராஜாராமுக்கு சரியான நேரத்தில் எச்சரிக்கைத் தகவல் கிடைத்து அவர் தன் பிரதான அதிகாரிகளுடன் வேலூருக்குத் தப்பிச் சென்றுவிட்டார். ஆனால் அவருடைய குடும்பத்தினரைப் பாதுகாப்பான இடத்துக்குக் கொண்டு செல்ல முடிந்திருக்கவில்லை. ஜுல்ஃபிகர் கான் தாக்குதலுக்கு உத்தரவிட்டார். கிருஷ்ண கிரியின் வடக்கு கோட்டை மீது தல்பத் ராவ் ஏறி சென்று கடும் போருக்குப் பின் வெளிப்புறக் கோட்டையைக் கைப்பற்றினார். கோட்டையின் காவல் படை உள் புறத்துக்குப் பின்வாங்கியது. தல்பத் ராவின் படை முன்னேறிச் சென்று அதையும் ஆக்கிரமித்தது. எஞ்சிய மராட்டியப் படையினர் மிக உயரமான ராஜ் கிரி பகுதியில் அடைக்கலம் தேடினர்.

இதனிடையில் தௌத் கான் சந்திராயன் துர்க் கோட்டைப் பகுதிக்குள் நுழைந்து செஞ்சியின் தாழ்வான அடிவாரப் பகுதி வழியாகச் சென்று கிருஷ்ண கிரியை அடைந்தார்.

அங்கிருந்தவர்கள் அச்சத்தில் உயிரைக் கையில் பிடித்தபடி கோட்டை உச்சிக்கு விரைந்தனர். ஆனால் அங்கும் அவர்களுக்குப் பாதுகாப்பு கிடைக்காமல் போகவே சரணடைந்தனர்.

ஏராளமான குதிரைகள், ஒட்டகங்கள், உடமைகள் எல்லாம் மொகலாயர் வசம் சிக்கின (8 ஜனவரி, 1698). ராஜாராமின் குடும்பத்தினர் ராஜ் கிரியில் அடைக்கலம் தேடியிருந்தனர். ஆனால் அவர்களுடைய நிலையும் நிராதரவாகிவிட்டிருந்தது. ராஜ் கிரியின் அடிவாரத்தில் இருந்த சுரங்கப் பாதை வழியாக உள்ளே மொகலாயப் படை நுழைந்துவிட்டது. ராஜாராமின் மனைவியர், மூன்று மகன்கள், இரண்டு மகள்கள் என மராட்டிய அரச குடும்பத்தினர் சிறைப்பிடிக்கப்பட்டு பாதுகாப்பான இடத்தில் அடைக்கப் பட்டனர். ஒரு மனைவி இவர்கள் கையில் சிக்காமல் மலை உச்சியில் இருந்து குதித்து உயிரை மாய்த்துக் கொண்டார். அந்த அடைக்கலப் பகுதியில் 4000 ஆண்கள், பெண்கள், குழந்தைகள் இருந்தனர். பாதுகாப்பு வீரர்கள் குறைவாகவே இருந்தனர்.

ஒருவழியாக செஞ்சிக்கோட்டை கைப்பற்றப்பட்டதும் ஜுல்ஃபிகர் கான் வந்தவாசிக்குத் திரும்பினார். நஸ்ரத் ஜங் என்ற பட்டமும் அவருக்குத் தரப்பட்டது. வேலூரில் இருந்து ராஜாராமை கரம் கொண்டாவரை துரத்திச் சென்றார். ஆனால் வெகு முன்னதாகவே அங்கிருந்து புறப்பட்டிருந்த ராஜாராம் பிப்ரவரி வாக்கில் விசால்கட் பகுதிக்குத் தப்பிச் சென்றிருந்தார். அப்படியாக செஞ்சிக்கோட்டை தொடர்பான மிக மிக நீண்ட முற்றுகை முடு வெற்றி கிடைக்காமல் முடிவடைந்தது. வலைவிரிக்கப்பட்ட பறவை (மராட்டிய மன்னர் ராஜாராம்) தப்பிவிட்டது.

21. சந்தாஜி கோர்படே மூலமான க்வாஸிம் கானின் தோல்வியும் மரணமும், 1695.

மராட்டியப் படையினர் தக்காண மொகலாய பகுதிகளில் 1695 அக்டோபர்-நவம்பர் முழுவதும் வெற்றிகளை ஈட்டினர். பீஜாப்பூர் பகுதிகளில் தாக்குதல் நடத்திவந்த சந்தாஜி கோர்படேயை மொகலாயத் தளபதி ஹிம்மத் கான் கிருஷ்ணா நதிக்கு தெற்கே துரத்திச் சென்று, வெல்ல முடியாமல் திரும்பியிருந்தார். நவம்பர் தொடக்கத்தில் சந்தா ஜி தென் திசையில் வட மேற்கு மைசூர் பகுதியில் தாக்குதலை மேற்கொள்ள ஆரம்பித்தார்.

இஸ்லாமாபுரியில் முகாமிட்டிருந்த ஔரங்கசீப் மராட்டியப் படைகளைத் தடுக்க க்வாஸிம் கானுக்கு உத்தரவிட்டார். அவருக்கு

உதவும் நோக்கில் தன் முகாமில் இருந்தவர்களில் மிகவும் அனுபவம் குறைந்த கனாஸத் கான் உட்படப் பல தளபதிகளைப் படையுடன் அனுப்பினார். மொத்தம் 4800 வீரர்கள் இருந்த இந்தப் படையில் பேரரசரின் மெய்க்காவல் படையினர், வாரத்தின் வெவ்வேறு நாட்களில் முகாமை ரோந்து செய்து காக்கும் வீரர்கள்போல் பலர் இருந்தனர். இந்தப் படையினர் மராட்டியப் படை இருப்பதாக எதிர்பார்க்கப்பட்ட இடத்துக்கு 12 மைல் தொலைவில் க்வாஸிம் கானுடன் சேர்ந்துகொண்டது. மொகலாயப் படையின் நகர்வுகள் பற்றித் தெரிந்துகொண்ட சந்தா கோர்படே விரைந்து முன்னேறி வந்து திறமையாக திட்டம் தீட்டினார். மொகலாயப் படையினர் தமது சாமர்த்தியமின்மை மூலம் அவருக்கு முழு வெற்றி மகுடத்தைச் சூட்டினர்.

மொகலாயர் தரப்பில் இருந்து வரும் கனவான்களை வரவேற்று விருந்தோம்பல் செய்து படோடோபம் காட்டுவதில் மட்டுமே க்வாஸிம் கான் அதிக ஆர்வம் காட்டினார். மராட்டியப் படையை எதிர்த்துப் போரிடும் தளபதியாக அவர் சிறிதும் நடந்துகொள்ளவே இல்லை. சந்தா கோர்படே மிக சாதுரியமாகச் செயல்பட்டார். தனது படையை மூன்று திசைகளில் பிரித்து அனுப்பி மிகத் தெளிவாக அவற்றை ஒருங்கிணைத்தார். தாக்குதலுக்கு மிகத் துல்லியமான நேரத்தைத் தீர்மானித்துக்கொண்டார். ஒரு படைப்பிரிவை மொகலாய முகாமைத் தாக்க அனுப்பினார். இரண்டாவது பிரிவினைக் கொண்டு மொகலாயப் படைவீரர்களுடன் போரிட்டார். மூன்றாவது படை, யாருக்கு உதவி தேவையோ அங்கு செல்லத் தயார் நிலையில் இருந்தது. சித்ரதுர்கா பகுதியின் ஜமீன்தாரான பரமப்ப நாயக்கர், மராட்டியர்களுடன் சேர்ந்து கொண்டார். இதனால் மொகலாயப் படைகள் சுற்றிவளைக்கப் பட்டு எந்த பக்கமிருந்தும் எந்த உதவியும் தகவலும் கிடைக்க முடியாமல் போனது.

நவம்பர் 20-ல் சூரியன் உதித்து அரை மணி நேரம் கழித்து மராட்டியப் படை க்வாஸிம் கானின் முகாமைத் தாக்கியது. அங்கிருந்த வீரர்கள், காவல் படையினர், பணியாட்கள் அனைவரையும் கடுமையாகத் தாக்கிக் காயப்படுத்தியது. கைக்குக் கிடைத்த அனைத்தையும் கவர்ந்தபின் முகாமுக்குத் தீவைத்தது. ஆறு மைல் தொலைவில் இருந்த க்வாஸிம் கான் இந்த செய்தி கிடைத்ததும் தன் முகாமை நோக்கி விரைந்தார். இரண்டு மைல் தொலைவைக் கடந்த நிலையிலேயே மராட்டியரின் இரண்டாவது படை வழி மறித்துத் தாக்கியது. மராட்டியர்களின் எண்ணிக்கை அதிகமாக இருந்தது. மேலும் தக்காணத்திலேயே மிகவும் தலைசிறந்த துப்பாக்கிப்

படையான காலா பைதா படையினர் முன்னணியில் பெருமளவில் இருந்தனர். இதோடு மிகப் பெரிய காலாட்படையும் இருந்தது. இரு தரப்பிலும் மிகப் பெரிய அளவுக்கு உயிரிழப்புகள் ஏற்பட்டன. தயார் நிலையில் காத்திருந்த சந்தா ஜி கோர்படேயின் மூன்றாவது படை இப்போது முகாமுக்குள் புகுந்து அங்கிருந்த அனைத்தையும் கவர்ந்துசென்றது.

மும்முரமாகப் போரிட்டுக் கொண்டிருந்த க்வாஸிம் கானும் கனாஸாத் கானும் இந்தச் செய்தி கிடைத்ததும் அதிர்ச்சியில் உறைந்தனர். தாத்ரி பகுதிக்குப் பின்வாங்கினர். தாத்ரி கோட்டை மிகவும் சிறியது. உணவுக் கிடங்கும் சிறியது. எனவே புதிய தளபதிகள் அங்கு அடைக்கலம் தேடிவரும் செய்தி கிடைத்ததுமே கோட்டைக் கதவுகள் இறுக மூடப்பட்டன. இதனால் கான்கள் இருவரும் கோட்டைக்கு வெளியில் முகாமிட வேண்டிவந்தது. இரவுவாக்கில் மராட்டியப் படை அவர்களைச் சுற்றி வளைத்தது. மூன்று நாட்களுக்கு மொகலாயர்களின் பார்வையில் படும்படியாகச் சுற்றிச் சுற்றி வந்தனரே தவிர தாக்குதலை ஆரம்பிக்கவில்லை. பரமப்ப நாயக்கர் அனுப்பிய சில ஆயிரம் படைவீரர்கள் வந்த பின்னர் நான்காம் நாளில் தாக்குதலை ஆரம்பித்தனர்.

மொகலாய முகாமில் இருந்த பீரங்கி வெடிமருந்துகள் ஏற்கெனவே மராட்டியப் படைகளால் கவரப்பட்டிருந்தன. மொகலாயப் படையினர் தம் வசம் இருந்த சொற்ப வெடி மருந்துகொண்டு தாக்குதல் நடத்தினர். சில மணி நேரங்களில் அதுவும் தீர்ந்துவிடவே சோர்ந்துபோய் உட்கார்ந்துவிட்டனர். காலா பைதா துப்பாக்கி வீரர்களுக்கு மிகவும் வசதியாகிப் போனது. பின்வாங்கிச் சென்றபோது, தாத்ரி குளத்தின் கரையில் நடந்த போரில் என மொகலாயப் படையில் மூன்றில் ஒரு பங்கினர் சுட்டு வீழ்த்தப்பட்டனர்.

வீரர்களை விட்டுவிட்டு கான் தளபதிகள் நைஸாகக் கோட்டைக்குள் நுழைந்து தப்பித்தனர். இஸ்லாமியப் படை முழு பட்டினியில் விழ நேர்ந்தது. ஓபியம் அதிகம் புகைக்கும் க்வாஸிம் கான் அது கிடைக்காமல் போனதும் மூன்றாம் நாள் உயிரிழந்தார். பேரரசர் கைகளில் மாட்டினாலோ மராட்டியப் படையின் கையில் சிக்கினாலோ ஏற்படும் அவமானத்தைத் தவிர்க்க அவர் தற்கொலை செய்துகொண்டதாகவும் சிலர் சொல்கிறார்கள்.

உணவுப் பொருள் முழுவதுமாகப் பற்றாக்குறையாகி, கோட்டைக்குள் இருந்த நீரும் குறைந்துபோய்விடவே கனாஸத்

கான் தனது திவானையும் தக்காண தளபதி ஒருவரையும் அனுப்பி சந்தா கோர்படேயிடம் உயிர்ப்பிச்சை கேட்டு சமரசப் பேச்சுவார்த்தை நடத்த முன்வந்தார். 20 லட்சம் பிணைத்தொகை தர சம்மதித்தார். தமது படையில் இருந்த பணம், நகைகள், குதிரைகள், யானைகள் அனைத்தையும் ஒப்படைத்துவிடவும் சம்மதித்தார். தளர்ந்துபோய் கோட்டைக்குள் நுழைந்த 13 நாட்கள் கழித்து மொகலாயப் படைக்கு மராட்டியப் படையினர் உணவும் நீரும் தந்தனர். முழுமையான தோல்வியடைந்திருந்த கனாசத் கான் இரண்டு நாட்கள் கழித்து மராட்டியப் படையினரால் கைது செய்து அழைத்துச் செல்லப்பட்டார்.

22. பசவபட்டணத்தில் ஹிம்மத் கானை சந்தா கோர்படே வீழ்த்துதல்

இந்தத் தாக்குதலுக்கு ஒரு மாதத்துக்குள் இதற்கு இணையான மாபெரும் வெற்றியை சந்தா கோர்படே பெற்றார். க்வாஸிம் கானுக்கு உதவுவதற்காக அனுப்பப்பட்ட ஹிம்மத் கானைக் கொன்றார். தாத்ரிக்கு 40 மைல் தொலைவில் இருந்த பசவபட்டணத்தில் கான் அடைக்கலம் தேடியிருந்தார். 20, ஜன, 1696-ல் ஹிம்மத் கானை பத்தாயிரம் குதிரைப்படையினர் மற்றும் அதே அளவிலான காலாட்படையுடன் சந்தாஜி எதிர்கொண்டார். அவருடைய படையில் இருந்த மிகச் சிறந்த கர்நாடக துப்பாக்கி வீரர்கள் மலைப்பகுதியில் வாகாக அமர்ந்துகொண்டனர். மிகச் சிறிய படையுடன் ஹிம்மத் கான் அவர்களைத் தாக்கி மலையில் இருந்து கீழிறங்கச் செய்தார். ஆனால் சந்தா கோர்படே இருந்த இடம் நோக்கித் தன் யானையை ஓட்டிச் சென்ற ஹிம்மத் கானின் நெற்றியில் திடீரென்று ஒரு துப்பாக்கி குண்டு துளைத்து அவரை வீழ்த்தியது. சிறிது நாட்கள் கழித்து ஹிம்மத் கான் படையினரிடமிருந்து கவர்ந்தவற்றை எடுத்துக்கொண்டு மராட்டியப்படை திரும்பியது.

ஹிம்மத் கான் கொல்லப்பட்டதையும் பசவபட்டணத்தில் சந்தாஜி கோர்படேயால் தன் படை தடுத்து நிறுத்தப்பட்டதையும் ஔரங்கசீப் தெரிந்துகொண்டார். வட மேற்கு மைசூரில் இழந்த பகுதிகளை மீட்க முயற்சிகள் எடுத்தார். பசவபட்டண கோட்டையை மீட்க ஹமீத் உத் தீன் கான் தலைமையில் ஒரு படை 1, பிப்ரவரி வாக்கில் புறப்பட்டுச் சென்றது. இந்த இடத்துக்கு 20 மைல் தொலைவில் இருந்தபோதே 26 பிப்ரவரி வாக்கில் சந்தா கோர்படே தன் படையுடன் வந்து இவர்களைத் தாக்கினார். ஆனால், மராட்டியப்படைக்கு இந்த முறை தோல்வியே கிடைத்தது.

அவர்களை விரட்டியடித்து பசவபட்டண கோட்டையை மொகலாயர்கள் மீட்டனர்.

23. 1696-ல் மொகலாயர்களின் போர் நடவடிக்கைகள்

பனாலா கோட்டையில் இருந்து புறப்பட்டு பசவபட்டண கோட்டைக்குச் செல்லும்படி இளவரசர் பிதார் பக்துக்கு ஔரங்கசீப் உத்தரவிட்டார். சில வாரங்களில் அங்கு வந்து சேர்ந்தவர் சில மாதங்கள் அங்கு தங்கினார். கலகங்களில் ஈடுபட்ட ஜமீந்தார்களைத் தன் படைகளை அனுப்பி தண்டித்தார். 16 மே வாக்கில் சித்ரதுர்கா பகுதியின் பரமப்ப நாயக்கர் மொகலாயர்களுக்குக் கட்டுப்படுவதாக ஒப்புக்கொண்டார். ஔரங்கசீப் முகாமிட்டிருந்த இஸ்லாமாபுரியில் இருந்து இளவரசர் முஹம்மது ஆஸம் 90 மைல் வடக்கில் இருந்த பேட்காவ் (பஹதுர்கட்) பகுதிக்கு பிப்ரவரி 1696-ல் புறப்பட்டார். மூன்று ஆண்டுகள் கழித்து மீண்டும் அழைக்கப்படும்வரை அவர் அங்கேயே இருந்தார்.

மார்ச், 1697-ல் கிழக்கு கடற்கரை பகுதியில் இருந்து சந்தா கோர்படே சத்ர மாவட்டத்துக்குத் திரும்பினார். அவரை வீழ்த்த ஃபிரோஸ் ஜங் அனுப்பப்பட்டார். 1697-ன் முதல் பாதியில் நடைபெற்ற உட்பகையின் காரணமாக மராட்டியர்களின் படை பலவீனமடைந்தது.

24. சந்தாஜி கோர்படேவுக்கும் தன யாதவுக்கும் இடையிலான உட்பகை; சந்தாஜியின் மரணம்.

மேற்குப் பகுதியில் மிகவும் வலிமையான இரண்டு மொகலாயத் தளபதிகளை வென்ற பெருமிதத்தில் இருந்த சந்தாஜி கோர்படே செஞ்சிக்குச் சென்று ராஜாராமின் வருகைக்காகக் (மார்ச் 1696) காத்திருந்தார். தன யாதவைவிட மிகப் பெரிய வெற்றிகளைப் பெற்றவர் என்றவகையில் சந்தாஜி தனக்கு சேனாபதி பதவி தரவேண்டும் என்று எதிர்பார்த்ததாகத் தெரிகிறது. ஆனால், அவருடைய கர்வம், திமிர், யாருக்கும் கீழ்ப்படியாத தன்மை இவையெல்லாம் செஞ்சி மராட்டிய அவையினருக்குப் பிடிக்க வில்லை. இதனால் காஞ்சீபுரம் பகுதிக்கு அருகில் போர் மூண்டது (1696). தன யாதவ் பக்கம் ராஜாராம் நின்றார். அம்ருத் ராவ் நிம்பல்கரின் தலைமையில் ஒரு மராட்டியப் படை சந்தாஜியின் படையை எதிர்த்தது. ஆனால், சந்தாஜியின் போர் திறமையே வென்றது. இந்தியாவின் மேற்குப் பகுதியில் இருந்த தன் ஊருக்கு

அடைக்கலம் தேடி தன யாதவ் ஓட நேர்ந்தது. அம்ருத் ராவ் போரில் கொல்லப்பட்டார்.

கிழக்கு கர்நாடகப் பகுதியில் பல மாதங்கள் முன்னேறிச் சென்ற சந்தாஜி மார்ச் 1697-ல் சொந்த ஊர் திரும்பினார். அங்கு மீண்டும் தன யாதவுக்கும் அவருக்குமிடையிலான மோதல் மீண்டும் வெடித்தது. சத்ர மாவட்டத்தில் மார்ச் 1697-ல் இரு தரப்பு தளபதிகளும் கடும் மோதலில் ஈடுபட்டனர். ஆனால் இந்த முறை சந்தாஜிக்கு வெற்றி கிடைக்கவில்லை. அவருடைய கர்வம் மற்றும் கண்ணியமற்ற நடத்தைகளின் காரணமாக பல மராட்டிய அதிகாரிகள் தன யாதவ் பக்கம் சென்றுவிட்டனர். எஞ்சியவர்கள் போரில் காயம்பட்டனர். சிலர் கொல்லப்பட்டனர்.

முற்றிலும் கைவிடப்பட்ட நிலைக்குத் தள்ளப்பட்ட சந்தாஜி கோர்படே சொற்ப வீரர்களுடன் மஸ்வாத் பகுதிக்குத் தப்பிச் சென்றார். அவரால் கொல்லப்பட்ட அம்ருத் ராவின் சகோதரியின் கணவர் நாகோஜி மனே அவருக்கு சிறிது காலம் உணவும் அடைக்கலமும் தந்தார். அதன் பின் அவரை அங்கிருந்து பத்திரமாக அனுப்பிவிட்டார். ஆனால் அவருடைய மனைவி ராதா பாய் தன் சகோதரரைக் கொன்றவர் மீதான பழி உணர்ச்சி மிகுந்த நிலையில் தன் இன்னொரு சகோதரரை அனுப்பி சந்தாஜியைக் கொல்ல முயன்றார். நீண்ட நெடுந்தொலைவு பயணம் செய்த சந்தாஜி, சம்பு மஹாதேவ மலையில் இருந்த நீர்நிலையில் குளித்துக் கொண்டிருந்தபோது மஸ்வத் பகுதில் இருந்து வந்த ஒரு குழு அவரைச் சுற்றி நின்று தலையை வெட்டிக் கொன்றுபோட்டது (ஜூன், 1697).

பரந்து விரிந்த நிலப்பகுதியில் இருக்கும் மிகப் பெரிய படையை நிர்வகிக்கும் திறமை சந்தாஜிக்கு பிறப்பிலேயே இருந்தது. எதிரியின் ஒவ்வொரு நகர்வையும் கூர்ந்து கவனித்து, மாறும் களச் சூழல்களுக்கு ஏற்ப மிகச் சரியான முடிவை விரைந்து எடுத்துவிடுவார். தன் படைகளை மிக அற்புதமாக ஒருங்கிணைத்து வெற்றி பெறுவதில் சமர்த்தர். அவருடைய வெற்றிகளுக்கு அவருடைய படையின் அதி வேகமாகப் பாய்ந்துசெல்லும் திறமையும் அவருடைய உத்தரவுகளை ஒரு நொடி கூடப் பிசகாமல் முன்னெடுக்கும் துணைத் தளபதிகளின் விசுவாசமும் முக்கிய காரணங்களாக இருந்தன. அவர் தனது படையினரிடையே மிகவும் கறாரான கீழ்ப்படிதலை வற்புறுத்தினார். மீறுபவர்களுக்குக் கடும் தண்டனையும் தருவார். இதன் காரணமாகப் பல மராட்டிய பிரமுகர்கள் இவருடைய எதிரியாகினர்.

சந்தாஜி கோர்படே, தன யாதவ் என பரம விரோதிகளாக இருந்த இரு தளபதிகளும் போர்க்கலையில் சிறந்து விளங்கினர். வியூகங்கள் வகுப்பதில் நிபுணர்களாக இருந்தனர். வீரமும் துடிப்பும் கொண்டிருந்தனர். ஆனால், இருவரின் குண நலன்களில் மிகப் பெரிய வேறுபாடு இருந்தது. தன யாதவ் போர்களை மிகவும் கண்ணியமாக கனவான்போல் கையாண்டார். வெற்றி பெற்றால் நிதானமாகவே நடந்துகொள்வார். தோற்றவர்களிடம் கருணை காட்டுவார். மிகவும் பணிவான நடத்தைகொண்டவர். சுய ஒழுங்கு மிகுந்தவர். தொலைநோக்குப் பார்வையுடன் ராஜ தந்திர நடவடிக்கைகளை நேர்த்தியாக எடுப்பார். தன யாதவை எதிர்க்க நேர்ந்த மொகலாயத் தளபதிகளிடம் அவர் காட்டிய மரியாதையை மொகலாய வரலாற்றாசிரியர்கள் புகழ்ந்து எழுதியிருக்கிறார்கள். மராட்டிய சாம்ராஜ்ஜியத்துக்கு தன்னலமற்றுப் பல ஆண்டுகள் விசுவாசமாக சேவை புரிந்திருக்கிறார்.

மாறாக, சந்தாஜி கோர்படே முரட்டுத்தனம் மிகுந்தவர்; தாராள குணம் அற்றவர். உணர்ச்சிகளைக் கட்டுப்படுத்தத் தெரியாதவர். தொலைநோக்குப் பார்வை இல்லாதவர். மன்னரின் உத்தரவுகளுக் கெல்லாம் காத்திராமல் தன் முன் எதிர்ப்படுபவர்களையெல்லாம் எதிர்த்தார். யாருக்கும் கருணை காட்டியதில்லை. கருணையை எதிர்பார்த்ததும் இல்லை. இந்தக் குணங்களின் காரணமாக யாருடனும் இணைந்து செயல்பட அவரால் முடிந்திருக்கவில்லை. ராஜ்ஜிய நலனுக்காகத் தன் நலன்களைத் தியாகம் செய்யும் குணமும் இருந்திருக்கவில்லை. மராட்டிய சாம்ராஜ்ஜியத்தின் அரசியல் வரலாற்றிலோ ஔரங்கசீபுடனான மோதல்களிலோகூட எந்தப் பெரிய தாக்கத்தையும் செலுத்தியிருக்கவில்லை. தக்காண வானில் தனித்து எரிந்து விழுந்ததொரு எரிகல்லாகவே வாழ்ந்து மறைந்தார்.

25. மன்னர் ராஜாராம் மராட்டிய ராஜ்ஜியத்துக்குத் திரும்புதல், 1698-99

பீமா நதியில் ஒரு பெரு வெள்ளம் ஏற்பட்டு பேட்காவ் மற்றும் இஸ்லாமாபுரி பகுதிகளில் (ஜூலை 19) இருந்த மொகலாய முகாம்கள் அடித்துச் செல்லப்பட்டன. எங்கும் வேதனையும் அழிவும் தலைவிரித்து ஆடின. இவை தவிர 1697-ன் இரண்டாம் பாதியில் குறிப்பிடப்படும்படியாக எதுவும் நடக்கவில்லை. அடுத்த ஆண்டு ஜனவரியில் செஞ்சிக் கோட்டையை மொகலாயர்கள் கைப்பற்றினர். மன்னர் ராஜாராம் அங்கிருந்து தப்பி

மஹாராஷ்டிராவில் இருந்த விஷால்கர் பகுதிக்கு பிப்ரவரியில் சென்று சேர்ந்தார். ராஜாராம் சொந்த ஊர் திரும்பியதைத் தொடர்ந்து மராட்டியர்கள் தரப்பில் எந்தவொரு அசாதாரண நடவடிக்கையும் முன்னெடுக்கப்பட்டிருக்கவில்லை. செஞ்சி கோட்டையை இழந்த சோகத்திலிருந்து தன்னை மீட்டெடுத்துக்கொள்ள அவருக்குச் சிறிது அவகாசம் தேவைப்பட்டதுபோல் இருந்தது. அவருடைய பக்கம் இருந்த சிலர் மனம் சோர்ந்து மொகலாயர் பக்கம் சேர்ந்துவிட்டனர்.

1699 ஆரம்பவாக்கில் கொங்கணி பகுதியை மேற்பார்வையிடுவதற்காக ராஜாராம் புறப்பட்டார். அனைத்து கோட்டைகளையும் பார்வையிட்டுவிட்டு ஜூன் இறுதி வாக்கில் சத்ர பகுதிக்கு வந்து சேர்ந்தார். கந்தேஷ், பேரார் பகுதிகளில் தொடர் தாக்குதலை மேற்கொள்ள 26 அக்டோபர் வாக்கில் சத்ரவில் இருந்து புறப்பட்டார்.

ஔரங்கசீப் இந்தக் கோட்டையைக் கைப்பற்றப் போட்டிருந்த ரகசியத் திட்டம் வெளியில் கசிந்துவிட்டது. இஸ்லாமாபுரியில் இருந்து மொகலாயப் படை புறப்பட்டதுமே (19 அக்) ராஜாராம் தன் குடும்பத்தினரை சத்ரவிலிருந்து கேல்னா கோட்டைக்குப் பத்திரமாகக் கொண்டுசென்றுவிட்டார். ஆலம்கீரின் கைகளில் சிக்கக்கூடாதென்று அக் 26 வாக்கில் ராஜாராமும் அங்கிருந்து புறப்பட்டார். தன யாதவ், ராமச்சந்திரர், தாதா மல்ஹர் , பிற படைத்தளபதிகள் மற்றும் 7000 குதிரைப் படை வீரர்களுடன் சந்தன் வந்தன் பகுதிக்குச் சென்று சேர்ந்தார். அங்கு மூன்று நாட்கள் முகாமிட்டபின்னர் சூரத் நோக்கிப் பயணம் மேற்கொண்டார்.

ஆலம்கீர் உடனே பிதார் பக்துக்கு மராட்டியப் படையைத் துரத்திச் செல்ல உத்தரவு பிறப்பித்தார். பரிந்தா கோட்டைக்கு நான்கு மைல் அப்பால், பிதார் பக்த் மராட்டியப் படையை எதிர்கொண்டார். ரத்தக் களறியான போருக்குப் பின்னர் அஹமது நகருக்கு அவர்கள் துரத்தியடிக்கப்பட்டனர் (13 அல்லது 14 நவம்பர்). 26 டிசம்பர் வாக்கில் ராஜாராம் சத்ர கோட்டைக்கு 30 மைல் தொலைவில் முகாமிட்டிருந்த மொகலாயப் படைக்குப் பிடிகொடுக்காமல் விஷால்கர் நோக்கிச் சென்றார். மராட்டிய அரசருடைய படைகள் பேராரில் நடத்த முயன்ற தாக்குதல் ஆரம்பத்திலேயே முடக்கப்பட்டுவிட்டது. ஆனால் கிருஷ்ண சேவந்த் தலைமையிலான ஒரு படை தமுனி பகுதிக்கு அருகில் தாக்குதல் நடத்திவிட்டுத் திரும்பியது. நர்மதை நதியை மராட்டியப் படை கடந்து சென்று மேற்கொண்ட முதல் தாக்குதல் இதுவே.

இதனிடையில் பிற மராட்டியக் குழுக்களுடனும் போர்கள் நடந்தவண்ணம் இருந்தன. 9, ஜன, 1700-ல் நஸ்ரத் ஜங் (ஜுல்ஃபிகர்) தன யாதவ், ராணாஜி கோர்படே, ஹனுமந்த ராவ் ஆகியோருடன் மசூர் பகுதிக்கு அப்பால் இருந்த ஒரு போர்க்களத்தில் மோதினார். அவர்கள் அனைவரையும் தோற்கடித்து 500க்கும் மேற்பட்ட மராட்டிய வீரர்களைக் கொன்று குவித்தார். சில நாட்கள் கழித்து கன்னாபூர் எல்லைப் பாதுகாவல் முகாமை தன யாதவ் தாக்கினார். அங்கிருந்த மொகலாயத் தளபதி ஆவ்ஜி அதலைச் சிறைப்பிடித்தார்.

இதனிடையில் சத்ரவை ஒளரங்கசீப் முற்றுகையிட்ட இடத்தில் மொகலாயர்களுக்கும் மராட்டியப் படைகளுக்கும் இடையில் போர் நடந்துவந்தது.

26. ராஜாராமின் மரணம், தாரா பாயின் கொள்கை

1700, மார்ச் 2 வாக்கில் சிங்க கர் பகுதியில் ராஜாராம் உயிர் துறந்தார். தொடர் போர்கள் மற்றும் மொகலாயர்களின் தொடர்ச்சியான துரத்தல் இவற்றினால் ஏற்பட்ட உடல் நலக் குறைவால் அவருடைய மரணம் சம்பவித்திருக்கக்கூடும். அப்போது அவருடைய குடும்பம் விஷால்கர் பகுதியில் இருந்தது. அவருடைய செல்ல மகனும் திருமண உறவுக்கு அப்பால் பிறந்தவருமான கர்ணாவை தன யாதவின் ஆதரவுடன் அமைச்சர்கள் உடனே மன்னராக்கினர். ஆனால் அவர் அம்மை நோய் தொற்றியதால் மூன்றே வாரங்களில் இறந்துவிட்டார்.

தாராபாய் மூலம் ராஜாராமுக்குப் பிறந்த உண்மையான வாரிசான மூன்றாம் சிவாஜி, தளபதி ராமச்சந்திரரின் ஆதரவுடன் மேற்கின் பிரதிநிதியாகப் பதவி ஏற்றார். ராஜாராமின் விதவை மனைவிகளான தாரா பாய்க்கும் ராஜா பாய்க்கும் இடையில் பூசல் மூண்டது (முறையே மூன்றாம் சிவாஜி மற்றும் இரண்டாம் சம்பாஜியின் தாயார்கள்). இருவரும் தமது மகனுக்கே அரசாட்சி கிடைக்க வேண்டும் என்று விரும்பினர். அமைச்சர்கள், தளபதிகள் என இரு தரப்பினருக்கும் ஆதரவாகப் பலர் பிரிந்து நின்றனர். ஆனால் மூத்த தாரமான தாரா பாயின் திறமையும் வலிமையும் அரச சபையில் அவருக்கே அதிக மரியாதையையும் அதிகாரத்தையும் பெற்றுத் தந்தது.

தன் கணவர் உயிர் துறந்த செய்தி கிடைத்ததுமே தாரா பாய் ஆலம்கீருக்குத் தன் கீழ்ப்படிதலைத் தெரிவித்து, தக்காணப்

பகுதியில் ஏழாயிரம் மன்சாப் மற்றும் தேஷ்முகி உரிமைகளை மன்னர் ராஜாராமின் முறையான வாரிசான மூன்றாம் சிவாஜிக்குத் தரும்படிக் கேட்டுக்கொண்டார். தக்காணத்தில் இருக்கும் மொகலாயத் தளபதிக்கு 5000 வீரர்களைக் கொண்ட படையைத் தந்து உதவுவதாகவும் ஏழுகோட்டைகளை விட்டுத் தருவதாகவும் தெரிவித்தார். ஔரங்கசீப் இந்த விண்ணப்பத்தை மறுதலித்தார்.

மே மாத இறுதிவாக்கில் தளபதி ராமச்சந்திரரின் பிரதிநிதி ராமஜி பண்டிட்டும், பரசுராமரின் பிரதிநிதி அம்பாஜியும் இளவரசர் ஆஸமைச் சென்று சந்தித்து ராஜாராமின் மகன் மூன்றாம் சிவாஜியின் சார்பில் பேரரசரிடம் பரிந்துரைக்கும்படிக் கேட்டுக்கொண்டனர். இதற்கு பிராய்ச்சித்தமாக மராட்டியக் கோட்டைகளை மொகலாயர் வசம் ஒப்படைக்கவும் சம்மதம் தெரிவித்தனர். இந்த மிகையான பணிவும் விண்ணப்பங்களும் எல்லாம் மிகவும் மேலோட்ட மானவையாகவே இருந்தன. எதுவுமே நடைமுறையில் கடைப் பிடிக்கப்படவில்லை.

27. கொங்கணி பகுதியில் போர் - 1689 1704.

சூரத்திலிருந்து தென் திசையில் சென்றால் மேற்குத் தொடர்ச்சி மலைக்கும் அரபிக் கடலுக்கும் இடையிலான நீண்ட கடலோர நிலப்பகுதியில் கீழ்க்காணும் பிரிவுகளைக் காணமுடியும்: முதலில் கோலி பழங்குடியினர் வசிக்கும் கோல்வன் பகுதி இடம்பெறுகிறது. இவையே ஜோவர் மற்றும் தர்மபுர பிராந்தியம். அடுத்ததாக வடக்கு கொங்கணி பகுதி அமைந்திருக்கிறது. இன்றைய தானே, கொலாபா மாவட்டங்கள். மலைத்தொடருக்குக் கிழக்குப் பக்கம் அமைந்திருக்கும் நாசிக், புனே மாவட்டங்களுக்கு இணையான பகுதி இது. இறுதியாகக் தென் கொங்கணி பகுதி அனைந்திருக்கிறது. இன்றைய ரத்னகிரி. மேற்குத் தொடர்ச்சி மலைத்தொடரினூடான தக்காணப் பீடபூமியில் சத்ர மற்றும் கோலாபூர் மாவட்டங்களுக்கு இணையாக இது அமைந்திருக்கிறது.

ரத்னகிரியின் தென் கோடியில் வின்குர்லா பகுதியில் கடலோரப் பகுதி பிளவுண்டதாக இருக்கிறது. 17-ம் நூற்றாண்டில் கூடல் தேசத்தினர் என்று அழைக்கப்பட்ட சேவந்த் குலத்தினரின் பிராந்தியம் இடையில் அமைந்திருக்கிறது. இதற்கு தெற்கே போர்ச்சுகீசியர் ஆக்கிரமித்திருந்த கோவா அமைந்திருக்கிறது. இதற்கும் தெற்கே கடலோர கார்வார் மாவட்டத்திலிருந்து

கர்நாடகப் பகுதி ஆரம்பிக்கிறது. உள்ளே சுந்தா மற்றும் பேதனூர் அமைந்துள்ளன. கிழக்கே மைசூர் பீடபூமி ஆரம்பிக்கிறது.

நந்தர்பூர் நகருக்கு அருகே மேற்குத் தொடர்ச்சி மலைப் பிளவினூடாக, தர்மபூருக்கு சற்று தொலைவில் இருக்கும் வளமான கந்தேஷ் மற்றும் பேரார் பகுதிக்குள் படையெடுத்துவரும் சக்திகள் எளிதில் நுழைந்துவிடமுடியும். வடக்கே இருக்கும் சூரத் அல்லது கிழக்கே இருக்கும் பக்லான பகுதிகள் மீது தாக்குதல் நடத்த இந்த கோல்வன் பகுதி இடமளித்தது. பக்லானா பகுதிக்கு தெற்கே சந்தூர் மலைத் தொடர் நாசிக் பகுதிக்குள் ஊடுருவ உதவியது.

1657-1662 காலகட்டத்தில் கொங்கண் பகுதியும் *1670-1673* காலகட்டத்தில் கோலி பகுதியும் சிவாஜியின் கட்டுப்பாட்டில் இருந்தன. அவருடைய மறைவுக்குப் பின்னர் *1682* மற்றும் *1683* வாக்கில் மொகலாயப் படைகள் வட கொங்கண் பகுதிக்குள் ஊடுருவின. தலைநகர் காலியன் பகுதியைத் தற்காலிகமாக ஆக்கிரமித்தன. அவற்றை ஆட்சி செய்வதைவிட சூறையாடவும் எரிக்கவுமே செய்தனர். *1683* டிசம்பரில் மராட்டியர்கள் கொங்கண் பகுதியை மீட்டெடுத்து அடுத்த ஐந்து ஆண்டுகள் நிர்வகித்தனர். அடிக்கடி சித்திகளிடமிருந்து தாக்குதல்கள் நடந்தவண்ணமும் இருந்தன. *1689* வாக்கில்தான் மொகலாயர்கள் உள்ளூர் தலைவரின் உதவியுடன் இந்தப் பகுதியில் நிலைபெற ஆரம்பித்தனர்.

அராபிய குலமான நவியத்தைச் சேர்ந்த சையது பிரிவினர் இங்கு வெகு காலத்துக்கு முன்பே குடியேறியிருந்தனர். அவர்களில் ஒருவரான மத்பர் கான் சையது, நாசிக் மாவட்டத்தின் தானேதாராக நியமிக்கப்பட்டபோது *(1688)* தனது திறமை மற்றும் தொலைநோக்குப் பார்வையினால் துடிப்புடன் செயல்பட்டார். உள்ளூர் மலைவாழ் மக்களைத் தனது காலாட்படையில் இணைத்துக்கொண்டார். அக்கம்பக்கத்தில் இருந்த பல ஜமீந்தார்களையும் தன் பக்கம் இணைத்துக்கொண்டார். லஞ்சம் கொடுத்தோ போரிட்டோ பல மராட்டியக் கோட்டைகளைக் கைப்பற்றினார். பட்டா (விக்ரம்கட்), குலாங், திரியம்பக் *(8*, ஜன, *1689)*, பிரபாத், கர்னாலா, துகாத், மாணிக்கட் மற்றும் மஹுலி (ஆகஸ்ட் வாக்கில்) கோட்டைகளைக் கைப்பற்றினார்.

அப்படியாக கோலி பிராந்தியம் தொடங்கி பம்பாய் நோக்கிய தென் திசையிலான வட கொங்கண் முழுவதும் மொகலாயப் பேரரசின் ஆளுகைக்குள் சென்று சேர்ந்தன. 20 ஆண்டுகாலத் தொடர் போர்களினாலும் மராட்டிய ஆதிக்கத்தினாலும் இந்தப் பகுதி பெரும்

பாதிப்புகளுக்கு உள்ளானது. கான் சையது இந்தப் பகுதிகள் மீது மொகலாய ஆட்சியை நிலைநிறுத்தி குடியானவக் குடியேற்றங்களை ஊக்குவித்து, சட்டம் ஒழுங்கைக் காப்பாற்றி இந்தப் பிராந்தியம் வளம்பெற வழிவகுத்தார்.

மத்பர் கானின் இந்த வெற்றிகரமான படையெடுப்புகளுக்குப் பின் அவர் காலியன் பகுதிக்கு திரும்பி (1690) சில ஆண்டுகள் ஒப்பீட்டளவில் அமைதியான வாழ்க்கையை முன்னெடுத்தார். ஓர் அருமையான மாளிகை கட்டிக் கொண்டார். பொது மக்களை சந்திக்கும் அரங்கு, ஒரு மசூதி, துருக்கிய குளியல் அறை, போர்ட்டிகோ முன்மாடம், தோட்டம், குளம், நீரூற்று மற்றும் பல வசதிகளைக் கொண்டதாக அந்த அரண்மனை கட்டப்பட்டது. ஒரு லட்ச ரூபாய் செலவில் தன் மனைவிக்காக அற்புதமான கல்லறையை காலியன் பகுதியில் கட்டினார்.

1693 ஆரம்பகாலத்தில் மராட்டியர்கள் தமது இழந்த செல்வாக்கை மீட்டெடுத்துக்கொண்டுவிட்டனர். மொகலாயர்கள் தமது ஆதிக்கத்தை இழந்து பின்னடைவைச் சந்திக்க நேர்ந்தது. பேரரசப் படைகள் சமீபத்தில் கைப்பற்றிய கோட்டைகள் அனைத்தையும் பெரும் தாக்குதல் நிகழ்த்தி மராட்டியப்படை மீட்டுக்கொண்டது.

மராட்டியர்கள் இந்தப் படையெடுப்புகளை முன்னெடுக்க கொங்கண் பகுதி வசதியான களம் அமைத்துக் கொடுத்தது. முன்பக்கம் இருந்த மேற்குத் தொடர்ச்சி மலை நல்ல பாதுகாப்பு அரணாகத் திகழ்ந்தது. மொகலாய எதிரிகள் கிழக்கு கொங்கண் பகுதி வழியாகத் தாக்க வந்தாலும் மராட்டியத் தலைவர்கள், படைவீரர்கள் தமது குடும்பத்தினரை போர்ச்சுகீய ஆக்கிரமிப்பில் இருந்த மேற்குக் கடலோரப் பகுதிகளில் பாதுகாப்பாக இருக்கவைத்துவிட்டுத் தமது போரை தீவிரமாக முன்னெடுக்க வழிவகுத்தது. போர்ச்சுகீசிய தளபதிக்கு லஞ்சம் கொடுத்து தேவையான அடைக்கலம் தரும்படியும் வட கொங்கண் பகுதியில் இருந்த கிராமங்களுக்கும் கோட்டைகளுக்கும் உணவும் பிற தேவையானவையும் தரும்படியும் செய்திருந்தனர்.

இதனால் மத்பர் கான் போர்ச்சுகீசிய வட பகுதியை (கேஸின் மற்றும் டாமன்) தாக்கி எதிரி தரப்பினரைச் சிறைப்பிடித்தார். அப்படி இறுதியாக கோவாவை கைப்பற்றியவர் மொகலாயப் பேரரசுக்குக் கீழ்ப்படிந்து நடப்பதாக ஒப்பந்தத்தில் கையெழுத்திடச் செய்து, பரிசுகள் கொடுக்கவைத்து அந்தப் பிராந்தியத்தில் அமைதியைக் கொண்டுவந்தார்.

ஆலம்கீர் ஔரங்கசீபின் அரசவை ஆவணக்காப்பகத்தில் மத்பர் கான் சையதின் திறமை, நிர்வாக ஒழுங்கு, செய் நேர்த்தி ஆகியவற்றுக்கான சான்றுகள் ஏராளம் இருக்கின்றன. மொகலாய ஆதிக்கத்தை மேலும் தென் திசையில் நிலைநிறுத்த ஜஞ்ஜீரா பகுதியைச் சேர்ந்த சித்தி சையது தலைவருடன் செய்துகொண்ட ராணுவ உடன்படிக்கை பற்றியும் அதில் இருந்து தெரிந்துகொள்ள முடிகிறது. 1704 வாக்கில் இந்த விசுவாசமும் திறமையும் மிகுந்த தளபதி உயிர் துறந்தார்.

அத்தியாயம் - 16

ஔரங்கசீபின் இறுதிக் காலம்

1. மராட்டிய அரசின் கொள்கை, 1689 - 1699.

மராட்டிய மன்னராக முடி சூட்டப்பட்ட ராஜாராம் சென்னை நோக்கி தப்பிச் சென்றதையடுத்து (ஜூலை, *1689*) மராட்டிய ராஜ்ஜிய நிர்வாகம் முழுவதும் அதன் அமைச்சர்கள் வசம் சென்று சேர்ந்தது. மேற்குப் பகுதியின் நிர்வாகியாக ராமச்சந்திர நீலகண்டர் நியமிக்கப்பட்டார். மன்னர் இல்லாத ராஜ்ஜியத்தைத் தனது அறிவினாலும் நிர்வாகத் திறமையாலும் அருமையாக முழுமையாகக் கட்டுக்குள் வைத்திருந்தார். மொகலாயப் படைகளின் முன்னகர்வுகளைத் திறமையாகத் தடுத்து நிறுத்தினார். மொகலாயப் பிராந்தியங்களுக்குள் மிகத் தெளிவாகத் துல்லியமாகத் திட்டமிட்டு தாக்குதல்கள் நடத்தித் திரும்பினார். செஞ்சி கோட்டையில் இருந்த மன்னருக்கு வேண்டிய உதவிகளை முறையாகச் செய்துவந்தார். மராட்டியத் தளபதிகளுக்கு இடையே இருந்த சிக்கலான போட்டி பொறாமைகளை மிகவும் நேர்த்தியாகச் சமாளித்தார்.

கர்நாடகப் பகுதிகளில் சுகபோகங்களில் திளைத்துவந்த ராஜாராம் அடிப்படையில் பலவீனமான சித்தம் கொண்டவர். அவருடைய நிராதரவான நிலைவேறு அவரை மேலும் அதிகாரமற்றவராக்கியிருந்தது. படையோ கருவூலமோ மக்களோ எதுவுமே

இல்லாத மன்னராக இருந்தார். ஆயிரம் அல்லது ஐநூறு படை வீரர்களை ஒருங்கிணைக்க முடிந்த எந்தவொரு மராட்டியத் தலைவரும் பெயரளவிலான மன்னர் ராஜாராமை ஏற்றுக் கொள்வதாகச் சொல்லி அதிகாரம் செலுத்தும் நிலையே இருந்தது. எனவே ராஜாராம் பதவிகள், பட்டங்கள் கொடுப்பதில் மிகவும் தாராளமான எண்ணம் கொண்டவராகவே நடந்துகொண்டார். செஞ்சி கோட்டையில் இருக்கும் மன்னரைச் சென்று சந்தித்து எந்தவொரு மராட்டிய சர்தாரும் சன்மானங்கள் கொடுத்தால் அவர் உடனே இவர்களுக்கு பதவியும் அதிகாரமும் பட்டமும் கொடுத்து பல்வேறு பகுதிகளை அவர்களுடைய பொறுப்பில் பிரித்துக் கொடுத்துவந்தார். அவர்கள் அப்படியாக தமக்குக் கிடைத்த பகுதிகளில் வரி வசூல் செய்து தனிக்காட்டு ராஜாவாகத் திகழ்ந்தனர். தன்னுடைய ஆட்சிப் பகுதி முழுவதும் கைவிட்டுப் போகும் நிலையில் இருந்தபோதிலும் ராஜாராம், வந்து கேட்ட தளபதிகளுக்கெல்லாம் பதவிகளையும் அதிகாரங்களையும் வாரி வழங்கியதில் இருந்து அவருடைய அரசியல் செயலற்ற தன்மை நன்கு வெளிப்படுகிறது. பதவிகளையும் அதிகாரங்களையும் கேட்டுவரும் எந்தவொரு சுய நலம் மிகுந்த மராட்டிய தலைவரை யும் அவரால் எதிர்க்கவோ மறுக்கவோ முடிந்திருக்கவில்லை.

ராஜா ராம் ஆட்சி செய்த மிகக் குறுகிய காலகட்டமான 11 ஆண்டுகளில் ஐந்து சேனாபதிகளை நியமித்துவிட்டிருந்தார். படைத்தலைவர் என்ற அந்தஸ்தில் ஒரே நேரத்தில் ஐந்து பேர் வெவ்வேறு பெயர்களில் அதிகாரத்தில் இருந்தனர். ஐந்து பேருமே தமக்கென தனி கொடியைப் பிடித்தபடி சேனாதிபதி பதவிக்கான அத்தனை சலுகைகள், உரிமைகளையும் அனுபவித்துவரவும் செய்தனர்.

ஒருவகையில் அப்படி அவர் அதிகாரத்தைப் பகிர்ந்துகொடுத்த தென்பது அன்றைய மராட்டிய ராஜ்ஜியத்தின் சூழ்நிலைக்குப் பொருத்தமானதாகவே இருந்தது. அந்த ஐந்து சேனாபதிகளும் தம் விருப்பத்தின்படி மொகலாய ஆக்கிரமிப்புப் பகுதிகளில் மறைந்து தாக்கும் கெரில்லா போர் முறையை திறம்பட முன்னெடுத்து அவர்களுக்கு மிகப் பெரிய இழப்பை உருவாக்கிவந்தனர். மொகலாயப் படைகளுக்கு எதிரிகளின் எந்த முக்கிய பிராந்தியத்தைத் தாக்கவேண்டும்; எதைத் தற்காத்துக்கொள்ள வேண்டும் என்பது எதுவுமே தெரிந்திருக்கவில்லை.

ஓரிடத்தில் நிற்காமல் எப்போதும் நகர்ந்துகொண்டேயிருக்கும் மராட்டியப் படைகள் மிக நீண்ட தொலைவுக்கு தம் போர்களை

முன்னெடுத்துவந்தன. யாரும் எதிர்பார்க்காதவகையில் எதிர்பார்க்காத இடங்களில் இருந்து தாக்கியும்வந்தனர். இப்படி அலைந்து திரிந்தபடித் தாக்கும் குழுக்கள் அங்கு ஏராளம் இருந்தன. இதனால் மொகலாய ஆக்கிரமிப்பில் இருந்த தக்காணப் பகுதியில் எப்போதும் மிகப் பெரிய அமைதியின்மையே நிலவியது. மராட்டியர்கள் இந்தக் காலகட்டத்தில் முறையான போர்க்களத்தில் அணிவகுத்துப் போரிடும் போர்களை முழுவதும் தவித்தனர். மழைக்காலங்களில் இந்தப் படைகள் எங்கு முகாமிட்டிருக்கும் என்பதைக் கண்டுபிடிக்கவோ அங்கு சென்று சேர்வதோ முடியாததாக இருந்தது. ஆண்டு முழுவதும் இந்தப் படைகள் ஒரே இடத்தில் குழுமியும் இருக்காது. அக்டோபர் முதல் ஏப்ரல் வரையான காலகட்டத்தில் ஒன்று சேர்ந்து தாக்குதல்களை மேற்கொண்டுவிட்டு தத்தமது ஊர்களுக்குப் பிரிந்துசென்றுவிடுவது வழக்கம்.

மஹாராஷ்டிர அமைச்சர்களிடையேயும் செஞ்சியில் இருந்த அவையினரிடையேயும் போட்டியும் பொறாமையும் மிகுதியாகவே இருந்தன. பரசுராம் திரியம்பக் தனக்கென ஒரு குழுவைத் தயார் செய்துகொண்டு அதில் தளபதி சந்தாஜி கோர்படேயை இணைத்துக்கொண்டிருந்தார். இதன் விளைவாக ராமசந்திர நீலகண்டர் பக்கம் தளபதி தன யாதவ் சேர்ந்துகொண்டார். சந்தாஜியின் செயல்பாடுகள் ராமச்சந்திரருக்கு எதிரானதாகவே இருந்தன. மராட்டிய நலன் சார்ந்த எந்தவொரு முயற்சியிலும் அவர் ராமசந்திரருக்குத் துணை நிற்கவில்லை (1693 பனாலா கோட்டை மீட்புப் போர் உட்பட). தனது தலைமையில் நடக்கும் போர்களில் கிடைக்கும் வெற்றியைத் தானே சொந்தம் கொண்டாடும் மனநிலையிலேயே சந்தாஜி கோர்படே இருந்தார். இதனால் அவரைப் பதவியில் இருந்து நீக்கும்படி மன்னர் ராஜாராமிடம் ராமசந்திரர் கோரிக்கைவிடுத்தார். ஆனால் இன்னொரு அமைச்சரான சங்கர்ஜி மல்ஹர் இப்போது சந்தாஜிக்கு ஆதரவாக வந்து நின்றார். நீமா சிந்தியா என்றொரு தளபதியும் இதுபோலவே கலக குணமும் சுயநலமும் மிகுந்தவராக இருந்தார். இப்படியான நெருக்கடிகளை முடிந்த அளவுக்கு ராமசந்திரர் சமாளித்தார். ஒருவகையில் அவர் இவற்றில் பெருமளவுக்கு வெற்றிபெற்றார் என்றே சொல்லவேண்டும்.

சந்தா கோர்ப்படே, தன யாதவ் ஆகியோருக்கு இடையில் இருந்த போட்டியின் விளைவாக 1696-ல் மராட்டியர்களுக்கிடையிலேயே மூன்று போர்கள் மூண்டன. சந்தாஜி கோர்படே கொல்லப் பட்டதைத் தொடர்ந்து (1697) அவருடைய மகன் ராமுஜிக்கும் சகோதரர் பஹார்ஜி ஹிந்து ராவுக்கும்இடையில் பெரும் சண்டை மூண்டது. அதோடு இவர்களுக்கும் தன யாதவ் குழுவுக்கும்

இடையிலான மோதலும் பெருகியது. இந்தக் காயங்கள் ஆறுவதற்குப் பல காலம் ஆனது. இந்த உள் மோதலின் காரணமாக மொகலாயப் படைகளுக்குச் சிறிது ஆசுவாசம் கிடைத்தது.

போர்ச்சுகீசியரின் ஆக்கிரமிப்பில் இருந்த டாமன் பகுதியிலும் தென் கொங்கண் பகுதியிலுமாக மராட்டியப் போர் வீரர்களின் குடும்பங்களுக்கு அடைக்கலம் தருவதில் ராமச்சந்திரர் நேர்த்தியாகச் செயல்பட்டார். மொகலாயப் படைகள் போர்ச்சுகீசிய ஆக்கிரமிப்புப் பகுதிகளிலும் மைசூரின் வட மேற்கு மூலையில் இருக்கும் பேரட் பகுதிக்குள்ளும் இதுவரை தாக்குதல் மேற்கொண்டிருக்கவில்லை.. ஆலம்கீருக்கு இந்தப் பகுதிகள் பக்கம் கவனத்தைத் திருப்ப அவகாசம் கிடைத்திருக்கவில்லை.

2. ராஜ மாதா தாரா பாயின் ஆட்சி. மராட்டிய சாம்ராஜ்ஜியத்தின் உள் முரண்கள்

2, மார்ச், 1700-ல் மன்னர் ராஜாராம் இறந்ததையடுத்து, அவருடைய திருமண உறவு தாண்டிப் பிறந்த மகனான கர்ணன் ஆட்சிக்கு வந்தார். மூன்று வாரத்தில் அவரும் நோய்வாய்ப்பட்டு இறந்துவிடவே தாரா பாய் தன் மகனும் முறையான வாரிசான சிவாஜியை ஆட்சிக்கட்டிலில் அமர்த்தினார். அப்போது சிவாஜி பச்சிளம் பாலகனாக (10 வயது) இருந்தார். பரசுராம் திரியம்பகின் உதவியுடன் உண்மையில் ராஜா மாதா தாரா பாய்தான் ஆட்சி செய்தார். அப்படியாக மராட்டிய ராஜ்ஜியத்தில் இரண்டாம் பிரதிநிதி மூலமான ஆட்சி ஆரம்பித்தது. இப்போது மராட்டிய சாம்ராஜ்ஜியத்தின் உச்சபட்ட அதிகாரம் எந்த அமைச்சர் வசமும் இல்லை. ராஜ மாதா தாரா பாய் மோஹிதேவிடம் வந்து சேர்ந்தது. ராஜா ராமின் மரணத்தைத் தொடர்ந்து ராஜ்ஜியத்தில் ஏற்படவிருந்த குழப்பத்தையும் கலகத்தையும் ராஜ மாதாவின் சாமர்த்தியமும் நற்பண்புகளும் தடுத்து நிறுத்தின. வாரிசுரிமை தொடர்பான மோதலையும் அது முடிவுக்குக் கொண்டுவந்தது. 1699-1701 வரையிலும் ஔரங்கசீப் பெற்றுவந்த தொடர் வெற்றியையும் ராஜா மாதாவின் ஆட்சி முடிவுக்குக் கொண்டுவந்தது. எதிரிகளான முஸ்லிம்களின் வரலாற்றாசிரியரான காஃபி கான் கூட ராஜா மதா தாரா பாய் பற்றிப் புகழ்ந்துரைத்தாகவேண்டிய அளவுக்கு தாரா பாயின் ஆட்சி சிறந்து விளங்கியது:

‘தாரா பாயின் நிர்வாகத்தின் கீழ் மராட்டியர்களின் செயல்பாடுகள் நாளுக்கு நாள் பலம்பெற்றன. ஆட்சி நிர்வாகம் முழுவதையும் அவர் தன் கைகளில் எடுத்துக்கொண்டார். தளபதிகளை மாற்றுதல்,

ஆளுகைக்குட்பட்ட பகுதிகளில் விவசாய தொழில் வளர்ச்சிக்கு வழிவகை செய்தல், மொகலாயப் பகுதிகளுக்குள் சென்று தாக்குதல் நடத்துதல் என அனைத்தையும் திறம்படச் செய்தார். மொகலாயப் பிடியில் இருந்த தக்காணப்பகுதிகளில் சிரோன் ஜி, மால்வாவில் இருந்த மந்தேஸர் வரையிலும் கூட படைகளை அனுப்பித் தாக்குதலை முன்னெடுத்தார். தனக்குக் கீழே இருந்த அதிகாரிகள், அமைச்சர்கள், தளபதிகள் அனைவரிடமும் நற்பெயரையும் மரியாதையையும் வென்றெடுத்தார். ஔரங்கசீபின் கடைசி காலம் வரையிலும் அவர் மராட்டியர்களுக்கு எதிராக எடுத்த அனைத்து நடவடிக்கைகளையும் தாரா பாய் திறம்பட முறியடித்தார்'.

மன்னர் ராஜாராமின் மரணத்தையடுத்து சத்ர பகுதியில் இருந்த பல அமைச்சர்களின் போட்டி மனப்பான்மையினால் பரசுராம் திரியம்பக், பர்லி கோட்டையில் இருந்து வெளியேறி வந்து மொகலாயர்களுடன் கை கோக்க முடிவெடுத்தார். ஆனால் ராஜ மாதா தாரா பாய், சமயோஜிதமாக அவருக்கு பிராந்திநிதி பதவி கொடுத்து அந்த அனுபவமும் திறமையும் வாய்ந்த அமைச்சரின் நல்லாதரவை வென்றெடுத்தார். ஆனால் தாரா பாய் மிகவும் சிரமப்பட்டே தன்னை நிலைநிறுத்திக்கொள்ளவேண்டியிருந்தது. சில தளபதிகள் அவருக்குக் கட்டுப்பட்டனர். சிலர் கட்டுப்பட வில்லை. இரண்டாம் சம்பாஜியின் தாயும் ராஜாராமின் இளம் மனைவியுமான ராஜஸ் பாய் அதிகாரத்தைக் கைப்பற்ற விரும்பினார். தன் மகன் இரண்டாம் சம்பாஜியை அரியணையில் அமர்த்த அவர் விரும்பினார். எனவே, தாரா பாயின் ஆட்சியை அவர் ஏற்கவில்லை. மராட்டியத் தலைவர்களிடையே மூன்றாவதாக இன்னொரு அதிகார மையமும் இருந்தது. அவர்கள் மராட்டிய சாம்ராஜ்ஜியத்தை சாஹுவிடம் ஒப்படைக்கவிரும்பினர். ஏனென்றால் சிவாஜி மஹாராஜின் மூத்த வாரிசு வழி உரிமை அவருக்கே இருந்தது. இந்த வாரிசுரிமைச் சிக்கல்கள் ஒருபக்கம்; மராட்டியத் தளபதிகளுக்கிடையே இருந்த மோதல்கள் ஒருபக்கம்; குறிப்பாக சந்தா கோர்படே மற்றும் தான் யாதவ் குழுக்களுக்கிடையிலான மோதல் என நிலைமை சிக்கலாகவே இருந்தது.

3. சாஹுவின் சிறைவாசம் (1689 - 1707), மொகலாயத் தரப்புக்கு ஆதரவாக இருந்த மராட்டியக் குழுக்கள்.

ராஜ்கர் பகுதி 1689 அக்டோபரில் மொகலாயரிடம் சரணடைந்தபோது சம்பாஜியின் மூத்த மகனான சாஹுவுக்கு ஏழு வயது. அப்போதே மொகலாயர்கள் வசம்

சிறைக்கைதியாகிவிட்டிருந்தார். அன்பாக நடத்தப்பட்டபோதிலும் அவர் மிகுந்த கண்காணிப்பின் கீழ் ஔரங்கசீபின் முகாமுக்கு வெகு அருகிலேயே மொகலாய 'சிவப்புக் கூடார'த்துக்குள்ளேயே காவலுக்குள் வைக்கப்பட்டிருந்தார். அவருடன் தாயார் யசோபாயும் ஒன்றுவிட்ட சகோதரர்களான மதன் சிங், மது சிங் ஆகியோரும் உடன் சிறைவைக்கப்பட்டிருந்தனர்.

1700 வாக்கில் சாஹுவுக்கு மிகப் பெரிய நோய் தாக்கியது. அதன் தாக்கம் அவருடைய மனதிலும் உடம்பிலும் இறுதிவரை இருந்தது போலவே தெரிகிறது. அதுபற்றி அரச ஆவணக் காப்பகத்தில் இருக்கும் ஒரு குறிப்பு கீழ்க்கண்டவாறு குறிப்பிடுகிறது:

26 ஆகஸ்டில் சாஹு மஹாராஜ் அவைக்கு வந்தார். தன் உடம்பைச் சுட்டிக் காட்டியபடி, முழு உடம்பும் மஞ்சள் பாரித்துவிட்டது. எதனால் இப்படி ஆகியிருக்கிறது என்று கேட்டார். ஹஃபீஸ் அம்பர் என்ற அலி, 'சிறைப்பிடிக்கப்பட்டிருக்கும்போது இந்துகள் எதிரிகள் தரும் சமைத்த உணவை உண்ணக்கூடாது; காய், கனிகள், இனிப்பு ஆகியவற்றை மட்டுமே சாப்பிடலாம் என்பதால் மன்னர் அரிசி, கோதுமை, பருப்பு இவற்றைச் சாப்பிடாமல் இருந்துவிட்டீர்கள். அதுதான் காரணம்' என்று பதில் சொன்னார்.

ஔரங்கசீபுக்கு நெருக்கடிகள் முற்றத் தொடங்கின. தக்காணத்தை அவரால் வெல்ல முடியாதென்பது புரிய ஆரம்பித்ததும் மராட்டியத் தளபதிகளுடன் சாஹு மஹாராஜ் மூலம் சமரசப் பேச்சுவார்த்தைகளுக்கு முன்வந்தார். முதலில் 9, மே, 1703 வாக்கில் ஹமீத் உத் தீனை அனுப்பி சாஹு மஹாராஜை முஸ்லிமாக மாறும்படி வற்புறுத்தினார். ஏற்கெனவே சில இந்து சமஸ்தான வாரிசுகள் ஆட்சி உரிமைக்காக அப்படி ஆசைகாட்டி மதம் மாற்றப்பட்டிருந்தனர். ஆனால் சாஹு மஹாராஜ் மதம் மாற மறுத்துவிட்டார். சாஹுவை விடுதலை செய்வதன் மூலம் மராட்டியத் தரப்பில் பிளவை உருவாக்கலாம் என்று நினைத்து ஔரங்கசீப் அதற்கான நடவடிக்கைகளை எடுத்தார். இளவரசர் காம் பக்ஷின் மத்யஸ்தத்தில் மராட்டியத் தளபதிகளுடன் ஒரு சமரச உடன்படிக்கை கையெழுத்தாகவேண்டும் என்ற நிபந்தனையின் பேரில் விடுதலை செய்யத் தயாரானார்.

தஞ்சாவூரில் இருந்த வியன்காஜி போன்ஸ்லேயின் மகன் ராய்பன் மூலம் பேரரசர் இந்த சமரசப் பேச்சுவார்த்தையை ஆரம்பித்தார். அவருக்கு ஆறாயிரம் வீரர்களை கொண்ட படை ஒன்றையும் வழங்கினார். 10 ஜூலை 1703-ல் சாஹுவிடம் இது தொடர்பாகப் பேச அனுப்பிவைத்தார். ஆனால் அந்த முயற்சியும் தோல்வியில்

முடிவடைந்தது. பீம்சென் இதுபற்றி வெளிப்படையாகக் குறிப்பிட்டிருப்பது: மொகலாய இளவரசர் தொடர்ந்து சமரசப் பேச்சுவார்த்தைக்கு ஆட்களை அனுப்பியவண்ணம் இருந்தார். ஆனால், மராட்டியத் தளபதிகள் வெற்றி முகத்திலேயே இருந்தனர். ஒட்டு மொத்த தக்காணமும் நல்லதொரு விருந்தாக அவர்கள் கைகளுக்குக் கிடைத்திருந்தது. எனவே அதை விட்டுக் கொடுத்து சமரசப் பேச்சுவார்த்தைக்கு அவர்கள் வரவேண்டிய அவசியம் என்ன இருக்கிறது? மொகலாய இளவரசரின் பிரதிநிதிகள் இப்படியாகத் தோற்றுத் திரும்பிக் கொண்டிருந்தனர். சாஹு மஹாராஜ் தொடர்ந்து கண்காணிப்பில் இருந்துவந்தார்'.

ஔரங்கசீபுக்கு என்ன செய்யவென்றே தெரியவில்லை. அவருடைய அந்திம ஆண்டில் (1707) மராட்டியர்களுடன் இன்னொரு அமைதி முயற்சிக்குத் தயாரானார். தன்னுடைய முகாமிலிருந்து சாஹு மஹாராஜை நஸ்ரத் ஜங்கின் முகாமுக்கு மாற்றினார் (25, ஜன). ராய்பன் அங்கு நஸ்ரத் ஜங்குக்கு உதவியாக நியமிக்கப்பட்டார். மராட்டியத் தளபதிகளை சமரசப் பேச்சு வார்த்தைகளுக்கு வரவைக்கும்படி சாஹு மஹாராஜை சம்மதிக்க வைக்கவும் அவரை விடுதலை பெறவைக்கவும் ராய்பன் முயற்சிகள் எடுக்கத் தோதாக ஔரங்கசீப் இந்த நடவடிக்கையை எடுத்தார்.

மராட்டிய தளபதிகளுக்கு நஸ்ரத் ஜங் நட்புறவுக் கடிதம் எழுதி, சாஹு மஹாராஜ் பக்கம் வந்து சேரும்படி அவர்களுக்கு அழைப்புவிடுத்தார். இதற்கும் எந்தப் பலனும் கிடைக்கவில்லை. ராஜ மாதா தாரா பாய்க்கும் ராஜஸ் பாய்க்கும் இடையிலான மோதல் பெரிதாகிவந்தது. ஆனால், அதைப் பயன்படுத்திக்கொள்வதோடு, சாஹு மஹாராஜையும் உள்ளே களமிறக்கி மராட்டிய சக்திகளை மேலும் பலவீனப்படுத்தும் நோக்கில் ஔரங்கசீப் முன்னெடுத்தவை எந்தப் பயனையும் தரவில்லை. ஔரங்கசீப் இறந்த பின்னரே ஆக்ரா நோக்கி முன்னேறிச் சென்ற இளவரசர் ஆஸம், தக்காணத்தில் இருந்து சாஹு மஹாராஜ் தப்ப வழிவகுத்தார்.

ஔரங்கசீபுடனான போரில் மராட்டிய முன்னணிக் குடும்பங்கள் அனைத்தும் மராட்டிய சாம்ராஜ்ஜிய நலன் சார்ந்து ஓரணியில் திரண்டு போராடியதாகச் சொல்லமுடியாது. அவர்களில் பலரும் மொகலாய அரசவையில் பல்வேறு காரணங்களுக்காக இணைந்து கொண்டிருந்தனர். மாவீரர் சிவாஜியின் தாயார் பிறந்த சிந்தகேத் பகுதியைச் சேர்ந்த யாதவ் ராவ் மேட்டுக்குடியினர், லாக்ஜி யாதவின் மரணத்தைத் தொடர்ந்து ஷாஜஹானின் ஆட்சி காலத்தில் (1630) மொகலாயர் பக்கம் சேர்ந்துகொண்டிருந்தனர். பல தலைமுறைகள்

மொகலாயர் பக்கமே இருக்கவும் செய்தனர். ராஜா ராமின் தாயார் பிறந்த ஷிர்கே குலத்தில் பிறந்த கனோஜி ஷிர்கேயும் அவருடைய மகன்களும் சம்பாஜியால் தாக்கப்பட்டதால் மொகலாய பேரரசரிடம் அடைக்கலம் தேடினர். அவரும் அவர்களுக்கு மிகப் பெரிய பதவிகள் தந்தார். ஷிர்கேகளும் நகோஜி மனேயும் (மாஸ்வாத் பகுதியின் தானாதார், 1694லிருந்து மொகலாயர் பக்கம் இருந்தார்) மொகலாயர்களுக்கு நீண்ட காலம் விசுவாசமாகவும் தொடர்ந்தும் திறம்பட சேவை செய்துவந்தனர். 23, ஜன, 1700-ல் சிறைப்பிடிக்கப் பட்ட அவிஜி ஆதல் (கானாபூரின் தானாதார்), 18, ஆகஸ்ட், 1700-ல் மொகலாயர்களுக்காகப் போரிட்டு மடிந்த ராமச்சந்திரர் (காடௌ பகுதியின் தானாதார்), பஹர்ஜி பந்தரே (காசிகாவ் தானாதார்) ஆகிய மூன்று முக்கியமான மராட்டிய வீரர்களும் மொகலாயப் பேரரசுக்கு விசுவாசமாக நடந்துகொண்டிருந்தனர்.

சத்வஜி தஃப்லே என்றொரு மராட்டியத் தலைவரும் மொகலாயர் பக்கம் இருந்தார். இந்தக் குடும்பத்தினர் ஆதில் ஷாஹி அரசர்களுக்கு ஆதரவாக இருந்தனர். அந்த சுல்தான் வம்சம் வீழ்ந்ததையடுத்து வெற்றிபெற்ற மொகலாயர் பக்கம் சேர்ந்துகொண்டனர். சத்ர கோட்டையைக் கைப்பற்றும் போரில் சத்வஜியின் மகன் பாஜி சாவன் தஃப்லே பெரும் சாகசத்துடன் படையை முன்னெடுத்துச் சென்று வீர மரணம் அடைந்தார் (13, ஏப், 1700). 1695க்கு முன்பாக மொகலாயர் பக்கம் இருந்து பிரிந்து சென்ற சத்வஜி மொகலாயப் பகுதிகளில் பல தாக்குதல்களை மேற்கொண்டார். ஆனால் 1701 வாக்கில் மீண்டும் மொகலாயர் பக்கம் திரும்பிவந்தார். அவருடைய மகனுடைய உயிர்த்தியாகத்துக்காக அவருக்கு ஐந்தாயிரம் வீரர்களைக் கொண்ட படையின் தலைமைப் பதவி தரப்பட்டது. ஜாத் பகுதியின் ஜாஹிர் உரிமையும் பரிசாகத் தரப்பட்டது.

சில ஆயிரக்கணக்கான மால்வேக்களும் (மராட்டிய மலைக் குலங்கள்) ஔரங்கசீபின் படையில் பணிபுரிந்திருக்கின்றனர். ஆனால் மொகலாயப் படைகளில் இப்படியான மராட்டியக் குறுங்குலங்களை இடம்பெறச் செய்ததென்பது அவையெல்லாம் பேரரசுக்கு எதிராகக் கலகம் செய்யாமல் தடுக்கும் நோக்கில் மட்டுமே சேர்க்கப்பட்டிருந்தன. இந்தக் குழுக்களினால் மொகலாயப் படைக்குப் பெரிதாக பலம் எதுவும் அதிகரித்திருக்க வில்லை. ஏனென்றால் இந்த மராட்டியக் குறுங்குழுக்களின் ஆயுதங்கள் எல்லாம் முறையான மொகலாயப் படையினரின் ஆயுதங்களைவிட மிகவும் தரம் குறைவானவையே. அதோடு அவர்கள் மொகலாயப் பேரரசுக்காக முழு மனதுடன்

போரிட்டிருக்கவில்லை. இந்தக் குழுக்களின் தலைவர்கள் அடிக்கடி கட்சி மாறியவண்ணமே இருந்தனர்.

4. சத்ர கோட்டை – ஔரங்கசீபின் முற்றுகை

19, அக், 1699 வாக்கில் மராட்டியர்களின் வலிமை மிகுந்த கோட்டைகளைக் கைப்பற்ற இஸ்லாமாபுரியில் இருந்து ஔரங்கசீப் புறப்பட்டார். அடுத்த ஆறு ஆண்டுகள் இந்தப் போரிலேயே அவர் முழுமையாக ஈடுபடவும் செய்தார். புகழ் பெற்ற மராட்டியக் கோட்டைகளான சத்ர, பர்லி, பனாலா, விஷால்கர் (கேல்னா), கோண்டானா (சிங்க கர்), ராஜ்கர், தோர்ணா ஆகியவை ஒவ்வொன்றாக ஔரங்கசீபினால் கைப்பற்றப்பட்டன. வேறு ஐந்து, சிறிய கோட்டைகளும் பின்னர் கைப்பற்றப்பட்டன. ஆனால் தோர்னா கோட்டையைத் தவிர பிற அனைத்து கோட்டைகளும் எந்தத் தாக்குதலும் மேற்கொள்ளாமல் கைப்பற்றப்பட்டன என்பதை நினைவில் கொள்ளவேண்டும். சிறிது கால முற்றுகைக்குப் பின் விலை கொடுத்து இவை அனைத்தும் பெற்றுக்கொள்ளப்பட்டன. அந்தக் கோட்டையின் காவல் படையினருக்குத் தமது பரிவாரங்களுடன் உடமைகளுடன் வெளியேறிக்கொள்ள அனுமதி தரப்பட்டது. அந்தக் கோட்டைகளின் தளபதிகளுக்கு தாக்குதலைக் கைவிட்டதற்காக விலை உயர்ந்த பரிசுகள் சன்மானமாக, கையூட்டாகத் தரப்பட்டன.

படையெடுத்துச் செல்லும் முன் இஸ்லாமாபுரியில் ஔரங்கசீப் தன் மனைவி உதய்புரியையும் மகன் காம் பக்ஷையும் மகள் ஜீனத் உன் நிஸாவையும் பாதுகாப்பாக விட்டுச் சென்றார். அதிகப்படியான சுமைகள், தேவையற்ற அதிகாரிகள், படைவீரர்களின் குடும்பத்தினர், ஆதரவாக உடன் வருபவர்கள் அனைவரையும் அங்கேயே விட்டுவிட்டுச் சென்றார். வாஸிரான ஆசாத் கான் போதிய படை பலத்துடன் இவர்களுக்குத் தேவையான வசதி வாய்ப்புகளைச் செய்து தர அங்கே இருந்துகொண்டார். இஸ்லாமாபுரியில் இருக்கும் முகாமுக்கு அல்லது முற்றுகையிட்டிருக்கும் மொகலாயப் படைகளுக்கு மராட்டியப் படைகளினால் அச்சுறுத்தல் வந்தால் சண்டையிட்டுக் காப்பாற்ற நகரும் படையுடன் ஜுல்ஃபிகர் நஸ்ரத் ஜங் வசம் பொறுப்பு ஒப்படைக்கப்பட்டது.

இஸ்லாமாபுரியில் இருந்து புறப்பட்ட ஔரங்கசீப் சத்ரவுக்கு 21 மைல் தெற்கேயிருந்த மசூர் பகுதிக்கு 21 நவம்பரில் சென்று சேர்ந்தார். அதற்கு ஆறு மைல் தென்மேற்கில் இருக்கும் வசந்தகர்

கோட்டையை அங்கிருந்த படையினர் அச்சத்தினால் காலிசெய்து விட்டுச் சென்றுவிட்டனர். 25 நவம்பரில் அங்கு நுழைந்த மொகலாயப் படை, கிலித் கி ஃபதா (வெற்றியின் திறவுகோல்) என்று தமது வெற்றிப் பயணத்துக்கான நல்ல சகுனம் என்ற அர்த்தத்தில் பெயரிட்டனர்.

அங்கிருந்து 8 டிசம்பர் வாக்கில் சத்ரவுக்கு மொகலாயப் படை சென்று சேர்ந்தது. கோட்டைச் சுவர்களுக்கு ஒன்றரை மைல் வடக்கே இருந்த கரன்ஜா கிராமத்தில் ஆலம்கீர் முகாமிட்டார். அதைச் சுற்றி ஐந்து மைல் தொலைவில் மொகலாயப் படை, உதவியாளர்கள், போக்குவரத்துக்கு உதவும் விலங்குகள் என பெரிய குழுவாக முகாமிட்டன. மராட்டியப் படையின் தாக்குதலில் இருந்து காப்பாற்றும் நோக்கில் இந்த முகாமைச் சுற்றிலும் பாதுகாப்பு அரண் எழுப்பப்பட்டது. 9 டிசம்பரில் முற்றுகைப் பணிகள் ஆரம்பித்தன. பாறைப் பாங்கான நிலத்தில் பதுங்குகுழிகள், பாதுகாப்பு அரண்கள், தாக்குதல் மேடைகள் அமைப்பது மிகவும் சிரமமாக இருந்தது. எனவே, பணிகள் மிகவும் மெதுவாகவே நடந்தன. கோட்டைமீதிருந்த படையினர் இடைவிடாது இரவும் பகலும் தொடர்ந்து மொகலாயப் படை மீது அனைத்துவகை ஆயுதங்களையும் பயன்படுத்தித் தாக்குதல் நடத்திவந்தனர். மொகலாயத் தரப்பில் முற்றுகை ஏற்பாடுகளும் தாக்குதலுக்கான முன் தயாரிப்புகளும் முழுமையடைந்திருக்கவும் இல்லை. சத்ர கோட்டையில் இருந்து மராட்டியப் படைகள் மொகலாயப் படைகளின் விளிம்புவரை வந்து தாக்கிவிட்டுச் சென்றவண்ணம் இருந்தனர்.

மராட்டியப் படைகளின் தாக்குதல் முயற்சிகள் எல்லாம் முடிந்தவரை தடுத்து நிறுத்தப்பட்டன. ஆனால், மொகலாயப் படைகளுக்கான முக்கியமான அச்சுறுத்தல் மராட்டிய தரைப்படைகளின் மூலம் உருவானது. அவை மொகலாய முகாமை கிட்டத்தட்ட கைவிடப்பட்ட நகரில் வசிக்க நேர்ந்தவர்கள் போல் நிராதரவான நிலைக்குத் தள்ளியிருந்தது. உணவு, குடிநீர் ஆகியவற்றைத் தேடிச் செல்லும் மொகலாயப் படைகள் எல்லாம் மிக மிகப் பலமான படைப் பாதுகாப்புடனே எங்கும் சென்றுவர முடிந்தது. தன யாதவ், சங்கரா மற்றும் பல மராட்டியத் தளபதிகள் பல்வேறு திசைகளில் சுற்றி வளைத்து மொகலாயப் படையைத் தாக்கிவந்தனர். கிராமங்களுக்குச் செல்லும் பாதைகளைத் தடுத்து நிறுத்தியும் தானியங்களை வாங்கிக் கொண்டுசெல்லும் வழிகளை முடக்கியும் நெருக்கடி தந்துவந்தனர்.

கோட்டைச்சுவருக்கு வெகு அருகில் செல்லும்படியான ஒரு சுரங்கப்பாதையை (24 அடி நீளம்) தர்பியத் கான் கடினமான போராட்டத்துக்குப் பின் உருவாக்கிமுடித்தார். ஆனால் கோட்டையைத் தகர்த்துக் கைப்பற்றுவது சாத்தியமாக இருந்திருக்க வில்லை. 23 ஜனவரி வாக்கில் மொகலாயப் படையில் இருந்த மால்வாக்கள் 2000 பேர் கோட்டைச் சுவர் மேல் யாரும் எதிர்பார்க்காத நேரத்தில் ஏறிச் செல்ல முயன்றனர். ஆனால் அந்த முயற்சியும் தோற்றுவிட்டது. 13 ஏப்ரல் வாக்கில் இரண்டு கண்ணிவெடிகள் வெடிக்கப்பட்டன. முதல் வெடி குண்டு வெடித்ததில் கோட்டைக் காவலில் இருந்த பலர் கொல்லப் பட்டனர். கோட்டைத் தளபதி பிராக்ஜி பிரபு இடிந்துவிழுந்த சுவர்கற்களுக்கிடையில் சிக்கிக் கொண்டார். ஆனால் கற்களைத் தோண்டி அவரை உயிருடன் மீட்டுவிட்டனர்.

இரண்டாவது வெடிகுண்டு வெடித்ததில் கோட்டைகோபுரம் தகர்க்கப்பட்டது. ஆனால் கோட்டைக்கு அருகில் பெரும் எண்ணிக்கையில் சுற்றி நின்ற மொகலாயப் படைமீதே அந்தக் கற்கள் வந்துவிழுந்தன. இதில் சுமார் 2000 மொகலாயப் படையினர் கொல்லப்பட்டனர். இந்தக் கண்ணிவெடித் தாக்குதலினால் கோட்டைச் சுவரில் 20 அடி அகலத்துக்குப் பிளவு ஏற்படுத்தப் பட்டது. பாஜி சவன் தஃப்லே போன்ற வீரம் மிகுந்த மொகலாயப் படையினர் கோட்டை மதில் மேல் ஏறி, ‘இங்கே யாரும் இல்லை... சீக்கிரம் மேலே வாருங்கள்’ என்று தம் படையினரை விரைந்து வரும்படி அழைப்புவிடுத்தனர். ஆனால் யாருமே அவர்களுடைய அழைப்பை ஏற்கவில்லை. பதுங்கு குழிகளில் இருந்த மொகலாயப் படையினரும் பிற வீரர்களும் கோட்டை கோபுரக்கற்கள் தம் மீது வந்து விழுந்த அதிர்ச்சியில் உறைந்து போயிருந்தனர். மராட்டியக் கோட்டைக் காவல் படை இதற்குள் சுதாரித்துக்கொண்டுவிடவே கோட்டையில் பிளவு ஏற்பட்டிருந்த பகுதிக்கு விரைந்து வந்து அங்கு மேலே ஏறியிருந்த மொகலாயப் படையினரை வெட்டிச்சாய்த்தனர்.

இதனிடையில் ராஜா ராம் மார்ச் வாக்கில் இறந்திருந்தார். அமைச்சர் பரசுராம் மொகலாயர்களுக்கு அடிபணிய முன்வந்தார். கோட்டை மதிலில் 70 அடியை தர்பியத் கான் தகர்த்திருந்தார். கோட்டை காவல் படையினர் 400 பேர் இறந்திருந்தனர். இவற்றையெல்லாம் பார்த்த சத்ர கோட்டையின் நிர்வாகி (கிலாதார்) சுபான் ஜி மனம் தளர்ந்துபோய் ஆலம்கீருடன் இளவரசர் முஹம்மது ஆஸம் மூலம் அமைதி உடன்படிக்கைக்கு முன்வந்தார். 21 ஏப்ரலில் சத்ர கோட்டையின் மேல் அவர் மொகலாயக் கொடியை ஏற்றினார். அடுத்த நாளே அங்கிருந்து புறப்பட்டார். இளவரசர் முஹம்மது

ஆஸமுக்கு மரியாதைசெய்யும்முகமாக அந்தக் கோட்டைக்கு 'ஆஸம்தாரா' என்று பெயர் சூட்டப்பட்டது.

5. பர்லி கோட்டை கைப்பற்றப்படுதல்

சத்ர கோட்டையைக் கைப்பற்றியதும் அதற்கு ஆறு மைல் மேற்கில் இருந்த பர்லி கோட்டை முன்பாக முற்றுகையை ஆரம்பித்தனர். சிவாஜியின் குரு ராமதாஸ் ஸ்வாமி இங்குதான் இருந்தார். சத்ர கோட்டை எதிரிகளால் கைப்பற்றப்படும்போது மராட்டிய ராஜ்ஜியத்தின் நிர்வாகத் தலைநகராக இதுவே இருக்கும். மராட்டிய ராஜ்ஜியத்தின் திவானாக இருந்த பரசுராம் திரியம்பக் மன்னர் ராஜாராமின் மரணத்தினால் மனமுடைந்துபோனார். சத்ரவின் வீழ்ச்சி அவரை மேலும் நிலைகுலையவைத்தது. அவர் பர்லி கோட்டையில் இருந்து தப்பித்து வெளியேறினார். ஆனால் அவருக்குக் கீழ் பணிபுரிந்தவர்கள் தமது எதிர்ப்பைக் கைவிடவில்லை.

பெரு மழை பெய்ததால் மொகலாயப் படை பெரும் நெருக்கடி களைச் சந்திக்க நேர்ந்தது. உணவுப் பொருட்கள், கால்நடைத் தீவனங்கள் எல்லாம் பெருமளவுக்குப் பற்றாக்குறையாகின. ஆனால் ஔரங்கசீப் மனம் தளராமல் முற்றுகையைத் தொடர்ந்தார். இறுதியில் ஒருவழியாக பர்லி கோட்டையின் கிலாதாருடன் ஓர் ஒப்பந்தம் செய்துகொள்ளப்பட்டது. கையூட்டு பெற்றுக் கொண்டு அவர் கோட்டையை விட்டு 9 ஜூனில் வெளியேறினார்.

இந்த இரண்டு முற்றுகையினால் மொகலாயப் படைக்கு மிகப் பெருமளவில் படை வீரர்கள், குதிரைகள், போக்குவரத்துக்கான கால்நடைகள் ஆகியவற்றை இழக்க நேர்ந்திருந்தது. கஜானா காலியானது. மூன்று ஆண்டு சம்பள பாக்கியினால் வீரர்கள் பட்டினியிலும் சோகத்திலும் ஆழ்ந்தனர். மே ஆரம்பத்திலேயே ஆரம்பித்த கனமழை ஜூலை இறுதிவரை தொடர்ந்தது. 21 ஜூன் வாக்கில் பூஷன்கர் நோக்கிப் படையைப் பின்வாங்கினார். ஆனால் இதனாலும் வீரர்களின் கஷ்டங்கள் அதிகரிக்கவே செய்தன. முற்றுகையின்போது ஏராளமான கால்நடைகள் இறந்து விட்டிருந்தன. ஒரு சில காளைகள், யானைகள் மட்டுமே உயிர் பிழைத்திருந்தன. அவையுமே எலும்பும் தோலுமாக ஆகி விட்டிருந்தன. இந்த பலவீனமான விலங்குகளினாலும் சுமை தூக்கிகளினாலும் ஆலம்கீர் மற்றும் முக்கிய பிரமுகர்களின் உடமைகளில் சொற்பமானவற்றை மட்டுமே சுமக்க முடிந்திருந்தது. பெரும்பாலான உடமைகளை கோட்டையிலேயே விட்டுச்

செல்லவேண்டியிருந்தது. அல்லது அவற்றை எரித்துவிடவேண்டியிருந்தது. உயர் குடியில் பிறந்த பலருமே சேறும் சகதியுமான சாலை வழியே மைல் கணக்கில் கால்நடையாகவே நடந்து திரும்ப வேண்டியிருந்தது. ஒரு முறை படை புறப்பட்டால் பின் தங்கியவர்கள் வந்து சேர்வதற்காக, இரண்டு நாட்கள் ஓய்வு எடுத்துக் கொண்டனர். ஒரு நாள் பயணத்தில் மூன்று மைல் மட்டுமே செல்லமுடிந்தது.

கிருஷ்ணா நதியில் மறு கரையைப் பார்க்கவே முடியாத அளவுக்கு வெள்ளம் ஓடிக் கொண்டிருந்தது. அப்படியான நதியைக் கடந்து படையை முன்னகர்த்திச் செல்வது மிகவும் சிரமமாக இருந்தது. பாதி உடைந்த நிலையில், ஒட்டுப் போடப்பட்ட ஏழு படகுகள் மட்டுமே இருந்தன. எல்லாரும் அதில் இடம் பிடிக்க முண்டியடித்து சண்டைபோடவேண்டியிருந்தது. ஒருவழியாக பூஷன்கர் பகுதிக்கு 25 ஜூலையன்று சென்று சேர்ந்தனர். 45 மைல் தொலைவைக் கடக்க 35 நாட்கள் ஆனது! ஒரு மாத காலம் இங்கு ஓய்வெடுத்தனர். அதன் பின்னர் 36 மைல் பயணம் செய்து மன் நதிக்கரையில் அமைந்திருக்கும் கவாஸ்பூருக்கு 30, ஆகஸ்ட், 1700 வாக்கில் சென்று சேர்ந்தனர். நதியின் இரு கரையிலும், கரை மணலிலும் கூட முகாமிட்டுத் தங்கினர். ஆனால் அக்டோபர் முதல் நாளன்று மலைப்பகுதியில் பெய்த கனமழையினால் நதியில் திடீர் வெள்ளப் பெருக்கு ஏற்பட்டு, கூடாரமடித்துத் தூங்கிக் கொண்டிருந்த படையினர் அனைவரையும் இழுத்துச் சென்றுவிட்டது. கரைகளைத் தாண்டி சமவெளிகளுக்கும் வெள்ள நீர் பாய்ந்து அனைத்தையும் மூழ்கடித்தது. ஏராளமான படைவீரர்களும் கால்நடைகளும் இறந்தன. பல மேட்டுக்குடியினர் உட்பட பலரும் வறுமையிலும் உடைகள் இன்றியும் நிர்கதியாக விடப்பட்டனர். அனைத்துக் கூடாரங்களும் வெள்ளத்தில் அடித்துச் செல்லப்பட்டுவிட்டன.

நள்ளிரவுக்குச் சற்று முன்பாக, வெள்ளம் முதலில் முகாமைத் தாக்கியபோது, படை முழுவதும் பெரும் கூக்குரல் எழுந்தது. மராட்டியப் படைதான் தாக்க வந்துவிட்டது என்று நினைத்து ஆலம்கீர் பதறி அடித்து எழுந்தார். அதில் அவர் கீழே விழுந்து வலது கால் முட்டு பெயர்ந்துவிட்டது. மருத்துவர்களால் அதை சரிசெய்யவே முடியவில்லை. எஞ்சிய காலம் முழுவதும் நொண்டிய படியே நடந்தார். உலகை வென்றவரும் ஊனமுற்றவருமான தைமூர் வம்சத்தில் வந்த ஔரங்கசீபுக்கு அது வம்சாவளியின் பெருமைக்குரிய அம்சமே என்று ஆறுதல் சொன்னார்கள்.

ராணுவத்தைப் பலப்படுத்த பெரு முயற்சிகள் மேற்கொள்ளப் பட்டன. வட இந்தியாவில் இருந்த அனைத்து

ஆட்சியாளர்களுக்கும் தகவல் தெரிவிக்கப்பட்டது; உடல் வலு மிகுந்த இளைஞர்கள் அனைவரையும் போருக்கு அனுப்பிவைக்கும்படி உத்தரவு பிறப்பிக்கப்பட்டது. அனைத்து பிராந்தியங்களில் இருந்தும் உயர் ஜாதிக் குதிரைகளை தக்காணத்துக்கு அனுப்பிவைக்கும்படி உத்தரவிடப்பட்டது. காபூலில் இருந்து 2000 குதிரைகள் கொண்டுவரப்பட்டன. உள்ளூரில் இருந்து 2000 குதிரைகள் வாங்கப்பட்டன.

மராட்டியர்கள் தங்கள்பங்குக்கு மொகலாயர்களின் நெருக்கடிகளை அதிகரித்தனர். ஹனுமந்த ராவ் காடௌ பகுதியைத் தாக்கி அங்கிருந்த மொகலாய நிர்வாகியை 18, ஆகஸ்ட், 1700-ல் கொன்றார். பேரட் பகுதியின் தலைவரான பிடியா நாயக் தன் படையை பிஜப்பூர் முழுவதும் நிறுத்தியிருந்தார். பீஜாப்பூர் நகருக்கு வெளியே இருந்த ஷாபூர் குளம் வரையிலும் மராட்டியபடை முன்னேறிச் சென்று தாக்குதல் நடத்தியது (15, நவம்பர்). பீஜாப்பூரின் தென் கிழக்கே 30 மைல் தொலைவில் இருக்கும் பகேவாரி பகுதியின் தானாதாரை ரானோஜி ராவ் கோர்படே கொன்றார். அங்கிருந்தும் பீஜாப்பூருக்கு வட கிழக்கில் இருந்த இந்தீ பகுதி வரையிலும் படையெடுத்துச் சென்று செல்வத்தைக் கவர்ந்தார்.

6. பனாலா கோட்டை முற்றுகை, 1701.

மொகலாயர்களின் அடுத்த தாக்குதல் இலக்காக பனாலா கோட்டை இருந்தது. 9, மார்ச், 1701 வாக்கில் ஆலம்கீர் அங்கு சென்று சேர்ந்தார். 14 மைல் நீளத்துக்கு பனாலா கோட்டையையும் பவன்கர் கோட்டையையும் சுற்றிலும் படையை நிறுத்தினார். ‘எங்கெல்லாம் கொள்ளையர்கள் தலை தூக்குகிறார்களோ அவர்களை அடித்து விரட்டு’ என்ற ஔரங்கசீபின் உத்தரவின் பேரில் நஸ்ரத் ஜங் தலைமையில் நில்லாமல் நகரும் படை அனுப்பப்பட்டது. பாறைப்பாங்கான அந்தப் பகுதியில் சுரங்கம் அமைப்பது, பதுங்குகுழி அமைப்பதெல்லாம் மிகவும் சிரமமாக இருந்தது. மழைக்காலம் வேறு நெருங்கிக் கொண்டிருந்தது. நஸ்ரத் ஜங், ஃபிரோஸ் ஜங் என ஆலம்கீரின் புகழ் பெற்ற இரண்டு தளபதிகளுக்கிடையே பெரும் பகைமை இருந்ததால் இருவரையும் ஒரே இடத்தில் போரிடவைக்க முடியாமல் இருந்தது. இது போதாதென்று அனுபவமும் திறமையும் மிகுந்த தர்பியத் கானுக்கும் ஃபதுல்லா கானுக்கும் இடையிலும் பொறாமையும் கசப்பும் வெளிப்படத் தொடங்கியது. குஜராத்தில் முஹம்மது

முராதும் கலகக் குரல் எழுப்ப ஆரம்பித்தார். முக்கிய மொகலாயத் தளபதிகளின் இப்படியான பொறாமைகளினால் மொகலாயப் படை ஒற்றுமையாக இணைந்து, கூட்டு முயற்சியாகத் தாக்குதல் நடத்துவது சாத்தியமற்றுப் போனது. இவர்கள் ஒவ்வொருவரும் மற்றவரின் திட்டங்களை முடக்கினர். இதனால் ஆலம்கீருடைய முற்றுகைத் திட்டம் வெற்றி பெறாமல் நீண்டுகொண்டே சென்றது. தாக்குதல் நடத்தும்படி தர்பியத் கானுக்கு உத்தரவிடப்பட்டபோது, அவர் 'எல்லா தயாரிப்பு ஏற்பாடுகளும் முடிந்துவிட்டன; புயல் வேகத்தில் தாக்குதல் நடத்தும் நாளில் இதுபோன்ற சாகஸங்களில் அதிகம் ஈடுபட்ட முஹம்மது முராதையும் எங்களுக்கு உதவும்படி தயவு செய்து நீங்கள் உத்தரவிடவேண்டும்' என்று எப்போதும் இல்லாதவகையில் பதில் கடிதம் அனுப்பினார்.

ஔரங்கசீபின் தளபதிகளுக்கிடையே இப்படியான பகைமை இருந்ததால் போரில் வெற்றிகிடைக்காமல் முற்றுகை இரண்டு மாதங்களுக்கு மேல் நீண்டுகொண்டே சென்றது. எப்போது முடிவுக்குவரும் என்றும் எதுவும் தெரியாத நிலையே இருந்தது. மழைக்காலம் ஆரம்பிக்கும் முன்பே பனாலா கோட்டையைக் கைப்பற்றியாகவேண்டும் என்று முடிவு செய்து திரியம்பகுக்கு மிகுதியான தொகை கையூட்டாகத் தரப்பட்டது. 28, மே, 1701-ல் பனாலா கோட்டை மொகலாயர் வசம் வந்தது. பனாலா கோட்டையை மீட்க மராட்டிய தளபதிகள் பல்வேறு முயற்சிகள் மேற்கொண்டிருந்தனர். தன யாதவ், ராமுஜி கோர்படே, ராமச்சந்திரர், கிருஷ்ண மல்ஹர் முதலான தளபதிகள் எல்லாம் முற்றுகையிட்ட மொகலாயப் படைகளைத் தொடர்ந்து சுற்றி வளைத்து நெருக்கடி தந்துவந்தனர். உணவு தானியங்கள் கொண்டுவரச் செல்லும் மொகலாயப் படைகளைத் தடுத்து நிறுத்தினர். மராட்டிய நகரும் படைகள் மிகத் தீவிரமாகப் போரிட்டன. இதனால் நஸ்ரத் ஜங், ஹமீத் உத் தீன் போன்ற மொகலாயத் தளபதிகளின் நகரும் படைகள் என்னதான் ரத்தம் சிந்திப் போரிட்டாலும் இறுதி வெற்றி கிடைக்கவே இல்லை.

பனாலா கோட்டை கையூட்டின் மூலம் கைப்பற்றதைத் தொடர்ந்து (29, மே, 1701) வளமான, பாதுகாப்பான காடெள பகுதிக்குப் பின்வாங்கி அங்கு ஔரங்கசீப் முகாமிட்டார். அது சத்ர கோட்டைக்கு கிழக்கே 25 மைல் தொலைவில் யர்லா நதியின் இடதுபக்கக்கரையில் இருந்தது. அதி விரைவாகத்தான் புறப்பட்டிருந்தார். ஆனால் அதற்குள் புயல் மழைக்காற்று வீசத் தொடங்கிவிட்டிருந்தது. கூடாரங்கள் எல்லாம் காகிதக் குப்பைகள்

போல் வீசி எறியப்பட்டன. 'பாதுஷாக்களும் பாவப்பட்ட ஏழைகளும் திறந்த வெளியில் நிராதரவாக நிற்க நேர்ந்தது. பர்தாக்கள் எல்லாம் வீசி எறியப்பட்டு அனைவரும் பார்க்கும் படியாகப் பெண்கள் நிற்க நேர்ந்தது'.

ஃபதுல்லா கானுக்கு பதவி உயர்வு தரப்பட்டு பஹதுர் ஆக்கப்பட்டார். காடௌ பகுதிக்கு எட்டு மைல் வட மேற்கே இருந்த வர்தான்கர் கோட்டையையும் அருகே இருந்த சந்தன், நந்தகிர், வந்தன் ஆகிய மூன்று கோட்டைகளையும் கைப்பற்ற அனுப்பிவைக்கப்பட்டார்.

7. கேல்னா கோட்டை முற்றுகை

கேல்னா அல்லது விஷால்கர் கோட்டையைக் கைப்பற்ற ஆலம்கீர் புறப்பட்டார். பனாலா கோட்டையிலிருந்து 30 மைல் மேற்கே சஹ்யாத்ரி மலையின் உச்சியில் கடல் மட்டத்திலிருந்து 3350 அடி உயரத்தில் அது அமைந்திருக்கிறது. அதன் மேற்கே கொங்கண் சமவெளி அமைந்திருக்கிறது. இந்த மாவட்டம் மிகவும் ஈரப்பதம் மிகுந்தது. குளுமையானது. மலைகளில் அடர்த்தியாக மரங்கள் வளர்ந்திருக்கும் (17-ம் நூற்றாண்டில்). வடக்கே ஐந்து மைல் தொலைவில் இருக்கும் அம்பா கணவாய் வழியாக இந்தக் கோட்டைக்கு எளிதில் செல்லமுடியும். கோட்டையைச் சென்று சேர எட்டு மைல் ஏறிச் செல்லவேண்டியிருக்கும். அன்று அங்கு காளை வண்டிகள் செல்ல சரியான பாதை வசதியும் இருந்திருக்க வில்லை. ஏற்ற இறக்கமாக இருக்கும் மலைப்பாதை பல இடங்களில் மிகவும் குறுகலாகவும் இருக்கும். குதிரைகள் கூட எளிதில், பாதுகாப்பாக ஏறிச் செல்ல முடியாத நிலையே இருந்தது.

வர்தான்கர் பகுதியில் இருந்து 7, நவம்பர், 1701-ல் புறப்பட்ட பேரரசர் 12 இடங்களில் நின்று நின்று மல்காபூருக்கு அருகே வந்து சேர்ந்தார். இங்கு ஒரு வாரம் முகாமிட்டார். முன்னணிப் படையினர் முன்னேறிச் சென்றனர். ராணுவப் படை முன்னேறிச் செல்லும் படியாக அம்பா கணவாயை இன்னும் வெட்டி சரி செய்திருக்க வில்லை. ஃபதுல்லா கான் தலைமையில் பாறைகளை வெட்டுபவர்கள், மரங்களை வெட்டுபவர்கள் ஆகியோரைக் கொண்டு ஒருவார காலம் மிகக் கடினமான முயற்சிகள் மேற்கொண்ட பின்னர் ஒரு வழியாகப் பாதை சரியானது. 26 டிசம்பர் வாக்கில் ஆஸாத் கான் முற்றுகையை ஆரம்பிக்க அனுப்பிவைக்கப்பட்டார். 16, ஜன, 1762-ல் கேல்னாவுக்கு ஒரு மைல் தொலைவில் பாதுஷாவுக்குக்

கூடாரம் அமைக்கப்பட்டது. அவருடன் வந்தவர்கள் கணவாயைக் கடந்து வருவதற்குள் பெரும் சிரமங்களையும் இழப்பையும் சந்திக்க நேர்ந்தது. கோட்டை அடிவாரத்துக்கு அனைவரும் வந்து சேரவும் ஆயுதங்கள், உணவுப் பொருட்கள் ஆகியவற்றைக் கொண்டுவந்து சேர்க்கவும் மிக மிக சிரமப்படவேண்டியிருந்தது.

1702 ஜனவரி - ஜூன் வரை முற்றுகை சில மாதங்கள் நீடித்தது. நஸ்ரத் ஜங் நகர்ந்துகொண்டே இருக்கும் மராட்டியப் படைகளைத் துரத்தியபடி இந்த ஆண்டு மட்டும் சுமார் 6000 மைல் பயணம் செய்யவேண்டியிருந்தது. பேரார் மற்றும் தெலங்கானாவில் மிகக் கடுமையான 19 போர்களில் ஈடுபடவேண்டியிருந்தது. கோட்டைக் கற்சுவரை மொகலாயப் படையால் தகர்க்கவே முடியவில்லை. ஒரு சில கற்களை மட்டுமே பெயர்க்க முடிந்தது. வெற்றிக்கான வாய்ப்பு எங்குமே கண்ணில் தென்படவில்லை. மாறாக கோட்டைக்கு மேல் இருந்த மராட்டியப் படையினர் மேலேற முயற்சி செய்யும் மொகலாயப் படைகள் மீது கவண்களைக் கொண்டு பெரிய பெரிய கற்களால் இடைவிடாமல் தாக்கி வீழ்த்தினர். இரவு நேரங்களிலும் யாரும் எதிர்பாராத நேரங்களிலும் கோட்டையைவிட்டு வெளியேறி வந்து பதுங்குகுழியில் இருக்கும் மொகலாயப் படைகளைத் தாக்கிவிட்டு மின்னல் வேகத்தில் திரும்பிச் சென்றனர்.

ஃபதுல்லா கான் வடக்குப் பக்கமிருந்து எடுத்த அத்தனை கடின முயற்சிகளும் பாறையில் முட்டிய தலைபோல் வீணாகிப் போயின. கொங்கணி அல்லது மேற்குக் கோட்டை வாசலிலும் எந்தப் பெரிய சாதகமான அம்சமும் நடந்திருக்கவில்லை. அங்கு 4 மார்ச்சில் முஹம்மது அமீன் கான் தன் படையுடன் கோட்டைச்சுவருக்கு வெளியே இருக்கும் தற்காப்புச் சுவரைத் தகர்க்க (ரௌணி சுவர்) தாக்குதல் முயற்சியை மேற்கொண்டார். அமீன் கானை விலக்கிவிட்டு, ஆம்பர் பகுதியின் இளவயது மன்னரான ஜெய் சிங்கின் தலைமையில் பிதார் பக்ஷ் 27 ஏப்ரலில் இன்னொரு தாக்குதலை மேற்கொண்டார். பெரும் இழப்புக்குப் பின் ரௌணி சுவரைத் தகர்த்தார். அடுத்தகட்டமாக பீரங்கிகளை அங்கு நிறுத்தி கொங்கணி கோட்டை வாசலைத் தகர்க்கத் தயாரானார். ஆனால், பம்பாய் கடலோரப் பகுதியில் மையம் கொண்ட மழை மேகங்கள் மொகலாயப் படை மீது புயல் மழையைப் பொழிந்து தள்ளியது. பிதார் பக்ஷ் கொடுக்க முன்வந்த பெரும் தொகையை கோட்டை நிர்வாகி பரசுராம் திரியம்பக் 4, ஜூன் வாக்கில் பெற்றுக்கொண்டார். மொகலாய இளவரசரின் கொடி கோட்டை மேல் பறக்கவிடப் பட்டது. ஜூன் 7 வாக்கில் மராட்டியப் படைகள் அங்கிருந்து வெளியேறின.

கேல்னா கோட்டையைக் கைப்பற்றிவிட்டுத் திரும்பிய மொகலாயப் படைக்கு மிக மிகப் பெரிய சிரமங்களை எதிர்கொள்ள வேண்டியிருந்தது. 10 ஜூனில் வெகு விரைவாக ஆலம்கீர், அந்தக் கோட்டை கைப்பற்றப்பட்ட மூன்றே நாட்களில் அங்கிருந்து புறப்பட்டுவிட்டார். மழை ஏற்கெனவே ஆரம்பித்துவிட்டதால் மொகலாயப் படை அம்பா கணவாயைக் கடப்பதற்குள் பெரும் சிரமங்களுக்கு உள்ளானது. ஒட்டகங்கள் சேற்று நிலத்தில் கால் வைக்க அஞ்சின. யானைகள் தன்னுடைய எடை மிகுதியினால் சேற்றில் கால் வைத்தால் கழுதைகள் போல் புதைந்துவிட்டன. சுமை தூக்கிகளால் சுமக்க முடிந்தவற்றை மட்டுமே எடுத்துக் கொண்டு திரும்ப வேண்டியிருந்தது. வழியில் நலா நதி பந்தயக் குதிரைபோல் பாய்ந்து ஓடிக் கொண்டிருந்தது. அது மொகலாயப் படையை இரண்டு பிரிவாகப் பிரித்துப் போட்டது. பலர் நதி வெள்ளத்தில் மூழ்கி இறந்தனர். திரும்பி வரும் மொகலாயப் படையின் பயண வழியை நலா நதி மூன்று இடங்களில் இதுபோல் குறுக்கிட்டு நெருக்கடியைத் தந்தது.

ஒரு சேர் தானியம் ஒரு ரூபாய் (இன்றைய மதிப்பில் ஒரு கிலோ சில 1000 ரூபாய்) என்ற அளவுக்கு விற்றது. கால்நடைத் தீவனமும் விறகுகளும் எங்கு தேடினாலும் கிடைக்காத நிலையிலேயே இருந்தது. பெரு மழை, கடுங்குளிர், கூடாரம் எதுவும் இல்லாத நிலை... மாற்று உடுப்பு இல்லாத நிலை என நீடித்த நெருக்கடியிலேயே பலர் இறந்தனர். ஆலம்கீருக்குத் தேவையான கூடாரத்துணி மட்டுமே அவர்களிடம் எஞ்சியிருந்தது. 30 மைல் தொலைவை 38 நாட்களில் கடந்து மொகலாயப் படை பனாலா கோட்டைக்கு அருகே 17, ஜூலை, 1702 வாக்கில் வந்து சேர்ந்தது.

பீமா நதியின் வட கரையில் இருக்கும் பஹதுர்கர் அல்லது பேட்காவ் பகுதிக்கு 13, நவம்பர் 1702-ல் வந்து சேர்ந்தனர்.

8. கோண்டானா (சிங்க கர்), ராஜ்கர், தோர்ணா கோட்டைகள் முற்றுகை

வெறும் 18 நாட்கள் மட்டுமே ஓய்வெடுத்துவிட்டு ஆலம்கீர் 2, டிசம்பரில் கேண்டானா கோட்டையைக் கைப்பற்றப் புறப்பட்டார். 27-ம் தேதியன்று அங்கு சென்று சேர்ந்தார். இஸ்லாமாபுரியில் முகாமிட்டிருந்த ஆலம்கீரின் குடும்பத்தினர், உடமைகள், நிர்வாக அலுவலகக் குழு அனைத்தும் பஹதுர்கர் பகுதிக்கு மாற்றப்பட்டன. இஸ்லாமாபுரி நஸ்ரத் ஜங்கின் பொறுப்பில் விடப்பட்டது.

ஔரங்காபாதுக்கு பிதார் பக்த் ஆட்சியாளராக அனுப்பிவைக்கப் பட்டார். பின்னர் கந்தேஷ் பகுதியின் சுபேதாரி உரிமையும் அவருக்குச் சேர்த்துத் தரப்பட்டது (பிப் 1703). முற்றுகை தொடங்கியது. ஆனால் எந்தப் பணியும் சுறுசுறுப்புடன் நடக்க வில்லை. மூன்று மாத காலம் வெறுமனே வீணாக்கப்பட்டது. மீண்டும் மழைக்காலம் வரவிருந்தது. எனவே தாக்குதல் எண்ணத்தைக் கைவிட்டு ஆலம்கீர் அந்தக் கோட்டை நிர்வாகிக்கு மிக மிக அதிகமான தொகையைக் கொடுத்து 8, ஏப், 1703 வாக்கில் அதை விலைக்கு வாங்கிக் கொண்டார்.

கோண்டானாவிலிருந்து புறப்பட்டு புனேக்கு ஒரு வார காலத்தில் 1, மே வாக்கில் மொகலாயப் படை திரும்பியது. அங்கு ஏழு மாத காலத்தைக் கழித்தனர். 1702-ல் பெரு மழை பெய்தது. ஆனால் 1703-04 வாக்கில் பெரும் வறட்சி தாக்கியது. மஹாராஷ்டிரா முழுவதுமே பஞ்சம் தலைவிரித்தாடியது. கூடவே நோய்த்தொற்று பெருகி இழப்புகள் அதிகரித்தன. நலிவடைந்த நிலையில் இருந்தவர்கள் பெருமளவில் இறந்தனர். மனூச்சியின் கணக்கின்படி சுமார் 20 லட்சம் பேர் அந்தப் பஞ்சத்தில் இறந்திருக்கக்கூடும்.

புனேயிலிருந்து புறப்பட்டு 18 நாட்கள் பயணம் செய்து ராஜ்கர் கோட்டையைச் சென்றடைந்து 2, டிசம்பர் வாக்கில் முற்றுகையை ஆரம்பித்தது. சுமார் இரண்டு மாத காலம் பீரங்கியால் தாக்கி 6, பிப், 1704 வாக்கில் முதல் கோட்டை வாசலைக் கைப்பற்றினர். வெளிக்கோட்டைப் பகுதியில் இருந்து தாக்குதல் மேற்கொண்ட ஹமன் ஜியும் ரங்கஜியும் உள் கோட்டைப் பக்கம் நகர்ந்தனர். மேலும் பத்து நாட்களுக்கு தாக்குதலைச் சமாளித்தனர். இறுதியாக கோட்டை நிர்வாகி தோல்வியை ஒப்புக்கொண்டார். அந்தக் கோட்டை மீது மொகலாயக் கொடி பறக்கவிடப்பட்டது. மராட்டியப் படையினர் 16 பிப் இரவில் அங்கிருந்து தப்பிச் சென்றனர்.

அடுத்ததாக ஔரங்கசீப் அங்கிருந்து எட்டு மைல் தொலைவில் இருந்த தோர்ணா கோட்டையை 23, பிப்ரவரியில் முற்றுகையிட்டார். 10 மார்ச் இரவில் அமனுல்லா கான் வெறும் 23 மால்வா காலாட்படையினருடன் ரகசியமாக கோட்டை மேல் கயிற்று ஏணி வீசி ஏறிச் சென்று வெற்றி முழவுகளை முழக்கியபடி மராட்டியர்களைத் தாக்கினார். எதிர்த்தவர்கள் வெட்டிச் சாய்க்கப் பட்டனர். எஞ்சியவர்கள் தப்பி ஓடினர். இந்தப் படையெடுப்பில் பணம் கொடுக்காமல், தாக்குதல் நடத்தி ஔரங்கசீப் கைப்பற்றிய கோட்டை இது மட்டுமே.

தோர்ணா கோட்டையிலிருந்து புறப்பட்டு சக்கன் பிராந்தியத்துக்கு ஏழு மைல் வடக்கே இருந்த கேத் பகுதிக்குச் சென்று சேர்ந்த மொகலாயப் படை 17, ஏப் - 21, அக்டோபர், 1704 வரை ஆறு மாத காலம் முகாமிட்டது. 22 அக்டோபரில் ஆலம்கீர் இங்கிருந்து புறப்பட்டு பேரட் தலைநகரான வாகின்கெரே நோக்கிப் புறப்பட்டார். மூன்றரை மாத காலம் மெதுவாகப் பயணம் செய்து சென்று சேர்ந்தவர்கள் 8, பிப், 1705-ல் அங்கிருந்த கோட்டையை முற்றுகையிட்டனர். இதுவே ஔரங்கசீபின் இறுதிப் படையெடுப்பு.

9. பேரட் மக்களும் நகரமும் அதன் தலைவரும்.

பீஜாப்பூருக்கு கிழக்கே இருக்கும் நிலப்பரப்பு பேரட். பீமா நதியாலும் கிருஷ்ணா நதியாலும் சூழப்பட்ட இந்த நிலப்பரப்பே பேராட்களின் தாயகம். கர்நாடக பூர்வகுடிகளான இவர்கள் தேட்கள் என்றும் அழைக்கப்பட்டார்கள். ஹிந்து சமூக அடுக்கில் கடைசிப் படியில் இருப்பவர்கள். முரட்டுத்தனமும் திட சித்தமும் கொண்டவர்கள். நகர வாழ்க்கைக்குப் பழக்கப்படாதவர்கள். ஹிந்து சமூகத்தின் மேலடுக்கில் இருந்தவர்கள்போல் மிதமான அணுகு முறை கொண்டவர்கள் அல்ல. ஆடு, மாடு, பன்றி, கோழிகள் போன்றவற்றை உண்பார்கள். மிகுதியாக மது அருந்துவார்கள்.. கறுப்பு நிறம், கம்பீரமான தோற்றம், மிதமான உயரம், வட்ட முகம், தட்டையான கன்னங்கள், மெல்லிய உதடுகள், நீண்டு தொங்கும் தலைமுடி கொண்ட பேரட்கள் எந்தக் கடினமான சூழலையும் தாங்கும் வலிமை கொண்டவர்கள். முறையான உழைப்பு அல்லது அமைதியான கலைகள் இவையெல்லாம் அதிகம் தெரியாது. குடும்பத் தலைவர்களை உறுப்பினராகக் கொண்ட குல வழி வாழ்க்கை முறையைக் கொண்டவர்கள். தலைமைப் பதவி வாரிசுரிமையாகக் கைமாறும். தலைவரே அவர்களிடையே ஒழுங்கையும் கட்டுப்பாடையும் ஒற்றுமையையும் நிலைநிறுத்துவார்.

17-18-ம் நூற்றாண்டுகளில் மிகவும் வலிமையும் துல்லியமும் மிகுந்த துப்பாக்கிகளை இவர்களே உருவாக்கித் தந்தனர். உயிரைத் துச்சமாக மதித்து போரிடுவார்கள். இவர்களுடைய ஆக்ரோஷமும் அச்சமற்ற தன்மையும் எதிர்பாராத தாக்குதல்களுக்கு உகந்தவையாக இருந்தன. ஆநிரை கவர்பவர்களிடம் இருக்கும் திடீர் தாக்குதல் திறமை இவர்களிடமும் காணப்பட்டது. அன்றைய சமகால பாரசீக வரலாற்றாசிரியர்கள் இவர்களை பே-டர் (பயமற்றவர்கள்) என்று அவர்களுடைய பெயரை வைத்து வேடிக்கையாக அழைப்பார்கள்.

பேரட்களின் பூர்விகம் மைசூர். அங்கிருந்து இவர்கள் ராய்ச்சூர் டோப் பகுதிக்கு இடம்பெயர்ந்தனர். அங்கிருந்து வடக்கே கிருஷ்ணா நதி மற்றும் பீமா நதிவரையிலும் கூட பரவிச் சென்றனர். கிருஷ்ணா நதிக்கும் பீமா நதிக்கும் இடையே இடுக்கிப்பிடியில் இருக்கும் ஷோராபூரின் பேரட் நாயக்கர்கள் பீஜாப்பூரிக்கு 72 மைல் தொலைவில் இருந்த சாகர் பகுதியைத் தமது தலைநகராகக் கொண்டு ஆண்டுவந்தனர். இது 1687-ல் மொகலாயர் வசம் வீழ்ந்ததும் சாகருக்கு தென் மேற்கே 12 மைல் தொலைவில் இருந்த வாகின்கெரேயில் இன்னொரு தலைநகரை பேரட்கள் அமைத்துக் கொண்டனர். ஔரங்கசீபின் இறுதிக் காலகட்டத்தில் இந்தப் பகுதியும் மொகலாயர் வசம் போய்விடவே ஷோராபூருக்குத் தன் தலைநகரை இந்த நாயக்கர் மாற்றிகொண்டார். வாகின்கெரே போலவே மலைப்பகுதியில் கிழக்குப் பக்கம் நான்கு மைல் தொலைவில் இது அமைந்திருக்கிறது.

1687-ல் மொகலாயர்களால் தோற்கடிக்கப்பட்ட பின்னர் அதிகாரம் இழந்த பேரட் நாயக்கத் தலைவர்களுக்கு போராடி, கலகம் செய்து தம்மை நிலைநிறுத்திக் கொள்வதைத் தவிர வேறு வழி எதுவும் இருந்திருக்கவில்லை. மலைப் பகுதியில் வலிமையான தளங்களை அமைத்துக் கொண்டு மராட்டியர்களைப் போலவே மொகலாய ஆக்கிரமிப்புப் பகுதிகளைச் சூறையாடத் தொடங்கினர். விரைவிலேயே மராட்டியர்களுடன் நட்புறவையும் உருவாக்கிக் கொண்டனர். குல்பர்கா மாவட்டம் எப்போதும் போரும் கூச்சலும் நிரம்பியதாகவே இருந்தது. அதை ஒட்டிய சாலைகளில் வணிகக் குழுக்களுக்கு சாகர் வீழ்ந்த பின்னரும் யார் கைக்கும் எளிதில் சிக்காத பேரட் குதிரைப்படை வீரர்களினால் தொடர்ந்து அச்சுறுத்தல்கள் நீடித்தவண்ணம் இருந்தன.

பாம நாயக்கரின் சகோதரியின் மகனும் வாரிசாக அறிவிக்கப் பட்டவருமான பிடியா நாயக்கர் 1683 வாக்கிலேயே ஔரங்கசீபைச் சென்று சந்தித்திருக்கிறார். மொகலாயப் படையில் அவருக்கு ஒரு பதவியும் தரப்பட்டிருந்தது. சாகர் பகுதியை மொகலாயர் வென்றதும் தன் மாமா இறந்ததையடுத்து வாகின்கெரேவைப் பலப்படுத்திக்கொண்டு அங்கு தனக்கென ஒரு படையை உருவாக்க ஆரம்பித்தார். தனது குலத்தினரிடமிருந்து சுமார் 12,000 அற்புதமான துப்பாக்கிகளை பெற்றுக்கொண்டு தன் படை பலத்தை மெள்ளப் பெருக்கிக் கொண்டார்.

குல்பர்கா மாவட்டத்தில் இவருடைய குழுவினர் தொடர்ந்து மேற்கொண்ட தாக்குதல்களினால் இவர்களை இனியும்

புறக்கணிக்க முடியாது என்ற நிலை உருவானது. இறுதியாக 27, மே, 1691-ல் ஆலம்கீர் பீஜாப்பூரில் இருந்த தன் மகன் காம் பக்ஷ் வாகின்கெரேயைத் தாக்கச் சொல்லி அனுப்பினார். அவரும் பராமண்ட் கான் தலைமையில் ஒரு படையுடன் புறப்பட்டார். 20, ஜூலையில் இளவரசரை மதராஸ் கர்நாடகா பகுதிக்கு அனுப்பிய ஆலம்கீர் பேரட்களுக்கு எதிரான தாக்குதல் பொறுப்பை ரஹ்துல்லா கானிடம் ஒப்படைத்தார். ரஹ்மதுல்லா கானினால் வெற்றி பெறமுடியவில்லை. இரண்டு முறை பேரட்கள் மொகலாயத் தடுப்பரண்கள், பதுங்குகுழிகள் மீது திடீர் தாக்குதல் நடத்தி அவற்றை அழித்துவிட்டனர். மொகலாயர் தரப்பில் பலர் கொல்லப்பட்டனர். புகழ் பெற்ற ரன்மஸ்த் கானும் இந்தத் தாக்குதலில் கொல்லப்பட்டார். இதனால் ரஹ்மதுல்லா கான் பேரட்களுடன் சமாதானப் பேச்சுவார்த்தையை ஆரம்பித்தார். அவர்களுக்கு கையூட்டும் சமானமும் தந்து அமைதிப்படுத்தினார். ரஹ்மதுல்லா கானை அங்கிருந்து அகற்றிவிட்டு இளவரசர் ஆஸம் 8 டிசம்பர் 1691-ல் அங்கு நியமிக்கப்பட்டார்.

ஒரு வருடத்துக்கு மேல் இளவரசர் அங்கு முகாமிட்டு சூறையாடி பேரட் கலக நடவடிக்கைகளை முடக்கிவைத்தார். பிடியா நாயக்கர் சரணடைந்தார். இளவரசரிடம் கருணையை யாசித்தார். இரண்டு லட்சம் சன்மானம் கொடுத்ததோடு மொகலாய ஆலம்கீருக்கு ஏழு லட்சம் கப்பம் கட்டவும் சம்மதித்தார். ஆனால் டிசம்பர் 1692-ல் ஆலம்கீர் சாகர் பகுதியில் இருந்து முஹம்மது ஆஸமை விலக்கிக் கொண்டுவிடவே பிடியா நாயக்கர் மீண்டும் தன் படையைப் பலப்படுத்திக்கொண்டு அந்தப் பகுதியைத் தன் கட்டுக்குள் கொண்டுவந்துவிட்டார். ஏப் 1696-ல் ஃபிரோஸ் ஜங் தலைமையில் ஒரு படை அனுப்பப்பட்டது. நாயக்கர் வழக்கமான நரித் தந்திரம் காட்டி ஒன்பது லட்சம் கப்பம் கட்டுவதாகச் சொல்லி அழிவில் இருந்து தப்பிவிட்டார்.

10. வாகின்கெரேயை ஔரங்கசீப் கைப்பற்றுதல், 1705.

1704-ன் இறுதிவாக்கில் மராட்டியர்களின் அனைத்து முக்கியமான, வலிமையான கோட்டைகள் அனைத்தையும் கைப்பற்றிய பின்னர் ஆலம்கீர், வாகின்கெரேயை 8, பிப், 1705-ல் முற்றுகையிட்டார்.

கோட்டைக்கதவுகளைப் பார்த்தபடி இருக்கும் தென்பக்கச் சமவெளியில் களிமண் சுவரால் பாதுகாப்புப் பெற்ற தல்வார்கெரே என்றொரு கிராமம் இருக்கிறது. கோட்டையில் இருப்பவர்

களுக்கான உணவுப் பொருட்கள் விற்கும் சந்தையும் இங்கு இருந்தது. அதன் அருகில் குடிசை வீடுகள் நிறைந்த தேத்புரா என்ற சிறிய குடியிருப்பும் இருந்தது. அங்குதான் பேரட் குலத்தினர் வசித்துவந்தனர். அங்கிருந்த நிலங்களில் உழவுத்தொழிலும் செய்துவந்தனர். அங்கு மக்கள் வசிக்கும் மூன்று நிலப்பகுதிகள் இவை மட்டுமே. கோட்டைக்குக் கிழக்கிலும் வடக்கிலும் பல்வேறு மலை உச்சிகள் இருந்தன. அவையெல்லாம் முற்றுகையிடும் படைகளுக்கு சாதகமாக அமையக்கூடியவை. அந்த மலை உச்சிகளில் ஒன்றின் பெயர் லால் திக்ரி (சிவந்த நிற மண்கொண்டது). கோட்டையைக் காப்பாற்றுவதில் முக்கிய பங்காற்றும் பகுதி அது. ஆனால், பேரட்கள் இந்தப் பகுதிகளைப் பாதுகாத்து தம்மை பலப்படுத்திக் கொள்வதில் எந்த அக்கறையும் காட்டியிருக்க வில்லை.

வாகின்கெரேயின் பலம் என்பது அதன் ராணுவ சாதக அம்சம் கொண்ட இட அமைப்பில் இல்லை. செயற்கையான காப்பரண்கள் அமைக்கவும் போதிய வசதிகள் இல்லை. அதன் வலிமை முழுவதும் பேரட்களின் வீரத்திலும் அவர்களுடைய துப்பாக்கி சுடும் அதி துல்லிய திறமையிலும், போதிய ஆயுதங்கள், வெடிமருந்துகள் கையிருப்பில் எப்போதும் இருப்பதிலும்தான் இருக்கிறது.

முற்றுகை ஆரம்பித்துப் பல வாரங்கள் ஆன பின்னரும் மொகலாயப் படையால் எதுவும் செய்ய முடிந்திருக்கவில்லை. தினமும் பேரட்கள் திடீர் தாக்குதல் செய்து மொகலாயப் படையினரை நிலைகுலையவைத்துவந்தனர். கோட்டைக்குள் இருந்தபடி தொடர்ந்து குண்டுமழை பொழிந்துவந்தனர். மொகலாயர்கள் கோட்டைக்கு அருகில் பதுங்குகுழிகள், பாதுகாப்பு அரணகள் அமைக்கவோ பீரங்கித் தாக்குதலில் ஈடுபடவோ எந்த வழியும் இல்லாமல் போயிருந்தது.

ஒரு நாள் பேரட்களின் படையில் பலவீனமான பகுதியைக் கண்காணித்துவந்த மொகலாயப் படையினர் திடீரென்று லால் திக்ரி மலை உச்சி மீது பாய்ந்து ஏறி அந்தப் பகுதியைக் கைப்பற்றினர். ஆனால் அங்கு அவர்கள் தம்மை மறைவிடங்களில் நிலைநிறுத்திக்கொள்வதற்குள் பேரட்கள் எறும்புக் கூட்டம் போல் ஈசல்போல் பெருமளவில் அங்கு படையெடுத்து வந்துவிட்டனர். அவர்களுடைய துப்பாக்கிகளாலும் கவண்களில் கற்களைப் பொருத்தியும் உச்சியை எட்டிய மொகலாயப் படையைச் சுற்றிவளைத்துத் தாக்கினர். அப்படியாக மொகலாயர்களுக்குக் கிடைத்த தற்காலிக வெற்றி பெரும் இழப்புடன் முடிவுக்கு வந்தது.

லால் திக்ரி மலை உச்சிக்கும் தல்வார்கெரேவுக்கு எதிரில் இருக்கும் மலை உச்சிக்கும் இடையே மொகலாயர்கள் பதுங்கு குழிகள், தற்காப்பு அரண்கள் அமைத்துக் கொண்டிருந்தனர். முஹம்மது அமின் கான் தலைமையில் லால் திக்ரிக்கும் இந்த பாதுகாப்பு அமைப்புகளுக்கும் இடையில் ஒரு எல்லைக் காவல் அரண் ஒன்றையும் பேரட்களின் தாக்குதலைத் தடுக்கும் நோக்கில் அமைத்தனர். தல்வார்கெரேவுக்கு எதிரில் இருக்கும் மலை உச்சியை காம் பக்ஷின் படையினர் ஆக்கிரமித்துக் கொண்டனர். அருகில் இருந்த இன்னொரு குன்றில் பகார் கான் தன் படையுடன் தயார் நிலையில் இருந்தார்.

ஆனால், 26 மார்ச் வாக்கில் தன யாதவ் மற்றும் சந்தா கோர்படேயின் சகோதரர் ஹிந்து ராவின் தலைமையில் சுமார் 5000-6000 மராட்டிய வீரர்கள் தமது நட்பு சக்திகளான பேரட்களுக்கு உதவ வந்து சேர்ந்தனர். இதில் இன்னொரு விஷயம் என்னவென்றால் ஏராளமான மராட்டிய வீரர்களின் குடும்பத்தினர் பேரட் பகுதியில் அடைக்கலம் தேடியிருந்தனர். தமது குடும்பத்தினரை அங்கிருந்து பாதுகாப்பான இடத்துக்குக் கொண்டுசெல்லவேண்டும் என்பதே மராட்டியப் படையின் முதல் நோக்கமாக இருந்தது. மராட்டியப் படை பெரும் கூச்சலிட்டு மொகலாயப் படையைத் தம் பக்கம் திருப்பிக் கொண்டபோது பேராட்கள் கோட்டை மீதிருந்து தாக்கவும் செய்தனர். இப்படியான களேபரத்தினூடே தமது குடும்பத்தினரையும் மராட்டியக் குடும்பத்தினரையும் வாகின்கெரே கோட்டையின் பின் வாசல்வழியாக 2000 துப்பாக்கி வீரர்களின் பாதுகாப்புடன் பத்திரமான இடத்துக்கு வேகமாக சீறிப் பாய்ந்து ஓடும் குதிரைகளில் கொண்டுசென்றுவிட்டனர். இந்தக் குழுவினருக்குப் பாதுகாப்பாக கோட்டையில் இருந்து இன்னொரு பெரிய படையும் பின் பக்கத்தில் பாதுகாப்புக் கவசமாகச் சென்றது.

மராட்டியப் படைகளுக்கு நாளொன்றுக்கு சில ஆயிரம் ரூபாய் தருவதாகவும் தமது தலைநகரக் கோட்டையைப் பாதுகாத்துத் தரவேண்டும் என்றும் பிடியா நாயக்கர் கேட்டுக்கொண்டார். மராட்டியப்படையும் அதற்கு சம்மதம் தெரிவித்து கோட்டையின் அருகில் முகாமிட்டுத் தங்கியிருந்து மொகலாயர்கள் மீது அடிக்கடி தாக்குதல் நடத்திவந்தது. கிட்டத்தட்ட மொகலாயப் படை இப்போது முற்றுகைக்கு உள்ளானதுபோல் ஆகிவிட்டது. உணவுப் பொருட்கள், கால்நடை தீவனங்கள் எல்லாம் மிகவும் பற்றாக்குறையாகிவிட்டன. ஆலம்கீர் தன் தளபதிகளைக் கடிந்துகொண்டார். ஆனால் அவர்களால் எதுவும் செய்யமுடியாத நிலையே நீடித்தது.

பிடியா நாயக்கர் இப்போது ஆலம்கீரிடம் சமாதான உடன் படிக்கைக்கு முன்வந்தார். உண்மையில் அது போரைத் தள்ளிப் போடும் தந்திரமே. அருகமை மற்றும் தொலைதூரப் பகுதிகளில் இருந்து அவருக்கான படைகள் வந்து சேரப் போதிய கால அவகாசம் பெறவே அவர் திட்டமிட்டிருந்தார்.

காஷ்மீரத்தைச் சேர்ந்தவரும் தந்திரமாகப் பேசும் நாவன்மை மிகுந்தவருமான அப்துல் கனி மொகலாய ஒற்றர் பிரிவின் தலைவரான ஹிதேயத் கேஷிடம் பிடியா நாயக்கர் எழுதிய அமைதி ஒப்பந்தக் கடிதத்தைக் கொடுத்தார். ஔரங்கசீப் உடனே அதற்கு சம்மதம் தெரிவித்துவிட்டார். பிடியா நாயக்கர் அடுத்ததாகத் தன் சகோதரர் சோம சிங்கை மொகலாய முகாமுக்கு அனுப்பிவைத்தார். கோட்டையை விட்டுத் தரத் தயார் என்றும் தனது சகோதரருக்கு ஜமீந்தாரி உரிமை, மன்சப் உரிமை, குலத் தலைமைப் பதவி ஆகியவற்றைத் தரவேண்டும் என்றும் கேட்டுக்கொண்டார். சோம சிங் மொகலாயர் முகாமிலேயே தங்கவைக்கப்பட்டார். பிடியா நாயக்கருக்கு புத்தி பேதலித்துவிட்டது; மராட்டியர்களுடன் தப்பி ஓடிவிட்டார் என்று வதந்தியை பேரட்கள் பரப்பினர். பேரட் தலைவரின் தாயாரிடமிருந்து காஷ்மீரி மூலம் இன்னொரு கடிதம் வந்து சேர்ந்தது. சோம சிங்கை மொகலாயர் விடுவித்துவிட வேண்டும்; ஏழு நாட்களில் கோட்டையை ஒப்படைத்துவிட்டு வெளியேறிவிடுவோம் என்று அதில் குறிப்பிடப்பட்டிருந்தது. ஆலம்கீர் அதற்கும் சம்மதம் தெரிவித்தார்.

உண்மை விரைவிலேயே வெளிவந்தது. இதுவரை நடந்தவை அனைத்துமே ஏமாற்றுவேலையே. பிடியா நாயக்கருக்கு எந்த மன நலக் குறைவும் இல்லை. அவர் மராட்டியர்களுடன் தப்பி ஓடவில்லை. கோட்டைக்குள்ளேயே இருந்தார். சரணடைய மறுத்து தாக்குதலைத் தொடர்ந்தார். ஆலம்கீருக்குத் தான் ஏமாற்றப் பட்டது தெரிந்ததும் அவமானத்தில் ஆத்திரம் தலைக்கேறியது.

இதனிடையில் அவர் திறமை வாய்ந்த தளபதிகள் பலரை அங்குவந்து சேரும்படி உத்தரவு பிறப்பித்திருந்தார். 27 மார்ச்சில் நஸ்ரத் ஜங் வந்து சேர்ந்தார். லால் திக்ரி மலை உச்சி மீது அவர் மறு நாளே படையுடன் ஏறினார். ஆரம்ப கட்ட முற்றுகையின்போது மொகலாயப் படை அங்கிருந்து அப்புறப்படுத்தப்பட்டிருந்தது. மலை மீது ஏறி பேரட்களை விரட்டியடித்தார். தல்வார்கெரே கிராமத்துக்குத் தப்பி ஓடிய பேரட் படையினர் அங்கிருந்த களிமண் சுவர்களுக்குப் பின்னால் இருந்தபடி துப்பாக்கியால் சுட ஆரம்பித்தனர். மொகலாயப் படையில் இருந்த பல ராஜபுத்திரர்கள்

லால் திக்ரியிலும் தல்வார்கெரே கிராமத்திலும் நடந்த தாக்குதலில் கொல்லப்பட்டனர். பேரட்கள் வசமிருந்த அருகமைக் குன்றைக் கைப்பற்ற தல்பத் பந்தேலாவை நஸ்ரத் ஜங் அனுப்பிவைத்தார். இந்த மலைக்குன்றிலிருந்தும் பேரட்கள் விரட்டியடிக்கப்படவே அவர்கள் தேத்புரா கிராமத்தில் அடைக்கலம் தேடினர். தல்பத் ராவின் யானை மீது 21 துப்பாக்கி குண்டுகளும் ஒரு ராக்கெட்டும் தாக்கின. நஸ்ரத் ஜங்கின் கொடியில் முதலையின் தோல் போல் பொத்தல்கள் விழுந்தன. அவருடைய இரண்டு யானைப் பாகர்கள் தாக்கப்பட்டனர். ஒருவர் கொல்லப்பட்டார்.

மொகலாயப் படையின் நடு மற்றும் பின்வரிசையில் இருந்த வீரர்களில் பலரும் கொல்லப்பட்டிருந்தனர். ஆனால் நஸ்ரத் ஜங் தனக்குக் கிடைத்த சாதகமான பகுதியை ஏராளமான ரத்தம் சிந்தியும் கைவிடாமல் காப்பாற்றிக்கொண்டார். மலைப்பகுதியில் இருந்த சில கிணறுகளை கான் கைப்பற்றினார். பேரட்கள் அங்கிருந்துதான் தமக்கான தண்ணீரைப் பெற்றுக்கொண்டிருந்தனர். 27 ஏப்ரல் வாக்கில் தல்வார்கெரே மீது இன்னொரு தாக்குதலை முன்னெடுத்தார். மதிலால் சூழப்பட்ட பேட் கிராமத்துக்குள் நுழைந்த மொகலாயப் படை எதிர்த்தவர்களையெல்லாம் வெட்டிக் கொன்றது. மற்றவர்கள் உயிர் தப்பி ஓடினர்.

இனியும் போரிடுவதில் பலனில்லை என்று பேரட்கள் புரிந்து கொண்டனர். இரவில் பிடியா நாயக்கர் பின்வாசல் வழியாக மராட்டிய நண்பர்களுடன் தப்பிச் சென்றார். கோட்டைக்குள் இருந்து துப்பாக்கி சத்தம் எதுவும் கேட்காமல் போகவே மொகலாயர்கள் உள்ளே சென்று பார்த்தனர். அங்கு ஒருவருமே இல்லை என்பதைத் தெரிந்துகொண்டனர். அதன்பின் கண்மூடித் தனமான குழப்பம் உருவானது. மொகலாய அதிகாரிகள் வந்து அங்கு இருப்பவற்றையெல்லாம் கைப்பற்றும் முன் கிடைத்ததை யெல்லாம் கொள்ளையடிக்கத் தீர்மானித்தவர்கள், கடை நிலைப் படை வீரர்கள் எல்லாரும் கோட்டைக்குள் புயல் போல் பாய்ந்தனர். கைக்குக் கிடைத்தவற்றை எடுத்துக்கொண்டனர். எடுக்க முடியாதவற்றுக்குத் தீவைத்தனர். அப்படி வைத்த தீ குடிசைக் கூரைகளில் பற்றி அப்படியே வெடிமருந்து கிடங்குக்கும் பரவியது. பெரும் சத்தத்துடன் அது வெடித்துப் பலர் உடல் சிதறி இறந்தனர். ஒருவழியாக வாகின்கெரே கோட்டை கைப்பற்றப்பட்டது. ஆனால் அதன் தலைவர் தப்பிவிட்டார். எப்போது வேண்டுமானாலும் அவர் மூலம் மீண்டும் நெருக்கடிகள் வர ஆரம்பிக்கும். அப்படியாக மூன்று மாதங்கள் கஷ்டப்பட்டு

கோட்டையைப் பிடித்த பின்னரும் ஔரங்கசீபின் முயற்சிகள் ஒருவகையில் தோல்வியாகவே முடிந்தது.

11. ஔரங்கசீபின் போர்களினால் உருவான அழிவு; எங்கும் நிலவிய கூச்சல் குழப்பம்.

அக்பரால் நிர்மாணிக்கப்பட்ட மாபெரும் சாம்ராஜ்ஜியம், ஷாஜஹானால் உலகப் புகழும் வளமும் பெற்ற சாம்ராஜ்ஜியம் 17-ம் நூற்றாண்டின் முடிவில் வீழ்ச்சியை எட்டியிருந்தது. ஆட்சி நிர்வாகம், கலாசாரம், பொருளாதார நடவடிக்கைகள், ராணுவ பலம், சமூக அமைப்புகள் என அனைத்தும் வீழ்ச்சியடையத் தொடங்கியிருந்தன. கால் நூற்றாண்டுக்கும் மேலான போர் நடவடிக்கைகள் மிகப் பெரிய இழப்புகளைக் கொண்டு வந்திருந்தன. தக்காணம் முழுவதுமாக அழிக்கப்பட்டிருந்தது. சமகால ஐரோப்பியர் ஒருவர் அதுபற்றிக் குறிப்பிட்டிருப்பவை:

'அகமது நகருக்கு ஔரங்கசீப் திரும்பினார். தக்காணப் பகுதிகள் முழுவதும் ஒற்றை மரமோ செடியோ தானியமோ இன்றி அழிந்துவிட்டிருந்தது. எங்கும் மனிதர்கள் மற்றும் விலங்குகளின் பிணங்களே சிதறிக் கிடந்தன. துளி பசுமை கூட கண்ணில் தென்படவில்லை. எல்லாமே தரிசாகிக் கிடந்தன. ஆண்டுதோறும் சுமார் லட்சம் மொகலாயப் போர் வீரர்கள் இறந்திருந்தனர். ஒட்டகங்கள், யானைகள், குதிரைகள், காளைகள் என மூன்று லட்சத்துக்கு மேல் ஆண்டு தோறும் போர்க்களங்களில் இறந்தன. தக்காணத்தில் 1702 தொடங்கி 1704 வரையான பிளேக் மற்றும் பஞ்சங்களினால் இறந்தவர்களின் எண்ணிக்கை 20 லட்சத்துக்கும் மேல் இருக்கும்'.

வாகின்கெரேயில் இருந்து வடக்கு நோக்கிப் பின்வாங்கிய மொகலாயப் படையின் பின்னால் ஐம்பதாயிரம் மராட்டியப் படையினர் பெரும் உற்சாகத்துடன் சில மைல் தொலைவுக்குப் பின்னாலேயே துரத்தியபடி வந்தனர். மொகலாயப் படையினருக்கான உணவு வண்டிகள், பின்தங்கி வருபவர்கள் இவர்களை மொகலாயப் படையிடமிருந்து பிரித்தனர்.

நேரில் இவற்றையெல்லாம் பார்த்த பீம்சென் குறிப்பிட்டிருப்பவை:

'மராட்டியர்கள் முழு ஆதிக்கம் செலுத்தத் தொடங்கியிருந்தனர். அந்தச் சாலை வழிகள் முழுவதையும் தம் கட்டுக்குள் கொண்டு வந்திருந்தனர். மொகலாயப் படைகள் மற்றும் அவர்கள்

ஆக்கிரமித்த பகுதிகளில் இருந்து அபகரித்தவற்றைக் கொண்டு அவர்கள் தமது ஏழ்மையைப் போக்கி வளம் பெற்றனர். ஒவ்வொரு வாரமும் அவர்கள், தமக்கு வளமான வாழ்க்கைக்கு வழிவகுத்த ஆலம்கீருக்கு நன்றி தெரிவித்து அவர் நீண்ட காலம் வாழவேண்டும் என்று வாழ்த்தி மக்களுக்கு இனிப்பும் பணமும் கொடுத்துக் கொண்டாடினர்!

தானியங்களின் விலை விண்ணை முட்டும் அளவுக்கு உயர்ந்தது. மொகலாயப் படையில் உணவுப் பற்றாக்குறையினால் பலர் பட்டினியால் இறந்தனர். பல்வேறு முறைகேடுகள், கொள்ளையடிப்புகள் நடக்க ஆரம்பித்தன. ஆலம்கீர் ஆட்சிக்கட்டில் ஏறியதிலிருந்து ஒரு நாள்கூட ஓய்வெடுக்கவில்லை. எப்போதும் போர்களிலும் போர் முகாம்களிலும் பயணங்களிலுமாகவே இருந்துவந்தார். இதனால் அவருடன் சென்ற முகாம்வாசிகள் எல்லாம் தமது குடும்பத்தைவிட்டு நீண்டகாலம் பிரிந்திருக்க விரும்பாமல் அவர்களையும் உடன் அழைத்துக்கொண்டிருக்கிறார்கள். அப்படியாக ஒரு புதிய மொகலாயத் தலைமுறை போர்க்களக் கூடாரங்களிலேயே பிறந்திருக்கிறது. பச்சிளம் குழந்தைப் பருவத்திலிருந்து இளமைக்கும் இளமையிலிருந்து முதுமைக்கும் அங்கிருந்து சொர்க்கத்துக்கும் என கூடாரங்களிலேயே வாழ்ந்துவருகிறது. அவர்கள் இந்த உலகில் வீடு என்ற ஒன்றையே பார்த்ததில்லை. ஒரு போர்க்களத்தில் அமைந்த கூடாரம் விட்டு இன்னொரு போர்க்களத்தில் அமைந்த கூடாரம் என அவர்கள் வாழ்க்கை அதிலேயே முடிந்துவிட்டிருக்கிறது.

மராட்டியர்கள் ஒரு மொகலாயப் பகுதியைத் தாக்கும்போது தங்களால் முடிந்த அளவுக்குச் செல்வத்தைக் கவர்ந்து செல்கிறார்கள். அவர்களுடைய குதிரைகளை, வயல்களில் வளர்ந்து நிற்கும் தானியக் கதிர்களை மேயவிடுகிறார்கள். மொகலாயப் படையினர் புதிதாக பயிர் நட்டு வளர்த்த பின்னர்தான் ஏதாவது உண்ண முடியும். அனைத்து நிர்வாக எந்திரங்களும் செயல் இழந்துவிட்டன. ரயத்கள் எல்லாரும் பயிரிடுவதை நிறுத்திவிட்டனர். ஜாஹிர்தார்களுக்கு எல்லாம் ஒரு நயா பைசா கூடக் கிடைப்பதில்லை. மராட்டிய அரசு தன் படையினருக்கு சம்பளம் கொடுப்பதை நிறுத்திவிட்டது. எனவே அவர்கள் படையெடுத்துச் செல்லும்போது கிடைப்பதையெல்லாம் வாரிச் சுருட்டிக் கொண்டனர். சொற்ப சதவிகிதத்தை மன்னருக்கும் கொடுத்தனர்.

மராட்டியப்படைகளின் இப்படியான சூறையாடல், மொகலாய ஜாஹிர்தார்களுக்குக் கிடைக்கவேண்டிய தொகை வராமல்

போனது, இவற்றோடு பஞ்சமும் சேர்ந்துகொண்டுவிடவே நிலைமை மிக மிக மோசமாகிவிட்டது. தானியங்கள் கிடைக்கவே இல்லை. கிடைத்தாலும் கொள்ளை விலை கொடுக்கவேண்டியிருந்தது. மராட்டியர்களின் வருவாயோ பெருகிக் கொண்டே சென்றது. ஹைதராபாத், பீஜாப்பூர், ஔரங்காபாத், பர்ஹான்பூர் போன்ற பாதுகாப்பு பலமாக இருந்த பகுதிகளைக் கூட அவர்களால் தாக்க முடிந்தது.'

ஆட்சி நிர்வாகம் சீர்குலைவதும் அதைத் தொடர்ந்து நாட்டில் அமைதி சீர்குலைவதும் ஒன்றை ஒன்று சார்ந்ததாகவும் ஒன்றை மற்றொன்று மேலும் நிலைகுலையச் செய்வதாகவும் இருப்பதை பீம்சென்னின் இந்தக் குறிப்பு நன்கு எடுத்துக்காட்டுகிறது:

'மன்சப்தார்கள் தமக்குக் கீழே இருக்கும் சிறிய படையைக்கொண்டு ஜாஹிர் உரிமையாகத் தரப்பட்டிருக்கும் பகுதிகளில் இருந்து வரி வசூல் பணிகளைத் திறமையாகச் செய்யவே முடியாத நிலையில் இருந்தனர். உள்ளூர் ஜமீந்தார்கள் வலிமை பெறத் தொடங்கினர். அவர்கள் மராட்டியர்களுடன் கைகோத்துக் கொண்டனர். வரி வசூலை அவர்களே எடுத்துச் சென்றனர். பல்வேறு அடக்கு முறைகளில் ஈடுபட்டனர். மொகலாயர்கள் தமது சார்பில் நியமித்தவர்களுக்கு ஜாஹிர் உரிமையைக் கொடுத்து வரி வசூல் செய்யும் அதிகாரத்தைக் கொடுத்ததுபோல் மராட்டியர்களும் தமது பிரதிநிதிகளுக்கும் தளபதிகளுக்கும் நாட்டைப் பங்குபோட்டுக் கொடுத்து வரி வசூலித்துக் கொள்ளும் உரிமையை வழங்கினர். அப்படியாக ஒரே ஊரில் இரண்டு ஜாஹிர்தார்களுக்கு வரி கொடுக்க வேண்டிய நிலை ஏற்பட்டது. இந்த இரட்டை வரிச்சுமைக்கு ஆளான நில உடமையாளர்கள், விவசாயிகள் எல்லாம் குதிரைகள் வாங்கி, ஆயுதங்களைக் கையில் ஏந்தி மராட்டியர் பக்கம் அணிவகுத்தனர்'.

ஏராளமான மொகலாய மன்சப்தார்கள் வறுமை நிலைக்குத் தள்ளப்பட்டதால் எளிய அப்பாவி விவசாயிகளைக் கொள்ளை யடிக்க ஆரம்பித்தனர். தமக்கு ஆதரவாக வரும்படிக் கேட்டுக் கொண்டனர். சில மொகலாய மன்சப்தார்கள் மராட்டியர்களுடன் சேர்ந்து கொண்டு தமது பங்கைப் பெறவும் ஆரம்பித்தனர்.

12. மராட்டியப் போர்முறையும் அபகரிப்பும்

போர்க்கால அபகரிப்புகளை மராட்டியர்கள் ஒரு தனி வழிமுறையாகவே ஆக்கினர். 'எங்கெல்லாம் மராட்டியப் படைகள்

தாக்குதலில் ஈடுபட்டு வெற்றி பெறுகின்றனவோ அங்கெல்லாம் வரி வசூல் வேலைகளையும் அவர்கள் ஆரம்பித்தனர். அந்த இடங்களில் தமது குடும்பங்களுடன் குடியேறி வாழத் தொடங்கினர். வென்ற பகுதிகளை பர்கானாக்களாக தமக்குள் பங்கிட்டுக் கொண்டனர். தமக்கென தனியான சுபேதார்கள், காமவிஸ்தார்கள் (வரி வசூலிப்பாளர்கள்), ராஹ்தார்கள் (சாலைப் பாதுகாப்புப் படை) ஆகியோரை நியமித்தனர். சுபேதார் என்பவர் படைத் தளபதி போன்றவர். எங்கெல்லாம் பெரும் படையோ, மொகலாய வணிகக் குழுவோ வருவதாகத் தகவல் கிடைத்தால் சில ஆயிரம் குதிரைப் படையினருடன் புறப்பட்டுச் சென்று அவர்களைத் தாக்கி உடமைகளைக் கைப்பற்றுவார்கள்.

ஒவ்வொரு பர்கானாவிலும் காமவிஸ்தார்கள் நியமிக்கப்பட்டு வரு வசூல் பணிகளைச் செய்தனர். யாரேனும் ஜமீந்தாரோ மொகலாயத் தளபதியோ இந்த வரி வசூலிப்பாளரை எதிர்த்தால் இவருடைய உதவிக்கு சுபேதார் படையுடன் வந்து உதவுவார். அங்கு எதிரிகளை முற்றுகையிட்டுத் தாக்குதலில் ஈடுபடுவார். மராட்டிய ராஹ்தாரின் பணி என்னவென்றால் வணிகக் குழுக்களுக்குப் பாதுகாப்பு தருவதுதான். எந்தவித அச்சுறுத்தலும் இழப்பும் இல்லாமல் நெடுஞ்சாலைகளில் சென்று வருவதற்கு இவர்களுக்கு வண்டிக்கு இவ்வளவு தொகை என்று கொடுத்து பாதுகாப்பு பெற்றுக்கொள்ள வேண்டும். அதன் பின்னரே சாலையைப் பயன்படுத்திக்கொள்ள அனுமதிப்பார்கள். இந்தத் தொகை மொகலாயர்களுக்குக் கொடுக்கவேண்டிய சுங்க வரியைவிட மூன்று நான்கு மடங்கு அதிகமாக இருக்கும். ஒவ்வொரு பர்கானா சபாவிலும் ஓரிரு சிறிய கோட்டைகளைக் கட்டிக் கொண்டு அதற்குள் அடைக்கலம் புகுந்துகொள்வார்கள். தேவைப்படும் நேரங்களில் வெளியே வந்து தாக்குதலில் ஈடுபடுவார்கள்.' (காஃபி கான் எழுதியவை).

'1703க்குப் பின்னர் மராட்டியர்களே தக்காணத்தின் எஜமானர்கள் என்ற நிலையை அடைந்துவிட்டனர். வட இந்தியாவில் கூட சில பகுதிகளில் அவர்களுடைய ஆதிக்கம் பரவியிருந்தது. மொகலாய அதிகாரிகள் எல்லாரும் நிராதரவான நிலைக்கும் தற்காப்பு நிலைக்கும் தள்ளப்பட்டனர். அதிகாரம் பெருகப் பெருக மராட்டியர்களின் வழிமுறைகளும் மாறத் தொடங்கின. சிவாஜி காலம் அல்லது சம்பாஜி காலம் போல் இப்போது இல்லை. ஓரிடத்தில் தாக்குதல் நடத்துபவர்கள் மொகலாயப் படை வருகிறது என்ற செய்தி கிடைத்ததுமே அங்கிருந்து தப்பிச் செல்பவர்களாக இப்போது இல்லை. மாறாக 1704 வாக்கில் மராட்டியத் தலைவர்களும் படையினரும் மிகுந்த தன்னம்பிக்கையுடன்

படைகளை நகர்த்த ஆரம்பித்தனர். ஏனென்றால் இப்போது அவர்கள் மொகலாயர்களை அடிபணிய வைத்துவிட்டனர். அவர்கள் மனதில் அச்சத்தை ஏற்படுத்திவிட்டனர். இப்போது மராட்டியர்களிடம் துப்பாக்கிகள், பீரங்கிகள், வில் அம்புகள், யானைகள், குதிரைகள், ஒட்டகங்கள், போர் முகாமுக்கான கூடார வசதிகள் எல்லாம் அவர்கள் வசம் இருக்கின்றன. சுருக்கமாகச் சொல்வதென்றால் அவர்கள் இப்போது மொகலாய படைகளைப் போலவே வலிமையும் வசதிகளும் கொண்ட படையாக ஆகிவிட்டனர்'.

ஔரங்கசீபின் ஆட்சி நிர்வாகக் கட்டமைப்பில் ஏற்பட்ட சீரழிவும் நிலைமையை மோசமாக்கியது. அதிகாரிகள் எல்லாரும் தாங்க முடியாத அளவிலான ஊழலில் திளைக்க ஆரம்பித்தனர். செயல் திறமும் சுத்தமாக இல்லை. ஆலம்கீரின் உத்தரவுகளை மீறி அத்தனை அநியாய, சட்ட விரோத அத்துமீறல்களும் நடக்க ஆரம்பித்து விட்டன. வயதாகிவிட்ட காரணத்தாலும் வெகு தொலைவில் அவர் இருந்ததாலும் அதிகாரிகள் அவருக்குப் பணிய மறுத்துவிட்டனர். ஆட்சி நிர்வாகம் முழுவதுமாக செயல் திறனை இழந்துவிட்டது.

13. ஔரங்கசீப் அஹமது நகர் திரும்புதல், 1705.

வாகின்கெரே கோட்டையைக் கைப்பற்றியதும் (*27, ஏப்ரல், 1705*) ஆலம்கீர் தன் முகாமை தேவபூருக்கு மாற்றிக்கொண்டார். அது அந்தக் கோட்டையில் இருந்து தெற்கே எட்டு மைல் தொலைவில் கிருஷ்ணா நதிக்கரையில்அமைந்திருக்கும் அமைதியான, வளமான கிராமம்.

முதுமை காரணமாகவும் (*90 வயது*) இடைவிடாத அலைச்சலினாலும் நோய்வாய்ப்பட்டார். மொகலாய முகாமில் இருந்த அனைவரையும் சோர்வு பீடித்தது. முதலில் நோயை அவர் துணிச்சலுடன் எதிர்கொண்டார். எதைக் கண்டும் கலங்காத அவருடைய மனதின் வலிமையால் சில நாட்கள் ஆட்சி நிர்வாகத்தையும் தொடர்ந்து மேற்கொண்டார். தன் படுக்கை அறையில் இருந்து வெளியே வந்து மக்களுக்கு, தான் உயிருடன் இருப்பதை உறுதிப்படுத்தியும் வந்தார். ஆனால் இப்படியாக அவர் செயல்பட்டதெல்லாம் அவருக்கு நெருக்கடிகளையே அதிகரித்தன. வலி அதிகரித்து, சில நேரங்களில் சுய நினைவு நினைவிழந்து போகவும் ஆரம்பித்தார். அவர் இறந்துவிட்டார் என்றும் மகன்களுக்கிடையே வாரிசுரிமைப் போர் மூண்டுவிட்டதாகவும் வதந்திகள் பரவியவண்ணம் இருந்தன.

சுமார் பத்து பன்னிரண்டு நாட்கள் இதே நிலைமை நீடித்தது. மெள்ள உடல்நிலை தேறியது. ஆனால் இப்போதும் பலவீனமாகவே உணர்ந்தார். ஒரு நாள் சோகத்தின் உச்சத்தில் இருந்தவர் ஷேக் கஞ்சாவிலிருந்து கீழ்க்கண்ட வரிகளை முணகினார்:

எண்பது தொன்னூறு வயதை அடையும்போது
காலத்தின் கைகளால் கணக்கற்ற அடிகளை நீங்கள்
வாங்கியிருப்பீர்கள்
அங்கிருந்து நீங்கள் நூறு வயதை நோக்கி நகரும்போது
மரணமே வாழ்வின் போர்வை போர்த்தி வந்து நிற்கும்.
நீங்கள் உயிருள்ள பிணமாகியிருப்பீர்கள்.

ஆலம்கீரின் இறுதிக்கட்டத்தில் அருகில் உதவிக்காக இருந்த அமீர்கான், 'உங்களுக்கு சாந்தியும் சமாதானமும் உண்டாகட்டும்' என்று ஆறுதல் சொன்னார். ஷேக் கஞ்சா இந்த வரிகளை பின்னால் வரும் கவிதைக்கான முன்னுரை போலவே எழுதியிருந்தார்:

நடைபிணமான நிலையிலும் உற்சாகத்துடன் இருங்கள்
உற்சாகமாக இருந்தால்தானே
உங்களால் அல்லாவை நினைவுகூரமுடியும்.

ஔரங்கசீப் அதையே செய்தார்.

23 அக்டோபர் 1705-ல் ஆலம்கீர் தேவபூரில் இருந்து வடக்கே ஒரு பல்லக்கில் பயணத்தை ஆரம்பித்தார். மெள்ள மெள்ள 20, ஜன, 1706-ல் அஹமது நகர் சென்று சேர்ந்தார். தக்காணப் படையெடுப்புக்காக 23 ஆண்டுகளுக்கு முன்பாக அங்கிருந்து புறப்பட்டிருந்தார். அங்கு சென்று சேர்ந்ததும் இதுவே என் பயணத்தின் இறுதி' என்றார்.

14. ஔரங்கசீபின் இறுதிக் காலத்தின் சோகமும் அவ நம்பிக்கையும்

ஆலம்கீரின் இறுதிக் காலம் மிகவும் சோகம் நிரம்பியதாகவே இருந்தது. இந்தியா முழுவதையும் நேர்மையுடனும் வலிமையுடனும் அடக்கி ஆளவேண்டும் என்ற அவருடைய வாழ் நாள் முயற்சிகள் எல்லாம் அராஜகத்திலும் கலகத்திலும் குழப்பத்திலுமாக முடிந்திருந்தன. சொல்லவொண்ணா தனிமை அந்த முதுமையில் அவரைச் சூழ்ந்தது. அவருடைய எல்லா நண்பர்களும் ஒவ்வொருவராக இறந்துவிட்டிருந்தனர். இளமைக்

காலம் தொடங்கி அவருடன் இருந்துவந்தவர்களில் ஆருயிர் நண்பரான ஆஸாத் கான் மட்டுமே உயிருடன் இருந்தார். வாஸிராக இருந்த அவருமே ஔரங்கசீபைவிட ஐந்து வயது இளையவர். அரியணையில் அமர்ந்திருக்கையில் ஆலம்கீர் கண்களை எந்தப் பக்கம் திருப்பினாலும் எல்லா இடங்களிலும் இளையவர்களே நிரம்பியிருப்பதைப் பார்க்கவேண்டியிருந்தது. கூழைக்கும்பிடு போடுபவர்கள், பொறுப்புகளை ஏற்கத் துணிச்சல் இல்லாத கோழைகள், உண்மையைச் சொல்ல அஞ்சும் நபர்கள், சுய நலமும் பொறாமையும் நிரம்பியவர்கள்.

மார்க்க விஷயங்களில் அதி தூய்மைவாதியான ஔரங்கசீப் பிறரிடமிருந்து எப்போதும் விலகி இருக்கவே விரும்பினார். மகிழ்ச்சி, சோகம், பலவீனம், பரிதாபம் என பொதுவான மனிதர்களிடம் இருக்கும் எந்தவொரு பந்தமும் பாசமும் உணர்ச்சியும் இருந்திராதவர்; இந்த உலகில் வாழ்ந்தும் இந்த உலக நடைமுறைகளில் இருந்து முற்றிலும் அப்பாற்பட்டவராக வாழ்ந்தவரைக் கண்டு அனைவரும் அஞ்சி நடுங்கி விலகியே இருந்தனர். முடிவற்று நீண்டுகொண்டிருந்த ராஜ்ய விவகாரங்களில் இருந்து விலகி நிற்கும் அரிய தருணங்களில் அவருடைய மகள் ஜீனத் உன் நிஸாவே ஒரே துணையாக இருந்தார். அவருமே முதுமையின் இறுதிப் படிகளில் இறங்க ஆரம்பித்திருந்தார். மிகவும் விசுவாசமாக அடங்கி ஒடுங்கி நடக்கும் கடைசி மனைவி உதய்புரி இன்னொரு ஆறுதலாக இருந்தார். ஆனால், அவருடைய மகன் காம் பக்ஷ் தனது மூடத்தனங்களாலும் தணியாத வேட்கையினாலும் ஆலம்கீரின் மனதைச் சுக்கு நூறாக உடைத்திருந்தார்.

ஔரங்கசீபின் குடும்ப வாழ்க்கை இருள் மண்டியதாக ஆனது. மூடத் தொடங்கிய கண்களைக் கொண்டு அன்புக்குரியவர்களின் இறப்பையே காண நேர்ந்தது. அன்புக்குரிய மருமகள் ஜனாப் பானு குஜராத்தில் மார்ச் 1705-ல் உயிர் துறந்தார். தந்தைக்கு எதிராகக் கலகம் செய்த அக்பர் அந்நிய நாட்டில் நாடு கடத்தப்பட்ட நிலையில் 1704-ல் இறந்திருந்தார். அதற்கும் முன்பாக மகளும் கவிஞருமான ஜேப் உன்னிஸா தில்லி சிறையில் 1702-ல் இறந்திருந்தார். ஆலம்கீரின் உடன்பிறந்த சகோதர சகோதரிகளில் இதுவரையிலும் உயிருடன் இருந்த குஹர் ஆரா பேஹம் 1706-ல் இறந்தார். அதைக் கேட்டதும் ஔரங்கசீப் வாய்விட்டுக் கதறி அழுதார். ஷாஜஹானின் குழந்தைகளில் அவளும் நானும் மட்டும்தானே உயிருடன் இருந்தோம் என்று சொல்லிச் சொல்லி அழுதார்.

மே 1706-ல் மகள் மஹருன்னிஸாவும் இஸித் பக்ஷ் (முராத் பக்ஷின் மகன்) இருவரும் தில்லியில் ஒரே நேரத்தில் இறந்தனர். அடுத்த மாதம் இரண்டாம் அக்பரின் மகன் புலந்த் அக்தர் இறந்திருந்தார். ஆலம்கீரின் இரண்டு பேரக் குழந்தைகள் அவர் இறப்பதற்கு சற்று முன்னதாக 1707லேயே இறந்திருந்தனர். ஆனால் அவருடைய அமைச்சர்கள் இறுதிக்கட்டத்தில் இந்த சோகச் செய்திகளைச் சொல்லவேண்டாம் என்று கருதிச் சொல்லாமலே விட்டுவிட்டனர்.

15. மராட்டியர்கள் மொகலாயப் பகுதிகளில் கொடுத்த நெருக்கடிகள், 1706-1707.

அஹமது நகர் நோக்கிய பயணத்தை ஆரம்பித்தபோது ஆலம்கீர் எதிர்மறை அம்சங்களையெல்லாம் விட்டுவிட்டே புறப்பட்டிருந்தார். ஆனால் அந்த நகருக்குத் திரும்பிவந்த பின்னர் அவரால் படைக்கு ஓய்வையோ நாட்டில் அமைதியையோ கொண்டுவர முடிந்திருக்கவில்லை. மே 1706 வாக்கில் மிகப் பெரிய மராட்டியப் படை ஆலம்கீர் முகாமிட்டிருந்த பகுதிக்கு நான்கு மைல் தொலைவில் வந்து நின்று அச்சுறுத்த ஆரம்பித்திருந்தது. அங்கிருந்து அவரகளை விரட்டியடிக்க கான் இ ஆலம் மற்றும் பிற தளபதிகள் தலைமையில் ஒரு படையை அனுப்பினார். அவர்கள் நீண்ட நேரம் கடுமையாகப் போரிட்டு மராட்டியப் படையை விரட்டியடித்தனர்.

குஜராத்தில் மொகலாயர்களுக்கு மிகப் பெரிய அதிர்ச்சி காத்திருந்தது. கந்தேஷ் பகுதியில் மதுபான உற்பத்தியாளராக இருந்த இனு மண்ட், நெடுஞ்சாலை மொகலாய வணிகக் குழுக்களைத் தாக்கவும் ஆரம்பித்திருந்தார். தன யாதவையும் அவருடைய படையையும் சேர்த்துக்கொண்டு வணிகத்தில் சிறந்து விளங்கிய பரோடாவைக் கடுமையாகத் தாக்கினார் (1706). அந்தப் பகுதியின் தளபதியாக இருந்த நாஸர் அலியை மராட்டியப்படை தோற்கடித்து அவருடைய படை வீரர்களைச் சிறைப்பிடித்தது. அதுபோல், ஔரங்காபாத் பிராந்தியத்தை மராட்டியப் படைகள் தன யாதவ் மற்றும் பிற தளபதிகள் தலைமையில் அடிக்கடித் தாக்கியது.

ஜூலையில் மராட்டியப் படை வாகின்கெரேயில் தாக்குதல் நடத்தியது. ஆலம்கீர் தனது தளபதி தர்பியத் கானை அனுப்பி அவர்களைத் தண்டிக்க உத்தரவிட்டார். பிடியா நாயக்கர் ஹிந்து ராவுடன் சேர்ந்துகொண்டு பேணுகொண்டாவைக் கைப்பற்றினார். பல மாதங்களாக சம்பளமே கிடைக்காமல் சோர்ந்துபோயிருந்த

மொகலாய கோட்டைக் காவலருக்கு கையூட்டு கொடுத்து அதைக் கைப்பற்றியிருந்தனர். இந்த வெற்றியையடுத்து மராட்டியர்கள் பீஜாப்பூர் கர்நாடகாவின் தலைநகரான சேராவை நோக்கிப் படையெடுத்தனர். 1704 வாக்கில் அதன் சுற்றுவட்டாரப் பகுதிகளைத் தாக்கினர். கர்நாடகத் தளபதியான தாவுத் கான் பின்னர் படையுடன் வந்து பேணுகொண்டாவைக் கைப்பற்றிக் கொண்டார். மொகலாய அதிகாரி சியாதத் கான் துப்பாக்கிக் குண்டுகள் தாக்கி இரு கண்களையும் இழந்திருந்தார். பேரட்கள் அவரைப் பிணைக் கைதியாகச் சிறைப்பிடித்தனர். இதே நேரத்தில் வசந்தகர் கோட்டையையும் மொகலாயரிடமிருந்து கைப்பற்றியிருந்தனர்.

செப் 1706 வாக்கில் மழைக்காலம் முடிவுக்கு வந்ததும் மராட்டியப் படைகளின் தாக்குதல் பத்து மடங்கு அதிகரித்தது. பேரார், கந்தேஷ் போன்ற பகுதிகளை மீட்க தன யாதவ் சீறிப் பாய்ந்தார். ஆனால் மிராஜ் பகுதியில் முகாமிட்டிருந்த நஸ்ரத் ஜங் மராட்டியப் படையை பீஜாப்பூருக்கு வெகு அப்பால் கிருஷ்ணா நதிக்கும் அப்பால் விரட்டியடித்தார். ஔரங்காபாதிலிருந்து மொகலாய முகாம் நோக்கி வந்துகொண்டிருந்த தானிய, வணிக வண்டிகளை அஹமது நகருக்கு 24 மைல் தொலைவில் இருக்கும் சந்தா பகுதியில் மராட்டியப் படை வழிமறித்துத் தாக்கியது.

16. ஔரங்கசீபின் இறுதி நாட்கள்

ஔரங்கசீபின் படைகளுக்கு இப்படியான நெருக்கடிகள் வரத்தொடங்கியநிலையில் மொகலாய முகாமுக்குள் ஏற்பட்ட உள் மோதல்கள் நிலைமையை மேலும் மோசமாக்கின. கர்வமும் அதீத ஆசையும் கொண்டிருந்த இளவரசர் முஹம்மது ஆஸம் மொகலாய சாம்ராஜ்ஜியத்தின் அடுத்த ஆட்சியாளர் தானே என்று முடிவு செய்து தடையாக வரும் அனைவரையும் அகற்றத் தீர்மானித்தார். அதனால் ஷா ஆலமின் மூன்றாவது மகனும் திறமைசாலியுமான அஸிம் உஸ் ஷான் குறித்து ஆலம்கீரிடம் பொய்யான தகவல்களைச் சொல்ல ஆரம்பித்தார். பாட்னாவில் ஆட்சிப் பொறுப்பில் நியமிக்கப் பட்டிருந்த அஸிம் கானை அங்கிருந்து திரும்பிவரச் சொல்லும்படிச் செய்தார். பிரதம அமைச்சர் ஆஸாத் கான் உட்பட பல மொகலாய முன்னணி பிரமுகர்களைத் தன் பக்கம் இழுத்துக்கொண்டார். போட்டி வாரிசான காம் பக்ஷ சரியானன நேரத்தில் தாக்கிக் கொல்லவும் திட்டமிட்டார். இந்தத் திட்டங்கள் நாளுக்கு நாள் வலுவடைந்து வரவே அதைத் தெரிந்துகொண்ட ஆலம்கீர்,

இளவரசர் காம் பக்ஷுக்கு உதவியாக வீரமும் விசுவாசமும் மிகுந்த சுல்தான் ஹுஸைனை (மீர் மலகை) நியமித்தார்.

1707 பிப்ரவரி தொடக்கத்தில் ஔரங்கசீபின் உடல் நிலை மீண்டும் மோசமானது. இந்தக் கட்டத்தில் அவருக்கு அடிக்கடி இப்படி ஏற்பட ஆரம்பித்திருந்தது. ஒவ்வொருமுறையும் உடல் நலம் தேறியதும் மக்களைச் சந்தித்து அரசவைப் பணிகளில் ஈடுபட்டு வருவார். ஆனால் இந்த முறை ஏற்பட்ட நோயிலிருந்து அவரால் மீளமுடியவில்லை. தவிர்க்க முடியாத சம்பவம் கூடிய விரைவில் நடக்கப்போகிறது என்று அவருக்குத் தெரிந்துவிட்டது. ஆஸமின் ஆசை நாளுக்கு நாள் பெருகிக் கொண்டே வருவதும் நாட்டில் கலகமும் குழப்பமும் ஏற்படப்போகிறது என்பதும் அங்கு கூடியிருக்கும் நபர்களில் பலருக்கு இளவரசரால் நெருக்கடி வரப்போகிறது என்பதும் புரிந்தது. எனவே பீஜாப்பூரின் சுபேதாராக காம் பக்ஷை நியமித்து பெரும் படையுடன் தொலைதூரத்துக்குச் செல்லும்படி 9 பிப்ரவரியில் அனுப்பிவைத்தார். நான்கு நாட்கள் கழித்து முஹம்மது ஆஸமை மால்வாவுக்கு ஆட்சியாளராக நியமித்து அனுப்பிவைத்தார். ஆனால் அந்த தந்திரக்கார இளவரசர், ஆலம்கீரின் மரணம் விரைவில் சம்பவிக்கும் என்பதைத் தெரிந்துகொண்டு நின்று நின்று மெதுவாகவே புறப்பட்டுச் சென்றார்.

கடைசி மகனையும் தொலைதூரத்துக்கு அனுப்பிய நான்கு நாட்களுக்குப் பின் முதுமையடைந்து தளர்ந்திருந்த ஆலம்கீர் தீவிர காய்ச்சலில் விழுந்தார். இருந்தும் மூன்று நாட்கள் தொடர்ந்து அரசவைக்கு வந்தார். தினமும் ஐந்து நேரத் தொழுகைகளை முழு அளவில் செய்தார்.

> ‘கண்ணிமைக்கும் தருணத்தில்
> நொடிப் பொழுதில்
> ஒருமுறை மூச்சு இழுத்து விடும் காலத்துக்குள்
> உலகமே மாறிவிடும்’

என்று முணுமுணுத்தபடியே இருந்தார். மகன்கள் ஆஸமுக்கும் காம் பக்ஷுக்கும் இரண்டு கடிதங்கள் இந்தக் கடைசி கட்டத்திலும் எழுதினார். சகோதர பாசத்துடன் அமைதியாக நிதானமாக வாழவேண்டும் என்றும் உலகியல் விஷயங்களின் பயனின்மை பற்றியும் விளக்கிச் சொல்லி அறிவுரை வழங்கியிருந்தார்.

20, பிப், 1707 வெள்ளிக்கிழமை காலையில் ஔரங்கசீப் படுக்கையறையில் இருந்து எழுந்து வந்தார். ஃபஜர் தொழுகை

(வைகறைத் தொழுகை) செய்துமுடித்தார். ஜெபமாலையை உருட்ட ஆரம்பித்தார். ஏக இறைவன் மீதும் அவரது ஒரே இறைத்தூதர் மீதுமான விசுவாசத்தை வெளிப்படுத்தும் புனித வசனங்களை உச்சரித்தார். மெள்ள நினைவு தப்பியது. மூச்சு முட்டியது. உடல் வலு முழுவதுமாக இழந்தநிலையிலும் கலீமா ஓதுவதை உதடுகள் நிறுத்தவில்லை. ஜெபமாலை உருட்டுவதை விரல்கள் நிறுத்தவில்லை. எட்டு மணி அளவில் கலீமா ஓதுவது நின்றது. ஜெபமாலை உருள்வது நின்றது.

வெள்ளிக்கிழமை காலை நேரத்தில் உயிர் பிரியவேண்டும் என்றே அவர் எப்போதும் விரும்பியிருந்தார். ஏக இறைவன், எல்லையற்ற அருளாளன் தனது மார்க்க விசுவாசியின் அந்தப் பிரார்த்தனைக்கு செவிசாய்த்தார்.

22-ம் தேதிவாக்கில் முஹம்மது ஆஸம் வந்து சேர்ந்தார். தந்தையின் மறைவுக்கு அழுதுவிட்டு சகோதரி ஜீனத் உன் நிஸா பேகத்துக்கு ஆறுதல் சொல்லிவிட்டு சிறிது தூரம் பாடையைச் சுமந்துசென்றார். பின் உடலை தௌலதாபாதுக்கு அருகில் இருந்த கௌல்தாபாத் கல்லறைக்கு அனுப்பிவைத்தார். அங்குதான் சூஃபி சேக் ஜின் உத் தீன் சமாதியும் இருந்தது.

மேலே குவி மாடமோ கீழே பளிக்குக் கல்வெட்டோ எதுவும் இல்லாத மிக எளிய கல்லறை. மேலே இருக்கும் கற்பாளத்தில் செடிகள் வளர்க்க தொட்டியில் மண் நிரப்பப்பட்டிருந்தது (தில்லிக்கு வெளியே இருக்கும் சகோதரி ஜஹன்னாராவின் கல்லறையைப் போல்). மாபெரும் மொகலாயப் பேரரசர்களில் ஒருவராக இருந்தவரின் இறுதி மிச்சங்கள் அங்கு புதையுண்டு கிடக்கின்றன.

பின்னிணைப்பு

இளவரசர் முஹம்மது ஆஸமுக்கு ஆலம்கீரின் கடிதம்

அல்லாவின் திருப்பெயரால் உனக்கு சாந்தியும் சமாதானமும் உண்டாகட்டும்.

முதுமை வந்துவிட்டது. தளர்ச்சி அதிகரித்துவருகிறது. கால்கள் வலுவிழந்துவிட்டன. தனியாகவே உலகுக்கு வந்தேன். தனியாகவே விடைபெறப்போகிறேன். நான் யார் என்பது

தெரியாது; என்ன செய்கிறேன் என்பது தெரியாது. மார்க்க விஷயங்கள் அல்லாதவற்றில் நான் கழித்த நாட்கள் எல்லாம் மனதில் வருத்தத்தையே தருகின்றன. நான் நல்லாட்சி வழங்கவில்லை. விவசாயத்தை வளர்த்தெடுக்கவில்லை.

விலைமதிக்க முடியாத வாழ்க்கை வீணாக்கப்பட்டுவிட்டது. ஏக இறைவன் என் அருகிலேயே இருந்தார். ஆனால் என் இருண்ட கண்களுக்கு அவரின் மகத்துவம் தெரியவில்லை. வாழ்க்கை அநித்தியமானது. கடந்த காலத்தின் தடயங்கள் அழிந்துவிட்டன. எதிர்காலமோ நம்பிக்கை அளிப்பதாக இல்லை.

காய்ச்சல் குணமாகிவிட்டது. எலும்பும் தோலும் மட்டுமே எஞ்சியிருக்கின்றன. பீஜாப்பூருக்குச் சென்றிருந்த என் மகன் காம் பக்ஷ் அருகில் இருக்கிறான். ஆனால் நீயோ அவனைவிட மேலும் நெருக்கமாக இருக்கிறாய். அன்பு ஷா ஆலம் வெகு தொலைவில் இருக்கிறான். பேரன் முஹம்மது ஆஸின் அல்லாவின் கட்டளையினால் ஹிந்துஸ்தானுக்கு வந்து சேர்ந்துவிட்டான்.

ஏக இறைவனை விட்டுப் பிரிந்த என்னைப் போலவே படைவீரர்களும் நிராதரவாக, நிலைகுலைந்து, குழப்பத்தில் ஆழ்ந்திருக்கிறார்கள். நான் இப்போது பாதரசம்போல் நிலை கொள்ளாமல் உருண்டுகொண்டிருக்கிறேன். அல்லா நம்முடன் எப்போதும் இருக்கிறார் என்பதை அவர்கள் உணர்வதே இல்லை. இந்த உலகுக்கு நான் எதையும் கொண்டுவரவில்லை; நான் செய்த பாவங்களின் கனிகளை மட்டுமே சுமந்துசெல்லப்போகிறேன். எனக்கு என்ன தண்டனை தரப்படும் என்பது தெரியவில்லை. ஏக இறைவன் எல்லையற்ற அருளாளன் தான்; ஆனால் நான் செய்தவற்றுக்கு என்ன கிடைக்கும் என்ற பதற்றம் என்னைத் தொற்றிக் கொண்டிருக்கிறது. என்னைவிட்டே நான் பிரிந்து செல்லும்போது என்னுடன் யார்தான் துணையிருப்பார்?

காற்று எப்படி வீசினாலும்
என் படகை நான் நதியில் செலுத்துகிறேன்.

ஏக இறைவன் அவனது அடிமைகளை என்றும் காப்பாற்றுவார். ஆனால், இந்த உலகில் கடவுளின் படைப்புகளும் மார்க்கத்தவர் களும் அநீதியாக அழிக்கப்படாமல் பார்த்துக்கொள்ளும் பொறுப்பு என் மகன்களுக்கு இருக்கிறது.

என் இறுதி ஆசிகளை பேரன் பஹதூருக்குத் (பிதார் பக்துக்குத்) தெரிவிக்கவும். நான் விடைபெறவிருக்கும் இந்த தருணத்தில்

அவனைப் பார்க்கமுடியவில்லை. அவனை சந்திக்கவேண்டும் என்ற ஆசை நிறைவேறாமலேபோகப்போகிறது. பேகம் சோகத்தில் ஆழ்ந்திருப்பது தெரிகிறது. அல்லா அனைத்து துயரங்களையும் போக்க வல்லவர். குறுகிய சிந்தையும் பார்வையும் இருந்தால் சோகத்தைத் தவிர வேறு எதுவும் கிடைக்காது.

விடைபெறுகிறேன்... விடைபெறுகிறேன்... விடைபெறுகிறேன்.

காம் பக்ஷுக்கு ஔரங்கசீப் எழுதிய கடைசி கடிதம்

அன்பு மகனே...இதயத்துக்கு நெருக்கமானவனே... நான் அதிகாரத்துடன் வலுவுடன் இருந்த நாட்களில் அல்லாவின் விருப்பத்துக்கு உங்களை ஒப்புக்கொடுக்கும்படி அறிவுரை சொல்லியிருந்தேன். என்னால் முடிந்த அளவுக்கு உங்களை மார்க்க வழியில் செல்லவைக்கவும் முயற்சி செய்திருந்தேன். அல்லாவின் விருப்பம் வேறாக இருந்துவிட்டது. நீங்கள் யாரும் என் சொல் பேச்சைக் கேட்கவில்லை. இதோ நான் இறக்கப் போகிறேன். இதனாலும் எந்தப் பலனும் விளையப் போவதில்லை. நான் செய்த செயல்கள் மற்றும் பாவங்களின் தண்டனைகளைப் பெறப் போகிறேன். தனியாகவே இந்த உலகுக்கு வந்தேன். இந்த மாபெரும் பயணத்தை முடித்துவிட்டு தனியாகவே போகப் போகிறேன். இந்தப் பெரு வழிப் பயணத்தில் என் கண் முன்னே அல்லாவைத் தவிர வேறு யாருடைய முகமும் தென்படவில்லை.

படைகளுக்கும் ஆதரவாளர்களுக்கும் என்ன ஆகும் என்ற பதற்றமே என் மனதை உருக்குலைக்கின்றன. அல்லா தன் விசுவாசிகளை நிச்சயம் நன்கு கவனித்துக்கொள்வார்தான். இருந்தும் முஸ்லிம்களும் என் மகன்களும் செய்யவேண்டிய கடமைகளும் இருக்கவே செய்கின்றன. நான் முழு வலிமையுடன் இருந்தபோதுகூட அனைவரையும் என்னால் பாதுகாக்க முடிந்திருக்கவில்லை. இப்போதோ நான் என்னையே காப்பாற்றிக்கொள்ள முடியாத நிலையை எட்டிவிட்டேன். என் கால்கள் தளர்ந்துவிட்டன. சுவாசம் குறையத் தொடங்கிவிட்டது. இனி மீட்சிக்கு வழியில்லை. பிரார்த்தனை செய்வதைத் தவிர இப்போது செய்ய என்ன இருக்கிறது?

உதய்புரி பேகம் என்னை அருகில் இருந்து கவனித்துக்கொள்கிறார். மறு உலகுக்கும் என்னுடனே வந்துவிட வேண்டும் என்று விரும்புகிறார். அவளையும் குழந்தைகளையும் அல்லாவிடம் ஒப்படைக்கிறேன். என் உடல் நடுங்குகிறது. விடைபெறப்

போகிறேன். உலகியல் விஷயங்களில் ஆர்வம் காட்டுபவர்கள் எல்லாம் ஏமாற்றுக்காரர்களே. அவர்கள் கோதுமையைக் காட்டி வைக்கோலைக் கொடுத்துவிடுவார்கள். அவர்களை நம்பி எதையும் செய்யாதே. இறைவன் தரும் கட்டளைகள், சமிக்ஞைகள் இவற்றைக் கொண்டே செயல்படவேண்டும். தாரா ஷுகோ தவறான செயல்களைச் செய்தார். எனவே தன் இலக்கை அடைய முடியாமல் தோற்றுவிட்டார். தனக்குக் கீழே இருந்தவர்களுக்கு முன்பைவிட அதிக சம்பளம் கொடுத்தார். ஆனால், அவருக்கு ஒரு உதவி தேவைப்பட்டபோது யாரிடமிருந்தும் எதுவும் கிடைக்கவில்லை. அவர் சோகத்தில் ஆழ்ந்தார். எனவே அகலக் கால் வைக்காதே.

சொல்லவேண்டியதைச் சொல்லிவிட்டேன். விடைபெற்றுக் கொள்கிறேன். குடியானவர்களும் பொது மக்களும் கஷ்டப் படாமல் பார்த்துக்கொள். இஸ்லாமியர்கள் கொல்லப்படாமல் பார்த்துக்கொள். நீ இதைச் செய்யத் தவறினால் பழிபாவமும் தண்டனையும் எனக்கே வந்து சேரும்.

(இந்திய ஆஃபீஸ் எம்.எஸ். 1344, 26)

ஔரங்கசீபின் உயில்

(இந்தியா ஆஃபீஸ் நூலகம், எம்.எஸ். 1344, 49. ஔரங்கசீப் தன் கைப்பட எழுதி தன் தலையணைக்கடியில் வைத்துச் சென்றதாகச் சொல்லப்படுகிறது).

என் வாழ்க்கையில் நான் நிராதரவானவனாகவே இருந்தேன். இப்போதும் அப்படியே விடைபெற்றுச் செல்கிறேன். ஆட்சிக்கு வரவிருக்கும் மகன் யாராக இருந்தாலும் காம் பக்ஷுக்கு, பீஜாப்பூர், ஹைதராபாத் ஆகிய இரண்டின் ஆட்சிப் பொறுப்போடு அவர் திருப்தியடையும்பட்சத்தில், நெருக்கடி தரக்கூடாது.. ஆஸாத் கானைவிட மிகச் சிறந்த வாஸிர் இதுவரை இருந்ததும் இல்லை. இனிமேலும் வரப்போவதும் இல்லை. தக்காணத்தின் திவான் தினாத் கான் மொகலாய அரசின் பணியாளர்களில் மிக மிகச் சிறந்தவர். முஹம்மது ஆஸம் ஷாவை மதிப்பும் மரியாதையும் கொடுத்து நடத்தவும். என் ஆயுள் காலத்தில் பங்கிட்டுக் கொடுத்திருப்பதுபோலவே இருந்துகொள்ள சம்மதித்தால் எந்த சண்டையும் உயிரிழப்பும் ஏற்படாது.

வாரிசுரிமையாகப் பதவியும் பொறுப்பும் பெறும் என் பணியாளர் களைப் பதவியில் இருந்து விலக்கவோ தொந்தரவுக்கு

உள்ளாக்கவோ செய்யவேண்டாம். ஆட்சிக் கட்டிலில் ஏறுபவர் ஆக்ரா மற்றும் தில்லி சபா ஆகிய இரண்டில் ஒன்றைப் பெற்றுக் கொள்ளலாம். ஆக்ராவைப் பெற்றுக்கொள்ள சம்மதிப்பவருக்கு ஆக்ரா, மால்வா, குஜராத் மற்றும் அஜ்மீர் ஆகிய நான்கு பகுதிகளும் அவற்றைச் சார்ந்திருக்கும் பகுதிகளும் கிடைக்கும். கந்தேஷ், பேரார், ஔரங்காபாத் மற்றும் பிடார் ஆகிய நான்கு தக்காணப் பகுதிகளும் அவர் நிர்வாகத்தின் கீழ் இருக்கும். தில்லியைப் பெற விரும்பும் மகனுக்கு தில்லி, பஞ்சாப், காபுல், முல்தான், டால்டா, காஷ்மீர், வங்காளம், ஒரிஸ்ஸா, பிஹார், அலஹாபாத், மற்றும் அயோத்யா ஆகியவை கிடைக்கும்.

★

ஔரங்கசீப் எழுதியதாகச் சொல்லப்படும் இன்னொரு உயில் (அகிம் இ ஆலம்கிரியில் இடம்பெற்றிருக்கிறது) ஹமீத் உத் தீன் கான் பஹதூருக்கு எழுதப்பட்டிருக்கிறது. அதில்:

எல்லாப் புகழும் இறைவனுக்கே. இறையச்சம் கொண்டவர் களுக்கும் மார்க்கப் பற்று கொண்டவர்களுக்கும் சாந்தியும் சமாதானமும் உண்டாகட்டும்.

எனது இறுதி ஆசையாக - உயிலாக சிலவற்றைச் சொல்ல விரும்புகிறேன்.

முதலாவதாக, பெரும் பாவங்கள் செய்தவனாகிய என் சார்பாக புனித ஹஸனின் கல்லறைக்கு பணிந்து பட்டாடை போர்த்தி வணக்கம் தெரிவிக்கவேண்டும். ஏனென்றால் பாவக் கடலில் மூழ்குபவர்களுக்கு எல்லையற்ற அருளாளனிடம் மண்டியிட்டு மன்னிப்பு கேட்பதைத் தவிர மீட்சிக்கு வேறு வழியே இல்லை. என் சார்பாக இந்தப் புனிதக் கடமையை என் மகன் இளவரசன் அலியா ஆஸம் செய்யவேண்டும்.

இரண்டாவதாக, நான் நெய்த தொப்பிகள் விற்றுக் கிடைத்த தொகை மஹால்தார் ஆயியா பெய்க் வசம் இருக்கிறது. அதிலிருந்து நான்கு ரூபாய் இரண்டு அணாக்கள் எடுத்து பாவப்பட்ட என் உடம்பை மூடும் துணியை வாங்கிக்கொள்ளவும். குர்ரான் பிரதியெடுத்ததற்குக் கிடைத்த தொகையாக ரூ 305 என் பையில் இருக்கிறது. என் மரண ஊர்வல நாளில் ஃபகிர்களுக்கு அந்தத் தொகையைப் பிரித்துக் கொடுத்துவிடவும். ஷியா முஸ்லிம்கள் குர்ரான் பிரதியெடுத்து சம்பாதித்த தொகையை எப்படி வேண்டுமானாலும் பார்க்கட்டும். பிண ஆடை அல்லது வேறு எந்தக் காரியத்துக்கும் செலவிடவேண்டாம்.

மூன்றாவதாக, இளவரசர் ஆஸமின் பிரதிநிதியிடமிருந்து தேவையான பொருட்களைப் பெற்றுக்கொள்ளவும். என் மகன்களில் அருகில் இருக்கும் மகன் அவன்தான். முறைப்படியான மற்றும் முறையற்ற இறப்புச் சடங்குகள் எல்லாம் செய்யும் கடமையும் அவனுக்குத்தான் உண்டு. இந்த பாவப்பட்ட மனிதன் (ஔரங்கசீப்) அவை எதற்கும் பொறுப்பல்ல. ஏனென்றால் இறந்தவர்கள் எல்லாம் உயிருடன் இருப்பவர்களின் தயையை இந்த விஷயத்தில் எதிர்பார்த்து நிற்பவர்களே.

நான்காவதாக, மார்க்கப் பாதையில் இருந்து வழுவி நடந்த இந்த நாடோடியின் தலையை எதைக் கொண்டும் மூடாமல் புதையுங்கள். ஏனென்றால் தலையை மூடாமல் எல்லையற்ற அருளாளனின் முன்னால் கொண்டு நிறுத்தப்படுபவர்களுக்கு அவர் கூடுதல் கருணை காட்டுவார்.

ஐந்தாவதாக, என் சவப்பெட்டியை காஜி எனப்படும் முரட்டு வெள்ளைத் துணி கொண்டு போர்த்துங்கள். கல்லறைக்கு மேற்கூரை வேண்டாம்; புதிய வழக்கங்களாக இறுதி ஊர்வலத்துக்கு இசைக் கலைஞர்களை நியமிக்கவேண்டாம். ஆண்டு நினைவுக் கொண்டாட்டங்கள் வேண்டாம்.

ஆறாவதாக, இந்த வெட்கம் கெட்ட மனிதருடன் பாலைவனங் களிலும் காடு மலைகளிலும் (தக்காணத்தில்) துணையாக அலைந்து திரிந்த விசுவாசமான நிர்கதியாகி நிற்கும் பணியாளர்களை, அடுத்து வாரிசுரிமையாக ஆட்சிக்கட்டிலில் ஏறுபவர் அன்புடன் நடத்த வேண்டும். அவர்கள் ஏதேனும் தவறு செய்தாலும் பெருந்தன்மையுடன் அவர்களை மன்னித்து அந்தக் குற்றங்களைப் பொறுத்துக்கொள்ளவும்.

ஏழாவதாக, பாரசீகர்களின் தேசத்தைப் போல் உலகில் மிகச் சிறந்த நிர்வாகப் பணியாளர்கள் (முதாசத்தி) எங்கும் இல்லை. அரசர் ஹுமாயூனின் காலத்திலிருந்து இன்று வரையிலும் பாரசீகர்கள் போரை வெறுத்ததில்லை. அவர்களுடைய வலிமையான கால்கள் ஒருபோதும் நடுங்கியதில்லை. மேலும் அவர்கள் ஒருபோதும் தமது மாலிக்களுக்கு துரோகமோ கீழ்ப்படிதலின்மையையோ காட்டிய தில்லை. அவர்கள் தம்மை மதிப்பும் மரியாதையுடன் நடத்தும்படிக் கேட்டுக்கொள்வார்கள். எனவே அவர்களுடன் இணைந்து பணியாற்றுவது மிகவும் சிரமம். ஆட்சிக்கு வருபவர் எப்பாடு பட்டாவது என்ன தந்திரங்கள் செய்தாவது அவர்களுடன் நல்லுறவைத் தக்கவைத்துக்கொள்ளவேண்டும்.

எட்டாவதாக, துராணி மக்கள் காலாட் படையினராகவும் இருந்திருக்கிறார்கள். முன்னேறிச் சென்று தாக்குதல், சூறையாடுதல், இரவு நேரத் தாக்குதல்கள், கைது நடவடிக்கைகளில் ஈடுபடுதல் போன்றவற்றில் கை தேர்ந்தவர்கள். போர்க்களத்தில் இருந்து பின்வாங்கும்படிச் சொன்னால் எந்தவித வருத்தமோ சந்தேகமோ அவமானமோ அடையாமல் நடந்துகொள்வார்கள். உயிரே போனாலும் போர்க்களத்தில் பின்வாங்க மாட்டேன் என்று சொல்லும் அடி முட்டாள் ஹிந்துஸ்தானிகளைவிட 100 மடங்கு உயர்ந்தவர்கள். துராணிகளுக்கு முடிந்த சலுகைகளையெல்லாம் தரவேண்டும். வேறு எந்த இனத்தினராலும் செய்ய முடியாத, தேவையான சேவைகளை இவர்களால்தான் சிறப்பாகச் செய்யமுடியும்.

ஒன்பதாவதாக, பர்ஹா சையதுகளுக்கு '(அல்லாவுக்கு நெருக்கமானவர்களுக்கு) உறவினருக்கு அவருடைய உரிய தொகையைக் கொடுத்துவிடவும்' என்ற புனித வசனத்துக்கு இணங்க முழு சலுகையையும் மரியாதையும் தந்துவிடவும். இதில் எந்த சுணக்கமும் காட்டவேண்டாம். 'உறவினர்கள் மீது அன்பு கொள்வதைத் தவிர, நான் உங்களிடம் யாதொரு கூலியும் கேட்கவில்லை!' என்ற புனித வசனத்துக்கு ஏற்ப அவர்கள் மீது அன்பு காட்டுவதே இறைக்கடமை. இவர்கள் தொடர்பாக எந்தவொரு கவனக்குறைவும் வேண்டாம். இம்மையிலும் மறுமையிலும் அதன் பலன்கள் தொடர்ந்துவரும்.

பர்ஹா சையதுகளை மிகுந்த அக்கறையுடன் கையாளவேண்டும். அவர்கள் மீதான அன்பு குறையவே கூடாது. அதேநேரம் அவர்களுடைய பதவி, அந்தஸ்தை உயர்த்திவிடவும்கூடாது. ஏனென்றால் ஆட்சி நிர்வாகத்தில் வலிமையான கூட்டாளி என்பவர் எந்நேரமும் ஆட்சியைக் கைப்பற்றிவிடக்கூடும். ஆட்சி அதிகாரத்தில் அவர்களுக்கு கொஞ்சம்போல் இடம் கொடுத்தாலும் நமக்குத்தான் வீழ்ச்சி வந்து சேரும்.

பத்தாவதாக, ஆட்சிக் கட்டிலில் அமர்பவர் ஒரே இடத்தில் எப்போதும் இருக்கக்கூடாது. நகர்ந்துகொண்டே இருக்கவேண்டும். ஒரு வேலையும் செய்யாமல் சுற்றிக்கொண்டிருப்பதுபோலவோ ராஜ்ய நிர்வாக விஷயங்களில் இருந்து விலகி மிகுந்த ஓய்வை அனுபவிப்பதுபோலவோ தோன்றலாம். ஆனால் உண்மையில் அப்படி நகர்ந்துகொண்டேயிருப்பது ஆயிரத்துக்கு மேற்பட்ட பிரச்னைகளில் இருந்து விடுதலை பெற்றுத் தரும்.

பதினொன்றாவதாக, உங்கள் மகன்களை நம்பாதீர்கள். மிகவும் நெருக்கமாக யாருடனும் பழகவேண்டாம். தாரா ஷுகோவை

ஹாஜகான் இப்படிச் சற்று விலக்கி வைத்திருந்தால் அவருக்கு இப்படியான சோக முடிவு வந்து சேர்ந்திருக்காது. மன்னரின் வாக்கு என்பது தரிசு நிலம் போன்றது என்பதை மனதில் வைத்துக்கொள்.

பனிரெண்டாவதாக, அரசாங்கத்தின் மிக முக்கியமான அம்சம் என்பது மன்னருக்கு ராஜ்ஜியத்தில் நடக்கும் அனைத்தும் தெரிந்தாகவேண்டும். ஏதேனும் ஒன்றில் அலட்சியம் காட்டினாலும் பின்னர் நீண்ட காலத்துக்கு வருந்த நேரிடும். சிவாஜி விஷயத்தில் (நான்) காட்டிய சிறிய அலட்சியத்தின் காரணமாக என் வாழ் நாள் முழுவதும் மராட்டியர்களுக்கு எதிராகக் கஷ்டப்படவேண்டிவந்து விட்டது.

12 என்பது எண்களில் ஆசிர்வதிக்கப்பட்டது. எனவே 12 வழிகாட்டுதல்களுடன் நிறுத்திக் கொள்கிறேன்.

(நான் சொல்லியிருப்பவற்றை) புரிந்துகொண்டு நடந்தால்

உன் அறிவை உச்சி முகர்ந்து மெச்சிக் கொள்ளலாம்.

இல்லையென்றால் அந்தோ பரிதாபம் அந்தோ பரிதாபம் அந்தோ பரிதாபம்!

அத்தியாயம் - 17

வட இந்திய விவகாரங்கள்

1. மார்வார் பகுதியில் 30 ஆண்டுப் போர்

ராஜபுத்திர மஹாராணாவுடன் ஔரங்கசீப் சமாதான உடன்படிக்கை செய்துகொண்டபின் (ஜூன் 1681) தக்காணத்தின் மீது படையெடுத்துச் சென்றார். அந்த ஒப்பந்தத்தின் மூலம் ராஜபுத்திரருடனான போர் முடிவுக்கு வந்தது. ஆனால் மார்வார் பகுதியில் பிரச்னை முடிவுக்கு வரவில்லை. ரத்தோர் சாம்ராஜ்ஜியத்தின் முக்கியமான நகரங்கள், ராணுவ முக்கியத்துவம் வாய்ந்த பகுதிகள் ஆகியவற்றை மொகலாயப் படை தன் கட்டுப்பாட்டில் வைத்திருந்தது. ஆனால், ரத்தோர் மண்ணின் மைந்தர்கள் போர் மனநிலையில் இருந்து வெளியேறியிருக்க வில்லை. மலைகளிலும் பாலைவனப் பகுதியிலும் இருந்தவர்கள் அவ்வப்போது சமவெளிகளுக்குப் பாய்ந்து வந்து, அங்கு அணிவகுத்துச் செல்லும் படைகள், வணிகக் குழுக்கள், பலவீனமான மொகலாய காவல் மையங்கள் ஆகியவற்றின் மீது தாக்குதல் நடத்திவந்தனர். விவசாயப் பணிகள் சீராக நடக்கவும் வணிகப் பயணங்கள் நல்லமுறையில் நடக்கவும் பேரரசின் பாதுகாப்பு இருந்தாலே முடியும் என்ற நிலையை உருவாக்கி வந்தனர். மார்வார் பகுதியில் எப்போதுமே ஒருவித பஞ்சம் போன்ற பற்றாக்குறை நிலவியதில் ஆச்சரியப்பட எதுவுமில்லை. ‘கூர் வாளும் கொடும் நோய்த் தொற்றும் கூட்டணி அமைத்துக்

கொன்றழிக்கின்றன' என்று ரத்தோர் கவிஞர் ஒருவர் வேதனையுடன் இதைப் பதிவு செய்திருக்கிறார்.

மார்வாரில் மோதல், ஆக்கிரமிப்புகள், மீட்டெடுப்புகள் என ஒரு தலைமுறை தாண்டி நெருக்கடிகள் நீடித்துவந்தன. மொகலாயப் பேரரசுக்கு இருந்த ஆயுத பலமும் பிற வலிமைகளும் போர்களால் பீடிக்கப்பட்ட சிறிய பாலைவனப் பிராந்தியத்தை எளிதில் அடக்கியிருக்கமுடியும். ஆனால், ஆலம்கீர் முன்னெடுத்த தக்காணப் படையெடுப்பு, பேரரசின் முழு சக்தியையும் அதன்பக்கமே இழுத்துக்கொண்டுவிட்டது. மஹாராஷ்டிராவில் நிலவிய ராணுவ நிலமை ஜோத்பூரிலும் பிரதிபலித்தது. ரத்தோர் மண்ணின் மைந்தர்களின் இறுதி வெற்றியாகவும் அது மாறியது. ஔரங்கசீப் இறந்ததுமே மரபான குல வழித் தலைமைக்கு அது திரும்பியது.

மார்வாரின் இந்த 27 ஆண்டுகால வரலாறை (1681-1707) தெளிவான மூன்று காலகட்டங்களாகப் பகுக்கலாம். 1681-1687 வரையில் இது மக்களின் எழுச்சிப் போராக இருந்தது. ஏனென்றால், அப்போது ராஜபுத்திர மன்னர் பாலகராக இருந்தார். ராஜபுத்திரர்களின் தலைவராக இருந்த துர்காதாஸ் அப்போது தக்காணத்தில் இருந்தார். ரத்தோர் மக்கள் பல்வேறு தலைவர்களின் தலைமையின் கீழ் பல குழுக்களாக எந்தவொரு மைய தலைமையும் இல்லாமல் எந்தவொரு பொது இலக்கோ திட்டமோ இல்லாமல் போரிட்டனர். முடிந்த இடங்களில் எல்லாம் மொகலாயர்களை எதிர்க்கவேண்டும் என்பது மட்டுமே ஒரே இலக்காக இருந்தது. இந்த சிதறலான போர்கள் ரத்தோர் குலத்தினரின் வீரம் மற்றும் அர்ப்பண உணர்வுக்கு மிகச் சிறந்த எடுத்துக்காட்டாகத் திகழ்கிறது. ஆனால் இந்தப் போர்களினால் மொகலாயப் படைகளை எப்போதும் விழிப்பு நிலையில் இருக்கவைக்கவும் ராஜபுதனப் பகுதிகளை அவர்கள் ஆக்கிரமித்திருப்பதால் பொருளாதார நன்மை எதுவும் இல்லை என்று ஆக்கவும் மட்டுமே பயன்பட்டன.

இந்தக் காலகட்டத்தில் ராஜபுத்திரர்களுக்கு ஒற்றைத் தலைமை இல்லை என்பது அவர்களுக்கு சாதகமாகவே அமைந்தது. ஏனென்றால் ஒட்டு மொத்த ராஜபுத்திரர்களும் ஒரே படையாக அணிவகுத்துப் போரிட்டிருந்தால் அவர்களைவிடப் பல மடங்கு வலிமையான மொகலாயப் படை அவர்களை ஒரேயடியாக ஒழித்துக்கட்டியிருக்கும். மீண்டும் மீண்டும் வலிமையைக் கூட்டிக்கொண்டு தலைமுறை தலைமுறையாக தலைதூக்க வழியில்லாமல் போயிருக்கும். கெரில்லா போர் முறையைப்

பின்பற்றியதால் மொகலாயப் படையை அலைக்கழித்து சோர்ந்துபோகவைத்தனர். தங்களுடைய படை பலம் குறைவாக இருக்கிறது என்ற பாதகமான அம்சத்தை இந்தப் போர்முறை மூலம் ஈடுகட்டியும்விட்டனர்.

இரண்டாம் கட்டப் போர்கள் துர்காதாஸ் தக்காணத்தில் இருந்து திரும்பிவந்ததையும் அஜித் சிங் மறைவிடத்தில் இருந்து வெளியே வந்ததையும் ஒட்டி 1687 வாக்கில் ஆரம்பித்தது. ரத்தோர்களின் வெற்றி உண்மையில் ஆரம்பகட்டத்தில் மிகவும் அற்புதமாக இருந்தது. பண்டி பகுதியைச் சேர்ந்த ஹடாஸ் குழுவினரும் படையில் சேர்ந்தது பெரும் பலத்தைத் தந்திருந்தது. மார்வார் சமவெளிகள் மற்றும் தமது பிராந்தியத்தையும் தாண்டிய பகுதிகளில் அதாவது மால்புரா, புர மண்டல் (1687) ஆகிய பகுதிகளிலும் துணிந்து தாக்குதலில் ஈடுபட்டனர். அஜ்மீரின் சுபேதாரைக் கூடத் தோற்கடித்தனர் (1690). மேவாட் மற்றும் தில்லியின் மேற்குப் பகுதி வரையிலும் கூடச்சென்று தாக்கினர். ஆனால் அவர்களால் அவர்களுடைய பூர்விக ராஜ்ஜியத்தை மீட்டெடுக்க முடிந்திருக்கவில்லை. 1687 வாக்கில் துர்கா தாஸுும் அஜித் சிங்கும் ராஜபுத்திரர்களின் வெற்றிகரமான தலைமை சக்திகளாக உருவெடுத்தனர். அசாதாரண திறமை கொண்டவரும் துடிப்பு மிகுந்தவருமான ஷுஜாயத் கான் மொகலாய ஆலம்கீரின் சார்பாக ஜோத்பூரில் ஆட்சிப் பொறுப்பை ஏற்றிருந்தார். 14 ஆண்டுகள் அந்தப் பதவியில் இருந்தவரை மார்வார் பகுதியில் மொகலாயர்களின் பிடியைத் தளரவிடாமல் இறுகப் பற்றியிருந்தார்.

சுஜாயத் கான் மார்வாரின் தளபதியாக இருந்ததோடு குஜராத்தின் சுபேதாராகவும் இருந்தார். தனது படையை எப்போதும் முழு வீச்சில், முழு தயார் நிலையில் வைத்திருந்தார். துரிதமாகவும் துல்லியமாகவும் படைகளை நகர்த்தவும் செய்தார். ஆண்டுக்கு ஆறு மாத காலம் (சில நேரங்களில் எட்டு மாதங்கள்) மார்வாரில் தங்கியிருப்பார். மீதி ஆறு மாதம் குஜராத்தில் இருப்பார். இதனால் ரத்தோர்களை அவரால் எப்போதும் எளிதில் தடுத்து நிறுத்த முடிந்திருந்தது. பயண வழிகளில் வணிகர்களுக்கு எந்தத் தொந்தரவும் தராமல் இருக்க அவர் ரத்தோர் தலைவர்களுக்கு மொகலாயச் சுங்க வரியில் நான்கில் ஒரு பங்கைக் கொடுத்து ஓர் உடன்படிக்கையும் செய்துகொண்டிருந்தார் (1688). இது மராட்டியர் வசூலித்த சௌத் வரியைப் போன்றதுதான்.

9, ஜுலை 1701 வாக்கில் ஷுஜாயத் கான் உயிர் துறந்தார். இளவரசர் முஹம்மது ஆஸமிடம் மார்வார் பகுதியின் நிர்வாகப் பொறுப்பு

தரப்பட்டது. அஜித் சிங்குடனான பகைமை மீண்டும் முளைவிட்டது. ராஜபுத்திர விடுதலைப் போர் மூன்றாம் கட்டத்தை எட்டியது. ரத்த ஆறு பெருக்கெடுத்து ஓடியது. இரு தரப்பும் மாறி மாறி வெற்றி தோல்வி அடைந்த வண்ணம் இருந்தன. மொகலாயப் பேரரசின் பேராசைக் கொள்கை முறியடிக்கப்பட்டு மார்வார் பகுதி பூர்வ குலத்தினரால் 1707 வாக்கில் முழுமையாக மீட்டெடுக்கப் பட்டது.

ரத்தோர்களின் தலைநகரம் மற்றும் முக்கிய நகரங்களை மொகலாயர் ஆக்கிரமித்தபோது ராஜபுத்திரர்கள் மலைப்பகுதிகளிலும் பல்வேறு பதுங்கு இடங்களிலும் அடைக்கலம் தேடிக் கொண்டனர். ஆனால் சமதளப் பகுதிகளில் தொடர் தாக்குதல்கள் நடத்தியும் வந்தனர். அவர்களுக்கும் ஆக்கிரமிப்பு மொகலாயப் படைகளுக்கும் இடையே அடிக்கடி மோதல்கள் நடந்தவண்ணம் இருந்தன. இவற்றில் வெற்றி தோல்வி இரு தரப்புக்கும் மாறி மாறிக் கிடைத்தன. கரணிதான் என்ற கவிஞர் இந்தப் போர்ச்சூழலை அழகாக வருணித்திருக்கிறார்: சூரிய அஸ்தமனத்துக்கு முன்பாக மார்வார் கதவுகள் அனைத்தும் மூடப்படும். முஸ்லிம்கள் கோட்டைகளையும் வலிமையான பகுதிகளையும் கைப்பற்றி யிருந்தனர். ஆனால் சமவெளிகள் அஜித்தின் சொல்கேட்டு நடந்தன. நெடுவழிச் சாலைகளைக் கடப்பது யாருக்கும் சாத்தியமில்லை’.

2. மார்வார் பகுதியில் மீண்டும் துர்காதாஸ் (1687 - 1698).

1687-ல் துர்காதாஸ் மஹாராஷ்டிராவில் இருந்து திரும்பி வந்ததும் ரத்தோர்களின் வலிமை பெருகியது. அப்போது அவர்களுக்கு இன்னொரு நல்ல கூட்டாளியும் கிடைத்தார். பண்டி பகுதியின் ஆட்சியாளராக இருந்த தர்ஜன் சால் ஹடாவை அவருடைய தலைவரான அனுருத் சிங் (ஆலம்கீரின் விசுவாசமான தளபதி மற்றும் பெரு நில உடைமையாளர்) அவமதித்துவிடவே தன் ஆட்களை ஒன்று திரட்டி பண்டி கோட்டையை திடீர் தாக்குதல் மேற்கொண்டு கைப்பற்றிவிட்டார். அதன் பின் மார்வாருக்கு வந்து முகுந்த சிங் சம்பாவத் என்ற ரத்தோர் தலைவரின் சகோதரியை மணந்துகொண்டார். இதனால் ஹடா குலத்தின் ஆயிரத்துக்கும் மேற்பட்ட குதிரைப்படை வீரர்கள் ரத்தோர் படையுடன் சேர்ந்து கொண்டனர்.

ரத்தோர்கள் மற்றும் ஹடா குலத்தினரின் கூட்டணி மார்வாரில் இருந்த மொகலாய காவல் படையினரைக் கொன்றும் விரட்டியும் அடித்தது. வடக்கில் இருந்த மொகலாய பகுதிகளுக்குள் தலைநகர்

தில்லி வரையிலும் கூட துணிச்சலுடன் படையெடுத்துச் சென்று தாக்கியது. மண்டல் பகுதிக்கு அருகில் நடந்த போரில் தர்ஜன் சால் கொல்லப்பட்டார்.

1690 வாக்கில் துர்காதாஸ் மிகத் தெளிவான, அழுத்தமான வெற்றியை அடைந்தார். மார்வார் எல்லையில் முகாமிட்டிருந்த அஜ்மீர் பிராந்தியத்தின் மொகலாயத் தளபதி சஃபி கானின் படையை துவம்சம் செய்து துரத்தியடித்தார். மொகலாயர் பிடியில் இருந்த மார்வார் பகுதிகளில் தொடர் தாக்குதல்கள், சூறையாடல்கள் நிகழ்த்திப் பெரும் நெருக்கடி தந்தார். நெடுஞ்சாலைகள் வழியான பயணத்தைப் பெருமளவுக்குத் தன் கட்டுக்குள் கொண்டுவந்தார். இந்த அபாய நிலையின் காரணமாக, தாகூர்கள், பட்டாவத்கள் போன்ற ராஜபுத்திரத் தலைவர்கள் மீது பல வெற்றிகளைப் பெற்ற ஷுஜாயத் கான் மீண்டும் இங்கு நியமிக்கப்பட்டார். ஆலம்கீரின் எதிர்பார்ப்புகளைப் பூர்த்திசெய்யும் நோக்கில் மொகலாயப் படைகளுக்குப் புத்துணர்ச்சியூட்டினார்.

1681-ல் இளவரசர் அக்பருடனான போரில் ரத்தோர்கள் அவருடைய மகள் சஃபியத் உன்னிஸாவைச் சிறைப்பிடித்திருந்தனர். ஔரங்கசீப் தன் பேத்தியை மீட்டெடுத்தாகவேண்டும் என்ற முனைப்பில் இருந்தார். 1692-ல் இது தொடர்பாக முன்னெடுக்கப்பட்ட அமைதிப் பேச்சுவார்த்தை தோல்வியில் முடிவடைந்திருந்தது. மீண்டும் 1694-ல் ஷுஜாய்த் கானிடம் இன்னொரு சமாதான முயற்சிக்கான பொறுப்பு தரப்பட்டது. பட்டன் பகுதியைச் சேர்ந்த நாகர் பிராமணரும் வரலாற்றாசிரியருமான ஈஸ்வர தாஸைத் தன் தூதுவராக அவர் உடனே நியமித்தார். முன்பு அவர் ஜோத்பூரில் ஷிக்தார் அல்லது அமீன் என்ற பதவியில் வரி வசூல் பணியில் இருந்தார்.

துர்காதாஸைப் பலமுறை ஈஸ்வரதாஸ் வந்து சந்தித்துப் பேசியதைத் தொடர்ந்து இரண்டாம் அக்பரின் மகளை ஆலம்கீர் வசம் ஒப்படைக்க சம்மதித்தார். இளவரசியை பத்திரமாக பேரரசர் முன்னால் ஈஸ்வரதாஸ் கொண்டு சென்று சேர்த்தார். 'நாகரிகமற்ற, சென்றடைய முடிந்திராத ஹிந்து ராஜ்ஜியத்தில் கிடைக்காமல் போன மார்க்கக் கல்வியை' தன் பேத்திக்கு உடனே கிடைக்கவைக்க ஓர் ஆலிமாவை (இஸ்லாமிய பெண் ஆசிரியர்) நியமித்தார். ஆனால் பேகம் சஃபியத் உன்னிஸா, 'துர்காதாஸ் என்னைச் சிறைப்பிடித்திருந்தபோது என் மீது மிகுந்த அக்கறை காட்டினார்; அஜ்மீரில் இருந்து ஒரு இஸ்லாமிய தாதியை வரவழைத்து அன்புடன் கவனித்துக்கொண்டார். அந்த இஸ்லாமிய மூதாட்டியிடமிருந்து

ஏற்கெனவே குர்ரானை நன்கு கற்றுக் கொண்டிருக்கிறேன். மனப்பாடமாகவே பல புனித வசனங்கள் தெரியும் தாத்தா' என்று சொன்னார்.

துர்காதாஸின் இந்த நற்குணத்தைத் தெரிந்துகொண்டதும் அவர் முன்பு செய்த தவறுகள் அனைத்தையும் ஔரங்கசீப் மன்னித்து மறந்துவிட்டார்.

அடுத்ததாக, இளவரசர் அக்பரின் மகன் புலந்த் அக்தரையும் ரத்தோர்களிடமிருந்து மீட்கவேண்டியிருந்தது. அதற்கு மேலும் இரண்டு ஆண்டுகள் ஆனது. ஏனென்றால் மொகலாயர் பிடியில் இருந்த ஜோத்பூரை அஜித் சிங்கிடம் திருப்பித் தரவேண்டும் என்று துர்காதாஸ் நிபந்தனை விதித்திருந்தார். மாறாக ஔரங்கசீப்போ ஜஸ்வந்த் சிங்கின் மகன் அஜித் சிங்குக்கு மார்வாரின் சிறிய பகுதியின் ஆட்சிப் பொறுப்பை மட்டுமே தரத்தயார் என்று சொன்னார்.

அஜித் சிங்கின் நிலைமை இப்போது சிக்கலானது. ஏற்கெனவே மொகலாயப் படைகளின் துரத்தலினால் அவர் ஓடிக் கொண்டே இருக்கவும் தாங்கவொண்ணா துயரத்தை அனுபவிக்கவும் நேர்ந்திருந்தது. எனவே 1698-ல் துர்காதாஸ் தன் நிபந்தனைகளைத் தளர்த்திக்கொண்டார். ஆலம்கீர் அஜித் சிங்கை மன்னித்தார். மொகலாயப் படையில் மன்சப்தார் பதவி தந்தார். ஜாலோர், சசோத், சிவானா ஆகிய பர்கானாக்களின் ஜாஹிர் உரிமையையும் அவரிடம் தந்தார். இவற்றுக்கு ஃபௌஜ்தாராகவும் (தளபதியாகவும்) அவரையே நியமித்தார்.

பீமா நதிக்கரையில் இருந்த இஸ்லாமாபுரியில்தான் ஔரங்கசீப் இருந்ததால் புலந்த் அக்தரை துர்காதாஸ் அங்கு அனுப்பிவைத்தார். இந்த அப்பாவி மொகலாய இளவரசர் குழந்தைப் பருவத்திலிருந்தே ராஜபுத்திரர்களின் கடினமான, விவசாய குடியானவச் சூழலில் வளர்ந்து வந்திருந்தார். மொகலாய அரண்மனையையோ ஆடம்பரத்தையோ அதுவரை பார்த்ததே இல்லை. மொகலாய மன்னர் வம்சத்து பழக்கவழக்கங்கள் எதுவும் அறிந்திருக்கவில்லை. ஹிந்துஸ்தானி மொழி கூடத் தெரியாது. ஒரு மொகலாய இளவரசருக்கு ராஜபுத்திர மொழி மட்டுமே பேசத் தெரியும் என்ற விஷயம் ஔரங்கசீபையும் அவருடைய அவையினரையும் பெரும் அதிர்ச்சியில் ஆழ்த்தியது. குக்கிராமத்து இளைஞர் ஒருவர் திடீரென்று நகரத்துக்கு வந்தால் அனுபவிக்கும் தடுமாற்றத்தை புலந்த் அக்தர் உணர்ந்தார். அதுமட்டுமல்லாமல் ரத்தோர் குலத்தினருடன் வாழ்ந்தபோது ஔரங்கசீபை ஒரு அரக்கர் போலவும் தன் தந்தை அக்பருக்கும் தன் குடும்பத்தினருக்கும் மிகப்

பெரிய எதிரி என்றும் சொல்லி வளர்க்கப்பட்டிருந்தார். பால்ய காலத்தின் தன்னை போஷித்தவர்களிடமிருந்தும் இள வயது நண்பர்களிடமிருந்தும் இப்போது அவர் பறிக்கப்பட்டு அதே அரக்க ஔரங்கசீபிடம் ஒப்படைக்கப்பட்டிருக்கிறார். இப்படியான சூழலில் வாயைத்திறந்து எதுவும் பேசாமல் இருப்பதே புத்திசாலித்தனம் என்று அவர் ஊமை போலவே இருந்துவிட்டார். எனினும் காலப்போக்கில் மொகலாய வழிமுறைகள், மார்க்க போதனைகள் எல்லாம் பெற்று ஆலம்கீருக்கு அருகிலேயே இருக்கும்படியாக முக்கிய பதவி தரப்பட்டது. துர்காதாஸுக்கு மூவாயிரம் வீரர்களைக் கொண்ட ஒரு படையும் மன்சப்தார் பதவியும் பட்டான் பகுதியின் தளபதி பொறுப்பும் தரப்பட்டன.

3. அஜித் சிங்கும் துர்காதாஸும், 1701-1707.

மே 1698-ல் மொகலாயப் பேரரசுடன் துர்காதாஸ் சமாதான உடன்படிக்கை செய்துகொண்டார். ஆனால் 1701-02 வாக்கில் இரண்டாம் முறையாக மீண்டும் எதிர்க்க ஆரம்பித்தார். அஜித் சிங்கும் துர்காதாஸும் ஆரம்பத்திலிருந்தே மொகலாய அரசின் மீது சந்தேகத்துடனே இருந்தனர். மொகலாய அரசவையில் இருந்து சிறிது விலகியே நின்றனர். குஜராத்தின் புதிய ஆளுநர் இளவரசர் முஹம்மது ஆஸம் ஷாவிடம் ஆலம்கீர், ‘முடியுமானால் துர்காதாஸை என்னிடம் அனுப்பிவைக்கவேண்டும். இல்லையென்றால் கொன்றுவிடவேண்டும்’ என்று உத்தரவு பிறப்பித்தார். அஜித் சிங்குடனோ பிற ரத்தோர் தலைவர்களுடனோ சேர்ந்து கொண்டு அவர் மீண்டும் கலகத்தில் இறங்கிவிடாமல் தடுக்கும் நோக்கில் ஆலம்கீர் அப்படி உத்தரவிட்டிருந்தார்.

ஔரங்காபாதில் தன்னை வந்து சந்திக்கும்படி துர்காதாஸிடம் முஹம்மது ஆஸம் கேட்டுக்கொண்டார். ஆனால் மொகலாயத் தரப்பில் அவரை எப்படியும் அழைத்துச் சென்றுவிடவேண்டும் என்பது தொடர்பாகக் காட்டப்பட்ட பரபரப்பைப் பார்த்ததும் துர்காதாஸுக்கு சந்தேகம் வந்துவிட்டது. இளவரசரின் படை ஆயுதங்களுடன் தயாராக இருக்கும் செய்தியும் கிடைத்ததும் அவர் எச்சரிக்கையடைந்துவிட்டார். எனவே தனது கூடாரத்துக்கும் உடமைகளுக்கும் தீ வைத்துவிட்டுத் தன் படையினருடன் மார்வார் நோக்கிப் புறப்பட்டுச் சென்றுவிட்டார்.

மொகலாயப் பேரரசின் எதிரியாக மீண்டும் மார்வாருக்குள் நுழைந்த துர்காதாஸ், அஜித் சிங்குடன் சேர்ந்து வெளிப்படையாகக் கலகக் குரலை எழுப்பினார் (1702). மொகலாயர் மீது தாக்குதலை மீண்டும்

ஆரம்பித்தார். ஆனால் இவர்கள் இருவரால் பெரிய தாக்கம் எதையும் ஏற்படுத்தமுடியவில்லை. மார்வார் ஏற்கெனவே பொருளாதாரத்தில் நசிந்துவிட்டிருந்தது. சுமார் 25 ஆண்டுகளாக கெரில்லா போரில் ஈடுபட்டுவந்ததால் ரத்தோர்களிடையே போர் தொடர்பாக ஒரு சலிப்பு ஏற்பட்டிருந்தது. இவை போதாதென்று அஜித் சிங்குக்கும் துர்காதாஸுக்கும் இடையில் கருத்து வேறுபாடுகள் உருவாகத் தொடங்கின. இதை ஆலம்கீர் விரைந்து தனக்கு சாதகமாக்கிக் கொண்டார்.

அஜித் சிங்குக்கு யார் ஆலோசனை சொன்னாலும் பிடிக்காது. முன் கோபக்காரரும்கூட. துர்காதாஸின் செல்வாக்கு மீதான பொறாமை, தம் குலத்தினரிடையே அவருக்கு இருக்கும் செல்வாக்கு இவை யெல்லாம் அஜித் சிங்குக்குப் பிடிக்காமல் போயின. ஔரங்கசீப் எல்லாமே தமக்கு எதிராகப் போகத் தொடங்கிய தருணத்தில், ரத்தோர் தலைவர்களிடையே ஏற்பட்ட இந்த மோதலைத் தனக்கு சாதகமாக்கிக் கொண்டார். அஜித் சிங்கை அவருடைய ராஜ்ஜியம் மற்றும் தலைநகரில் இருந்து ஐந்து ஆண்டுகள் வெளியிலேயே இருக்கும்படிச் செய்தார்.

1704-ல் ஔரங்கசீப் எதிர்ப்புகள் எல்லா பக்கமும் பெருகத் தொடங்கியதைப் புரிந்துகொண்டு அஜித் சிங்குக்கு மேர்தா பகுதியின் ஜாஹிர் உரிமையையும் தந்து அமைதிப்படுத்தினார். நவ 1705 வாக்கில் துர்காதாஸும் தனித்து தன்னால் எதுவும் செய்யமுடியவில்லை என்ற விரக்தியில் இளவரசர் ஆஸம் மூலம் ஆலம்கீருடன் அமைதிப் பேச்சுவார்த்தைக்கு முன்வந்தார். குஜராத்தின் மன்சப்தாராக மீண்டும் நியமிக்கப்பட்டார்.

அடுத்த ஆண்டு, அதாவது ஔரங்க்ஜீபின் கடைசி வருடத்தில் மராட்டியப் படை குஜராத்துக்குள் நுழைந்தது. ரத்தன்பூரில் மொகலாயப் படையை நிர்மூலமாக்கியது. மூன்றாம் முறையாக அஜித் சிங் கலகக் குரல் எழுப்பினார். மொகலாயர் பக்கம் இருந்து துர்காதாஸும் பிரிந்து சென்று அஜித் சிங்குடன் மீண்டும் கூட்டணி அமைத்தார். பேராட் மற்றும் பல பகுதிகளில் மொகலாயர்களுக்கு எதிரான எழுச்சியை உருவாக்கினார். குஜராத்தின் அப்போதைய நிர்வாகி இளவரசர் பிதார் பக்த் ஒரு படையை அனுப்பி துர்காதாஸைப் பிடித்துவரச் சொன்னார். துர்காதாஸ் சூரத்துக்குத் தெற்கே இருந்த கோலி பிராந்தியத்துக்குத் தப்பி ஓடினார். அஜித் சிங்கும் ஏற்கெனவே வெளிப்படையாகவே மொகலாயர்களை எதிர்க்க ஆரம்பித்திருந்தார். மொகலாயர் பக்கம் இருந்த நாகோர் பகுதியின் முஹக்கம் சிங்கை தருனேரா என்ற இடத்தில்

தோற்கடித்துத் தன் வலிமையையும் புகழையும் பெருக்கிக் கொண்டார்.

அஹமதுநகரில் இருந்த ஔரங்கசீப் இறந்துவிட்டார் என்ற செய்தி 7, மார்ச், 1707-ல் கிடைத்ததும் ஜோத்பூருக்கு குதிரையில் விரைந்து சென்றவர் துணை தளபதியாக அங்கு இருந்த ஜாஃபர் அலியை விரட்டிவிட்டுத் தந்தையின் தலைநகரை மீட்டெடுத்தார். முஹக்கம் சிங் நாகோர் பகுதிக்குத் தப்பி ஓடினார். சோஜத் மற்றும் பாலி பகுதிகள் மீட்கப்பட்டன. கங்கை நீராலும் துளசி இலையாலும் ஜோத்பூர் கோட்டை சுத்திகரிக்கப்பட்டது. அப்படியாக துர்காதாஸின் வாழ்க்கை லட்சியம் நிறைவேறியது.

4. ஆக்ரா அருகே ஜாட் எழுச்சி

ஔரங்கசீப் முன்னெடுக்கவேண்டியிருந்த முடிவற்ற போர் 1679-ல் ஆரம்பித்து அவருடைய மரணம் வரையிலும் நீடித்தது. அது வட இந்தியாவிலும் அரசியல் களத்தில் பெரும் தாக்கத்தைச் செலுத்த ஆரம்பித்தது. தக்காணப் போர்களுக்காக வட இந்திய கஜானாவும் இளைய தலைமுறையும் மிக மிகப் பெருமளவில் வாரி இறைக்கப்படவேண்டியிருந்தன. ஆண்டுகள் பல கடந்த பின்னரும் ஆலம்கீரால் தலைநகரம் திரும்ப முடிந்திருக்கவில்லை. எந்தவொரு இளவரசருக்கும் கூட தில்லி திரும்ப முடிந்திருக்கவில்லை. நர்மதை நதிக்கு வடக்கே இருந்த வளமான மொகலாய ஆட்சிப் பகுதிகள் எல்லாம் இரண்டாம் தர இஸ்லாமிய அதிகாரிகள், மேட்டுக்குடிகள் வசம் விடப்பட்டிருந்தன. போதிய படைகளும் பாதுகாப்புக்கு இல்லை. அதே நேரம் வருவாயில் பெரும் பகுதி, மிகப் பெருமளவிலான படைகள், இஸ்லாமியக் குடும்பங்கள், அவர்களின் உடமைகள், உணவுப் பொருட்கள், பிற வளங்கள் அனைத்தும் வெகு தொலைவில் இருந்த தெற்கு நோக்கி சாரை சாரையாக அணிவகுத்துச் சென்றவண்ணம் இருந்தன. இந்த அணிவரிசைகளுக்கும் போதிய பாதுகாப்புப் படை உடன் செல்லவில்லை. இதனால் நெடுஞ்சாலைகளில் வழிப்பறிகளில் ஈடுபட்ட பழங்குடிக் குலங்களுக்கு இது மிகப் பெரிய வாய்ப்பாக அமைந்தது. தில்லியிலிருந்து ஆக்ரா, தோல்பூர், மால்வா வழியாக தக்காணம் வரை செல்லும் நெடுஞ்சாலை ஜாட்களின் ராஜ்ஜியத்தினூடாகவே சென்றது. மிகப் பெரிய படை ஒன்றினால் மட்டுமே கட்டுப்படுத்திவைக்க முடிந்த முரட்டுத்தனமான குழுவினர் அவர்கள்.

1685 வாக்கில் ஔரங்கசீப் ஆரம்பித்த தக்காணப் படையெடுப்பை ராஜாராம் மற்றும் ராம்சேரா என்ற இரண்டு ஜாட் தலைவர்கள் மிகக் கச்சிதமாகத் தமக்கு சாதகமாக்கிக் கொண்டனர். சின்சானி மற்றும் சோகார் பகுதிகளின் சின்னஞ்சிறிய ஜமீந்தாரான அவர்கள் தமது குலத்தினருக்கு முறையான போர்ப் பயிற்சி கொடுத்து ஒரு படையை உருவாக்கிக்கொண்டனர். ஒவ்வொரு ஜாட் குடியானவருக்கும் வாள் வீச்சிலும் ஈட்டி எறிதலிலும் நல்ல பயிற்சி உண்டு. அவர்களை ஒரு படையில் ஒருங்கிணைத்து தளபதிக்குக் கீழ்ப்படிந்து நடக்கக் கற்றுத் தரவேண்டும். துப்பாக்கி சுடப் பயிற்சி தரவேண்டும். போர்ப் பயிற்சி பெறுவதற்கான இடங்கள், தலைவர்கள் போரில் பின்வாங்கும்போது அடைக்கலம் தேட மறைவிடங்கள், கைப்பற்றும் பொருட்களை பத்திரமாக வைப்பதற்கான இடங்கள் ஆகியவற்றுக்காக அவர்கள் சிறிய கோட்டைகளை அடர்ந்த காடுகளுக்குள் கட்டிக் கொண்டார்கள். அவற்றைச் சுற்றி பீரங்கியால் துளைக்கமுடியாத அளவுக்கு வலிமையாகக் களிமண்ணாலான பாதுகாப்புச் சுவர்களையும் எழுப்பிக் கொண்டார்கள். இந்த ஏற்பாடுகள் எல்லாம் செய்து முடித்தபின்னர் அவர்கள் ஆக்ரா நெடுஞ்சாலை வழியாகச் செல்லும் மொகலாயப் படைகள், வணிகக் குழுக்கள், உணவுப் பொருட்கள் இவற்றைக் கைப்பற்ற ஆரம்பித்தனர்.

ஆக்ராவின் நிர்வாகியாக இருந்த சஃபிகானால் ராஜாராமின் தாக்குதல்களைத் தடுக்கமுடியவில்லை. ஜாட் குழுக்கள் சாலைகளைத் தடுத்து மூடின. அந்தப் பகுதியில் இருந்த பல கிராமங்களில் இருந்து பொருட்களைக் கவர்ந்து சென்றன. ராஜாராம் விரைவிலேயே அதி துணிச்சலுடன் புகழ் பெற்ற துராணி படைத் தளபதி அகர் கானை பீஜாப்பூரில் இருந்த ஆலம்கீரின் முகாமில் இருந்து காபூலுக்குத் திரும்பிச் செல்லும் வழியில் தாக்கிக் கொன்றார். ஜாட்களை அடக்குவதற்கு இளவரசர் பிதார் பக்த் அனுப்பிவைக்கப்பட்டார் (டிசம்பர் 1687). ஆனால் அவர் வந்து சேருவதற்குள் ஜாட் குழு மேலும் பல தாக்குதல்களில் ஈடுபட்டது. 1688 ஆரம்ப வாக்கில் ஹைதராபாதின் மீர் இப்ராஹிம் (மஹ்பத் கான்) தலைமையிலான படையைத் தாக்கினர். தன்னுடைய பஞ்சாப் ஆட்சிப் பகுதிக்கு மீர் இப்ராஹிம் போய்க்கொண்டிருந்த போது இந்தத் தாக்குதல் நடந்தது. அதன் பின்னர் சிகந்தராவில் இருந்த அக்பரின் கல்லறையைத் தாக்கி அங்கிருந்த கம்பளங்கள், தங்கம், வெள்ளி பாத்திரங்கள், விளக்குகள் அனைத்தையும் எடுத்துச் சென்றனர். கல்லறையையும் சிதைத்தனர்.

பிதார் பக்த் வந்து சேர்ந்ததும் மொகலாயப் படை புத்துணர்ச்சி பெற்றது. ஜாட் குழுக்களிடையே ஏற்பட்ட ஒரு சண்டையில் ஜாட் தலைவர் ராஜாராம் 4, ஜூலை, 1688-ல் சுட்டுக் கொல்லப்பட்டார்.

ஜெய்ப்பூரின் புதிய ராஜாவான பிஷன் சிங்கை மதுராவின் தளபதியாக ஆலம்கீர் நியமித்தார். ஜாட்களை அடியோடு அழித்து சின்சனி பகுதியின் ஜாஹிர் உரிமையைப் பெற்றுக்கொள்ளும்படி உத்தரவிட்டார். பிதார் பக்த், சின்சனி பகுதியை முற்றுகையிட்டார். ஆனால் ஆக்கிரமிப்புப் படைகளை ஜாட் பகுதியிலிருந்த காடுகள் பெரும் தொந்தரவுக்கு உள்ளாக்கின. உணவு, தண்ணீர் என எதுவுமே போதிய அளவுக்குக் கிடைக்காமல் தவித்தனர். இருந்தும் மொகலாயப் படை முயற்சியைக் கைவிடவில்லை. ஜனவரி 1690 இறுதிவாக்கில் கோட்டைச் சுவரை வெடிக்கச் செய்து மொகலாயப் படை கோட்டைக்குள் உள்ளே நுழைந்தது. ஜாட்கள் கடுமையாகப் போரிட்டனர். 1500 பேர் இறந்தனர். மொகலாயத் தரப்பில் 200 பேர் இறந்தனர். 700 ராஜ்புத்திரர்கள் இறக்கவோ காயம்படவோ செய்தனர். அடுத்த ஆண்டு 21 மே 1691 அன்று ராஜா பிஷன் சிங் ஜாட்களின் வலிமையான கோட்டையை திடீரென்று தாக்கினார்.

இந்த நடவடிக்கைகளினால் புதிய ஜாட் தலைவர், மொகலாயர்களுக்குத் தெரியாத மறைவிடங்களில் சென்று பதுங்கிக் கொண்டனர். சிறிது காலம் அந்த பிராந்தியத்தில் அமைதி நிலவியது. ராஜாராமின் சகோதரரான பாஜியாவின் மகன் செளரமான் தான் இந்தத் தலைவர். அவர் தன் குலத்தினரை ஒருங்கிணைப்பதில் தேர்ச்சி பெற்றவர். வாய்ப்புகளைத் திறமையாகப் பயன்படுத்திக் கொள்வதில் வல்லவர். பாரத்பூரை இன்றும் ஆளும் ஒரு வம்சத்தை வெற்றிகரமாக நிறுவியவர். 'படைவீரர்களின் எண்ணிக்கையை அதிகரித்ததோடு நில்லாமல் அவர்களுக்கு துப்பாக்கிகள் கொடுத்து படை பலத்தை அதிகரித்தார். குதிரைப்படையையும் பயிற்றுவித்தார். நெடுவழிச் சாலையில் பயணம் மேற்கொண்ட மொகலாய அரசவையினரிடமிருந்து கவர்ந்த செல்வங்களைக் கொண்டு அதன் பின் மொகலாயர்களின் அனைத்து நிதி மூலங்களையும் கொள்ளையடித்தனர்'. ஆனால் ஔரங்கசீபின் மரணத்துக்குப் பின்னரே செளரமான் ஜாட்டின் முழு வலிமை வெளிப்பட்டது. 1704 வாக்கில் சின்சனாய் பகுதியை மொகலாயர்களிடமிருந்து மீட்டார். ஆனால் 1705, அக், 9-ல் ஆக்ராவின் தளபதி முக்தார் கான் இரண்டாம் முறையாக ஜாட்களிடமிருந்து அதைக் கைப்பற்றிவிட்டிருந்தார்.

5. பஹார் சிங் கௌர் மற்றும் அவருடைய மகன்கள் மால்வாவில் தந்த நெருக்கடிகள், 1685.

மேற்கு பந்தேல்கண்ட் பகுதியில் இருக்கும் இந்திராகி ஊரின் ஜமீந்தாரான ராஜபுத்திரர் பஹார் சிங் கௌர் மால்வாவில் சஹாபாத் தம்தேராவின் மொகலாயத் தளபதியாக நியமிக்கப்பட்டிருந்தார்.

அவருடைய வீரத்துக்கு ஈடு இணையே கிடையாது. வீரத்தைப் போலவே கண்ணியத்திலும் சிறந்தவர். பண்டி பகுதியின் ராஜாவான அனுருத் சிங் ஹடாவிடமிருந்து விலகிய லால் சிங் கிச்சி ஜௌகானின் பக்கம் சேர்ந்துகொண்டார். பண்டி ராஜாவைத் தோற்கடித்து அவருடைய முகாமையும் லட்ச ரூபாய்க்கும் மேலான உடமைகளையும் கவந்தார் (1685 தொடக்கத்தில்). அப்போது இளவரசர் முஹம்மது ஆஸம் அங்கு இல்லை. எனவே அவர் சார்பில் ராய் முல்க் சந்தி என்ற பேஷ்தஸ்த் - உதவியாளர் பொறுப்பில் இருந்தார். இவர் கலகக்குரல் எழுப்பியவரை டிச, 1685-ல் தாக்கி வீழ்த்தினார். ஆனால் பஹார் சிங்கின் மகன் பக்வந்தின் தலைமையில் கிளர்ச்சி தொடர்ந்தது. போர்க்குணம் மிகுந்த குடியானவர்களை ஒருங்கிணைத்து குவாலியர் மற்றும் அதைச் சுற்றிய பகுதிகளில் பயணம் மேற்கொள்பவர்களிடமிருந்து செல்வங்களைக் கைப்பற்றத் தொடங்கினார். முல்க் சந்த், படையெடுத்துச்சென்று அடக்கப் புறப்பட்டார். அந்திரி பகுதிக்கு அருகில் கடுமையான சண்டை நடந்தது. அதில் மொகலாயப் படை தோற்று ஓடியது. கௌர் வீரர்கள் அனைத்து உடமைகள், குதிரைகள் அனைத்தையும் கைப்பற்றிவிட்டனர். கிடைத்த செல்வங்களுடன் ஊர் திரும்பினர். ஆனால், போர்க்களத்தில் தனியாக இருந்த பக்வந்த சிங்கை சில மொகலாய வீரர்கள் மறைந்துவந்து கொன்றுவிட்டனர் (மார்ச், 1686).

பிரச்னை அதோடு முடியவில்லை. பஹர் சிங்கின் இன்னொரு மகனான தேவி சிங், சத்ர சால் பந்தேலாவுடன் கூட்டு சேர்ந்துகொண்டு மொகலாயர் வசம் இருந்த பகுதிகளில் தாக்குதல் நடத்தி பந்தேல்கண்ட்வாசிகளுக்கும் நெருக்கடிகள் தந்தார். 1690 வாக்கில் பஹார் சிங்கின் பேரனான கோபால் சிங் மிகப் பெரிய படையைத் திரட்டி இந்திரகி கோட்டையைக் கைப்பற்றினார். பஹாதுரியா குலத்தின் பக்தவாருக்குச் சொந்தமானது. க்வாலியரின் தளபதியான சஃபீப்தார் கான் அந்தத் தாக்குதலில் (மே, 1690) கொல்லப்பட்டார். ஆனால் இரண்டு ஆண்டுகள் கழித்து கௌர் கிளர்ச்சியாளர்கள் மொகலாயப் பேரரசருக்கு அடிபணிந்து விட்டனர். மொகலாயப் படையில் அவர்கள் இணைந்து போர் புரியவும் செய்தனர்.

6. பிஹாரில் கங்காராமின் எழுச்சி; மால்வாவில் கோபால் சிங்கின் எழுச்சி.

குஜராத்தைச் சேர்ந்த எளிய நாகர் பிராமணரான கங்காராம், கான் இ ஜஹான் பஹாதுரின் திவானாக இருந்து பிஹாரிலும்

அலஹாபாதிலும் அவருக்கு இருந்த ஜாஹிர் நில விவகாரங்களை மேற்பார்வையிட்டுவந்தார். கான் தக்காணத்தில் போரில் ஈடுபட்டபோது. ஒரு ஹிந்து பிரமுகருக்கு இவ்வளவு உயர்ந்த பதவி தரப்பட்டதை கானின் பணியாளர்களால் ஏற்றுக்கொள்ளமுடிய வில்லை. தமது முக்கியத்துவம் குறைக்கப்பட்ட அவர்கள், திவான் தனியாகப் பிரிந்து செல்லத் தீர்மானித்திருப்பதாகவும் அதிகாரத்தைக் கைப்பற்றத் தீர்மானித்திருப்பதாகவும் பஹதுர் கானிடம் கோள் மூட்டினர். கங்காராமை அழைத்து கான் விசாரித்தார். தன் எஜமானர் தன்னை சந்தேகப்பட்டதைத் தாங்க முடியாமல் தன் உயிருக்கு இனி ஆபத்து வரும் என்று அஞ்சி தன்னைத் தற்காத்துக்கொள்ள முடிவு செய்தார். நான்காயிரம் வீரர்களை ஒருங்கிணைத்துக்கொண்டு பிஹாரைத் தாக்கினார். அதன் பின் பாட்னாவை முற்றுகையிட்டார்.

இளவரசர் அக்பர் என்று ஒரு போலியான நபரைக் கொண்டுவந்து நிறுத்தி அனைவரையும் அவர் முன்னால் அணிவகுத்து நிற்கவைத்தார் (மார்ச் 1681). ஆனால் அந்த நகரைக் கைப்பற்றும் திறமையோ போதிய நிதி உதவிகளோ இருந்திருக்கவில்லை. எனவே அக்கம் பக்கத்துக் கிராமங்களுக்குச் சென்று கிடைத்ததையெல்லாம் கவர்ந்தார். அந்தப் பகுதியின் ஆட்சியாளர் கோட்டைக்குள் ஒளிந்துகொண்டிருந்தார். டாக்கா, பனாரஸ் பகுதிகளில் இருந்து மொகலாயப் படை வந்து சேர்ந்தது. பாட்னா மீதான முற்றுகையை முறியடித்தது. சிறிது காலம் கழித்து கங்காராம் மால்வாவுக்குச் சென்று ராஜபுத்திர வீரர்களுடன் சேர்ந்துகொண்டு சிரோன் ஜி பகுதியைத் தாக்கினார் (அக் 1684). உஜ்ஜெய்னிக்குச் சென்றவர் சிறிது காலத்தில் உயிர் துறந்தார்.

மால்வாவில் இருக்கும் ராமபுரத்தின் ஜமீந்தார் ராவ் கோபால் சிங் சந்தவாத் தக்காணத்தில் மொகலாயப் படையில் பணிபுரிந்துவந்தார். தன் மகன் ரத்தன் சிங்கை ஊருக்கு அனுப்பி அந்த விவகாரங்களை கவனித்துக்கொள்ளச் சொல்லி அனுப்பினார். இந்த இளைஞர் தீய வழியில் சென்றார். இஸ்லாமுக்கு மாறினார். அப்படியாக தனது பரம்பரை ஆட்சி உரிமையை மொகலாயப் பேரரசரிடமிருந்து பெற்றுக்கொண்டார். அவருடைய ஊருக்கு இஸ்லாம்புரா என்று பெயரிட்டுக் கொண்டார். இதைக் கேள்விப்பட்டதும் கோபால் சிங் மொகலாயப் படையில் இருந்து விலகி ராமபுராவை மீட்டெடுக்க ஒரு தனிப்படையை உருவாக்க ஆரம்பித்தார் (ஜூன் 1700). ஆனால் மால்வாவில் இருந்த மொகலாய ஆட்சியாளருடைய படை இவரை எதிர்த்து விரட்டியது. இறுதியில் வேறு வழியின்றி ஆலம்கீரிடம் மீண்டும் அடைக்கலம் தேடினார். ஹைதராபாதில் இருந்த கௌலாஸ் பகுதிக்குத் தளபதியாக நியமிக்கப்பட்டார். 1706

தொடக்கத்தில் மீண்டும் தளபதிப் பதவி பறிபோனதும் வறுமையில் வீழ்ந்தார். மராட்டியர்களுடன் சேர்ந்துகொண்டு அதே ஆண்டு மார்ச் மாதம் பரோடா மீதான தாக்குதலில் பங்கெடுத்தார்.

7. வங்காளத்தில் பிரிட்டிஷாருடன் வணிகம்

ஆங்கிலேயர்கள் 1612-ல் முதன் முதலாக சூரத்தில் தமது வணிகக் கிடங்கை நிறுவினர். நில வழியாக ஆக்ரா மற்றும் தில்லிக்குத் தமது பொருட்களைக் கொண்டுசென்று வணிகத்தை ஆரம்பித்தனர். பிஹாரில் பாட்னாவில் வணிக மையம் ஆரம்பிக்க ஆக்ராவில் இருந்து 1620 மற்றும் 1632 வாக்கில் முயற்சிகள் மேற்கொண்டனர். ஆனால், சூரத்திலிருந்து நில வழியாகப் பொருட்களைக் கொண்டுசெல்வது அதிகச் செலவை இழுத்துவிடுவதாக இருந்தது. குறிப்பாக வெடியுப்பு போன்றவற்றைக் கொண்டு செல்வது அதிகச் செலவைக் கொண்டுவந்தது. அதனால் இந்தத் திட்டம் கைவிடப் பட்டது. கோல்கொண்டா ராஜ்ஜியத்தில் மசூலிப்பட்டணத்தில் ஒரு வணிகக் கிடங்கு தொடங்கப்பட்டது.

1633-ல் ஆங்கிலேயர் பாலாசோர் மற்றும் கட்டாக்குக்கு தென் கிழக்கே 25 மைல் தொலைவில் இருந்த ஹரிஹரபூரில் என இரண்டு வணிக கிடங்குகளை திறந்தனர். 1640 வாக்கில் சென்னையில், விஜயநகர சாம்ராஜ்ஜியத்தைச் சேர்ந்த ஹிந்து ராஜாவிடமிருந்து வாங்கிய இடத்தில் செயிண்ட் ஜார்ஜ் கோட்டையைக் கட்டினர். அப்படியாக முதன் முதலாக இந்தியாவில் முழு சுதந்தரமான மையம் ஒன்றை நிறுவினர். அது மொகலாய அரசின் ஆளுகைக்கு அப்பாலும் இருந்தது. 1651-ல் ஆங்கிலேயர் தமது முதல் வணிக ஏற்றுமதி மையத்தை கங்கை நதிக்கரையில் கல்கத்தாவுக்கு 24 மைல் வடக்கே இருந்த ஹூக்ளியில் அமைத்தனர். பாட்னாவுக்கு வடக்கே சிங்கியா அல்லது லால்கஞ்சி பகுதியில் இருந்து படகுகளில் கொண்டுவரப் பட்ட வெடியுப்பு, மற்றும் பட்டு, சர்க்கரை ஆகியவற்றை பிரதானமாக ஏற்றுமதி செய்தனர். வங்காளத்தின் ஆட்சியாளரான இளவரசர் ஷுஜா அங்கு ஆங்கிலேயர் வர்த்தகம் செய்துகொள்ள நிஷான் - முத்திரை அனுமதி வழங்கினார். ஆண்டுக்கு ரூ 3000 ரூபாய் (அனைத்துவகையான சுங்க வரி, ஏற்றுமதி, இறக்குமதி வரி) கொடுத்தனர் (1652). பாலாசோர் பல ஆண்டுகளுக்கு ஐரோப்பாவுக்குச் செல்லும் கப்பல்களுக்கு ஏற்றுமதி, இறக்குமதி செய்யும் முக்கிய மையமாகத் திகழ்ந்தது.

1658-ல் ஆங்கிலேய நிறுவனங்கள் மற்றும் செயல்பாடுகளை மறு சீரமைப்பு செய்தனர். இந்தியாவில் உள்ள கம்பெனியின்

நிறுவனங்கள் அனைத்தும் சூரத் தலைமை மற்றும் கவுன்சிலின் கீழ் கொண்டுவரப்பட்டன. மதராஸிலும் ஹுக்ளியிலும் இரண்டு பிரதான மையங்கள் அமைக்கவும் பட்டன. 1658 வாக்கில் வங்காளத்திலிருந்து மேற்கொள்ளப்பட்ட பட்டு வணிகம் பெரும் வெற்றியைத் தந்தது. கச்சா பட்டு பெருமளவில் கிடைத்தது. பட்டு இழைகள் மென்மையாகவும் பலதரப்பட்டவையாகவும் இருந்தன. உயர் தரமான வெடியுப்பு மிகவும் மலிவாகக் கிடைத்தது. இங்கிலாந்தில் இருந்து கொண்டுவரப்பட்ட தங்கம், வெள்ளியை இந்தியர்கள் பெரு விருப்பத்துடன் வரவேற்றனர்.

1661 வாக்கில் இந்தியாவில் இருந்த பிரிட்டிஷ் வணிக மையங்கள் தொடர்பாக மேலும் பல மாற்றங்கள் செய்யப்பட்டன. வங்காளத்தில் இருந்த வணிக மையங்கள் எல்லாமே மதராஸ் பிரஸிடென்ஸியின் கீழ் கொண்டுவரப்பட்டன. இப்போது அது சூரத்துக்கு இணையான அந்தஸ்தைப் பெற்றுவிட்டிருந்தது. வங்காளம் மூலமான வணிகம் பெரும் வேகத்தில் வளர்ந்தது. 1668 -ல் மட்டும் 34,000 பவுண்டு மதிப்பிலான பொருட்கள் ஏற்றுமதி செய்யப்பட்டன. 1675-ல் இது 85,000 பவுண்டுகளாகவும் 1677-ல் 1,00,000 பவுண்டுகளாகவும் 1680-ல் 1,50,000 பவுண்டுகளாகவும் அதிகரித்தது. 1668-ல் டாக்காவிலும் 1676-ல் மால்டாவிலும் துணை வணிக மையங்கள் ஆரம்பிக்கப்பட்டன. மேலும் உள்ளூர் உற்பத்திப் பொருட்களை வாங்குவதோடு வங்காளத்துக்கு ஐரோப்பிய சாயத் தொழில் கலைஞர்களை அனுப்பி இந்தியப் பட்டுத் துணியின் நிறத்தை மேம்படுத்தவும் ஆரம்பித்தனர். ஹுக்ளி நதியில் இருந்து கடலுக்குப் பொருட்களைக் கொண்டு செல்ல கங்கையில் நதிப் போக்குவரத்தை 1668-ல் ஆரம்பித்தனர். முதல் ஆங்கிலேயக் கப்பல் வங்காள விரிகுடாவிலிருந்து 1679-ல் கங்கையில் பயணத்தை மேற்கொண்டது.

8. வங்காளத்தில் மொகலாய அதிகாரிகளுக்கும் ஆங்கிலேய வணிகர்களுக்கும் இடையே மோதல்

இதனிடையில் மொகலாய அதிகாரிகளுக்கும் ஆங்கிலேயே வணிகர்களுக்கும் இடையே கள்ளக் கடத்தல் மற்றும் வணிகத் தடைகள் என மோதல்கள் வெடிக்க ஆரம்பித்தன. ஹுக்ளி பகுதியில் இருந்த மொகலாய அதிகாரிகள் கம்பெனியின் படகுகளைத் தடுத்து நிறுத்தவும் அதில் இருந்த பொருட்களைக் கைப்பற்றவும் ஆரம்பித்தனர். பிரிட்டிஷ் பிரதிநிதி ஹேட்ஜஸ் மொகலாய சாயிஸ்தா கானுக்கு பெரும் தொகையைக் கொடுத்து வரி

விலக்கு கோரினார். பலன் கிடைக்கவில்லை. ஆங்கிலேய வணிகர்கள் பொறுமையை இழந்து தமது வணிகத்தை தமது படையைக் கொண்டு பாதுகாத்துக்கொள்வதென்று முடிவெடுத்தனர். இந்திய மன்னர்களிடையே மோதலை உருவாக்கி, இந்தியக் கடற்கரையில் தமக்கென தனியான, வசதியான இடங்களைக் கைப்பற்றி அங்கு தமது வணிகத்தைப் பாதுகாப்பாக, தொந்தரவுகள் இன்றி முன்னெடுத்துக் கொள்ள முடிவெடுத்தனர். இது தொடர்பான போர் 1686-ல் ஆரம்பித்தது.

மொகலாய அதிகாரிகள் மீது ஆங்கிலேய வணிகர்கள் சுமத்திய குற்றச்சாட்டுகள்:

1. இறக்குமதி செய்யப்பட்ட பொருட்களின் விலை மதிப்பில் குறிப்பிட்ட தொகையை வரியாக வசூலிப்பதற்கு பதிலாக குத்து மதிப்பாக ஆண்டுக்கு ரூ 3,000 என்று மொகலாயர்கள் கேட்டார்கள். இளவரசர் ஷுஜாவின் நிர்வாகக் காலகட்டத்தில் இது தீர்மானிக்கப்பட்டிருந்தது. அதோடு அடிக்கடி இந்த வரி ஏற்றப்பட்டும் வந்தது. 15 மார்ச், 1680-ல் ஔரங்கசீப் பிறப்பித்த உத்தரவின்படி சூரத்தில் பொருட்களை இறக்குமதி செய்துகொள்ள 3.5% நிலையான வரி தந்தால் போதும் என்று குறிப்பிடப்பட்டிருந்தது. மொகலாய சாம்ராஜ்ஜியத்தின் பிற பகுதிகளில் வணிகம் செய்துகொள்ள வேறு எந்த வரியும் கட்டணமும் கிடையாது என்றும் அதில் சொல்லப்பட்டிருந்தது.

2. மொகலாய அதிகாரிகள் ராஹ்தாரி (சாலை வரி, உள்நாட்டு சரக்கு போக்குவரத்து வரி), பேஷ்கஷ் (சன்மானங்கள்), கணக்குத் தொகை, ஃபர்மாயிஷ் (எந்தப் பொருள் உற்பத்தியாக இருந்தாலும் மொகலாய ஆட்சியாளர்களிடம் அனுமதி பெற்றுச் செய்யவேண்டும் என்ற நிர்பந்தம்).

3. சாயிஸ்தா கான், இளவரசர் அஸிம் உஸ்ஸான், வங்காள சுபேதார்கள் போன்ற உயர் நிலை அதிகாரிகள் (சில நேரங்களில் தளபதிகளும் கூட வணிகப் பொதிகளை நினைத்த நேரம் திறந்து பார்த்து, சந்தை விலைக்கு வெகு குறைவாகக் கொடுத்து எடுத்துக்கொண்டுவிடுகிறார்கள். சில நிர்வாகிகள் (குறிப்பாக அஸிம் உஸ் ஸான்) மிகக் குறைந்த விலையில் பொருட்களை வாங்கிக்கொண்டு சந்தையில் சரியான விலையில் விற்றுப் பெரும் செல்வத்தை ஈட்டுகிறார்கள் (இது சௌதா இ கஷ் என்றழைக்கப்பட்டது).

10, ஏப்ரல் 1665-ல் ஔரங்கசீப் ஓர் ஆணை பிறப்பித்தார். அதன்படி இறக்குமதிப் பொருட்களில் முஸ்லிம் வணிகர்களுக்கு 2.5% வரியும் இந்து வணிகர்களுக்கு 5% வரியும் என இரண்டுவிதமான வரி வசூலிக்கப்படவேண்டும் என்று குறிப்பிடப்பட்டிருந்தது. ஹிந்துக்களிடமிருந்து இப்படி ஜெஸியா வரி வசூலித்ததுபோல் ஐரோப்பியர்களிடமிருந்து மொகலாயர்களால் வசூலிக்க முடியவில்லை. எனவே இந்த ஜெஸியா பாணி வரிக்கு பதிலாக ஐரோப்பியர்கள் இறக்குமதி செய்யும் பொருட்களுக்கான வரியை 3.5%மாக உயர்த்தினார்.

1652-ல் ஷுஜா ஆண்டுக்கு ரூ 3000 என்று விதித்தற்கு மாறாக இறக்குமதிப் பொருட்களின் மதிப்புக்கு ஏற்ப வரி விதிக்க வேண்டும்;சூரத்தில் சுங்க வரி கொடுத்துவிட்டால் பிற பகுதிகளில் எந்தவொரு கட்டணமும் தரவேண்டிய அவசியம் இல்லை (1680-ல் ஔரங்கசீப் பிறப்பித்த உத்தரவின்படி). இந்த இரண்டு வழிமுறைகளும் எந்தவகையிலும் நியாயப்படுத்தவே முடியாது. மிகவும் தவறான நடைமுறைகள்.

சுஜா வெறும் ஒரு பிராந்தியத்தின் ஆட்சிப் பொறுப்பில் இருப்பவர் மட்டுமே. அவர் தான் விரும்பியபடி சில வணிகர்களுக்கு சில எளிய விதிமுறைகளை விதித்துக்கொள்ளலாம். அந்த அளவுக்கு மட்டுமே அவருக்கு அதிகாரம் உண்டு. அவருடைய நிஷான் உத்தரவானது மொகலாயப் பேரரசரின் அனுமதி பெறாதவரையில், மீற முடியாத ஃபர்மானாக ஆகமுடியாது. 1680-ல் ஔரங்கசீப் வரையறுத்த ஃபர்மானும் தவறு என்றே ஆங்கிலேயர்கள் சொன்னார்கள். சூரத்தில் வந்து இறக்கும் பொருட்களுக்கு மட்டும் வேறு எந்த வரியும் கிடையாது. சூரத அல்லாமல் வங்காளம் போன்ற பிற துறைமுகங்களுக்கு வரும் பொருட்களுக்கு மட்டும் வரிகள் உண்டு என்பது சரியல்ல என்று சொன்னார்கள்.

ஆங்கிலேய வணிகர்களின் இரண்டாவது மற்றும் மூன்றாவது கோரிக்கையில் இடம்பெற்றிருக்கும் அபகரிப்புகள் எல்லாம் ஔரங்கசீபினால் சட்ட விரோதம் என்றே வரையறுக்கப் பட்டிருந்தது என்பதையும் இங்கு குறிப்பிட்டாகவேண்டும். அவருடைய உத்தரவை மீறியே இவை நடைமுறைப்படுத்தப் பட்டுள்ளன. ஔரங்கசீப் ஆட்சிப் பொறுப்பேற்ற இரண்டாவது ஆண்டிலேயே ராஹ்தாரி (சாலை - சரக்கு போக்குவரத்து வரி) ரத்து செய்யப்பட்டிருந்தது. 29 ஏப்ரல் 1673-ல் வெளியிடப்பட்ட பொதுவான உத்தரவில் சன்மானங்கள், கட்டாயப்படுத்தப்பட்டுப் பெறப்படும் பரிசுகள் இவற்றையெல்லாம் கண்டிக்கவும் செய்திருந்தார்.

ஔரங்கசீபின் பேரன் அஸிம் உஸ்ஸான் வணிகப் பொருட்களை முறைகேடாகக் கைப்பற்றி தனது சொந்த வணிகத்தைப் பெருக்கிக் கொள்ளும் நடவடிக்கைகள் பற்றி 1703-ல் ஔரங்கசீபிடம் புகார் தெரிவிக்கப்பட்டது. ஆனால், தக்காணத்தில் வெகு தொலைவில் இருந்த ஆலம்கீரிடம் இந்தத் தகவல்கள் சென்று சேர்ந்து அந்த ஆங்கிலேய வணிகர்களுக்கு நீதி கிடைத்திருக்கும் என்று நம்ப இடமில்லை. நஷ்டஈடு தொடர்பான அவருடைய உத்தரவுகள் எல்லாம் வெறும் காகிதத்தில் மட்டுமே இருந்திருக்கும்.

பொதுமக்களிடையே நேர்மை சார்ந்த உத்வேகம் இல்லாமல், அதிகாரத்தில் இருக்கும் யாரைக் கண்டாலும் அடிபணியும் போக்கும் இருந்தால் நிர்வாகம் சிறப்பாக இருக்க வாய்ப்பே இல்லை. பொதுவாழ்க்கைக்கும் தனிப்பட்ட வாழ்க்கைக்கும் இது பொருந்தும். ஆலம்கீரினால் அனைத்தையும் கண்காணித்துக் கொண்டிருக்கமுடியாது. எல்லா இடங்களிலும் அவரே இருந்து அனைத்தையும் சரிசெய்ய முடியாது. அவருடைய பிரதிநிதிகள் மூலமாகவே அவரால் செயல்படமுடியும். அவர்களுக்கு அவரைப் போல் நாணயமோ மக்கள் மீது அக்கறையோ இருந்திருக்கவில்லை.

9. வங்காளத்தில் ஔரங்கசீபுக்கும் ஆங்கிலேயர்களுக்கும் இடையிலான போர், 1686-1689.

வங்காளத்தில் காஸிம் பஸாரில் கிழக்கிந்திய கம்பெனியினால் பணி நியமனம் செய்யப்பட்ட இந்திய வணிகர்கள் மற்றும் இடைத்தரகர்கள் எல்லாம் அந்த வணிக மையத்தின் தலைவர் ஜாப் செர்னாக் மற்றும் அவருடைய சக ஊழியர்கள் மீது ஒரு புகார் தெரிவித்தனர். இந்திய நீதிபதி ஆங்கிலேயர்களுக்கு எதிராக ரூ 43,000 அபராதம் விதித்தார். ஜாப் செர்னாக் அந்தத் தொகையைக் கட்ட மறுத்தார். மொகலாயப் படைகள் ஆகஸ்ட் 1685-ல் அவருடைய வணிக மையத்தை தன் கட்டுப்பாட்டில் எடுத்துக்கொண்டது. ஆனால் அடுத்த ஆண்டு ஏப்ரல் மாதவாக்கில் ஹூக்ளிக்குத் தப்பிச் சென்று பிரிட்டிஷ் வணிக நடவடிக்கைகளை கவனிக்க ஆரம்பித்தார். இதிலிருந்து ஆறுமாதம் கழித்து போர் ஆரம்பித்தது.

28, அக், 1686-ல் மூன்று ஆங்கிலேயப் படைவீரர்கள், மொகலாயர் நகரமாக இருந்த ஹூக்ளியின் சந்தைக்குள் மொகலாயத் தளபதியின் உத்தரவையும் மீறி நுழைந்தனர். அங்கு அவர்கள் தாக்கப்பட்டுச் சிறைப்பிடிக்கப்பட்டனர். அருகில் இருந்த கோல்காட் பகுதியில் இருந்த ஆங்கிலேய வணிக மையத்தில் இருந்த கேப்டன் லெஸ்லி

அவர்களை மீட்கப் புறப்பட்டார். அவரும் தாக்கப்பட்டு பின்வாங்க நேர்ந்தது. ஆங்கிலேய வணிகக் கிடங்குக்கு அருகில் இருந்த குடிசைகளுக்குத் தீவைக்கப்பட்டது. ஆனால் மூன்று மைல் தொலைவில் இருந்த ஆங்கிலேய மையத்தில் இருந்து ஆங்கிலேயப் படைகள் உடனே புறப்பட்டு வந்து தளபதியின் வீட்டையும் அந்த ஊரையும் தாக்கி, தீவைத்து அழித்தன.

அன்று மாலையில் ஆங்கிலேயர்களின் கப்பல்கள் வந்து மொகலாயர்களின் கப்பல் ஒன்றைக் கைப்பற்றியது. அன்று இரவும் மறு நாளும் தொடர்ந்து துப்பாக்கிச் சூடு நடத்தியும் தீவைத்தும் கொள்ளையடித்தும் ஆங்கிலேயர்கள் துவம்சம் செய்தனர். மொகலாயத் தளபதி தன் அடையாளத்தை மறைத்துகொண்டு தப்பி ஓடினார். மொகலாயத் தரப்பில் அறுபது படைவீரர்கள் கொல்லப்பட்டனர். 400-500 வீடுகளும் எரிக்கப்பட்டன. ஏராளமான படகுகளும் எரிக்கப்பட்டன.

ஆங்கிலேயர்கள் ஹூக்ளி பகுதியைத் தாக்கி அழித்ததைக் கேள்விப் பட்ட சாயிஸ்தா கான் அமைதிக்குக் கெடுதல் விளைவிப்பவர்களை உடனே அடக்க நினைத்தார். ஹூக்ளிக்கு மிகப் பெரிய குதிரைப் படையை அனுப்பி ஹூக்ளி மற்றும் பாட்னாவில் இருக்கும் ஆங்கிலேய வணிக மையங்களைக் கைப்பற்ற உத்தரவிட்டார். 20 டிசம்பரில் ஆங்கிலேயர் தமது உடமைகள் அனைத்தையும் எடுத்துக்கொண்டு ஹூக்ளியில் இருந்து பின்வாங்கினர். 24 மைல் தொலைவில் இருந்த சுதானுதீ (நவீன கல்கத்தா) பகுதியில் முகாமிட்டனர்.

இந்தப் போர் 1687ல் மீண்டும் தலைதூக்கியது. மேடியாபுருஸ் அருகே இருந்த மொகலாயர்களின் உப்பளத்தை எரித்து தானா (கல்கத்தாவுக்கு தென் மேற்கில் இருக்கும் கார்டன் ரீச்) கோட்டைகளையும் தாக்கினர். மேலும் நதியில் பயணம் செய்து மேதினிபூர் மாவட்டத்தின் கிழக்குக் கடற்கரையில் இருந்த ஹிஜ்லி தீவையும் கைப்பற்றினர். மலேரியா நோய்த் தொற்று அதிகம் ஏற்படும் அபாயகரமான பகுதி அது. ஆனால் கனிகள், சோளம் மற்றும் வேட்டைக்கு உகந்த பகுதி. அங்கு மிகப் பெரிய அளவில் கடல் நீரை ஆவியாக்கி உப்பு தயாரிக்கும் உப்பளமும் இருந்தது. ஆங்கிலேயர்களின் தரை மற்றும் நீர்வழிப் படைகள் அனைத்தும் இங்கு கொண்டுவரப்பட்டன. அடுத்த ஆண்டு மார்ச் வாக்கில் 170 ஆங்கிலேய வீரர்கள் மற்றும் மாலுமிகள் பாலாசோர் பகுதியில் கால் பதித்து அங்கிருந்த மொகலாயக் கோட்டையைக் கைப்பற்றினர். பழைய மற்றும் புதிய பாலாசோர் நகர்களைத் தீவைத்தும்

கொள்ளையடித்தும் அழித்தனர். அங்கிருந்த இந்தியப் படகுகள், கப்பல்களும் எரிக்கப்பட்டன. இளவரசர் ஆஸம் மற்றும் சாயிஸ்தா கான் ஆகியோருக்குச் சொந்தமான இரண்டு கப்பல்கள் கைப்பற்றப்பட்டன.

1867 மே நடுப்பகுதிவாக்கில் சாயிஸ்தா கானின் தளபதியான அப்துல் சமது 12,000 வீரர்களுடன் ஹிஜ்லி தீவுக்கு ஆங்கிலேயரை விரட்ட வந்து சேர்ந்தார். ஏற்கெனவே ஆங்கிலேயர்கள் மார்ச், ஏப்ரல் ஆகிய நெருக்கடிகள் மிகுந்த மாதங்களில் நிலத்திலும் கப்பலிலும் மலேரியா தொற்றினால் தினமும் பலரை இழந்தவண்ணம் இருந்தனர். உணவு தானியங்களும் பற்றாக்குறையாகிவிட்டன. 200 ஆங்கிலேய வீரர்கள் நோயில் இறந்துவிட்டிருந்தனர். எஞ்சிய 100 பேரும் காய்ச்சலினால் உடல் சோர்ந்துபோயிருந்தனர். நாற்பது அதிகாரிகள் ஐந்துபேராகக் குறைந்திருந்தனர். 11, ஜுன் வாக்கில் ஆங்கிலேயர் ஆயுதங்கள், வெடிமருந்துகள், பிற உடமைகளை எடுத்துக்கொண்டு கொடி பிடித்தபடி முரசறைந்தபடி ஹிஜ்லி கோட்டையை விட்டு வெளியேறினர். 16, ஆகஸ்டில் சாயிஸ்தான் கான் ஆங்கிலேயர் செய்த வன்முறைச் செயல்களுக்குக் கண்டனம் தெரிவித்து ஒரு கடிதம் அனுப்பினார். ஆனால் கல்கத்தாவுக்கு தெற்கே 20 மைல் தொலைவில் உலுபேரியா பகுதியில் ஒரு கோட்டை கட்டிக் கொள்ள அனுமதியும் தந்தார். ஹிஜ்லி பகுதியில் வணிகத்தைத் தொடர்ந்துகொள்ள ஆங்கிலேயர்களுக்கு அனுமதியும் தந்தார். ஜாப் செர்னாக் தன் கப்பல்களுடன் திரும்பி சுதானுதீயில் முகாமிட்டார் (செப், 1687).

அடுத்த ஆண்டு இங்கிலாந்தில் இருந்து வந்த கேப்டன் ஹீத், வங்காளத்தில் செர்னாக்குப் பதிலாக நியமிக்கப்பட்டார். வங்காளத்தில் இருந்து முறையாக வெளியேறிவிடத் தீர்மானித்து 8, நவம்பர், 1688-ல் சுதானுதீயில் இருந்து அனைத்து ஆங்கிலேயர் களையும் கம்பெனியின் உடமைகளையும் ஏற்றிக்கொண்டு புறப்பட்டார். 300 படைவீரர்களுடன் பாலாசோர் சென்று சேர்ந்த கேப்டன் ஹீத், 29 நவம்பரில் திடீரென்று பழைய பாலாசோரின் கிழக்கு கோடியில் இருந்த மொகலாயர் கோட்டை மீது புயலெனத் தாக்கினார். அங்கிருந்த ஆயுதங்கள், உணவுப் பொருட்கள் அனைத்தையும் கைப்பறினார். மறு நாள் மேற்கே இருந்த புதிய பாலாசோர் பகுதியையும் தாக்கினார். அங்கிருந்த ஆண்கள், பெண்கள், கிறிஸ்தவர், கிறிஸ்தவரல்லாதவர் என அனைவரையும் தரக்குறைவாக நடத்தினார். 18, ஜன, 1689-ல் சத்காவ் பகுதிக்கு வந்தவர் மொகலாயர்களின் கோட்டையைக் கைப்பற்றி அதை வங்காளத்தில் ஆங்கிலேயர்களின் வணிகத்துக்கு உகந்த

சுதந்தரமான தளமாக ஆக்கிக் கொள்ள விரும்பினார். ஆங்கிலேய போர் தீர்மானக் குழு அவருடைய இந்த மூடத்தனமான வியூகத்தைத் தடுத்து நிறுத்தியது. மிகுந்த மன வருத்தத்துடன் கேப்டன் ஹீத் மதராஸுக்கு 17 பிப்ரவரியில் தன் வங்காள நடவடிக்கைகள் அனைத்தையும் விட்டுவிட்டுச் சென்றார்.

இந்தப் பகைமை பற்றிக் கேள்விப்பட்ட ஔரங்கசீப் அனைத்து ஆங்கிலேயரையும் உடனே கைது செய்யும்படி உத்தரவிட்டார். மொகலாயப் பகுதிகளில் இருக்கும் அவர்களுடைய வணிக மையங்கள் அனைத்தையும் கைப்பற்றும்படியும் அவர்களுடைய வணிகம் முழுவதையும் முடக்கும்படியும் உத்தரவிட்டார். அவர்களுடன் யாரும் வணிகத் தொடர்புகள் வைத்துக்கொள்ளக் கூடாது என்றும் அறிவித்தார். ஆனால், ஆங்கிலேயர்கள் கடல் வழியில் மிகுந்த பலம் பெற்றிருந்தனர். மெக்காவுக்கு புனிதப் பயணம் செய்யும் கப்பல்களைத் தடுத்து நிறுத்தும் வலிமை அவர்களுக்கு இருந்தது. ஆங்கிலேயர்களின் வணிகத்தை முடக்கினால் வரி இழப்பு பெருமளவுக்கு ஏற்படவும் செய்யும். எனவே இதுபோன்ற காரணங்களினால் ஔரங்கசீப் ஆங்கிலேயர்களுடன் சமாதானமாகப் போக முடிவுசெய்யவேண்டிய கட்டாயம் ஏற்பட்டது.

மே 1689-ல் இப்ராஹிம் கான் வங்காளத்தின் சுபேதாராக நியமிக்கப்பட்டார். அவர் மிதமான போக்கும் ஆங்கிலேயருடன் நட்பும் கொண்டவராக இருந்தார். மதராஸுக்குச் சென்ற ஆங்கிலேயர்களை வங்காளத்துக்குத் திரும்பி வந்து வணிகத்தில் ஈடும்படிக் கேட்டுக்கொண்டார். 1690 பிப்ரவரியில் ஆங்கிலேயர்களுக்கும் மொகலாயர்களுக்கும் இடையே மேற்குக் கடற்கரை விவகாரங்களில் சமாதான உடன்படிக்கை உருவானது. 22, பி, 1690-ல் ஔரங்கசீப் எழுதிய கடிதத்தில், 'சூரத்தில் இருக்கும் ஆங்கிலேயர்கள் மிகவும் பணிவுடனும் பண்புடனும் கேட்டுக் கொண்டிருக்கிறார்கள். ரூ, 150,000 ரூபாய் அபராதமாகச் செலுத்துவதாகவும் இனிமேல் நட்புடன் நடந்துகொள்வோம். இதுபோல் அவமானம் வரும்படியாக நடந்துகொள்ளமாட்டோம் என்று தெரிவித்திருக்கிறார்கள். எனவே அவர்களுடைய குறைகளைப் பொறுத்துக்கொண்டு முன்பு போலவே வணிகத்தில் ஈடுபட சம்மதிக்கிறேன்' என்று குறிப்பிட்டிருந்தார். இந்த ஒப்பந்தத்துக்குப் பின்னர் ஆலம்கீர் 23 ஏப்ரலில் இப்ராஹிம் கானுக்கு ஒரு கடிதம் எழுதினார். அதில் வங்காளத்தில் முன்பு போலவே ஆங்கிலேயர் வணிகத்தில் ஈடுபட அனுமதிக்கவேண்டும் என்றும் எந்தத் தொந்தரவும் தரக்கூடாதென்றும் உத்தரவிட்டிருந்தார்.

மதராஸிலிருந்து ஜாப் செர்னாக், சுதானுதீக்கு 24, ஆகஸ்டில் ஆங்கிலேயப் பிரதிநிதியாகத் திரும்பினார். வட இந்தியாவில் ஆங்கிலேயரின் ஆட்சி அதிகாரத்தின் அஸ்திவாரமாகவும் கல்கத்தா நகர உருவாக்கத்தின் தொடக்கமாகவும் அது அமைந்தது. 10, பிப்ரவரி 1691-ல் வங்காளத்தின் திவானுக்கு ஒரு கடிதம் மொகலாயப் பேரரசரிடமிருந்து அனுப்பப்பட்டது. ஆண்டுக்கு ரூ 3000 பெற்றுக்கொண்டு ஆங்கிலேயர்களை எந்தத் தொந்தரவும் செய்யாமல் வணிகத்தில் ஈடுபட அனுமதிக்கும்படி அதில் குறிப்பிட்டிருந்தது.

10. மேற்குக் கடற்கரையில் ஆங்கிலேயர்களுக்கும் மொகலாயர்களுக்கும் இடையிலான போர்

வங்காளத்தில் நடந்ததுபோலவே, இந்தியாவின் மேற்குக் கடற்கரையிலும் ஆங்கிலேய வணிகர்கள், மொகலாய அதிகாரிகளின் பேராசை மற்றும் சட்டவிரோதமான குறுக்கீடுகள் இவற்றினால் பகைமை வளர்ந்தது. அதை ஆலம்கீரினால் தடுக்கவே முடியவில்லை. 1680 வாக்கில் ஜெஸியா வரியின் ஒரு அங்கமாக இறக்குமதிப் பொருட்களுக்கு ஒரு சதவிகிதம் கூடுதல் வரி கொடுக்கும்படி ஐரோப்பியர் கேட்டுக்கொள்ளப்பட்டனர். ஆண்டுக்கு இதனால் ரூ 20,000 அதிகம் தரவேண்டிவந்தது. மோதல் தொடர்ந்தது. கிழக்கிந்திய கம்பெனியின் உள்ளூர் பிரதிநிதிகளுக்கு எந்தவொரு தீர்வையும் கண்டடைய எந்த அதிகாரமும் இருந்திருக்கவில்லை.

கிழக்கிந்திய கம்பெனியின் தலைவராக லண்டனில் இருந்த சர் ஜோசியா சைல்ட் திட சித்தமும் அசாதாரண உத்வேகமும் கொண்டவர். சுதந்தரம், கறாரான தன்மையுடன் நடந்துகொள்ளுதல் தேவைப்பட்டால் மொகலாயப் பேரரசுக்குப் பதிலடி கொடுப்பது என முடிவெடுத்தார். இதற்கு மூன்று விஷயங்கள் தேவைப்பட்டன: (1) சூரத்தில் இருந்து ஆங்கிலேயர்களை வெளியேறச் சொல்லுதல். சூரத் உண்மையில் மூடர் கூடமாகவே இருந்தது. (2) சூரத்தில் ஆங்கிலேயர்கள் அனுபவிக்க நேரும் நெருக்கடிகளில் இருந்து விடுவித்து அனைவரையும் இந்தியாவின் நுழைவாயிலான பம்பாயில் வந்து செயல்படச் சொல்லவேண்டும். (3) மொகலாய ஆட்சிப் பகுதிகளில் ஆங்கிலேயர்களுக்கு இழைக்கப்படும் ஒடுக்குமுறைகளுக்கு பதிலடியாக மொகலாயக் கப்பல்களை கடல் வழியில் கைப்பற்றவேண்டும்.

ஆனால் கிழக்கிந்திய கம்பெனி சார்பில் இந்தியாவில் தலைமை இயக்குநர் மற்றும் ஜெனரலாக இருந்த சர் ஜான் சைல்ட் பலவீனமானவர். செயல் திறம் அற்றவர். 25 ஏப்ரல், 1687-ல் லண்டனில் இருந்து வந்த உத்தரவுக்கு ஏற்ப மொகலாயர்களின் கைகளுக்கு எட்டாமலிருக்க சூரத்திலிருந்து வெளியேறினார். சூரத்தின் மொகலாய தளபதியோ இதை ஆங்கிலேயர்களின் போர் முன்னேற்பாடு நடவடிக்கை என்று நினைத்துவிட்டார். இதனால் சூரத் வணிக மையத்தின் தலைவர் பெஞ்சமின் ஹாரிஸையும் அவருக்கு அடுத்த நிலையில் இருந்த சாமுவேல் அன்னெஸ்லியையும் சூரத்தை விட்டு வெளியேறவிடாமல் தடுத்தார்.

இறுதியாக 9, அக், 1688-ல் சர் ஜான் சைல்ட் சில கப்பல்களுடன் ஸ்வாலிக்கு வந்து சூரத் ஆட்சியாளரிடம் பல்வேறு புகார்களைத் தெரிவித்தார். கடந்த காலத்தில் நடந்த இழப்புகளுக்கு நஷ்ட ஈடு கேட்டும் புதிதாக பல சலுகைகள் கேட்டும் கோரிக்கைவிடுத்தார். மொகலாய ஆட்சியாளரோ வெளிப்படையாகவே பகைமை பாராட்டி ஆங்கிலேயர்களையும் அவர்களுடைய இந்தியப் பிரதிநிதிகளையும் சிறைப்பிடித்தார். ஆங்கிலேய வணிக மையங்களைக் கைப்பற்ற படையை அனுப்பினார். ஸ்வாலியில் இருந்த சர் ஜான் சைல்டைச் சிறைப்பிடிக்கவும் ஆட்களை அனுப்பினார். ஆனால் அவர் அங்கிருந்து தப்பிச் சென்றதோடு சூரத் மற்றும் அந்தக் கடலோரப் பகுதியில் பயணம் செய்த மொகலாய, இந்தியக் கப்பல்கள் அனைத்தையும் கைப்பற்றினார்.

சூரத்தில் சிறைப்பிடிக்கப்பட்ட ஆங்கிலேயர்களை கடும் சிறையில் மிக மிகக் கொடூரமான முறையில் 16 மாதங்களுக்கு (டிச 1688-ஏப் 1690) கொடுமைப்படுத்தினர். அதேநேரம் மொகலாய தளபதி ஜிஞ்சிராவில் இருந்த சித்தி பம்பாயில் இருந்த ஆங்கிலேயர் மீது மே 1689-ல் தாக்குலில் ஈடுபட்டார். அந்தத் தீவில் இறங்கி சுற்று வட்டாரப் பகுதிகளைக் கைப்பற்றினார். ஆங்கிலேயப் படைகள் பம்பாய் கோட்டைக்குள் விரட்டியடிக்கப்பட்டன. கோட்டை முற்றுகையிடப்படவே தினமும் இஸ்லாமியர் கும்பல் பெருகத் தொடங்கியது. இதனால் சர் ஜான் சைல்ட் தம்மை மன்னிக்கும்படி கேட்டு ஜி.வெல்டன் மற்றும் ஆப்ரஹாம் நவேரோ ஆகிய இருவரை ஔரங்கசீபிடம் சென்று பேசும்படி 10, டிச, 1689 அனுப்பினார். ஆலம்கீர் 25, டிச, 1689-ல் ஓர் உத்தரவு பிறப்பித்து ஆங்கிலேயரை மன்னித்தார். ஒன்றரை லட்சம் ரூபாய் அபராதம் கொடுத்துவிட்டு வணிகத்தைத் தொடர்ந்துகொள்ளும்படியும் இந்திய கப்பல்களில் இருந்து ஆங்கிலேயர் கைப்பற்றியவற்றைத் திருப்பித் தந்துவிடும் படியும் உத்தரவிட்டிருந்தார்.

11. இந்தியக் கடல் வழிகளில் ஐரோப்பியர்களின் கொள்ளையடிப்புகள், 17-ம் நூற்றாண்டு.

ஐரோப்பியக் கடற்கொள்ளை இந்தியப் பெருங்கடலில் 15-ம் நூற்றாண்டின் இறுதிவாக்கில் வாஸ்கோடகாமாவின் பயணத்திலிருந்து ஆரம்பித்தது. கிறிஸ்தவ உலகில் எந்தவொரு தார்மிக நியாய உணர்வையும் அது எழவைத்திருக்கவில்லை. கடல் வணிகர்களும் சாகஸ விரும்பிகளும் என ஐரோப்பாவின் அனைத்து நாடுகளில் இருந்தும் 16-17-ம் நூற்றாண்டுகளில் இந்தியக் கடல்களில் கைவரிசை காட்ட ஆரம்பித்தனர். இந்திய வணிகம் வளர வளர பல்வேறு நாடுகள் கடற் கொள்ளையில் ஈடுபட ஆரம்பித்தன.

1635இங்கிலாந்தின் முதலாம் சார்லஸ் மூலம் அனுமதி பெற்ற கேப்டன் கோப், செங்கடல் முகத்துவாரப் பகுதியில் இரண்டு மொகலாயக் கப்பல்களைக் கொள்ளையடித்தார். அவற்றில் ஒரு கப்பல் சூரத் வணிக மையத்திலிருந்து புறப்பட்டுச் சென்றிருந்தது. 1638-ல் சர் வில்லியம் கர்ட்டன், அதே மன்னரிடமிருந்து அனுமதி பெற்று அனுப்பிய நான்கு கப்பல்கள் இந்தியக் கப்பல்களைக் கொள்ளையடித்ததோடு கப்பலில் இருந்தவர்களைச் சித்ரவதையும் செய்தது. சக ஐரோப்பியர்கள் செய்த இந்தக் கொடுமைகளினால் சூரத்தில் இருந்த கிழக்கிந்திய கம்பெனியின் அப்பாவி ஆங்கிலேயர்கள் இரண்டு மாத காலத்துக்கு சிறையிலடைக்கப் பட்டனர். 1,70,000 நஷ்ட ஈடாகக் கொடுத்த பின்னரே விடுதலை செய்யப்பட்டனர்.

17-ம் நூற்றாண்டின் இரண்டாம் பாதியில், முந்தைய கடற்கொள்ளையர்களையும்விடக் கொடூரமானவர்கள் இந்தியக் கடல்களில் தமது அட்டூழியங்களை ஆரம்பித்தனர். தனியார் கப்பல்களில் வந்து கடல் மார்க்கமாகச் செல்லும் அனைத்து நாட்டுக் கப்பல்களையும் கொள்ளையடித்தனர். பெரிதும் ஆங்கிலேயர் களாக இருந்த இந்தக் கொள்ளையர்களில் டெக், எவரி, கிட், ராபர்ட்ஸ், இங்கிலாண்ட், டெவ் (மற்றும் அதிகம் பெயர் தெரியாதவர்கள்) போன்றோர் மிகவும் மோசமானவர்களாகப் புகழ் பெற்றவர்கள். அவர்களில் ராபர்ட்ஸ் மட்டுமே சுமார் 400க்கும் மேற்பட்ட கப்பல்களை மூன்றே வருடங்களில் கொள்ளையடித்து அழித்திருந்தார். இவர்களை எதிர்த்துப் போரிடும் பொறுப்பும் கடமையும் குறிப்பிட்ட யாரிடமும் இல்லை என்பதால் தனிக் கடல் ராஜாக்களாக இந்தக் கொள்ளையர்கள் செயல்பட்டுவந்தனர். கரையோரப் பகுதிகளில் இருக்கும் அவர்களுடைய நண்பர்கள்,

எந்தக் கடல் வழியில் பெரும் செல்வம் கொண்டு செல்லப்படுகிறது; எந்த வழியில் எப்போது செல்கிறது என்ற தகவல்களையெல்லாம் இவர்களுக்கு அனுப்பிவிடுவார்கள். ஆயுதப் பாதுகாப்பு கொண்ட கப்பல்களைத் தவிர்க்கும்படி ஆலோசனையும் சொல்லி விடுவார்கள். உயர் நிலை அதிகாரிகள் கொள்ளையர்களிடமிருந்து சன்மானங்கள் பெற்றுக்கொண்டு கண்டும் காணாமலும் இருந்து விடுவார்கள். கடற் கொள்ளையர்களில் பலரும் ஆங்கிலேயர் களாகவே இருந்ததோடு பல்வேறு நாடுகளைச் சேர்ந்த கடற் கொள்ளை மாலுமிகளும் கூட ஆங்கிலேயர் என்ற போர்வையிலேயே கொள்ளையில் ஈடுபட்டனர். முறையான வணிகர்களையும் கொள்ளையர்களையும் பிரித்தறிய முடியாத மொகலாய அதிகாரிகள் கிழக்கிந்திய கம்பெனிப் பணியாளர் களையே அனைத்துக்கும் பொறுப்பாக்கினர்'.

1681 வாக்கில் ஆங்கிலேயக் கப்பல்கள் என்ற போர்வையில் ஆறு லட்ச ரூபாய் மதிப்பிலான இரண்டு கப்பல்களை செங்கடல் பகுதியில் கைப்பற்றின. மேற்கிந்தியத் தீவுப் பகுதிகளில் இருந்து ஏராளமான கடல் கொள்ளையர்கள் அடுத்த ஆண்டு மலபார் கடலோரம் வந்து சேர்ந்து சிவப்பு அல்லது கறுப்புக் கொடிகளைத் தமது கப்பல்களில் கட்டிக்கொண்டு இந்திய, ஐரோப்பிய கப்பல்கள் அனைத்தையும் கொள்ளையடித்தனர். இவர்கள் மட்டுமல்லாமல், பாரசீக வளைகுடா, செங்கடல், மொஸாம்பிக் கால்வாய், சுமத்ரா அச்சென் கடல் வழிகளில் ஏராளமான ஐரோப்பிய கடல் கொள்ளையர்களும் அட்டூழியம் செய்துவந்தனர்.

இந்தக் கடல் கொள்ளையர்களில் ஹென்றி பிரிட்ஜ்மேன் தீய புகழ் மிகுந்தவர். இவர் எவரி என்ற புனை பெயர் சூட்டிக்கொண்டார். 30 மே, 1694-ல் ஸ்பானிய அரசு வாடகைக்கு எடுத்த ஆங்கிலேயக் கப்பலில் பணிபுரிந்தவர் மாலுமியையும் பிற அதிகாரிகளையும் வீழ்த்திவிட்டு கப்பலுக்கு 'ஃபேன்ஸி' என்று பெயர் சூட்டிக் கொண்டு தன் கடல் கொள்ளை வாழ்க்கையை ஆரம்பித்தார். 46, பீரங்கிகள், 150 வீரர்கள் அந்த கப்பலில் இருந்தனர். ஏடென் வளைகுடாவில் சில கொள்ளைகளை வெற்றிகரமாக முடித்தவர், செப் 1695-ல் சூரத் வணிகர்களின் இளவரசரான அப்துல் காதரின் செல்வ வளம் மிகுந்த 'ஃபதே முஹம்மதி' என்ற கப்பலைக் கைப்பற்றினார். சில நாட்கள் கழித்து அவருடைய மாபெரும் கொள்ளையடிப்பாக மொகலாயப் பேரரசருக்குச் சொந்தமான கஞ்ச் - இ - சவாய் கப்பலைக் கைப்பற்றினார். சூரத் துறைமுகத்தில் இருக்கும் கப்பல்களிலேயே மிக மிகப் பெரிய கப்பல் அதுவே. ஒவ்வொரு ஆண்டும் அந்தக் கப்பல் மொஹா, ஜேதாஹ்

பகுதிகளுக்கு இந்திய ஹஜ் புனிதப் பயணிகளையும் இந்தியப் பொருட்களையும் அரேபியாவில் விற்பனைக்கு ஏற்றிச் செல்லும். அதில் எண்பது பீரங்கிகளும் 400 துப்பாக்கிகளும் இருந்தன. அதன் மாலுமியாக இருந்த முஹம்மது இப்ராஹிம் சரியான கோழை.

மொக்கா பகுதியில் இருந்து திரும்பிக் கொண்டிருந்தபோது, பம்பாய்க்கும் டாமனுக்கும் நடுவில், ஃபேன்ஸி கப்பல் மற்றும் இரண்டு படகுகளால் தாக்கப்பட்டது. ஐரோப்பியர்களின் துப்பாக்குச் சூடு மிகவும் துல்லியமாக இருந்தது. குறுகிய நேரத்திலேயே மொகலாயக் கப்பலில் இருந்த 25 வீரர்கள் கொல்லப்பட்டுவிட்டனர். 200 பேர் காயம்பட்டுவிட்டனர். மொகலாயக் கப்பலில் இருந்த ஒரு பீரங்கி வெடித்து அங்கிருந்த பலரைக் கொன்றுவிட்டது. கப்பலும் தீப்பிடித்து எரிய ஆரம்பித்தது. கப்பலில் இருந்தவர்கள் தீயை அணைப்பதில் கவனமாக இருந்தபோது கடல் கொள்ளையர்கள் கப்பலில் அனைத்துப் பக்கமிருந்தும் ஏறிவிட்டனர். மொகலாய வீரர்கள் எந்த எதிர்ப்பும் இன்றி அடங்கினர். அந்தக் கப்பலின் கேப்டன் இப்ராஹிம், மொக்கா பகுதியில் விலைக்கு வாங்கியிருந்த துருக்கிய அடிமைப் பெண்களின் கைகளில் வாளைக் கொடுத்து ஆண்களைப் போல் வீரமாகப் போராடச் சொல்லிவிட்டு தனது அறைக்குள் பதுங்கிக்கொண்டுவிட்டார்.

மூன்று நாட்களுக்குக் கடல் கொள்ளையர்கள் நிறுத்தி நிதானமாக முழு செல்வத்தையும் கொள்ளையடித்தனர். சையது மற்றும் கண்ணியமான குடும்பங்களைச் சேர்ந்த பெண்கள் ஆத்திரமும் அதிர்ச்சியும் அடைந்தனர். அவர்களில் சிலர் தற்கொலை செய்துகொண்டனர். எவரி சோகம் நிறைந்த அந்த கப்பலைவிட்டுப் புறப்பட்டுச் சென்றார். அந்தக் கப்பல் 12 செப்டம்பரில் சூரத்துக்குச் சென்று சேர்ந்தது. அங்கு இறங்கியவர்கள் கொள்ளையடிப்பையும் கற்பழிப்பையும் பற்றிக் கண்ணீரும் கம்மலையுமாகச் சொன்னார்கள். பம்பாயில் இருக்கும் ஆங்கிலேயர்களுடன் தொடர்புடையவர்கள் என்று அந்தக் கடல் கொள்ளையர்களைப் பற்றிச் சொன்னார்கள். சூரத்தில் இருந்த இஸ்லாமியர்கள் அதைக் கேட்டதும் தமது மார்க்கத்துக்கு விடுக்கப்பட்ட மிகப் பெரிய சவாலாக மார்க்கத்தினருக்கு இழைக்கப்பட்ட மா பெரும் அவமானமாகக் கருதி வெகுண்டெழுந்தனர்.

சூரத்தின் கவர்னர் இதிமத் கான் ஆங்கிலேயர்களின் நண்பராக இருந்தார். நேர்மையும் நாணயமும் ஒழுக்கமும் நிறைந்தவர். அனைவரும் ஆங்கிலேயருக்கு எதிராகக் கொதிநிலையில்

இருந்தபோதிலும் நேர்வழியில் நடந்துகொண்டு இஸ்லாமிய வெறியர்களிடமிருந்து ஆங்கிலேயரை கும்பல் கொலை செய்யப்படுவதில் இருந்து காப்பாற்றினார். 14 செப்டம்பரில் தன் தளபதி அஸுர் பெய்க் தலைமையில் ஒரு படையை அனுப்பி ஆங்கிலேயரின் வணிக மையத்தைக் கைப்பற்றினார். ஆலம்கீரிடமிருந்து உத்தரவு வரும்வரை அங்கிருந்த ஆங்கிலேயரை பத்திரமாக ஒரு இடத்தில் அடைத்துவைத்தார். ஸ்வாலியிலும் பரோச் பகுதியிலும் இருந்த ஆங்கிலேயர்களுக்கும் இதே நிலைமை ஏற்பட்டது. அவர்களுடைய வணிகச் செயல்பாடுகள் முழுவதுமாக முடக்கப்பட்டன.

சிறையில் இருந்தபோது சூரத் பகுதியின் ஆங்கிலேயர் குழுவின் தலைவரான ஆனெஸ்லி சூரத்தின் மொகலாய ஆட்சியாளருக்கு பல விண்ணப்பங்கள் அனுப்பினார். ஔரங்கசீபின் அவையில் இருந்த ஆங்கிலேயர்களின் நண்பர்களுக்கும் பிற பிரதிநிதிகளுக்கும் கடிதங்கள் அனுப்பினார். ஆலம்கீருக்கும் அவருடைய அமைச்சர்களுக்கும், 'கம்பெனி பணியாளர்கள் மீது எந்தத் தவறும் இல்லை; அவர்களை உடனே விடுதலை செய்யவேண்டும்' என்று வேண்டுகோள்விடுத்தார். பம்பாயின் கவர்னரான சர் ஜான் கேயரும் தீவிரமாகச் செயல்பட்டார். இதிமத் கானுக்கும் ஆலம்கீருக்கும் கடிதம் எழுதினார். தமது ஆட்கள் கைது செய்யப்பட்டதைக் கண்டித்தும் அவர்களுக்கு நீதி வழங்கவேண்டும் என்றும் அழுத்தமாகக் கேட்டுக்கொண்டார். நாங்கள் வணிகர்கள்; கடல்கொள்ளையர்கள் அல்ல என்று அவர் பலமுறை அழுத்தம் திருத்தமாகச் சொன்னார்.

12. ஐரோப்பிய வணிகர்கள் தொடர்பாக ஔரங்கசீபின் கொள்கைகள்

தனது ஆட்சிக்கும் மார்க்கத்துக்கும் எதிராக இழைக்கப்பட்ட அராஜகத்தைக் கேட்டு ஔரங்கசீப் மிகவும் வருந்தினார். ஆனால், உணர்ச்சிவசப்பட்டு எந்த முடிவையும் எடுக்கவில்லை. மெக்காவுக்குச் செல்லும் புனிதப் பயணிகளுக்கு ஐரோப்பிய போர்க் கப்பல்கள் மூலமாக பாதுகாப்பு கிடைக்கவேண்டும்; அதுவே எல்லாவற்றுக்கும் மேல் ஔரங்கசீபின் ஒரே இலக்காக இருந்தது. ஐரோப்பியர்களின் வணிகச் செயல்பாடுகள் மீது அவர் விதிக்கும் தடைகள், நெருக்கடிகள் எல்லாமே இந்த இலக்கை அதிகச் செலவின்றியும் நேர்த்தியாகவும் அடைய உதவும் என்ற நோக்கிலேயே செய்துவந்திருக்கிறார்.

இந்தியக் கடல்களில் கொள்ளையர்கள் இனி வராமல் பார்த்துக் கொள்வதாக டச்சுக்காரர்கள் வாக்குறுதி தந்தனர். மொகலாயப் பிராந்தியங்களில் தாங்கள் வரிச் சுமைகள் இல்லாமல் வணிகம் செய்ய அனுமதித்தால் அரேபியாவுக்கு புனிதப் பயணிகள் பாதுகாப்பாகச் சென்றுவர உதவுவதாகவும் வாக்களித்தனர். ஆனால், ஆலம்கீர் இந்த வேண்டுகோளை ஏற்றுக்கொள்ளவில்லை. அரபிக் கடல் பயணத்துக்குப் பாதுகாப்பு அளிப்பதாகவும் ஆண்டுக்கு நான்கு லட்ச ரூபாய் தரவேண்டும் என்று அன்னெஸ்லி கடிதம் எழுதினார். ஆலம்கீரோ போய் வருவதற்கு ஆகும் செலவில் பாதியை மட்டுமே தருவதற்கு சம்மதம் தெரிவித்தார். இறுதியில் ஆன்னெஸ்லி மொகலாயக் கப்பல்களுக்கு பாதுகாப்பு தர ஒப்புக்கொண்டு கையெழுத்திட்டார். 27 ஜுன் 1696 வாக்கில் சிறையிலிருந்த ஆங்கிலேயர்கள் விடுவிக்கப்பட்டனர்.

1696-ல் ஆங்கிலேய கனவான்கள் அடங்கிய குழு 'அட்வென்ச்சர்' என்ற கப்பலில் 30 வலிமையான பீரங்கிகளைப் பொருத்தி ஃப்ரெஞ்சு படைகளுக்கு எதிராகப் போரிடவும் இந்தியப் பெருங்கடலில் கடல் கொள்ளையர்களை ஒழிக்கவும் முன்வந்தது. அதன் கேப்டன் வில்லியம் கிட், கோழிக்கோட்டுக்கு 1697-ல் வந்து சேர்ந்தார். ஆனால் சந்தேகத்துக்கு இடமில்லாத கொடூரமான கடல் கொள்ளையராக ஆவதற்கு விதிக்கப்பட்ட அவர் இங்கிலாந்து மன்னருக்கு தீரா அவமானத்தைத் தேடித்தந்தார். அத்தனை கடற்கொள்ளைகளையும் சட்டவிரோதமான செயல்களையும் செய்துவிட்டு இங்கிலாந்து மன்னர் தனக்கு அதற்கான அங்கீகாரம் தந்திருப்பதாக வெட்கமின்றி வெளிப்படையாக அறிவித்தார். வில்லியம் கிட்டின் தொடர் வெற்றிகள் அதிருப்தியில் இருந்த பல ஆங்கிலேயக் கடலோடிகளை அவர் பக்கம் சேரவைத்தது. ஒரு தேர்ந்த கடல் போர் வியூக வல்லுநர் போல் தன் படையைப் பல வழிகளில் திறமையாகப் பயன்படுத்தி இந்தியப் பெருங்கடலில் முடிசூடா கொள்ளையனாகத் திகழ்ந்தார். அவருக்குத் தேவையான ஆயுதங்கள் பிற தளவாடங்கள், உணவுப் பொருட்களை எல்லாம் மடகாஸ்கரில் இருந்த தளத்தில் இருந்து பெற்றுக்கொண்டார். அவருடைய தனியார் கொள்ளைக் கப்பலில் 120 பீரங்கிகள் இருந்தன. கிட்டத்தட்ட 300 ஐரோப்பியர்கள் அதில் பணிபுரிந்தனர். அவர்களில் பெரும்பாலானவர்கள் ஆங்கிலேயர்களே.

கிழக்கிந்திய கம்பெனியின் பல கப்பல்களைக் கைப்பற்றியதோடு 2, பிப், 1698-ல் க்வெய்தா மெர்ச்சண்ட் கப்பலையும் கைப்பற்றினார். அந்தக் கப்பல் 400 டன் எடை கொண்டது. நான்கு லட்ச ரூபாய் மதிப்புள்ள பொருட்களுடன் வங்காளத்திலிருந்து சூரத்துக்கு

சென்றுகொண்டிருந்தது. மொகலாயப் பேரரசின் மிக முக்கியமான பிரமுகர்களில் ஒருவரான முஹ்லிஸ் கானின் கப்பல் அது. 1698-ல் டச்சு கடற்கொள்ளையரான சிவெர்ஸ், 14 லட்ச ரூபாய் மதிப்புள்ள பொருட்களை ஏற்றிச் சென்ற அருமையான கப்பலைக் கைப்பற்றினார். ஜேதாஹ் மற்றும் சூரத் பகுதியின் முக்கிய வணிகரான ஹஸன் ஹமீதினுடைய கப்பல் அது.

சூரத்தில் இருந்த ஆங்கிலேய வணிகர்களுக்கு நெருக்கடிகள் முற்றின. சூரத் ஆட்சியாளராக இருந்த இதிமத் கான் பிப் 1697-ல் இறந்தார். அந்த இடத்தில் பேராசையும் சர்வாதிகாரப் போக்கும் குரூரமும் மிகுந்த அமானத் கான் நியமிக்கப்பட்டார். 'நம்பத்தகுந்த உள்ளூர் மாலுமிகள் எல்லாரும் சொல்வதிலிருந்து கடல் கொள்ளைக் கப்பல்களில் பணிபுரியும் நபர்கள் எல்லாம் முன்னாள் கிழக்கிந்திய கம்பெனி பணியாளர்களே என்பது தெரியவந்திருக்கிறது. எனவே, ஆங்கிலேயர்களை கடல் கொள்ளையர்கள் அல்ல என்று நினைப்பதில் எந்தப் பலனும் இல்லை...' என்று அவர் சொன்னார். மொகலாய நிர்வாகியான அவர் 23 டிசம்பர் 1698-ல் சூரத் ஆங்கிலேய வணிக மையத்தைச் சுற்றிவளைத்து ஆன்னெஸ்லிக்கு இறுதி மிரட்டல் விடுத்தார் : ஒன்று ஆலம்கீர் உத்தரவிட்டிருப்பதுபோல் மொகலாய கப்பல்களுக்கு முழு பாதுகாப்பு தந்தாகவேண்டும்; அல்லது நாட்டைவிட்டே பத்தே நாட்களில் வெளியேறியாகவேண்டும்.

ஃபிரெஞ்சு மற்றும் டச்சுக்காரர்களுக்கும் இதே மிரட்டலே விடப்பட்டது. இதனிடையில் ஐரோப்பிய வணிக மையங்கள் எல்லாம் தனிமைப்படுத்தப்பட்டன. அவர்களுடன் வணிகத் தொடர்பில் இருக்கும் இந்தியர்கள் எல்லாம் சிறைப்படுத்தப் பட்டனர் அல்லது சாட்டையால் அடிக்கப்பட்டனர். ஆகஸ்ட் 1698-ல் ஆலம்கீரிடமிருந்து உத்தரவு வந்தது. அதில் இதுவரை மொகலாய கப்பல்களுக்கு ஏற்பட்டிருக்கும் ரூ 14 லட்ச இழப்புக்கு ஆங்கிலேயர், ஃப்ரெஞ்சுக்காரர்கள், டச்சுக்காரர்கள் ஆகிய மூன்று நாட்டினரே காரணம். எனவே அவர்களே அந்தத் தொகையைக் கொடுத்தாகவேண்டும் என்று அதில் குறிப்பிடப்பட்டிருந்தது.

இறுதியாக, ஆங்கிலேயரும், டச்சுக்காரர்களும் ஃப்ரெஞ்சுக்காரர் களும் கூட்டாக இணைந்து கடற்கொள்ளையைத் தடுப்பதாகவும் இனி வருங்காலங்களில் மொகலாயர்களுக்கு என்ன இழப்பு ஏற்பட்டாலும் தாங்களே நஷ்ட ஈடு தருவதாகவும் கையெழுத்திட்டுக் கொடுத்தனர். மொகலாயப் பகுதிகளில் ஐரோப்பிய வணிகத்துக்கு விதித்திருந்த தடையை ஔரங்கசீப் இதன்

பின் விலக்கிக் கொண்டார். சூரத்தின் மொகலாயப் பிரதிநிதியிடம் விஷயங்களை அவருக்கு விரும்பமான வகையில் தீர்த்துக்கொள்ள அனுமதியும் தந்தார். இந்த ஒப்பந்தத்தின்படி, மெக்காவுக்குச் சென்று வரும் புனிதப் பயணிகளுக்கு டச்சுக்காரர்கள் முழு பாதுகாப்பு தருவதாகவும் செங்கடல் பகுதியில் தொடர் கண்காணிப்பில் இருப்பதாகவும் சூரத்தின் மொகலாய பிரதிநிதிக்கு ரூ 70,000 தருவதாகவும் ஒப்புக்கொண்டனர். ஆங்கிலேயர் ரூ 30,000 தந்ததோடு தென் இந்தியக் கடல் பகுதிகளில் தொடர் கண்காணிப்பில் இருக்க ஒப்புக்கொண்டனர். ஃப்ரெஞ்சுகாரர்களும் இதே தொகையைக் கொடுத்தனர்; பாரசீக வளைகுடா பகுதியில் முழு கண்காணிப்பில் இருக்க சம்மதித்தனர்’.

8, ஏப்ரல், 1699-ல் புதிய ஆங்கிலேய நிறுவனம் ஒன்று நிக்கோலஸ் வொயிட் தலைமையில் சூரத்தில் நிறுவப்பட்டது. புதிய நிறுவனத்தின் சார்பில் மொகலாயப் பேரரசருடன் பேச்சு வார்த்தைகள் மேற்கொள்ள இங்கிலாந்து மன்னரின் தூதுவராக சர் வில்லியம் நோரிஸ் அனுப்பப்பட்டார். பனாலா கோட்டைக்கு முன்பாக இருந்த முற்றுகை முகாமில் இருந்த ஔரங்கசீபை ஏப்ரல் 1770-ல் அவர் வந்து சந்தித்தார். இரு அரசுகளும் பரஸ்பரம் பரிசுப் பொருட்கள் பரிமாறிக்கொண்டன. ஆனால் இவ்வளவு செலவை இழுத்துவிட்ட இந்த சந்திப்பினால் எந்தப் பலனும் கிடைக்கவில்லை. அதோடு இதற்கு 16 மாத காலம் வீணாகவும் செய்தது (27 ஜன, 1701 - 18 ஏப் 1702). ஔரங்கசீப் புதிய கம்பெனி ஆரம்பிக்கவேண்டுமென்றால் அதன் நிர்வாகிகள் இந்தியக் கடல் பகுதிகளில் கடல்கொள்ளையர்களை ஒடுக்கித் தரவேண்டும் என்று நிபந்தனை விதித்தார். நோரிஸுக்கு அது நடைமுறை சாத்தியமில்லை என்பது தெரியும். எனவே எந்த தீர்மானமும் எடுக்கமுடியாமல் போனது.

இதனிடையில் பிப்ரவரி 1701 வாக்கில் சர் ஜான் கேயரை சூரத்தில் இருந்த அமானத் கான் சிறைப்பிடித்தார். நிக்கோலஸ் வொயிட் சூரத்தில் இருந்த மொகலாய கடித எழுத்தாளருக்கு கையூட்டு கொடுத்து ஜான் கேயர் மீது பொய் புகார் கொடுத்து ஆலம்கீரிடமிருந்து கைது உத்தரவை தந்திரமாகப் பெற்றிருந்தார். அப்பாவி ஜான் கேயர் ஆறு ஆண்டுகாலம் சிறையில் இருக்க வேண்டிவந்தது. இடையே சில நாட்கள் மட்டுமே வெளியே விடப்பட்டார். ஜனவரி 1702-ல் வெளியிடப்பட்ட அறிக்கையில் இருந்து அப்போது சூரத்தில் 109 அயல் நாட்டினர் சிறையில் இருந்திருக்கின்றனர்; அதில் 21 பேர் கிழக்கிந்திய கம்பெனி அதிகாரிகள்; 15 பேர் கடலோடிகள். அவர்களுடைய

தண்டனையானது அமானத் கானின் விருப்பத்துக்கு ஏற்ப கூடிக்குறைவதாக இருந்தது என்பதெல்லாம் தெரியவருகிறது.

28 ஆகஸ்ட், 1703-ல் அப்துல் கஃபார் மற்றும் க்வாஸிம் பாய் ஆகிய இருவரின் சூரத் கப்பல்கள் மொக்கா பகுதிக்குச் சென்று திரும்பிவரும்போது கடல் கொள்ளையர்களால் பிடிக்கப்பட்டன. சூரத்துக்கு இந்தத் தகவல் 31-ம் தேதி வந்து சேர்ந்ததும் இதிபார் கான் ஐரோப்பிய நிறுவனங்களில் பணிபுரிந்த இந்திய இடைத்தரகர்கள் அனைவரையும் கைது செய்தார். அவர்களுடைய வணிகமையங்களைக் கைப்பற்றினார். அவர்களுக்கான உணவுப் பொருட்களைத் தடுத்து நிறுத்தினார். வெளியில் யாருடனும் எந்தத் தொடர்பும் கொள்ளமுடியாமல் தடுத்தார். விட்டல் மற்றும் கேசவ் பரேக் ஆகிய பழைய கிழக்கிந்திய கம்பெனியின் இடைத்தரகர்களிடமிருந்து மூன்று லட்சம் ரூபாயை மொகலாயப் பிரதிநிதி அபகரித்தார். டச்சு கம்பெனிகளில் இருந்த இடைத்தரகர்களிடமிருந்தும் இதுபோலவே பறித்துக்கொண்டார். இந்திய கப்பல்களுக்குக் கடல் கொள்ளையர்களால் ஏதேனும் இழப்புகள் ஏற்பட்டால் ஐரோப்பியர்களே நஷ்ட ஈடு தரவேண்டும் என்று பிப் 1699-ல் அமானத் கானுடன் முன்பே செய்துகொள்ளப்பட்டிருந்த ஒப்பந்தத்தின் அடிப்படையிலேயே புதிய மொகலாயப் பிரதிநிதி இதிபார்கான் இந்தத் தொகையைக் கைப்பற்றினார். இதைக் கேள்விப்பட்ட ஔரங்கசீப் இதிபார் கான் செய்ததை ஒப்புக்கொள்ளவில்லை. பிப்ரவரி 1699-ல் கையெழுத்தான ஒப்பந்தத்தை நிறுத்திவைத்தார்.

இதனால், உண்மையில் பிரிட்டிஷாருக்கு நன்மையோ அமைதியோ திரும்பியிருக்கவில்லை. சர் ஜான் கேயர் மற்றும் அவருடைய குழுவினர் சிறைப்பிடிக்கப்பட்டு இயல்பான தளர்வுகளுடன் மொகலாய நீதிமன்றம் ஜூலை 1704-ல் உத்தரவு பிறப்பித்தது. மெக்காவில் இருந்து புனிதப் பயணிகளைத் திரும்பக் கொண்டுவரும் செல்வம் மிகுந்த கப்பல்களை டச்சுக்காரர்கள் பிடித்துக்கொண்டனர். அந்தப் பயணிகளில் மறைந்த க்வாஸி அப்துல் வஹாபின் மகன் நூர் உல் ஹக், ஃபகர் உல் இஸ்லாம் ஆகியோரும் இருந்தனர். நற்குடிப் பிறப்பும் நல்லொழுக்கமும் கொண்டவர்கள் என்று இவர்கள் இருவர் மீதும் ஔரங்கசீப் மிகுந்த மதிப்பும் மரியாதையும் வைத்திருந்தார். அவர்களை கண்ணியமாக நடத்திய டச்சுக்காரர்கள், வலுக்கட்டாயமாக அவர்களிடமிருந்து அபகரித்த தொகையைத் திருப்பித் தரும்படி சூரத் கவர்னருக்கு ஒரு கடிதம் அனுப்பினர். பணம் கைக்கு வந்ததும் புனிதப் பயணிகளை விடுவிப்போம் என்றும் சொன்னார்கள். கடல் விவகாரங்களில் எந்த

அளவுக்கு பலவீனமாக இருக்கிறோம் என்பதும் நிபந்தனையற்று சரணடைவதைத் தவிர தனக்கு வேறு வழியே இல்லை; மெக்காவுக்குப் புனித யாத்திரை மேற்கொள்ளவேண்டுமென்றால் ஐரோப்பியர்களின் தயவு இல்லாமல் முடியாது என்பதையும் புரிந்துகொண்டார். நிஜாபத் கானுக்குத் தகவல் தெரிவித்து எந்த நிபந்தனைக்கு வேண்டுமானாலும் கட்டுப்பட்டு அந்த இரண்டு புனித பயணிகளை மீட்டாகவேண்டும் என்று உத்தரவு பிறப்பித்தார். ஐரோப்பியர்களிடமிருந்து எந்தவித இழப்பீடு பத்திரமும் ஒப்பந்தமும் பெற முயற்சி செய்யவேண்டாம் என்றும் தெரிவித்தார்.

அத்தியாயம் - 18

ஔரங்கசீப் காலத்தில் சில பிராந்தியங்கள்

1. வங்காளம் : அதன் இயல்பான செல்வவளமும் மொகலாய ஆட்சி காலத்தில் அதன் வளர்ச்சியும்

(மொகலாய ஆட்சியின்கீழ் இருந்த அனைத்து பிராந்தியங்கள் பற்றிய முழு விவரங்களைத் தரவும் முடியாது. அது அவசியமும் இல்லை. பேரரசின் ஆட்சிக்குப் பெரிதும் உதவிய பிராந்தியங்கள் பற்றி மட்டுமே இங்கு பார்ப்போம்.)

மொகலாயப் பேரரசின் கீழ் இருந்த பிராந்தியங்களில் வங்காளமே இயற்கை வளங்கள் மிகுதியாக இருந்த பகுதி. அங்கு பெய்யும் அபரிமிதமான மழையின் காரணமாகக் கடின உழைப்போ செயற்கை நீர்ப்பாசனங்களோ தேவைப்படவில்லை. அங்கு பாயும் கணக்கற்ற ஆறுகளும் ஏரிகளும் குளங்களும் மீன் வளம் மிகுந்து காணப்பட்டன. கனி தரும் மரங்களும் தோட்டங்களும் தோப்புகளும் அபரிமிதமான வயல் வளத்துக்கு மேலும் வலு சேர்ப்பதாக இருந்தன. ஆனால் அதன் தட்ப வெப்பநிலைதான் மிகவும் தொந்தரவு தரக்கூடியது. 'வளம் மிகுந்த நரகம்' என்று ஔரங்கசீப் இந்தப் பிராந்தியத்தை மிகச் சரியாகவே குறிப்பிட்டிருக்கிறார். இப்படியான ஒரு பிராந்தியத்தில் சட்டம் ஒழுங்கு சீராக இருந்து, அமைதி நிலவினாலே போதும்; செல்வ வளம் தானாகவே பெருகும்; மக்கள் தொகையும் அதிகரிக்கும். 17-ம்

நூற்றாண்டு முழுவதும் அந்த அமைதியையும் நல்லாட்சியையும் மொகலாயப் பேரரசு இந்தப் பிராந்தியத்துக்கு வழங்கியது.

16 நூற்றாண்டுவாக்கில் வங்காளத்தில், அங்கிருந்த சுதந்தரமான சுல்தானகமும் மொகலாயர்கள் அதைக் கைப்பற்ற முன்னெடுத்த நீண்ட காலப் போர்களுமாக பெரும் குழப்பங்களும் அழிவும் நிறைந்தே காணப்பட்டன. செல்வம், கலாசாரம் ஆகியவை எல்லாம் அரசியல் குழப்பங்களினால் பெரும் அழிவைச் சந்தித்தன. மக்கள் பெரும் துயரங்களை அனுபவித்தனர். மரபான வாழ்க்கை அமைப்பு சிதைந்ததாலும் உள் முரண்களினால் ஏற்பட்ட வீழ்ச்சியினாலும் நெருக்கடியில் இருந்த அந்தப் பிராந்தியத்துக்கு அக்பரின் ஆக்கிரமிப்பு ஒரு வரமாகவே அமைந்தது. ஆனால், அக்பரின் ஆட்சி காலத்தில் வங்காளத்தில் மொகலாய ஆட்சி என்பது வெறும் ராணுவ ஆக்கிரமிப்பு என்பதாக மட்டுமே இருந்தது. நிலையான நிர்வாக ஆட்சியாக இருந்திருக்கவில்லை. அங்கு ஆட்சியில் இருந்த ஆஃப்கனிய ஆட்சியாளர்கள், ஹிந்து ஜமீந்தார்கள் ஆகியோரைப் பெயரளவில் அடக்கிவைப்பதிலேயே மொகலாயர்கள் அப்போது மன நிறைவடைந்துவிட்டார்கள். அக்பரால் நியமிக்கப்பட்ட சுபேதார்களுக்குக் கப்பம் கிடைத்தது. ஆனால் மொகலாய ஆட்சியை நேரடியாக அங்கு முன்னெடுத்திருக்க வில்லை. தலைநகரத்தைச் சுற்றியிருந்த மாவட்டங்கள் மற்றும் ராணுவ முக்கியத்துவம் வாய்ந்த பகுதிகள் இவை மட்டுமே மொகலாயத் தளபதிகளின் நிர்வாகத்தின் கீழ் இருந்தன.

மிகப் பெரிய அதே நேரம் ஒருங்கிணைக்கப்படாத பல்வேறு ஜமீந்தார்களின் கட்டுப்பாட்டில் இருந்த பகுதிகள் எல்லாம் பாதி அதிகாரம் கொண்டவையாகவே செயல்பட்டன. அவர்கள் எல்லாம் மொகலாயப் பேரரசு சற்று வீழ்ச்சியடையட்டும்; தில்லியில் ஏதேனும் அசம்பாவிதம் நடக்கட்டும்; தமது சுதந்தரத்தை மீட்டுவிடலாம் என்று காத்திருந்தனர். ஜஹாங்கீர் பதவிக்கு வந்ததும் அவருடைய பிரதிநிதி இஸ்லாம் கான் வங்காளத்தை ஆறு ஆண்டுகள் (மே 1608 - 11 ஆக 1613) வரை நிர்வகித்தார். அவர் துடிப்பும் உத்வேகமும் உற்சாகமும் மிகுந்தவர். பல படையெடுப்புகள் மூலம் வங்காளத்தின் சுதந்தரமான ஜமீந்தார்கள் அனைவரையும் கீழடக்கினார். மைமன்சிங், சிலேட், ஒரிஸ்ஸா போன்று ஆஃப்கானியர்களிடம் எஞ்சியிருந்த அதிகாரத்தையும் துடைத்தழித்து முழு அளவில் மொகலாய ஆட்சி நிர்வாகத்தை அனைத்து பிராந்தியங்களிலும் நிலைநிறுத்தினார். அதன் பின்னர் சுமார் ஒன்றரை நூற்றாண்டுக்கு வங்காளத்தில் அமைதி நிலவியது.

செல்வ வளமும் மக்கள் தொகையும் மீண்டும் பெருக ஆரம்பித்தது. வணிகம், தொழில்கள் எல்லாம் பல மடங்கு விரைவாக வளர்ந்தன.

வைஷ்ணவர்கள் மூலம் மகத்தான இலக்கியம் வளர்ச்சியடைந்தது. அர்க்கானியர்களும் அவர்களுடைய பிரதிநிதிகளும் போர்ச்சுகீசிய கடல் கொள்ளையர்களும் (சட்காங் பகுதியில்) கிழக்கு வங்காள ஆற்றுப் பகுதிகளுக்குத் தொந்தரவு கொடுத்துவந்தனர். ஆனால் இவையும் ஔரங்கசீபின் ஆட்சியின் ஆரம்பகட்டத்தில் (1666) ஸாஹிஸ்தே கான் மூலம் முடிவுக்குக் கொண்டுவரப்பட்டன. அந்த நூற்றாண்டின் மத்திம வாக்கில் ஆங்கிலேயர் மற்றும் டச்சுக்காரர்களினால் வணிகம் நினைத்துப் பார்க்கமுடியாத அளவுக்கு உச்சத்தை எட்டியது. அவர்களுடைய வணிக மையங்களும் கொள்முதல் மையங்களும் உள் நாட்டு உற்பத்தியைப் பெருக்கி அந்தப் பிராந்தியத்தின் செல்வவளத்தைப் பெருக்கின.

2. ஔரங்கசீபின் ஆட்சி காலத்தில் வங்காளத்தில் இருந்த நிர்வாகிகள்

ஸாஹிஸ்தே கானின் முதல் கட்ட நிர்வாகம் 14 ஆண்டுகள் (1664-1677) நீடித்தது. வழக்கத்துக்கு மாறான, இந்த நீடித்த நிர்வாகத்தினால் வங்காள ஆறுகள், கடலோரங்கள் ஆகியவற்றில் தொந்தரவு தந்துவந்த கடல் கொள்ளையர்களின் கோட்டையாக இருந்த சட்காவைக் கைப்பற்றி அவர்களை அழித்தார். பரங்கி கடல் கொள்ளையர்களை டாக்கா பக்கத்துக்கு விரட்டியடித்தார். அவருடைய ஆட்சி நிர்வாகம் மிகவும் மிதமானதாக அனைவருக்கும் நன்மை தருவதாக இருந்தது. மீர் ஜூம்லாவின் மரணத்தையடுத்து பழங்காலத்தில் இருந்ததுபோல் வரி விலக்கு பெற்ற நிலங்கள் என்ற மரபான வழிமுறை தலைதூக்கியிருந்ததை முடிவுக்குக் கொண்டுவந்தார்.

தினமும் அரசவையைக் கூட்டினார். தவறுகளை உடனுக்குடன் தண்டித்து நியாயம் வழங்கினார். இதை அவர் மிக முக்கியமான கடமையாகவே செய்துவந்தார். சந்தை நடவடிக்கைகளை சுதந்தரமாக நடக்க அனுமதித்தார். முந்தைய மொகலாய நிர்வாகிகள் செய்ததுபோல் இரட்டை வரிகளான ஸகத் (வணிகர்கள், பயணிகளின் வருவாயில் நான்கில் ஒரு பங்கு வரி), ஃப்யாஸில் (கலால் வரி) ஆகியவற்றை வணிகர்கள், உற்பத்தியாளர்கள் என அனைவரிடமிருந்தும் பெற்றுவந்ததை ரத்து செய்தார். அவருடைய ஜாஹிர் நில உரிமைப் பகுதிகளில் மட்டும்

இந்த கலால் வரி ஆண்டுக்கு 15 லட்ச ரூபாய் வருமானம் தந்தது. ஆயுதப்படைகள் மூலம் கொண்டுவந்த அமைதியினால் வங்காளத்தில் பெருகிய செல்வ வளம் கொண்டு தலைநகரான டாக்காவில் அருமையான கட்டடங்களைக் கட்டினார். அவருடைய ஆளுகைக்கு உட்பட்ட பகுதிகள் முழுவதும் சராய்கள் (பயணியர் தங்கும் விடுதிகள்) கட்டினார். பொதுவாக அவர் தாராள சிந்தை கொண்டவராக இருந்தார்.

ஸாஹிஸ்தே கான் 1680 ஜனவரியில் வங்காளத்துக்கு திருப்பி அனுப்பப்பட்டார். இரண்டாவது நிர்வாகக் காலகட்டம் 9 ஆண்டுகள் நீடித்தது (1680 - 1688). இந்தக் காலகட்டத்தில் நடந்த முக்கியமான சம்பவம் கிழக்கிந்திய கம்பெனியுடனான போர். அதைப் பற்றி முன்பே பார்த்துவிட்டிருக்கிறோம். இவருடைய ஆட்சி காலத்தில் வங்காளத்தில் அரிசி விலை மிக மிக மலிவாக இருந்தது. எட்டு மவுண்ட்கள் ஒரு ரூபாய் மட்டுமே (ஒரு மவுண்ட் = சுமார் 37 கிலோ).

1689 ஜூனில் இப்ராஹிம் கான் சுபேதாராக வந்து சேர்ந்தார். மிகவும் முதியவரான அவர் மிதமான அணுகுமுறை கொண்டவர். இருந்த இடத்திலிருந்தே அனைத்தையும் செய்பவர். நூல் வாசிப்பில் ஆர்வம் கொண்டவர். வலிமையும் சுறு சுறுப்பும் இல்லாததால் வங்காளத்தில் நிர்வாக விஷயங்கள் நிலைகுலைய ஆரம்பித்தன. இவர் விரும்பியபடியே அனைவரும் நடந்துகொண்டதால் அந்த பிராந்தியத்தில் ஆட்சி நிர்வாகம் முழுவதுமாக முடங்கியது. தனிப்பட்ட முறையில் நியாயமாக நடந்துகொண்டார். எந்தவித பேராசை கொண்டவராகவோ கையூட்டுகள் வாங்கவோ செய்ய வில்லை. விவசாயத்தையும் வணிகத்தையும் ஊக்குவிக்கவே செய்தார். வங்காளத்துக்கு வந்ததும் முதல் வேலையாக ஆங்கிலேயர் களுடன் பேச்சுவார்த்தை நடத்தி அவர்களை வங்காளத்தில் மீண்டும் வணிகத்தில் ஈடுபடும்படிக் கேட்டுக்கொண்டார்.

ஆனால் 17-ம் நூற்றாண்டில் வங்காளம் வெறும் புத்தகப் பிரியருக்கான இடமாக இருந்திருக்கவில்லை. அங்கிருந்த சட்ட விரோத கும்பல்கள் இப்ராஹிம் கானின் மந்தமான நிர்வாகம், போர்க்குணம் இல்லாத அணுகுறை இவற்றால் கிடைத்த சந்தர்ப்பத்தைப் பயன்படுத்திக்கொண்டன. மேதினிபூரிலிருக்கும் சத்வா பர்தா பகுதியின் ஜமீந்தாரான ஷோவா சிங், ஒரிஸ்ஸாவில் இருந்த ஆஃப்கனிய தளபதி ரஹிம் கானுடன் சேர்ந்துகொண்டு கலக நடவடிக்கைகளில் ஈடுபட ஆரம்பித்தார். பர்த்வான் மாவட்டத்தின் முன்னாள் ஜமீந்தார்- தளபதியாக இருந்த ராஜா கிருஷ்ண ராமின்

ஆளுகைப் பகுதிகளில் கொள்ளையடிப்பில் ஈடுபட்டார். சிறிய படையுடன் அவர்களை எதிர்க்கப் புறப்பட்ட கிருஷ்ணா ராம் தோற்கடிக்கப்பட்டுக் கொல்லப்பட்டார். அவருடைய குடும்பத்தினர், அவர்களுடைய சொத்துகள், பர்த்வான் மாவட்டம் முழுவதும் கலகக்காரர்களால் கைப்பற்றப்பட்டன.

மேற்கு வங்காளத்தின் தளபதியாக இருந்தா நூருல்லா கான் ஹூக்ளி கோட்டைக்குள் கோழையாக அடைந்துகிடந்தார். கலகக் கும்பல் விரைவில் அந்தக் கோட்டையை முற்றுகையிட்டு அவரை அங்கேயே முடக்கிவிட்டது. உயிரைக் காப்பாற்றிக்கொள்ள நள்ளிரவில் தப்பி ஓடினார். ஹூக்ளி கோட்டையும் அங்கிருந்த சொத்துகள் முழுவதும் ஷோவா சிங் வசம் வந்தன.

இந்தக் கலகம் மூண்டதும் மூன்று ஐரோப்பிய நாட்டினரும் தமது உடைமைகளைக் காப்பாற்றிக்கொள்ள சுபேதாரிடம் அனுமதி பெற்று கல்கத்தா, சந்தர் நகர், சின்சுரா பகுதிகளில் இருந்த அவர்களுடைய குடியிருப்புகளைச் சுற்றி இந்தியப் படை வீரர்களைக் கொண்டு கோட்டைச் சுவர் எழுப்பிக்கொண்டனர். வங்காளத்தில் குழப்பமும் கலகமும் நிலவிய நாட்களில் இந்த ஐரோப்பியக் கோட்டைகள் மட்டுமே ஒரே அடைக்கலப் பகுதியாகத் திகழ்ந்தன. ஆகஸ்ட் வாக்கில் மொகலாயர் சார்பில் டச்சுக்காரர்கள் ஹூக்ளி கோட்டையைக் கைப்பற்றினர்.

ஷோவா சிங் அடுத்த முயற்சியாக வளம் கொழிக்கும் நாடியா மற்றும் முர்ஷிதாபாத் பகுதிகளைக் கைப்பற்ற ரஹீம் கானின் தலைமையில் ஒரு படைப் பிரிவை அனுப்பிவைத்தார். பர்த்வானில் இருந்த தனது தலைமையத்துக்கு அவர் திரும்பிவிட்டார். ராஜா கிருஷ்ண ராமின் மகள் ஒருவரால் அங்கு குத்திக் கொல்லப்பட்டார். கலகக் கும்பல் இப்போது ரஹீம் கானைத் தமது தலைவராகத் தேர்ந்தெடுத்துக்கொண்டது. அவர் 'ரஹிம் ஷா' என்று பட்டம் சூட்டிக்கொண்டார். இப்ராஹிம் கான் டாக்காவில் சோம்பிக் கிடந்ததால் கங்கைக்கு மேற்கே இருக்கும் வங்காளம் முழுவதும் இப்போது இவர்கள் கைகளுக்கு வந்துவிட்டிருந்தன. ரஹீம் ஷாவின் படையில் 10,000 குதிரைப் படை வீரர்களும் 60,000 காலாட்படையினரும் சேர்ந்துவிட்டிருந்தனர். செல்வ வளம் கொழிக்கும் முர்ஷிதாபாத், மால்டா, ராஜ் மஹால் போன்ற பகுதிகளைத் தாக்கிக் கொள்ளையடித்தனர்.

இந்தக் கலகம் தொடர்பான விவரங்களையும் இப்ராஹிம் கானின் அலட்சிய அணுகுமுறையையும் தெரிந்துகொண்டதும் ஆலம்கீர் உடனே இப்ராஹிம் கானைப் பதவியில் இருந்து நீக்கிவிட்டுத் தன்

பேரன் அஸிம் உஸ் ஷானை நியமித்தார் (1697 நடுப்பகுதி வாக்கில்). அப்போது அஸிம் தக்காணத்தில் இருந்தார். அவர் வருவதற்குள் இப்ராஹிமின் மகனும் பர்த்வானின் தளபதியுமான ஜபர்தஸ்த் கான் ராஜ்மஹாலையும் மால்டாவையும் கைப்பற்றியிருந்தார். அதன் பிறகு பகவன்கோலா பகுதியில் இருந்த கலகக் கும்பலின் முகாமைத் தாக்கி அதையும் கைப்பற்றினார் (மே 1697). முர்ஷிதாபாத் மற்றும் பர்த்வான் பகுதிகளில் இருந்து ரஹிம் ஷாவைக் காட்டுப் பகுதிக்குள் துரத்தியடித்திருந்தார்.

நவம்பரில் இளவரசர் அஸிம் பர்த்வானுக்கு வந்து சேர்ந்ததும் பல மாதங்கள் அங்கு தங்கினார். ஜபர்தஸ்த் கான் அங்கிருந்து போனதும் கலகக் கும்பல் மீண்டும் தலைதூக்கித் தன் எதிர்ப்பை அனைத்து மட்டங்களிலும் வெளிப்படுத்த ஆரம்பித்தது. நாடியா மற்றும் ஹுக்ளி மாவட்டங்களைக் கொள்ளையடித்த ரஹிம் ஷா, பர்த்வானுக்கு அருகே வந்து மொகலாயப் படையுடன் மோதுவதற்குத் தயாரானார். தன்னைச் சந்தித்துப் பேச வந்த இளவரசரின் பிரதான அமைச்சர் க்வாஜா அன்வரைத் துரோகமாகக் கொன்றார். அதன் பின் மொகலாயப் படையுடன் போரிட்டார். அதில் கொல்லப்பட்டார். தலைவர் கொல்லப்பட்டதும் அந்த கலகக் குழு சிதறிப் போனது.

ஒரிஸ்ஸாவில் திவான இருந்த முஹம்மது ஹாதி கர் தல்ப் கான் 1701-ல் முர்ஷித் க்வாலி கான் என்ற பட்டப் பெயருடன் வங்காளத்தின் திவானாக நியமிக்கப்பட்டார். புதிதாக நியமிக்கப்பட்ட திவானின் நேர்த்தியான நிர்வாகச் செயல் முறைகளினால் வங்காளத்தின் வளம் மீண்டும் பெருகியது. தேர்ந்த அதிகாரிகளை நியமித்ததன் மூலம் நிலங்களின் உண்மையான விளைச்சல் எவ்வளவு; எவ்வளவு வரி விதிக்கவேண்டும் என்பது தொடர்பான தகவல்களைப் பெற்றுக்கொண்டார். வரி வசூல் பணிகளைத் தானே தன் மேற்பார்வையில் செய்தார். ஜமீந்தார்கள், ஜாஹிர்தார்கள் போன்றவர்கள் வருவாயைச் சுருட்டிக் கொள்வதைத் தடுத்தார். இதனால் ஆண்டு வருமானம் கணிசமாக அதிகரித்தது.

முர்ஷித் க்வாலி இளவரசர் அஸிம் உஸ் ஷான் வரி வருவாய் விவகாரங்களில் எந்தவகையிலும் குறுக்கிடாமல் பார்த்துக் கொண்டார். ஆனால் முட்டாள் இளவரசரோ திவானை வீழ்த்தவும் கொல்லவும் சதி வேலைகளில் ஈடுபட்டார். முர்ஷித் கான் தன் சமயோஜித புத்தியினாலும் வீரத்தினாலும் தந்திரத்தினாலும் இந்த சதியை முறியடித்தார். ஆனால் எதிர்காலத்தில் மேலும் அபாயம் வராமல் தற்காத்துக்கொள்ள இளவரசர் தங்கியிருந்த டாக்காவில்

இருந்த வரி வசூலிப்பு அலுவகத்தை கங்கைக் கரையோரம் இருந்த கிராமத்துக்கு மாற்றிக்கொண்டார். மக்ஸுதாபாத் என்ற அதன் பெயரை முர்ஷிதாபாத் என்று தன் பெயருக்கு மாற்றிக்கொண்டார். 18-ம் நூற்றாண்டின் சரி பாதி காலத்துக்கு வங்காளத்தின் தலைநகராக இந்த கிராமமே திகழ்ந்தது.

இளவரசரின் சதி நடவடிக்கைகளைக் கேள்விப்பட்ட ஔரங்கசீப் ஆத்திரமடைந்தார். அவரை பிஹாருக்குச் சென்றுவிடும்படி உத்தரவிட்டார். ஜனவரி 1703லிருந்து இளவரசருடைய பொறுப்பில் அது விடப்பட்டிருந்தது. அடுத்த மூன்று ஆண்டுகள் (1704-1707) அஸிம் பாட்னாவில் வசித்தார். பாட்னாவுக்கு அஸிமாபாத் என்று பெயர் சூட்டிக்கொள்ளவும் அனுமதி தந்திருந்தார்.

முர்ஷித் கான் வங்காளத்தில் இருந்து கிடைத்ததில் உபரியாக இருந்த பெரும் தொகையை ஆலம்கீருக்கு முறையாக அனுப்பிவந்தார். மராட்டியர்களுடனான போர்களினால் பிற வருவாய் எல்லாம் காலியாகிவந்த நிலையில் வங்காளத்தில் இருந்து கிடைத்த இந்தத் தொகை ஔரங்கசீபுக்குப் பேருதவியாக இருந்தது. முர்ஷித் கான் வந்ததையடுத்து வங்காளத்தில் இருந்த அனைவரும் ஒரு வலிமையான நிர்வாகி நமக்குக் கிடைத்துவிட்டார் என்று நிம்மதியடைந்திருந்தனர். வரி வருவாய் மற்றும் பிற தொகைகளைத் தன் ஆட்களைக் கொண்டு நேரடியாக வசூலித்ததால் ஜமீந்தார்கள், இடைத்தரகர்கள் மூலம் இழப்பு ஏற்படுவது முழுவதுமாகத் தடுக்கப்பட்டது. இவருடைய உத்தரவுகள் மிகவும் கடுமையாகக் கறாராக இருந்தன. எனவே மிகவும் கீழ்ப்படிதல் இல்லாதவர்கள் கூட இவரைக் கண்டால் அஞ்சி நடுங்குவார்கள். இவருடைய உத்தரவுகளை மீறும் துணிச்சல் யாருக்கும் இருக்கவில்லை. வாரத்தில் இரண்டு நாட்கள் வழக்கு விவகாரங்களை இவரே நேரில் கவனித்துவந்தார். நடுநிலையாகவும் மிகவும் கண்டிப்புடனும் நடந்துகொண்டார். எந்தவித ஒடுக்குமுறையையும் இவர் அனுமதிக்கவில்லை.

ஔரங்கசீப் இறந்த சில வருடங்கள் கழித்து, தில்லி மொகலாய அரசு நிராதரவான நிலையை அடைந்ததால் வங்காளத்தின் சுதந்தரமான ஆட்சியாளராக ஆனார். இவருடைய ஆட்சியில் வங்காளத்தில் அமைதியும் அற்புதமான பொருளாதார வளர்ச்சியும் ஏற்பட்டன. இவருக்குப் பின்னால் ஆட்சிக்கு வந்தவர்களின் தவறுகளினாலும் குற்றங்களினாலும் மட்டுமே பின்னாளில் வளர்ச்சி தடைப்பட்டது.

3. மொகலாயர் காலத்தில் மால்வாவின் முக்கியத்துவம்

மொகலாய மால்வா பிராந்தியம் யமுனை மற்றும் நர்மதை நதிகளுக்கு இடையே வட தென் திசையில் பரந்து விரிந்திருந்தது. அதன் மேற்கில் சம்பல் பகுதியில் ராஜபுதனப் பகுதிகள் அமைந்திருந்தன. கிழக்கில் பந்தேல்கண்ட் இருந்தது. பேட்வா நதி மால்வாவை அதிலிருந்து பிரித்தது. மால்வாவில் பெருமளவில் ராஜபுத்திரர்களே இருந்தனர். புகழ் பெற்ற குலங்களின் சிறு சிறு கிளைகளாகப் பிரிந்து இருந்தனர். ராஜபுதனப் பகுதிகளில் ஒருங்கிணைந்த, முறையான ராஜ்ஜியமாக இருப்பதுபோல் இங்கு இருக்கவில்லை. ஆனால், கணிசமான எண்ணிக்கையில் இருந்தனர். வட பகுதியில் ஜாட்கள் பரந்து விரிந்து சிதறலாக வசித்துவந்தனர். தெற்கிலும் தென் கிழக்கிலும் கோண்டுகள் நெருக்கமாக முழு வலிமையுடன் இணைந்து வசித்தனர். சில குறிப்பிட்ட பகுதிகளில் கணிசமான புலம் பெயர்ந்து வந்த முஸ்லிம்களும் (பெரிதும் ஆஃப்கானியர்கள்) வசித்துவந்தனர். எண்ணிக்கையில் அதிகமாக இருந்தாலும் பழங்குடித் தன்மை மாறாத பல குலங்கள் மலைகளிலும் காடுகளிலும் ஓரமாக வசித்துவந்தனர்.

மால்வா வளமான விவசாய பூமி. ஓபியம், கரும்பு, திராட்சை, வெற்றிலை, கிர்ணிப் பழம் போன்றவை மிகுதியாக விளைந்தன. காட்டுப் பகுதிகளில் யானைகள் ஏராளம் இருந்தன. மொகலாய சபாக்களில் குஜராத்துக்கு அடுத்ததாகத் தொழில் துறையில் சிறந்துவிளங்கியது. வட இந்தியாவின் ஆக்ரா, தில்லியிலிருந்து தக்காணப் பகுதிக்குச் செல்லும் ராணுவ நெடுஞ்சாலை மால்வா வழியாகச் சென்றதால் இந்தப் பகுதியின் முக்கியத்துவம் மொகலாயர் காலத்தில் மிகுதியாக இருந்தது.

கணிசமான ராஜபுத்திரர்களைக் கொண்டு இந்துக்கள் அதிகமாக இருக்கும் இந்தப் பிராந்தியம், ஒளரங்கசீபின் கோவில் இடிப்பு மற்றும் ஜெஸியா வரி விதிப்பு போன்ற கொள்கைகளை பணிந்து ஏற்றுக்கொள்ளத் தயாராக இருந்திருக்கவில்லை. இஸ்லாமியப் பிரதிநிதிகளைத் தமது மதத்தைக் காக்கும் நோக்கில் எதிர்த்துப் போரிட்டனர். ஆனால் இந்த பிராந்தியத்தில் ஏற்பட்ட குழப்பங்கள், மோதல்கள் எல்லாம் குறுகியதாக சிறிய பகுதிகளுக்குள்ளாகவே இருந்தன. சத்ர சால் பந்தேலா, பக்த் புலந்த் கோண்டு, போன்றவர்கள் மேற்கொண்ட தாக்குதல்கள் நீங்கலாக மால்வா பகுதியில் பெரிதும் அமைதியே நிலவியது. 17-ம் நூற்றாண்டின் இறுதிவாக்கில் இந்த பிராந்தியத்தில் நிர்வாகரீதியாகப் பெரிய

நெருக்கடிகள் எதுவும் இருந்திருக்கவில்லை. ஆனால் செஞ்சியில் இருந்து ராஜாராம் திரும்பி வந்ததையடுத்து ஆரம்பித்த ஓர் எழுச்சி அடுத்த ஐம்பது ஆண்டுகள் நீடித்ததோடு இந்த பிராந்தியத்தின் அரசியல் வரலாறையே மாற்றியமைத்தது.

4. மால்வாவினுள் மராட்டிய ஆதிக்கம், 1699-1706.

நவம்பர் 1699-ல் கிருஷ்ண சேவந்த் தலைமையிலான மராட்டியப் படை நர்மதை நதியைக் கடந்து முதல் முறையாக மால்வா பகுதிக்குள் நுழைந்து தமுனி வரை தாக்குதலில் ஈடுபட்டது. 18-ம் நூற்றாண்டின் நடுப்பகுதி வரையிலும் இந்தச் செயல்பாடுகள் நடந்தவண்ணம் இருந்தன. மால்வா பகுதி மராட்டியர்களின் சொந்தமானது. ஜனவரி 1703 வாக்கில் மராட்டியர்கள் மீண்டும் நர்மதை நதியைக் கடந்து சென்று உஜ்ஜெய்னி பகுதிகளில் தாக்குதல் மேற்கொண்டனர். அக் 1703 வாக்கில் நிமா சிந்தியா பேரார் பகுதிக்குள் நுழைந்து அந்த பிராந்தியத்தின் மொகலாயத் துணைப் பிரதிநிதி தளபதி ருஸ்தம் கானைச் (ஃப்ரோஸ் ஜங்கின் அடுத்த நிலையில் இருந்தவர்) சிறைப்பிடித்தார். அதன் பின்னர் ஹஸன்கா பாத் பகுதியைத் தாக்கினார். நர்மதையைக் கடந்து மால்வாவுக்குள் சத்ர சாலின் வேண்டுகோளின் பேரில் நுழைந்தார். அங்கு பல மொகலாயர் கிராமங்கள், நகரங்களைத் தாக்கிய பின்னர் சிரோன் ஜி கோட்டையை முற்றுகையிட்டார். ஆனால் இன்னொரு மராட்டிய படையைத் துரத்தியபடி பேராருக்குள் வந்த ஃப்ரோஸ் ஜங் சிரோன்ஜியில் இவர்களைத் தாக்கினார் (நவம்பர் நடுவில்). நிமா குதிரையில் ஏறித் தப்பி ஓடினார். பல மராட்டிய வீரர்களும் உள்ளூர் ராஜபுத்திர, ஆஃப்கானிய நேசப் படையினரும் வெட்டிக் கொல்லப்பட்டனர். பலர் காயம் பட்டனர். நீமாவின் பிடியில் இருந்த ருஸ்தம் கானின் ஆதரவாளர்களும் கால்நடைகளும் மீட்கப்பட்டன.

இந்த வெற்றியைத் தொடர்ந்து பிப் 1704 வாக்கில் ஃபிரோஸ் ஜங் நிமாவின் படை மீது தமுனி பகுதியில் திடீர் தாக்குதல் நடத்தியது. மிகத் தீவிரமான போர் நடைபெற்றது. இரு தரப்பிலும் பெரும் இழப்பு ஏற்பட்டன.

மொகலாயர்களுக்கு இது பெரிய விடுதலையாகவும் இருந்தது. பேராரில் மராட்டியர்களின் தாக்குதல்கள் நீடித்த காலத்தில் நர்மதை நதி வழியாக அதிகாரபூர கடிதப் போக்குவரத்துகள் முடங்கிப் போயிருந்தன. ஃபிரோஸ் ஜங்கின் வீரத்தினால் மால்வா தப்பியது. இந்த விவகாரம் நிலைமையின் தீவிரத் தன்மையை ஔரங்கசீபுக்கு

உணர்த்தியது. இதனால் ஔரங்காபாதுக்கும் கந்தேஷ் பகுதிக்கும் நிர்வாகியாக இருந்த இளவரசர் பிதார் பக்தை மால்வாவின் நிர்வாகப் பொறுப்பையும் ஏற்றுக்கொள்ளும்படியாக 3, ஆகஸ்ட், 1704-ல் நியமித்தார். மார்ச் 1706 வரை இளவரசர் பிதார் பக்த் அங்கு இருந்தார். அதன் பின் குஜராத்துக்கு உடனே செல்லும்படி ஔரங்கசீபிடமிருந்து உத்தரவு வரவே புறப்பட்டுச் சென்றுவிட்டார்.

இளவரசரின் விருப்பத்துக்குரிய தளபதியாக ஜோத்பூரின் புதிய ராஜாவான ஜெய் சிங் (சவாய்) இருந்தார். மிகச் சிறப்பாக செயல்பட்டு இந்த மரியாதையை அவர் ஈட்டியிருந்தார்.

மால்வாவுக்கு நஸ்ரி ஆஃப்கன், கோபால் சிங் சந்தவத், சிரோனியின் கோபால் சௌத்ரி, அப்பாஸ் ஆஃப்கன், உமர் பதான் போன்றவர் களாலும் நெருக்கடிகள் ஏற்பட்டன. மொகலாய ஆட்சியின் இறுதி வாக்கில் மால்வாவுக்கு நெருக்கடி தந்தவர்கள் நிறைய பேர் இருந்தனர். மராட்டியர்கள், பந்தேலர்கள், ஆஃப்கானியர்கள் எல்லாம் இந்த பிராந்தியத்தில் தொடர்ந்து தொந்தரவு தந்துவந்தனர் (1704). ஔரங்கசீப் இதுபற்றி, ‘கந்தேஷ் பகுதி முழுவதுமாக அழிந்துவிட்டது. மால்வாவும் அழிந்துவிட்டது. அங்கு சொற்ப வாழ்வாதாரம் மட்டுமே மிஞ்சியிருக்கிறது’ என்று குறிப்பிட்டிருக்கிறார்.

5. பந்தேலாவின் சத்ர சாலின் ஆரம்ப காலம்

சம்பத் ராவ் பந்தேலாவின் நான்காவது மகனான சத்ர சால் (1650-ல் பிறந்தார்) அரை நூற்றாண்டுக்கு மேலாக மொகலாயப் பேரரசை எதிர்த்துக் களமாடினார். தன் பகுதியில் தொடர்ந்து தற்காப்புத் தாக்குதல்களில் ஈடுபட்டார். மால்வா பகுதிக்குள் புகுந்து தாக்குதல் நடத்தினார். இறுதியில் கிழக்கு மால்வாவில் தனக்கென தனி அரசை உருவாக்கிக் கொண்டார். அதன் தலைநகரமான பன்னா இருந்தது. 81 ஆண்டு காலம் வாழ்ந்த இவர் 1731-ல் இறந்தார்.

தந்தையின் மரணத்தினால் நிராதரவாகியிருந்த சத்ர சாலும் அவருடைய அண்ணன் அங்கதும் முதலில் சிவாஜிக்கு எதிரான போரில் ஜெய் சிங்கின் படையில் சேர்ந்து போரிட்டனர் (1665). அதன் பின்னர் அவர்களுடைய வீரத்தைக் கண்டு மெச்சி ஆகஸ்ட் வாக்கில் தனி மன்சப்தார் உரிமைகள் தரப்பட்டன (ஆயிரம் வீரர்களைக் கொண்ட படை மற்றும் 3 சதர் உரிமைகளும் தரப்பட்டன)

அடுத்ததாக தியேகர் பகுதியின் மீது திலிர் கான் தாக்குதல் மேற்கொண்டபோது சத்ர சால் அந்தப் படையில் இடம் பெற்றிருந்தார். இளம் பந்தேலா இளவரசர் தனது திறமைக்கும் பங்களிப்புக்கும் உரிய மரியாதை கிடைக்கவில்லை; மொகலாயப் படையில் பணியாளாக இருப்பது தனது லட்சிய எதிர்காலத்துக்கு உதவாது என்று முடிவு செய்தார். சிவாஜியைச் சென்று பார்த்து விட்டு வந்த பின் அவரைப் போலவே சுதந்தரமும் வீரமும் மிகுந்தவராக ஆகவேண்டும் என்று தீர்மானித்திருந்தார். ஆனால் சிவாஜியோ தனது பூர்விக பகுதிக்குத் திரும்பிச் சென்று ஔரங்கசீபுக்கு எதிராக மக்களைத் திரட்டிப் போராடும்படி ஆலோசனை சொன்னார். அதன்படி சத்ர சால் தன் ஊருக்குத் திரும்பி மாபெரும் மொகலாய சாம்ராஜ்ஜியத்தை எதிர்த்துப் போராட ஆரம்பித்தார்.

1670-ல் ஔரங்கசீப் ஆலய அழிப்பு நடவடிக்கைகளை ஆரம்பித்தபோது அது சத்ர சாலுக்கு தன் மக்களை ஓரணியில் திரட்ட வழிவகுத்தது. பந்தேல்கண்டிலும் அருகில் இருந்த மால்வாவிலும் இருந்த ஹிந்துக்கள் தமது தெய்வங்களைக் காக்க ஆயுதம் ஏந்தினர். சம்பத் ராவைப் போலவே மொகலாயர்களை எதிர்த்து இந்து மதத்தைக் காப்பாற்றக்கூடிய வீரம் நிறைந்த ஒரு தலைவரை அவர்கள் எதிர்பார்த்துக் காத்திருந்தனர். ஹிந்து தர்மத்தை காக்கும் வீர க்ஷத்ரியராக சத்ர சால் வீறுகொண்டு எழுந்தார். ஊர்ச்சா பகுதியின் பந்தேல் ராஜாவான சுஜன் சிங்கூட இவருக்கு ரகசியமாகப் பாராட்டுக் கடிதமும் வாழ்த்துகளும் அனுப்பினார்.

6. மொகலாயர்களுடன் சத்ர சாலின் போர்

சத்ர சால் படையுடன் முன்னேறிச் செல்கிறார் என்ற செய்தி பந்தேக் கண்டினரின் செவிக்கு இதமளித்தன (1701). மொகலாயர்களுக்கு எதிரான கிளர்ச்சியாளர்கள் அவரைத் தமது தலைவராகவும் பந்தேலர்களின் ராஜாவாகவும் தேர்ந்தெடுத்தனர். அந்தப் படையில் அப்போது 335 வீரர்கள் மட்டுமே இருந்தனர். விரைவிலேயே படை பலம் பெருகியது. சம்பத் ராவின் ஆதாரவாளர்கள் பலரும் விரைவிலேயே இந்தப் படையில் சேர்ந்துகொண்டனர். முதலில் சத்ர சாலின் தாக்குதல்கள் எல்லாம் தமுனி மாவட்டம் மற்றும் மேற்கில் 65 மைல் தொலைவில் இருந்த செல்வ வளம் மிகுந்த சிரோன்ஜி பகுதிகள் மீதே தாக்குதல் நடத்தினர். இந்த இரண்டு பகுதிகளில் இருந்த மொகலாயர்களிடமிருந்து செல்வங்களைக் கவர்ந்து சென்றனர். தமுனி பகுதியின் மொகலாயத் தளபதிகள்

இந்தப் படையைத் தடுத்துப் போரிட்டனர். சில நேரங்களில் வெற்றி பெற்றனர். சில நேரங்களில் தோற்றனர்.

சத்ர சாலுக்குக் கிடைத்த தொடர் வெற்றிகள் பலரையும் அவருடன் கைகோக்கவைத்தன. பண்டி பகுதியைக் கைப்பற்றிய தர்ஜன் சால்கூட இவருடன் இணைந்துகொண்டார். மராட்டியர்களைப் போலவே நான்கில் ஒரு பங்கு வரி கொடுத்த மொகலாயப் பகுதிகளை எதுவும் செய்யாமல் விட்டனர்; மற்றவர்களைத் தாக்கினர். தக்காணப் போரில் ஔரங்கசீப் முழுவீச்சில் இறங்கிவிடவே சத்ர சாலுக்கு இந்தப் பக்கம் வெற்றிகள் பெருக ஆரம்பித்தன. காலிஞ்ஜர், தமுனு , பிஸ்லா எல்லாம் அவர்கள் வசம் வந்தன. தாக்குதல் எல்லைகள் விரிவடைய ஆரம்பித்தன. யமுனை நதி தொடங்கி ராஜபுதன எல்லை வரையிலுமான மால்வா முழுவதும் மற்றும் நர்மதை ஆற்றுப் பகுதி ஊர்கள் அனைத்திலும் சத்ர சாலின் படைகள் மொகலாயர்களைத் தாக்கின. அந்தப் பகுதியில் இருந்த கிளர்ச்சியாளர்கள் அனைவரும் இவரை மையமாகக் கொண்டு செயல்பட ஆரம்பித்தனர்.

1669 மார்ச் வாக்கில் சிரோன் ஜி பகுதிக்கு வடக்கே 70 மைல் தொலைவில் இருந்த ரனோத் பகுதியின் தளபதி ஷேர் அல்கான் கான், சூரஜ் மௌ பகுதிக்கு அருகில் சத்ர சாலை எதிர்த்துத் தாக்கினார். கடுமையான போருக்குப் பின்னர் சத்ர சால் கோட்டைக்குத் தப்பிச் சென்றார். கான் அதை முற்றுகையிட்டார். ஆனால் பந்தேலர்களின் தலைவர் அங்கிருந்து தப்பிவிட்டார். அடுத்த ஆண்டு பழிவாங்கவும் செய்தார். 24, ஏப், 1700-ல் ஷேர் அல்கான் கான், ஜுனா மற்றும் பர்னா பகுதிக்கு அருகில் சத்ர சாலுடன் மோதினார். பந்தேல் படையினர் 700 பேர் கொல்லப் பட்டனர். எஞ்சியவர்கள் தப்பி ஓடினர். சத்ர சாலுக்கும் காயம் பட்டது. ஆனால், அந்தப் போரில் ஷேர் கான் துப்பாக்கியால் சுடப்பட்டுக் கொல்லப்பட்டார்.

1705-ல் பந்தேல்கண்டினருடன் அமைதிப் பேச்சுவார்த்தை மேற்கொள்ளும்படி ஆலம்கீரை ஃபிரோஸ் ஜங் சம்மதிக்கவைத்தார். சத்ரசாலுக்கு நான்காயிரம் வீரர்களைக் கொண்ட படையும் மொலகாய தளபதி பதவியும் தருவதாகச் சொல்லப்பட்டது. தக்காணத்தில் இருக்கும் ஆலம்கீரை வந்து சந்திக்கும்படியும் அழைப்பு விடுக்கப்பட்டது. அங்கு சென்றவர் ஒரு வருட காலம் அவருடன் இருந்தார். ஔரங்கசீபின் மரணத்துக்குப் பின் சொந்த ஊர் திரும்பி சுதந்தரமாக ஆட்சி செய்ய ஆரம்பித்தார். இவருடைய ஆட்சியின் இறுதிக்காலம் பற்றிய தகவல்களுக்கு 'பிந்தைய

மொகலாயர்கள்' என்ற தலைப்பில் இர்வின் எழுதிய நூலைப் பார்க்கவும். அதில் பாரசீக மராட்டிய ஆவணங்களின் அடிப்படையில் விரிவாக எழுதப்பட்டுள்ளது (பக் 227-241).

7. கோண்டு ராஜ்ஜியங்களும் மொகலாயர்களுடனான தொடர்புகளும்

கோண்ட்வானா நவீன கால மத்திய பிராந்தியங்களில் பெரும் பகுதியை உள்ளடக்கியது. விந்திய மலைத்தொடருக்கு இரு பக்கமும் விரிந்து செல்கிறது. இந்தப் பிராந்தியத்தின் வடபகுதியில் 16-ம் நூற்றாண்டில் கர்ஹாவின் கோண்டு ராஜாவால் மிகப் பெரிய சாம்ராஜ்ஜியம் ஸ்தாபிக்கப்பட்டது. ஆனால் அக்பரின் தளபதிகள் இதன் மீது படையெடுத்து வந்து தலைநகர் கர்ஹாவும் சந்திரகர் பகுதியும் நிர்மூலமாக்கப்பட்டன. பிந்தைய மன்னர்கள் மட்டுப் படுத்தப்பட்ட பலத்துடனும் குறைக்கப்பட்ட நிலப்பகுதியுடனும் சந்திரகர் பகுதியை ஆண்டனர். ஆனால் 17-ம் நூற்றாண்டின் நடுப்பகுதிவாக்கில் முழுமையாக நிலைகுலைந்துவிட்டிருந்தனர்.

கோண்ட்வான பிராந்தியத்தின் மத்திய பகுதியிலும் நர்மதை நதிக்குத் தெற்குப் பக்கமும் இருந்த தேவ்கர் பகுதியில் இருந்த குலங்கள் வசம் கோண்டுகளின் ஆதிக்கம் கைமாறியது. தேவ்கர் பகுதிக்கு 25 மைல் தெற்கில் இன்னொரு கோண்டு ராஜாவின் தலைநகர் சந்தா அமைந்திருந்தது. அவர் தேவ்கர் பகுதியின் எதிரியாகவும் அந்தக் குலத்தினரின் பகைவராகவும் இருந்தார். ஔரங்கசீபின் ஆட்சி காலத்தில் இங்கு இருந்த கோண்டு அரசுகள் இவையே. அவர்களுடைய செல்வங்கள், யானை மந்தைகள், ரத்னங்கள் இவையெல்லாம் மொகலாயர்களின் பேராசையைத் தூண்டுவதாக இருந்தன. 1637-ல் மொகலாயப் படை தக்காணப் படையெடுப்பில் இருந்து விடுவிக்கப்பட்டபின்னர் கோண்ட்வானா பகுதிக்குள் நுழைந்தது. உள்ளூர் குலத் தலைமைகளிடமிருந்து வரி வசூலிக்க ஆரம்பித்தனர். தேவ்கர் பகுதியின் ராஜா குகியாவின் தலைமைப் பகுதியான நாக்பூர் மீது படையெடுத்தனர். ஆண்டுதோறும் கப்பம் கட்ட ஒப்புக்கொண்டதையடுத்து அந்தக் கோட்டை அவருக்குத் தரப்பட்டது. ஆனால், கப்பத்தொகையை முறையாகச் செலுத்த வில்லை. 1655-ல் மொகலாயப் படை தேவ்கர் பகுதிக்குள் நுழைந்து மன்னர் கேசரி சிங்கை அவமதித்து மிகுந்த நெருக்கடிக்கு உள்ளாக்கியது. நிலுவைத் தொகை 1666 வாக்கில் 15 லட்சத்தை எட்டியது.

திலிர் கான் தலைமையில் மொகலாயப் படை 1667-ல் கோண்ட்வானாவைத் தாக்கியது. சந்தா பகுதியில் மன்னர் மன் ஜி மல்லர் கீழ்ப்படிய மறுத்திருந்தார். அவருடைய ராஜ்ஜியத்தின் எல்லையில் இருந்த மந்துராவுக்கு மொகலாயப் படை வந்ததும் (பிப் 1667) அவர் அடிபணிந்தார். போர் தவிர்ப்புத் தொகையாக ஒரு கோடியும் ஆண்டு கப்பமாக இரண்டு லட்சமும் தர சம்மதித்தார். திலிர் கான் அங்கு இரண்டு மாதங்கள் தங்கினார். ஒப்புக்கொண்ட தொகையில் ரூ 77 லட்ச ரூபாயைப் பெற்றுக்கொண்டார்.

தேவ்கர் பகுதியின் ராஜாவான குக் சிங் சந்தா பகுதியின் தலைவருக்கு நேர்ந்த கதியைப் பார்த்ததும் அஞ்சினார். திலிர் கானை வந்து சந்தித்து மூன்று லட்ச ரூபாய் அபராதத் தொகை கட்ட சம்மதித்தார். 18 லட்ச ரூபாயை குறிப்பிட்ட காலத்தில் தந்துவிடுவேன் என்றும் ஒப்புக்கொண்டார். ஆனால் சொன்னபடி அவரால் அந்தத் தொகையைத் தர முடிந்திருக்கவில்லை. ஆகஸ்ட் 1669-ல் திலிர் கான் மீண்டும் படையெடுத்துவந்தார். தேவ்கர் பகுதியை ஆக்கிரமித்தார். ராஜா தன் குடும்பத்தினருடன் (இரண்டு சகோதரர்கள், ஒரு சகோதரி) இஸ்லாமுக்கு மதம் மாற்றப்பட்டார். சாம்ராஜ்ஜியம் அவர்களுக்குத் திருப்பித் தரப்பட்டு திலிர்கான் நாக்பூரை விட்டு தக்காணம் நோக்கி 29 மார்ச்சில் புறப்பட்டுச் சென்றார்.

ஆட்சி அதிகாரத்துக்காக மதம் மாறியிருந்தாலும் கோண்டு ராஜாவின் மனோபாவத்தில் மாற்றம் ஏற்பட்டிருக்கவில்லை. அவர் மொகலாயர்களைத் தொடர்ந்து எதிர்க்கவே செய்தார். மார்ச் 1686-ல் இஸ்லாமுக்கு மாறிய வேறொரு வாரிசுக்கு ராஜா பக்த் புலந்து என்று பட்டம் சூட்டப்பட்டு ஆட்சிப் பொறுப்பு ஒப்படைக்கப்பட்டது. அவர் தமது பிராந்தியத்தை விஸ்தரித்து தன் ராஜ்ஜியத்தின் வளத்தை மேலும் பெருக்கினார். பின்னாளில் ஔரங்கசீபின் இறுதிக் காலத்தில் அவருக்கு மிக மிகப் பெரிய அளவில் நெருக்கடிகள் தந்தார்.

சந்தா பகுதியின் ராஜாவான ராம் சிங் அக் 1683-ல் பதவியில் இருந்து இறக்கப்பட்டு கிஷன் சிங் மன்னராக்கப்பட்டார். ஆனால் பழைய மன்னர், ஆட்சியை எளிதில் ஒப்படைக்க மறுத்துவிட்டார். எனவே இதியத் கான் தலைமையில் மொகலாயப்படை 2, நவம்பர், 1684-ல் தலைநகருக்குள் நுழைந்து கிஷன் சிங்கை ஆட்சிக் கட்டிலில் அமர்த்தியது. இவரைத் தொடர்ந்து மூத்த மகன் வீர் சிங் ஜூலை 1696-ல் அரியணை ஏறினார். கப்பத்தொகை முறையாகத் தரப்படாததால் ஆகஸ்ட் 1700 வாக்கில் ஆலம்கீர் இவரை தன்னை வந்து சந்திக்கும்படி உத்தரவிட்டார். 27 ஏப்ரல், 1701-ல் சென்று

சந்தித்து பேரார் மொகலாய அரசின் கஜானாவுக்கு ஒரு லட்ச ரூபாய் கொடுத்தார்.

8. தேவ்கர் பகுதியின் கோண்டு மன்னர் பக்த் புலந்த் விடுதலையை மீட்டெடுத்தல்

ஜுன் 1691-ல் ஆலம் கீர் தேவ்கர் பகுதியின் அரியணையில் இருந்து பக்த் புலந்தை இறக்கிவிட்டு இஸ்லாமுக்கு மாறிய தின்தார் என்ற இன்னொரு கோண்டு பிரமுகருக்கு ஆட்சிப் பொறுப்பைக் கொடுத்தார். சில வருடங்கள் கண்காணிப்பின் கீழ் வைக்கப் பட்டிருந்த பக்த் புலந்த் ஆகஸ்ட் 1695-ல் விடுவிக்கப்பட்டார். வருங்காலத்தில் விசுவாசமாக நடந்துகொள்வேன் என்று உறுதிமொழி தந்ததையடுத்து விடுவிக்கப்பட்டிருந்தார். எனினும் 'அவர் தப்பி ஓடிவிடக்கூடும்; ஒரு கண் அவர் மேல் வைத்திருக்கவும்' என்று ஆலம்கீர் எச்சரித்திருந்தார். இதன் பின்னர் தேவ்கர் பகுதியில் குழப்பம் ஏற்பட ஆரம்பித்தது. தின்தார் மொகலாய ஆதிக்கத்தை எதிர்க்க ஆரம்பித்தார். சந்தா ராஜா கிஷன் சிங்கின் உதவியுடன் மொகலாயப்படை தேவ்கர் பகுதியைக் கைப்பற்றி தின்தாரை போருக்குத் தள்ளியது (மார்ச், 1696). கிஷன் சிங்கின் இரண்டாம் மகன் கன்சிங் இஸ்லாமுக்கு மாறி (நேக்னம் கான் என்ற பெயரில்) தேவ்கர் பகுதியின் அரியணையில் அமர்ந்திருந்தார்.

பக்த் புலந்த் இனியும் மீட்சிக்கு வழி இல்லை என்று சோர்ந்து போயிருந்தார். தேவ்கர் மற்றும் சந்தா பகுதிகளின் மன்னர்கள் ஒரே ஆண்டில் (1696) மாறிவிட்டிருந்த நிலையில் புதிய மன்னர்கள் மிகவும் இளைஞர்களாக இருந்தனர். எனவே இறுதி முயற்சியாக பக்த் புலந்த் மொகலாயப் படையின் கண்காணிப்பில் இருந்து தப்பித்து தேவ்கர் பகுதிக்குத் திரும்பினார். அங்கு சற்றும் தளராத மனதுடன் மொகலாயருக்கு எதிரான நபர்களை ஒன்று திரட்டி, கலகப் படையை வெற்றிகரமாக உருவாக்கினார். ஆத்திரமடைந்த ஆலம்கீர் பேடித்தனமாக பக்த் புலந்த் என்ற பெயரை 'நக்ன புலந்து' என்று மாற்றும்படி உத்தரவிட்டார். விடுதலைக் கலகப்படை பல பகுதிகளுக்குப் பரந்து விரிந்தது. பேரார் தான் முதல் தாக்குதல் இலக்காக இருந்தது. ஃபிரோஸ் ஜங் தலைமையில் வந்த மொகலாயப் படை பக்த் புலந்தின் படையைத் தோற்கடித்து தேவ்கர் பகுதியைக் கைப்பற்றியது (ஜுன் 1699). கலகக் குழுத் தலைவர் அழிக்கப்பட்ட தன் தலைநகரில் இருந்து தப்பிவிட்டார். மால்வா ராஜ்ஜியத்துக்குள் பெரும் படையுடன் சென்று கர்ஹா

ராஜ்ஜியத்தைக் கைப்பற்றினார். நரேந்திர ஷாவை அவருடைய முன்னோர்களின் அரியணையில் அமர்த்தினார் (ஜூலை 1699).

துப்பாக்கி சுடுவதில் தேர்ந்தவர்களான பந்தேல வீரர்களைத் தனது படைக்கு தந்து உதவும்படி சத்ர சாலிடம் விண்ணப்பம் வைத்தார். அதற்கு சன்மானமாக ரூ 30,000 கொடுத்தார். அக்டோபரில் ச்த்ரா கோட்டையில் இருந்த ராஜாராமுக்கு இரண்டு தூதுவர்களை அனுப்பி தேவ்கர் பகுதிக்கு வரும்படியும் மொகலாயர்களின் கவனத்தை திசை திருப்பும்படியும் கேட்டுக்கொண்டார். ஆனால், மராட்டிய மன்னர் தனது தளபதிகளின் ஆலோசனையின் பேரில் அதற்கு மறுத்துவிட்டார். மார்ச் 1701 ஆரம்பவாக்கில் பக்த் புலந்தும் அவருடைய மாமாவும் ஜாம்கர் பகுதியின் ஜமீந்தாருமான நவல் ஷாவுடன் இணைந்துகொண்டு மராட்டியர்களின் உதவியையும் பெற்று 4000 துப்பாக்கி வீரர்கள், 12000 காலாட்படையினருடன் வந்து பேராரின் மொகலாயத் தளபதி அலி மர்தன் கான் தலைமையிலான படையுடன் மோதினார். ஆனால் அவர்கள் மிகக் கொடூரமான முறையில் தோற்கடிக்கப்பட்டனர். நவல் சிங் கொல்லப்பட்டார். பக்த் புலந்த் காயமடைந்தார். பக்த் புலந்தின் இஸ்லாமிய நேச சக்திகளின் எழுச்சிகள் பிப் 1703-ல் உஜ்ஜய்னிக்கு அருகே அப்பாஸ் தலைமையிலும் ஜனவரி 1704-ல் சையது அப்துல் காதர் தலைமையிலும் நடைபெற்றன.

பக்த் புலந்தின் ஆட்சி காலத்தின் தேவ்கருக்கு தெற்கே வாயின்கங்காவுக்கும் கன்னன் நதிக்கும் இடையே உள்ள பகுதிகள் படிப்படியாக வளம் பெற்றன. ஹிந்து, முஸ்லிம் குடியானவர்கள் கோண்டுகளுடன் நல்லிணக்கத்துடன் அந்தப் பகுதிகளில் குடியேறி விவசாயம் செய்ய ஊக்குவிக்கப்பட்டனர். அதனால் இந்தப் பகுதி கடின உழைப்பால் தொழில் வளம் மிகுந்ததாக ஆனது. அனைத்து கிராமங்கள் நகரங்களில் இருந்தும் கோண்ட்வானாவில் வந்து குடியேற மக்கள் வந்தனர். விவசாயம், கைத்தொழில்கள் மற்றும் வணிகமும் கூட வளர்ச்சி பெற்றது. ஔரங்கசீப் இறந்ததும் தேவ்கர் தலைவர் தனது ராஜ்ஜியத்தை மேலும் விரிவாக்கினார். நரேந்திர ஷா இவருக்கு சேனி மாவட்டத்தையும் கொடுத்தார். கோண்டு மக்களின் பழைய நகரமான கேர்லாவையும் தன் ராஜ்ஜியத்துடன் இணைத்துக்கொண்டார். ஆனால் இவருக்குப் பின் ஆட்சிக் கட்டிலில் ஏறிய சந்த சுல்தான் (1739) காலத்துக்குப் பின் தேவ்கர் பகுதியின் ஆதிக்கம் மறைந்தது. மராட்டிய நாக்பூரின் ஆட்சியாளர் இந்தப் பகுதியைத் தன் அரசுடன் இணைத்துக்கொண்டார்.

9. மொகலாயர் காலத்தில் காஷ்மீர்

மொகலாய மன்னர்கள் காஷ்மீரை இன்பச் சுற்றுலா மையமாக மட்டுமே நடத்தினர். அந்தப் பிராந்தியத்தின் முகத்தையோ மக்களின் நிலைமையையோ மாற்ற எந்த முயற்சியும் எடுக்கவில்லை.

எளிய காஷ்மீர மக்கள் வறுமையிலும் அறியாமையிலும் மூழ்கியிருந்தனர். பல கிராமங்களில் பழங்குடித்தனமான எளிமையுடன் வாழ்ந்துவந்தனர். போதிய உடைகள் கூட அணிந்திருக்கவில்லை. தங்கள் உடம்பைச் சுற்றி கம்பளிப் போர்வைகளைப் போர்த்திக்கொண்டிருப்பார்கள். அவ்வளவுதான். எளிதில் சென்று சேர முடியாத தொலைவான பகுதிகள், சாலை வசதியின்மை இவையெல்லாம் வெளியில் இருந்து தானியங்களைக் கொண்டுசேர்க்கச் சிரமமானதாகவே இருந்தன. ஒவ்வொரு பள்ளத்தாக்கும் தற்சார்புடன் அங்கு கிடைக்கும் உணவுப் பொருட்களைக் கொண்டு திருப்தியடையவேண்டியிருந்தது. வெள்ளம் அல்லது பனிப் பொழிவு போன்ற பேரிடர்களினால் பாதைகள் துண்டிக்கப்பட்டால் அங்கு வசித்தவர்கள் ஆயிரக்கணக்கில் பஞ்சத்தில் இறந்தனர். நாகரிக உலகிலிருந்து இந்தப் பகுதி வெகுவாகத் துண்டிக்கப்பட்டிருந்தது. சாலை வசதிகள் இல்லாததால் அங்கு விளைபவை, உற்பத்திப் பொருட்கள் இவற்றை விற்பதற்கு சந்தை வசதியும் இல்லை. கைவினைத் தொழில்களும் பெரிய அளவில் அங்கு வளர்ந்திருக்கவில்லை. கம்பள நெசவு கூட முழுவதும் மொகலாய அரசாங்கத்தின் ஏகபோக உரிமையின் கீழ் இருந்தது. எனவே அரசாங்கத் தொழில் மையங்களில் வேலை செய்து அன்றாடக் கூலி பெற்றுத்தான் வாழ்ந்து வந்தனர். காஷ்மீரின் அற்புதமான காகிதக் கலைப் படைப்புகள், மென்மையான காகிதங்கள் கூட அரசவைப் பயன்பாட்டுக்கு மட்டுமே அவர்களின் தேவைக்கு ஏற்ப மட்டுமே உற்பத்தி செய்யப்பட்டன.

காஷ்மீர் எந்த அளவுக்குப் பின்தங்கியதாக இருந்ததென்றால் அந்த கலாசாரத்தின் மேட்டுக்குடிகள் கூட மொகலாயப் பேரரசில் மன்சப்தார்கள் போன்ற பதவிகளுக்கு நியமிக்க முடியாதவர்களாகவே ஔரங்கசீபின் இறுதிக்காலம் வரையிலும் இருந்தனர். 1699-ல் தான் ஆலம்கீர் காஷ்மீரைச் சேர்ந்தவர்களை மன்சப்தாராக நியமித்ததாக நமக்குத் தெரியவருகிறது. எந்த காஷ்மீர இந்துவுக்கும் மொகலாய ஆட்சி காலத்தில் எந்தப் பதவியும் கிடைத்திருக்கவில்லை. அந்தப் பகுதியைச் சேர்ந்த எளிய சாதாரண முஸ்லிம்களை எடுத்துக்கொண்டால் அவர்கள் படிப்பறிவில்லாத, நாகரிகமற்றவர்

களாகவே கருதப்பட்டனர். பொய்யர்களாகவும் கோழைகளாகவும் ஏமாற்றுக்காரர்களாகவுமே அவர்களைப் பார்த்தனர். இதனால் மொகலாயர்கள் மத்தியில் காஷ்மீர முஸ்லிம்களை, 'இனிக்கப் பேசி மயக்கும் ரௌடிகள்' என்பதாகவே கருதினர். அறியாமை, ஏழ்மை, பழங்குடி சமூக அமைப்பு இவையெல்லாம் இந்த மக்களை அடிமை நிலையிலும் அவர்களுடைய மனைவியர், மகள்களின் கண்ணியத்தை விலை பேசுபவர்களாகவுமே வைத்திருந்தன.

எந்த அளவுக்கு அறியாமை இருந்ததோ அந்த அளவுக்கு மூட நம்பிக்கையும் நிறைந்திருந்தது. இஸ்லாமிய மத போதகர்களின் ஒட்டுண்ணி கும்பல் பெருகியது. அவர்களின் சீடர் கூட்டமும் இதமான தட்பவெப்ப நிலை நிலவும் அந்தப் பிராந்தியத்தில் மக்களின் அறியாமையை வெகுவாகப் பயன்படுத்திக்கொண்டு ஏமாற்றின. காஷ்மீர் போன்ற நகரங்களில் ஷியாக்களுக்கும் சன்னிகளுக்கும் இடையிலான பகைமை தீவிரமான வன்முறை மற்றும் உள் நாட்டுக்குப் போருக்குத் தொடர்ந்து வழிவகுத்த வண்ணம் இருந்தன. எந்தவொரு பிரிவையும் சாராத நடுநிலையான வலிமையான நபரால்தான் இரு தரப்புக்கும் இடையே சமாதானத்தை உருவாக்க முடியும் என்ற நிலை இருந்தது. ஷியா, சன்னி வகுப்பைச் சேர்ந்த தனிநபர்களுக்கு இடையிலான மோதல் விரைவிலேயே இரு தரப்புக்கிடையிலான கும்பல் கலவரங்களாக வெடித்துவந்தன.

தலைநகரில் இருந்த சன்னி கும்பல், ஹாஜியார்களின் பொறி பறக்கும் பேச்சுகளால் தூண்டப்பட்டு ஷியா முஸ்லிம்களின் குடியிருப்புகளைச் சூறையாடியும் எரித்தும் கொள்ளையடித்தும் வந்தனர். கைக்குக் கிடைக்கும் ஷியா முஸ்லிம்கள் அனைவரையும் கொன்று குவித்தனர். சில நேரங்களில் அந்தப் பகுதியை நிர்வகிக்கும் மொகலாய அரசுத் தரப்புப் படைகளுக்கும் இந்த கும்பல்களுக்கும் இடையிலும் கடுமையான மோதல்கள் வெடிப்பதுண்டு. தாங்கள் கும்பல் கொலை செய்ய விரும்பும் ஏதேனும் ஷியா முஸ்லிமுக்கு அடைக்கலம் தந்தால் வைஸ்ராயின் விடுதிகூட சன்னி முஸ்லிம் கும்பலின் வன்முறைக்குத் தப்பமுடியாததாகவே இருந்தது.

காஷ்மீர கிராமத்தினர் அரை நிர்வாணமாக, ஏழ்மையில், அறியாமையில், அசிங்கங்களில் மூழ்கியிருந்தனர். நகரவாசிகளோ இதற்கு எந்த அளவும் மேலானவர்கள் அல்ல; ஏரிகளில் திடீரென்று வரும் அபாயகரமான வெள்ளங்களின் காரணமாக ஆறுகள் அல்லது ஏரிகளின் உயரமான முகத்துவாரத்தில் நெருக்கமாகத் தமது

குடியிருப்புகளை அமைத்துக்கொண்டிருந்தனர். அடிக்கடி நில நடுக்கமும் ஏற்படும் என்பதால் வீடுகளை மிகவும் லகுவான மரப் பொருட்களைக் கொண்டே கட்டிக் கொள்ளவேண்டியிருந்தது. அங்கு நிலவும் கடுங்குளிரின் காரணமாக ஒவ்வொரு வீட்டிலும் இரவும் பகலும் விறகுகள் எரிந்துகொண்டே இருக்கவேண்டியிருக்கும். இத்தகைய இயற்கைச் சூழல்களின் இன்னொரு அங்கமாகக் காட்டுத் தீயும் அடிக்கடிப் பரவும். தீ மூண்டால் ஒரு முனையில் தொடங்கி மறு முனைவரை எரிந்து மரங்கள், புற்கள் அனைத்தையும் சாம்பலாக்கிவிடும்.

10. ஔரங்கசீபின் வைஸ்ராய்களும் அவர்கள் காஷ்மீரில் செய்தவையும்.

ஔரங்கசீபின் ஆட்சி காலத்தில் காஷ்மீரில் 48 ஆண்டுகளில் 12 சுபேதார்கள் இருந்தனர். அடுத்தடுத்து வந்த நிர்வாகிகளின் குண நலன்களுக்கு ஏற்ப இவர்களின் பதவிக்காலமும் மாறியவண்ணம் இருந்தது. இதிமத் கான், ஃபாஸில் கான் போன்றோர் மிகவும் அக்கறையுடன் அறிவார்ந்த முறையில் நீதி வழங்கினர். ஸாஹிஸ்தே கான் போன்றோர் சுய நலமும் பேராசையும் மிகுந்தவர்களாக சட்ட விரோதமான வழிகளில் தங்களை வளப்படுத்திக்கொண்டனர்.

ஔரங்கசீபின் ஆட்சி காலத்தில் இரண்டு பெரிய நில நடுக்கங்கள் ஜூன் 1669, மற்றும் 1681-ல் ஏற்பட்டன. தலைநகர்ப் பகுதியில் 1673 மற்றும் 1678-ல் பெரும் காட்டுத் தீ விபத்துகள் நடந்தன. 1681-ல் பெரு வெள்ளம் ஏற்பட்டது. 1688-ல் பெரும் பஞ்சம் ஏற்பட்டது. காஷ்மீர வரலாற்றில் ஔரங்கஜீபின் விமர்சையான ராஜ அணிவகுப்பு (1663) பற்றி பெர்னியர் மிக அற்புதமாக வருணித்திருக்கிறார் (தேதி மட்டும் தவறாகக் குறிப்பிட்டிருக்கிறார்). திபெத் பகுதியை (1666) வென்றெடுத்தது ஒரு முக்கிய நிகழ்வு. அதன் ஆட்சியாளர் தல்டால் நம்ஜல் (பாரசீக ஆவணங்களில் உள்ள பெயர்) இஸ்லாமுக்குத் தலைவணங்கினார்.

1684-ல் நடைபெற்ற வன்முறைதான் ஷியா - சன்னி வரலாற்றிலேயே நடந்த மிக மிகக் கொடூரமான மோதலாக இருக்கும். ஸ்ரீநகரில் இருக்கும் ஹஸனாபாத் ஷியாக்களின் கோட்டை. அந்தப் பகுதியைச் சேர்ந்த அப்துஸ் ஷாகுரும் அவருடைய மகன்களும் சாதிக் என்ற சன்னி முஸ்லிம் நபருக்கு ஏதோ தீங்கு இழைத்துவிட்டனர். அவர்களுக்கிடையிலான பகைமை நீண்ட காலம் நீடித்து வந்தது. இந்தச் சண்டையின்

அங்கமாக அந்த ஷியாக்கள் முதல் மூன்று காலிஃபாக்களைப் பற்றித் தரக்குறைவாகப் பொதுவெளியில் பேசியிருக்கிறார்கள் (அந்த காலிஃபாக்களை ஷியாக்கள் தமது புனித நூல்களின் படி ஆக்கிரமிப்பாளர்களாகவே கருதினர்). குற்றவாளிகள் கவர்னர் இப்ராஹிம் கானிடம் அடைக்கலம் தேடினர். ஹாஜியார் முஹம்மது யூசுஃப் வன்முறைத் தூண்டும் வகையில் வெறித்தனமாகப் பேசி நகரில் இருந்த சன்னி கும்பலைத் தூண்டிவிட்டார். அவர்கள் கும்பலாகச் சென்று ஹஸனாபாத் பகுதியைத் தீக்கிரையாக்கினர்.

இந்த வன்முறையின்போது கவர்னரின் மகன் ஃபிதாய் கான் வீட்டை விட்டு வெளியே வந்து ஹசனாபாத் ஷியாக்களுக்கு உதவிகள் செய்தார். திபெத்திலிருந்து திரும்பியிருந்த சில காபூல் அதிகாரிகளும் சில உள்ளூர் மன்சப்தர்களும் வந்து சேர்ந்ததை யொட்டி சன்னி கும்பலின் பலம் வெகுவாக அதிகரித்திருந்தது. அவர்கள் கவர்னரின் மகனை எதிர்த்தனர். இரு இஸ்லாமியத் தரப்பிலும் பலர் கொல்லப்பட்டனர். இரு கும்பல்களும் கொலைவெறியுடன் வன்முறையில் ஈடுபட்டன.

வேறு வழியின்றி இப்ராஹிம் கான் தன்னிடம் அடைக்கலம் தேடியிருந்த அப்துஸ் ஷாகுர் மற்றும் குற்றம் சாட்டப்பட்ட ஷியாக்கள் அனைவரையும் ஹாஜியாரிடம் ஒப்படைத்தார். மார்க்கத் தீர்ப்பின்படி அப்துஸூக்கும் அவருடைய இரண்டு மகன்களுக்கும் மரண தண்டனை விதிக்கப்பட்டது. சன்னி கலவரக்காரர்களின் கட்டுப்பாட்டில் நகரம் போய்விட்டிருந்தது. முஃப்தி ஒரு சன்னியாக இருந்தபோதிலும் ஷியாக்களுக்கு ஆதரவாக இருந்ததால் அவர் வீட்டையும் கொள்ளையடித்தனர். ஷியாக்களின் மத போதகரான பாபா காசிம் தெருவில் இழுத்துவரப்பட்டு, அவமானப்படுத்தப் பட்டுக் கொல்லப்பட்டார். ஃபிதாய் கான் களத்தில் இறங்கி சன்னிகளின் தலைவர்களில் ஒருவனையும் கலவர கும்பலில் பலரையும் கொன்றார். இப்ராஹிம் கானின் மாளிகைக்கும் தீ வைத்தார்! அதன் பின் சன்னி முஸ்லிம் பிரிவைச் சேர்ந்த பக்வா பாபா, ஹாஜியார், எழுத்தர், அந்த பிராந்தியத்தின் பக்ஸி, தலைநகரில் முக்கிய பிரமுகர்கள் சிலர் என பலரையும் கைது செய்தார். இந்தக் கடுமையான நடவடிக்கைகளையடுத்து மெள்ள அமைதி திரும்பியது. ஆனால் சன்னி முஸ்லிமான ஔரங்கசீப் இந்தச் செய்தியைக் கேள்விப்பட்டதும் கோபமடைந்து இப்ராஹிம் கானைப் பதவியில் இருந்து நீக்கினார். சன்னி முஸ்லிம்களை உடனே விடுவிக்கவேண்டும் என்று உத்தரவிட்டார்.

1698-99 -ல் நடந்த இன்னொரு சம்பவமும் இஸ்லாமியர்களிடையே மத உணர்வுகளைப் பொங்கிப் பிரவகிக்கச் செய்தது. பீஜாப்பூரில்

க்வாஜா நூருத்தீன் கைப்பற்றியிருந்த இறைத்தூதர் முஹமதுவின் புனித தலைமுடியை க்வாஜா நூருத்தீன் இறந்த பின்னர் காஷ்மீருக்கு அவருடைய சடலத்துடன் பத்திரமாக அனுப்பிவைக்கப்பட்டது. அந்த புனித கேசத்தைத் தொட்டுப் பார்க்கவேண்டும் என்று இஸ்லாமியர் அனைவரும் தெருவில் கூடிவிட்டனர்.

இன்னொரு முறை காஷ்மீர மக்களின் மனநிலையை வெளிப்படுத்தும் சம்பவம் மே 1692-ல் நடைபெற்றது. ரமலான் மாதத்தில் எங்கிருந்தோ வந்த மீர் ஹுசேன் என்பவர் தக்த் இ சுலைமான் மலைக்கு அருகில் ஒரு மதரஸா அமைத்து வாழத் தொடங்கியிருந்தார். ரமலான் மாதத்தின்போது வெகு விமர்சையாகக் கொண்டாடினார். ஸ்ரீநகரைச் சேர்ந்த பல இஸ்லாமியர்கள் இயற்கைக் காட்சிகளை ரசிக்கவும் சுற்றுலாவுக்கும் அங்கு சென்றிருந்தனர். முன் மாலையில் இடியும் மின்னலுமாக புயல்காற்று வீசத் தொடங்கியது. ஒட்டு மொத்த பிராந்தியமும் இரவைப்போல் முழு இருளில் மூழ்கிவிட்டது. சிறிது நேரம் அப்படியே நீடித்தது. சூரியன் அஸ்தமித்துவிட்டது போலிருக்கிறது என்று நினைத்து ரமலான் நோன்பை முடித்துக்கொண்டனர். இரண்டு மூன்று மணி நேரம் கழித்து இருள் விலகி சூரியன் வெளிப்பட்டது. இஸ்லாமியர் அனைவரும் முட்டாளாக்கப்பட்டதுபோலவும் பெரும் தவறிழைத்ததுபோலவும் அதிர்ச்சியில் உறைந்தனர்.

புனித ரமலான் நோன்பு மாதத்தில் பகலில் உணவு உண்பது போன்ற பெரும் பாவம் வேறெதுவும் இருக்கமுடியாது. காஷ்மீரில் இருந்த உயர்ந்தவர் தாழ்ந்தவர் என்ற பேதமின்றி அனைவருமே இந்த திடீர் இருளானது புதிதாக வந்த சூஃபியின் மாந்திரிகத்தால் தான் நடந்ததாகச் சொன்னார்கள். மார்க்கத்தைக் காப்பவரும் ஏக இறைவனை அறிந்தவருமான ஆலம்கீர் இந்தக் குற்றச்சாட்டு உண்மையே என்று ஏற்றுக்கொண்டு அந்த மாந்திரிகரை அந்தப் பிராந்தியத்தில் இருந்து உடனே விரட்டியடித்தார்.

11. குஜராத்தின் பாதகமான நிலையும் பலதரப்பட்ட மக்கள் கூட்டமும்

குஜராத்தின் வளத்துக்கு அதன் மக்களின் கைவினைக் கலைத் திறமையும் வணிகமும்தான் முக்கிய காரணம். கைவினைக் கலைகள் எல்லாம் அரணால் சூழப்பட்ட பாதுகாப்பான நகரங்களிலும் அவற்றின் அரவணைப்பில் இருக்கும் அமைதியான

கிராமங்களிலும்தான் சாத்தியம். வணிகத்தைப் பொறுத்தவரையில் குஜராத்தில் இருந்த ஹிந்துக்கள், முஸ்லிம்கள் அனைவருமே இந்தியாவின் பிற பகுதியினரைவிட வணிக சாமர்த்தியம் மிகுந்தவர்களாகவே இருக்கிறார்கள் என்பது உண்மையே. ஆனால், குஜராத் ஒருவகையில் வணிகத்துக்கு மிக மிக உகந்த சூழலைக் கொண்டதாகவும் இருக்கிறது. கந்தேஷ், பேரார், மால்வா மற்றும் இந்தியாவின் வட பகுதிகள் என வளமான அனைத்து பகுதிகளும் ஏற்றுமதியில் ஈடுபடவேண்டுமென்றால் குஜராத் துறைமுகத்தையே பெரிதும் சார்ந்திருக்கிறார்கள். ஹிந்துக்களின் காலத்தில் பரூச் துறைமுகமும் இஸ்லாமியர்களின் ஆட்சி காலத்தில் சூரத்தும் இந்தியாவின் மாபெரும் துறைமுகங்களாகத் திகழ்ந்தன.

மொகலாயர்களின் காலகட்டத்தில் பிற இஸ்லாமிய நாடுகளுக்கு இந்தியாவின் நுழைவாயிலாக குஜராத்தே இருந்தது. குஜராத் துறைமுகம் வழியாகத்தான் அரேபியாவின் புனித நகரங்களுக்கு முஸ்லிம் புனிதப் பயணிகள் சென்றனர். ஷியா முஸ்லிம்கள் நஜஃப், கர்பலா முதலான புனித நகரங்களுக்குச் சென்றனர். பயணிகள், வணிகர்கள், அறிஞர்கள், சாகஸ விரும்பிகள், வளமான வாழ்க்கையைத் தேடுபவர்கள், பாரசீகம், அரேபியா, துருக்கி, எகிப்து, ஜன் ஜிபார் மட்டுமல்ல குர்துஸ்தான், பர்பாரி பகுதிகளில் இருந்துகூட அரசியல் அகதிகள் என அனைவரும் குஜராத் துறைமுகங்கள் வழியாகவே இந்தியாவுக்குள் நுழைந்தனர். அது மிகவும் வசதியானதாக, மலிவானதாக, மிகவும் பாதுகாப்பான கடல் வழிப் பாதையாக இருந்தது. சுலைமான், ஹிந்து குஷ் வழியான நில வழிப் பாதைகள் பெரிதும் புறக்கணிக்கப்பட்டதாகவே இருந்தன.

துறைமுக நகரமாக இருப்பதால் அங்கு பல தரப்பட்ட மக்கள் வசித்துவந்தனர். பழங்காலத்திலிருந்தே அந்நிய நாட்டினர், குறிப்பாக அக்னியை வழிபடும் பாரசீகர்கள், அதோடு தொடர்புடைய இஸ்லாமிய மரபிலிருந்து விலகிய போஹரா முஸ்லிம்கள், பழமைவாதம் சாராத மஹ்தவிகள் என பன்மைத்துவ மக்கள் அங்கு வசித்துவந்தனர். மொகலாயர்கள் வருவதற்கு முன்பாகவே இங்கு வந்து சேர்ந்திருந்த பல்வேறு இஸ்லாமியப் பழங்குடி குலங்கள் இவையெல்லாம் இந்தப் பிராந்தியத்துக்குப் பலதரப்பட்ட இனங்களின் பன்முகப்பட்ட அடையாளத்தைத் தந்திருந்தன.

ஹிந்துக்கள் தரப்பில் பார்த்தால் மேலும் பன்முகத்தன்மை மிளிர்வதாகவே இருக்கிறது. 17-ம் நூற்றாண்டுவாக்கில் பழங்குடி மரபுகளில் இருந்து துண்டிக்கப்படாமல் முறையான அரசக்

கட்டமைப்பு உருவாகாமல் தென் பகுதியில் கோலிகள், தென் கிழக்கில் பக்லானா பகுதியில் பில்கள், கிழக்கு எல்லையில் முழு ராஜபுத்திரர்கள், பகுதி ராஜபுத்திரர்கள், வேட்டைக் குலங்களான கிராஸியா, மேற்குப் பக்கம் கத்ரிகள் போன்ற பலதரப்பட்ட குலத்தினர் வாழ்ந்துவந்தனர். இவர்களுக்கிடையிலான மோதல் களினால் இந்தப் பகுதியில் எப்போதுமே ஒருவித அமைதி யின்மையே நிலவியது. இந்தக் குழுக்களோடு ஔரங்கசீபின் காலத்தில் மராட்டியர்களும் இங்கு ஆதிக்கம் செலுத்தி மொகலாயர்களை அடியோடு இங்கிருந்து அப்புறப்படுத்தினர்.

12. ஔரங்கசீபின் ஆட்சி காலத்தில் குஜராத்தின் நிர்வாகிகள்

ஔரங்கசீபின் ஐம்பது ஆண்டுகால ஆட்சியில் குஜராத் பகுதியை *12* மொகலாய நிர்வாகிகள் ஆட்சி செய்தனர். அவர்களில் மஹ்பத் கான் (ஆறு ஆண்டுகள் *1662-1668*), ஷுஜாயத் கான் (*17* வருடங்கள், *1684-1701*), இளவரசர் முஹம்மது ஆஸம் (*4* வருடங்கள், *1701-1705*) ஆகியோர் நீண்ட காலம் நிர்வகித்தனர். எஞ்சிய *13* ஆண்டுகளில் எட்டு சுபேதார்கள் நிர்வாகம் செய்தனர்.

குஜராத்தில் மத்திய காலங்களில் கடும் பஞ்சங்கள் நிறைய ஏற்பட்டுள்ளன. ஔரங்கசீப் காலத்திலும் இவை தொடரவே செய்திருக்கின்றன. *1681*, *1684*, *1690-91*, *1695-96*, *1698* காலகட்டங்களில் பஞ்சங்கள் ஏற்பட்டிருக்கின்றன. *1681*-ல் உணவுத் தட்டுப்பாடு காரணத்தால் தலைநகரில் பெரும் கலவரமே மூண்டியிருக்கிறது. 'பட்டானில் இருந்து ஜோத்பூர் வரையிலும் ஒரு சொட்டு தண்ணீரோ ஒரு புல் பூண்டோ கூடப் பார்க்கமுடியாத நிலையே இருந்ததாக' (*1696*) குறிப்பிடப்பட்டிருக்கிறது. இந்த இயற்கைப் பேரிடர்களோடு நோய்த்தொற்றினாலும் பல நகரங்கள் துடைத்தழிக்கப்பட்டன.

போர்களை எடுத்துக்கொண்டால் ராஜபுத்திரர்களின் போர் குஜராத்தின் வடகிழக்கு எல்லைப் பகுதிகளையும் பாதித்திருக்கின்றன. மஹாராணா ராஜ் சிங்கின் மகன் பீம் சிங் காலத்தில் வட்நகர், விஷால் நகர் மற்றும் பல வளமான நகரங்கள் தாக்குதலுக்கு உள்ளாகின.

13. குஜராத் மீதான மராட்டியப் படையெடுப்பு, 1706.

1706 வாக்கில் மொகலாயர்கள் மீது மராட்டியப் படை ஏற்படுத்திய மிகப் பெரிய அழிவு அஹமதாபாதிலிருந்து இளவரசர் ஆஸம்

புறப்பட்டு சென்றதற்கும் (25, நவ, 1705) பிதார் பக்த் வந்து சேர்ந்ததற்கும் இடையிலான (30, ஜூலை, 1706) காலகட்டத்தில் நடைபெற்றது. தளபதி தன யாதவின் தலைமையில் மராட்டியப்படைகள் இந்த வாய்ப்பைப் பயன்படுத்திக் கொண்டன. ராஜ்பிப்லா பகுதியில் இருந்த ரத்தன்பூரில் இரண்டு மொகலாயப் படைகளை தன யாதவ் தலைமையிலான படை முதலில் தோற்கடித்தது. அதன் தளபதிகளாக இருந்த சஃப்தர் கான் பாபி மற்றும் நஸர் அலி கான் ஆகிய இருவரும் சிறைப்பிடிக்கப்பட்டு பிணைத்தொகை கேட்கப்பட்டது. அவர்களுடை முகாம்கள் சூறையாடப்பட்டன. பல இஸ்லாமியப் படையினர் கொல்லப் பட்டனர். எஞ்சியவர்கள் சிறைப்பிடிக்கப்பட்டனர் (15, மார்ச், 1706).

துணை நிர்வாகியாக இருந்த அப்துல் ஹமீது கான் வேறொரு படையுடன் வந்து சேர்ந்தார். அவருடைய சிறிய படையை வெற்றி முகத்தில் இருந்த மராட்டியப் படை பாபா பியாரா நீரோடை அருகே சுற்றிவளைத்தது. துணை நிர்வாகி உட்பட முக்கிய தலைவர்கள் அனைவரும் சிறைப்பிடிக்கப்பட்டனர். அவர்களுடைய முகாமில் இருந்த உடமைகள் எல்லாம் கைப்பற்றப்பட்டன. அதன் பின் மராட்டியர்கள் சுற்று வட்டாரப் பகுதிகளிலிருந்து நாலில் ஒரு பங்கு வரி தரவேண்டும் என்று உத்தரவிட்டனர். தரத் தவறிய மொகலாயக் கிராமங்கள், ஊர்களைத் தாக்கினர். செல்வ வளம் மிகுந்திருந்த மொகலாய பரோடா பகுதியை கோலி பழங்குடியினர் இந்த வாய்ப்பை நன்கு பயன்படுத்திக்கொண்டு இரண்டு நாட்கள் தாக்கி உடமைகளைக் கைப்பற்றினர்.

14. போஹரா முஸ்லிம்கள் மற்றும் கோஜா முஸ்லிம்கள் மீதான மதவாத ஒடுக்குமுறைகள்

குதுப் என்ற இஸ்லாமிய பிரிவின் நிர்மாண போதகருக்கு ஔரங்கசீப் தன் ஆட்சியின் தொடக்க காலத்தில் மரண தண்டனை விதித்தார். 1705-ல் குதுப் போதகரின் சீடரும் அந்தப் பிரிவின் தலைவருமான கான் ஜி இஸ்லாமிய மார்க்க வழிமுறைகளைத் திரித்து பிரசாரம் செய்ய 12 ஆதரவாளர்களை ரகசியமாகப் பயிற்றுவித்து அனுப்பியதாகக் கேள்விப்பட்ட ஔரங்கசீப் அந்த 12 பேரையும் அந்த இஸ்லாமிய கிளையின் நபர்களையும் கைது செய்ய உத்தரவிட்டார். அதன் தலைவரை தொடர் கண்காணிப்பின் கீழ் வைத்தார். அவர்களுக்கு கிடைத்த நன்கொடைகள், அவர்களுடைய 60 புனித நூல்கள் அனைத்தையும் தன் கட்டுப்பாட்டின் கீழ் கொண்டுவந்தார். அதே நேரத்தில் மொகலாய அரசின் சார்பில்

பழமைவாத மௌல்விகளைக் கொண்டு போஹரா முஸ்லிம்களில் இருந்த எளிய, வறிய மக்களின் குழந்தைகளுக்கு சன்னி முஸ்லிம் போதனைகளையும் வழிமுறைகளையும் கற்றுக்கொள்ளும்படி உத்தரவிட்டார். போஹரா முஸ்லிம்களின் மசூதிகளையெல்லாம் சன்னி மசூதிகளாக மாற்றினார்.

கோஜாக்கள் என்றொரு கத்தியவாரிலும் முமீன்கள் என்று குஜராத்திலும் அழைக்கப்பட்ட பிரிவினர் வசித்துவந்தனர். இந்து தர்மத்தில் இருந்து சையது இமாம் உத்தீன் என்ற சூஃபியால் மதம் மாற்றப்பட்ட இவர்கள் அஹமதாபாத்துக்கு 9 மைல் வெளியே உள்ள கர்மலா பகுதியில் இருந்த அவருடைய சமாதியை முக்கியமான புனித வழிபாட்டுமையமாக வழிபட்டுவந்தனர். சூஃபிகளுக்கு உருவ வழிபாட்டு பூஜைகள் செய்து, திரைக்குப் பின்னால் சிம்மாசனத்தில அம்ர்ந்திருக்கும் அவருடைய காலில் முத்தமிட்டும் தங்கம், வெள்ளி பொருட்களை காணிக்கையாக வழங்கியும் வணங்கினர். அவருக்கு தன் விருப்பத்துடன் தம் வருமானத்தில் பத்தில் ஒரு பங்கை தசம பாகமாக வழங்கினர். ஔரங்கசீப் அந்த சையது ஷாஜி என்ற சூஃபியை கைது செய்து அழைத்துவரச் சொல்லி உத்தரவிட்டார். வரும் வழியில் அந்த சூஃபி விஷம் அருந்தி இறந்துவிட்டார். பதிலுக்கு அவருடைய 12 வயது மகனை ஔரங்கசீபின் அவைக்கு அழைத்துச் சென்றனர். இதையெல்லாம் கேள்விப்பட்ட அவருடைய ஆதரவாளர்கள் தமது போதகரைக் கொன்றுவிட்டதாகச் சொல்லி மொகலாய நிர்வாகி மீது ஆத்திரமடைந்தனர். பரூச் பகுதியின் மொகலாயத் தளபதியைத் தாக்கிக் கொன்றனர். அந்த நகரை 4000 பேர் சேர்ந்துகொண்டு கைப்பற்றி தமது கட்டுப்பாட்டில் வைத்துக்கொண்டனர் (அக், 1685). பின்னர் அந்தப் பகுதியின் மொகலாய சுபேதார் கோட்டைக்குள் இருந்த கிளை மதப் பிரிவினரை வெட்டிக் கொன்று கோட்டையைக் கைப்பற்றினார்.

அத்தியாயம் - 19

ஔரங்கசீபின் குணங்களும் ஆட்சி மீதான அதன் தாக்கமும்

1. இந்தியாவின் வளர்ச்சிக்கு வித்திட்ட அமைதி

மொகலாயப் பேரரசு ஔரங்கசீப் தில்லியில் ஆட்சிக் கட்டிலில் ஏறியபோது, அதன் மாபெரும் வெற்றியையும் அதிகாரத்தையும் எட்டியதாகவே வெளியுலகப் பார்வையாளர்கள் பலருக்கும் தோற்றமளித்திருக்கிறது. 'இந்தியாவின் வளம்' குறித்த கதைகள் தூர தூர தேசங்களை எல்லாம் சென்று சேர்ந்திருந்தன. பேரரசர் ஔரங்கசீபின் அரசவையின் கம்பீரம் பெரும் ஆடம்பரங்களுக்கும் ஆர்ப்பாட்டங்களுக்கும் பழகியவர்களைக்கூட வியப்பில் ஆழ்த்துவதாகவே இருந்திருக்கிறது. நிர்வாக விஷயங்களைக் கற்றுத் தேர்ந்தவரும் போர்க்கள அனுபவங்கள் மிகுந்த தளபதியுமான அவர் அதி தூய மத நம்பிக்கை கொண்டவராகவும் சொந்த வாழ்க்கையில் எளிமையும் ஒழுக்கமும் மிகுந்தவராகவும் இருந்தார். உடல் வலு மற்றும் மன வலிமை கொண்ட அவர் வளமான பாரம்பரியம் ஒன்றின் தலைமைப் பதவிக்கு வந்தபோது அனைத்து மக்களும் அவருடைய ஆட்சி காலம் மகத்தான, நினைத்துப் பார்க்கமுடியாத சாதனைகளைச் செய்துகாட்டும் என்றே எதிர்பார்த்திருந்தனர். ஆனால் ஔரங்கசீபின் நீண்ட நெடிய ஆட்சி காலம் முழுக்கவும் அழிவும் சோகமும் நிரம்பியதாகவே

ஆகிவிட்டிருக்கிறது. இதற்கு எது காரணம் என்பது ஒரு வரலாற்று ஆசிரியர் அதிக அக்கறையுடன் அலசிப் பார்க்கவேண்டிய ஒரு விஷயமாக இருக்கிறது.

மித வெப்பமும் ஈரப்பதமும் வளமும் மிகுந்த இந்திய தேசத்தின் தேசிய வாழ்க்கையின் ஆதார அம்சம் நல்லொழுங்குதான். பகைமைபாராட்டும் மனிதர்கள், விலங்குகள், சுட்டெரிக்கும் சூரியன், மழை என எதன் மூலம் எந்தப் பெரிய இழப்பு ஏற்பட்டாலும் உடனேயே சரிசெய்துகொண்டுவிடும் குணம் கொண்ட தேசம் அது. உலகின் பிற பகுதிகளைவிட இந்த தேசத்தில் வாழ்பவர்களிடம் இந்த ஒழுங்கு மிகுதியாகவே இருக்கிறது. அமைதியான சூழலை உருவாக்கித் தந்துவிட்டால் இந்த தேசத்தினர் செல்வம், வலிமை, நாகரிகம் என அனைத்திலும் மழையைத் தொடர்ந்து பல்கிப் பெருகும் தாவரங்களைப் போல் செழித்து வளர்வார்கள். இயற்கை வளமும் பாதிக்கு மேற்பட்ட மக்கள் வாழ்ந்த வட இந்தியப் பகுதிகளில் அக்பர், அவருடைய மகன், மற்றும் பேரனுடைய வலிமையான அறிவார்ந்த நூற்றாண்டுகால ஆட்சியின் மூலம் அமைதியும் வளமும் சாத்தியப்பட்டிருந்தது.

இரண்டாம் பானிப்பட் போருக்குப் பின்னர் சுமார் நூறுக்கு மேற்பட்ட போர்களில் மொகலாயர்கள் வெற்றி பெற்றதை வைத்துப் பார்த்தபோது அவர்களை யாராலும் போர்களில் வெல்லமுடியாது; அவர்களுடைய ஆட்சிப் பகுதிகளை பிரிக்கவோ அழிக்கவோ முடியாது என்றே இந்தியர்கள் அனைவரும் கருதியிருந்தார்கள். சிவாஜி இந்த மன மயக்கத்தை முறியடித்தார். இந்தியாவில் மொகலாய ஆட்சியை நியாயப்படுத்தும் அம்சமாக இருந்த அந்த அமைதி ஔரங்கசீபின் மறைவின் போது இந்தியாவில் இருந்திருக்கவில்லை.

இந்தியா போன்ற பெருமளவுக்கு விவசாயத்தை நம்பிய ஒரு தேசத்தில் விவசாயிகளே தேசத்தின் ஒரே சொத்து. ஆண்டு தேசிய வருமானத்துக்கு நிலமே (அதன் மூலமான விளைச்சலே) நேரடியாகவோ மறைமுகமாகவோ அச்சாணியாக இருந்தது. கைவினைக் கலைஞர்கள் எல்லாம்கூட விவசாயிகளையே சார்ந்திருந்தனர். விவசாயத்தால் வளம் பெற்ற மனிதர்களையே தமது பொருட்களின் விற்பனைக்கு நம்பியிருந்தனர். விவசாயிகளிடம் உபரி வருமானம் சேரவில்லையென்றால் எந்தக் கைவினைப் பொருளையும் வாங்கமுடியாத நிலை உருவாகிவிடும். எனவே இந்தியாவில் விவசாயம் அழிந்தால் விவசாயம் சாராத மக்களின் வாழ்க்கையுமே சேர்ந்து அழியும். பௌரே பெசன்ஸ்

பௌரே ராயுமே - விவசாயிகள் ஏழ்மையில் இருந்தால் ராஜ்ஜியமும் ஏழ்மையில் இருக்கும் (அரசனும் ஏழ்மையில் இருப்பார்) என்ற ஃபிரெஞ்சு பழமொழி பிரான்ஸைவிட இந்தியாவுக்கு மிக மிகப் பொருத்தமாக இருக்கும்.

பொது அமைதி, உடமைகளுக்கான பாதுகாப்பு இவையெல்லாம் விவசாயிகளுக்கும் கைவினைத் தொழிலாளர்களுக்கும் மட்டுமல்ல; வணிகர்களுக்கும் அவசியமே. அவர்களும் தமது விற்பனைப் பொருட்களை நீண்ட தொலைவுக்குப் பத்திரமாகக் கொண்டு செல்லமுடியவேண்டும். நீண்ட காலக் கடன்கள் கொடுக்கவும் விலை அதிகம் கிடைக்கும் சந்தைகளுக்குப் பொருட்களைக் கொண்டு செல்லவும் முடியவேண்டும். விவசாயிகளின் உற்பத்தி அதிகமாக இருந்தால்தான் அனைவர் கையிலும் உபரிச் சொத்து சேர வழிபிறக்கும். விவசாய உற்பத்தியை எது குறைத்தாலும் அழித்தாலும் அவர்களுடைய உடமைகள் தொடர்பான பாதுகாப்பின்மையை எது உருவாக்கினாலும் தேசத்தின் முதலீடும் வளமும் முடங்கிப் போதும். தேசத்தின் பொருளாதார வலிமை குன்றிவிடும். இந்தியாவில் எந்தப் பகுதியில் அமைதியின்மையும் பாதுகாப்பின்மையும் நிலவியபோதும் இப்படியான மோசமான விளைவுகளே ஏற்பட்டன. ஔரங்கசீபின் ஆட்சிக்காலம் இந்த உண்மைக்கான மிக மிக அழுத்தமான சான்றாகத் திகழ்கிறது.

2. ஔரங்கசீபின் முடிவற்ற போர்களால் வற்றிய பொருளாதார வளம்

தக்காணத்தில் 25 ஆண்டுகளுக்கு மேல் நீடித்த ஔரங்கசீபின் படையெடுப்பினால் ஏற்பட்ட பொருளாதார இழப்புகள் மலைக்கவைக்கக்கூடியவையாக இருந்தன; நீண்ட காலத்துக்கு மீள முடியாத அளவிலான தாக்கத்தை ஏற்படுத்தியவையாகவும் இருந்தன. மொகலாயப் படைகள் முன்னெடுத்த போர்கள், குறிப்பாகக் கணக்கற்ற முற்றுகைகள், எல்லாம் காடுகள், புல்வெளிகள் என அனைத்தையும் முழுவதுமாக அழித்துவிட்டன. அதிகாரபூர்வ ஆவணங்களின் படி 1,70,000 வீரர்களைக் கொண்ட பிரமாண்ட மொகலாயப் படையும் அதைவிட பத்து மடங்கு போர் வீரர்கள் அல்லாதவர்களும் சேர்ந்து அவர்கள் சென்ற பகுதிகளில் எல்லாம் இருந்த அத்தனை பச்சைப் பசுமைகளையும் தின்றே அழித்தனர். போதாத குறையாக மராட்டியப் படையினரும் தம் பங்குக்குத் தாக்குதல் நடத்தி மொகலாயப் பகுதிகளில் இருந்தவற்றை அழித்தனர். தமது குதிரைகளை மொகலாயர்

பிடியில் இருந்த பகுதிகளின் வயல்களில் மேயவிட்டனர். தம்முடன் அள்ளிச் செல்ல முடியாத சொத்துகள், உடைமைகளை தீவைத்து எரித்துவிட்டுச் சென்றனர்.

1705 வாக்கில் ஔரங்கசீப் கடைசிப் படையெடுப்பை முடித்துவிட்டு ஒதுங்கியபோது தேசம் முழுவதும் வெறும் அழிவும் சூனியமும் மட்டுமே தலைவிரித்துஆடின. 'மரங்களோ பயிர்களோ மருந்துக்குக் கூட எங்குமே தென்படவில்லை. எங்கு பார்த்தாலும் மனிதர் மற்றும் விலங்குகளின் பிணங்களே குவிந்துகிடந்தன' (மனூச்சி). இப்படியான வரம்பற்ற காடழிப்பு, விவசாயத்தை வெகுவாகப் பாதித்தது. முடிவற்ற போர்களினால் மொகலாயப் பேரரசில் ஏற்பட்ட பொருளாதார வீழ்ச்சியானது அரசாங்க மற்றும் தனி நபர்களை ஏழ்மைக்குள் தள்ளியிருந்தது. சிதைந்துபோன சாலைகள், வீடுகள், கட்டடங்கள் எதையும் புனரமைக்கக்கூட முடியாத அளவுக்குத் தள்ளியிருந்தது.

மொகலாயப் படையினால் வலுக்கட்டாயமாகச் சிறைப்பிடிக்கப் படுதல், கட்டாய உழைப்பு, பட்டினி இவற்றோடு அடிக்கடி ஏற்படும் பெருமளவிலான நோய்த் தொற்றுகளினாலும் உழைப்பாளர்கள் அனைவரும் பெரும் துயரங்களுக்கு ஆளாகினர். அதிக வசதி வாய்ப்புகள், பாதுகாப்புகள் இருந்த மொகலாயர்களின் முகாம்களில்கூட ஆண்டுக்கு ஒரு லட்சம் படைவீரர்களும் மூன்று லட்சம் குதிரை, யானை, ஒட்டகம், காளைகள் போன்றவையும் இறந்தன.

'கோல்கொண்டா முற்றுகையின்போது (1687) பஞ்சம் தலைதூக்கியது. ஹைதராபாத் நகரில் ஆறுகளும் சமவெளிகளும் பிணங்களால் நிரம்பி வழிந்தன. மொகலாயர் முகாமிலும் இதுவே நிலைமை. எங்கு பார்த்தாலும் பிணக்குவியலே தென்பட்டன. முடிவற்றுப் பெய்த மழையில் பிணங்கள் அழுகி எங்கும் பிண வாடையே காற்றில் வீசின. சதையும் தோலும் அரித்துசெல்லப் பட்டன. மழைக்காலம் முடிந்த நின்றபின்னர் சற்று தொலைவில் இருந்து பார்த்தால் எங்கும் வெண்ணிறமான எலும்புக் குவியலே பனி மலைக் குன்றுகள் போல் தென்பட்டன'.

இதுவரையிலும் அமைதியும் வளமும் நிறைந்திருந்த பகுதிகள் எல்லாவற்றிலும் இந்தத் துயரமே நடந்தது. பீம்சென் இதுபற்றிக் குறிப்பிடுகையில், 'கிழக்கு கர்நாடகாவில் பீஜாப்பூர் சுல்தான்களின் ஆட்சிக்காலத்தில் கோல்கொண்டாவிலும் தெலங்கானாவிலும் செழிப்புடன் மிகப் பெரிய அளவில் விவசாயம் நடந்துவந்தன. இப்போது பெரும்பாலான பகுதிகள் மொகலாயப் படைகளின்

வருகையினால் தரிசாகி அழிந்துவிட்டன. மக்களின் வாழ்க்கையை மிகவும் கடினமானதாகவும் ஒடுக்குமுறை நிறைந்ததாகவும் ஆக்கிவிட்டது' என்று விவரித்திருக்கிறார். பேரார் பகுதியிலும் இதுவே நிலைமை என்றும் குறிப்பிட்டிருக்கிறார்.

1688-ல் பீஜாப்பூரில் பிளேக் நோய்த் தொற்று ஏற்பட்டது. மூன்று மாதங்கள் நீடித்த அந்த நோயில் லட்சக்கணக்கானவர்கள் இறந்தனர். ஆகஸ்ட் 1694-ல் இளவரசர் ஆஸமின் முகாமிலும் இதுபோல் நோய்த் தொற்றும் மரணமும் சம்பவித்ததாக ஆவணங்கள் தெரிவிக்கின்றன. சூரத்தில் இருந்த ஆங்கிலேயர்கள் சிலர் எழுதிய குறிப்புகளில் இந்தியாவின் மேற்குப் பகுதிகளில் 1694 மற்றும் 1696 ஆண்டுகளில் ஏற்பட்ட நோய்த்தொற்றில் 95,000 பேர் இறந்ததாகக் குறிப்பிடப்பட்டுள்ளது. இந்த நோய்களோடு வெள்ளம், வறட்சி, அடை மழை இவற்றால் 18-ம் நூற்றாண்டின் ஆரம்பத்தில் தக்காணத்தில் ஏற்பட்ட பேரிடர்களினால் ஆக்கிரமிப்பாளர்கள் மற்றும் உள்ளூர் மக்கள் என அனைவரும் பெருமளவில் கொல்லப்பட்டனர்.

ஒரு தலைமுறைக்கு மேல் நீடித்த போர்களினால் கையில் சேமிப்பு என்று எதுவுமே மிஞ்சவில்லை. எளிய மக்களிடம் எந்தத் தற்காப்பு வலிமையும் இருந்திருக்கவில்லை. அவர்கள் சேர்த்துவைத்தவை, உற்பத்தி செய்தவை எல்லாம் இரு தரப்பிலும் முழுவதுமாக அடித்துச் செல்லப்பட்டன. எனவே வறட்சியும் பஞ்சமும் வரும்போது விவசாயிகளும் நிலமற்ற கைவினைத் தொழிலாளர்களும், கூலித் தொழிலாளர்களும் ஈசல்கள்போல் கூட்டம் கூட்டமாக மடிந்தனர். மொகலாய முகாமில் எப்போதுமே பற்றாக்குறை நிலவி வந்தது. அடிக்கடி அது பஞ்சம் போன்ற நிலைமைக்கும் சென்றது. முப்போக விளைச்சலும் ஏராளமான உபரியுமாக இருந்த முந்தைய காலமும் மிக மலிவாகக் கிடைத்த தானியங்களும் இந்தியாவின் பல பாகங்களில் ஔரங்கசீபின் ஆட்சி காலத்தில் பழங்கதையாய் கனவாய் கற்பனையாய் போய்விட்டிருந்தன.

3. போர்கள், சட்ட ஒழுங்கு சீர்கேடு, மொகலாய அதிகாரிகளின் அபகரிப்புகள் இவற்றால் வணிகமும் தொழில்களும் பட்ட வேதனைகள்

பொது அமைதியோ விவசாய வாழ்க்கைக்கான பாதுகாப்பான சூழலோ இல்லையென்பதால் நாட்டில் பல பகுதிகளில் பட்டினி நிலவியது. மனம் தளர்ந்த விவசாயிகள் நெடுஞ்சாலைப் பயணிகள்,

வணிகர்கள் ஆகியோரிடம் கொள்ளையடிப்பதன் மூலமே வாழ்க்கையை முன்னெடுக்க முடியும் நிலைக்குத் தள்ளப்பட்டனர். தக்காணத்தில் அவர்கள் ஆயுதங்கள், குதிரைகள் இவற்றைப் பெற்றுக்கொண்டு மராட்டியப் படைகளில் சேர்ந்துகொண்டு மொகலாயப் பகுதிகளில் தாக்குதலுக்குச் சென்றனர். கிராமத்தினரில் உத்வேகம் மிகுந்தவர்கள் ஒரு குழுவாகச் சேர்ந்து இதுபோன்ற தாக்குதல்களில் ஈடுபட ஆரம்பித்தனர். அதில் அவர்களுக்கு நல்ல செல்வமும் பெருமையும் கிடைத்தன.

தக்காணப் பகுதியில் வணிகம் ஒளரங்கசீபின் காலத்தில் முழுமையாக முடங்கிவிட்டது. நர்மதை நதிக்கு தெற்கே வணிகக் குழுக்கள் செல்லவேண்டுமென்றால் பலமான படை பாதுகாப்பு இருந்தாலே முடியும் என்ற நிலை உருவானது. இதனால் அரண் சூழ்ந்த நகரங்களில் பல மாதங்கள் காத்திருந்து மொகலாயப் படைகள் துணைக்கு வரும்போது மட்டுமே தூர தேசங்களுக்கு வணிகப் பொருட்களுடன் செல்ல முடிந்த நிலை உருவானது. ஆலம்கீருக்கான கடிதங்கள், பழக்கூடைகள் இவைகூட மராட்டியத் தாக்குதல்களினால் நர்மதை நதிக்கரையில் ஐந்தாறு மாதங்கள் காத்திருந்து போதிய படைகள் வந்த பின்னரே கொண்டு செல்ல முடிந்திருக்கிறது.

வங்காளம் போன்ற போர் நடக்காத பகுதிகளில்கூட வலுவான மத்திய அரசு இல்லாததால் பிராந்திய ஆட்சியாளர்கள் மொகலாயப் பேரரசின் உத்தரவுகள், தடைகள் இவற்றை மீறி வணிகர்களிடம் பேராசையினால் சட்டவிரோதமாக நடந்துகொள்ள ஆரம்பித்தனர். வணிகர்களிடம் பொருட்களை அடிமாட்டு விலைக்கு மிரட்டி வாங்கி மொகலாய அதிகாரிகள் சந்தையில் அவற்றை நல்ல விலைக்கு விற்றுப் பெரும் செல்வம் ஈட்டினர். கைவினைக் கலைஞர்கள், தொழிலாளர்கள், வணிகர்கள் ஆகியோரிடமிருந்து அபராதங்கள் வசூலித்தனர். உள்ளூரிலும் பாதுகாப்பு இல்லை; தூர தேசங்களிலும் பொருட்களை வாங்க முடியாது என்பதால் கலைப் பொருட்கள், கைவினைப் பொருட்கள் எல்லாம் அரண் சூழ்ந்த பகுதிகள் அல்லாதவற்றில் முழுவதுமாக முடங்கிப் போயின.

சிறு, குறு தொழில்களும் உழைக்கும் வர்க்கமும் கிட்டத்தட்ட அழிந்தே போயின. உதாரணமாக, மதராஸ் கடலோரப் பகுதியில் பெருமளவில் வெற்றிகரமான நடந்துவந்த நெசவுத் தொழிலும் நெசவாளர்களும் மொகலாய-மராட்டியப் போர்களினால் நிலைகுலைந்தனர் *(1690-1698)*. ஆங்கிலேயர்களும் ஃபிரெஞ்சுக்காரர்களும் தமது நாடுகளுக்கு ஏற்றுமதி செய்யப்

போதிய துணிகள் கிடைக்காமல் சிரமப்பட்டனர். இதனால் இந்தியாவில் பெரும் பொருளாதார நெருக்கடி ஏற்பட்டது. தேசிய இருப்பு மட்டுமல்ல; தொழில் திறமை, கலாசார வலிமை, வாழ்க்கைத் தரம் எல்லாமே நசிவடைந்தன. கலைகள், கலாசாரம் எல்லாம் தேசம் முழுவதும் வீழ்ச்சியடைந்தன.

மொகலாயப் படையினர் போகும் வழியெல்லாம் வயல்கள், தோப்புகளை நாசம் செய்தபடி சென்றனர். ஆலம்கீர் இந்த இழப்புகளுக்கு விவசாயிகளுக்கு நஷ்ட ஈடு தருவதற்கென்றே தனி அதிகாரிகளை ஆரம்பத்தில் நியமித்திருந்தார். ஆனால், அவருடைய பொருளாதார நிலை தொடர் போர்களினால் நசிவடைந்ததைத் தொடர்ந்து இந்த மனிதாபிமான வழிமுறையை அவரால் முன்னெடுக்க முடிந்திருக்கவில்லை.

விவசாயிகளுக்கு மிகப் பெரிய அச்சுறுத்தலாக இருந்தவர்கள் படைகளுடன் துணையாக வந்த மிகப் பெருமளவிலான பணியாளர்கள், தர்விஷ்கள், ‘நகரும் கூடார நகரமான’ ஒளரங்கசீபின் பட்டாளத்துடனே வந்து கிடைப்பதைப் பெற்றுக்கொள்ளும் நாடோடிக் கூட்டம் ஆகியவர்களாலேயே ஏற்பட்டன. குறிப்பாக பலூச்சி ஒட்டக உரிமையாளர்கள். இவர்கள் மொகலாயப் படையினருக்குத் தமது ஒட்டகங்களை வாடகைக்குக் கொடுத்திருந்தனர். இவர்களோடு வேலை வாய்ப்பு தேடிச் சேர்ந்துகொண்ட ஆஃப்கானியர்கள். இவர்களெல்லாம் மிக மிகக் கொடூரமாகக் கொள்ளையடித்தும் கிராம மக்களைத் தாக்கியும் கருணையற்று நடந்துகொண்டனர்.

பஞ்சாரா என்ற தானிய வணிகர் கூட்டம் சுமார் 5000 பேர் ஒரு பெரிய குழுவாக ஆளுக்கு இரண்டு காளைகள் பூட்டிய வண்டியில் தானியங்களை ஏற்றிக்கொண்டு உடன் வருவார்கள். இவர்களுடைய எண்ணிக்கை அதிகம் என்பதால் மொகலாய அதிகாரிகளின் உத்தரவுகளுக்குக் கட்டுப்படமாட்டார்கள். போகும்வழியில் வயல்களில் இருந்து தமது காளைகளுக்கு தானியங்களை விரும்பிய அளவுக்கு எடுத்துக்கொள்வார்கள். கிராமத்தினரிடமிருந்து உடமைகளைக் கொள்ளையடிக்கவும் செய்வார்கள்.

மொகலாய அரசின் செய்திகள், ஒற்றுத் தகவல்கள் அறிக்கைகளைக் கொண்டுவருபவர்கள், ஆலம்கீருக்கு பழக்கூடைகளைச் சுமந்துவருபவர்கள், கடிதங்களைக் கொண்டு செல்லும் அரசத் தூதுவர்கள் கூட (குஜராத்தில் மேவார் என்று அழைக்கப் படுபவர்கள்) செல்லும் வழியெங்கும் கொள்ளையடித்தபடி

வருவார்கள். மொகலாயப் பகுதிகளில் தாக்குதல் நடத்தும் மராட்டியப் படையினரைப் பார்த்தால் பேராட்களும் ஏன் பிண்டாரிகள் என்ற கொள்ளையர்கள்கூட எளிய சாதாரண கொள்ளையர் போலவே இருப்பார்கள்.

இவர்களல்லாமல் பகை ஜாஹிர்தார்களின் வரி வசூல் பணியாளர்கள், கண்காணிகள் மூலமாக நெருக்கடிகள் மிக மிக அதிகமாக இருக்கும். எவ்வளவு கிடைத்தாலும் திருப்தி அடையாத இவர்கள் விவசாயிகளிடமிருந்து கடைசி சொட்டு ரத்தத்தையும் உறிஞ்சுபவர்களாக இருந்தனர். ஒரு ஜாஹிர்தாரின் காலம் முடிந்த பின்னரும் இந்தப் பணியாளர்கள் அடுத்தவர் வந்து சேரும்வரை ஒரு கிராமத்திலேயே இருந்து முடிந்தவரை கறப்பார்கள். புதிதாக வருபவர் தன் பங்குக்கு பாதி உயிருடன் இருக்கும் விவசாயிகளை ஆலையில் இட்டு மேலும் கசக்கிப் பிழிவார்கள்.

4.மொகலாய ஆட்சியின் திவால் நிலைமை

ஆங்கிலேயர் இந்தியாவைக் கைப்பற்றியதென்பது மிகவும் தெளிவாகத் திட்டமிட்டு துல்லியமான ஒழுங்குடன் செய்யப்பட்ட நடவடிக்கை. தொடர்ச்சியான, இடைவிடாத முயற்சிகளின் விளைவாக அது நடந்தேறியது. ஒவ்வொரு அதிரடியான கவர்னர் ஜெனரலையடுத்தும் பொருளாதார நலனை மட்டுமே கவனத்தில் கொள்ளும் ஒரு மிதமான கவர்னர் ஜெனரல் நியமிக்கப்பட்டார். ராபர்ட் க்ளைவும் ஹென்றி வான்சிட்டர்டும் போர்களின் மூலம் ஏற்படுத்திய பொருளாதார இழப்புகளை வாரன் ஹேஸ்டிங்ஸ் ஈடுகட்டினார். அது வெல்லெஸ்லி ராணுவ பலத்தை அதிகரிக்க வலுவான அஸ்திவாரத்தை அமைத்துக் கொடுத்தது. வெல்லெஸ்லியின் மூர்க்கத்தனமான படையெடுப்புகளின் காயங்களுக்கு பார்லோ அல்லது மிண்டோ போன்றவர்களின் மிதமான அணுகுமுறை மருந்திடுவதாக அமைந்தது. போர்க்குணம் மிகுந்த மார்க்யிஸ் ஆஃப் ஹேஸ்டிங்ஸ் மற்றும் ஏர்ள் ஆஃப் அம்ரெஸ்ட் செய்த கஜானா சுரண்டல்களை மிதமான பெனிடிங்க் சீராக்கினார். ஔரங்கசீப் அப்படிச் செய்யவில்லை.

1679-ல் மார்வார் ராஜ்ஜியத்தை அழிக்க ஆரம்பித்தவருடைய ஆட்சி காலம் என்பது மிகப் பெரிய நீண்ட போர் போலவே முழு காலமும் இருந்தது. இடையிடையே அமைதிக் காலங்களும் செலவுக் குறைப்புகளும் அவசியம் என்பதை அவர் உணர்ந்திருக்கவே இல்லை. அப்படிச் செய்திருந்தால் அவருடைய

ஆளுகைக்குட்பட்ட மக்களுக்கு கொஞ்சம் ஆசுவாசம் கிடைத்திருக்கும். போரின் இழப்புகளை ஈடுபட்ட வாய்ப்பு கிடைத்திருக்கும். அடுத்த போர்களுக்குத் தேவையான உபரிகளைச் சேர்த்துக்கொள்ளத் தோதாக இருந்திருக்கும். ஆனால் அவர் தொடர் போரில் ஈடுபட்டதால் கைவசம் இருந்த நிதி, இந்துக்கள் மீது விதித்த ஜெஸியா வரிமூலம் கிடைத்த தொகை, ஆக்ரா, தில்லி கோட்டைகளில் குவித்துவைத்திருந்த செல்வம் அனைத்தும் விரைவிலேயே தீர்ந்துவிட்டன.

அப்படியாக கஜானாவின் கடைசிக் கையிருப்பு வரையும் காலியாகிவிடவே திவால் நிலைக்குச் செல்வதைத் தவிர வேறு வழியே இருந்திருக்கவில்லை. படைவீரர்களின் சம்பளம், குடிமை அதிகாரிகளின் சம்பளம் எல்லாம் நீண்ட கால நிலைவையாக மூன்றுவருட நிலுவையாகப் போய் முடிந்தன. சம்பளம் இல்லாமல் போனது; மேலும் கடன் வாங்கவும் வழியில்லை என்றானதும் ஔரங்கசீபின் அவையில் கடுமையான வாக்குவாதங்களும் சில நேரங்களில் தளபதியின் நிர்வாக அதிகாரிகளை அடிப்பதும்கூட நடந்தன.

எதிரி தரப்பினருக்கு அவர்களுடைய மன்னரை விட்டு விலகி வருவதற்காக மிகப் பெருமளவிலான தொகையும் உயர் பதவியும் தருவதாகக் கண்மூடித்தனமாக வாக்குறுதிகள் கொடுத்தனர். கோட்டை நிர்வாகிகளுக்கு அதைச் சரணடைய வைக்க பெரும் தொகைகளை சன்மானமாக, கையூட்டாக வாரி இறைத்தனர். இப்படியான வாக்குறுதிகளை நிறைவேற்றுவது நடைமுறை சாத்தியமாக இருந்திருக்கவே இல்லை. மொகலாயப் பேரசின் ஆளுகைக்குள் இருந்த ஒட்டு மொத்த பகுதியின் ஜாஹிர் வருவாயும் கூட இதற்கெல்லாம் போதுமானதாக இருந்திருக்கவில்லை. படையின் எண்ணிக்கையோ நாளுக்கு நாள் பெருகிக்கொண்டே இருந்தது.

சம்பளத்துக்குப் பதிலாக நிலங்களை சன்மானமாகக் கொடுக்கும் உத்தரவுகள் எல்லாம் வெறும் காகிதத்தில் மட்டுமே இருந்தன. சம்பந்தப்பட்டவர்களுக்கு அந்தக் கிராமங்களின் மீதான உரிமைகள் நடைமுறையில் கிடைத்திருக்கவே இல்லை. ஜாஹிர் உரிமை தொடர்பான ஔரங்கசீபின் உத்தரவுக்கும் அந்த ஜாஹிர் பகுதி மீதான உண்மையான உரிமை கைக்குக் கிடைப்பதற்கும் இடையில் மிக நீண்ட காலதாமதம் இருந்தது. இளைஞனாக இருக்கும்போது அந்த உத்தரவுக் காகிதம் கைக்குக் கிடைக்கப் பெறுபவர் அந்த உரிமை கைக்குக் கிடைப்பதற்குள் கிழவனாகிவிடுவார் என்று கேலி பேசும் அளவுக்கு நீண்ட கால தாமதம் ஆனது.

மிகச் சிறிய மராட்டிய மலைக் கோட்டைக்குக் கூட ரூ 45,000 கையூட்டாகக் கொடுத்தனர். இப்படி அள்ளிக்கொடுத்தால் அனைத்து கோட்டை அவர் வசம் வந்தாலும் ஏன்தான் இவ்வளவு கொடுத்து இவற்றைக் கைப்பற்றினோமோ என்று வருந்தும் நிலைக்கே வந்து சேர்வார். இருந்தும் ஒவ்வொரு கோட்டையையும் அதிகக் கையூட்டு கொடுத்துக் கைப்பற்றிக்கொண்டே இருந்தார். முற்றுகைக்கு ஆகும் செலவோ இதைவிடப் பத்து மடங்கு அதிகமாக இருந்தது.

தக்காணப் பகுதியில் இருந்த மொகலாயப் படை கிட்டத்தட்ட முழு அளவில் சோர்ந்துபோயிருந்தது. முடிவற்ற, பயனற்ற போரினால் அவர்கள் மனம் வெறுத்துப் போயிருந்தனர். ஆனால் ஔரங்கசீபோ எந்தவொரு எதிர்ப்பையும் நட்பார்ந்த ஆலோசனையையும் கேட்டுக்கொள்ளக்கூடியவர் அல்ல. அவருடைய முது மூத்த வாஸிரான ஆஸாத் கான் பீஜாப்பூரையும் கோல்கொண்டாவையும் கைப்பற்றியாகிவிட்டதால் இனிமேல் தில்லிக்குத் திரும்பிவிடலாம் என்று ஆலோசனை சொன்னபோது 'உங்களை போன்ற மூத்த பணியாளர் இப்படிச் சொல்வதைப் பார்த்தால் எனக்கு வியப்பாக இருக்கிறது. என் உடம்பில் உயிர் இருக்கும்வரை ஓய்வெடுத்துக் கொள்ளுதல் என்ற பேச்சுக்கே இடமில்லை' என்று கடிந்து கொண்டார்.

மொகலாய முகாமில் ஒரு முழு தலைமுறை செங்கல் அல்லது கருங்கல் கொண்டு கட்டிய ஒரு வீட்டிலோ நகரிலோ ஒரு நாள்கூட வாழ்ந்திராமல் முழுவதும் கூடாரத்திலேயே தன் வாழ்க்கையைக் கழித்துவிட்டிருந்தது. ஒரு இடத்தில் அமைக்கப்பட்ட கூடார முகாமில் இருந்து இன்னொரு இடத்தில் அமைக்கப்பட்ட கூடார முகாமுக்கு என முழு வாழ்க்கையை வாழ்ந்துமுடித்தது. தக்காணப் படையெடுப்பில் மொகலாயப் படைகளில் இருந்த ராஜபுத்திர வீரர்கள், 'எங்களுக்கு எங்கள் வீடுகளுக்குத் திரும்பிச் செல்லவே முடிந்திருக்கவில்லை; குழந்தை குட்டிகளை வளர்த்தெடுக்க முடிந்திருக்கவில்லை. இப்படியே போனால் மொகலாயப் பேரரசுக்கு ஆதரவாக இருக்க எங்களுடைய அடுத்த தலைமுறையென்று யாருமே இருக்கமாட்டார்கள்' என்று வருத்தத்துடன் சொன்னார்கள். வீட்டு நினைவால் பெரிதும் வருந்திய ராஜபுத்திர மேட்டுக்குடி பிரமுகர் ஒருவர் 'ஒரு லட்சம் ரூபாய் தருகிறேன்; என்னை வீட்டுக்குப் போக அனுமதியுங்கள். தில்லியில் எனக்குப் பணி இட மாற்றம் கொடுங்கள்' என்று கெஞ்சினார்!

'பாலைவனங்கள், காடுகளினூடாக நான் படையெடுத்துச் சென்று கொண்டே இருப்பதால் என் அதிகாரிகள் எல்லாம் நான் எப்போதுடா இறந்துபோவேன் என்று ஏங்கிக் கொண்டிருக்கிறார்கள்' என்று தன் மகன் முவாஸமுக்கு எழுதிய கடிதத்தில் ஆலம்கீரே குறிப்பிட்டிருக்கிறார்.

5 நிர்வாக வீழ்ச்சியும் பொது வாழ்க்கை நெருக்கடிகளும்

தக்காணத்தில் முடிவற்று நீடித்த போரும் அதனால் ஏற்பட்ட நிதி இழப்பும் வட இந்தியா மீதும் பெரும் தாக்கத்தைச் செலுத்தின. பழைய மற்றும் நன்கு நிலைநிறுத்தப்பட்ட அமைதியும் வளமும் மிகுந்த மொகலாயப் பகுதிகளில் இருந்து போருக்காக மனிதர்கள், செல்வம், திறமைகள் எல்லாம் உறிஞ்சப்பட்டன. அவர்களுடைய மிகச் சிறந்த போர்வீரர்கள், திறமை மிகுந்த அதிகாரிகள், சேகரித்த வருவாய்கள் எல்லாம் தக்காணப் போருக்காகத் திருப்பிவிடப் பட்டன. வட இந்தியாவில் இருந்த சபாக்கள் எல்லாம் சிறிய அதிகாரிகள் மற்றும் சிறிய படைகள் வசம் விடப்பட்டன. அங்கும் அவர்களுடைய நிர்வாக மற்றும் பிற தேவைகளைப் பூர்த்தி செய்வதற்குப் போதிய பணமும் தரப்படவில்லை. சட்ட விரோத சக்திகள் எல்லாம் வடக்கிலும் தெற்கிலும் தலைதூக்க ஆரம்பித்தன.

தக்காணப் பகுதியைவிட வட இந்தியாவில் இந்த நிலைமை மிகவும் மோசமானது. மொகலாயர்கள் வருவதற்கு முன்பாக பெருமையுடன் ஆண்டுவந்த ஜமீந்தார்களின் பேரன்கள், பல்வேறு பிராந்தியங்களில் (குறிப்பாக வங்காளம், ஜானபூர், மால்வா, அலஹாபாத் மற்றும் வட ஒரிஸ்ஸா போன்ற பகுதிகளில்) குடியேறியிருந்த ஆஃப்கனிய குடும்பங்கள் எல்லாரும் இழந்த தமது ராஜ்ஜியத்தை மீட்டுவிடவேண்டும் என்ற கனவுடன் இருந்தனர். ஔரங்கசீபின் படையெடுப்பினால் ஆட்சியை இழந்தவர்கள், ஆக்ராவுக்கு மேற்கே இருந்த ஜாட் போன்ற விவசாய குலங்கள், தில்லிக்கு தென் மேற்கில் இருந்த மேவாத்கள், அயோத்தி பகுதியைச் சேர்ந்த பைஸ்கள், திமிறிக்கொண்டிருந்த ராஜபுத்திர கிராமத்தினர், தென் பிஹாரின் உஜ்ஜெய்னிகள் என அனைவரும் மொகலாயப் பேரரசுக்கு எதிராகக் கிளர்ந்தெழுந்தனர். தங்களுக்கு அண்மையில் இருந்த பலவீனமான குலங்களை வெல்ல ஆரம்பித்தனர். மொகலாய நிர்வாகிகளால் இவர்களைச் சமாளிக்க முடியவில்லை. ஏனென்றால் அவர்களுடைய வருமானம் மளமளவெனக் கரைந்தவண்ணம் இருந்தது.

நாட்டில் பொதுவாக நிலவிய அமைதியின்மையின் காரணமாக விவசாயிகளிடமிருந்து உரிய வரித் தொகைகள் கிடைக்கவும் இல்லை. விவசாயிகளுக்கு நெருக்கடி தரும் நிர்வாகக் கட்டமைப்பு காலப்போக்கில் அரசுக்கும் பெரும் அச்சுறுத்தலாகவே முடியும் என்பது புரிந்துகொள்ள முடிந்த ஒரு விஷயமே. பகைமை கொண்ட ஜாஹிர்தார்கள் அல்லது ஒருவரையடுத்து அந்தப் பொறுப்பை ஏற்கும் நபர் என எல்லாரும் விவசாயிகளை மூர்க்கத்தனமாகக் கொள்ளையடிக்க ஆரம்பித்தனர். ஒரு வருடம் யாருக்கு ஜாஹிர் வரி வசூலிக்கும் உரிமை தரப்பட்டிருக்கிறதோ அவருக்கு அடுத்த ஆண்டும் அந்தப் பொறுப்பு தரப்படும் என்று எந்த உத்தரவாதமும் இல்லை. ஒரு ஜாஹிர்தார் சார்பாக வரி வசூலித்துக் கொண்டுவர ஒரு அதிகாரி சென்றால் அந்த ஜாஹிரிடம் முன்பணமாக ஒரு தொகையைக் கொடுத்துவிட்டே அந்தப் பதவியைப் பெற்றுக் கொண்டு செல்வார். ஒரு கிராமத்துக்குப் போனதும் இந்த வரி வசூல் அதிகாரி, வேறு யாரேனும் தன்னைவிட அதிகப் பணம் கொடுத்து அந்தப் பதவியைப் பெற்றுக்கொண்டுவிடுவாரோ என்று பயந்தவண்ணம் இருப்பார்; அதிக வரியை வசூல் செய்து கொடுத்து, நல்லபெயர் எடுக்கவேண்டும் என்று விவசாயிகளைக் கசக்கிப் பிழிவார். 'விவசாயம் செய்த ரயத்துகள் விவசாயத்தை விட்டே ஓடிவிட்டனர். ஜாஹிர்தார்களுக்கு நயா பைசா கிடைக்கவில்லை' (பீம்சென்). இதே அழிவுக் கொள்கையே மொகலாயப் பேரரசின் ஆட்சிப் பகுதிகளில் பின்பற்றப்பட்டன.

இப்படியாக, ஒரு அபாய வளையம் உருவாக்கப்பட்டது: அரச - அரசியல் ஒழுங்கீனத்தினால் ஜாஹிர்களிடமிருந்து வரும் வரி வருவாய் குறைந்துகொண்டே போனது (இந்த மோசமான ஆட்சி நிர்வாகத்தில் மோசமான விவசாய நில நிர்வாகத்தையும் சேர்க்கவேண்டும்). இப்படியாக நிதி வருவாய் குறைந்ததால் ஆட்சி நிர்வாகிகள் மிக மிக குறைவான படைகளையே தம் வசம் வைத்திருக்கும் நிலை உருவானது. படைபலம் குறைந்தால் பிராந்தியங்களில் சட்டம் ஒழுங்கு சீர்குலைந்தது. அது மேலும் விவசாயிகளை வறுமையில் தள்ளியது. அதனால் அரசுக்கு விளைச்சல் மூலமான வருவாய் குறைந்தது.

ராஜபுத்திரர்களுக்கும் இந்து சமூக அமைப்பில் க்ஷத்ரிய ஜாதிகளுக்கும் போர் ஒன்றே ஒரே தொழிலாக இருந்தது. வட இந்தியாவில் உருவாக்கப்பட்டிருந்த மொகலாய அமைதிச் சூழல் மேற்கில் எல்லை தாண்டி அல்லது அடக்கப்படாத தக்காணப் பகுதிகளில் மட்டுமே அவர்களுக்கு வேலை வாய்ப்பை உருவாக்குவதாக இருந்தன. முன்பு மொகலாயப் படையில்

சேர்ந்துகொண்டு ராஜபுத்திரர்கள் மத்திய ஆசியாவிலும் காந்தஹாரிலும்கூட போரிட்டிருக்கிறார்கள். ஆனால், காபூல் ஔரங்கசீபின் ஆளுகைக்குட்பட்டதாகவே இருந்தபோதிலும் அவருடைய படையெடுப்புகள் இந்திய எல்லைகளுக்குள்ளாகவே நடைபெற்றுவந்தன. எஞ்சிய தக்காண சமஸ்தானங்கள் மொகலாயப் பேரரசுடன் இணைக்கப்பட்டதையடுத்து ராஜபுத்திரர் களுக்கு இரண்டு வகையில் வேலையின்மை உருவானது. தலைவர்களை இழந்து நிற்கும் உள்ளூர் ராஜ வம்சங்களுக்குத் தொடர்ந்து போர் வேலையை ஔரங்கசீப் கொடுத்தாகவேண்டி யிருந்தது. இரண்டாவதாக, இனியும் வெல்ல வேறு பகுதி எதுவும் இருந்திருக்கவில்லை. இப்படியான சூழலில் ராஜபுத்திர குலங்கள் தமது பூர்விக பூமியில் இருக்கும் சொந்த பந்தங்களுடன் மோதுவது, வழிப்பறிகளில் ஈடுபடுவது அல்லது ஔரங்கசீபிடமிருந்து கூடுதல் சலுகைகளைப் பெற மதம் மாறுவது இவையே வழிகளாக இருந்தன.

6. இந்திய நாகரிகத்தின் வீழ்ச்சி – காரணங்களும் அடையாளங்களும்

ஔரங்கசீபின் ஆட்சி காலத்தில் ஏற்பட்ட மத்திய இந்திய நாகரிகத்தின் வீழ்ச்சியானது நுண் கலைகளில் மட்டுமல்ல; புதிதாக உருவான தலைமுறையின் அறிவுத் திறன் வீழ்ச்சியிலும் நன்கு வெளிப்படுவதாக இருந்தது. அக்பர் மற்றும் ஷாஜஹானின் ஆட்சி காலத்தில் கிடைத்திருந்த சுதந்தரம், வளங்கள், பொறுப்புணர்வு ஆகியவற்றால் வளர்த்தெடுக்கப்பட்டிருந்த ஆண்மை மிகு பாரம்பரியங்கள் 17-ம் நூற்றாண்டின் முடிவில் மெள்ள மெள்ள இறந்தன. அவற்றின் இடங்களை சந்தேகத்தின் மொத்த உருவமான ஔரங்கசீபின் பற்றாக்குறை வளங்களைக்கொண்டு இயங்க வேண்டியிருந்த அற்பர்கள், பொறுப்பைத் தட்டிக் கழிக்கும் உத்வேகமற்ற நபர்கள், சுய நலமும் பேராசையும் மிகுந்த, கூழைக்கும்பிடு போடும் நபர்கள் பிடித்துக்கொண்டனர்.

அளவுக்கு அதிகமாக நீண்ட ஆயுட்காலத்தினால் பெருகிக் கொண்டேயிருந்த ஔரங்கசீபின் வாழ்க்கை அனுபவங்களும் தகவல்களும் அவருக்கு முன்பாக இளைய தலைமுறையை அறிவுப்புலத்தில் குள்ளர்களாக ஆக்கியிருந்தது. எளிமையும், தன்னிறைவும், பிடிவாதமும் வயதாக ஆக அவருக்கு அதிகரித்துக் கொண்டே சென்றது. அவருடைய இறுதிக்காலம் வரையிலும் கூட அவரை எதிர்த்து யாரும் பேசத் துணிந்திருக்கவில்லை. யாருமே

அவருக்கு நியாயமான ஆலோசனை சொல்லியிருக்கவில்லை. கசப்பான உண்மைகளை அவரிடம் எடுத்துச் சொல்லியிருக்க வில்லை. முடிவற்று நீடித்த போர்களினால் ஓய்வென்பதே இருந்திருக்கவில்லை. தொலைதூர தக்காணத்தில் கடினமான கூடார வாழ்க்கையினால் மேட்டுக்குடித்தனம் என்பது அறவே இல்லாமல் போயிருந்தது. மேட்டுக்குடிகளே ஒரு சமூகத்தின் முன்மாதிரியாகத் திகழ்வார்கள் என்பதால் இந்தியாவின் ஒட்டு மொத்த அறிவார்ந்த வர்க்கமும் மெள்ள வீழ்ச்சியடைந்தது. நவரத்னங்களில் ஒருவரான பெருங்கவி ஃபைஸியின் இடத்தை நகைச்சுவைக் கவிஞரான ஜாஃபர் ஸடாலி எடுத்துக்கொண்டார்.

முதியவர்களிடையே அவநம்பிக்கை பெருகிவந்தது. அந்நாட்களில் எழுதப்பட்ட கடிதங்கள், சம்பவ விவரணைகளில் மட்டுமல்ல; ஆழ்ந்த சிந்தனை கொண்ட வரலாற்றாசிரியர்களின் எழுத்துகளிலும் மொகலாய அதிகாரவர்க்கத்தின் ஒழுக்கக்கேடுகள் குறித்த கவலைகள் இடம்பெற்றிருந்தன. பழங்காலம் எப்போதுமே பொற்காலம் என்றும் சமகாலம் என்பது சீர்குலைவின் காலம் என்பதாகவும் கருதும் கீழைத்தேய மனதில் ஆழமாகப் பதிந்திருக்கும் எண்ணங்களுக்கு மொகலாய ஆட்சியின் சீர்குலைவுகள் எளிதில் ஏற்றுக்கொள்ளமுடியாதவையாகவே இருந்தன. பீம்சென், கஃபி கான் போன்ற புகழ் பெற்ற வரலாற்றாசிரியர்கள் இந்தியாவில் நிலைமை மேலும் மேலும் மோசமாகி வருவதைக் கண்டு நிராசையுற்று அக்பர் மற்றும் ஷாஜஹானின் ஆட்சி காலத்தில் இருந்த நற்குணங்கள், மகத்துவங்கள் பற்றி ஏக்கத்துடன் பெருமூச்சுவிட ஆரம்பித்தனர்.

ஔரங்கசீப் கூட எதிர்காலம் குறித்து மிகுந்த கவலையும் தனது மரணத்துக்குப் பின் நேரவிருக்கும் பேரழிவையும் பற்றிப் பேசிவந்ததையும் காணமுடிகிறது. உண்மைதான். ஒரு அவநம்பிக்கைவாதிக்கு பதிலாக சதுல்லா எழுதிய கடிதத்தில் 'எந்தவொரு காலகட்டமும் நற்குணவான்களை இழந்து நிற்பதில்லை. அறிவார்ந்தவர்கள், அதிகாரத்தில் உள்ளவர்கள் அவர்களைத் தேடிக் கண்டுபிடித்து வளர்த்தெடுக்கவேண்டும். அவர்களைக் கொண்டு வேலைகளை வாங்கிக் கொள்ளவேண்டும். அவர்களைப் பற்றி சுய நலமிகளின் அவதூறுகளைக் காதுகொடுத்துக் கேட்கவே கூடாது' என்று குறிப்பிட்டிருக்கிறார். ஆனால், இந்த அறிவார்ந்த கொள்கை ஔரங்கசீபின் பின்னாட்களில் பின்பற்றப்படவில்லை. அவருக்குப் பின் வந்தவர்களோ முழுவதுமாக அதைக் கைவிட்டனர்.

திறமைசாலிகளுக்கு வாய்ப்புகள் கிடைக்கவில்லை. அரசப் பதவி என்பது உயர்வான கடமையாக மதிக்கப்படவில்லை. சுய நல தேவைகளைப் பூர்த்தி செய்துகொள்ளக் கிடைத்த வாய்ப்பாகவும் கூழைக்கும்பிடு போட்டு கொள்கைகளைக் கைவிட்டு பெரிய மனிதர்களின் உறவினர்களைப் புகழ்ந்து ராஜ வம்சத்து வாரிசுகளுக்கு அடிபணிந்து நடக்கக் கிடைத்த நல் வாய்ப்பாகவே கருதினர். இஸ்லாமிய மத வெறி, குறுகிய பார்வை என ஔரங்கசீபின் காலத்தில் இருந்தவையும் பிந்தைய மொகலாயர்களின் ஆட்சி காலத்தில் உருவான மந்தமும் ஒழுக்கக்கேடுகளும் பேரரசின் ஆட்சி நிர்வாகத்தைச் சீரழித்தன. வீழ்ச்சியடைந்த மொகலாயப் பேரரசு தன்னுடன் சமூகத்தையும் சேர்த்தே கீழே இழுத்துக்கொண்டு சென்றது.

7. மொகலாய மேட்டுக்குடியின் ஒழுக்கச் சீர்கேடுகள்

மொகலாய மேட்டுக்குடிகளிடையே தென்பட்ட ஒழுக்கக்கேடு மிகப் பெரிய வீழ்ச்சியைக் கொண்டுவந்தது. 17-ம் நூற்றாண்டின் பிற்பகுதியில் இஸ்லாமிய முதிய மேட்டுக்குடியினரின் நடத்தை மிக மிக மோசமாகியிருந்தது. பொறாமை கனன்று எரிந்தது. அரசுப் பணிகளுக்கு உயர் குடிகளில் இருந்து தேர்ந்தெடுக்கப்பட்ட 'புதியவர்களை' கடுமையாக அவமதித்தனர். மட்டம் தட்டினர். தாங்களே எந்த வேலைக்கும் லாயக்கற்றவர்களாகவும் ஆகியிருந்தனர். மொகலாய உயர் வர்க்கத்தில் ஏற்பட்டிருந்த சீர்கேட்டுக்கு மிகச் சிறந்த உதாரணம் முக்கிய அமைச்சரின் பேரன் மிர்ஸா தஃபக்கூர். தனது மாளிகையில் இருந்து அடியாட்களுடன் புறப்படுபவர், தில்லி சந்தைகளில் நடந்து செல்லும் இந்து பெண்களைத் தூக்கிச் சென்று பாலியல் பலாத்காரம் செய்வார். அவரைக் கண்டிக்கவோ தண்டிக்கவோ யாருக்கும் தைரியம் இருக்கவில்லை. எந்தக் காவலரும் இப்படியான குற்றங்களைத் தடுக்கவில்லை. அன்றைய மொகலாய அரசரின் பார்வைக்கு இந்த செய்திகளைக் கடிதம் மூலமாகவோ அதிகாரபூர்வ அறிக்கை யாகவோ கொண்டு சென்றால் அவர் அதை பிரதம அமைச்சரிடம் கொடுத்து நடவடிக்கை எடுக்கச் சொல்வார். அவரோ எந்த நடவடிக்கையும் எடுக்கமாட்டார்.

வளமான நிலங்களில் இருந்து கிடைத்த உபரிகள் எல்லாம் மொகலாய மேட்டுக்குடியின் கஜானாக்களுக்குக் கொண்டு செல்லப்பட்டன. பாரசீகம் அல்லது மத்திய ஆசியாவில் இருக்கும் மன்னர் பரம்பரை கூடப் பார்த்திராத அளவுக்கான ஆடம்பரத்தில்

இவர்கள் திளைத்தனர். மொகலாய உயர் வர்க்கத்தினரின் அந்தப்புரங்கள் அத்தனை வகைப் பெண்களாலும் நிரம்பி வழிந்தன. இஸ்லாமியச் சட்டப்படி ஆசை நாயகிகளுக்குப் பிறக்கும் குழந்தைகளுக்கும் சட்டபூர்வ மனைவிக்குப் பிறக்கும் குழந்தைகளுக்கு கிடைக்கும் அதே சொத்துரிமைகள் உண்டு. சமூகத்தில் அவர்களுக்கும் அந்தஸ்து உண்டு. சட்டபூர்வ மனைவிகள்கூட இளம் வயதிலேயே தங்கள் தாயார்கள் அடிமைக் குலங்களிலும் நல்லொழுக்கங்களில்லாத குடும்பங்களில் இருந்தும் அந்தப்புரத்துக்கு வந்து சேரும் இளம் பெண்களால் அவமானப் படுத்தப்பட்டதைக் கண்டும் கேட்டும் வளர்ந்திருப்பார்கள். உயர் குடிப் பெண்களின் பெருமிதமும் கம்பீரமும் எல்லாம் பலதார மணம் புரிபவரின் அந்தப்புரத்தில் செல்லுபடியாகாது. தாய் கண்ணியமாக நடத்தப்படாவிட்டால் அவரின் குழந்தைகள் நற் பண்புடன் எப்படி நடந்துகொள்ளமுடியும்?

மொகலாய மேட்டுக்குடியினருக்கு நல்ல கல்வியோ பிற கலைப் பயிற்சியோ எதுவுமே கிடைத்திருக்கவில்லை. நபும்சக அலிகள், பணியாளர்கள், தாதிகள் போன்றோரால் குழந்தைப் பருவம் முதல் இளமைப் பருவம் வரை பொத்திப் பொத்தி வளர்க்கப் பட்டிருப்பார்கள். அவர்கள் பாதையில் முளைத்த முட்களை யெல்லாம் மற்றவர்களே அகற்றி உதவியிருப்பார்கள். சிறு வயதிலேயே புலன் இன்பங்களில் திளைப்பவர்களுக்கு, செல்வத்தின் அருமையோ செல்வம் சேர்க்க வேண்டியதன் முக்கியத்துவமோ எதுவும் புரிந்திருக்காது. வீட்டுக்கு வந்து கற்றுத் தருபவர்கள் எல்லாம் மிகுந்த மன வருத்தத்துடனே இருப்பார்கள். மேட்டுக்குடிக் குழந்தைகளுக்கு எதையும் வற்புறுத்தி, வழிக்குக் கொண்டுவந்து கற்றுத் தரும் அதிகாரம் அவர்களுக்கு இருந்திருக்காது. அந்தப்புர மகளிர் மற்றும் நபும்சகர்களைக் கண்டு அஞ்சியபடி மேட்டுக்குடி குழந்தைகளின் பணிவின்மையைப் பொறுத்துக்கொண்டுதான் அவர்களுக்கு அரசவை மாண்பையும் நிர்வாகத் திறமையையும் கற்றுத் தரவேண்டியிருக்கும். அல்லது இந்த மரியாதையில்லாத வேலையை விட்டு ஓடவேண்டியிருக்கும்.

பள்ளிகளில் உயர் குடிக் குழந்தைகளுக்கு மிகுந்த சுதந்தரம் தரப்பட்டிருக்கும். முறையான போர்ப் பயிற்சியில் அடிமட்ட மக்கள் என்னவிதமான கறாரான ஒழுங்குகளுக்கு உட்படுத்தப்படு வார்களோ அவை எதையும் மேட்டுக்குடிக் குழந்தைகளுக்கு அமல்படுத்த முடியாது. எனவே இவர்களின் ஒழுக்கச் சிதைவானது வெகு விரைவாகவும் தடுக்க முடியாததாகவும் இருக்கும். மொகலாய மேட்டுக்குடிகளில் பலர், ஔரங்கசீபின் மகன்களான

ஷா ஆலம், காம் பக்ஷ் போன்றவர்கள் கூட திருத்தவே முடியாத அளவுக்கு ஒழுக்கக்கேடுகளில் ஈடுபட்டுவந்தனர். அவர்களுக்கு நல்லுபதேசம் சொல்லிச் சொல்லிச் சோர்ந்துபோன ஔரங்கசீப், 'உங்களிடம் பேசிப் பேசி பித்துப் பிடித்தவன் போல் ஆகிவிட்டேன். உங்களில் ஒருவர் கூட நான் சொன்னதில் ஒரு வார்த்தையைக் கூடக் கேட்கவே இல்லை' என்று வேதனையில் மனம் குமுறினார்.

எல்லையற்ற காமக் களியாட்டங்கள், ரகசியமாக மது அருந்துதல், சூதாட்டம் இவை மட்டுமல்லாமல் மொகலாய மேட்டுக் குடியினரும் மத்திய வர்க்கத்தினரும் ஓரினச் சேர்க்கை (சிறுவர்களுடன்) முறைகேடுகளிலும் ஈடுபட்டுவந்தனர். இந்த முறைகேட்டில் இஸ்லாமியத் துறவிகள் என்று சொல்லப் பட்டவர்கள்கூட விதிவிலக்கு அல்ல. ஔரங்கசீப் எவ்வளவுதான் தடைகளும் தண்டனைகளும் விதித்த பின்னரும் ஒழுக்கம் சார்ந்து அவர் என்னதான் கண்டிப்புடன் நடந்துகொண்டபோதிலும் மொகலாய உயர் குடியினர் குடியில் இருந்து விலகவே இல்லை. சமகால ஆவணங்களில் அந்த மேட்டுக்குடியினரின் குடி வெறி மற்றும் ஓரினச் சேர்க்கை ஒழுக்கக்கேடுகள் பற்றி விரிவாகப் பதிவாகியுள்ளன (மனூச்சி, டிதி 254-6, 262).

8. மூட நம்பிக்கைகள்

ஔரங்கசீபின் ஆட்சி காலத்திலும் அனைத்து வகை மக்களும் மூட நம்பிக்கைகளில் ஆழ்ந்திருந்தனர். ஏழை, பணக்காரர் என எந்த பேதமும் இல்லாமல் அனைவரும் ஜோதிடத்தில் நம்பிக்கை கொண்டவர்களாக இருந்தனர். மத வழிகாட்டிகளின் நினைவுப் பொருட்களை வழிபடுவது இந்து, முஸ்லிம்களிடையே இருந்துவரும் பழக்கம். இறைத்தூதர் முஹம்மதுவின் கால் தடம், தலை முடி என்று நம்பப்படுபவற்றைப் பழமைப் பிடிப்புள்ள ஔரங்கசீபுமே கூட விசுவாசத்துடன் வழிபட்டதுண்டு. இவையெல்லாம் அந்த வழிகாட்டியின் பிரதிநிதித்துவப் பொருட்கள் என்று நம்பித் தொழுதார். விஷ்ணுவின் காலடித்தடம் என்று கல்லில் மனிதர்கள் உருவாக்கிய தடங்களை ஹிந்துக்கள் வழிபடுவதற்கும் இதற்கும் பெரிய வேறுபாடு கிடையாது.

மனிதர்களை தெய்வமாக மதித்து வழிபடுவது மக்களின் பண்பு நலனை வெகுவாகக் கீழிறக்கியேவிடுகிறது. குருமார்கள், மஹந்த்கள் போன்றவர்களை ஹிந்து, சீக்கியர் வணங்குவது போலவே முஸ்லிம்களும் வழிபட்டனர். சூஃபி துறவிகள்,

நாடோடித் துறவிகள் ஆகியோரை வணங்கினர். அவர்கள் அற்புதங்கள் செய்வதாக நம்பினர். அவர்களைத் தேடிச் சென்று அவர்கள் தரும் தாயத்துகள், மருந்துகள் இவற்றையெல்லாம் மிகுந்த ஆர்வத்துடன் பெற்றுக்கொண்டனர். அவர்கள் மந்திரித்தால் நோய்கள் குணமாகும் என்றும் நம்பினர். மாந்திரிகங்களில் தேர்ச்சி இருப்பதுபோல் நடித்தவர்களுக்கு பெருமளவில் வரவேற்பும் மரியாதையும் செல்வமும் வந்து குவிந்தன. அவர்கள் தரும் ராசிக் கற்களை ஏழை, பணக்காரர் பேதமின்றி அனைவரும் போட்டிபோட்டு வாங்கிச் சென்றனர். ரசவாதம் என்பது நேர்த்தியான, நம்பகமான விஞ்ஞானச் செயல்பாடு என்றே நம்பப்பட்டது. சமூகத்தின் அதி உயர் தட்டில் இருந்தவர்களும் நல்ல கல்வி அறிவு பெற்றவர்களும்கூட இவற்றுக்கு ஆதரவும் உதவிகளும் செய்தனர். ரசவாதிகளை ஒளரங்கசீபுக்கு அறிமுகம் செய்தும்வைத்தனர்.

தங்கத்தைத் தேடியும் சாகா வரம் தரும் பானத்தைத் தயாரிக்கவும் நரபலிகூடக் கொடுக்கப்பட்டிருக்கின்றன. இது சட்டரீதியாகத் தடை செய்யப்பட்டதாக இருந்தது. கண்டுபிடிக்கப்பட்டால் தண்டனை தரப்பட்டிருக்கிறது. சில முஹமதிய மருத்துவர்கள் மனிதக் கொழுப்பைக் கொண்டு நோய்களைக் குணப்படுத்தியிருக்கிறார்கள். நீண்ட கைகள் உடையவர்கள் ஹனுமனின் அவதாரம் என்ற நம்பிக்கைகூட இந்துக்களிடம் இருந்திருக்கிறது.

அறியாமை மற்றும் பெருமிதம் ஆகியவற்றின் காரனமாக அனைத்து வகை மக்களும் அந்நியர்கள் மீது அவநம்பிக்கையும் வெறுப்பும் கொண்டவர்களாக இருந்தனர். ஐரோப்பிய பீரங்கிப் படையினர், வெடி மருந்து நிபுணர்கள், துப்பாக்கிப் படை வீரர்கள், டாக்டர்கள் (ஒரு சிலர்) என பலரும் மொகலாய மேட்டுக்குடியினராலும் மன்னர்களாலும் ஆதரிக்கப்பட்டது உண்மையே. ஏனென்றால் இவர்களின் செயல் திறம் கண் முன்னே பார்க்க முடிவதாக இருந்தது. ஐரோப்பியப் பொருட்கள் எல்லாம் பெரும் ஆர்வத்துடன் வாங்கப்பட்டன. ஆனால் எந்தவொரு மொகலாய மேட்டுக் குடியினரும் அறிஞரும் ஐரோப்பிய மொழிகளையோ கலைகளையோ ராணுவ விஷயங்களையோ கற்றுக்கொள்வதில் ஆர்வம் காட்டவில்லை. மொகலாய அரண்மனைகளில் ஐரோப்பியர்கள் வந்தால் மொழிபெயர்த்துச் சொல்ல அர்மீனியர்கள் அல்லது பாரசீக மொழி தெரிந்த ஐரோப்பியர்களே துபாஷியாகச் செயல்பட்டனர். ஒளரங்கசீபின் கடிதங்களில் இருந்து பார்த்தால் ஒரே ஒரு முஹமதியர் (முஹம்மது கான், 1703) மட்டுமே ஆங்கிலம் பேசத் தெரிந்தவராக இருந்திருக்கிறார்.

கோவாவைச் சேர்ந்த ஸேன்வி-சரஸ்வாத் பிராமணர்கள் சிலருக்கு போர்ச்சுகீசிய மொழியும் தெரிந்திருந்திருக்கிறது. மராட்டிய ஆவணங்களை இவர்கள் பம்பாயில் இருந்த ஆங்கிலேயர்களுக்கு மொழிபெயர்த்துக் கொடுத்திருக்கிறார்கள். மதராஸில் இருந்த ஆங்கிலேய, ஃபிரெஞ்சு நிறுவனங்களில் பிராமண துபாஷிகள் பணிபுரிந்திருக்கிறார்கள். இவர்களுக்கு அந்த இரண்டு மொழிகளோடு மூர்களின் பாரசீக மொழியும் தெரிந்திருந்தது.

மொகலாயப் பேரரசர்களும் இந்திய மன்னர்களும் 16, 17-ம் நூற்றாண்டுகளில் லட்சக்கணக்கான ரூபாய்களைச் செலவிட்டு ஐரோப்பிய ஆடம்பரப் பொருட்கள், கலைப் பொருட்கள் இவற்றை வாங்கிக் குவித்திருக்கிறார்கள். ஆனால், ஒரே ஒரு அச்சு எந்திரக்கூடமோ, லித்தோகிராபி தகடோ கல்லோகூட பொதுமக்களின் கல்விக்கோ அரசாங்கப் பயன்பாட்டுக்கோ இறக்குமதி செய்யப்பட்டிருக்கவில்லை. இன்றைய தேசியவாதி இந்த விஷயங்களையெல்லாம் பார்த்தால் மொகலாயப் பேரரசர்களும் இந்திய மன்னர்களும் எந்த அளவுக்குக் கண்முடித் தனமான சுயநலமிகளாகவும் சர்வாதிகாரம் கொண்டவர்களாகவும் இருந்திருக்கிறார்கள் என்பதை எளிதில் புரிந்துகொள்வார்.

இந்திய சமூகத்தின் அறிவார்ந்த பார்வை மற்றும் ஒழுக்க வாழ்க்கை எல்லாம் பெருமளவில் வந்து குவிந்த அடிமைகளின் மூலம் மிகவும் தரம் தாழ்ந்து போனது. மொகலாயப் படைகளால் போரில் சிறைப்படுத்தப்பட்டவர்களோடு நிர்கதியான குடும்பத்தினரும் அடிமைகளாக்கப்பட்டனர். பஞ்ச காலங்களில் அல்லது வாங்கிய கடனை அடைக்க ஆண்களையும் பெண்களையும் விற்றனர். வாங்கிய கடனைத் திருப்பித் தர முடியாதவர் தன்னோடு சேர்த்துத் தன் குடும்பத்தையும் கடன் வாங்கியவருக்கு கொத்தடிமையாகக் கொடுத்துவிடுவார். ஹிந்துக்களிடமும் முஹமதியர்களிடமும் இந்தப் பழக்கம் ஆரம்ப காலத்திலிருந்தே இருந்துவந்துள்ளது.

குற்றச் செயல் செய்த சில ஜாதியினரை அடிமைகளாக்கி அவர்களை சந்தைகளில் விற்பதும் உண்டு. பெண் அடிமைகளின் விற்பனை தொடர்பாக 'பேஷ்வாஸ் டயரீஸ்' என்ற நூலில் குறிப்பிடப்பட்டிருக்கிறது. 19-ம் நூற்றாண்டின் முதல் கால் பகுதி வரையிலும் கூட அடிமை விற்பனை நடைமுறையில் இருந்துவந்திருக்கிறது. மார்ட்டின் எழுதிய 'ஈஸ்டர்ன் இந்தியா' நூலில் பர்னியா என்ற ஆங்கிலேய ஆளுகையின் கீழ் இருந்த கிராமத்தில் அடிமைகள் இருந்தது தொடர்பான குறிப்புகள் இடம்பெற்றுள்ளன. தங்கள் குழந்தைகளுக்குப் பாலின நீக்கம்

செய்து அடிமைகளாக விற்றதும் உண்டு. ஒரிஸ்ஸா, சிலேட் பகுதிகளில் இந்த நடவடிக்கைகள் பெருமளவுக்கு இருந்திருக்கிறது. ஔரங்கசீப் இவற்றைக் கடுமையாகக் கண்டித்திருக்கிறார்.

9. அதிகாரபூர்வ லஞ்ச ஊழல்; மொகலாய ஆட்சியின் குணமும் நடத்தையும்

ஒரு சில மருத்துவர்கள் மற்றும் உயர் நிலை மௌல்வி குடும்பங்கள் நீங்கலாக கல்வியறிவு பெற்ற மத்திய வர்க்கத்தைச் சேர்ந்த குடும்பத்தினரே பெரிதும் மொகலாய அரசுப் பணிகளில் இருந்தனர். வணிகர்களிலும் அதைவிடக்குறைவாக நில உடமையாளர்களிலும் பலர் மத்திய வர்க்கத்தினருக்கு இணையான பொருளாதார நிலையில் இருந்தனர். ஆனால் கல்வி விஷயத்தில் அப்படி இருந்திருக்கவில்லை. எழுத்து, இலக்கியம் இவற்றில் ஆர்வத்தை யாரும் வளர்த்துக்கொள்ளவும் இல்லை. மொகலாய ஆட்சியின் குடிமை மற்றும் போர் விவகாரங்கள் எல்லாம் பெரிதும் கணக்கர்கள் மற்றும் குமஸ்தாக்கள் பட்டாளத்தின் மூலமே முன்னெடுக்கப் பட்டன. இவர்களுக்கான அரச சம்பளம் 17-ம் நூற்றாண்டில் கிழக்கிந்திய கம்பெனியின் எழுத்தர்களுக்குத் தரப்பட்டதுபோல் குறைவாகவே இருந்தது.

ஆனால் அரசு அதிகாரிகளுக்குப் பலவகையிலான சலுகைகளும் அதிகாரங்களும் இருந்தன. அதை வைத்து அவர்களுக்கு சம்பளம் சாராத வகையில் பெரும் தொகையை ஈட்டிக்கொள்ள முடிந்தது. யாருக்கெல்லாம் அரசாங்க அலுவலகங்களின் உதவி தேவைப் படுகிறதோ அவர்களிடமிருந்து அன்பளிப்புகள் பெற்றுக் கொண்டனர். ட்யூடர் மற்றும் ஸ்டூவர்ட் கால இங்கிலாந்து போலவே அரசு அதிகாரிகளின் செல்வாக்கு இங்கும் உயர்ந்திருந்தது. அடிமட்டம் முதல் உச்சிவரையிலும் இருந்த அரசு அதிகாரிகள் அனைவரும் விதிமுறைகளுக்கு மாறாக சலுகைகள் தருவதற்காக அல்லது தண்டனைகளில் இருந்து தப்புவிக்க லஞ்சம் வாங்கிக் குவித்தனர். அரசு அலுவலகங்களில் லஞ்சம் என்பது மிகப் பெரிய ஒழுக்கக் கேடு என்று சமூகத்தில் கருதப்பட்டதால் அவை ரகசியமாகவே நடைபெற்றன. ஔரங்கசீப் காலத்திலும் பல நேர்மையான அதிகாரிகள் இருந்தனர். ஆனால், அன்பளிப்புகள் தருவதும் பெற்றுக்கொள்வதும் எங்கும் நீக்கமற இருக்கவே செய்தது. ஆலம்கீர் கூட அதற்கு விதிவிலக்கு அல்ல. ‘உங்கள் தந்தை ஷாஜஹானுக்கு ஒரு லட்ச ரூபாய் கொடுத்து ஆலிஃப் என்ற பட்டத்தைப் பெயருடன் சேர்த்துக்கொள்வதற்கும் அமீர் கான் ஆக

ஆக்குவதற்கும் கொடுத்தார். நான் உங்களுக்குத் தரப்போகும் பட்டத்துக்கு நீங்கள் எவ்வளவு தருவீர்கள்?' என்று கேட்டிருக்கிறார்.

ஜஹாங்கீரின் கீழ் பிரதம அமைச்சராக இருந்தபோது நூர்ஜஹானின் தந்தை வெட்கமின்றி லஞ்ச அன்பளிப்புகளைக் கேட்டுப் பெறுபவராக இருந்தார். ஔரங்கசீபின் ஆரம்பகட்ட வாஸிர்களில் ஒருவரான ஜாஃபர் கானுமே கூட அப்படித்தான். ஜெய் சிங் தக்காணப் படையெடுப்பில் தன்னைத் தளபதியாக நியமிக்கும்படி ஆலம்கீரிடம் சிபாரிசு செய்ய வாஸிருக்கு ரூ 30,000 லஞ்சம் கொடுத்தார். குடிமைப் பணி சார்ந்த மிகச் சிறிய பதவியைத் தக்க வைத்துக்கொள்ளக்கூட மொகலாய அவையில் அனைவருக்கும் லஞ்சம் கொடுத்தாகவேண்டியிருந்ததைப் பற்றி பீம்சென் வருத்தத்துடன் தெரிவித்திருக்கிறார். இப்படியான லஞ்சங்களைப் பெற்று இடைநிலை அதிகாரிகள் பெரும் செல்வந்தர் ஆனார்கள். அவர்களில் தீய புகழ் கொண்டவர் அப்துல் வஹாப். சில மொகலாய சர்தார்களும் அப்படியே நடந்துகொண்டனர்.

ஆலம்கீரைச் சுற்றிலும் இருந்த அமைச்சர்களும் செல்வாக்கு மிகுந்த அவையினரும் லஞ்சங்களை அள்ளிக் குவித்தனர். யாருக்கெல்லாம் சலுகைகள் செய்யவேண்டுமோ அவர்களிடம் இருந்து விரும்பிய தொகையை வாங்கிக் கொண்டு ஆலம்கீருடன் தனியாக இருக்கும் போது அவர்களைப் பற்றி நல்லவிதமாக எடுத்துச் சொல்லி வேலையைச் செய்துமுடிப்பார்கள். க்வில் கான் ஔரங்கசீபுக்கு நெருங்கிய நபராக இருந்தபோது 12 லட்ச ரூபாய் லஞ்சமாகப் பெற்றார். அதோடு ஏராளமான பொருட்கள், புதிய வீடு என பலவற்றையும் கையூட்டாகப் பெற்றுக்கொண்டார். அதிகாரி களுக்குப் பாதுகாப்பு கிடைக்கவும் அவர்கள் செய்யும் அத்துமீறல் களை மறைக்கவும் ஆலம்கீரிடம் அவர்கள் சார்பாக நல்லவிதமாக எடுத்துச் சொல்லவும் அவை நடவடிக்கைகளில் அவர்களுடைய நலன்களைப் பாதுகாக்கவும் அமைச்சர்களைக் கேட்டுக் கொண்டனர். ஆலம்கீரில் தொடங்கி கடைநிலை விவசாயிகள் வரை இந்த அழுத்தமும் நெருக்கடிகளும் படிப்படியாக இறங்கிச் சென்றன. ஒவ்வொரு அடுக்கில் இருந்தவர்களும் தங்களுக்கு மேலே இருப்பவர்களுக்கு அன்பளிப்பாகக் கொடுக்கவேண்டிய தொகைகளைத் தமக்குக் கீழே இருந்தவர்களைக் கசக்கிப் பிழிந்தே பெற்றுக்கொண்டனர். விவசாயிகளும் வணிகர்களுமே இறுதியில் அனைத்துத் துயரங்களுக்கும் ஆளாக நேர்ந்தது.

காயஸ்தா மற்றும் கத்ரி ஜாதிகளைச் சேர்ந்த குமஸ்தாக்கள் மத்தியிலும் ராஜபுத்ர படைவீரர்கள் மத்தியிலும் குடிப்பழக்கம்

ஔரங்கசீப் | 547

மிகுதியாகவே இருந்தது. குர்ரான் மது அருந்துவதைத் தடை செய்தபோதிலும் இஸ்லாமிய மேட்டுக்குடியினர், ராணுவ, குடிமைப் பணிகளில் இருக்கும் உயர் அதிகாரிகள் பலரும் குடிக்கு அடிமையாகியிருந்தனர். துருக்கிய முஸ்லிம்கள் மொடாக் குடியர்களாக இருந்தனர். தங்கள் குடும்பத்தைவிட்டு, தொலைதூர தேசத்தில் வந்து பணிபுரிய வேண்டியிருந்ததால் கடைநிலைப் படைவீரர்கள் உள்ளூர் ஆசை நாயகிகளைக் கொண்ட சிறிய தனிப்பட்ட அந்தப்புரங்களைத் தமக்கென உருவாக்கிக் கொண்டிருந்தனர். இந்த ஒழுக்கச் சீர்கேடுகள் முடிவுக்கு வந்ததற்கு ரயில்வே போக்குவரத்து வந்து பயண நேரம் வெகுவாகக் குறைந்ததும் ஆங்கிலக் கல்வியினால் உருவான நல்லொழுக்கமும் 19-ம் நூற்றாண்டில் நடைபெற்ற மத இயக்கங்களுமே முக்கிய காரணம்.

கடமைகள், நலன்கள், கல்வி, சிந்தனை, சமூக உயர் அடுக்கு வாழ்க்கை, தீய பழக்கங்கள் என அனைத்திலும் ஹிந்து அதிகாரிகளும் இஸ்லாமிய அதிகாரிகளும் இணைந்து செயல்பட்டனர். தமது எல்லைக்குள் நுழையும் ‘புதியவர்கள்’ மீது அதிகாரிகள் உலகம் கடும் வெறுப்புடன் இருந்தது. குமஸ்தாக்கள், கணக்கர்கள் மற்றும் பிற அரசுப் பணியாளர்களின் குடும்பங்களுக்கு உள்ளேயே பதவிகள், பணிகள் கொடுத்துக்கொள்ளப்பட்டன. யாராவது இந்தப் பதவிக்கு வாரிசு வழியில் வராமல் திறமையின் அடிப்படையில் படிநிலை களில் உயர்ந்து வந்திருந்தால் ரோமானிய சாம்ராஜ்ஜியத்தின் இறுதிக்காலத்தில் நோவஸ் ஹோமோ - புதிய ஆள் என்று கட்டம்கட்டியதுபோல் ஓரங்கட்டப்பட்டார். இந்த அணுகுமுறை உயர் மட்டத்தில் இருந்து கடைநிலைப் பணியாளர்கள்வரை அனைத்து மட்டங்களிலும் நீக்கமற நிறைந்திருந்தது.

10. மக்களின் எளிய சந்தோஷங்களும் தூய நிலையும்

மேலே குறிப்பிடப்பட்டிருக்கும் மொகலாய இந்தியா மிகவும் இருண்டதுபோல் காட்சியளிக்கலாம். ஆனால், அதன் வேறு சில அம்சங்களை நான் குறிப்பிடாவிட்டால் முழுமையடையாது. உண்மையை முழுவதுமாகச் சொல்லாததுபோல் ஆகிவிடும். லட்சக்கணக்கான எளிய சாதாரண இந்தியர்களின் வாழ்க்கை தூய்மையானதாகவும் அதற்கே உரிய மகிழ்ச்சிகளைக் கொண்டதாகவும் இருந்தது. ரோமானிய சாம்ராஜ்ஜியத்தின் வீழ்ச்சியைத் தொடர்ந்து அந்த மக்கள் அழிந்துபோனதுபோல் ஆகாமல் இருக்க இந்தியர்களின் அந்த அம்சமே காப்பாற்றியது.

எழுதப் படிக்கத் தெரியாதவர்களின் இதயங்களில் கூட கருணையையும் அபார பொறுமையையும் ஊட்டிய கதைகள், நாடகங்கள், கூத்துகள் என பல புராண கலை வடிவங்கள் இருந்திருக்கின்றன. துளசிதாஸரின் காவியம் ஆண்டுதோறும் மக்கள் ஒன்றுகூடும் இடங்களில் எல்லாம் நடிக்கப்பட்டது. இன்று அது தொடர்ந்து நடைபெறுகிறது. ஹிந்தி பேசப்படும் ஒவ்வொரு இந்துவின் வீட்டிலும் பாராயணம் செய்யப்படுகிறது. மக்கள் மனங்களில் கடமையுணர்வு, ஆண்மை, தியாகம் ஆகியவற்றையும் பொது வாழ்க்கையிலும் தனிப்பட்ட சொந்த வாழ்க்கையிலும் நடந்துகொள்ளவேண்டிய ஞானம் ஆகியவற்றையும் அதைப் போன்ற கலைப் படைப்புகளே கற்றுத் தந்துள்ளன.

வங்காளம், திரிகூடம், ஒரிஸ்ஸா, அஸ்ஸாம் மற்றும் பிற பகுதிகளில் சங்கர் தேவ் மற்றும் சைதன்யா இருவரும் முன்வைத்த வைஷ்ணவம் மிதமான சாத்விக அணுகுமுறையை போதித்தது. முந்தைய தந்த்ரிக வழிபாட்டு முறை மற்றும் இயற்கை வழிபாட்டு முறையின் பழங்குடித்தன்மையை மட்டுப்படுத்தியது. 17-ம் நூற்றாண்டு இந்தப் புதிய வைஷ்ணவப் பிரிவின் மாபெரும் வளர்ச்சிக் காலகட்டமாகத் திகழ்ந்தது. கிறிஸ்தவ சீர்திருத்த மரபில் இருப்பதைப்போல் ஆர்வம் மிகுந்த தனிப்பட்ட பக்தி, எளியவர்கள் மற்றும் குழந்தைகள் மேல் பாசம், சமஸ்கிருதம் மற்றும் நடைமுறை மொழிகளிலான இலக்கியங்கள் ஆகியவை வளர்ந்தன; நுட்பமான பிரேம உணர்வுகள் ஏழை எளியவர்களின் அன்றாட வாழ்க்கையிலும் இடம்பெறும் வண்ணம் பாடல்களாக, நடனங்களாக வளர்த்தெடுக்கப்பட்டன. சமூகப் பிரிவுகளுக்கிடையிலான இடைவெளிகளை அவை போக்கி ஜனநாயகத் தன்மையைக் கொண்டுவந்தன. இந்தப் புதிய பக்தி இலக்கியம் அல்லாமல், நாட்டின் அனைத்து பகுதிகளும் தமக்கான நாட்டார் பாடல் மரபுகளைக் கொண்டிருந்தன. பஞ்சாபில் இருந்த ரன்ஜா மற்றும் ஹிர் போன்ற பாடல் மரபுகள் கட்டாயப்படுத்தப்பட்ட கடின உழைப்பு மற்றும் அரசியல் சர்வாதிகாரம் ஆகியவற்றின் கொடும் சுமைகளில் இருந்து மக்களுக்குத் தற்காலிக விடுதலையைத் தருபவையாக இருந்தன. கீர்த்தனங்கள், பஜன்கள், இவையெல்லாம் எல்லாம் இந்தியாவின் தெற்கிலும் வடக்கிலும் ஆன்மிக பிரசங்கங்களுக்கும் இலக்கியங்களுக்கும் பதிலியாக எளிய மக்கள் மத்தியில் பெரும் செல்வாக்குடன் இருந்தன.

ஔரங்கசீபின் காலகட்டத்து மொஹமதியர்களுக்கு ஹிந்தி பேசும் பகுதிகள் நீங்கலாக பிற பகுதிகளில் எந்தவொரு பிராந்திய மொழியிலான எளிய மக்களுக்கான இஸ்லாமிய பாடல், கவிதை

மரபு எதுவும் இருந்திருக்கவில்லை. இங்கு நான் பிராந்திய மொழிகளில் பிரேம மற்றும் பக்தி கவிதைகள் மரபு இல்லை என்பது பற்றிக் குறிப்பிட்டிருக்கிறேன். மேட்டுக்குடியினரின் பிராந்திய இலக்கியங்கள் ஔரங்கசீபினால் கணக்கில் கொள்ளப்படவில்லை. ஔரங்கசீபின் மறைவுக்குப் பத்து ஆண்டுகளுக்குப் பின் வந்த ஔரங்காபாதின் வாலி மூலமே அவை உருவாகின. பல்வேறு சூஃபி துறவிகளின் வருடாந்தரக் கொண்டாட்டங்கள் தர்காக்களில் நடைபெற்றன. தொலை தூரப் பகுதிகளில் இருந்தும் ஆயிரக்கணக்கில் இஸ்லாமியர்கள் அந்த விழாக்களில் பங்கு பெறுவது வழக்கம். அந்த நேரங்களில் அங்கு நடக்கும் கண்காட்சிகள், சந்தைகள் அனைத்து தரப்பினரையும் கவர்ந்து இழுப்பவையாக இருந்தன. அதோடு நகர்ப்பகுதிகளில் வசித்து வந்த இருபாலரும் வார இறுதி நாட்களின் புற நகர் பகுதிகளில் நந்தவனம் சூழ்ந்த கல்லறை தர்காக்களைச் சென்று பார்த்துவிட்டு வருவது வழக்கம். வழிபாடு என்பதைவிட சுற்றுலா இன்பம் என்ற வகையில் இந்த இடங்களுக்கும் தருணங்களையும் பயன்படுத்திக் கொண்டார்கள். இதனால் ஏற்பட்ட ஒழுக்கக் கேடுகள் காரணமாக, முன்பு ஃபிரோஸ் ஷா துக்ளக் செய்தது போலவே ஔரங்கசீபும் இந்தச் செயல்பாடுகளுக்குத் தடைவிதித்தார். ஆனால் அதை நிறுத்தமுடியவில்லை.

அந்த வருடாந்தர விழா கண்காட்சிகளுக்கும் தர்காக்களுக்கும் சென்று வருவதே இந்திய கிராம மக்களின் ஒரே பொழுதுபோக்கு அம்சம். ஆண்களும் பெண்களும் ஆர்வத்துடன் அதில் பங்கேற்பார்கள். அஜ்மீர், குல்பர்கா, நிஸாமுத்தீன் அவுலியா, பர்ஹான்பூர் ஆகியவை இஸ்லாமியர்களின் புனித வழிபாட்டு மையங்கள். மதுரா, அலஹாபாத், பனாரஸ், நாசிக், மதுரை, தஞ்சை ஆகியவை ஹிந்துக்களுக்கு புனிதமான ஸ்தலங்கள். இவை பிராந்தியத் தனிமையையும் இடைவெளியையும் குறுகிய மனநிலைகளையும் தகர்ப்பவையாக இருந்தன. கலாசாரத்தைக் கட்டிக் காப்பவையாகவும் இருந்தன.

11. ஔரங்கசீபின் குண நலன்கள்

மத்திய கால உலகில் இந்தியாவைத் தவிர வேறு எந்த தேசத்திலும் மக்களின் சந்தோஷத்துக்கு மன்னரைக் காரணமாகச் சொல்வதில்லை. அதற்கு நியாயமான காரணமும் உண்டு. நம் தேசத்தில் மன்னர் என்பவர் தெய்வத்தின் பிரதிநிதி. எல்லையற்ற, கேள்விகளுக்கு அப்பாற்பட்ட அதிகாரம் கொண்டவர். தேசத்தில்

இருக்கும் அசையும் அசையா சொத்துகள் முழுவதும் அவருக்குச் சொந்தம். எனவே ஔரங்கசீபின் ஆட்சியின் இறுதிக் காலத்தில், எல்லாமே தவறாகத் தொடங்கிய நேரத்தில், சமகால வரலாறாசிரியர்கள் தேசத்தின் அமைதியின்மைக்கும் மொகலாய சாம்ராஜ்ஜியத்தின் வீழ்ச்சிக்கும் காரணம் தேடி ஔரங்கசீபின் குண நலன்களை அலசி ஆராய ஆரம்பித்தனர்.

ஔரங்கசீப் அசாதாரணமான வீரம் மிகுந்தவர். ஔரங்கசீபின் ஒன்றுக்கும் உதவாத பேரன்களுக்கு முன்பு வரையிலுமான தைமூரியர்கள் எல்லாருமே வீரத்தில் சிறந்தவர்களே. ஆனால் ஔரங்கசீபிடம் நிதானமும் வியூகங்கள் வகுப்பதில் உத்வேகமும் கூடுதலாக இணைந்திருந்தன. வட ஐரோப்பிய இனங்களுக்கு இருக்கும் விசேஷமான குணம் அது என்று அவர் அதை நம்பினார். சீறி வந்த யானையைத் தனியாக அடக்கிக் காட்டிய 15 வயதிலிருந்தே எதற்கும் அஞ்சாதவர் என்பதற்கான சான்றுகளை வெளிப்படுத்த ஆரம்பித்திருந்தார். அந்தத் துணிச்சல் வாகின்கெரேவை முற்றுகையிட்டு நின்ற 87 வயதுவரையிலும் நீடித்தது. மிக மிக அபாயமான போர்க்களத் தருணங்களில்கூட நிதானமான அவருடைய அணுகுமுறையும் உற்சாகமூட்டும் வார்த்தைகளும் தர்மத் மற்றும் க்வாஜா போர்களில் மரணத்தையே எதிர்த்து நின்ற துணிச்சலும் இந்திய வரலாற்றில் புகழ் மிக்க சாதனைகளாகப் பொறிக்கப்பட்டிருக்கின்றன.

ஓர் அரசர் என்ற வகையில் அவருக்குக் கிடைத்திருந்த தீரமும் நிதானமும் மட்டுமல்லாமல் ராஜ்ய நடவடிக்கைகளின் சுக துக்கங்களைத் தனது விருப்பத்துக்குரிய தொழிலாகத் தேர்ந்தெடுத்திருந்தார். மேலும் மன்னராட்சியின் மாண்பையும் இறையாண்மையையும் காக்கும்வகையில் சுய ஒழுங்கு, சுய அறிதல், சுய கட்டுப்பாடு கொண்டவராகத் தன்னைப் பயிற்றுவித்துக் கொண்டார். மற்ற மன்னர்களைப் போலல்லாமல் ஔரங்கசீப் நிறையப் படித்தார். நுட்பமான அறிஞர். மரணத் தருவாய் வரையிலும் புத்தகங்கள் மீதான காதல் குறையவே இல்லை. தன் கைப்பட அவர் எழுதிய குர்ரான் பிரதிகளை மதவாதம் நிறைந்த ஒருவர் செய்யும் எந்திரகதியிலான செயல் என்று ஒதுக்கிவிட்டுப் பார்த்தாலும் பரபரப்பான ஆட்சிப் பணிகளுக்கு இடையே கிடைக்கும் சொற்ப ஓய்வு நேரங்களை அராபிய மொழியில் எழுதப்பட்ட மார்க்க இறையியல் நூல்களைப் படிப்பதில் செலவிட்டார் என்பதை நாம் எளிதில் புறக்கணித்து விடமுடியாது. நேஹாயா, அஹியா அல் உலம், திவான் இ சாயிப் போன்ற மிகவும் அரிதான நூல்களின் கையெழுத்துப் பிரதிகளைத்

தேடித் தேடி ஒரு லட்சிய புத்தகப்பிரியரைப் போல் படித்ததை நாம் கணக்கில் கொண்டாகத்தான் வேண்டும்.

அவர் எழுதிக் குவித்திருக்கும் கடிதங்களிலிருந்து பாரசீகக் கவிதைகள் மற்றும் அராபிய புனித நூல்கள் மீதான அவருடைய மேதைமையும் தெளிவாகத் தெரியவருகின்றன. மிகப் பொருத்தமான மேற்கோள்களை ஒரு கடிதம் விடாமல் அனைத்திலும் சரளமாக, அருமையாகக் குறிப்பிட்டிருக்கிறார். அரபு மொழி, பாரசீக மொழிகள் அல்லாமல் துருக்கி, ஹிந்தி மொழிகளும் அவருக்கு நன்கு தெரியும். இந்தியாவில் உருவாக்கப்பட்டிருக்கும் இஸ்லாமியச் சட்டங்களுக்கு அவருடைய உந்துதலும் நிதி நல்கைகளும் பெருமளவுக்கு உதவியிருக்கின்றன. 'ஃபத்வா இ ஆலம்கிரி' என்று அதற்குப் பெயர் சூட்டியது மிக மிகப் பொருத்தமானதுதான். ஏனென்றால் இஸ்லாமிய நீதி நெறிகளை எளிய முறையில் தொகுத்து வரையறுத்த அதுவே இந்தியாவில் இஸ்லாமிய சட்ட வழிகாட்டியாக அன்றிலிருந்து திகழ்ந்து வருகிறது.

புத்தகப் படிப்பு நீங்கலாக சிறு வயதிலிருந்தே ஔரங்கசீப் பேச்சிலும் செயலிலும் ஒருவித கட்டுப்பாட்டையும் மற்றவர்களைக் கையாள்வதில் ஒரு நேர்த்தியையும் கடைப்பிடித்தார். இளவரசராக இருந்தபோதே அவருடைய நயமான அணுகுமுறை, சாமர்த்தியம், பணிவு இவையெல்லாம் அவருடைய தந்தையின் அவையில் இருந்த மேட்டுக்குடி கண்ணியவான்களை அவருக்கு நண்பராக்கி யிருந்தன. பேரரசராக ஆன பின்னரும் இதே குணங்களை இன்னும் அதிக அளவில் வெளிப்படுத்தவும் செய்தார். 'சுல்தானுடைய உடையில் இருக்கும் தார்விஷ்' (சூஃபியாகத் தகுந்தவர்) என்று சமகாலத்தவர்கள் ஔரங்கசீப் பற்றிச் சொன்னதில் ஆச்சரியப்பட எதுவும் இல்லை.

ஔரங்கசீபின் தனிப்பட்ட வாழ்க்கை - உடை, உணவு, பொழுதுபோக்கு இவையெல்லாம் மிக மிக எளிமையானவை. ஆனால் கறாரான ஒழுங்கில் இருக்கவும் செய்தன. தீய பழக்கங்கள் அறவே கிடையாது. சோம்பேறிச் செல்வந்தர்களின் தீமையற்ற புலன் இன்பங்களில்கூட இவருக்கு ஆர்வம் கிடையாது. குர்ரான் அனுமதிக்கும் நான்கு மனைவிகள் என்ற எண்ணிக்கையைவிடக் குறைவான மனைவிகளே இருந்தனர். தித்ராஸ் பானு 1657-ல் இறந்தார். நவாப் பாய் 1660க்குப் பின்னர் தில்லியில் தனிமை வாழ்க்கைக்குச் சென்றுவிட்டார். ஔரங்காபாதி தான் இறக்கும் வரையிலும் (1685) ஔரங்கசீபுடன் இருந்ததாகத் தெரிகிறது.

எனவே உதய்புரி மட்டுமே (1660-ல் திருமணம் செய்துகொண்டார்) ஔரங்காபாதி இறந்த பின்னர் ஔரங்கசீப் உயிர் துறப்பதுவரையிலும் இருந்த ஒரே வாழ்க்கைத் துணை. திருமணம் செய்துகொண்ட பெண்களிடம் மிகத் தீவிரமான விசுவாசத்துடன் நடந்துகொண்டார். அவர் ஆசையாகச் செய்த விஷயம் என்னவென்று சொன்னால் வாசகர் சிரிக்கக்கூடும்: புளிப்புச் சுவை கொண்ட கிளாக்காய், கர்தாலி சூயிங் கம் இவையே அவர் விரும்பிச் சாப்பிடுபவை.

நிர்வாக விஷயங்களில் அவருடைய உழைப்பு அபாரமானது. தினமும் அவை கூடும். சில நாட்கள் இரண்டு முறையும் கூடும். புதன் கிழமைகளில் கடிதங்கள், விண்ணப்பங்களுக்கு பதில், அரச உத்தரவுகள் எல்லாவற்றையும் தன் கைப்பட எழுதுவார். அரசு கடிதத் தொடர்பு ஆவணங்கள் அனைத்தையும் அவரே சொல்லச் சொல்ல மற்றவர்கள் எழுதுவார்கள். ஆலம்கீர் பொதுமக்களைச் சந்திப்பது தொடர்பாக இத்தாலிய மருத்துவர் ஜெமேலி காரெரி குறிப்பிட்டிருப்பவை (21, மார்ச், 1695) :'குள்ளமானவர்; மெலிந்த உருவம் கொண்டவர். பெரிய நாசி. முதுமையினால் உடல் கூன் விழுந்துமிருந்தது. பழுப்பு மஞ்சள் நிறமான சருமத்தில் வெண் தாடி பளிச்சென்று தெரியும். விண்ணப்பங்களுக்குத் தன் கைப்பட கண்ணாடி அணியாமல் சிரித்த முகத்துடன் எழுதுவதைப் பார்க்கும்போது அதை அவர் ரசித்துச் செய்வது நன்கு தெரியும்படியாக இருக்கும்'.

90 வயதில் இறந்தார்; என்றாலும் இறுதிக்காலம் வரையிலும் அனைத்துப் புலன்களும் நல்ல நிலையில் செயல்பட்டவண்ணமே இருந்தன என்றே வரலாற்றாசிரியர்கள் குறிப்பிட்டிருக்கிறார்கள். அவருடைய நினைவாற்றல் அபாரமானது. ஒரே ஒரு முறை பார்த்த முகத்தைக்கூட அவர் என்றைக்கும் மறக்கவே மாட்டார். ஒரே ஒரு முறை சொன்ன விஷயத்தைக்கூட நன்கு நினைவில் வைத்திருப்பார். முதுமையினால் காது சற்று மந்தமானது. விபத்தாக, தற்செயலாக இடம் பெயர்ந்த கால் முட்டை அவருடைய மருத்துவர் சரியாக குணப்படுத்தாமல் விட்டதால் வலது காலை நொண்டி நடந்தார்.

12. அதிகாரத்தை அளவுக்கு அதிகமாக மையத்தில் குவித்த பெரும் தவறு; நிர்வாகத்தில் அதன் மோசமான விளைவுகள்

சுயமாகத் தன்னைத்தானே ஒழுங்குக்குட்படுத்தித் தயார் செய்து கொண்டதும் அபாரமான உயிர்த்துடிப்பும் ஒருவகையில் அவருக்குப் பாதகமாகவே முடிந்தன. அவருக்குள் அபரிமிதமான தன்னம்பிக்கையை அவை உருவாக்கிய அதே நேரம் மற்றவர் மீது

துளியும் நம்பிக்கையே இல்லாதவராகவும் அவரை ஆக்கியது. அனைத்தையும் துளிகூடப் பிசகில்லாமல் அவருடைய எதிர்பார்ப்புக்கு ஏற்ப, துல்லியமாகச் செய்யவேண்டும் என்று விரும்பினார். இதனால் அரச நிர்வாக விஷயங்களையும் ராணுவ வியூகங்கள், போர்த் தயாரிப்புகள் என அனைத்தையும் அவரே நேரில் மேற்பார்வையிட்டு அருகில் இருந்து உத்தரவிட்டுச் செய்யும்படியாக அவரை ஆக்கியிருந்தது.

பேரரசத் தலைமையின் இப்படியான அதீதக் குறுக்கீடுகள் அவருக்குக் கீழிருந்த வைஸ்ராய்கள், தளபதிகள், தொலைதூரப் பகுதிகளில் 'களத்தில் இருந்தவர்கள்' அனைவருமே எப்போதுமே அவருடைய ஆலோசனைகள், உதவியை எதிர்பார்த்தே இருக்கும்படியான நிலையை உருவாக்கியிருந்தன. அவர்கள் எதற்கும் பொறுப்பேற்க வேண்டியதில்லை என்ற நிலை உருவானது. உத்வேகம், தன் முனைப்பு, மாறும் சூழலுக்கு ஏற்ப விரைந்து தகவமைத்துக் கொள்ளுதல் போன்ற எதுவுமே அவர்களிடம் உருவாக வாய்ப்பில்லாமல் போனது. தலைநகரில் இருந்து ஆலம்கீர் சூத்திரக்கயிறுகளால் ஆட்டுவிக்கும் உயிரற்ற பொம்மைகளாக ஆகிவிட்டனர்.

இந்தியா போன்ற பரந்து விரிந்த, பன்மைத்துவம் வாய்ந்த ஒரு தேசத்தில் மிகப் பெரிய நிர்வாகச் சீர்கேட்டை விளைவிக்க இதைவிட மோசமான உறுதியான வழிமுறை வேறெதுவும் இருக்கவே முடியாது. உத்வேகம், திறமை, உற்சாகம் மிகுந்த அதிகாரிகள் எல்லாம் கைகள் கட்டிப்போடப்பட்டதுபோல் உணர்ந்தனர். மனம் சோர்ந்து மந்தமான தேக்க நிலைக்குத் தள்ளப்பட்டனர். பழைய மேட்டுக்குடி கனவான் அம்சங்கள் மறையத் தொடங்கியதோடு வெளிப்படையாக, பொறுப்புடன் பேசும் அதிகாரிகள் அரசவையில் இல்லாத நிலை உருவானது. இறுதிக் காலத்தில் ஔரங்கசீப், முதலாம் நெப்போலியன், டில்சிட் போரில் பெற்ற உச்ச வெற்றிக்குப் பின் எந்த மாற்றுக்கருத்தையும் அனுமதிக்கவோ எந்தவொரு கசப்பான உண்மையையும் கேட்கவோ விரும்பாதவரானதுபோலவே ஆகிவிட்டார். கூழைக்கும்பிடு போட்டு இனிக்க இனிக்கப் பேசுபவர்களும் போலியாகப் புகழ்ந்துரைப்பவர்களும் மட்டுமே அவையில் இருந்தனர். தலைமையின் குரலிலேயே பேசும் கள்ளக்குரல்களின் எதிரொலி மட்டுமே அவையில் கேட்டது. அவர் உத்தரவிடுவதை அப்படியே எழுதியெடுக்கும் குமஸ்தாக்கள் போலவே ஔரங்கசீபின் அமைச்சர்கள் எல்லாரும் ஆகிவிட்டனர்.

இப்படியான ஒரு மன்னரை அரசியல் ரீதியாக மட்டுமல்ல; நிர்வாக ரீதியாகவும் மிகச் சிறந்தவர் என்று சொல்லவே முடியாது. அவர்

தன்னளவில் நேர்மையானவராகக் கடின உழைப்பாளியாக மட்டுமே இருந்தார். ஒரு துறையின் தலைமைப் பதவியில் சிறப்பாகச் செயல்படும் அதிகாரியாக இருக்கமட்டுமே அவருக்குத் தகுதி இருந்தது. ஒரு அரசியல் தலைவராக, தேசத்தின் தலைமையாக, புதிய கொள்கைகளை வகுத்து, தொலைநோக்குப் பார்வையுடன் சட்ட திட்டங்கள் வகுத்து, பிறந்திராத வருங்காலத் தலைமுறை களின் வாழ்க்கையையும் சிந்தனைகளையும் முன்கூட்டியே வடிவமைக்கும் ஒருவராக அல்ல. முறையாகக் கல்வியறிவு இல்லாத போதிலும் முன்கோபக்காரராக இருந்தபோதிலும் அந்த மேதைமையும் சாமர்த்தியமும் இந்திய மொகலாய அரசர்களில் அக்பருக்கு மட்டுமே இருந்தது.

கடமை தொடர்பான குறுகிய லட்சியவாதச் சிந்தனைகள் கொண்டவராகவும் தனது குண நலன்கள், எல்லைகள் பற்றி துளியும் அறியாதவராகவும் இருந்த ஔரங்கசீப் (மனுச்சி சொல்வதுபோல் அரசியல் மதவாத சிந்தனைகளினால் அல்ல) சூஃபி துறவி போன்ற கறாரான ஒழுக்கங்கள், புலனடக்கம் ஆகியவற்றை இடைவிடாமல், பெரிதும் ஆர்ப்பாட்டமாகவும் கூட மத மார்க்க விஷயங்களைக் கடைப்பிடித்தார். அவருடைய குடிமக்களில் ஓர் அங்கமாக இருந்த இஸ்லாமியர்களுக்கு லட்சிய முன்மாதிரி நபராக இருந்தார். அவர்கள் அவரை அற்புதங்கள் செய்யும் சூஃபி துறவி (ஆலம்கீர் ஜிந்தாபிர் - உலகை வென்றவர், ஒரு வாழும் சூஃபி!) என்றே நம்பினர். அவருமே தனது செயல்களின் மூலம் அந்த நம்பிக்கைக்கு வலுவூட்டினார். இதனால் அத்தனை நற்குணங்கள் கொண்டிருந்த போதிலும் அரசியல்ரீதியாக ஔரங்கசீப் முழுவதும் தோல்விகர மான மனிதராகவே இருந்தார். ஆனால் அவருடைய ஆட்சியின் தோல்விக்கு அவருடைய தனிப்பட்ட குணநலனையும்விட ஆழமான காரணம் உண்டு. அவர் மட்டுமே மொகலாயப் பேரரசின் வீழ்ச்சிக்குக் காரணமில்லை என்பது உண்மையே என்றாலும் அதைத் தவிர்க்கவோ தடுக்கவோ அவர் எதுவுமே செய்திருக்க வில்லை. மாறாக ஏற்கெனவே ஆரம்பித்திருந்த அந்த வீழ்ச்சியை துரிதப்படுத்தினார். இன்று தள்ளி இருந்து பார்க்கும் போது அப்படித்தான் தோன்றுகிறது. இதை விரிவாக அலசிப் பார்ப்போம்.

13. மொகலாய அரசாங்கத்தின் உண்மையான குணமும் லட்சியமும்

மொகலாயப் பேரரசு இந்தியாவுக்குப் பல விஷயங்களைச் செய்திருக்கிறது. ஆனால், குடிமக்களை ஒரே தேசமாக

ஒன்றிணைக்க முடிந்திருக்கவில்லை. வலுவான, நீடித்திருக்கும் அரசு ஒன்றை உருவாக்க முடிந்திருக்கவில்லை.

தாஜ்மஹலிலும் மயிலாசனத்திலும் ஒளிரும் கலை அழகையும் தங்கத்தையும் ரத்னங்களையும் பார்த்து வியக்கும் நாம் மொகலாய இந்தியாவில் மனிதர்கள் மிகவும் துயரத்தின் இருந்தனர் என்பதை மறந்துவிடக்கூடாது. மக்கள் திரளுக்குப் பொருளாதார சுதந்தரம் இருந்திருக்கவில்லை. நீதி நியாயங்கள் கிடைத்திருக்கவில்லை. தனிப்பட்ட சுதந்தரம் இருந்திருக்கவில்லை. மொகலாய மேட்டுக்குடி கனவான், உயர் அதிகாரி அல்லது நில உடமையாளர்களால் அடக்கி ஒடுக்கப்பட்டனர். அரசியல் சுதந்தரம் பற்றி நினைத்துப் பார்க்கவே முடிந்திருக்கவில்லை. ஒட்டு மொத்த தேசமுமே ஆட்டு மந்தைபோலவே இருந்த நிலையில், கனவான்கள் எல்லாம் கூட வலிமையும் சாதுரியமும் நிறைந்த ஆலம்கீருக்கு முன்னால் அதைவிட மேலாக இருந்திருக்கவில்லை. அவர்களுக்கு உத்தரவாதமான, அரசியல் சாசன உரிமை மிகுந்த பதவி இருந்திருக்கவில்லை. ஏனென்றால் ஔரங்கசீபின் ஆட்சியில் அரசியல் சாசனம் என்ற ஒன்றே இருந்திருக்கவில்லை. பொருளாதார உலகாதாய விஷயங்களில்கூட அவர்களுக்கு எந்த முழு உரிமையும் சுதந்தரமும் இருந்திருக்கவில்லை. அனைத்துமே அரியணையில் அமர்ந்திருக்கும் சர்வாதிகாரியின் விருப்பத்தைச் சார்ந்தவையாகவே இருந்தன.

அரச நிர்வாகம் என்பது புரட்சியோ கலகமோ ஏற்பட்டுவிடுமோ என்ற அச்சத்தில் உருவாக்கப்பட்ட சர்வாதிகாரமாகவே இருந்தது. ஒட்டுமொத்த அதிகாரமும் வளங்களும் ஒன்று சேர்ந்து தில்லியில் ஒரு அரசவையை உருவாக்கியிருந்தது. அதன் மையமாக மன்னர் இருந்தார். இவையெல்லாமும் சேர்ந்து உருவாக்கிய இறையாண்மை மிகுந்த தன்னகங்கார ஆட்சியே இறுதி விளைவாக இருந்தது.

மொகலாய இந்தியாவில் பிற அனைத்து சர்வாதிகார மன்னராட்சி களைப் போலவே மிகச் சிறந்த ஆட்சியாளரின் காலத்தில் கூட, மக்களின் மகிழ்ச்சி என்பது நிலையற்றதாகவே இருந்தது. ஏனென்றால் இவை ஒரே ஒரு நபருடைய குணநலன்களை மட்டுமே சார்ந்ததாக இருந்தன.

மொகலாயக் கல்விமுறையும் பிற பயிற்சிகளும் தகுதியான வாரிசுகளை உருவாக்குவதில் முழுவதுமாகத் தோற்றுவிட்டன. இளவரசர்கள் வளர்ந்து வந்ததும் போட்டி ராணிகளின் பொறாமை

அவர்களைத் தலைநகரின் அரசியல் விவகாரங்களில் முன்னணி இடத்தைப் பிடிக்கவிடாமல் தடுத்தன. ஏதேனும் இளவரசர் அரசவையில் அக்கறையுடன் செயல்பட ஆரம்பித்தால் மன்னருக்குப் போட்டியாக வந்துவிடுவாரோ என்ற சந்தேகமும் அச்சமும் உருவானது. வாரிசு உரிமை வழியில் ஆட்சிப் பொறுப்பு கைமாறுவதெல்லாம் ஆட்சிப் பொறுப்பு அமைச்சரவையின் கையில் இருக்கும்வரை மட்டுமே ஏற்றுக்கொள்ளத்தக்கதாக இருக்கும். ஆட்சிப் பொறுப்பில் அமர்பவர்களின் தீய குணங்கள் அல்லது செயல் திறன் இன்மை ஆகியவற்றை அதுவே மறைத்துப் பாதுகாக்கும். அப்படியான ஒரு அரசவையை மொகலாயர்களால் ஒருபோதும் உருவாக்கி, ஒருங்கிணைக்க முடிந்திருக்கவில்லை.

தர்பாரில் கும்பலாகக் கூடி நின்று வீர பிரதாபங்கள் பேசுபவர்களை நம்பியே மன்னர் செயல்படவேண்டிவந்தது. அவர்கள் நவீன அமைச்சரவையாக நடந்துகொள்ளாமல் தலைமைப் பொறுப்பில் இருப்பவர்களுக்கு அடிபணிந்து அவர்களை மகிழ்ச்சிப்படுத்து வதையே நோக்கமாகக் கொண்டு செயல்பட்டனர்.

வாரிசு உரிமையை ஆதரித்து வளர்த்தெடுப்பது மொகலாயர்களின் கொள்கையாக எப்போதும் இருந்திருக்கவில்லை. இதனால் இஸ்லாமிய அரசு எப்போதுமே ராணுவ அரசாகவே இருந்தது. அதன் தலைவரும் தொண்டர்களும் இஸ்லாமின் விசுவாசமான போர்வீரர்களாகவே இருந்தார்கள். காலிஃபா (மன்னர்) என்பவரே அவர்களுடைய தளபதி. ஒரு படையில் இருக்கும் காலாட்படை யினரைப் போலவேதான் உயர் நிலை அதிகாரிகளுக்கும் ஏன், எதற்கு, என்ன என்று கேள்வி கேட்கவோ தலைவரிடமிருந்து பதிலை எதிர்பார்க்கவோ எந்த அதிகாரமும் கிடையாது. காலிஃபா என்பவர் ஏக இறைவனின் பூலோக பிரதிநிதி (ஸில் இ சுபானி). ஏக இறைவனின் அவையில் ஏன், எதற்கு, எப்படி என்ற கேள்விகளுக்கே இடமில்லை. ஏக இறைவனின் அவையின் பிரதிபலிப்பான பாதுஷாவின் அவையிலும் அப்படியேதான் இருந்தாகவேண்டும் (நமுனா இ தர்பார் இ இலாஹி). இப்படியான இஸ்லாமிய ஆட்சியில் ஹிந்துக்களும் பிற காஃபிர்களும் தேசம் என்ற வரையறைக்கு அப்பால் இருப்பவர்களே. வலிமையான சக்தியாக இருந்த முஸ்லிம்களும் ஒரு தேசமாக உருவாகியிருக்க வில்லை. அவர்களிடையே மாறிக்கொண்டே இருக்கும் போர்வீரர் களிடையேயான ஜிஹாதி சகோதரத்துவம் மாத்திரமே இருந்தது.

14. ஹிந்து முஸ்லிம்களிடையே இருக்கும் வாழ்க்கை மற்றும் லட்சிய வேற்றுமைகள் இரு தரப்பையும் இணையவிடவில்லை

முஸ்லிம் அரசியலில் சிறுபான்மைகளுக்கு அரசியல் உரிமைகள் எதுவுமே கிடையாது. தேசம் என்பது மத ஆதிக்க சக்தியோடு பின்னிப் பிணைந்ததாகவே இருக்கும். ஒத்திசைவான மக்கள் மற்றும் சமூக வாழ்க்கையை உருவாக்கும் நோக்கில், மற்ற மாறுபட்ட மத நம்பிக்கைகள், கருத்துகள், வாழ்க்கை அனைத்தையும் அழித்துவிடவேண்டும்.

இப்படியான கொள்கை இருந்தால் முழுக்கவும் அரசியல் உருவாக்கமான தேசம் ஒன்றை நினைத்துப் பார்க்கவோ நடைமுறையில் உருவாக்கவோ முடியவே முடியாது. மொகலாய இந்தியாவில் இப்படியாக அரசியல் ரீதியாக ஒடுக்கப்படும் பிரிவு அல்லது 'அரச - அதிகாரபூர்வ சிறுபான்மை'யான இந்துக்களே எண்ணிக்கையில் பெரும்பான்மையாக இருந்தனர். மூன்றுக்கு ஒன்று என்ற கணக்கில், பொருளாதாரரீதியாக தகுதி மிகுந்தவர்களாகவும் முதலீட்டுரீதியிலும் வளங்களை உற்பத்தி செய்வதிலும் வலிமையுடன் இருந்தனர். அறிவார்த்த தளத்திலும் உடல் சார்ந்த வலிமையிலும் சற்றும் சளைக்காதவர்களாக அந்தப் பெரும்பான்மை இருந்தது.

பல நூற்றாண்டுகள் கழிந்த பின்னரும் இரு தரப்புகளுக்கிடையே எந்தவித இணைப்பும் சாத்தியமாகியிருக்கவில்லை. லட்சியங்களிலும் வாழ்க்கைப் பார்வையிலும் எதிரெதிர் துருவங்களாகவே இருந்தனர். ஹிந்து என்பது தனித்தன்மை, சாத்விகம், மறுமை ஆகியவற்றைச் சார்ந்தது. சுய ஆன்ம அறிதலே ஆகப் பெரிய லட்சியம். தனி நபர் முயற்சி, தனிப்பட்ட பக்தி, தனிப்பட்ட விரத வழிமுறைகள் மூலம் முக்தி அடைவதே லட்சியம். இந்துக்களைப் பொறுத்தவரையில் பிறப்பு என்பது துயர நிகழ்வு. பந்த பாசங்கள் எல்லாம் சத்தியத்திலிருந்து வழுவச் செய்யும் மாயைகள். கடவுள் கொடுத்தவற்றையும் படைத்தவற்றையும் அனுபவிப்பதில் அல்ல; துறப்பதிலேயே பரமானந்தத்தை அடையமுடியும். உணர்ச்சிகளையும் ஆசைகளையும் அதிகரித்துக் கொண்டே செல்வதில் அல்ல; அடக்கிக் கொள்வதிலேயே ஆனந்தம் கிடைக்கும்.

மாறாக, ஒரு முஸ்லிமைப் பொறுத்தவரையில் அவர் இஸ்லாமியப் புனிதப் போரில் இடம்பெறும் வீரர் மட்டுமே; அதற்கு மேல் அவர்

ஒன்றுமேயில்லை. கூட்டாகத் தொழுகை செய்யவேண்டும்; தனது மார்க்க விசுவாசத்துக்குத் தெளிவான சான்றுகளை ஜிஹாதில் பங்கெடுத்து அல்லது மதப் பிரசாரத்தில் தீவிரமாக ஈடுபட்டு, காஃபிர்களிடம் இருக்கும் மார்க்க விசுவாசமின்மையை அழித்துக் காட்டியாகவேண்டும். ஒவ்வொரு இஸ்லாமியரும் ஒரு மத பிரசாரகரே. அண்டை அயலில் இருப்பவர்களின் நலனில் அக்கறையற்று இருக்கவே கூடாது. மற்றவர்களின் பௌதிக, ஆன்மிகக் கடைத்தேற்றத்தை தன் மார்க்கக் கடமையாக, உயிர்த்துடிப்புடன் தீவிரமாக முன்னெடுத்தே தீரவேண்டும். பூமியில் பிறந்திருப்பது மனிதர்களுக்கு நன்மையே. ஏக இறைவன் இந்த உலகத்தை மார்க்க விசுவாசிகளுக்கு உரிமையானதாக அவர்களுடைய மகிழ்ச்சிக்கு உரியதாகப் படைத்திருக்கிறார்.

வாழ்க்கையின் நடைமுறை அம்சங்கள் சார்ந்த யதார்த்த லௌகிகப் பார்வை, சமூக ஒற்றுமை இவையெல்லாம் ஹிந்துக்களைவிட அதிக அளவில் கலை மற்றும் கலாசாரத்தை (இலக்கியம் நீங்கலாக) உருவாக்க இஸ்லாமியர்களுக்கு வழிவகுத்திருக்கின்றன. இஸ்லாமியர்களின் புலன் இன்பங்கள் பலதரப்பட்டவை. உயர் தரமானவை. மொகலாயர் காலத்தில் இருந்த இந்து மன்னர்களின் ஆடம்பரங்கள், கொண்டாட்டங்கள் எல்லாம் முஸ்லிம் மன்னர்களின் கேளிக்கைகளோடு ஒப்பிடுகையில் மலினமான நகல் போலவே இருந்தன. முஸ்லிம்கள் (யாசகர்கள், கடைநிலைப் பாட்டாளிகள் நீங்கலாக) மிகவும் பண்பட்டவர்களாகவும் வளமான வாழ்க்கைத் தரம் கொண்டவர்களாகவும் இருந்தனர். இணையான அடுக்கைச் சேர்ந்த ஹிந்துக்கள் கூடுதல் செல்வச் செழிப்பில் இருந்தாலும்கூட பின்தங்கிய நிலையில் இருப்பார்கள். ஆனால், கடைநிலையில் இருக்கும் ஹிந்துக்கள் அதே நிலையிலான இஸ்லாமியர்களைவிட சுத்தமாகவும் அறிவார்ந்தவர்களாகவும் இருப்பார்கள்.

15. இந்தியாவில் இஸ்லாமிய ஆட்சி

இஸ்லாமிய அரசு என்பது இஸ்லாமிய மதத்துக்கு முழுக்கவும் கட்டுப்பட்டது.

இஸ்லாமிய அரசு என்றால் இஸ்லாமிய மத ஆட்சி என்றுதான் அர்த்தம். உண்மையான ஒரே மன்னர் ஏக இறைவன் மட்டுமே. பூமியில் அரசாளும் இஸ்லாமிய மன்னர்கள் எல்லாம் ஏக இறைவனின் பிரதிநிதிகள் மாத்திரமே. ஏக இறைவனின் ஆட்சியை

அமல்படுத்துவதே அவர்களுடைய ஒரே கடமை. குடிமைச் சட்டங்கள் எல்லாமே ஷரியத் மத சட்டங்களுக்குக் கீழானவையே. அவை மதச் சட்டங்களுடன் இரண்டறக் கலந்தே இருக்க வேண்டும். இஸ்லாமிய அரசு அதிகாரிகள் எல்லாரும் இஸ்லாமிய மார்க்கத்தை அமல்படுத்துவதற்காகத்தான் இருக்கிறார்கள். அப்படியான ஓர் அரசில் மார்க்கத்துக்கு மாறானவையெல்லாம் துரோகத்துக்கு சமம். ஏனென்றால் அப்படியானவர்கள் உண்மை யான ஏக இறைவனுடைய எதிரிகளான பொய்யான கடவுள்களை வணங்குவதன் மூலம் ஏக இறைவனை எதிர்ப்பவர்களாகி விடுகிறார்கள்.

அரசியல்வாதிகள், அரசு அதிகாரத்தில் இருப்பவர்கள் ஆகியோர் தமது முழு அதிகாரத்தையும் வளங்களையும் பயன்படுத்தி மார்க்க போதனைகளைப் பரப்பியே ஆகவேண்டும். எனவே, பழமைவாத இஸ்லாமுக்கு அப்பால் இருக்கும் எந்தவொரு மத நம்பிக்கையையும் சகித்துக்கொள்வதென்பது இஸ்லாமில் மிகப் பெரிய பாவமாகவே கருதப்படும். பல தெய்வ வழிபாடு - இணைவைத்தல் எல்லாம் மிக மிகப் பெரிய பாவங்கள், குற்றங்கள். உயிரையும் உணவையும் தரும் அல்லாவுக்கு இழைக்கும் ஆகப் பெரிய குற்றம் - குஃப்பர். இந்த குஃப்பர் தவறைச் செய்பவர் காஃபிர்.

இதனால் இஸ்லாமிய இறையியலின்படி, காஃபிர்களின் தேசமான தார் அல் ஹராப் மீது, அவை தார் அல் இஸ்லாம் - இஸ்லாமிய தேசமாக ஆகும்வரையும் அந்த தேசத்தின் மக்கள் எல்லாரும் இஸ்லாமியராக ஆக்கப்படும்வரையிலும் புனித ஜிஹாத் போர் தொடுப்பதே உண்மையான மார்க்க விசுவாசிகளின் ஆகப் பெரிய கடமை. தார் அல் ஹராப் தேசத்தை வீழ்த்திய பின்னர் காஃபிர் மக்கள் எல்லாம் வென்றெடுத்த மார்க்க விசுவாசிகளின் அடிமைகளாகி விடுவார்கள். எதிர்த்துப் போராடும் ஆண்களை எல்லாம் கொன்றுவிடவேண்டும். அல்லது அடிமைகளாக்கிவிடவேண்டும். அவர்களின் மனைவிகள், குழந்தைகளும் அடிமையாக்கப்பட வேண்டும். தோற்கடிக்கப்பட்ட தேசத்தில் எதிர்த்துப் போர் புரியாதவர்கள் எல்லாரும் கொன்று குவிக்கப்பட்டிருக்காவிட்டால் (குர்ரானில் எதிரி தரப்பினர் அனைவரையும் கொன்றுவித்து விடவேண்டும் என்றே சொல்லப்பட்டிருப்பதாக மார்க்க போதகர் ஷஃபி தெரிவிக்கிறார்) ஏக இறைவனை ஏற்றுக்கொள்ளும்படியாக சாதுரியமாக வழிநடத்தவேண்டும்.

ஜிஹாத் என்பதற்கு இஸ்லாமிய என்சைக்ளோபீடியா தரும் விளக்கம் : புனித மாதங்கள் முடிவடைந்ததும் ஏக இறைவன்

அல்லாமல் பிற கடவுள்களைக் கும்பிடுபவர்கள் அனைவரையும் எங்கெல்லாம் பார்க்க முடிகிறதோ அங்கெல்லாம் கொன்று குவிக்கவும். மதம் மாற சம்மதம் தெரிவித்தால் அதற்கு அனுமதிக்கலாம் (குர்ரான் 9:5-6) காஃபிர்கள் தமது தெய்வங்களை வழிபடுவதை விட்டுவிட்டால் இதுவரை செய்த தவறுகள் மன்னிக்கப்பட்டுவிடும். மீண்டும் அந்த தெய்வங்களை வழிபட ஆரம்பித்தால் முடிவு காணும்வரை போரிட்டு அல்லாவின் மதமே எங்கும் இருக்கும்படிச் செய்யவேண்டும் (குர்ரான் 8 : 39-42).

16. லட்சிய இஸ்லாமிய அரசு

நாட்டின் ஒட்டு மொத்த மக்களையும் இஸ்லாமுக்கு மாற்றிவிட வேண்டும்.

ஒரு தேசத்தின் மக்கள் அனைவரையும் இஸ்லாமுக்கு மாற்ற வேண்டும்; மாற்றுத் தரப்புகள் எந்த வடிவில் இருந்தாலும் அவற்றை அழித்துவிடவேண்டும். இதுவே இஸ்லாமிய அரசின் லட்சிய இலக்கு. ஏதேனும் காஃபிருக்கு இஸ்லாமிய தேசத்தில் துன்பம் ஏற்பட்டால் அது தவிர்க்கமுடியாத, நியாயமான துன்பமே. அது தற்காலிகமானதுதான். அரசியல்ரீதியாகவும் சமூகரீதியாகவும் நெருக்கடிகள் தந்து அல்லது அரசுப் பணத்தைக் கையூட்டாகத் தந்து மார்க்க விழிப்பு உணர்வு பெற்று மார்க்க விசுவாசிகள் பட்டியலில் அவர் பெயரை இடம்பெறச் செய்தாகவேண்டும். காஃபிர்களின் எண்ணிக்கை அதிகரித்தாலோ அவர்களுடைய செல்வ வளம் பெருகினாலோ அது இஸ்லாமிய அரசின் இலக்கையே தோற்கடிப்பதாக ஆகும். எனவே ஒரு விசுவாசமான இஸ்லாமிய மன்னர், காஃபிர்கள் தமக்குள் குரல்வளையை வெட்டிக் கொண்டு செத்தால் மகிழ்ச்சி அடையவேண்டும். ஏனென்றால் யார் இறந்தாலும் இஸ்லாமுக்கே நன்மை விளையும்.

உதாரணமாக, இரண்டு இந்து துறவிகள் புனித நதியில் யார் முதலில் இறங்கி நீராடுவது என்பது தொடர்பாக மோதியபோது, இரு தரப்பினரிடையே அமைதியைக் கொண்டுவர வேண்டியவராக இருந்த இஸ்லாமிய மன்னர் அக்பர், அந்தக் கடமையைச் செய்யாமல் இருந்தார். இரு தரப்பினரும் தமக்குள் மோதி இறந்து போவதன் மூலம் காஃபிர்களின் எண்ணிக்கை குறையும் என்பதால் மார்க்க விசுவாசியான மன்னர் அதை தள்ளி நின்று வேடிக்கையே பார்த்தார். இது மார்க்க விதிகளின்படி சரியே என்று காந்தான் இ தைமூரியா என்ற நூலில் குதா பக்ஷ் குறிப்பிட்டிருக்கிறார்.

17. இஸ்லாமியர் அல்லாதவரின் அரசியல் நெருக்கடிகள்

இஸ்லாமிய ஆட்சியில் முஸ்லிம் அல்லாதவர் அந்த அரசின் குடிமகனாக இருக்கமுடியாது. அவர் ஒடுக்கப்பட்ட வகுப்பைச் சேர்ந்தவரே. அவருடைய இடம் என்பது அடிமை நிலையின் மாறுபட்ட வடிவமே. அரசின் ஜிம்மா - அனுமதி - ஒப்பந்தம் மூலமே அவர் அந்த நாட்டில் இருக்கமுடியும். ஏனென்றால் விசுவாசிகளின் ஒரே தளபதியான ஏக இறைவன் வேண்டா வெறுப்புடனே காஃபிர்களுக்கு உயிரையும் உடமைகளையும் கொடுத்திருக்கிறார். காஃபிர்கள் எல்லாம், அரசியல் மற்றும் சமூக நெருக்கடிகளுக்கு ஆளாக்கப்பட்டாகவேண்டும். ஜெஸியா வரி கொடுத்தாகவேண்டும். சுருக்கமாகச் சொல்வதென்றால் ஒரு தேசத்தை முஸ்லிம்கள் வென்றெடுத்தபின்னர், காஃபிர்கள் தம்மையும் தமது உடமைகளையும் இஸ்லாமின் நலனுக்காக விட்டுக் கொடுக்கத் தயாராக இருந்தாலே இஸ்லாமிய தேசத்தில் அவர்களால் உயிர் வாழமுடியும்.

காஃபிர்கள் தம்மிடம் இருக்கும் நிலத்துக்கு கராரி வரி தந்தாகவேண்டும். அந்த வரியை ஒரு முஸ்லிம் நில உடமையாளர் தரவேண்டியதில்லை. இஸ்லாமிய அரசின் படைகளின் செலவுகளுக்கு காஃபிர்கள் பணம் கொடுத்தாகவேண்டும். அந்தப் படையில் காஃபிர்கள் சேர முடியாது. வரி கொடுக்க விரும்பாமல் படையில் சேர்ந்து பணிபுரிய முன்வந்தாலும் ஏற்றுக்கொள்ள வேண்டிய அவசியமில்லை. அடிமை நிலையில் இருப்பவர் என்பதை எடுத்துக்காட்டும் வகையில்தான் உடை அணிந்துகொள்ள வேண்டும். அவர்களுடைய நடவடிக்கைகளும் அப்படியே இருக்க வேண்டும். எந்தவொரு ஜிம்மியும் (முஸ்லிம் அல்லாதவரும்) தரமான உடை உடுத்தக்கூடாது. குதிரையில் ஏறிச் செல்லக்கூடாது. ஆயுதங்கள் ஏந்தக் கூடாது. ஆதிக்க சக்தியான இஸ்லாமியர் முன் மரியாதையுடனும் பணிவுடனும் நடந்துகொள்ளவேண்டும்.

ஒவ்வொரு முஸ்லிம் அல்லாத ஆண், நல்ல மனநிலை கொண்டவர், பருவ வயது கடந்தவர் எல்லாம் ஜெஸியா வரி கட்டியாகவேண்டும். அவர்களுடைய நிலம் எல்லாம் வகஃப் நிலமாகவே கருதப்படும். அவர் அதைப் பயன்படுத்திக் கொள்ளலாம். சொந்தம்போல் பாவித்துக்கொள்ளலாம். எதுவாக இருந்தாலும் அந்த நிலத்துக்கான வரியும் அதில் விளைவதற்கான வரியும் கட்டியாகவேண்டும். நில உரிமையாளர் முஸ்லிமாக இருந்தால் இந்த வரி கட்டவேண்டாம். முஸ்லிம் அல்லாதவருக்கு

சாட்சி சொல்லுதல், குற்றவியல் சட்டத்தின் கீழான பாதுகாப்பு, திருமணம் ஆகியவற்றில் சட்டம் சார்ந்து பல முட்டுக்கட்டைகள் இருக்கும். ஜிம்மிகள் தமது தெய்வ நம்பிக்கையை வெளிப்படையாக இஸ்லாமியர்கள் மனம் புண்படும் வகையில் வெளிப்படுத்தக்கூடாது. ஏனென்றால் அவர்கள் இஸ்லாமிய அரசின் குடிமகன்கள் அல்ல.

மார்க்க விதிகளைக் கற்றுத் தேர்ந்த ஹாஜி முகிஸ் உத் தீன், அலாவுதீன் கில்ஜியிடம் குர்ரானில் இருக்கும் போதனைகள் என்று சொன்னவை: ஷரியத்தின்படி ஹிந்துக்கள் எல்லாரும் கராரி குஜார் என்ற வரி கட்டியாகவேண்டியவர்கள். வரி வசூல் அதிகாரி வெள்ளியைக் கொடு என்று கேட்டால் எந்தக் கேள்வியும் கேட்காமல் மரியாதையுடனும் பணிவுடனும் தங்கத்தை எடுத்து அவர்கள் கொடுத்துவிடவேண்டும். அந்த அதிகாரி காஃபிர்களின் வாயில் கழிவை அள்ளிப்போட்டால் அவர்கள் எதிர்ப்பு தெரிவிக்காமல் வாயைத் திறந்தபடி அதை ஏற்றுக்கொண்டாக வேண்டும். ஏக இறைவன் காஃபிர்களை (ஜெஸியா வரி கொடுக்கும் வரை) ஒடுக்கவேண்டும் என்றே கூறியிருக்கிறார். காஃபிர்களைக் கொல்; கொள்ளையடி; அடிமைப்படுத்து என்று இறைத்தூதர் உத்தரவிட்டிருக்கிறார். நாம் மதித்துப் போற்றும் இமாம் ஹனீஃபா அவர்கள்தான் ஹிந்துக்கள் மீது ஜெஸியா வரி விதிக்கும்படிச் சொல்லியிருக்கிறார்கள். பிற மார்க்க போதகர்களின் கூற்றுப்படி ஹிந்துக்களின் விதி 'இஸ்லாம் அல்லது மரணம்' (ஜியா பரானி, 290).

இந்தியாவைப் பொறுத்தவரையில் மொகலாய ஆட்சியில் இன்னொரு முக்கியமான அம்சமும் இருந்தது. சிறுபான்மையினரின் ஆட்சி அதிகாரமாகவே அது இருந்தது. அதிலும் அந்தச் சிறுபான்மை என்பது இனம், கலாசாரம் ஆகியவற்றில் அல்லாமல் வெறும் ஒரு தனி பிரிவு என்ற வகையில் மட்டுமே வேறு பட்டிருந்தது. இந்தியாவில் பல நூற்றாண்டுகளாக வசித்த முஹமதியர்கள் தூய அந்நிய வம்சாவளியினராக இருந்திருக்க வில்லை. அரச வம்சத்திலும்கூட ரத்தக் கலப்பு நடந்து விட்டிருந்தது. அவர்கள் எல்லாரும் ஹிந்துஸ்தானில் பிறந்த வர்களாக ஹிந்து ரத்தம் உடம்பில் ஓடுபவர்களாக இருந்தனர். ஆளப்பட்ட ஹிந்துக்களைப் போலவே ஒரே மொழி, ஒரேவிதமான நடவடிக்கைகள், உடைகள் அணிந்தவர்களாக இருந்தனர். இதனால் இந்தச் சிறுபான்மையின் சர்வாதிகார ஆட்சி, அரசியல் சலுகைகள், சமூக உயர் நிலை இவற்றை என்னவிதமான இல்லாத உடலியல்,

மனவியல், இனவியல் கூறுகளின் மேன்மையாகச் சொல்லியும் நியாயப்படுத்தவே முடிந்திருக்கவில்லை. இரு தரப்பையும் மதம் மட்டுமே பிரித்தது.

ஆதிக்கப் பிரிவினரின் குழுவுக்கு வெளியே இருந்தவர்கள் பொது மக்களின் நலனுக்காக உருவாக்கப்பட்ட அரசு மற்றும் அதன் அதிகாரம், வளம் எல்லாம் தம்மை அழிக்க நினைக்கும் மதக் குழுவின் கைகளில் போய்ச் சேர்ந்துவிட்டதாக உணர்ந்தனர். இப்படியான அரசை தேசிய அரசு என்று அழைக்கவே முடியாது. அது மக்களின் அன்பையும் அர்ப்பண உணர்வையும் அங்கீகாரத்தையும் பெற்றிருக்கவே இல்லை.

இஸ்லாமைப் பொறுத்தவரையில் பிற மத நம்பிக்கைகளை சகித்துக்கொள்வதென்பது குர்ரானுக்கு எதிரானது. அறியாமையில் இருந்த குடியானவ வர்க்கமோ முரட்டுத்தனமான போர்வீரர்களோ மட்டுமல்ல; மன்னர்களும் அமைச்சர்களும் அறிஞர்களும் துறவிகளும் அனைவருமே அப்படியே நினைத்தனர். மதவாத சிந்தனைகளைப் பொதுவான அடிப்படை அறிவு, தர்க்கரீதியான சிந்தனை, ராஜாங்க கண்ணியம் போன்றவை தாண்டிச் செயல் பட்டதும் உண்டு. அல்லது மனிதர்களின் இயல்பான பலவீனங் களின் காரணமாக அனைத்து அரசர்களாலும் அமைச்சர்களாலும் அதிகாரிகளாலும் இந்த மதச் சகிப்பற்ற தன்மையை முழு அளவில் அமல்படுத்த முடியாமலும் போயிருக்கலாம். இதன் காரணமாக இஸ்லாமிய ஆட்சியில் ஹிந்துக்கள் சகித்துக்கொள்ளப்பட்டு, தமது உடமைகளுக்குப் பாதுகாப்பையும் சிறிது காலம் அனுபவித்திருக்கிறார்கள். அல்லது விழிப்பு உணர்வு பெற்ற, தாராள சிந்தனை கொண்ட மன்னர் ஆட்சியில் இருந்தபோது கலை, இலக்கியங்கள், செல்வம், அரசுப் பணிகள் ஆகியவற்றில் ஹிந்துக்கள் முன்னேறியிருக்கிறார்கள். அதன் விளைவாக வலிமையும் பொருளாதார பலங்களும் பெற்றிருக்கிறார்கள்.

ஆனால், இப்படி காஃபிர்களுக்கு ஆதரவாகச் செயல்படுவ தெல்லாம் மிகவும் அரிதாக மிகவும் விதிவிலக்காகவே நடந்திருக்கின்றன. இஸ்லாமிய அடிப்படை இலக்குகளில் இருந்து வேதனை தரும் வகையிலான வீழ்ச்சியாகவே இந்த சகிப்புத் தன்மையைப் பார்த்தனர். மார்க்க அரசின் கடமையை அந்த மன்னர் புறக்கணித்துவிட்டதாகவே கருதினர். அனைத்து மதத்தினரையும் அரவணைத்துச் செல்லும் தாராள சிந்தனை கொண்ட ஒரு இஸ்லாமிய மன்னர் தனது இதயத்தைப் பொற்காசுக்கு விற்று விட்டதாக மார்க்க போதகரால் பொதுவெளியில்

விமர்சிக்கப்படுவார். இஸ்லாமின் அதி தூய, மாசு மருவற்ற ஷரியத் சட்ட திட்டங்களுக்கும் போதனைகளுக்கும் திரும்பும்படிக் கேட்டுக்கொள்ளப்படுவார்.

புனித நூல்களிலிருந்து மத அடிப்படைவாதச் செயல்களுக்கு ஆதரவான விஷயங்களை மேற்கோள்காட்டிப் பேசுவார்கள். அதற்கு இஸ்லாமியப் படைகளின் ஆதரவும் உடனே கிடைக்கும். அந்தப் படை வீரர்களின் வாள் பலத்தை நம்பித்தான் ஒரு மன்னரின் அதிகாரமும் ஆட்சியும் இருக்கிறது. இஸ்லாமைப் பொறுத்த வரையில் எந்தவொரு மன்னருக்கும் அவருடைய ஆட்சி வாரிசுரிமையாகக் கிடைத்ததோ இறை அருளால் கிடைத்ததோ அல்ல. அவர் இஸ்லாமின் ஜிஹாத் போருக்காகத் தேர்ந்தெடுக்கப் பட்டிருக்கும் தலைவர் மட்டுமே. எனவே ஒரு இஸ்லாமிய மன்னர் தனது அரசியல் முதிர்ச்சி, ஞானங்களையெல்லாம் காற்றில் பறக்கவிட்டுவிட்டு காஃபிர்களைத் தண்டிக்கச் சொல்லும் மார்க்க புனித வசனங்களுக்கு ஏற்ப நடந்துகொண்டாலே தன் தலைமையைத் தக்கவைத்துக்கொள்ளமுடியும்.

குர்ரான் வசனங்களை அப்படியே அர்த்தம் எடுத்துக்கொண்டு செயல்பட்டதனால் இஸ்லாமிய மன்னர்களுக்கும் அவர்களால் ஆளப்பட்ட இஸ்லாம் அல்லாத மக்களுக்கும் இடையில் பெரும் பகைமையையே உருவானது. இதன் விளைவாக எங்கெல்லாம் பலதரப்பட்ட மக்கள் வாழ்ந்துவந்தார்களோ அங்கெல்லாம் உருவான இஸ்லாமிய அரசு தோற்கடிக்கப்பட்டது. ஔரங்கசீபின் ஆட்சி கல்வி அறிவு இல்லாதவர்கள் கூடப் புரிந்துகொள்ளும் படியாக இந்த உண்மைக்கு மிகச் சிறந்த எடுத்துக்காட்டாகத் திகழ்கிறது.

18. ஔரங்கசீப் ஆட்சி காலத்தில் மத வெறி

ஹிந்து தர்மத்துக்கு எதிராக ஔரங்கசீப் தன் தாக்குதல்களை மிகவும் நயவஞ்சகமான முறையில் ஆரம்பித்தார். ஆட்சிப் பொறுப்பேற்ற முதல் ஆண்டில் அவர், பனாரஸில் இருந்த அர்ச்சகர் ஒருவருக்குக் கொடுத்த அறிக்கையில் ‘இஸ்லாம், புதிய கோவில்கள் கட்டப்படுவதைத் தடுக்கும்படிச் சொல்கிறதே அல்லாமல் பழைய கோவில்களை இடிக்கச் சொல்லவில்லை’ என்று குறிப்பிட்டிருக்கிறார். 1644-ல் ஜஹாங்கீரின் கீழ் குஜராத் பிராந்தியத்தின் நிர்வாகப் பொறுப்பில் இருந்தபோது அஹமது நகரில் புதிதாகக் கட்டப்பட்ட சிந்தாமன் ஆலயத்தில் பசுவை

வெட்டிக் கொன்று அந்த ஆலயத்தை இடித்து மசூதியாக்கினார். அப்போது அந்தப் பிராந்தியத்தில் இருந்த ஏராளமான கோவில் களையும் இடித்தார். அவை புதிதாகக் கட்டப்பட்டவையாக இருக்கக்கூடும்.

ஆட்சிப் பொறுப்பேற்றதும் ஓர் உத்தரவு பிறப்பித்தார். அதில் ஒரிஸ்ஸா- கட்டக் தொடங்கி மேதினிபூர் வரையிலும் இருக்கும் அனைத்து நகரங்கள், கிராமங்களில் 10-12 வருடங்களுக்குள் கட்டப்பட்ட அனைத்து ஆலயங்களையும் இடித்துத் தரைமட்ட மாக்கும்படி அதிகாரிகள், படையினருக்கு உத்தரவிட்டிருந்தார். பழைய ஆலயங்கள் எதையும் புதுப்பிக்கவும் கூடாது என்றும் அதில் குறிப்பிட்டிருந்தார்.

19. ஔரங்கசீப் காலத்தில் ஹிந்து ஆலயங்கள் இடிப்பு

தனது ஆட்சியின் 12வது ஆண்டில் (9, ஏப், 1669) 'காஃபிர்களின் அனைத்து மத போதனை மற்றும் செயல்பாடுகளை முடக்கும் வகையில் அனைத்து மடங்கள், மதக் கல்வி மையங்கள், ஆலயங்களையும் இடித்துத் தள்ளும்படி உத்தரவிட்டார். அவருடைய அழிக்கும் கரம் இப்போது இந்தியா முழுவதும் இருந்த ஹிந்துக்கள் பெரிதும் மதித்து வணங்கிய மாபெரும் கோவில்கள் பக்கம் திரும்பியது. மிகவும் புகழ் வாய்ந்ததாகவும் பழமை வாய்ந்ததாகவும் இருந்த சோமநாதர் ஆலயம் (முஹம்மது கஜினி இடித்துத் தரைமட்டமாக்கியதைத் தொடர்ந்து பீமதேவர் இரண்டாம் முறை கட்டி எழுப்பிய சோமநாதர் ஆலயம்), பனாரஸின் விஸ்வநாதர் ஆலயம், மதுராவில் இருந்த கேசவ ராய் ஆலயம் அனைத்தையும் ஔரங்கசீப் இடித்துத் தரைமட்டமாக்கினார்.

மதுரா ஆலயத்துக்கு பந்தேல அரசர் அந்தக் காலத்திலேயே ரூ 33 லட்சம் செலவிட்டு 'அந்நாளின் அதிசயமாக' மீட்டெடுத்திருந்தார். சோமநாதர் ஆலயம் முதலில் மரத்தால் கட்டப்பட்டிருந்தது. பீமதேவர் காலத்தில் கற்களால் கட்டப்பட்டது. குமாரபாலர் காலத்தில் முழுமையாக புனருத்தாரணம் செய்யப்பட்டது (1143-74). கி.பி. 1297, 1394 என அது மொஹமதியர்களால் தொடர்ந்து தாக்கி அழிக்கப்பட்டது. கி.பி. 1394-ல் நடந்த தாக்குதல் மிகப் பெரிய அழிவைக் கொண்டுவந்தது. தமது பிராந்தியங்களில் இருந்த ஆலயங்கள் எல்லாம் இடிக்கப்பட்டுவிட்டன என்று ஆலம்கீருக்குத் தெரியப்படுத்தினாலொழிய அவர்களால் அவருடன் சுமுகமான அமைதியான நல்லுறவை உருவாக்கிக் கொள்ள முடிந்திருக்க வில்லை.

இஸ்லாமிய மதவெறிக்கு அதிகமும் ஆளானது புண்ணிய மதுரா நகரமே. கிருஷ்ணரின் ஜன்ம பூமியான அது இந்தியாவில் இருக்கும் 'பொய்யான தெய்வங்களில்' மிகவும் புகழ்பெற்றது. 'அந்த தெய்வத்துடன் காஃபிர்கள் மிக நெருக்கமான பக்தியும் பந்தமும் கொண்டிருந்தனர். ஆக்ராவுக்கும் தில்லிக்கும் இடையிலான மொகலாய ராஜபாட்டையில் அது அமைந்துமிருந்தது. ஆக்ரா அரண்மனையில் இருந்து பார்த்தால் அந்த ஆலயங்கள் கண்ணில் தென்படும்படியாக இருந்தன. இஸ்லாத்தை மகிமைப்படுத்தி காஃபிர்களை வீழ்த்தும் விஷயங்களில் மெத்தனம் காட்டும் மொகலாயப் பேரரசர்களை அது இகழ்வதுபோலிருந்திருக்கும். ஔரங்கசீபின் மூர்க்கத்தனமான கண்கள் ஏற்கெனவே ஹிந்துக்களின் பெத்லஹேமான மதுரா மீது குவிந்திருக்கும். இறையச்சம் மிகுந்த மார்க்க விசுவாசியான அப்துன் நபியை மதுராவின் படைத் தளபதியாக நியமித்து ஹிந்துக்களை ஒடுக்கும்படி உத்தரவிட்டார்.

கேசவ் ராய் ஆலயத்தில் கல்லாலான அலங்கார மதில் வரிசையை தாரா ஷுகோ செய்துகொடுத்திருக்கிறார் என்பது 14 அக்டோபர், 1666-ல் தெரியவந்ததும் ஔரங்கசீப் அதை அகற்றும்படி உத்தர விட்டார். 'உருவ வழிபாட்டுச் சடங்குகள் மீதான இஸ்லாமியரின் ரகசிய விருப்பத்தின் அடையாளமாக' அது இருப்பதாகச் சொல்லி அதை அழித்தார். ஜன 1670-ல் ரமலான் மாதத்து விரதங்கள், தியானங்களால் மதவாதம் தூண்டப்பட்டு மதுராவில் இருந்த அந்தக் கோவில் முழுவதையுமே படையை அனுப்பி இடித்துத் தரைமட்ட மாக்கினார். அந்த நகரின் பெயரை இஸ்லாமாபாத் என்றும் மாற்றினார். இதே காலகட்டத்தில் உஜ்ஜெய்னி கோவில்களுக்கும் இதுவே நடந்தது.

ஆலய இடிப்பு தொடர்பாக மிகத் தெளிவான திட்டமிடலுடன் செயல்பட்டார். துணை பிராந்தியங்கள், ஊர்கள் அனைத்திலும் முத்தஸீப் (ஒழுக்க மீறல்களைக் கண்காணித்து தண்டித்தல், இஸ்லாமிய ஒழுங்கு விதிமுறைகளை அமல்படுத்துதல்) என்ற அதிகாரி ஒருவர் நியமிக்கப்பட்டார். மதுபானம், பாங், சூதாட்டம் ஆகியவற்றைத் தடுக்கும் பொறுப்பு அவரிடம் தரப்பட்டது. இந்த அதிகாரிகளின் முக்கிய பணிகளில் ஒன்று இந்து வழிபாட்டு மையங்களைத் தகர்ப்பது. இந்தப் பணிக்கு மிக அதிக அதிகாரிகள் நியமிக்கப்பட்டார்கள் என்பதும் அதன் மூலம் அதிக ஆலயங்கள் தகர்க்கப்பட்டன என்பதும் இந்த அதிகாரிகளைக் கண்காணித்து வழி நடத்துவதற்கென்றே இன்னொரு தரோகா - டைரக்டர் ஜெனரல் என்ற அதிகாரி நியமிக்கப்பட்டதில் இருந்து தெரியவருகிறது.

தொலைதூர கிழக்கு வங்காளம், ஒரிஸ்ஸா என மொகலாயப் பேரரசின் விளிம்பில் இருந்த பகுதிகளுக்குக் கூட ஔரங்கசீபின் அதிகாரிகள் சென்று அங்கிருந்த கோவில்கள் எல்லாவற்றையும் இடித்துத் தரைமட்டமாக்கி தமது எல்கைக்குட்பட்ட பகுதிகளில் இருந்த சிலைகள் அனைத்தையும் உடைத்துத் தள்ளினர். ஜூன் 1680-ல் ஜெய்பூரின் தலைநகரமான அம்பர் பகுதியில் இருந்த ஆலயங்கள் அனைத்தும் தரைமட்டமாக்கப்பட்டன.

வாழ்க்கை அனுபவங்களோ முதுமையோ ஔரங்கசீபின் மத வெறியைத் தணிக்கவில்லை. 80 வயதுக்கும் மேலானபோது, தான் முன்பு தரைமட்டமாக்கிய சோமநாதர் ஆலயம் உள்ளூர் மொகலாயப் பிரதிநிதியின் அலட்சியத்தினால் மீண்டும் புனரமைக்கப்பட்டுவிட்டதா என்று கேட்டிருக்கிறார். தக்காணத்தில் இருந்த புகழ் பெற்ற கோவில் ஒன்றை, 'மீண்டும் எழுந்து நடக்க முடியாதபடி உடைத்துப் போடும்படி' தன் தளபதி ஒருவருக்கு உத்தரவிட்டிருக்கிறார். 1674-ல் குஜராத்தில் இருந்த ஹிந்துக்களின் அறக்கட்டளை நிலங்கள் அனைத்தையும் அபகரித்தார்.

★

ஔரங்கசீப் முன்னெடுத்த ஆலய இடிப்புகள் (ஆட்சிக்கட்டில் ஏறுவதற்கு முன்பாக)

சரஸ்பூருக்கு அருகில் இருக்கும் சிந்தாமன் ஆலயம் நகை வியாபாரி சீதா தாஸ் என்பவரால் கட்டப்பட்டிருந்தது. அது இளவரசர் ஔரங்கசீபின் உத்தரவினால் க்வாத் அல் இ அஹ்மாதி என்ற பெயர் கொண்ட மசூதியாக 1645-ல் ஆக்கப்பட்டது (மீரட் - இ அஹ்மதி, 232). பம்பாய் கெஹட்டியர் தொகுதி 1, பக் 280 : 'இந்த ஆலயத்தில் ஔரங்கசீப் பசுவை வெட்டிக் கொன்றதாகவும்' பதிவு செய்திருக்கிறது. ஆனால் ஷாஜஹான் இந்த ஆலயத்தை இந்துக்களுக்குத் திருப்பிக் கொடுக்க உத்தரவிட்டிருக்கிறார்.

'அஹமதாபாதிலும் குஜராத்தின் பிற பர்கானாக்களிலும் நான் ஆட்சிக்கட்டில் ஏறுவதற்கு முன்பாகவே பல ஆலயங்கள் என் உத்தரவின் பேரில் இடிக்கப்பட்டுள்ளன. அவையெல்லாம் சீரமைக்கப்பட்டு உருவ வழிபாடுகள் நடந்துவருகின்றன. முந்தைய உத்தரவை (இடித்துத் தள்ளும் உத்தரவை) பின்பற்றவும்' - ஃபர்மான் - 20, நவ, 1665 (மீரட், 275).

'ஔரங்காபாதுக்கு அருகில் இருக்கும் சத்ர கிராமம் என்னுடைய வேட்டைக்காடு. இங்கு மலை உச்சியில் கந்தே ராயின் சிலையுடன்

ஒரு கோவில் இருக்கிறது. அல்லாவின் அருளினால் நான் அதைத் தகர்த்துவிட்டேன். கோவில் நடனக் கலைஞர்களை அவமானகரமான செயலில் இருந்து தடுத்துவிட்டேன்' - பிதார் பக்துக்கு ஔரங்கசீப் எழுதிய கடிதம் (கலிமத் இ தயிபத்- 7ஞ)

ஆட்சிப் பொறுப்பேற்றபின்னர்:

குர்ரானின் போதனைகளின் படி நீண்ட காலமாக இருந்துவரும் ஆலயங்களை இடிக்கக்கூடாது. ஆனால் புதிய ஆலயங்கள் கட்ட அனுமதிக்கக் கூடாது. பனாரஸ் மற்றும் சுற்றுவட்டாரப் பகுதிகளில் இருக்கும் பழங்காலக் கோவில்களை நிர்வகிக்கும் சில பிராமணர்களுக்கும் ஹிந்துக்கள் சிலருக்கும் குறிப்பிட்ட சிலர் தொந்தரவுகள் தந்ததாகவும் அந்த பிராமணர்களை ஆலய நிர்வாகப் பொறுப்பில் இருந்து அகற்ற முயற்சி செய்வதாகவும் கேள்விப்பட்டோம். பிராமணர்களுக்கும் பிற இந்துக்களுக்கும் யாரும் சட்ட விரோதமாக எந்தத் தொந்தரவும் தரக்கூடாது என்று உத்தரவிடுகிறோம். - அபுல் ஹஸனுக்கு 28, பிப், 1659-ல் ஔரங்கசீப் அனுப்பிய ஃபர்மான்.

'சோமநாதர் ஆலயம் முன்பு என்னால் உடைக்கப்பட்டு உருவ வழிபாடு முடக்கப்பட்டது. இப்போது அங்கு நிலைமை என்ன என்பது தெரியவில்லை. ஒருவேளை உருவ வழிபாட்டினர் மீண்டும் அங்கு வழிபட ஆரம்பித்திருந்தால் அந்தக் கோவிலின் சிறு தடயம் கூட இல்லாமல் தரைமட்டமாக்கிவிடவும். வழிபாடு செய்பவர்களை அங்கிருந்து அப்புறப்படுத்தியும்விடவும்' - ஔரங்கசீப் தன் ஆட்சியின் கடைசி பத்தாண்டில் எழுதிய கடிதம்.

19, டிச, 1661 : 'குச் பிஹாருக்குள் மீர் ஜும்லா படையுடன் நுழைந்தார். அதன் மன்னரும் மக்களும் வெளியேறிவிட்டிருந்தனர். அங்கிருக்கும் கோவில்கள் அனைத்தையும் இடித்துவிட்டு அந்த இடங்களில் மசூதிகளை எழுப்பும்படிச் சொல்லி சையது முஹம்மது சாதிக்கை தலைமை நீதிபதியாக - பொறுப்பாளராக நியமித்தார். தளபதி மீர் ஜும்லா தன் கையில் இருந்த கோடரியால் நாராயண் சிலையை உடைத்தார்' - ஸ்டூவர்ட்டின் வங்காளம் நூலில்.

'மதுராவில் இருந்த கேசவ் ராய் ஆலயத்துக்கு தாரா ஷுகோ ஒரு கல்லாலான கலைப் பொருள் (மதில்) ஒன்றை உருவாக்கித் தந்த விஷயம் ஔரங்கசீபுக்குத் தெரியவந்தது. 'ஒரு கோவிலை முஸ்லிம் தன் கண்ணால் பார்ப்பதே பெரும் பாவம். தாரா ஷுகோவோ கோவிலுக்குக் காணிக்கையாகக் கலைப்பொருளைத் தந்திருக்கிறார். இது முஹமதியர்களுக்கு பெருமையைத் தேடித் தராது. அந்த கலை

அலங்காரத்தை உடனே அகற்றவும்' என்று உத்தரவிட்டார். அதன்படி மதுராவின் தளபதியான அப்துன் நபி கான் அதை இடித்து அகற்றினார்' (அக்பராத், 9 வது வருடம், ஷீட் 7 - 14, அக், 1666).

20, நவ, 1665 : 'குஜராத் பிராந்தியத்தில் வசிக்கும் சிலர் ஆலம்கீர் ஆட்சிப் பொறுப்பேற்பதற்கு முன்பாக ஏற்கெனவே பேரரசின் உத்தரவின் பேரில் இடிக்கப்பட்ட ஆலயங்களை மீண்டும் கட்டி எழுப்பியிருப்பதாக ஆலம்கீருக்குத் தெரியவந்திருக்கிறது. முன்பு இடிக்கப்பட்டு தற்போது கட்டி எழுப்பப்பட்டிருக்கும் அந்த ஆலயங்களை இடித்துத் தரைமட்டமாக்கும்படி ஆலம்கீர் இதன் மூலம் உத்தரவிடுகிறார்' - ஃபர்மான் - மீரட் 273.

9, ஏப்ரல், 1669 : 'அனைத்து பிராந்தியத்தின் நிர்வாகப் பொறுப்பில் இருப்பவர்களும் அவர்கள் பிராந்தியங்களில் உள்ள பாடசாலைகள், கோவில்கள் அனைத்தையும் இடித்துத் தரைமட்டமாக்கவேண்டும்; காஃபிர்களின் மதக் கல்வி மற்றும் மத நடவடிக்கைகளைக் கடுமையாக முடக்கவேண்டும்' என்று ஆலம்கீர் உத்தர விட்டிருக்கிறார் (மஸிர் இ ஆலம்கிரி, பக் 81). ஹூக்ளியில் இருந்தபோது தெ க்ராஃப் இந்த உத்தரவைக் கேட்டிருக்கிறார்.

மே 1699 : 'மலர்ணா பகுதியில் இருந்த ஆலயத்தை இடித்துத் தரைமட்டமாக்க ஸாலிக் பஹதுர் அனுப்பிவைக்கப்பட்டார்' (மஸிர் இ ஆலம்கிரி, பக் 84).

2, செப் : 'பனாரஸில் இருக்கும் விஸ்வநாதர் ஆலயத்தை ஆலம்கீரின் உத்தரவின் பேரில் அவருடைய அதிகாரிகள் இடித்துத் தரைமட்ட மாக்கிவிட்டிருக்கும் செய்தி அவைக்கு வந்து சேர்ந்திருக்கிறது' - மஸிர் இ ஆலம்கிரி, பக் 88. (இது அக்பர் காலத்தில் கட்டி எழுப்பப்பட்ட கீர்த்தி விஸ்வேரரர் ஆலயம்.)

ஜனவரி, 1670 : 'ரமலான் மாதத்தில் மார்க்கப் பற்று மிகுந்த ஆலம்கீர் மதுராவில் இருக்கும் கேசவ் ராய் ஆலயத்தை இடித்துத் தரைமட்ட மாக்க உத்தரவிட்டிருக்கிறார். வெகு குறுகிய நேரத்திலேயே அவருடைய அதிகாரிகள், தளபதிகள் அந்தக் கோவிலை இடித்துவிட்டனர். பெரும் பொருட் செலவில் அங்கு ஒரு மசூதி கட்டி எழுப்பப்பட்டது. பீம் சிங் தேவ் பந்தேலாவால் இந்த ஆலயம் 33 லட்ச ரூபாய் செலவில் கட்டப்பட்டிருந்தது. 'எல்லா புகழும் இறைவனுக்கே. சிலை வணங்கிகளை அழிக்கும் இந்த நல்லாட்சியின் காலத்தில் மகத்தான, நடைமுறை சாத்தியமற்றதாகத் தோன்றிய சாதனை ஒன்று படைக்கப்பட்டிருக்கிறது. ஆலம்கீரின் மார்க்கப்பற்றின் வலிமையையும் இறை நம்பிக்கையின்

பிரமாண்டத்தையும் பார்த்த இந்து மன்னர்கள் சிலைபோல் பேச்சு மூச்சற்று உறைந்து நின்றார்கள். தங்க, வைர நகைகளால் அலங்கரிக்கப்பட்ட சிறிய மற்றும் பெரிய சிலைகள் எல்லாம் அந்த ஆலயத்தில் இருந்து எடுத்துக்கொண்டுவரப்பட்டு ஜஹன்னாராவின் மசூதிப் படிக்கட்டுகளுக்குக் கீழே அங்கேயே சிதைந்து மண்ணோடு மண்ணாகட்டும் என்று புதைக்கப்பட்டன' (மஸிர் இ ஆலம்கிரி, பக் 95-96)

'சரண் பகுதியில் இருந்த சீதா ராம்ஜி ஆலயத்தை பாதி அளவுக்குத் தகர்த்தார். அவருடைய தளபதிகளில் ஒருவர் அங்கிருந்த அர்ச்சகர்களை வெட்டிக் கொன்றார். வீரர்கள் சிலைகளை உடைத்தனர். கொண்டாவில் இருந்த தேவி பட்டணத்திலிருந்த பிருந்தாவனத்தைச் சிதைத்தனர் (வில்லியம் க்ரூக்ஸ் எழுதிய வட மேற்கு பிராந்தியங்கள், பக் 112).

7, ஏப், 1670 : உஜ்ஜெய்னியிலும் சுற்றுவட்டாரங்களிலும் இருக்கும் ஆலயங்களைத் தரைமட்டமாக வாஸிர் கான் 400 வீரர்களுடன் அடிமை கடா பெய்க்கை அனுப்பியிருப்பதாக மால்வாவிலிருந்து செய்தி வந்திருக்கிறது. அங்கிருந்த ராவத் ஒருவர் கடா பெய்கையும் அவருடைய படையில் இருந்த 121 பேரையும் தாக்கிக் கொன்றிருக்கிறார்' - அக்பராத், 13வது வருடம், ஷீட் 17.

'ஒரிஸ்ஸா எல்லையில் கட்டாக் தொடங்கி மேதினிபூர் வரையிலும் இருக்கும் ஃபௌஜ்தார்கள், குடிமை அதிகாரிகள் (முத்தசதி), ஜாஹிர்தார்களின் பிரதிநிதிகள், கரோரிகள், அம்லாக்கள் அனைவருக்கும் இடப்பட்ட உத்தரவு: பேரரசரின் சம்பளப் பட்டுவாடா அதிகாரி ஆஸாத் கான் ஆலம்கீரின் உத்தரவின் பேரில் ஒரு கடிதம் எழுதியிருக்கிறார். 'ஒரிஸ்ஸா பகுதியில் இருந்து ஆலம்கீருக்குக் கிடைத்திருக்கும் தகவல்களின்படி, மேதினிபூரில் இருக்கும் தில்குடி கிராமத்தில் ஒரு புதிய கோவில் கட்டப் பட்டுள்ளது. அதை உடனே தகர்க்கவேண்டும் என்று உத்தரவிடப் படுகிறது. வீணர்களான காஃபிர்களினால் இந்தப் பிராந்தியத்தில் கட்டப்பட்டிருக்கும் அனைத்து ஆலயங்களையும் இடித்துத் தரைமட்டமாக்கவேண்டும். இந்தக் கடிதம் கிடைத்த உடனே வெகு விரைவாக மேலே சொல்லப்பட்டிருக்கும் அனைத்து கோவில் களையும் இடித்துத் தரைமட்டமாக்கிவிடவேண்டும். சுமார் பத்து பன்னிரண்டு ஆண்டுகளுக்குள் கட்டப்பட்ட ஆலயங்கள் செங்கல், களிமண் என எப்படிக் கட்டப்பட்டிருந்தாலும் தாமதிக்காமல் இடித்துவிடவேண்டும். ஒடுக்கப்பட்ட இந்துக்கள் மீண்டும் அந்த ஆலயங்களை சீரமைத்துவிடாமலும் பார்த்துக்கொள்ளவேண்டும்.

ஆலயங்களை இடித்து முடித்ததும் ஹாஜியார்களிடமிருந்து முத்திரையும் மார்க்க விசுவாசிகளான ஷேக்களிடமிருந்து சாட்சிக் கையெழுத்தும் பெற்று உடனே அனுப்பிவைக்கவும்' - மராக்கத் இ அபுல் ஹஸன்.

'ஒவ்வொரு பர்கானாவுக்கும் தானாக்களில் இருந்து வந்து சேர்ந்திருக்கும் அதிகாரிகள் எல்லாரும் சிலைகள், ஆலயங்களை உடைப்பதற்கான உத்தரவுகளுடன் வந்து சேர்ந்திருக்கிறார்கள்'. டாக்கா மாவட்டத்தில் தமராய் பகுதியிலிருந்தும் யசோ மஹாதேவர் ஆலய ஆவணக் காப்பகத்தில் 27, ஜுன், 1672-ல் ஆலய இடிப்பு உத்தரவு தொடர்பாக எழுதப்பட்ட இந்தக் கடிதம் இருக்கிறது. 'டாக்காவின் வரலாறு' என்று ஜே.எம். ராய் வங்காள மொழியில் எழுதிய நூலின் பக் 389-ல் இது வெளியாகியிருக்கிறது.

'கந்தேலா பகுதியில் வசிக்கும் ராஜபுத்திரர்களைத் தண்டிக்கவும் அங்கிருக்கும் ஆலயங்களைத் தரைமட்டமாக்கவும் தாராப் கான் பெரும் படையுடன் அனுப்பிவைக்கப்பட்டார். 8, மார்ச், 1679-ல் அந்தப் பகுதியைத் தாக்கி கந்தேலா மற்றும் சனூலாவில் இருந்த ஆலயங்களையும் அக்கம் பக்க பகுதிகளில் இருந்த ஆலயங்கள் அனைத்தையும் இடித்துத் தரைமட்டமாக்கினார்' *(ம.ஆ. 173).*

25, மார்ச், 1679 : 'ஜோத்பூரில் இருந்த ஆலயங்களைத் தகர்த்துவிட்டு தன்னுடன் பல வண்டிகள் நிறைய சிலைகளை கான் இ ஜஹான் பஹதுர் கொண்டுவந்தார். பெருமளவுக்கு தங்கம், வெள்ளி தாமிரங்களாலானதும் நவரத்னங்களும் பதித்ததுமான சிலைகளை அரசவை முற்றத்தின் நான்கு பக்கங்களிலும், மிதித்து ஏறிச் செல்லும்படியாக ஜும்மா மசூதியின் படிக்கட்டுகளிலும் பதிக்கும்படி ஆலம்கீர் உத்தரவிட்டார்' *(ம.ஆ.175).*

ஜன 1680 : 'உதய்பூரில் மஹாராணாவின் அரண்மனைக்கு முன்பாக இருக்கும் பிரமாண்ட ஆலயம் அந்நாட்களில் மகத்தான சாதனையாக இருந்தது. காஃபிர்கள் பெரும் தொகை செலவிட்டுக் கட்டியிருந்த அந்த ஆலயம் தரைமட்டமாக்கப்பட்டது; சிலைகள் எல்லாம் உடைக்கப்பட்டன' *(ம.ஆ. - 186).*

24, ஜனவரி வாக்கில் உதய் சாகர் ஏரியைப் பார்வையிட ஆலம்கீர் சென்றார். அதன் கரையில் இருந்த மூன்று கோவில்களையும் தரைமட்டமாக்க உத்தரவிட்டார் *(ம.ஆ -பக் 188).*

29, ஜனவரி வாக்கில் உதய்பூர் மற்றும் அதன் சுற்றுவட்டாரத்தில் இருந்த சுமார் 172 ஆலயங்களை இடித்துத் தரைமட்டமாக்கி விட்டதாக ஹஸன் அலி கான் பேரரசருக்கு அறிக்கை

சமர்ப்பித்திருக்கிறார் (ம.ஆ- பக் 189). 22 பிப்ரவரியில் சித்தூருக்குச் சென்றார் ஆலம்கீர். அங்கிருந்த சுமார் 63 ஆலயங்கள் அவருடைய உத்தரவின் பேரில் தரைமட்டமாக்கப்பட்டன (ம.ஆ-பக் 189).

10, ஆக, 1680 : 'அம்பர் பகுதியில் இருந்த 66 ஆலயங்களை இடித்துத் தள்ளியதாக அபு துரப் அறிக்கை சமர்ப்பித்திருக்கிறார்' (ம.ஆ - பக் 194).

2, ஆகஸ்ட், 1680-ல் மேற்கு மேவாரில் இருந்த சோமேஷ்வர் ஆலயத்தைத் தரைமட்டமாக்கும்படி உத்தரவிடப்பட்டது.

செப் 1687-ல் கோல்கொண்டாவைக் கைப்பற்றியதும் அப்துர் ரஹிம் கானை ஹைதராபாத்தின் கண்காணிப்பாளராக நியமித்தார். 'காஃபிர்களின் சடங்குகள், இஸ்லாமின் திரிபுவழிமுறைகள், அனைத்தையும் முடிவுக்குக் கொண்டுவரவேண்டும். ஆலயங்கள் இடிக்கப்பட்டு அங்கெல்லாம் மசூதிகள் கட்டப்படவேண்டும்' என்று அவருக்கு உத்தரவிடப்பட்டது (காஃபி கான் டிடி. 358-359).

1690 வாக்கில் : எல்லோரா, திரியம்பகேஸ்வர், நரசிங்கபூர் (முழு வெற்றி கிடைக்கவிடாமல் பாம்புகள், தேள்கள், விஷ ஜந்துக்கள் தாக்கி விரட்டிவிட்டன) பந்தர்பூர், ஜேஜுரி (அங்கிருந்த தெய்வமே அழிக்கவிடாமல் தடுத்துவிட்டது!) யாவத் (பூலேஷ்வர்) ஆகிய பகுதிகளில் ஆலம்கீர் முன்னெடுத்த ஆலய இடிப்புகள் எல்லாம் கே.என்.சேன் எழுதிய 'வர்ஷிக் இதிபிரத்தா'வில் (ஆண்டு நடப்புகள்: நாட்குறிப்புகளில்) இடம்பெற்றுள்ளன (பக் 133-135).

1693 : 'வட்நகரில் நாகர் பிராமணர்களின் தெய்வமான ஹடேஷ்வரின் ஆலயத்தை ஆலம்கீர் இடிக்க உத்தரவிட்டார்' (மிரட் 346).

3, ஏப், 1694 : 'ஜெய்சிங்கபுரப் பகுதியில் பைராகிகள் சிலைகளை வணங்குவதாக ஆலம்கீருக்கு ரகசியச் செய்திகள் கிடைத்தன. அந்தப் பிராந்தியத்தின் இஸ்லாமியக் கண்காணிப்பு அதிகாரி அங்கு சென்று ஸ்ரீ கிருஷ்ண பைராகி என்பவரைக் கைது செய்து அவருடைய வீட்டிலிருந்து 15 சிலைகளைக் கைப்பற்றியிருக்கிறார். அதைக் கேள்விப்பட்ட ராஜபுத்திரர்கள் அந்த மொகலாய அதிகாரியின் வீட்டை முற்றுகையிட்டிருக்கிறார்கள். அவருடைய வீரர்கள் மூவரைத் தாக்கியிருக்கிறார்கள். அதிகாரியையும் சிறைப்பிடிக்க முயற்சி செய்திருக்கிறார்கள். அதனால் அந்த பைராகியை விடுதலை செய்து கைப்பற்றிய தாமிரச் சிலைகளை உள்ளூர் சுபேதாரிடம் மொகலாய அதிகாரி ஒப்படைத்திருக்கிறார்' - அக்பராத், 37வது வருடம், ஷீட் 57.

1668-ன் மத்திய பகுதி : ‘பீஜாப்பூர் பகுதியில் இருக்கும் முக்கிய ஆலயத்தைத் தகர்த்து அங்கு மசூதி ஒன்று கட்டும்படி நியமிக்கப்பட்ட ஹமித் உத் தீன் கான் அதைச் செய்து முடித்துவிட்டு அவைக்குத் திரும்பியபோது ஆலம்கீர் அந்தத் தளபதியை வெகுவாகப் பாராட்டினார்’ *(ம.ஆ. 396).*

‘ஒரு ஆலயத்தைத் தகர்ப்பது மிகவும் எளிது. எப்போது வேண்டுமானாலும் அதைத் தாக்கித் தரைமட்டமாக முடியும். ஏனென்றால் அது எங்கும் தப்பி ஓடமுடியாது’ என்று ஜுல்ஃபிகர் கானுக்கும் முகல் கானுக்கும் எழுதிய கடிதத்தில் ஔரங்கசீப் குறிப்பிட்டிருக்கிறார்.

‘மஹாராஷ்டிராவில் இருக்கும் கட்டுமானங்கள் (ஆலயங்கள்) எல்லாம் வலிமையான கற்கள் மற்றும் இரும்பு கொண்டு கட்டப்பட்டிருக்கின்றன. நான் படையெடுத்துச் செல்லும்போது என் படை வீரர்களிடம், கண்ணில் தென்படும் ஆலயங்களை யெல்லாம் இடித்துத் தகர்க்கும் வலிமையோ ஆயுதங்களோ (பீரங்கிகளோ) இல்லை. எனவே இதற்கென்றே ஒரு மார்க்கப் பற்று கொண்ட நபர் (தரோகா பதவி) ஒருவரைத் தனியாக நியமித்து ஆற அமர இடிக்க ஒரு படையையும் அனுப்பிவைக்கவும். அவர் அந்த ஆலயங்களை அஸ்திவாரத்தோடு சேர்த்து நிதானமாகப் பெயர்த்தெடுக்க வசதியாக இருக்கும்’ என்று ஔரங்கசீப் தன் தளபஹி ரஹுல்லா கானுக்குக் கடிதம் எழுதியிருக்கிறார். கலிமத் இ ஔரங்கசீப் பக் *34.*

1, ஜன, 1705 : ‘முஹம்மது காஹில் மற்றும் ஹிட்மத் ராய் ஆகிய இருவரையும் வரச் சொல்லி ஔரங்கசீப், பந்தர்பூரில் இருக்கும் ஆலயத்தை இடித்துத் தரைமட்டமாக்க உத்தரவிட்டார். படை முகாமில் இருக்கும் கசாப்புக் கடைக்காரர்களை அழைத்துச் சென்று அந்த ஆலயத்தில் பசுக்களை வெட்டிக் கொல்லும்படியும் உத்தரவிட்டார். அப்படியே செய்துமுடிக்கப்பட்டது’ *(அக்பராத் 49 ஷீட்7).*

20. முஸ்லிம் அல்லாதவர் மீதான ஜெஸியா வரி

இஸ்லாமிய ஆட்சியில் உள்ள நாட்டில் இஸ்லாமியரல்லாதவர் வாழ ஜெஸியா என்ற வரியைத் தந்தாகவேண்டும். ஜெஸியா என்றால் ‘இடம் கொடுப்பதற்கான கட்டணம்’ என்று சொல்லலாம். முஹம்மது நபியால் முதல் முதலில் இது விதிக்கப்பட்டது. ‘உண்மையான மார்க்கத்தை ஏற்காதவர்களை எதிர்த்து, அவர்கள்

அடி பணிந்து ஜெஸியா வரி கொடுக்கும்வரை போரிடுங்கள்'
(குர்ரான் 9:29)

'அடி பணிந்து' என்ற இரண்டு வார்த்தைகளை இஸ்லாமிய புனித வசன விளக்கவுரையாளர்கள் வரி செலுத்துபவர்கள் அவமானப்படும் வகையில் இந்த வரியை விதிக்கவேண்டும் என்று விளக்கம் தருகிறார்கள். 1693-ல் வெளியிட்ட உத்தரவில் கிறிஸ்தவர்கள் (ஆக்ராவில் இருந்தவர்கள்) இந்த வரி தரவேண்டாம் என்று சொல்லப்பட்டிருந்தது.

மார்க்க அறிஞர்கள், மார்க்க போதகர்கள் அனைவரும் புனித இஸ்லாமிய நீதிகள், ஷரியத் விதிகள் பற்றி விளக்கிச் சொல்லி ஜிஸியா வரியை எப்படி வசூலிக்கவேண்டும் என்று கற்றுக் கொடுத்திருக்கிறார்கள்: 'ஒரு ஜிம்மி (முஸ்லிம் அல்லாதவர்) அந்த வரியைத் தன் கைப்பட, தானே கொடுக்கவேண்டும். தனது உதவியாளர் அல்லது பிரதிநிதி மூலம் கொடுத்து அனுப்பினால் வாங்கிக் கொள்ளக்கூடாது. ஜெஸியா வரி கொடுப்பவர் நடந்து வந்து, நின்ற நிலையில் அந்த வரியைத் தரவேண்டும். அதைப் பெறுபவர் அமர்ந்திருக்கவேண்டும். ஜிம்மியின் கை மீது தன் கையை வைத்து அந்த தொகையை எடுத்துக்கொண்டு, 'ஓ ஜிம்மி... ஜெஸியா வரியைக் கட்டு' என்று உரக்கச் சொல்லியபடி எடுத்துக்கொள்ளவேண்டும்'.

பெண்களும் 14 வயதுக்குக் கீழான சிறுவர்களும் அடிமைகளும் இந்த வரி தரவேண்டாம். கண் பார்வை இல்லாதவர்கள், பிற வகை ஊனமுற்றவர்கள், மன நிலை பிறழ்ந்தவர்கள் இவர்கள் எல்லாம் செல்வந்தராக இல்லாவிட்டால் தரவேண்டாம். துறவிகள் ஏழ்மையில் இருந்தால் தரவேண்டாம். ஆனால் செல்வ வளம் மிகுந்த மடங்களின் தலைமைப் பதவியில் இருந்தால் கொடுத்தாகவேண்டும்.

ஒரு நபரின் வருமானத்துக்கும் இந்த வரிக்கும் நேரடித் தொடர்பு கிடையாது. ஆனால் மக்கள் மூன்று வகைகளாகப் பிரிக்கப் பட்டிருந்தனர். ஒருவருடைய சொத்து 200 திர்ஹாமுக்குக் குறைவாக இருந்தால் ஏழைகள்; 200 -10000 திர்ஹாமாக இருந்தால் மத்திய வர்க்கம்; 10,000 திர்ஹாமுக்கு மேல் சொத்து இருந்தால் செல்வந்தர் என்று வகைப்படுத்தப்பட்டனர். இந்த வர்க்க நிலைக்கு ஏற்ப வரி தரவேண்டியிருந்தது. வங்கியாளர்கள், துணி வியாபாரிகள், நில உடமையாளர்கள், வணிகர்கள், மருத்துவர்கள் இவர்கள் எல்லாம் உயர்ந்த அடுக்கில் இருப்பவர்களாகக் கருதப்பட்டனர். தையல் கலைஞர்கள், சாயம் ஏற்றுபவர்கள், பட்டறைப் பணியாளர்கள்,

தோல் தொழிலாளர்கள் எல்லாம் ஏழைகளாக வகுக்கப் பட்டிருந்தனர். தமது தேவைகள் மற்றும் குடும்பத்தினரின் தேவைகளைப் பூர்த்தி செய்ததுபோக உபரி தொகை இருந்தாலே இந்தக் கடைநிலையில் இருந்தவர்கள் வரி கட்டினால் போதும். யாசகர்கள், வறியவர்கள் இந்த வரி தர வேண்டியிருக்கவில்லை.

21. ஜெஸியா வரி விகிதம்

ஏழை, மத்தியவர்க்கம், செல்வந்தர் ஆகிய மூன்று இந்துப் பிரிவினருக்கும் முறையே 12, 24, 48 திர்ஹாம் என ஜெஸியா வரி நிர்ணயிக்கப்பட்டிருந்தது. அல்லது ரூ 3.33, ரூ 6.66, ரூ 13.33. இந்து ஏழைகளைப் பொறுத்தவரையில் அவர்களுடைய வருமானத்தில் 6% வரியாகத் தரவேண்டும். இந்து மத்தியவர்க்கத்தினர் தமது வருமானத்தில் ஆறிலிருந்து 25% வரை ஜெஸியா வரி கொடுக்க வேண்டும்.இந்து செல்வந்தர்கள் ஆயிரத்துக்கு 2.5% வரி கட்ட வேண்டும். இன்றைய வரி நியதிகள், சட்டங்களுக்கு முற்றிலும் விரோதமாக ஜெஸியா வரி ஏழைகளை மிகவும் கடுமையாக பாதித்தது. ஒரு நபருக்கு ரூ 3.33 வரி கொடுத்தாகவேண்டும். 16-ம் நூற்றாண்டு வாக்கில் 9 மவுண்ட் கோதுமை மாவுக்கான (330 கிலோ கோதுமை மாவுக்கான) தொகை. அதாவது இஸ்லாமிய அரசு ஓர் ஏழையிடமிருந்து அவருடைய ஒரு ஆண்டுக்கான உணவு தானியத்தை இஸ்லாமியராக இல்லை என்ற ஒரே காரணத்தினால் அவரிடமிருந்து பறித்துக்கொண்டது. இரண்டாவதாக, அனைத்து அரசு அதிகாரிகளுக்கும் அவர்கள் பொருளாதாரரீதியாக வளமான நிலையில் இருந்தபோதிலும் இந்த வரியிலிருந்து விலக்கு தரப்பட்டது.

இந்தியாவில் இஸ்லாமியரின் ஆரம்பகட்ட ஆட்சியில் பிராமணர்கள் நீங்கலாக அனைத்து இந்துக்களுக்கும் ஜெஸியா வரி விதிக்கப் பட்டது. முஹம்மது பின் காசிம் சிந்து பகுதியில் இந்த ஜெஸியா வரியை அமல்படுத்தினார். ஃபிரோஸ் ஷா துக்ளக் முதுமை அடைந்த போது, பிராமணர்களுக்கும் பிற மார்க்க அவிசுவாசி களைப் போலவே ஜெஸியா வரியை விதித்தார். தேர்ந்த ராஜ தந்திரியான அக்பர் தனது ஆளுகையின் கீழ் இருந்த பெரும்பான்மை இந்துக்கள் மீதான அவமானச் சின்னமாக இருந்த ஜெஸியா வரியை நீக்கினார். ஒரு நூற்றாண்டு கழித்து ஒளரங்கசீப் அதை அமல்படுத்தினார்.

2, ஏப், 1679-லிருந்து இந்தியா முழுவதும் இருந்த ஹிந்துக்கள் மீது, ‘இஸ்லாமைப் பரப்பவும் காஃபிர்களின் நடவடிக்கைகளை

முடக்கவும்' ஜெஸியா வரி அமலுக்குக் கொண்டுவரப்பட்டது. இந்த உத்தரவைக் கேட்டதும் தில்லியில் இருந்த இந்துக்கள் யமுனை நதிக்கரையில் இருந்த ஔரங்கசீபின் அரண்மனையின் உப்பரிகையின் கீழே பெருமளவில் கூடி நின்று இந்த உத்தரவைத் திரும்பப் பெற வேண்டும் என்று வேதனையுடன் மன்றாடினர். ஆனால் ஆலம்கீர் செவிகளில் எந்த அழுகைக் குரலும் விழவில்லை. அடுத்த வெள்ளிக்கிழமையன்று ஔரங்கசீப் ஜும்மா மசூதிக்குத் தொழுகைக்குச் சென்றபோது கோட்டை வாசலில் இருந்து மசூதிவரையிலுமான பாதையில் ஹிந்துக்கள் கூடி நின்று வழியை மறித்தனர். தில்லி நகரில் இருந்த அனைத்து கடைக்காரர்கள், கைவினைத் தொழிலாளிகள் அனைவரும் வந்து கூடியிருந்தனர். ஔரங்கசீப் அவர்களைக் கலைந்துசெல்லும்படி உத்தரவிட்டும் யாரும் போகவில்லை. ஒரு மணி நேரம் காத்திருந்த ஆலம்கீர், மக்கள் கூட்டத்தினூடே யானைகளை ஓட்டிச் சென்று கூட்டத்தினரைக் கலைக்கும்படி உத்தரவிட்டார். அப்படியே செய்யப்பட்டது. ஹிந்துக்களின் போராட்டம் சில நாட்களுக்குத் தொடர்ந்தது. ஆனால், ஔரங்கசீபின் பிடிவாதமே வென்றது. மக்கள் கூட்டம் விரட்டியடிக்கப்பட்டது. 'மனித குலத்தினர் எல்லாரும் ஒன்றே என்பதையும் இறைவனின் முன்னால் அனைத்து மதங்களும் சமமே என்பதையும் நினைத்துப் பார்க்கும்படியும் ஜெஸியா வரி முறையற்றது என்பதையும்' இதமாக எடுத்துச் சொன்ன சிவாஜியின் கடிதத்தினால் எந்தப் பலனும் கிடைக்கவில்லை.

ஜெஸியா வரியை விதித்ததன் மூலம் ஔரங்கசீப் மக்களின் அழுகுரலுக்கு மட்டுமல்ல; நடைமுறை அரசியல் சிந்தனைகளுக்குமே செவிகொடுக்காதவராக இருந்தார். மொகலாய ஆளுகையில் இருந்த தக்காணத்தில் குறிப்பாக பர்ஹான்பூரில் ராணுவத்தைக் கொண்டு மிரட்டியே ஜெஸியா வரியை வசூலிக்க முடிந்தது. வரி கொடுக்காதவர் அனைவரையும் கடுமையாகத் தண்டிக்கும்படி தலைமைக் காவலருக்கு உத்தரவிட்டார். மீர் அப்துல் காசிம் கடுமையான ஒடுக்குமுறைகளை அவிழ்த்துவிட்டு ஆண்டுக்கு 26,000 ரூபாய் என்று கிடைத்த இடத்தில் பாதி நகரத்திலிருந்து மட்டும் மூன்றே மாதங்களில் அதைவிட நான்கு மடங்கு வரியை அபகரித்தார் (1682).

மொகலாய அதிகாரி ஒருவர் தனக்குப் பிடிக்காத அதிகாரியைப் பதவியில் இருந்து நீக்க விரும்பினால் சில ஹிந்துக்களிடமிருந்து ஜெஸியா வரியை இவர் முறையாக வசூலிக்கவில்லை என்று ஒரு பொய் சொன்னாலே போதும். அந்த மெத்தனமான அதிகாரியைப் பார்த்து ஆலம்கீர், 'என்னவிதமான வரிச் சலுகையும் தர உனக்கு

உரிமை உண்டு. ஆனால் ஏதேனும் ஒரு ஹிந்துவின் ஜெஸியா வரிக்கு விலக்கு கொடுத்தால் அது ஏக இறைவனுக்குச் செய்யும் மிகப் பெரிய துரோகமாக அமையும். ஜெஸியா வரி வசூலிப்பு தொடர்பான நடவடிக்கைகள் அனைத்தையும் அது முடக்கிவிடும். காஃபிர்கள் மீது மிகவும் அரும்பாடுபட்டு இந்த வரியை நான் விதித்திருக்கிறேன்' என்று முகத்துக்கு நேரே வெளிப்படையாகக் கண்டனத்தைத் தெரிவிப்பார்.

தக்காணத்தில் மொகலாயரின் ஆளுகைக்கு அப்பால் இருந்த பகுதியில் வசித்த ஹிந்து வணிகர்கள் இந்த ஜெஸியா வரி விதிப்பைக் கேட்டு அதிருப்தி அடைந்தனர். மொகலாய படைகளுக்கு போதிய தானியங்களை அனுப்ப மறுத்தனர். இதனால் ஔரங்கசீபின் படைத் தளபதி ஔரங்கசீபைச் சந்தித்து இந்த வரியை விலக்கிக் கொள்ளும்படிக் கேட்டுக்கொண்டார். 'என் படைவீரர்கள் பட்டினி கிடக்க நேரிடலாம். அதற்காக குர்ரான் போதித்திருப்பதுபோல் காஃபிர்களிடமிருந்து ஜெஸியா வரி வசூலிப்பதை நான் கைவிட்டுவிடவேண்டுமா என்ன' என்று கேட்டிருக்கிறார்.

இந்த இரண்டு பத்திகளில் இருப்பவை ஒன்றை ஒன்று மறுதலிப்பதுபோல் இருக்கிறது அல்லவா. ஹைதராபாத் பகுதியில் அதை வென்ற முதல் ஒரு வருட காலத்துக்கு ஜெஸியா மற்றும் பிற வரிகளை ஔரங்கசீப் விதிக்கவில்லை. 'அங்கிருப்பவர்கள் போர் மற்றும் பஞ்சத்தினால் பெரும் இழப்புகளுக்கு ஆளாகியிருக் கிறார்கள். இப்போது இந்த வரியையும் விதித்தால் மக்கள் ஊரைவிட்டே போய்விடுவார்கள்' என்று அந்தப் பகுதியின் நிர்வாகி சொன்னதால் ஔரங்கசீப் தற்காலிக விலக்கு தந்திருக்கிறார்.

தேசம் முழுவதுமாக இருந்த இஸ்லாமிய வரி வசூலிப்பாளர்களும் மார்க்க விசுவாசமும் ஞானமும் மிகுந்த அமீன்களும் ஜெஸியா வரியைக் கணக்கிடவும் வசூலிக்கவும் நியமிக்கப்பட்டனர். இவர்களின் எண்ணிக்கை மிக மிக அதிகமானதால் தக்காணத்தின் நான்கு பிராந்தியங்களில் இவர்கள் சரியாகப் பணிபுரிகிறார்களா என்பதைச் சரிபார்க்க ஒரு தனி உயர் அதிகாரி நியமிக்கப்பட்டார்.

22. ஜெஸியா வரியின் தாக்கம்

இந்த வரியின் மூலம் பெரும் தொகை கிடைத்தது. குஜராத்தில் ஆண்டுக்கு ஐந்து லட்ச ரூபாய் கிடைத்தது. அந்தப் பிராந்தியத்துக்கான மொத்த வருவாயில் 3.5% சதவிகிதமாக இது மட்டுமே இருந்தது. 1694-ல் 145 லட்ச ரூபாய் குஜராத்தின் மொத்த

வருமானமாக இருந்தது. குஜராத்தில் முஹமதியர்களின் எண்ணிக்கை மிகவும் அதிகம். மொத்த வருவாய்க்கு நிச்சயம் அவர்களுடைய பங்கு அதிகமாக இருந்திருக்கும். ஆனால் ஜெஸியா வரியில் அவர்களுடைய பங்கு நிச்சயம் இருந்திருக்காது. சூரத், பரோச் மற்றும் காம்பே பகுதிகளின் வணிகத்தால் கிடைத்த இறக்குமதி வரிகளால் அந்தப் பகுதியில் மொத்த வருமானம் பெருமளவில் அதிகரித்திருக்கும். எனவே ஒவ்வொரு நபரின் நேரடிப் பங்களிப்பில் மூன்றில் ஒரு பங்கை ஹிந்துக்கள் மட்டுமே தரவேண்டியிருந்திருக்கும். இந்தச் சுமை முஸ்லிம்களுக்கு நிச்சயம் இருந்திருக்காது என்ற முடிவுக்கு நாம் நிச்சயம் வரமுடியும்.

ஹிந்துக்களின் மீது நெருக்கடிகளை அதிகப்படுத்தி அவர்களை முஸ்லிமாக மாற்றவேண்டும் என்பதே இந்த ஜெஸியா வரியை விதித்த இஸ்லாமிய அரசுகளின் நோக்கம். 'மார்க்கப் பற்றாளரான ஆலம்கீர் இஸ்லாமிய நீதியை பரப்பும் நோக்கிலும் மார்க்க விரோதிகளின் செயல்பாடுகளை தூக்கியெறியவும் ரபி அல் அவ்வல் *(2, ஏப், 1679)* அன்றிலிருந்து குர்ரானின் வழிகாட்டுதலின் படி ஜிம்மிகள் (இஸ்லாமியரல்லாதவர்கள்) அடி பணிந்து ஜெஸியா வரியைக் கட்டச் சொல்லி உத்தரவிட்டிருக்கிறார்' என்று ஆலம்கீரின் தனிச் செயலர் பதிவு செய்திருக்கிறார் *(மிரட் இ அஹ்மதி , 313)* அதிகார ஆவணங்களின் அடிப்படையிலான இன்னொரு வரலாற்று நூலிலும் ஜெஸியா வரிக்கு இதே காரணமே குறிப்பிடப் பட்டிருக்கிறது.

சில நவீன வரலாற்றாசிரியர்கள் ராணுவப் படையில் சேர்வதில் இருந்து விலக்கு பெறுவதற்காக இந்த வரி விதிக்கப்பட்டது என்று சொல்லும் கூற்றுக்கு வரலாற்றில் சான்றுகள் எதுவும் இல்லை. ஏனென்றால் *1885, 10,* மேயில்தான் ராணுவத்தில் சேர்வதிலிருந்து விலக்கு தரும் நோக்கில் ஐரோப்பிய தாக்கம் கொண்ட துருக்கியிலேயே இந்த வரி விலக்கு அமலானது *(இஸ்லாம் கலைக்களஞ்சியம், 1052).*

ஔரங்கசீபின் சமகாலத்தவரான மனூச்சி, 'ஜெஸியா வரி கொடுக்க முடியாத பல ஹிந்துக்கள், வரி வசூலிக்கும் அதிகாரிகள் செய்யும் அவமானங்கள், ஒடுக்குமுறையில் இருந்து தப்பிக்க, முஸ்லிம்களாக மதம் மாறினர். இப்படியான ஒடுக்குமுறைகள் ஹிந்துக்களை முஹமதிய மார்க்கத்துக்கு கொண்டுவருவதால் ஔரங்கசீப் இவற்றைப் பெரும் உற்சாகத்துடன் வரவேற்றார்' என்று குறிப்பிட்டிருக்கிறார் *(ஸ்டோரியா, 2-234, டிதி 117).*

23. முஹமதியர்களுக்கு சாதகமான இறக்குமதி வரிகள்

10, ஏப், 1665-ல் இந்தியாவுக்குள் இறக்குமதியாகும் பொருட்களின் மொத்த மதிப்பில் முஸ்லிம் வணிகர்களுக்கு 2.5%; ஹிந்து வணிகர்களுக்கு 5% வரி விதிக்கப்படுவதாக ஆணை பிறப்பிக்கப் பட்டது. இந்த வரி மஹ்சூல் என்று அழைக்கப்பட்டது. முஸ்லிம்கள் ஆண்டுதோறும் பெருகும் தமது சொத்தில் பத்தில் ஒரு பாகமாகத் தரவேண்டிய 'ஜகத்' என்பது இதில் சேராது. அந்த தசம பாக ஜகத் முஹமதியர்களின் நலனுக்காக மட்டுமே செலவிடப்படும்.

9, மே, 1667-ல் முஸ்லிம்கள் இறக்குமதி வரியே தரவேண்டாம் என்று விலக்கு அளித்து ஔரங்கசீப் ஆணை பிறப்பித்தார். ஆனால் இந்து வணிகர்கள் வழக்கம் போல் 5% வரி தந்தாகவேண்டும். மக்களில் ஒரு பிரினருக்குத் தந்த சலுகை இது என்பதோடு அரசின் வருவாயில் இதனால் பெரும் இழப்பும் ஏற்பட்டது. இதனால் என்ன ஆனதென்றால் ஹிந்து வணிகர்கள் தமது பொருட்களை எல்லாம் இஸ்லாமிய வணிகர்களுடன் கூட்டு சேர்ந்துகொண்டு இஸ்லாமியரின் பொருட்கள் என்ற போர்வையில் இறக்குமதி செய்ய ஆரம்பித்தனர். இதனால் அரசுக்கு மேலும் மிகப் பெரிய வருவாய் இழப்பு ஏற்பட்டது. ஔரங்கசீபுக்கு இந்த முறைகேடு தெரியத்தான் செய்தது. உள்ளூர் அதிகாரிகளை இப்படியான முறைகேடு நடக்காமல் பார்த்துக்கொள்ளும்படி அந்த உத்தரவிலேயே எச்சரிக்கையும் செய்திருந்தார். இருந்தும் பொருளாதார சம வாய்ப்பு விதிகளையும் மீறி நியாயமாக அரசாட்சி செய்யவேண்டிய கடமையையும் மீறி மத அடிப்படையில் இந்தச் சலுகையை அமல்படுத்தினார்.

மத மாற்றத்தை ஊக்குவிக்கும் மூன்றாவது நடவடிக்கையாக இஸ்லாமுக்கு மாறுபவர்களுக்கு அரசு வேலை வாய்ப்புகள் தரப்பட்டன. அரசுக்குக் கிடைத்த ஒட்டுமொத்த வருவாயும் ஆதிக்க மதத்தின் பரவலுக்கே முழுவதுமாகப் பயன்படுத்தப்பட்டது. பணம், பட்டங்கள், அரசு பதவிகள், சிறையிலிருந்து விடுதலை, சிக்கலில் இருக்கும் சொத்துகள் கிடைக்கச் செய்தல் எனப் பல வழிகளில் இஸ்லாமுக்கு மாறும்படி ஹிந்துக்கள் ஆசைகாட்டப் பட்டனர்.

24. அரசுப் பணிகளில் இருந்து ஹிந்துக்கள் நீக்கப்படுதல்

எழுதப் படிக்கத் தெரிந்த மத்திய வர்க்க ஹிந்துக்களுக்குப் பன்னெடுங்காலத்திலிருந்தே வருவாய் துறை - கணக்குத் துறை

பணிகளே வாழ்வாதாரம் தருபவையாக இருந்திருக்கின்றன. ஔரங்கசீபின் ஆட்சி காலத்தில் 'முஸ்லீமாக மாற சம்மதித்தாலே கணக்கர் வேலை' என்பது ஒரு பழமொழிபோலவே ஆகிவிட்டது. இந்த விஷயம் வெளிப்படையாக எழுதப்பட்ட அரசாங்கக் கடித ஆவணங்கள் பஞ்சாபில் சில குடும்பங்களிடம் இருக்கின்றன. இது தொடர்பான ஆவணங்கள் அரசவைக் காப்பகங்களிலும் கூட இருக்கின்றன.

1671 வாக்கில் பிறப்பிக்கப்பட்ட ஆணையில் 'வரி- வாடகை வசூலிப்பவர்கள் முஸ்லிம்களாக இருக்கவேண்டும் என்றும் வைஸ்ராய்கள், தாலூக்தாரர்கள் அனைவரும் தமக்குக் கீழ் பணிபுரியும் ஹிந்து பேஷ்கர்கள் (குமஸ்தாக்கள்), திவானியன் (கணக்கர்கள்) அனைவரையும் பணி நீக்கம் செய்து முஸ்லிம்களை நியமிக்கும்படியும்' உத்தரவிடப்பட்டிருந்தது. 'ஒற்றைக் கையெழுத்தின் மூலம் அத்தனை ஹிந்து கணக்குப் பிள்ளைகளையும் பதவியில் இருந்து விலக்கிவிட்டார்' என்று ஔரங்கசீபின் அதிகாரபூர்வ வரலாற்றுப் பதிவாளர் குறிப்பிட்டிருக்கிறார்.

ஹிந்து பேஷ்கர்களைப் பணியில் இருந்து நீக்கியதைத் தொடர்ந்து கணக்கு வழக்கு நிர்வாகம் முறையாகச் செய்ய முடியாமல் போயிருக்கிறது. சில ஊர்களில் ஹிந்து பணியாளர்களின் இடங்களில் வருவாய் வசூலிக்கும் பொறுப்பில் முஸ்லிம்கள் நியமிக்கப்பட்டனர். பின்னர் நிலைமையின் வீரியத்தைப் புரிந்துகொண்டு கணக்குப் பிள்ளை பணிகளில் பாதி இடங்களை ஹிந்துக்களுக்கு கொடுக்க உத்தரவிட்டார்.

ஹிந்துக்களை மதம் மாற வைக்க வேறு ஆசைகாட்டும் வழிகளும் முன்னெடுக்கப்பட்டன. மதம் மாறியவர்களை யானை மேல் உட்காரவைத்து மேள தாளங்களுடன் கொடி மரியாதைகளுடன் ஊர்வலமாக கொண்டுவரும்படி ஆலம்கீர் ஆணை பிறப்பித்திருக்கிறார். மற்றவர்களுக்கு மதம் மாறினால் அன்றாட சன்மானமாக சிறிய தொகை (தினமும் குறைந்தபட்சம் நான்கு அணா) தரப்பட்டிருக்கிறது. மதம் மாறிய மற்றும் சுன்னத் செய்து கொண்டதிலிருந்து ஒரு மாத காலத்துக்கு மட்டுமே இந்தத் தொகை தரப்பட்டது. அதன் பின் அவை நிறுத்தப்பட்டுவிட்டன.

ராஜபுத்திரர்கள் நீங்கலாக வேறு ஹிந்துக்கள் யாரும் பல்லக்கிலோ யானை மீதோ உயர் ரக குதிரைகள் மீதோ பயணம் செய்யக்கூடாது; ஆயுதங்கள் வைத்திருக்கக்கூடாது என்று ஒரு சட்டம் 1695-ல் கொண்டுவரப்பட்டது.

25. ஹிந்து விழாக்கள் முடக்கம்

ஆண்டுதோறும் சில குறிப்பிட்ட நாட்களில் புனித க்ஷேத்ரங்களுக்கு அருகில் விழாக்கள், சந்தைகள் எல்லாம் நடக்கும். ஆண்கள், பெண்கள், குழந்தைகள் எனப் பெருமளவில் ஒன்றுகூடுவார்கள். புனித நதிகளில் நீராடிவிட்டு, ஸ்வாமி தரிசனம் செய்துவிட்டு பிரகார வலம் வந்துவிட்டு அங்கு நிறைந்திருக்கும் கடை கண்ணிகளில் பொருட்கள் வாங்கச் செல்வார்கள். கிராமப்புறப் பெண்களுக்கு அவர்களுடைய அன்றாட வேலைகளின் மந்தத்தனம், ஒற்றைப்படைத்தன்மை இவற்றிலிருந்து கிடைக்கும் மிகப் பெரிய விடுதலையாக இந்த விழாக்கள் அமையும். தூரத்து சொந்தங்கள், நண்பர்கள் ஆகியோரைச் சந்தித்து மகிழ்வார்கள். கலை, வேடிக்கை நிகழ்ச்சிகளைப் பார்த்து மகிழ்வார்கள்.

ஹிந்துக்களைப் போலவே இந்திய முஸ்லிம்களும் இந்த விழாக்களுக்குப் பெருமளவில் வருவார்கள். இந்த விழாக்கள் கொண்டாட்டம், வணிகம், பக்தி ஆகியவற்றின் கலவையாக இருக்கும். வணிகர்களுக்கு மிகப் பெருமளவில் வியாபாரம் நடக்கும். மொகலாய அரசுகள் இந்த விழாக்களுக்கான சந்தை-வாடகை வரிகளின் மூலம் பெரும் தொகையை ஈட்டின.

மால்வா பகுதியில் காலகாலமாக நடக்கும் மிகப் பெரிய விழா ஒன்றை 14-ம் நூற்றாண்டுவாக்கில் ஃபிரோஸ் ஷாவின் ஆட்சி பெரும் வன்முறையுடன் ரத்தக் களறியுடன் முடிவுக்குக் கொண்டுவந்து. 1668-ல் ஔரங்கசீபும் இதுபோலவே தனது ஆளுகைக்குட்பட்ட பகுதிகளில் நடந்த இந்து விழாக்களைப் பெரும் தாக்குதல் மூலம் முடிவுக்குக் கொண்டுவந்தார். துக்ளக் வம்சமும் ஃபிரோஸ் ஷாவுக்கு அடுத்த தலைமுறையில் முடிந்துவிட்டது. ஔரங்கசீபின் மொகலாய வம்சமும் அடுத்த தலைமுறையில் முடிவுக்குவந்துவிட்டது.

தீபாவளிப் பண்டிகையும் ஹோலி பண்டிகையும் சந்தைகளுக்கு வெளியே சில கட்டுப்பாடுகளுடனே நடக்க அனுமதித்தார். ஹோலி பற்றி ஔரங்கசீப் பெரிதும் வெறுப்புடனே பேசியிருக்கிறார். குஜராத் சுபேதாருக்கு ஔரங்கசீப் 20, நவ, 1665-ல் அளித்த உத்தரவில் 'அஹமதாபாத் பர்கானா மற்றும் நகரில் (குஜராத்தில்) ஹிந்துக்கள் இரவுகளில் விளக்குகள் ஏற்றி மூட நம்பிக்கை மிகுந்த விழாக்களைக் கொண்டாடுகிறார்கள். ஹோலி காலகட்டத்தில் ஆபாசமாகப் பேசுகிறார்கள். சந்தைப் பகுதிகளில் கைக்குக் கிடைக்கும் பந்தங்களையெல்லாம் ஹோலி

சொக்கப்பனை எரிக்கிறார்கள்.தீயில் பல பொருட்களை எறிகிறார்கள். தீபாவளி காலகட்டத்தில் பஜாரில் ஒரு விளக்கும் எரியவிடக்கூடாது. ஹோலி சொக்கப்பனையில் யாரிடமிருந்து எதையும் பறித்து எறியக்கூடாது. ஆபாசப் பேச்சுகள் எதுவும் பேசக்கூடாது' என்று குறிப்பிட்டிருந்தார். ஹோலியைப் பொறுத்தவரையில் ஒரு கண்காணிப்பு, ஒழுங்கு நடவடிக்கையாக மட்டுமே இருந்திருக்கிறது. தீபாவளி கொண்டாட்டத்தைத் தடுப்பதில்தான் மத வெறுப்பு வெளிப்படுகிறது.

26. ஔரங்கசீபின் காலகட்டத்தில் ஹிந்துக்கள் அரசியல்ரீதியாக ஒடுக்கப்பட்டு ஓரங்கட்டப்பட்டனர்.

உணவு தொடர்பான கட்டுப்பாடுகள், மதக் கோட்பாடு மற்றும் சடங்கு சம்பிரதாயங்கள், கலப்புத் திருமணத்தைத் தடுக்கும் அம்சங்கள் போன்றவற்றில் ஹிந்துக்களுக்கும் முஸ்லிம்களுக்கும் இடையே நிறைய வேறுபாடுகள் இருக்கின்றன. இவை நீங்கலாக, வாழ்க்கை தொடர்பான முற்றிலும் மாறுபட்ட எதிரெதிரான பார்வைகளே ஹிந்துக்களுக்கும் முஸ்லிம்களுக்கும் இடையில் இணைப்பு ஏற்படவே முடியாது என்ற நிலைக்குக் காரணமாக இருக்கின்றன. மேலும் குர்ரானை மையமாகக் கொண்ட அரசென்பது ஹிந்துக்களை பழமைவாத முஸ்லிம் ஆட்சியில் வாழவே முடியாத நிலைக்குத் தள்ளியிருந்தது. அதீத மார்க்க ஒழுங்குகளில் நம்பிக்கை கொண்டவரும் மத வெறி மிகுந்தவருமான ஒருவரின் ஆட்சி எப்படி இருக்கும் என்பதற்கு மிகச் சிறந்த எடுத்துக்காட்டாக ஔரங்கசீபின் ஆட்சி இருந்தது. ஏக இறைவனின் முன்னணி முதல் சேவகன் என்ற வகையில் தனது மார்க்கக் கடமையாகக் கருதியவற்றை எந்தவொரு அச்சமும் சலுகையும் இன்றி நடைமுறைப்படுத்தினார்.

ஹிந்து தத்துவ மரபுகள், நிறுவனங்கள் எல்லாம் தகர்க்கப்பட்டன. ஹிந்து கோவில்கள், வழிபாட்டு மையங்கள் எல்லாம் இடிக்கப்பட்டன. ஹிந்து விழாக்கள் தடைசெய்யப்பட்டன. ஹிந்துக்கள் அனைவரும் சிறப்புப் பொருளாதாரச் சுமையைச் (ஜெஸியா வரியைச்) சுமக்கவேண்டியிருந்தது. அதோடு பொதுவெளியில், தரக்குறைவானவர்கள் என்ற முத்திரையுடன் வாழவேண்டியிருந்தது. அரசவைப் பதவிகள் அவர்களுக்கு மறுக்கப்பட்டன (அத்தியாயம் எட்டில் இது பற்றி விரிவாகப் பார்த்திருக்கிறோம்).

அப்படியாக, ஔரங்கசீபின் ஆட்சிகாலத்தில் ஒரு ஹிந்து கல்வியறிவு இல்லாமல், மதம் தரும் ஆறுதல்கள் எதுவும் இல்லாமல், சமூகக் கலப்புக்கு வழியின்றி வாழவேண்டியிருந்தது; பொதுக் கொண்டாட்டங்களுக்கு இடமின்றி, செல்வ வளம் குன்றி, இயல்பான விஷயங்களைச் செய்வதன் மூலமும் வசதி வாய்ப்பு களைப் பயன்படுத்திக் கொள்வதன் மூலமும் கிடைக்கும் தன்னம்பிக்கையை இழந்து நின்றார்; சுருக்கமாகச் சொல்வதென்றால், தொடர்ந்து பொதுவெளியில் அவமானப் படுத்தப்பட்டு அரசியல் முட்டுக்கட்டைகளைத் தொடர்ந்து சந்தித்தபடியே வாழவேண்டியிருந்தது. ஹிந்துவாக இருந்தால் விண்ணும் மண்ணும் இரண்டுமே அவர்களுக்கு மறுக்கப்பட்டது போல் ஆகியிருந்தது. இதனால் ஔரங்கசீபின் ஆட்சி முழுவதுமே ஹிந்துக்களைத் தொடர்ந்து கிளர்ந்தெழச் செய்வதாகவும் கலகம் செய்யத் தூண்டுவதாகவும் இருந்தது. கூடவே அவர்களின் ஞானம், ஒருங்கிணைப்பு, பொருளாதார வளங்கள் எல்லாவற்றிலும் வீழ்ச்சியடையச் செய்வதாகவும் இருந்தது. இதனால் அவர்களை மூன்றுக்கு இரண்டு பங்கு குடிமக்களாகக் கொண்டிருந்த மொகலாய அரசு மேலும் பலவீனமடைந்தது.

27. இந்தியாவில் முஸ்லிம்களின் வீழ்ச்சி; அதன் காரணங்கள்

இப்படியான ஆட்சியின் கீழ் முஸ்லிம் மக்களுமேகூட வளம் பெறவில்லை. இதற்கான காரணம் வேறு. துருக்கியர்கள் வெறும் படை வீரர்கள் மட்டுமே. அவர்களுடைய ஆண்கள் போர்வீரர்களாக இருந்தனர். போர் மட்டுமே அவர்களின் ஒரே தொழிலாக இருந்தது. எப்போதும் தயார் நிலையில் இருக்கும் ராணுவம் என்பது தொடர்ச்சியான, மிதமான, குடும்ப வாழ்க்கையிலிருந்து பிரிக்கப்பட்டதாகவே இருக்கும். மொகலாயர்கள் என்று அழைக்கப்பட்ட ஆளும் வர்க்கம் உண்மையில் துருக்கியர்களால் ஆனது. எனவே மொகலாய ஆட்சி காலத்தில் இருந்த இஸ்லாமிய சமூகத்தில், பல்வேறு குடிமைப் பணிகளில் இருந்தவர்கள் கூட தம்மைச் சுற்றி ஒரு மதில் சுவர் எழுப்பிக்கொண்டவர்களாகவே இருந்தனர். அவர்களுடைய அரசென்பது ராணுவ அரசாகவே இருந்ததால் சமூகம் என்பது அவர்களுக்குப் படைவீரர்களின் குழுவாகவே இருந்தது.

இந்தியாவில் இருந்த மார்க்க விசுவாசிகளின் விசித்திரமான இடம் என்பது முஸ்லிம்களின் அறிவார்ந்த வீழ்ச்சிக்கும் காரணமாக

அமைந்தது. அவர்கள் இந்தியாவைத் தமது தாயகமாக வரித்துக்கொண்டனர். பலரும் இன ரீதியாக இந்தியர்களே. இவர்கள் அனைவருடைய தோற்றம், சிந்தனை, பழக்க வழக்கங்கள், நடத்தை ஆகிய அனைத்திலும் இந்தியத் தன்மையே இருந்தன. ஆனால் அவர்களின் மத போதகர்களோ பழங்கால அரேபியாவை நோக்கித் திரும்பும்படியாகவும் முஹம்மது நபியின் காலகட்டத்து மனநிலையை உருவாக்கிக் கொள்ளும்படியும் வற்புறுத்தினார்கள். அவர்களுடைய மத ரீதியான மொழி அரபு மொழி. இந்திய முஸ்லிம்களில் நூறில் ஒருவருக்குக்கூட அந்த மொழி புரியாது. அவர்களுடைய கலாசார மொழி பாரசீகம். ஓரளவுக்கு அதை கஷ்டப்பட்டு கற்றுக்கொண்டு பேசினார்கள். பாரசீக முஸ்லிம்கள் எல்லாம் இதைப் பார்த்துக் கேலியும் கிண்டலும் செய்யும்படியாக தப்பும் தவறுமாகவே பேசமுடிந்தது. இந்திய முஸ்லிம்கள், இந்திய பிராந்திய மொழிகளை இலக்கியங்களுக்குப் பயன்படுத்துவதை 18-ம் நூற்றாண்டில்கூடத் தரக்குறைவாகவே கருதினர். எனவே இந்தியாவில் இருந்த முஸ்லிம்களில் பெரும்பான்மையானவர்களுக்கு தமக்கென்று தனி இலக்கிய மரபே இல்லாமல் போனது. அவை தொடர்பான படிப்பு முடங்கியது. அவர்களுடைய தனிப்பட்ட வாழ்க்கையில் (பாரசீகம் தெரிந்த ஒரு சிலர் நீங்கலாக) அறிவார்ந்த, இலக்கிய ரசனை மற்றும் மகிழ்ச்சிகளுக்கு இடமில்லாமல் போனது. மதம் சார்ந்த உயிர்த்துடிப்பான இலக்கியப் படைப்புகளும்கூட அவர்களுடைய மொழிகளில் இருந்திருக்கவில்லை. ஹிந்துஸ்தானி பக்திப் பாடல்கள், பாரசீக மொழியிலான சூஃபி கவிதைகள் இவை யெல்லாம் கலாசாரக் கலப்புக்கும் பொதுவான அறியாமையைப் போக்கவும் எந்தவகையிலும் போதுமானதாக இருந்திருக்கவில்லை.

அப்படியாக பழமைவாத முஸ்லிம் இந்தியாவில் வசித்தபோதும் இந்தியராகத் தன்னை உணர்ந்ததே இல்லை. வாழும் மண்ணில் வேர் செலுத்திவிடக்கூடாது. அதன் மொழி, கலாசார அம்சங்களை மனதுக்குள் உள்வாங்கிக் கொண்டுவிடக்கூடாது. அனைத்தையும் பாரசீக, அரேபியாவில் இருந்தே தருவித்துக்கொள்ளவேண்டும். குடிமை மற்றும் குற்றவியல் சட்டங்கள்கூட பாக்தாத் அல்லது கெய்ரோவில் இருக்கும் நீதிமான்கள் எழுதிய சட்ட திட்டங்களை அடிப்படையாகக் கொண்டே நடைமுறைப்படுத்தப்படவேண்டும். இந்தியாவில் வாழும் முஸ்லிம் அறிவார்ந்த தளத்தில் அந்நியர். தான் வாழும் சூழலுக்கு ஏற்பத் தன்னைத் தகவமைத்துக்கொள்ள முடியாதவர். நவீன காலத்து அன்றாட குடிமை வாழ்க்கையை வழிநடத்தவும் மனித நடத்தைகள், தொடர்புகள் ஆகியவற்றை

ஒழுங்குபடுத்தவும் வெகு பழங்காலத்தில் நாடோடிக் கூட்டமாக வாழ்ந்த மக்களுக்கு வடிவமைக்கப்பட்ட குர்ரானின் போதனைகளையே பயன்படுத்தவேண்டும். அக்பர் போன்ற பகுத்தறிவு மிகுந்த முஸ்லிம் கூட அரேபியாவுடன் எந்தவகையிலும் தொடர்புகொண்டிராத இந்தியாவில் 16-ம், 17-ம் நூற்றாண்டில் வாழ்ந்த மனிதர்களுக்கும் அதுவே வழிகாட்டுவதாக இருக்க வேண்டும் என்று சொன்னதென்பது அபத்தமாகவே இருக்கிறது.

இப்படியாக மிகவும் அந்நியமானதும் நடைமுறை சாத்தியமே இல்லாததுமான இயல்புக்கு மாறான ஒன்றைத் திணித்ததால் ஏற்பட்ட அறிவார்ந்த வெற்றிடம் இந்திய முஸ்லிம்களின் மன, சமூக முன்னேற்றத்தை முடக்கியதோடு அவர்களுடைய இதயங்களை விஷக் களைச்செடிகள் செழித்துவளரும் நிலமாகவும் ஆக்கி விட்டது. தனிப்பட்ட மத நம்பிக்கைக்கான மற்றும் உயிர்த்துடிப்பான மதம் தொடர்பான மனிதர்களின் நிரந்தரத் தேடலானது அரேபியப் புத்தகம் ஒன்றை வெறுமனே மனப்பாடம் செய்து மீண்டும் மீண்டும் ஒப்பித்துக்கொண்டிருந்தால் திருப்தி அடைந்துவிடாது. அல்லது ஒற்றைப்படையான உடல்பயிற்சியை தினமும் ஐந்து நேரம் அனைவரும் கூடி நின்று செய்வதால் பூர்த்திஅடைந்துவிடாது. இந்தத் தணியாத தாகம் கொண்ட ஆன்மாக்கள் தமது அண்டை அயலில் வசித்து அற்புதங்கள் செய்த துறவிகளையும் கடந்த காலத்தில் வாழ்ந்து மறைந்த துறவிகளின் கல்லறைகளை நோக்கியும் (உயிருடன் இருக்கும் மற்றும் இறந்த இருவருமே அற்புதங்கள் செய்ய வல்லவர்கள்) நோக்கியும் குவிய ஆரம்பித்தன.

குர்ரானையும் சன்னி மார்க்க சட்ட திட்டங்களையும் உருவாக்கிய செமிட்டிக் குலத்தினரின் இனவியல் கூறுகள் எல்லாம் இந்தியர்களுடையவற்றில் இருந்து முற்றிலும் மாறுபட்டவையே. இந்தியர்களில் ஒரு பிரிவினர் அராபிய மதத்தை ஏற்றுக்கொண்டு விட்டார்கள் என்பதாலேயே இந்த இன வேறுபாடு மறைந்துவிடும் என்று செல்லவே முடியாது. இந்திய இஸ்லாமின் ஏறிக் கடக்கவே முடியாத பெரும் தடைகளாகவே இவை இருக்கின்றன.

28. ஹிந்து சமுதாயத்தின் உள்ளார்ந்த பலவீனமும் வீழ்ச்சியும்

மத்திய கால ஹிந்துக்களின் நிலைமையும் இதுபோலவே மிகவும் துயரமானதுதான். அவர்களாலும் ஒரு தனி தேசமாக உருவாக முடிந்திருக்கவில்லை. ஒரு வலிமையாக குழுவாகக்கூட ஆக

முடிந்திருக்கவில்லை. ஒன்றுக்கொன்று முரணான பல்வேறு ஜாதிகளைக் கொண்ட ஹிந்து சமூகத்தில் முஹமதியர்களைப் போன்ற சமூக ஒற்றுமை என்பதை நினைத்தே பார்க்கமுடியவில்லை. பூணூல் மற்றும் வேத மந்திரங்கள் மீதான உரிமைகள், பொது நீர் நிலைகளில் நீர் அள்ளும் உரிமைகள், கோவில்களில் வழிபடும் உரிமை, இவற்றோடு தீண்டாமை, தென்னிந்தியாவில் இருந்த 'அணுகாமை-அணுகவிடாமை' என கசப்பான மோதல்கள் அவர்களைப் பிரித்துவைத்திருந்தன. காலம் போகப்போகவும் வளம் பெருகப் பெருகவும் இந்த இடைவெளிகள் அதிகரிக்கவே செய்தன. ஜாதி சமூகம் பிளவுகளின் மூலம் பெருகிவந்தது. மொகலாய ஆட்சி காலத்தில் இந்தப் பிளவுகள் மேலும் கூர்மையடைந்து ஹிந்து சமூகம் மேலும் பிரிந்தும் பலவீனப்பட்டும் போனது.

எந்தவொரு விழிப்பு உணர்வு பெற்ற அல்லது தேச பக்தி மிகுந்த புரோகித வர்க்கமும் ஹிந்துக்களைக் காப்பாற்றக் களம் இறங்கவில்லை. சமூகத்தில் இருப்பதுபோலவே பிளவுவாத சிந்தனைகளே மத, தத்துவப் பிரிவுகளிலும் வலுவாக இடம்பெற்றிருந்தன. ஹிந்துக்களின் முக்தி தொடர்பான தேடலுக்கு ஒருங்கிணைக்கப்பட்ட புரோகித மரபோ அரசோ அரச மதமோ எல்லாமே எதிரானவைதான். தனியான இடையனைப் பின் தொடர்ந்து ஓடும் தனியான ஆடுகள் எல்லாம் எளிதில் வேட்டையாடப்பட்டுவிடும். வல்லபாச்சார்யா, கர்தபாஜா மற்றும் பல குரு வழிபாட்டு மரபுகளைப் போன்ற மலினமான மனித வழிபாட்டு மரபுகளை ஒதுக்கிவைத்துவிட்டுப் பார்த்தாலும் தேவதாசிகளினால் ஏற்பட்ட கேளிக்கை மனநிலையைத் தள்ளிவைத்துப் பார்த்தாலும் குறுகிய, தூய்மைவாதக் குழுக்களை விலக்கிவிட்டுப் பார்த்தாலும் எளிய உருவ வழிபாட்டு நம்பிக்கை கொண்ட கோடிக்கணக்கானவர்களை மட்டும் எடுத்துப் பார்த்தால் பூசகர் குலமானது இந்த பக்தர்களை மிக மிகக் கீழான நிலைக்குக் கொண்டுசென்றுவிட்டிருப்பதைப் பார்க்கமுடியும். மனிதர்களைப் போலவே உணவு உண்டு, தூங்கி, நோய்வாய்ப்பட்டு (ஆண்டுதோறும் ஜகந்நாதரைப் போல்) ஔத் பகுதியின் நவாப் கூட செய்யத் தயங்கும் அல்லது குதுப் ஷா தன் அந்தப்புரத்தில் செய்ய விரும்புவது போன்ற காம லீலைகளில் ஈடுபடும் கடவுள்களை வணங்குபவர்களாக அவர்களை ஆக்கியிருந்தனர். ஹிந்து மதத்துக்கு வெளியே இருக்கும் மக்களிடம் மட்டுமே அதாவது முறையான அங்கீகாரமோ ஆதரவோ பெறாத சிறிய குழுக்களில் மட்டுமே சீர்திருத்தங்கள் சாத்தியமாக இருந்தன. அவர்கள்தான்

அனைத்தையும் உதறிவிட்டு சத்தியத்தைத் தேடிப் புறப்படத் தயாராக இருந்தனர். அங்கும்கூட ஓரிரு தலைமுறை மட்டுமே சத்தியத் தேடலில் இருக்கும். அதன் பின் அவர்களுமே குரு வழிபாட்டு மரபுக்குள் வீழ்ந்துவிடுவார்கள்.

29. இந்தியாவில் இந்துக்களும் முஸ்லிம்களும் இணைந்து வாழ்ந்தவிதம்; அவ்வப்போது உருவான ஒற்றுமை, மறைந்திருந்த மோதலின் அபாயம்.

இவையெல்லாம் ஒருபுறமிருக்க ஹிந்து முஸ்லிம் சமூகங்கள் சில குறிப்பிட்ட விஷயங்களில் நெருங்கி வரவும் செய்தன. எல்லாம் வல்ல சக்தியை வணங்குதல் என்ற ஒரு விஷயத்தில் இவை இரண்டும் ஒருவகையில் ஒன்றுதான். உலக இன்பங்களைத் துறக்கச் சொல்லுதல், அனைத்து உயிர்கள் மீது அன்பு ஆகியவையும் இரு தரப்புக்கும் பொதுவான மதிப்பீடுகள்தான். ஆனால் மத வெறியர்களும் எளிய மக்களும் இந்த உயரிய தத்துவத் தளத்துக்கு மேலெழ முடியாமல் இருந்தார்கள். இஸ்லாமிய சூஃபி துறவிகள் அற்புதங்கள் செய்யும் சக்தி, புலனடக்கம் ஆகியவற்றில் புகழ்பெற்றிருந்தனர். அவர்களை ஹிந்து மன்னர்களும் மக்களும் மதித்துப் போற்றினர். அதுபோல் சூஃபியிஸம் இரு தரப்பு மக்களையும் நட்பார்ந்த முறையில் ஒரே குடையின் கீழ் கொண்டுவந்தது. சூஃபியிஸம் உணர்வுபூர்வமான ஞான மரபுகளைப்போல் அதிகம் பேருக்கு மகிழ்ச்சியைத் தருவதாக இருந்திருக்கவில்லை. ஒரு குறுகிய, குறிப்பிட்ட கற்றறிந்த அதிகாரவர்க்கத்தினருடைய ஆதரவை மட்டுமே பெற்றதாகவே இருந்தது.

பூடகமான மீ மெய்யியல் தத்துவங்கள், உலக மனிதன் என்ற கருத்தாக்கம் இவையெல்லாம் எளிய மக்களுக்குப் புரியவில்லை. தத்துவவாதிகளைவிட மத அடிப்படைவாதிகளே எளிய மக்கள் மீது அதிகச் செல்வாக்கு செலுத்தினர். அடித்தட்டு மக்களில் ஹிந்து முஸ்லிம் அல்லது ஷியா சன்னி மோதல்கள் எல்லாம் (அரசு எப்போதும் பழமைவாதம் பக்கமே இருந்தது) ஒவ்வொரு பகுதியிலும் தாமாகவே தமது எல்லைகள், உரிமைகள் ஆகியவற்றைப் பற்றியதொரு புரிதலுக்கு வந்துகொண்டன. இந்த வழிமுறைகள் காலப்போக்கில் புனித மதச் சடங்குக்கான அங்கீகாரத்தையும் பெற்றன. அப்படியாக இரு தரப்பினரும் தமது குறுகிய எல்லைகளுக்குள் இணக்கமாக வாழ்ந்தனர். ஆனால் உள்ளூர் சமூகம் நிலையானதாக, மாறாமல் தனித்து இருந்தால்

மட்டுமே இப்படியான ஒப்பந்தம் நடைமுறையில் நன்மையைத் தருவதாக இருந்தது. வெளியில் இருந்து ஏதேனும் ஒரு அடிப்படைவாத போதகர் அல்லது மதவாதி ஒருவர் அரியணை ஏறி ஏதேனும் ஒரு தரப்பின் வலிமை அல்லது மனநிலையில் மாற்றம் ஏற்பட்டால் தூங்கிக் கொண்டிருந்த கும்பல் மனநிலையின் எரிமலை வெடித்துச் சிதற ஆரம்பித்துவிடும். 1685-ல் ஸ்ரீநகரில் மூண்ட கலவரத்தில் ஷியாக்கள் கொன்று குவிக்கப்பட்டதென்பது இதற்கான நல்ல எடுத்துக்காட்டு.

ஹிந்து கோவில்களை ஔரங்கசீப் இடித்துத் தரைமட்டமாக்கியது, மால்வாவில் ஜெஸியா வரி வசூலிக்க வந்தவரின் தாடி முடிகளை ராஜபுத்திரர்கள் ஒவ்வொன்றாகப் பிடுங்கி எறிந்தது, சில ரத்தோர் மற்றும் மராட்டிய மன்னர்கள் மசூதிகள் மீது பதில் தாக்குதல் நடத்தியது என பல உதாரணங்கள் இருக்கின்றன. அப்படியாக ஔரங்கசீபின் ஆட்சி காலத்தில் எங்கெல்லாம் இரு தரப்பு மக்களும் இணைந்து வாழவேண்டிய சூழல் இருந்ததோ அங்கெல்லாம் ஒருவித பதற்றமும் தடுமாற்றமும் நீடித்தவண்ணம் இருந்தது.

30. முன்னேற்றத்துக்கான உத்வேகமின்மை; வீழ்ச்சிக்கான இன்னொரு காரணம்

இறுதியாக, மொகலாயர் காலத்தில் ஹிந்து, முஸ்லிம் என இந்தியர்கள் அனைவருமே தேக்க நிலையை அடைந்திருந்தனர். முன்னோர்களின் ஞானங்களைப் பெரிதும் போற்றிப் புகழ்பவர்களாகவும் சமகாலத்தை வீழ்ச்சியடைந்ததாகப் பார்ப்பவர்களாகவும் இருந்தனர். பரிசோதனை முயற்சிகள், சுந்ததரமான நவீன சிந்தனை இவையெல்லாம் மரியாதையின்றி புனிதங்களைக் கேள்விக்கு உட்படுத்துபவையாக விமர்சிக்கப்பட்டன. பழங்கால முனிவர்கள், ஞானிகளின் மகத்தான சிந்தனைகளுக்கு முன்பாக தமது குறைவுபட்ட சிந்தனைகளை முன்வைப்பதாக இவர்களைக் கடிந்துகொண்டனர். அக்பரின் மறைவோடு இந்தியாவில் முன்னேற்ற சிந்தனைகள் முடிவுக்கு வந்துவிட்டன. அதன் பின்னர் தேங்கிய நாகரிகம். இப்படியான தேக்கநிலையில் முன்னேற்றத்துக்கு வாய்ப்பில்லை; அது அழிந்துதான் போகும்.

இஸ்லாமின் இறுகிய கறார்த்தனம் பல நாடுகளில் ஓர் எல்லைவரை இஸ்லாமியர்களின் வெற்றிக்கு வழிவகுத்தது. ஆனால் அவர்கள் அதோடு நின்றுவிட்டார்கள். உயிர்த்துடிப்பான உலகில் தொடர்ந்து முன்னேறிக் கொண்டே இருக்கவேண்டும் என்பதுதான்

எழுதப்படாத விதி. ஐரோப்பா தொடர்ந்து முன்னேறிக் கொண்டிருக்கிறது. தேங்கிய கிழக்கு ஒப்பீட்டளவில் பின்தங்கி யிருக்கிறது. ஒவ்வொரு ஆண்டும் அறிவு, ஒருங்கிணைப்பு, சேகரமாகும் வளங்கள், சேகரிக்கும் திறமை போன்றவற்றில் ஆசியாவுக்கும் ஐரோப்பாவுக்குமான இடைவெளி அதிகரித்துக் கொண்டே செல்கிறது. இதனால் ஆசியர்களால் ஐரோப்பியர் களுடன் போட்டியிட்டு வெல்லவே முடியவில்லை.

மொகலாயர்களை ஆங்கிலேயர்கள் வென்றதென்பது ஆஃப்ரிக்கா மற்றும் ஆசியா முழுவதையும் ஐரோப்பியர்கள் வென்றதன் ஒரு சிறிய அங்கம் மட்டுமே. அதாவது முன்னேறும் சமூகங்கள், பழமைவாத சமூகங்களை ஓரங்கட்டுகின்றன. துடிப்பான குடும்பங்கள்/குலங்கள் மந்தமான, சுய நிறைவில் திளைக்கும் குலங்களை நம் சமூகத்தில் பின்னுக்குத் தள்ளியதைப் போலவே அங்கும் நடக்கின்றன.

31. ஔரங்கசீபின் ஆட்சிக்காலத்தின் முக்கியத்துவம். இந்திய தேசியம் உருவாக்கப்படவேண்டிய விதம்?

இந்த நீண்ட ஐம்பது ஆண்டு கால ஆட்சி பற்றிய ஆய்வு நம் மனதில் ஓர் உண்மையைத் தெளிவாக எடுத்துக்காட்டுகிறது. இந்தியா ஒரு தேசமாக ஒன்று திரண்டு தனது எல்லைகளைப் பாதுகாத்து, பொருளாதார வளங்களைப் பெருக்கிக் கொள்ளவேண்டுமென்றால் கலை அறிவியல் துறைகளை வளர்த்தெடுக்கவேண்டுமென்றால் ஹிந்து மதமும் இஸ்லாமும் அழிந்து, மீண்டும் புதிய பிறப்பெடுக்கவேண்டும். இந்த இரண்டு மதங்களும் தீவிரமான கண்காணிப்பு மற்றும் தவம் மேற்கொள்ளவேண்டும். பகுத்தறிவு மற்றும் விஞ்ஞான அடிப்படையில் புத்துணர்ச்சியும் தூய்மையும் அடையவேண்டும். இஸ்லாமுக்கு அப்படியான மறு பிறவி சாத்தியமே. ஸ்மனா தேசத்தை ஹாஜி முஸ்தஃபா கமால் பாஷா வென்று உலகின் மகத்தான இஸ்லாமிய அரசு மதச் சார்பற்று இயங்கமுடியும் என்று செய்துகாட்டினார். பல தாரமணத்தைத் தடை செய்து பெண்ணடிமைத்தனத்தை முடிவுக்குக் கொண்டுவந்தார். அனைத்துத் தரப்பினருக்கும் அரசியல் சம உரிமைகளைக் கொடுத்தார். இவை அனைத்தையும் செய்தும் இஸ்லாமிய தேசமாகவே அது இருக்கவும் செய்தது.

ஆனால், ஔரங்கசீப் அப்படியான லட்சிய ஆட்சியை முன்னெடுக்கவில்லை. அவருடைய ஆளுகைக்குட்பட்ட

பகுதிகளில் பலதரப்பட்ட மக்கள் இருந்தனர்; இந்தியா முழுவதுமே அவரால் வெல்லப்பட்டிருந்தது; ஐரோப்பிய பகை சக்திகள் எதுவும் ஆட்சியைக் கைப்பற்றக் காத்திருக்கவில்லை. அப்படியிருந்தும் அவர் அனைவருக்குமான ஆட்சியைத் தர முயற்சி செய்யவில்லை. மாறாக அப்படியான ஒரு தேசிய சமத்துவ, பகுத்தறிவு சார்ந்த ஆட்சிக்கான முதல் காலடியை அக்பர் எடுத்துவைத்திருந்த போதிலும் அவற்றையெல்லாம் திட்டமிட்டுச் சீர்குலைத்தார்.

வரலாறைச் சரியாகப் படித்துப் புரிந்துகொண்டோமென்றால் அது இறை சித்தத்தை, வழிகாட்டலை நியாயப்படுத்தும் ஒன்றாக இருக்கும். காலவெளியில் மாபெரும் உள்ளொளி மிகுந்த படிப்பினையாக இருக்கும். ஔரங்கசீப் ஆட்சிப் பொறுப் பேற்றபோது அவருக்கு இருந்த அத்தனை சாதக அம்சங்கள், அவருடைய அதி உயர்ந்த நல்லொழுக்கம், பயிற்சிகள் இவற்றை யெல்லாம் மீறி, லட்சிய முஸ்லிம் மன்னரான ஔரங்கசீப் போன்ற ஒருவருக்கு தோல்வி ஏற்பட்டிருக்கிறதென்பது ஒரு முக்கியமான உண்மையை உலகுக்கு எடுத்துச் சொல்கிறது: மகத்தான மனிதர்கள் இல்லாமல் எந்த மகத்தான நீடித்த சாம்ராஜ்ஜியமும் இருக்க முடியாது. அனைவருக்கும் சம உரிமைகள், சம வாய்ப்புகள் இவை கொண்ட கச்சிதமான தேசம் ஒன்றை உருவாக்காதவர்கள் மகத்தானவர்களாக ஆகவும்முடியாது. ஒரு தேசத்தின் பல தரப்பட்ட குழுக்கள் எல்லாம் வாழ்க்கையின் முக்கியமான அம்சங்களிலும் சிந்தனைகளிலும் ஒத்திசைவைக் கொண்டிருக்கவேண்டும். சிறிய விஷயங்களிலும் தனிப்பட்ட வாழ்க்கையிலும் இருக்கும் வித்தியாசங்களை சகித்து ஏற்றுக்கொள்ளும் பக்குவம் கொண்டிருக்கவேண்டும்.

சமூக சுதந்தரத்தின் அடிப்படை அலகாகத் தனி நபர் சுதந்தரத்தை மதிக்கவேண்டும். ஆணாதிக்க அல்லது பிரிவினைவாத சிந்தனை களுக்கு மாறாக தேசிய உணர்வை ஒரு தேசம் வளர்த்தெடுக்க வேண்டும். எந்தவித பயமும் இன்றி அறிவார்ந்த தேடலை முடிவற்று எல்லையற்று முன்னெடுக்கவேண்டும். அந்த நன்மை மற்றும் சத்தியத்தின் தூய ஒளியில்தான் இந்திய தேசியம் தன் முழுமையை, உச்சத்தை எட்டமுடியும்.

அத்தியாயம் - 20

ஔரங்கசீபின் பேரரசு
அதன் வளங்கள், வணிகம், நிர்வாக அமைப்பு

1. சாம்ராஜ்ஜியம் : அதன் விஸ்தீரணமும் வருவாயும்

ஔரங்கசீப் இறந்தபோது (1707) அவருடைய பேரரசு 21 சபாக்கள் கொண்டதாக இருந்தது. அவற்றில் 14 வட இந்தியாவில் இருந்தன. தக்காணத்தில் ஆறு சபாக்கள் இருந்தன. இன்று ஆஃப்கானிஸ்தானாக இருக்கும் பகுதியில் காபூல் இன்னொரு சபாவாக இருந்தது.

வட இந்தியாவில் இருந்த சபாக்கள்:

ஆக்ரா, அஜ்மீர், அலஹாபாத், வங்காளம், பிஹார், தில்லி, குஜராத், காஷ்மீர், லாஹூர், மால்வா, முல்தான், ஒரிஸ்ஸா, ஔத் (அயோத்யா), சிந்து.

தக்காணத்தில் இருந்த சபாக்கள் : கந்தேஷ், பேரார், ஔரங்காபாத் (அஹமது நகர்), பீதர் (தெலங்கானா), பீஜாப்பூர், ஹைதராபாத்.

ஔரங்கசீபுக்கு ஒரு நூற்றாண்டுக்கு முன்புவரை அதாவது அக்பரின் ஆட்சிகாலத்தின் முடிவில் மொகலாயப் பேரரசில் இந்த வட இந்திய சபாக்கள் அனைத்தும் இருந்தன. தக்காணத்தில் இரண்டு மட்டுமே இருந்தன. அக்பர் காலத்தில் அஹமது நகர் முழுவதுமாக மொகலாயப் பேரரசில் இணைக்கப்பட்டிருக்கவில்லை. காந்தஹார்

அல்லது தெற்கு ஆஃப்கானிஸ்தான் மொகலாயப் பேரரசில் இருந்ததாக ஆரம்ப கால அதிகாரபூர்வ ஆவணங்களில் இருந்தே தெரிகின்றன. ஆனால் அது பெயரளவில் மட்டுமே. பாரசீக மன்னர்களுக்கும் தில்லி மன்னர்களுக்கும் இடையே மாறி மாறிச் சென்றுகொண்டிருந்தது. இறுதியில் 1649-ல் மொகலாயர் வசம் வந்து சேர்ந்தது. அது எந்தப் பலனும் கிடைக்காத இழப்பை மட்டுமே தந்த பிராந்தியமாகவே இருந்தது. காபூல் அல்லது வட ஆஃப்கானிஸ்தான் 1739-ல் நாதிர்ஷா வென்றெடுக்கும்வரை மொகலாயர் வசமே இருந்தது. அதிலிருந்து அக்பரின் காலகட்டத்தில் 20 லட்ச ரூபாயும் ஔரங்கசீபின் காலகட்டத்தில் 40 லட்ச ரூபாயும் வரவேண்டியிருந்தது. ஆனால் இந்தத் தொகை ஒருபோதும் கிடைத்திருக்கவில்லை. எனவே ஆஃப்கானிஸ்தானின் இந்த இரண்டு பகுதிகளை நாம் இந்த அத்தியாயத்தில் விரிவாகப் பார்க்க எதுவும் இல்லை.

ஔரங்கசீபின் காலகட்டத்தில் வட காஷ்மீர், ஹிந்துகுஷ் மலைத் தொடருக்கு தெற்கே இருக்கும் ஆஃப்கானிஸ்தான் முழுவதும் உள்ளடக்கியதாக இருந்தது. தென் மேற்கே 36 மைல் எல்லை கஜினிக்கு தெற்கே பாரசீகப் பேரரசிடமிருந்து பிரித்தது. மேற்குக் கடலோரத்தில் கோவாவின் வட எல்லைவரையிலும் உள் நாட்டில் பேல் காவ் வரையிலும் (பம்பாய் கர்நாடகாவில்) துங்கபத்ரா நதி வரையிலும் நீண்டிருந்தது. அதன்பின்னர் மேற்கிலிருந்து கிழக்கே மைசூரின் மத்திய பகுதியினூடாக (தொடர் சண்டைகள் நிகழ்ந்த இடம்) தஞ்சாவூருக்கு வடக்கே கொள்ளிடம் ஆறுவரை தெற்கே நீண்டது. வட கிழக்கில் (கௌஹாத்திக்கு மேற்கில்) மோனஸ் நதி மொகலாயப் பேரரசை அஸ்ஸாம் ராஜ்ஜியத்திடமிருந்து பிரித்தது. தென் மேற்கு, தெற்கு, தென் கிழக்குப் பகுதிகள் அதாவது மஹாராஷ்டிரா முழுவதும், கனரா, மைசூர், கிழக்கு கர்நாடகா முதலிய பகுதிகளில் மொகலாயப் பேரரசுக்கு தொடர்ந்து எதிர்ப்புகள் இருந்துவந்தன. இந்தப் பகுதிகள் எல்லாமே இரட்டை ஆதிக்கத்துக்கு உள்ளாகின. ஃபிரெஞ்சு, ஆங்கிலேய ஆவணங்கள் இவற்றை வேதனையுடன் விவரிக்கின்றன.

ஆஃப்கானிஸ்தான் நீங்கலாக மொகலாயப் பேரரசின் வருவாயாக 13 கோடியே 21 லட்ச ரூபாய் அக்பர் காலத்திலும் 33 கோடியே 25 லட்ச ரூபாய் ஔரங்கசீப் காலத்திலும் கிடைத்தன. மொகலாய அரசு கோரிய அடிப்படையான மற்றும் உச்ச பட்ச தொகை இதுவே. ஆனால் கிடைத்த தொகை மிகவும் குறைவாகவே இருந்தது. இந்தத் தொகை நில வருவாய் மட்டுமே. முஸ்லிம்கள் தமது வருவாயில் நாற்பதில் ஒரு பங்கைத் தானமாகச் செலவிட வேண்டும் என்று

சொல்லப்படும் ஸகத், ஹிந்துக்கள் மீதான விசேஷ வரியான ஜிஸியா வரிகள் இதில் சேர்க்கப்படவில்லை. மொகலாய அரசுக்கான வருவாய் தொடர்பாக குத்துமதிப்பாக பல்வேறு ஆவணங்களில் இருந்து கொடுக்கிறேன்.

ஔரங்கசீபின் காலத்தில் குஜராத்துக்குக் கிடைத்த வருவாய் : நில வரி வருவாய் - 113 லட்சம்; ஜிஸியா : 5 லட்சம்; சூரத் துறைமுக சுங்க வரி மட்டும் 12 லட்சம் (ஆண்டுக்கு). மசூலிப்பட்டிணம், ஹூக்ளி துறைமுகங்கள் நீங்கலாக பிற துறைமுகங்களின் வருவாய் மிகவும் குறைவு.

ராணுவக் கட்டுப்பாட்டில் இருந்த நிலங்கள் - ஜாஹிர் நிலங்கள் மற்றும் நேரடி ஆட்சி நிலவிய கால்ஸா ஷரியா பகுதிகளில் இருந்து வருவாய் : 27.64 கோடிகள் (ஜாஹிர் வருவாய்); 5.81 கோடிகள் (கால்ஸா).

2. ஆட்சிப் படிநிலைகள்

குடிமைப் பணிகள் மற்றும் ராணுவப் பணிகள் எல்லாம் ராணுவத்தில் சேரும் நபர்களின் படிநிலைக்கு ஏற்ப நிர்ணயிக்கப்பட்டன. 20 ஆயிரம் குதிரைப் படையின் தளபதி தொடங்கி 20 குதிரைப்படை கொண்ட சிறிய தளபதிவரை பல அடுக்குகள் இருந்தன. 3000 வீரர்களுக்கு மேல் கொண்ட படையின் தளபதிகளுக்கு உம்ரா இ ஆஸம் என்று பெயர். அதற்குக் கீழான படை வீரர்களைக் கொண்ட தளபதிகளுக்கு மன்சப்தார்கள் அல்லது அதிகாரிகள் என்று பட்டம் தரப்பட்டது.

	1596	1620	1647	1690
மூவாயிரத்துக்கு மேற்பட்ட வீரர்களைக் கொண்ட தளபதிகள்	63	112	99	-
மொத்த உம்ரா தளபதிகள், மன்சப்தார்கள்	1803	2945	8000	14449

மேலே இடம்பெற்றிருக்கும் தரவுகளில் இருந்து ஔரங்கசீப் காலத்தில் படை பலம் வெகுவாக அதிகரித்திருப்பதையும் அதனால் நிதிச்சுமை அதிகரித்திருக்கும் என்பதையும் தெரிந்துகொள்ள முடியும்.

14,449 மன்சப்தார்களில் 7000 பேர் ஜாஹிர்தார்கள். 7450 பேர் நகடி (பணமாகக் கொடுப்பவர்கள்) இருந்தனர். மன்சப்தார்களின் ஆண்டு

சம்பளம் மற்றும் ஊக்கத் தொகைகள் அவர்களுடைய படைகளுக்கான தொகையையும் சேர்த்து):

ஏழாயிரம் வீரர் கொண்ட படை : 3.5 லட்சம்

ஐந்தாயிரம் வீரர்கொண்ட படை : 2.5 லட்சம்

ஆயிரம் வீரர் கொண்ட படை : அரை லட்சம்

20 வீரர்கள் கொண்ட படை : ரூ 1000.

1647-ல் மொகலாயப் பேரரசின் படை பலம்

2 லட்சம் காலாட்படையினர்

எட்டாயிரம் மன்சப்தார்கள்

ஏழாயிரம் அஹாதிகள் மற்றும் பர்கன்தாஸ்

1,85,000 தபினன் அல்லது இளவரசர்களுக்கான கூடுதல் படையினர், உம்ரா மற்றும் மன்சப்தார்கள்.

40000 - காலாட் படை - துப்பாக்கி வீரர்கள், பீரங்கிப் படை மற்றும் ராக்கெட் ஏவுகணைப் படை.

ஔரங்கசீப் பின் படையெடுப்புகள் மற்றும் தக்காண வெற்றிகளினால் இந்த எண்ணிக்கை வெகுவாக அதிகரித்தது. ஒட்டு மொத்த நிதி ஆதாரம் முற்றாக முடங்கிப் போகும்வரை ராணுவச் செலவுகள் அதிகரித்துக்கொண்டே சென்றன.

அரச சேவையில் இருந்து உயிர் துறந்தவர்களின் சொத்து முழுவதையும் அரசாங்கமே எடுத்துக் கொள்ளும் 'காட்டுமிராண்டி காலத்து வழக்கம்' ஔரங்கசீப் காலத்தில் இருந்ததாக பெர்னியர் குறிப்பிட்டிருக்கிறார். அதாவது அரசப் பதவிகளில் இருக்கும் மேட்டுக்குடியினர் இறந்தால் வாரிசுகளுக்கு அந்தச் சொத்து, வாரிசு உரிமையாகச் சென்று சேராது. பேரரசருக்கே அவை வந்து சேரும். அவராகப் பார்த்து அந்த வாரிசுகளுக்கு ஏதேனும் கொடுத்தால்தான் உண்டு. மேட்டுக்குடி வாரிசுகளுக்குத் தமது தந்தையின் சொத்தில் எந்த உரிமையும் கிடையாது. இந்தக் கொள்கையினால் அரசுக்கும் இந்திய நாகரிகத்துக்கும் பெரும் கேடு விளைந்தது. அரசப் பதவியில் இருந்த இஸ்லாமிய மேட்டுக்குடியினர் கேளிக்கைகளிலும் ஆடம்பரங்களிலும் பணத்தை வாரி இறைத்தனர். ஏனென்றால் அவர்களுடைய சொத்து எதுவும் தன் குழந்தைகளுக்கு, குடும்பத்தினருக்குக் கிடைக்கப் போவதில்லை; எல்லாமே ஆலம்கீருக்குத்தான் போகப்போகின்றன என்று ஆடம்பர வாழ்க்கை வாழ்ந்தனர். மேட்டுக்குடியினரின் இந்த பாதுகாப்பற்ற

தன்மையினால் முதலீடுகளைச் சேர்ப்பதில் ஆர்வம் காட்டவில்லை. ஒரு தேசத்தின் பொருளாதார வளர்ச்சியானது முதலீடு சேர்வதில்தான் இருக்கிறது. ஒவ்வொரு தலைமுறையும் முந்தைய தலைமுறையினர் சேமித்து வைத்திருந்தவை மற்றும் அடைந்த முன்னேற்றம் ஆகியவற்றில் இருந்து எந்தப் பலனையும் பெற முடியாமல்அடிமட்டத்தில் இருந்து தானே பாடுபட்டு மேலேற வேண்டியிருந்ததால், நாகரிகம், கலாசாரம் எல்லாம் வீழ்ச்சியடையத் தொடங்கின.

வாரிசுகளுக்கு உரிமை இல்லை என்ற இந்த வழிமுறை பேரழிவையே கொண்டுவந்தது. ராஜ வம்சத்தின் மீது வலுவான தடையை விதிப்பதில் இருந்து இந்தியாவை இது தடுத்துவிட்டது. ஒவ்வொரு தலைமுறையிலும் மன்னரின் தயவைச் சாராத, சுதந்தரமான மேட்டுக்குடி வாரிசு உரிமைகள், வலிமைகள் தொடர்ந்து வந்திருந்தால் மன்னரின் சர்வாதிகாரத்தை எதிர்த்துத் தைரியமாகக் குரல் கொடுக்க முடிந்திருக்கும். இந்த வாரிசுரிமை மறுப்புக் கொள்கையினால் மொகலாய மேட்டுக்குடியினர் சுயநலம் மிகுந்தவர்களாகவும் இளவரசர்களில் அல்லது போர்களில் யார் வெற்றி பெறுகிறார்களோ அவர்கள் பக்கம் கட்சி தாவுபவர்களாகவும் ஆகினர். ஏனென்றால், அவர்களுடைய நிலம், பிற சொத்துகள் எதுவுமே அவர்களுக்கு நியாயமானதாக, சட்டப் பாதுகாப்பு பெற்றவையாக இல்லை. ஆட்சிக்கு வருபவரின் விருப்பு வெறுப்புகளை மட்டுமே சார்ந்திருந்தது. சர்வாதிகார மன்னருக்கும் சமூகத்தின் கடைசித் தட்டில் இருக்கும் எளிய விவசாயிகள் மற்றும் பாட்டாளிகளுக்கும் இடையே காப்பரணாக மொகலாய ஆட்சி காலத்தில் சுதந்தரமான மேட்டுக்குடி வர்க்கமோ வலிமையான வணிக வர்க்கமோ இருந்திருக்கவில்லை. இப்படியான அரசு நிலையற்றதாகவும் வலிமையற்றதாகவுமே இருக்கும்.

3. உற்பத்தி மற்றும் வணிகம்

மொகலாய அரசே கைவினைப் பொருட்களின் மாபெரும் உற்பத்தியாளராகவும் இருந்தது. அரசு தொழிற்சாலைகளான கர்-கானாக்களில் (கை வினை மையங்களில்) மிகப் பெரிய அளவில் பலதரப்பட்ட பொருட்களை உற்பத்தி செய்தனர். ‘மொகலாய ஆட்சி நிர்வாகம்’ என்ற என் நூலில் பத்தாம் அத்தியாயத்தில் அரசுத் தொழிற்சாலைகள் என்ற தலைப்பில் இது பற்றி விரிவாக விவரித்திருக்கிறேன். பல்வேறு பிராந்தியங்களில் அரசு சாராமல்

மக்கள் தனியாகச் செய்த தொழில்கள் பற்றிய விவரங்களை 'ஔரங்கசீபின் இந்தியா' என்ற நூலில் விவரித்திருக்கிறேன். மொகலாயர் ஆட்சி காலத்தில் அயல் நாட்டு வணிகம் புறக்கணிக்கத் தகுந்த அளவில் மிகவும் சிறியதாகவே இருந்தது. அதனால் இறக்குமதி வரி, சுங்க வரி எனக் கிடைத்த தொகை ஆண்டுக்கு 30 லட்சத்துக்கும் குறைவாகவே இருந்தது. விவசாய நில வரி மூலம் கிடைத்த தொகை அதைவிட 110 மடங்கு அதிகமாக இருந்தது. பெர்னியர் இது பற்றி மிகச் சரியாகவே குறிப்பிட்டிருக்கிறார்: இப்படி ஆட்சி செய்யப்படும் ஒரு பகுதியில் (மொகலாய இந்தியாவில்) ஐரோப்பாவில் நாம் பார்ப்பதைப் போன்ற வணிகச் செயல்பாடுகளும் வெற்றியும் எதிர்பார்க்கமுடியாது. வணிகர்களை எல்லாம் உயர் நிலை ராணுவ அதிகாரியால் பாதுகாக்கப்படுபவராக (பாதுகாக்கப் படவேண்டியவராக) இருக்கும்போது வணிக விஷயங்களில் ஆர்வத்துடன் ஈடுபடமுடியும். எனினும் அப்படியான சூழலில் அவர் தனது புரவலரின் (பாதுகாவலரின்) அடிமையாகவே இருக்கமுடியும். தான் கொடுக்கும் பாதுகாப்புக்கு அந்தப் பாதுகாவலர் என்ன விலை வேண்டுமானாலும் வைக்கக்கூடும்'.

கிழக்கிந்திய கம்பெனி முதல் அறுபது ஆண்டுகளில் (1612-1672) இறக்குமதி செய்த பொருட்களின் சராசரி மதிப்பு ஆண்டுக்கு எட்டு லட்ச ரூபாய்க்கு மேல் இருந்திருக்கவில்லை. 1681-ல் வங்காளத்தில் மட்டும் அந்தத் தொகை 2,30,000 பவுண்டாக அதிகரித்தது. டச்சுக்காரர்களின் வணிகம் இந்தக் காலகட்டத்தில் பிரிட்டிஷாரின் வணிகத்துக்கு இணையாகவே இருந்திருக்கக்கூடும். போர்ச்சுகீசியரின் வணிகம் நிச்சயம் இவற்றைவிடக் குறைவாகவே இருந்தது. கடல் வணிகம் உள் நாட்டினரின் கையில் இருந்ததாகச் சொல்ல எந்த ஆதாரமும் இல்லை. ஆனால் சிறிய அளவில் பாரசீகம் மற்றும் துருக்கி (திபெத்துக்குக் கூட) கடல் வணிகம் நடந்திருக்கிறது. அந்நாட்களில் சர்வதேச வர்த்தகத்தில் தங்கம் மற்றும் மேலை நாட்டு செல்வந்தர்கள் அனுபவித்த ஆடம்பரப் பொருட்கள் இவை மட்டுமே இந்தியாவுக்கு அதிகம் வந்தன. அவர்கள் இறக்குமதி செய்தவற்றுக்கு ஈடாக இந்தியாவில் இருந்து பருத்திப் பொருட்கள், மிளகு, இண்டிகோ, வெடியுப்பு போன்றவையே பண்டமாற்றாக ஏற்றுமதி செய்யப்பட்டன. இந்தியா அந்நாட்களில் தற்சார்பு மிகுந்ததாகவே இருந்தது (சி.ஜே.ஹேமில்டன் பக் 32-33).

இறக்குமதி வரியாக மொகலாயப் பேரரசு விதித்த 3.5% வரியைப் (அதில் ஒரு சதவிகிதம் முஸ்லிம் அல்லாதவருக்கான ஜெஸியா

வரியைப்) பார்க்கும்போது மொகலாயர்கள் அயல் நாட்டு வணிகத்தை ஆதரிக்கும் மனநிலையில் இருந்திருக்கிறார்கள் என்பது புரிகிறது. இறக்குமதிப் பொருட்கள் மீது அதிக வரி விதித்து உள் நாட்டு உற்பத்தியாளர்களைப் பாதுகாக்க எந்த நடவடிக்கையும் எடுத்திருக்கவில்லை. தங்கம் மற்றும் மொகலாய அரசவைகளில் பயன்படுத்தப்பட்ட ஆடம்பர ஐரோப்பியப் பொருட்களைப் பெறும் நோக்கில் மட்டுமே ஏற்றுமதி வணிகம் தில்லி அரசால் அனுமதிக்கப்பட்டிருப்பதாகத் தெரிகிறது (சி.ஜே.ஹேமில்ட்டன் பக் 20).

ஆங்கிலேய கிழக்கிந்திய கம்பெனியின் கீழைத்தேய வணிகம் 17-ம் நூற்றாண்டில் பெரிதும் ஐந்து வகையான பொருட்கள் சார்ந்ததாகவே இருந்தது. இந்தோனேஷியத் தீவுக்கூட்டங்களில் இருந்து மிளகு, பாரசீகத்தில் இருந்து பட்டு, இந்தியாவிலிருந்து வெடியுப்பு, இண்டிகோ நீலச் சாயம் ஆகியவை ஏற்றுமதியாகின. உயர் தர பருத்தி மற்றும் பட்டு இங்கிலாந்துக்குள் இறக்குமதியானது. ஆனால் கிழக்கிந்திய கம்பெனி வாங்கிய பருத்தியெல்லாம் இங்கிலாந்துக்காக அல்ல; பாரசீகத்தின் தூர கிழக்கு நாடுகளுக்காகவே வாங்கிக் கொண்டு செல்லப்பட்டன. பருத்தித் துணி வணிகத்தில் அந்நிய நாடுகளில் ஏகபோக வெற்றியை கிட்டத்தட்ட இந்தியாவே அனுபவித்தது. ஆனால் பட்டுத்துணியில் போதிய ஏற்றுமதி நடந்திருக்கவில்லை. பாரசீகம் மற்றும் சீனாவிலிருந்தே கச்சா பட்டுகள் இங்கிலாந்துக்கு ஏற்றுமதியாகின. 17-ம் நூற்றாண்டின் முதல் பாதியில்கூட இங்கிலாந்துக்குள் இறக்குமதியான பட்டுத்துணிகளில் பெருமளவுக்கு சீனாவில் இருந்தே சென்றிருக்கின்றன (சி.ஜே.ஹாமில்டன், 31-32).

மொகலாயர் காலத்தில் இந்தியாவில் அதிகம் இறக்குமதியானவை தங்கமும் வெள்ளியும்தான். தாமிரமும் ஈயமும் சிறிய அளவில் இறக்குமதியாகின. இரும்பு, எஃகு போன்றவை அல்லாமல் பிற உலோகங்களுக்கு அந்நிய நாடுகளையே சார்ந்திருக்க வேண்டியிருந்தது. உயர் தர கம்பளிகளுக்கு ஐரோப்பாவையே (குறிப்பாக ஃப்ரான்ஸையே) அதிகம் சார்ந்திருந்தோம். இறக்குமதியான கம்பளி உடைகளில் பெரும்பாலானவை அரசவை மற்றும் செல்வந்தக் குடும்பங்களால் பயன்படுத்தப்பட்டன. அடுத்ததாக குதிரைகள் பெருமளவில் இறக்குமதியாகின. பாரசீக வளைகுடா வழியாகக் கடல் மார்க்கமாகவும் மத்திய ஆசியாவில் குராசன் மற்றும் காபூல் குதிரைகள் வட மேற்குக் கணவாய்கள் வழியாகவும் வந்தன. கிழக்கு இமயப் பகுதிகள், திபெத், பூட்டான்

போன்ற நாடுகளில் இருந்து வங்காளம், கூச் பிஹார், மோரங், ஔத் வழியாக வேறு வகைக் குதிரைகளும் இந்தியாவுக்குக் கொண்டுவரப்பட்டன.

குளிர்காலத்தில் புத்துணர்ச்சியுடனும் ஆண்டு முழுவதும் உலர்ந்த நிலையிலும் வட இந்தியப் பகுதிகளில் உண்ணப்பட்ட பழவகைகள் பெருமளவுக்கு மத்திய ஆசியா, ஆஃப்கானிஸ்தான், பாரசீகம் வழியாக வந்தன. கிராம்பு, ஏலக்காய், இலவங்கப்பட்டை, ஜாதிக்காய் போன்றவை இந்தோனேஷியத் தீவுகளில் இருந்து டச்சுக்காரர்கள் வணிகம் செய்தனர். கஸ்தூரி, பீங்கான் போன்றவை சீனாவிலிருந்தும் முத்துக்கள் பஹ்ரைன் (பாரசீக வளைகுடா), சிலோன் ஆகிய நாடுகளிலிருந்தும் யானைகள் பெகு, சிலோன் பகுதிகளிலிருந்தும் இறக்குமதியாகின. உயர் தரப் புகையிலைகள் அமெரிக்காவிலிருந்தும் கண்ணாடிப் பொருட்கள், திராட்சை மது போன்றவையெல்லாம் ஐரோப்பாவிலிருந்தும் அடிமைகள் அபிசீனியாவிலிருந்தும் இறக்குமதியாகின. இவற்றின் விலை அதிகமாக இருந்ததாலும் குறைவானவர்களே பயன்படுத்தினர் என்பதாலும் குறைவாகவே இறக்குமதியாகின.

இந்திய மன்னர்களுக்கு திடீர் தேவைகள் ஏற்பட்டபோது ஐரோப்பிய நிறுவனங்கள் துப்பாக்கிகள், வெடிமருந்துகள், ஆயுதத் தளவாடங்கள் எல்லாம் விற்றன. ஆனால் இவையெல்லாம் தொடர்ந்து வணிகம் செய்யப்பட்டிருக்கவில்லை. அதோடு இவை ரகசியமாக சட்டவிரோதமாகவே நடந்தன. இமயப் பகுதிகளிலிருந்து இந்தியாவுக்குள் ஔத் வழியாக (பின்னாளில் பாட்னா வழியாக) வணிகக் குழுக்கள் வந்தன. அவை சிறிய அளவில் தங்கம், தாமிரம், கஸ்தூரி, யாக் விலங்கின் வால் (விசிறி அல்லது ஈ விரட்டிகளுக்காக) ஆகியவற்றை குதிரைகள் மற்றும் ஆடுகளில் (!) ஏற்றிக்கொண்டு வந்தன. அவற்றை விற்றுவிட்டுத் திரும்பிச் செல்லும்போது உப்பு, பருத்தி, கண்ணாடிப் பொருட்கள் ஆகியவற்றை வாங்கிச் சென்றன.

தக்காணத்தின் சுல்தான்கள் போர்ச்சுகீசியரிடமிருந்தும் பின்னாளில் டச்சுக்காரர்களிடமிருந்தும் இறக்குமதியான ஐரோப்பியக் காகிதத்தைப் பயன்படுத்தினர். காஷ்மீரிலும் பிற பகுதிகள் சிலவற்றிலும் மொகலாயத் தொழிற்சாலைகளில் உருவான மென்மையான, உயர் தரக் காகிதங்களையே மொகலாயப் பேரரசர்கள் பயன்படுத்தினர். அவை ஐரோப்பாவில் 'இந்திய காகிதம்' என்றே அழைக்கப்படுகின்றன. பிற அலுவலகப் பணிகள் மற்றும் தனியார்களுக்குத் தேவையான காகிதங்களை இஸ்லாமிய

உற்பத்தியாளர்களே ஒவ்வொரு நகரத்திலும் தயாரித்துக் கொடுத்தனர். தமது காகித உற்பத்தி மையங்களைத் தலைநகருக்கு அருகில் தமக்கெனத் தனி புறநகர் மண்டலத்தை அமைத்துக் கொண்டு உற்பத்திசெய்தனர்.

மொகலாயர் காலத்தில் நமது ஏற்றுமதியில் அதிகமும் பருத்தித் துணிகளே (வெறும் துணியாக அல்லது நிறம், வேலைப்பாடு களுடன் அச்சிடப்பட்டவை) இருந்தன. லக்ஷதீவு, அந்தமான் நிக்கோபார் தீவு ஆகியவற்றுக்கும் 17-ம் நூற்றாண்டின் இறுதிவாக்கில் இங்கிலாந்துக்கும் (மஸ்லின் மற்றும் அதி மென்மையான பருத்தித் துணிகள்) ஏற்றுமதியாகின. வெடியுப்பு, இண்டிகோ, பட்டு, மிளகு (சிலவகை மசாலா பொருட்கள்) ஆகியவையும் ஏற்றுமதியாகின. சர்க்கரை சிறிய அளவில் ஹுக்ளி துறைமுகத்திலிருந்தும் வைரங்கள், நவ ரத்தினங்கள் எல்லாம் மசூலிப்பட்டணத்திலிருந்தும் அடிமைகள், மெழுகுவர்த்தித் திரிகளுக்கான பருத்தி ஆகியவை வங்காளம் மற்றும் மதராஸ் துறைமுகங்களிலிருந்தும் இங்கிலாந்துக்கு ஏற்றுமதியாகின. அந்த நூற்றாண்டின் இறுதிவாக்கில் பட்டுக் காகிதங்கள், வேலைப்பாடு மிகுந்த துணிகள் எல்லாம் பெரிய அளவில் ஏற்றுமதியாகின.

வங்காளத்தில் நடைபெற்றுவந்த சாயம் ஏற்றுதல், பட்டு நெசவு ஆகியவற்றில் ஆங்கிலேயக் கம்பெனிகளின் மூலம் செய் நேர்த்தி அதிகரிக்கப்பட்டது. மசூலிப்பட்டணம் தொடங்கி பாண்டிச்சேரி வரையிலும் (கனரா அல்லது ஹுப்ளி தொடங்கி கார்வார் வரையான கடலோரப் பகுதியிலும் கிட்டத்தட்ட இதே அளவுக்கு) இந்தியப் பருத்தி வணிகத்தின் முக்கிய பகுதியாக இருந்தன. கோல்கொண்டா சுல்தானகத்தின் வீழ்ச்சி, மராட்டிய எழுச்சி ஆகியவற்றால் இந்தப் பிராந்தியத்தின் பருத்தி உற்பத்தி பின்னுக்குப் போய் வங்காளம் 18-ம் நூற்றாண்டின் தொடக்கத்திலிருந்து முன்னணிக்கு வந்துவிட்டது.

4.நிர்வாக அமைப்பு

இஸ்லாமிய தேசம் என்பது ராணுவ அரசாங்கமாகவே இருக்கும். ஏனென்றால் மன்னர் என்பவரே சர்வாதிகாரியாக இருப்பார். அவரே மார்க்க விசுவாசிகளின் போரில் முன்னணித் தலைவராகவும் இருப்பார். அவருக்கு வழக்கமான, முறையான அமைச்சர்கள் குழு இருக்காது. மொகலாய மன்னருக்கு அடுத்த நிலையில் வாஸிர் அல்லது திவான் இருப்பார். மற்றவர்களெல்லாம் மன்னரால் வெகு கீழான நிலையிலேயே மதிக்கப்படுவார்கள். முக்கியமான

விஷயங்கள் அனைத்தையும் மன்னரே தீர்மானிப்பார். வாஸிரைத் தவிர பிறரிடம் மன்னர் எதுபற்றியும் கலந்தாலோசிக்க மாட்டார். ஆனால் வாஸிருமே கூட மன்னரின் தீர்மானத்தைத் தடுக்கவோ மாற்றவோ முடியாது. மன்னரின் நிலையற்ற மனநிலையை அமைச்சரவை இருந்தது. இன்றைய அர்த்தத்தில் அமைச்சரவை என்று இருப்பதுபோன்ற ஒன்றை அன்றைக்கு அமைக்க முடிந்திருக்கவில்லை. ஒவ்வொரு இஸ்லாமிய அரசரும் இஸ்லாமிய மார்க்கம் மற்றும் அரசு இரண்டுக்கும் அதிபதி. அவருடைய காலகட்டத்தில் அவருடைய ஆளுகைக்குட்பட்ட மக்களுக்கு அவரே காலிஃபா.

மொகலாய ஆட்சியின் முக்கிய துறைகள்:

1. வருவாய் அதிகாரி (திவான்)

2. அரண்மனை விவகாரங்கள் (கான் இ சமான்)

3. சம்பள - கணக்குத்துறை (பக்ஷி)

4. ஷரியத் சட்டத்துறை (ஹாஜியார்)

5. மத நல்கைகள், தான தர்மங்கள் (சதர்)

6. பொது ஒழுக்கக் கண்காணிப்பாளர் (முத்தஸீப்)

இந்தத் துறைகளுக்கு கீழே சற்று முக்கியத்துவம் குறைந்தவை:

7. ஆயுதப் பிரிவு (மீர் அலிஷ்)

8. உளவுத்துறை - கடிதப் போக்குவரத்து (டாக்சங்கி)

பிராந்தியங்கள், களத்தில் இருக்கும் படைகள் ஆகியவற்றிடமிருந்து வருவாய் மற்றும் பிற விவரங்கள் தொடர்பான கடிதங்கள் ஆகியவற்றைப் பெற்று நில வரி நிர்ணயம், வசூலிப்பு ஆகியவை தொடர்பான முடிவுகளை மன்னரில் உத்தரவின் பேரில் தலைமை திவான் எடுப்பார். அவரே எல்லா பிராந்தியங்களில் திவான்களை நியமித்துக் கண்காணிக்கவும் செய்வார். அனைத்து சம்பளம், நிதி வழங்கல்களில் இவரே கையெழுத்திடவேண்டும். பேரரசரின் தீர்மானங்களை 'உத்தரவின் பேரில்' என்ற அறிக்கையாக வெளியிடுவார். முக்கிய பிரமுகர்கள், அந்நிய ஆட்சியாளர் களுக்குக் கடிதம் எழுதுவார்.

குடிமை மற்றும் ராணுவ அதிகாரிகளின் (இரு பிரிவினருமே மன்சப்தார்களைப் போன்றவர்களே) சம்பள விவரங்களை பக்ஷி

பதவியில் இருப்பவர் கணக்கிட்டுச் சொல்வார். களத்தில் போரிடும் ராணுவத்துக்கும் இவருடைய துறை மூலமே பணப்பட்டுவாடா நடக்கும். ஔரங்கசீபின் ஆட்சியின் இறுதிக் காலத்தில் சாம்ராஜ்ஜியம் மிகப் பெரியதாகிவிட்டிருந்ததால் முதல் நிலை பக்ஷி, அவருக்குக் கீழே இரண்டாம் மூன்றாம் நான்காம் நிலை பக்ஷிகள் என உதவியாளர்கள் நியமிக்கப்பட்டனர். ஒவ்வொரு போர் படையும் ஒரு தற்காலிகத் தளபதியின் கீழ் அணிவகுக்கப்பட்டன. படைத் தளபதி - சிஃபா சலார் எனப் பதவிப் பெயர் பல நேரங்களில் குறிப்பிடப்பட்டிருப்பதைப் பார்க்க முடிகிறது. எனினும் இது கௌரவப் பட்டம் மட்டுமே. இந்த அதிகாரிகள் படையை வழிநடத்தவில்லை. ஆலம்கீரே அனைவருக்குமான தளபதியாக அனைத்து முடிவுகளையும் எடுப்பார்.

கான் இ சமான் அரண்மனை உள் விவகார அதிகாரி ஆலம்கீரின் அந்தரங்க மெய்க் காவலர்களை நியமித்தார். அவருடைய அன்றாட செலவினங்கள், உணவு, பிற வசதிகளை மேற்பார்வையிட்டார். ஆலம்கீர் மேற்கொள்ளும் அனைத்து பயணங்களிலும் உடன் செல்வார். அரசுக் கட்டுப்பாட்டில் இருந்த தொழிற்சாலைகளில் பணிபுரிபவர்களுக்கு இவரே சம்பளப் பட்டுவாடா செய்தார்.

மொகலாயப் பேரரசரே அனைவருக்கும் மேலான நீதிபதி. ஔரங்கசீப் ஒவ்வொரு புதன் கிழமையும் வழக்கு விசாரணைகள் மேற்கொண்டார். ஆனால், அவருடைய நீதிமன்றம் என்பது உச்ச நீதிமன்றம் போன்றது. மேல் முறையீட்டுக்கு வாய்ப்பே கிடையாது. முதல் நீதிமன்றமே முடிவான நீதிமன்றம். இஸ்லாமியர்கள் சம்பந்தப்பட்ட அனைத்து குற்றவியல் வழக்குகளிலும் ஹாஜியாரே நீதிபதி. மேலும் பெரும்பாலான குடிமை வழக்குகளும் ஷரியா படியே விசாரிக்கப்பட்டுத் தீர்ப்பு வழங்கப்படும். முஃப்தி என்ற அதிகாரி நீதிபதிக்கு உதவியாக இருப்பார். அரேபியச் சட்ட, நீதி நூல்களைப் பார்த்து வழக்கின் தீர்ப்பை எடுத்துக்கொடுப்பார். ஹாஜியார் அந்த தீர்ப்பை அதிகாரபூர்வமாக வழங்குவார்.

பேரரச ஹாஜியார் ஹாஜி அல் கஸத் என்று அழைக்கப்படுவார். எப்போதும் ஆலம்கீருடனே பயணம் செய்வார். அனைத்து நகரங்கள், கிராமங்களின் நீதி ஹாஜியார்களை இவரே நியமிப்பார்.

பிரதான சதர் (சதர் அஸ் சதுர் என்று அழைக்கப்பட்டார்) மார்க்கப் பற்று கொண்ட ஒழுக்க சீலர்கள், மௌல்விகள், சூஃபிகளுக்கு பேரரசர் மற்றும் இளவரசர்கள் வழங்கிய நிலக் கொடைகளை மேற்பார்வையிட்டார். அந்த கொடைகள் முறையாக உரிய காரணங்களுக்குச் செலவிடப்படுகின்றனவா என்பதையும் புதிய

நல்கைகளுக்கான விண்ணப்பங்களையும் பரிசீலித்தார். பேரரசரின் தான தர்மங்கள் மற்றும் அரசாங்கத்தின் சேவைப்பணிகள் ஆகியவற்றையும் இவரே நிர்வகித்தார். பிராந்திய சதர்களை இவரே நியமித்து மேற்பார்வையிட்டார்.

குர்ரான் ஷரியத் சட்ட திட்டங்களின்படி மக்களைக் கறாராக நடக்கவைப்பது, இறைத்தூதரின் ஆணைப்படி மது மற்றும் இன்ன பிற போதைப் பொருட்களின் பயன்பாட்டைத் தடுப்பது, சூதாட்டம் மற்றும் பிற ஒழுக்கக்கேடான விஷயங்களைத் தொழிலாகவோ பொதுவெளியிலோ செய்பவர்களைத் தடுப்பது ஆகிய பொறுப்புகள் முத்தஸீபினுடையது. மார்க்க விரோதக் கருத்துகள், இறைத்தூதருக்கு எதிரான பேச்சுகள், ஐந்து நேரத் தொழுகையை அலட்சியப்படுத்துதல், ரமலான் மாதத்தில் விரதம் இருக்காமல் இருப்பது போன்ற குற்றங்களுக்குக் கடும் தண்டனை கொடுப்பதும் இவருடைய வேலையே. புதிதாகக் கட்டப்படும் கோவில்களை இடிக்கும் பொறுப்பும் இவரிடமே விடப்பட்டிருந்தது.

மொகலாயப் பேரரசில் பிராந்திய ஆட்சி நிர்வாகம் என்பது மையத்தில் அதிகாரம் குவிக்கப்பட்ட மத்திய அரசைப் போன்ற அதே நிர்வாகக் கட்டமைப்பைக் கொண்டது. அதிகாரபூர்வமாக நஸீம் என்றும் பெரு வழக்கில் சுபேதார் என்று அழைக்கப்படும் மொகலாய ஆட்சிப் பிரதிநிதி, திவான், பக்ஷி, ஹாஜி, சதர், பயூதாத் (அரசின் உடமைகளின் காவலர் மற்றும் அதிகாரப்பூர்வ பொறுப்பாளர்) முத்தஸீப் என அனைவரும் தில்லியைப் போலவே எல்லா பிராந்தியங்களிலும் இருப்பார்கள். கான் இ சமான் பதவி மட்டும் இருக்காது. ஒவ்வொரு மொகலாய சுபேதாரும் தமது ஆட்சி எல்லைக்குள் பேரரசர் போலவே நடந்துகொள்ள முயற்சி செய்வார்கள்.

பிராந்திய நிர்வாகம், அதிகாரம் முழுவதும் அதன் தலைநகரில் குவிக்கப்பட்டிருக்கும். முக்கியமான நகரங்கள் அல்லது துணைப் பிரிவு பகுதிகளில் அமைதி நிலவச் செய்யவும் கலகக்காரர்களைத் தண்டிக்கவும் குற்றவாளிகளைத் தண்டிக்கவும் நில வரி வசூல் செய்யும்போது எதிர்ப்பு கிளம்பினால் அதைத் தடுக்கவும் ஃபௌஜ்தார்கள் - படைத் தளபதிகள் நியமிக்கப்பட்டிருப்பார்கள். கிராமங்கள் ஏளனத்தினாலோ போதிய அரசு அதிகாரிகள் இல்லாத காரணத்தினாலோ கிராம சபை என்ற சிறு சுய நிர்வாகக் குழுக்களின் பொறுப்பில் தமது தேவைகளைத் தாமே கவனித்துக்கொள்ளும் வகையில் விடப்பட்டிருக்கும்.

பெரிய நகரங்களில் கொத்தவால் அல்லது மூத்த காவல் அதிகாரி சட்டம் ஒழுங்கைப் பாதுகாத்தார். மாநகராட்சிப் பணிகள், சந்தைக் கட்டுப்பாடு (முறையான எடைகள், விலைகள் இருப்பதைப் பரிசோதித்தல்), குர்ரான் படியான ஒழுக்கங்கள் பின்பற்றப்படுதல் ஆகிய பணிகளையும் கூடுதலாகக் கவனித்துக்கொண்டார்.

தேசம் முழுவதும் நடப்பவையெல்லாம் மத்திய அரசுக்கு உளவாளிகள், அரசு சார்ந்த அரசு சாரா நிருபர்கள் போன்றவர்கள் மூலம் உடனுக்குடன் தெரியப்படுத்தப்பட்டன. இவர்கள் நான்கு வகுப்புகளாக இருந்தனர். வாக்வி நவிஸ், சவானி நிகர், கதியா நவிஸ் (ரகசியக் கடித எழுத்தாளர்), ஹர்கராஷ் (ஒற்றர், தபால் கொண்டுசெல்பவர்). ஒவ்வொரு அரசு அலுவலகத்திலும் ஒரு நிருபர் அல்லது தினசரி நடவடிக்கைகளை ஆவணப்படுத்தும் பணியாளர் இருப்பார். அனைத்துத் தகவல்களும் தரகா இ டாகேசங்கி தபால் நிலைய தலைவர் மூலம் பேரரசருக்குச் சென்று சேரும்.

பேரரசர்கள் எத்தனை முறை தடுத்தாலும் பிராந்திய அதிகாரிகள் (சுபேதார்கள் கூட) சட்ட விரோதமான கட்டணங்களை (அப்வாப்கள்) பல்வேறு காரணங்கள் சொல்லி கைவினைக் கலைஞர்கள், வணிகர்கள், தொழிலாளர்களிடமிருந்தும் பொது மக்களிடமிருந்தும் பறிப்பதுண்டு. இந்த அப்வாப் முறைகேடான வசூலிப்பு 67 வகைகளில் பிடுங்கப்பட்டன. ‘மொகலாய ஆட்சி நிர்வாகம்’ என்ற நூலில் ஐந்தாம் அத்தியாயத்தில் இது பற்றி விரிவாக விளக்கியிருக்கிறேன். வணிகர்கள் கொண்டு செல்லும் பொருட்களை சில சுபேதார்கள் அபகரித்துக் கொள்வதும் நடக்கும். மிக மிகக் குறைந்த விலைக்கு அந்தப் பொருட்களை வாங்கிக் கொண்டு அல்லது எந்தத் தொகையுமே கொடுக்காமல் கைப்பற்றிக் கொண்டு சந்தையில் தாங்களே விற்று முழு பணத்தையும் அவர்களே சுருட்டிக்கொண்டுவிடுவார்கள். விலை உயர்ந்த ஆடம்பரப் பொருட்களை இதுபோல் மொகலாய உயர் மட்ட அதிகாரிகள் (இளவரசர் உட்பட) அபகரிப்பது குறித்து ஆங்கிலேயர் தமது ஆவணங்களில் விரிவாகப் பதிவு செய்துள்ளனர். வலிமை யானவரும் விழிப்புடன் அனைத்தையும் கண்காணிப்பவருமான பேரரசராலேயே இதையெல்லாம் தடுக்க முடியும். ஔரங்கசீபால் அது முடிந்திருக்கவில்லை.

காலவரிசை

இந்தப் புத்தகத்தில் இடம்பெறும் வருடக் குறிப்புகள் எல்லாம் பழைய நாட்காட்டியை (ஜூலியன் நாட்காட்டியை) அடிப்படையாகக் கொண்டவை. புதிய கிரிகோரியன் தேதியைக் கண்டுகொள்ள பத்து அல்லது பதினோரு நாட்களை அதனுடன் இணைத்துக்கொள்ளவும்.

1618 அக், 21	ஔரங்கசீபின் பிறப்பு
1627 ஏப், 10	சிவாஜியின் பிறப்பு
1628 பிப், 4	ஷாஜஹான் முடிசூட்டிக் கொண்டார். (ஜஹாங்கீர் இறப்பு *29*, அக், *1627*).
1633 மே, 28	ஔரங்கசீப் யானையுடன் யாருடைய உதவியுமின்றிப் போரிட்டார்.
1635 செப்-டிச	ஔரங்கசீப் பந்தேலா போரில் தளபதியானார்.
1636 மே	ஷாஜஹானுக்கும் ஆதில் ஷாவுக்கும் இடையில் பிரிவினை ஒப்பந்தம்.
1636 ஜூலை	*1644* மே - ஔரங்கசீபின் முதல் ஆட்சி நிர்வாகப் பொறுப்பு தக்காணத்தில்.
1636 அக்	ஷாஜி போஸ்லே மொகலாயருக்கு அடிபணிகிறார்; மொகலாயப் படையில் சேர்கிறார்.
1637 மே, 8	ஔரங்கசீப் - தில்ரஸ் பானு திருமணம் (*8*, அக், *1657*-ல் இறந்தார்)
1638 பிப், 15	ஔரங்கசீபின் மூத்த மகள் ஜேப் உன் நிஸா பிறப்பு (*26*, மே, *1702*-ல் இறந்தார்).

1639 டிச, 19	ஔரங்கசீபின் மூத்த மகன் முஹம்மது சுல்தான் பிறப்பு (*3, டிச, 1676*-ல் மரணம்)
1643 அக், 4	ஔரங்கசீபின் இரண்டாவது மகன் முதலாம் ஷா ஆலம் முவாஸம் பிறப்பு
1644 மே	ஔரங்கசீப் பால்க் நகரம் சென்று சேர்கிறார். அக்டோபரில் திரும்பினார்.
1645 பிப்	*1647* ஜனவரி, குஜராத்தின் கவர்னராக ஔரங்கசீப்
1647 மார்ச், 7	தாதாஜி கொண்ட தேவ் மரணம். சிவாஜி தனி அரசராகிறார். ஆதில் ஷாவின் கோட்டைகளைக் கைப்பற்றுகிறார்.
1648 மார்ச் - 1652	ஜூலை முல்தான், சிந்து பகுதியின் கவர்னராக ஔரங்கசீப்
1649 மே, 14	செப்- *5* காந்தஹார் முற்றுகை.
1652 மே, 2	ஜூலை *9*. காந்தஹாரின் இரண்டாம் முற்றுகை.
1652-1658	ஔரங்கசீப் தக்காணத்தில் இரண்டாம் முறை ஆட்சிப் பொறுப்பு
1655 நவ, 21	மீர் ஜும்லாவின் மகனை குதுப் ஷா சிறையில் அடைக்கிறார்.
1656 ஜன, 15	சிவாஜி, ஜாவ்லி பகுதியை தன் ராஜ்ஜியத்தில் இணைத்துக் கொள்கிறார். ஆறு ஏப்ரலில் ராஜ்கர் பகுதியை வெல்கிறார். ஜனவரியில் ஔரங்கசீப் கோல்கொண்டா மீது படையெடுக் கிறார். ஹைதராபாதை மொகலாயர்கள் ஆக்கிரமிக்கிறார்கள்.
1656 ஜன, 23	கோல்கொண்டா முற்றுகை. பிப் *7* - மார்ச் *10*. ஏப்ரலில் அமைதி. ஜூலையில் மீர் ஜும்லா தில்லி திரும்புகிறார். வாஸிராகிறார். நவம்பர் *4*, முஹம்மது ஆதில் ஷா மரணம்; இரண்டாம் ஆதில் ஷா ஆட்சிக் கட்டில் ஏறுகிறார்.
1657	பீஜாப்பூருடன் போர். மார்ச் *2-29* - பிதார் முற்றுகை. மே *4* - *1* ஆகஸ்ட் கலியானி முற்றுகை. ஆக்ரா திரும்புதல் அக், *26*.
1657 நவம்பர்	சுஜா வங்காளத்தின் முடிசூட்டிக் கொள்ளுதல்.

1657 டிச, 5	முராத் தனக்கு முடிசூட்டிக் கொள்ளுதல். டிச, 20 - சூரத்தைக் கைப்பற்றிக் கொள்ளையடித்தல்.
1658 பிப், 5	ஔரங்காபாதிலிருந்து தில்லி அரியணையைக் கைப்பற்ற ஔரங்கசீப் புறப்படுகிறார்.
1658 பிப், 14	சுஜா பஹதுர்பூரில் சுலைமான் ஷுகோவால் தோற்கடிக்கப்படுகிறார்,
1658 ஏப் 15	ஔரங்கசீபும் முராதும் ஜஸ்வந்தை தர்மல் பகுதியில் தோற்கடிக்கிறார்கள்.
1658 மே, 23	ஔரங்கசீபின் முதலாண்டு ஆட்சி அதிகார பூர்வமான ஆரம்பம்.
1658 மே, 29	தாரா ஷுகோ சாம்கர் பகுதியில் தோற்கடிக்கப் படுகிறார்.
1658 ஜுன், 8	ஆக்ரா கோட்டையில் ஷாஜஹான் சிறைவைக்கப் படுகிறார்.
1658 ஜுன் 25	முராதை ஔரங்கசீப் சிறைவைக்கிறார். (டிச 4, 1661 -கொல்லப்படுகிறார்)
1658 ஜுலை 21	ஔரங்கசீபின் முதல் முடிசூட்டல்
1659 ஜன, 5	சுஜா, க்வாஜா பகுதியில் தோற்கடிக்கப்படுகிறார்.
1659 மார், 13	தியோரய் பகுதியில் தாரா ஷுகோ தோல்வி.
1659 ஜுன், 5	ஔரங்கசீபின் கோலாகல முடி சூட்டு விழா (இரண்டாம் முறை)
1659 ஜுன், 9	தாரா ஷுகோவும் சிஃபிர் ஷுகோவும் சிறைப்பிடிக்கப்படுதல்
1659 ஆக, 30	தாரா ஷுகோவுக்கு மரண தண்டனை
1659 நவ, 10	அஃப்சல் கானை சிவாஜி கொல்லுதல்
1660 மே, 9	ஸாஹிஸ்தே கான் புனேயை ஆக்கிரமிக்கிறார். சக்கன் பகுதிக்குள் புயலெனப் பாய்கிறார் (ஆக, 15).
1660 மே, 6	டாக்காவிலிருந்து ஷுஜா தப்பி ஓடுகிறார். மீர் ஜும்லா அந்த இடத்தைக் கைப்பற்றுகிறார்.
	சுஜா மரணம் - அரக்கான் பகுதி, பிப் 1661.
1660 டிச, 27	சுலைமான் ஷுகோ தில்லிக்குக் கைதியாகக் கொண்டுவரப்படுகிறார் (மே, 1662-ல் கொல்லப்

	படுகிறார்).
1661 பிப், 3 -	சிவாஜி கர் தல்ப் கானை உம்பர்கண்ட் பகுதியில் தோற்கடிக்கிறார்.
1661 மே	மொகலாயர்கள் சிவாஜியிடமிருந்து கலியன் கோட்டையைக் கைப்பற்றுகிறார்கள்.
1661 மே, 22	பாரசீகத் தூதுவர் பத்க் பெய்க், ஔரங்கசீபைச் சந்திக்கிறார்.
1661 டிச, 19	மீர் ஜும்லா கூச் பிஹார் நகரைக் கைப்பற்றுகிறார்.
1662, மார், 17	அஸ்ஸாமின் தலைநகர் கர்காவ் பகுதியை மீர் ஜும்லா கைப்பற்றுகிறார்.
1662 மே, 12	ஔரங்கசீபுக்குக் காய்ச்சல். ஜூன் 24 -ல் பூரணமாக குணமடைகிறார்.
1663 ஜன, 1	மீர் ஜும்லாவுடன் அஸ்ஸாம் மன்னர் ஒப்பந்தம். ஜன 10-ல் ஊர் திரும்பும் மீர் ஜும்லா வழியில் மார்ச் 31-ல் மரணம்.
1663 ஏப், 5	ஸாஹிஸ்தே கான் படை மீது சிவாஜி இரவில் தாக்குதல்
1663 மே, 14	காஷ்மீருக்கு ஔரங்கசீப் செல்கிறார்.
1664 மார், 6-10	சிவாஜி சூரத் மீது தாக்குதல் (முதல் முறை)
1664 ஜன, 23	ஷாஜி போன்ஸ்லே மரணம்
1665 மார், 30	புரந்தர் கோட்டையை ஜெய் சிங் முற்றுகையிடுகிறார்.
1665 ஜூன், 11	சிவாஜியும் ஜெய் சிங்கும் சந்தித்தல்.
1665 ஜூன், 13	புரந்தர் ஒப்பந்தம்
1665 ஏப், 10	ஹிந்துக்கள் மீதான சுங்க வரியை ஔரங்கசீப் இரட்டிப்பாக்குகிறார்.
1665 நவ, 20	ஜெய் சிங்கின் பீஜாப்பூர் முற்றுகை; 1666 ஜன, 5 - பின் வாங்குதல்; 1667 ஜூலை, 2 மரணம்
1666 ஜன, 22	ஷாஜஹான் மரணம்.
1666 ஜன 26	சத்காவ் பகுதியை ஸாஹிஸ்தே கான் கைப்பற்றுகிறார்.
1666 மே, 12	ஔரங்கசீப் சிவாஜியைச் சிறைப்பிடித்தல்.

1666 ஆக, 19	சிவாஜி தப்பித்தல்; நவ, *20* - ராஜ்கர் திரும்புதல்; *1667*-செப், மொகலாயரிடம் பணிதல்.
1667 பிப், 24	காம் பக்ஷ் பிறப்பு.
1667 மார்	பெஷாவரில் யூசுஃபாய் கலகம்
1668 பிப்	ஔரங்கசீப் இசை நிகழ்ச்சிகளுக்குத் தடை விதிக்கிறார்.
	ஔரங்கசீப் சிவாஜியை மன்னராக ஒப்புக்கொள்கிறார்.
1669 ஏப், 9	தனது ஆட்சிப் பகுதி முழுவதும் கோவில்களை இடிக்க உத்தரவிடுகிறார். பனாரஸ் விஸ்வநாதர் ஆலயம் ஆகஸ்டில் இடிக்கப்படுகிறது. மதுராவில் கேசவர் ஆலயம் அடுத்த ஆண்டு ஜனவரியில் இடிக்கப்படுகிறது.
1670 ஜன, 1	மொகலாயர்களுடன் சிவாஜி மீண்டும் போரை ஆரம்பிக்கிறார். இழந்த கோட்டைகளை எல்லாம் மீட்கிறார்.
1670 அக், 3-5	சூரத்தை சிவாஜி இழக்கிறார் (இரண்டாம் முறை)
1670 அக், 17	திண்டோரி பகுதியில் தௌத் கானை சிவாஜி தோற்கடிக்கிறார்.
1670 டிச, 17	கந்தேஷ், பேரார் மீது சிவாஜி தாக்குதல்.
1671 ஜன, 30	வருவாய்த் துறையில் இருந்து அனைத்து ஹிந்து அதிகாரிகளையும் ஆலம்கீர் நீக்குகிறார். சத்ர சால் மன்னர் ஔரங்கசீபுக்கு எதிராக பந்தேல்கண்ட் பகுதியில் போர் தொடுக்கிறார் (மன்னராக, மரணம் *1731*-ல்)
1672	அஃப்ரிதி கலகம் அக்மல் தலைமையில்.
1672 மார்ச்	சத்நாமி கிளர்ச்சி.
1672 ஏப், 21	அப்துல்லா குதுப் ஷா மரணம்; அபுல் ஹஸன் ஆட்சிக்கட்டில் ஏறுகிறார்.
1672 நவ, 24	இரண்டால் அலி ஆதில் ஷா மரணம்; சிக்கந்தர் ஷா ஆட்சிக்கட்டில் ஏறுகிறார். கவாஸ் கான் வாஸிர் ஆகிறார் (*11*, நவ, *1675*-ல் நீக்கப்படுகிறார்).
1673 மார், 6	பனாலா கோட்டையை சிவாஜி கைப்பற்றுகிறார்.

1673 ஏப், 1	பர்லி கோட்டை; ஜூலை, 27 - சத்ர கோட்டைகளைக் கைப்பற்றுகிறார்.
1674 பிப், 24	நஸெரி பகுதியில் பிரதாப் ராவ் கொல்லப்படுகிறார். அடுத்த சேனாபதியாக ஹம்பீர் ராவ் நியமனம்.
1674 ஏப், 7	தில்லியிலிருந்து ஔரங்கசீப் ஹஸன் அப்தல் பகுதிக்குச் செல்கிறார். டிச, 1675 வரை அங்கேயே தங்குகிறார்.
1674 ஜூன், 6	சிவாஜியின் முடிசூட்டுவிழா. ஜீஜா பாய் 18, ஜூனில் மரணம்.
1675 ஏப் - மே	சிவாஜி ஃபோண்டா கோட்டை மற்றும் கார்வார் மாவட்டத்தைக் கைப்பற்றுகிறார்.
1675 நவ, 11	பீஜாப்பூரின் வாஸிராக பஹோல் கான் ஆகிறார் (23, டிச, 1677-ல் மரணம்)
1675 டிச	குரு தேஜ்பகதுர் தலை துண்டித்துக் கொல்லப்படுகிறார்.
	வியன்காஜி தஞ்சாவூரை வென்று தன் ஆட்சிப் பகுதியுடன் இணைத்துக்கொள்கிறார்.
1676 ஜூன், 1	ஹத்சங்கி பகுதியில் பஹதுர் கானை பஹோல் கான் தோற்கடிக்கிறார்; இஸ்லாம் கான் கொல்லப்படுகிறார்.
1676 அக், 8	ஔரங்காபாதின் வாஸிராக ஆஸாத் கான் நியமனம்.
1677 ஜன, 1	கர்நாடகப் படையெடுப்பை சிவாஜி ஆரம்பிக்கிறார். பிப்ரவரியில் ஹைதராபாதில் தங்குகிறார். ஸ்ரீ சைலத்தில் 24, மார்ச் - 1 ஏப் வரை தங்குகிறார்.
1677 மே, 13	செஞ்சி கோட்டையைக் கைப்பற்றுகிறார்.
1677 மே, 23	வேலூர் கோட்டை முற்றுகை. (21, ஜூலை, 1678-ல் கைப்பற்றுகிறார்).
1677 ஜூன், 26	திருவடி பகுதியில் ஷேர் கானை வீழ்த்துகிறார்.
1677 ஜூலை, 18-23	திருமலவாடி பகுதியில் வியன்காஜியைச் சந்திக்கிறார்.
1677 நவ, 5	மைசூர் வழியாக ஊர் திரும்புகிறார்.
1677 நவ, 16	சந்தாஜியை வியன்காஜி தாக்குகிறார்.
1678 ஏப், 4	சிவாஜி ஊர் (பனாலா கோட்டை) திரும்புகிறார்.

1678 மார், 19	ஆஃப்கானிஸ்தானின் ஆட்சிப் பொறுப்பில் அமீர் கான் நியமிக்கப்படுகிறார் (8, ஜூன், 1678). மரணம் 28, ஏப், 1698.
1678 ஜூலை, 7	பஹதுர் கான் குல்பர்கா கோட்டையைக் கைப்பற்றுகிறார். ஆகஸ்டில் திலிர் கான் பதவிக்கு வருகிறார். கொல்கொண்டாவைத் தாக்குகிறார். செப்டம்பரில் மல்கேத் பகுதியில் விரட்டியடிக்கப் படுகிறார்.
1678 நவ, 18	மொகலாய அவையில் மார்க்க வழியிலான கறாரான எளிமையை அமல்செய்கிறார்.
1678 பிப், 21	பீஜாப்பூரின் வாஸிராக சித்தி மசூத் நியமனம். டிச, 1683-ல் பதவி விலகல். அக்வா குஸ்ரு பதவிக்கு வருகிறார். 11, அக், 1684-ல் மரணம்.
1678 டிச, 10	ஜம்ருத் பகுதியில் ஜஸ்வந்த் சிங் மரணம்.
1678 டிச, 13	சம்பாஜி தப்பித்து திலிர் கான் வசம் சேருகிறார். பனாலா கோட்டைக்கு 4, டிசம், 1679-ல் திரும்புகிறார்.
1679 பிப், 19	ஔரங்கசீப் அஜ்மீர் சென்று சேருகிறார். மார்வார் மீது படையெடுக்கிறார். இந்திர சிங்குக்கு மே, 26-ல் அதன் ஆட்சிப் பொறுப்பைத் தருகிறார்.
1679 ஏப், 2	முஸ்லிம் அல்லாதவர்கள் மீது ஜெஸியா வரியை மீண்டும் விதிக்கிறார்.
1679 ஜூலை, 15	துர்காதாஸ் உதவியால் அஜித் சிங் தில்லியில் இருந்து வெளியேறுகிறார்.
1679 செப், 25	அஜ்மீருக்கு ஔரங்கசீப் மீண்டும் வருகிறார். அக்டோபரில் மார்வாரைத் தன் பேரரசுடன் இணைக்கிறார்.
1679 அக், 7-நவ, 14	பீஜாப்பூர் கோட்டையை திலிர் கான் தாக்குகிறார். சுற்றுவட்டாரங்களில் கொள்ளையடிக்கிறார்.
1679 நவ, 4	மொகலாயப் பகுதிகளை சிவாஜி தாக்க ஆரம்பிக்கிறார். ஜல்னா பகுதியை நிர்மூலமாக்குகிறார். 15-18 நவ - ரன்மஸ்தான் வெற்றி பெறுகிறார். சிவாஜி 21, நவம்பரில் பட்டா திரும்புகிறார்.
1680 ஜன, 23	உதய்பூருக்கு ஔரங்கசீப் படையுடன் வருகிறார்.

	சித்தூருக்கு 22, பிப்ரவரியிலும் 22 மார்ச்சில் அஜ்மீருக்கும் திரும்புகிறார்.
1680 ஏப், 4	சிவாஜி மரணம்.
1680 ஜுன், 18	சம்பாஜி ராஜ்கருக்கு மன்னராகிறார்.
1680 அக், 22	மஹாராணா ராஜ் சிங் மரணம். ஜெய் சிங் பதவி ஏற்கிறார். வங்காளத்தில் ஸாஹிஸ்தே கானின் இரண்டாவது ஆட்சி காலம் ஆரம்பம் *(1680-88).*
1681 ஜன, 1	இளவரசர் அக்பர் தனக்குத்தானே பேரரசர் பட்டம் சூட்டிக்கொள்கிறார்.
1681 ஜன, 16	தந்தை ஔரங்கசீபுக்கு எதிராக இளவரசர் அக்பர், தான் முன்னெடுத்த கலகம் தோற்றதால் தப்பி ஓடுகிறார். மஹாராஷ்டிராவின் பாலி பகுதிக்கு *1,* ஜுன் சென்று சேருகிறார்.
1681 ஜன, 30- பிப்,1	பர்ஹான்பூரை மராட்டியப் படை தாக்குகிறது.
1681 மார்ச்	பிஹாரின் கலகத் தலைவர் கங்காராம் நகர் பாட்னா கோட்டையை முற்றுகையிடுகிறார். மரணம் *1684.*
1681 ஜுன் 14	ஔரங்கசீபுடன் ராஜ்சமுத்ர உடன்படிக்கை செய்கிறார் மஹாராணா ஜெய் சிங்.
1681 செப், 6	ஜஹன்னரா மரணம்.
1681 செப், 8	தக்காணப் படையெடுப்புக்கு ஔரங்கசீப் அஜ்மீரில் இருந்து புறப்படுகிறார். நவ, 13-ல் பர்ஹான்பூருக்கும் 22, மார்ச், 1682-ல் ஔரங்காபாதுக்கும் சென்று சேர்கிறார்.
1681 அக்	சம்பாஜி கலகக்காரர்கள் அண்ணாஜி, சோவ்ரா பாய் மற்றும் பிறருக்கு மரண தண்டனை விதிக்கிறார்.
1681 நவ, 13	சம்பாஜி பாலி பகுதியில் மொகலாயக் கலக இளவரசர் அக்பரைச் சந்திக்கிறார்.
1681 ஜன	சம்பாஜி ஜஞ்சீரா மீது வெடிகுண்டு தாக்குதல் நடத்துகிறார்.
1681 ஏப்ரல்	மொகலாயர்கள் ராம்சேஜ்பகுதியை முற்றுகையிடு கிறார்கள். அக்டோபரில் தோற்றுத் திரும்புகிறார்கள்.
1681 மே, 18	இரண்டாம் சிவாஜி - ஷாஹு மஹாராஜ் பிறப்பு.

1681 நவ, 18	மொகலாயர்கள் கலியன் பகுதியை ஆக்கிரமிக்கிறார்கள். அடுத்த ஆண்டு மார்ச் 23வாக்கில் அதை விட்டு வெளியேறுகிறார்கள்.
1681 டிச	பாலியில் இருந்து ஃபோண்டா பகுதிக்கு இளவரசர் அக்பர் செல்கிறார்.
1683 ஏப், 5	சம்பாஜி போர்ச்சுகீசியருடன் போரை ஆரம்பிக்கிறார்.
1683 செப், 5	பிச்சோலிம் பகுதிக்கு இளவரசர் அக்பர் செல்கிறார். பாரசீகத்துக்குத் தப்பிச் செல்ல கப்பல் ஒன்றை வாடகைக்கு எடுக்க முயற்சி செய்கிறார்.
1683 செப், 20	கோவாவின் ஆட்சியாளர் ஃபோண்டா கோட்டையை முற்றுகையிடுகிறார். 31 அக்டோபரில் பெரும் இழப்புடன் திரும்புகிறார்.
1683 நவ, 14	தெற்கு எல்ஸ்வோ பகுதியை மராட்டியர்கள் கைப்பற்றுகிறார்கள். கோவாவைத் தாக்கப் புறப்படுகிறார்கள்.
1683 டிச, 1	பர்தேஸ் மற்றும் சால்செட்டி மாவட்டங்களை மராட்டியர் ஆக்கிரமிக்கின்றனர் (ஒரு மாத காலம் தாக்குதல் தொடர்கிறது)
1684 ஜன, 5	பிச்சோலம் பகுதிக்கு ஷா ஆலம் சென்று சேர்கிறார். அங்கிருந்து கோவா செல்கிறார். சர்வம்வாடி மற்றும் தெற்கு ரத்னகிரி பகுதிகளைச் சூறையாடிவிட்டு 20, பிப் ராம்காட் பகுதிக்குத் திரும்புகிறார். 18 மே வாக்கில் அஹமது நகர் திரும்புகிறார்.
1684 ஜன, 20	இளவரசர் அக்பர் பீம்கர் பகுதியில் போர்ச்சுகீசியர்களுடனும் சம்பாஜியுடனும் அமைதி உடன்படிக்கை செய்துகொள்கிறார்.
1684 மே, 20	பம்பாயிலிருக்கும் ஆங்கிலேயர்களுடன் சம்பாஜி நட்பார்ந்த ஒப்பந்தத்தில் கையெழுத்திடுகிறார்.
	ஸ்ரீ நகரில் ஷியா - சன்னி வன்முறை வெடிக்கிறது.
1685 ஜன	வியன்காஜி மரணம். இரண்டாம் ஷாஜி தஞ்சாவூரில் ஆட்சிப் பொறுப்பேற்கிறார்.
1685 பிப்	கெம் சவந்த் சம்பூஜிக்கு எதிராகக் கலகம்.
1685 ஏப், 1	பீஜாப்பூரை மொகலாயர் முற்றுகையிடுகிறார்கள்; ராஜாராம் தலைமையில் ஜாட்டுகள் கலகம் ஆரம்பம்.

ஔரங்கசீப் | 613

1685 அக், 8	ஹைதராபாத்தை மொகலாயர் ஆக்கிரமிக்கிறார்கள் (இரண்டாம் முறை)
	கோஜா அடிப்படைவாதிகள் பரூச் கோட்டையைக் கைப்பற்றுகிறார்கள்.
1685 டிச, 8	பஹார் கௌரை மலூக் சந்த் மால்வாவில் கொல்கிறார். ஆனால் கௌர் கலகம் 1692 வரை தொடர்கிறது.
1686 மார், 7	கோல்கொண்டாவின் மாதண்ண பண்டிட் கொலை செய்யப்படுகிறார்.
1686 ஜுலை, 3	ஔரங்கசீப் கோல்கொண்டா முற்றுகைப் பகுதிக்கு வருகிறார்.
1686 செப், 12	பீஜாப்பூர் பிடிபட்டது. சிக்கந்தர் ஆதில் ஷா பதவியில் இருந்து இறக்கப்பட்டார் (மரணம் 33, ஏப், 1700).
1686 அக், 28	வங்காளத்தில் இருக்கும் ஆங்கிலேயர் ஹுக்ளி பகுதியைச் சூறையாடுகிறார்கள். மொகலாயருக்கும் ஆங்கிலேயருக்குமான போர் ஆரம்பம்.
1687 ஜன, 28	மொகலாயர்களின் ஹைதராபாத் முற்றுகை (இறுதி முறை).
1687 பிப், 7	கோல்கொண்டா முற்றுகை ஆரம்பம். 21, செப்டம்பரில் கோட்டை கைப்பற்றப்பட்டது.
1687 பிப், 21	ஷா ஆலம் சிறைப்பிடிக்கப்படுகிறார்.
	இளவரசர் அக்பர் பாரசீகம் செய்கிறார். 24, ஜன, 1688-ல் இஸ்ஃபான் சென்று சேருகிறார் (மரணம் 1704).
1687 மார்ச்	மார்வாருக்கு துர்காதாஸ் திரும்புகிறார். ரத்தோர்கள் மொகலாயர்களுக்கு அதிக நெருக்கடி தருகிறார்கள். பண்டி பகுதியை தர்ஜன் சால் ஹடா கைப்பற்றுகிறார்.
1687 ஜுன், 11	ஹிஜ்லி பகுதியில் இருந்து ஆங்கிலேயக் கலகக்காரர்கள் வெளியேற்றம்.
1687 நவ, 28	பேராட்களின் தலைநகரான சாகர் பகுதியை பாம நாயக்கர் ஒப்படைக்கிறார் (ஜன 1688-ல் மரணம்)
1688 ஜன, 11	காஞ்சீபுரம் மீது மராட்டியர் தாக்குதல்.

1688 பிப்	ராஜாராம் சிக்கந்தராவில் இருக்கும் அக்பரின் கல்லறையைத் தகர்க்கிறார் (1700, ஜூலை 4-ல் கொல்லப்படுகிறார்).
1688 மார்ச்	பேல் காவ் பகுதியை ஆஸம் கைப்பற்றுகிறார்.
1688 ஆக, 6	சித்தி மசூத், அதோனி கோட்டையை விட்டுக் கொடுக்கிறார்.
1688 அக்	மேற்குக் கடற்கரைப் பகுதியில் ஆங்கிலேய வணிகர்கள் ஔரங்கசீபின் படை மீது தாக்குதல் நடத்துகிறார்கள். பீஜாப்பூரில் பெரும் பிளேக் நோய்த்தொற்று பரவுகிறது (இரண்டு மாதம் நீடிக்கிறது).
1689 பிப், 1	சம்பாஜியும் கவி கலஸும் சிறைப்பிடிக்கப்படுகிறார்கள். 15, பி-ல் ஔரங்கசீப் முன்னால் காண்டுவரப்படுகிறார்கள். 3, மார்ச்சில் லைவெட்டிக் கொல்லப்படுகிறார்கள்.□
689 பிப், 8ரு	ராஜ்கர் பகுதியில் ராஜாராம் முடிசூட்டப்படுகிறார். , ஏப்ரலில் அங்கிருந்து தப்பி செஞ்சிக் காட்டைக்கு 1, நவம்பரில் சென்று சேருகிறார்.□
689மார், 27	லியன் கோட்டையை மதபர்கான் கைப்பற்றுகிறார்.□
689அக், 19ரு	ராஜ்கர் கோட்டையை ஜுல்ஃபிகர் கான் கப்பற்றுகிறார். ஷாஹு மஹாராஜ் சிறைப்பிடிப்பு வயது 7)□
689 டிச, 25	ங்கிலேய வணிகர்களை ஔரங்கசீப் ன்னிக்கிறார். அமைதி திரும்புகிறது.□
690 ஜன 28	ன்சனாய் பகுதியை மொகலாயர்தாக்குகின்றனர்.□
690 மே, 21	ல்கலா பகுதியை ஔரங்கசீப் முற்றுகையிடுகிறார். ார்ச் 1695 வரை முற்றுகை தொடர்கிறது (மார்ச் 691-மே 92 நீங்கலாக)□
690 மே, 25	த்ரவுக்கு அருகில் ருஸ்தம் கானை மராட்டியர்கள் றைப்பிடிக்கின்றனர்.□
690 ஆக, 24	ல்கத்தா பகுதியை ஆங்கிலேயர் ர்மாணிக்கின்றனர்.□
	ாஞ்சீபுரத்துக்கு ஔரங்கசீபும் ஜுல்ஃபிகர் கானும் டையுடன் வருகிறார்கள்.□

691 டிச, 16	செஞ்சிக் கோட்டைக்கு ஆஸாத் கானும் காம் பக்ஷும் படையுடன் வருகிறார்கள்.
1692 டிச, 13	காஞ்சீபுரத்தின் தளபதி அலி மர்தன் கானை சந்தா கோர்படே சிறைப்பிடிக்கிறார்.
1692 டிச, 16	செஞ்சிக் கோட்டைக்கு வெளியே இஸ்மாயில் கான் மக்காவை தன யாதவ் சிறைப்பிடிக்கிறார்.
1692 டிச, 20	காம் பக்ஷ ஆஸாத் கான் சிறைப்பிடிக்கிறார்.
1693 ஜன, 23	செஞ்சிக் கோட்டை முற்றுகையை ஜுல்ஃபிகர் கான் கைவிட்டு வந்தவாசிக்குத் திரும்புகிறார்.
	வடக்கு கொங்கணி பகுதியில் மதபார் கான் போர்ச்சுகீசியருடன் போர் ஆரம்பிக்கிறார்.
1694 பிப் - மே	தஞ்சாவூர் பகுதியிலிருந்து ஜுல்ஃபிகர் கான் வரி, கப்பம் வசூலிக்கிறார். தென் ஆற்காடு மாவட்டத்தைக் கைப்பற்றுகிறார்.
1694 செப்	செஞ்சி கோட்டை முற்றுகையை ஜுல்ஃபிகர் கான் மீண்டும் ஆரம்பிக்கிறார். ஆற்காடு பகுதியில் முகாமிடுகிறார் (ஜன 1696 - மார்ச் 1697).
	துர்காதாஸ் இளவரசர் அக்பரின் மகளை ஔரங்கசீபிடம் பத்திரமாகக் கொண்டு சேர்க்கிறார்.
1695 மே, 21	1699, அக், 19 - இஸ்லாமாபுரியில் ஔரங்கசீப் முகாமிடுகிறார்.
1695 மே	ஷா ஆலம் விடுதலை செய்யப்பட்டு பஞ்சாபுக்கு ஆட்சியாளராக அனுப்பப்படுகிறார்.
1695 செப், 8	கஞ் இ சவாய் கப்பல் ஐரோப்பியரால் கடல் கொள்ளையடிக்கப்படுகிறது.
1695 அக்	வேலூரை மொகலாயர் முற்றுகையிடுகின்றனர். 14, ஆக, 1702-ல் கைப்பற்றப்படுகிறது.
1695 நவ	தியோதரி பகுதியில் காஸிம் கானுடன் சந்தா கோர்படே போர். கான் கொல்லப்படுகிறார்.
1696 ஜன, 20	பசவபட்டணத்தில் ஹிம்மத் கான், சந்தா கோர்படேவால் கொல்லப்படுகிறார்.
1696 மார்	கிழக்கு கர்நாடகப் பகுதிக்கு சந்தா கோர்படே சென்று சேருகிறார். நவ-டிசம்பர் வாக்கில் மத்திய மைசூர் பகுதியை முற்றுகையிடுகிறார்.

1696 மே	ஷோவா சிங்கும் நஹீம் கானும் கலகக் குரல் எழுப்புகின்றனர். தியோகர் பகுதியில் பக்த் புலந்த் கோண்ட் போரை ஆரம்பிக்கிறார்.
1697 மார்	சத்ர மாவட்டத்தில் தன யாதவ், சந்தா கோர்படேயைத் தோற்கடிக்கிறார்.
1697 ஜுன்	சந்தா கோர்படே கொலை செய்யப்படுகிறார்.
1697 மே - ஜுன்	கலகம் செய்த ரஹிம் கானை ஜபர்தஸ்த் கான் விரட்டியடிக்கிறார் (ரஹீம் கான் ஆக, 1698-ல் கொல்லப்படுகிறார்).
1697 நவ	இளவரசர் அஸிம் உஷ் ஷான் வங்காளத்தின் புதிய சுபேதாராக பர்த்வான் வந்து சேருகிறார்.
	ஜுல்ஃபிகர் கான் செஞ்சி கோட்டையை மீண்டும் முற்றுகையிடுகிறார்.
1698 ஜன, 8	செஞ்சி கோட்டையை ஜுல்ஃபிகர் கான் கைப்பற்றுகிறார்.
1698 மே	அக்பரின் மகன் புலந்த் அக்தர் ஔரங்கசீப் வசம் துர்காதாஸால் ஒப்படைக்கப்படுகிறார். துர்கா தாஸுக்கும் அஜித் சிங்குக்கும் ஜாஹிர் உரிமை, மன்சப்தார் பதவிகளை ஆலம்கீர் தருகிறர்.
1699 பிப்	ராஜாராம் விசால்கர் வந்து சேருகிறார்.
1699 மார்	ஆலம்கீருக்கும் ஐரோப்பிய வணிகர்களுக்கும் இந்தியக் கடல் பகுதியில் கடல்கொள்ளை நடக்காமல் தடுப்பது தொடர்பான ஒப்பந்தம் செய்யப்படுகிறது.
1699 அக், 19	ஔரங்கசீப் இஸ்லாமாபுரியில் இருந்து புறப்பட்டு மராட்டியக் கோட்டைகளை முற்றுகையிடப் போகிறார்.
1699 அக், 26	சத்ரவிலிருந்து ராஜாராம் வெளியேறுகிறார்.
1699 நவ	மால்வா பகுதியில் மராட்டியர் தாக்குதல் (கிருஷ்ண சேவந்த் தலைமையில்)
1699 டிச, 9	சத்ர கோட்டை முற்றுகையை ஔரங்கசீப் ஆரம்பிக்கிறார் (21, ஏப், 1700-ல் கைப்பற்றப் படுகிறது.)
1700 மார், 2	சிங்ககர் பகுதியில் ராஜாராம் மரணம். மகன் கர்ணா ஆட்சிப் பொறுப்பேற்கிறார். 23, மார்ச்சில் மரணம்.

	மூன்றாம் சிவாஜி (தாரா பாயின் மகன்) ஆட்சிப் பொறுப்பேற்கிறார்.
1700 ஜுன்,9	பர்லி கோட்டையை ஔரங்கசீப் கைப்பற்றுகிறார்.
1700 அக், 1	கவாஸ்பூரில் மொகலாய படை முகாம் வெள்ளத்தால் அடித்துச் செல்லப்படுகிறது. ஆலம்கீரின் கால் முட்டு இடம்பெயர்கிறது.
1701 மார், 9	பனாலா கோட்டையை ஔரங்கசீப் முற்றுகை யிடுகிறார். மே 28-ல் கைப்பற்றப்படுகிறது.
1701 ஏப்	சர் டபிள்யூ நோரிஸ் ஔரங்கசீபை வந்து சந்திக்கிறார்.
	வங்காளத்தின் திவானாக முர்ஷித் க்வாலி கான் நியமனம்.
1702 ஜன, 16	கேல்னா கோட்டைக்கு ஔரங்கசீப் சென்று முற்றுகை ஆரம்பிக்கிறார். 7, ஜுனில் கைப்பற்றப் படுகிறது.
	துர்காதாஸும் அஜித் சிங்கும் ஔரங்கசீபுக்கு எதிராகப் போர்க்கொடி உயர்த்துகின்றனர்.
1702 டிச , 27	கோண்டானா கோட்டையை ஔரங்கசீப் முற்றுகையிடுகிறார். அடுத்த ஆண்டு *8*, ஏப், *1703* வாக்கில் அது வீழ்கிறது.
1703 அக்	நீமா சிந்தியா பேரார் மற்றும் மால்வாவைத் தாக்குகிறார். அடுத்த ஆண்டு பிப்ரவரி வாக்கில் ஃபிரோஸ் ஜங்கால் தோற்கடிக்கப்பட்டு விரட்டப்படுகிறார்.
1703 டிச, 2	ஔரங்கசீப் ராஜ்கர் பகுதியை முற்றுகையிட்டு பிப் *16, 1704*-ல் கைப்பற்றுகிறார்.
1704 பிப், 23	ஔரங்கசீப் தோர்ணா பகுதியை முற்றுகையிட்டு 10, மார்ச்சில் கைப்பற்றுகிறார்.
1705 பிப், 8	ஔரங்கசீப் வாகின்கெரே பகுதியை முற்றுகையிட்டு ஏப் 27-ல் கைப்பற்றுகிறார்.
1705 மே - அக்	ஔரங்கசீப் தேவபூரில் ஓய்வெடுக்கிறார். நோய்வாய்ப்படுகிறார்.
1705 நவ	துர்காதாஸ் மீண்டும் ஔரங்கசீபிடம் சரணடைகிறார். ஆனால் அடுத்த ஏப்ரலிலேயே போர்க்கொடி உயர்த்துகிறார்.

1706 ஜன, 20	அகமது நகருக்கு ஔரங்கசீப் திரும்புகிறார்.
1706 மார்	மராட்டியர்கள் குஜராத்தைத் தாக்குகின்றனர். ரத்னபூரில் பாபா பியரா நீரோடை அருகே மொகலாயர்களுக்குக் கடுமையான தோல்வியைத் தருகின்றனர் *(15, மார்ச்).* பரோடா தாக்கப்படுகிறது.
1707 பிப், 9	பீஜாப்பூருக்கு காம் பக்ஷயும் மால்வாவுக்கு ஆஸமையும் *(13)* ஔரங்கசீப் அனுப்பிவைக்கிறார்.
1707 பிப், 17	ஔரங்கசீப் நோய்வாய்ப்படுகிறார்.
1707 பிப், 20	ஔரங்கசீப் மரணம்.

நாலந்தா
கே.ஏ. நீலகண்ட சாஸ்திரி

கிடைத்திருக்கும் தரவுகளின்படி பாலாதித்யகுப்தரின் காலம் (பொ.யு. ஐந்தாம் நூற்றாண்டு) தொடங்கி முஹம்மது பக்தியார் கில்ஜியால் (பொ.யு.12-ம் நூற்றாண்டு) அழிக்கப்பட்ட காலம் வரையிலுமாக இருந்த நாலந்தா மடாலயம் – பல்கலைக்கழகம் பற்றிய அற்புதமான ஆவண நூல்.

புத்த சரிதம்
உ.வே.சாமிநாத ஐயர்

பௌத்தத்தின் சாரத்தையும் புத்தரின் வாழ்வையும் எளிமையாகவும் ஆழமாகவும் அறிமுகப்படுத்தும் உ.வே.சாமிநாத ஐயரின் முக்கியமான நூல் இது. பௌத்தம் குறித்த விவாதங்கள் அதிகரித்துவரும் இன்றைய சூழலில் இந்நூல் புதிய திறப்புகளை அளிக்கிறது.

சிலைத் திருடன்
எஸ். விஜய் குமார்

'இந்தியாவின் பாரம்பரியத்தை மிகப் பெரிய அளவில் கொள்ளை அடிக்கும் குழுவைப் பற்றிய மிக முக்கியமான ஆவணம்...'

கூட்டுக் குற்றவாளிகளான காவல்துறையினர், அருங்காட்சியக ஊழல் பேர்வழிகள், இரட்டை வேடம் போடும் ஆய்வறிஞர்கள், கூலிச் சிலைத் திருடர்கள், கடத்தல்காரர்கள் என இந்தப் புத்தகம் அறிமுகப்படுத்தும் உலகம் அச்சமூட்டுவதாக இருக்கிறது.

சிவ தாண்டவம்
ஆனந்த குமாரசுவாமி

உலகிலேயே அதி அற்புதமான சிலை மற்றும் உன்னதத் தத்துவமான சிவ பெருமானின் தாண்டவம் குறித்த அற்புதமான கட்டுரை ஒரு பக்கம்; நவீன கால நீட்சேயின் ஜராதுஷ்டிரா முன்வைக்கும் தத்துவம் மறுபக்கம் என மரபுக்கும் நவீனத்துவத்துக்கும் இடையில் இரு கரங்களை நீட்டிப் பாலம் அமைப்பது போன்றதொரு பெருவெள்ளமாகப் பாய்கின்றது ஆனந்த குமாரசுவாமியின் சிந்தனைச் சிறு துளிகள்.

நீங்கள் விரும்பும் புத்தகம் உங்கள்
வீடு தேடி வர அழையுங்கள்

Dial for Books

94459 01234 | 9445 97 97 97

WhatsApp No: 95000 45609

dialforbooks.in | amazon.in | flipkart.com

KizhakkuToday.in

ஒரு புதிய இணைய இதழ்